AF679722

இலக்கியம்பட்டி திறப்புக் குச்சிகள் 2

காப்பியா வாசிப்பகம்

Copyright © Kaappiya Vaasipagam
All Rights Reserved.

This book has been self-published with all reasonable efforts taken to make the material error-free by the author. No part of this book shall be used, reproduced in any manner whatsoever without written permission from the author, except in the case of brief quotations embodied in critical articles and reviews.

The Author of this book is solely responsible and liable for its content including but not limited to the views, representations, descriptions, statements, information, opinions and references ["Content"]. The Content of this book shall not constitute or be construed or deemed to reflect the opinion or expression of the Publisher or Editor. Neither the Publisher nor Editor endorse or approve the Content of this book or guarantee the reliability, accuracy or completeness of the Content published herein and do not make any representations or warranties of any kind, express or implied, including but not limited to the implied warranties of merchantability, fitness for a particular purpose. The Publisher and Editor shall not be liable whatsoever for any errors, omissions, whether such errors or omissions result from negligence, accident, or any other cause or claims for loss or damages of any kind, including without limitation, indirect or consequential loss or damage arising out of use, inability to use, or about the reliability, accuracy or sufficiency of the information contained in this book.

Made with ♥ on the Notion Press Platform
www.notionpress.com

பொருளடக்கம்

1

திறப்பு

1. நாளைய எழுத்தாளர்களுக்கும்...

ஒரு நூல் எப்படி இருக்க வேண்டும்? நூலுக்கு எப்படிப் பெயரிட வேண்டும்? நூலில் எவையெல்லாம் இருக்க வேண்டும்? நூல் அழகாக அமைந்திட என்ன செய்ய வேண்டும்? என்று அவர்கள் மனதில் பல கேள்விகள் எழுகின்றன. இக்கேள்விகளுக்கு நன்னூல் நல்ல பதில்களைத் தருகிறது. அவற்றைப்பற்றி இப்பதிவில் பார்ப்போம். தங்களது பெயர் ஏதாவதொரு இதழில் வந்து விடாதா? என்கிற விருப்பம் பலரிடமும் இருக்கத்தான் செய்கிறது. இதழ்களில் எப்படி எழுதுவது? எதை எழுதுவது? எழுதியவைகளை இதழ்களுக்கு எப்படி அனுப்புவது என்று தெரியாமல் இன்னும் பலர் இருக்கின்றனர். இவர்களெல்லாம், தற்போது முகநூல் (Facebook), புலனம் (Whatsapp) என்று சமூக வலைத்தளங்களில் எழுதிக் கொண்டிருக்கின்றனர்.

சமூக வலைத்தளங்களில் எழுதியவர்கள் பலரும் தங்களை எழுத்தாளராக அல்லது கவிஞராக அடையாளப்படுத்திக் கொள்ளும் விருப்பத்துடன், தாங்கள் எழுதியவைகளையெல்லாம் தொகுத்து, அதை ஒரு நூலாக்கிட வேண்டுமென்கிற எண்ணத்தில் இருக்கின்றனர். சிலர், தங்களது சமூக வலைத்தளப் பதிவுகளை நூலாக்கம் செய்து வெளியிட்டும் இருக்கின்றனர். ஒரு நூல் அழகாக அமைந்திட என்ன செய்ய வேண்டும்? என்று அவர்கள் மனதில் பல கேள்விகள் எழுகின்றன. இக்கேள்விகளுக்கு நன்னூல் நல்ல பதில்களைத் தருகிறது.

நூலுக்கு எப்படிப் பெயரிடுவது?

'நூலுக்குப் பெயரிடும் முறை' குறித்து நன்னூல் ஒன்பது வழிமுறைகளை விளக்கியுள்ளது.

1. நூலுக்குரிய முதல் நூலின் பெயர்

உதாரணமாக, இராமாயணம், பாரதம்
2. நூலை இயற்றிய கருத்தாவின் பெயர்
உதாரணமாக, அகத்தியம், தொல்காப்பியம்
3. நூலின் அளவை முன்னிறுத்தும் பெயர்
உதாரணமாக,நாலடியார்,புறநானூறு
4. நூலில் காணப்படும் பெரும்பான்மைப் பொருளின் பெயர்
உதாரணமாக, களவியல்
5. நூலில் அமைந்திருக்கும் பொதுப் பொருளின் பெயர்
உதாரணமாக, அகப்பொருள்
6. நூலைச் செய்வித்தவனை முன்னிறுத்தும் பெயர்
உதாரணமாக, வீரசோழியம்
7. நூலின் இயல்பை முன்னிறுத்தும் பெயர்
உதாரணமாக, சிந்தாமணி, நன்னூல்
8. நூலில் கூறப்படும் பொருளில் சிறப்புடையதின் பெயர்
உதாரணமாக, வெற்றிவேற்கை, ஆத்திச்சூடி
9. நூலின் காரணத்தை முன்னிறுத்தும் பெயர்
உதாரணமாக, நிகண்டு)
எனும் ஒன்பது காரணங்களின் அடிப்படையில் நூலின் பெயர் அமையும். அப்படி அமைப்பதே சரியானது என்றும் வலியுறுத்துகிறது.

நூலாக்க உத்திகள்:

நூலாக்கத்திற்கான உத்திகள் 32 என்று தொல்காப்பியம், நன்னூல், பாட-லனார் போன்றவை குறிப்பிடுகின்றன. இவற்றுள் நன்னூல்,

1. சொல்லித் தொடங்குதல் வேண்டும்.
2. காரண காரிய முறைப்படி இயல்களை வைத்தல் வேண்டும்.
3. நூலில் கூறக்கருதும் பொருள்களை தொகுத்துக் கூறுதல் வேண்டும்.
4. பின்னர் அவற்றைவகுத்துக் காட்டுதல் வேண்டும்.
5. கூறவந்த கருத்தை மேலோர் கூறியுள்ளவாறு முடித்துக்காட்ட வேண்டும்.
6. தான் கூறும் கருத்துக்கு இலக்கியத்தின் இடம் கூறுதல் வேண்டும்.
7. முன்னோர் கூறிய கருத்துகளை பொருத்தமான இடங்களில் எடுத்தாள வேண்டும்.
8. பிறருடைய கோட்பாடுகளையும் எடுத்துக் கூறுதல் வேண்டும்.
9. சொற்களின் பொருள் விளக்க உருபுகளை விரித்துக் கூறுதல் வேண்டும்.
10. ஒன்றோடொன்று தொடர்புடைய சொற்களை இணைத்துக் கூறுதல் வேண்டும்.

11. இருபொருள்படக் கூறுதல் வேண்டும்.
12. காரணம் விளங்காமல் கூறப்பட்டதை காரணம் கூறி முடிக்க வேண்டும்.

13. ஒரு பொருளுக்குரிய இலக்கணத்தை ஒப்புமைப்படுத்தி உறுதிப்படுத்துதல் வேண்டும்.
14. உறுதிப்படுத்திய இலக்கணத்தை பிறவிடங்களிலும் பயன்படுத்துமாறு தொடர்புபடுத்துதல் வேண்டும்.
15. வழக்கொழிந்தவற்றை விலக்குதல் வேண்டும்.
16. தற்காலத்தில் வழக்குக்கு வந்தப் புதுமைகளை ஏற்புடையது எனில் ஏற்றுக் கொள்ள வேண்டும்.
17. பின்னால் இவை தேவைப்படும் என்றுணர்ந்து அவற்றை முன்கூட்டியே சொல்வது வேண்டும்.
18. ஒரு பொருளுக்கு கருவியாய் அமையவேண்டியதை பின்னால் நிறுத்திக் காட்டுதல் வேண்டும்.
19. வெவ்வெறு வேறுபட்ட கருத்துகளையும் எடுத்துக் காட்டல் வேண்டும்.
20. அவ்வாறு வேறுபடும் கருத்துகளை தொகுத்துக் கூறல் வேண்டும்.

21. இறுதியில் சொல்லப் போவதை முற்பகுதியில் சொல்ல நேர்ந்தால் அது பின்னர் விளக்கப்படும் என்று கூறுதல் வேண்டும்.
22. முற்பகுதியில் கூறப்பட்டதை பிற்பகுதியில் மீண்டும் சொல்ல நேர்ந்தால் முன்னரே கூறப்பட்டது என்று கூறுதல் வேண்டும்.
23. மாறுபட்ட இரண்டு கருத்துகளில் ஏதாவதொன்றை துணிந்து ஏற்க வேண்டும்.
24. மேற்கோள்கள் எடுத்துக்காட்ட வேண்டும்.
25. தான் சொல்ல வந்ததை மேற்கோளுடன் பொருத்திக் காட்ட வேண்டும்.
26. ஐயத்திற்கு இடமின்றி சொல்லவந்த கருத்தை உரைக்க வேண்டும்.
27. சொல்லாமல் விட்டவற்றிற்கும் காரணம் கூறுதல் வேண்டும்.
28. பிறநூல்களின் முடிவுகளை ஏற்றுக் கொள்ள வேண்டும்.
29. தன்னுடைய புதிய கருத்துகளை பலவிடங்களில் எடுத்துச் சொல்லுதல் வேண்டும்.
30. சொற்பொருள் விளக்கத்தையும் அங்கேயே கொடுத்திடல் வேண்டும்.
31. ஒத்த கருத்துக்கள் உடையனவற்றை ஓரிடத்தில் வகைப்படுத்த வேண்டும்.
32. மேலும் ஆராய்வதற்குரிய எல்லைகளை எடுத்துக்காட்டுதல் வேண்டும்.

என்று முப்பத்திரண்டு உத்திகளைப் பயன்படுத்தி, நூல் உருவாக்கப்பட வேண்டும் என்று வலியுறுத்துகிறது.

நூலுக்கான அழகுகள்:

ஒரு நூலை அலங்கரிப்பதற்கு அந்நூலில் பத்து வகை அழகுகள் இருக்க வேண்டும் என்று நன்னூல் குறுப்பிடுகிறது. அவை;

1. கூறவந்த பொருளைச் சொற்கள் விரியாமல் சுருக்கமாகக் கூறவேண்டும்.
2. சுருக்கமாகச் சொன்னாலும் பொருளைத் தெளிவாக விளங்க வைக்க

வேண்டும்.

3. படிப்பவருக்கு இனிமை தரும்படி சொல்ல வேண்டும்.
4. நூலில் நல்ல சொற்களைச் சேர்த்துச் சொல்ல வேண்டும்.
5. சந்த இன்பம் இருக்குமாறு நூலை அமைக்க வேண்டும்.
6. ஆழ்ந்த கருத்துகள் உடையதாக நூல் இருக்க வேண்டும்.
7. கூறும் கருத்துகளைக் காரண காரிய முறைப்படி தொகுத்துக் கூறவேண்டும்.
8. உயர்ந்தோர் கருத்தோடு மாறுபடாமல் கூறவேண்டும்.
9. மிகச்சிறந்த பொருளைத் தருகின்ற நூலாக அது இருக்கவேண்டும்.
10. கூறவந்த பொருளை விளக்க ஆங்காங்கே எடுத்துக்காட்டுகள் தரப்படவேண்டும்.

நூலுக்கான குற்றங்கள்:

ஒரு நூலில் இருக்கக்கூடாதவை எவையென பத்துக் குற்றங்களை நன்னூல் வரையறுத்துக் கூறுகிறது. அவை;

1. குறிப்பிட்ட ஒரு பொருளை விளக்குவதற்கு தேவையான சொற்களில் குறைவுபடக் கூறுதல்
3. குறித்த ஒரு பொருளை விளக்குவதற்கு தேவையான சொற்களை விட மிகைப்படக் கூறுதல்
3. சொன்னதையேத் திரும்பத் திரும்பச் சொல்லுதல்
4. முன்னர் சொல்லிய ஒரு செய்திக்கு முரணாகக் கூறுதல்
5. குற்றமுடைய சொற்களை ஆங்காங்கே சேர்த்தல்
6. கூறவேண்டிய செய்தியை இதுவோ, அதுவோ என்று தயக்கத்தோடு கூறுதல்
7. பொருளோடு பொருந்தாத வெறும் சொற்களை அடுக்கி அலங்கரித்துக் கூறுதல்
8. சொல்லத் தொடங்கியப் பொருளை விட்டுவிட்டு இடையில் மற்றொரு பொருளைக் குறித்துப் பேசுதல்
9. விரிவாகச் சொல்ல ஆரம்பித்து, பொருளை போகப் போகச் சொல் நடையும் பொருள் நடையும் தேய்ந்து குறைத்து முடித்தல்
10. சொற்களிருந்தும் அவற்றால் பொருட்பயன் ஏதுமில்லாது கூறல்

நூல் எழுத விரும்புபவர்கள், நன்னூல் குறிப்பிடும் நடைமுறைகளைக் கடைப்பிடித்து நூல் எழுதினால், அந்த நல்ல நூல் என்று பெயர் பெற வாய்ப்பிருக்கிறது. நூல் எழுதுவதற்கு மட்டுமின்றி, தாங்கள் எழுதும் கதை, கட்டுரை, கவிதைகளிலும் இந்த நடைமுறையைப் பின்பற்றினால் தங்கள் படைப்புகள் எதுவாயினும் சிறப்பாக அமையும்.

இளம்பருவத்துத் தோழி - நாவலின் கையெழுத்துப் பிரதியை பத்தாண்டுகளுக்கும் மேலாக தன்வசமே பஷீர் வைத்திருந்ததாக ஒரு குறிப்பு அந்நூலில்

உள்ளது. கிட்டத்தட்ட ஐந்நூறு பக்கங்களுக்கும் மேலாக எழுதிய நாவலை ஏழுமுறைக்கும் மேலாக அதைத் திருத்தித்திருத்தி எழுதி எழுபது பக்கங்களாகக் குறைத்தார் பஷீர்."

எழுத்தாளர்களின் எழுத்துக்கள்

மறைந்த எழுத்தாளர் பேராசிரியர் கல்கி தன் கையெழுத்தைப் பற்றி தாமே விமர்சனம் செய்து கொள்வார் என்று அப்புசாமி டாட் காமில் படித்தேன். அதற்கு அவர் ராபர்ட் ப்ரவிநிங்கின் (யாருக்குமே அர்த்தம் புரியாதாம்!) கவிதைகளை மேற்கோள் காட்டி சொல்லியிருப்பது படிக்க சுவாரஸ்யமாக இருந்தது.

கல்கியின் கையெழுத்து பற்றி ஒரு பழைய கல்கி இதழில் நான் படித்த துணுக்கு ரொம்ப சுவாரஸ்யமானது.

கல்கி அப்போது விகடனில் ஆசிரியராக இருந்தார். கல்கியின் நண்பர் ஒருவர் தான் பல கதைகள் அனுப்பியும் பிரசுரமாகாதது குறித்து வருத்தத்தைத் தெரிவித்தாராம். வாங்கிப் படித்துப் பார்த்த கல்கி,

"நல்லாத்தானே இருக்கு. இது எப்படி பிரசுரமாகாமல் போயிற்று" என்று வியந்து,

"சரி, நான் பர்சனலா ரெகம்மண்ட் பண்ணி பப்ளிஷருக்கு அனுப்பறேன்" என்று வாங்கிக் கொண்டாராம்.

பல வாரங்கள் ஆயிற்று கதை பிரசுரமே ஆகவில்லை.

நண்பர் மறுபடி கல்கியை சந்தித்தார்.

தான் சிபாரிசு செய்தும் பிரசுரமாகாதது கல்கிக்கு குழப்பத்தை உண்டு பண்ணியது.

பப்ளிஷரை அழைத்தார். வந்திருந்தவர் பெயரைச் சொல்லி, அவர் எழுதின கதையின் பெயரைச் சொல்லி,

"ஞாபகம் வருதா?" என்று கேட்டார்.

"ஏன் வராம, நீங்க காமென்ட் கூட எழுதி அனுப்பியிருந்தீங்க"

"என்ன ஆக்ஷன் எடுத்தீங்க?"

"கிழிச்சி குப்பைலே போட்டுட்டேன்"

"என்னது?"

"ஆமாம் சார், rubbish ன்னு எழுதி அனுப்பினா குப்பைலே போடாம என்ன பண்றது?"

"அட ராமா, நான் publish ன்னு இல்லே எழுதியிருந்தேன்!"

2. ஆனந்த் தக்ஷிணாமூர்த்தி

தமிழ்ப் பதிப்புத்துறையை ஒழுங்குபடுத்தவும், முறையான தொழில் நெறிமுறைகளை நிறுவவும், உலக மற்றும் பிறமொழி இலக்கியத்தின் தமிழாக்கங்க-

ளைத் தணிக்கை செய்யத் தொடங்கியுள்ளோம். அனைத்துப் பதிப்பகங்களின் மொழியாக்க வெளியீடுகளும் இந்தத் தணிக்கையில் உட்படுத்தப்படும். மூல நூலின் காப்புரிமை யாரிடம் உள்ளது என்பதை ஆராய்ந்து உறுதிப்படுத்திய பின்னரே, காப்புரிமை மீறல்கள் இருந்தால், இங்கே வெளியிடப்படும்.

பெரும் பட்டியல் ஒன்று தயாரிக்கப்பட்டு வருகிறது. இதில் முதலாவதாக, புகழ்பெற்ற ஜெர்மானிய எழுத்தாளர் Anna Seghers எழுதிய நாவலின் காப்புரிமை பெறாத தமிழாக்கம். அட்டைப்படம் கீழே.

சம்பந்தப்பட்ட தமிழ்ப் பதிப்பாளர் எவரும் இதுபற்றி எங்களைத் தொடர்பு கொள்ள வேண்டாம். காப்புரிமைக்குச் சொந்தக்காரர் யார் என்று இங்கு வந்து நிற்க வேண்டாம். அதையாவது நீங்கள் தேடிக்கொள்ளுங்கள் அல்லது அவர்களது வக்கீல் நோட்டீஸ் கிடைக்கப்பெறும் போது அறிந்து கொள்ளுங்கள். இது தனிபட்ட தாக்குதலோ காழ்ப்புணர்வோ அல்ல. பதிப்புத் தொழிலில் ஒழுங்கு முறை முக்கியம் என்பதை தொடர்ந்து வலியுறுத்தி வருகிறோம். இது முற்றிலும் தமிழ்ப் பதிப்புத்துறையை மேம்படுத்தும் நோக்கோடு முன்னெடுக்கப்படுகிறது.

பொதுவாக எழுத்தாளர்கள் மீது வைக்கப்படும் சமூக பொறுப்பு பதிப்பாளர்களாகிய நம்மிடத்திலும் இருத்தல் வேண்டும். ஒழுங்கற்ற முறைகள் தொடரும் வரை, வளமான பதிப்புச் சூழல் இங்கே உருவாக முடியாது. பதிப்பாளர்களும் தங்கள் பொறுப்புணர்ந்து முறையாகக் காப்புரிமை பெற்றுப் பதிப்பிக்க வேண்டும். வாசகர்களும் தாங்கள் எதிர்கொள்ளும் சந்தேகத்திற்கு இடமான எந்தவொரு தமிழாக்கத்தையும் எங்கள் பார்வைக்கு கொண்டுவந்தால், அவற்றையும் இந்தத் தணிக்கையில் சேர்த்துக்கொள்வோம்.

3. கே. என். செந்தில்

கோவில் திருவிழாக்களில் மனமகிழ் மன்றங்களில் இன்னபிற தனியார் அமைப்புகளில் பட்டமன்ற பேச்சாளர்கள், சின்னத்திரை பிரபலங்கள் பங்கேற்பதை- அதுவும் சீரமைக்கப்பட வேண்டும் என்றாலும்- எவருமே கேள்வி கேட்கவில்லை. புத்தகச் சந்தை அடிப்படையில் யாருக்கானது? அதன் நாயகர் யார்? சரி. அப்படி அழைக்கப்படும் எழுத்தாளர்களுக்கு எவ்வளவு தரப்படுகிறது? அவர்களின் எழுத்து வாழ்க்கைக்கு ஏற்ப 10000 லிருந்து 20-30 ஆயிரம் வரை தரப்படலாம். இதைப் பற்றி சில வருடங்களுக்கு முன்பே ஆற்றாமையுடன் எழுதிய போது அதன் உள்விவகாரங்கள் அறிந்த பதிப்பாள நண்பரொருவர் (அவர் பெயரை ஒரு போதும் சொல்ல மாட்டேன்) அழைத்து பேசினார்.

உதாரணத்துக்கு ஒரு புத்தகச் சந்தைக்கு நாஞ்சில் நாடனையும் ஈரோடு மகேஸையும் அடுத்தடுத்த நாட்களில் அழைக்கிறார்கள் என்று வைத்துக் கொள்வோம். நாஞ்சிலுக்கு 20000 என்று நிர்ணயிக்கிறார்கள். ஈரோடு

மகேஸுக்கு 70000-80000 வரை தரப்படுகிறதாம் (இப்போது ஒரு லட்சம் வரை இருக்கலாம்).. இது தான் நிலைமை. அது ஏன்? பதில் மிக எளிமையானது. அவர் ஊர் அறிந்த பிரபலம். ஜோக்குகளை சரளமாகச் சொல்வார் என்பது கூடுதல் தகுதி. சிவகார்த்திகேயன் இன்று மிகப் பெரிய நட்சத்திரமாக ஆகாமல் போயிருந்தால் அவர் தான் இது போன்ற விழாக்களில் கோலாச்சுபவராக விளங்கியிருப்பார். கூட்டம் அள்ளும். சொல்வது புரியும் என நினைக்கிறேன். பஜ்ஜியும் டெல்லி அப்பளமுமாகக் கூடும் ஆட்களை 'மகிழ்வி'க்கத் தெரிந்திருப்பது தான் முதன்மைத் தகுதி.

அதற்கு 'ஜோக்கர்'கள் தான் வேண்டுமே தவிர எழுத்தாளன் அல்ல. அப்பறம் திண்டுக்கல் லியோனி கும்பல் தான் இந்த பட்டிமன்றத்தையே சிதைத்தவர்கள். அதற்கு முன் சாலமன் பாப்பையா குழு தங்களால் இயன்றதைச் செய்திருந்தது. என் பதின்பருவத்தில் சோ.சத்தியசீலன், அறிவொளி போன்றவர்கள் 'வழக்காடு மன்றங்களி'ல் பேசியதைச் கேட்டு வியந்திருக்கிறேன். அவர்களும் நவீனத்தைப் பேசியதில்லை. ஆனால் கம்பனும் வால்மீகியும் இளங்கோவும் திருக்குறளும் சங்கப்பாக்களின் பொருளுமாக அந்த அவை களைகட்டும். உண்மையில் அந்த துறையில் அது ஒரு பொற்காலமாக இருந்திருக்கக் கூடும்.

நிற்க. இந்த புத்தகச் சந்தையை ஒழுங்குபடுத்தும் ஆட்களுக்கு என்ன தெரியுமோ அது தானே அகப்பையிலும் வரும்..! இது அநீதி என்பது கூட அவர்களுக்குத் தெரியாது. பாவம். அரசு ஒதுக்கும் பணத்தில் இப்படி தான்தோன்றித்தனமாக அல்லது சம்பந்தமில்லாத ஆட்களைக் கொண்டு நிகழ்ச்சிகளும் நடைமுறைகளும் அமைவதை எப்படி ஏற்பது? இதில் இன்னொன்று கூட உண்டு. இது உறுதியான தகவல் இல்லை. அதாவது இவ்வாண்டு புகழ்பெற்ற பட்டமன்ற பேச்சாளர் வந்து பேசிச் செல்கிறார். பேசிய பணம் அளிக்கப்படுகிறது. அப்போது அவர், சம்பந்தப்பட்ட காரியதரிசியிடம் அடுத்த ஆண்டும் தன்னையே அழைக்கும்படியும் அதற்குரிய கமிஷனை தந்து விடுவதாகவும் சொல்வாராம். இந்த தகவல் உண்மையாக இருக்கக்கூடாது என விரும்புகிறேன்.

ஒன்றிரண்டு மாதங்களுக்கு முன் நெல்லையில் நடந்த விழாவில் பிள்ளைமார் கூட்டத்தின் ஆதிக்கம் இருந்ததையொட்டி சர்ச்சை ஏற்பட்டது. அதற்கு முன் பொருநை இலக்கிய திருவிழா ஒருங்கிணைக்கப்பட்டது. இராயகிரி சங்கர் என்பவர் தான் பேச்சாளர்களை அழைத்தார். அதில் ஆச்சரியகரமான ஒற்றுமையைப் பார்த்தேன்.

அழைக்கப்பட்டவர்கள் எல்லோருமே சொல்லி வைத்தாற் போல ஜெயமோகனின் நண்பர்கள், விஷ்ணுபுரம் குழுவினர்கள்(அந்த நிலத்திற்கு சம்பந்தபற்றவர்களும் இவர்களில் உண்டு). நவீன இலக்கியக்காரர்கள் அழைக்கப்பட்டதற்கு மகிழ்வதா? அல்லது ஒரு விழாவையே ஒரு அமைப்பினர் அபேஸ் செய்ததைக் கண்டு நொந்து போவதா? உங்கள் கையில் ஒரு வரைவு தரப்-

படும் போது எப்படி 'வேண்டியவர்களை' உள்ளே கொண்டு வருகிறீர்களோ அப்படித் தானே இன்னொரு பிரிவினரும் அவர்களுக்கு ஏற்ற ஆட்களை பேச அழைப்பார்கள்? முரண் என்னவென்றால் அங்கு சென்று பேசியவர்களே தங்கள் ஊரில் நடந்த புத்தகச் சந்தை அழைப்பாளர்களின் குளறுபடி குறித்து ஆதங்கத்துடன் எழுதினார்கள்.

மனுஷ்யபுத்திரன் போன்ற நபர் இதைப் பற்றி எழுதுவதைப் பொருட்படுத்த வேண்டியதேயில்லை. ஆதாயத்திற்காக எப்படி வேண்டுமானாலும் பேசுவார், எழுதுவார். காசு வாங்கிக் கொண்டு புத்தகம் போட்டும், விற்ற புத்தகத்திற்கு ராயல்டி தராமலும் வாழ்பவர்களுக்கு ('திருட்டு பயல்கள் பதிப்பகம் நடத்துகிறார்கள்' நன்றி: பிரபஞ்சன்) எழுத்தாளனைப் பற்றி பேச உள்ள அருகதை என்ன? இது அரசு ஒதுக்கும் நிதியிலிருந்து நடத்தப்படும் நிகழ்ச்சி. அதில் கோளாறு என்றாலோ குளறுபடி என்றாலோ கேள்வி எழத் தான் செய்யும். பதில் அளிக்க வேண்டியது கடமையாகும். முதன்முதலாக இந்நிகழ்ச்சி தொடங்கப்பட்ட போது வழங்கப்படும் தொகையிலேயே பேதம் நிலவியது. ஒருவருக்கு 3000ரூபாயும் மற்றவருக்கு 10000ரூபாயும் அளிக்கப்பட்டது.

லஷ்மி மணிவண்ணன் இதற்கு கடுமையான எதிர்ப்பு தெரிவித்த பின்னரே பொதுவாக 10000 என்று முடிவாயிற்று. ஒருவகையில் பார்த்தால் தகுதியற்றவனுக்கு அந்த இருக்கை ஒதுக்கப்படுகிறதே என்கிற ஆதங்கத்தில் எதிர்ப்பு எழுவதாகவும் இன்னொரு வகையில் அந்த 10000 ரூபாய் பணத்திற்கு தான் இத்தனை அக்கப்போர்கள் என்றும் இருவேறு கருத்துகள் கூட உள்ளன. அப்படி இருந்தால் தான் என்ன? பிறகு ஒரே எழுத்தாளனை ஒவ்வொரு ஆண்டும் தொடர்ந்து அழைக்க வேண்டும் என்று எதிர்ப்பார்ப்பதும் மிகத் தவறானது தான்.

எழுத்தாளர்களில் ஒரு பிரிவினர் இருக்கிறார்கள். எதற்குமே வாய் திறவாத 'என்னாத்த கன்னையா'க்கள்..! ('என்னத்த புக் பேர், என்னத்த பேசி..'). மற்ற சிலர் கூட உண்டு. தன்னை அழைத்ததுமே அதுவரை களமாடியதையெல்லாம் மறந்து மௌனசாமிகளாகிவிடுவார்கள். மிக முக்கியமான வகையினர் யாரென்று கேட்டால் 'யாரோ என்னமோ கத்திக் கொண்டு கிடங்கள். என் காரியம் ஆகிறதா அது போதும்' என்பவர்கள். அப்படி முறையிட்டுப் பேசி ஏதேனும் பலன் கிடைத்தால் அதைப் பங்குப் போட்டுக் கொள்ள வெட்கமின்றி முன் வரிசையில் வந்து நின்று கொள்வார்கள்.ம்எங்கள் ஊரில் ஒன்று சொல்வார்கள் 'மாப்பிள்ள செத்தா என்ன? பொண்ணு செத்தா என்ன? மாலைப் பணம் வந்தா சரி'. அப்படிப்பட்டவர்கள். எனக்கு மிகவும் பிடித்த பிரிவினர் இவர்கள் தான்.

4. எச்சரிக்கை

ஏமாற்று நூல்களை இணையத்தில் வாங்கும் முன்...

ஓய்வு நிலை பெற்றோர்களுக்கு வாசிப்பு வாசனை இல்லாத பிள்ளைகளும், மற்ற உறவினர்களும் பொழுது போக்கிற்காக இணையத்தில் எதையோ தேடி, பக்கங்களைப் பார்க்காமல், தரத்தை அறியாமல் பல நூல்களை பயனின்றி வாங்கிக் கொடுக்கும் அமரிடப் பயணிகள்...

16 பக்க (பாக்கெட் நாவல் சைஸ்) நூல் குறைந்த பட்ச விலை 150 ரூபாய். தூதஞ்சல் செலவு 50 - 80 ரூபாய். 6x9 சைசுக்கே 150ரூபாய்க்கு 100பக்கங்கள் கொடுக்கலாம். தொ. ப. வின் சிறு நூல்களைப் போல இருந்தால் அது கண்டென்ட் காசு. நான் குறிப்பிடும் நூல்கள் எல்லாம் தயாரிப்பை நோக்கிய புரொடக்ஷன் காஸ்ட்...

அப்படி பாக்கெட் சைசுக்கே பார்த்தால்...

84 பக்கங்களை தன் பாக்கெட்டில் வைத்துக் கொள்கிறது ஏமாற்றுப் பதிப்பகங்கள். குறைந்த பட்ச விலைக்கான பக்கங்களையும் இழந்து அதற்கான பணத்தையும் இழக்கிறோம். இப்படித்தான் ஏமாற்று இணையப் பதிப்பகங்கள் உங்கள் கண்களை குருடாக்குகின்றன. மும்பை பத்திரிகை நண்பரொருவர் தான் வாங்கிய ஒருபுத்தகத்தில் 16 பக்கத்திற்கு 16 புள்ளிகள் மட்டுமே இருந்ததாகவும் அதில் வேறு எதுவும் இல்லையென திருப்பி அனுப்பியதாகவும் சொன்னார். மற்றொரு நூலில் 16 பக்கத்திற்கு தலைப்பெழுத்தில் கண்டென்ட் இருந்ததாக கூறினார். (பெரியாளுக நூல் தாங்கோ) தரத்தைப் பொறுத்த வரை எல்லாமே கழிவறை தான். ஆகையால் நம் தீவிர இலக்கிய கர்த்தாக்களின் நூல்களை ஓய்வு நிலையாளர்களுக்கும், மற்றவர்களையும் வாங்க வைக்க நாம் முனைப்புடன் செயல்படுவோம்.

5. நட்சத்திரன் செவ்விந்தியன்

சமூகம் இயல் பதிப்பகத்தால் கொழும்பில் ஜூலை 12/13 வார இறுதியில் நடாத்தப்பட்ட இலக்கிய நிகழ்வு சம்பந்தமாக எழுத்தாளர் Vadakovay Varatha Rajan வைத்த முறைப்பாடும் விமர்சனமும் எழுத்தாளர்கள், பதிப்பாளர்கள், வாசகர்கள் அனைவரும் மிக்க கவனத்திலெடுத்து சிந்திக்கவேண்டியவை.

இந்நிகழ்வை ஒழுங்குசெய்த Fauzer Mahroof போட்டிக்கு வந்த சிறுகதைகளை மதிப்பிடும் பணியை செய்தவர்களில் வடகோவை வரதராஜனும் ஒருவர். அவருக்கு யாழ்ப்பாணத்திலிருந்து கொழும்புக்கு வரும் போக்குவரத்து செலவை தருவதாக உறுதியளித்திருக்கிறார். ஆனால் நிகழ்வு முடிந்ததும் அவருக்கான போக்குவரத்து செலவைக்கொடுக்கவில்லை. இதைவிட சிறுகதைப் பயிலரங்கில் முக்கியமான கடுமையான பணியான 48 சிறுக-

தைகளையும் மதிப்பிடும் பணியைச் செய்த வரதராஜனுக்கு வெறும் பத்து நிமிடங்களே பேசக்கொடுத்து ஓரங்கட்டியிருக்கிறார். எந்திரியும் எழுத்தாளருமான சாந்தனுக்கும் கவிஞரும் இலக்கியத்தரகருமான கருணாகரனுக்கும் அதிக நிமிடங்கள் பேசக்கொடுத்திருக்கிறார். உண்மையில் அன்றைய பயிலரங்கில் போட்டிக்கு வந்த 48 சிறுகதைகளையும் மதிப்பிட்ட வரதராஜனுக்கே அக்கதைகளை அடிப்படையாக வைத்துப் பேச அதிக நேரம் வழங்கப்பட்டிருக்க வேண்டும்.

ஓய்வுபெற்ற கிராம சேவையாளரான வரதராஜனின் ஒருமாத ஓய்வூதியம் வெறும் 35 000 ரூபாய்கள் தான். கொழும்புக்கு யாழ்ப்பாணத்திலிருந்து வந்து இரு நாட்கள் விடுதியில் தங்கி திரும்பிச் செல்ல குறைந்தது 25 000 ரூபாய்கள் செலவாகும். இதைவிட வரதராஜனைவிட வசதியானவர்களுக்கு தங்குமிடக் கொடுப்பனவுகளையும் ஏற்பாடுசெய்து கொடுத்த பௌசர், வரதராஜனுக்கு தங்குமிட கொடுப்பனவு தருவதாக உறுதியளிக்கவுமில்லை. உறுதியளித்த போக்குவரத்துச் செலவையும் வழங்கவில்லை. மேலும் இக்கொடுப்பனவுகள் பௌசர் தன் சொந்தக்காசில் வழங்குவதில்லை. உபயகாரர்களின் செலவே ஆகும்.

வரதராஜனுடைய உழைப்பு மதிக்கப்படவில்லை. அவர் ஏமாற்றப்பட்டு அவமானப்படுத்தப்பட்டுள்ளார். இதனை முறையாக முறைப்பாடாக வரதராஜன் முகநூலில் எழுத பௌசரோ நடந்த தவறுக்கு மன்னிப்பு கேட்காமல் அகங்காரத்தோடு " மேடையிலேயே பகிரங்கமாக அறிவித்தோமே. லோகநாதனிடம் போய் போக்குவரத்து செலவை கேட்டுப் பெற்றிருக்கலாமே என மீண்டும் வரதராஜனை அவமானப்படுத்துகிறார். ஒரு எழுத்தாளனை மதிக்கும் கௌரவிக்கும் லட்சணமா இது? [இப்போது தான் அவமானப்பட்டது காணும் என்றுணர்ந்த வரதராஜனோ தான் இனி போக்குவரத்துச் செலவை ஏற்றுக்கொள்ளப்போவதில்லை. பிச்சை வேண்டாம் என்று கவரி மானாக அறிவித்துள்ளார்.

போக்குவரத்து செலவு வெறும் 5000 ரூபாய்கள் தான். சிக்கின் குனியா நோயிலிருந்து படிப்படியாக தேறிவரும் அவர் வசதியாக தங்கத்தான் அதிகம் செலவளித்தார். மறுபடியும் சொல்கிறேன். அவர் பணத்துக்காக இப்பதிவு போடவில்லை. அவமானப்படுத்தப்பட்டதற்குத்தான். ஆக இந்தக் கணக்கு இதைப் படிப்பவர்களுக்கு. பௌசரிடமிருந்து அதாவது அவரின் அப்பாவி உபயகாரரிடமிருந்து ஒரு சல்லிக்காசும் இனி இரஞ்ச அவர் தயாரில்லை]

பௌசரின் வரலாற்றையும் அவரின் பதிப்பகமான சமுகம் இயல் இன் பிஸ்னஸ் மாடலையும் அறிந்தவர்களுக்கு பௌசரின் இந்த நடவடிக்கைகள் ஆச்சரியம் தரப்போவதில்லை. பௌசருக்கு எப்போதுமே உயிர்வாழ ஒரு புரவலர் தேவை. போசகர் தேவை. அவரது கடந்தகால புரவலர்களாக இருந்தவர்கள் EPDP இயக்கத் தலைவரான தோழர் டக்ளஸ் தேவானந்தாவும் முஸ்லீம் காங்கிரஸ் கட்சித் தலைவர் அமரர் அஷ்ரப் அவர்களும்.

2000ம் ஆண்டு அமைச்சர் அஷ்ரப் இறந்தபின் வேறு புரவலர் இன்மையால் பௌசரின் மூன்றாவது மனிதன் சஞ்சிகையும் பதிப்பகமும் ஓடமுடியவில்லை. பௌசர் லண்டனுக்கு ஓடிப்போய் அசைலம் அடிச்சார். அங்கிருந்து பிற்காலத்தில் உருவானதுதான் சமூகம் இயல் பதிப்பகம்.

பௌசர் முதல் முறையாக இலக்கியச் சந்திப்புக்கு ஐரோப்பாவுக்கு சென்றபோது பத்மநாப ஐயர் பௌசர் ஒரு EPDP உறுப்பினர் என்று கடுமையாகச் சாடினார். பிறகு பௌசர் இரண்டாந்தடவை லண்டனுக்குப் போய் அசைலம் அடித்தபின் புலியழிந்து போரும் முடிந்தது. பௌசருக்கு சூடு சுரணை இருந்திருந்தால் அதற்குப் பிறகு ஐயரை ஏறெடுத்தும் பார்த்திருக்கக்கூடாது. ஆனால் பிறவி பிஸ்னஸ் மான் ஆன பௌசர் புலியழிந்தபின் முதலில் செய்த வேலை பத்மநாப ஐயரை வசியப்படுத்தியதுதான். ஐயர் தயவு இல்லாமல் எலக்கிய/ புத்தக யாவாரம் லண்டன் சீமையில் மட்டுமல்ல ஓலகத்துல எங்குமே செய்யமுடியா என்பது பௌசருக்கு நன்கு தெரியும்.

தமிழ்ச் சூழலில் இன்று மூன்று வகையான பதிப்பகங்கள் உண்டு.

1. முதல் தரமான பதிப்பகம். பிரசுரத்துக்கு தெரிவான எழுத்தாளரின் பிரதியை பதிப்புக்கும் செலவை எழுத்தாளரிடமிருந்து பெறாது தம் செலவில் பதிப்பித்து எழுத்தாளருக்கு கிடைக்கவேண்டிய சட்டரீதியான பதிப்புரிமை கட்டணத்தை- Royalty - முறையாக எழுத்தாளருக்கு வழங்கும் பதிப்பகம். உதாரணம்: காலச்சுவடு பதிப்பகம்.

கொமண்ட்

விமல் குழந்தை வேலு - மூன்று வகையான பதிப்பகங்களில முதல் தரமான பதிப்பகத்துக்கு காலச்சுவட்டினை உதாரணம் காட்டியுள்ளீர்கள். ஓஹ் ... அப்படியா? எனது கசகறணம் நாவலும் காலச்சுவடு பதிப்புதான். நீங்கள் சொன்னது போல நான் எதுவும் அறிந்ததில்லையே.

----

2. இரண்டாம் தரமான பதிப்பகம் - எழுத்தாளரின் பிரதியை பதிப்புக்கும் செலவை எழுத்தாளரிடமிருந்து பெறாது தம் செலவில் பதிப்பித்து வெளியிடுவது. பெயரளவில் இப்பதிப்பகம் ராயல்டி தரும் என்று உறுதியளிக்கும். சமயங்களில் குறைந்தளவு ராயல்டி கூடக் கொடுக்கும். நடைமுறையில் எழுத்தாளருக்கு ராயல்டி தராது. எழுத்தாளருக்கு சில இலவசப்பிரதிகளை வழங்கும். ஆனால் பெருமளவு நேரங்களில் புத்தகத்தை விற்று விநியோகித்து லாபத்தை தானே எடுக்கும். உதாரணம் கிழக்கு பதிப்பகம்.

3. மூன்றாம் தரமான பதிப்பகம் - எழுத்தாளரிடமிருந்தே பதிப்பிக்கும் செலவைப் பெற்று பதிப்பிக்கும். எழுத்தாளருக்கு ஒரு சில நூறு பிரதிகள் வரை இலவசமாக வழங்கும். விற்பனை லாபத்தை தானே எடுத்துக்கொள்ளும். உதாரணம் சோபாசக்தி தயவில் இயங்கும் கருப்பு பிரதிகள் பதிப்பகம்.

நந்தா கந்தசாமி - இதே பாணியில் கோவிந்தன் எழுதிய நாவலான “புதி-

யதோர் உலகம்'' பௌசரின் பதிப்பகத்தால் வெளிவரபோவதாக அறிந்தேன். உரிமைகோர யாருமற்ற ''வலிகளை''கல்லாக் கட்டும் வியாபாரி பௌசரும் அவரது பதிப்பகமும்.

நட்சத்திரன் - அது கடந்த ஆண்டே வந்து விட்டது.

இதில் பௌசரின் சமூகம் இயல் பதிப்பகம் எப்படியானது என்றால் மூன்றாம் தரமான பதிப்பக மாடலில் இருந்து அது இப்போது நான்காம் தரமான மாடலாக மாறியிருக்கிறது. அதாகப்பட்டது ஆரம்பத்தில் சமூகம் இயல் பதிப்பகம் எழுத்தாளரிடமிருந்து பதிப்பிக்கும் செலவைப்பெற்றே வெளியிட்டு லாபத்தை ஆட்டையைப் போட்டது. இப்போது எழுத்தாளரிடமிருந்து பதிப்பிக்கும் செலவைப் பெறாது ஒரு புரவலரிடமிருந்து பெறுவது. இந்த மாடலுக்கு அவசியமான பிரதிகள் அதிகம் விற்பனையாகும் என்று எதிர்பார்க்கப்படும் சீரிய அல்லது சனரஞ்சகமான பிரதிகள்.

உதாரணம் சமூகம் இயல் பதிப்பகத்தால் வெளியிடப்பட்ட புதுவை இரத்தினதுரை கவிதைகள். இறுதி யுத்தத்தில் புதுவை இரத்தினதுரை சரணடையும்போது குடும்பத்தோடு காணாமல் போய்விட்டார். புலியும் இப்ப இல்லை. ஆக இதற்கு பதிப்புரிமை கேட்க யாரும் வரப்போவதில்லை. வெள்ளாந்தியான ஒரு புலி/தமிழ்த்தேசிய வாதியை புரவலராக்கி அவரின் பதிப்பிக்கும் செலவில் பௌசர் இப்புத்தகத்தை வெளியிட்டார். கொள்ளை விற்பனை இலாபம் பௌசரிடமே போய்ச்சேரும்.

இன்னொரு உதாரணம் கணேசன் ஐயரின் "ஈழப்போராட்டத்தில் எனது பதிவுகள்" என்கிற மகத்தான விடுதலைப்புலிகள் மீதான விமர்சனம். முதல் பதிப்புக்குப் பின் அதிகம் வேண்டப்பட்ட புத்தகம். பௌசர் விடுவாரா ஒரு "புலி எதிர்ப்பாள" புரவலர் ஒருவர் இதன் பதிப்புச் செலவை ஏற்க சமூகம் இயல் பதிப்பகம் இதனை வெளியிட்டது. இதனதும் கொள்ளை இலாபம் பௌசரின் கஜானாவையே சென்றடையும். பாதுகாப்பு காரணங்களுக்காக இன்னமும் தன்னை வெளிக்காட்டாமல் கரந்துறையும் ஐயரை கடந்தவருடம் கொழும்புத் தமிழ்ச்சங்கத்தில் இதனை வெளியிட்டபோது கூப்பிட்டு ஐயருக்கு சில பிரதிகள் கொடுத்ததோடு சடங்கு முடிந்தது.

ஆக இந்த மஹா மோசடி நாலாம் மாடல் சமூகம் இயல் பதிப்பக மோசடி சத்தமின்றி கத்தியின்றி ரத்தமின்றி நடந்து கொண்டிருக்கிறது. இதற்கு தேவை ஊராவீட்டு உபயகாரரின் செலவில் நடக்கும் ஆடம்பர விழாக்கள். திருவண்ணாமலை பவர் ஸ்ரார் பவா செல்லத்துரை போன்ற யூரியூப் செலிபிறிட்டிகள். லெனின் பாரதி, அப்துல் ஹமீத் போன்ற செலிபிறிட்டிகள். புலிக்கு தலையும் EPDP க்கு வாலும் காட்டிப் பிழைக்கத் தெரிந்த கவிஞர் கருணாகரன் போன்ற இலக்கிய புறோக்கர்கள். பௌசர் ஒரு EPDPகாரன் என்பதை பத்மநாப ஐயரிடம் போட்டுக்குடுத்தவர் அ.யேசுராசேவே என்று பௌசர் நம்புவதால் பௌசர் முன்னிலைப்படுத்தும் அ.யேசுராசாவின் பரம எதிரி-

யான ஐயாத்துரை சாந்தன். அமரர்.மு.பாலசுப்ரமணியத்தின் குடும்பம் முதலிய வெள்ளாந்திகள். ஜெயமோகன் தலைப்பாகை கட்டிவிட்டால் தமிழ் விக்கிபீடியாவின் பொறிமுறை அறியாது பொறி அறியாது அதன் ஆசிரியர் குழுவில் இணைந்து கொள்ளும் பேராசிரியர் மௌனகுரு போன்ற பேராசிரியர்கள். ஜெயமோகனின் அடிமையான Dr. சாதிர் என்கிற வனம் இதழ் ஆசிரியர்.

இதற்கிடையில் தன்னுடைய வரலாற்றுச் சவப்பெட்டிக்கு தங்க முலாம் பூசும் கவிஞர் சேரனுக்கு துணை புரிந்த பிரபாகரன் இளவரசனுக்குத் இலக்கியத்தில் பேனா சுழற்றி நிஜ வாழ்வில் துருப்பிடித்த பௌசரின் வாழ்த்து உறைய மறுக்கும் காலம் இத்தனை பிரமுகர்களுக்கு மத்தியில் ஒரு ஏழை விதானையார் எம்மாத்திரம்?

6. இராயகிரி சங்கர்

இளம் வாசகனுக்கு - எழுத்தாளர்களிடம் எச்சரிக்கையோடு இருங்கள்

இந்தப் பதிவை எழுத நேரிட்டது துரதிருஷ்டவசமானது. ஆனாலும் பொதுவெளியில் இதைப் பதிவு செய்தே ஆக வேண்டும். கணேசகுமாரரன் எழுதிய எழுத்தாளன் என்கிற நாவலும், புலியூர் முருகேசன் எழுதிய முப்பாலி என்கிற நாவலும் வாசித்த போது நான் அடைந்த எரிச்சல் அதில் எழுத்தாளர்கள் தங்களின் வாசகர்களை முடிந்த மட்டும் சுரண்டுவதைப் படிக்க நேர்ந்த போதுதான். அவர்கள் இட்டுக்கட்டி எழுதுகிறார்கள். எழுத்தாளர்களை அவமரியாதை செய்ய வேண்டும் என்ற உள்நோக்கத்தோடு எழுதுகிறார்கள் என்று கருதி அந்நாவல்களை நான் நிராகரித்தே வந்தேன்.

ஏறக்குறைய இருபத்தைந்தாண்டு கால வாசகன் நான். தமிழின் தீவிர வாசகர்கள் என்ற மதிப்பீட்டில் வரச் சாத்தியமுள்ள ஐந்தாயிரம் பேர்களில் நானும் ஒருவனாக இருக்கிறேன். இன்றும் ஒரு வாசகனாக இருப்பதிலேயே பேரானந்தம் அடைகிறேன்.என்னைப் பொறுத்தளவில் எழுதுவது வாதையானது. இரண்டாயிரத்தை ஒட்டி கோவை ஞானியை திருப்பூரில் கனவு இதழ் ஆசிரியர் சுப்ரபாரதிமணியன் ஏற்பாடு செய்திருந்த ஒரு இலக்கியக் கூட்டத்தில் சந்தித்தேன். திரும்பும் வழியில் பேருந்து நிலையத்தில் கண்டேன். அவரை அப்போது கொஞ்சம் வாசித்திருந்தேன். அந்நாட்களில் நான் சந்திக்க விரும்பிய இருவரில் மற்றொருவர் சுந்தர ராமசாமி.

அன்றைய சந்திப்பு இன்றும் இதம் அளிக்கக் கூடியது. அவர் வாஞ்சையோடு வணங்கிய என் கைகளைத் தொட்டு அணைத்துக்கொண்டு "நமஸ்காரம்னு சொல்லாதீங்க" என்று புன்னதைத்தார். நான் அவரை ஐயர் என்று நினைத்திருந்தேன். அவருடன் வந்திருந்த உதவியாளர் அவரை கோவை செல்லும் பேருந்தில் ஏற்றி அமரவைத்தார். நான் அவர் பின்னால் சென்று

அருகில் அமர்ந்தேன். பொதுவான சில தகவல்களைக் கேட்டுக்கொண்டார். தன் பையில் இருந்து அவரின் சிறிய நூல்கள் சிலவற்றை அன்பளிப்பாகக் கொடுத்து வாசிக்கச் சொன்னார். அவருடன் இருந்த அந்த குறைந்த நேரமே போதுமானதாக இருந்தது. அவர் கனவான் என்றறிய. இன்றுவரை அவரின் நூற்களின் மீது பெரும் பிரியமும் பித்தும் நிலைத்திருக்க அந்தச் சிறிய சந்திப்பே அடிப்படையானது. நினைத்தால் என்றும் இனிப்பாக இருப்பவர்.

எழுத்தாளர்கள் என்றாலே கோவை ஞானியைப் போலத்தான் என்று நம்பியிருந்தேன். எழுத்தாளர்கள் அறத்தின் குரலாக ஒலிப்பவர்கள். அநீதியின் பொருட்டு எந்த எல்லைக்கும் சென்று தங்களை பலியிட துணிந்தவர்கள். லட்சியவாதிகள். பண்பட்டவர்கள். மனிதர்களில் புனிதர்கள். இப்படி பல..பல.. அவை அனைத்தும் என்னுடைய முதிராப் பருவ சுய விருப்பங்கள் என்று தோன்ற ஆரம்பித்துவிட்டது. இத்தனைக்கும் நான் கடந்த ஐந்தாறு ஆண்டுகளாகத்தான் எழுத்தாளர்களோடு நேரடிப் பழக்கத்தை ஏற்படுத்திக்கொண்டு இருக்கிறேன்.

இந்தக்குறுகிய காலத்தில் எனக்கு ஏற்பட்ட அனுபவங்களில் மிகுதியும் கசப்பானவை. சில வாழ்நாள் முழுக்க நீடிக்கும் வடுக்கள். எழுத்தாளர்களின் எழுத்தை அவர்களின் நடத்தையை முன்வைத்து என்றும் மதிப்பிடக் கூடாது என்பதை ஒரு கொள்கையாகவே வைத்திருக்கிறேன். அப்படி ஒரு முடிவை எடுத்தால் இன்றுவரை எழுதியவர்களில் முக்கால்வாசிப் பேரைத் தூக்கி குப்பையில்தான் வீசி எறிய வேண்டியிருக்கும். வேறொரு விதத்தில் எழுத்தாளர்களின் மீது எனக்குப் 'புனித பிம்பம் ஏதும் இல்லை. எழுத்தாளர்களைத் தேடிச் சந்திக்க வேண்டும் என்ற ஆசையை நான் அக்காலத்தில் மிகவும் விரும்பி வாசித்துவந்த படைப்பாளிகளின் சண்டைகளால் துணுக்குற்று கைவிட்டேன். நாச்சார்மட விவகாரங்கள், தொழுகை சிறுகதை விமர்சன அரங்கு என்று தொடர்ந்து என்னை கண்ணீர் விட்டு அழுதச் செய்த சம்பவங்கள் நடந்தேறின. அப்போதே முடிவு செய்தேன். இனி ஒருபோதும் எழுத்தாளர்களை நேரில் சந்திக்கக் கூடாது என்று. அதை நீண்டகாலமாக பின்பற்றவும் செய்தேன்.

ஆனால் சமீபத்தில் பணியின் பொருட்டு எழுத்தாளர்களைச் சந்திக்கவும் அவர்களோடு உரையாடவும் நேரிட்டது. சில எழுத்தாளர்களை மிக அந்தரங்கமாக நெருங்கிப் பழகவும் வாய்த்தது. விரல்விட்டு எண்ணிவிடும் அளவில் மட்டுமே அவர்களில் கனவான்கள்,கலைஞர்கள் இருக்கிறார்கள். மிகுதியும் சுய நலமிகள். வாசகனை தங்களின் அடிமையாக நினைக்கும் மனித குல விரோதிகள். எழுத்தாளர்களின் அறச்சீற்றத்திற்கும் அவர்களுக்கும் எந்தவிதத்திலும் பொருத்தப்பாடற்றவர்கள். சகமனிதன் என்ற விதத்தில் குறைந்தபட்ச பண்பாடு கூட இல்லாதவர்களை நினைத்தால் வெறுப்பாக இருக்கிறது. வாசகனை இணை பறவையாக மதிக்கக்கூடியவர்களும் இருக்கிறார்கள். வாசகனை தீராத பொன்முட்டை இடும் வாத்தாக கொஞ்சம்

கொஞ்சமாக அறுத்து தன் பசியைத் தீர்த்துக்கொள்ளக் கூடியவர்களும் இருக்கிறார்கள்.

நேற்றிரவு எனக்கு உடல்நிலை சீர்கேடு ஏற்பட்டது. அதிகாலை நான்கு மணியைப் போல தாங்க முடியாத வயிற்றுவலி. தொடர்ந்து வயிற்றுப்போக்கு. வாந்தியை கட்டுப்பட்டு அடக்கிக்கொண்டேன். ஐந்தாறு முறைகள் தொடர்ந்தது. நீர்ச்சத்து குறைந்து குளிரில் நடுங்க ஆரம்பித்தேன். அதன் பி றகுதான் துயின்று கொண்டிருந்த என் மனைவியை எழுப்பி உதவக்கோரினேன். அந்த நேரத்தில் என்னால் எழுந்து அமரவே முடியவில்லை. கடும்காய்ச்சலும் தலைவலியும். படுக்க முடியவில்லை. அமர முடியவில்லை. வயிற்றை வல்லரக்கக் கரம் ஒன்று பிசைந்து கொண்டே இருந்தது. கண்ணீர் விட்டு கதறி அழுதேவிட்டேன். உதவிக்கு யாரும் இல்லை. இரண்டு குழந்தைகளை வைத்துக்கொண்டு என் மனைவியாலும் ஒன்றும் செய்ய முடியவில்லை. அந்த நேரத்தில் புளியங்குடியில் உள்ள என் தங்கை மகனை அழைத்து அவனிடம் மருந்து வாங்கிவரச் செய்து இரண்டு மணி நேரத்திற்கும் மேலாக நீடித்த அவஸ்தைகளை சகித்துக்கொண்ட பின்னர் அன்றைய விடியல் வந்து சேர்ந்தது.

ஒரு எழுத்தாள நண்பர் இரண்டு மூன்று நாட்களாக என்னிடம் ஒரு இலக்கிய சம்பவம் செய்வதைப் பற்றிப் பேசிவந்தார். நான் அவரிடம் என்னுடைய விருப்பமின்மையை சொல்லி வந்தேன். என்னால் இன்னும் இரண்டு மாதங்களுக்கு ஒன்றையும் செய்ய முடியாது. ஏற்கனவே ஒத்துக்கொண்டுள்ள சில வேலைகள் இருக்கின்றன என்று என் த ரப்பினை சொல்லவும் செய்தேன். அவருக்கு அவருடைய வசதிதான் முக்கியமாகப் பட்டதே தவிர என் நிலைமையை அவர் கணக்கில் கொள்ளவே இல்லை. காலையில் இரண்டொருமுறை செல்போனில் அழைத்தார். மனம் முழுக்க வயிற்று வலி ஏற்படுத்திய கடுப்பும் எரிச்சலும் இருந்ததால் எடுத்துப் பதில் பேசவில்லை. அவர் அந்த இலக்கியச் சம்பவத்தை செய்யச் சொல்லி வற்புறுத்தத்தான் அழைக்கிறார் என்பதை அறிவேன்.

நீண்ட நேரத்திற்கு பிறகு மீண்டும் அழைத்தார். எடுத்துப் பேசினேன். அவர் என்னை அதிகார மையத்திற்கு ஒத்துப்போகிறவன் என்கிற தொனியில் விமர்சிக்க ஆரம்பித்தார். சரிதான் ஐயா. என்னால் இப்போது முடியாது கொஞ்சம் நாட்கள் தள்ளிப் போடலாமே என்று கேட்டேன். அவர் அதிகபட்சமாக ஒருவனை எந்தவிதத்தில் குற்றவுணர்ச்சி கொள்ளச் செய்ய இயலுமோ அத்தனை ரகத்திலும் பேசத் தொடங்கிவிட்டார். நான் அன்று முழுக்க தாங்க முடியாத வயிற்று வலியாலும் சோர்வாலும் சுருண்டு கிடந்தேன். அவரிடம் அதைச் சொல்லவும் செய்தேன். அவர் நான் பொய் சொல்வதாக எடுத்துக்கொண்டார். மறுநாள் காலையில் மறுபடியும் அவரின் அழைப்புகள். நான் பேச விரும்பமின்றி தவிர்த்தேன். உடனே வாட்சாப்பில் அறம்பாட ஆரம்பித்துவிட்டார். அப்போதுதான் எனக்குத் தோன்றியது. “இவனுங்க என்ன

மாதிரி பிறவிக..ஒருத்தன் வாந்தி பேதியில சாகக்கிடக்கிறான். இவனுகளுக்கு இப்பத்தான் இலக்கியத்தை வளர்த்து நொட்டனுமோ'' என்று கடும் கோபம் கிளம்பியது. வாய் முழுக்க வசை. ஆனால் வெளிக்காட்டிக்கொள்ளவில்லை.

நீண்ட நாளுக்குப் பிறகு வருந்தினேன். “ இந்த முழு நேர எழுத்தாளர்களோடு எந்த காரணத்தைக் கொண்டும் நேர்ப் பழக்கம் கொள்ளவே கூடாது''

இன்று நான் வந்தடைந்துள்ள முடிவும் அதுதான்.

இளம் வாசகனுக்கு இதை ஒரு சத்திய வாக்காகவே நான் சொல்கிறேன்.

எழுத்தாளர்களின் புத்தகங்களைத் தேடித் தேடி வாசியுங்கள். படித்து பிடித்திருந்தால் கொண்டாடுங்கள். அத்தோடு நிறுத்திக்கொள்ளுங்கள். எழுத்தாளர்களை தேடிச் சென்று சந்திப்பது. அவர்களைப் பேணிப் பராமரிப்பது போன்றவை மிகவும் செலவேறியவை. அதற்கு தகுதியானவர்களும் மிக மிகக் குறைவே. சில மாதங்களுக்கு முன்னர் நான் மிகவும் விரும்பும் ஒரு எழுத்தாளர் என்னை நெஞ்சில் குத்தினார் வாழ்நாள் முழுக்க அதை ஒரு ரணம் தீராத புண்ணாக நான் சுமந்து திரிய வேண்டியதுதான். எல்லா மனிதர்களிடத்திலும் இருப்பதைப் போலத்தான் இலக்கிய உலகிலும். கனவான்கள் சில பேர்கள். மிகுதியும் பொருட்படுத்த குறைந்தபட்சத் தகுதி அற்றவர்கள். வேறொன்றும் உள்ளது. பிரமிளை அவரின் நடத்தையை முன்வைத்து மதிப்பிடுவது பிழையானது. படைப்பு வேறு படைப்பாளி வேறு. படைப்பாளி என்பவன் படைப்பில் வெளிப்படுவதைப் போன்றவன் அல்ல.

மிகுந்த எச்சரிக்கையோடு இருங்கள்.

பிள்ளை குட்டிகளை படிக்க வையுங்கள். பொண்டாட்டியைச் சந்தோசமாக வைத்திருங்கள். எஞ்சிய நேரத்தில் இலக்கியத்தின் பக்கம் வந்து பாருங்கள். அது போதும்.

7. பாராட்டும் பேராட்டும்

மதுரை திருமங்கலம் ஆலம்பட்டி அன்னை பாத்திமா கல்லூரி ஷா வும் - ஆலம்பட்டி நிக்கிதாவும்

மதுரையின் தீவிர இலக்கியவாதியும் தலைமையாசிரியருமான சுரேஷ் காத்தன் 2023 ஒகஸ்ட் பதிவு.

ஆண்டு 1997.

அன்னை பாத்திமா கேட்டரிங் கல்லூரியில் விரிவுரையாளர் பதவிக்கு நேர்காணல். தாளாளர் மரியாதைக்குரிய ஷா சாரும், முதல்வர் ஜெயப்பிரகாஷ் சாரும் நேர்காண்கிறார்கள். ஏற்கனவே அங்கு பணி செய்திருந்த என் M.A வகுப்புத் தோழர் பாலமுருகன் இந்த வாய்ப்பை நல்கினார். பைபாஸ் ரோட்டில் அபர்ணா டவர்ஸ் எதிரில் ஒரு வீடுதான் கல்லூரி. நேர்காணலுக்கு வநதிருப்பவர்களில் என்னைத் தவிர மற்றவர்கள் ஷூ, டை என்று ஜொலித்-

தார்கள். தனித்தனியான விசாரணைகள் முடிந்து எல்லோரையும் வைத்துக்கொண்டு மாதிரி வகுப்பு எடுக்கும் படலம் தொடங்கியது.

டை யாளர்களும், ஷூ வாளர்களும் பின்னிப் பெடலெடுத்தார்கள். நுனிநாக்கு ஆங்கிலத்தில் நனிதாக்கு. ஏன் கேட்டரிங் படிக்க வேண்டும்? எத்தனை வகை படிப்புகள் உண்டு? சம்பள விபரங்கள் என்று பிட்டு இல்லாமல் புட்டுப் புட்டு வைத்தார்கள். எனக்கு இவை பற்றி எதுவும் தெரியாது... கிஞ்சித்தும் அறியேன் அடியேன். முதன்முதலில் கடல் பார்ப்பவன் போல, முதன்முதலில் கப்பல் பார்ப்பவன் போல அவர்களை பார்த்துக் கொண்டிருந்தேன்.

இதை விட என்னைக் கலவரப் படுத்தியது இன்னொன்று. போர்டுன்னா கறுப்பாத் தானங்க இருக்கும்... அதுனாலதானங்க அது Blackboard. அதுல வெள்ளை சாக்பீஸ் வச்சு எழுதுறதுதான உலக வழக்கம். அங்க போர்டு வெள்ளை. பிளாஸ்டிக் போர்டு. பச்சை கலர் மார்க்கர். சாக்பீஸை விட சைஸில் பெரியது. வழுக்கிக் கொண்டு போகும் போல. என் முறை வந்தது. Dear Hoteliers, Good Morning என்று தொடங்கினேன். ஷா சார் நிமிர்ந்து ஆமோதித்தார். நான் ஒரு நொடி நிறுத்தினேன். Fantastic என்றார்.

எனக்கு முன்னால் வகுப்பு எடுத்தவர்கள் அனைவரும் Dear Students என்று தொடங்கியிருந்தனர். Hotel, Hostel, Hospital என்று வரிசையாக எழுதி வட்டமிட்டேன். வட்டத்திலிருந்து ஒரு அம்புக் குறி இட்டேன். இந்த மூன்று வார்த்தைகளுக்கும் மூல வார்த்தை Root Word, ஒன்றுதான் என்றேன். நமக்கு நன்கு தெரிந்த, புழக்கத்தில் இருக்கிற இந்த வார்த்தைகளின் மூலச் சொல் Hospitality, அதாவது வருகிறவர்களை நன்கு கவனித்துக் கொள்வது என்று பொருள் என்றேன்.

தூய தமிழில் சொல்வதானால் விருந்தோம்பல். நமது திருக்குறளில் இதற்குத் தனி அதிகாரமே இருக்கிறது. அந்த அதிகாரத்தின் பத்துக் குறள்களில் நமது ஓட்டல் துறைக்கு அவசியமான ஒரு குறள் உண்டு.

"செல்விருந்து ஓம்பி வருவிருந்து பார்த்திருப்பான்
நல்வருந்து வானத் தவர்க்கு."

வந்து சென்ற விருந்தினரை சிறப்பாகக் கவனித்து அனுப்பி விட்டு வரப்போகும் விருந்தினரை ஆவலோடு எதிர்பார்ப்பவரே நல்ல விருந்தினர் என்பது பொருள் என்றேன். முதல்வர் ஜெயப்பிரகாஷ் சபாஷ் என்றார். பத்தாண்டு காலம் அங்கு பணிபுரிந்தேன். 2006 ல் அரசுப் பணி கிடைத்த போது வழிச் செலவுக்கு பணம் தந்து வாழ்த்தி அனுப்பி வைத்தார்,

தாளாளர் ஷா சார்.

பாஜக பிரமுகர் மீது போக்சோ வழக்குப் பதிவு

'பள்ளி மாணவிக்கு பாலியல் தொல்லை.. உடந்தையாக இருந்த தாய்!' -

மதுரையில் பைக் வாங்கித் தருவதாகக் கூறி 15 வயது பள்ளி மாணவிக்கு பாலியல் தொந்தரவு கொடுத்ததாக் தந்தை அளித்த புகாரின் பேரில், பாஜகவின் மாநில பொருளாதாரப் பிரிவு தலைவர் மீது போக்சோ வழக்குப்பதிவு செய்யப்பட்டுள்ளது. பாரதிய ஜனதா கட்சியின் மாநில பொருளாதாரப் பிரிவு தலைவராக பதவி வகித்துவருபவர் எம்.எஸ்.ஷா. மதுரை திருமங்கலம் பகுதியில் பிரபலமான தனியார் கல்லூரியின் தலைவராக இருந்து வரும் இவர், பாஜக தலைவர்களோடு மிக நெருக்கமாக இருந்து வந்தார். இது தொடர்பான படங்களையும் அவர் தனது சமூக வலைதளங்களில் பதிவிட்டு வந்தார்.

இந்நிலையில், எம்.எஸ்.ஷா மீது 15 வயது பள்ளி மாணவி ஒருவரின் தந்தை, மதுரை மாநகர் அனைத்து மகளிர் காவல் நிலையத்தில் புகார் மனு ஒன்றை அளித்துள்ளார். அதில், தனது மகளின் செல்போனுக்கு, பாஜக பிரமுகர் ஷாவின் செல்போன் எண்ணிலிருந்து இருந்து தொடர்ந்து ஆபாசமான உரையாடல்கள் வந்துள்ளதாகவும், இதையடுத்து தனது மகளிடம் கேட்டபோது, தனது மனைவி, மகளை பள்ளிக்கு அழைத்துச் செல்லாமல் அடிக்கடி தனியார் சொகுசு விடுதிகளுக்கு அழைத்துச் சென்று, பாஜக பிரமுகருடன் தனியாக இருந்துவந்ததும் தெரியவந்துள்ளது.

அதேபோல், வாட்ஸ் அப் மூலமாக, நான் கூப்பிடும் இடத்திற்கு வந்து என்னுடன் தங்கினால் பைக் வாங்கித் தருகிறேன் என்று ஆசை வார்த்தையைக் கூறி அழைத்துச் சென்று பாலியல் தொந்தரவு கொடுத்துள்ளனார். இதைத் தொடர்ந்து வேறு மாநிலங்களுக்கும் அழைத்துச் சென்று தனியார் சொகுசு விடுதியில் தங்கி பாலியல் வன்கொடுமை செய்ததோடு அதற்கு பதிலாக புதிய ஆடைகள் மற்றும் பரிசுப் பொருட்கள் வாங்கி கொடுத்துள்ளார். பாஜக பிரமுகர் ஷா, முதலில் தனது மனைவியிடம் கடனை அடைத்து விடுவதாகக் கூறி திருமணத்தை மீறிய உறவில் இருந்ததோடு மனைவியின் மூலமாக மகளையும் அழைத்துச் சென்று பாலியல் வன்கொடுமை செய்துள்ளார். இதற்கு தனது மனைவியும் உடந்தையாக இருந்து வந்துள்ளார் என புகார் மனுவில் குறிப்பிட்டுள்ளார். இந்த புகாரின் அடிப்படையில் பாஜக நிர்வாகி எம்..எஸ். ஷா மீதும் மற்றும் பள்ளி மாணவியின் தாய் மீதும் போக்சோ சிறப்பு சட்டம் 11(1), 11(4), 12 ஆகிய 3 பிரிவின் கீழ் வழக்குப் பதிவு செய்து விசாரணை நடத்தி வருகின்றனர்.

8. இன்றைய இலக்கியச் சூழல் - இந்திரன்

நம் ஊரில் எழுத்துக்கு போட்டி இருந்தால் பரவாயில்லை, யாரும் எழுதிவிடக் கூடாது என்பதில் தான் போட்டி போட்டுக்கொண்டு செயல்படுகிறார்கள்.

அரசியல் பற்றி எழுதுவது அழகியல் இல்லை என்று சொல்லும் நபர்களிடம் இருந்து, அழகியல் பற்றிய கோட்பாடு வருவது கிடையாது. ஆனால், அரசியல் பற்றியும் எழுத வேண்டும் என்று கூறும் என்னிடம் இருந்து தான் அழகியல் குறித்த கோட்பாடு வருகிறது. ஒவ்வொரு இளம் எழுத்தாளனையும் மூத்த எழுத்தாளன் எழுதவிடாமல் தடுக்கிறான். இளம் எழுத்தாளன் எழுத வருகிறான் என்றால், அவனுக்குத் தெரியாத ஏதாவது மூன்று எழுத்தாளர் பெயரினைச் சொல்லி "இவங்கள எல்லாம் படிக்காமலே எழுத வந்திட்டியா" என்று சிறுமைப்படுத்தி எழுத விடாமல் தடுத்து விடுகிறார்கள்.

மேலைநாடுகளில் எல்லாம் முதல் வரிசை தலைவர் இரண்டாம் வரிசை தலைவர்கள் என்ற படிநிலைகள் உண்டு. முதல் நிலை தலைவருக்கு ஏதாவது என்றால் இரண்டாம் நிலை தலைவர்கள் பதவிக்கு வருவார்கள். இங்கு அரசியலில் அப்படி ஒரு மரபே கிடையாது. அது இலக்கியத்திற்கும் பொருந்துகிறது. இன்னும் பழம் பெருமை பேசிக் கொண்டே வாசகர்களை இதுதான் இலக்கியம் என ஏமாற்றிக் கொண்டு இருக்கிறார்கள். மேலும் பொறாமை உணர்வோடு "சின்னவன் எழுத வந்தால் நாம் காலி ஆகி விடுவோம் என்ற பயமும் இருக்கிறது". இந்த இலக்கிய நாட்டாமைகளை ஒழித்து விட்டாலே, ஒரு புது சக்தி கொண்ட இளம் தலைமுறை படைப்பாளிகள் வருவார்கள். இதன் மூலம் மூத்த இலக்கியவாதியாக நான் தோற்கடிக்கப்படலாம். ஆனால், என் பிள்ளை என்னை ஜெயிக்கிறது என்ற மகிழ்ச்சி எனக்கிருக்கும். இப்போது இலக்கிய உலகில் பனி படர்ந்து உள்ளது. அதை சூடுபடுத்தி விலக்க வேண்டிய பொறுப்பு நம் இளம்தலைமுறை படைப்பாளிக்களுக்கே உண்டு.

9. சுந்தர் கோபாலகிருஷ்ணன்

நம் நாட்டுக் கம்யூனிஸ்டுகள் ஏன் தங்கள் பிள்ளைகளையும், மகள்களையும் கம்யூனிஸ்டுகளாக ஆக்குவதில்லை?

கடந்த பல ஆண்டுகளாக இந்தக் கேள்வியை எனக்குள் நான்கே கேட்டுக்கொள்கிறேன். விடைதான் கிடைத்தபாடில்லை. இந்தப் பதிவை வாசிக்கும் நீங்களாவது எனக்குப் பதில் சொல்லுங்கள். இந்த விஷயத்தைப் பற்றி மேலும் பேசுவதற்கு முன் எனக்குத் தெரிந்த நாலு கம்யூனிஸ்டுகளைப் பற்றிச் சொல்கிறேன்.

1. "சவுத் விஷன்" பாலாஜி என்று அறியப்படும் பாலாஜி, சவுத் விஷன் என்ற பதிப்பகத்தின் உரிமையாளர். சி.பி.எம். கட்சிக்காரர். இவருடன் ஒருமுறை பேசிக்கொண்டிருந்தபோது, தன் மகன் அமெரிக்காவில் ஒரு பல்கலைக்கழகத்தில் மேற்படிப்பு படித்துக்கொண்டிருப்பதாகச் சொன்னார். பார்த்தீர்களா இந்தக் கம்யூனிஸ்டுகளின் லட்சணத்தை! வாழ்நாள் முழுவதுமாக அமெரிக்காவை எதிர்ப்பார்களாம்! கோஷம் போடுவார்களாம்! அமெரிக்கா பற்றி மக்கள் மனதில் வெறுப்புணர்வை விதைத்து, அதை வளர்ப்பார்களாம்!

ஆனால், தன் மகன் என்று வரும்போது, பாலாஜிக்கு அமெரிக்கா இனித்திருக்கிறது. தன் மகனை மேற்படிப்புக்காக அமெரிக்காவுக்கு அனுப்பியிருக்கிறார். அவர் இந்த விஷயத்தை என்னிடம் சொல்லும்போது எனக்கு எந்த அளவுக்குக் கடுப்பாக இருந்திருக்கும். உடனே நான் "நீங்களும் ஒரு நடை அமெரிக்காவுக்கும் போய் வந்துவிடுங்கள்" என்றேன் கிண்டலாக. என் கிண்டலை அவர் புரிந்துகொள்ளவில்லை.

2. இசக்கிமுத்து என்றொருவர் எனக்குப் பாரதி புத்தகாலயத்தின் அறிமுகமானார். அவரும் சி.பி.எம். கட்சிக்காரர். அவர் ஒரு கதை சொன்னார். சி.பி.எம். கட்சியின் தீக்கதிர் (நாளேடு) அலுவலகத்தில் ஒரு பெண்மணி வேலைபார்த்தாராம். அவருக்குச் சம்பளம் குறைவாம். ஆனால், அவரது பையனின் படிப்புச் செலவு முழுவதையும் கம்யூனிஸ்டுக் கட்சிதான் பார்த்துக்கொண்டதாம். அந்தப் பையன் படித்து முடிந்தது இந்தியாவில்கூடப் பணியாற்றவில்லை. ஜப்பானுக்குப் போய் அங்கே லட்சக்கணக்கில் சம்பாதிக்கிறானாம். இசக்கிமுத்து இந்த விஷயத்தை ஏதோ பெருமையான விஷயம் போலச் சொன்னார். இதில் என்ன பெருமை இருக்கிறது என்று எனக்குப் புரியவில்லை. ஒரு கேப்பிடலிஸ்டை உருவாக்கியிருப்பதற்காகக் கம்யூனிஸ்ட் கட்சி சிறுமையல்லவா பட வேண்டும்?!

3. பிறகொரு நாள் இசக்கிமுத்து தன் மகளைப் பற்றிச் சொன்னார். அவரது மகள் படித்து முடித்துவிட்டு, ஒரு பன்னாட்டு நிறுவனத்தில் வேலை பார்க்கிறாளாம்; சூப்பர் சம்பளமாம். இந்த இடத்தில், கம்யூனிஸ்டுகள் பன்னாட்டு நிறுவனங்களுக்கு எதிரானவர்கள் என்பதை நான் மறந்துவிடக் கூடாது. கம்யூனிஸ்டான இசக்கிமுத்து, ஒரு கேப்பிடலிஸ்ட் நிறுவனத்தில் (பன்னாட்டு நிறுவனம்) பணியாற்ற தன் மகளை எப்படி அனுமதிக்கலாம்?

4. பாரதி புத்தகாலயத்தில் 50 வயதான ஒருவரைச் சந்தித்திருக்கிறேன். அவரது பெயர் என்ன என்பது எனக்கு ஞாபகமில்லை. அவரும் சி.பி.எம். கட்சிதான். ஒருமுறை பேசிக்கொண்டிருந்தபோது "என் மகன் கம்யூனிஸ்ட் கட்சியிலுள்ள இல்லை. ஆனால், யாராவது கம்யூனிஸ்டுகளைப் பற்றித் தரக்குறைவாகப் பேசினால், அவர்களுடன் கடுமையாக சண்டையிடுவான்" என்று சொன்னார். இதை அவர் சிரித்துக்கொண்டே சொன்னார். இதில் சிரிப்பதற்கு என்ன இருக்கிறது என்று தெரியவில்லை. அவரது மகனும் அவரைப் போலவே கம்யூனிஸ்ட் ஆகாததற்காக அவர் வெட்கப்பட வேண்டும்; குற்ற உணர்வு கொள்ள வேண்டும்.

இது சும்மா நாலு பேரின் கேஸ்தான். இது போலவே இன்னும் பலரும் இருக்கக்கூடும்.

தங்கள் பிள்ளைகளையும், மகள்களையும் கம்யூனிஸ்ட் ஆக்காத இந்தக் கம்யூனிஸ்டுகள் நாட்டில் உள்ள அப்பாவி இளைஞர்களை, அப்பாவி மாணவர்களை, ஏழைக் குடும்பத்தைச் சேர்ந்த இளைஞர்களை கம்யூனிஸ்டுகளாக ஆக்கிவருகிறார்கள். அதாவது, இவர்களது பிள்ளைகள் மட்டும் அமெரிக்-

காவில் படிக்க வேண்டும்; ஜப்பானில் வேலை பார்க்க வேண்டும்; பன்னாட்டு நிறுவனங்களில் வேலைபார்க்க வேண்டும். ஆனால், இவர்களால் கம்யூனிசம் குறித்து மூளைச் சலவை செய்யப்படும் இளைஞர்கள் கம்யூனிஸ்ட் கட்சியில் சேர்ந்து, கொடி பிடித்து, கோஷம் போட வேண்டும். இது அநியாயம் இல்லையா?

இதிலிருந்து நமக்கு என்ன தெரிய வருகிறது? கம்யூனிஸ்டுகள் ஏன் தங்கள் பிள்ளைகளைக் கம்யூனிஸ்ட் ஆக்குவதில்லை என்றால், அவர்களுக்கே தெரிந்திருக்கிறது "கம்யூனிசம் கிம்யூனிசம் எல்லாம் வேலைக்கு ஆகாது. கம்யூனிஸ்ட் கட்சிக்காரனாக இருந்து நாம் என்ன சாதித்துவிட்டோம். கஷ்டத்தைத்தான் அனுபவித்தோம். நம் பிள்ளைகளாவது அமெரிக்காவில் படித்து, அங்கேயே வேலைபார்த்து, சுகபோகமாக இருக்கட்டும். பன்னாட்டு நிறுவனங்களில் வேலைபார்த்து லட்சம்லட்சமாகச் சம்பாதிக்கட்டும். அப்படி என்றால் கம்யூனிஸ்ட் கட்சியின் நிலை? அதற்குத்தான் இருக்கிறார்களே அப்பாவி இளைஞர்கள், இளிச்சவாயர்கள். அவர்களைக் கம்யூனிஸ்டுகள் ஆக்குவோம். எவன் நம்மைக் கேள்வி கேட்கப்போகிறான்?" இப்படியாகத்தான் நம் நாட்டுக் கம்யூனிஸ்டுகளின் சிந்தனை இருக்கிறது.

10. நாஞ்சில் நாடன்

எழுத்தாளன் என்று சொல்லிக் கொள்வதிலேகூட எனக்கு உவப்பில்லை. நாஞ்சில் நாடன் என்பவன் சக வாசகன். சக இலக்கிய மாணவன். என்றோ ஒரு சீரிய படைப்பை, தமிழ் மொழிக்குப் பெருமை தேடித்தரும் படைப்பை, நிகழ்த்திக் காட்ட முடியும் என்ற நம்பிக்கை உடைய மாணவன். இதை தன்னடக்கத்துடன் அவை அடக்கத்துக்காகச் சொல்லவில்லை. எனக்கு தன்னடக்கமும் கிடையாது. அவையடக்கமும் கிடையாது. எழுத்து என்பது ஒரு தவம் என்று சொல்கிறார்கள்; வேள்வி என்கிறார்கள்; உயிரை ஆகுதியாகப் பெறுவது என்கிறார்கள். சிலர் படைப்பை கர்ப்பச்சுமை என்றும் கருத்தரித்தல் என்றும் கர்ப்பசோகம் என்றும் பிரசவ வேதனை என்றும் சொல்கிறார்கள். சிலசமயம் ஒருவர் படைப்பு முயற்சியில் இறங்குவது என்பது தீராத கொடிய வயிற்று வலியில் துடிப்பது போன்ற காட்சியை எனக்கு தொற்றப்படுத்தும்.

தமிழில் மிகக்கனமான சொற்கள் உண்டு. அவற்றில் ஆகக்கனமான சொற்களைத் தெரிந்து படைப்புத் தொழிலை அர்த்தப்படுத்தப் பயன்படுத்தியிருக்கிறார்கள். பொதுவாகவே தமிழ் எழுத்தாளனுக்கு மிகையான சொற்களின் மீது மோகம் உண்டு. மிகையான சொற்களைப் பயன்படுத்தியே மொழியை நாசம் செய்ததில் எழுத்தாளர்களுக்குப் பெரும்பங்கு உண்டு. இது புலவர்களிடம் இருந்து அவனுக்கு கிடைத்த மோசமான ஆயுதம் என்று கருதுகிறேன். பல தளங்களில் பொருள்தரும் வளமான சொற்கள் நமக்கு உண்டு. உவகை என்றும் மகிழ்ச்சி என்றும் இறும்பூது என்றும் ஆனந்தம் என்றும்

களிப்பு என்றும், அற்ப சந்தோஷம் அடைந்தபோது 'ஆனத்தக் களிப்பு' என்ற சொல்லைப் பயன்படுத்த நம் எழுத்தாளன் பின்வாங்கியதே இல்லை. பெரும்பாலும் 'உள்' அற்றுப் போன எழுத்தாளர்கள்தான் இவர்கள்.

11. தேடுபொறி உகப்பாக்கம்:

-பாலாஜி ராமநாதன் - செவ்வி - அண்ணாகண்ணன்

June 1, 2011 0

இணையத் தேடுபொறிகள், தேடுபொறி உகப்பாக்கம் (Search Engine Optimization) ஆகியவை குறித்து, டிஜிகிளிப் (http://digicliff.com) நிறுவனத்தின் தலைமைச் செயல் அதிகாரி பாலாஜி ராமநாதன் 2010ஆம் ஆண்டுத் தொடக்கத்தில் வல்லமை ஆசிரியரின் கேள்விகளுக்குப் பதில் அளித்தார். அண்ணாகண்ணனின் 'தமிழில் மின்னாளுகை' என்ற தலைப்பிலான முனைவர் பட்ட ஆய்வேட்டில் இந்த நேர்காணல், இடம்பெற்றுள்ளது.

இணையத் தேடுபொறி எவ்வாறு இயங்குகிறது?

இணையத் தேடுபொறி, வெப் ஸ்பைடர்கள் மூலமாக இணையத்தளங்களின் பக்கங்களில் உள்ள உள்ளடக்கங்களைக் குறிச்சொற்களாக(Keywords)ப் பிரித்து அதன் தரவுப் பெட்டகத்தில் (Database) பதிந்துகொள்கிறது. பின்னர் இணையத் தேடுபொறியில் குறிச்சொற்களைத் தேடுகையில் இணையத் தேடுபொறியின் அல்கரிதத்தின்படி இணையத்தளப் பக்கங்களை வரிசைப்படுத்தி, இணையத் தேடுபொறி காட்டுகிறது. ஒவ்வோர் இணையத் தேடுபொறியும் அதன் அல்கரிதத்தின்படி இணையத்தள பக்கங்களை வரிசைப்படுத்திக் காட்டுகிறது.

எவ்வளவு நேரத்திற்கு ஒரு முறை வெப் ஸ்பைடர், உள்ளடக்கத்தைத் தேடும்?

ஒவ்வோர் இணையத்தளத்தின் உள்ளடக்கம் இற்றைப்படுத்தப்படும் அளவைப் பொறுத்து, வெப் ஸ்பைடர் கிராலிங் ரேட் அமையும். உள்ளடக்கம் மிகுதியாக இற்றைப்படுத்தப்படும் இணையத்தளங்களை வெப் ஸ்பைடர் ஒரு நாளைக்குப் பல முறைகளும் உள்ளடக்கம் குறைவாக இற்றைப்படுத்தப்படும் இணையத்தளங்களை வெப் ஸ்பைடர் பல மாதங்களுக்கு ஒரு முறையும் கிரால் செய்யும்.

உள்ளடக்கங்களை குறிச்சொற்களாக (Keywords) எப்படி, எந்த அடிப்படையில் பிரிக்கும்? உள்ளடக்கத்தில் உள்ள அனைத்துச் சொற்களுமே குறிச்சொற்கள் ஆகுமா?

உள்ளடக்கத்தில் உள்ள அனைத்துச் சொற்களையுமே குறிச்சொற்களாக இணையத் தேடுபொறி, தரவுப் பெட்டகத்தில் பதிந்துகொள்கிறது. இணையத்தளத்தின் பக்கங்களில் உள்ளடக்கத்தில் சில சொற்களின் குறிச்சொற்கள் அடர்த்தி (Keyword Density) அதிகமாக இருக்கும். அந்த சொற்களுக்கு இணையத் தேடுபொறியின் அல்கரிதத்தில் முன்னுரிமை கொடுக்கப்படுகிறது.

குறிச்சொற்கள் அடர்த்தி என்பது, ஒரே சொல் மீண்டும் மீண்டும் வருவதன் மூலம் தீர்மானிக்கப்படுகிறதா?

குறிச்சொற்கள் அடர்த்தி என்பது, இணையத்தளப் பக்கத்தில் குறிச்சொற்கள் எவ்வாறு உபயோகப்படுத்தப்பட்டிருக்கின்றது என்பதைப் பொறுத்து மாறுபடும். உதாரணத்திற்குக் குறிச்சொற்கள் இணையத்தளப் பக்கத்தின் தலைப்பில் உபயோகப்படுதப்பட்டால் குறிச்சொற்களுக்கு இணையத் தேடுபொறியின் அல்கரிதத்தில் முன்னுரிமை கொடுக்கபடுகிறது.

சம நேரத் தேடுபொறி (Real Time Search engine) பற்றிச் சொல்லுங்கள்? http://www.collecta.com என்ற தளம், தன்னைச் சம நேரத் தேடுபொறி என அறிவித்துள்ளதே?

சம நேரத் தேடுபொறி என்று எதுவும் தனியாக இல்லை. இக்காலத்தில் அனைத்துத் தேடுபொறிகளுமே சம நேரத் தேடுபொறிகளே. சம நேரத் தேடு-பொறிகளிலும் தரவுப் பெட்டகத்தில் உள்ளடக்கங்களைக் கொணர்ந்து, பிற-குதான் முடிவுகளைக் காட்டுகிறது. ஆனால் சம நேரத் தேடுபொறிகளில் 'அண்மைய முடிவுகளைப் பட்டியலிடும்' (சார்ட் பய் ரீசன்ட்) முறை பயன்-படுத்தப்படுகிறது. அதாவது சம நேரத்தில் குறிச்சொற்கள் சார்ந்த செய்தி-களை எடுத்துக் காட்டுகின்றது. இக்காலத்தில் அனைத்துத் தேடுபொறிகளும் அண்மைய முடிவுகளைப் பட்டியலிடுகின்றன. 2009 டிசமபர் மாதத்திலிருந்து கூகுளும் டுவிட்டரும் இணைந்து சம நேரத் தேடல் முடிவுகளைக் காட்டு-கின்றன.

சிறந்த 10 (டாப் 10) தேடு பொறிகள் எவை எவை?

சிறந்த தேடுபொறிகள் நாட்டுக்கு நாடு வேறுபடும். உலக அளவில் 70%க்கும் மேலானோர் கூகுள் (Google) பயன்படுத்துவதால் கூகுள் முதலிடம் வகிக்-கிறது. இரண்டாவதாக 15%க்கும் மேல் யாஹூ (Yahoo) பயன்படுத்து-கின்றனர். மூன்றாவதாக எம்எஸ்என் (MSN), பிங் (Bing) ஆகியவை உள்ளன. சீனாவில் http://www.baidu.com என்ற தேடுபொறிதான் அதிகம் பயன்படுகிறது. மற்ற தேடுபொறிகளின் உபயோக அளவு, மிக மிகக் குறைவு.

சிறந்த தேடு பொறி என எவற்றைக் கொண்டு தீர்மானிக்கிறார்கள்?

மக்களின் உபயோக அளவை வைத்துச் சிறந்த தேடுபொறிகள் தீர்மானிக்கப்-படுகின்றன.

கூகுள் என்றாலே தேடுதல் என்று வந்துவிட்டதே! கூகுளின் தனித் தன்மை-கள் என்னென்ன?

1. முதல் சிறப்பு, கூகுளின் அல்கரிதம் (Algorithm)தான். இது, பயனருக்-குச் சிறந்த அனுபவத்தை அளிக்கிறது.

2. தனி நபருக்கு ஏற்ற தேடுதல். குறிப்பிட்ட தனி நபரின் தேடு வரலாற்றைப்

பார்த்து, முடிவுகளை எடுத்துக் காட்டுகிறது. அவர் எதை அதிகம் பார்க்கிறாரோ அதற்கு முன்னுரிமை அளிக்கிறது. இதனால் கூகுள் கணக்கில் நுழைந்து தேடினால் ஒரு வகை முடிவுகளும் நுழையாமல் தேடினால் வேறு வகை முடிவுகளும் கிடைக்கும். மேலும் தானியக்கப் பரிந்துரைகளையும் (Auto Suggestion) அளிக்கும். நீங்கள் இதைத் தேட விரும்புகிறீர்களா எனத் தன் தரவுப் பெட்டகத்திலிருந்து எடுத்துக் காட்டும். இந்தப் பரிந்துரைகளை இப்பொழுது கூகுள் தவிர, யாஹூ உள்ளிட்ட சிலவும் தருகின்றன.
3. நாட்டுக்கு நாடு வேறுபடும் முடிவுகள். Movies, Shopping என்று தேடினால் தேடியவரின் நாட்டில், வட்டாரத்தில் உள்ள முடிவுகளை முதலில் காட்டும்.
4. தேடல் முடிவுகளின் தரம் உயர்வாக உள்ளது.
5. நச்சு நிரல் (Malwares) உள்ள தளங்கள், மாரீச வலைத்தளங்கள் (Phishing sites) போன்ற தீங்கு விளைவிக்கும் தளங்களை அடையாளம் காட்டுகிறது. http://stopbadware.org என்ற தளத்துடன் இணைந்து, கூகுள் இந்தச் சேவையை அளிக்கிறது. இதன் மூலம் பயனருக்குக் கூடுதல் பாதுகாப்பு கிட்டுகிறது.
6. பக்க மதிப்பு நிலை (Page Rank) என்பதைக் கூகுள் அறிமுகப்படுத்தியது. இதன்படி அதிக இணைப்புகள், உள்ளடக்கம், பயனர் வருகை ஆகியவற்றை வைத்து, இணையத்தளப் பக்கத்திற்கு 10க்கு இவ்வளவு மதிப்பெண் எனக் கொடுத்தார்கள். இந்த மதிப்பெண், மொத்தத் தளத்திற்குமானது இல்லை; அந்தக் குறிப்பிட்ட பக்கத்திற்கானது. ஆனால், இப்பொழுது, தேடல் முடிவுகளில் இந்தப் பக்க மதிப்பிற்கு முன்னுரிமை அளிப்பதில்லை.

தேடுபொறி உகப்பாக்கம் (Search Engine Optimization) என்றால் என்ன? இது ஏன் தேவை?

ஒவ்வோர் இணையத்தளத்திற்கும் பயனரின் வருகையே வெற்றி. பயனரின் வருகையைப் பொறுத்தே, அந்தத் தளத்திற்கு விளம்பர வருவாயும் கூடுகின்றது. அந்த வகையில் இப்பொழுது எல்லா இணையத்தளங்களுக்கும் 30 - 40% பயனர்கள், தேடுபொறி வாயிலாகவே வருகின்றனர். ஆகவே, அதற்கு ஏற்ற மாதிரி தளத்தை உகப்பாக்கம் செய்தால், பயனர் எண்ணிக்கையை அதிகரித்து, அதிக வருவாய் ஈட்டலாம். தேடுபொறிச் சந்தைப்படுத்தல் (SEM - Search Engine Marketing) என்பது, சிறிய, நடுத்தர நிறுவனங்களுக்குச் சந்தைப்படுத்தல் கருவியாகப் பேருதவி புரிகின்றது.

எப்படி தேடுபொறி உகப்பாக்கம் (SEO) செய்கிறார்கள்?

நம் இணையத்தளப் பக்கத்தில் (On Page), நம் இணையத்தளப் பக்கத்திற்கு வெளியே (Off Page) என இரு விதங்களில் தேடுபொறி உகப்பாக்கம் செய்யலாம். முதல் வகையில் நம் இணையத்தளத்தின் கட்டமைப்பில் மாற்-

றங்கள் செய்ய வேண்டும். மெடா டாக் (Meta Tag), குறிச்சொல் அடர்த்தி (Keyword Density), சுட்டிக் கட்டமைப்பு (URL Structure), உட்பக்கங்களுக்கு நகருதல் (Navigation)... உள்ளிட்டவை இதில் அடங்கும். தளத்தில் உள்ள படங்களுக்கு மாற்று உரை (Alt Text) அளிக்க வேண்டும். தலைப்பாக வரும் சொற்களை, H1 குறியுடன் இட வேண்டும்.

நம் இணையத்தளத்திற்கு வெளியே செய்யக்கூடிய உகப்பாக்கத்தில் இணைப்புகளை ஏற்படுத்தல் முக்கியமானது. ஒரு வழி இணைப்பு, இரு வழி இணைப்பு, மூவழி இணைப்பு, குறுக்கு இணைப்பு உள்பட பல்வேறு வகை இணைப்புகள் உண்டு. 6 மாதங்களுக்கு மேல் ஒரு தளத்தில் ஓர் இணைப்பு இருந்தால் அது, நிலையான இணைப்பாகக் கருதப்படும். சமூக வலைச் சந்தைப்படுத்தல் (Social Media Marketing), இணையத்தள முகவரிகள் தொகுப்பு (Directory), நம் இணையத்தளம் தொடர்பான செய்தி வெளியீடுகள், கட்டுரை ஆக்கங்கள், வரி விளம்பரங்கள் ஆகியவை இந்த வகையில் அடங்கும்.

வணிகத்திற்கும் விளம்பர வருவாய்க்கும் தேடுபொறி உகப்பாக்கம் எப்படிப் பயன்படுகிறது?

ஒரு வணிக நிறுவனத்தில் தேடுபொறியின் மூலம் முதலில் 3% பயனரே வந்தனர். தேடுபொறி உகப்பாக்கம் செய்த பிறகு 40%க்கும் மேல் பயனர் வந்தனர். இதன் மூலம் அந்த நிறுவனத்தின் விளம்பர வருவாய் கணிசமாக உயர்ந்தது.

உள்ளடக்கம் முதன்மையாக உள்ள தளம், வணிகம் முதன்மையாக உள்ள தளம் எனப் பல வகைகளாகப் பிரிக்கலாம். உள்ளடக்கம் முதன்மையாக உள்ள தளம் ஒன்றுக்குப் பயனர் வருகையைப் பொறுத்தே விளம்பர வருவாயும் உயரும். ஒரு தளத்தினுள் நுழையும் பயனர், 5 பக்கங்களைப் பார்க்கிறார் என வைத்துக்கொள்ளுங்கள். ஒரு பக்கத்தில் 3 விளம்பரங்கள் இருப்பதாகக் கொண்டால், ஒரு பயனர் 15 முறைகள், விளம்பரங்களைப் பார்க்கிறார்.

விளம்பர நிறுவனங்கள், 1000 பதிவுகளுக்கு (CPM - Cost Per 1000 Impression) பொதுவாக ரூ.20 -25 அளவில் கட்டணம் அளிக்கின்றன. நிதி சார்ந்த தளங்களுக்கு 80 பதிவுகளுக்கே கட்டணம் அளிக்கின்றன. http://www.moneycontrol.com தளத்திற்கு விளம்பர நிறுவனங்கள் ஒவ்வொரு 120 பதிவுகளுக்கும் கட்டணம் அளிக்கின்றன. இது தவிர, விளம்பரத்தைச் சொடுக்கினால் கட்டணம் (CPC - Cost Per Click), விளம்பரத்தைச் சொடுக்கிச் சென்று பொருளை / சேவையைப் பெற்றால் கட்டணம் (CPA - Cost Per Action) எனப் பல வகைக் கட்டண முறைகள் உண்டு. இவை தவிர விற்பனையுடன் இணைந்த சந்தைப்படுத்தல் (Affiliated Marketing) என்ற முறையும் உண்டு. இதில் நம் தளம் மூலமாக நிகழும் விற்பனையில் 30 - 40% தரகுத் தொகை

பெறலாம்.

வணிகம் முதன்மையாக உள்ள தளத்தில் அதற்கு ஏற்ற வருவாய் முறைகள் உண்டு. சென்னை, பெங்களூர் போன்ற ஊர்களை மையமாகக் கொண்ட தளங்களில் சென்னையிலிருந்து பெங்களூர் செல்லப் பேருந்து - தொடர் வண்டி - விமானப் பயணச் சீட்டு ஆகியவற்றை விற்கும் விதமாக விளம்பரங்கள் அமையும். அந்தப் பயனருக்கு அந்த விளம்பரத்தின் மூலம் பயன் கூடுதலாக இருக்கும். விளம்பர நிறுவனங்களுக்கும் தள உரிமையாளருக்கும் இதன் மூலம் வருவாய் கிட்டும்.

தேடுபொறி உகப்பாக்கத்தில் தலைப்பு (Title), குறிச்சொற்கள் (Keywords), விளக்கக் குறிப்புகள் (Description) ஆகியவை வகிக்கும் பங்கு என்ன?

இந்த மூன்றுக்கும் சேர்த்து 10 - 20% முக்கியத்துவம் உண்டு. தலைப்பு, 80 எழுத்துகளுக்குள்ளும் விளக்கக் குறிப்புகள் 150 எழுத்துகளுக்குள்ளும் குறிச்சொற்கள் 250 எழுத்துகளுக்குள்ளும் இருக்க வேண்டும். விளக்கக் குறிப்புகளும் குறிச்சொற்களும் மெடா டாக் என அழைக்கப்படும். இந்தத் தலைப்பில் ஏழெட்டு சொற்கள் இருப்பதாகக் கொண்டால், முதல் சொல்லுக்கும் ஏழாம் சொல்லுக்கும் கூட முக்கியத்துவம் மாறும்.

தேடுபொறி உகப்பாக்கத்தில் தள முகவரி வகிக்கும் பங்கு என்ன? புதிய இணையத்தளமோ, வலைப்பதிவோ தொடங்குவோர் தங்கள் தள முகவரியை உருவாக்கும்போது கவனிக்க வேண்டியவை என்னென்ன?

மக்களுக்குப் புரியும் வகையில் எளிமையாக இருக்க வேண்டும். தமிழ்நாடு மின்சார வாரியத்தை TNEB, Tamilnadu Electricity Board என்ற இரண்டு முறைகளில் எந்த முறைகளில் சொன்னால் மக்களுக்கு உடனே புரியும் என்று பார்த்து முடிவு செய்ய வேண்டும். இது, அவரவர் கணிப்பினைப் பொறுத்ததே. திரைப்படம் சார்ந்து தளம் தொடங்குவோர், Movie, Movies ஆகிய இரு சொற்களில் எதை வேண்டுமானாலும் தேர்ந்தெடுக்கிறார்கள். இங்கு ஓர் எழுத்து கூடினால்கூட அதன் மூலம் அவர்களுக்கான தேடல் முடிவுகள் மாறுபடலாம்.

இணையத்தளங்கள் நடத்தும் சிலர் போலியான குறிச் சொற்களைக் கொடுத்து, தேடுபொறிகளை ஏமாற்றுகிறார்களா? இதற்கு வாய்ப்பு உண்டா?

கூகுளின் அல்கரிதம், மிகச் சிறப்பானது. அது தலைப்பு, குறிச் சொற்கள், விளக்கக் குறிப்புகள் ஆகியவற்றுடன் உள்ளடக்கத்தையும் சேர்த்துப் படிக்கிறது. அதனால் அதை ஏமாற்ற முடியாது. 80 - 90% இணையத்தளங்கள், கூகுளுக்கு ஏற்ப உகப்பாக்கம் செய்துள்ளார்கள். எனவே கூகுளின் விதிமுறைகளுக்கு ஏற்பவே தளங்களைக் கட்டமைத்துள்ளார்கள்.

தேடுபொறிச் சந்தையாக்கம் (Search Engine Marketing) பற்றிக் கூறுங்கள்?

கூகுளின் தேடல் முடிவுகளில் இலவச முடிவுகள் ஒரு புறமும் கட்டணம் செலுத்திய முடிவுகள் ஒரு புறமும் தோன்றும். நாம் நம் தளத்திற்குத் தேடு-பொறி உகப்பாக்கம் செய்தால், அது, இலவசப் பட்டியலில் தோன்றும். தேடுபொறிச் சந்தையாக்கம் செய்தால், கட்டணப் பட்டியலில் தோன்றும். இதற்காக வணிக நிறுவனங்கள், கூகுளுக்குக் கட்டணம் செலுத்துகின்றன. ஒவ்வொரு சொடுக்கிற்கும் (PPC - Pay Per Click) என்ற அடிப்படையில் இந்த நிறுவனங்கள் கட்டணம் செலுத்துகின்றன. குறிப்பிட்ட சொல்லுக்கு ஒரு சொடுக்கிற்கு எவ்வளவு தொகை என்பதை ஏல முறையில் தீர்மானிக்கிறார்-கள். இதற்கான கூகுளின் சேவைக்கு அட்வேர்ட்ஸ் (Adwords) என்று பெயர். ஒவ்வொரு தேடுபொறி நிறுவனத்திலும் இவ்வகைச் சேவை உண்டு. இந்த அட்வேர்ட்ஸிலும் தேடுபொறி உகப்பாக்கம் செய்ய வேண்டும். அப்-பொழுதுதான் தேடல் முடிவுகளில் முதல் சில இடங்களுக்குள் தோன்றலாம்.

மாரீச வலைத்தளங்களைத் தேடுபொறி கண்டுகொள்ளுமா?

நச்சு நிரல் உள்ள தளங்களை மட்டுமே கூகுள் கண்டுபிடித்துக் கூறும். மாரீச வலைத்தளங்களைப் பொறுத்தவரை மக்கள்தான் விழிப்புடன் இருக்க வேண்-டும்.

எழுத்துகளுக்குப் பதில் புகைப்படங்களைக் கொண்டும் ஒலியைக் கொண்டும் தேடும் வசதி எந்த அளவில் உள்ளது?

படத்தினைப் பொறுத்த வரை அதற்கு மாற்று உரை, விளக்கக் குறிப்புகள், தலைப்பு ஆகியவற்றைக் கொடுக்க வேண்டும். அவை கூடுமானவரை கூர்-மையாக இருக்க வேண்டும். தேவைக்கு அதிகமாகக் கொடுத்தால் கூகுள் அதைத் தடை செய்துவிடும்.

தேவைக்கு அதிகமான உகப்பாக்கம் அனைத்தையும் கூகுள் தடை செய்துள்-ளது. குறிச் சொற்களை அதிகமாகக் கொடுப்பது (Keyword Dumping, Keyword Stuffing), தளத்தின் பின்னணி நிறத்திற்கு ஏற்பக் குறிச்சொற்-களைக் கொடுப்பது (Black Hat Techniques), செயற்கையான சுட்டி அமைப்பு, பயனருக்கு ஒரு முகம், தேடுபொறிக்கு ஒரு முகம் என இரட்டை முகம் காட்டுவது (Clogging) ஆகியவற்றுக்குக் கூகுள் தடை விதித்துள்-ளது.

படங்களைப் போலவே ஒலி - ஒளிக் கோப்புகளுக்கும் உகப்பாக்கம் செய்ய-லாம்.

தேடுபொறி நுட்பத்தின் எதிர்காலத் தேவை, வளர்ச்சி ஆகியவற்றை மதிப்-பிட முடியுமா?

சமநேரத் தேடல், தனி நபருக்கான தேடல் ஆகியவை எதிர்காலத்தில் இன்-னும் கூடுதல் வலுப் பெறும். இப்பொழுது ஒரு தேடலுக்கு அந்தந்த நாட்-டுக்கு ஏற்றவாறு முடிவுகள் காட்டப்படுகின்றன. எதிர்காலத்தில் அது, அந்-தந்த நகரத்திற்கு ஏற்றவாறு முடிவுகளைக் காட்டலாம்.

தமிழக அரசுத் தளங்கள், தேடுபொறி உகப்பாக்கம் செய்துள்ளனவா?
பெரும்பாலும் இல்லை.

எந்த அடிப்படையில் இந்த முடிவிற்கு வந்தீர்கள்?

1. தலைப்புச் சொற்கள் சரியில்லை. Welcomes you என்றெல்லாம் இருக்க வேண்டியதில்லை.
2. எல்லாப் பக்கங்களுக்கும் ஒரே தலைப்புச் சொற்கள் வருகின்றன; இது, அந்தந்தப் பக்கத்திற்கு ஏற்ப மாற வேண்டும்.
3. படங்களுக்கு மாற்று உரை (Alt Text) இல்லை.
4. பல தளங்களில் தள வரைபடம் (Site Map) இல்லை.
5. Robats.txt இல்லை. இதில் எந்தப் பிரிவுகளை / அடைவுகளைத் தேடுபொறி தேடலாம் எனப் பிரித்து அளித்திருப்பார்கள். அத்தகைய பிரிவு இல்லை.

அதே நேரம் சுட்டிக் கட்டமைப்பு (URL Binding) இருக்கிறது. குறுக்கு இணைப்புகளும் உள்ளன. http://www.tn.gov.in என்ற தளத்திற்குப் பிற 392 இணையத்தளங்களில் இணைப்புகள் உள்ளன. இது மோசமான எண்ணிக்கை இல்லை. அதே நேரம், http://www.india.gov.in என்ற தளத்திற்கு 1890 இணைப்புகள் உள்ளன.

PHP, ASP, Dot Net, Java ஆகியவற்றில் இணையத்தளத்தை உருவாக்குவதை விட HTML வடிவில் உருவாக்கிய பக்கங்களுக்குத் தேடுபொறி உகப்பாக்கத்தில் முன்னுரிமை கிடைக்கும். ஆனால், PHP பக்கத்தை HTML பக்கமாக மாற்றிக் காட்டலாம். நிலைமாறு (Dynamic) பக்கத்தை நிலையான (Static) பக்கமாக மாற்றிக் காட்டலாம்.

அரசுத் தளங்களில் பல்வேறு ஆவணங்கள், பி.டி.எப். வடிவில் உள்ளன. இது, தேடுபொறிக்கு ஏற்றதா?
'பி.டி.எப்' வடிவ உள்ளடக்கத்தைத் தேடுபொறி எடுத்துக்கொள்ளாது. 'பி.டி.எப்' மட்டுமின்றி, பிளாஷ், ஜாவா, படக் கோப்பு, ஒளிப்படக் கோப்பு ஆகியவற்றில் உள்ள தரவுகளையும் தேடுபொறி எடுத்துக் காட்டாது. ஆயினும் இவற்றில் தலைப்பு, மெடா குறிப்புகள் ஆகியவற்றைச் சேர்த்தால், தேடுபொறியினால், அவற்றைத் தேடி எடுத்துக் காட்ட முடியும். ஆயினும் இது, மிகுந்த நேரம் தேவைப்படும் பணியாகும்.
பயனருக்கு ஏற்ற வடிவில்தான் உள்ளடக்கத்தைக் கொடுக்க வேண்டும். தேடுபொறிக்கு ஏற்ற வடிவில் கொடுக்கக் கூடாது. அந்த நோக்கத்தில் 'பி.டி.எப்' வடிவம், பயனருக்கு வசதியானது எனில் அதில் தரவுகளை அளிப்பது தவறில்லை.

தமிழக அரசுத் தளங்கள், தேடுபொறியில் எந்த நிலையில் தோன்றுகின்றன?
online electricity bill எனத் தேடியபோது http://www.tneb.in என்ற தமிழக மின்வாரியத் தளம், 8ஆவது இடத்தில் தோன்றியது. இதே தளம்,

online electricity payment எனத் தேடியபோது, 5ஆவது இடத்தில் தோன்றியது. Tamilnadu electicity, electicity board, tneb ஆகிய சொற்களைக் கொண்டு தேடியபொழுது முதல் இடத்தில் தோன்றியது. இது, மேலே தோன்றுவதால் இதற்குத் தேடுபொறி உகப்பாக்கம் செய்துள்ளார்கள் எனக் கருத முடியாது. இந்தச் சொற்களுக்கு வேறு யாரும் உகப்பாக்கம் செய்யவில்லை என்றே கருத வேண்டும். வேறு யாரும் உகப்பாக்கம் செய்யும்பட்சத்தில் இந்தத் தளம் கீழே செல்ல வாய்ப்புண்டு. எனவே முன்கூட்டியே தொலைநோக்குடன் உகப்பாக்கம் செய்வது நல்லது.

தேடுபொறி சந்தையாக்கம், மின்னஞ்சல் சந்தையாக்கம் ஆகியவை அரசுக்கு எந்த வகையில் உதவும்?

வருமான வரித் துறையினர், மின்னஞ்சல் சந்தையாக்கம் செய்யலாம். முந்தைய ஆண்டுகளில் வருமான வரி செலுத்தியவர்களுக்கு மின்னஞ்சல் அனுப்பி, நினைவூட்டலாம்.

பல்வேறு நோக்கங்களுக்காகப் பிரசாரங்கள் மேற்கொள்ளலாம்.

சுற்றுலாத் துறை, சிறப்புச் சலுகைகளை மின்னஞ்சல் மூலம் தனி நபர்களுக்கு அனுப்பலாம்.கடந்த ஆண்டில் ஐதராபாத்திலிருந்து ஒரு லட்சம் பேர், தமிழகத்திற்குச் சுற்றிப் பார்க்க வந்தால், அவர்களுக்குச் சிறப்புச் சலுகைகள் குறித்து மின்னஞ்சலிலும் செல்பேகள் வாயிலாகவும் தெரிவிக்கலாம். இந்த ஆண்டு வந்தால், இவ்வளவு கூடுதல் இடங்களைப் பார்க்கலாம்; இன்னின்ன வசதிகள் உள்ளன என ஆர்வத்தைத் தூண்டலாம்.

தனியார் துறையினரின் அனைத்துச் சந்தையாக்க உத்திகளையும் அரசும் பின்பற்றலாம். இதன் மூலம் நல்ல பயன் கிட்டும்.

12. லட்சம் பிரதிகள்? - கா. சு. வேலாயுதம்

ஒரு புத்தகம் லட்சம் பிரதிகள் விற்று விட்டால் அந்தப் புத்தகம் சிறந்த புத்தகம் ஆகி விடுமா? லட்சம் பிரதிகள் விற்ற அந்தப் புத்தகத்தை எழுதின எழுத்தாளர் முன்னணி எழுத்தாளர் ஆகி விடுவாரா?

அந்த நண்பர் அசால்ட்டாக சொன்ன வார்த்தைகளைக் கேட்டு இப்படித்தான் யோசித்தேன்.

அந்தப் புத்தகம் ஒரு இலட்சம் பிரதி விற்றது என்றால் அதைப் பற்றி எத்தனை பேர் பேசியிருக்கிறார்கள்?

அதன் உள்ளடக்கம், சொல்ல வந்த விஷயத்தை எளிதில் புரியும்படி சொல்லுதல், அதற்கான உத்தி, எடுப்பு - தொடுப்பு - முடிப்பு, மொழி ஆளுமை, மொழி நடை, வாசிப்பு சுகம் இவற்றில் ஏதாவது ஒன்றைப் பற்றியாவது பரவலாகப் பேசப்பட்டிருக்க வேண்டும். அட்லீஸ்ட் இந்தப் புத்தகத்தை வாங்கி வாசித்த பின்புதான் மற்ற புத்தகங்கள் வாசித்துப் பழகினேன். அல்-

லது எப்படி வாசிப்பது என்று தெரிந்து கொண்டேன். அதுவும் வேண்டாம், இந்த நூலை வாசித்த பின்புதான் என் வாசிப்பை எளிமையாக்கிக் கொண்டேன் என்று யாராவது பேசியிருக்கிறார்களா? வலைத்தளங்களில் எழுதியிருக்கிறார்களா?

நாங்கள் வாசிப்பில் திளைத்த 1970 - 80 களில் ஒரு புத்தகத்தை வாங்கினால் குறைந்தபட்சம் 10 - 20 பேராவது படிப்போம். கல்கி, குமுதம், ஆனந்த விகடன், ராணி போன்ற வார இதழ்கள், ராணிமுத்து, மாலைமதி, அம்புலிமாமா, பாலமித்ரா மாத இதழ்களை சொல்லவே வேண்டாம். எங்கள் வீதியில் உள்ள வீடுகளில் எல்லாம் ஒரு சுற்று வந்து, அடுத்த வீதி, அதற்கடுத்த வீதிகள் எல்லாம் வாசிப்பு உலா போய் வரும் போது இதழ் நைந்து கசங்கிப் போய்விடும். போதாக்குறைக்கு அந்த இதழ்களில் வந்த தொடர்கதைகள் எல்லாம் பைண்டிங் செய்யப்பட்டு அதுவும் பெரும் சுற்றுக்குப் போகும்.

அதோடு அவை நிற்குமா என்றால் அதையும் தாண்டி ஒவ்வொரு வீட்டுத் திண்ணையிலும் மாலையில் வாய்க் கச்சேரி நடத்தும் பெண்களின் வாயில் 'ஏய் பொன்னியின் செல்வன்ல இந்த வாரம் பூங்குழலி பார்த்தியா?' , 'குறிஞ்சி மலர்ல அரவிந்தன் என்ன செய்தான்', 'இந்த மாசம் விக்ரமாதித்தனுக்கு வேதாளம் சொன்ன பவளவள்ளியை மீட்ட கதை எப்படியிருந்தது ? ' என்று வாசிப்பின் வீரியம் புரண்டோடும். நல்ல புத்தகம் எது ? என்பதை வீதிக்கு வீதி, ஊருக்கு ஊர் இப்படியான வாசகர்களின் வாயே விளம்பரப் படுத்தியது.

என்னையே எடுத்துக் கொள்ளுங்கள் 3 - ஆவது, 4-வது படிக்கும் போது அக்கம்பக்க வீட்டுப் பெண்கள் ராணி, குமுதம், கல்கண்டு, விகடன், கல்கி வாங்கி வரச் சொல்வார்கள்.

எங்கள் வீட்டிற்கும் கடைத் தெருவுக்கும் ஒரு கி.மீ தூரம். சிறுவனான நான் அதை வாங்கி வரும் போதே வழியில் புரட்டிப் புரட்டி படித்து விடுவேன். ராணிமுத்து அறிவுப்போட்டி தவறாது கலந்து கொள்வேன். அதனால் ராணிமுத்து மூலம் நாவல் வாசிப்பு ஏற்பட்டது. அதில் தமிழ்வாணன் எழுதிய கைதி என்ற நாவல் வந்தது. அது அவ்வளவு சுவையான துப்பறியும் நாவல். அந்தக் கதையைப் பற்றி வகுப்புத் தோழர்களிடம் பேசிய போது ராணி முத்து - வில் வந்த கைதி, கைதி நம்பர் 811 என்ற நாவலின் சுருக்கம். முழுசா படிச்சுப் பாரு. நல்லாயிருக்கும் என அவர்கள் கதையில் விடுபட்ட இடங்களை நிரப்பினார்கள்.

அப்போதே நானும், என் வீட்டுப்பக்கத்தில் உள்ள சிலரும் கைதி நம்பர் 811 ஐ முழுசாக படிக்க ஆவல் கொண்டோம். லைப்ரரியில் அந்த நூல் கிடைக்காததால் மணிமேகலை பிரசுரத்திற்கு எழுதி VPP யில் பெற முடிவு செய்தோம். அதற்காக ஆளாளுக்கு சிலுவாடு சேமித்த பணத்தைப் போட்டு அந்த நூலை தபாலில் பெற்றோம்.

முதன்முதலாக நான் தபாலில் VPP யில் என் முகவரியில் பெற்ற நூல் அதுதான். நான் வசித்த கோவை ஒண்டிப்புதூரில் நூலகம் இல்லை. எங்கள் ஊருக்கு மேற்கே சிங்காநல்லூர் 3 கிமீ, கிழக்கே இருகூர் 2 கி.மீ. இந்த இரண்டு ஊர்களில்தான் நூலகம் இருந்தது. அங்கு போக வசதி இல்லை. அப்பாவுக்கு சைக்கிள் வீட்டில் இருந்தாலும் அதை ஓட்ட எனக்குத் தெரியாது. என்னைப் போலவே ஊருக்குள் பலரும் இருந்தனர். குறிப்பாக வாசிப்பு சுகத்தில் திளைத்த பெண்கள் பட்டாளம் நிறைய இருந்தது. எங்கள் வாசிப்புக்குத் தீனி போடவே பல பெட்டிக் கடை. மளிகைக் கடைகளில் புத்தகங்கள் வாடகைக்கு விட்டனர்.

ஒரு ரூபாய் ராணிமுத்து எடுத்தால் ஒரு நாளைக்கு பத்து பைசா வாடகை. 24 மணி நேரம் கடந்தால் அதுவே 20 பைசாக்கள் தர வேண்டும். கல்கியின் பொன்னியின் செல்வன், சாண்டில்யனின் கடல்புறா, அகிலனின் சித்திரப் பாவை போன்றவையின் விலை ரூ.5, ரூ.10, ரூ.20 என நீளும். அதை வாடகைக்கு எடுத்து ஒரே நாளில் வாசிக்க ரூ. 1, ரூ.2 எல்லாம் செலவு செய்ய முடியாது.

எனவே நாங்கள் ஆண் - பெண் பாகுபாடின்றி ஆறேழு பேர் சேர்ந்து கொள்வோம். ஆளுக்கு 5 காசு, 10 காசு போட்டு அது மாதிரி பேர் பெற்ற பெரிய புத்தகத்தை வாங்கி விடுவோம். ஒரு புத்தகத்தை நடுவில் வைத்து எல்லோரும் சுற்றிலும் அமர்ந்து வாசிப்போம். ஒருவர் வாசித்தால் வாசித்து முடிச்சாச்சுன்னு அடுத்த பக்கம் புரட்ட எத்தனிப்பார்.

மற்றவர்கள் சிலர், 'கொஞ்சம் இரு, கடைசி இரண்டு வரிதான் படிச்சிக்கறேன்!' என்று அவசர, அவசரமாய் படிப்பார்கள். படித்தவர்கள் சீக்கிரம், சீக்கிரம் என்று மற்றவர்களை அவசரப் படுத்துவார்கள். இப்படியே 300 பக்கங்கள், 400 பக்கங்கள் ஆறேழு பேரும் படித்து விடுவோம். மதிய சாப்பாடு கூட நினைப்பில் வராது. யார் முதலில் பக்கத்தை படித்து முடிப்பது என்பதிலும் போட்டி.

அப்படியொரு வேகமான வாசிப்பு. ஒரே நாளில் - 11 - 12 மணி நேரத்தில் 700 - 800 பக்கங்கள் கொண்ட அகிலனின் சித்திரப்பாவை, சாண்டில்யனின் கடல்புறா எல்லாம் நான் வாசித்தது இப்படித்தான். ந.பார்த்தசாரதி, சாண்டில்யன், ஜெகசிற்பியன், பி.டி.சாமி, தமிழ்வாணன், லட்சுமி, சிவசங்கரி, ரமணி சந்திரன் புத்தகங்கள் எல்லாம் ஒரே நாளில் மூன்று, நான்கு புத்தகங்கள் வாசித்து சுவை கண்டது உண்டு.

இப்படி குழுவாக வாசிக்கும் நாங்கள் அதில் வரும் பாத்திரங்கள் பற்றி எங்களுக்குள் ரசித்து சிலாகிப்பதும் தொடர்ந்து நடக்கும். அப்படித்தான் பிரபலமான எழுத்தாளர்களின் நூல்கள் எல்லாம் எங்களுக்குள் பேசப்பட்டு பேசப்பட்டு பிரபலமடைந்தன. கதைப் புத்தகங்கள் மட்டுமல்ல, கவிதை, கட்டுரைகள் கூட அப்படித்தான் வாசிக்கப்பட்டன. அந்தக் காலத்தில் தினத்தந்தியில் வெளிவரும் சிந்துபாத் மற்றும் துப்பறியும் படக்கதைகளை வாசிக்காமல் ஒரு

வாசகன் உருவாகி இருக்க முடியாது

காலையில் விடிந்தும் விடியாமல் பேழையில் குட்டிப் பெண்ணாக அடைபட்ட லைலா என்ன ஆனாள், சிந்து பாத் மந்திரவாதியை முறியடிக்க என்ன செய்தான் என்பதைப் பார்க்க வெறித்தனமான ஆவல் கொண்டு Tea -க் கடைக்கு ஓடின அனுபவம் எல்லாம் சொல்லி மாளாது. ராணி, குமுதம், விகடன் எல்லாம் அட்டை டூ அட்டை வாசிக்காத பக்கங்கள் இருக்காது. இது எனக்கு மட்டும் நடந்த அனுபவம் அல்ல. என் தெருவில் மட்டுமல்ல, ஊருக்கு ஊர் அத்தனை தெருக்களிலும் நடந்த ஒட்டுமொத்த தமிழ் சமூகமே வாசிப்பில் மூழ்கிக் கரைந்தது. அன்றைக்கு பேசப்படாத கதைகள் கதையே அல்ல. ஒருவருக்கொருவர் கலந்துரையடாமல் ஓர் எழுத்தாளன் உருவாகவில்லை. விளங்கச் சொன்னால் ரா.கி. ரங்கராஜன் எழுதிய ' எப்படிக் கதை எழுதுகிறார்கள்' என்ற தொடர் குமுதத்தில் வந்த போது வாசிக்காதவர்களே இல்லை எனலாம்.

அது மட்டுமா அதை வாசித்துத்தான் எழுத்தாளர் ஆனேன் என்று சொன்ன பிரபல எழுத்தாளர்கள் பட்டியல் வெகு நீளம். இதை ஒட்டி ரா.கி.ரங்கராஜன் எப்படித்தான் கதை எழுதுகிறார்களோ என்பதை 'எ. க.எ ' என்ற தலைப்பில் சுருக்கி தபால்வழியில் அறிமுக எழுத்தாளர்களுக்கு, புதிதாக எழுத வர ஆசைப்படுபவர்களுக்குப் பயிற்சிப் பட்டறையே நடத்தினார்.

அந்த அளவுக்கு அது அன்று உச்சபட்சத்தை அடைந்தது. அப்படியே எ.க. எ நூல் வடிவம் கண்ட போது கூட அந்த எழுத்தாளர் ரா.கி.ர அந்தப் புத்தகம் இலட்சம் பிரதி வித்துடுச்சாக்கும் என்று பெருமைப் பட்டதோ பெருமிதப்பட்டதோ இல்லை. ஏனென்றால் அது கார்ப்பரேட் உலகம் அல்ல. பெரும்பாலும் மார்க்கெட்டிங் என்ற வார்த்தையைக் கூட உச்சரிக்கத் தெரியாத உன்னத எழுத்தாளர்கள் வாழ்ந்த காலம் அது. இப்போது அப்படியல்லவே. ஒருவர் வாசிப்பது எப்படி? என்று ஒரு நூலை எழுதியிருக்கிறார். அது பேசப்படவே இல்லை.

ஆனால் எடுத்த எடுப்பில் இலட்சம் பிரதி விற்றுவிட்டதாகச் சொல்லுகிறார்.

அப்படியானால் அந்த இலட்சம் பேரும் வாசித்தார்களா? பிறரிடம் அது பற்றி சிலாகித்தார்களா? விதந்து பாராட்டினார்களா? அந்த புத்தகத்தை ஓசியில் வாங்கியாவது யாராவது வாசித்தார்களா?

ஒரு நல்ல புத்தகம் எப்போதும் ஓரிடத்தில் வாசிக்கப்பட்டு பூட்டி வைக்கப்படுவதில்லை. நல்ல வாசகன் ஒரு புத்தகத்தை நச் சென்று வாசித்து உடனே அது அவனுக்குப் பிடித்துப் போய் விட்டதென்றால் 10 பேரிடமாவது சொல்லுவான். 10 பேருக்காவது அந்தப் புத்தகத்தை வாசிக்கச் சொல்லி மாற்றி ஓசியில் கொடுப்பான். இப்போதெல்லாம் வலைத்தள உலகம். தன் மனதிற்குப் பிடித்தமானதை மனம் விட்டு அதில் எழுதியே தீருவான். அது அந்தக் காலம் போல் 10 பேருக்கல்ல 10 ஆயிரம் பேருக்கு, 10 இலட்சம், 10 கோடி

பேருக்குக் கூட சென்றடைய வாய்ப்பிருக்கிறது.

ஆனால் இலட்சம் பிரதி விற்ற ஒரு புத்தகத்தை யாராவது வாசகர்கள் பாராட்டி வலைத்தளத்தில் எழுதி உள்ளார்களா?

அதைப் பார்த்து நீங்கள் ஆர்வம் பொங்க படித்துள்ளீர்களா? அப்படியிருந்தால் சொல்லுங்கள். அதற்கு முன்பு நான் சொல்லி விடுகிறேன். ஒரு நாள் இதே முகநூலில் பார்த்தேன். அந்த நூலை அறிமுகப்படுத்தி ஒருவர் எழுதியிருந்தார். நான் பார்த்து விட்டு ஆச்சர்யப்பட்டும் போனேன்.

ஏனென்றால் அதை எழுதியிருந்தது என் நெருக்கமான எழுத்தாள நண்பர். அதிலும் அவர் மொழிநடையில் கில்லி. வாசிப்பு சுகம் தராத எழுத்துக்கள் எல்லாம் குப்பைக்கு சமம் என்று எனக்கே கற்றுக் கொடுத்தவர். அவர் எப்படி இந்தப் புத்தகத்தைப் பாராட்டுகிறார். இதில் உள் அரசியல் என்ன? அதையும் அவரைப் பார்த்த போது அவரிடமே நிர்தாட்சண்யமில்லாது கேட்டேன். அதுவும் பின்னர் சர்ச்சையானது.

13. கவிஞர் மகுடேசுவரன்

தமிழில் பிழையாக எழுதுகின்றோரைப் பற்றி வைரமுத்து தம் முகநூல் பக்கத்தில் ஒரு பதிவு எழுதியிருக்கிறார். அந்தப் பதிவிலேயே அன்னார் சில பிழைகளைச் செய்திருக்கிறார் என்பது அவர்க்குத் தெரியப்படுத்தப்படவேண்டும். இன்னும் சொல்லப் போனால் வைரமுத்து எழுதும் உரையிலும் கவிதையிலும் பிழைகள் பல உண்டு. அவை தமிழாய்ந்த பெருமக்களின் கண்களுக்கு மட்டுமே தெரியும்.

அ). 'ஊறுகாய் என்பதனை ஊறுக்காய் என்றெழுதுகிறார்கள்' என்கிறார். வினைத்தொகையில் வல்லெழுத்து தோன்றல் இல்லை என்பதனை அனைவரும் அறிவர். ஆனால், வினைத்தொகையில் பிழைபட எழுதுமிடங்கள் அவர்க்குத் தெரியவில்லை. ஊறுகாயை யாரும் ஊறுக்காய் என்று எழுதுவதில்லை. இவ்வெடுத்துக்காட்டே தவறு. புனைபெயர் என்பதனைப் புனைப்பெயர் என்று எழுதுகிறார்கள். புனைபெயர் என்பதுதான் வினைத்தொகை. புனைப்பெயர் என்று பிழையாக எழுதப்படுகிறது.

ஆ). நினைவுகூறுதல், நினைவுகூர்தல் ஆகிய இரண்டும் சரியே. இவ்விரண்டு தொடர்களில் ஒன்றினை 'ஊறுக்காய் தவறு' என்றது போலக் கருத இயலாது. இரண்டுக்கும் இடையே பொருள் வேறுபாடு மட்டுமே உண்டு. நினைவினைக் கூறுதல் என்ற பொருளில் வருவது நினைவு கூறுதல். அவன் தன்னுடைய நினைவினைக் கூறுகிறான். அது நினைவு கூறுதல். நினைவிலிருந்து ஆழ்ந்து மீட்டுச் சொல்லுதல் நினைவுகூர்தல். அவன் நினைவுகூர்கிறான்.

இ). 'கொழும்புவில்' என்று எழுதக்கூடாதுதான். கொழும்பில் என்றே எழுதவேண்டும். ஆமாம், சரிதான். ஆனால், இவ்வகைப் பிழையை 'முத்து'

என்னும் தம் பெயர்க்கும் பொருத்திப் பார்த்தே ஆண்டுள்ளாரா என்று அவர் உறுதிப்படுத்தலாம். வைரமுத்து என்கின்ற தம் பெயரோடு வேற்றுமை உருபுகளைச் சேர்க்கும்போது வைரமுத்தை, வைரமுத்தால், வைரமுத்துக்கு, வைரமுத்தின், வைரமுத்தினது, வைரமுத்துக்கண் என்று எழுதி வந்தாரா ? அவ்வாறே எழுதியிருப்பின் சரி. ஆனால், வைரமுத்துவை, வைரமுத்துவுக்கு என்று அவரும் எழுதியிருந்தாலும் பிழை.

ஈ). தண்ணீர் தேசம்' என்ற தொடரில் த் தோன்றினால்தான் தமிழ்மொழித் தொடர். நீர், தேசம் ஆகிய இருசொற்களும் வடமொழியிலும் உள்ளன. நீர் தேசம் என்று வல்லொற்று மிகாமல் பயன்படுத்தினால் அங்கே வடமொழித் தொடரைத்தான் ஆள்வதாகப் பொருள். நீர்த்தேயம்/நீர்த்தேசம் என்று ஆண்டால்தான் தமிழ்த்தொடரை ஆள்வதாகப் பொருள். தண்ணீர்த் தேசம் என்று வல்லொற்று மிகுந்து வருவதே சரி. 'தண்ணீர் தேசம்' என்று ஆண்டமையால் அது வடமொழித் தொடரோடு இணக்கமுற்றுவிட்டது. இரண்டும் வடமொழிச் சொற்களேயாயினும் இயன்றவரைக்கும் தமிழ்மொழிப் பண்புகளைப் புகுத்தி எழுதுவதுதான் கொள்கையாக இருக்கவேண்டும்.

உ). எமக்குத் தமிழ் சொல்லித்தரும் பணியில் ஈடுபடுகிறவர்களைப் பார்த்து நான் கோபம் கொள்வதில்லை; கும்பிட்டுச் சிரிக்கிறேன் - என்கிறார். எமக்கு என்று தன்மைப் பன்மையில் இத்தொடர் தொடங்குவதால் 'யாம் கோபம் கொள்வதில்லை, கும்பிட்டுச் சிரிக்கிறோம்' என்று எழுதவேண்டும். இல்லையேல் தொடக்கமே 'எனக்கு' என்றிருக்கவேண்டும்.

ஒப்பீட்டளவில் வைரமுத்தின் எழுத்துகளில் பிழைகள் குறைவாகத்தான் இருக்கும். ஆனால், அவர் எழுதுவதிலும் உறுதியாகப் பிழைகள் உள்ளன. எழுபது, எண்பதுகளின் பிழையாட்சிகள் பல இன்னும் அவரிடம் உதிராமல் ஒட்டியிருக்கின்றன. அவற்றைக் களையவேண்டும். தம் உரையிலும் கவிதையிலும் எண்ணற்ற வடசொற்களைக் கூச்சமில்லாமல் தொடர்ந்து பயன்படுத்தக் கூடியவர். அவற்றைத் தவிர்க்க முயன்றதில்லை. வடசொற்கள் தவிர்த்து எழுதுக என்றால் இவர்கள் தவித்துப்போய்விடுவார்கள். கடைசியாகக் கூறியதற்கு வைரமுத்து மட்டுமே இலக்காக முடியாது, அக்குறைபாடு இன்றெழுதுகின்ற தொண்ணூற்றொன்பது விழுக்காட்டினர்க்கும் பொருந்தும்.

வைரமுத்து முகநூலைக் கையாண்டு பழகிவிட்டார். அதற்காக வாழ்த்துவோம் !

14. கே. என். செந்தில்

கூட்டம் சேர்ப்பதற்கு புத்தகக் கண்காட்சிகள் ஒன்றும் கட்சிப் பொதுக் கூட்டங்கள் அல்ல. அது அறிவியக்கத்தின் ஒரு பகுதி.

சிறுகச் சிறுக கேடுகளை கொண்டு வந்து விட்டு இன்று மொத்த புத்தகச் சந்தையையும் சினிமாக்காரர்களுக்கு தாரை வார்த்தாகி விட்டது.

நூல் வெளியீட்டு விழாக்களில் தங்கள் புத்தகங்களின் ப்ரோமோஷனுக்காக சினிமாக்காரர்களை அழைத்து வந்தவர்கள் எழுத்தாளர்களும் பதிப்பாளர்களும் தான். பிழையின் ஆரம்பம். வெறும் விளம்பரத்திற்காக அது தொடர்ந்ததில் வெட்கக்கேடான இந்த இடத்திற்கு வந்து சேர்ந்திருக்கிறோம். கடந்த பத்தாண்டுகளில் சினிமாவுக்கும் இலக்கியத்திற்குமான கொடுக்கல் வாங்கல்கள் மிகுந்திருக்கின்றன. அவை இரு தரப்பும் பரஸ்பரம் உபயோகப்படுத்திக் கொள்ளும் சமாச்சாரமாக மட்டுமே இருக்கிறதே ஒழிய மாற்றங்கள் பின்னோக்கிச் செல்வதாகவே படுகிறது. நட்சத்திர எழுத்தாளர்களிலிருந்து சோட்டா எழுத்தாளர்கள் வரைக்கும் தங்கள் கதைச் சரக்குகளை நல்ல விலைக்கு விற்று விட முடியுமா என்பதையே முதன்மை இலக்காகக் கொண்டிருக்கிறார்கள்.

இதற்கு இலக்கிய உலகில் செயல்படும் சிலரும் தரகு வேலை பார்க்கிறார்கள். வெளியே தெரியாமல் பலரும் திரைக்கதைகளில் பங்களிக்கிறார்கள். அவை வெளியாகிறதோ இல்லையோ நல்ல கூலியோ அற்பக் கூலியோ பெற்று விடுகிறார்கள். அந்த சினிமாக்கள் இலக்கியத்தில் இவர்கள் பேசுகிறவற்றிருக்கு எந்தச் சம்மந்தமும் இல்லாதவை. எனவே டைட்டிலில் தங்கள் பெயர் வர வேண்டாம் எனச் சொல்லியும் விடுகிறார்கள். ஆனால் நிச்சயமாக வங்கிக் கணக்கில் பணம் கிரிடிட் ஆகிவிட வேண்டும். விஷயங்கள் இப்படி போய்க் கொண்டிருக்கும் போது புத்தகச் சந்தைக்கு நடிகைகளை அழைத்து வருவது அப்படி ஒன்றும் பிழையில்லை என்று தோன்றுகிறது. இந்த தகவல் மட்டும் முன்னரே தெரிந்திருந்தால் எழுத்தாளர்கள் பலரும் தங்கள் நூல் வெளியீடுகளை நாகைக்கு மாற்றியிருப்பார்கள்.

நடிகைகளை வெளியிடச் செய்திருமிருப்பார்கள். விளம்பரத்துக்கு விளம்பரம். அவர்களோடு ஒரு புகைப்படம். ஜென்ம சாபல்யம் அல்லவா..! தவறு செய்து விட்டார்கள். புத்தகம் போடுவது இலக்கியம் பேசுவதெல்லாம் சினிமாவுக்கு செல்வதற்கான நுழைவுச் சீட்டாக மாறி ஆண்டுகள் ஓடிவிட்டன. எனக்கு மாதத்திற்கு ஒருமுறை உங்கள் கதைகளைப் படித்தேன் ஏதாவது செய்ய முடியுமா , பேசிப் பார்ப்போமே என்றோ என்னிடம் ஒரு நாட் இருக்கிறது அதை பேசி டெவலப் செய்ய வேண்டும் என்றோ என எங்கிருந்தேனும் அழைப்பு வந்து விடும். மீண்டும் அழைத்தால் அந்த அழைப்பை எடுக்காமல் தவிர்த்து விடுவேன்.

அடுத்த ஆண்டு ஒவ்வொரு புத்தகச் சந்தைகளுக்கும் எந்த நட்சத்திரங்களை அழைக்க இருக்கிறீர்கள் என முன்பே சொல்லி விடுங்கள். திட்டமிட மிகவும் வசதியாக இருக்கும். 'குக் வித் கோமாளி'யாக புத்தகக் கண்காட்சிகளை மாற்றிக் கொண்டிருக்கும் அமைப்பாளர்களுக்கு அன்பும் நன்றியும். எழுத்தாளன் 'கோமாளி'யா 'விவரசாலி'யா என்பதை அவரவர் தரப்பிற்கே விட்டு விடுகிறேன்

15. பாரதிபாலன்

இனிதாகும் இலக்கியக் கல்வி

கல்வியின் நோக்கம் என்ன? எதற்காகப் படிக்கிறோம்? கல்வி என்பது வேலைவாய்ப்பிற்கான துருப்புச் சீட்டு மட்டும்தானா? 'படித்த படிப்பிற்கும் அன்றாட வாழ்கைச் சூழலுக்கும் இயைபு இல்லாமல் போனது ஏன்? இந்தக் கேள்விகளுடனே தான் நமது கல்விப் பயணம் தொடர்கிறது.

'கல்வி என்பது சமூக விடுதலைக்கும் மானுட மேன்மைக்குமானது' என்ற சித்தாந்தத்தை நோக்கிய பார்வைத் தளத்தினைத் தீவிரப்படுத்த வேண்டும், திடப்படுத்த வேண்டும் என்பது தொடர்ந்து முன் வைக்கப்படும் சிந்தனை. மொழி, இலக்கியம், நுண்கலைப் படிப்புகள் என்ன மாதிரியான மாற்றங்களை வாழ்வில் ஏற்படுத்தும் என்பதனை நாம் உணரத் தொடங்க வேண்டும். கலை இலக்கியப் படிப்புகளின் உன்னதம் என்ன? இதனைச் சரியான தளத்தில் புரிந்து கொள்ளாததும் அதன் மூலம் பெறப்படும் அளவற்ற ஆற்றலையும் எல்லையற்ற ஆளுமைத் தன்மையையும் உணராததுமே இலக்கியப் படிப்புகளின் தற்போதைய வீழ்ச்சிக்கு அடிப்படை எனலாம்.

மேலும் சில தனியார் சுயநிதிக் கல்லூரிகளின் வணிக நோக்கமும் தவறான வழிகாட்டலும், பன்னாட்டு நிறுவனங்களின் குறுகிய நோக்கமும் மாணவ மனங்களை மடை மாற்றியுள்ளன. குறிப்பிட்ட வேலையைச் செய்யப் பயிற்றுவிப்பதாக தற்போதைய கல்வித் திட்டங்களும், பாடத்திட்டங்களும் உருவாக்கப்படுகின்றபோது, அது நிலைத்து நீடிக்கும் தன்மையை இழந்து, கல்வி என்பது தற்காலிகத் தீர்வு என்று சுருங்கிவிடுகிறது.

'இலக்கியப் படிப்புகள் வேறு ஒரு தளத்தில் இயங்குகின்றன. எல்லையில்லா சுதந்திரமும் நிகரில்லா ஆளுமையும் அளிக்கவல்லது அது. விருப்பத்தோடும், ஈடுபாட்டோடும் ஒருவர் இலக்கியப் பாடங்களை, குறிப்பாகத் தமிழ் இலக்கியப் பாடங்களைத் தேர்வு செய்து படித்தால் அவருடைய முன்னேற்றமும் வளர்ச்சியும் மேம்படுமே தவிர தடைபடாது. குடிமைப்பணிகளான ஐ.ஏ.எஸ்., ஐ.பி.எஸ்., ஐ.எப்.எஸ். போன்ற போட்டித் தேர்வுகளில் பங்கேற்கவும் மத்திய, மாநில அரசுகள் மற்றும் பொதுத்துறை நிறுவனங்கள் நடத்தும் பல்வேறு பொதுப்பணிகளுக்கான தேர்வுகளுக்கும் இலக்கியப் படிப்புகள் உதவியாக உள்ளதே தவிர இடையூறாக அமையாது.

குடிமைப்பணிக்கான தேர்வில் இந்தியா முழுவதுவும் ஆண்டுதோறும் சுமார் 1000 முதல் 1200 பேர் வரைத் தேர்வாகிறார்கள். இவர்களில் சுமார் 10 சதவீதம் தமிழ்நாட்டினைச் சார்ந்தவர்கள். அப்படித் தேர்வாகிறவர்களில் 10 சதவீதம், தமிழ் இலக்கியத்தில் பட்டம் பெற்றவர்கள். இத்துடன் பிற பாடங்களில் பட்டம் பெற்றவர்களும் அதிக அளவில் விருப்பப் பாடமாகத் தமிழ் இலக்கியத்தினையே தேர்வு செய்கிறார்கள் என்பதும் கவனிக்கத்தக்கது. இந்திய அளவில் மொழி, இலக்கியப் பாடங்களைப் போதிப்பதற்காக மட்டுமே

தனியாக 20 பல்கலைக்கழகங்கள் உள்ளன. இதில் தமிழ்நாட்டில் இரண்டு உள்ளன. ஒன்று தஞ்சைத் தமிழ்ப் பல்கலைக்கழகம் மற்றொன்று பல்கலைக்கழக நிலையில் உள்ள 'இந்திப் பிரச்சார சபா''. இதேபோன்று பண்பாட்டுக் கல்வியை வழங்க இந்திய அளவில் ஒடிசா மாநிலத்தில் மட்டும் ஒரே ஒரு பல்கலைக்கழகம் உள்ளது.

நுண்கலைப் படிப்புகளை வழங்க இந்திய அளவில் ஏழு பல்கலைக்கழகங்களும், 110 கல்லூரிகளும் உள்ளன. சென்னையில் உள்ள அரசு கலை மற்றும் கைத்தொழில் கல்லூரி 1850-இல் அலெக்ஸாண்டர் ஹண்டர் என்ற ஆங்கிலேயரால் தொடங்கப்பட்ட தொன்மையான கல்லூரி. இத்துடன் கவின் கலைகளைக் கற்பிப்பதற்காக தனியாக கவின் கலைப் பல்கலைக்கழகம் தொடங்கப்பட்டுள்ளது. மனிதவள மேம்பாட்டு அமைச்சகத்தின் 2015-2016 அறிக்கையின்படி இந்திய மொழிகளை இந்தியா முழுவதிலும் 2 லட்சத்து 46 ஆயிரத்து 186 மாணாக்கர்களும் நுண்கலைப் படிப்புகளை 34 ஆயிரத்து 547 மாணாக்கர்களும், பண்பாட்டுப் படிப்புகளை 9 ஆயிரம் மாணாக்கர்களும் தேர்வு செய்துள்ளனர்.

இந்தியாவில் மொத்தம் 284 சமஸ்கிருதக் கல்லூரிகள் உள்ளன. அதிக அளவில் பிகாரில் 52 கல்லூரிகளும், கர்நாடகத்தில் 22 கல்லூரிகளும் உள்ளன. தமிழ்நாட்டில் ஒரே ஒரு சமஸ்கிருத கல்லூரி சென்னையில் உள்ளது. கீழ்திசை மொழிகளுக்காக இந்திய அளவில் 66 கல்லூரிகள் உள்ளன. தமிழ்நாட்டில் ஒரு கல்லூரி உள்ளது. இவற்றின் வாயிலாக உயர்கல்வியில் மொழிப்பாடங்களை 2 லட்சத்து 46 ஆயிரத்து 186 மாணவர்களும், நுண்கலைப் பாடங்களை 35 ஆயிரம் மாணவர்களும், பண்பாட்டுப் பாடங்களை 9 ஆயிரம் மாணவர்களும் படிக்கின்றனர்.

தமிழ்மொழி - இலக்கியப் பாடங்கள் உயர்கல்வித் துறையின் கீழ் உள்ள 11 பல்கலைக்கழகங்களிலும் அதனோடு இணைவுபெற்ற கல்லூரிகளிலும், தொலைநிலை மற்றும் திறந்த நிலைக் கல்வி வாயிலாகவும் வழங்கப்படுவதுடன் டெல்லி மற்றும் பிற மாநிலங்களில் உள்ள பல்கலைக்கழகங்களிலும் கற்பிக்கப்படுகின்றன. தமிழ்மொழி-இலக்கியப் பாடங்களைப் பொருத்தவரை 2015-2016இல் முதுகலை பட்டப்படிப்பில் 3 லட்சத்து 42 ஆயிரத்து 181 பேரும், எம்.பில் படிப்பில் 5 ஆயிரத்து 373 பேரும், பி.எச்டி., ஆய்வுப் படிப்பில் 6, 937 மாணவர்களும் சேர்ந்துள்ளனர்.

இந்தியாவில் அயலக மொழிகளான ஆங்கிலம், பிரஞ்சு, ஜெர்மன், ஸ்பானிஷ் போன்ற படிப்புகளை விரும்பிப் படிப்பவர்களின் எண்ணிக்கையும் கணிசமாக உள்ளது. 2015-2016 கணக்குப்படி இப்பாடங்களில் மொத்தமாக ஒரு லட்சத்து 93 ஆயிரத்து 192 பேர் முதுநிலை படிப்புகளிலும் 3,372 பேர் எம்.பில் படிப்புகளிலும் 2,662 பேர் பி.எச்டி., ஆய்வுப் படிப்பிலும் சேர்ந்துள்ளனர்.

கடந்த பத்து ஆண்டுகளாக உயர்கல்வியில் தமிழ்மொழி, இலக்கியம், பண்பாடு, நுண்கலை போன்ற படிப்புகளில் மாணாக்கர்கள் சேர்க்கை படிப்படியாகக் குறைவதற்கு காரணம், வணிகமயமான சமூகச்சூழல் ஏற்படுத்தும் மனத்தடையும், வேலைவாய்ப்பு குறித்த தெளிவின்மையுமே. தொடக்க காலத்தில் கல்வி என்பது மொழிக் கல்வியாகவும், இலக்கியக் கல்வியாகவும் இருந்தது. இதன் ஊடாகவே பல்துறை அறிவுத் தேடல் தொடங்கியது. ஒன்றுக்கு மேற்பட்ட மொழிகளில் புலமை பெற்றவர்கள் தங்களது அறிவுத் தளத்தினை ஆழ, அகலப்படுத்திக் கொள்ள வாய்ப்பாக அமைந்தது.

தரங்கம்பாடியில் டென்மார்க் நாட்டவர் 1620-இல் வணிக மையம் தொடங்கிய உடன் 'மொழித் தொடர்பிற்காக நியமிக்கப்பட்ட முதல் இருமொழியாளர் (துவிபாஷி) கலிங்கராயப் பிள்ளை, இவர் தன்னுடைய மொழி அறிவாற்றலால் எவ்வளவு புகழோடும் சிறப்போடும் விளங்கினார் என்பதனை 'கப்பல் சாஸ்திரம் என்ற ஏட்டுச்சுவடி விரிவாகக் கூறுகிறது. இதேபோல் இரண்டாம் சரபோஜி மன்னர் காலத்தில் பணியாற்றிய குப்பண்ணன் என்னும் இருமொழியாளரும் தான் பெற்ற மொழிக்கல்வியால் பெரும் புகழ் பெற்றிருந்தார்.

மொழி என்பது ஒரு கருவிதான் என்றாலும் மொழியறிவின் மூலம் எளிதில் பல்வேறு அறிவுத் தளங்களை அடைய முடியும். தங்களுடைய மொழிப் புலமையால் ஆங்கிலேயர்களை பச்சையப்ப முதலியாரும், பிரஞ்சுக்காரர்களை புதுவை ஆனந்தரங்கம் பிள்ளையும், டேனிசு நாட்டுக்காரர்களை சோழ மண்டலத்தைச் சார்ந்த கலிங்கராயப் பிள்ளையும், குப்பண்ணனும் வசப்படுத்தி ஆளுமை செய்தனர் என்பது வரலாறு. இவர்களுடைய உருவங்களை அந்நாட்டவர்கள் ஓவியங்களாக வரைந்து தங்களுடைய நாடுகளுக்கு ஆர்வமுடன் எடுத்துச் சென்றுள்ளனர். (தஞ்சை சரஸ்வதி மகால் நூலகம், சென்னை கோட்டை அருங்காட்சியகத்தில் அந்த உருவ ஓவியங்கள் காட்சிப்படுத்தப்பட்டுள்ளன. பச்சையப்பர் சிலை அந்த ஓவியத்தின் அடிப்படையில் உருவாக்கப்பட்டதுதான்).

1784-ஆம் ஆண்டு இந்தியர்களுக்காக மதராஸில் தொடங்கப்பட்ட முதல் பள்ளிக் கூடம் 'வேப்பேரி இலக்கணப் பள்ளி என்பதாகும். அது மொழிப் பாடங்களையே கற்பித்தது. இதன் தொடர்ச்சியாக சமய போதகர் ஜெரிக் என்பவரது உதவியுடன் தொடங்கப்பட்ட 'சிவில் ஆதரவற்றோர் இல்லம் என்ற பள்ளியும் இலக்கியப் பாடங்களுக்கு முதன்மையிடம் வழங்கியதாகவே ஆவணங்கள் கூறுகின்றன.

இந்தப் பள்ளியில் தான் 1793 முதல் 1797 வரை தஞ்சாவூர் மன்னர் சரபோஜி கல்வி பயின்றுள்ளார்.

இந்தியாவில் முதன்முதலில் தொடங்கப்பட்ட நான்கு பல்கலைக்கழகங்களில் ஒன்றான சென்னைப் பல்கலைக்கழகமும் (1857), தென் இந்தியாவில் முதன்முதலில் தொடங்கப்பட்ட மாநிலக் கல்லூரியும் (1840) அவை

தொடங்கப்பட்ட காலத்தில் 'இலக்கியம் மற்றும் தத்துவப் படிப்புகளுக்கே முதலிடம் கொடுத்தன.

உலக இலக்கியங்களில் தமிழ் இலக்கியம் மிகுந்த தொன்மையும், வளமும் கொண்டது. தமிழ் இலக்கியங்களில் செவ்வியல் இலக்கியம் 41, பதினென் கீழ்க்கணக்கு நூல்கள் 11-உம் அற மற்றும் நீதி நூல்களாகும். இவை ஒவ்வொன்றும் ஒவ்வொரு நிலையில் மேம்பட்டதாகும். வாழ்க்கை நெறிகளை வகுத்துக் கொடுத்து வழிகாட்டுவனவாகவும் உள்ளன. இதில் திருக்குறளுக்குத் தனி இடம் உண்டு.

1968-இல் இரண்டாம் உலகத் தமிழ் மாநாடு சென்னையில் நடைபெற்றதை ஒட்டி அப்போது தமிழக முதலமைச்சராக இருந்த அண்ணா அன்றிருந்த பல்கலைக்கழகங்களில் 'திருக்கு இருக்கை ஒன்றினை நிறுவி அதற்கு நிதியுதவியும் வழங்கி, மாணாக்கர் 'திருக்கு கல்வி பெறவும் வழிவகுத்திட்டார். இன்றைய நிலையில் உலகின் பல பகுதிகளில் 80 மில்லியன் மக்கள் தமிழ் மொழியை பேசுகின்றனர். தமிழ் மொழியையும் அதன் தொன்மையான இலக்கண இலக்கியங்களை உலகில் உள்ள அனைவருமே கற்க வேண்டும் என்ற நோக்கில், ஐக்கிய அமெரிக்காவில் உள்ள உலகப் புகழ்பெற்ற ஹார்வார்டு பல்கலைக்கழகத்தில் தமிழைக் கற்கவும் தமிழ் மொழி குறித்த ஆய்வுகளை மேற்கொள்ளவும் வசதியாக கல்விசார் 'தமிழ் இருக்கை நிறுவப்பட உள்ளது.

இந்த இருக்கையை அமெரிக்காவில் வாழும் சில தனிப்பட்ட தமிழ் ஆர்வலர்கள் சுமார் 6 மில்லியன் அமெரிக்க டாலர்கள் (இந்திய மதிப்பில் சுமார் 40 கோடி ரூபாய்) நிதியில் அமைக்க உள்ளனர். இதன் மூலம் சர்வதேச அளவில் தமிழ் மொழியையும் அதன் இலக்கியங்களையும் கற்பதற்கு நிலையான முறையான உயர்கல்வி அமைப்பு ஒன்று உருவாக்கப்படும் என்பது குறிப்பிடத்தக்கது. ஒருவர் விரும்பி இலக்கியப் பாடங்களைப் படிப்பது வேலை பெற மட்டுமல்ல, வேலையில் நிலைக்கவும் எல்லாவற்றிற்கும் மேலாக வாழ்வின் உன்னத நிலையை அடையவும் உதவும்

16. எஸ்.ராமகிருஷ்ணன்

பிழை திருத்துபவரின் மனைவி

அவளுக்கு அச்சடிக்கப்பட்ட காகிதங்களைப் பிடிக்காமல் போய் பலவருடங்களாகி விட்டது. குளியல் அறை சுவர்களில் ஒளிந்து திரியும் கரப்பான் பூச்சிகளை விடவும் காகிதங்கள் மிகுந்த அசூயை தருவதாகி விட்டன. சில வேளைகளில் அவள் தன் ஆத்திரம் அடங்குமட்டும் காகிதங்களை கிழித்துப் போடுவாள். காகிதங்கள் ஒரு போதும் எதற்கும் எதிர்ப்பு தெரிவிப்பதில்லை. கரப்பான் பூச்சி போல சிதறியோடவோ, மீசையைத் துண்டித்து கொண்டு தப்பிக் கொள்வதற்கோ காகிதங்கள் முயற்சிப்பதேயில்லை

காகிதங்கள் கிழிக்கபடும் போது மெல்லிய ஓசை தருகிறதேயன்றி வேறு எதிர்ப்பு குரல் எதையும் வெளிப்படுத்துதில்லை. அதைக் கூட அவளால் சகித்து கொள்ள முடிவதில்லை. இதற்காக அவள் காகிதங்களை நீரில் ஊற விட்டுவிடுவாள். அவள் வரையில் அது தான் காகிதங்களுக்குத் தரப்படும் மிக மோசமான தண்டனை. சமையல் செய்யும் போது இரும்பு வாளியில் உள்ள தண்ணீரில் காகிதத்தைப் போட்டுவிட்டால் மாலை பார்க்கும் போது அது கரைந்து துகள் துகளாக மிதந்து தண்ணீரில் கலந்து போயிருக்கும்.

காகிதங்களில் கரையும் போது அதில் அச்சடிக்கப்பட்ட வாசகங்கள் எங்கே போய்விடுகின்றன. அந்த வார்த்தைகள் உப்புத் தண்ணீருக்குள் கரைந்து போய்விடுவதை போல கண்ணுக்குத் தெரியாமல் கரைந்து போயிருக்குமா? அவள் வாளித் தண்ணீரை வெறித்துப் பார்த்து கொண்டிருப்பாள். சில நேரம் யோசிக்கும் போது வியப்பாக இருக்கும். காகிதங்களுக்கும் வார்த்தைகளுக்குள் உள்ள உறவு எத்தகையது. காகிதங்கள் தன் மீது எழுதப்படும் வரிகளுக்கு சம்மதம் தருகிறதா என்ன? காகிதங்களுக்கும் அதில் பதிந்துள்ள சொற்களுக்கும் நடுவில் இடைவெளியிருக்கிறதா? இப்படி யோசிக்க துவங்கியதும் நான் ஏன் இது போன்ற வீண் யோசனைகளை வளர்த்து கொண்டு போகிறேன் என்று அவள் மீதே அவளுக்கு ஆத்திரமாக வரும்.

அவள் வீட்டில் அச்சடிக்கப்பட்ட காகிதங்கள் நிரம்பியிருக்கின்றன. அவள் தனது பதினேழாவது வயதில் மந்திர மூர்த்தியை திருமணம் செய்து கொண்டு சென்னைக்கு வரும் வரை பாடப்புத்தங்களைத் தவிர வேறு எதையும் கண்டதேயில்லை. அதுவும் அவளது ஊரில் பெண்கள் உயர்நிலைப் பள்ளி இல்லை என்பதால் ஐந்தாம் வகுப்போடு படிப்பை நிறுத்திக் கொண்டு விட்டாள்.

ஆறேழு வருடங்கள் அவள் தீப்பெட்டி ஒட்டும் வேலை, ரப்பர்கொட்டை உடைக்கும் வேலைக்கும் போய் கொண்டிருந்தாள். தீப்பெட்டி ஆபீஸில் ரேடியோ இருந்தது. அதில் ஒலிபரப்பாகும் சினிமாப் பாட்டுகள் அவளுக்கு ரொம்பவும் பிடிக்கும். அந்த நாட்களில் சீட்டு போட்டு ஒரு ரேடியோவைச் சொந்தமாக வாங்கி விடுவதற்கு அவள் ரொம்பவும் ஆசைப்பட்டாள். ஆனால் ஒவ்வொரு முறை சீட்டு எடுக்கும் போதும் ஏதாவது ஒரு செலவு வந்து சேர்ந்துவிடும். இதனால் அவள் திருமணத்தின் போது கட்டயாம் ஒரு ரேடியோ வாங்கித் தர வேண்டும் என்று வற்புறுத்தி வாங்கிக் கொண்டுவிட்டாள். ஆனால் மந்திரமூர்த்திக்கு ரேடியோ கேட்பது பிடிக்காது என்பதால் அது எப்போதுமே அணைத்து வைக்கபட்டேயிருந்தது.

திருமணமாகி சென்னைக்கு வந்த சமயத்தில் அவளுக்கு மந்திரமூர்த்தியைக் காணப் பயமாக இருக்கும். அவர் அப்போது ராயல் பதிப்பகத்தில் வேலை செய்து கொண்டிருந்தார். அவரது பையில் ஒரு பென்சிலும் அழி ரப்பரும் எப்போதுமிருக்கும். சில நேரம் சிவப்பு மை பேனா வைத்திருப்பதை கூட கண்டிருக்கிறாள். அவளுக்குப் பிழை திருத்தம் செய்வது என்பதைப் பற்றி எதுவுமே தெரியாது. எப்போதாவது இரவில் மந்திரமூர்த்தி தரையில்

தலையணை போட்டு படுத்தபடியே காகிதங்களில் பென்சிலால் சுழிக்கும் போது அவள் கவனமாக பார்த்து கொண்டேயிருப்பாள். அவர் தனக்குத் தானே பேசிக் கொண்டிருப்பது போலவே இருக்கும். சில நேரங்களில் அவர் சப்தமாகச் சிரிப்பது கூட கேட்கும். பின்னிரவு வரை அவர் பிழைத் திருத்தம் செய்து கொண்டிருப்பார். பிறகு எழுந்து பின்கதவைத் திறந்து கொண்டு வெளியே போய் மூத்திரம் பெய்து விட்டு உள்ளே வந்து படுத்துக் கொள்வார்

அவளது உடலில் அவரது விரல்கள் ஊரும் போது பிழை திருத்தம் செய்வது தேவையில்லாமல் நினைவிற்கு வரும். அவர் காமத்தில் பெரிய நாட்டம் கொண்டவரில்லை. அதை ஒரு சம்பிரதாயம் போல ஈடுபடுவதும், உடல் வியர்த்து போனதும் முகம் திருப்பிக் கொண்டு உறங்கி விடுவதும் அவளுக்கு எரிச்சல் ஊட்டுவதாகயிருக்கும். உறக்கத்தில் கூட சில நேரம் அவரது விரல்கள் அசைந்தபடி இருப்பதையும் முகம் இறுக்கமடைந்திருப்பதையும் அவள் கண்டிருக்கிறாள்.

மந்திரமூர்த்தி யாரோடும் பேசுவது கிடையாது. அவர் காலை ஆறுமணிக்கெல்லாம் பிழை திருத்தத் துவங்கிவிடுவார். திருத்திய காகிதங்களுடன் வீட்டை விட்டு அவர் வெளியேறி செல்லும் போது அவரது மஞ்சள் பையில் திருத்திய பிரதிகளும் மதிய உணவுமிருக்கும். அவரது அலுவலகம் ராயப்பேட்டைப் பகுதியில் இருந்தது. அவருக்கென்று நண்பர்களோ தெரிந்தவர்களோ எவருமோயில்லை. வெளியிலும் அவர் போவது கிடையாது. அவருக்கு இருந்த ஒரே பழக்கம் வெற்றிலை போடுவது. அதற்காக சிறிய லெதர் பை ஒன்றை வைத்திருந்தார். அந்த பையில் இருந்து பத்து நிமிசத்திற்கு ஒரு முறை இரண்டுவெற்றிலைகளைக் கிள்ளி வாயில் போட்டுக் கொள்வார்.

ஒரு முறை அவளை தான் வேலை செய்யும் அச்சகத்தில் நடைபெற்ற விழாவிற்காக அழைத்துப் போயிருந்தார். அங்கே மிகப்பெரிய இயந்திரம் ஒன்றில் காகிதம் உருளையாக சுற்றப்பட்டிருப்பதையும் அந்தக் காகித உருளையிலிருந்து வெங்காயத்தில் தோல் உரிக்க உரிக்க வந்து கொண்டிருப்பது போல காகிதம் வழிந்து கொண்டேயிருப்பதையும் அவள் மிரட்சியோடு பார்த்து கொண்டிருந்தாள். அந்தக் காகித உருளை முழுவதும் அச்சடிக்கபட்டுவிடும். அத்தனையும் அவர் தான் பிழைத் திருத்தம் செய்ய வேண்டுமில்லையா? அவள் தன் கணவரிடம் அதைப்பற்றி கேட்டதும் அசட்டுதனமாக உளறாதே என்றபடியே அவர் பைண்டிங் செய்யும் பகுதிக்குச் சுற்றி காட்ட அழைத்து சென்றார்

அவள் வயதில் நாலைந்து பெண்கள் காகிதங்களை வரிசை வரிசையாக அடுக்கி ஒட்டிக் கொண்டிருந்தார்கள். அவர்களுக்கு எவ்வளவு சம்பளம் கிடைக்கும் என்று கேட்டாள். மந்திரமூர்த்தி பதில் சொல்லாமல் அது நமக்கு சரிப்படாது என்றார். அச்சகத்தின் கடைசில் இருந்த கழிப்பறைக்கு அவள் போகும் போது வழியில் தரையில் காகிதங்கள் சிதறி கிடந்தன. அதன் மீது

யாவரும் மிதித்து நடந்து போய் கொண்டிருந்தார்கள். தென்பக்கமாக ஒரு சிறிய இரும்புக் கதவு திறந்து கிடப்பதைக் கண்டாள். உள்ளே எட்டிப்பார்த்த போது கழித்து போட்ட உபயோகமற்ற காகிதங்கள் ஒரு அறை முழுவதும் நிரம்பியிருந்தன. அவளுக்கு பயமாக இருந்தது. நீருற்று பொங்குவதை போல காகிதங்கள் பொங்கி வழிந்து கொண்டிருக்கிறதா? இந்த காகிதங்கள் எல்லாம் எங்கே போய்சேரும்? அவள் கழிப்பறைக்கு போனபிறகும் அந்த யோசனை-யில் இருந்து விடுபட முடியாமலிருந்தாள்.

அந்த அச்சகத்தில் அவளது கணவன் ஒரு ஆள் மட்டுமே பிழை திருத்-துபவராக இருந்தார் என்பது ஏன் என்று அவளுக்கு புரியவேயில்லை. ஒரு நாள் மந்திர மூர்த்தி பிழை திருத்தி வைத்திருந்த காகிதங்களை அவருக்குத் தெரியாமல் எடுத்துப் பார்த்தாள். அநேகமாக வரிக்கு வரி தவறுகள் அடை-யாளம் காணப்பட்டு அதைச் சுற்றி ஒரு வட்டம் போடப்பட்டும் அடித்து மாற்-றியும் இருந்தன. அவளுக்கு அந்தக் காகிதத்தை பார்க்கும் போது ஏதோ குழந்தை விளையாட்டு போலத் தோணியது. சில வேளைகளில் மந்திரமூர்த்தி எல்லா எழுத்தாளர்களை விடவும் மிகப்பெரிய அறிவாளி போன்று தோன்றி-னார். ஒரு வேளை தான் அவரைப் புரிந்துகொள்ளவில்லையோ என்று கூட அவளுக்கு தோணியது. அவள் பயத்தோடு அந்த காகிதத்தை அதே இடத்-தில் வைத்துவிட்டு அவருக்கு சாப்பாடு வைத்தாள்.

மந்திரமூர்த்தியின் கண்களில் பிழைகள் எத்தனை சிறியதாக இருந்தாலும் எப்படியோ பட்டு விடுகிறது. இந்த குணம் அவருக்கு காகிதங்களோடு மட்டும் இருக்கிறதா இல்லை தன்னையும் அவர் இது போன்று நுணுக்கிப் பார்த்து கொண்டுதானிருக்கிறாரோ? ஆரம்ப நாட்களில் அவள் மாலை நேரங்களில் வீட்டு வாசல் படியில் வந்து உட்கார்ந்து கொண்டு தெருவை வேடிக்கை பார்த்துக் கொண்டிருப்பாள். வீடு திரும்பும் மந்திர மூர்த்தியின் முகம் அதைக் கண்டதுமே கடுமையடைவதை அவள் கண்டிருக்கிறாள். வீடு வந்து சேர்ந்த-தும் அவர் தனது பிழைத் திருத்தும் காகிதங்களை எடுத்து வைத்துக் கொள்-வார். அவள் தரும் காபியோ, காரத்தையோ அவர் எப்போது சாப்பிடுகி-றார் என்று கூட தெரியாது. ஏன் அவர் இப்படி எழுத்துக்களுக்குள் தன்னை முடக்கிக் கொண்டுவிட்டார் என்று குழப்பமாக இருக்கும்.

மந்திரமூர்த்திக்கு உணவில் கூட அதிக கவனமிருப்பதில்லை. ஈர வேஷ்-டியை கூட சில நேரங்களில் அணிந்து கொண்டு புறப்பட்டு போகின்றவரா-கயிருந்தார். எப்போதாது அவள் தயக்கத்துடன் அவர் வேறு வேலை ஏதா-வது பார்க்க கூடாதா என்று கேட்கும் போது அவர் முறைத்தபடியே இந்த வேலையில் என்ன பிரச்சனை என்று கேட்பார். அவளால் விளக்கி சொல்ல முடியாது. மந்திரமூர்த்தி அச்சகத்திற்கு செல்லாமல் ஒரு நாளும் இருந்ததே கிடையாது. அவள் உடல் நலமற்று கிடந்த நாட்களில் கூட கஞ்சி வைத்-துக் கொடுத்துவிட்டு அவர் அச்சகத்திற்கு கிளம்பி போய்விடுவார். பாயில் கிடந்தபடியே அவள் பல்லைகடித்து கொண்டுகிடப்பாள். எதற்காக இதை

போன்ற ஒருவரை தான் திருமணம் செய்து கொண்டோம். ஒரு எழுத்து மாறி போகின்றதைப் பற்றி கவலைப்படும் ஒரு நபர் தன்னை ஏன் கவனிக்க மறந்து போகிறார் என்று ஆத்திரமாக வரும்.

மந்திரமூர்த்தி அதைப் பற்றி யோசிப்பதேயில்லை. எப்போதாவது அவராக சினிமாவிற்கு போய்வரலாம் என்று சொல்வார். அது போன்ற நேரங்களில் அவள் அவசரமாக புடவையை மாற்றிக் கொண்டு வெளியே வருவாள். திரையரங்கத்தின் வாசலில் நின்றபடியே போஸ்டர்களில் உள்ள எழுத்துக்களை, வேர்கடைலை மடித்து தரும் காகிதங்களை கூட அவர் உன்னிப்பாகக் கவனிப்பதையும் அவரது உதடுகள் தவறுகளை முணுமுணுப்பதையும் அவளால் கேட்க முடிந்திருக்கிறது.

சினிமா தியேட்டரில் அவர் சிரித்து அவள் கண்டதேயில்லை. எப்போதும் தீராத யோசனையுடன் அவரது முகம் உறைந்து போயிருக்கும். சினிமா முடிந்த மறுநிமிசமே வீடு திரும்பிவிட வேண்டும் என்பதில் அவருக்கு மிகுந்த பதட்டமாக இருக்கும். சினிமா பார்த்த வந்த இரவுகளில் அவர் அவளோடு உறவு கொள்வது கிடையாது என்பது ஏன் என அவளால் புரிந்து கொள்ளவே முடியவில்லை. அவர்களுக்கு திருமணமாகி பதினைந்து ஆண்டுகளுக்கும் மேலாகி விட்டிருந்தது. இப்போது வரை குழந்தைகளில்லை. அவள் தனியாகவே வீட்டிலிருந்து பழகி விட்டிருந்தாள். எப்போதாவது அவளாக ஒரு எலுமிச்சைபழத்தை கையில் எடுத்துக் கொண்டு நடந்தே தட்சணாமூர்த்தியை தரிசிப்பதற்காகச் சென்று வருவாள்.

அது போன்ற நேரங்களில் அவள் கடவுளிடம் என்ன வேண்டுவது என்பது கூட அவளுக்கு மறந்து போயிருந்தது. சில நேரங்களில் சன்னதியின் முன்பாக நின்று கொண்டு கடவுளை வெறித்துப் பார்த்து கொண்டிருப்பாள். ஆத்திரமாகும் நாட்களில் அச்சடிக்கப்பட்ட காகிதங்கள் யாவும் உலகிலிருந்து ஒழிந்து போய்விட வேண்டும் என்று கடவுளிடம் பிரார்த்தனை செய்வாள். அவளது கோபம் கொஞ்சம் கொஞ்சமாக வளர்த்து பென்சில்களின் மீது. ரப்பரின் மீது என நீண்டு கொண்டே போனது. இரண்டு வருடங்களுக்கு முன்பு ஒரு நாள் பகலில் என்ன செய்வது என்று தெரியாமல் வீட்டில் இருந்த காகிதங்கள் ஒவ்வொன்றாக எடுத்துக் கிழித்தபடியே இருந்தாள். மாலையில் வீடு திரும்பிய மந்திர மூர்த்தி காகிதங்கள் இறைந்து கிடந்த அறையை கண்டதும் சற்றே கோபமான குரலில் தங்கம்மா.. உனக்கு பேப்பரை கிழிக்க ஆசையிருந்தால் குப்பை தொட்டிக்கு போ .அங்கே நிறைய கிடக்கும். இன்னொரு தடவை இது போல செய்யாதே என்றபடியே அவர் தனது மேஜையில் உட்கார்ந்து கொண்டு பையில் இருந்த காகிதங்களை பிழை திருத்தம் செய்ய துவங்கினார்.

அவள் சப்தமாகக் கத்தி அழுதாள். அந்த சப்தம் அவருக்கு கேட்டதாகவே தெரியவில்லை. அவர் திருத்திய காகிதங்களைத் தனியாக எடுத்து வைத்துக் கொண்டிருந்தார். அன்றிரவு அவள் உறங்கவேயில்லை. அவளுக்-

குக் காகிதங்களில் இருந்து சொற்கள் உதிர்ந்து விழுவது போன்றும் அவளது கையில், கால்களில், உடல்களில் சொற்கள் ஒட்டிக் கொண்டு இருப்பது போன்றும் தோன்றியது. அதன் பிறகு அவளை மருத்துவரிடம் அழைத்து போனார் மந்திரமூர்த்தி. அவள் கலக்கத்துடன் தனக்குப் பயமாக இருப்பதாகச் சொன்னாள். ஒருவார காலம் உறங்குவதற்கு மாத்திரைகள் தந்து அனுப்பி-னார் மருத்துவர். கண்களை அழுத்தும் உறக்கத்தின் ஊடாக கூட ஒரு நிழ-லைப் போல அவர் பிழைத் திருத்திக் கொண்டிருப்பது அவளுக்கு தெரியும். அழுவதற்கு கூட முடியாமல் அவள் உறங்கி போய்விடுவாள்.

ஒரு ஆண்டுகாலம் அவளைச் சொஸ்தப்படுத்துவதற்காக வாரம் தோறும் பொதுமருத்துவமனைக்கு அழைத்துப் போகும்படியான சூழ்நிலை உருவானது. அவள் மௌனமாகத் தெருவில் நடந்து வருவாள். மருத்துவமனை வரும் வரை அவர் எதுவும் பேசிக் கொள்ளவே மாட்டார். புறநோயாளிகள் பிரிவில் அவளை உட்கார வைத்துவிட்டு அவர் எதிரில் இருந்த வாகை மரத்தை வெறித்துப் பார்த்தபடியிருப்பார். வெள்ளை, மஞ்சள் நிற மாத்திரைகள் சகி-தமாக அவர்கள் வீடு திரும்பிய மறுநிமிசம் அவர் தனது அச்சகத்திற்கு புறப்பட்டு போய்விடுவார். மாத்திரைகளில் கூட ஏதோ பெயர்கள் அச்சடிக்-கபட்டிருக்கின்றன. அந்த பெயர்கள் பிழை திருத்தப்பட்டதா இல்லை திருத்-தபடாததா என்ற உற்று பார்த்து கொண்டிருப்பாள். மாத்திரைகள் வயிற்றில் கரைந்து போகும் போது இந்த பெயர்களும் தனக்குள் கரைந்து போய்விடும் இல்லையா என்று யோசனை எழும். அவள் கண்களை மூடிக் கொண்டு மாத்திரையை விழுங்குவாள்.

காகிதங்கள் மெல்ல அவளுக்கு வெறுப்பையும் கோபத்தையும் வளர்த்து கொண்டேயிருந்தன. உலகில் உள்ள எல்லா அச்சு எழுத்துக்களையும் அழித்துவிட விரும்பியது போல அவள் ஆவேசப்படத் துவங்கினாள். இதற்-காக அவரோடு பேசுவதையும் அவள் தவிர்த்து வந்தாள். எப்போதாவது அவர் தண்ணீர் கேட்கும் போது கூட அவள் அந்த சொல்லைக் கேட்-டதேயில்லை என்பது போல அவரைப் பார்த்தபடியே இருப்பாள். அவராக எழுந்து தண்ணீர் குடித்துவிட்டு வந்து உட்கார்ந்து கொள்வார்

இரவுகளில் உறங்க மனதற்கு அவள் பாயில் உட்கார்ந்துகொண்டேயிருப்-பதை அவர் கவனித்த போது கூட தன் வேலையை நிறுத்த மாட்டார். ஒரு நாள் அவள் அவரது முதுகின் பின்னால் வந்து நின்றபடியே அவரது வேலையைக் கவனிக்க துவங்கினாள். ஆவேசமாக மிருகம் ஒன்று தனது இரையை வேட்டையாடுவதை போல அவர் சொற்களை தன் கையில் உள்ள பென்சிலால் அடித்தும் திருத்தியும் மாற்றிக் கொண்டேயிருந்தார்.

அவள் ஆத்திரத்துடன் கேட்டாள்

காகிதத்தில் அப்படி என்னதானிருக்கிறது ?

அவர் திரும்பி பார்க்காமலே எனக்குத் தெரியவில்லை என்றார். அவள் காகிதங்களை உற்றுப் பார்த்தபோது வார்த்தைகள் உடைந்தும் விலகியும்

தனியே நடனமாடுவது போலிருந்தது. திடீரென அவரை கட்டிக் கொண்டு அழுத்துவங்கினாள். அவரது கையில் இருந்த பென்சில் தவறி கிழே விழுந்து முனை உடைந்தது. அவர் அவளது கைகளை விலக்கி விட்டுக் கிழே கிடந்த பென்சிலை எடுத்து மிக கவனமாகச் சீவத் துவங்கினார். அவர் முன்பு ஆயிரம் பக்க புத்தகம் ஒன்று பிழைத் திருத்தத்திற்காக காத்துக் கொண்டிருந்தது. தங்கம்மாளின் அழுகை வீடெங்கும் கரைந்து ஒடிக்கொண்டிருந்தது.

17. பிரபாகர் வேதமாணிக்கம்

ஆசிரியரைக் கொன்று விட்டோமா?

கடந்த ஐம்பது ஆண்டுகளில் உலகம் பெருமளவு மாற்றங்களைச் சந்தித்திருப்பதைப் போல தமிழ்ச் சமூகமும் அதனளவில் மாற்றங்களுக்குள்ளாகியிருக்கிறது. குறிப்பாக மனிதர்கள், அவர்களின் பணிகள், பொறுப்புகள் பற்றிய கண்ணோட்டங்கள் மாறியிருக்கின்றன. மதிப்பீடுகளும் கூட.

80களுக்கு முன் தமிழக கல்லூரிகள் மற்றும் பல்கலைக் கழகங்களில் பேராசிரியப் பணி என்பது கவர்ச்சிகரமான ஒரு பணி அல்ல. ஏனெனில் ஆசிரிய மற்றும் பேராசிரியப் பணிக்கான ஊதியம் என்பது வெளியே சொல்லிக்கொள்ளும்படியாக இருக்கவில்லை. வாத்தியார் வேலை வக்கத்த வேலை என்ற சொல்வழக்கு பேராசிரியர்களுக்கும் பொருந்தக்கூடியதாகவே இருந்தது. நிலமை அப்படியிருக்க இந்த பேராசிரியப் பணியை செய்யத்துணிந்தவர்கள் யார் என்ற வினா எழக்கூடும். பெரும்பாலானவர்கள் ஆசிரியப் பணியை விரும்பி ஏற்றுக் கொண்டவர்களாக இருந்தனர்.

தொடர்ந்து வாசிப்பது, கற்றுக்கொள்வது, கற்றதைப் பகிர்ந்து கொள்வதில் இயல்பாகவே ஆர்வம் சிலருக்கு இருக்குமல்லவா. அவர்கள் விரும்பிய துறையாக பேராசிரியப் பணி இருந்தது. பொதுவாகவே பேராசியர்களுக்கு உரையாடுவதிலும் விவாதிப்பதிலும் ஆர்வம் இருப்பதைக் கவனித்திருப்போம். வெளிப்படையாகச் சொன்னால் சில பேராசிரியர்களிடம் சிக்கினால் மீள்வது பெரும்பாடாகிவிடும். அது அந்த தொழிலின் அடிப்படை இயல்புதான். மொத்தத்தில் ஆசிரியப் பணியை விரும்பி ஏற்றுக்கொண்ட ஏராளமானவர்களால் தமிழக உயர்கல்வி நிலையங்கள் நிரம்பியிருந்தன.

நான் பணிபுரிந்த கல்லூரியில் வெங்கட்ராமன் எனும் ஒரு அறிவியல் பேராசிரியர் 60களிலேயே அமெரிக்காவில் வேதியியலில் முனைவர் பட்டம் பெற்று, அங்கே நாசாவில் பணியாற்றும் வாய்ப்புக் கிடைத்தும் நான் ஆசிரியப் பணிக்கே திரும்புகிறேன் என்று மதுரை எனும் சிறு நகரத்தில் இறுதிவரை பணியாற்றினார். பீட்டர் எனும் பேராசிரியர் அமெரிக்க பல்கலைக் கழகம் ஒன்றில் இயற்பியலில் முனைவர் பட்டம் பெற்றபின்னும் அமெரிக்க கனவுகளுக்கு ஆட்படாமல ஆசிரியராகவே பணியை நிறைவுசெய்தார். ஓய்வு பெற்றபின்னும் கூட 10ஆண்டுகளுக்குமேல் ஆசிரியப் பணியை விரும்பிச்-

செய்தார். இத்தனை பல்கலைக்கழகங்கள் இல்லாத அந்தக் காலத்தில் சென்னைப் பல்கலைக்கழகத்தில் ஒரு குறிப்பிட்ட ஆண்டில் முதுகலை ஆங்கில இலக்கியத்தில் ஒரே ஒரு மாணவர்தான் முதல் வகுப்பில் தேர்ச்சி பெற்றிருந்தார்.

அந்த மாணவர் சென்னை கிறித்தவக் கல்லூரியில் பயின்ற வசந்தன் என்பவர். ஆங்கிலத்தில் பெரும்புலமை பெற்றிருந்த அவருக்கு ஆங்கில ஊடகத் துறையில் பெரும் வாய்ப்புகள் இருந்தும் அவருக்குப் பிடித்த பேராசிரியப் பணியையே தேர்ந்தெடுத்து பணிநிறைவு செய்தார். இப்படி நான் பணிசெய்த கல்லூரியிலேயே பலரையும் சுட்டிக்காட்ட முடியும். இதுபோன்று தமிழகத்தின் பழம்பெரும் கல்லூரிகளில் பலபேராசிரியர்கள் கற்பித்த காலம் ஒன்று இருந்தது. மதுரையில் அமெரிக்கன் கல்லூரியில் ஒரு பேராசிரியரின் வகுப்புகளை கவனிக்க தியாகராசர் கல்லூரி, மதுரைக் கல்லூரிகளிலிருந்து மாணவர்கள் வருவது உண்டாம். அதுபோல தியாகராசர் கல்லூரிக்கும் மதுரைக் கல்லூரிக்கும் அமெரிக்கன் கல்லூரி மாணவர்கள் செல்வதுண்டாம். அத்தகைய ஆசிரியர்களும் மாணவர்களும் இருந்த நாட்களின் கல்விச்சூழல் எப்படி இருந்திருக்கும் என்று கற்பனை செய்துகொள்ள வேண்டியதுதான்.

இருபதாண்டுகளுக்கு முன்புவரைகூட தமிழக கல்லூரி வளாகங்கள் செயலூக்கம் மிக்கனவாக இருந்தன. சென்னை பச்சையப்பன் கல்லூரி, சென்னைக் கிறித்தவக் கல்லூரி, அண்ணாமலைப் பல்கலைக் கழகம், மதுரை தியாகராசர் கல்லூரி, அமெரிக்கன் கல்லூரி போன்ற பல கல்லூரிகள் தனித்துவமான வளாகக் கலாச்சாரங்களைக் கொண்டிருந்தன. சமூக அரசியல் பற்றிய தீவிரமான பார்வைகளும் விவாதங்களுமாக இருந்த நாட்கள் அவை. அப்போதைய பேராசிரியர்களிடம் பெரும் பணப்புழக்கம் இருந்திருக்கவில்லை.

ஆனால் அறிவுச்செருக்கும், அதன் பொருட்டான கர்வமும் ஆளுமையும் இருந்தன. அவர்களிடம் பயின்ற மாணவர்களால் அவர்கள் வெகுகாலம் பேசப்படக்கூடியவர்களாக இருந்தார்கள். அதாவது கல்வியின் மையம் ஆசிரியர்கள்தான். சிறந்த ஆசிரியர்களே உயர்தரமான கற்றல் அனுபவத்தைச் சாத்தியப்படுத்தக் கூடியவர்கள். வகுப்பறைகள், கட்டிடங்கள் இன்னபிற வசதிகள் அனைத்தும் இரண்டாம் பட்சமானவைதான்.

காலங்கள் மாறும்போது காட்சிகளும் மாறத்தானே செய்யும். இப்போது தமிழகம் இந்தியாவுக்கே உயர்கல்வியின் மையமாகமாறிவிட்டது. 1940களில் இந்தியாவில் 16 பல்கலைக்கழகங்கள், சிலநூறு கல்லூரிகள் இயங்கின. ஏறத்தாழ 2லட்சம் மாணவர்களே உயர்கல்வி கற்றனர். 2020களில் 1168 பல்கலைக்கழகங்கள் மற்றும் 45000 கல்லூரிகளில் 3கோடிக்கும் அதிகமான மாணவர்கள் பயின்று வருகிறார்கள். ஆனால் அகில இந்திய அளவிலும் தமிழகத்திலும் உயர்கல்வித்தரம் அன்றாடம் சரிந்து கொண்டிருப்பது வெளிப்படையான உண்மையாக இருக்கிறது. இதற்கான காரணங்கள் பலவாக இருந்தாலும் அடிப்படையான காரணம் ஆசிரியர்களின் தரத்தில் காணப்படும்

வீழ்ச்சியே.

மேற்கண்ட அந்த லட்சிய ஆசிரியர்கள் எங்கே போனார்கள்? அத்தகைய ஆசிரியப் பெருமக்கள் அழிந்துவிட்ட அரிய உயிரினமாகிவிட்டார்களா? உலகநாடுகளோடு ஒப்பிட்டு, எதிர்காலத் தலைமுறைகளை அறிவார்ந்தவர்களாக உருவாக்கும் பணியிலிருக்கும் ஆசிரியர்களின் சமூகப் பொருளாதாரத் தரத்தை மேம்படுத்தும் விதமாக பல்கலைக்கழக மானியக்குழு புதிய ஊதியவிகிதத்தை 90களில் அமுல் படுத்தியது. இதன்விளைவாக சிறந்த திறன்படைத்த ஆசிரியர்கள் ஈர்க்கமுடியும். அதனால் 21ஆம் நூற்றாண்டுச் சவால்களைச் சந்திக்கக்கூடிய மாணவர்களை உருவாக்கமுடியும் என்பதே அரசின் திட்டமாக இருந்தது.

இந்த ஊதிய உயர்வே நம் உயர்கல்வியின் தரத்தை குழிதோண்டிப்புதைக்கும் என்பதை யாரும் கற்பனை செய்திருக்க மாட்டார்கள். இந்த பலமடங்கு ஊதிய உயர்வு கல்வி நிறுவனங்களையும் கல்வித் துறை மற்றும் அரசையும் ஊழலுக்குள் தள்ளியது. தகுதியை மட்டும் பார்த்துக்கொண்டிருந்த நிறுவனங்கள் நேரடியாக லட்சங்களில் பணியிடங்களுக்கு பணம் வாங்கத் தொடங்கியபிறகு ஆசிரியப் பணியை விரும்பும் தகுதியுள்ள நபர்களால் இந்த ஊழல் கோட்டையை அணுகமுடியவில்லை. சாதி, மதம், செல்வாக்கு, சிபாரிசு, பணம் ஆகியவற்றின் பல்வேறு இணைவுகள் அர்ப்பணிப்புள்ள ஆசிரிய இனத்தையே அழித்துவிட்டது. இன்று அரசு ஊதியம் பெறும் ஆசிரியர்களில் மிகச் சிறுபாண்மையினரே ஆசிரியப் பணியின் தீவிரம் உணர்ந்தவர்களாக இருக்கிறார்கள்.

இதற்கிடையே கடந்த சில பத்தாண்டுகளில் சுயநிதிக் கல்லூரிகளும், அரசு நிதிஉதவிபெறும் கல்லூரிகளில் சுயநிதிப்பிரிவுகளும் கணக்கில்லாமல் தொடங்கப்பட்டன. இப்போது புதிதான ஒரு பேராசிரிய வர்க்கம் உருவானது. மாத உதியம் ரூ 80000/=த்தில் தொடங்கும் ஒரு ஆசிரியருக்கு பக்கத்து இருக்கைகளில், அனைத்து தகுதிகள் இருந்தும் சமூக பொருளாதார செல்வாக்கற்ற ஒரு பேராசிரியர் ரூ 10000/=இல் தன் கல்விப்பணியைத் தொடங்குகிறார். 70% க்கும் மேல் சுயநிதியில் இயங்கும் கல்வி நிறுவனங்கள் வந்தபின் இப்படியானதோர் ஒரு அப்பாவி பேராசிரியர் கூட்டம் ரூ 25000 ஊதியம்பெற போராடிக்கொண்டிருக்கிறது.

இந்தக்கட்டுரை எழுதுவதற்குக் காரணம் சமீபத்தில் நான் சந்தித்த ஒரு மாணவ நண்பர். அவர் ஆங்கில இலக்கியத்தில் முதுகலைப் பட்டம்பெற்று அகில இந்திய தகுதித்தேர்வில் தேர்ச்சிபெற்று பணிவாய்ப்பைத் தேடிவருபவர். கற்பதிலும் கற்பிப்பதிலும் ஆர்வம் உடையவர். ஒரு நல்ல கல்விச் சூழலுள்ள கல்லூரியைத் தேடிக்கொண்டிருப்பவர். தொடர்ந்து பணிக்கான நேர்முகத் தேர்வுகளில் கலந்துகொண்ட அவர் அனுபவத்தை விவரித்தபோது வியப்பாகவும் அதிர்ச்சியாகவும் இருந்தது. நேர்முகத்தேர்வுக்குச் செல்வதற்குமுன் இன்று புற நகர்ப் பகுதிகளில் முளைத்திருக்கும் கலை அறிவியல் மற்றும்

பொறியியல் கல்லூரிகளைப் பற்றி சிறிது பேசியாகவேண்டும்.

அதாவது தமிழகத்தில் உயர்கல்விகற்க விரும்புபவர்களின் சதவீதம் தேசிய சராசரியைவிட அதிகம் என்பதோடு, நாளுக்கு நாள் எளிய மக்களும் தங்கள் பிள்ளைகளை உயர்கல்விக்கு அனுப்பித்தான் பார்ப்போமே என்ற மனநிலையில் இருக்கிறார்கள். அதற்கான சமூக பொருளாதார ஏற்றம் நிகழ்ந்திருக்கிறது. இந்த சூழலை ஒரு வணிகவாய்ப்பாக புரிந்துகொண்ட திடீர் கல்வித் தந்தைகள், ரியல் எஸ்டேட் காரர்கள், அரசியல்வாதிகளால் பெரும்பாலான கல்லூரிகள், கடந்த 20 ஆண்டுகாலத்தில் அவசரகதியில் ஆரம்பிக்கப்பட்டுள்ளன.

அவரவர் சமூக (சாதி) மேம்பாட்டுக்காக 50ஆண்டுகளுக்கும் முன் ஆரம்பிக்கப்பட்ட பழம்பெரும் கல்லூரிகளின் நிர்வாகங்களும் கூட இன்றுள்ள வணிக சாத்தியங்களால் மாசுபட்ட சூழல் நிலவுகிறது. அங்கு செயலாரகவும் நிர்வாகக் குழுவிலிருப்பவர்களுக்கும் உயர்கல்விக்கும் எந்தத் தொடர்பும் இருப்பதில்லை. அவர்களுக்குத் தோதான ஒரு பலவீனமான நபரை முதல்வராக அமர்த்திவிடுகிறார்கள்.

இப்போது கதைக்கு வருவோம். பேராசிரியக் கனவில்மிதக்கும் நம் மாணவ நண்பர்7000 ரூபாய் மாத ஊதியத்தில் ஒரு கல்லூரியில் சிலமாதங்கள் இருந்து அங்கிருந்து தப்பித்து 15000 மாத ஊதியத்திற்கு இன்னொரு தனியார் கல்லூரியில் ஒரு பருவம் பணிசெய்திருக்கிறார். அடுத்ததாக குறைந்தபட்சம் 30000 கிடைக்கக்கூடிய கல்லூரிக்காக சில நேர்முகத் தேர்வுகளுக்குச் செல்ல ஆரம்பித்திருக்கிறார். நேர்முகத் தேர்வுகளில் பெரும்பாலும் செயலர் அல்லது நிறுவுனர் இருப்பார். முதல்வர் பெயருக்கு அமர்ந்திருப்பார். பாடம் நடத்தச் சொல்லிவிட்டு அதைக் கவனிக்காமல் செல்பேசியை நோண்டிக்கொண்டிருப்பார்கள், குறுக்கே ஏதாவது உரையாடிக் கொள்வார்கள். அந்தரத்தில் நிறுத்தி உடை, முடியலங்காரம் எப்படி இருக்கவேண்டும், ஒழுக்கம் எவ்வளவு முக்கியம் என்பதுபற்றி ஏதாவது அறிவுரைகள் கொடுக்கப்படும்.

இறுதியில் ‘எவ்வளவு எதிர்பார்க்கிறீர்கள்?’ என்பார்கள். அவர்கள் கொடுக்க உத்தேசித்திருக்கும் ஊதியம் ஒரு மனிதனின் ஒருமாத அடிப்படைத் தேவைகளுக்குப் போதுமானதா? என்பதைப் பற்றிய எந்த கற்பனையும் இல்லாமல் பேரம் பேசுவார்கள். மதுரையில் முனைவர் பட்டம் பெற்று சகல தகுதிகளும் உடைய ஒருவருக்கு அதிகபட்சமாக ரூ 25000/= கிடைக்கலாம். குறைந்தபட்சமாக ரூ 8000/= இருக்கிறது. பெரும்பாலும் பத்திலிருந்து பதினைந்தாயிரமே நடைமுறை. இன்றைய கல்வித்தந்தைகளுக்கு சிறந்த கல்விமான்கள் ஆசிரியர்களாக வேண்டியதில்லை. குறிப்பிட்ட நேரங்களில் வகுப்பறைகளுக்குச் சென்று ஏதாவது செய்து மாணவர்களை சமாளிக்கக் கூடியவர்களாக இருந்தால் போதுமானது. அங்கு எந்த கற்றல் - கற்பித்தல் நடவடிக்கையும் நடந்தாகவேண்டிய தேவையில்லை. ஆகவே அரசு பரிந்துரைக்கும் கல்வித் தகுதிகளோடு ஒரு அப்பாவி தேவை. ஒரு பருவத்-

திற்கு 2 வினாடி-வினா, 2 கட்டுரைத் தாள்கள், 2 தேர்வுத்தாள்கள் திருத்த வேண்டும். மதிப்பெண்களைப் பதிய வேண்டும்.

அவர்கள் ஆசிரியப் பணியோடு அலுவலகப் பணிகளையும் செய்தாகவேண்டும். சில கல்லூரிகளில் மாணவர் சேர்க்கைக்காக பள்ளிகளுக்குச் செல்லவேண்டும். இதற்கிடையே அவர்கள் ஒரு நாளொன்றுக்கு 4வகுப்புகளுக்குச் செல்லவேண்டும். வாரத்திற்கு 18லிருந்து 20 வகுப்புகளைக் கையாளவேண்டும். இதெற்கெல்லாம் சேர்த்து அவர்களுக்கு வழங்கப்படுகிற ஊதியம் எந்த தர்க்கத்திற்கும் உடன்பாடாத ஒன்று. இந்திய அரசு நிர்ணயித்துள்ள குறைந்தபட்ச கூலி ஒரு மணி நேரத்திற்கு ரூ178/= . இதனடிப்படையில் பார்த்தால்கூட நம் பேராசிரியர்களுக்கு ஒரு மாதத்திற்கு 25 நாட்களுக்கு ஊதியமாக 35000 ரூபாய்கள் வழங்கவேண்டும்.

ஆனால் கல்லூரிகளை நிர்வகிப்பவர்களை கண்காணிக்க இங்கு எந்த செயல்முறையும் இல்லை. பணிப்பாதுகாப்போ, முறையான ஊதிய உயர்வோ மிகச் சொற்பமான நிறுவனங்களாலேயே வழங்கப்படுகின்றன. சமீபத்தில் வெளியான ஒரு இனிப்பகத்தின் விளம்பரத்தில் தூய்மைப் பணியாளருக்கு 12000/= ஊதியம். ஒரு கொத்தனாருக்கு குறைந்தபட்சம் நாளொன்றுக்கு ரூ1000/= என்பனவற்றைப் பார்க்கும்போது உயர்கல்வி நிலையங்களில் நடக்கும் சுரண்டலை எப்படிக் கையாள்வது? எண்ணிக்கையில் மட்டுமல்லாமல் தரத்திலும் தமிழக உயர்கல்வி சிறக்கவேண்டுமெனில் ஆசிரியர்களின் தரம் உயர்த்தப்படவேண்டும். அரசுக்கும் உயர்கல்வித்துறைக்கும் இதையெல்லாம் பொருட்படுத்த நேரம் இருக்குமா?

18. அ. முத்துலிங்கம்

எது புலம்பெயர் எழுத்து?

புலம்பெயர் எழுத்து என்பது பிரதேச அடையாளங்களைக் கடந்த எழுத்தா அல்லது அவற்றை மீளுருவாக்கம் செய்யும் எழுத்தா?

பல வருடங்களுக்கு முன்னர் என்னை அறிமுகப்படுத்தும்போது 'புலம்பெயர்ந்த எழுத்தாளர்' என்று ஒருவர் கூறியது ஞாபகத்துக்கு வருகிறது. நான் திடுக்கிட்டுவிட்டேன். அப்பொழுது அந்தச் சொல்கூட எனக்கு பரிச்சயமாக இருக்கவில்லை. நான் இலங்கையில் இருந்தபோது எழுதினேன்; பின்னர் புலம்பெயர்ந்த நாடுகளில் இருந்தும் எழுதினேன். எனவே நண்பர் என்னை எப்படி அந்த வகைப்பாட்டுக்குள் அடக்கினார் என்பது தெரியவில்லை. நான் மறுபடியும் இலங்கைக்கு போய் அங்கேயிருந்து எழுதினால் நான் யார் என்று கேட்டேன்.

அவரிடம் பதில் இல்லை. புலம் பெயர்ந்தவர் எழுதுவது புலம்பெயர் இலக்கியம் என்றால் அது தமிழில் பல நூறு வருடங்களுக்கு முன்னரே தொடங்கிவிட்டது. சத்திமுற்றப் புலவரின் 'நாராய் நாராய் செங்கால் நாராய்'

பாடலில் ஆரம்பித்து இன்றுவரை தொடர்கிறது. பழந்தமிழ் இலக்கியத்தில் 'செலவழுங்குதல்' என்ற துறைகூட இருக்கிறது. பொருள்தேட வெளியூருக்குப் புறப்பட்ட தலைவன், தலைவியின் துயரத்தை தாங்கமுடியாமல் பயணத்தை நிறுத்திவிடுவது.

அகில் சர்மா என்ற இந்திய அமெரிக்கர் ஆங்கிலத்தில் எழுதுகிறார். இவர் ஒரு மில்லியன் டொலர் சம்பள உத்தியோகத்தை துறந்துவிட்டு முழு-நேர எழுத்தாளராகி பிரபலமானவர். இவரிடம் ஒருமுறை 'நீங்கள் புலம்பெயர்ந்த எழுத்தாளரா?' என்று கேட்டேன். அவருக்கு கோபம் வந்துவிட்டது. 'புலம்பெயர்ந்துவிட்டபடியால் ஒருவர் எழுதுவது புலம்பெயர் இலக்கியமா? பத்திரிகைகள் வசதிக்காக ஒவ்வொரு எழுத்துக்கும் ஒவ்வொரு பெயர் சூட்-டுவார்கள். மருத்துவர் வியாதிகளுக்கு பெயர் சூட்டுவதுபோல. எழுத்தாளர் இதுபற்றி அலட்டிக்கொள்ளக் கூடாது. அவர் எழுதுவது உலகத்துக்கு பொது-வான மனித உணர்வுகளை பிரதிபலிப்பதுதான் முக்கியம்,' என்றார்.

புலம்பெயர்ந்து எழுதியவர்களில் உடனே நினைவுக்கு வருபவர் நோபல் பரிசு பெற்ற ஐஸாக் பஸிவிஸ் சிங்கர் என்ற போலந்து யூத எழுத்தாளர். அவர் 33 வயதிலேயே அமெரிக்காவுக்கு புலம்பெயர்ந்தாலும் வாழ்நாள் முழுக்க போலந்து யூதர்களைப்பற்றியே எழுதினார். இவரால் தன்னைச் சுற்றி வாழும் மற்றைய மக்களைப்பற்றி நினைக்க முடியவில்லை. மைக்கேல் ஒண்-டாச்சி இலங்கையில் பிறந்து 12 வயதில் இலங்கையை விட்டு வெளியேறிய-வர். அவர் கடைசியாக எழுதிய The Cat's Table என்ற நாவல் பல வரு-டங்களுக்கு முன்னர் இலங்கையை விட்டு இங்கிலாந்துக்கு புறப்பட்ட கப்பல் பயணத்தைப் பற்றி சொல்கிறது. இலங்கையில் அவர் அனுபவித்த அந்தக் கால வாழ்க்கையை வர்ணிக்கிறார். இலங்கையைவிட்டு 56 வருடங்களுக்கு முன்னர் இவர் வெளியேறிவிட்டாலும் இலங்கை இவரை விட்டு இன்னும் வெளியேறவில்லை.

எழுத்திலே புலம்பெயர்ந்த எழுத்து புலம்பெயராத எழுத்து என்ற வகைப்-பாடு கிடையாது. நல்ல எழுத்து, மோசமான எழுத்து என இரண்டு பிரிவு-தான். புதுமைப்பித்தன் இலங்கைக்கு போனது கிடையாது. ஆனால் அவர் துன்பக்கேணி என்றொரு அருமையான சிறுகதையை இலங்கைப் பின்னணி-யில் புனைந்திருக்கிறார். காப்கா அமெரிக்கா போனது கிடையாது, ஆனால் அவர் 'அமெரிக்கா' என்றொரு நாவல் எழுதியிருக்கிறார். நல்ல எழுத்-துக்கு தேவை கற்பனைவளம். ஐம்பது வருடங்கள் புலம்பெயர்ந்து வாழ்ந்தா-லும் தன்னைச்சுற்றி வாழும் மக்களை சட்டை செய்யாமல் தன் மக்களைப் பற்றியே சிலர் எழுதுகிறார்கள். அதே சமயம் புலம் பெயராமலேயே உலக மக்களை நினைத்து எழுதுபவர்களும் உண்டு. எழுத்து என்பது இவை எல்-லாவற்றையும் தாண்டி மனித குலத்தை நோக்கி முன்னேறுவது.

ஸ்வீடனில் உள்ள ஒரு தச்சு வேலைக்காரர் பைன் மரத்திலே தளபாடங்-கள் செய்வார்; அமெரிக்கர் ஓக் மரத்தில் செய்வார்; இந்தியர் தேக்கு மரத்-

தில் செய்வார். இவர்களை 'பைன்மர தச்சுவேலைக்காரர்', 'ஓக் மர தச்சுவேலைக்காரர்', 'தேக்குமர தச்சுவேலைக்காரர்' என நாங்கள் விளிப்பதில்லை. எல்லோரையும் 'தச்சுவேலைக்காரர்' என்றுதான் சொல்லுவோம். அதேமாதிரி ஈழத்து எழுத்தாளர், தலித் எழுத்தாளர், பெண்ணிய எழுத்தாளர், புலம்பெயர் எழுத்தாளர் என்பதெல்லாம் ஒருவிதமான வகைப்படுத்தல்தான். அமெரிக்காவில் நான் என்னை 'எழுத்தாளர்' என்று அறிமுகம் செய்து கொள்வேன். என்ன மொழியில் எழுதுகிறீர்கள் என்று கேட்டால் 'தமிழ்' என்று சொல்வேன். செவ்வாய் கிரகத்தில் இருந்து ஒருவரை சந்திக்கும்போது என்னை 'பூமி எழுத்தாளர்' என்று அறிமுகப்படுத்திக் கொள்வேன். இலக்கியம் என்பது உண்மைக்கான தேடுதல். பூமியில் எங்கேயிருந்தும் அதை ஆரம்பிக்கலாம்.

19. ஆ. மாதவன் - என்.சுவாமிநாதன்

தமிழ் எழுத்துலகம் 82 வயது வரை தூக்கிவைத்து கொண் டாடத் தவறிய ஆளுமை இவர். புதி னங்கள், திறனாய்வுக் கட்டுரைகள், மொழிபெயர்ப்பு என பன்முகத் திறன் கொண்டு விளங்கினாலும் சிறுகதை எழுத்தாளர் ஆ.மாதவன் என்பதே அடையாளமாக உருப் பெற்று நிற்கின்றது.

திருவனந்தபுரத்தில் உள்ள சாலை பகுதி தமிழர்கள் அதிகம் வாழும் பகுதி. அங்கு 75 வயது வரை பாத்திரக் கடை வைத்திருந் தார் ஆ.மாதவன். கடையில் பாத்தி ரங்கள் தகதகக்க, அந்த சாலைப் பகுதியில் உலாவிய மனிதர்களை கதாபாத்திரமாக்கி எழுத்துலகில் முத்திரை பதித்தார். திருவனந்தபுரம் தமிழ்ச் சங்கத்தையும் செதுக்கி, வளர்த்தெடுத்த பிதாமகன். 2002-ம் ஆண்டு மனைவி சாந்தா, 2004-ம் ஆண்டு மகன் கோவிந்தராஜன் ஆகியோரின் மறைவுக்குப் பிறகு இப்போது திருவனந்தபுரம் கைத முக்கு பகுதியில் மூத்த மகள் கலைச்செல்வியின் வீட்டில் வசிக்கிறார் ஆ.மாதவன்.

எப்போதோ கிடைத்திருக்க வேண்டிய சாகித்ய அகாடமி விருது இப்போதுதான் இவருக்கு கிடைத் துள்ளது. அன்னை ராஜேஸ்வரி பதிப்பகம் வெளியிட்ட 'இலக்கியச் சுவடுகள்' என்ற கட்டுரைத் தொகுப் புக்காக இந்த விருது வழங்கப் பட்டுள்ளது. இந்நிலையில் 'தி இந்து' வுக்காக சிறப்பு பேட்டி அளித்தார் ஆ.மாதவன். அவரின் வயோதிகம் அவரை தொடர்ச்சியாகப் பேச விடாமல் தடுக்கிறது. நான்கு வார்த்தைகள் சேர்ந்தார்போல் பேசினால் இடை யிடையே இருமல். மிகுந்த சிரமங்கள் இருந்தபோதிலும் அவர் உற்சாகமாகவே பேசினார்.

தமிழரான நீங்கள் கேரளாவில் எந்த சூழலில் குடியேறினீர்கள்?

என் அப்பா ஆவுடைநாயகம் பிள்ளைக்கு திருநெல்வேலி மாவட் டம் செங்கோட்டை சொந்த ஊர். என் அம்மா செல்லம்மாளுக்கு நாகர்கோவில். என் வீட்டில் என்னையும் சேர்த்து 7 பிள்ளைகள். அப்பாவுக்கு நடத்துநர் பணி.

அப்போது வசதி, வாய்ப்பு எதுவும் இல்லை. பிழைப்புக்காக மலையாளக் கரை ஓரம் ஒதுங்கினர். நான் பள்ளிப் படிப்பில் பத்தாம் வகுப்பைகூட தாண்டாதவன். வாழ் வியல் ஓட்டத்துக்காக பாத்திரக் கடை வைத்தோம்.

மலையாள மொழிச் சூழலில் வளர்ந்து, தமிழ் இலக்கியத் துறை யில் வெற்றி பெற அடித்தளம் இட்டது எது?

வீட்டில் பள்ளிக் காலத்தில் மலையாள மொழி கற்றால்தான் கேரளத்தில் அரசு வேலை கிடைக் கும் என மலையாள வழிக் கல்வி யில் சேர்த்துவிட்டனர். அதே நேரத்தில் வீட்டில் தமிழில்தான் பேசு வோம். தமிழ் புத்தகங்களும் வீட்டில் நிறைய உண்டு. ஒரு கட்டத் தில் அது என்னை தமிழ், மலையாள இலக்கியங்களை படிக்க வைத்தது. ரஷ்ய, பிரெஞ்சு, ஆங்கில இலக்கி யங்களின் மலையாள மொழிப் பெயர்ப்புகள் என்னை இன்னமும் உயர்த்தியது. அதே நேரத்தில் தமிழிலும் இலக்கிய செல்வங் களை தவறவிடவில்லை. மலை யாளம்தான் என்னை இலக்கிய வாதி ஆக்கியது. ஆனால் காலப்போக்கில் மலையாளத்தை விட தமிழ்தான் என் மனதில் விஞ்சி நிற்கின்றது.

மலையாள இலக்கியத்தோடு ஒப்பிடுகையில், தமிழ் இலக்கி யம் வளர்ந்துள்ளதா?

தமிழிலே முயல், ஆமையைத் தொடர்புபடுத்தி ஒரு ஓட்டப் பந்தய கதை உண்டு. முயல் அசட்டையாக தூங்கிக் கொண்டிருக்கும்போது ஆமை முந்திக் கொண்டதைப் போல மலையாளம் முந்தி நின்றாலும், நமது தமிழ் இலக்கியங்கள் எந்த சூழ்நிலையிலும் பின்தங்கவில்லை. என்னைப் பொறுத்தவரை இரு இலக்கியங்களையும் இரு கண் களாகத்தான் பார்க்கிறேன்.

இன்னொரு பக்கம் மொழி பெயர்ப்பாளராகவும் இருந்துள் ளீர்களே? எது உங்களுக்குப் பிடித்தமானது?

எனக்கு எழுதுவது ரொம்ப பிடிக்கும். மொழிபெயர்ப்பை நான் விரும்பி எடுக்கவில்லை. அது பதிப்பகத்தார் கேட்டுக் கொண்ட தால் அமைந்தது. நான் ஒரே நேரத்தில் இரு படகுகளில் கால் வைத்துப் பயணிக்க விரும் பாதவன். அதனால் மொழி பெயர்ப்புத் துறையை எனக்கான அடையாளமாகவும் நான் பார்க்க வில்லை. ஒவ்வொரு வட்டாரத் துக்கும் ஒவ்வொரு மொழி நடை இருக்கும். அந்த வகையில் பார்த் தால் மொழிபெயர்ப்பு சிரமமானது. வைக்கம் முகமது பஷீர், ஓ.வி.விஜயன், மலையாற்றூர் ராம கிருஷ்ணன் ஆகியோரின் வட்டார வழக்கை மொழிப்பெயர்ப்பது பிரயாசை (கஷ்டம்)யான விஷயம்.

விருதுக்கு உயர்த்திய இலக்கிய சுவடுகள் குறித்து?

1953-ல் இருந்தே இலக்கிய உலகில் இயங்கிக் கொண்டிருக் கிறேன். புனலும் மணலும், கிருஷ்ண பருந்து உள்ளிட்ட நாவல் கள், குறுநாவல்கள், கடைத்

தெருக் கதைகள் உள்ளிட்ட சிறுகதை தொகுப்புகள் வெளிவந்துள் ளன. 2 நாவல்களை தமிழில் மொழிபெயர்ப்பும் செய்திருக்கி றேன், இப்படியெல்லாம் படைப்பா சிரியராக வெளி உலகு என்னை அறிந்திருந்தாலும், திறனாய்வு என்னும் நுட்பமான திறன் என்னுள் இருப்பதை இவ்விருது எனக்கு உணர்த்தியுள்ளது. இப்புத்தகம் வெளியாக வேண்டும் என துணை நின்ற இலக்கியத் தம்பி விஞ்ஞானி நெல்லை.சு.முத்து, அன்னை ராஜேஸ்வரி பதிப்பகத்தின் உதய கண்ணன் ஆகியோருக்கும் நன்றி சொல்ல வேண்டிய நேரம் இது. 1955-ல் இருந்து நான் வெவ்வேறு காலகட்டங்களில், வெவ்வேறு மனோபாவங்களில் எழுதியவற்றின் தொகுப்பாக இந்நூல் வந்துள்ளது.

எழுத்துலகில் இளையோருக்கு நீங்கள் சொல்லும் சேதி?

புதுமை எனச் சொல்லிக் கொண்டு, புரியாத தத்துவங் களையோ, புரியாத புதிர்களையோ இலக்கியமாக படைக்க வேண்டாம். உண்மையை கலைநயத்துடன் சொல்ல முற்பட வேண்டும். இலக்கி யம் என்பது எல்லா காலத்திலும் எளிமையான கலை வடிவை தொட்டு வருவதே. அதனால் இலக் கியம் புரிந்துகொள்ளும் அனுபவ மாக, எளிமையாக இருக்க வேண்டும். அப்படி அவர்கள் இயங்க வேண்டும் என்பதே நான் சொல்ல விரும்பும் சேதி.

'கடைத் தெருவின் கதை சொல்லி' என விமர்சகர்கள் உங்களைச் சொல்கிறார்கள். அந்த அளவுக்கு அந்த கடைத் தெருவில் என்ன இருக்கின்றது?

அந்த வியாபார உலகில் பல மனித உயிர்கள் என்னை கவர்ந்த துண்டு. பண்பாடு, நாகரிகம், பழக்க வழக்கம், பேச்சு முறை, பக்தி, தந்திரம், திருட்டு வகையறாக்கள் இவ்வளவு ஏன் ஆபாசம்கூட அங்கு உண்டு. இதில் சில குறிப்பிட்ட மனித உருவங்கள் என்னில் பதியப்பட்டது உண்டு. என் கதைக் களத்தில் வரும் கதை மாந்தர் களும் இவர்கள்தான்.

ஆரம்பத்தில் திராவிட இயக்கத்தினரின் பேச்சுகளாலும், எழுத்துகளாலும் ஈர்க்கப்பட்ட நீங்கள், இப்போது அதை எப்படி பார்க்கிறீர்கள்?

ஆரம்பத்தில் அது புதிய பகுத்தறிவை எளிய மக்களிடம் பரப்பத் தோன்றிய ஒரு பெரிய இயக்கமாக இருந்தது. நல்ல தமிழ் பேச, எழுத, தெளிவான கருத்தை சொல்ல, மக்களின் மூட நம் பிக்கையை விரட்ட, பகுத்தறிவு பாதையில் பயணிக்க சுயநலமற்ற தலைவர்கள் முன்னின்று நடத்திய காலகட்டம் அது. என் இளமை காலத்தில் அது என்னை ஈர்த்தது. எளிய கல்வி கற்ற எனக்கு பல மேல்நாட்டு அறிஞர்களின் அறிமுகமும், இலக்கியத் தேடலும் அங்கிருந்து வந்ததே. அழுக்கும், அவலமும் ஏறிப்போன இந்தக் காலத்தில் அவர்கள் நடந்த பாதையில் இப்போது நடப்பது இல்லை.

20. சுந்தர் கோபாலகிருஷ்ணன்

பெருமாள்முருகனைப் பற்றி உங்களுக்குத் தெரியும் என்று நினைக்கிறேன். இல்லாவிட்டாலும் பரவாயில்லை. நானே சொல்கிறேன். அவர் ஒரு தமிழ்ப் பேராசிரியர், எழுத்தாளர். அவர் அண்மையில் தமிழ்-கன்னட விவகாரம் தொடர்பாக இரண்டு கட்டுரைகளை எழுதி, ஒன்றைச் செய்தித்தாளிலும், மற்றொன்றைத் தன் இணையதளத்திலும் வெளியிட்டுள்ளார். அதில் அவர் சொல்கிறார், தமிழிலிருந்து கன்னடம் பிறந்தது என்று சொல்லக் கூடாதாம். அது ஆதிக்கக் கருத்தியலாம். இது என்ன புதுக் கதை என்று தெரியவில்லை. தமிழர்கள் எப்போது கன்னடர்கள் மீது அதிகம் செலுத்தினார்கள், பெருமாள்முருகன் இப்படி அபாண்டமாகச் சொல்வதற்கு?

பெருமாள்முருகன் பார்வையில் கமலஹாசனும், மனோன்மணீயம் சுந்தரம் பிள்ளையும், தேவநேயப் பாவாணரும் ஆதிக்கவாதிகள் போலிருக்கிறது! நானும் ஆதிக்கவாதி ஆகிறேன்! எறும்பை, கொசுவைக் கொல்லக்கூட மனம் வராத நான் ஆதிக்கவாதியாம். அப்படியானால் பெருமாள்முருகன்? அவரெல்லாம் மிகவும் பெருந்தன்மையானவர். நாளைக்கே எவனாவது "தமிழும், தெலுங்கும், மலையாளமும், துளுவும், பிற திராவிட மொழிகளும் கன்னட மொழியிலிருந்துதான் தோன்றின" என்று சொன்னால், அதை அமைதியாக கேட்டுக்கொள்வார். அவர்தான் பெருந்தன்மையானவர் ஆயிற்றே?!

பெருமாள்முருகனுக்கு மொழிகளின் தோற்றம், வளர்ச்சி, வரலாறு, தேய்வு, வீழ்ச்சி, அழிவு பற்றியெல்லாம் என்ன தெரியும் என்று தெரியவில்லை. அவர் படித்தது தமிழ் இலக்கியம். எழுதிக் குவிப்பதோ சிறுகதைகளும், நாவல்களும்! இந்தக் களேபரத்துக்கு இடையில் மொழிகளுக்கிடையிலான உறவு பற்றி எப்போதாவது அவர் சிந்தித்துப் பார்த்திருப்பாரா?

பெருமாள்முருகன் கதை எழுதுவதோடு நிறுத்திக்கொள்ளட்டும்! கன்னாபின்னாவென்று உளற வேண்டாம்!

ஒரு தமிழ்நாட்டுப் பல்கலைக்கழகத்திற்குச் சூரப்பா என்றொரு கன்னடனைத் துணைவேந்தர் ஆக்கினார்களே ஆதிக்கவாதிகள், அப்போதெல்லாம் ஏன் பெருமாள்முருகன் ஆதிக்கக் கருத்தியல் பற்றிப் பேசவில்லை? வருஷாவருஷம் காவிரித் தண்ணீருக்காகத் தமிழ்நாட்டிலிருந்து கர்நாடகாவிடம் கெஞ்சுகிறோமே, அப்போதெல்லாம் ஏன் ஆதிக்கக் கருத்தியல் பற்றிப் பெருமாள்முருகன் பேசவில்லை? முல்லைப் பெரியாறு அணையை இடித்தே தீர வேண்டும் என்று மலையாளிகள் பேசுகிறார்களே, அப்போதெல்லாம் ஏன் பெருமாள்முருகன் ஆதிக்கக் கருத்தியல் பற்றிப் பேசவில்லை? வாயில் கொழுக்கட்டை வைத்திருந்தாரா?

பீக்கதைகள் - ஒரு பார்வை

பெருமாள் முருகனின் இந்த சிறுகதைகளின் தொகுப்பு ஒரு வித்தியாசமான முயற்சி. பொதுவாக கதைப் பொருளாக எவ்வளவோ விஷயங்களை எடுத்துக்கொள்ளும்போது இவர் வித்தியாசமாய் யாருமே தொட விரும்பாத " மல "த்தை தனது கதைப் பொருளாய் வைத்துள்ளார். கதைத் தொகுப்பில் எங்கு காணினும் மலம், மலம் மலம் மட்டுமே. அதை கதை மாந்தர் வழியாக எடுத்துவைக்கிறார். வேக்காடு கதையில் ஒரு கிராமத்தின் கீழ்மட்ட மக்களின் பிரச்சினைகளை குறிப்பாக தண்ணீருக்காக அவர்கள் படும் கஷ்டங்களையும் கால் கழுவக்கூட தண்ணி இல்லாமல் ஊரே கஷ்டப்படும் விதத்தையும் அழகாக விவரித்திருப்பார். அந்த ஊரை பற்றி விவரிக்கும்போது கண்முன் ஊரைக்கொண்டுவந்து விடுகிறார்.

தனியாக வாழும் கிழவியின் தண்ணீருக்கான தவிப்பும் ஊரே தண்ணீருக்காக கஷ்டப்படும்போது கிழவியை யாரும் கண்டுகொள்ளாமல் விடுவதும் கிழவியின் நிலைமையை அவள் வாயாலேயே சொல்லவைத்திருப்பதும் நல்ல உத்திகள். அடித்தட்டு மக்களின் சமூக கீழ் நிலை நன்றாக விவரிக்கப்பட்டு அவர்கள் எப்படி மேல்குடி மற்றும் உயர்குடி மக்களால் குடிதன்னிருக்குக்கூட அல்லாடவிடப்படுகிறார்கள் என்பதையும் நன்கு விவரித்துள்ளார். உயர்சாதி ஆள் பேசும் வார்த்தைகளும் அவரது கிணற்றிலிருந்து தண்ணீர் எடுத்துப் போகக் கூடாது என்பதற்காக தண்ணிரில் மலத்தை கலக்கும்படி செய்வதும் இன்றைய குக்கிராமங்களின் நிலையை உள்ளது உள்ளபடி சொல்கிறது.

பீவாங்கியின் ஓலம் - இதில் ஒரு கிராமத்துப் பெண்ணின் நகர வாழ்க்கையில் ஏற்படும் அனுபவங்களையும், வீட்டுக்குள்ளேயே கழிப்பிடம் இருக்கும் என்ற விஷயத்தைக்கூட அறியாமல் இருக்கும் இடமும், நகரத்தில் சோறு ஆக்க அரிசி களைந்த நீரை மாடு வைத்திருப்பவர்கள் எடுத்துப்போக வருவார்கள் என காத்திருப்பதும் பின்னர் இப்படியே சேர்ந்த கழுநீரினாள் வீட்டுக்குள் ஏற்படும் புளித்த வாடையும் அதை கக்கூசிலேயே கணவன் கொட்ட அது விழுங்குவதாக கற்பனை செய்து கொண்டு பயப்படுவதும், அது என்றாவது ஒருநாள் தன்னை விழுங்கிவிடும் என கற்பனை செய்துகொண்டு பயந்து சாவதையும் பெருமாள் முருகன் நன்கு விளக்கியுள்ளார்.

கடைசி இருக்கை - ஒரு சிறுவனுக்கு பேருந்தில் ஏறிய பின்பு மலம் வருவதும் ஓட்டுனரை கெஞ்சி முடியாமல் போகும்போது பேருந்திலேயே சிறுவன் கழித்து வைப்பதும் அதன் மூலம் ஏற்படும் பிரச்சினைகளை இன்னொரு பயணியின் பார்வையிலிருந்து சொல்கிறார்.

அத்தை வீட்டுக் கோடை - இதில் எப்படி கீழ் நிலை மக்களின் உறவுமுறைகள் அவர்களுக்குள்ளேயே இருக்கும் பொருளாதார ஏற்றத்தாழ்வுகள் இவற்றை விளக்கியுள்ளார். அதில் ஒரு சிறுவன் அத்தை வீட்டுக்குப் போவதும் அங்கு அவனது வீடைவிட வசதியாக உணவும், இடமும் , விளை-

யாட ஆட்களும் இருப்பதும், முதலில் ஆசையாக கூப்பிட்டுவந்த அத்தை அவனை வெளியேற்ற முயல்வதும் என அவர்களது மன ஓட்டங்களை அழகாக பதிவு செய்துள்ளார். இதிலும் சிறுவன் அத்தை வீட்டில் இருந்து கழிப்பறையில் அசுத்தம் செய்வதாக (உடல் நலமில்லாததால்) கூறி அம்மா-வுடன் அனுப்பி வைக்கப்படுகிறான். அவனது வீட்டிற்கு சென்றபின்பு அவன் அடையும் அமைதியும், அத்தைவீட்டில் கிடைத்த அரிசிச்சோருக்காக ஏங்கு-வதும் இயல்பாக உள்ளது.

இது தவிர "கருப்பனார் கிணறு" - கதையில் கிணற்று தண்ணீரில் மலம் கழிக்கும் சிறுவனால் (உண்மையில் அவன் கிணற்றில் மலம் கழிக்க-வில்லை. ஆனால யார் அதிகம் மலம் கழித்துள்ளார்கள் என்ற போட்டி வரும்போது கிணற்றில் மலம் செய்ததாக சொல்கிறான், தாங்களே அதிகம் மலம் கழித்ததாக கூறும் நண்பர்களிடம்) இதனால் குடும்பத்திற்கு ஏற்படும் சிரமங்களையும் அவனது அப்பா மாப்பு தரனும் சாமியோவ் என கேட்டுக்-கொண்டு அலைய அவனோ அப்பாவின் அடியில்இருந்து தப்பிக்க ஊரை-விட்டே ஓடுகிறான்..

தோழர் பி.எம்.மின் வெற்றி - இதில் ஒரு கம்யுனிஸ்ட் தோழர் கிரா-மத்திற்கு பயிற்சிக்காக வருகிறார். நகர வாழ்க்கையில் பழக்கப்பட்டுப்போன அவரால் காலையில் எழுந்ததும் தேநீர் அருந்தாமல் மலம் கழிக்க வருவ-தில்லை. அதில் தோழர் பி.எம்.மாக வருபவர் இதெல்லாம் "குட்டி பூர்ஷுவா" மனநிலை என்கிறார். (அது என்ன குட்டி பூர்ஷுவ என எனக்கும் தெரி-யவில்லை) இதிலிருந்து விடுபடவேண்டும் எனவும் கூறி அவருக்கு பழக்-கம்தான் இதற்க்கு காரணம். தேநீர் குடிக்காமல் இருந்தால் எப்படி வராமல் போகும்.. வந்ததுதான் ஆக வேண்டும் எனக்கூறி இறுதிவரை அவருக்கு தேநீர் வாங்கித்தராமலேயே அன்றைய தினத்தை ஒட்டிவிடுகிறார்.. இறுதியில் " தோழர் பி.எம். ஓரளவு வெற்றி பெற்றார் " என எழுதுகிறார் பெருமாள் முருகன்.

வராக அவதாரம் - கிராமத்தில் இருக்கும் ஒருவன் நகரத்திற்கு முதன் முறையாக வேலை விஷயமாய் செல்லும்போது ஏற்படும் அனுபவங்களை குறிப்பாக நகரத்தில் இறங்கிய முதல்நாள் காலைக்கடன்களை முடிக்க படும் அவதிகளையும் அங்கு இருப்பவர்கள் நிர்வானமாக குளிப்பது பற்றியும் கதவைக்கூட மூடாமல் மலம் கழிப்பது பற்றியும் அருவருப்புக் கொள்ளும் ஒருவன் தேவையினால் அவனும் அது போல செய்ய நேர்வதும் பற்றிய கதி இது. வெங்கடேசனும் ஒரு நிமிடம் பன்றியாகிப் போனான் என கதையை முடிக்கிறார் பெருமாள் முருகன்.

கருதாம்பாளை - கிராமத்தை விட்டே தாண்டாத ஒரு கிழவி மகன் வீட்-டில் இருக்க நேர்வதும் அங்கு மலம் கழிக்க வீட்டுக்குள்ளேயே இடமிருப்-பதைக் கண்டு அருவருப்படிவதும் பின்னர் பழகப் பழக தனது கிராமத்து வெட்டிலும் அது போல ஒரு கழிப்பறையை உருவாக்கி கொள்வதும்தான்

கதை. ஆனால் அந்த கிழவியின் என்ன ஓட்டங்கள் மதிப்பீடுகள் இதுவரை கொண்டிருந்த எண்ணங்களை வசதியாய் இருக்கிறது என்ற காரணத்திற்காக மறந்துவிடுவது என நன்கு சித்தரித்திருக்கிறார்.

சந்தன சோப்பு - வெளியூரில் பணி செய்யும் ஒருவர் பணி நிமித்தமாய் வெளியூர் செல்லும்போது வழியில் உள்ள உணவகத்தில் நிற்கும்போது அவரது ஊரைச்சேர்ந்த சிறுவனை சந்திக்க நேர்கிறது. அங்கு அவன் கழிப்பறைகளில் தண்ணீர் ஊற்றி சுத்தம் செய்யும் வேலையையும், வாங்க சார்.. வாங்க சார் என உள்ளே இருப்பவரை கதவை தட்டும் வேலையயிம் செய்கிறான். முதல் சந்திப்பில் அவன் அவரிடம் எப்படியாவது அவனை ஊரில் கொண்டு போய் விடும்படி கேட்கிறான். பல வேலைகளால் அவனை அடுத்தமுறை கூட்டிப்போவதாக வாகளித்து விட்டு போகிறார். அவன் சொன்ன தகவல்களை வைத்து அவனுக்கு ஏற்படும் மலவாடையைப் போக்க உடனடி தீர்வாக ஒரு சந்தன சோப்பு வாங்கித் தருகிறார். பல விஷயங்களால் இந்த விஷயத்தை மறந்துபோன அவர் மீண்டும் அந்த சிறுவனை அதே உணவகத்தில் சந்திக்கிறார்.

அப்போது அவன் ஊருக்கு செல்வதில் விருப்பம் இல்லை எனவும் அவனது சேமிப்பிலிருந்து ஐந்நூறு ரூபாயை எடுத்துக் கொடுத்து அவன் அம்மாவிடம் சேர்க்கச் சொல்லி விட்டு தான் இதுபோல ஒரு பணி செய்வதைக் அம்மாவிடம் சொல்லவேண்டாம் எனவும் கேட்டுக்கொள்கிறான். வேலை இருக்குன்னா.. அடுத்து வந்த என்ன பாக்காம போகக்கூடாது என அன்புக் கட்டளை இடுவதுடன், போனவாட்டி நீங்க வாங்கி கொடுத்த சந்தன சோப்பு நல்ல வாசனைய இருக்குன்னா அதத்தான் இப்பவும் போட்டுக்கிட்டிருக்கேன் என ஒரு சிரிப்புடன் பணிக்கு திரும்புகிறான்.. இதில் சிறுவனது மன நிலையும், அவனது வேலை எத்தனை கஷ்டமானது என விவரிக்கும்போதும் பின்னர் தன்னையே சமாளித்து அதே இடத்தில் சீக்கிரம் பொருந்திப் போவதும், அதை எழுத்தில் கொண்டுவந்த விதம் அருமை.

நின்றவண்ணம், கிடந்தவன்னம் - ஒரு கிராமத்தின் ஏரிக்கரையில் குழந்தைகள் விளையாடுவதும் அதனை மகிழ்ச்சியோடு அனுபவித்துக்கொண்டிருக்கும் வேளையில் அங்கு முளைக்கும் ஒரு குடிசையினால் அவர்களுக்கு அங்கு விளையாட தடை விதிக்கப்படுகிறது. அதை தொடர்ந்து ஒரு சிறுவன் அந்த குடிசையில் நடக்கும் வினோதங்களை ஆர்வமுடன் கவனிக்க பின்னர் அங்கிருக்கும் காளி படத்தை பார்த்ததும் ஏற்படும் அதிர்வினாலும் அந்த காளி உபாசகரை தொடர்ந்து அவருடன் நெருக்கம் ஏற்படுவதையும் அதனால் அச்சிறுவனது தாயார் தனது மகன் காளி உபாசகனாக மாறி அதற்காக மலம் தின்னுவானோ என பயப்படுவதையும் இறுதியில் அச்சிறுவன் உபாசகனாக மாற கிழம்பிவிடுவதியும் குறிப்பால் உனர்த்துகிறார்.

புகை உருவங்கள் - இது மலத்தைப் பற்றிய கதை அல்ல. வெளி உலகத்தைப் பார்த்திராத ஒரு சமூகம் அதனுள் ஏற்படும் நிகழ்வுகள் அவர்க-

ளது விவசாயம் பாதிக்கப்படுவதும் அதற்கு கன்னுக்குத்தெரியாத எதிரிதான் காரனம் என அவர்கள் முடிவு செய்ய அந்த எதிரியை அவர்கள் நிழலுருவமாக பார்க்கிறர்கள். பின்னர் ஒவ்வொரு இளைஞனாக ஊரை விட்டுப் போக பெருசுகள் மட்டும் மிஞ்சுகிறர்கள். இக்கதையில் கிராம மக்களின் மனநிலை அவர்களது விவசாயம் பெருகும் போது ஊரைவிட்டு வெளியே சென்றுவந்தவனால்தான் எனவும் அதே விவசாயம் பாதிக்கப் படும்போது ஊரைவிட்டு வெளியே சென்றதுதான் தெய்வகுத்தம் ஆகிவிட்டது எனவும் சிந்திக்கிறார்கள். ஊரைவிட்டுச் சென்றவன் முதலில் நாயகனாகவும் அவனை தூக்கிவைத்துக் கொண்டாடுவதும், பென்கள் அவன்மீது மையல் கொள்வதும் பின்னர் அவந்தான் இந்த நிலைக்குக் காரனம் என கருதும்போது அவனை வெறுப்பதும் அவனை கொல்ல திட்டமிடுவதுமாக அறியாத மக்களின் மன நிலையை விளக்குகிறார்.

மஞ்சள் படிவு - ஒரு கிளவியின் வைராக்கியமான வாழ்க்கையில் வயதினால் படிக்கையில் விழ நேர்வதும் முதுமையினால் அவள் அறியாமல் செலையில் மலம் கழித்து விடுவதும் அதத சற்று கோவமாக மகள் கேட்க அன்ன ஆகாரமின்றியும் யாருடனும் பேசாமலும் இருந்து வைராக்கியமான கிழவியாகவே உயிர் விடுவதும்.. கதத மாந்தர்கள் அனைவரும் கிளவிக்குப் பயப்படுவதும், யாருடைய உதவியையும் எதிர்பார்க்காமல் இருப்பதும் கிழவியின் மனோதிடத்தையும் வைராக்கியத்தையும் குறிக்க உத்தியாக பயன்படுத்துகிறார் ஆசிரியர்.

பிசாசுக்கு பிடித்த விஷயம் - நகரத்தில் வாழ்ந்த பெண் கிராமத்திற்கு வாழ்க்கைப் பட்டு வருவதும் அங்கு எல்லா வசதிகளும், கண்ணுக்கும் மனதிற்கும் பிடித்த கனவனும் கிடைத்தும் மலம் கழிக்க இடம் இல்லாமல் திறந்த வெளியில் ஒதுங்க நேர்வதும் அந்த உள்பயத்திலேயே ஒரு நாள் விடிவத்கு முன்னரே வெளியே சென்றுவிட அங்கிருக்கும் பிசாசுதான் தன்னன இவ்வாறு ஏமாற்றி இருக்குமோ என பயந்து தாய் வீட்டிற்கு திரும்பிச்சென்று அங்கு அழைக்க வரும் கனவனிடம் முதல்ல நீங்க நம்மவீட்டுல கக்கூஸ் கட்டுவீங்களாம் பின்னாடி என்ன வந்து கூட்டிட்டு போவீங்களாம் என கூறுவதுடன் கதை முடிவடைகிறது. என எல்லாக் கதைகளும் படிக்க நன்றாக உள்ளது. பெருமாள் முருகன் யாரும் தொட விரும்பாத கருவைக் கொண்டு ஒரு நல்ல சிறுகதைத் தொகுப்பை கொடுத்துள்ளார்..

- யுவகிருஷ்ணா

பீக்கதைகள்: பேசாப்பொருளை பேசத் துணிந்தார்

'கடன் பட்டாற் நெஞ்சம் போல கலங்கினான் இலங்கை வேந்தன்' என்கிற சொற்றொடரை வாசிக்கவோ, கேட்கவோ நேர்ந்தால் 'காலைக்கடன்' என்கிற சொல்லும் மூளையில் அனிச்சையாக தோன்றுகிறது. சிறுவயதில் சொற்-

பொழிவு ஒன்றில் கேட்ட கதை ஒன்று அதற்குக் காரணமாக இருக்கலாம். இராவணன் இமயத்தில் கடினமாக தவமிருக்கிறான். தவத்தில் மெச்சிய சிவன், "வேண்டும் வரம் கேள்" என்கிறார். சிவன் தன் சக்தி மொத்தத்தையும் திரட்டி உருவாக்கி, தன் கழுத்தில் அணிந்திருக்கும் ஆத்மலிங்கத்தை வரமாக கோருகிறான் இராவணன். கேட்டதைக் கொடுக்கும் வழக்கம் கொண்ட இறைவனும் கொடுத்து விடுகிறார், ஒரே ஒரு நிபந்தனையோடு: "இலங்கைக்குச் சென்று பிரதிஷ்டை செய்யும்வரை லிங்கத்தை தரையில் எங்குமே வைக்கக்கூடாது. வைத்துவிட்டால் அதைத் திரும்பவும் எடுக்க யாராலும் இயலாது"

இராவணனும் லிங்கத்தை ஏந்தியவாறே இலங்கைக்குத் திரும்பிக் கொண்டிருக்கிறான். விஷயம் கேள்விப் பட்ட தேவாதி தேவர்கள் கொதித்துப் போனார்கள். ஏனெனில் ஆத்மலிங்கத்தைத் தொடர்ந்து பூசித்து வருபவர்கள், சிவனுக்கு நிகரான சக்தியைப் பெற்றுவிடுவர். அசுரனான இராவணன் அத்தகைய சக்தி பெற்றுவிட்டால், மூவுலகையும் அவனே ஆட்சி செய்வான். அவனை வீழ்த்துவது அசாத்தியமாகி விடும். இந்தப் பிரச்சினைக்குத் தீர்வு காண வரம் கொடுத்த சிவனின் மகனான விநாயகனை அணுகுகிறார்கள் தேவர்கள். உடனே விநாயகன் சிறுவன் வேடம் பூண்டு இராவணன் வரும் வழியில் காத்திருக்கிறான். அதிகாலையில் அந்த இடத்துக்கு வந்து சேரும் இராவணனுக்கு லேசாக வயிறு கலக்குகிறது. லிங்கத்தை கையில் வைத்துக்கொண்டே காலைக்கடனை கழிப்பது சரிவராது. என்ன செய்வது என்று யோசிப்பவனின் கண்ணில் சிறுவன் வேடம் பூண்ட விநாயகன் தென்படுகிறான். "தம்பி, இந்த லிங்கத்தைக் கொஞ்ச நேரம் எனக்காக சுமப்பாயா? பத்து நிமிடம் அப்படி ஓரமாக ஒதுங்கி விட்டு வருகிறேன்" என்று கேட்கிறான்.

இதற்காகவே காத்திருந்த விநாயகன் அதற்குச் சம்மதிக்கிறான். "தரையில் மட்டும் வைக்கக் கூடாது" என்று மீண்டும் மீண்டும் எச்சரித்துவிட்டே ஆற்றங்கரைக்குப் போகிறான் இராவணன். அவன் திரும்பி வந்து பார்க்கும் போது, லிங்கம் தரையில் வைக்கப்பட்டிருக்கிறது. அந்த சிறுவனைக் காணோம். லிங்கத்தை இராவணனால் எடுக்கவே முடியவில்லை. மூவுலகமும் காக்கப்படுகிறது என்பதாகப் போகிறது கதை. கர்நாடக மாநிலத்தில் அமைந்திருக்கும் 'கோகர்ணம்' என்கிற ஊரின் தல புராணத்துக்கு இதே கதை வேறு வேறு வடிவங்களில் உண்டு. ஆனாலும், அசுரப் பேரரசனாக இருந்தாலும் அவனுக்கும் காலைக்கடன் உண்டு என்கிற யதார்த்தத்தை எடுத்துக் காட்டிய இந்தக் கதை மனதில் அப்படியே தேங்கி விட்டது. காலை மாலை என்று ஒவ்வொரு நாளும் இரு வேளைகள் நாம் அவசியம் அடைக்க வேண்டிய கடன். ஆனால், பொதுவில் அதைப்பற்றி பேசுவது நாகரிகமற்றதாகவும், அருவருப்பானதாகவும் கருதப்படுகிறது.

எனவேதான் கதைகளிலோ, திரைப்படங்களிலோ காலைக்கடன் கழிக்கும் காட்சியைத் தவிர்க்கிறார்கள். ‘சுரேஷ், காலைக்கடன் கழித்துக் கொண்டிருந்தான்’ என்று எந்த கதையிலாவது படித்த நினைவு உங்களுக்கு இருக்கிறதா? நம் திரைப்படங்களில் எந்தப் பாத்திரமாவது காலைக்கடன் கழித்துக் கொண்டிருப்பதான காட்சி ஏதாவது நினைவுக்கு வருகிறதா? யோசித்துப் பார்த்தால் அரிதாக ஓரிரண்டு நினைவுக்கு வரலாம்.

பெருமாள்முருகன், ‘பீக்கதைகள்’ தொகுப்பில் மலம் கழிப்பதை முதன்மையான கருவாகக் கொண்டு பதினான்கு கதைகள் எழுதியிருக்கிறார். மலம் என்று சொல்லும் போது கூட அதன் பொருள் அல்லது அதன் வீச்சு மட்டுப்படுத்தப்பட்டு நம்மால் புரிந்து கொள்ளப்படுகிறது என்பதாலோ என்னவோ, நேரடியாகவே பீயினையே புத்தகத்தின் தலைப்புக்குத் தேர்ந்தெடுத்திருக்கிறார் - பீக்கதைகள்!

மலம் கழிக்கப்படும் இடத்தினை நடந்தோ, பேருந்திலோ, ரயிலிலோ கடக்கும்போது அனிச்சையாக மூக்கைப் பிடித்துக் கொள்கிறோமே, அப்படி வாசிக்க வேண்டியதில்லை இந்தப் புத்தகத்தை. ஓர் எழுத்தாளர் எழுதுவதற்கு வேறு கருப்பொருளே இல்லையா? மலம் கழிப்பது ஒரு தேசியப் பிரச்சினையா என்று கேட்டீர்களேயானால், ஆமாம். சர்வதேசப் பிரச்சினையும் கூட. நான்கைந்து ஆண்டுகளுக்கு முன்பு உலக சுகாதார நிறுவனம் வெளியிட்டிருந்த ஓர் ஆய்வுக் குறிப்பில் இந்தியாவில் மட்டுமே சுமார் அறுபத்தைந்து கோடி பேர் இன்னமும் திறந்த வெளியில்தான் மலம் கழிக்கிறார்கள் என்கிற தகவலை வெளிப்பட்டிருந்தது. இந்த நான்கைந்து ஆண்டுகளில் இந்த விஷயத்தில் பெரிய முன்னேற்றம் ஏற்பட்டு, நம் நாடு வல்லரசு ஆகிவிட்டதாகவெல்லாம் தோன்றவில்லை.

புள்ளிவிவரமாக வாசிப்பதால் இந்தச் செய்தி பெரிய தாக்கத்தை ஏற்படுத்தாது. இருபது, இருபத்தைந்து ஆண்டுகளுக்கு முன்பு எங்கள் ஊருக்கு வாழ்க்கைப்பட்டு வந்த அக்கா ஒருவர், முதல் நாளே பிறந்தகத்துக்குச் சென்றுவிட்டார். காரணம் என்னவென்றால், மணமகன் வீட்டில் கழிவறை இல்லை. திறந்தவெளியில் என்னால் கழிக்க முடியவில்லை என்று சொன்னார். கிட்டத்தட்ட இதே கதையை ‘பீக்கதைகள்’ தொகுப்பில் ‘பிசாசுக்கு பிடித்த விஷயம்’ என்கிற கதையாக வாசிக்கும் போது, நாடு முழுக்க அது போல் எத்தனை அக்காக்கள் காலைக்கடனுடன் போராடிக் கொண்டிருக்கிறார்கள் என உணரமுடிகிறது.

ஒப்பீட்டளவில் இப்பிரச்சினை பிரதானமாக பெண்களையே அதிகம் பாதிக்கிறது. விடிவதற்கு முன்னால் போய்விட்டு வந்துவிட வேண்டும். அல்லது இருட்டிய பிறகே போயாக வேண்டும். இடையில் வயிறு சரியில்லை என்றாலும் அடக்கிக் கொள்ள வேண்டும். முதல்வர், அமைச்சர் மாதிரி முக்கியஸ்தர்கள் வருகைக்காக பாதுகாப்புப் பணியில் பல மணி நேரம் கால் கடுக்க நின்றுக் கொண்டிருக்கும் பெண் போலிஸாரைப் பற்றி யோசித்துப்

பாருங்கள். வயிறு 'கடமுடா' செய்தால் என்னதான் செய்ய முடியும்?

தொகுப்பில் இடம் பெற்றிருக்கும் 'கடைசி இருக்கை' கதையில் பேருந்தில் பயணித்துக் கொண்டிருக்கும் போது சிறுவன் ஒருவனுக்கு மலம் கழிக்க வேண்டிய உந்துதல் வந்துவிடுகிறது. நடத்துனரோ பாதியில் நிறுத்த முடியாது என்று அடம்பிடிக்கிறார். அவனுக்காகக் காத்திருக்க மற்ற பயணிகளும் அனுமதிக்க மாட்டார்கள். அனைவரின் முகத்தில் அறையும் முடிவினை எடுக்கிறான் சிறுவன். அங்கேயே கழிந்து விடுகிறான். இந்த சிறுவனின் அவஸ்தையைப் பேருந்தில் அடிக்கடி பயணிக்க வேண்டிய நிலையில் இருப்பவர்கள், உடனடியாக தங்கள் அனுபவத்தோடு ஒப்பிட்டுப் பார்த்துக்கொள்ள முடியும். முதுமை காரணமாக படுத்த படுக்கையில் விழும் கிழவி ஒருத்தி, அவள் அறியாமலேயே படுக்கையில் மலம் கழித்து விடுகிறாள். அதுகுறித்து அவளது மகள் முகம் சுழித்துக் கோபமடைய, வைராக்கியக் கிழவி உண்பதால்தானே மலம் வருகிறது என்று உண்ணாநோன்பிருந்து உயிரை விடுவதாக 'மஞ்சள் படிவு' கதை.

'வெங்கடேசனும் ஒரு நிமிடம் பன்றி ஆகிப் போனான்' என்கிற அதிர்ச்சி முடிவோடு முடியும் 'வராக அவதாரம்' தொகுப்பின் குறிப்பிடத்தக்க கதைகளுள் ஒன்று. நகரத்தில் முதன்முறையாக காலெடுத்து வைக்கும் ஒருவன், இங்கிருக்கும் காலைக்கடன் நடைமுறைகளை கண்டு அதிர்ச்சி அடைகிறான். ஒரு கட்டத்தில் அவனும் அவர்களுடன் இந்த ஜோதியில் ஐக்கியமாக வேண்டிய அவசியம் ஏற்படுகிறது. மலம் தொடர்பான கதைகள் என்பதால் கதைகள் அனைத்துமே மாற்று சினிமா வண்ணத்தில் டல்லாகவே இருக்க வேண்டும் என்கிற அவசியத்தை உடைத்து, வாய்விட்டு சிரிக்க வைக்கும் அரசியல் பகடிக் கதை ஒன்றினையும் இத்தொகுப்பில் இணைத்திருக்கிறார் பெருமாள்முருகன். கிராமத்துக்குப் பயிற்சி தொடர்பாக வரும் கம்யூனிஸ்ட் தோழர் ஒருவருக்கு தேநீர் அருந்தாமல், காலைக்கடன் கழிக்க இயலாது. தோழர் பி.எம்.முக்கு இது பூர்ஷ்வா மனநிலையாகப் படுகிறது. அவர் கண்ணில் தேநீரைக் காட்டாமலேயே ஒரு முழுநாளை ஓட்ட முயற்சிக்கிறார் தோழர் பி.எம். இறுதியில் அதில் ஓரளவு வெற்றியும் கிடைக்கிறது.

தொகுப்பின் முதற்கதையாக இடம்பெற்றிருக்கும் 'பீவாங்கியின் ஓலம்' சிறுகதை, நகருக்கு வாழ்க்கைப் படும் கிராமத்துப் பெண்ணின் மனதுக்குள் ஆழமாக ஊடுருவி அவளது அச்சங்களையும் எண்ணங்களையும் அசாதாரணமாக வெளிப்படுத்துகிறது. 'கருதாம்பாளை' கதையில் வீட்டுக்குள்ளேயே கழிவறை என்கிற நவீன மாற்றத்தை ஆரம்பத்தில் ஏற்றுக் கொள்ள இயலாத கிராமத்துக் கிழவி, பிற்பாடு அதன் சாதக பாதகங்களை உணர்ந்து பிற்பாடு தன்னுடைய கிராமத்து இல்லத்திலும் அப்படியொரு கட்டமைப்பை ஏற்படுத்துகிறாள் என்பதாகப் போகிறது. இம்மாதிரி கதைகளில் திறந்தவெளி (எதிர்) நான்குபுறமும் மூடிய கழிவறை என்றெல்லாம் நிலைப்பாடு எடுக்காமல், அதை அதைப் பயன்படுத்துபவர்களின் மனப்போக்கினை பதிவு செய்-

வதிலேயே தன்னுடைய முழுமையான முனைப்பினை எழுத்தாளர் செலுத்தியிருக்கிறார்.

தொகுப்பினிலேயே உலுக்கக்கூடிய கதையாக 'சந்தன சோப்பு' அமைந்திருக்கிறது. வறுமை காரணமாக ஒரு சிறுவன், உணவகம் ஒன்றின் கழிப்பறையில் தண்ணீர் ஊற்றி சுத்தம் செய்யும் வேலையை செய்கிறான். உள்ளே நெடுநேரம் கழித்துக் கொண்டிருப்பவர்களை கதவைத் தட்டி அவசரப்படுத்துவதும் அவனுடைய கூடுதல் வேலை. மலவாடை காரணமாக எப்படியாவது ஊருக்கு திரும்பப்போய்விட வேண்டும் என்று விரும்புகிறான். ஊர்க்காரர் ஒருவர் அவனுக்கு தற்காலிக நிவாரணமாக 'சந்தன சோப்பு' வாங்கித் தருகிறார். சில காலத்தில் அவனே அவ்வேலைக்கு பொருந்திப் போகிறான் என்பதாகப் போகிறது.

'புகை உருவங்கள்' என்கிற கதை ஏன் இந்தத் தொகுப்பில் சேர்க்கப்பட்டிருக்கிறது என்று தெரியவில்லை.

மலத்தைக் கருப்பொருளாக்கி தமிழில் ஓர் எழுத்தாளர், ஒரு முழு சிறுகதைத் தொகுப்பே எழுதியிருக்கிறார் என்பது ஆச்சரியமாக இருக்கிறது. மற்றவர் பேசத் துணியாத விஷயத்தை பேசுவதே ஒரு படைப்பாளியின் நோக்கமாக இருக்க வேண்டும் என்கிற இலக்கணத்தோடு கச்சிதமாகப் பொருந்துகிறார் பெருமாள்முருகன். ஏன் குறிப்பாக இதைப் பேசத் துணிய வேண்டும்? உலக அழகியாக இருந்தாலும், அவளும் தினமும் ஒரு முறையாவது கக்கூஸுக்கு போய்த்தான் ஆகவேண்டும் இல்லையா? அந்த விஷயத்தை எப்படி பேசாமல் இருக்க முடியும்? - இப்படி எடுத்துக் கொள்ளலாம். அல்லது, தலித் என்றால் வாயில் பீயைத் திணித்து இழிவுபடுத்துகிறார்களே, எப்படி இதைப் பேசாமல் இருக்கமுடியும்? - இப்படியும் எடுத்துக் கொள்ளலாம்.

21. கோபால் ராஜாராம்

தமிழ் நாட்டில் புத்தக எடிட்டர்களே கிடையாது. அதனால் எழுதியது தான், வெளி வந்தது தான் எந்த வரைமுறையும் இல்லாமல் புத்தகங்கள் வெளி வருகின்றன. மொழிபெயர்ப்புக்கு எடிட்டர் என்பது மிகப் பொறுப்புள்ள ஒரு வேலை. நஞ்சுண்டன் 'நாயுடன் கூடிய சீமாட்டி ' ('Lady with the dog ')என்ற மொழிபெயர்ப்பின் அபத்தத்தில் தொடங்கி, இன்றும் கூட நிலைமை அவ்வளவாக மாறிவிடவில்லை என்று பட்டியலிடுகிறார். I have a pen என்ற வாக்கியம் 'நான் பேனாவை உடைத்தாயிருக்கிறேன் ' என்று மொழி பெயர்க்கப் பட்ட நாட்கள் இன்னமும் என் நினைவில் இருக்கின்றன. அமரந்தா, நஞ்சுண்டன் , சரஸ்வதி ராம்நாத் போன்ற பலர் மொழிபெயர்ப்பைச் சிறப்பாகச் செய்திருந்தாலும், பல அவசரக் கோல மொழி பெயர்ப்புகள் வரத்தான் செய்கின்றன.

இந்திய மொழிகளிலிருந்து தமிழில் மொழி பெயர்க்கும் போது, கொள்ள வேண்டிய கவனத்திற்கு நஞ்சுண்டன் தமிழவன் மொழியாக்கத்திலிருந்து பல உதாரணங்களில் நிகழ்ந்த தவறைச் சுட்டிக் காட்டி விளக்குகிறார். இந்திய மொழிகளிலிருந்து மொழியாக்கம் செய்யும் போது, ஒரு மொழியின் அமைப்பு, கலாசாரப்பின்னணி, வார்த்தைப் பிரயோகத்தில் உள்ள பிரத்தியேகத் தன்மை - இவற்றிலிருந்து கவனம் தப்பிப் போவது சகஜம். உதாரணமாக இந்தியில் 'சந்தோஷ் ' என்ற வார்த்தையின் பொருள் 'திருப்தி ' என்பதாகும். இதை சந்தோஷம் என்றே மொழிபெயர்க்கத் தான் முதலில் தோன்றும். இன்னொரு பிரசினை பெயர்கள் பற்றியது.

வங்காளத்தின் 'பைத்திய நாதன் ' தமிழில் 'வைத்திய நாதன் ' ஆகவேண்டுமா இல்லையா ? (வேண்டியதில்லை). ஊர்ப்பெயர்களை என்ன செய்வது ? வாக்கிய அமைப்புகளை என்ன மாதிரி அமைக்க வேண்டும் ? சிறுகதை மற்றும் புதினங்களுக்கும், விஞ்ஞானக் கட்டுரைகளுக்கும் மொழி பெயர்ப்பில் வித்தியாசம் உண்டு. நாடகம் வெறும் பிரதியாக மொழியாக்கம் செய்யப்படவேண்டுமா அல்லது, அல்லது மேடையேற்றத்தை முன்வைத்து செய்யப் படவேண்டுமா ? இப்படிப்பட்ட பிரசினைகளையெல்லாம் முன்னி-றுத்தி நஞ்சுண்டன், அமரந்தாவின் கட்டுரைகள் போல, பல கட்டுரைகள் தமிழில் வெளிவரவேண்டும்.

22. இரா.முருகன்

சினிமாவுக்குப் போன எழுத்தாளர்கள்

ஒரு சினிமாப் பத்திரிகையைப் புரட்டிக் கொண்டிருந்த போது டைரக்டர் கோல்டி ஆனந்தின் பேட்டி கண்ணில் பட்டது. இந்தோ ஆங்கில எழுத்தாளர் ஆர்.கே.நாராயணின் 'தி கைடு' நாவலைப் படமாக டைரக்ட் செய்த அனு-பவத்தைச் சொல்லும் போது மனுஷர் படு காஷீவலாகக் குறிப்பிடுகிறார்.... "நாவல்ல கதையம்சம் குறைவு. நான் ரொம்பக் கஷ்டப்பட்டுப் படத்தில் ஈடு-கட்டினேன்.."

சிறந்த கதாசிரியரான ஆர்.கே.நாராயணனுக்கே கதை சொல்லத் தெரி-யவில்லை என்கிற பாலிவுட்டில் குப்பை கொட்ட கே.ஏ.அப்பாஸ் போன்ற முற்போக்கு எழுத்தாளர்களும் 'பாபி' திரைக்கதை எழுதிப் பாபத்திலும் பணத்திலும் பங்குபெற்றது உலகம் அறிந்த சங்கதி. எழுத்தாளர்களுக்கும் சினிமாவுக்கும் பெரும்பாலும் ஏழாம் பொருத்தம்தான். அதுவும் தமிழில் எழுத்தும் திரையும் ஒரே நேர்கோட்டில் வருவது அபூர்வம். தி.ஜானகிராமன் எழுதிய 'கரும்பு' திரைக்கதை நிலையிலேயே நின்று போனதாகத் தெரிகிறது. இந்தப் படத்துக்காக சலீல் சவுத்ரி இசையில் ஜேசுதாஸ் பாடிய 'திங்கள் மாலை வெண்குடையான்' என்ற சிலப்பதிகாரக் கானல்வரியை முன்பெல்லாம் சிலோன் ரேடியோவில் நாள்தவறாமல் ஒலிபரப்புவார்கள். ஜானகிராமனின்

'மோகமுள்' ஞான.ராஜசேகரன் இயக்கத்தில் மனதில் தைக்காமல் போனாலும் நேர்மையான முயற்சிதான்.

'செம்மீன்' நாவலை தகழியின் எழுத்தில் விரிந்தது போலவே திரைக்குக் கொண்டுவர ஒரு ராமு காரியத் கிடைத்தது போல, யூ.ஆர். அனந்தமூர்த்தியின் 'சம்ஸ்காரா'வின் தட்சிண கன்னட கிராமப் பிராமணர்கள் வெள்ளித் திரையில் உயிர் பெற ஒரு கிரீஷ் கர்னாட் வந்தது போல, வைக்கம் முகம்மது பஷீரின் 'மதிளுகள்' மலையாளத் திரையில் உயர அடூர் கோபால கிருஷ்ணன் முயற்சி எடுத்தது போல, தமிழில் என்ன நடந்திருக்கிறது?

யோசித்ததில், கல்கியின் 'தியாக பூமியை' அந்தக் காலத்திலேயே ஒளியில் வடித்த கே.எஸ்.சுப்ரமண்யமும், பொன்னீலனின் 'உறவுகள்' குறுநாவலை, 'பூட்டாத பூட்டுக்களாக' நிலைக்க வைத்த மகேந்திரனும், து.ராமமூர்த்தியின் 'குடிசை'யைத் திரையில் வேய்ந்த ஜெயபாரதியும் நினைவுக்கு வருகிறார்கள். (இந்தப் படம் எல்லாம் வியாபார ரீதியாக வெற்றி பெற்றனவா என்பது வேறு ஒரு விஷயம்!) அப்புறம் ஜெயகாந்தனின் 'உன்னைப் போல் ஒருவனை' எழுதியதைப் போல் படமாக்கிய ஜெயகாந்தன்.

நாலு சிறுகதைகளை உள்ளடக்கிய கறுப்பு வெள்ளைப் படமான ஜெயகாந்தனின் 'புதுச் செருப்பு' யாராலோ ரொம்ப நாளாக ஒளித்து வைக்கப்பட்டிருக்கிறது. பேன் வாரத்திலிருந்து பெருமாள் வாரம் வரை தேர்ந்தெடுத்து சினிமாப்படம் போடும் கேபிள் டிவிக்காரர்கள் இலக்கிய வாரம் வைத்து இது போன்ற படங்களையும் காட்டலாமே! கதை திரைப்படமாகிறதோ இல்லையோ, எழுத்தாளர்கள் திரைக்குப் போனது அசை போட, சுவாரஸ்யமான விஷயம்தான்.

நாற்பதுகளில் புதுக்கவி"தியின் பிதாமகர் ந.பிச்சமூர்த்தியும், கு.ப.ராவும் 'ராமானுஜர்' படத்தில் நடித்ததாகத் தெரிகிறது. அறுபதுகளில் எடுத்த படத்தில் தேவிகாவின் கனவுக்காட்சியில் மன்மதனாக வந்தவர் 'கிணற்றில் விழுந்த நிலவைக் கீழிறங்கித் தூக்கிவிட'ச் சொல்லிக் கவிதை எழுதிய சோ.வைத்தீஸ்வரன். எண்பதுகளில் அமுதவன் கதை எழுதிய படத்தில் ஒரே ஒரு காட்சியில் சுஜாதா சங்கோஜத்தோடு தலைகாட்டி விட்டு ஆளை விட்டால் போதும் என்று திரைக்குப் பின்னால் ஓடிவிட்டார். பாளை சண்முகத்தின் 'காணி நிலம்' படத்தில் சட்டசபைக் காட்சியில் சபாநாயகராக சா.கந்தசாமி நடித்திருக்கிறார்.

மேடையில் 'நாற்காலிக்காரராக'வும் சின்னத்திரையில் பனியனைத் திருப்பிப் போட்டுக் கொண்டு டென்ஷனுடன் வலம்வரும் கீழ் மத்தியதரக் குடும்பத்தலைவராகவும் வந்த அசோகமித்திரன் ஜெமினி சினிமாப் படக்கம்பெனியில் வேலை பார்த்த போதோ அப்புறமோ சினிமாவில் முகம் காட்டவில்லை. அரவிந்தனின் 'போக்குவெயில்' படத்தில் மலையாளக் கவிஞர் பாலசந்திரன் சுள்ளிக்காடு போல, சையத் மிர்ஸாவின் 'மோகன் ஜோஷி ஹாசிர் ஹோ' படத்தில் இந்தி எழுத்தாளர் பீஷ்ம் சிஹானி போல (மறைந்த குணச்சித்திர

நடிகர் பால்ராஜ் சஹானியின் சகோதரர் இவர்) படம் முழுக்க கதாநாயகனாக, தமிழ் எழுத்தாளர் யாராவது வரும் வாய்ப்பு இருப்பதாகத் தெரியவில்லை.

இதனைத் தொடர்ச்சியாக யோசிக்கும் போது புதுமைப்பித்தனும் விந்தனும் தமிழ்ச் சினிமாவில் போராடி துரதிர்ஷ்டவசமாக வெற்றி பெற முடியவில்லை என்று பழைய கட்டுரைகளில் இருந்து தெரிகிறது. ஜெயகாந்தன் 'பாதை தெரியுது பார்' என்கிற படத்தில் கலெக்டராக வருகிற சிறுவேஷத்தில் நடித்திருக்கிறார். (பின்பு இந்தக் காட்சியை அவரே நீக்கிவிட்டார்)

எம்.ஜி.ஆர் எத்தனை முறை கையை உயர்த்துகிறார் என்று சிறுவயதில் நாங்கள் வேடிக்கையாக எண்ணிக் கொண்டிருந்த பாடலான 'புதிய வானம், புதிய பூமி' பாடலில் எழுத்தாளர் சாவி ஒரு காட்சியில் பரிதாபமாக முழித்துக் கொண்டு எம்.ஜி.ஆரை பயபக்தியுடன் பார்த்துக் கொண்டு போவார். ('நான் நடித்ததினால்தான் இந்தப் படம் வெள்ளிவிழா கண்டது' என்று நகைச்சுவையாக குறிப்பிடுவார் சாவி.)

'கேளடி கண்மணி' படத்தில் பாலகுமாரன் ஆசிரம நிர்வாகியாக ஒரு காட்சியில் வந்து போவார்.

'விருமாண்டி' படத்தின் இறுதிக் காட்சியில் மாலன் செய்தியாளராக வருவார். 'சொல்ல மறந்த கதை' படத்தில் எழுத்தாளர் கி.ராஜநாராயணன் ஒரு திருமணத்தை தலைமை தாங்கி மணமக்களை வாழ்த்தி பேசுபவராக சில காட்சிகளில் வருவார். எழுத்தாளர் பூமணி அவருடைய 'கருவேலம் பூக்களை' என்.எப்.டி.சி. உதவியுடன் திரைப்படமாக்கினார்.

தங்கர் பச்சானை எழுத்தாளர் என்று அங்கீகரிக்க தயாராயிருந்தால், அவரது கல்வெட்டு என்கிற அபத்தமாக எழுதப்பட்ட கதையை அழகாக 'அழகி'யாக உருமாற்றம் செய்தார். நாஞ்சில் நாடனின் 'தலைகீழ் விகிதங்கள்' 'சொல்ல மறந்த கதையாக' வெளிவந்தது. தங்கர்பச்சானே ஒரு படத்தில் கதாநாயகனாக (சிதம்பரத்தில் ஒரு அப்பாசாமி) நடித்துக் கொண்டிருக்கிறார்.

(நண்பர்கள் தாங்கள் அறிந்த விவரங்களைக் கொண்டு இந்த பதிவை முழுமைப்படுத்த முயற்சிக்க வேண்டுகிறேன்)

அப்புறம்..... இது முற்றிலும் நகைச்சுவைக்காக மட்டுமே. யாரையும் புண்படுத்த அல்ல.

பிரதம மந்திரியையே கா¡ட்டூன் போட்டு கேலி செய்யும் இந்த தேசத்தில் எழுத்தாளர்களையும் சற்று நகைச்சுவைப்படுத்திப் பார்ப்பது ஒன்றும் உலகமகா குற்றமில்லை என்றும் தமிழர்களின் நகைச்சுவை உணர்ச்சி இன்னும் இற்றுப் போய்விடவில்லை என்றும் நம்புகிறேன்.

நம் எழுத்தாளர்கள் வருங்காலத்தில் சினிமாவில் நடிப்பார்களாயின் அவர்களுக்கு இந்த பாத்திரங்கள் பொருத்தமாயிருக்கும் என்று சிபாரிசு செய்கிறேன்.

O ஜெயமோகன் - கோயில் பூசாரி O எஸ்.ராமகிருஷ்ணன் - போலீஸ் கான்ஸ்டபிள்
O சுஜாதா - தலைப்பாகை அணிந்த தமிழ் வாத்தியார் O சல்மா - மகப்பேறு மருத்துவர்
O அ. முத்துலிங்கம் - பேங்க் மானேஜர் O சாருநிவேதிதா - காமெடி ரவுடி
O அசோகமித்திரன் - கிரிக்கெட் அம்பயர் O பிரபஞ்சன் - மேஜிக் நிபுணர்
O பெருமாள் முருகன் - நூலகப் பணியாளர் O வண்ணதாசன் - விளம்பர பட அப்பா
O கி.ராஜநாராயணன் - கிராமத்து கதாநாயகியின் அப்பா O சிவசங்கரி - சமூக சேவகி
ஞாநி - பிரதான வில்லனுக்கு பின்னால் நிற்பவர்

....

பாக்கியராஜ் படம் (இது நம்ம ஆளு) ஒன்றில் பாலகுமாரன் ஹோட்டல் முதலாளியாக வருவார்.
"சக்களத்தி" படத்தில் அழகாபுரி அழகப்பன் சபல டாக்டராக வருவார்.
அன்புடன்,
டோண்டு ராகவன்

கோயிந்த் கே சுவாமி யை காணுமே ?

அவரும் விரைவில் பெரிய திரைக்கு...
ஆனா எப்போ வருவார், எப்படி வருவார்ன்னு சொல்லக் கூடாது. அது ரகசியம்.

இரா.முருகன் - கதாநாயகனின் கோபக்கார அண்ணன் பாத்திரம் ..?

அது மட்டுமல்லாமல் "தங்கர் பச்சானை நீங்கள் எழுத்தாளராக எடுத்துக் கொண்டால்" என்று வியாக்காணம் வேறு!!. எத்தனையோ சமனிலை எழுத்தாளர்களைலக் காட்டில் சளைத்தவனில்லை பச்சன். அறியாதவர்கள் பச்சனின் 'குடிமுந்திரி' படிக்கவும்.

ஹரன்பிரசன்னா

கூண்டுக்கிளி திரைப்படத்திற்கு கதை வசனம் விந்தன் (என நினைக்கிறேன்!) மறுபக்கம் (சேது மாதவன் இயக்கியது) திரைப்படத்திற்கு வசனம் இந்திரா பார்த்தசாரதி.
மகா பிரபு (சரத்குமார் நடித்தது) உள்ளிட்ட பல படங்களுக்கு வசனம் பட்டுக்கோட்டை பிரபாகர்.
விருமாண்டி படத்தில் ஒரு காட்சியில் வருவார் கவிஞர் புவியரசு

23. பிரபஞ்சன்

தன்னை எழுதிய பெண் எழுத்து

தமிழின் முதல் நாவல் 1876-ல் வேதநாயகம் பிள்ளையால் 'பிரதாப முதலியார் சரித்திரம்' எழுதி வெளியிடப்பட்டது. அவருக்குப் பின் எழுதப்பட்ட நாவல்கள் எவை என்பதை இலக்கிய வரலாற்று ஆசிரியர்கள் பட்டியலிட்டிருக்கிறார்கள். குறைந்தது 10 நாவல் அல்லது ஆசிரியர்களைக் குறிப்பிடுவார்கள். அவர்கள் ஆண் எழுத்தாளர்களாக இருப்பார்கள்.

1876-க்குப் பின் பெண் எழுத்தாளர்கள் எழுதவில்லையா? எழுதியிருந்தால், எழுதியவர் யார் யார்? அவர்கள் படைப்பின் உள்ளடக்கம் யாது? அவர்களது காலத்து சமூகப் பொருளாதாரப் பண்பாட்டு நிகழ்வுகளை அவர்கள் எவ்வாறு உள்வாங்கி, எவ்வாறு வினையாற்றினார்கள் என் பது பதில் அறியவேண்டிய முக்கிய கேள்வி. அவ்வாறு எழுதியவர்களின் பின் இருந்த அரசியல், இயங் கத் தூண்டிய அரசியல், இயங்காமல் முடக்கிய அரசியல் ஆகியவை பற்றிய புரிதல், இலக்கியப் புரிதலுக்கு மிக அவசியம். சமூகப் புரிதலுக்கும்கூட.

'புலம் பதிப்பகம்' வெளியீடு

1876 - 1950 காலகட்டத்தில் எத்தனை பெண் எழுத்தாளர்கள் புதினம் படைத்தார்கள்? என்ன எழுதினார்கள் என்பதைப் பற்றிய தேர்ச்சியும், கூர்மையும் கொண்ட ஆய்வு நூல் இப் போது வெளியிடப்பட்டுள்ளது. எழுதியவர் ப.பத்மினி. 'மறக்கப்பட்ட பதிவுகள் - பெண் எழுத்து வரலாறு (1876-1950)' என்ற, 312 பக்கங்கள் கொண்ட அந்நூலை 'புலம் பதிப்பகம்' அழகுற வெளி யிட்டுள்ளது.

ஆங்கில அரசின் நடவடிக்கைகள், ஆங்கிலக் கல்விமுறை, சீர்திருத்தத் தலைவர்களின் ஊக்கத்தால் கல்வி பயில வாய்ப்பு கிடைத்த பெண்கள், கல்வி தம் வாழ்க்கைமுறைக்கு மாறானதாகவும், அறிவு வெளிச்சம் தருவதையும் உணர்ந்தார்கள். புத்தகம் வாசிப்பு என்கிற புதிய வாழ்க்கைமுறை அவர்களுக்குக் கிட்டவே, அவர்கள் தங்களுக்கு விதிக்கப்பட்ட கட்டுப்பாடு, விதிமுறைகள் குறித்து கேள்விகளை எழுப்பினார்கள். இந்திய ஆண்கள், பெண்களுக்கு கல்வி மறுத்ததன் காரணம் விளங்குகிறது. ஊசிவழி நூலாகப் பெண் கள் பின்தொடர்வதையே அபேட்சிக்கிறவர்கள் ஆண்கள்.

பெண்கள் புதினம் தோன்றியது - வாசிப்பு, சிந்தனையைத் திறந்தது. தேசிய இயக்கச் செயல்பாடு, சீர்திருத்த இயக்கப் பணிகள் என்கிற 'வெளி' மறுக்கப்பட்ட பெண்கள், தங் கள் சிந்தனைகளை எழுத்தாக மடைமாற்றம் செய்தார்கள். பெண்கள் புதினம் என்கிற புதிய இலக்கிய வகை தோன்றியது. பெண்கள் செய்யக்கூடிய வேலைகளில், எழுதுவது மிகவும் சிறந்ததான ஒரு தொழில் என்று குகப்பிரியை, பாலம் மாள் முதலான எழுத்தாளர்கள் திடமாக நம்பிப் பயணப்பட்டார்கள்.

1893-ல் கிருபை சத்தியநாதன் அம்மாவின் 'கமலம் ஒரு இந்துப் பெண்ணின் ஜீவிய சரித்திரம்' எனும் புதினம் வெளியாயிற்று, இது ஆங்கிலத்தில் எழுதப்பட்டு 1896-ல் தமிழாயிற்று. எனினும் தமிழ்ப் பெண்ணின் வாழ்க்கையைப் பேசுவதாலும், 1896-ல் தமிழானதாலும், பெண் எழுத்தாளர் படைப்பில் இவரது நூலே முதன்மை என்கிறார் பத்மினி.

ராஜாம்பாளின் முயற்சி - கிருபை சத்தியநாதனின் நாவல், தமிழ் (ஆண்) எழுத்தாளரால் 1876-ல் எழுதப்பட்ட 20 ஆண்டுக்குள் வெளிவந்தது சாதாரண விஷயம் இல்லை. வேதநாயகம் பிள்ளை கற்ற அறிஞர். கல்வி மறுக்கப்பட்ட பெண்கள், எந்த பின்னமும் இல்லாமல் அவரைத் தொடர்ந்தது பெரிய விஷயம். அடுத்த ஆண்டே 1897-ல் ராஜாத்தி அம்மாளின் நாவல் வெளிவந்தது.

திண்ணைப் பள்ளியில் தமிழ் கற்ற, வேற்றுமொழியைத் தாய்மொழியாகக் கொண்ட எஸ்.ராஜாம்பாள், (சுந்தரவேணி-1931) புதினம் படைத்ததை வியக்கத்தக்க முயற்சி என்று பாராட்டுகிறார் ஆய்வாளர். ராஜாம்பாள், தன்னை ஒரு வான்கோழியாகப் பேரடக்கமாகக் குறிப்பிட்டுக்கொண்டு, மயிலைப் பார்த்து தான் ஆடியதாகச் சொல்கிறார். (கான மயிலாடக் கண்டிருந்த வான்கோழி என்ற வெண்பா, தமிழின் அபத்தங்களில் ஒன்று. எந்த வான் கோழிக்கும் மயில் குரு அல்ல.) ராஜாம்பாளின் முயற்சி பாராட்டத் தக்கது.

பெண் எழுத்தாளர்கள் எழுதிய புதினங்களின் முன்னுரை யில் வெளிப்பட்ட அகத்தையும், படைப்பு எழுச்சிக் காரணத்தையும் ஆய்வாளர் தொகுத்துத் தந்திருப்பது முக்கியமானது. 1912-ல் ஜெயசீலன் எனும் புதினத்தை வெளியிட்ட மீனாட்சி சுந்தராம்பாள், தன் முன்னுரையில், 'நடைமுறை வாழ்க்கையைச் சித்தரிக்க' தான் படைப்பாளராக மாறியதாகச் சொல்கிறார். இது மிகவும் அரிய விஷயம். எதார்த்தம், எதார்த்த இலக்கியம் என்று பின்னாட்களில் எழுத்தாளர்களும், விமர்சகர்களும் பேசிய இலக்கிய வகைமையை மீனாட்சி சுந்தராம்பாள் அன்றே இனம் கண்டிருக்கிறார்.

குடும்பம் குறித்த விமர்சனங்கள் - புனிதம் என்று நம்பப்படும் குடும்ப அமைப்பு குறித்த விமர்சனங்களையும் பெண் எழுத்தளார்கள் எழுதத் தொடங்கியிருக்கிறார்கள். காதலர்களை இணைய விடாமல் பணம் குறுக்கிடுகிறது. காசு உள்ள இடத்தில் தன் பெண் வாழ்க்கைப்பட்டால், மகிழ்ச்சியாக வாழ்வாள் என்று சில மூடத் தந்தைமார்கள் நினைப்பதையும், பணக்கார அயோக்கியர்களுக்கு வாழ்க்கைப்பட்ட பெண்கள் சிந்திய கண்ணீர் பேராறாக ஓடிய அவலத்தையும் அந்தக் கால நாவல்கள் நிறையவே சொல்லின.

திருமணம், திருமண பந்தம், திருமணம் என்கிற நிறுவனம் எல்லாம் தெய்வீகமானவை என்கிற கட்டமைப்புக் குளத்தில் பெண்களின் நாவல்கள் கல்லெறிந்தன. அந்த வகையில் அவை முற்போக்கு. செய்யூர் சாரநாயகி அம்மா ளின் 'நித்ய கல்யாணி' நாவல் மறுமணம் பற்றி பேசியது. நித்ய கல்யாணியும், கந்தசாமியும் காதலித்தார்கள். கந்தசாமி ஏழை. ஆகவே பணக்-

கார முருகேசனுக்கு அவள் மனைவியானாள். அவர்களது வாழ்க்கை நரகமாகிறது. மனைவி மேல் சந்தேகம். அடி, உதை. ஒரு நாள் அவன் அடித்த அடியில் அவள் மூர்ச்சையடைகிறாள். பயந்துபோன முருகேசன் தற்கொலை செய்துகொள்கிறான். (நல்ல முடிவு). கணவர்களில் பலர், தற்கொலைக்கு ஆளாக வேண்டியவர்கள். காதலன் கந்தசாமி அந்தக் காலத்து காங்கிரஸில் இணைந்து உழைக்கிறான். நித்ய கல்யாணியை மறுமணம் செய்துகொள்கிறான். சுபம்.

சமூகத்தின் விளைபொருட்கள் - பெண் எழுத்தாளர்கள் இவ்விதமாக சமூகத்தை முன் நகர்த்துகிறார்கள். அவர்களது உள்ளடக்கம், இன்றைய பார்வைக்கு பெரிய விஷயம் இல்லை என்பதாகப் படலாம். ஆனால் கல்வி, சுதந்திரம், காதல், சுய தேடல் மறுக்கப்பட்ட அந்தக் காலச் சமூகத்தின் விளைபொருட்களே பெண் எழுத்தாளர்கள். அவர்கள் எதிர்கால சுபிட்சத்தைக் கனவு கண்டு புதிய சமுதாயம் படைத்தார்கள். 'காதல் திருமணத்தில் சாதி இறுக்கம் தளரும்.. தம் துணையைத் தேர்ந்தெடுக்கும் உரிமை நிலைநாட்டப்படும்.' உண்மையில் இது ஒரு பெரிய பாய்ச்சல். பெரியாரும், அம்பேத்கரும் காண விரும்பிய சமூகத்தை, தம் வார்த்தைகளால் முன்கூட்டியே கட்டி எழுப்பியவர்கள் பெண் எழுத்தாளர்கள்.

புகழ்பெற்ற நடிகை டி.பி.ராஜலட்சுமியின் 'கமலவல்லி' புதினம் அக்காலத்தில் ஒரு புரட்சி. கமலவல்லி கண்ணப்பனைக் காதலிக்கிறாள். அவளது வளர்ப்புப் பெற்றோர் அவளை ஐயாயிரம் ரூபாய்க்கு சந்திரசேகரனுக்கு விற்கிறார்கள். மணமும் முடிகிறது. உண்மை தெரிந்த சந்திரசேகரன், காதலன் கண்ணப்பனுக்கு தன் மனைவியைத் திருமணம் செய்து வைக்கிறான். 1896-1950 இந்த இடைப்பட்ட காலத்தில், குடும்பம், மண உறவு குறித்து மரபான சிந்தனைகளை வெளிப்படுத்திய நாவல்கள் எழுதப்பட்டன என்றாலும், 1955-ம் ஆண்டு இயற்றப்பட்ட திருமண முறிவுச் சட்டம், படைப்பாளர்களைச் சிந்திக்கச் செய்தது. பெண்களை திருமணச் சிக்கல்களில் இருந்து மீட்டெடுக்கும் ஒரே வழி திருமண முறிவு என்பதால், படைப்பாளர்கள் அதுபற்றி விவாதிக்கத் தொடங்கினார்கள்.

அந்தக் காலப் பெண் எழுத்தாளர்கள் முன்வைக்கும் மாற்றுச் சிந்தனைகள் முக்கியமானவை. வீட்டு வேலையைக் கணவனும், மனைவியும் பகிர்ந்துகொள்வதாக ஒரு குடும்பத்தை முன்வைக்கிறார் சகுந்தலா ராஜன் (வனிதாலயம்). பாலம்மாள் தன் 'மனோகரி' நாவலில், தம் காலத்தை மீறிச் சிந்திக்கிறார். ஒரு கணவன் இப்படிச் சொல்கிறான்: 'வீட்டு வேலை செய்பவள் நமக்கு அடிமை என்ற எண்ணத்துடன், குடும்ப நிர்வாகத்தில் அவளுக்கு அளிக்கவேண்டிய அதிகாரம், சுதந்திரம், சமத்துவம் இவற்றை நான் அளிக்கத் தவறுவேனாயின் என் குடும்பம் நன்கு நடைபெறுமா?'

அறிவும், ஆரோக்கியமுமே அழகு - பெண்ணின் உடம்பை வர்ணித்து அழகைச் சித்தரிக்கும் போக்கு இன்னும்கூட இருக்கிறது. ஆனால், அக்கா-

லத்தில் வைதீக எதிர்ப்புச் சிந்தனையாளராகப் பெரும் புகழ் கொண்டவரும், எழுத்தாளருமான மூவலூர் ராமாமிர்தம் அம்மாள், பெண்ணை வர்ணிக்காமலேயே நாவல் எழுதி இருக்கிறார்.

ஒரு முக்கியமான செய்தி. அந்தக் காலப் பெண் எழுத்தாளர்கள் ஓரிருவர் தவிர, மற்றவர் பிராமண இனத்தவரே. 'பெண்களைச் சித்தரிக்கும்போது, தாங்கள் சார்ந்த இனமான பார்ப்பன இனத்துப் பெண்களை மட்டும் சித்தரிக்கிறார்கள். சாதியக் கொடுமைகளை எழுதுவதை அறவே தவிர்த்துள்ளனர். சாதியக் கொடுமை பற்றிய சிந்தனையும் இல்லை எனலாம்' என்கிறார் ஆய்வாளர். தமிழ் இலக்கியம் தொடர்பாக, மிக முக்கியமானதும் சிறந்ததுமான ஆய்வைத் தந்திருக்கிறார் ப.பத்மினி. 1876-1950 காலக்கட்டத்தில் நாவல் எழுதிய பெண் எழுத்தாளர்களில் சிறப்பாக 12 பேரை எடுத்து ஆராய்ந்திருக்கிறார்.

தமிழ்நாட்டில் கல்விப் பரவலும், நாவல் எழுதியலும் ஒன்றாகவே நிகழ்ந்தன. இந்த 12 ஆசிரியைகளின் 23 நாவல்கள், காலத்தைக் குறுக்குவெட்டாக நமக்கு காட்டுகின்றன. எழுத்துகள் என்பது மக்கள் மனதோடு பேசுபவை. மனதைச் செப்பம் செய்து மனிதத்தை வளர்த்தெடுப்பவை. அந்த வகையில் அந்த ஆசிரியைகள், வரலாற்றில் அங்கீகரிக்கப்பட வேண்டியவர்கள். மிகச் சுலபமான, வழக்கத்தில் இருக்கும் ஆய்வுகள் போல, 'சங்க இலக்கியத்தில் எள்' வகையறா ஆய்வாக இல்லாமல், சவால் உள்ள 'பெண் எழுத்து வரலாறு (1896-1950)' போன்ற ஆய்வைத் தேர்ந்து, மிகுந்த சிரமப்பட்டு சிறப்பாக ஒரு நல்ல ஆய்வைச் செய்து முடித்த ஆய்வாளர் பாராட்டுக்குரியவர். எதிர்காலத்தில் ஒரு முன்மாதிரி ஆய்வாக இது பேசப்படும்.

24. ஒரே நேரத்தில் 40 நூல்கள் வெளியீடு

- மணி எழிலன்

ஒரே நேரத்தில் தான் எழுதிய 40 நூல்களை வெளியிட்டு, உலக சாதனை நூலான 'யூனிவர்சல் அச்சீவ்மெண்ட் புக் ஆப் ரெக்கார்ட்'ஸில் இடம்பிடித்திருப்பவர் முனைவர் மரியதெரசா. இவர் ரங்கசாமி கல்வியியல் கல்லூரியில் பேராசிரியராகப் பணியாற்றி ஓய்வுபெற்றவர். தமிழ், ஆங்கிலம், ஹிந்தி ஆகிய மொழிகளிலும் பட்டம் பெற்ற மும்மொழிப் புலமை கொண்டவர். அண்மையில் அவரது புலமையைப் பாராட்டி தமிழக அரசு 'தமிழ் மாமணி' விருதை வழங்கியிருக்கிறது. அவரை நாம் சந்தித்தபோது...

உங்களைப் பற்றி?

எனக்கு இரு சகோதரிகளும் ஒரு சகோதரனும் உள்ளார்கள். என் தாயின் பெயர் பிளான்ஷேத் அம்மையார். தந்தையின் பெயர் ரொபேர் சேழான். எனது தாயார் சிறந்த கவிஞர். அவரது மறைவுக்குப் பிறகு அவரது படைப்புகளை எனது சகோதரன் 'காரைமகள் கவிதைகள்' எனும் தலைப்பில்

தொகுத்திருக்கிறார். காரைமைந்தன் எனும் புனைபெயரில் எனது சகோதரனும் கவிஞராக வலம்வருபவர்.

உங்கள் நூல்களை யாராவது ஆய்வு செய்திருக்கிறார்களா?

எனது கவிதை நூல்களை இதுவரை பதினெட்டு மாணவர்கள் பி.எச்.டி. மற்றும் எம்.பில் படிப்பிற்கான ஆய்வு நூலாக ஏற்றுக்கொண்டு பட்டம் பெற்றுள்ளனர். இது எனது எழுத்துக்கும், எனக்கும் கிடைத்த பெருமையாக நினைக்கிறேன். எனது கவிதைகள், 2017 நவம்பரி 16இல் தென் ஆப்பிரிக்காவில் நடைபெற்ற நான்காம் உலகப் பொருளாதார மாநாட்டில், வேந்தன் டா.விஸ்வநாதன் அவர்களால் எனது 10 நூல்கள் வெளியிடப்பட்டதையும் எனது அங்கீகாரமாகக் கருதுகிறேன்.

உங்கள் கவிதைகள் இளைஞர்களிடமும் மாணவர்களிடமும் போய்ச் சேர்ந்திருக்கிறதா?

பொள்ளாச்சி என்.ஜி.எம். கல்லூரி இளங்கலைப் பாடத்திட்டத்தில் எனது ஹைக்கூ இடம்பெற்றுள்ளது. கேரளாவில் பனிரெண்டாம் வகுப்பு தமிழ் மேனிலை ஆசிரியர் பனுவலில் எனது கவிதை இடம்பெற்றுள்ளது. இவற்றின் மூலம் மாணவர்களிடம் என் எழுத்துக்கள் சேர்ந்துகொண்டிருக்கின்றன.

நீங்கள் வெளியிட்ட முதல் நூல் எது?

நான் 1998 இல் 'நிழல் தேடும் மரங்கள்' எனும் தலைப்பில் புதுக்கவிதை நூலினை வெளியிட்டேன். அந்த நேரத்தில் எழுத்துலகில் பலர் பல நூல்களை ஒரே மேடையில் வெளியிட்டுக்கொண்டிருந்தார்கள். அதைப் பார்த்து எனக்கும் ஒரு ஆசை வந்தது. அதைத் தொடர்ந்து எனது 40 நூல்களை ஒரே மேடையில் வெளியிட்டு சாதனை படைத்தேன். அந்த சாதனையை 100 நூல்களை வெளியிட்டு நானே முறியடிக்கப் போகிறேன் என்பது இரட்டிப்பு மகிழ்ச்சி. முதலில் 50 நூல்களை வெளியிடத் திட்டமிட்டிருந்தேன். இந்த கொரோனா காலம் எனக்குக் கொடுத்த அவகாசத்தைப் பயன்படுத்தி, நூலின் எண்ணிக்கையை 100 ஆக மாற்றிக்கொண்டேன் அதற்காகக் கடுமையாக உழைத்தேன். இந்த நூறு நூல்களையும் வடிவமைத்து பதிப்பித்து வருகிறார் மலர்க்கண்ணன் பதிப்பகத்தின் பதிப்பாசிரியர் கவிஞர் மணிஎழிலன்.

நீங்கள் பெற்ற விருதுகள் பற்றி?

கவியருவி, கவிமதி, தமிழருவி, கவிக்குயில், எழுத்து வித்தகர் என கிட்டத்தட்ட நூற்றி முப்பத்தி இரண்டு விருதுகளைப் பெற்றுள்ளேன். இவற்றை என் எழுத்துக்கும், உழைப்புக்கும் கிடைத்த அங்கீகாரமாகக் கருதுகிறேன். சமீபத்தில் எனது எழுத்துப்பணியைப் பாராட்டி தமிழ் வளர்ச்சித்துறையினரால் 2020ஆம் ஆண்டிற்கான தமிழக அரசின் 'தமிழ்ச்செம்மல்' விருதைப் பெற்றிருக்கிறேன். அனைவரது பாராட்டும், வாழ்த்துகளும் கிடைக்கும் போதெல்லாம் நெகிழ்வாக உணர்கிறேன்.

இலக்கியத்தின் பல தளத்திலும் எப்படி பயணிக்கிறீர்கள்?

எல்லாவற்றிற்கும் ஆர்வம்தான் காரணம். நான் மரபு, புதுக்கவிதை, சிறுகதைகள், சிறுவர் இலக்கியம், ஹைக்கூ, லிமரைக்கூ, மோனைக்கூ, எதுகைக்கூ, ஆன்மீகம், மூன்றியோ, நாவல், மொழியாக்கம், சென்ரியு, முரண்கூ, போதனைக்கூ, பழமொன்ரியு, ஹைபுன் என கால்பதித்த தளங்கள் ஏராளம். இவற்றில் பெரும்பாலான வகையில் பெண் கவிஞர்களில் நான் மட்டுமே நூல் வெளியிட்டுள்ளேன். தமிழ் இலக்கியத்தில் மோனைக்கூ, எதுகைக்கூ, மூன்றியோ, முரண்கூ, போதனைக்கூ போன்றவைகள் முதன்முதலில் நூல் வடிவமாக பெற்றது எனது எழுத்துக்களில்தான்.

மேலும், ஒரு வரி கவிதைகளில் 'மனம் நடுவிழா'என்ற நூலும், இருவரியில் குறள்கூ நூலாக 'நாட்டிய நடவுகள்' என்ற நூலும், மூன்று வரிகளில் ஹைக்கூ, முரண்கூ, சென்ரியு, போதனைக்கூ, எதுகைக்கூ, மோனைக் கூவில் சில நூல்களும், நான்கு வரிகளில் தன்முனைக் கவிதை நூலும், ஐந்து வரிகளில் குறும்பா நூலும், அறுசீர் விருத்தத்தில் 'எழுத்துப் பல்லக்கு' நூலும், எழுசீர் விருத்தத்தில் 'மொட்டு விட்ட தென்றல்' நூலும், எண் சீர் விருத்தத்தில் 'புல்லாங்குழலில் புகுந்த காற்று', 'சொற்சுகம்' போன்ற நூலும், மேலும் ஒரு பொருளுக்கு ஒன்பது வகைமைகளில் கவிதை யாத்து 'ஒன்பது வாசல்' என்ற நூலும் எழுதி வெளியிட்டுள்ளேன்.

எந்த நோக்கத்தோடு எழுதுகிறீர்கள்?

சமுதாய அநீதிகளைக் கண்டு மனம் கொதித்துப்போகிறேன். துப்பாக்கி ஏந்தி சமூக விரோதிகளைச் சுட்டு வீழ்த்த இயலாது. அதனால் என் எழுதுகோலை ஆயுதமாக்குகிறேன். 'துளிர் விடும் நேரம்' எனும் தலைப்பில் வர இருக்கும் நூல் முழுக்க முழுக்க இளைய சமுதாயத்திற்கு எழுச்சி ஊட்டுவதாக அமைந்துள்ளது.

நான் இளைய சமுதாயத்தை நம்பியிருக்கிறேன். இந்நேர்காணல் மூலம் கரம் கூப்பி ஒரு விண்ணப்பம் வைக்கிறேன். நாளைய சமுதாயத்தில் மனிதர்கள் வாழட்டும்; சாதிகள் ஒழியட்டும். ஊழல்கள் வேரறுக்கப்படட்டும். எல்லோரும் இன்புற்றிருக்க வழி செய்யுங்கள். அன்பால் மனிதனை ஆளுங்கள். மனிதநேயம் எங்கும் ஒளிரட்டும்.

25. ஏ. ஏ. ஹெச். கே. கோரி

திருநெல்வேலிக்காரரான ஏ.ஏ.ஹெச்.கே.கோரி இப்போது வசிப்பது சென்னையில். ஜனரஞ்சகப் பத்திரிகைகளிலும், இலக்கியப் பத்திரிகைகளிலுமாக இதுவரை 200 ப்ளஸ் சிறுகதைகள் பிரசுரம் கண்டிருக்கின்றன. ஐந்து சிறுகதைத் தொகுதிகள். மெய்ன் காட் கேட் என்கிற சிறுகதைத் தொகுதியும், காதில் மெல்ல காதல் சொல்ல என்கிற நாவலும் 2009ல் வெளியாயின. மாம்பழ

சாலை என்கிற ஆறாவது சிறுகதைத் தொகுதியும், சிரிக்கும் நாளே திரு-நாள் என்கிற நாவலும் 2011ல் வெளியாகவிருக்கின்றன. 2009ம் வருஷம் கல்கி மற்றும் கலைமகள் பத்திரிகைகள் நடத்திய சிறுகதைப் போட்டிகளில் கோரிக்கு முதல் பரிசு.

1. எழுத்துலகில் நீங்கள் காலடி வைக்கக் காரணமாக இருந்தது எது? யார்?

எழுபதுகளில், எண்பதுகளில் எழுத வந்த இளைஞர்களில் பெரும்பாலோர் வேலையில்லாத் திண்டாட்டம், காதல் தோல்வி, வாழ்க்கையில் விரக்தி போன்ற துயரங்களின் தாக்கத்தினால் எழுத வந்தவர்கள். இதில் முன்னது மட்டும் எனக்கு இருக்கவில்லை. மன வலிக்கு எழுத்து வடிவம் கொடுத்துக் கீழே இறக்கி வைக்கிற உந்துதலில் எழுத வந்தவன்தான் நானும். நம்ம எழுத்தைப் பத்திரிகைகளில் பார்க்கிறபோது, விரக்திகளையெல்லாம் முந்திக்-கொண்டு ஒரு பரவசம் எட்டிப் பார்த்தது. முதல் கதைக்கு குமுதத்திலி-ருந்து எண்பது ரூபாய் வந்தபோது, ஒரேயொரு காலரையாவது தூக்கிவிட்டுக் கொள்ள நியாயம் இருக்கிறது என்று ஓர் உற்சாகம் தலை தூக்கியது.

குமுதம், ஆனந்த விகடன், தினமணி கதிர் வட்டத்துக்குள் இருந்த என்-னுடைய தோளைத்தட்டி, எனக்கு வானத்தை சுட்டிக்காட்டி, கணையாழி, சதங்கை, செம்மலர், தாமரை போன்ற இலக்கியப் பத்திரிகைகளை எனக்குக் காட்டித் தந்தவர் என்னுடைய இனிய நண்பர் சா. ஜோதிவிநாயகம். கணை-யாழியும், சதங்கையும் இப்போது இல்லை. ஜோதி விநாயகமும்!

2. போர் முனை வாளை விட பேனா முனை கூரியது என்ற வாசகம் இன்-றும் பொருந்துமா?

இன்றைக்கு மட்டுமல்ல, என்றைக்குமே அந்த வாசகம் பொருந்தாது. எழுத்-தாளனை மேன்மைப்படுத்துவதற்காக சொல்லப்பட்ட ஒருதலைப் பட்சமான வாசகம் இது என்பதைப் பாரபட்சம் பார்க்காமல் நாம் ஒப்புக்கொண்டே ஆகவேண்டும். வாள் முனையையும், பேனா முனையையும் ஒப்பிடுவதே தப்பு. நாட்டுப் பாதுகாப்புக்காக வட எல்லையின் பனிக்கட்டிக் குளிரில், ஒரு கையில் துப்பாக்கியையும் மறுகையில் உயிரையும் பிடித்துக்கொண்டு நிற்கிற போர்வீரர்களையெல்லாம் வாபஸ் வாங்கிக்கொண்டு, ஒரு பத்தாயிரம் எழுத்-தாளர்களைத் திரட்டி, கையில் பேனாவைக் கொடுத்து எல்லையில் நிறுத்தி வைப்பது சாத்தியமா என்பதை நினைத்துப் பார்க்க வேண்டும். ப்ரஞ்சுப் புரட்சி போன்ற சில சாதனைகள் பேனா முனையால் நிகழ்ந்திருக்கலாம். சமூக மாற்றங்களை எழுத்துக்கள் ஏற்படுத்தியிருக்கலாம். பாமரர்களிடையே விழிப்புணர்வை படைப்பாளிகள் சிலர் ஊட்டியிருக்கலாம். அதற்காக ஒரேய-டியாக வாள்முனையை மழுங்கடித்துவிட முடியாது.

3. சிறந்த சிறுகதையின் லட்சணம் என்ன?
நாலுபக்க அஞ்சுபக்க அச்செழுத்துகளைத் தாண்டி, வாசகனை யோசிக்க வைப்பதுதான் சிறுகதையின் லட்சணம் என்று நினைக்கிறேன்.
4. உங்கள் சிறுகதையின் சிறப்பம்சமாக எதைக் கருதுகிறீர்கள்?
யதார்த்தம், நெஞ்சைக் கனக்கச் செய்கிற கதைகளில் கூட ஒரு lighter element, மனசை சுண்டியிழுக்கிற மாதிரி வெடுக்கென்று ஒரு கடைசி வாக்கியம் இவற்றை என்னுடைய சிறுகதையின் சிறப்பம்சங்களாகச் சொல்லுவேன்.
5. ராஜேந்திர குமார் பாணியில் துப்பறியும் கதை எழுதுவதை ஏன் நிறுத்தி விட்டீர்கள்?
நிறுத்தவில்லை. ஆரம்பித்தால்தானே நிறுத்துவதற்கு! ராஜேந்திரகுமார் மட்டுமல்ல, யார் பாணியிலேயுமே நான் துப்பறியும் கதை எழுதியதில்லை. ‘கொல்லத்தான் நினைக்கிறேன்’ என்கிற என்னுடைய சிறுகதையைத் துப்பறியும் கதை என்று கொண்டால், நான் எழுதிய ஒரே துப்பறியும் கதை அதுதான். ‘அமாவாசையும் அப்துல்காதரும்’ என்கிற என்னுடைய சிறுகதை துப்பறியும் கதை போன்ற தோற்றத்தைத் தருகிற வட்டார வழக்குக் கதை. இந்த ரெண்டுமே யாருடைய பாணியையுமே பின்பற்றி எழுதப்பட்டவை அல்ல. என்னுடைய பாணியிலேயே அமைந்த, யதார்த்தத்திலிருந்து முரண்படாத, கடைசி வாக்கியத்தில் ஒரு சொடுக்குப் போடுகிற சிறுகதைகள் இவை.

6. வெளியிடும் பத்திரிகைக்கேற்ப கதை, மொழிநடை ஆகியவற்றைத் தேர்வு செய்வீர்களா?
இல்லை. கதையை எழுதி முடித்த பின்னால், இது இந்தப் பத்திரிகைக்குப் பொருத்தமாக இருக்கும் என்று தோன்றும். அதன்படி அந்தப் பத்திரிகைக்குக் கதை போய்ச் சேரும்.
7. சிறுகதை இலக்கியத்தில் உங்களுடைய பாணி என்று எதைச் சொல்வது?
எவருடைய பாணியையும் பின்பற்றாமல், யாரையும் முன்னோடியாய் ஏற்றுக் கொள்ளாமல் எனக்கென்று ஒரு தனிப்பாணியை அமைத்துக்கொண்டிருக்கிற மனநிறைவோடு எழுதிக் கொண்டிருக்கிறேன். சிறுகதைக்குக் கருவை விட மொழியாளுமையும் ஸ்டைலும் முக்கியம் என்று நினைக்கிறவன் நான். கரு களவாடப் படலாம். ஆனால் மொழியாளுமையும், ஸ்டைலும் களவாடப்பட முடியாதது. அதுதான் ஒரு படைப்பாளியின் தனித்தன்மையைப் பறை சாற்றுவது. அதோடு, கடைசி வாக்கியத்தில் அல்லது கடைசிப் பத்தியில் ஒரு கொக்கி போட்டு சுண்டியிழுத்து வாசகனைச் சிலிர்க்கச் செய்கிற உத்தியை அல்லது வித்தையையும் என்னுடைய தனித்தன்மையாய் வெளிப்படுத்திக் கொண்டிருக்கிறேன். இது, ஓ. ஹென்றியின் பாணி என்கிற கருத்து சில வாசகர்களிடையே இருக்கிறது. இருக்கலாம். ஆனால் இது ஒரு தற்செயல்

நிகழ்வே. ஏனென்றால், ஓ. ஹென்றியை நான் வாசித்ததே இல்லை.

8. வாசகர்கள் மனதைக் கனக்கச்செய்த 'பெயில் காலம்' போண்ற படைப்பு-களை நிலாச்சாரலில் மீண்டும் எப்போது படைப்பீர்கள்?

பெயில் காலத்தைப் பாராட்டியிருப்பதற்கு நன்றி. வாசகர் மனதை மட்டுமல்ல, என்னுடைய மனதையும் கனக்கச் செய்த கதை அது. பெயில் காலத்துக்கு இணையான கனமான கதைகள் சில ஏற்கனவே நான் எழுதியிருக்கிறேன். சிகப்பாய்க் கொஞ்சம் கண்ணீர், மாதா, யாழ் இனிது யார் சொன்னது, அப்-பன் தொழில், வளைக்காதே ஒடிஞ்சி போகும் போன்ற கதைகளைச் சொல்-லலாம். இதுபோன்ற சிறுகதைகளை இன்னும் படைத்து, அதி விரைவில் நிலாச்சாரல் வாசகர்களின் மனதைக் கனக்கச் செய்கிற அஜென்டா கைவசம் இருக்கிறது.

9. சமூக அரசியல் சீர்கேடுகளைச் சுட்டும் கதைகளில், நகைச்சுவையுணர்வு இழையோடுவது அக்கதையின் இறுக்கத்தைக் குறைத்து விடாதா?

அங்கதமான நகைச்சுவை (satire), சமூக அரசியல் சீர்கேடுகளைச் சுட்டும் கதைகளில் இழையோடலாம். இழையோடத்தான் வேண்டும். அப்போதுதான் இறுக்கம் குறையும். குறையத்தான் வேண்டும். இல்லாவிட்டால் கதை கடி-னமாகி விடும். கதை கனமாய் இருக்கலாம், கடினமாய் இருக்கக்கூடாதில்-லையா!

10. எழுத்தாளராய் உங்களைப் பெருமையடையச் செய்த விமர்சனம் என்று எதைக் கருதுகிறீர்கள்?

'தடுமாற்றங்கள் பதினஞ்சு' என்கிற என்னுடைய முதல் சிறுகதைத் தொகுதி திருநெல்வேலியில் வெளியானபோது, அந்தக் கதைகளை வாசித்துவிட்டுப் பேராசிரியர் நா. வானமாமலை அவர்கள் எனக்கு ஒரு நீளமான கடிதம் எழுதியிருந்தார். ஒவ்வொரு கதையையும் விலாவாரியாய்ப் பாராட்டி ரொம்ப சந்தோஷமாய் அந்தக் கடிதத்தை எழுதியிருந்தார். ஆக்கபூர்வமான அந்த விமரிசனத்தைக் குறித்து இன்றும் நான் பெருமைப்படுகிறேன். கணையாழி-யில் பிரசுரமான காய்தல் என்கிற என்னுடைய ஐந்தே ஐந்தாவது சிறுகதை இலக்கியச் சிந்தனைத் தேர்வு பெற்றபோது 'அஞ்சாவது கதையிலேயே இலக்-கியச் சிந்தனை வாங்கினவங்க எனக்குத் தெரிஞ்சி யாருமே இல்ல' என்று பாராட்டிய ஜோதிவிநாயகத்தின் வாக்கியத்தை நினைவுகூர்ந்து பெருமைப்ப-டுகிறேன்.

ஆர். அனந்தராமன். பெங்களூரில் வசிக்கிற வாசக டாக்டர். என்னுடைய ஒவ்வொரு சிறுகதையையும் வாசித்துப் பாராட்டித் தொடர்ந்து எஸ்ஸெம்மெஸ் அனுப்பி என்னைத் திணறடித்துப் பெருமைப்படுத்திக் கொண்டிருக்கிறவர் டாக்டர் அனந்தராமன்.

11. 'சமகால எழுத்தாளர்களில் சிறந்த பத்து சிறுகதையாளர்கள்' என்று கேட்டால் யார் யாரைக் கூறுவீர்கள்?

யாழ்ப்பாணத்தில் வசிக்கிற ஐ.சாந்தனைத்தான் முதலில் குறிப்பிட வேண்டும். நான் எழுத்தாளனாய் உருவாவதற்கு முன்பே கணையாழியில் அவருடைய கதையை வாசித்து சாந்தனின் எழுத்தின் மேல் காதல் வசப்பட்டவன் நான். ரெண்டாவது, திருநெல்வேலியில் வசித்த ஜோதிவிநாயகம். பிரசுரம் பெறாத ஜோதியின் பல சிறுகதைகளைக் கையெழுத்துப் பிரதிகளாய் வாசித்துப் பரவசம் அடைந்திருக்கிறேன்.

அடுத்தது எஸ். ஷங்கரநாராயணன். சிறுகதையில் தூக்கலாய் இருக்கவேண்டும் என்று நான் கருதுகிற மொழியாளுமை, ஸ்டைல், தனித்தன்மை என்கிற கோட்பாடுகளுக்குள் கச்சிதமாய்ப் பொருந்துகிற எழுத்து ஷங்கரநாராயணனுடையது. அடுத்தபடியாய் பா.செயப்பிரகாசம். ஒரு ஜெருசலேம், என்கிற செயப்பிரகாசத்தின் சிறுகதைத் தொகுதி அதியற்புதமான சிறுகதைகளை உள்ளடக்கியது. சாவகன், சேனாதிராஜா என்கிற ரெண்டு இளம் இலங்கை எழுத்தாளர்கள் என்னை சமீபத்தில் பிரமிக்கச் செய்தவர்கள். ஆறு பேராச்சு. இதற்குமேலும்சொல்ல வேண்டுமானால் ரொம்ப யோசிக்க வேண்டும்.

12. உங்கள் கதைகளில் வாசகர்களை அதிகமாக கவர்வது எது? நகைச்சுவையுணர்வு/வட்டார வழக்கு?

திருநெல்வேலிக்காரன் என்கிற திமிரில் திருநெல்வேலி வட்டார வழக்குக்குள்ளே சர்வ சுதந்திரத்தோடு புகுந்து புகுந்து புறப்படுவதில் புளகாங்கிதங் கொள்கிறவன் நான். தவிர மதுரை, திருச்சி, தூத்துக்குடி, பரமக்குடி, ஊட்டி முதலிய ஊர்களில் வாழ்ந்தவன் என்கிற உரிமையிலும், இலங்கைக்கு அடிக்கடி போய்வருகிறவன், இலங்கை எழுத்தாளர்களோடும் எழுத்துக்களோடும் பரிச்சயங் கொண்டவன் என்கிற தகுதியிலும், சென்னையில் இப்போது வசித்துக் கொண்டிருக்கிறவன் என்கிற தெனாவட்டிலும் அந்தந்த லோக்கல் வட்டார வழக்கில் எழுதுவதை ஒரு கலையாய்க் கொண்டிருக்கிறேன். செந்தமிழில் செயற்கையாய் உரையாடல்களை அமைப்பதில் எனக்கு உடன்பாடே கிடையாது. என்னுடைய வட்டார வழக்கு உரையாடல்கள் வாசகர்களிடையே வரவேற்பைப் பெற்றிருப்பதற்கு இணையாகவே என்னுடைய சிறுகதைகளில் இழையோடுகிற மென்மையான நகைச்சுவையும் ரசிக்கப்படுகிறது. இந்த ரெண்டில் வாசகர்களை அதிகமாய்க் கவருவது எது என்று சொல்லுவது ரொம்பக் கஷ்டம்.

13. உங்கள் எழுத்தின் நோக்கம் என்ன?

இந்தக் கேள்விக்கு பதில் கொஞ்சம் நீளமாய்ப் போகும். பரவாயில்லையா? பரவாயில்லை என்கிறீர்கள். சரி சொல்கிறேன். வாள்முனையையும், பேனா-

முனையையும் ஒப்பிடுவது தப்பு என்று ரெண்டாம் கேள்விக்கான பதிலில் சொல்லியிருந்தேன். ஆனாலும் சில வரையறைகளுக்குட்பட்டு பேனாமுனை-யாலும் சாதனைகளை நிகழ்த்த முடியும், சாதனைகளை நிகழ்த்த முயற்சி-கள் மேற்கொள்ளப்பட வேண்டும் என்று நான் நம்புகிறேன். முயற்சிகளை மேற்கொண்டுமிருக்கிறேன். பெரிதாய் சாதனை ஏதும் நிகழ்த்த முடியாமல் போகலாம்தான். ஆனால் சில நபர்களிடமாவது ஒரு மனமாற்றத்தையும் விழிப்புணர்ச்சியையும் ஏற்படுத்த வேண்டும் என்கிற நோக்கமிருக்கிறது. மத நல்லிணக்கத்தை வலியுறுத்தி எக்கச்சக்கமான சிறுகதைகள் எழுதியிருக்கி-றேன்.

பிரபலமான ஒரு சங்கிலித்தொடர் உணவுவிடுதியின் உரிமையாளர் ஒருவர் தமிழ்நாட்டில் இருக்கிறார். பலகாலமாய் அவர் செய்துவந்த அசிங்கமான காரியங்கள் ஒரு கொலையில் முட்டிக்கொண்டு நின்றபோது கைது செய்-யப்பட்டார். உள்ளே போகவும் வெளியே வரவுமாக இருப்பார். இப்போது உள்ளேயா வெளியேவா என்று யாருக்குமே தெரியாது. கோடிகளும் கேடி-களும் கைவசம் இருந்தால் எந்த பஞ்சமா பாதகத்தையும் செய்துவிட்டுத் தப்பிவிடலாம் என்று நிரூபித்துக் கொண்டிருக்கிற சமூகவிரோதி. ஆனால் அவருடைய உணவுவிடுதிகளில் கூட்டம் அலைமோதும். உணவுவிடுதியின் உரிமையாளர் ஒரு சமூகவிரோதி என்பது அந்தக் கூட்டத்துக்குத் தெரியும். ஆனாலும் அங்கேதான் போய் இடித்துக்கொண்டு நிற்பார்கள்.

கூட்டமாய் இருந்தாலும் சாப்பாடு நல்லாயிருக்கு என்பார்கள். காசு கூடன்னாலும் காபி டேஸ்ட்டாயிருக்கு என்று ஒரு காரணம் சொல்லு-வார்கள். இந்த சமூகவிரோதியின் சாப்பாட்டுக் கடைகள் புறக்கணிக்கப்பட வேண்டாமா? அந்தப் புறக்கணிப்பு நடந்திருந்தால் துபாயிலும் அமெரிக்-காவிலும் கனடாவிலும் அந்த நிறுவனம் கிளைகள் பரப்பிப் படர்ந்திருக்க முடியுமா? என்ன ஜனங்கள் இவர்கள் என்கிற மனக்கொதிப்பை சமீபத்தில் டோக்கன் ஸ்ட்ரைக் என்கிற சிறுகதையில் வெளிப்படுத்தியிருந்தேன். அந்தக் கதையை வாசித்து எத்தனை சாப்பாட்டுப் பிரியர்களும், காபி ரசிகர்களும் மனந்திருந்தினார்கள் என்று தெரியாது. ஆனாலும் என்னுடைய நோக்கத்-திற்கு வரிவடிவம் கொடுத்து விட்டதில் ஒரு திருப்தி.

வயதான பெற்றோரை முதியோர் இல்லத்தில் குடியமர்த்துகிற கொடுங்-கோன்மையைக் குறித்த விழிப்புணர்வை ஏற்படுத்த முயற்சித்திருக்கிறேன், உறவுதான் ராகம் என்கிற சிறுகதையில். லஞ்ச ஊழல் அசிங்கத்தை உயி-ரெலாம் பாசம் என்கிற கதையில் அலசிக் காயப்போட்டிருக்கிறேன். லஞ்சம் வாங்கித் தின்பது ஆண்வர்க்கத்தின் ஏகபோக ஈனத்தனம் என்று பாமரத்தன-மாய் நினைத்துக்கொண்டிருந்த எனக்கு, பெண் அதிகாரி ஒருத்தி நாக்கூசா-மல் லஞ்சம் கேட்ட அதிர்ச்சியைத் தாங்கிக்கொள்ள இயலவில்லை. அந்தத் தாக்கத்தில் அக்னிப்பிரகாசம் என்று ஒரு சிறுகதை பிறந்த்து.

மதுப் பழக்கத்தின் அவலத்தை விமர்சித்து அப்பன் தொழில், குடிமக்கள் என்று ரெண்டு கதைகள் எழுதியிருக்கிறேன். குடியைக் குறித்து பல கதைகள் பல எழுத்தாளர்களால் எழுதப்பட்டிருக்கலாம். திரைப்படங்களில் கூட குடி குடியைக் கெடுக்கும் என்று பலமுறை காட்டப்பட்டிருக்கிறது. ஆனால் குடி-யைவிட பெரிய உயிர்க்கொல்லியான சிகரெட் என்கிற சாபக்கேட்டைப் பற்றி எழுதப்படவுமில்லை. திரைப்படத்திலும் சொல்லப்படவில்லை என்கிற உறுத்-தல் என்னை ஒரு சிறுகதை அல்ல, நாவல் எழுதத் தூண்டியது. ஏப்ரல்/மே 2011ல் வெளியாகவிருக்கிற சிரிக்கும் நாளே திருநாள் என்கிற என்னு-டைய நாவல் புகைப்பழக்கத்தைச் சாடுகிற ஒரு காதல் கதை. நாவல் வெளி-வந்த பிறகு அதை வாசித்துவிட்டு ஒரேயொரு வாசகராவது சிகரெட்டைக் காலுக்கடியில் போட்டு சிதைத்துவிடுகிற புண்ணிய காரியம் நிகழ்ந்தால் நான் இலக்கியம் படைக்கிற நோக்கம் நிறைவு பெறுகிற அறிகுறி தெரிய ஆரம்-பித்துவிட்டதாய்ப் பெருமிதம் கொள்ளுவேன்.

14. நிலாச்சாரலும் நீங்களும்..?

நிலாச்சாரலை எனக்கும் என்னை நிலாச்சாரலுக்கும் அறிமுகப்படுத்தி வைத்த அன்பான சிநேகிதர் எஸ். ஷங்கரநாராயணனுக்கு ரொம்ப ரொம்ப நன்றி சொல்லவேண்டும். உள்ளூர் இலக்கியப் பத்திரிகைகளில் எழுதிக்கொண்டு, சில ஆயிரம் வாசகர்களால் மட்டுமே வாசிக்கப்பட்டுக் கொண்டிருந்த இந்த ஏ.ஏ.ஹெச்.கே. கோரியை அகில உலக வாசக வட்டத்திற்கு வாசிக்கக் கொடுத்துப் பிரபலப் படுத்தியது நிலாச்சாரல் என்று நன்றியோடு நினைவு-கூர்கிறேன்.

கொழும்பில், வி.சுந்தரலிங்கம் என்று ஒரு குடும்ப நண்பர் இருந்தார். அறுபது எழுபதுகளில் இலங்கை வானொலியிலும், பிறகு லண்டன் பி.பி.சி. தமிழோசையிலும் ஆதிக்கம் புரிந்துகொண்டிருந்த வெங்கலக் குரல் வேந்தர். அவருடைய மனைவி திருமதி பராசத்தி சுந்தரலிங்கம் புலம் பெயர்ந்து இப்-போது அவுஸ்திரேலியாவில் வசிக்கிறார். என்மேல் அபிமானங் கொண்டி-ருக்கிற இலக்கிய வாசகி. கடந்த பத்தாண்டுகளில் பத்திரிகைகளில் வெளி-வந்த என்னுடைய சிறுகதைகளோ என்னுடைய சிறுகதைத் தொகுதிகளோ அவருக்கு வாசிக்கக் கிடைக்கவில்லை. சமீபத்தில் ஈமெய்லில் என்னைத் தொடர்புகொண்ட திருமதி பராசக்தி சுந்தரலிங்கம், நிலாச்சாரலில் தொடர்ந்து என்னுடைய கதைகளை வாசித்து வருவதாய் சந்தோஷப்பட்டார். சந்தோஷம் அந்த அவுஸ்திரேலிய வாசகிக்கு மட்டுந்தானா? அதைவிட அதிக சந்தோ-ஷம் எனக்கு. திரும்பவும் நன்றி நிலாச்சாரலுக்கு.

15. நன்றாக பாடக் கூடியவர் என்று அறிந்தோம்...உங்கள் ரசிகர்கள் எப்-படி?

முன்னொரு காலத்தில் தூத்துக்குடியில் இருந்தபோது அட்டகாசமான பக்க-

வாத்தியங்களோடு பல மேடைகளில் பாடியிருக்கிறேன். 'சின்ன மாமியே உன் சின்ன மகலெங்கே, பல்லிக்குச் சென்றாலோ படிக்கச் சென்றாலோ' என்கிற நித்தி கனகரத்தினத்தின் பொப்பிசைப்பாடலை இலங்கை உச்சரிப்போடு பாடி அப்ளாஸ் வாங்கியிருக்கிறேன். இப்போது சென்னையில் ரோட்டரி க்ளப் இசைமேடைகளில் பாடுவதுண்டு. ஏ.எம். ராஜா மாதிரி குரல் என்று என்னைக் குறித்து நடக்கிற உரையாடல்களை ஒட்டுக்கேட்டு கர்வம் கொண்டதுண்டு. அதோடு நான் ஒரு சந்திரபாபு ஸ்பெஷலிஸ்ட். பம்பரக் கண்ணாலே காதல் சங்கதி சொன்னாளே என்பது என்னுடைய அபிமானப் பாடல். எல்லாமே சினிமாப் பாடல்கள்தான். சங்கீதமெல்லாம் சத்தியமாய்த் தெரியாது. இனிமையான பழைய பாடல்களின் மேலே மோகமும், இந்தக்கால இரைச்சல்களின் மேலே கோபமும் உண்டு.

உதயகண்ணனும் எஸ். ஷங்கரநாராயணனும் இணைந்து அண்மையில் பதிப்பித்த இருவாட்சி பொங்கல் மலரில் 'பழைய பாடல்களில் பரவசங் கொள்கிற பாமரனொருவன்' என்கிற என்னுடைய கட்டுரை இருக்கிறது. நிலாச்சாரலின் பார்வைக்கு அந்தக் கட்டுரையை அனுப்பி வைத்திருக்கிறேன்.

நிலாச்சாரலுக்குப் பேட்டியளிக்கிற கௌரவத்தை எனக்குத் தந்ததற்காக நன்றி.

நன்றி: இரத்தினச் செவ்வி - ஏ.ஏ.ஹெச்.கே.கோரி - Nilacharal

26. ஜே.வி.நாதன்

பழைய புத்தகக் கடையும் ஓர் எழுத்தாளரும்

வடபழனி முருகன் கோயிலுக்குப் போகிற வழியில் இடதுபுறம் திரும்புகிற குறுக்குத்தெரு திருப்பத்தில் விவேகானந்தர் பழைய புத்தகக் கடை, புத்தக விரும்பிகளுக்குப் பிடித்தமான ஒரு சரணாலயம். எழுத்தாளர் மாடலனை அக்கடையில் அடிக்கடி காண முடியும். அங்குதான் புதையல் எனத்தக்க பல அரிய புத்தகங்களை அவர் வாங்க முடிந்திருக்கிறது. வடுவூரார் எழுதிய மேனகா முதலிய நாவல்கள், வை.மு.கோதைநாயகி அம்மாளின் நாவல்கள், தேவன் முதலில் எழுதிய முழுவதும் டெக்ட் வடிவிலான, ஓவியர் ராஜூ வாராவாரம் வரைந்த ஓரிரு படங்களுடன் கூடிய துப்பறியும் சாம்பு; பிறகு அதே வாரப் பத்திரிகையில் ஓவியர் கோபுலு சித்திரங்களுடன் கூடிய படக் கதையாக வெளிவந்த துப்பறியும் சாம்பு, ஸி.ஐ.டி.சந்துரு, கல்கியின் பொய்மான் கரடு, சாண்டில்யனின் மன்னன் மகள், யவன ராணி சரித்திரத் தொடர்கள், வாண்டுமாமா எழுதிய பலமும் பெரிய உருவமும் கொண்ட வீர விஜயன் என்ற சிறுவர்களுக்கு மிகவும் பிடித்தமான சித்திரத் தொடர்கதை... என்று பல புத்தகங்களை மாடலன் அங்குதான் ஆசை ஆசையாக வாங்கினார்.

அவருடைய எழுத்துக்களை வெளியிடும் கரும்பூனை பதிப்பகம் விருகம்பாக்கத்தில் இருந்தது. அன்று கரும்பூனை பதிப்பகத்தின் வரவேற்பறையில் மாடலன் ஒருவிதப் பதைப்போடு பதிப்பக உரிமையாளர் கண்ணுச்சாமிக்காகக் காத்திருந்தார். முந்தின நாள் மாடலன் மனைவி தில்ரூபா சொல்லி விட்டாள்: “தோ பாருங்க, ஹவுஸ் ஓனர் ரெண்டு மூணு தடவை வந்துட்டுப் போயிட்டார். இன்னும் ஒருவாரத்துல கண்டிப்பா வாடகை தந்துடணுமாம்; இல்லாட்டி வீட்டைக் காலி பண்ணிடுங்கங்கிறார். தீபாவளி வேற வருது. எனக்குக் காஞ்சிபுரம் பட்டு எடுத்துத் தாங்கன்னு கேட்கலை. ஒங்க பையன் அன்புவுக்கும் பொண்ணு அபிநயாவுக்கும் துனிமணி எடுத்துத்தான் ஆகணும். புரிஞ்சுக்கோங்க! ஒங்க பப்ளிஷர் கண்ணுச்சாமி நீங்க எழுதற புஸ்தகத்தை வித்துப் பெரிய பங்களா பங்களாவாக் கட்டிகிட்டே இருக்காரே, ஒங்களுக்குத் தர வேண்டிய ராயல்டி பணத்தைக் கொடுக்கறதுக்கு என்னவாம்? கண்டிசனாக் கேட்டு வாங்கிட்டு வர்ற வழியைப் பாருங்க!”

மாடலனும் கரும்பூனைப் பதிப்பகத்துக்கு நடையாய் நடக்கத்தான் செய்கிறார். போன மாதம் வந்த போது மாடலன் கடைசியாக எழுதிய இரவுச் சூரியன் என்ற நாவலுக்கான ராயல்டியைக் கேட்டார். கண்ணுச்சாமி ரொம்பவும் பணிவாக அவரை வரவேற்று, அவரிடம் இரவுச் சூரியன் நூறு பிரதிகளை பண்டல் கட்டிக் கொடுத்தார்.

“மாடலன் சார், ஒரு புக் ஹண்ட்ரட் ரூபிஸ் விலை வெச்சிருக்கேன். ஹண்ட்ரெட் காப்பிஸ் இதுல இருக்கு. இதுவே பத்தாயிரம் ரூபாய் ஆவுது. நீங்க இதை வித்துப் பணத்தை எடுத்துக்கோங்க. இதோட கைகழுவிடுவேன்னு நினைக்காதீங்க. ஒன் டைம் ராயல்டியா ஒரு ஐயாயிரம் ரூபா அடுத்த மாசம் தந்துடறேன். போயிட்டு வாங்க!” என்று கூறி அவரை வழியனுப்பி வைத்தார். இரவுச் சூரியன் 100 பிரதிகளையும் ஆட்டோவில் ஏற்றி, வடபழனி குமரன் காலனி 2 வது தெருவில் அவர் குடியிருந்த வீட்டுக்குக் கொண்டுவர நூறு ரூபாய் தண்டம் அழுது, வீட்டில் தன் அறையில் அழகாய் இரவுச் சூரியன் பிரதிகளை அடுக்கி வைத்தார் மாடலன்.

கடந்த ஆறு மாதங்களாய் இரவு பகல் உழைத்து அவர் எழுதிய நாவல் அது. பதிப்பாளர் அந்த நாவலை 1200 பிரதிகள் அச்சிட்டதாகச் சொன்னார். ஆனால் அது உண்மையாக இருக்காது. கூடுதலாக அச்சிட்டிருப்பார் என்பது மாடலனுக்குத் தெரியும். “இப்பல்லாம் லைப்ரரியில் புஸ்தகங்கள் வாங்கறதை நிறுத்திப் புட்டாங்க எழுத்தாளர் சார். அதனால புஸ்தக விற்பனை புக் பேரை நம்பித்தான் ஓடுது. பேப்பர் விக்கிற விலையில புஸ்தகம் போட்டுக் கட்டுப்படி ஆகுமா சொல்லுங்க!” என்று கண்ணுச்சாமி அடிக்கடி இவரிடம் புலம்புவார். என்ன புலம்பினாலும் சரி, இன்னிக்கு கண்ணுச்சாமியிடம் ராயல்டி தொகையை வாங்காமல் வீட்டுக்குக் கிளம்புவதில்லை என்கிற தீர்மானத்தோடு உட்கார்ந்திருந்தார் மாடலன்.

ரொம்ப நேரம் காக்க வைத்தபின் வீட்டின் மாடியிலிருந்து “ஏவ்..” என்று ஏப்பம்ம் விட்டபடி கண்ணுச்சாமி இறங்கி வந்தார். “அட, எழுத்தாளர் சாரா? எப்ப வந்தீங்க? ஏண்டா பயலே, ஐயா வந்திருக்கார்னு மேல வந்து சொல்லி-யிருக்கப்படாது... அவரைப் போய் வெயிட் பண்ண வெச்சிட்டீங்களேடா?” என்று போலி உபச்சார வார்த்தைகளுடன் கீழே வந்து புத்த்க விற்பனை அறையில் தன் இருக்கையில் அமர்ந்தார்.

இதற்கெல்லாம்ம் மசிகிற மன நிலையில் மாடலன் இல்லை. கண்டிப்பாகப் பணம் தேவை என்று கூறி, முரண்டு பிடித்து கண்ணுச்சாமியிடம் ரூபாய் ஐயாயிரத்தை வாங்கியபிறகே அங்கிருந்து கிளம்பினார் மாடலன். “அடுத்த புக்கை சீக்கிரம் எழுதித் தாங்கய்யா! என்றபடி விடைகொடுத்தார்” கண்-ணுச்சாமி. செவ்வாய்க் கிரக சுற்றுப்பாதை என்ன, செவ்வாய் கிரகத்தையே தொட்டுவிட்ட மகிழ்ச்சி மாடலனுக்கு. ஐநூறு ரூபாய் நோட்டுக்கள் பத்து பாக்கெட்டில் உட்கார்ந்திருக்கும் மகிழ்ச்சி கம்பீரம் கொடுக்க, நிமிர்ந்த நடை, நேர் கொண்ட பார்வை சகிதம் தன் டிவிஎஸ் 50 வாகனத்தில் ஏறி, மெல்ல வடபழனி நோக்கிக் கிளம்பினார்.

வீட்டுக்குப் போகுமுன் வழக்கமாகப் போகும் விவேகானந்தர் புத்தகக்-கடைக்குப் போய் அவருடைய வாகனம் நின்றது. “வாங்க சார், வாங்க! எழுத்தாளர் லக்ஷ்மி எழுதின மிதிலா விலாஸ், அடுத்த வீடு, பண்ணையார் மகள், அரக்கு மாளிகை நாலு புக்ஸை உங்களுக்காகவே எடுத்து வெச்சி-ருக்கேன்...” என்று சொல்லி, அவற்றை எடுத்து மாடலனிடம் கடைக்கார மகாலி நீட்டினார். பப்ளிஷர் கண்ணுச்சாமி கொடுத்த பணம் இருக்கும் தெம்-பில், கன கம்பீரமாக கடைக்காரர் நீட்டிய புத்தகங்களை அலட்சியமாக வாங்கிப் புரட்டினார்.

திடுமென கடையின் வலது பக்க மூலையில் புத்தம் புதிதாக ஓவியர் அரஸ் வரைந்த அட்டையுடன் ஒரு புத்தகம் அவர் கண்ணில் பட்டது. பதற்-றத்துடன் அதை எடுத்தார். நெஞ்சு திடும் திடும் என அடித்துக் கொண்டது. அவர் சமீபத்தில் எழுதிய இரவுச் சூரியன் புத்தகம் தான் அது! அடப்பாவி! புத்தம் புதிய புத்தகம். எவனோ வாங்கிப் படித்துவிட்டு கொஞ்சமும் தாமதிக்-காமல் எடைக்குப் போட்டு, பழைய புத்த்கக்கடைக்கு வந்து சேர்ந்திருக்கிறது. என் புத்தகத்துக்கு இந்த அவல நிலையா? அடக் கொடுமையே!

கடைக்காரர் மகாலி சொன்னார். “புது புஸ்தகம் சார். நூறு ரூபா பொஸ்-தகம். நம்மகிட்ட பாதி விலைதான். இந்தப் புஸ்தகம் என்கிட்டே ஏராளமா இருக்கு. வேணும்னா லக்ஷ்மியம்மா புஸ்தகத்தோட இதையும் எடுத்துக்கோ சார்!”

“என்னது, இந்தப் புக் உன்கிட்டே எராளமா இருக்கா?” தொண்டையடைக்கக் கேட்டார் மாடலன். அவர் இரவு பகலாகக் கஷ்டப்பட்டு உழைத்து எழுதிய இரவுச் சூரியன் நாவல் அதற்குள் பழைய புத்த்கக் கடைக்கு வந்து

விட்டதை அவரால் தாங்க முடியவில்லை.

"மிஸ்டர் மகாலி, இந்த இரவுச் சூரியன் எத்தனை காப்பி இருக்கோ, அத்தனையையும் என்கிட்டே கொடுத்துடுங்க. நானே வாங்கிக்கறேன்!" என்றார், கரகரத்த குரலில், வேதனையுடன். தன் இரு சக்கர வாகனத்தில் பண்டலை ஏற்றிக் கொண்டு, துயரத்துடன் வீட்டுக்குப் போனார்.

"வாங்க வாங்க! அந்த கரும்பூனை கண்ணுச்சாமி ராயல்டி பணம் கொடுத்தாரா? இன்னிக்கு சாயங்காலமே ஹவுஸ் ஓனரை வரச் சொல்லிப் பணத்தைக் கொடுத்துடணும்... சாயங்காலம் கொழந்தைகளுக்குத் தீபாவளிக்குத் துணி எடுத்துப்புடணு,ம்..." என்று கூறியபடி தில்ரூபா அவரை ஆர்வத்துடன் வரவேற்றாள்.

புத்தக பண்டலைத் தூக்கிக் கொண்டுபோய்த் தன் அறையில் வைத்தார் மாடலன். வேதனையுடன் மின்விசிறி ஸ்விட்சை ஆன் செய்துவிட்டுத் திரும்பியபோதுதான் அந்த அறையில் ஒரு மாற்றத்தை அவர் உணர்ந்தார்.

"தில்ரூபா, தில்ரூபா! என்று மனைவியைப் பதற்றத்துடன் கூப்பிட்டார். இங்கே இருந்த புக்ஸ் எல்லாம் எங்கே?"

"அட, அந்தக் குப்பையைக் கேக்கறீங்களா? எல்லாம் பழைய பேப்பர் வாங்கறவன்கிட்டே போட்டுட்டேன். இடமும் காலியாச்சு. கைக்கு இருநூறு ரூபா பணமும் வந்துச்சு. அதை வெச்சுத்தான் அரிசி பருப்பெல்லாம் வாங்கியாந்து சமைச்சு வெச்சேன். வாங்க ஒரு வாய் சாப்பிடுவீங்க!" என்று சர்வ சாதாரணமாகச் சொல்லியபடி பின்புறம் சென்றாள் தில்ரூபா.

"என்னது, என்னது?" விக்கித்துப் போய் நாற்காலியில் விழுந்தார் மாடலன். இந்த அறையில் வைக்கப்பட்டிருந்த அவர் எழுதிய நாவல் இரவுச் சூரியன் நூறு புத்தகங்களையும் அவர் மனைவி பழைய பேப்பர் காரனுக்குப் போட, அது விவேகானந்த பழைய புத்தக் கடைக்குப் போய், மீண்டும் அவரால் விலைக்கு வாங்கப்பட்டு அவர் வீட்டுக்கே திரும்பி வந்திருக்கிறது என்கிற உண்மை அவர் மனதில் அதிர்ச்சியை உண்டுபண்ணியது.

இருந்தாலும் ஓர் எழுத்தாளர் என்ற முறையில் அவருக்குக் கிட்டிய விசித்திரமான அனுபவம் அவருக்குச் சிரிப்பையும் வரவழைத்தது. வாய்விட்டுச் சிரிக்கத் தொடங்கிய அவரை இவருக்கு என்ன பைத்தியமா? என்பது போல தில்ரூபா வியப்புடன் பார்த்தாள்.

27. கடைசி நேர்காணல்

லக்ஷ்மி கிருஷ்ணமூர்த்தியின் லட்சிய வேட்கையினால் நிகழ்ந்த அற்புதம் வாசகர் வட்ட வெளியீடுகள். அவை குறுகிய காலத்தில் குறைவான எண்ணிக்கையில்தான் வெளியாகியுள்ளன. ஆனால் அந்த நூல்களின் உள்ளடக்கமும் தயாரிப்பு நேர்த்தியும் தமிழ்ப் பதிப்புலகில் காலத்தைக் கடந்து நிற்-

கும் முன்மாதிரியாக உள்ளன. வாசகர் வட்ட நூல் பட்டியல் ஒன்றே லக்ஷ்மி கிருஷ்ணமூர்த்தியின் சாதனையை உணர்த்திவிடும்.

இந்த நேர்காணலில் லக்ஷ்மி கிருஷ்ணமூர்த்தி கூறும் பதிப்புலகப் பிரச்சினைகள் இன்றும் தீரவில்லை. தரமான நூல்களை வெளியிடும் பதிப்பகங்கள் நூலக ஆணை பெறுவது குதிரைக்கொம்பாக இருக்கிறது. புத்தகங்களை பரவலாக விநியோகிப்பதற்கு பொதுவான நடைமுறை ஒன்று உருவாகவில்லை. பல பதிப்பகங்கள் குடிசைத்தொழில் போலவே இயங்கிவருகின்றன. அவற்றிற்கு ஊக்கம் அளிக்க அரசாங்கக் கரங்கள் நீள்வதில்லை. இன்று முழு ஈடுபாட்டுடனும் நேர்மையுடனும் இயங்கும் பதிப்பாளர்கள் பின்னாளில் 'நல்ல புத்தகங்களை வெளியிட்டோம் என்ற திருப்தி' போதும் என்றுதான் இருக்கவேண்டுமா? **-ஸ்ரீநிவாச கோபாலன்**

லக்ஷ்மி கிருஷ்ணமூர்த்தி - ந. ஜீவா

- தினமணி கதிர்: ஆகஸ்ட் 2, 2009

தீரர் சத்தியமூர்த்தி என்றால் தமிழகத்தில் தெரியாதவர்கள் இருக்க முடியாது. சுதந்திரப் போராட்ட வீரரான அவர் காமராஜரின் அரசியல் குரு என்று அழைக்கப்பட்டவர் சுதந்திரப் போராட்டத்திலும் இந்திய அரசியலிலும் தீரர் சத்தியமூர்த்தியின் பங்களிப்பு மகத்தானது. அது தெரிந்த அளவுக்கு தமிழ்ப் பதிப்புத்துறையில் அவர் குடும்பத்தினர் ஆற்றிய பங்கு பலருக்கும் தெரியாதது. கண்களில் ஒற்றிக்கொள்ளும்படியாக நேர்த்தியான அச்சமைப்புடன், பைண்டிங்குடன் வெளிவந்த வாசகர் வட்ட நூல்களை சென்ற தலைமுறை வாசகர்கள் மறந்திருக்க முடியாது.

வாசகர் வட்டத்தைத் துவக்கி நடத்தியவர்கள் கிருஷ்ணமூர்த்தியும், லக்ஷ்மி கிருஷ்ணாமூர்த்தியும். லக்ஷ்மி கிருஷ்ணமூர்த்தி தீரர் சத்தியமூர்த்தியின் மகள், 84 வயதான லக்ஷ்மி கிருஷ்ணமூர்த்தியை சிறப்பிதழுக்காக அவருடைய இல்லத்தில் சந்தித்துப் பேசினோம். அவருடைய நேர்காணல் வெளியாகும் இத்தருணத்தில் லக்ஷ்மி கிருஷ்ணமூர்த்தி நம்மிடையே இல்லை. ஆம். கடந்த ஜூன் மாதம் அவர் மறைந்துவிட்டார். அவரைச் சந்தித்துப் பேசிய அந்த இனிய நினைவுகளுடன் இதுவரை வெளிவராத அந்த நேர்காணலை இங்கே தருகிறோம்.

"வாசகர் வட்டத்தின் முதல் புத்தகம் ராஜாஜி எழுதிய 'ஸோக்ரதர் ஆத்ம சிந்தனை' என்ற நூல்தான். அது 1965ஆம் ஆண்டு ஜனவரி மாதம் வெளிவந்தது. ஆனால் பதிப்பகம் ஆரம்பிப்பதற்கான ஆரம்ப வேலைகள் 1963 இலேயே ஆரம்பமாகியிட்டன என்று சொல்லலாம். 1963 இல் ஸ்டாலின் சீனிவாசனின் வீட்டில் ஒவ்வொரு மாதமும் முதல் வெள்ளியில் இலக்கியக் கூட்டம் நடக்கும். அதில் தி. ஜானகிராமன், லா.ச.ராமாமிர்தம், சிட்டி எல்லாரும் கலந்துகொள்வார்கள். அதை 'வெள்ளி வட்ட'க் கூட்டம் என்பார்கள்.

ஸ்டாலின் சீனிவாசன் அதற்கு முன்பாக பம்பாயில் 'பிரி பிரஸ்' என்ற பத்திரிகையை நடத்தியவர். ஆங்கிலேய ஆட்சிக்கெதிராகத் துணிந்து தனது கருத்துகளை அதில் எழுதியவர். அவர் அந்தப் பத்திரிகையைத் தொடர்ந்து நடத்த முடியாமல் அதை முடிவிட்டுச் சென்னைக்கு வந்து 'மணிக்கொடி' என்ற பத்திரிகையை ஆரம்பித்தார். அதன்பின் 'மணிக்கொடி' சீனிவாசன் என்று அழைக்கப்பட்டார். என்றாலும் நாங்கள் எல்லாம் ஸ்டாலின் சீனிவா-சன் என்றுதான் கூப்பிடுவோம். ஏனென்றால் ஸ்டாலின் மாதிரி பெரிய மீசை வைத்திருப்பார்.

'வெள்ளி வட்ட'க் கூட்டத்தில் 20-30 பேர் கலந்துகொள்வார்கள். ஒரே காக்காய்ச் சண்டையாக இருக்கும். அந்தப் புத்தகம்தான் உசத்தி இந்தப் புத்தகம்தான் உசத்தி என்று அடித்துக்கொள்வார்கள். ஆனால் பகைமை பாராட்டமாட்டார்கள். அந்தக் கூட்டம் பிறகு எங்கள் வீட்டில் நடந்தது. கூட்-டங்களுக்கு ஆலோசகராகவும் அவற்றை நடத்துபவராகவும் சிட்டி இருப்பார்.

எனது கணவர் புத்தகப் பிரியர். இலக்கிய அன்பர். அவருக்குப் புத்தகங்-களின்மீது நேசம் இருந்தது.

எனக்கும் சிறுவயதிலிருந்தே புத்தகம் மீது பற்று இருந்தது. எனது அப்பா நான் சிறுமியாக இருக்கும்போது ஒவ்வொரு பிறந்தநாளன்றும் 'அருமைப் புதல்விக்கு' என்று எழுதிப் புத்தகங்களை அன்பளிப்பாகத் தருவார்கள்.

நானேகூட ஒரு சிறுபுத்தகம் எழுதியிருக்கிறேன். 'ஐந்தாவது சுதந்திரம்' என்ற கட்டுரைத் தொகுப்பு அது. பதிப்புலகத்தில் எங்களுக்கெல்லாம் முன்-னோடியாக இருந்த வை. கோவிந்தன்தான் அதை வெளியிட்டார். இப்படி இயல்பாகவே எனக்கும் எனது கணவருக்கும் புத்தகங்களின் மீது ஆர்வம் இருந்தது. அது பதிப்பகத்தில் கொண்டுபோய் விட்டது.

வாசகர் வட்டம் வெளியிட்ட நூல்கள்

அந்தக் காலத்தில் தமிழ் எழுத்தாளர்கள் தங்கள் புத்தகங்களை வெளி-யிட்டால் பதிப்பகம் உரிய பணம் கொடுப்பதில்லை என்ற சூழ்நிலை இருந்தது. எழுத்தாளர்களுடன் காண்ட்ராக்ட் போட்டு அவர்களுக்கு உரிய ராயல்டி அளித்தோம். ஒரு பதிப்பு முடிந்தால் பதிப்பகத்திற்கு அந்த நூலில் எந்த உரி-மையும் கிடையாது. பதிப்பகத்தில் நஷ்டம் வரும் என்று தெரிந்தே ஆரம்-பித்தோம். அப்போது நல்ல நூல்கள் எல்லாம் ஆங்கிலத்திலேயே இருந்தன. தமிழனுக்கு எல்லாம் தெரியவேண்டும் என்பதே நோக்கமாக இருந்தது. தமிழ் மக்களின் மீது அன்பு வைத்து புத்தகம் போட்டோம்.

ஆனால் நாங்கள் எதிர்பார்த்த அளவுக்கு வரவேற்பு கிடைக்கவில்லை. இதற்காகச் சில திட்டங்களைக்கூட அறிவித்தோம். 1965 இல் அறிவித்த திட்டமும் அதில் ஒன்று. ரூ.25 செலுத்தினால் தபால் செலவு இன்றி வீடு தேடி புத்தகங்களை அனுப்பிவைக்கிறோம் என்றோம். சிலோன் தமிழர்கள்கூட அந்தத் திட்டத்தில் புத்தகங்கள் வாங்கினார்கள். தமிழ்நாட்டுத் தமிழர்கள் வாங்கவில்லை. பம்பாயில் தமிழர்கள் அதிகம் இருக்கிறார்களே என்று 1000

பிரசுரங்கள் அச்சடித்து பம்பாயில் விநியோகித்துப் பார்த்தோம். ஆனால் எதிர்பார்த்த வரவேற்பு இல்லை. ந. பிச்சமூர்த்தியின் கவிதை நூலுக்கு அந்தக் காலத்திலேயே ரூ.800 செலவழித்து ஹிண்டுவில் விளம்பரம் போட்டோம்.

ஆனால் அந்தப் புத்தகம் விற்கவில்லை. நாங்கள் நல்ல புத்தகப் பதிப்பாளராக இருந்தோம். நல்ல விற்பனையாளராக இருக்கவில்லை. காமராஜர்கூட நாங்கள் பதிப்பகம் ஆரம்பித்ததைச் கேள்விப்பட்டு, ''புஸ்தகத்திலையா பணத்தைப் போடுறாங்க. ஏதாவது பிஸினஸ்ல போடலாமே'' என்றாராம்.

இத்தனைக்கும் நாங்கள் வெளியிட்ட நூல்கள் அவ்வளவு தரமானவை. நல்ல பேப்பரில், நல்ல அட்டை போட்ட பைண்டிங்கில் புத்தகங்களை வெளியிட்டோம். புத்தகத்தின் மேல் பகுதியிலும் கீழ்ப்பகுதியிலும் பக்கவாட்டிலும் தூசி படிந்து அசிங்கமாகத் தெரியும் என்பதற்காக கலர் போட்டோம்.

'நடந்தாய் வாழி காவேரி' என்ற புத்தகம் காவிரி தோன்றும் இடத்தில் இருந்து அது கடலில் கலக்கும் இடம் வரை உள்ள இடங்களைப் பற்றியெல்லாம் விரிவாகச் சொல்வது. அந்தப் புத்தகத்தைத் தயாரிக்க எழுத்தாளர் ஜானகிராமன், ஓவியர் கலாசாகரம் ராஜகோபால் ஆகியோர் நேரில் சென்றார்கள். ஜானகிராமன் விஷயங்களைத் திரட்ட ஓவியர் அந்தந்த இடங்களை ஓவியமாக வரைவார். மிகுந்த பொருட்செலவுடன் அந்தப் புத்தகத்தைத் தயாரித்தோம். அந்தக் காலத்தில் படங்களை வெளியிடுவது சாதாரண விஷயமல்ல. பிளாக் செய்துதான் படங்களை வெளியிட முடியும். ஆனாலும் தொடர்ந்து எங்களால் பதிப்பகத்தை நடத்த முடியவில்லை. நஷ்டம்தான் காரணம். சுஜாதா எழுதிய கம்ப்யூட்டர் நூலான 'காசளவில் ஓர் உலகம்' என்ற நூலுடன் எங்கள் பதிப்பு முயற்சிகள் முடிவடைந்தன. பேங்க் லோன் வெறும் தாளுக்குத் தந்தார்கள். அச்சடித்த புத்தகங்களுக்குத் தர மறுத்தார்கள்.

லைப்ரரி ஆர்டரில் புத்தகத்தைத் தேர்ந்தெடுப்பது விசித்திரமாக இருக்கும். பக்கங்களின் எண்ணிக்கையை வைத்துத் தேர்ந்தெடுப்பார்கள். நாங்கள் நிறைய செலவு செய்துத் தயாரித்த புத்தகமும், சாதாரண புத்தகமும் செலவிலும் சரி, தரத்திலும் சரி ஒன்றாகிவிடுமா?

எனவே லைப்ரரி ஆர்டரும் எங்களுக்கு உகந்ததாக இல்லை.

'நூலகம்' என்றொரு சிற்றிதழை நூலகங்கள் பற்றியும் புத்தகங்களுக்காகவும் நடத்தினோம். அதையும் தொடர்ந்து கொண்டுவர முடியவில்லை. பண நஷ்டம் என்றாலும் நாங்கள் வெளியிட்ட புத்தகங்கள் எங்களுக்கு இப்போதும் மனநிறைவைத் தருகின்றன.

வரலாறு, பூகோளம், மருத்துவம், இலக்கியம் ஆகிய எல்லாத் துறை நூல்களையும் வெளியிட்டிருக்கிறோம். பி.ஜி.எஸ். ஸ்வாமி எழுதிய 'போதையின் பாதையில்' புத்தகம் காபி, டீ உட்பட எல்லா லாகிரி வஸ்துகளைப் பற்றிய புத்தகம். மனித இன வரைவியல் நூலான 'எல்வின் கண்ட பழங்குடி மக்-

கள்' நூல் நாங்கள் வெளியிட்ட குறிப்பிடத்தக்க புத்தகம். தி. ஜானகிராமனின் 'அம்மா வந்தாள்', லா.ச.ரா.வின் 'புத்ர', நரசய்யாவின் 'கடலோடி' எல்லாம் நாங்கள் வெளியிட்ட நூல்கள்தாம்.

பி. கேசவதேவ்வின் மலையாள நாவல் 'அயல்க்கார்' தமிழில் 'அண்டை வீட்டார்' என்கிற பெயரில் எங்கள் பதிப்பகம் வெளிவிட்டது.

எழுத்தாளர்களிடம் கேட்டு வாங்கிப் போட்டோம். தி. ஜானகிராமனை வேலை வாங்குவது பெரிய விஷயம், நல்ல சங்கீத ரசிகர். அவர் 'அம்மா வந்தாள்' எழுதியபோது லா.ச.ரா. அதற்குப் போட்டி போல 'புத்ர' எழுத முன்வந்தார்.

ந.பிச்சமூர்த்தி எதையும் நெகடிவ்வாக எடுத்துக்கொள்ளாத மனிதர்.

“இப்படிப்பட்ட மனிதர்கள் எழுதிய நல்லப் புத்தகங்களை வெளியிட்டோம் என்ற திருப்தி மட்டும்தான் இப்போது எங்களுக்கு மிச்சம்” என்றார் சிரித்துக்கொண்டே.

28. இமையம்

பிரபஞ்சன்: நிஜமான எழுத்தாளர்கள் சாவதில்லை!

1985-86இல் நான் படிக்க வேண்டிய புத்தகங்கள் என்று பேராசிரியர் எஸ்.ஆல்பர்ட் ஒரு பட்டியலைத் தந்தார். அந்தப் பட்டியலில் பிரபஞ்சன் எழுதிய 'ஒரு ஊரில் இரண்டு மனிதர்கள்' என்ற சிறுகதைத் தொகுப்பும் இருந்தது. அந்தத் தொகுப்பின் வழியாகத்தான் பிரபஞ்சன் என்ற எழுத்தாளரை அறிந்தேன். 1991இல் பிரபஞ்சனை பாண்டிச்சேரியிலுள்ள அவருடைய வீட்டில் சென்று பார்த்தேன். அப்போது அவர் எனக்கொரு சிகரெட் கொடுத்தார். அவருடைய வீட்டிலேயே அவருடன் இணைந்து அவர் கொடுத்த சிகரெட்டைக் குடித்தேன். அன்று பிரபஞ்சன்மீது அளவற்ற மதிப்பு ஏற்பட்டது. அதன் பிறகு பல்வேறு சந்தர்ப்பங்களில் இருவரும் ஒரே மேடையில் பேசக்கூடிய வாய்ப்பு ஏற்பட்டது. அவருக்கு விருது வழங்கும் விழா ஒன்றில், அவருடைய சிறுகதைகள் குறித்து விரிவாகப் பேசினேன். என்னுடைய பேச்சு குறித்து உயர்வான எண்ணத்தை வெளியிட்டார்.

அப்போது மட்டுமல்ல எந்தவொரு சந்தர்ப்பத்திலும் தான் ஒரு பெரிய எழுத்தாளர் என்ற திமிர்த்தனமோ, தடித்தனமோ அவரிடமிருந்து வெளிப்பட்டதே இல்லை. ஒவ்வொரு சந்தர்ப்பத்திலும் அவர் என்னை மிகுந்த மரியாதையுடன் நடத்தினார். என்னை மட்டுமல்ல, பல எழுத்தாளர்களிடமும் அவர் அவ்வாறேதான் நடந்துகொண்டார் என்பதை நான் அறிவேன். நான் ஒரு எழுத்தாளனாக பிரபஞ்சனிடம் கற்றுக்கொள்ள வேண்டிய விஷயம் இதுவே என்று எப்போதும் நினைத்தே வந்திருக்கிறேன்.

அவரிடம் யார் வேண்டுமானாலும் எப்போது வேண்டுமானாலும் எந்த விஷயம் குறித்தும் தயக்கமில்லாமல் பேச முடியும். அதற்கான சுதந்திரத்தை

வழங்குவதற்கு அவர் எப்போதுமே தயாராகத்தான் இருந்தார். அவரிடம் யாராவது போய் எதையாவது ஒரு விஷயத்தை சொன்னால் உடனே அதை எழுதிவிடுங்கள் என்று ஊக்கப்படுத்துகிற பண்பு அவரிடம் இருந்தது. மிக-வும் இளம் வயதுள்ள எழுத்தாளர்களிடமும் அவர் நெருக்கமான நட்பை-யும், உறவையும் கொண்டிருந்தார். இளம் எழுத்தாளர்களை ஊக்குவிப்பதில் தமிழக எழுத்தாளர்களில் அவர் முதல் வரிசையில் இருந்தார். தமிழகத்தில் அதிகமான முன்னுரை எழுதிய எழுத்தாளர்களில் பிரபஞ்சனுக்கு முதலிடம் கொடுக்கலாம்.

மேடைகளில் பேசும்போதும், நூல்களை அறிமுகப்படுத்திப் பேசும்போதும் பிறர் மனம் நோகக் கூடாது என்பதில் கவனமாக இருந்தவர். பிரபஞ்சன் சிறந்த பேச்சாளர் என்று என்னால் உறுதியாகக் கூற முடியும். அவர் மேடையில் பேசும்போது அதிர்ந்தோ, சத்தமாகவோ ஒருபோதும் பேச மாட்-டார். அவர் பேசுவது தனக்குத்தானே தனிமையில் பேசிக்கொள்வதுபோல்-தான் இருக்கும். அவருடைய பேச்சில் அவ்வளவு நகைச்சுவை உணர்வு மேலோங்கி இருக்கும். அவருடைய பேச்சைக் கேட்கும்போது சிரிக்காமல் இருக்க முடியாது. அவர் ஒருபோதும் சிரிப்பதற்காக பேசியதேயில்லை. அலுப்பு ஏற்படாமல் பேசக்கூடிய தன்மையும், வலிமையான விஷயத்தையும் எளிமையாக சொல்லக்கூடிய வல்லமையும் அவருடைய பேச்சுக்கு உண்டு.

மேடையில் மைக்கின் முன் தேர்ந்த நடிகருடைய பாவனைதான் அவரி-டமிருந்து வெளிப்படும். ஆனால் குரல் அதிர்ந்தொலிக்காது. அவருடைய பேச்சில் எத்தனையோ முறை மயங்கியிருக்கிறேன். விஷயத்தை நகைச்சுவை உணர்வோடு சொல்வதில், கேட்பவர்களின் மனதில் பதியும்படியாகச் சொல்-வதில் பிரபஞ்சன் கைதேர்ந்தவர். அவர் கோபப்பட்டு, ஆத்திரப்பட்டு நான் பார்த்ததில்லை. தமிழ் எழுத்தாளர்களில் பிரபஞ்சனை மட்டும்தான் குழு சேராதவர் என்று சொல்ல முடியும். அனைவரோடும் இணங்கிப் பயணித்தவர் அவர்.

பிரபஞ்சனுடைய எழுத்தும் பேச்சும் பெண்களை முன்னிலைப்படுத்துவதாக இருக்கும். பெண்களின் முன்னேற்றம் குறித்துத் தன்னால் முடிந்தவரை பேசி-யிருக்கிறார். இதற்கு உதாரணமாக ‘பெண்மை வெல்க’, ‘சந்தியா’ என்ற நாவல்களையும் சொல்ல முடியும். அதேபோன்று ஒடுக்கப்பட்ட மக்களின்மீ-தும் அவருக்கு அக்கறை இருந்தது. சமூகத்தின்மீதான தன்னுடைய அக்க-றையைப் பேச்சின் வழியாகவும், எழுத்தின் வழியாகவும் ஓயாமல் வெளிப்-படுத்திக்கொண்டே இருந்தவர். தனக்குப் போதிய அளவிற்கு அங்கீகாரம் கிடைக்கவில்லை என்று அவர் பேசியதாக நான் கேள்விப்படவில்லை.

ஒரு குண்டூசியை வைத்து ஒரு மணிநேரம் பேசுங்கள் என்று சொன்னா-லும் சுவாரசியம் குன்றாமல் அவரால் பேச முடியும். சிகரெட் குடிப்பதை, டீ குடிப்பதைக்கூட ரசனையுடன் செய்யக்கூடிய மனிதர். ஓயாமல் பேசக்கூ-டியவர். தன் நினைவின் அடுக்கிலிருந்து பல்வேறு விதமான தகவல்களை

சொல்லிக்கொண்டே இருப்பார். ஒவ்வொரு தகவலையும், ஒவ்வொரு வார்த்தையையும் ரசித்து ரசித்துதான் சொல்வார். அவர் சொல்வதைக் கேட்கும்போது உலகத்திலேயே அதுதான் சிறந்த விஷயம், முக்கியமான விஷயம் என்று நமக்கு தோன்றிவிடும்.

தமிழ் இலக்கியச் சூழலில் பிரபஞ்சன் குறித்த அவதூறுகள் இல்லையென்றே நினைக்கிறேன். அவர்மீது பெரிய காழ்ப்புணர்வோ, கசப்புணர்வோ வெளிப்பட்டு நான் பார்த்ததில்லை. என்னளவில் பிரபஞ்சன் தமிழ் இலக்கிய சூழலில் கௌரவமாகவே நடத்தப்பட்டிருக்கிறார். அவருடைய எழுத்திற்கு உண்டான மரியாதை செய்யப்பட்டிருக்கிறது என்றே கருதுகிறேன். தன்னுடைய தகுதிக்கு மீறி அவர் ஆசைப்பட்டதாகவோ, எதிர்பார்த்ததாகவோ எனக்குத் தெரியவில்லை. இது பிரபஞ்சனிடமிருந்து நாம் கற்றுக்கொள்ள வேண்டிய முக்கியமான விஷயம்.

பிரபஞ்சன் தன்னுடைய எழுத்து வாழ்க்கையில் எல்லாத் துறைகள் சார்ந்தும் எழுதி இருக்கிறார். காலம் அவருக்குக் கூடுதலாக வாய்த்திருப்பின் இன்னும் நிறைய அவர் எழுதியிருப்பார். படிக்காமலோ, எழுதாமலோ அவர் இருந்ததில்லை. தன்னுடைய இளமைக் காலத்திலேயே தன்னுடைய வாழ்க்கை இவ்விதமாகத்தான் அமைய வேண்டும் என்று தீர்மானித்தவர். தன்னுடைய தீர்மானத்தில் கடைசிவரை உறுதியாக இருந்தவர். தான் தேர்ந்தெடுத்த வாழ்க்கைமுறை தவறாகிவிட்டது என்றோ, புத்திக்கெட்டுச் செயல்பட்டுவிட்டேன் என்றோ ஒருபோதும் அவர் வாழ்க்கையின்மீது குறை சொன்னதில்லை. இப்படி இருப்பதற்குப் பெரும் மனம் வேண்டும்.

பிரபஞ்சனுடைய 'வானம் வசப்படும்', 'மகாநதி', 'மானுடம் வெல்லும்', 'சந்தியா', 'காகித மனிதர்கள்', 'கண்ணீரால் காப்போம்', 'பெண்மை வெல்க' ஆகிய நாவல்களையும், 'ஆண்களும் பெண்களும்' என்ற குறுநாவலையும் நான் விரும்பிப் படித்திருக்கிறேன். அதேபோன்று அவருடைய 'நேற்று மனிதர்கள்', 'விட்டு விடுதலையாகி', 'இருட்டின் வாசல்', 'ஒரு ஊரில் இரண்டு மனிதர்கள்' ஆகிய சிறுகதைத் தொகுப்புகளையும் ரசித்துப் படித்திருக்கிறேன். பிரபஞ்சனுடைய பல கதாபாத்திரங்கள் எளிய வாழ்வை வாழக்கூடிய எளிய மனிதர்கள்தான். பிரபஞ்சன் ஒருபோதும் லட்சிய மனிதர்களை உருவாக்கிக் காட்ட நினைத்ததில்லை.

நிஜ மனிதர்களையே அவர் தன்னுடைய கதைகளில் பதிவு செய்தார். இது பிரபஞ்சனுடைய எழுத்தில் முக்கியமான குணம். பிரபஞ்சன் மேடைகளில் புரட்சி பேசுவார். ஆனால் தன்னுடைய கதாபாத்திரங்களின் குண இயல்புகளை மீறித் தன்னுடைய கருத்தை, விருப்பத்தை, லட்சியத்தை, கொள்கையைத் திணிக்க மாட்டார். மார்க்சியம் பேசினாலும், மார்க்சியத்தை ஆதரித்தாலும், பின்பற்றினாலும் தமிழக மார்க்சிய எழுத்தாளர்களின் எழுத்துகளிலிருந்து பிரபஞ்சனுடைய எழுத்து சற்று மாறுபட்டதுதான்.

இன்று அவர் மறைந்துவிட்டார் என்பது அதிர்ச்சி அளிக்கிறது. அவரோடு இருபத்தியேழு ஆண்டுகளாக எனக்கிருந்த நட்பை, உறவை, மேடைகளில் அமர்ந்திருந்த, பேசிக்கொண்டிருந்த தருணங்கள் இப்போது நினைவில் நிறைகின்றன. அந்த நினைவுகள் பிரபஞ்சனை என்னோடு எப்போதும் வாழவைத்துக்கொண்டிருக்கும்.

- நிஜமான எழுத்தாளன் சாவதில்லை

கலா

எங்கள் யாழ்ப்பாண வீட்டில் வாசகர் வட்டம் வெளியிட்ட பெரும்பாலான புத்தகங்கள் இருந்தன. தபால் செலவு இன்றி அனுப்பும் திட்டத்தில் வாங்கப்பட்டவையும் இருந்தன. என் பதின் வயது வாசிப்பு நினைவுகளுடன் வா வ இன் புத்தகங்களும் சேர்ந்தே இருக்கின்றன. அம்மா புத்தகங்கள் அழுக்குப் படகூடாது என்று பிரவுண் பேப்பரால் கவரும் போட்டு வைத்திருப்பார்.

ஒரு விமானத்தாக்குதலில் வீடும் புத்தகங்களும் அழிந்து போய் விட்டது. நினைவுகள் மட்டுமே மிச்சம்

29. சா. கந்தசாமி

குடும்ப அரசியலும் அரசியல் குடும்பங்களும்

குடும்பம் என்பதுதான் சமூகம், அரசியல்

குடும்பம் என்பதுதான் சமூகம், அரசியல் என்பதன் அடிப்படை. குடும்பம் என்றால் ரத்த உறவில் கிளைத்தது. கண்களுக்குத் தெரியும் அம்மா, அப்பா என்பதற்கு அப்பால் பல தலைமுறைகளின் பண்பும், நிறமும் குணாதிசயங்களும் கொண்டது. நெடுங்காலத்திற்கு முன்னால் மனிதர்கள் ஏற்படுத்திக் கொண்ட அமைப்பு. இன்னும் சிதையாமல், உருக்குலைந்து போகாமல் இருப்பதற்கு அறிந்த காரண காரியங்களைவிட அறியாமல் இருக்கும் அம்சங்களே முக்கியம். தன் குடும்பம் நன்றாக இருக்க வேண்டும். பெருஞ்செல்வம் ஈட்டிப் புகழுடன் திகழ வேண்டும். அதிகமான அதிகாரம் பெற்று முதல் குடும்பமாக இருக்க வேண்டும் என்று ஒவ்வொரு குடும்பத்தினரும் படாத பாடுபட்டு வருகிறார்கள். அதில் ஆண் மக்கள் இருப்பதுபோலவே பெண்மணிகளும் இருக்கிறார்கள்.

குடும்பம் என்றால் அதற்குள் ஓர் அரசியல் உண்டு. அதுதான் குடும்பத்தை உயிர்ப்புடன் வைத்துக்கொண்டு இருக்கிறது. புராணங்கள், இதிகாசங்கள், காப்பியங்கள் எல்லாம் குடும்பத்தில் இருக்கும் அரசியலைத்தான் சொல்லி உள்ளன. அவற்றின் தொடர்ச்சியாகவே நாடகங்கள், சிறுகதைகள், நாவல்கள், கவிதைகள் எழுதப்படுகின்றன. திரைப்படங்கள், தொலைக்காட்சித் தொடர்கள் எடுக்கப்படுகின்றன. அது அடுத்தவர் குடும்பத்தில் இருக்கும்

அரசியலைத் தெரிந்துகொள்ளும் ஆர்வத்தின் விளைவுதான்.

குடும்பத்தின் பாரம்பரியம், சமூகப் பங்களிப்பு, கலாசார உயர்வு பற்றிச் சொன்னாலும் அதற்கு எதிராக பல கருத்துகள் சொல்லப்பட்டே வருகின்றன. குடும்பம் என்பது தன்னலம் சார்ந்தது. எல்லாவிதமான மனித மாண்புகளையும் குலைக்கிறது. அதாவது, குறைந்தபட்சமாக ஆளுவோர்க்குக் குடும்பம் இருக்கக் கூடாது. குழந்தைகள் தாய், தந்தை பெயர் தெரியாமல் வளர்க்கப்பட வேண்டும். அதுதான் நாணயமான, பாரபட்சமற்ற ஒரு சமூகத்தை உருவாக்குமென்று இரண்டாயிரம் ஆண்டுகளுக்கு முன்னால் கிரேக்க ஞானி பிளேட்டோ குடியரசு நூலில் எழுதினார்.

குடியரசு குடும்பத்தை ஒழித்த நூலென்றும், குடும்பம் இல்லாத ஒரு சமூகத்தை உருவாக்கப்பட்ட நூலென்றும் படிக்கப்பட்டு வருகிறது. ஆனால், குடும்பம் என்பது எந்தவிதமான சட்டவிதிகளாலும் கட்டமைக்கப்படவில்லை. எனவே, குடும்பங்களும், அதன் வழியாக அரசியலும் ஜீவிதமாக இருக்கிறது. அரசியல் என்பது புதுச்சொல்லோ, மொழிபெயர்ப்போ இல்லை. அது பழந்தமிழ்ச் சொல். சிலப்பதிகாரத்தில் "அரசியல் பிழைத்தோர்க்கு அறங்கூற்றாவதும்' என்று பாடப்பட்டுள்ளது. எளிய குடும்பங்களில் இருந்துதான் அதிகாரம் படைத்த அரச குடும்பங்கள் தோன்றின. அவை நீடித்து நிலைத்திருக்க சில விதிமுறைகள் அமைத்துக் கொண்டன. அதில் முதல் விதி, மூத்த மகன் அரசனாவான். அது பல குடும்ப அரசியல் சச்சரவுகளுக்கு முடிவு கட்டியது. ஆனால், குடும்ப அரசியல் என்பதில் எந்த விதியும் எப்பொழுதும் நிலைத்து இருப்பதில்லை.

அரசனாகக் காத்திருக்கும் மூத்த மகனைத் தள்ளிவிட்டு இரண்டாவது, மூன்றாவது மகன் ஆட்சி அதிகாரத்தைப் பிடித்துக்கொள்வது சரித்திரம் முழுவதிலும் நடைபெற்று இருக்கிறது. மொகலாய பேரரசர் ஷாஜஹானுக்கு எழுபது வயதாகி இருந்தது. அவர் மூத்த மகன் தாரா ஷுகோ அரசனாகத் துடித்துக் கொண்டிருந்தான். மூத்த மகன்தான் அரசனாக வேண்டும் என்பது மாற்ற முடியாத விதி இல்லை. வலிமையும், திறமையுங்கொண்ட மகன் அரசனாவான் என்று சொல்லிக்கொண்டு தந்தையை சிறையில் அடைத்து, வாளே அரசுரிமையைத் தீர்மானிக்கும் என்று ஔரங்கசீப் போரில் இறங்கினார். மூன்று சகோதரர்களையும் கொன்று ஆலம்கீர் என்று பட்டம் சூட்டிக்கொண்டு மொகலாய அரசரானார்.

அதுதான் குடும்ப அரசியல். அரச குடும்பங்களில்தான் அது நிகழும் என்பதில்லை. ஏழை, எளிய, பணக்காரக் குடும்பம் என்று எல்லாக் குடும்பங்களிலும் காலம் காலமாக நடைபெற்றுக் கொண்டிருக்கிறது. நாடகங்கள், சிறுகதைகள், நாவல்கள் - குடும்ப அரசியல் சம்பவங்களின் கொடூரத்தைக் குறைத்துக் கற்பனை மாதிரி சொல்கின்றன. அதுவே படிக்க வைக்கிறது.

ஒரு நூற்றாண்டிற்குள் இந்தியாவில் பல அரசியல் குடும்பங்கள் தோன்றியிருக்கின்றன. முதலில் தேச பக்தர் குடும்பங்களாக இருந்தன. தேச விடுத-

லைக்காகப் போராடி, அடிபட்டும் சிறைபட்டும் வந்த குடும்பங்களில் இருந்து சிலர் சுதந்திரம் பெற்றதும் ஜனநாயக தேர்தலில் நின்றார்கள். தேர்தலில் வென்று அமைச்சர்களானார்கள்; முதல் முறையாக அவர்களிடம் அதிகாரம் வந்தது. அமைச்சர்களின் குடும்பங்கள் அரசியல் குடும்பங்களாக மாறின. குடும்ப உறுப்பினர்கள் அரசியல்வாதிகளாகவும் அரசியல் தரகர்களாகவும் மாறினார்கள். அதிகாரத்தோடு பணமும் வந்து சேர்ந்தது.

புதிய ஜனநாயக ஆட்சிமுறை பலரையும் கவர்ந்தது. புதிய தொழில் ஒன்று இருப்பதைப் பலரும் கண்டு கொண்டார்கள். மக்கள் சேவைக்காக என்று சொல்லிக்கொண்டு அரசியலில் கால் பதிக்க ஆரம்பித்தார்கள். பாரம்பரிய கட்சியில் சேர்ந்து தேர்தல் களம் கண்டார்கள். அதன் செயற்பாடுகள் மீது விமர்சனங்கள் வந்ததும் புதிய கட்சிகளில் இடம்பிடித்துக் ப்ெண்டார்கள். அவர்களின் குடும்பங்கள், அரசியல் குடும்பம் என்ற அந்தஸ்து பெற்றது. அரசியல் கட்சிகள் மீது விமர்சனமும், அடையாளமும் இருப்பதைக் கண்ட சிலர் - புதிய கொள்கை, செயல்திட்டம், ஏழை எளிய மக்களை வாழ்விப்பதே ஒரே லட்சியம் என்று சொல்லிக்கொண்டு அரசியல் கட்சிகள் தொடங்கினர். அவர்கள் பெரும்பாலும் ஜாதி அபிமானிகளாக, சமயப் பற்றாளர்களாக, ஓய்வுபெற்ற அதிகாரிகளாக, பிரமுகர்களாக இருந்தார்கள்.

அவர்கள் மனைவி, மகன், மகள், மருமகள், சகோதரர்கள் என்று ஒரு பெரும் படையோடு அரசியல் களத்தில் இறங்கி, "சமத்துவம், அடித்தட்டு மக்களின் நல்வாழ்விற்கு எங்களை அர்ப்பணித்துக் கொண்டிருக்கிறோம். நாங்கள் பல்லாண்டு காலமாகப் பெற்ற அறிவும், அனுபவமும் உங்களை மேம்படுத்தப் போகிறது' என்று பசப்பு மொழிகள் பேசுகிறார்கள். ஐம்பதாண்டுகளுக்கு முன்னால் ஓர் அரசியல் கட்சியில் பல இனம், மொழிகள், சமயம் சார்ந்தவர்கள் இணைந்திருந்தார்கள். எனவே, எங்கள் கட்சியே பெரிய குடும்பம் என்று பெருமிதத்தோடு சொல்லிக் கொண்டார்கள். தற்போது நிலைமை அடியோடு மாறிவிட்டது. கட்சித் தலைமை, அதிகாரம் முழுவதும் ஒரு குடும்பத்தின் கைக்குள் போய்விட்டது. எங்கள் குடும்பமே கட்சி. கட்சியை நடத்தத்தக்க வேண்டிய தலைமைப் பண்புகள் எங்கள் குடும்பத்தினர்களிடமே இருக்கிறது என்று பிரகடனப்படுத்திக் கொள்கிறார்கள்.

இந்தியாவில் அரசியல் கட்சிகள் குடும்பக் கட்சிகளாகி விட்டன என்பது குற்றச்சாட்டோ, விமர்சனமோ இல்லை; யதார்த்தம். காஷ்மீரத்தில் இருந்து கன்னியாகுமரி வரையில் பரந்து கிடக்கும் நிலப்பரப்பில் உள்ள பல கட்சிகள் குடும்பக் கட்சிகள்தான். குடும்ப ஆட்சிதான் நடைபெறுகிறது. அதில் மாநில கட்சிகள், தேசிய கட்சிகள், பெரிய கட்சிகள், சிறிய கட்சிகள் என்ற பேதமெல்லாம் கிடையாது.

அரசியல் குடும்பங்களில் இருந்து யாரும் எந்த வேலைக்கும் போவதில்லை. படித்திருந்தாலும் சரி, படிக்காவிட்டாலும் சரி, அரசியல்வாதி என்ற வேலைக்கு வந்துவிடுகிறார்கள். ஆண்கள்தான் என்றில்லை. பெண்களும்

வந்துவிட்டார்கள். அரசியல் குடும்பப் பாரம்பரியத்தில் வந்த நாங்கள் வேறு வேலைகளுக்கு ஏன் போக வேண்டும்? மக்கள் சேவை என்பதே எங்கள் வேலையென்று சொல்கிறார்கள். அரச பரம்பரைகளை ஏற்றுக்கொண்டு வாழ்ந்த எளிய மக்களுக்கு ஆடம்பரமான அரசியல் குடும்பங்களை அங்கீகரித்துக் கொண்டு போவதில் சிரமம் ஏதுமில்லை. பொதுக் கூட்டங்கள், மாநாடுகள், பேரணிகள் என்று பலவற்றிலும் கருணையும், பரிவும் ஆறாக ஓடப் பேசி மக்களின் வாக்குகளை அள்ளிக்கொண்டு வந்துவிடுகிறார்கள். ஒரு கட்சி பலவீனமாக இருந்தால் கூட்டணி சேர்த்துக்கொண்டு மக்களைத் தோற்கடித்து விடுகிறார்கள்.

அரசியல் குடும்பங்கள் பலவும் உலக மகா பணக்காரர்களின் குடும்பமாக இருக்கின்றன. ஆரம்ப காலத்தில் அரசியலில் எதிர் முகாமில் இருந்த அரசியல் குடும்பங்கள் சம்பந்தம் பண்ணிக்கொண்டு ஒரே குடும்பமாகித் தேசத்தைச் சுரண்ட ஆரம்பித்துவிட்டன. அதற்குப் பெரிய பட்டியல் இருக்கிறது. உலகத்தில் பல பெரிய, சிறிய ஜனநாயக நாடுகளில் அரசியல் குடும்பங்களின் ஆட்சிதான் நடைபெறுகிறது. செல்வ வளம் கொழிக்கும், கல்வி அறிவு மிகுந்தவர்கள் வாழும் நாடான அமெரிக்காவில் அதிபர், மாநில ஆளுநர்கள், பெருநகர மேயர்கள் என்று அதிகாரம்மிக்க பதவிகளை அரசியல் குடும்பங்கள் பிடித்துக் கொண்டிருக்கின்றன. மேலும் இங்கிலாந்து, கனடா, பிரான்ஸ், ஜெர்மனி, சிங்கப்பூர், இஸ்ரேல், மலேசியா - என்று பல நாடுகளில் அரசியல் குடும்ப ஆட்சிதான் பெரும்பாலும் நடைபெறுகிறது.

அரசியல் குடும்பங்களில் ஏராளமான பணம் இருப்பதாலும் ஆட்கள் நிறைந்திருப்பதாலும் தொழில், வர்த்தகம், கல்வி, பொழுதுபோக்கு, கேளிக்கை, ஊடகம், விளையாட்டு, ரியல் எஸ்டேட் என்று பல துறைகளில் கால் பதித்து வெற்றி பெற்று, மக்கள் ஆதரவு பெற்றிருக்கின்றன. ஆனால், அரசியல் குடும்பங்களின் முறையற்ற செயற்பாடுகள், லஞ்சம், ஊழல் பற்றி சில நாடுகளில் கடுமையான விமர்சனங்கள் வந்துகொண்டு இருக்கின்றன. சட்டபூர்வமாகத் தடுக்க வழி பார்க்கிறார்கள்.குடும்ப அரசியல் என்பது மனிதர்கள் குடும்பமாக இருக்கிற வரையில் இருக்கவே செய்யும். குடும்பங்களின் வளர்ச்சியும் வீழ்ச்சியும் அதிலேயே இருக்கிறது. ஆனால், அரசியல் குடும்பங்களின் செயற்பாடுகள் ஜனநாயகத்திற்கு எதிரானது. அதில் அதிகாரத்திற்கான குடும்ப அரசியலும் இருக்கிறது. எனவே, மக்களுக்குப் பாதிப்பு அதிகமாகிறது. அதனை அறிவதும், களைய வாக்களிப்பதும் மக்களின் ஜனநாயகக் கடமையாகிறது

2

30. யார் நல்ல இலக்கிய வாசகர்? - அருண் நரசிம்மன்

அண்ணா நூற்றாண்டு நூலகத்தில் நடந்துவரும் சென்னை இலக்கியத் திருவிழா 2024 இல் நேற்று (28/02/2024) பேசுவதற்கு அழைத்திருந்தார்கள். அதற்காகத் தயார் செய்த உரையை கீழே அளித்துள்ளேன். அவகாசம் கருதிக் கூட்டத்தில் ஓரளவே பேச முடிந்தது. பின்னர் கேள்வி பதில் நேரம் நன்றாகப் போனதாக ஒருங்கிணைப்பாளர்கள் தெரிவித்தனர்.

கல்லூரி மாணவர்களும் பொதுமக்களும் திரளாகப் பங்கெடுத்துக்கொண்ட நிகழ்ச்சியின் ஒருங்கிணைப்பும் செயல்பாடும் பிரமாதம். இன்முகத்துடன் சுறுசுறுப்பாகச் செயல்பட்டிருந்த அண்ணா நூற்றாண்டு நூலகத்தின் அனைத்துப் பணியாளர்களுக்கும் வாழ்த்துகள்.

*

அனைவருக்கும் வணக்கம். என் பெயர் அருண் நரசிம்மன். அருண்-தான் என் பெயர். நரசிம்மன் என் தந்தையார். குடவாசலில் பிறந்தேன். ஸ்ரீரங்கத்தில் வளர்ந்தேன். அமெரிக்காவில் படித்தேன் முனைவர் பட்டம் பெற்றேன். இன்று சென்னை மாநகரவாசி. பொறியியலில் முனைவர் பட்டதாரி. கடந்த இருபது ஆண்டுகளாக இதோ இங்கிருக்கும் இந்திய தொழில்நுட்பக் கழகத்தில் ஐஐடியில் இயந்திரவியல் துறையில் மெக்கானிக்கல் பேராசிரியனாக வேலை. அதனால் ஓரளவு வசதியுடன் வாழமுடிந்த நகர்ப்புற நடுத்தர வர்க்கத்தைச் சேர்ந்தவன் என என்னைக் கருதலாம். வேலையில் பெரும்பாலும் ஆங்கிலத்திலேயே பேசுகிறேன். பேசவேண்டும். தமிழில் இல்லை. இந்தியில் பேசுவதில்லை.

நானும் ஒரு புனைவெழுத்தாளன் என்பதற்கு அத்தாட்சியாகத் தமிழில் இதுவரை மூன்று நாவல்கள் வெளிவந்துள்ளன. சில அறிவியல் நூல்களையும் எழுதியுள்ளேன். தமிழினி வெளியிட்டுள்ளனர்.

கேள்வி: இந்த நாவல்களை வாசிக்கத் தேர்வு செய்கையில் அறிமுகத்திற்காக முன்னர் குறிப்பிட்ட என்னைப் பற்றிய சில தகவல்கள் உங்களுக்குப் பயன்படுமா? பயன்படுமா என்பதைவிட அவசியப்படுமா?

அருண் நரசிம்மனா••• பெயரப் பாத்தா தெரியல••• பிராமின். ஸ்ரீரங்கம்னா அய்யங்காராதான் இருக்கணும். ஐஐடில வேலைனாவே ஒரு மாதிரிதாங்க இருப்பாரு. தமிழ்லவே இப்பதான் எழுதிப்பழகிட்டிருப்பாரு. சென்னைல வசிக்காரு. வசதிபட்ட வாழ்க்கையாதான் இருக்கும். கார்ல தான் போவாரு. பிளைடுலதான் போவாரு. ரயில்ல பர்ஸ்ட் கிளாஸ்தான். பல்லவன் பஸ்ல ஏறிருப்பாரா மாட்டாரு. பாதசாரிப் பொதுசனத்தைப் பத்தி இன்னா தெரியும் இவுருக்கு. வெள்ல வந்து சர்தார் பட்டேல் ரோட்டை ஒருதபா நடந்து கிராஸ் பன்னிருப்பாரா ஆட்டோகாரங்கிட்ட வன்டாம்பார் சாவுக்கிராக்கி வூட்ல சொல்லிகினு வண்ட்டியா••• இப்டி ஒருவாட்டியாச்சும் பேச்சு கேட்ருப்பாரு. லன்சுக்கு பீட்ஸா பர்கர்னு சாப்டுகிட்டு••• இவுரெல்லாம் தமிழ்ல கதை எழுதி••• இலக்கியம் அது இதுனு. ஆராச்சும் பேஸ்புக்ல சொல்வாங்கல்ல••• அப்பால பாத்துப்பம்••• வேற நல்ல புக்ஸா இல்ல.

என் நாவல் ஒன்றை கையிலெடுத்துப் படிக்கத் தொடங்கி சில மணி நேரங்களுக்குப் பிறகு படித்து முடித்தும் விடுகிறீர்கள். இந்தச் செயல்பாட்டை நீங்களாகவே தீர்மானித்துத் தொடங்கி நிகழ்த்துவதற்கு அந்த நாவலின் ஆசிரியனான நான் குடவாசலில் பிறந்திருப்பது முக்கியமானதா? ஸ்ரீரங்கத்தில் வளர்ந்திருப்பது முக்கியமானதா? குறிப்பிட்ட ஒரு குலத்தில் பிறந்திருப்பதும் அதன் சூழலில் வளர்ந்திருப்பதும் இந்த நாட்டின் சமூகத்தின் வளர்ச்சியில் வரலாற்றில் அதன் பங்களிப்பும் பற்றாக்குறையும்••• ஆசிரியன் பிறந்திருப்பது குறிப்பிட்ட நாட்டிலும் மாநிலத்திலும் நகரத்திலும் இடத்திலும் வேலையிலும்••• இவையெல்லாம் புனைவெழுத்தை வழங்கிய ஆசிரியனின் குணநலங்கள். இவற்றிற்கும் புனைவெழுத்திற்கும் தொடர்புள்ளதா? உங்கள் வாசிப்பை தீர்மானிக்கும் அளவிற்கு?

அழுக்கு பரிசாரகன் செய்யும் சமையலை சாப்பிடுவதில்லையா நீங்கள்? பிரமாதம் என்று கருதி•••

உணவில் சரியாகச் செயல்படும் இந்தப் பிரித்தாளும் மனத்தை வாசிக்கும் இலக்கியத்தில் செயல்படுத்த மாட்டீர்களா என்ன? நல்ல இலக்கிய வாசகர் தானே நீங்கள்?

அனைவருக்கும் வணக்கம். எனக்கு கொடுக்கப்பட்டுள்ள தலைப்பு: யார் நல்ல இலக்கிய வாசகர்?

ஒரு விடை உருவாகிவிட்டது போலிருக்கிறதே: வாசிக்க முனையும் புனைவை அதன் ஆசிரியனின் ஆளுமையை ஒதுக்கிவைத்துவிட்டு அணுக முனைவது நல்ல இலக்கிய வாசகனுக்கு அடையாளம்.

*

முன்னால நான் சொன்னவற்றினால் முகம் சுளிக்க வேண்டாம்.

ஒருவர் பெயரைக் கேட்டாலே கேட்ட மாத்திரத்தில் நமக்குள் அபிப்பிராயங்கள் உருவாகிவிடுகின்றன. அருண் நா ஒரு ஒப்பினியன் அருண் நரசிம்மன் நா ஒரு ஒப்பினியன். தமிழ் கதைல வர்ரா மாதிரிதான். செங்கமலம்னா

நல்லவ ரீட்டா நா கெட்டவ. இப்டி...

மேலே நான் சொன்னதெல்லாம் எனக்கு நடந்தவையே.

தமிழினி பதிப்பாசிரியரே என்னைப் பற்றி இப்ப நான் சொன்ன அபிப்பிராயங்களைதான் முன்முடிவுகளா எழுப்பி வெச்சுருந்தாரு. ஆனால் மறந்துவிடக்கூடாது. அவர்தான் என் எழுத்தைப் பதிப்பித்தார். இந்த முன்முடிவுகளை அவராகவே தகர்த்துக்கொண்டு இல்லை ஒதுக்கிவெச்சுட்டு என்னோட சில எழுத்துக்களை வாசித்துப் பார்த்துவிட்டு...

நல்லா ஞாபகம் இருக்கு... ஸ்ரீரங்கத்துக்கு டிரெய்ன்ல போய்ட்டிருந்தேன். செகண்ட் கிளாஸ் சேர்கார்ல. நல்ல வெயில். கீழே பலாப்பழக்கூடைல முட்டி இடிச்சு ஒக்காந்துருந்தேன். இவுரு போன்ல கூப்டாரு. பட்டன் மொபைல் தான் வெச்சுருந்தேன். மதிபேசி இல்லை. சார்... சொல்லுங்க சார். என்ன அருண்... எங்கிருக்கீங்க... கிளாஸ் இல்லயா... வீட்லயா. சார்... டிரெய்ன்ல போய்ட்ருக்கேன். கொஞ்சம் சத்தமா பேசுங்க சார்... ஒண்ணும் காதுல விழல. படிச்டேங்க... நீங்க கொடுத்ததலாம் படிச்டே... நீங்க எழுத்தாளர்தாங்க... சந்தேகமில்லாம... கவலைபடாம எழுதுங்க. சார்... என்ன சொல்றீங்க... கதை நல்லாலையா... பர்ஸ்ட் கிளாஸ்ல போய்ருந்தா ஏசி கூபேல வெளி ஓசை இல்லாம அவர் பேசினது மொதோ வாட்டியே கேட்ருக்கலாம்.

பின்னாளில் ஒரு நாவல் எழுதி முடிச்சு அப்பறமா பேச்சுவாக்குல சொன்னாரு... பிரமாதமான தமிழ் நடைங்க தன்னால வாச்சுருக்கு ஓங்குளுக்கு அடிச்சு வெளயாடுங்க அருண். அப்ப பொறுக்க முடியாம சொல்லிட்டேன்: ஞாபகமிருக்கா சார்... மொதோவாட்டி ஒங்க கடைல வந்து பேசினப்ப ஐஐடியா... தமிழ்ல இப்பதான் எழுதிப் பழகிட்டிருப்பிங்க... அப்டிதான... அப்டினு கேட்டீங்களே சார். சட்னு பேச்சு விட்டுபோச்சு. சிகரெட் புடிச்சுகிட்டே வந்தாரு. இதாங்க... இதுக்குதாங்க யாகாவாராயினும் நாகாக்க...னு சொல்லிவெச்சுருக்காரு... மெய்யாலுமே வருத்தப்பட்டார். எனக்கும் சங்கடமா போச்சு... சே சே... அப்டிலாம் இல்ல சார். இப்டிலாம் சொன்னாலும் நீங்கதானே அப்பறமும் படிச்சீங்க என்னோட புக்சலாம் போட்டீங்க... ரெண்டு வருஷம் டைம் வேஸ்ட் பன்னிருக்க வேண்டாம்ல... எதுக்கும் ஒரு வேளை வரனுமில்ல.

சரி. நிற்க. யார் நல்ல இலக்கிய வாசகர்? எங்க சுத்தினாலும் டாப்பிக்கு வந்துடனும். எங்கு சுற்றியும் ரெங்கனைச் சேர்... ஸ்ரீரங்கத்தில் சொல்வார்கள்.

*

விளாடிமிர் நபகாவ் என்றொரு எழுத்தாளர் இருந்தார். லொலீதா எழுதியவர் என்றால் தெரியும். தமிழின் முந்தைய தலைமுறை எழுத்தாளர்கள் சிலரை பாதித்தவர். லொலீதா-வால் உந்தப்பட்டு லாசரா அபிதா என்று எழுதினார். சுந்தர ராமசாமியின் ஜே ஜே சில குறிப்புகள் வாசித்திருப்பீர்கள்.

இதன் மூலம் அல்லது உந்துதல் நபகாவ் எழுதிய ரியல் லைப் ஆப் செபாஸ்டியன் நைட். இரண்டையும் வாசித்துப்பாருங்கள் புரியும்... சரி. நபகாவ் வருமானத்திற்காக சில சமயம் கல்லூரிகளில் இலக்கியம் பற்றி வகுப்பெடுத்திருக்கிறார். இவற்றின் சாரங்கள் புத்தகங்களாக வெளிவந்துள்ளன. இவர் வகுப்புகளில் தொடக்கத்தில் முன்வைக்கும் கேள்வி: யார் நல்ல வாசகர்? அதாவது இலக்கியத்தைப் பொறுத்தவரையில், யார் நல்ல வாசகர்?

இவரே சில அவசர பதில்களையும் வழங்கிச சோதிக்கிறார். எடுத்துக்காட்டாக: நல்ல இலக்கிய / புனைவு வாசகன் என்பவன்...

வாசிக்கும் கதையின் நாயகன் நாயகியுடன் ஒன்றுபட்டிருக்க வேண்டும். மனத்தால் ஒத்திசையும் கதாபாத்திரம் ஒன்றை கண்டுகொள்ள முடியவேண்டும்.

உரையாடல் சம்பவங்கள் நிரம்பப்பெற்ற புனைவுகளையே ஒப்பீட்டளவில் மேலதிகமாக விரும்ப வேண்டும்.

ஏதாவது புத்தகம் வாழிக்கும் விவாதிக்கும் குழுவில் உறுப்பினராக இருக்க வேண்டும்.

சமூகவியல் பொருளாதாரம் இவற்றைப் பற்றிய அறிவுடன் வாசிக்க வேண்டும்.

கற்பனை வளம் கொண்டவனாக இருக்க வேண்டும்.

அவனுமே வளரும் கதாசிரியனாக எழுத்தாளனாக இருக்க வேண்டும்.

கதையை திரைப்படத்தில் கண்டிருக்க வேண்டும்.

நினைவாற்றல் கொண்டிருக்க வேண்டும்.

மொழியகராதி வைத்திருக்க வேண்டும்.

கலையம்சம் கவித்துவம் பற்றி உணர முடிய வேண்டும்.

இப்படிப் பொதுவாக நமக்குக் கற்பிக்கப்பட்டிருக்கும் இலக்கிய வாசகனைப் பற்றிய பல முன்முடிபுகளை பதில்களாக வீசுகிறார். இவற்றில் எவை நல்ல இலக்கிய வாசகனுக்குப் பொருந்தும்? பல வகுப்புகளில் பல நாவல்களின் விரிவான பரிசீலனைகள் எடுத்துக்காட்டுக்களுடன் தன்னுடைய விடைகளை வழங்குகிறார்.

நாம் அரை மணிக்குள் செய்யப் பார்ப்போம். நான் யோசித்துக் கண்டடைந்த அல்லது தக்க காரணங்களால் ஏற்றுக்கொண்ட விடைகளையே முன்வைக்கிறேன். உங்களுக்கு அவற்றுடன் வேறுபாடுகள் இருக்கலாம். இருக்க வேண்டும். என் சிந்தனைகளை முன்வைத்து உங்களைச் சிந்திக்கவைப்பதே நோக்கம். பேச்சிற்கான பயன் அதற்கடுத்து அது ஏற்படுத்தும் மௌனமே.

*

முதலில் ஒன்றைச் சொல்லிவிட்டோம். ஆக்கத்தை வாசிப்பதில் ஆசிரியனின் ஆளுமையை குறுக்கிட விடக்கூடாது பழகிக்கொள்ள வேண்டும். இது நல்ல இலக்கிய வாசகனுக்கு அவசியமான அடையாளம்.

அடுத்து புத்தக விரும்பி - இவனை நல்ல வாசகன் என்பதற்கில்லை. நிறைய புத்தகம் சேர்த்திருப்பவன், அவற்றை வாசித்திருப்பவனும் என்பதற்கில்லை. அப்புத்தகங்கள் கஞ்சனின் வைப்புநிதி போல... பூதம் காத்த புதையலென அவற்றை வைத்திருப்பதே... புத்தகங்களைச் சேர்த்தவனுக்கு மகிழ்ச்சி. வாசித்திருப்பதில் இல்லை. கஞ்சனின் வைப்புநிதி பேரறிவாளன் திரு ஆகா. நிறைய வாசிக்க வேண்டுமென்பதில் குறியில்லை. நிறைவாக வாசிப்பதே நோக்கமாக இருக்க வேண்டும்.

இதற்கு அவசியங்கள் என்றால்...

கவனத்துடன் வாசிப்பவன், மொழியை அறிந்து வாசிப்பவன், நினைவாற்றல் அதிகமுள்ளவன், கலையம்சம் கவித்துவம் பற்றி சிறிதளவேனும் புரிந்தவன்... இவ்வாறெல்லாம் வகுக்கலாம்.

*

புனைவாக்கத்தை முழுமையாக உள்வாங்கிப் பரிசீலித்து அனுபவங்களை தொகுத்துக்கொள்வதற்கு நினைவாற்றல் பொறுமை நிதானம் மூன்று கூறுகளையும் வளர்த்துக்கொள்பவன் நல்ல இலக்கிய வாசகன்.

முன்னாடி நூறு பக்கத்துல படிச்சது கடைசில மறந்துவிட்டா கிளமாக்ஸ்ல செத்தது யாரு குத்தினது யாருன்னே தெரியாம... எழுத்தாளன் வழங்கிய கதையைவிட வாசகனால் உருவாக்கிக்கொள்ளப்பட்ட கதை சுவாரஸ்யமாய் இருக்கலாம். இதுதான் மாய எதார்த்தமோ... என்றெல்லாம் சங்கடமாகிவிடும். ஒண்ணுமில்லை. நினைவாற்றல் கம்மி. முன்னாடி படிச்சது மறந்து போச்சு. நல்ல வாசகனுக்கு நினைவாற்றல் அவசியமே. அது மட்டுமில்லை. நிதானம் பொறுமை. நேரத்தை வழங்க முடிந்த பொறுமை. கவனக் கலைப்புகளுடன் கத்தி பேசிக்கொண்டு... ரேஷன் கடைல கியூல நிற்கும் வகை பொறுமையோ நிதானமோ இல்லை. ஒருமுகமான நிதானம் பொறுமை. கவனத்துடனான நிதானம். பொறுமை.

ஏனென்றால்.

ஓவியத்தை ரசிப்பது போலில்லை இலக்கியம். உடனடியாக முழுக் காட்சியும் ஓவியமும் கண் வழியே மனத்தினுள் சென்று தாக்கி பாதித்து உணர்வுகளை எழுப்பிவிடும். நாவல் புனைவாக்கம் இவ்வாறில்லை. ஒரு அவகாசம் வேண்டும் இதை வாசித்து முடித்து அதன்பிறகே அதன் முழுமையான பாதிப்பை உணர்வதற்கு. வாசிக்கையில் ஒரு தொடர் அனுபவம் என்றாலும் புனைவாக்கத்தை ரசிப்பதற்கு முழுமையாக ஆனந்தம் பெறுவதற்கு மனத்தினுள் முன்னால் நடந்தவை பின்னால் நடந்தவை இரண்டிற்குமான இணைப்பு தொடர்ச்சி ஆசிரியன் விட்ட இடைவெளிகளைத் தங்கள் கற்பனையால் வாசகன் நிரப்பிக்கொள்வது அதனால் கிடைத்த ஒரு முழுமையான கலையாக்கம் என்ன அளித்தது எதைப் பெற்றோம்... இவ்வாறு அசை போடும் மனவொழுங்கே புனைவாக்கத்தை ரசிப்பதற்கான செயல்பாடு. தேவை. அவசியம்.

கவிதையை மூன்று விதமாக அடையாளப்படுத்துவார்கள். திராட்சா பாகம் நாரிகேல பாகம் பலசபாகம் என்று. திராட்சா ருசி... வாயில்போட்டவுடன் டேஸ்ட். நாரிகேல பாகம் தேங்காய்... மட்டையை உரித்து அடித்து உடைத்து திருவி சக்கரை சேர்த்து வாயில் போட்டா டேஸ்ட்... பலச பாகம். பலாப்பழம். பறிப்பதற்கே பிராணவஸ்தை... கொண்டுவந்து வீட்ல கொல்லைல வெச்சு குத்தி நெம்பி உரிச்சு.... கை காலெல்லாம் கோந்து ஒட்டிக்கொண்டு... விளக்கெண்ணெய் தடவி கை வழுக்கிச் சுளை சுளையா உரிச்சு பிச்சு... கொட்டை எடுத்து... தேன்ல கலந்து வாய்ல போட்டா அதி ருசி...

ஓவியக்கலை ஒருவகையில் திராட்சா பாகம் எனலாம். கண்டவுடன் ஆனந்தம். அம்பாள் தரிசனம் போல. நாவல்கள் புனைவிலக்கியம் இவ்வாறில்லை. இதற்கான அவகாசத்தை வழங்கியபிறகே இதன் சுவை மனத்தினுள் தெளிவடையும். பலாப்பழம் போல...

ஒரு வகையில் புனைவு வாசிப்பாளன் என்று ஒருவனுமில்லை. நல்ல இலக்கிய வாசகர்கள் அனைவருமே புனைவு மறுவாசிப்பாளர்களே. இந்த அடையாளத்தை வளர்த்துக்கொள்பவன் நல்ல இலக்கிய வாசகன்.

சமையல் பதார்த்தத்துடனும் ஒப்பிடலாம் புனைவாக்கத்தை. (இதுக்குதான் லன்ச் டைத்துல 12 மணிக்குப் பேசக் கூப்பிடக்கூடாது. சாப்பாடே குறியா எடுத்துக்காட்டுகள் வருகின்றன. செவிக்குணவு இல்லாத போது சிறிது வயிற்றிற்கும் ஈயப்படும்... அவுரு சொல்லுவாரு... பசி வயித்த கிள்ளுது... இப்ப போயி... வயிற்றுக்கு உணவு பிறகே செவி கவி எல்லாம்...)

சமையல் பதார்த்தம் வாயில் போட்டவுடம் சுவை தெரிந்துபோகும். தொடர்ந்து சாப்பிடலாமா என்பதையும் முடிவு செய்துவிடும். ஆனால் சுவை உங்களுக்கு வேண்டிய அளவுகளில் இல்லை என்றாலும் தொடர்ந்து சாப்பிட்டு முடித்தால் பசி ஆறியிருக்கும். அதே போலவே புனைவும். முழுவதும் வாசித்த பிறகு பெறும் அனுபவப்பயன் வேறுவிதமாக அமையலாம். திருப்தியளிக்கலாம். ஆனந்தம் வழங்கலாம்.

ரெண்டு பக்கத்துல பிடிக்கலைனு தூக்கிக் கடாசாம... கொஞ்சம் பொறுமை வளர்த்துக்கொண்டால்... பிறகு சுவை கூடிவரலாம். சில ஏமாற்றியும் விடலாம். இந்தச் சோதனையை செய்துபார்க்கும் பக்குவம் வேண்டும்.

இவற்றைப் புரிந்துகொள்பவன் நல்ல இலக்கிய வாசகன்.

*

அடுத்து சில கோளாறுகளை குறிப்பிடுவோம்.

புனைவாளனை வரலாற்றாசிரியனாகக் கொள்வது. அல்லது சமூகவியலாளன் என்று. அல்லது புரட்சியாளன் அரசியல் வழிநடத்தி தத்துவ ஞானி... இப்படியெல்லாம் காண்பது. இதெல்லாம் வாசகப் பேதமைகள். நல்ல இலக்கியங்களை வாசிப்பதற்கான இடையூறுகள். குழப்படிகள். மனப் பிராந்திகள்.

Fiction in general should never become analytic. As a matter of fact, the writer of fiction should not even try to dabble in psychology and its various isms. Genuine literature informs while it entertains. It manages to be both clear and profound. It has the magical power of merging causality with purpose, doubt with faith, the passions of the flesh with the yearnings of the soul. It is unique and general, national and universal, realistic and mystical. While it tolerates commentary by others, it should never try to explain itself. These obvious truths must be emphasized, because false criticism and pseudo-originality have created a state of literary amnesia in our generation. The zeal for messages has made many writers forget that storytelling is the raison d'être of artistic prose.

இவ்வாறு கூறுவது சிங்கர். இலக்கிய நோபல் வென்ற ஐசக் பாஷிவிஸ் சிங்கர்.

வரலாற்றை மட்டும் எடுத்துக்காட்டுகிறேன்.

சார்லஸ் டிக்கன்ஸின் நாவல்களில் இருந்து பத்தொன்பதாம் நூற்றாண்டு இங்கிலாந்தை அறிந்துகொண்டுவிட முடியுமா? அதாவது அந்நாட்டின் வாழ்வியலை சமூகவியலை வரலாற்றை••• முடியாது.

கல்கியின் சிவகாமியின் சபதம். அதிலிருந்து பல்லவர்களின் வரலாற்றையும் ஏழாம் நூற்றாண்டில் தமிழ்நாட்டின் வாழ்வியலையும் சமூகவியலையும் அறிந்துகொண்டுவிட முடியுமா? ஓரிரு செய்திகளும் தகவல்களும் தெரியவரலாம். அவையே முழுமையான வரலாறு என்று சொல்வதற்கில்லை. சொல்லப்போனால் தகவல்களோ பெயர்களோ செய்திகளோ நாட்களோ தவறாகக்கூட இருக்கலாம். சில சரியாகவும் இருக்கலாம். ஆனால் அவை உறுதியான முழுமையான வரலாறில்லை. வாழ்வியலில்லை. அவசியமில்லை. அவை கல்கி பல்லவர் ஆட்சிகாலப் பின்புலத்தில் உருவாக்கியிருக்கும் புனைவின் அம்சங்கள். கூறுகள். சிவகாமியின் சபதம் எனும் புனைவில் அவ்வாறு வரலாற்றைத் தேடுவது கல்கி எனும் புனைவாளனுக்கு வாசகன் செய்யும் நீதியா?

சாண்டில்யன் புனைவுகளில் இருந்து சோழர்களின் வாழ்வியலை அறிவது போலத்தான். சொல்லப்போனால் சாண்டில்யனில் இருந்து சோழர்களின் சல்லாபங்களைக்கூட நம்மால் வரலாற்றுக் கூற்றுகளாக அறியமுடியாது. சரியாக இருக்காது.

அந்தக்கால இங்கிலாந்தைப் பற்றித் தெரிந்துகொள்ள சார்ல்ஸ் டிக்கன்சையும் அந்தக்கால பிரான்சை தெரிந்துகொள்ள விக்டர் ஹியூகோவையும் வாசிப்பவர்களை தேர்ந்த இலக்கிய வாசிப்பாளர்கள் என்றே கருத இயலாது. நாடுகளைப் புத்தகங்கள் வாயிலாகத் தெரிந்துகொள்ள வல்லுநர்கள் எழுதிவைக்கும் வரலாற்று பூகோள ஆக்கங்களை வாசிக்கலாம். நாடு அல்லது

இனம் அல்லது ஒரு பகுதியின் மக்களைத் தொகுத்து தெரிந்துகொள்ளத் துறை வல்லுனர்கள் எழுதிவைத்திருக்கும் எத்னோகிராபி சமூகவியல் புத்தகங்கள் இப்படி. புனைவாசிரியன் சமூகவியளாலன் இல்லை (அவ்வாறு தங்களைத் தவறாகக் கருதிக்கொள்ளும் புனைவெழுத்தாளர்கள் உண்டு; இன்னும் டேஞ்சராகத் தங்களைப் புனைவாசிரியனாகக் கருதிக்கொள்ளும் சமூகவியலாளர்களும் உண்டு). புனைவாசிரியன் தத்துவ ஞானி இல்லை (தொல்ஸ்தோயை இவ்வாறு கருதினால் அவரது ஆக்கங்கள் நம்மைக் குழப்பியே விடும்). சைகாலஜிஸ்டும் இல்லை.

எழுத்தாளன் கட்டுரைகள் எழுதலாம். வரலாற்றுப் புத்தகமோ விஞ்ஞானப் புத்தகமோ எழுதலாம். ஆனால் புனைவாசிரியனாகச் செயல்படுகையில் அவன் கதைசொல்லியே. கதை எனும் சொல்லே சொல்வது நிஜமல்ல என்பதைக் குறிப்பிட உருவாக்கப்பட்டதுதானே. புனைவு எனும் கலை வழியே எழுத்தாளன் உணர்வுகளையே தன்னிடமிருந்து ஆக்கம் வழியாக வாசகனுக்குக் கடத்த முயல்கிறான். அதனால் ஒருவகையில் அப்புனைவுலகில் நிகழும் புறவயமான காட்சிகளுமே அகவயமான எழுச்சிகள் கொண்டவை. அகம் தீண்டிய புறமே புனைவின் இலக்கணம். கன்னி நாவலில் (கவிஞர் பிரான்சிஸ் கிருபா எழுதி தமிழினி வெளியிட்டது) முதல் சில பக்கங்களில் வரும் மழைக் காட்சியை வாசித்துப் பாருங்கள்; அகம் தீண்டிய புறம்.

*

அடுத்து...

புனைவில் எழுத்தாளனைக் காண்பது. அதாவது எழுதப்பட்டிருக்கும் புனைவு அனைத்துமே எழுத்தாளனின் 'உண்மைக் கதை'... என்று கருதுவது. மிகப் பெரிய ஊறு.

இந்த மனப்போக்கின் நீட்சி என்றால்...

பார்ப்பதை கேட்பதை... உள்ளதை உள்ளபடியே... எழுதிவைத்திருக்கும் எழுத்து என்று தேடுவது. அல்லது வாசிக்கப்படுவத்து அவ்வாறான ஆக்கமா என்று கேட்பது. இல்லை கற்பனைதான் என்றால் ஏதோ வகையில் மட்டம் என்று கருதுவது. உண்மைக் கதை என்று சொன்னால் சுவாரசியம் கூடுவதாகக் கருதுவது. உள்ளதை உள்ளபடியே அப்படியே எழுதிவைக்க எழுத்தாளன் எதற்கு? புனைவாளன் எதற்கு? கலைஞன் எதற்கு? பத்திரிகை நிருபர் போதுமே. அல்லது சுய சரித்திரம் என்று எழுதிக்கொள்ளலாம். அவை புனைவல்லவே. கலையல்லவே.

எடுத்துக்காட்டு என்னை வைத்தே வழங்குகிறேன். விளம்பரம் என்று கருதாதீர்கள். மன்னித்துக்கொள்ளுங்கள். உரையைத் தொடர்வோம். அமெரிக்க தேசி என்று ஒரு நாவல் எழுதியிருக்கிறேன். அமெரிக்காவில் படித்த நாட்களின் அனுபவத்தில் உருவானது. வழக்கமாக வரும் கேள்வி இந்த நாவல் உங்கள் சுய சரிதையா. நாம் இல்லை என்று மறுக்க மறுக்க அது ஆமாம் ஆமாம் அதுமட்டுமேதான் என்றே கேட்பவரின் காதுகளில் ஒலிக்கும். சைபி-

ரியாவில் எத்தனை குளிர் என்றால் வாட்டர் என்று டைப் அடித்தால் ஐஸ் என்றுதான் திரையில் விழுமாம்.

உண்மையில் இந்த நாவலில் வழங்கப்பட்டிருக்கும் அரங்கத்தின் பகுதிகள்கூட என்னுடைய பள்ளிப்பருவ வாழ்க்கை கிடையாது. பள்ளி நண்பர்களுக்குத் தெரியும். நான் அரங்கத்தின் பிரசித்தமான வீதிகளில் வாழ்ந்தவன் இல்லை. காவிரிக்கரையோரம் ஒதுங்கியே வசித்தவன். நாவலின் நாயகன் போல குறும்பானவனோ துடுக்கானவனோ தன்னம்பிக்கையாளனோ காஸனோவாவோ இல்லை. அவை அனைத்துமே என் மனப்புருடனின் குணங்கள். நாவலின் அமெரிக்க பல்கலைக்கழகப் பகுதிகளும் சம்பவங்களும் இவ்வாறே. அங்குள்ள நண்பர்கள் தமிழில் வாசிக்க முடிந்தால் அறிவார்கள் நாவலின் சம்பவங்கள் நேரடியாக என்னுடைய அமெரிக்க வாழ்க்கை இல்லை என்பதை. பலருடைய அனுபவவெளியில் தோய்ந்து செய்த மாயக்கலவை.

இப்படிச் சொன்னதும் இரண்டு ஆண்டுகள் முன்னால் அவர் உழைத்த துறையில் கரைகண்டவர் (இது உண்மையே) மெத்த படித்தவர் மேதாவிலாசி என எனக்கு அறிமுகப்படுத்தப்பட்ட ஒருவர் என்னிடம் ‘அப்டின்னா இங்க ஒங்காந்தே அடிச்சுவுட்டதுன்னு சொல்லுங்க...’ என்றார். என்னே இலக்கிய வாசிப்பு முதிர்ச்சி. ஒன்று சுயசரிதை வரலாற்று அல்லது டைரி குறிப்பு அல்லது பார்த்ததை அப்படியே எழுதிவைக்கும் நிருபர் வேலையாக இருக்கவேண்டும் இல்லை அந்நாட்டிற்கே போகாமல் இங்கிருந்தே அடித்துவிட்டதாக இருக்க வேண்டுமாம்.

இவ்விரண்டிற்கும் வேறான புனைவுவெளி எனும் நிஜத்திற்கு அருகிலேயே இயங்கும் கற்பனைப் படைப்பூக்கத்திற்கு முக்கியத்துவம் அளிக்கும் (புனைவெழுத்துக்)கலை என்பதையே புரிந்துகொள்ளாதவர். இவர்கள் புனைவெழுத்தின் விமர்சகர்களாகத் தங்களைக் கருதிக்கொள்வதில் பிரச்சனையில்லை அக்கருத்துக்களை புனைவாசிரியர் பொருட்படுத்திக் கருத்தில் கொண்டு தன்னுடைய எழுத்தைத் திருத்திக்கொள்ள வேண்டும் என்று இவர்கள் கருதுவதே வேடிக்கை.

புனைவின் நிகழ்வுகள் நீட்சிகள் வாழ்க்கையின் அனுபவங்களில் தொடங்கப்பட்டுள்ளன அல்லது முடிக்கப்பட்டுள்ளன அல்லது பிரதிபலிக்கப்பட்டுள்ளன. கலையாக்கத்தில் கடத்தப்பட வேண்டிய உணர்வுகளை முன்வைத்து இவை ஆசிரியனால் விகிதங்கள் நிர்ணயிக்கப்பட்டுக் கையாளப்படுகின்றன. இந்த அளவிற்கே நாவல்கள் ஆசிரியர்களுடைய வாழ்க்கை சுய சரிதை என்றாகும். மறுபக்கத்தில் முழுவதும் கற்பனையான கதை என்று ஒன்றுமில்லை இருந்தாலும் சுவைக்காது மனிதர்களுக்குப் பயன்படாது. ஒன்றுதான் சொல்லமுடியும். நான் அமெரிக்கா சென்றிருக்கவில்லை என்றால் இந்நாவலை எழுதியிருக்க முடியாது. அதற்கு மேல் புனைவையும் நிஜத்தையும் குழப்பிக்கொள்வது சிலருக்குப் பிடித்தமான பொழுதுபோக்கு என்பதை ஒரு-

வராலும் தடுக்க முடியாது.

என்னுடைய அமெரிக்க தேசி நாவலில் வரும் அமெரிக்காவும் ஸ்ரீரங்கமும் நிஜமல்ல. அதாவது நிஜம் மட்டுமல்ல. சம்பவங்களும் அவ்வாறே. என் கற்பனை தீண்டிய நிஜங்கள். இப்புனைவு மெமாயர் இல்லை. அமெரிக்க வாழ் இந்தியர்கள் வரலாறு இல்லை. அமெரிக்கர்களின் சோஷியாலஜி இல்லை. ஐந்து நாடுகளில் ஐம்பது நாள் சுற்றுப்பயணம் என்கிற பயணக் குறிப்புகள் இல்லை. உங்கள் பயணத்தில் இந்நாவலில் வரும் ஒரு சம்பவமுமே உங்களுக்கு நிகழாமலும் போகலாம். சில பல சமூக அவதானிப்புகளும் தகவல்களும் விரவியிருக்கலாம். ஆனால் இவை நிஜங்களின் கற்பனை வடிகட்டல். ஏதோ சில பொது (யுனிவர்சல்) உணர்வுகளை வாசிப்பவரிடம் எழுப்ப முயல்வதற்கான என் பொய்'மை'யில் தோய்ந்த வாய்மை.

சுயசரித்திரத்தையே புனைவாக வழங்குமளவு நான் அவ்வளவு திறனற்ற எழுத்தாளன் இல்லை.

ஆக...

நல்ல இலக்கிய வாசகன் செய்யவேண்டியது புனைவையும் படைப்பாளியின் வாழ்க்கையையும் குழப்பிக்கொள்ளாமல் அந்த ஒப்பீடு புனைவை ரசிப்பதற்கான அளவீடோ அடையாளமோ இல்லை... ஒரு பொருட்டே இல்லை என்று உணர்ந்து... இவ்வகை மனப்போக்குகளில் மாட்டிக்கொள்ளமல் தொடர்ந்து ஆக்கத்தின் வாசிப்பை நிகழ்த்த முயல்வது.

*

அடுத்து செய்நேர்த்தி...

தகவல் பிழைகளைக் கண்டுகொண்டுவிட்டதாகக் கருதிக்கொள்வது... சென்னை என்கிற ஊரில் நடக்கும் கதை என்கையில் நேரில் நாம் பார்க்கும் சென்னையாகவே அது இருக்க வேண்டும் என்று கருதுவது. இல்லை. முதலில் முக்கியமாக அவசியமாகப் புரிந்துகொள்ள வேண்டியது அது கதை. பொய். புனைவு. அந்தச் சென்னை அந்தக் கதைக்கான சென்னை. அதில் வரும் சென்னையில் அடையாறு பாலத்திற்கு அடியே நதி ஓடலாம் அதில் படகுகளும் இருக்கலாம்.

அடுத்தபடியாக ஓரத்தில் மலை இருக்கலாம். இல்லங்க... செந்தாமஸ் மௌண்ட் கொஞ்சம் தள்ளிதான் இருக்கு என்று சொல்லக்கூடாது. எழுத்தாளன் அவன் புனைவை வழங்குவதற்காக எடுத்துக்கொள்ளும் உரிமை அது. என்ன சொல்லலாம் என்றால் ஒரே கதையில் ஒரு பக்கத்தில் அடையாறு ஆறுக்கு அடுத்து மலை இருப்பதாகவும் அடுத்த அத்தியாயத்தில் அதற்கு அடுத்து மடு இருப்பதாகவும் எழுதிவைத்தாலேயே சொதப்பலான எழுத்து. மற்றபடி புனைவுலகம் விவரிக்கும் நிஜவுலகக் கூற்றுகளும் கற்பனை சார்ந்தவையே. பொய்'மை'யில் தோய்ந்த வாய்மை.

டெவில் இஸ் இன் தி டிடெய்ல்ஸ் என்பார்கள். தகவல்களையும் தளை மீறிய எழுத்தையுமே உற்று நோக்கிக்கொண்டிருந்தால் காவியங்களிலும் சாத்-

தான் மட்டுமே தென்பட்டுக்கொண்டிருக்கும். நாவல் எனும் புனைகளம் வானத்தில் திருவிக்ரம கால் வரையும் தூரிகை வீச்சு. ஜெட் விமானப் புகை காட்டும் வான்வரைவு (ஸ்கை ரைட்டிங்). நாவல் புறத்திலிட்ட வானளா-விய வளைகோடே வாசகன் அகத்தில் பதியவேண்டிய மனக்கீறல். அதன் நிறங்களோ வர்ணக்குழைவுகளின் விகிதங்களோ வளைகோட்டின் அத்தியாய அங்கங்களோ முக்கியமில்லை.

அனைத்துமே புகையாகி வாசக மனவெளியில் வீசும் காற்றில் சிலநாட்-களுக்குள் கரைந்துபோயிருக்கும். புனைவை அதனருகில் இருந்து மட்டுமே கண்டு தோய்ந்து வாசித்து ரசித்து மறவாமல் விலகிக்கொள். பிறகான வாழ்க்-கையில் அடிமனத்தில் தேங்கியிருக்கும் அதன் கசண்டே அந்நாவல் உனக்கு வழங்கிய உலகப்புரிதல். பண்பாடு என்பதே கற்றவை முழுவதும் மறந்தும் மனத்தில் மிஞ்சுவதுதானே.

*

நல்ல இலக்கியங்களை வாசிப்பவன் நல்ல இலக்கிய வாசகன் எனலாமா.

அப்ப எவை நல்ல இலக்கியங்கள்? நாம் ஒவ்வொருவருமே நான் வாசித்த அனைத்துமே நல்ல இலக்கியங்களே... என்று கூறலாம். அப்ப வேறு யாரோ வரையறுப்பவற்றை சாவதற்குள் வாசிக்க வேண்டிய 100 நாவல்-கள். இதுவரை வெளிவந்தவற்றில் தவறவிடக்கூடாத 1000 நாவல்கள். பில் கேட்ஸ் வழங்கும் புத்தகப் பரிந்துரைப் பட்டியல். இப்படி நல்ல இலக்கியங்-களை அடையாளப்படுத்திக்கொள்ள முடியுமா...

பில் கேட்ஸ் காலேஜ் டிகிரியே முடித்திராதவர். தனது கணினித் துறை வர்த்தக முன்னெடுப்புகளில் அபாரமாக உழைத்து மிகப் பெரிய வெற்றி கண்-டவர். இதனால் இவர் நல்ல இலக்கிய வாசகன் என்றாகிவிடுமா? கமல்ஹா-சன் ரசித்த திரைப்படங்கள் பட்டியலில் நல்ல திரைப்படங்கள் இருக்கலாம். உங்களுக்கும் அவை பிடித்துமிருக்கலாம். இவ்வகைப் பரிந்துரையில் ஓரளவு நியாயம் உள்ளது. சுனில் காவாஸ்கர் கிரிக்கெட் கமென்டரி சொல்வது போல. துறையில் சாதித்தவர்கள் அத்துறையில் பரிந்துரைகள் வழங்கினால் பரிசீலிக்-கலாம். ஏற்கலாம். குறைந்த பட்சம் பொருட்படுத்தலாம். பில்கேட்ஸ் வழங்கும் இலக்கியப் புத்தகப் பரிந்துரையும் நான் வழங்கும் இலக்கியப் புத்தகப் பரிந்-துரையும் நிறைய தயக்கத்துடனேயே அணுகவேண்டும் ஏற்க வேண்டும். அது நல்ல வாசகனுக்கான அடையாளம்.

எதை வாசிக்கலாம் எதை ஒதுக்கலாம் என்பது உங்கள் உரிமை. என்றுமே அடுத்தவரை உம்முடைய ரசனையைத் தீர்மானிக்க விடக்கூடாது. உரிமை-யிழப்பு. ஆனால் கவனம். ஓரேடியாக முரண்டு பிடிக்கக்கூடாது. ஏன் சொல்-கிறேன் என்றால் ஒரேடியாக நீ சொன்னால் கிடையாது என் வழி தனீ... வழி... என்று உரிமை என்கிற பெயரில் சிலவற்றை வளர்த்துக்கொண்டுவி-டுவோம். நல்ல வாசிப்பிற்கே முட்டுக்கட்டைகளாகிவிடலாம்.

நீயாநானா நிகழ்ச்சியில் ஒருமுறை விருந்தினராகப் போயிருந்தேன். உடனிருந்த நண்பர் கவிஞர் மகுடேசுவரன் என்னை அவரது வாசகர் ஒருவரிடம் அறிமுகப்படுத்தினார். ஏதோ நல்லது செய்வதாக நினைத்துதான் செய்தார். 'இவரை தெரியுமா... இவரும் எழுத்தாளர்தான். சொம்பு கொடை மலை இப்டி கதையெல்லாம் எழுதிருக்காரு... நாவல்கள் எழுதியுள்ளார். நீங்கதான் நிறைய கதையெல்லாம் படிப்பீங்களே... இவரை படிச்சிருக்கீங்களா...' அவர் 'இல்லை' என்று சொல்லி நிறுத்தியிருக்கலாம். அவர் 'நான் உயிரோடு இருக்கும் எழுத்தாளர்களை வாசிப்பதில்லை... என்று குறிக்கோள் வைத்திருக்கிறேன்.' என்றார்.

மகுடேசுவரனுக்கு சங்கடமாகிவிட்டது. 'நானும் உயிரோடு இருக்கும் வாசகர்களுக்கு எழுதுபவனில்லை. வருங்காலத்திற்கே எழுதுகிறேன்...' என்று சொல்லிவைத்தேன். இவர் நல்ல வாசகரா என்றால்... தன்னுடைய முன்முடிபுகளால்... அதற்கு ஏதோ காரணங்கள் இருக்கலாம்... ஆனால் அவ்வாறான முன்முடிவு ஒன்றால் சிலபல நல்ல புத்தகங்களை புனைவுகளை வாசிக்கும் அனுபவத்தை இழந்துவிடுகிறார். உரிமை என்பதற்காகச் சமகாலப் பங்களிப்பையே மறுத்துக்கொள்வது சால்பல்ல.

அடுத்தவரின் ஆலோசனைகளை நமக்கான தேர்வுதானா என்று பரிசீலிக்கலாம். அந்த அளவு வெளிக்காற்றும் சிந்தையும் ஆலோசனைகளும் பரிந்துரைகளும் தன்னால் வந்துபோவதற்கு மனக் கதவுகளையும் ஜன்னல்களையும் திறந்து வைத்திருக்க வேண்டும்.

இவை நல்ல வாசகனுக்கு அடையாளங்கள்.

*

அடுத்து அதிமுக்கியமான ஒன்று:

ஆனந்தம் பெறுவதற்கே இலக்கியம் வாசிக்கிறோம்.

At its best, art can be nothing more than a means of forgetting the human disaster for a while. சிங்கர் சொல்கிறார். I am still working hard to make this "while" worthwhile. என்றும் எழுதிவைக்கிறார்.

உத்திகளிலும் செய்நேர்த்திகளிலும் பரிசோதனை முயற்சிகளிலும் சிக்கிக்கொண்டு இந்த ஆனந்தத்தை இழந்துவிடக்கூடாது. இலக்கியத்தின் முக்கியமான இழை எளிமையானது. மனிதனுக்கு அவன் உணர்வுகளுக்கு நேரடியாகப் பயனளிப்பது. ஆண் பெண் உறவுச் சிக்கல்களின் நிறமாலைகளே இலக்கியத்தின் ஊற்றுக்கண்கள். இதில் புகுந்து புறப்பட்டிருக்கும் உணர்வுகளைப் பெறுவதிலேயே ஆனந்தமும் கைகூடுகிறது.

இதை இழந்துவிடக் கூடாது. மறந்துவிடக் கூடாது. ஆனந்தம் பலவகை தராதரங்களில். வாசிக்கும் ஆக்கத்தில் எத்தரத்தில் ஆனந்தம் அமைந்திருக்கிறது என்பதில் தெளிவு வேண்டும். பலவகை ஆனந்தமும் புனைவிலக்கியத்தில் இருந்து வாசகனால் பெற முடிந்தவையே.

இரண்டு கொலைகளைச் செய்துவிட்டுக் கொலையாளி தப்பி ஓடிவிடுகிறான். நகரத்தில் சமுதாயத்தில் மறைந்து கொள்கிறான். போலிஸ் துரத்துகிறது. சில அத்தியாயங்கள் சில உச்சகட்ட துரத்தல்கள் விரட்டல்கள் சண்டை காட்சிகள் பிறகு... மாட்டிக்கொள்கிறான். சிறை. சுபம். இல்லை போலிசால் சுடப்பட்டு மாள்கிறான் வீழ்கிறான். தப்பு செஞ்சா தண்டனைதாங்க என்கிற நீதி முன்வைக்கப்படுகிறது. சுபம். ரெண்டு மணிநேரத்தில் வாசித்துவிடலாம். வாசிப்பதில் ஒருவகையான ஆனந்தம். மறுப்பதற்கில்லை. சூப்பர் சேஸ் மாப்ளே... சான்ஸே இல்ல... கதைன்னா இப்டி விறுவிறுனு போகணும்பா... 'ஏய்... நாம் பாத்தா சைலண்டு பாஞ்சா வயலண்டு...' போலிஸ் சூப்பர் வசனம் ஒன்று நினைவில் தங்கலாம். களிப்பே உவப்பே. ஒரு மட்டத்தில் நின்றுவிடும் ஆனந்தம்.

இதே கதைக் களம் இன்னொரு நாவலில் வழங்கப்படுகிறது. எவ்வாறு. முதல் சில அத்தியயங்களில் பொறுமையாகக் கொலையாளியின் ஆளுமை விவரிக்கப்படுகிறது. பரிதாபமான ஏழை மாணவன். கடனாளி. குடும்பத்தை விட்டுப் பிரிந்தவன். அக்கா விபச்சாரியோ என்று சந்தேகப்பட்டவள். அந்நாட்டின் மிகச் சாதாரண மற்றுமொரு குடிமகன் அன்னாடங்காச்சி சமூகப் பிரதிநிதி. இவன் காரணங்களே முன்வைக்கப்படாமல் திடீரென்று இரண்டு கொலைகள் செய்துவிடுகிறான். ஒரு கொலை தான் வேடிக்கை பார்க்கும் கந்துவட்டிக்காரரை. ஓரளவு திட்டமிட்டு. ஆனால் ஏன் என்று அவனுக்கே புரியாமல். அடுத்த கொலை சற்றும் திட்டமிடாமல் ஒரு முன்விரோதமும் இல்லாமல் அந்தக் கொலையைப் பார்த்துவிட்ட சிறு பெண்ணை.

ஓடுகிறான். சமூகத்தினுள் ஒளிகிறான். அன்றாடத்தினுள் அமிழ்கிறான். அலைகிழிகிறான்.

மனத்தினுள் போராட்டம். சாப்பாடு பிடிக்கவில்லை. தூக்கமில்லை. தூங்கினால் பயங்கரக் கனவுகள். குடும்பம் உறவு எவரிடமும் நாட்டமில்லை. பேசப் பிடிக்கவில்லை.

நாயகன் கொலைகளுக்கான தத்துவ விசாரங்கள் நிகழ்த்திக்கொள்கிறான். பார்ப்பவரிடமெல்லாம் முன்வைக்கிறான். தான் செய்த கொலைகளை நியாயப்படுத்த நெப்போலியன் வரை தன் கட்சிக்கு சார்பாகப் பேசுவதற்கு அழைக்கிறான். வாசகனிடம் முன்னிறுத்துகிறான். கூடவே சிறுபெண்ணைக் காரணமில்லாமல் கொன்றுவிட்ட அநியாயத்தை நியாயப்படுத்த முடியாமல் தவிக்கிறான். போலிஸ்காரனுக்கு நன்றாகத் தெரிந்துவிட்டதோ தான்தான் கொலைகாரன் என்று... ஏன் இன்னும் பிடிக்காமல் விட்டு வைத்திருக்கிறான்...

அடுத்த இருநூறு பக்கங்களுக்கு இந்தப் மனப் போராட்டமே அவன் செயல்பாடுகளாகவும் சிந்தனையாகவும் சுற்றிலும் காணும் புறமாகவும்... அனைத்துமே இந்த மனப் போராட்டம் வழியாகவே வாசகனுக்குக் காட்சிப்படுத்தப்படுகிறது. குற்ற உணர்வின் பரிதவிப்பில் தப்பி ஓடிக்கொண்டிருக்கிறான்.

நாயகனைப் போலவே வாசகனுக்கும் தொண்டை வற்றுகிறது. சம்பவம் முன்னர் சொன்ன திரில்லர் கதையின் அதே சம்பவமே. முடிவும் அதே. ஆனால் முக்கியமாகக் கூடவே சம்பவங்களுக்கு முன்னும் பின்னுமான கதாபாத்திரங்களின் மனப் போராட்டம் விரித்துவைக்கப்படுகிறது. ஆடு புலி ஆட்டம். சதுரங்கக் காய் நகர்த்தல்கள்... அனைத்திலும் இந்த மனப்போராட்டம் ஊடுருவிப்போகிறது.

இலக்கியச் சுவை என்றால்... போலிஸ் கொலைகாரனுக்கு இடையில் நடந்துவரும் இந்தச் சதுரங்கக் காய்நகர்த்தல்களில் இடையில் திடீரென்று ஒரு பிச்சைக்காரன் தானே முன்வந்து நாந்தாங்க அந்தக் கொலைகளைச் செய்தேன் என்கிறான். போலிஸ் இன்ஸ்பெக்டருக்கு பயங்கரக் கடுப்பு. போடா மவனே...

இலக்கியச் சறுக்கல் என்றால்... பிறகு மனத்தளவில் உத்தமியான விபச்சாரி ஒருவள் வந்து கொலைகாரனைத் திருத்துகிறாள்... அல்லது அவளுக்காக இவன் மாட்டிக்கொள்கிறான். சிறையில் வருந்துகிறான். மோட்சம் பெறுகிறான்.

இவனுக்கு ராஸ்கல் நிகாவ் என்று பெயர்.

என்ன தலைப்பு யார் எழுதியது என்பதெல்லாம் உங்களுக்குத் தெரியும்.

இந்த நாவலை வாசிக்கையிலும் ஆனந்தமே. ஆனால் தீவிரமான ஆனந்தம். சத்தானது. பல தளங்களில் அளிக்கப்படும் வகையில் பல்முனை பல்சுவை ஆனந்தம். சாதா திரில்லரில் கிடைப்பதைவிட மேலானது அல்லது தீவிரமானது. திரட்சியானது. வீரியமானது. இரண்டு வகை ஆனந்தத்தைப் பெறுவதிலும் தவறொன்றுமில்லை.

நல்ல இலக்கிய வாசகனால் இரண்டு வகைகளையும் பெறும் பக்குவத்துடன் வாசிப்பை நிகழ்த்த முடியவேண்டும். பிறகு நீங்களே முடிவு செய்துகொள்ளுங்கள் எந்தவகை ஆனந்தம் எந்த நேரத்தில் எவ்வளவு வேண்டும் என்பது வாசிப்பவனின் உரிமை. அவரவர் தமத தறிவறி வகைகளில்... அனைத்துப் புனைவு வாசிப்புமே நிஜங்களின் அவலங்களை மறந்துவிட்டு ஓரளவேணும் ஆனந்தமாக இளைபாறுவதற்கே.

*

தொகுத்துக்கொள்வோம். யார் நல்ல இலக்கிய வாசகர்?

ஆக்கத்தையும் ஆசிரியனையும் பிரித்து வைத்துக் கொண்டு ஆக்கத்தை அதன் பலங்களுக்காக ரசிப்பவன் அனுபவிப்பன் நல்ல இலக்கிய வாசகன். ஆனந்தம் பெறுவதற்கே வாசிக்கிறோம். இதை இழந்துவிடக் கூடாது. மறந்துவிடக் கூடாது. ஆனந்தம் பலவகை தராதரங்களில். வாசிக்கும் ஆக்கத்தில் எத்தரத்தில் ஆனந்தம் அமைந்திருக்கிறது என்பதில் தெளிவு வேண்டும். பலவகை ஆனந்தமும் புனைவிலக்கியத்தில் இருந்து வாசகனால் பெற முடிந்தவையே. அனைத்து புனைவு வாசிப்புமே நிஜங்களின் அவலங்களை மறந்துவிட்டு ஓரளவேணும் ஆனந்தமாக இளைபாறுவதற்கே.

புனைவாக்கத்தை முழுமையாக உள்வாங்கிப் பரிசீலித்து அனுபவங்களை தொகுத்துக்கொள்வதற்கு நினைவாற்றல் பொறுமை நிதானம் மூன்று கூறுகளும் வளர்த்துக்கொள்பவன். ஓவியத்தை ரசிப்பது போலில்லை இலக்கியம். அவகாசம் வேண்டும் முழுமையாக உள்வாங்கிப் பின்னர் அனுபவித்து ரசிப்பதற்கு. என்ன அளித்தது எதைப் பெற்றோம்... இவ்வாறு அசை போடும் மனவொழுங்கே புனைவாக்கத்தை ரசிப்பதற்கான செயல்பாடு. தேவை. அவசியம். நல்ல இலக்கிய வாசகர்கள் அனைவருமே புனைவு மறுவாசிப்பாளர்களே. இந்த அடையாளத்தை வளர்த்துக்கொள்பவன் நல்ல இலக்கிய வாசகன்.

புறவயமான மொழியறிவு வாக்கிய அமைப்பு சொல் நேர்த்தி நடை உடை பாவனைகள் உத்திகள் என்று எழுத்தின் செய்நேர்த்திக் கூறுகளை ரசிக்க முயல்வதோடு நிறுத்தாமல் ஓரளவேனும் அகவயமான கலையம்சம் கவித்துவம் போன்றவற்றை ரசிப்பதற்கான கற்பனை வளத்தையும் வளர்த்துக்கொள்ள முயல்பவன். வரலாற்றுப் புனைவுகளில் இருந்து வரலாறை கற்றுக்கொள்ள முடியுமா? அவை வரலாறு என்பதைவிட அவை புனைவுகள் என்பதே அங்கு முக்கியம்.

புனைவு ஆசிரியனின் சுய சரித்திரம் இல்லை என்கிற தெளிவு. அதே போல அவன் கேட்டதை பார்த்ததை அப்படியே எழுதிவைப்பவன் புனைவாசிரியனே இல்லை. பத்திரிகை நிருபர். அது நன்றாகவும் எழுதப்பட்டிருக்கலாம். உங்களுக்குப் பிடித்தும் இருக்கலாம். ஆனால் அது இலக்கியக் கலை இல்லை. புனைவு நிஜம் போலவே ஜோடிக்கப்பட்டிருக்கும் பொய். அந்தப் பொய்யின் வழியே ஆசிரியன் பேருண்மைகளைப் பரிசீலிக்கலாம் பகிரலாம். இந்தப் புரிதலுடன் ஆக்கத்தை வாசிக்க அணுகுபவன் நல்ல வாசகன்.

கடைபிடிக்கவேண்டிய வளர்த்துக்கொள்ள வேண்டிய ஒரே முக்கியமான பழக்கம் என்றால்: முன்முடிபுகள் எதுவுமின்றி ஒரு ஆக்கத்தை வாசிக்க அணுக வேண்டிய செயல்பாடு. தத்துவ ஞானிகள் நமக்கு ஞானம் பிறக்க நம் மனத்தை காலிப் பாத்திரமாக வைத்திருப்பது அவசியம் என்பார்கள். கேள்விப்பட்டிருக்கலாம். சற்றே பொதுப்படுத்திச் சொன்னால் எந்த கற்பிதத்தைப் எளிமையாகப் பெறுவதற்கும் அதற்கு முன்னே முன்புடிபுகளைக் களைந்துவிட்டு நிற்க வேண்டும். கற்பது எளிது. புனைவாக்கப் புனலின் முன்னால் தன்னை காலிப் பாத்திரமாக நிறுத்திக்கொள்ள முடிபவன் நல்ல வாசகன். அப்புனைச் சுனையில் இருந்து எவ்வளவு பெறமுடியுமோ அது அளிக்கவல்ல அனைத்தையுமே மனத்தினுள் வாங்கிப் பருகி அனுபவிக்க முயல்பவன் நல்ல வாசகன்.

விளையாட்டில் திறமையானவர்களும் இவ்வாறுதான் செயல்படுவார்களாம். கீத் சேத்தி தெரியும். இந்தியாவின் சிறந்த பில்லியர்ட்ஸ் ஆட்டக்காரர்களில் ஒருவர். சுயசரித்திரமாக ஒரு புத்தகம் எழுதியுள்ளார். அதில் வெற்றிக்கான குறிப்பிடுகிறார். முக்கியமான காரணம் ஒரு ஷாட் அடிக்க முனைகையில்

பழசை எல்லாம் மறந்துவிட வேண்டும். ஒவ்வொரு ஷாட்டின் தொடக்கத்திலும். போன ஷாட் வெற்றியா தோல்வியா அது இந்த ஷாட்டை பாதிக்குமா... நினைவில் நிறுத்தி யோசித்தால் பாதிக்கும். மறந்துவிடு. மனசை நிச்சலனமா வெச்சுக்கோ. அதுவரை திரண்டிருக்கும் திறனால் மட்டுமே செயல்பாடு.

நினைவுகளால் அல்ல. அங்கேயே கிரிக்கெட்டிலும் இப்படித்தான் என்று கீத் சேத்தி குறிப்பிடுகிறார். ராகுல் டிராவிடை குறிப்பிட்டுப் பேசியிருக்கிறார். ஒவ்வொரு பந்தை யார் வீசினாலும்... எப்பந்து யார்யார்கை வீசப்பட்டாலும்... எதிர்கொள்கையில் பழசு முழுவதையும் மறந்துகொண்டு அந்த பந்திற்கான ஷட்டை மட்டுமே பயன்படுத்த முனைந்து... இப்டி... அதாவது மனசை காலில் பாத்திரமாக வைத்துக்கொண்டு செயலை அணுகினால் முழு வெற்றி எளிதாகக் கைகூடும்.

துரோணர் அர்சுனனுக்குச் சொன்னதும் இதுதானே... மரம் தெரிகிறதா... இல்லை குருவே. கிளை தெரிகிறதா... இல்லை குருவே. இலை தெரிகிறதா... இல்லை குருவே. சுற்றிலும் நாங்கள் இருப்பது... இல்லை குருவே. பட்சி தெரிகிறதா... இல்லை குருவே. அதன் கண்... தெரிகிறது குருவே. விடு பானத்தை... அர்ச்சுனன் சிறந்த வில்லாளி. வாசிக்கும் செயல்பாட்டில் மனத்தில் இந்த ஒருமுகம் வேண்டும். அமிழ்தல் வேண்டும். பிற அனைத்துமே கவனக் கலைப்புகள். நல்ல இலக்கிய வாசகனுக்கு வாசிக்க முனையும் இலக்கியம் மட்டுமே பொருட்டு.

ஶ்ரீநாரத நாதா... சரஸீருஹ ப்ருங்க சுபாங்கா... தியாகையர் தனது பிரசித்தமான கானடா ராகக் கீர்த்தனைப் பல்லவியில் நாரதரை இவ்வாறு வருணிக்கிறார். சங்கீதக் களஞ்சியமான தாமரைமலரின் மீது அச்சங்கீத அதிருசித்தேனைப் பருகியபடியே அமர்ந்திருக்கும் வண்டே என்று வருணிக்கிறார் நாரதரை. வண்டு ஆச்சார்ய ஸ்தானத்தை நிர்மாணம் செய்கிறது. ப்ரமனகீத நியாயத்தால். அந்த வண்டைப் போலவே வாசகன் இருக்க வேண்டும் என்கிறேன். துருவித் துருவி இலக்கியத் தாமரை வழங்கும் கலைத் தேனை உண்டுவிட முயலவேண்டும். உண்டு மயங்கி பரவசமடைந்துப் பயனுற வேண்டும். இந்தப் பரவசமே நல்வாசகனை அவனது வாழ்க்கையில் திடமாக வழிநடத்திச் செல்லும். இலக்கியத்தின் பயனும் அதுவே.

31. பெயர் படு(த்து)ம் பாடு

தெய்வங்களுக்கு கோவிலில் ஆரத்தி எடுக்கையில் அப்பெயர் வரக் காரணம் கூறி அர்ச்சகர்கள் சிலாகிப்பார்கள். நாம் உச் கொட்டிக்கொண்டு மேலும் இரண்டு முறை கன்னத்தில் போட்டுக்கொண்டு வருவோம். அவ்வகையில் என் பெயர் காரணம் பற்றி பலர் எனக்குப் பற்றிக்கொள்ளும் அளவிற்கு ஊகித்து படுத்தி இருக்கிறார்கள். கன்னத்தில் போடவேண்டும் என்றுதான்

தோன்றும். அவர்கள் கன்னத்தில்.

கேட்கும் அனைவரையும் அப்படிச் செய்யமுடியாது என்பதாலும் (காரணம் கடைசிவரியில்), இனிமேலும் இவ்வகையில் வேறுசிலர் படுத்துவார்கள் என்பதாலும், நானே ஒரு சுய பெயர் விளக்கம் கொடுத்துவிடலாம் என்று இதை எழுதிவைக்கிறேன்.

என் இயற்பெயர் ஒம்மாச்சி. இப்பூவுலகத்திற்காக அதை அருண் என்று என் தந்தையார் சுருக்கி விட்டார்.

அருணன் சூரியனின் சாரதி. கருடனின் சகோதரன் (இவ்வகை என் 'புராண அறிவை' வைத்தே ஒரு வேலை-இண்டர்வ்யூவை வெற்றிகரமாய் ஒப்பேற்றியுள்ளேன்; ரிடையர் ஆன பிறகு பழங்கதையாய் பகிர்கிறேன்). அருண்-இல் உள்ள 'ண' சமஸ்கிருதத்தில் இரண்டாவது 'ண'. அருண என்பது கிருஷ்ண என்பதுபோல தேவநாகிரியில் எழுதவேண்டும். நரசிம்மன் என்பதில் உள்ள (தேவநாகிரியில் வீட்டுத் தண்ணீர் குழாய் வடிவில் உள்ள ந) ந-வைக் காட்டிலும் அழுத்தமான ண அருண-வில். இதை உலகிற்கு உணர்த்தி சீர்திருத்துவதற்காக என் தந்தையார் செய்ததாக எங்கள் வீட்டில் உள்ள சுவர்கோழிகளிடம் ஒரு ஊகம் உச் உச் என்று உலவுகிறது.

சரியோ தவறோ, என் தந்தையின் இச்செயலால், நெல்லில் பெயர் வரைகையில், சமட்கிருதத்தில் சரியாகவும், தமிழில் மூண்று சுழியும் சுழிக்கப்பெற்றேன். பிறப்புச் சான்றிதழிலும் (உ)பத்திரமாய் இந்த லாஜிக் ஆங்கிலத்திலும் வழிமொழியப்பட்டது. மேற்கூறிய தேவநாகிரியின் 'ண' களின் பாகுபாட்டு சூக்ஷமத்தினால், என் பெயர் Arunn நாட் Arun.

ஆங்கில எழுத்திற்கு மட்டும் எளிதாய் பொருந்திவரும் தமிழ் நியூமராலஜி என்கிற மகாசாஸ்திரம் பற்றி கேள்விப்படா வயதிலிருந்தே Arunn என்று எழுதி, அதற்கு மேற்படி மூன்று சுழி விளக்கத்தையும், கவனிப்போரிடம் தேவநாகிரி பற்றி உபரியாகவும் விளக்கம் கொடுத்துவந்தேன். நியூமராலஜி பற்றித் தெரிந்திருந்தால், இரண்டு N மட்டுமா, அன்றே RJXTZ என்றெல்லாமும் சேர்த்திருந்திருப்பேனே.

இப்பொழுதும் முதல் முறை ஆங்கிலத்தில் என் பெயரை வாசிப்பவர்கள் கேட்கும் முதல் கேள்வி "என்ன சார் நியூமராலஜியா?". என் விஞ்ஞான சிந்தனை நிலையையே அயோக்கியப்படுத்துகிறதே என்று உள்ளுக்குள் கடுப்பானாலும் வெளியே சீரியஸாய் முகத்தை வைத்துக்கொண்டு, "இல்லங்க, ரெண்டு n ஆனா ஒரு 'n' ஸைலெண்ட்" என்கிறேன்.

உடனே கேள்விகேட்டவர்கள் முறுவலில் இருந்து மோகனப் புன்னகை, நகை, சிரிப்பாணி, என் எஸ். கேயின் சங்கீதச் சிரிப்பு வழியே வெடிச்சிரிப்புவரை ஏதாவது ஒன்றை வெளிப்படுத்துவர். கூடவே பேச்சும் என் (இல்லாத) நகைச்சுவை உணர்வைப்பற்றி விவாதிக்கத் திரும்பிவிடும். இதனாலும் எப்போதும் நன்மை என்பதிற்கில்லை. கடைசியாக மேற்படி "இரட்டை n"

கேள்வியைக் கேட்ட அழகான பெண்மணி இப்போது என் இல்லறக்கிழத்தி

32. உலகை மாற்றிய புத்தகங்கள் - ச. சுப்பாராவ்

வாசித்தலும், எழுதுதலும் மிகவும் தனிமையான, தன்னடக்கமான செயல்பாடுகள். உலகின் கழுத்தைப் பிடித்து உலுக்கி அதை மாற்றிவிடக்கூடிய பாகுபலி செயல்பாடாக அவை ஒருபோதும் இருக்க முடியாது என்றே தோன்றும். பேனா வாளை விட வலிமையானது என்று சொல்லப்பட்டாலும்கூட, காலம் தோறும் வாளை ஏந்தியவர்கள் பேனா ஏந்தியவர்களை உதாசீனப்படுத்தியிருக்கிறார்கள். சிறையில் அடைத்திருக்கிறார்கள். சித்ரவதை செய்திருக்கிறார்கள். கொன்றிருக்கிறார்கள். அவர்களது படைப்புகளுக்குத் தடை விதித்திருக்கிறார்கள். தீயிட்டு அவற்றைக் கொளுத்தி இருக்கிறார்கள். ஆனாலும் எப்படியோ சின்னஞ்சிறிய அந்தப் பேனா முனையிலிருந்து புறப்பட்ட சொற்கள் இந்த பெரும் பலசாலி ஆட்சியாளர்களின், கொடுங்கோலர்களின் வாள் வலிமையைக் காலப்போக்கில் வீழ்த்தியிருக்கின்றன.

காலம் தோறும் புதுப் புது மாற்றங்களை உருவாக்கி, ஒரு புதிய யுகத்தை, புதிய சகாப்தத்தை உருவாக்கியிருக்கின்றன. நேற்றிருந்த மாதிரி இன்று உலகம் இல்லை. நேற்றைவிட ஓர் அங்குலம் முன்னேறியிருக்கிறது என்றால் அதற்குக் காரணம் நிச்சயமாக ஏதோ ஒரு புத்தகம்தான். இப்படி உலகத்தில், சமூகத்தில் மாற்றங்கள் ஏற்படக் காரணமான புத்தகங்களின் பட்டியலை, அவற்றைப் பற்றிய ஏராளமான செய்திகளோடு Andrew Taylor என்ற ஒரு புத்தகக் காதலர் Books That Changed The World என்று எழுதியிருக்கிறார்.

மிகவும் தன்னடக்கத்தோடு யாமறிந்த புத்தகங்களிலே என்றுதான் சொல்லியிருக்கிறார். இந்தப் பட்டியல் என் பார்வையில் முக்கியமானது. உங்கள் பார்வையில் வேறொரு பட்டியல் இருக்கக்கூடும் என்கிறார். ஆனாலும், அவர் சொல்லும் பட்டியல் சுவையானது. மெய்யாகவே உலகில் மாற்றங்களைக் கொண்டுவந்த புத்தகங்களின் பட்டியலாகத்தான் இருக்கிறது.

300000 ஆண்டுகளுக்கு முற்பட்ட குகை ஓவியங்களிலிருந்து, ஒருவரது எண்ணங்களை, கருத்துகளை மற்றவருக்கு எடுத்துச் சொல்வதன் வழியாகத்தான் நாகரிகம் வளர்ந்திருக்கிறது. எழுத்து கண்டுபிடிக்கப்படுவதற்குமுன் ஆயிரக்கணக்கான வரிகளை மனப்பாடம் செய்தே அடுத்தடுத்த தலைமுறைக்குக் கடத்தியிருக்கிறார்கள். பின்னர் எழுத்து கண்டுபிடிக்கப்பட்ட பிறகு, விழுந்து விழுந்து, ஏடு ஏடாக எழுதி, எழுதி பிரதி எடுத்து, எடுத்து அறிவைப் பரவலாக்கியிருக்கிறார்கள். பின்னர் அச்சுத் தொழில்நுட்பம் வந்துவிட்டது. ஐரோப்பாவில் அச்சுத் தொழில்நுட்பம் வருவதற்கு 600 ஆண்டுகளுக்கு முன்பே கி.பி.868ல்

'வைர சூத்திரம்' என்ற பௌத்த நூல் அச்சடிக்கப்பட்டிருக்கிறது. இப்படி எழுத்து எவ்விதமாகப் பரவினாலும் சரி, அறிவுப் பரவலைச் செய்தது புத்தகங்கள்தான், எழுத்துகள் தான் என்பதில் எந்த ஐயமும் இல்லை என்கிறார் டைலர்.

அவரது பட்டியலின் முதல் நூல் ஹோமரின் 'இலியட்'. கி.மு. 8 அல்லது 9ம் நூற்றாண்டின் இலக்கியம். மேற்குலக நாகரிகத்தின் அடித்தளமாக இன்று வரை இருக்கும் கவிதை நூல் இது. ஹோமர் கண் பார்வையற்றவர் என்று சொல்லப்படுகிறது. அவர் நமது சங்க காலப் புலவர்கள்போல் யாழ் மீட்டிப் பாடியபடி ஊர் ஊராகச் சென்றவர் என்ற செய்தி புல்லரிக்க வைக்கிறது. எப்படி எல்லாப் புலவர்களும் ஒன்றுபோல் இருக்கிறார்கள்? இலியட்டின் 15000 வரிகளும் கிட்டத்தட்ட 300 ஆண்டுகளுக்கு வாய்வழியாக மனப்பாடம் செய்யப்பட்டே பரவியிருக்கிறது என்பது மற்றொரு வியப்பான செய்தி. அன்று செய்யுள்களை மனப்பாடமாகச் சொல்லத் தெரிந்தவன்தான் படித்தவனாகக் கருதப்பட்டான்.

அடுத்தது ஹெரோடோடஸின் 'வரலாறு'. கி.மு. 5ம் நூற்றாண்டில் எழுதப்பட்டது. கிரேக்க மொழியில் Historii என்றால் விசாரணை, ஆய்வு என்று பொருள். எழுதுபவன் நேரடியாக களத்தில் சென்று பார்க்க வேண்டும், ஆதாரங்களை சேகரிக்க வேண்டும், நடந்ததை மட்டுமே கூற வேண்டும் என்ற அடிப்படையான விஷயங்களைச் சொன்ன புத்தகம் இது. வரலாற்றை எழுதுவதற்குக் கற்றுத் தந்த நூல். கல்வி கற்றுத் தருதலில் பெரிய மாறுதலை ஏற்படுத்திய முதல் நூல் கன்பூசியஸின் 'போதனைகள்'.

பண்டைய சீனாவில் அரசு அதிகாரியாக நியமனம் பெற போட்டித் தேர்வு எழுத வேண்டும். அதற்கு இந்த நூல்தான் பாடத்திட்டம். பிரபுக்களின் குழந்தைகளோடு, எளியவர்களின் குழந்தைகளையும் பள்ளியில் சேர்த்துக் கற்பிக்க வேண்டும் என்று உலகிற்கு முதன்முதலில் சொன்னவர் கன்பூசியஸ்தான். இந்த வரிசையில் பிளேட்டோவின் குடியரசு (இன்று நாம் புரிந்துகொள்ளும் பொருளில் பிளேட்டோ குடியரசு என்பதை விவரிக்கவில்லை என்பது வேறு விஷயம்!), பைபிள் ஆகியவை வருகின்றன. விர்ஜில், ஓவிட், சிஸரோ ஆகியோரின் சமகாலத்தவரான ஹோரேஸின் ஓட்ஸ் தொகுப்பை அடுத்துச் சொல்கிறார் டைலர்.

டாலமியின் ஜியாக்ரபியா அடுத்து வருகிறது. கி.பி.இரண்டாம் நூற்றாண்டில் எழுதப்பட்ட இந்த நூல் அடுத்த 1500 ஆண்டுகளுக்கு புவியியல் தொடர்பான அத்தனை நூல்களுக்கும் ஆதாரமாக விளங்கியது. நகரங்கள், ஆறுகள், மலைகள் என சுமார் 8000 புவியியல் அமைப்புகளை விரிவாக விளக்கிய இந்த நூல் பின்னால் உலகில் புதிய இடங்களைக் கண்டுபிடிப்பதற்கு வழிகாட்டியாக இருந்தது. 2—3ம் நூற்றாண்டில் இந்தியாவின் வாத்ஸாயனர் எழுதிய காமசூத்திராவும், ஏழாம் நூற்றாண்டில் வந்த திருக்குரானும் மனிதனின் சிற்றின்ப, பேரின்பத் தேடல்களுக்கு விடை தந்தன.

குரானின் தாக்கத்தை தனியாகச் சொல்ல வேண்டிய அவசியம் இல்லை. 11ம் நூற்றாண்டில் அவிசென்னா எழுதிய 'Cannons Of Medicine' என்ற நூல் அது வரையிலான அத்தனை பண்டைய மருத்துவ முறைகளைப் பற்றியும் தொகுத்தளித்தது. நவீன, பரிசோதனை அடிப்படையிலான மருத்துவ அறிவியல் வளர்ச்சிக்கு வித்திட்டது. மயக்க மருந்து தரும் முறையை முதன்முதலாகச் சொன்னவர் இவர்தான். இதயத் துடிப்பை நாடித் துடிப்பை வைத்து அறியலாம் என நாடி பார்த்து மருத்துவம் செய்யும் முறையை கண்டுபிடித்தவரும் இவரே! மற்றொரு புறம் சாஸரின் 'காண்டர்பரி டேல்ஸ்',

மாக்கியவில்லியின் 'இளவரசன்' போன்ற நூல்கள் வருகின்றன. அரச மொழியாக லத்தீனும், பிரெஞ்சும் இருந்தபோது, மக்கள் பேசு மொழியான ஆங்கிலத்தில் வந்த முதல் படைப்பு 'காண்டர்பரி டேல்ஸ்'. அரசியல் அதிகாரத்தைப் பிடிக்க என்ன வேண்டுமானாலும் செய்யலாம் என்று சொன்னது இளவரசன்.

கி.பி. 1585ல் ஜெரார்ட் மெர்காட்டர் அட்லஸை தயாரிக்கிறார். பழைய நூல்கள்தான் புனிதமானவை என்ற எண்ணத்தை உடைத்து, புதிய கண்டுபிடிப்புகள் சாத்தியம் என்று காட்டிய படைப்பு இது. புதிய புதிய நாடுகளும், கடல்வழித் தடங்களும் உருவாகக் காரணமாக இருந்த நூல் இது.

காலம் தோறும் அறிவியலும், இலக்கியமும் போட்டி போட்டுக்கொண்டே வளர்ந்துள்ளன என்பதை அறிய வியப்பாகவும், மகிழ்ச்சியாகவும் இருக்கிறது. நவீன மருத்துவத்திற்கு வழிகோலிய 'An Analytical Study Of The Motion Of The Heart And Blood' என்ற வில்லியம் ஹார்வியின் புத்தகம் ரத்த ஓட்டம் பற்றி, இதயத் துடிப்பு பற்றிச் சொல்கிறது. கலிலியோ 'Dialogue Concerning The Two Chief World System' எழுதுகிறார்.

நவீன கணிதம், இயற்பியலின் அடிப்படை நூலான 'Principia Mathematica'வை நியூட்டன் எழுதுகிறார். மறுபுறம் உலக இலக்கியத்தையே புரட்டிப் போட்ட ஷேக்ஸ்பியரின் நாடகங்கள், செர்வாண்டிஸின் 'Don Quixote', சாமுவெல் ஜான்சனின் 'ஆங்கில அகராதி' என்று அழியாப் புகழ் பெற்ற இலக்கியப் படைப்புகள் வருகின்றன. கதேயின் 'Sorrows Of Young Werther' வருகிறது. எல்லாம் தமக்கே உரித்தான பாணியில் அதுவரை இருந்த உலகை, உலகத்தாரின் பார்வையை மாற்றிய புத்தகங்கள்.

1776ல் உலகில் பெரிய மாற்றத்தை ஏற்படுத்திய ஒரு நூலாக ஆடம் ஸ்மித்தின் 'Wealth Of Nations' வருகிறது. போட்டி, சுதந்திரச் சந்தை என்று இன்றளவும் பேசப்படும் பல விஷயங்களை முதன்முதலாகச் சொன்ன புத்தகம் இது. அரசியல் பொருளாதாரம் என்ற துறையை உருவாக்கித் தந்த புத்தகம் இது. மக்களின் வாழ்வில் ஒரு ஜனநாயக அரசு எந்த அளவிற்கு தலையிட முடியும்? தலையிட வேண்டும்? மக்களுக்கு சேவைகள் வழங்கிட வரி விதிக்கலாமா? ஏழைகளைக் காப்பாற்ற அரசு முயற்சி செய்ய வேண்-

டுமா? இல்லை, அவர்களை அப்படியே விட்டுவிடலாமா? என்று கடந்த 250 ஆண்டுகளாக நடக்கும் விவாதங்களை துவக்கி வைத்தது இது.

வெளிவந்த மூன்றே மாதங்களில் 120000 பிரதிகள் விற்று (கி.பி.1776ல்!) அமெரிக்க சுதந்திரத்திற்கு ஒரு திருப்புமுனையாக அமைந்த தாமஸ் பெயி-னின் 'Common Sense'. 'United States Of America' என்று அமெ-ரிக்காவிற்கு பெயர் சூட்டியவரே இந்த தாமஸ் பெயின்தான். இந்த அரசியல் மாற்றங்களை ஏற்படுத்திய புத்தகங்களுக்கு நடுவில் இலக்கியத்தில் பெரும் தாக்கத்தை ஏற்படுத்திய வேர்ட்ஸ்வொர்த்தின் கவிதைத் தொகுப்பும் வருகி-றது. வெறும் 23 கவிதைகளின் தொகுப்பு.

ஜேன் ஆஸ்டினின் 'Pride And Prejudice' ஆங்கிலப் படைப்புகளில் பெரும் மாற்றத்தைக் கொண்டு வருகிறது. நாவல் எழுதுவது பெண்கள் செய்யக்கூடிய கண்ணியமான செயலல்ல என்ற மேட்டுக்குடி எண்ணத்தைத் தகர்த்தெறிந்தது. கிறிஸ்துமஸ் பண்டிகை கொண்டாடப்படும் விதத்தில் பெரிய மாற்றத்தைக் கொண்டுவந்த சார்லஸ் டிக்கன்ஸின் 'A Christmas Carol' டைலரின் பட்டியலில் வருகிறது. டிக்கன்ஸின் மற்ற படைப்புகளை விட இது அவருக்கு ஏன் பிடித்திருக்கிறது என்பதை மிக விரிவாகவே சொல்லியிருக்-கிறார்.

1848ல் வந்த கம்யூனிஸ்ட் அறிக்கை பட்டியலில் இல்லாமல் போகுமா என்ன? அதோடு கூடவே, மோபி டிக்கும், அங்கிள் டாம்ஸ் கேபினும், மேடம் பவாரியும் சார்லஸ் டார்வினின் 'On The Origin Of Species'ம் தொடர்ந்து வருகின்றன. ஜான் ஸ்டூவர்ட் மில்லின் 'On Liberty'. இன்றைய நவீன ஜனநாயகங்களில் ஏற்றுக் கொள்ளப்பட்ட அம்சங்களான தனிநபர் சுதந்திரம், பெண்களுக்கு சமஉரிமை, அனைவருக்கும் கல்வி ஆகியவை பற்-றியெல்லாம் 1859ல் ஒரு புத்தகம் பேசியிருக்கிறது என்றால் அது எவ்வ-ளவு பெரிய அதிர்வலைகளை ஏற்படுத்தியிருக்கும்? 19ம் நூற்றாண்டில் மிகப் பெரிய மாற்றத்தை ஏற்படுத்திய புத்தகமாக நியூ ஹேவன் மாவட்டத்தின் 'தொலைபேசி டைரக்டரி'யைச் சொல்கிறார் டைலர்.

முதல் டைரக்டரியில் ஐம்பது பெயர்கள் மட்டுமே இருந்தன. கம்பெனியில் அந்தப் பெயரைச் சொன்னால் அவரது எண்ணிற்கு இணைப்புத் தருவார்-களாம்! பின்னாளில் இங்கிலாந்தில் அதிக எண்ணிக்கையில் அச்சடிக்கப்-பட்ட புத்தகமாக 'தொலைபேசி டைரக்டரி'தான் இருந்தது. 20ம் நூற்றாண்-டின் ஆரம்பத்தில் ஆண்டுதோறும் 15 லட்சம் பிரதிகள் அச்சடிக்கப்பட்ட ஒரே புத்தகம்!

இலக்கிய உலகில் காவல்துறையைச் சாராத ஒரு வெளிநபர் தனது புத்தி-சாலித்தனத்தால் காவல்துறைக்கே சவாலான குற்றங்களை எளிதாகக் கண்-டுபிடித்துத் தரும் துப்பறியும் நாவல்கள் என்ற புதிய இலக்கிய வகைமையை உருவாக்கிய சர். ஆர்தர் கானன் டாயிலின் A Study Of Scarletக்கு பட்டியலில் முக்கியமான இடம் தரப்பட்டிருக்கிறது. வசந்த் கணேஷ், பரத்

சுசீலா, விவேக் ரூபலா என்று பலருக்கும் முன்னோடியான ஹெர்லாக் ஹோம்ஸ் — டாக்டர் வாட்சன் அறிமுகமான நாவல்!

சிக்மண்ட் பிராய்டின் 'The Interpretation Of Dreams', ஐன்ஸ்-டீனின் 'Relativity — The Special And General Theory' ஆகியவை, நாஜி வதை முகாம்கள் பற்றி இன்றளவும் வந்துகொண்டே இருக்கும் புத்தகங்களின் முன்னோடியான பிரைமோ லெவியின் This is a Man, பெண்ணிய இயக்கங்களின் இரண்டாவது அலையைத் துவக்கி வைத்த சைமன் டி பீவரின் 'The Second Sex', வெளியுலகம் ஆப்பி-ரிக்காவை அறிந்து கொள்ள உதவிய சினுவா ஆச்சிபியின் 'Things Fall Apart', சூழலியல் பற்றிய அறிவியலை அறிமுகம் செய்த ரெய்சல் கார்-சனின் 'Silent Spring' என்று அருமையாகப் பட்டியலிட்டுள்ளார் டைலர்.

ஒரு மனிதன் தன்னளவில் மாற்றங்களை ஏற்படுத்திய புத்தகங்களைப் பற்றி எழுதுவது எளிது. ஆனால், உலகளாவிய அளவில் ஒவ்வொரு துறையிலும் மாற்றம் ஏற்படுத்திய முக்கியமான புத்தகங்கள் அனைத்தையும் படித்து, அதில், தான் முக்கியமாகக் கருதும் ஒன்றை மட்டும் தனது பட்-டியலில் சேர்த்துக் கொண்டு, அதன் காரணத்தையும் விரிவாக விளக்குவது உண்மையாகவே மிகக் கடினமானதுதான். மிகப் பெரிய புத்தகக் காதலர் ஒருவரால் மட்டுமே இதைச் செய்ய முடியும்.

ஹெர்லாக் ஹோம்ஸையும், சார்பியல் தத்துவத்தையும், நியூட்டனின் விதி-களையும், கம்யூனிஸ்ட் அறிக்கையையும், ஜான் மேனார்ட் கெயின்ஸையும், சாலிஞ்சரையும், ஜார்ஸ் ஆர்வெலையும், ஹாரிபாட்டரையும் ரசித்துப் படித்து பட்டியலிட்டிருக்கும் ஆண்ட்ரூ டைலர் இருக்கும் திரை நோக்கித் தொழுது, நாமும் இப்படிப் பட்டியல் ஒன்று போடும் அளவிற்கு எல்லா வகைமைக-ளையும் படிக்க வேண்டும் என்று ஓர் உறுதி ஏற்றுக்கொண்டேன்!

----'---

2. தமிழ்நாட்டில் தலித் பதிப்பகங்கள் மொத்தமாகவே நாலைந்து தான் இருக்கிறது. அவர்களை பபாசியில் உறுப்பினர்களாக சேர்த்துகொள்வ-தில்லை. புத்தகக் கண்காட்சியில் அவர்களுக்கு கடையும் கிடைப்பதில்லை. கிடைத்தாலும் அவர்கள் சொல்லும் தொகையை கட்டக்கூடியவர்கள் ஒருவர் கூட இல்லை. அரசு இந்த கண்காட்சிகளுக்கு நிதி வழங்குகிறது. தலித் பதிப்பகங்கள் அரசிடம் முறையிடுகிறார்கள். அரிசினால் பபாசியை கேள்வி கேட்கமுடியவில்லை. அதற்கு பதில் அரசு கண்டுபிடித்த திட்டம் தான் ஊரும் சேரியும். ஆதிதிராவிடர் மற்றும் பழங்குடியினத்தினருக்கு தனியாக ஒதுக்குப்-புறத்தில் அரசு பணத்தில் ஸ்டால்கள்.

இதில் கொடுமையென்னவென்றால் ஆதிதிராவிடர் பெயரில் பள்ளிக்கூடம் இருக்க கூடாது அது இழிவாக கருதப்படுகிறது என்று தொடர்ந்து எழுதியும் வலியுறுத்தியும் வந்த முனைவர். ரவிக்குமாரின் மனற்கேணி பதிப்பகம் தான் முதல் பதிப்பகம்.

3. உலகில் எழுதாத எழுத்தாளர்கள் அதிகம். உங்கள் அனுபவங்களை எழுத நல்ல எழுத்துத்துதான் தேவை. விருதல்ல... - ஐயப்ப மாதவன் பதிவு

யாரும் படிக்கக்கூட வேண்டியதில்லை. என் எழுத்து என் ஆத்மாவை குளிர்விக்கும். நல்ல தமிழிலக்கியம் சோறு போடாதுதான். மோசமான படைப்புகள் அதற்கு விருதுகளெல்லாம் கேலி கூத்தானவை. அது நமக்கு நன்கு தெரியும். எனக்காக மட்டுமே எழுதும் நான் எழுதும் சுகத்தில் இருந்துகொள்கிறேன்.

அதைமீறி எங்கோ ஒருவன் என்றாவது ஒரு நாள் என் படைப்பு குறித்து பேசுகிறான். அவ்வளவுதான் இலக்கியம். எத்தனையோ நல்ல படைப்பாளிகள் இருக்குமிடம் தெரியாமல் இவ்வுலகில் இருந்து மறைந்தும்போயிருக்கிறார்கள். நாம் எந்த இலக்கிய கிணறையும் தாண்ட வேண்டியதில்லை

33. முடி திருத்தகத்தில் ஒரு நூலகம்

முடி திருத்தகத்தில் ஒரு நூலகம்! வருகிறவர் ஏதாவது ஒரு புத்தகத்தை எடுத்து பத்து பக்கங்களுக்கு மேல் வாசித்தால் அவருக்கு ரூபாய் 30 தள்ளுபடி தந்து, அசத்துகிறார் முடிதிருத்தும் கலைஞர் பொன் மாரியப்பன்!

வழக்கமான முடி திருத்தகங்களில் காணப்படும் அரைகுறை ஆடைகளுடன் கூடிய நட்சத்திரப் படங்கள் என்ன, எந்த நட்சத்திரப் படங்களும் இந்தக் கடையில் இல்லை. மாறாக, மர அலமாரியில், புத்தகங்கள் வரிசையாக அடுக்கிவைக்கப்பட்டிருக்க முடி திருத்த வந்தோர் அமைதியாக அந்தப் புத்தகங்களை எடுத்து வாசித்துக் கொண்டிருக்கிறார்கள்..

தன் கடைக்கு வருபவர்களிடம் வாசிப்புப் பழக்கத்தை ஊக்குவிக்கும் விதமாக, கடைக்குள் சிறிய நூலகத்தை அமைத்துள்ளார் தூத்துக்குடி மில்லர்புரத்தில் 'சுசில்குமார் பியூட்டி கேர்' என்ற பெயரில் முடி திருத்தகம் நடத்திவரும் பொன்.மாரியப்பன். அதை முடிதிருத்தும் கடை என்பதைவிட மூளையை புதுப்பிக்கும் கடை என்று தாராளமாகச் சொல்லலாம். வழக்கமாக முடி திருத்தும் கடைக்குச் செல்கிறவர்கள் செய்தித்தாள்களை வாசிப்பதைத்தான் பார்த்திருக்கிறோம். ஆனால் பொன் மாரியப்பன் கடைக்குச் செல்கிறவர்கள் ஏதாவது ஒரு புத்தகத்தைப் படிப்பதை கண்டிப்பாகக் காண முடிகிறது.

பொன் மாரியப்பன் கடைக்கு நாளிதழ்கள், வார இதழ்களும் வருகின்றன. அத்தோடு கதை, சிறுகதை, கவிதை, வரலாறு, இலக்கியம், ஆன்மிகம், நாவல்..என சுமார் 1500க்கும் மேற்பட்ட புத்தகங்கள் மர அலமாரியில் அடுக்கி வைக்கப்பட்டுள்ளன. முடிவெட்டுவதற்காகக் காத்திருக்கும் நேரத்தில், புத்தகங்களை ஆர்வத்துடன் எடுத்துப் படிக்கிறார்கள் வாடிக்கையாளர்கள். பேச்சு, திரைப்படப் பாடல்கள் என எந்த சப்தமுமின்றி, முடிவெட்டும் கத்தரிக்கோல் சப்தம் மட்டுமே இங்கே கேட்கிறது.

சின்ன வயதிலிருந்தே புத்தகங்கள் வாசிக்கும் ஆர்வம் மாரியப்பனுக்கு உண்டு. 8-ஆம் வகுப்பு வரைக்கும்தான் படித்திருக்கிறார். சில ஆண்டுகள் ஒரு வக்கீலிடம் சிப்பந்தியாக வேலைகளைச் செய்து கொண்டிருந்தார். அதன் பிறகு, அப்பா செய்துவந்த இந்த முடி திருத்தும் தொழிலைத் தொடர கடை ஆரம்பித்தார்.

முடிவெட்ட ஆள் வராத நேரத்தில் புத்தகம் வாசிக்கத் தொடங்கி இருக்கிறார். இப்படி, முழுமையாகப் படித்து முடித்த புத்தகங்களை அலமாரியில அடுக்கி வைக்கத் துவங்கியிருக்கிறார். அது இன்று 2500க்கும் மேற்பட்ட ஒரு நூலகமாக உருவெடுத்திருக்கிறது.

இந்தக் கடையைத் துவங்கி ஏழு ஆண்டுகள் ஆகிறது.

"புத்தகங்கள் வாசிக்கும் பழக்கத்தை ஊக்கப் படுத்தணும், குறைந்தபட்சம் முடிவெட்ட வந்திருக்கும் நேரத்துலயாவது புத்தகங்களைப் படிக்க வைக்கணும்னு நினைச்சேன். தனியா புத்தக அலமாரி ஒண்ணு வாங்கி, அதுல என் கைவசம் இருந்த புத்தகங்கள் அனைத்தையும் வரிசையா அடுக்கிவெச்சேன்.

"முடிவெட்ட காத்திருப்பவர்களிடம், பிடிச்ச புத்தகத்தை எடுத்துப் படிக்கச் சொன்னேன். முதலில் தயக்கம் காட்டியவர்கள், பிறகு எடுத்து மேலோட்டமாகப் புரட்ட ஆரம்பிச்சாங்க. தொடர்ந்து படிக்க ஆரம்பிச்சாங்க. செல்பேசியில் மூழ்கிக் கிடக்கக்கூடாது, அடிக்கடி செல்பேசி பார்ப்பதால் ஏற்படும் தீமைகள் குறித்து நாளிதழ்களில் வெளியான தகவல்கள், கட்டுரைகளையும் அனைவரின் பார்வையில் படுறமாதிரி ஒட்டி வச்சிருக்கேன்"என்கிறார் பொன் மாரியப்பன்.

எழுத்தாளர் எஸ்.ராமகிருஷ்ணன் பரிந்துரையில் இவருக்கு 'புத்தகர் விருது' கொடுக்கப்பட்டிருக்கிறது. இவரது சேவையைப் பாராட்டி தூத்துக்குடியில் உள்ள பலரும் புத்தகங்களை வாங்கிக் கொடுத்து இருக்கிறார்கள். தூத்துக்குடி பாராளுமன்ற உறுப்பினர் திருமதி. கனிமொழி இவரது கடைக்கு வந்து நூலகத்தைப் பார்த்துப் பாராட்டியதுடன் 50 புத்தகங்களை அன்பளிப்பாகவும் வழங்கியிருக்கிறார்.

இப்போது கடைக்கு முடிவெட்ட வருகிறவர்கள் யாரும் செல்பேசிப் பார்ப்பதில்லை. முடிவெட்டிய பிறகும் சில நிமிடங்கள் உட்கார்ந்து புத்தகத்தைப் படித்துவிட்டு, பொறுமையாக வீட்டுக்குப் போகிறவர்களும் நிறைய உண்டு. முடிதிருத்தும் கட்டணம் ஆண்டுக்கு ஆண்டு உயர்ந்துகொண்டு செல்லும்போதும், இந்த ஏழு ஆண்டுகளில் ஒரு ரூபாய்கூட கட்டணத்தை உயர்த்தியதில்லை மாரியப்பன். இந்த ஆண்டு உயர்த்தச் சொல்லி மற்ற கடைக்காரர்கள் வற்புறுத்தியபோதிலும், 50 ரூபாயாக இருந்த கட்டணத்தை, 80 ரூபாயாக உயர்த்தி அறிவித்திருக்கிறார், நீண்ட யோசனைக்குப் பிறகு.

இந்த நிலையில் புதிய அறிவிப்பு ஒன்றை பொன் மாரியப்பன் வெளியிட்டுள்ளார். அதாவது வரும் ஜனவரி ஒன்றாம் தேதி முதல் முடி வெட்டும் கட்டணம் ரூபாய் 80 ஆக உயர்த்தப்படுகிறது முடிவெட்ட வருகிறவர்கள்

இங்குள்ள ஏதாவது ஒரு புத்தகத்தை எடுத்து பத்து பக்கங்களுக்கு மேல் வாசித்தால் அவருக்கு 30 ரூபாய் கட்டண சலுகை வழங்கப்படும். இதுதான் அந்த அறிவிப்பு.

"கட்டணத்தைக் கூட்டிச் சொல்லி, புத்தகம் வாசிச்சா 30 ரூபாய் குறைப்-புன்னு சொல்றது... எப்படிப் பார்த்தாலும் அதே 50 ரூபாய் கட்டணம்தானே உனக்கு கிடைக்குது" என்று மாரியப்பனிடம் மற்ற கடைக்காரர்கள் இப்போது கேட்கிறார்கள்

"மத்த கடைக்காரர்களுக்காக கட்டணத்தைக் கூட்டினேன். இதில் எனக்கு உடன்பாடில்லை. அதனால், புத்தகத்தை வாசிக்கச் சொல்லி குறைச்சிட்டேன். இதுல எனக்கு ஒரு மன நிறைவு" மகிழ்ச்சி பொங்கச் சொல்கிறார் பொன். மாரியப்பன்.

மேலும் ஒரு புது முயற்சியாக இப்போது கடையில் ஒரு மைக்கை வாங்கிப் பொருத்தியிருக்கிறார். பலருக்கும் மேடையேறிப் பேசுவது நடுக்கத்திற்கு உரிய செயலாகவே இருந்து வருகிறது. இதைப் போக்கும் வகையில் தன்னிடம் உள்ள மைக்கில் முடிவெட்ட வருபவர்களை புத்தகத்திலிருந்து சில பகுதி-களை வாசித்துப் பார்க்கச் சொல்கிறார் மாரியப்பன்."இதன் மூலம் மேடைக் கூச்சத்தைப் போக்க முடியும் என்று நம்புகிறேன்"

2020 நவம்பர் முதல் வாரம் வாக்கில் நம் பிரதமர் மோடி அவர்கள் மாரியப்பனைத் தொடர்புகொண்டு தொலைபேசியில் பாராட்டி தமிழில் பேசி-யிருக்கிறார்."இது எனக்குக் கிடைத்த மிகப்பெரிய கவுரவம்" என்று சொல்கி-றார் மாரியப்பன். புத்தக வாசிப்பே அருகி வரும் இந்தக் காலத்தில் பொன் மாரியப்பனின் இந்த முயற்சி பாராட்டப்பட வேண்டியதே! முடி குறையட்டும்; அறிவு வளரட்டும்!

வாழ்த்துகள் தெரிவிக்க...இதோ அவர் தொலைபேசி எண் மற்றும் முக-வரி..

பேச எண் :95971 56246 முகவரி: பொன் மாரியப்பன், சுஷில்குமார் பியூட்டி கேர், 107/55F, மில்லர் புரம், தூத்துக்குடி-628008

34. கடற்கரய் மத்தவிலாச அங்கதம்

பிரபஞ்சனின் மறைவு செய்திக் கேட்டு பெரிய குற்றவுணர்வில் சிக்கித் தவித்-தேன். அவர் மருத்துவமனையில் அனுமதிக்கப்பட்டிருந்தபோது போய் சந்-தித்திருக்க வேண்டும் என மனம் நிற்காமல் கேள்வி எழுப்பிக் கொண்டே இருந்தது. உண்மைதான். வாழ்நாள் முழுக்க மனம் ஒன்றை சொல்கிறது. வாழ்க்கை ஒருபக்கம் இழுக்கிறது. என்ன செய்ய?

கடந்த ஆண்டு அக்டோபர் மாதம் அவரை அவரது கேகே நகர் வீட்டில் வைத்து சந்தித்தேன். அவரை நேர்காணல் செய்வதாக திட்டம். அவர் இதய அறுவை சிகிச்சையில் இருந்து மீண்ட தருணம். ஆனாலும் அதற்கு முன்-

பாகவே அவரை திருவல்லிக்கேணி மேன்ஷன் போய் பார்த்து திரும்பி இருந்தது கொஞ்சம் ஆறுதலாக இருந்தது. கேகே நகர் வீட்டுச் சந்திப்பில் 'இந்த வீடு செளகர்யாக இருக்கிறதா?' என்றேன். "ரொம்ப வருஷத்திற்குப் பிறகு இந்த வீடு கிடைத்திருக்கிறது. வீடு என்று சொல்வதற்கு இல்லாவிட்டாலும் ஒரு சின்ன குடும்பம் தங்கும் அளவுக்கு இடம்தான்" என்றார்.

ஆனால் அந்த வீடு மிகத்தூய்மையாக இருந்தது. டேபிள், நாற்காலி என சகலத்திலும் புதிய வாசனை இருந்தது. மேலும் சில புதிய ஜிப்பாக்களை வாங்கியதாக சொன்னார். அந்த அறையை அவர் அழகுப்படுத்தி வைத்திருந்தது ஈர்ப்பாக இருந்தது. சின்ன புத்தர் சிலை ஒன்றையும் வாங்கி வைத்திருந்தார். ஊதுபர்த்தி புகைச்சுருள் எங்களை அரவணைத்தபடி அந்த அறையை சுற்றியது. எங்களின் பேச்சுக்கு இடையே இடைவிடாமல் இரும்பிக் கொண்டிருந்தார். நான் காரணம் கேட்டேன். 'ஆமாம் சார் வறட்டு இரும்பல் போல இருக்கு' என்றார். ஆனால் அவர் சொன்ன தோரணையில் அவரது குரல் சப்தம் இல்லை என்பதை உணர்ந்தேன். அப்போதும் இடைவிடாமல் புகைத்தார். நான் கண்டிக்கவில்லை. அதை அவர் விரும்புவாரா என்று ஒரு தயக்கம்.

தனிமையாக இருப்பது உங்களுக்கு ஒரு செளகர்யம் என்றேன். "இல்ல சார். தனிமை எப்போதுமே சுகமானதில்லை. அது மிகத் துயரமானதும் கூட" என்றார். எனது ஏ.கே.செட்டியார் தொகுப்பை மேசை மீது காசுக் கொடுத்து வாங்கி வைத்திருந்தார். கேட்டிருந்தால் நான் கொடுத்திருப்பேனே என்றேன். "இருக்கட்டும் சார், எவ்வளவு பெரிய வேலை செஞ்சிருக்கீங்க.. நான் அதை பத்தி எழுதியிருக்கணும்"என்றார். அதனால் ஒருகுறையும் இல்லை. இந்த வார்த்தைகளே சந்தோஷம் என்றேன்.

அறுவை சிகிச்சைக்குப் பின் அவரது மனநிலை என்ன என்று கேட்டேன். அதற்கு அவர், "இந்தியா என்பது மனிதன் வாழத்தகுதியில்லாத தேசம் என்பதை புரிந்துக்கொண்டேன்" என்றார். எனக்கு அவரது இதய அறுவை சிகிச்சை பற்றி கேட்க தோன்றியது. கேட்டேன். "எப்பவும் போல காலையில வாக்கிங் போயிட்டு காப்பி சாப்பிடலாம்னுதான் கிளம்பினேன். கீழே இறங்கி நடக்கத் தொடங்கிய பிறகு ஏதோ மயக்கம் போல இருந்தது. பயங்கரமான நெஞ்சுவலி..என்னையும் அறியாமல் அப்படியே சாய்ந்துட்டேன். ஏதோ லேசா சுயநினைவு இருந்தது. பக்கத்துல வந்த ஆட்டோக்காரனை அழைத்து சட்டைப்பையில் இருந்த 200 ரூபாயை கொடுத்து ஏதாவது ஒரு ஆஸ்பத்திரியில என்னை சேர்த்துடுங்கனு சொன்னேன்.

அதுவரைக்கும்தான் எனக்கு ஞாபகம் இருந்திருக்கு"என்றவர், "அந்தச் சமயம் பார்த்து எனக்கு ஒரு போன் வந்திருக்கு. ஆட்டோக்காரர் அப்போலோ ஆஸ்பத்தரியில் என்னை சேர்த்திருப்பதாக அவருக்குத் தகவல் கொடுத்திருக்கிறார். அவர் வந்துதான் என்னை பண உதவி செய்து காப்-

பாற்றி இருக்கிறார். ஏறக்குறைய ஆறு லட்சம்'' என்றார். அந்தக் கொடையாளி யார் என்பது எனக்குத் தெரியும். அவர் எழுத வேண்டாம் என அப்போதே சொல்லியிருந்தார். அவர் விருப்பப்படி அந்த நபர் பேரை எழுதவில்லை.

இப்படியே நிறுத்திருந்தால் அது சாதாரணம். ''நல்ல வேளை ஜெயலலிதாவுக்கு நேர்ந்த மாதிரி நம்மக்கு நடந்துடல'' என்று சிரித்தார். அப்போதும் சிகரெட் கையில் இருந்தது. இந்த முறை என்னை அடிக்கிறீங்களா? என்றார். நான் அந்தப் பழக்கத்தை விட்டுவிட்டேன் என்றேன். நல்ல ''விஷயம் சார், நானும் நிறுத்தனும்னு நினைக்கிறேன். ஆனா ஏதோ உடம்புக் கேட்கிறது''என்றார். அவரை இந்த நேரத்தில் தனிமையில் பார்த்தது கஷ்டமா இருந்தது. அவருக்கு என்று ஒரு அனுசரனை இருந்தால் உடல் கூடுதல் பலம் பெறும் என மனம் சொன்னது. ஆனால் என்ன செய்ய? அவரது இயல்பு தனிமையிலேயே அவரை நிறுத்தி வைத்துவிட்டது.

பிரபஞ்சனின் முதல் சிறுகதை 1961ல் வெளியானது. நர்மதா பதிப்பகம் அவரது முதல் புத்தகத்தை 1982ல் வெளியிட்டது. இந்த முதல் வெளியீடு பற்றி பிரபஞ்சன் என்னிடம் பகிர்ந்து கொண்ட கதை மிக அற்புதமானது. அவரே சொல்வார். அப்படியே படியுங்கள்.

''திருவல்லிக்கேணி பக்கம் உள்ள பைலட் தியேட்டர் பக்கம்தான் க்ரியா பதிப்பகம் இருந்தது. நானும் ஆத்மாநாமும் தினமும் அங்கே தவறாமல் சந்திப்போம். அப்படி ஒருநாள் மாலை ஆத்மநாமை சந்தித்தபோது 'நாளை என் முதல் நூல் வந்துவிடும். காலை பத்து மணிக்கு வந்துவிடுங்கள். நான் என் நூலை கொண்டு வருகிறேன்' என்றேன். அதேபோல் ஆத்மாநாம் வந்து அங்கே காத்திருந்தார். நான் நர்மதாவுக்குப் போனபோது புத்தகம் தயாராகவில்லை. அங்கேயே தங்கி வாங்கிக் கொண்டு போகலாம் எனக் காத்திருந்தேன். மதியம் வாங்கில்தான் நூலின் பிரதி ரெடி ஆனது. வாங்கிக் கொண்டு க்ரியா அலுவலகம் போனேன்.

3 மணி வாக்கில் நான் போனபோது அங்கேயே சப்பிடாமல் நான் வருவேன் என்று ஆத்மாநாம் அமர்ந்திருந்தார். நான் 'இன்னும் போகலையா?'னு கேட்டேன். அவர் நீங்க வருவதாக சொன்னீங்களே அதான் உட்கார்ந்திருக்கேன் என்றார். யாரால் இப்படி வாழ முடியும் சொல்லுங்கள்? ஒரு கவிஞனால்தான் அப்படி வாழ முடியும்'' என்றார். உண்மைதான். காலத்தைதாண்டி கனவு பெரியதல்லவா? அந்தக் கனவுக்காகதானே வாழ்க்கையை எழுத்தாளர் பணயம் வைக்கிறான் என்று தோன்றியது.

மேலும் அவர் சொன்ன வார்த்தைகள் இப்போதும் நினைவை விரட்டுகிறது. ''1980கள் வாக்கில் சென்னைக்கு வந்தேன். இப்போது எழுபத்திரண்டு வயது ஆகிவிட்டது. அறுபது புத்தகங்கள் இதுவரை எழுதியிருக்கிறேன். இந்த எண்ணிக்கை போதுமானதுதான். இன்னும் நிறைய எழுதியிருக்கலாமே

என்று பலர் சொல்கிறார்கள். சதா எந்நேரமும் எழுதிக் கொண்டே இருக்க முடியாது. லா.ச.ரா.வை ஒருமுறை 'தீபம்' பத்திரிகை அலுவலகத்தில் பார்த்தேன். அவரிடம் 'இப்ப என்ன எழுதிக்கிட்டு இருக்கீங்க?'னு கேட்டேன். அவர் 'நிறைய எழுதிக்கிட்டுதான் இருக்கேன்' என்றார். நான் பத்திரிகைகளில் எதையும் காணோமே என்றேன். பத்திரிகையில் வந்தாதான் எழுத்தா? மனசுல நிறைய எழுதுறேனே அது எல்லாம் எழுத்தில்லையா?னு கேட்டார். அதை போலதான் நான் நிறைய மனசுல எழுதி இருக்கிறேன். ஒரு கதையை எழுதவும் யோசிக்கவும் பத்தில் இருந்து 20 நாட்கள் ஆகிவிடுகின்றன. என்ன செய்ய முடியும் சொல்லுங்கள்'' என்றார்.

பிரபஞ்சனுக்கு பண முடை வரும்போது எப்போதாவது எனக்கு போன் செய்திருக்கிறார். நான் அவருக்கு ஒரு யோசனை சொன்னேன். ஒருகதை தாருங்கள். இரண்டாயிரம் ரூபாய் வாங்கித் தருகிறேன் என்பேன். அவர் அவ்வளவு தருவார்களா? என்பார். நான் பணிபுரிந்த பத்திரிகை மீது அவருக்கு அவ்வளவுதான் நம்பிக்கை. நான் உங்களுக்காக வாங்கித் தருகிறேன் என்பேன். அவர் பேசிவிட்டு சொல்லுங்கள் என்பார். அவருக்காக பேசிவிட்டு சொன்ன போது அவர் ஒரு புதிய யோசனையை தந்தார். ''முன் பணமா ஒரு 1500 வாங்கித் தாங்க..இரண்டு வாரத்தில் நான் கதை எழுதித் தருகிறேன்''என்றார். அதற்கு நான் வேண்டுமானால் முன்பணமாக 1500 தருகிறேன். நிர்வாகம் தராது என்றேன். ''அப்படியா?'' என்று சொல்லி விட்டுவிட்டார். அவரிடம் பலமுறை கதைக் கேட்டும், அவர் தரவில்லை. ஆனால் அடுத்த சில வாரங்களில் அவரது கதை ஆனந்தவிகடனில் வரும். நான் அதை ஏன் என்று ஒருநாளும் கேட்டதே இல்லை.

பிரபஞ்சனுக்கு Sheaffer பேனாவில் எழுதுவது பிடிக்கும். அந்த பேனாவின் மோகம் எங்கிருந்து வந்தது என்பதையும் விளக்கினார். ''புதுமைப்பித்தன் Sheaffer பேனாவில்தான் எழுதுவார். அவரைப் பார்த்துதான் Sheafferவை வாங்கி எழுத ஆரம்பித்தேன். அந்தப் பேனா ரொம்ப காஸ்ட்லி'' என்றார். பிரபஞ்சனுக்கு டைப் செய்ய தெரியும். ஆனாலும் அவர் இந்தப் பேனாவில் எழுத விரும்பியதால் டைப் அடிப்பதை விரும்பவில்லை. 'ஏதோ எழுத்துக்கும் பேனாவுக்கும் இடையில் டைப் பண்ணும் போது ஒரு எந்திரத்தன்மை வந்துவிடுகிறது சார்' என்றார்.

''நீங்க கேட்கலாம். எழுத்துக்கு இந்தச் சமாச்சாரம்லாம் தேவையானு. ஒரு பூ அழகா இருக்கிறது. அதை நாம் ரசிக்கிறோம். அந்தப் பூவுக்கு நாம அழகா இருக்கிறோம், அதனால் தான் ரசிக்கப்படுகிறோம் என்பது நோக்கமல்ல; நாம் அந்தப் பூவை ரசிக்கும்போது நாம் நம் ரசனை வெளிப்படுத்திக் கொள்கிறோம் அவ்வளவுதான்'' என்றார். இந்த வரிகள் என்னை வசீகரித்தன. அப்படியே மனதில் பதிய வைத்துக் கொண்டேன்.

எழுத்தை நம்பி வாழ்ந்துவிடலாம் என சென்னைக்கு கிளம்பியவர் பிரபஞ்சன். “நான் எடுத்த முடிவு தவறானது என்பதை 20 வருஷத்திலேயே தெரிஞ்சுக்கிட்டேன். ஆனா அதற்குப் பிறகு என்ன செய்வதுனு தெரியல. எழுதி சம்பாதிக்கலாம் என்று நான் முடிவு எடுத்த போது எனக்கு முன்மாதிரியே இல்லை. ஜெயகாந்தன் மட்டும்தான் இருந்தார். அவர்க்கு அவரது மனைவி சம்பாதிக்கும் ஆளாக அமைந்தார்” என்றார்.

பிரபஞ்சனுக்கு illustrator weekly போல ஒரு பத்திரிகையை தமிழில் நடத்த வேண்டும் என்ற கனவு இருந்தது. அதற்காக அவர் ஒரு அச்சு எந்திரத்தை விலைக்கு வாங்கினார். வாங்கி அந்த அச்சகத்திற்கு ‘பாரதி அச்சகம்’ எனப் பெயர் கொடுத்திருந்தார். ஆனால் வங்கிய பிறகுதான் தெரிந்தது இவருக்கு அவருடைய சாமர்த்தியம். யாரோ காயலான்கடையில் போடவேண்டிய எந்திரத்தை ஏமாற்றி விற்றுவிட்டார் என்பது. அப்புறம் என்ன வழக்கம் போல் இந்தத் தொழிலும் தோல்விதான்.

பிரபஞ்சன் எந்தக் கோஷ்டிக்குள்ளும் அடங்காத எழுத்தாளர். இது குறித்தும் அவரிடம் பேசியிருக்கிறேன். அதற்கு அவர், “தனியா இருப்பது சௌகர்யமா இருக்கு. நீங்கள் எந்தப் பரம்பரையிலாவது இருந்தால் அவர்களது அழுக்கையும் நாம சேர்த்து சுமக்கணும். அதான் தனியாகவே இருந்துவிட்டேன்” என்றார். இந்தத் தனிமை அவரது வாழ்விற்கு பொருந்தும்.

35. மகுடேஷ்வரன்

ஓர் எழுத்தாளர்க்குப் பதிப்பாளர் அமைவது முற்பிறவி நல்லூழ். வெற்றி பெற்ற எழுத்தாளர்களைக் கூர்ந்து நோக்கினால் அவர்கள் தேர்ந்த பதிப்பாளர்களிடம் சேர்ந்தவர்களாக இருப்பார்கள். மொக்குவிட்டு மலர்ந்து ஒரு நூலைப் பதிப்பிக்கும் இடத்திற்கு வந்துவிட்டவர்கள் முதலில் எதிர்கொள்ளும் பெருந்தடை தமக்கான பதிப்பாளரைக் கண்டடைவதுதான்.

நாம் நன்கறிந்த பதிப்பாளர்களிடம் நம் முதல் நூலைப் பதிப்பிக்கக் கோரினால் திரும்பிக்கூடப் பார்க்கமாட்டார்கள். பழம்பெரும் பதிப்பகங்கள் புதியவர்களின் நூலைப் பதிப்பிக்கின்றனவா? அவர்கள் முன்பே ஐந்நூறு, ஆயிரம் நூல்களைப் பதிப்பித்திருப்பார்கள். அந்நூல்கள் எப்போதும் விற்றுக்கொண்டே இருக்கும். புதியவர்களின் நூல்களைப் பதிப்பிப்பதற்காக முதலிடும் இடர்கோளில் இறங்கவேண்டிய தேவையும் அவர்கட்கு இல்லை.

கவிதை, கதை எனப் புனைவெழுத்துகளில் ஈடுபட்டிருப்போர் அத்தகைய நூல்களைப் பதிப்பிப்போரையே அணுகவேண்டும். அப்பதிப்பாளர்களிடம் நிற்க இடமில்லாதபடி எழுத்தாளர் கூட்டம் இருக்கும். எப்படி முட்டி மோதி உங்களுக்கான இடத்தைப் பிடிப்பீர்கள்? போராட்டம்தான். உங்கள் எழுத்தின்வழியாகப் பெருங்கவனத்தை ஈர்த்திருந்தால்மட்டுமே ஒரு பதிப்பாளர் உங்கள்

நூலை வெளியிட முன்வருவார். இல்லையேல் நாமே முதலிட்டு நூல்களை வெளியிட வேண்டியதுதான்.

புதிய நூலாசிரியர்களைப்போலவே புதிய பதிப்பாளர்களும் தோன்றாமலில்லை. அவர்களை நாம் அணுகுவதும், அல்லது அவர்களே நம்மை அணுகுவதும் எளிமையாகவே இருக்கும். ஆனால், அவர்கள் எத்தனையாண்டுகள் இந்தத் துறையில் நிலைத்திருப்பார்கள்? நம் நூல்களை எப்படி மக்களிடம் எடுத்துச் செல்வார்கள்? ஊர்தோறும் நடக்கும் புத்தகக் கண்காட்சிகளில் அவர்கள் தவறாமல் கடைவிரிப்பார்களா? அவர்களுடைய புத்தகத் தட்டில் உங்களுடைய நூலுக்கும் இடமிருக்குமா, இல்லை கீழே கிடக்குமா? உங்களால் அந்தப் பதிப்பகத்திற்கும் அந்தப் பதிப்பகத்தால் உங்களுக்கும் மதிப்பான அடையாளம் உருவாகிறதா? அடுத்தடுத்த நூல்களைப் பதிப்பித்து இருவரும் ஒருவர்க்கொருவர் பயன்மிக்கோர் ஆகிறீர்களா? உங்கள் செயல்பாடும் அவர்களுடைய செயல்பாடும் ஏறுவரிசையில் இணையாகச் செல்கின்றனவா? அப்பதிப்பகத்தில் உங்கள் நூல்களோடு வெளியாகும் பிற நூல்களும் துறைசார் தரமுள்ளவையா? நூல் என்பதன் அறிவுத்தகைமையை விட்டுத் தராத வணிகமா? ஒற்றையாள் பதிப்பகமா இல்லை நிறுவனமா? இப்படிப் பல கேள்விகள் இருக்கின்றன.

இந்தத் துறையில் மூத்த பதிப்பகங்கள்தாம் முன்னோடிகள். பத்தாண்டுப் பட்டறிவு பெற்றிருப்பினும் அவர்கள் மூத்த பதிப்பாளர்கள்தாம். இத்தகைய பதிப்பாளர்களின் வழியாக நம் நூல்களைப் பதிப்பிப்பதுதான் சிறந்த வழி. நாமே முதலிட்டு நூல்களை வெளியிடுவதோ, பணம் கொடுத்து வெளியிடுவதோ படைப்பு மனத்திற்குப் பெருந்தொல்லை. நீங்களே முழு நேரப் பதிப்பாளர் ஆவது வேறு கதை.

நான் முதல் மூன்று நூல்களை என் பங்குப் பொறுப்போடுதான் வெளியிட்டேன். அப்போது அதுவே பெருஞ்செயல். முதல் நூல் வெளியான பிறகு நான் பார்த்த பதிப்பாளர்கள் சிலர் "உங்களுடைய அடுத்த நூலை எங்களிடம் கொடுங்கள், பதிப்பிக்கிறோம்" என்றே கூறியிருந்தனர். மூன்றாவது கவிதைத் தொகுப்பிற்கான கவிதைகள் சேர்ந்துவிட்டன. அவற்றைத் தொகுத்து எடுத்துக்கொண்டு சிலரை அணுகினேன். மேற்சொன்னவாறு வாக்குறுதி கொடுத்திருந்தவர்கள் "கவிதைத் தொகுப்புன்னா அப்புறம் பார்க்கலாமே" என்றனர். நிலவின் பெயர்கொண்ட பதிப்பகத்தார் ஒருவர் எம்மூர்க்கு வந்திருந்தார். அவரிடம் நேரம் பெற்று அவர் தங்கியிருந்த விடுதியில் நேர்கண்டேன். சிறிதும் பொருட்படுத்தாமல் புறந்தள்ளினார். என் வாழ்வில் என் கவிதைகளை வைத்துக்கொண்டு தலையைக் குனிந்தபடி வெளியேறிய ஒரே நாள் அன்றுதான்.

வேறு வழியின்றி எனது மூன்றாவது தொகுப்பினை எனது பங்களிப்போடு ஒரு பதிப்பகத்தார் வழியாகவே வெளிக்கொணர்ந்தேன். எனது பங்களிப்பின் மதிப்பிற்கு உரிய நூற்படிகள் வந்துவிட்டன. கவிஞரின் பங்களிப்போடுதான்

இந்நூல் வருகிறது என்ற பொருளில் பதிப்புரையிலும் கூறியிருந்தார். ஆனால், புத்தகக் கண்காட்சியில் அந்த நூல் அப்பதிப்பக அரங்கினில் யாராலும் பார்க்க முடியாதபடி கீழ்மூலைத் தட்டில் வைக்கப்பட்டிருந்தது. அதனை எடுத்துக்கொண்டு கடைப்பையனிடம் மீதப்படிகளைக் கேட்டேன். “ஓ••• இது இன்னும் இருக்குதா? விற்காத எல்லாத்தையும் எடைக்குப் போட்டுட்டமே” என்றார். எனக்கு எப்படி இருந்திருக்கும்?

புதிய தலைமுறைக் கவிஞர்களில் மிகவும் அருமையான கவிதைகளை எழுதுபவன். மொழியும் பார்வையும் பாடுபொருள்களும் எல்லாரையும் ஈர்க்கின்றன. எந்த இதழுக்குக் கவிதை அனுப்பினாலும் வெளியாகாமல் இருந்ததில்லை. சுஜாதா என் கவிதைகளைத் தொடர்ந்து முன்னிறுத்துகிறார். பற்பல புகழ்மக்கள் என் பெயரைக் கூறுகிறார்கள். ஆனால், எனது கவிதை நூலைப் பதிப்பிக்க யாருமில்லை. இதுதான் தொண்ணூறுகளின் இறுதியில், இரண்டாயிரத்தின் தொடக்கத்தில் எனது நிலவரம்.

யாராவது பதிப்பாளர் அமைந்தால்தான் நான்காம் நூலை வெளியிடுவேன் என்ற முடிவிலிருந்தேன். இனியும் எல்லாரையும்போல கவிதை எழுதிக்கொண்டிருந்தால் வேலைக்காகாது. இதே கவிதையில் வேறு பாய்ச்சலை நிகழ்த்தவேண்டும். ஒரு கவிதைத் தொகுப்பு — எல்லாரும் திரும்பிப் பார்க்க வேண்டும். இதற்கு முன்னால் யாரும் பாடியிராத பெரும்பொருளொன்றை எடுத்துக்கொள்ள வேண்டும். களம் அதிர வேண்டும். அந்தப் பொருளில் நானூறு, ஐந்நூறு கவிதைகளையேனும் எழுத வேண்டும். அப்படி முடிவெடுத்து இறங்கி எழுதிய நூல்தான் ‘காமக்கடும்புனல்.’ ஒரே முனைப்பாக இரண்டரை ஆண்டுகள் எழுதினேன்.

இப்படி ஒரு கவிதை நூலை எழுதிக்கொண்டிருக்கிறேன் என்று நண்பர் எம். கோபாலகிருஷ்ணன் வழியாகக் கேள்வியுற்ற தமிழினி வசந்தகுமார் என்னைத் தொடர்புகொண்டார். அப்போது இருநூற்றைம்பது கவிதைகள்தாம் எழுதியிருந்தேன். இத்தனைக்கும் என்னுடைய மூன்றாவது கவிதைத் தொகுப்புக்காக நான் தொடர்புகொண்ட பதிப்பகங்களில் தமிழினியும் ஒன்று. “என்கிட்ட ஏற்கெனவே ஐம்பது அறுபது கவிதைத் தொகுப்புங்க போட முடியாமக் கிடக்கு. நான் என்ன செய்ய முடியும் சொல்லுங்க” என்று முறையான மறுப்பைத்தான் சொல்லியிருந்தார்.

அதனால் அவர்மீது எனக்குப் பழைய சினமென்று ஏதுமில்லை. அந்நேரத்தில் தமிழ்ப் புதுக்கவிதைகளின் தொகைநூலான ‘கொங்குதேர் வாழ்க்கைக்காக’ என் கவிதைத் தொகுப்புகளைப் படித்திருந்த வசந்தகுமார் என் மொழியைக் கண்டுபிடித்துவிட்டார். “நீங்க அப்பவே உங்க மூன்றாவது தொகுப்போட அச்சுப்படியை அனுப்பியிருந்திருந்தா புத்தகம் போட்டிருப்பேன். போன்ல கேட்டதால மறுத்திட்டேன். இந்தத் தொகுப்பையாவது எழுதின வரைக்கும் அனுப்புங்க. பார்க்கிறேன்” என்றார்.

அப்போது தமிழினியில் புகழ்பெற்ற நூல்கள் பல வெளிவந்து தொடர்ந்து பேசுபொருள் ஆகியிருந்தன. நவீன இலக்கியத்தின் தலைசிறந்த பதிப்பாசிரியர் தமிழினி வசந்தகுமார் கேட்கிறார். எனக்கு அதற்குமேல் என்ன வேண்டும்? 'நீரினுள் கல் புதைந்தது' என்று எழுதித் தந்தால் 'நீரினுள் கல் அமிழ்ந்தது' என்று திருத்தி வெளியிடுகிறவர். அதுவரை எழுதியிருந்த கவிதைகளை அனுப்பினேன். தமிழினி வசந்தகுமாரிடம் நான் வியந்த பழக்கங்களில் ஒன்று — எதனை அனுப்பினாலும் உடனே படித்து முடித்துவிட்டு அழைப்பார். இன்றைக்கு வந்ததை நாளைக்குப் படிக்கலாம் என்னும் காலத்தாழ்ச்சியே இராது. அனுப்பப்பட்ட கவிதைகளைப் படித்து முடித்ததும் அழைத்துச் சொன்னார். "வெளியிடலாம்."

வசந்தகுமாரின் வெளியீட்டில் என்னுடைய நான்காவது கவிதைத் தொகுப்பு வெளியானது. பிறகு அடுத்தடுத்த நூல்கள் தமிழினியில் வந்தன. இவ்வாண்டு இரண்டு நூல்கள் போதும் என்று நான் அமைந்தாலும் மேலும் ஊக்குவித்துப் பெற்று நான்கு நூல்களாக வெளியிடும் பதிப்பாளர் அவர். "நீங்க அனுப்பிச்சா படிக்கிறதோட என் வேலை முடியுது. பிழை திருத்தும் வேலையில்லாமல் படிச்சு முடிச்சுக்கலாம்" என்று மகிழ்வார். முந்தைய தன்முயற்சித் தொகுப்புகளும் தமிழினியில் மறுபதிப்பாக வெளிவந்தன. கடந்த பதினெட்டாண்டுகளில் இவ்வளவு இனிதாக நகர்ந்த ஓர் எழுத்தாளர் பதிப்பாளர் உறவு யார்க்கும் வாய்த்திருக்காது. அவ்வுறவையும் தாண்டிய, அகவை தாண்டிய கெழுதகை நண்பர்கள் ஆனோம். என்னுடைய மதிப்புக்குரிய நண்பர்கள் பலர் வசந்தகுமாரால் அறிமுகப்பட்டவர்கள்.

ஆண்டுக்கு ஒன்றாகத் தொடங்கிய நூற்பயணம் இன்று ஆண்டுதோறும் ஏழெட்டு என்று வளர்ந்துள்ளது. இது மேலும் தொடரும். நூற்றுக்கு அருகிலான எண்ணிக்கையில் நூல்களை வெளியிட்டிருந்த பதிப்பகமாக இருந்தபோது தமிழினிக்குள் காலடி வைத்தேன். இப்போது அப்பதிப்பகம் ஐந்நூற்றுக்கும் மேற்பட்ட நூல்களை வெளியிட்டிருக்கும் என நினைக்கிறேன். அவற்றில் ஏறத்தாழ பத்து விழுக்காடு நூல்களை எழுதிய நூலாசிரியர் ஆகிறேன். ஒவ்வொரு பதிப்பகத்திலும் ஒரு நூலாசிரியரின் நூல்கள் எண்ணிக்கையில் மிகுந்திருக்கும். தமிழினிப் பதிப்பகம் வெளியிட்ட மிகுதியான நூல்களின் ஆசிரியர் என்று ஆகிறேன். ஒரு பதிப்பாளர் கிடைக்காமல் தட்டித் தடுமாறிய தொடக்கத்திலிருந்து ஒரு பதிப்பகத்தைத் தொடர்ந்து பற்றியிருந்து எழுதி இவ்விடத்தை அடைந்தாயிற்று.

அனைவர்க்கும் அன்பு

36. காப்பிரைட்டைத் துறந்தேன் - இந்திரன்

" தகவல்கள் அனைத்தும் இலவசமாகத்தான் கிடைக்க வேண்டும்" எனும் இலவச மென்பொருள் இயக்கத்தின் தலைவர் ரிச்சர்ட் ஸ்டால்மேன் கூறி 28 ஆண்டுகள் கடந்து விட்டன. தகவலை பிரதியெடுத்து , தங்களின் பயன்பாட்டுக்கு ஏற்றவாறு பயண்படுத்தும் உரிமை மனிதகுலத்தை ஞானமுள்ளதாக மட்டுமல்ல, செல்வச் செழிப்புள்ளதாகவும் மாற்றும் என்று அவர் நம்பினார்.

படைப்பிலக்கிய புத்தகங்களும்கூடஎளிதாகப் பிரதியெடுக்கப்பட்டு வினியோகிக்கப்பட வேண்டும் . புத்தகம் என்பது ஒரு அறிவுஜீவிதமான ஒரு பண்டம். இது காப்புரிமை விதிகளினால் வெளியீட்டாளர்களுக்கும் எழுத்தாளர்களுக்கும் அதிக பணம் சம்பாதித்துக் கொடுக்கூடியதாக அமைந்து விடுகிறது. இதன் ஒரு எதிர் இயக்கமாகத் தொடங்கிய இலவச மென்பொருள் இயக்கத்தின்காரணமாகத்தான் இன்று அமேசான்,கூகுள் , முகநூல், யூடியூப், யாஹூ போன்றவை இன்று அசுர வளர்ச்சியடைந்து நிற்கின்றன.இத்தகைய ஒரு கால கட்டத்தில் தனது படைப்பிலக்கியத்தை விற்று அதில் வரும் வருமானத்தில் வாழக்கூடிய முழுநேர எழுத்தாளர்கள் வெகு சொற்பமாகவே இருப்பதைக் காணலாம்.

இலவச தகவல் பூகம்பம் குறித்து நான் அறிந்ததின் விளைவாக 2 மாதம் முன் வெளிவந்த எனது கவிதைத் தொகுதியான "பிரபஞ்சத்தின் சமையல் குறிப்புப் புத்தகம் " நூலை காப்பிரைட் இல்லாத புத்தகமாக வெளியிட்டேன். அதன் பின்னட்டையில் நான் எழுதிய சிறு அறிக்கை:

இந்நூலில் உள்ள கவிதைகளை எனது முன் அனுமதியின்றி யார் வேண்டுமானாலும் எடுத்து அச்சிட்டுக் கொள்ளலாம். இவை தேசியவுடைமையாகும்வரை நீங்கள் காத்திருக்க வேண்டிய அவசியமில்லை. இப்போதே இவற்றை எடுத்து நீங்கள் பயன்படுத்தலாம்.

வாய்மொழியாகவே ராமாயணமும், மகாபாரதமும் , திருக்குறளும், ஆத்திசூடியும் எல்லோருக்கும் பொதுச் சொத்தாக இருந்து வரும் ஒரு நாட்டில் வாழ்கிறவன் என்ற வகையில் அறிவுப் பகிர்தலைப் பணத்தோடு தொடர்பு படுத்தும் சட்டங்கள் எதுவும் இந்த நூலைக் கட்டுப் படுத்தாது.

என் கவிதைகளை மற்றவர்கள் திருடி விடுவார்கள் என்கிற கவலை எனக்கு இல்லை. மற்றவர்களைத் திருடத் தூண்டும் வரிகளை எழுத வேண்டுமென்பதே எனது குறிக்கோள். இத்தொகுதியில் உள்ள எனது கவிதைகள் என் தனியுடைமை அல்ல. இவை பொதுவுடைமை.

என் மனைவிக்கோ , மகள்களுக்கோ , பிற வாரிசுதாரர்களுக்கோ இதில் எந்த உரிமையும் இல்லை, இக்கவிதைகளை என் மக்களுக்காக அர்ப்பணிக்கிறேன்

37. ந. முருகேசபாண்டியன்

சொந்த ஊர் மதுரை. கல்லூரி ஒன்றில் நூலகராகப் பணியாற்றி ஓய்வு பெற்றவர். நாடக எழுத்தாளர், புனைவெழுத்தாளர், கவிஞர், விமர்சகர். இவர் எழுதிய ராஜபார்ட் நாடகம் 1995- ஆம் ஆண்டு புதுதில்லி, சங்கீத நாடக அகாதெமியினால் தேர்ந்தெடுக்கப்பட்டுப் பரிசு பெற்றது. இவருடைய முதல் நூலான முதல் நூலான பிரதிகளின் ஊடே பயணம் 2003- ஆம் ஆண்டின் சிறந்த ஆய்வு நூலாகச் சுடர் ஆய்வுப் பரிசு பெற்றது. மேலும் இவரது திறனாய்வுக் கட்டுரைகள் அடங்கிய சொற்கள் ஒளிரும் உலகம் புத்தகம் 2007-ஆம் ஆண்டின் சிறந்த விமர்சன நூலாகத் தமிழ்நாடு கலை இலக்கியப் பெருமன்றத்தினால் தேர்ந்தெடுக்கப்பட்டது.

மேலும் பல விருதுகளையும் பெற்றுள்ளார். கிராமத்துத் தெருக்களின் வழியே, ஒப்பனையில் ஒளிர்ந்திடும் தமிழகம் ஆகிய மானுடவியல் ஆய்வுப் புத்தகங்கள், குடுகுடுப்பைக்காரர் வாழ்வியல், மொழிபெயர்ப்பியல் ஆகியவை இவரது ஆக்கங்களில் குறிப்பிடத்தகுந்தவை. 'இருவேறு உலகம்' இவரது சிறுகதைத் தொகுதி. சங்கப்பாடல்கள் குறித்தும் பல்வேறு நூல்கள் எழுதியுள்ளார். 30க்கும் மேற்பட்ட புத்தகங்களை எழுதியிருந்தாலும் தமிழில் நாவல்கள் குறித்து மிக விரிவான பார்வை உடைய ந.முருகேச பாண்டியன், பலநூறு விமர்சனக்கட்டுரைகளை எழுதியுள்ளதால் விமர்சகராக அறியப்படுகிறார்.

எண்பதுகள் தொடங்கி இன்று வரை தமிழ் இலக்கியச் சூழலில் இயங்கி வருபவர் நீங்கள். தொழில்நுட்பப் புரட்சிக்குப் பின்பான காலகட்டத்தை, தமிழ் இலக்கியத்தின் மீதான வலைத்தளங்கள், பேஸ்புக்கின் தாக்கத்தை, எப்படிப் பார்க்கிறீர்கள்?

மின்னணு ஊடகம், ஆளுகை செலுத்துகின்ற இன்றைய சூழலில், அதற்குரிய பலமும் பலவீனங்களும் இருப்பது தவிர்க்க இயலாதது. தொழில்நுட்பமும் நுகர்பொருள் பண்பாடும் மேலாதிக்கம் வகிக்கையில், ஏற்கனவே வலுவாக இருந்த சமூக மதிப்பீடுகள் ஆட்டங்கண்டுள்ளன. இந்நிலையில். இரண்டாயிரமாண்டு வரலாறும் பராம்பரியமும் மிக்க தமிழ் மொழியானது, நாணல் போல வளைந்து கொடுத்துத் தாக்குப் பிடித்துவிடுமா என்ற கேள்வி தோன்றுகிறது. நவீன ஊடகமான சமூக வலைத்தளம் என்பது தமிழர் வாழ்க்கையில் இன்று அடிப்படை அம்சமாகி விட்டது. எல்.கே.ஜி. வகுப்பில் இருந்து ஆங்கிலவழியில் கல்வி பயிலும் தமிழர்களின் குழந்தைகளுக்குத் தமிழ் இலக்கியத்தை அறிமுகம் செய்திட, வலைத்தளங்களை விட்டால், வேறு வழியில்லை.

சேதன் பகத் போன்றோர் எழுதியுள்ள பல்ப் நாவல்களை ஆங்கிலத்தில் வாசித்துக்கொண்டிருந்த இளைய தலைமுறையினர், கல்கியின் பொன்னியின் செல்வன் நாவலை வாசிப்பவர்களாக மாறியது, வலைத்தளத்தினால்தான். எஸ். ராமகிருஷ்ணன், சாரு நிவேதா போன்ற இலக்கிய ஆளுமைகளின்

எழுத்துகள், வலைத்தளத்தின் மூலமாகவே உலகமெங்கும் பிரபலமாகி வருகின்றன. மொரிஷியஸ், மலேசியா, சிங்கப்பூர், கனடா என உலகமெங்கும் தமிழர்கள் பரவியிருந்தாலும், சர்வதேச மொழியாக தமிழ் மொழி அறியப்பட்டாலும், யதார்த்ததில் தமிழின் வேர்கள் பலவீனமடைந்திருந்தன.

இந்நிலையில், வலைத்தளங்கள் விழுதுகளாகத் தமிழைத் தாங்கிப் பிடிக்கின்றன. தொண்ணூறுகளில்கூட நூலகங்களுக்குப் போய் சிரமப்பட்டுத் தேடிக் கண்டறிந்த உலக இலக்கியத்தின் நுனிக்கொழுந்துகள், வலையின்மூலம் எளிதாகக் கிடைப்பது நேர்மறையான அம்சம் அல்லவா? இத்தகைய எழுத்துகள், தமிழிலக்கியப் போக்கினை உலக இலக்கியத்துடன் இயையுடையதாக மாற்றமடையச் செய்கின்றன.

தமிழில் தீவிர இலக்கியம் என்கிற வகைமாதிரி அருகி வருகிறதா?

கேளிக்கைக்கானதாக இன்றைய உலகம் மாற்றப்பட்டுக் கொண்டிருக்கிறது. ஶ்ரீதர், நீங்கள் பிரமாண்டமான ஷாப்பிங் மால்களுக்குள் நடந்து சென்று கொண்டிருக்கும்போது, உங்களுக்குள் ஏற்படும் விநோத உணர்ச்சியை எப்படி உள்வாங்கிக் கொள்கிறீர்கள்? பொருளை வாங்கு, பயன்படுத்து, ரசனையை மாற்று, தூக்கி எறி என்ற பண்பாடு , வெறுமனே வணிகம் சம்பந்தப்பட்டது மட்டுமல்ல. ஒவ்வொருவருக்குள்ளும் கொண்டாட்டம் என்ற பெயரில் உருவாக்கப்படும் மனநிலையில் நுண்ணரசியல் பொதிந்துள்ளது. இந்நிலைக்கு கலை, இலக்கியம் விதிவிலக்காக இருக்க முடியாது. தீவிரமான எழுத்து, கேளிக்கை எழுத்து என்பதற்கு இடையிலான இடைவெளி சிதிலமடைந்தாலும், தனிமனித நுகர்வில் தீவிரமான வாசகன் தனித்திருக்கிறான். இன்னொரு விஷயம் எல்லாக் காலகட்டங்களிலும் தீவிரமான இலக்கியத்தை வாசிக்கிறவர்களின் எண்ணிக்கை வரம்பிற்குட்பட்டதுதான். தீவிர இலக்கியம் ஒருபோதும் அருகி வரும் உயிரினமாக மாறாது. நம்புவோம்.

தமிழில் இன்னும் சிற்றிதழ்களுக்கான தேவை இருக்கிறதா?

சிற்றிதழ் என்ற இலக்கிய வடிவம் இன்னும் ஐம்பதாண்டுகள் கழித்தும் தொடரும். என்ன அப்பொழுது அது அச்சு வடிவில் வராது. பொதுப்புத்தி உருவாக்கும் மையநீரோட்டம், எப்பொழுதும் ஒற்றைத்தன்மையை வலியுறுத்துகிறது. ஆனால் மனிதன், சமூக உயிரினமாக இருந்தாலும் தனக்கான உலகைக் கட்டமைத்து, புதிய உலகில் மிதக்கிறான். ஆயிரம் பூக்கள் மலர வேண்டியது, இயற்கையின் நியதியாக இருக்கும்போது, படைப்பாளரின் உணர்வுகள் வெளிப்பட, சிறுபத்திரிகை தேவையானதாக உள்ளது.

இன்றைய சூழலில் இடைநிலை இதழ்களின் நிலை என்ன?

இடைநிலை இதழ்கள் இன்றைக்கு இலக்கியத்தின் போக்கைத் தீர்மானிக்கின்றனவாக உள்ளனவா? யோசிக்க வேண்டியுள்ளது. பெரும்பாலான இடை-

நிலைப் பத்திரிகைகள், கட்டுரைகளுக்குத் தரும் முக்கியத்துவத்தைப் படைப்புகளுக்குத் தருவதில்லை என்பது அவற்றைப் புரட்டினாலே தெரிந்துவிடும். பொதுவாக இடைநிலை இதழ்கள், வணிகரீதியில் வெற்றி அடைந்ததாகத் தெரியவில்லை. பத்திரிகை விற்பனைமூலம் பெரிய அளவில் லாபமும் சம்பாதிக்கவில்லை. என்றாலும் பதிப்பகம் மூலம் புத்தக விற்பனை தொடங்கி ஏதோ ஒரு கணக்குவழக்கு இருக்கிறது.

அதிகபட்சம் பத்தாயிரம் பிரதிகள் விற்கின்ற இடைநிலை இதழ்கள்கூட தமிழக அரசின் நூலக ஆணைக்குழுவின் ஆணையைப்பெற்று, சுமார் 3,000 பிரதிகளைக் கிளை நூலகங்களுக்கு அனுப்புகின்றன. இலக்கிய சேவைக்காக வெளியிடுகிறோம் என வெளியாகும் சில இடைநிலை இதழ்களின் படைப்புகளின் தேர்விலும் வெளியீட்டிலும் எவ்விதமான தர வேறுபாடும் இல்லை. அதிலும் மின்னஞ்சல்மூலம் பத்திரிகை அலுவலக மின்முகவரிக்கு வரும் எழுத்துகளைத் தொகுத்து வெளியிடுவதுதான், சில பத்திரிகைகளில் நடைபெறுகிறது. கூரியர் சர்வீஸ் நடத்துவது போலத்தான் பத்திரிகை ஆசிரியரின் பணி இருக்கிறது என நண்பர் செல்மா ப்ரியதர்ஷன் வேடிக்கையாகச் சொன்னது, இப்போது நினைவுக்கு வருகிறது. இலக்கியத்தின் பெயரால் பல்வேறு சம்பவங்கள் நிகழ்ந்திடுவதற்கு இடைநிலை இதழ்கள் உதவுகின்றன. அவ்வளவுதான்.

நவீனத் தமிழ் இலக்கியத்தின் போக்கைத் தீர்மானிப்பவையாக மேற்குலக இலக்கியங்களே இருந்து வந்துள்ளன. உதாரணத்துக்கு ஐரோப்பா, லத்தீன் அமெரிக்கா . ஏன் நம்முடைய கவனம், ஆசிய நாடுகளின் மீது படியவில்லை?

பிரிட்டிஷ் காலனியாதிக்கத்தின் ஆட்சி காரணமாகத் தமிழகத்தில் ஆங்கில இலக்கியம், 1850 ஆண்டு முதலாகச் செல்வாக்குப் பெற்றுள்ளது. பிரெஞ்சு இலக்கியப் படைப்புகள் நூற்றாண்டுகளாகத் தமிழாக்கப்படுகின்றன. மேலைநாடுகள் எல்லாவற்றிலும் மேன்மையானவை என்ற காலனியாதிக்கப் புனைவு, இன்றுவரை தொடர்கின்றது. மேலைநாடுகளைப் போல நகலெடுப்பது என்ற பின் காலனியாதிக்க அரசியல், இலக்கியத்தில் ஆழமாக ஊடுருவியுள்ளது.

இதனால்தான் தமிழர்களில் சிலர், நவீனத் தமிழிலக்கியத்தில் வாசிப்பதற்கு ஒன்றுமில்லை. எல்லாம் ஐரோப்பிய அமெரிக்க மொழிகளில் இருக்கின்றன என்று சொல்கின்றனர். விதிவிலக்காக ருஷிய இலக்கியம் டால்ஸ்டாய் வழியாகத் தமிழில் அறிமுகமாகியுள்ளது. சோவியத் ருஷிய புரட்சிக்குப் பின்னர் ருஷிய இலக்கிய மேதைகளின் படைப்புகள், தமிழாக்கப்பட்டது, அரசியல்தான். சீனா, ஜப்பான் போன்ற மொழிகளில் இருந்து தமிழாக்கப்பட்ட படைப்புகள் அண்மைக்காலத்தில்தான் வெளி வருகின்றன. ஆசிய நாடுகளுக்குரிய தனிப்பட்ட குணாம்சங்கள் மிக்க படைப்புகள், தமிழில் வெளியாகும்போது, ஒப்பீட்டு நிலையில் பண்பாட்டு அம்சங்களைக் கண்டறியலாம்.

அண்மைக் காலமாகப் பிரசுரமாகும் தமிழ் நாவல்கள் குறித்து…

அண்மையில் வெளியாகியுள்ள தமிழ் நாவல்கள், உற்சாகம் அளிக்கின்றன; மனதுக்குmuru pa மகிழ்ச்சி அளிக்கின்றன. உலகம் முழுக்க நாவல்கள்தான் விரும்பி வாசிக்கப்படுகின்றன. சர்வதேச அளவில் இலக்கிய விருதுகள் பெரிதும் நாவலுக்குத்தான் வழங்கப்படுகின்றன. இரண்டாயிரமாண்டு வரலாற்றுச் சிறப்புடைய தமிழ் மொழியின் தொடர்ச்சி என்பது நாவல் இலக்கிய வடிவத்தின்மூலம் தொடர்கின்றது. தமிழ் நிலவெளி சார்ந்து புனையப்படும் கதைகள், மரபின் நீட்சி என்ற நிலையில் நாவலாக வெளிப்படுகின்றன. ஒப்பீட்டளவில் இன்று தமிழில் நாவல்கள்தான் பலராலும் விரும்பி வாசிக்கப்படும் வடிவமாக விளங்குகிறது.

ஆங்கில இலக்கியப் பரிச்சயமுள்ள இளைய தலைமுறையினர், தமிழில் எழுதும் தங்களுடைய முதல் நாவலைச் சிறப்பானமுறையில் வெளியிடுகின்றனர். நக்கீரனின் காடோடி, சைலபதியின் தேவன் மனிதன் லூசிபர், சரவணன் சந்திரனின் ஐந்து முதலைகளின் கதை, விநாயக முருகனின் ராஜீவ் காந்தி சாலை, இரா.முருகவேளின் மிளிர்கல், ஏக்நாத்தின் கிடைகாடு, கலைச்செல்வியின் சக்கை, செல்லமுத்து குப்புசாமியின் இரவல் காதலி, எஸ்.அர்ஸியாவின் ஏழரைப் பங்காளி வகையறா, லட்சுமி சரவணக்குமாரின் உப்பு நாய்கள், வீரபாண்டியனின் பருக்கை, ஆர்.அபிலாஷின் கால்கள், குமாரசெல்வாவின் குன்னிமுத்து, ராம்சுரேஷின் கரும்புனல், கே.என்.சிவராமனின் சகுனியின் தாயம், ம.தவசியின் சேவல்கட்டு என்ற பட்டியல் இன்னும் நீளும்.

ஈழத்தில் இருந்து வெளிவந்துள்ள விமல் குழந்தைவேலின் கசகரணம், சயந்தனின் ஆறாவடு, குணா கவியழகனின் நஞ்சுண்டகாடு, ஸர்மிளா ஸெய்யித்தின் உம்மத் போன்ற நாவல்கள் போர், போருக்குப் பிந்திய வாழ்க்கையை வலியுடன் சித்திரிக்கின்றன. கோணங்கி, எஸ். ராமகிருஷ்ணன், ஷோபா சக்தி, கீரனூர் ஜாகீர்ராஜா, சு.தமிழ்ச்செல்வி, தமிழ்மகன், போன்ற அனுபவம்மிக்க நாவலாசிரியர்கள் தொடர்ந்து நாவல்தளத்தில் காத்திரமாக இயங்குகின்றனர். மரபுவழிப்பட்ட கதைசொல்லல் ஒருபுறம் எனில், அநேர்கோட்டுக் கதைசொல்லலும் இன்னொருபுறம் பரவலாகியுள்ளது. தமிழர் வாழ்க்கையின் பல்வேறுபட்ட போக்குகளுக்கு முக்கியத்துவம்தந்து எழுதப்படுகின்ற நாவல்கள், வாசிப்பினில் நம்பிக்கை அளிக்கின்றன.

நாவல் வடிவங்களில் பரிசோதனைகள் நடந்து வருகின்றனவா?

நிச்சயமாக. யதார்த்தமான கதைசொல்லலுக்கு மாற்றாக மொழியில் பரிசோதனை முயற்சிகள் தொடர்ந்து நடைபெறுகின்றன. ஜெயமோகனின் வெள்ளை யானை, எஸ். ராமகிருஷ்ணனின் யாமம், விநாயக முருகனின் வலம் ஆகிய மூன்று நாவல்களும் காலனியாதிக்கக் காலகட்டத்தில் சென்னை நகரமும்

அங்கிருந்த மக்களும் எப்படி இருந்தனர் என்ற புனைவைக் கட்டமைத்துள்ளன. வரலாறு என்பது பன்முகப்பட்டது என்ற நிலையில் தமிழின் அடையாளத்தை மீட்டுருவாக்கம் செய்துள்ள நாவல்கள் சுவராசியமானவை. க.சுதாகரின் 6147 போன்ற அறிவியல் நாவல்கள், எம்.ஜி.சுரேஷின் சிலந்தி உள்ளிட்ட நாவல்கள், ரமேஷ்-பிரேமின் சொல் என்றொரு சொல், தமிழவனின் நாவல்கள் போன்றவற்றில் புதிய வகைப்பட்ட சோதனை முயற்சிகள் இடம் பெற்றுள்ளன. நாவலாக்கத்தில் பரிசோதனையைப் பொறுத்தவரையில், இன்னும் செல்ல வேண்டிய தொலைவு நிரம்ப உள்ளது

தொண்ணூறுகளுக்குப் பிறகு ஏன் தமிழில் ஆளுமைகள் எனச் சொல்லும்படியாக யாரும் உருவாகி வரவில்லை?

அது ஒரு கனாக்காலம் இல்லையா ஸ்ரீதர்? பின் நவீனத்துவக் காலகட்டத்திய வாசிப்புமுறை, பீடங்களைத் தகர்த்து விட்டது. அச்சு ஊடகப் பெருக்கம் ஒருபுறம் என்றால், இன்னொருபுறம் டிஜிட்டல் ஊடகம் என இலக்கியத்தின் முகம் மாறிவிட்டது. இடைநிலை இதழ்களின் ஆதிக்கம் காரணமாகக் குறிப்பிட்ட ஆளுமையை ஊதிப் பெருக்கிக் காட்டினாலும், பலரும் நம்பத் தயாராக இல்லை. அதிலும் முகநூலில் நான்கு வரிகள் எதையாவது எழுதிவிட்டுத் தன்னைக் கவிஞன் என நம்புகிறவர்கள் பெருகிக் கொண்டிருக்கின்றனர். அப்புறம் 125 ஆண்டுகளில் வெளியாகியுள்ள முக்கியமான நவீன இலக்கியப் படைப்புகளைத் தேடி வாசிப்பதற்குப் பொறுமையும் நேரமும் பலருக்கும் இல்லை. புதுமைப்பித்தன், ஜெயகாந்தன் எழுதியுள்ளவற்றை வாசிக்கக்கூட விருப்பம் இல்லாத சூழலில், இன்றைக்கு வெளியாவதைப் பற்றி மட்டும் பேசு என்ற குரல் ஒலிக்கிறது. இன்று மின்னணு ஊடகத்தினால் ஏகப்பட்ட வாசகர்களுடன் வலம் வருகின்ற சாரு, ஜெயமோகன், எஸ்.ராவை ஆளுமைகள் என்று சொல்லலாம்தானே?

தமிழில் ஏன் கோட்பாட்டு ரீதியான விமர்சனங்கள் வருவதில்லை?

தமிழில் தொல்காப்பியரின் தொல்காப்பியம் காத்திரமான விமர்சனத்தை உள்ளடக்கியுள்ளது. கிரேக்கத்தில் அரிஸ்டாட்டில் போல தொல்காப்பியர். ஆனால் அந்த விமர்சன மரபு வளர்க்கப்படவில்லை. வைதிக சமயத்தின் ஆதிக்கம் காரணமாகப் புத்தகம் என்றால், அது கேள்விகளுக்கு அப்பால்பட்ட நிலையில் புனிதமாகக் கருதப்பட்டது. புத்தகத்தைப் பற்றி ரசனை முறையில் நலம் பாராட்டுதல்தான் தமிழில் வழக்காகி விட்டது. கல்வித்துறை சார்ந்த விமர்சன மரபு, தமிழுக்குப் பெரிய அளவில் பங்களிப்பு செய்யவில்லை.

எழுபதுகளில் சிறுபத்திரிகை சார்ந்த மரபில் அறிமுகமான மேலைக் கோட்பாடுகள், புதிய போக்கினை அறிமுகப்படுத்தின. தமிழவன், நாகர்ஜுனன் போன்றோர் புதிய கோட்பாடுகளை முன்வைத்தாலும், அவை படைப்-

புகளுடன் ஒருங்கிணையவில்லை. பிரேம் ரமேஷ், ஜமாலன் போன்ற விமர்சகர்களின் பேச்சுகள், ஒருவகையில் மேலைக்கோட்பாடுகளைத் தமிழுக்குப் பொருத்திட முயன்றன. என்றாலும் அவை நகல்களே. தமிழ் மண்ணுக்கேற்ற விமர்சன மரபு என அசலான கோட்பாடுகள் உருவாகவில்லை என்பதுதான் உண்மை. கடந்த எழுபதாண்டு கால இலக்கிய உலகினைக் கூர்ந்து அவதானித்தால் ஒரு விஷயம் உங்களுக்குப் பிடிபடும்.

மேலைநாடுகளில் ஏதாவது ஒரு கோட்பாட்டை அவ்வப்போது விமர்சகர்கள் முன்வைக்கின்றனர். உடன் எல்லோரும் அந்தக் கோட்பாட்டின் பின்னால் செல்கின்றனர். பின்னர் வேறு புதிய கோட்பாடு உருவாக்கப்படுகின்றது. மீண்டும் அதே நிலை. படைப்பு முக்கியமா? விமர்சனம் முக்கியமா? என்றால், கோட்பாடுதான் முக்கியம் என்ற பிரேமை முன் வைக்கப்படுகிறது. இது இலக்கியத்தைப் பொறுத்தவரையில் சவலைப் பிள்ளைத்தனம். எல்லாவற்றுக்கும் மேலைநாடுகளைச் சார்ந்திருப்பது போல கோட்பாடுகளுக்கும் காத்திருக்கும் நிலை நுண்ணரசியலானது.

நேர்காணல்: ஸ்ரீதர்ரங்கராஜ், கார்த்திகைப்பாண்டியன்

38. கோவில்பட்டி நால்வரும் இலக்கியப் பித்தும்

நெல்லை மா. கண்ணன், பத்திரிகையாளர்,

சாரதி, உதயசங்கர் இருவரும் கல்லூரிப் படிப்பு முடிந்து, வேலை தேடும் பருவத்தில் இருந்தனர். ஒருநாள் சாயங்காலம் ஆறரை மணிக்கு ரஷ்ய இலக்கியவாதிகளான டால்ஸ்டாய், ஆண்டன் செகாவ், தஸ்தயேவ்ஸ்கி, துர்கனேவ் போன்றவர்களின் கதைகள் குறித்துத் தெருவில் நின்று இருவரும் பேசிக்கொண்டிருந்தார்கள். அவர்கள் எப்போதுமே அந்த இடத்தில் உட்கார்ந்து பேசுவது வழக்கம்தான். ஆனால், அன்று அப்படி முடிந்துவிடவில்லை. சாமத்தை நெருங்கிய நேரத்தில் பக்கத்து வீட்டு அக்காவும் எட்டிப்பார்த்துவிட்டுக் கதவைச் சாத்திவிட்டார். தெருக்கள் அடங்கின.

அப்போதும் இருவருக்குள் 'வெண்ணிற இரவுகள்' நாவலைப் பற்றிய விவாதம் சூடுபிடித்தது. கடையைப் பூட்டிவிட்டு நடுச்சாமத்தில் வரும் கடையாட்கள் சிலர் இவர்களைப் பார்த்தும் பாராமலும் கடந்து சென்றார்கள். இரவுக் காட்சி சினிமா பார்த்துவிட்டு வந்தவர்கள் ஓரக்கண்ணால் பார்த்துக்கொண்டே போனார்கள். பொழுதும் விடிந்தது, பக்கத்து வீட்டு அக்கா வாசல் தெளித்துக் கோலம் போட கதவைத் திறந்தபோதும், நேற்று இருந்த இடத்திலேயே இவர்கள் இருவரும் பேசிக்கொண்டிருந்ததைப் பார்த்து அதிர்ச்சியில் வாளியைக் கீழே போட்டுவிட்டு "யக்கா" என்று சத்தம்போட்டுப் பதற்றத்துடன் உள்ளே கூப்பிட்டார்.

"இங்கே பாருங்க. நேற்று சாயங்காலம் ஆறு மணிக்குப் பேசத் தொடங்குனாங்க. இந்தா விடிஞ்சிட்டு. இப்பவும் பேசிட்டு இருக்காங்க. பேய் ஏதாவது

பிடிச்சிட்டுதா? என்னனு வந்து கேளுங்க....” என்று கேட்டார். உதயசங்கரின் அம்மா ஓடிவந்து பார்த்தார். “அதுக அப்படித்தான் பேசிக்கிட்டு இருக்கும். ரெண்டும் லூசுக, விடு” என்றபடியே சாவதானமாக அவர் போய்விட்டார். இந்த நிகழ்வை நேற்று நடந்ததுபோல் நெகிழ்ச்சியோடு விவரிக்கிறார் சாரதி. தற்போது ஊரக வளர்ச்சித் துறையில் வேலை செய்து பணி ஓய்வுபெற்று-விட்டார். இவரது ‘கண்ணாடியுள் விரியும் ஸ்தெப்பி வெளி’ அண்மையில் வெளிவந்த சிறுகதைத் தொகுப்பு.

பால்யகாலச் சேக்காளிகளான எழுத்தாளர்கள் உதயசங்கர், நாறும்பூநா-தன், மாரீஸ், சாரதி நால்வரும் 1980-களில் இப்படிப் பல விஷயங்களைப் பேசியிருக்கிறார்கள். ஒரு நல்ல திரைப்படத்திற்காக, முகிழும் காதலின் தரு-ணத்துக்காக, ஒரு நாவலுக்காக, புதிய சொற்களுக்காக, நட்புக்காக அந்திப் பொழுதிலிருந்து கோவில்பட்டி காந்தி மைதானத்தில் இவர்கள் காத்திருப்பது வழக்கம். விடியவிடியப் பேசிப்பேசியே அக்காலத்தைக் கடந்த, அவர்களின் பேசித் தீர்க்கப்படாத உரையாடல் இன்னும் கோவில்பட்டியில் சுழன்றுகொண்-டுள்ளது.

வானம் பார்த்த கரிசல் பூமியான தூத்துக்குடி மாவட்டம் கோவில்பட்டி, தமிழ் இலக்கியத்தின் முக்கிய படைப்பாளுமைகளைத் தந்த ஊர். கு.அழகி-ரிசாமி, கி.ராஜநாராயணன் எனத் தமிழின் மூத்த படைப்பாளிகள் தொடங்கி பூமணி, சோ.தர்மன், கோணங்கி, தேவதச்சன், முருகபூபதி என்று தொடர்ந்து சபரிநாதன், கருத்தடையான், ஆகாசமூர்த்தி என இளம் படைப்பாளிகள் வரை ஒரு பெரும் பட்டாளமே கோவில்பட்டியை மையமாகக்கொண்டு இயங்-கிவருகிறது.

கோவில்பட்டியில் சோவியத் இலக்கியப் புத்தகங்கள் புழக்கத்தில் இருந்-ததால் வெவ்வேறு பார்வையுடைய நவீன எழுத்தாளர்கள் உருவானார்கள். இந்தச் சூழலில்தான் சிறு வயதிலே இவர்களால் ‘வெண்ணிற இரவுகள்’ கதையை விவாதிக்க முடிந்தது. இவர்கள் இலக்கிய உலகத்துக்குள் நுழைந்த காலத்தில் தமிழின் முக்கிய நாவலான கோபல்ல கிராமத்தையும், ‘கதவு’ சிறுகதைத் தொகுப்பையும் கையில் வைத்துக்கொண்டு கி.ரா. இவர்களை வரவேற்றார். எழுத்தாளர் பூமணி ‘பிறகு’ நாவலையும் ‘வயிறுகள்’ சிறுகதைத் தொகுப்பையும் வெளியிட்டிருந்தார். இப்படியாகக் கோவில்பட்டியில் முக்கிய எழுத்தாளர்கள் புதிய படைப்புகளோடு இருந்தார்கள். வாசகர்களோ இளம் எழுத்தாளர்களோ உருவாவதற்கான களம் தயாராகவே இருந்தது.

கோவில்பட்டியின் அரசியல் - இலக்கியம் ஈடுபாடு குறித்த வரலாற்றுப் பின்னணி இது. இப்படியாக இந்த நான்கு சேக்காளிகளும் எழுத்தாளர் புது-மைப்பித்தனின் கதைகளில் தங்களைத் தொலைத்தார்கள். புதுக்கவிதைக்-குள் மூழ்கி எழுந்தார்கள். இதனால், சுலபமாக நவீன இலக்கியம் சார்ந்த பல்வேறு படைப்புகளை மட்டுமல்ல, வெவ்வேறு பார்வைகளையும் கற்றுக்-கொண்டதாகக் கூறுகிறார் எழுத்தாளர் உதயசங்கர். தென்னக ரயில்வேயில்

நிலைய அதிகாரியாகப் பணிபுரிந்து ஓய்வுபெற்றவர் இவர். குறிப்பிடத்தக்க பல சிறுகதைகள், சிறார் படைப்புகளை எழுதியுள்ளார். சிறார் இலக்கியத்துக்காக விருதுகளையும் பெற்றுள்ளார். தற்போது தமிழ்நாடு சிறார் எழுத்தாளர் கலைஞர்கள் சங்கத்தின் மாநிலத் தலைவராகப் பொறுப்பு வகிக்கிறார்.

துணுக்கில் தொடங்கிய வாசிப்பு - 1970-களில், பதின்பருவத்தில் உதயசங்கர், நாறும்பூநாதன், மாரீஸ், சாரதி ஆகிய நால்வரும் ஒருவருக்கொருவர் அறிமுகமில்லாமல் அடுத்தடுத்த தெருவில் வசித்துவந்தனர். உதயசங்கரின் அம்மாவழித் தாத்தா கன்னி விநாயகர் கோயிலில் திருவாதிரைக்கு இசைக் கச்சேரி ஏற்பாடு செய்வார். இரவில் இசைக் கச்சேரி நடக்கும்பொழுது புழுதி பறக்க, டவுசர் போட்டு விளையாடியிருக்கிறார் உதயசங்கர். சாரதியும் அந்தக் கூட்டத்தில் இருந்திருக்கலாம். பிரபல காலண்டர் ஓவியர் சுப்பையாவின் மகன் மாரீஸ் இசைக் கச்சேரி நடக்கும் அந்த மைதானத்தின் ஒரு மூலையில் உட்கார்ந்து சிலேட்டில் பிள்ளையார் படம் வரைந்து கொடுத்து ஆச்சரியப்படுத்திக்கொண்டிருந்தார். ஒடுங்கிய சந்தில் ஓட்டு வீட்டில் உதயசங்கர் குடியிருந்தார். அப்பா மில் தொழிலாளி. பசித்தபோது மட்டுமல்ல நினைத்தபோதுகூட சாப்பிட முடியாது. தீப்பெட்டிக் கட்டையின் கரிமருந்து வாசனையையும் மூட்டைபூச்சி கடியையும் மறக்க எப்போதும் நண்பர்களுடன் இருக்கவே விரும்பினார் உதயசங்கர்.

நண்பர்கள் சந்திப்பு - கண்டிப்பான தன் தந்தையின் கையைப் பிடித்துக்கொண்டு குடும்பத்துடன் கழுகுமலையில் இருந்து குடிபெயர்ந்து உதயசங்கரின் பக்கத்துத் தெருவுக்கு வந்தார் நாறும்பூநாதன். திருநெல்வேலி என்கிற ஊரின் பிரதிநிதியாகவும் கதைசொல்லல், பேச்சால் அடையாளம் பெற்றவராகவும் இருக்கிறார் நாறும்பூநாதன். ‘கனவில் உதிர்ந்த பூ’, ‘தட்டச்சுக் கால கனவுகள்’ உள்ளிட்ட சிறுகதை, கட்டுரைத் தொகுப்புகளை இவர் எழுதியுள்ளார்.

உதயசங்கர், சாரதி இருவரும் நாறும்பூநாதனுடன் எட்டாம் வகுப்பில் ஹாக்கி விளையாடியபோதுதான் அறிமுகமானார்கள். அடுத்தடுத்த தெருவான இவர்கள் எல்லோரையும் இணைத்தது நூலகமும் வாசிப்பும். நாறும்பூநாதனுடைய அண்ணன் ஆர்.எஸ். மணி இடதுசாரி இயக்கத்தில் இருந்ததால் சோவியத் சிறுவர் இதழ்கள், தாமரை, செம்மலர் போன்ற இதழ்கள் அவரது வீட்டிற்கு வந்தன. அவற்றில் சில புத்தகங்களை அவ்வப்போது நண்பர்களுக்குக் படிக்கக் கொடுப்பார். இவரும் இதழ்களைப் படித்துவிட்டு நண்பர்கள் சந்திப்பின்போது தன்னுடைய சொந்த சரக்கையும் சேர்த்துக் கதைகளைச் சொல்லி அசத்துவார். அந்தக் கதைகளைக் கேட்பதற்காவே உதயசங்கர் ஏங்கியிருக்கிறார். சாரதியும் ஒருகணம்கூட அவரை விட்டுப் பிரியமாட்டார். இப்படியாக அவர்களுக்குள் ஒரு பிணைப்பைக் காலம் ஏற்படுத்திக் கொடுத்தது.

மாரீஸ் வீட்டுக் கொலுவுக்கு உதயசங்கரும் சாரதியும் சுண்டல் சாப்பிடப் போகும்போது நெருக்கமானார்கள். மாரீஸின் குடும்பத்தினர் காலண்டர் ஓவியர்கள். ஓவியரான இவரும் ஆயிரத்துக்கும் மேற்பட்ட புத்தகங்களுக்கு அட்டைப்படங்கள் வரைந்திருக்கிறார். மாரீஸ் குடும்பத்தின் சாரதா ஒளிக்கூடத்துக்கு வராத இலக்கியவாதிகளே இல்லை என்று சொல்லலாம். கி. ராஜநாராயணன் மாரீஸைத் தன்னுடைய 'இன்னொரு கை' என்று செல்லமாக எல்லோரிடமும் சொல்லுவார். தமிழ்நாட்டு இலக்கியவாதிகள் கோவில்பட்டியில் அனைவரையும் சந்திக்க இணைப்பு மையமாகத் திகழ்ந்தவர் மாரீஸ்தான். "பூமணி வந்திருக்கிறார், கி.ரா. வந்திருக்கிறார்" என்று இவர் தகவல் தெரிவிப்பார். உடனே சாரதா ஒளிக்கூடத்தில் சபை கூடிவிடும். இவர்களது பேச்சுக்கு இடையேதான் கோவில்பட்டி விடியும்.

கவனம் ஈர்த்த கையெழுத்துப் பத்திரிகைகள் - இந்தியாவில் நெருக்கடி நிலை முடிந்த நேரத்தில் இவர்கள் கல்லூரி வாழ்க்கைக்குள் நுழைந்தனர். மாரீஸ் 'ஆம்லெட்' என்கிற ஒரு கையெழுத்துப் பத்திரிகை தொடங்கினார். 'ஆம்லெட்' கையெழுத்துப் பத்திரிகைக்குப் போட்டியாகக் கல்லூரி முதல் வருடம் படித்தபோது நாறும்பூநாதன், உதயசங்கர், சாரதி இணைந்து 'மொட்டுகள்' கையெழுத்துப் பத்திரிகையை நடத்தினார்கள். நாறும்பூநாதன் தன்னுடைய அழகான கையெழுத்தால் பத்திரிகையை உருவாக்கினார். பேராசிரியர்களும் வாங்கிப் படித்ததால், இவர்களுக்கு எழுத்தின் மீதான பித்து ஏறியது. அதில் எழுதுவதும், படம் வரைவதும் நாறும்பூநாதன்தான்.

உதயங்கர் கதை, கவிதை எழுதுவார். சில நேரம் சாரதியும் எழுதுவார். முத்துசாமி நகைச்சுவைத் துணுக்கு எழுதுவார். ஐந்து இதழ்கள் வெளிவந்தன. அதில் ஒரு கையெழுத்துப் பத்திரிகையில் கோணங்கியின் தொடக்கக்காலக் கதையான 'கருப்பு ரயில்' வெளியாகியிருந்தது. அந்த நேரத்தில் 'மொட்டுகள்' இதழ் நாறும்பூநாதன் மூலம் இடதுசாரித் தோழர்கள் பால்வண்ணம், ஆர்.எஸ். மணி, 'சுவடி' பாலு போன்றவர்களிடமும் மாரீஸ் மூலமாகத் தீவிர இலக்கியவாதிகளான தேவதச்சன், கௌரிசங்கர், துரை, அப்பாஸ் ஆகியோரிடமும் சென்றுசேர்ந்தது.

ஒரு பக்கம் இடதுசாரி இயக்கத் தோழர்கள், இன்னொரு பக்கம் தீவிர இலக்கியம் பேசியவர்கள், மற்ற கோவில்பட்டி அமைப்புகள் எனப் பல வழிகளில் இருந்து கருத்துகள், விவாதங்கள் இவர்களை வந்தடைந்தன. இப்படி வேறு எந்த ஊரிலாவது, யாருக்கும் கிடைத்திருக்குமா என்பது தெரியவில்லை. மற்றவர்கள் தேடிப்போய் அலைந்து திரிந்து தெரிந்துகொண்டதை, இவர்கள் எளிமையாகப் பெற்றுக்கொண்டார்கள். இன்றும் கோவில்பட்டி தெருக் களிலும், தேநீர்க் கடைகளிலும், காந்தி மைதானத்து இருளிலும், எட்டையபுரத்துச் சாலையிலும், தொடர்வண்டி நிலையத்திலும், தேநீர், சிகரெட் புகைமூட்டத்துக்கு நடுவே சேக்காளிகளும், இளம் எழுத்தாளர்களும் தங்களது படைப்புகள் குறித்துப் பேசுவதைக் கேட்க அன்றைக்கு இருந்த

அதே ஆர்வத்துடன் இவர்கள் காத்திருக்கிறார்கள். 1

39. எழுத்தாளர்களுக்கு உரிய இலக்கணம் என்ன?

ஆபாசமாகவும் , இரட்டை அர்த்தம் நிறைந்த வகையில் எழுதுவதும் தவிர்க்கப்பட வேண்டும். எங்கள் காலத்தில் புஷ்பா தங்கதுரை, சாண்டில்யன், ஹேமா ஆனந்ததீர்த்தன் ஆகிய ஓநாய்கள் நான் மேற்சொன்ன பாணியில் மட்டுமே எழுதுவார்கள்.

இந்த லட்சணத்தில் புஷ்பா தங்கதுரை பெயரை மாற்றிக்கொண்டு, (பரணிதரன்) பக்தி பழமாக எழுதுவான். அடுத்து சு சமுத்திரம், பிரபஞ்சன், ஜெயகாந்தன் போன்றவர்கள் எப்போதும் சாதிய, வர்க்க கண்ணோட்டத்துடனேயே எழுதுவார்கள்.

சுஜாதா, ராஜேந்திரகுமார் போன்றவர்கள் பட்டும் படாமலும், தொட்டும் தொடாமலும் பெண்ணை காட்சி பொருளாக்கி எழுதுவார்கள்.

"சாப்பிட்ட கொழுப்பு முழுவதும் மாரில் ஒதுங்கியிருந்தது" இது சுஜாதாவின் வர்ணனை.

அனுராதா ரமணன், லக்ஷ்மி, இந்துமதி போன்ற பெண் எழுத்தாளர்கள் ஆண்களை கடித்து குதறி தான் எழுதுவார்கள்.

ஆக மிஞ்சி இருப்பது யார் யார்?

கல்கி, தேவன், புதுமை பித்தன், ராஜேஷ் குமார், மா வே சிவகுமார், சிவசங்கரி, அசோகமித்திரன், ல ச ரா... இதில் லச ரா வின் கதை கடவுளுக்கே புரியாது. இவர்கள் பாணி தான் இலக்கணம்.

(சில எழுத்தாளர்களை விட்டிருக்கலாம்)

40. நன்னிச் சோழன் - வேணுகோபால் மாதவன்

உடலுறவை குறிக்கும் இலக்கியச் சொற்கள் யாவை? காமம் அசிங்கம் அல்ல! அது,ஒரு கலை!!

காமம் ஊர் - உடலுறவு

காமம் (ஊர்) — கதிர்காமம், பழையகமம், கொடிகாமம், குடாகமம், வலிகாமம், பழுகாமம், அம்பகாமம், பனங்காமம், தம்பலகாமம், வீமன்காமம், சாகாமம்(திருக்கோவில்), இறக்காமம், வெல்காமம், உரகிரிகாமம், கிரிகண்டகாமம், மேன்காமம், ஊர்காமம், இளகாமம், தேகாமம், உறுகாமம், மாகாமம், முதலியான்காமம், சந்தணகாமம்(கல்லோயா), வத்துகாமம், கணகாமம், கும்பகாமம், நந்திகாமம், காணுகாமம், சேரன்காமம் (அம்பாறை எல்லையூர்), உருக்காமம், வெலிகாமம், மாகாமம் (இன்றைய திஸ்ஸமகாராமை— கிரிந்த

பகுதி)

மேலே குறிப்பிடப்பட்டுள்ள அத்தனை பெயர்களும் ஒருங்கிணைந்த இலங்கைத்தீவினுள் உள்ள ஊர்களைச் சுட்டுகிறது.. (இலங்கையின் ஏனைய இடங்களில் இது போன்று 200க்கும் மேலை உண்டு என்பதையும் அறிக..ஆனால் அவை எல்லாம் கம, கமுவ என்று முடியும்.) இவ்வாறு சுட்டப்பட்ட ஊர்களில் பல கமத்தினையே ஆதிகாலம் தொட்டு கடந்த சில ஆண்டுகள் வரை செய்து வந்துள்ளன. கமம் செய்ததினால் இவ்வூர்ப்பெயர்கள் கமம் என்று வழங்கி காலப்போக்கில் காமம் என்று நீண்டிருக்கலாம் என்பது என் துணிபு! இன்றும் இவ்வாறான பகுதிகள் சிங்கள மொழியில் கமம் என்ற தமிழ்ச்சொல்லின் 'கம' என்ற சிங்களத் திரிபுடன் விளங்குவதைக் ஒப்புநோக்குக.

1-காமம் (உடலுறவு) 2-அதவுபாசனம் 3-அமைவு
4-ஆடுதல் 5-இங்கிதம் 6-இச்சித்தல் 7-இண்டனம்
8-இணைவிழைச்சு 9-இணைவு 10-இயைபு 11-இயைவு
12-இளந்தை 13-இன்பம் 14-உடந்தை 15-உடனுறைவு
16-ஊடுகை 17-ஊடுதல் 18-ஒட்டிப்பிணைதல் 19-ஒண்ணல்
20-ஒவ்வுதல் 21-ஒன்றிப்பிணைதல் 22-கங்கம் 23-கலத்தல்
24-கலப்பு 25-கலவி 26-களி 27-கிரீடை 28-கூடல்
29-கூட்டுண்ணுதல் 30-கெழுமல் 31-சங்கம் 32-சங்கமம்
33-சங்கபோட்டம் 34-சுக்குதல் 35-சேர்ந்தலை 36-தல்லு
37-தொந்தம் 38-பாலுறவு 39-புஞ்சுதல் 40-புணர்ச்சி
41-புல்குதல் 42-புல்லுதல் 43-புலத்தல் 44-பொருந்துதல்
45-பொலிதல் 46-பொல்லுதல் 47போகம் 48-மலிதல்
49-முகிரம் 50-முயங்கல் 51-விழைதல் 52கூடியும் கூட்டமின்மையும் -புலவி
53-புலவி நீட்டல் — துனி 54-செல்ல சண்டை — ஊடல்
55-தோணியோடு — முத்தமிட்டுப் புணருதல்
56-பாயம் — புணர்ச்சி விருப்பம் (sexual desire)
57-கவுவுதல் 58-கலவிசெய்தல் 59-இரமித்தல் 60-புல்குதல்
61-புல்லுதல் 62-ஒட்டிப்பிணைதல் 63-ஒன்றிப்பிணைதல்
64-ஒன்றித்திளைத்தல் 65-சயனத்திணைதல்
66-சம்போகித்தல் 67-சையோகித்தல் 68-சிற்றின்பத்துறுதல்

இது பற்றி ஆய்ந்தவிடத்து இதைவிடவும் "ஓ" என்று ஓரெழுத்துச் சொல்லொன்றும் தரப்படிருக்கிறது. அதற்குத் தரப்பட்டிருக்கும் இரண்டு அர்த்தங்களில் இரண்டாவது அர்த்தம் மனமொத்தல். முதலாவது என்னவென்று நீங்கள் ஊகித்திருப்பீர்களென்று நினக்கிறேன்.

41. இரமேஷ் பிரேதன்

என்னுடன் அடைக்கப்பட்டிருக்கும் உடம்பு இல்லா நிழல் ஒன்று அச்சொல்லைத் தனது மொழியில் பெயர்த்து உச்சரிக்கிறது— விடுதலை- என்று. ஒருபொருள் இருமொழி.

நான் நிழலைப் பார்த்துக் கேட்கிறேன்; 'உனக்கு மீட்பரை எப்படித் தெரியும்?'

நிழல் பேசியது; "கடவுள் சாகலாம் புரட்சியாளர் சாவதில்லை

'யாருடன் பேசிக்கொண்டிருக்கிறாய்? சுவரில் அழுக்காய் படிந்திருக்கும் இந்த நிழல் யாருடையது?'

"கடவுளுடன் எனது விடுதலையைப் பற்றி கதைக்கிறேன்; இது கடவுளின் நிழல்."

பாண்டிச்சேரி. இது ஒரு பாழான இடம். பாண்டிச்சேரியில் எனக்கு நண்பர்களே இல்லை. நான் ஒரு அனாதையாக இருக்கிறேன். பிறந்ததிலிருந்து அவ்வாறு உணர்கிறேன். உடல்நிலை நன்றாக இருக்கும்போது பத்து, பதினைந்து தெருக்களைச் சுற்றி வந்தேன்; இப்போது என்னுடைய புழங்குவெளி கட்டில் மட்டுமே. இவ்வாறு இருக்கையில் நான் என்னை எந்தவொரு ஒரு நிலத்தைச் சார்ந்தவனாகவும் அடையாளம் காட்டிக்கொள்ள விரும்பவில்லை. நான் என் உடலோடு வாழ்கிறேன்

42. நானும் தேனி மாவட்டத்துக்காரன்தான்..

மானசீகன் எனும் நான் 2004 ல் இருந்தே பல முக்கிய இதழ்களில் எழுத ஆரம்பித்து விட்டேன்.. கிட்டத்தட்ட 21 ஆண்டுகால எழுத்துப் பயணம்..நூற்றுக்கும் மேற்பட்ட தகுதி வாய்ந்த கவியரங்குகளில் பங்கேற்றிருக்கிறேன்..தமிழகம் முழுவதும், வெளிநாடுகளில் ஆயிரக்கணக்கான மேடைகளில் உரை நிகழ்த்தியிருக்கிறேன்.. நூற்றுக்கணக்கான கல்லூரிகள் , பள்ளிகளில் சிறப்பு விருந்தினராகக் கலந்து கொண்டிருக்கிறேன்.

தமிழகத்தின் அனைத்து முன்னணி நடுவர்களுடனும் பங்கேற்றுப் பேசியிருக்கிறேன்..யாவற்றுக்கும் முகநூலே சாட்சி..

2017 ல் எழுதிய முதல் நூலுக்கே(எங்கே இருக்கிறாய் கேத்தரின்)

த.மு.எ.க.ச விருது உள்ளிட்ட மூன்று முக்கியமான மாநில விருதுகளைப் பெற்றிருக்கிறேன்..

தமிழ் விக்கியில் தகுதியான எழுத்தாளர்களின் வரிசையில் என் பெயர் இருக்கிறது..

மகத்தான எழுத்தாளர்களின் வரிசை கொண்ட தமிழ்ப் பதிப்புலகின் மாபெரும் அடையாளமான ' தமிழினி 'யில்தான் நூல்கள் வெளியாகின்றன.

' மூன்றாம் பிறை ' என்கிற முதல் பெருநாவலே(கிட்டத்தட்ட 900 பக்கங்கள்)பரவலான வாசகர் கவனத்தையும் , விமர்சகர்களின் பாராட்டையும் பெற்றது ..

ஆறு கட்டுரை நூல்கள் - நாலு கவிதை நூல்கள்
ஒரு சிறுகதைத் தொகுப்பு
என்று 8 ஆண்டுகளில் 12 நூல்களை எழுதியிருக்கிறேன்..

முகநூலில் 20,000 பேர் எழுத்துக்காக மட்டுமே பின் தொடர்கிறார்கள்..இங்கு தொடர்ந்து இயங்கிக் கொண்டேயிருக்கிறேன்..கவிதை , இலக்கிய விமர்சனம், இசை , அரசியல், மெய்யியல், வாழ்வியல் அனுபவம் என்று எதை எழுதினாலும் ஆயிரக்கணக்கில் படிக்கிறார்கள்.. சமீபத்தில் எழுதிய ஒரு பதிவை 4 லட்சம் பேர் படித்ததாக மெட்டா நிர்வாகம் குறிப்பிட்டது..

இதை நான் இங்கு சொல்வதற்குக் காரணம் தற்பெருமை அல்ல..தமிழகம் கொண்டாடுகிற ஒருவனை உள்ளூர் எதுவுமே தெரியாததைப் போல் ஏன் நடத்துகிறது?

பிற ஊர்களில் புத்தகத் திருவிழாக்களுக்குப் பேச அழைக்கப்படுகிறவன் இங்கு ஒரு முறை கூட அழைக்கப்பட்டதில்லை.

தேனி மாவட்ட எழுத்தாளர்கள் என்று பட்டியல் போட்டால் என் பெயர் தவிர்க்கப்படுகிறது..(எல்லோரும் பார்க்க இடைவிடாமல் தமிழகமெங்கும் இயங்கிக் கொண்டிருப்பவனை' மறந்து விட்டேன் ' என்று சொல்வது சரியான வாதமில்லை)..யாராவது எழுத்தாளர்களைப் பற்றி எழுதினால் கூட மறந்தும் என் பெயர் வருவதில்லை..முக்கியமான தருணங்களில் அழைப்பு வந்தாலும் சுய மரியாதையைச் சீண்டும் விதமாக பத்தோடு பதினொன்றாக அழைப்பு விடுத்து அவ மரியாதை செய்கின்றனர்..பலருக்கும் இந்த உண்மை தெரிந்திருந்தாலும் தனிப்பட்ட முறையில் வருத்தப்படுவதோடு சரி..மறந்தும் பொதுவெளியில் சுட்டிக் காட்டுவதில்லை

இந்த மண்ணின் பெருமையை பிற இடங்களில் எடுத்துச் செல்கிற ஒருவனை இப்படியா அவமதிப்பது?

இதைக் கூட இப்போது எழுதுவதற்குக் காரணம் எவரிடமும் உள்ள எதிர்பார்ப்பல்ல. எதையும் கேட்டுப் பெறுவது அவமானம் என்று கருதுகிறவன் நான்..

தகுதி வாய்ந்த ஆளுமைகளை பெரிதாய் மதிக்கிற அதே நேரத்தில் நான் யார்? என்பதும் எனக்குத் தெரியும்..நாவல் , சிறுகதை , கட்டுரை , கவிதை , திறனாய்வு , இசை குறித்த கட்டுரைகள், இலக்கிய உரை , பட்டிமன்றம், கவியரங்கம், ஆளுமை வளர்ச்சி உரை, என்று இத்தனை துறைகளில் தகுதியோடும் , தனித்தன்மையோடும் இயங்குகிறேன்..இயற்கை ஆசிர்வதித்தால் இனியும் இயங்குவேன்..

இப்போது கூட இதைச் சொல்வது சுய தம்பட்டத்திற்காக அல்ல..மின்னி மறையும் தனி மனிதத் திறமைகளும், வந்து சேரும் புகழும் ஆழ் நோக்கில்

வெறும் நீர்க்குமிழ்கள்தான்..ஆனால் இந்த மண்ணின் மக்களுக்காவது இந்த உண்மை தெரிய வேண்டும்..அதற்காக மட்டுமே இப்பதிவு..இந்த விளம்பர உலகில் சில தகுதியான விஷயங்கள் சொல்லப்படாவிட்டால் எவருக்கும் தெரியாமலே போய் விட வாய்ப்பிருக்கிறது..புறக்கணிப்புகள் தொடர்ந்து கொண்டேயிருக்கும்..

நான் மாணவனாக இருக்கிற போதே எங்கள் பேராசிரியர் மன்சூர் சார் இந்த புறநானூற்று வரிகளைச் சொல்லித்தான் மனம் நிறைந்து வாழ்த்துவார்..இவ்வரிகளே என் ஆளுமையின் அடையாளம்

' வணங்கிய சாயல்

வணங்கா ஆண்மை '

எப்போதும் வாசிப்பால் உடனிருப்பவர்களுக்கு என் அன்பு

43. சொரணையற்ற கலகம்

வைரமுத்துக்கு எதிராக....

ஒருங்கிணைப்பாளர்(இவர் தூய்மையானவர்தான் அதில் மாற்றமில்லை) நூலின் நன்றி பட்டியலில் உள்ள ஒரு நபரும், பெரம்பலூரில் என்னை விட மார்க்சியம் படித்தவன் எவனுமில்லை என்று சொல்பவரும் இன்னும் பத்து இருபது பேர் சேர்ந்து இவர்களுக்குள்ளேயே இணைப்பை ஏற்படுத்திக் கொண்டு செக்ஸ் விளையாட்டு விளையாடுவார்கள். பிறகு அழித்து விடுவார்கள். தமிழகமெங்கும் பெரும்பாலும் சாராயத்திற்கான தரகர்கள் போல செயல்படுவார்கள். இதில் மதுரை தெலுங்கு முருங்கை கவிஞர் வரை நீளும் பட்டியல் உண்டு. 57வயதாகும் கூவத்தாறு எழுத்தாளர் இவர்களுக்கு கொமண்ட் செய்வார். அவர் பெரும்பாலும் விரசமான செக்ஸ் பதிவுகளுக்கு விரும்பி கொமண்ட் செய்வார். இவர் பெரிய ஜிபே இலக்கியத் தரகர். குமரி எழுத்தாளர் சொல்வதைப் போல தீவிர இலக்கியவாதிகள் சின்னதாய் ஆட்டுவார்கள். வடுகப்பட்டி பெரியதாய் ஆட்டுகிறார். ஊரும் பெரியகுளம் சாதியும் பெரிய குலம் அப்புறமென்ன...

பாண்டிச்சேரி எழுத்தாளர் ஒருவர் ரெண்டாயிரத்தின் தொடக்ககால எழுத்தாளர்களை எல்கேஜி எழுத்தாளர், பால்வாடி எழுத்தாளர் என விமர்சிப்பார். தற்போது எழுதுபவர்கள் தங்களைத் தாங்களே கிளுகிளுப்போடு தொடர்பு படுத்தி அவர்கள் சொன்னார்கள் இவர்கள் சொன்னார்கள் எனப் பிறை நிழலில் கறை நிழல் எனப் பதிவிடுவார்கள். விருமாண்டி திரை போல இருநிலை மனிதர்களைப் போல இவர்கள் இரு மனநலத்திற்கான இருப்புக்கூலிகள். கடந்த பத்தாண்டுகளாக எழுத வந்த கூட்டத்திடம் பெரு வந்த புறந்தள்ளுதலைக் காணலாம். இவர்களது நூல்கள் தனிப்பாவனை எறிதலாகவே இருக்கும். மீண்டும் கிடைக்க வாசிப்பாளர்களுமில்லை, தேடலுக்கான காத்திரப் பொதியாக செவிவழிச் சேதிக்குள்ளும் உலாவரப் போவதில்லை.

தற்போதைய செவன்த் ஸ்டாண்டர்டு கூட்டமும் எழுதப்படாத வெற்றுத்தாள் தான்.

ஒருங்கிணைப்பாளர் குழுவில் உள்ள ஒரு எழுத்தாளர் ஒரே நேரத்தில் இரண்டு பதிப்பாளர்களிடம் தன் நூல்களைக் கொடுத்து அச்சிட வைத்த யோக்கியர்.

44. அழித்தொழிக்கப்பட வேண்டிய லாட்டரி மாபியா

சாதியோடு வாழ் அல்லது ஜனத்தோடு வாழ் என்பது கிராமியப் பழமொழி. மன்னார்குடியும் கோவை மார்டின் மூளை தாதாக்களோ, உடல் வலிமைத் தாதாக்களோ அல்ல... இவர்களின் நிலவரைப் பணங்களை அதிகார அலப்பறைகளுக்குக் கொடுத்து வெற்றி பெறலாம் என நினைக்கின்றனர். இவர்களோடு சேர்த்து திராவிட மாபியாக்களையும் ஒழித்துக் கட்டத் தவறினால் தமிழக மக்கள் உலகத்தின் பெருஞ்சுடுகாடை தேர்ந்தெடுக்கிறார்கள் என அர்த்தம்.

மன்னார்குடி மாபியா அழிந்ததைத் போல லாட்டரி மாபியாவையும் மக்கள் அழிக்க வேண்டும். முதன்மை அடையாளத்திற்கு பின் உள்ளவை என்ன என்பது எல்லோருக்கும் தெரியும். கடந்த 26 ஆண்டுகளாக லாட்டரிக்குடும்பம் தன்னை அடையாளப்படுத்தாத இடங்களே கிடையாது.

2001ல் மார்டின் மைத்துனர் ஜான் பிரிட்டோ கோவையில் உள்ள ஒரு தொகுதிக்கு காங்கிரஸ் சார்பில் சீட் கேட்டு வரிசையில் நின்றதை அப்போதைய லாட்டரி நாளிதழ்களான K A S சேகர் தம்பியின் அதிர்ஷ்டத்திலும், கந்தசாமியின் தினகரன் நாளிதழின் யோகலட்சுமியிலும் பொட்டு சுரேஷ் போல ஒரு பக்கத்திற்கு விளம்பரம் தந்தார்கள்.

விஜயகாந்த் முதல் முறை M L A ஆன போது எங்கள் தொழிலுக்கு ஆதரவாக சானா மன்றத்தில் பேசுங்கள் என்றனர். அங்குதான் ஜெக்கு நாக்க கடிக்க கற்றுக் கொண்டார். திமுகவிற்கு வந்து பா. விஜயை வைத்து ஒரு படத்தை எடுத்து ஒண்டினர் பிறகு ஓடினர். அடுத்து பாரிவேந்தருக்குள் பிரவேசம் *நாம் உடையார் கட்சி என ஆர். எஸ். மங்களம் முதல் ஆர். எஸ் புரம் வரை ஒன்றைத் தொகுத்தனர். பிறகு அது இலவச அநாதை அளவுக்கு ஆனது.

பிறகு ஜூனியர் மார்டின்கள் மே 17 போன்ற அமைப்புகளுக்குள் வந்தனர். நக்கீரன் வந்தான்குடி நக்கத்தங்குடி ஆனது போல, கஞ்சா நாயனூர் கஞ்சா நகரமானது போல கடந்தான் கடந்தான்.

அரசியலர் தொழிலதிபர் ஆகலாம். தொழிலதிபர் அரசியலர் ஆகமுடியாது.

டெல்லி குரானா&கம்பெனியை சிக்கிம் மாநிலத்தில் இருந்து அகற்ற பெருவாரியான செயல்களைச் செய்தனர்(உபயம்: முகநூலில் ஒருவர் பெருவாரியான வாழ்த்துகள் என போடுவார்)

இதைச் செய்தவர் மாட்டுத்தாவணி அருகே ஏ்ரி ஏரியாவைச் சேர்ந்த லாட்டரி திருகர் பயாஸ் பாய் இவர்தான் பல லாட்டரி கம்பெனியை ஓய்ப்பதற்கு ப்ரைன் தாதாவாக செயல் பட்டவர். இவர் டெல்லி மார்க்கத்தில் உள்ள ஒரு பல்கலையில் ஓரு முனைவர் பட்டத்தை வாங்கி வந்து மதுரை தியாகராஜா கல்லூரி அருகில் உள்ள காமராஜர் மண்டபத்தில் இந்த தலைப்பில் ஆராய்ச்சி செய்தவர் என ஒரு வெளம்பரந்தாண்ணே என கரகாட்டக்காரன் நகைச்சுவை போலவும், jk ரித்தீஷ் பிரியாணி கொடுத்து தன் படத்தை ஓட்டியதைப் போலவும் நடத்தினார். பிறகு இவரோடு தட்சனை டிவோர்ட்ஸ் ஆனது.

இவை எல்லாவற்றுக்கும் முன்பாக மாமியார் குடும்பத்திற்கு சோறு போட்டது ஆர். எஸ். மங்கலம் பழைய சாராயக்கடை யாவாரி மருது சேர்வை(அந்தப்பக்கம் கள்ளர்களுக்கு சேர்வை பட்டம்)இவர் மூலமாக சாதி அரசியலையும் முதலீடுகளையும் செய்து பிறகு அங்கிருந்து பி. டி. உஷா ஓட்டம்.

வி. சி. காவில் ஒருவரை முதன்மைப் படுத்துதலில் அதன் தொடக்க காலத்திலிருந்து கட்சியின் நிலவரை சட்டதிட்டங்களுக்கு உட்பட்டு வளர்ந்திருப்பவர் வன்னியரசு அவர்கள். நல்ல வாசிப்பாளர் மற்றும் ஊடக நண்பர்கள் அதிகம் உள்ளவர்.

ஏன் அவரை நகர்த்த வில்லை என்பதில் திருமாவிற்கு 10 சீட்டு, எங்களுக்கு 2 சீட்டா என மற்ற சாதிக்கட்சிகள் கேட்கின்றனர்.

மல்லாங்கிணரின் பிரபலங்கள் என்றால் இலக்கியத்தில் எஸ். ரா, அடுத்து தமிழச்சி, தங்கம் தென்னரசு இருவரும் ஒரே கட்சி ஒரே குடும்பம், அடுத்து வன்னியரசு. பெரியார் வழிக்கட்சிக்காரர்கள் வன்னியரசிடம் எத்தனை முறை விருதுநகர் மாவட்ட அரசியலர்கள் கைகுலுக்கி இருக்கிறார்கள்.

திடலில் பாண்டே அவர்கள் வீரமணியை(அழகிரி மகனால் ஓசி சோறு என பகழப்பட்டவர்) நேர்காணல் செய்த போது, ஒரு கேள்விக்கு விசிக வன்னியரசு இப்படி எழுதி இருக்கிறார் உங்கள் கருத்து என்ன எனக் கேட்ட போது, அது யாரு வன்னியரசு, எனக்கு திருமாவைத்தான் தெரியும் என்றார். இதிலிருந்து திடலில் நடக்கும் நிகழ்வை பாண்டேவிடம் வன்னி *ஓங்க எடந்தான் வந்திருங்க என்பார். பரிசல் கிருஷ்ணா - சரவணன் சந்திரன் நேர்காணல் கூட இதில் முக்கியமானது.

2001ல் மதுரையில் காலச்சுவடு தொ.பவின் பண்பாட்டு அசைவுகள் நூலை திருமாவின் கரங்களால் வெளியிட்டது. இது ஒரு யாவார தந்திரம். அது போலவே தற்பொழும் நடந்திருப்பது இருப்பு மற்றும் யாவார விளம்பரத் தந்திரம். வாரத்திற்கு ஒன்றை பேசும் பொருளாக்குவதற்கு பிரசாந்த் கிஷோர்

வகைமை போன்ற நிறுவனங்கள் இருக்கின்றன.

திருமா அவர்கள் அறிவுத்தளவாதிகளின் ஆலோசனைகளை காது கொடுத்து கேட்பார். தாங்கள் எதிரில் அமர்ந்து பேசுவதற்கு தாராளமாக இடம் தருபவர். திருமாவின் துக்கத்தில் பங்கெடுத்தால் கூட அவரு சாதியா இருக்கலாம் என்கிற இலக்கிய தீவிரவாதிகள், இலக்கிய பயங்கரவாதிகள் இங்கே உண்டு.

பல வகை தூய இலக்கிய நெடுமைகளைப் போல, பல வகை அரசியல் இலக்கிய நெடுமைகளும் உண்டு. அதை நாம் பொறுப்புடன் அடுத்த தலை-முறைக்கு கடத்துவோம்.

45. எலக்கிய சந்திப்பு

நாங்க ரண்டு பேரும் கட்டிப்புடிக்கப் போறோம்....
அதுக்கு நா என்ன செய்யணும்...
அத ஒரு போட்டோ எடுத்து ஒதவணும்...
After
எக்கோவ் நீங்க கட்டிப்புடிக்கிறத நாந்தா மொதல்ல எடுத்தேன்...
Pc னு ஏம்பேர போடுக்கா...
மூளைக்குரல் - நம்மல அக்கான்றான்...
நம்ம வயசு தெரியுமோ...
எதிர் மூளை - நீங்க அவரோட டம்ளர் மென்ட்னு சொன்னேங்கல்ல...
பாகி - இலக்கியப் பேச்சாளர் கேட்டார்...
ஏ... பிரிட்டிசு(தமிழுக்கு எதிர்ப்பதம்) புத்தகத்துல உள்ளத கக்குறதுக்கு எதுக்குடா அரங்கு கொரங்கெல்லாம்...
அத ஏ... கேக்குறீங்கண்ணே...
ஒரு ஒப்பீடும் கெடயாது...
வட்டார ஒப்பீடு - டெக்ஸ்ட் ஒப்பீடு - சமூக ஒப்பீடு
வலையுலக ஒப்பீடு - தன் பார்வை ஒப்பீடு
டேய் போதும் நிறுத்து...
படிச்சத பதிவு செஞ்சோம்...
இவன் அவனாளு போல என்பான்
சரி இப்போ மறஞ்சுதே எல்லாத்துலயும் கலந்துக்கிறயா...
இல்ல... இல்ல...

நேரலை மூலமா கேக்குறேன் பாக்குறேன்....
நீ தான் இந்த டொக்குனாலஜிய டக்கு டக்குனு பயன் படுத்துவ...
நூற்றாண்டுக்கு முன்னால் செத்துப்போன ஸ்காலரோட மாணவனுன்டு சொல்வ...

கேட்டா...
நம்மை வழி நடத்தும் நூலாசிரியர்கள் நமக்கு ஆசான்களே என்ப...
ஓம்பேச்சுல... மதுரக்காரைங்க நாங்களே தலைகீழா தண்ணி குடிக்கணும்...
நானும் மதுரக்காரந்தானே....
ஆமா... ஆமா.... விவிடி
தற்போதைய தமிழ் இலக்கியம் கூவம் நதியில் மிதந்து வந்து இந்திய அரசின் சாகித்ய விருதைப் பெற்றது. தப்பித்தது பேராசிரியர் பணி

46. நட்சத்திரன் செவ்விந்தியன்-க.விக்னேஸ்வரன்

காமம் பற்றிய அதீதமான சொல்லாடல்களில் சில இடங்களிலும் உங்கள் சிறுகதைகள் அதன் கலைத்தன்மை இழந்து நிற்கிறது என்றே நான் விமரி-சனம் வைத்தால் உங்கள் பதிலடி எப்படியிருக்கும்?

இக்குற்றச்சாட்டை இதுவரையில் வைத்தது 65 வயதுக்கு மேற்பட்ட முதி-யவர்கள். இப்போதுதான் முதல் தடவையாக இளந்தலைமுறையைச் சேர்ந்-தவரான உங்களிடமிருந்து வருகிறது. இது எனக்கு மிகுந்த ஆச்சரியமளிக்-கிறது. உங்களுடைய ரசனை, கருத்துச் சுதந்திரத்தின் அடிப்படையில் இந்த மதிப்பீட்டை வைக்கலாம். ஆனால் இளந்தலைமுறை இலக்கிய வாசகர்கள் என் காமம் சார்ந்த சொற்களையோ, சொல்லாடல்களையோ உவப்போடு ஏற்-றுக்கொள்கிறார்கள்.

தமிழில் ஆக மோசமான வசைச்சொற்களான “புண்டை “ , “ஓழ்” ஆகியவற்றை வரலாற்றில் முதன் முதலாக இலக்கியத்தில் பயன்படுத்தியது நானல்ல. கடந்த எழுபது வருடங்களுக்கு முதலே இச்சொற்கள் தமிழ்ப் புனைவுகளில் பயன்படுத்தப்பட்டிருக்கின்றன. முள்ளும் மலரும் கதையில் முகமட்டின் காதலியான ஒரு உக்ரேனியப் பெண் முகமட்டுக்கு நிராசையான காமத்தின் உச்ச உணர்ச்சிக் கொந்தளிப்பில் அவனுக்கு அனுப்பிய ரெக்ஸ் மெசேச்சில் தன் பெண்குறி என்பதற்குப்பதிலாக அந்த வசைச்சொல்லைப் பயன்படுத்திவிட்டாள் என்பதுதான் பல 65 வயது கடந்த முதியவர்களுக்குப் பிரச்சனை. அவர்கள் காலத்தில் கைத்தொலைபேசிகளோ, ரெக்ஸ் மெசேச்சொ இல்லை. அவர்கள் காதலிகள் அந்த வசைச்சொல்லைப் பயன்-படுத்தியிருக்க வாய்ப்பில்லை. அதற்காக இந்த 2020 களின் இளந்தலை-முறை ஈழப்பெண்கள் பெண்கள் இச்சொல்லைப் பயன்படுத்துவதில்லை என்று அவர்களால் உறுதியாகச் சொல்ல முடியுமா? மேலும் என் கதாபாத்திரங்கள் வெளிநாட்டவர்கள். உக்ரேனியப் பெண், ஒஸ்ரேலியப் பெண். நம் ஈழ, தமி-ழகப் பெண்களே வசைச் சொற்களை நெருக்கமான ஆண் நண்பர்களிடம் இக்காலத்தில் தாராளமாகப் பயன்படுத்துகிறார்கள்.

எல்லாவற்றையும்விட முக்கியமான பிரச்சனை என் கதைகளில் பெண்கள் இச்சொற்களைப் பயன்படுத்தியிருக்கிறார்கள் என்பதுதான். ஆண்கள் பயன்-

படுத்தியிருந்தால் அந்த 65+ முதியவர்கள் அதனை ஏற்றுக் கொண்டிருப்பார்கள். இது தலைமுறை சார்ந்த, தலைமுறை மாற்றங்களை உணரத்தவறிய முதிய ஆண்களின் ஆணாதிக்க மனநிலையில் வெளிப்பாடு.

எல்லாச் சொற்களும் பொருள் குறித்தனவே. எனினும் எல்லாச் சொற்களும் வசைச்சொற்கள் உட்படச் சந்தர்ப்பங்களுக்கேற்பவே அவற்றின் அர்த்தங்களை வெளிப்படுத்துகின்றன. எல்லாச் சொற்களுக்கும் சந்தர்ப்பங்களுக்கேற்ப, Denotation, Connotation என இரண்டு அர்த்தங்கள் உண்டு. Denotation என்பது ஒரு சொல்லின் அசலான அகராதி அர்த்தம். Connotation என்பது அகராதி அர்த்தத்திற்கு அப்பால் சந்தர்ப்பங்களுக்கேற்ப உணர்ச்சிகளையும் மறை பொருளையும் வெளிப்படுத்துவது.

நூறாண்டுகளுக்கு முன் தமிழ்ப் பெண்கள் தம் கணவரைப் பெயர் சொல்லி அழைத்ததில்லை. நீ என்று ஒருமையில் அழைத்ததில்லை. இன்றைய பெண்கள் பெயர் சொல்லி, நீ என்று, அவன் என்று சொல்லி தம் கணவனைக் காதலரை விளிக்கிறார்கள்.

ஐம்பது ஆண்டுகளுக்கு முன் கணவன் பலான படம் பார்த்தால் அவன் வேறொரு பெண்ணோடு தொடர்பு வைத்துவிட்டான் என்ற கணக்கில் பிரச்சனையாக்கி சன்னதமாடுவாள் மனைவி. இன்றைக்கு மனைவியோ காதலியோ தமக்கு மூட் வந்துவிட்டால் களைப்பாயிருக்கிற கணவனிடமே ஸ்மாட் போனிலிருந்து ஒரு பலான வீடியோவைப் போட்டுக் காட்டி அவனைக் காம மூட்டுக்கு கொண்டு வருவாளவை.

இதுபோன்ற ஒரு தலைமுறை மாற்றம்தான் பெண்கள் தம் கணவர் காதலரிடம் வசைச் சொற்களைப் பயன்படுத்துவது. அதனுடைய மறைபொருள் — Connotation என்ன? அன்பு, காமம், நெருக்கம். வேற்று ஆடவரிடமோ ஏன் சொந்த ஆண் சகோதரரிடமோ இந்த வசைச்சொற்களைப் பயன்படுத்த முடியாது.

0

2009ல் ஈழப்போர் முடிந்தபின் தமிழ் உணர்வை சனரஞ்சகமான கச்சாப்பொருளாக்கி சுமாரான மற்றும் மோசமான ஈழப்போர் சம்பந்தமான நாவல்கள் வெளிவந்தன. ஆனந்த விகடன் போன்ற வியாபார நிறுவனங்கள் ஊக்குவித்த இந்தப் போக்கின்படி தமிழ்க்கவி, தமிழ்நதி, சயந்தன், குணா கவியழகன், தீபச்செல்வன் முதலியோர் எழுதிய நாவல்கள் வெளிவந்து சனரஞ்சக மதிப்பை பெற்று பிரபல்யமாகின்றன. ஈழ இலக்கியத்தைத் தமிழக வணிகத் தொலைக்காட்சி சீரியல்கள் போன்று மலினமாக்கிய காலம் இது. இதன் தொடர்ச்சியாக அகரமுதல்வன், வாசு முருகவேல் போன்ற ஈழ எழுத்தாளர்களும் வந்தார்கள். சீரிய இலக்கியம் சினிமா சீரியல்களான காலம். இந்தச் சினிமா சீரியல் வகை பெரும்பாலான படைப்புக்கள் காலத்தை வென்று

நிலைக்கக்கூடியவல்ல.

47. புண்டரீகர்-1

'லோக தண்டம்' என்னும் பட்டினத்தில் ஓர் அந்தணர் இருந்தார். அவர் மனைவி மிகவும் நல்லவள். அவ்விருவருக்கும் நெடுங்காலம் வரையில் பிள்ளை பிறக்கவில்லை. பிறகு ஓர் ஆண் மகவு பிறந்தது. அவர்கள் அதற்குப் 'புண்டரீகன்' என்னும் பெயர் இட்டார்கள்.

புண்டரீகர் சகல கலைகளும் கற்றுத் தேறினார். வாலிபரானதும், அவர் ஓர் அழகிய பெண்ணைக் கலியாணம் செய்து கொண்டார். அவர் சிறிது காலம் நற்குணம் உடையவராகவே இருந்தார்; பின்னர், தீயவர்களோடு கூடிக் கள் குடித்தல், சூதாடுதல் முதலிய கெட்ட பழக்கங்களில் ஈடுபட்டார். அவருடைய அடாத செயல்களைக் கண்ட தாய் தந்தையர், அவருக்குப் பல விதத்திலும் புத்தி புகட்டினர். எனினும், புண்டரீகர் அவர்கள் சொல்லைக் கேட்கவில்லை. அதனுடன் நில்லாது, அவர் அவர்களை வைவதும், அடிப்பதுமாயிருந்தார். சில நாட்கள் கழிந்த பின்னர், அவர் தம் பெற்றோருடன் இருக்கப் பிரியப்படாமல், தம் மனைவியை அழைத்துக் கொண்டு வேறோர் இடத்திற்குப் போய் விட்டார்.

அவர் பெற்றோரும், தம் கொடிய புத்திரர் முகத்தில் விழிப்பது சரியன்று என்று எண்ணி, வேறெங்கேனும் சென்று உயிர் விடத் தீர்மானித்தனர். அப்போது பலர் காசிக்குச் சென்று கொண்டிருந்தனர். அவர்களோடு, அவ்விருவரும் நடந்து சென்றனர். புண்டரீகரும், தம் மனைவியுடன் காசிக்குப் பிரயாணமானார். அவர், வழியில் நடந்து செல்லும் பெற்றோரைக் கண்டும், மனம் இளகவில்லை. அவரும், அவர் மனைவியும் இரு பரிகளின் மேல் ஏறிச் சென்று, காசிக்குப் பக்கத்தில் உள்ள குக்குட முனிவரின் ஆச்சிரமத்தை அடைந்து, அம்முனிவரைக் கண்டனர். 'காசி எவ்வளவு தூரத்தில் உள்ளது?' என்று புண்டரீகர் முனிவரைக் கேட்டார். முனிவர் அது தமக்குத் தெரியாதென்று கூறி விட்டார். அதைக் கேட்ட புண்டரீகர் முனிவரை மிகவும் இழிவாக நினைத்தார்.

அன்று நடு நிசியில் கோரமான உருவத்துடன் மூன்று பெண்டிர், முனிவரது ஆச்சிரமத்தில் நுழைந்து, உள்ளே இருந்த குப்பைகளை அகற்றி, மெழுகிக் கோலமிட்டனர். பின்னர், அழகிய உருவத்தோடு வெளியில் வந்தனர். அவர்களைக் கண்டார் புண்டரீகர்; 'பெண்களே, கோரமான உருவத்துடன் உள்ளே சென்ற நீங்கள், அழகிய உருவம் பெற்று வருகிறீர்களே! அவ்வுருவத்தை எப்படிப் பெற்றீர்கள்?' என்று அவர்களை வினவினார்.

அவர்களுள் ஒருத்தி அவரை நோக்கி, 'அடா பாவி, நல்லவர்கள் வெறுக்கத்தக்க கொடியவன் நீ; பெற்றோர்களைக் காப்பாற்றாத சண்டாளன். எங்கள் முன் நீ வருதல் தகுமோ?' என்று கோபித்துக் கொண்டாள்.

புண்டரீகர் பயந்து விட்டார். அவர் தாம் செய்த கெட்ட காரியங்களை நினைத்து வருந்தினார்; பின்பு அப்பெண்ணின் பாதங்களில் வீழ்ந்து, தம்மை மன்னிக்குமாறு வேண்டினார். அவள், அவரை ஆசீர்வதித்து, 'நானும், மற்றைப் பெண்களும் புண்ணிய நதிகளின் வடிவாயிருக்கும் தெய்வ மாதர்கள். நீராடிச் செல்லும் மக்களின் பாவங்கள் எங்களைச் சேர்கின்றன. அதனால், நாங்கள் கோரமான ரூபத்தை அடைகிறோம். நாங்கள் இவருக்குப் பணி செய்வதால், எங்கள் பாவங்கள் நீங்குகின்றன. அதனால், நாங்கள் தினந்தோறும் அழகிய உருவமும் பெறுகிறோம்,' என்றாள்.

அம்மங்கை கூறிய வார்த்தைகளைக் கேட்ட புண்டரீகர், 'அம்மணி, சிறந்த தெய்வங்களான நீங்கள், இவரை வணங்குவதேன்? இவருக்கு வேலை செய்வது ஏன்?' என்று கேட்டார்.

அவள், 'அன்பனே, இப்பெரியார் வயது முதிர்ந்த தம் தாய் தந்தையரையே தெய்வமாகக் கொண்டாடி வருகிறார். அவர்கள் அடியால் இட்ட வேலையை இவர் தமது முடியால் செய்து முடிக்கிறார். அதனால், இவர் பெருந்தவம் உடையவரானார். கடவுளை வணங்குவதும், புண்ணிய நதிகளில் நீராடுவதும், பெரியார்களைக காணுவதும் ஆகிய இவற்றால் ஒருவன் அடையும் பயனை விட, தன் தாய், தந்தையரை ஒரு முறை வணங்குவதால் அடையும் பயன் மேலானதாகும். ஆதலால், தாய், தந்தையரை வணங்கிக் காப்பாற்றுபவரே உலகில் சிறந்த உத்தமர். அத்தகைய பெரியார் இம்முனிவர். ஆதலால், இவருக்கு நாங்கள் பணி செய்து, எங்கள் பாவங்களை நீக்கிக் கொள்கிறோம்,' என்றாள்.

கேள்விகள்:

1. புண்டரீகர் என்பவர் யார்?
2. புண்டரீகரின் பெற்றோர் ஏன் வேற்றிடம் சென்று உயிர் விடத் தீர்மானித்தனர்?
3. புண்டரீகர் குக்குட முனிவரை ஏன் இழிவாக நினைத்தார்?
4. குக்குட முனிவரின் ஆச்சிரமத்துக்கு வந்த மூன்று பெண்டிர் யாவர்?
5. வினவிய புண்டரீகர்க்குக் கோபங்கொண்ட பெண் கூறியது என்ன?
6. பாதங்களை வணங்கி வேண்டிக் கொண்ட புண்டரீகர்க்கு அப்பெண் கூறிய மொழி யாது?
7. குக்குட முனிவரைப் பற்றித் தெய்வப் பெண் கூறியது என்ன?
8. புண்டரீகர் கதையால் நீ அறிந்து கொண்ட நீதி யாது?

2. புண்டரீகர்-II

புண்டரீகர், 'அந்தோ! யான் என் தாய், தந்தையரை அடித்து, வசை மொழிகளைப் பகர்ந்தேனே! அவர்கள் மனம் நோகும்படி நடந்தேனே! ஐயோ! வயது முதிர்ந்த அவர்கள் நடந்து வர, பாவியாகிய யான் குதிரை மேல் ஏறி வந்-

தேனே! என்னைப் போன்ற பாவியுளனோ! புண்ணிய தலங்களைப் பூசிப்பது மேலானது என்று எண்ணியல்லவோ காசிக்கு வந்தேன்! என்னே என் அறிவீனம்!' என்று பெரிதும் வருந்தினார்.

அவர் படுந்துன்பத்தைக் கண்ட அத்தெய்வ மங்கை, 'அப்பா, உன் தாய் தந்தையரிடம் நீ இக்கணமே சென்று, அவர்கள் மலரடிகளில் வீழ்ந்து மன்னிப்புப் பெற்றுக் கொள்; இனியாவது, அவர்கள் மனம் நோகாவண்ணம் நடந்து கொள். பெற்றோர்களைப் பூசிப்பதால், நீ பெரும் பயனை அடைவாய்; இம்மை, மறுமை நலன்களைக் குறைவில்லாமல் பெறுவாய்; சிறிது காலத்திற்குள் கடவுள் அருளைப் பெறுவாய்,' என்று கூறிப் போயினள்.

பின்னர், புண்டரீகர் குக்குட முனிவரை வணங்கினார். அம்முனிவர் அவரை அன்புடன் ஆசீர்வதித்தார். புண்டரீகர் தம் தாய், தந்தையரை அடைந்து, அவர்கள் மலரடிகளில் வீழ்ந்து வணங்கினார்; தாம் செய்த பிழைகளை மன்னிக்குமாறு வேண்டினார். பெற்றோர் மனம் மகிழ்ந்து, 'எங்கள் செல்வமே, உனக்கு நற்புத்தி வந்ததைப் பற்றி நாங்கள் சந்தோஷப்படுகின்றோம்!

தாய், தந்தையர்க்கு நற்குணம் வாய்ந்த பிள்ளைகளே சிறந்த செல்வம். நீ நீடிய ஆயுளைப் பெற்றுச் சுகமாக வாழ்வாயாக!' என்று ஆசி கூறினர்.

புண்டரீகர், தம் பெற்றோரைத் தாமும், தம் மனைவியும் ஏறி வந்த இரு புரவிகள் மீது ஏற்றி, தம் மனைவியுடன் கால் நடையாகச் சென்றனர். எல்லாரும் பல புண்ணிய தீர்த்தங்களில் நீராடி, முடிவில் ஊரை அடைந்தனர். புண்டரீகர் தம் பெற்றோர்களின் மனக் குறிப்பை அறிந்து, ஏற்ற பணிவிடைகளைச் செய்து வந்தார். அவரை அந்நகரத்தார் எல்லாரும் புகழ்ந்தனர்.

ஒரு நாள், அவர் தம் பெற்றோர்க்கு, வேலை செய்து கொண்டிருக்கையில், புண்டரீகர் என்னும் பெயருடைய கடவுள் அங்குத் தோன்றினர். பகவான் வந்திருத்தலை அறிந்தும், புண்டரீகர் அவருக்கு உபசாரம் செய்யாமல், ஒரு செங்கல்லை விட்டெறிந்து, 'சுவாமி, அதன் மேல் நின்று கொண்டிரும்; சீக்கிரம் வருகின்றேன்,' என்று கூறி விட்டுத் தம் பெற்றோர்க்கு வேண்டிய வேலையைச் செய்தார். பெருமான், அவரது செயலுக்கு வியந்து, அன்பு கொண்டு அவரை ஆசீர்வதித்துச் சென்றார்.

கேள்விகள்:

1. தெய்வப் பெண் முனிவரைப் பற்றிக் கூறியதும், புண்டரீகர் அடைந்த வருத்தம் என்ன?
2. புண்டரீகர் படும் துன்பத்தைக் கண்டு, தெய்வ மங்கை கூறியது என்ன?
3. குக்குட முனிவரை வணங்கிய பின், புண்டரீகர் என்ன செய்தார்?
4. தம்மை வணங்கிய மகனுக்குப் பெற்றோர் கூறிய ஆசி மொழி என்ன?
5. பெற்றோர்க்கு வேலை செய்து கொண்டிருக்கையில், வந்த கடவுளை எப்படி உபசரித்தார்?
6. பெற்றோர்க்குப் பணிவிடை செய்து வந்த புண்டரீகர் பெற்ற பலன் யாது?

48. நேர வங்கி

வங்கி என்றாலே சொந்தப் பணத்தை பாதுகாப்பாகச் சேமிக்கவும், அவசர பணத் தேவைக்கு கடன் பெறவும் உதவும் ஓர் அமைப்பு.

பணத்தைச் சேமிக்கலாம். காலத்தை அல்லது நேரத்தைச் சேமிக்க முடி-யுமா? நேரத்தைச் சேமிப்பதற்கென்று ஒரு வங்கியும் இருக்கிறதா என்று ஆச்சரியப்படலாம்.

"கால அல்லது நேர வங்கி' (டைம் பாங்க்) என்று சுவிட்சர்லாந்தில் வங்கி செயல்படுகிறது. அங்கே பணத்திற்குப் பதிலாக ஒருவரின் காலம் அல்லது நேரம் சேமிக்கப்படுகிறது. பின்னாளில் நமது தேவைக்காக சேமித்த நேரங்க-ளிலிருந்து கடனாக நேரத்தைப் பெற்றுக் கொள்ளலாம்.

கொஞ்சம் சிந்தித்தால் இந்த நேர வங்கியின் பின்னணியில் ஒரு வாழ்க்-கைத் தத்துவமே அடங்கியிருக்கிறது என்று புரியவரும்.

சுவிட்சர்லாந்தில் அரசின் முதியோர் ஓய்வு ஊதியத் திட்டத்தின் கீழ் இந்த "நேர வங்கி' செயல்படுகிறது. "நேர வங்கி'யில், நம்மால் முடிந்த அளவுக்கு நேரத்தை சேமித்து நமது கணக்கில் வரவு வைத்துக் கொள்ளலாம்.

நேரத்தை எப்படி வங்கியில் சேமிப்பது? நியாமான கேள்விதான் !

முதலில் நேர வங்கியில் கணக்கு ஒன்றைத் தொடங்க வேண்டும். நமது ஓய்வு நேரத்தில் உதவி தேவைப்படுபவருக்கு அல்லது உதவி தேவைப்ப-டும் முதியவருக்கு அல்லது முதியவர்களுக்கு அவர்கள் வீடு சென்று சேவை செய்ய வேண்டும்.அவருடன் பேசிக் கொண்டு இருக்கலாம். முதியவருக்கு என்ன மருத்துவத் தேவை என்று மருத்துவருடன் கலந்தாலோசித்து நேரத்-திற்கு மருந்து கொடுக்கலாம்.

முதியவருக்காக சமையல், வீட்டை சுத்தம் செய்யலாம். உடைகள் சலவை செய்யலாம். இந்த பணிகளில் எத்தனை மணி நேரம் செலவு செய்கிறோமோ அத்தனை மணி நேரம் சேவை செய்தவரின் கணக்கில் வரவு வைக்கப்படும். இந்த சேவைக்கு ஊதியம் கிடையாது. இப்படி பிறருக்குச் சேவை செய்பவ-ருக்கும் வரும் நாள்களில் முதுமை காரணமாகவோ, எதிர்பாராத சுகவீனம் காரணமாகவோ இன்னொருவரின் சேவை, உதவி தேவைப்படலாம்.

அப்படி தேவைப்படும் போது நேர வங்கியிடம் தெரிவித்தால் போதும். வங்கி சமூக ஆர்வலர் ஒருவரை அனுப்பி வைக்கும்.அந்த சேவையாளர் வந்து முன்னாள் சேவையாளருக்குச் சேவை செய்வார்.அப்படி நமக்கு சேவை செய்வதில் எத்தனை மணி நேரம் அவர் செலவிடுகிறாரோ அத்-தனை மணி நேரம் நமது நேரக் கணக்கிலிருந்து கழிக்கப்படும். சேவை செய்-தவரின் கணக்கில் அந்த நேரம் வரவு வைக்கப்படும்.

"இன்று உனக்கு உதவி... நாளை எனக்கு உதவி' என்ற சித்தாந்தத்தின் அடிப்படையில் இந்த "நேர வங்கி' செயல்படுகிறது.இந்தத் திட்டத்தின்

உயரிய நோக்கத்தைக் கருதி சுவிட்சர்லாந்தில் பலரும் அதிக அளவில் நேர வங்கியில் கணக்குத் தொடங்கியுள்ளனர். முதியோரின் கடைசி கால சிரமங்களைக் குறைக்கும் ஒரு சமூகத் தீர்வாகவும் இந்தத் திட்டம் அமைந்துள்ளது.

இந்தியாவில் சுமார் பத்தரை கோடி முதியவர்கள் இருக்கிறார்கள். அதில் ஒன்றரை கோடி பேர்கள் தனியாக வாழ்கிறார்கள். இருபது லட்சம் முதியவர்கள் மட்டுமே முதியோர் காப்பகத்தில் வசிக்கிறார்கள். மற்றவர்கள் கவனிப்பு இல்லாமல் இருக்கிறார்கள்.

இந்தியாவின், தேசிய மனித உரிமை கழகம் 2018-இல் உதவி எதிர்பார்த்து இருக்கும் முதியோர்களுக்காக சுவிட்சர்லாந்தின் "நேர வங்கி' திட்டத்தைத் தொடங்க வேண்டும் என்று பரிந்துரை செய்துள்ளது. ஆனால் இந்தியாவில் நேர வங்கி தொடங்க இன்னும் நேரம் வரவில்லை !

49. மனித நூலகம்

மின் நூல்கள், ஒலி நூல்கள் பற்றி கேள்விப்பட்டிருக்கிறோம். ஆனால், பேசும் நூல்களைப் பற்றியோ மனித நூலகத்தைப் பற்றியோ கேள்விப்பட்டிருக்கிறீர்களா? மனித நூலகம் என்பது மனிதர்களே புத்தகங்களாகச் செயல்படும் நூலகம். இந்த மனித நூலகம் நமக்கு வேண்டுமானால் புதியதாக இருக்கலாம். ஆனால், உலகின் முதல் மனித நூலகம் டென்மார்க்கின் கோபன்ஹேகன் நகரத்தில் 2000-ம் ஆண்டிலேயே தொடங்கப்பட்டிருக்கிறது. மக்களிடம் சமூகத் தொடர்பில் நிலவும் பாரபட்சங்களை எதிர்த்துச் சவால் விடும் நோக்கத்துடன் இது ஒரு சர்வதேச அமைப்பாகச் செயல்பட்டுவருகிறது.

“நேர்மறையாகக் கட்டமைக்கப்படும் உரையாடல்கள் மூலம் வழக்கமான முறைகள், பாரபட்சங்கள் போன்றவற்றுக்குச் சவால் விடும்படி இந்த மனித நூலகம் வடிவமைக்கப்பட்டிருக்கிறது. உண்மையான மனிதர்கள் வாசகர்களுக்குக் கடன் அளிக்கும் இடமாக இது இருக்கிறது. இந்த இடத்தில் கடினமான கேள்விகள் எதிர்பார்க்கப்படுகின்றன, பாராட்டப்படுகின்றன, பதிலளிக்கப்படுகின் றன” என்று விளக்குகிறார் ஹைதராபாதில் மனித நூலகத்தை நிறுவியிருக்கும் ஹர்ஷத் தின்கர் பத். தற்போது உலகம் முழுவதும் 60 நாடுகளில் மனித நூலக அமைப்பு செயல்பட்டுவருகிறது.

கதைகளும் உரையாடல்களும் - வழக்கமான நூலகத்தின் கருத்தின் அடிப்படையில்தான் இதுவும் செயல்படுகிறது. ஒரு புத்தகம் எப்படி வாசிக்கப்படுகிறதோ விவாதிக்கப்படுகிறதோ ஒரே கருத்துடைய வாசகர்களிடம் பகிர்ந்துகொள்ளப்படுகிறதோ அதே போன்றுதான் மனித நூலகத்தில் மனிதர்கள் உரையாடல்களில் ஈடுபடுகிறார்கள். புத்தகங்களை எப்படித் தேர்ந்தெடுக்கிறார்களோ அதே மாதிரி இங்கே உரையாடுவதற்கும் கதைகளைப் பகிர்ந்துகொள்வதற்கும் இந்த நூலகப் பட்டியலிலிருந்து உறுப்பினர்களைத் தேர்ந்தெடுக்கலாம். ஒரே வாழும் புத்தகத்தை இரண்டு வாசகர்கள் தேர்ந்தெடுப்பது,

குழுவாகத் தேர்ந்தெடுப்பது போன்றவையும் சாத்தியம்தான்.

தனியார் கல்வி நிறுவனத்தில் ஊடக விளம்பரம் படிக்கும் மாணவர் ஹர்ஷத், இந்த மனித நூலகங்கள் பற்றி இணையதளம் வழியாக அறிந்திருக்கிறார். அவருடைய ஆர்வத்தால், இந்தியாவிலும் மனித நூலகங்களாகச் செயல்படுவதை அறிந்திருக்கிறார். "இந்தியாவின் முதல் மனித நூலகம் இந்தூரில் தொடங்கப்பட்டது. இப்போதும் அதன் செயல்பாடுகள் வலிமையாக இருக்கின்றன. இந்தக் கருத்து எனக்குப் பிடித்துப்போக, ஹைதராபாதில் மனித நூலகம் தொடங்குவதற்கான வேலைகளைத் தொடங்கினேன்.

பிறரின் கருத்து வேறுபாடுகளைப் பாராட்டுவதற்கும், சமூகத் தடைகளை மற்றவர்களிடம் கேட்டறிவதன் மூலம் புரிந்துகொள்வதற்கும், அவர்களுடைய அனுபவங்களுடன் இணைத்துக்கொள்வதற்கும் இந்த மனித நூலகத்தின் நிகழ்ச்சிகள் மக்களுக்கு உதவி செய்யும்" என்று விளக்குகிறார் அவர். கடந்த மார்ச் மாதம் ஹைதராபாதில் செயல்படத் தொடங்கிய இந்த மனித நூலகத்தில் இதுவரை இரண்டு நிகழ்ச்சிகள் நடத்தப்பட்டிருக்கின்றன.

இந்த மனித நூலகத்தில் என்ன எதிர்பார்க்கலாம் என்று கேட்டதற்கு, "யார் வேண்டுமானாலும் வாழும் புத்தகத்துக்கான ஆதாரமாகச் செயல்படலாம். சொல்வதற்குத் தனித்துவமான கதைகள் யாரிடம் இருக்கிறதோ அவர்களும் வாழும் புத்தகங்களாக மாறலாம். சமூகப் பாரபட்சங்களை அனுபவித்தவர்கள், இனம், பாலினம், வயது, உடல் இயலாமை, பாலினத் தேர்வு, பாலின அடையாளம், மதம்/நம்பிக்கை, வாழ்க்கை முறை தேர்வுகள் போன்றவற்றால் பாதிக்கப்பட்டவர்கள் இங்கே வாழும் புத்தகங்களாக இருக்கிறார்கள். இவர்களைச் சந்திக்க வரும் வாசகர்கள், இந்த வாழும் புத்தகங்களைக் கடன் வாங்கலாம், அவர்களுடன் உரையாடலாம். சமூகத்தில் இருக்கும் பலவிதமான சமூகக் குழுக்களைப் பற்றிய பரந்த பார்வையை இந்த மனித நூலகம் உருவாக்கும். எங்களுடைய முதல் நிகழ்ச்சிக்குப் பெரிய வரவேற்பு கிடைத்தது. பெரும்பாலானவர்கள் புத்தகங்களைப் பற்றிய நேர்மறையான கருத்துகளுடன்தான் சென்றனர்" என்கிறார் ஹர்ஷத்.

மனித நூலகத்தை பெங்களூரு, டெல்லி, மும்பை, கோல்கட்டா, சென்னை, குஜராத் போன்ற நகரங்களுக்கு எடுத்து செல்வதற்கான முயற்சியில் இருக்கிறார்.

'தி இந்து' (ஆங்கிலம்), சுருக்கமாகத் தமிழில்: என். கௌரி

50. தமிழின் நவீன நாயன்மார்கள் யார்? - இந்திரன்

தமிழ் இலக்கிய உலகிற்குள் தாங்கள் எழுதுவது மட்டுமே உயர்ந்த எழுத்து மற்றவர்கள் எழுதுபவை தரம் தாழ்ந்த எழுத்து எனும் எண்ணத்தைக் கட்டி எழுப்பிய நவீன நாயன்மார்களாக சி.சு.செல்லப்பா, க.நா.சு, சுந்தர ராமசாமி, வெங்கட் சாமிநாதன் ஆகியோரைச் சொல்லலாம். சுதந்திரம், சமத்-

துவம், சகோதரத்துவம் என்பதை உயிர்மூச்சாகக் கொண்ட மேல்நாட்டு நவீன சிந்தனையை பேசுகிறோம் எனும் போர்வையில், (வால்ட் விட்மன், டி.எஸ்.எலியட் போன்றவர்களின் பெயர்களை உதிர்த்தபடி) அதற்கு முற்றிலும் எதிரான கீழ், மேல் கற்பிக்கும் சநாதனச் சிந்தனையை தூய எழுத்து X ஜனரஞ்சக எழுத்து, உள்வட்டம் X வெளிவட்டம், கலை எழுத்து X பிரச்சார எழுத்து , இலக்கிய எழுத்து X வியாபார எழுத்து என்கிற எதிர்முரண்களை வெற்றிகரமாகக் கட்டி எழுப்பிய ஜாம்பவான்கள் இவர்கள்தான். இதனை நான் " பிராந்திய நவீனத்துவம்" (REGIONAL MODERNISM) என்று குறிப்பிட விரும்புகிறேன்.

இந்தியா முழுவதும் ஒவ்வொரு இந்திய மொழியிலும் சிறு சிறு வித்தியாசங்களோடு இது நடந்தேறி இருக்கிறது. தமிழில் மானுட விடுதலையை நேசிக்கும் நிஜமான நவீனத்துவத்தைக் கட்டி எழுப்பிய மகாகவி பாரதி, புதுமைப்பித்தன், ப.சிங்காரம், ஜி.நாகராஜன் ஆகியோரின் இலக்கியத் தடத்தைப் பின்பற்றாமல் நவீன நாயன்மார்களின் மாயையில் சிக்கிய தற்கால அறுபத்து மூன்று நாயன்மார்களின் கூட்டம் தமிழை இன்றைய டிஜிட்டல்யுகத்தின் இலக்கியத்தைப் படைக்க முடியாமல் இளைய சக்திகளை தடுத்து வருகிறது.

இதுதான் இன்றைய நவீனத் தமிழ் எழுத்துக்கான மிகப் பெரிய சோகம். ஆனால் இன்று உருவாகி இருக்கும் சுயசிந்தனை எனும் முதுகெலும்புள்ள ஒரு இளைய தலைமுறை மாபெரும் ஒரு மாற்றத்தைக் கொண்டு வரும் என நான் நம்புகிறேன். அதே நேரத்தில் இளைய சக்திகளும் அறிவுத் திமிர் கொண்ட தறுதலைகளாக மாறிவிடக் கூடாது என்றும் கவலையாக இருக்கிறது.

51. ஈரோடு தமிழன்பன்

இந்திரா காந்தி இறந்த துக்கம் தாளாமல் இறந்த தமிழர்கள் பலர்.
கருணாநிதிக்கு சிறையில் சீருடை
கொடுத்ததற்காக தன்னுயிரை மாய்த்துக் கொண்ட தமிழர்கள் பலர்.
அண்ணாதுரைக்கு அஞ்சலி செலுத்தச் சென்று செத்த தமிழர்கள் பலர்
வைகோவை கட்சியிலிருந்து நீக்கியதால் தீக்குளித்த தமிழர்கள் பலர்
தமிழனுக்கு வாழத்தான் தெரியவில்லை என்று எண்ணியிருந்தேன்
ஆனால்..
தமிழனுக்கு சாகக் கூட தெரியவில்லை

பர்வீன் சுல்தானா
என் தலைவன் உதயநிதி ஸ்டாலின்
நான் அவரிடம் கற்றுக்கொண்டது அதிகம்.
நான் மேடையில் பேசுவது அவர் போட்ட பிச்சை

என் இலக்கிய குரு
என் PH. D குரு

52. இலக்கியம் மூன்றுவகைப்பட்டவர்கள்

- மேலாண்மை செ. பொன்னுசாமி

முதல் வகை: இலக்கியத்தின் வலிமையை - கடமையை கொஞ்சங்கூட பொருட்படுத்திக் கொள்ளாமல் - குறைந்தபட்ச தார்மீக உணர்வுகள்கூட இல்லாமல்,.... 'எதையாவது எழுதிச் சம்பாதிப்பது' என்ற சுயநலத்தில் - சமூகத்துக்குக் கேடு விளைவிக்கும் இலக்கியங்களையும், நிஜவாழ்க்கை பிரக்ஞையில்லாத கற்பனைக் கதைகளையும் புற்றீசல்களாகப் படைத்துக் கொண்டிருக்கும் வணிக எழுத்தாளர்கள்.

இவர்கள் மக்கள் மத்தியிலே அம்பலமாகிப் போனவர்கள்.

இரண்டாம் வகை: இலக்கியத்தைப் பாதுகாப்பதற்கே அவதாரம் எடுத்திருப்பதாக தம்மைத்தாமே கற்பனை செய்து கொண்டு மாபெரும் சிந்தனையாளர்களாகக் கருதிக்கொண்டு உலவித்திரிகிற பகட்டு அறிவுஜீவிகள்.

'இலக்கியப் புரட்சிக்காரர்களாக' பகட்டித் திரிகிற இந்த இண்டலெக்சுவல்களின் படைப்புகளை - இயல்புகளை - உற்று நோக்கினால்.... இவர்கள் எத்தனை வறண்டுபோய்க் கிடக்கிறார்கள் என்பது பளிச்சென்று விளங்கிவிடும்.

இந்த எக்ஸிஸ்டென்ஷியலிஸ்டுகளின் சிந்தனைகளும்சரி, படைப்புக்களும்சரி.... சீர்குலைவுத்தன்மை கொண்டதாக இருப்பதையும் காணமுடியும். இவர்களால் மக்களை நேசிக்கவோ, மதிக்கவோ முடிவதில்லை 'மக்கள் வெறும் மந்தைக் கூட்டங்களாக' இவர்கள் 'ஞானக்' கண்களுக்கு தெரிவதால்.. மக்கள் இலக்கியத்தைக் கண்டு, மிகுந்த அருவருப்புடன் முகஞ்சுளிப்பார்கள்.

நடப்புலக வாழ்க்கையின் பயங்கரத்தில் மிரண்டு, புதைந்துபோன இந்த எக்ஸிஸ்டென்ஷியலிஸ்டுகள், வாழ்க்கையை புதுப்பிக்க முடியும் என்ற நம்பிக்கைகளை இழந்துபோனவர்கள். வாழ்க்கையும், சமூகமும், சுரண்டலும், கொடுங்கோன்மையும் மற்றும் சகலமும் மாறவே மாறாது என்கிற மாறா நிலைத் தத்துவத்தைக் கொண்டுவாழும் இந்த மனிதர்கள்.... தங்களை சுத்த சுய இலக்கியவாதிகளாக - அதிமேதாவிகளாக பிரகடனப்படுத்திக் கொள்கின்றனர்.

இவர்கள் தான் -

புதுக்கவிதை என்ற பெயரில் கவிதை இலக்கியத்தையே காயடித்திருக்கின்றனர்.

வாழ்வும், உணர்ச்சிக்கொந்தளிப்புகளும், கற்பனை விசாலமும் கொண்டு எழில் சிந்தி இருக்கவேண்டிய கவிதையை —சாரமற்றதாக - வக்கிரமமா-

கிப்போன அடிமனசுகளின் நெருடல்களாக - தரமற்றதாக சீரழித்துவிட்டனர்.

தமிழ்க்கவிதை உலகத்தில் விஷக்காற்றாக இவர்கள் பரவிவிட்டனர்.

மேடும் பள்ளமும் கொண்ட இந்த சமூகத்தின் மர்ம இருட்டுகளின் மீது ஒளிபாய்ச்சி, அம்பலப்படுத்தவேண்டிய சமூகக் கடமை கொண்ட சிறுகதை பிரதேசத்திற்குள்ளும் இந்த நச்சுக் காற்று பரவி...

இலக்கியம் பிரச்சாரத்திற்கல்ல—அடிமன நெருடல்களை வெளிப்படுத்தவே, என்று கோஷித்து - மனசின் அசிங்கங்களையும், கோரங்களையும் நோக்கமின்றி வெளியிடுகின்ற சாதனமாக சிறுகதை இலக்கியத்தை மாற்றி, சாரமற்றதாக்கி விட்டது.

இவர்கள் தான் -

நாடக உலகிலும் பிரவேசித்து, 'மேடை வேண்டாம்லைட் வேண்டாம் - ஆடை வேண்டாம் - கதை வேண்டாம் வாழ்வோ-உணர்ச்சியோ எதுவுமே வேண்டாம்' என்று மிகப்பலமாக கூச்சலிட்டு நாடகத்தை வீதிக்கு கொண்டு வந்திருக்கின்றனர்.

வளர்ந்துவரும் விஞ்ஞானத்தைப் பயன்படுத்தி, எப்படி அந்தக் கலையை வளர்ப்பது என்ற இயக்க இயல் ரீதியான சிந்தனை இல்லாமல், கலை வடிவத்தைப் பின்னோக்கி இழுத்துச் செல்கின்றனர்.

கெட்டிதட்டிப் போன பழமைகளின் மீது, மக்கள் கொண்டுள்ள வெறுப்புணர்வை பயன்படுத்தி...புதுமைச் சிந்தனை என்ற பெயரில் சகலத்தையும் நிர்மூலமாக்கும் இந்த வக்கிரமனம் படைத்த - நம்பிக்கைகளற்ற - யாவும் மாறும் என்கிற தத்துவத்தை நம்பாத இந்த **இரண்டாவது வகை** புதுமைவேடம் புனைந்த போலி இண்டெலெக்சுவல்களிடம் தான் படிப்பாளிகள் இன்று எச்சரிக்கையாக இருக்க வேண்டும்.

மூன்றாவது வகை : இவர்கள் இலக்கியத்தையும், மொழியையும் நேசிப்பதைப்போலவே - அல்லது அதிகமாக மக்களை நேசிக்கின்றனர்; வாழ்க்கையைக் காதலிக்கின்றனர்.

மக்களையும் வாழ்க்கையையும் நேசிப்பதனாலேயே - மக்கள் வாழ்வதற்குப் பொருத்தமில்லாமல் ஆகிவிட்ட இந்த சுரண்டல் சமூகத்தின் மீது ஆழ்ந்த பகைமை கொண்டிருக்கின்றனர். இந்தச் சமுதாயம் மனிதகுலத்தால் தூக்கியெறியப்பட்டு, புதிய சமுதாயம் நிர்மாணிக்கப்படும் என்று வலுவான நம்பிக்கை கொண்டிருக்கின்றனர். நனவுலகத்தைப் புரிந்து கொண்ட இலட்சியக் கனவுகளுடன் பயணத்தைத் தொடங்கியிருக்கிற இந்த மூன்றாம் வகை முற்போக்கிலக்கியப்படை வரிசையில் ஒரு வீரனாக நிற்பதில் பெருமை கொள்கிறேன்.

அடங்கிப் புழுங்கிக் கிடக்கிற இந்த மக்கள் கூட்டம், சன்னஞ் சன்னமாக உஷ்ணப்பட்டு, எரிமலையாக கனன்று கொண்டிருப்பதை நான் உணர்வதாலேயே...வரப்போகும் சமூக மாறுதலையும், அதற்கான புரட்சியையும் உத்வேகத்துடன் வரவேற்கிற எழுத்தாளனாக இருப்பதில் நான் மிகவும் பெரு-

மைப்படுகிறேன். என்னால் நேசிக்கப்படுகிற தொழிலாளி வர்க்கமும், உழவர் வர்க்கமும், வாலிபர்களும், என்னையும் நேசிப்பார்கள் என்ற நம்பிக்கை எனக்கு நிறையவே உண்டு.

சவன் மரபும் சங்க இலக்கிய மரபுக் கொடைஞர்களும் ஆல்ப இலக்கிய-வாதிகளும்

53. யாழ்ப்பாண குளங்கள்

- நட்சத்திரன் செவ்விந்தியன்

CLUB HOUSE இன் முன்னோடி குளங்களே

குளங்கள் மனோரதியமானவைகள். ரம்மியமானவைகள். மனித நாகரீ-கங்களின் ஊற்றுவாய்கள். குண்டிகழுவ(ஒரு கரை) குளிக்க (எதிர்க்கரை) என்றிருந்த குளம் வேறு. குடிக்கும் தண்ணீரள்ளும் குளம் அல்லது துரவு என்றிருந்தது வேறு. ஆக இந்த இரண்டு குளங்களும் இல்லாவிட்டால் ஆதிகாலத்தில் அது ஒரு ஊரே அல்ல. ஆறுகள் அரிதானவை. ஆறு இல்-லாத ஊர் உண்டு. குளம் இல்லாத ஊர் இல்லை. சமயங்கள் வரமுதலே ஊரின் மையமாக இருந்தது குளம். கோயில்களை விட முந்தியவை குளங்-கள். ஆதிகாலத்தில் குளத்தங்கரையே ஊரின் பஞ்சாயத்தாக உள்ளூராட்சி சபையாக இருந்தது. தமிழில் வெளிவந்த முதல் சிறுகதை குளத்தங்கரை அரசமரம். இந்த தலைப்பு குளம் ஆதித்தமிழ் சமூகங்களில் வகித்த பங்-கைச்சொல்லும்.

முன்னொரு காலத்தில் யாழ்ப்பாணத்தில் நவீன நாகரீகம் வரமுதல் போர்த்துக்கேசியர்கள் வரமுதல் ஊர் ஊராக இருந்த காலத்தில் வீட்டில் கக்கூஸ்கள் இருந்ததில்லை. அக்கால யாழ்ப்பாணத்தமிழில் மலங்களிப்பதை "வெளிக்குப்போவது" என்றுதான் சொல்வார்கள். அதாவது வீடடில் மலங்க-ளிக்க முடியாது. "வெளியே" ஒரு மலங்களிக்கும் community பனங்காட்-டில் மலங்களித்து விட்டு குளத்தின் பீச்சாங்கரையில் குண்டி கழுவிவிட்டு அதே குளத்தின் எதிர்க்கரையில் குளித்துவிட்டு வீடேகுவதுதான் அக்கால சடங்கு. இந்த இரகசிய விடயங்களை வைகறையிலேயே(அதிகாலை 4 இலிருந்து 6 மணிக்கு இடைப்பட்ட நேரம்) இருட்டில் ஒளி வருவதற்கு முதல் செய்துமுடிக்க வேண்டும்.

1. குளத்தோடு கோபித்துக்கொண்டு குண்டி கழுவாமல் இருக்கப்போகிறீர்-களா?

2. குளம் எத்தனை குண்டியைக் கண்டிருக்கும்? குண்டி எத்தனை குளத்-தைக் கண்டிருக்கும்?

மேலுள்ள இரண்டு தமிழ் பழமொழிகளும் குளம் நம் ஆதிச்சமூகங்களில் ஒவ்வொரு ஊரிலும் வகித்த முக்கிய பங்கைச் சொல்லும். அதாவது குளம் தான் ஒவ்வோரு ஊரினதும் புலனாய்வு ஸ்தாபனம். ஊரிலுள்ள ஒவ்வொரு

மாந்தரையும் அவர்தம் நிர்வாணங்களையும் மட்டுமல்ல அவர்தம் இரகசியங்கள் முழுக்க அறிந்தது குளம். ஏனெனில் குளிக்கும்போதுதான் மாந்தர் தம்தம் ரகசியங்களையும் கவலைகளையும் திட்டங்களையும் நெருங்கியவர்களோடு பகிர்ந்துகொள்வார்கள். யாருடைய மகள் சாமத்தியப்படப்போகிறாள்? யார் யாரோடு ஓடிப்போகப்போகிறார்கள் என்கிற புலனாய்வுத் தகவல்கள் குளத்துக்குத்தான் முதலில் தெரியவரும். இக்கால தொழில்நுட்பம் அக்காலத்தில் இருந்திருந்தால் உளவு ஸ்தாபனங்கள் செய்திருக்கவேண்டியது ஒன்றுதான். குளத்தில் நீருக்கடியில் ஒட்டுக்கேட்கும் கருவியை பொருத்துவதுதான். குளத்தங்கரை அரசமரம் சிறுகதையைப் படித்துப் பாருங்கள். புரியும்.

அச்சுத்துறையும் பத்திரிகைகளும் வெளிவராத அக்கால வாய்மொழி மரபுக்காலத்தில் குளங்கள் ஊடகத்துறையாகவும் சனசமூக நிலையங்களாகவும் தொழிற்பட்டன. தனியே சாப்பிடுவது கொடுமை. அதைவிடக் கொடுமை கிணற்றிலோ முடிய பாத்ரூம் அறையிலோ தனியக் குளிப்பது. குளத்தில் ஊரே ஒருங்குசேரக்குளிப்பது பரவசம்.

குளங்கள்தாம் அக்கால ஓர்கானிக் Swimming Pool. மீன்களோடு உரசிக்கொண்டு நன்னீரில் நீந்துவது நல்ல நீச்சல் பயிற்சி.

உண்மையில் Clubhouse ஐ அந்தக்காலத்திலேயே நாம் கண்டுபிடித்துவிட்டோம். சிங்கிள் ஆண்களுக்கு ஒரு கிளப். சிங்கிள் பெண்களுக்கு ஒரு கிளப். இதைவிட காதலர்களுக்கும் கப்பிள்சுக்கும் பல பிறைவேற் கிளப்புக்கள். பிறைவேற் கிளப் காதலர்/ கப்பிள்ஸ் பீச்சும்போது பனங்காட்டில் வெகுதூரம்போய் பிறைவேற் ஏரியா பிடிச்சு பீச்சவேண்டும்.

இக்கால கிளப்ஹவுஸ் போல அக்காலத்திலும் இருட்டில் ஒருவருடைய குரலை வைத்தே யார் பேசுகிறார் என்றறிந்தார்கள். இக்காலத்தைப்போல பக்கத்து கிளப்ஹஸூகளுக்கும் எட்டிக்கேட்டார்கள். பீச்சும் பனங்காடுகளும் பின் குளிக்கும் குளங்களும் தான் அக்காலத்தின் மிகப்பெரிய (குரல் மட்டும்) சமூக வலைத்தளங்கள். இக்கால கிளப்ஹவுஸில் தூசணம் கதைப்பது அக்கால இருட்டுக் காலத்தின் தொடர்மரபு.

இந்து மதம் வருவதற்கு முதல், சாதிகள்/சாதி வெறி வருவதற்கு முதல் குளங்களே கோயில்களாக இருந்த ஒரு மகத்தான காலத்தில் வாழ நமது தலைமுறை கொடுத்துவைக்கவில்லை. அதுவொரு அற்புதமான காலம். முன்னிரவில் நிலவிலோ அமாவாசையிலேயோ கள்ளக்காதலர்கள் குளத்தில் நீராடியதைப்பற்றி எந்தச்சங்ககாலக் கவிஞனும் ஒரு கவிதை எழுதியிருக்கிறானா தெரியாது. அப்படியான கவிதைகள் இருந்தால் அவைதான் The Most Erotic Sangam poetry ever ஆக இருந்திருக்கும்.

இப்போ காலம் மாறிவிட்டது. குளம் என்கிற Community Bathhouse ஐ நாம் மறந்துவிட்டோம். நல்ல தண்ணி குளத்தில் தண்ணீர் மொண்டு வந்த பெண்களிடம் கெஞ்சி கேட்டு தண்ணீர் அருந்திய எம் அப்பன்களின் காலத்தை மறந்துவிட்டோம். . மூன்று வயதுப் பெண்குழந்தையை ஊர்க்-

குளத்தில் அரப்புபோட்டு குளிப்பாட்டி நீராட்டி துடைத்து சீருடை உடுத்தி அருகிலுள்ள வைரவர் கோயிலுக்கு போய் வணங்கி வடைமாலை சாப்பிடும் வரம் நம்மெல்லோருக்கும் வாய்ப்பதில்லை.

இப்போது நவீன காலத்தில் நாங்கள் குளத்தில் குளிப்பதை நாகரீகமாகக் கருதுவதில்லை. நம்மில் பலருக்கு நீந்தவும் தெரியாது. அந்தக்காலத்தில் நீந்தத்தெரியாத மாந்தர் இருந்ததில்லை. குளங்களை நாங்கள் நவீன வாழ்க்கைக்கேற்றவாறு மாற்றவேண்டும். குளிப்பதற்கு மட்டுமானதல்ல குளங்கள். குளங்களின் சூழலியல், அழகியல், கைத்தொழில், பொருளாதார, நீர்ப்பாசன, மரபுரிமை முதலிய பயன்களை அடியொற்றி நமது குளப்பயன்பாட்டு கொள்கையை வகுக்கவேண்டும்.

யாழ்ப்பாணத்தில் காலனியாதிக்க காலத்திற்கு பின்னர் முக்கியமாக ஈழப்போர் காலத்தில் குளங்களை நாம் கைவிட்டுவிட்டோம். யுத்தம் முடிந்தபின் யாழ்ப்பாணக் குளப்புனரைப்பு முன்னோடி அமரர் ராமதாசன் எந்திரி, தற்போதையை யாழ்நகர நகரபிதா மணிவண்ணன், பெயரறியாத பல சூழலியல் நடவடிக்கையாளர்கள் ஆகியோரின் முயற்சியால் இப்போது குளங்களைப் புனரமைக்கும் சூழலியல் புரட்சியொன்று வெடித்துள்ளது. இதனை சரியாகப் பயன்படுத்திபயன்பெற ஈழத்து உள்ளூராட்சி சபைகளுக்கு சில ஆலோசனைகள்.

1. முன்னேறிய நாடுகளின் உள்ளூராட்சி சபைகள் இயற்கையான ஏரி, குளம் முதலியவற்றை Organic நீச்சல் தடாகங்களாக்கி பராமரிக்கின்றன. யாழ்ப்பாண உள்ளூராட்சி சபைகள் தம்மிடமுள்ள சில குளங்களையும் இவ்வாறு நீச்சல் தடாகங்களாக்கலாம். இதற்கான பராமரிப்பு செலவை பாவனையாளர்களிடமிருந்து சிறு தொகையாக அறவிடலாம். இம்மாதிரியான பொழுதுபோக்கு உடற்பயிற்சி வசதிகள் ஹோர்மோன்கள் கதிச்ச யாழ் இளைஞர்/ இளைஞிகளை நல்வழிப்படுத்தவும் உதவும்.

2. வெப்ப நகரமான யாழில் குளங்கள் பழமுதிர்ச்சோலைகள். குளத்தை அண்டிய பகுதியை ஒரு பூங்காவாக்கி குளத்தில் மிதக்கும் Cafe/ Restaurant/மதுச்சாலை ஆகவோ அருகிலுள்ள பூங்காவிலோ இவற்றை அமைத்து உள்ளூராட்சி சபைகள் இவற்றால் வருமானமும் ஈட்டலாம்.

3. குளங்களின் ஆதிகால செயற்பாடுகளிலொன்றாகிய சனசமூக நிலையம் என்ற கொள்கையை அடியொற்றி ஒவ்வொரு குளத்தை அண்டியும் ஒரு நூலகத்தை அமைக்கலாம். இது முடியாவிட்டால் குளக்கரைகளில் ஒரு புத்தகப்பரிமாற்ற நிலையத்தை ஆரம்பிக்கலாம். உள்ளூராட்சி சபைகள் செய்யவேண்டியதெல்லாம் மழையிலும் வெய்யிலிலும் பாதிக்கப்படாதவாறான ஒரு பஸ் நிலையமளவுள்ள ஒரு கட்டடத்தை இங்கு கட்டுவதே. அங்கு பொதுமக்கள் தாங்கள் படித்த ஒரு புத்தகத்தை வைத்துவிட்டு அங்கிருக்கிற இன்னொரு எடுத்து செல்வதே நடைமுறை. இதற்கு புலம்பெயர் தமிழர்கள் உதவலாம். வெளிநாடுகளில் பல பாவித்த புத்தகங்கள் சந்தை, கடைகண்ணி,

தேவாலயம், தெருமுனைகளில் கிடைக்கிறது. இவற்றையெடுத்து புலம்பெயர் தமிழர்கள் ஊருக்கு அனுப்பினாலே போதும்.

4. குளம் ஒரு பழைய கால சாமான் என்பவர்களுக்காக யாழ் மாநகர சபையே ஆரிய குளத்தில் ஒரு பழைய (பாவித்த) புத்தகக்கடையை ஆரம்பிக்கலாம். புலம்பெயர் தமிழர் அனுப்பும் புத்தகங்களில் பழைய கிளாசிக் அரிய புத்தகங்களை ஒரு கொத்துரொட்டியின் விலைக்கு சமனாக யாழ் நகரசபை விற்றாலும் வருமானம் வராவிட்டாலும் நட்டம் வர வாய்ப்பில்லை.புத்தகக் கடையில் மாநகரசபை ஒருவருக்கு வேலை கொடுப்பது ஒரு வரம். ஆரிய குளத்தில் ரோல்ஸ்ரோயின் Anna Karenina வாசித்தவன் கலைஞனாவானே தவிர ஆவா குறூப் ஆகமாட்டான்.

காப்பியா - வானம் பார்த்த பூமியான இராமநாதபுரத்தில் குளங்களை குடிப்பதற்கு பயன்படுத்தும் ஊர்கள் இருக்கிறது. நாரை அமராத கண்மாய் உண்டு. தமிழக மாநகர புறநகர் வழி அகலச்சாலை வழியில் வரும் கண்மாய்கள் சவனக்கழுவலாக இருந்ததை தற்போது தேசிய நெடுஞ்சாலை ஆனையம் சுற்றுக்கரை கட்டி நடைபயிற்சி பூங்காவாக்கி விட்டது. அதன் எதிரில் இயந்திர ஓட்ட மிஷின் என்ன கொடுமை...

54. எழுத்தாளர் மலர்வதி

தற்போது பகுதிநேர பணிபுரியும் என்.வி.கே. எஸ் பள்ளியில் இந்த ஆண்டு மட்டும் பதினெட்டு மாணவர்கள் புத்தகம் எழுதியிருக்கிறார்கள். கடந்த ஆண்டு ஏழு மாணவர்கள்...

ஒரு எழுத்தாளனின் வாசனை படரும் இடமெங்கும் புது புது பூக்கள் பூத்துக்கொண்டே தான் இருக்கும். எத்தனையோ கல்லூரி நிகழ்வுகளில் கலந்து கொண்டு சிறப்புரை நிகழ்த்தி விட்டு வருகையில் எழுத்தின் சொலிப்போடு, அதன் மாபெரும் கனவோடு என்னைச்சுற்றி வரும் மாணவர்களை உள்வாங்கியிருக்கிறேன். அவர்கள் உருவாகியிருக்கிறார்கள்.

எழுத்தாளன் எங்கே சென்றாலும் அவனின் அதிர்வுகள் எதோ ஒரு சிறு மாற்றத்தையேனும் உருவாக்கி விடும் என்பதை அனுபவத்தில் பார்க்கிறேன். ஆனால் இந்த சமூகம் எழுத்தாளனை புரியவில்லை; முழுமையாக பங்கேற்க அனுமதிக்கவில்லை. சில மேடைப்பேச்சாளர்களின் மேடைப்பேச்சை கேட்டு நானும் பல இடங்களில் மெய் சிலிர்த்திருக்கிறேன். அன்பு பேசுவார்கள்; சத்தியம் பேசுவார்கள்...ஒழுக்கம் கூட பேசுவார்கள். அவர்களின் எழுச்சி மிக்க பேச்சுக்கான விலை ஒன்றரை லெட்சம் என்கிறார்கள். இது போக வசதியான பயண ஏற்பாடுகள். தங்கும் இட வசதிகள். உயர் ரக உணவுகள். அப்பாடா என்று தோன்றுகிறது. யாரோ எழுதி வைத்த குறிப்புகளை பேசுகிறார்கள். ஆனால் உயிரிலிருந்து உதிரம் பெருக்கி சதா நேரமும் இலக்கியமாக வாழும்

எழுத்தாளனை ஏன் இவ்வளவு அவமதிக்கிறார்கள். எழுத்தாளன் பேச்சாளன் ஆக முடியாது தான்...ஆனாலும் அவன் குரல் இங்கே அவசியமாகி போகிறது.

இரண்டு மாதங்களுக்கு முன் பெரம்பலூரில் இலக்கிய நிகழ்வுக்கு ஒருவர் அழைத்தார்.' வெளியூருக்கெல்லாம் வர பஸ்ஸுக்கே கொஞ்சம் ஆகி போயிரும். நீங்க ஒரு ஐயாயிரம் ரூபா தாங்க...வருகிறேன்' அவ்வளவு தான் போனை துண்டித்தார். அப்படியே மதுரை கல்லூரி ஒன்றில் சிறப்பு விருந்தினராக அழைத்தார்கள். 'வெளியூருண்ணா ஒரு ஐயாயிரம்' சொல்வதற்குள், 'யோசித்து விட்டு பேசுகிறோம்' நல்லாவே யோசிக்கட்டும். ஒரு பிரச்சனையும் இல்லை. ஆரம்ப காலங்களில் ஐநூறுக்கு ஆயிரத்துக்கு ஏன் வெறும் தோள் துண்டுக்கு எதோ ஒரு ஷீல்டுக்கு என்று மெனக்கெட்டு அலைந்து போனதுண்டு; இலக்கியம் அல்லவா? ஆனால் இப்போது தான் கொஞ்சம் வாய் திறந்து கேட்கிறேன். கேட்க கஷ்டமாக இருந்தாலும், எழுத்தாளனின் நேரத்திற்கும் அலைச்சலுக்குமான விலை பேச வேண்டியிருக்கிறது. ஐயாயிரம் கேட்டது பெரும் தொகையோ? தெரியவில்லை...

55. இங்கே யாருக்கும் வெட்கமில்லை

– க. விக்னேஷ்வரன்

நவீன தமிழ் இயக்கத்தில் வாசகர்கள் பரப்பு என்பதே இருக்கிறதா என்கிற கேள்வி.

இங்கே இருப்பது ஒன்று
அரசியல், இயக்கங்களின் சித்தாந்தம் சார்ந்த குழு;
இலக்கிய மடங்கள் சார்ந்த குழு;
வட்டாரம் சார்ந்த இலக்கியக் குழு;
சாதி அடிப்படையில் மறைமுகமாக இயங்கும் குழு;
தனிப்பட்ட எழுத்தாளர்கள் சார்ந்து இயங்கும் குழு;
பதிப்பகம் சார்ந்து இயங்கும் குழு;
வாசிப்புக் குழுக்கள் சார்ந்து இயங்கும் குழு;
பெண் எழுத்தாளர்களையும் பெண் கவிஞர்களையும் ஆதரிக்கும் எழுத்தாளரை மையமாகக் கொண்டு இயங்கும் குழு என்று பலவற்றைச் சொல்லலாம்.

இவை பல நேரங்களில் ஒன்றுடன் ஒன்று முரண்படுகின்றன அல்லது அரவணைத்துச் செல்கின்றன.

ஆனால் அடிப்படையில் இயங்கும் இந்தக் குழுக்களில் தலைமைப் பீடம் முதல் குழு உறுப்பினர்கள் வரை மூன்று இலட்சியங்களில் முதன்மையானது எழுத்தாளர்களாக மாறி நிற்பது,

இரண்டாவது தங்கள் தொகுப்புகளுக்கு குழுக்களின் ஆதரவு தேடுவது,

அதில் வெற்றி பெற்று "நானும் எழுத்தாளன்" என்று ஜீப்பில் ஏறுவது,
மூன்றாவது முடிந்தால் தலைமைப் பீடத்துடன் முரண்பாடு கொள்வது அல்லது குழு மாறுவது.
அச்சில் கொண்டுவந்திருக்கும் தங்களின் புத்தகங்களை யாராவது விமரிசனம் செய்துவிட்டால், தங்கள் குழுவின் உதவியுடன் விமரிசனம் செய்தவரின் சுயசாதியைக் கண்டுகிடித்து தாக்குவது.
இந்த அனைத்து குழுக்களின் அடிப்படை நோக்கமோ அல்லது உயர்ந்த இலட்சியமோ எழுதுவது,
எழுத்தாளர்களாக மாறுவது, எவனுக்கும் புரியாத கவிஞர்களாக மாறுவது,
அடிப்படை மொழியின் இலக்கணம் தெரியாவிட்டாலும் மொழிபெயர்ப்பாளர்களாகப் பரிமாணம் கொள்வது என்று இருக்கிறது.
இதில் பலரின் உயர்ந்த இலட்சியம் குறைந்தபட்சம் நான்கு வாசகர்களுக்கு கையெழுத்துப் போடும் படியான ஒரு புகைப்படத்தைப் பெறுவது.
இந்தக் குழுக்களின் அடிப்படை அல்லது உயர்ந்த இலட்சியம் இதுவாக இருக்கும்போது, எப்படி இக்குழுக்களின் வழியே மிகச்சிறந்த வாசகர்கள் உருவாகி வருவார்கள்?
உண்மையில் மிகச்சிறந்த வாசகர் என்கிற அரிய இனத்தை நாம் தொலைத்து பல தசாப்தங்களாகிவிட்டன.
காரணம், இங்கே யாருக்கும் இலக்கியத்தின் உட்பொருள் அல்லது வாசிப்பு தரும் அறிதலே, அது சமூகத்தில் தங்கள் வழியே உருவாக்கும் கருத்துருவாக்கமே முக்கியமல்ல.
இங்கே யாருக்கும் வெட்கமில்லை என்கிற அரசியல் சொல்லாடல் ஒன்றுண்டு.
இலக்கியத்திலும் இப்படி வைத்துக்கொள்ளலாம் - இலக்கியம் பற்றிய அக்கறை, பொறுப்புணர்வு, கடமை இங்கே யாருக்கும் இல்லை என்னையும் சேர்த்துச் சொல்கிறேன்.

56. பெருந்திரள் திரை நடிகனும் துளித்திரள் கைத்திரை நடிகனும்

41 பேர் இறந்து முப்பது நாள்கள் கூட முடியவில்லை .அதற்குள் Normal ஆ பேட்டி கொடுக்க முடியுது. இதன் பின்னனியில் இருப்பது பணம் மட்டுமல்ல. சினிமா எனும் மாபெரும் பூதம் உண்டாக்கி வைத்திருக்கிற முட்டாள்தனமான தீவிர ரசிக மனப்பான்மை. திரையில் நடப்பதை கேள்விகள் ஏதுமற்று அப்படியே உண்மை என நம்பும் மக்கள் கூட்டம் இருக்கும் வரை இது மாறப்போவதில்லை. - தாமரை பாரதி

சமூகத்திற்காக இலக்கியத்தைப் படைக்கும் தான் ஒரு எழுத்தாளன் என

பறைசாற்றிக் கொண்டு, நாள்தோறும் படைப்புகளுக்குப் பதிலாக புகைப்பட பதிவுகளையும், எதற்குமே உதவாத நாசமாய் போகும் பதிவுகளை அள்ளி தலைக்கு மேல் எறியும் நபர்கள், ஆட்சியின் அவலங்களை எதிர்த்து எழுதியதையும், போராடியதையும் பட்டியலிட்டால் வெற்றுத்தாள்களின் மீது பொம்மைத் துவக்கு அமர்ந்திருப்பதை காணலாம்.

எழுத்துக்கு வெளியே நிறைந்திருக்கும் கேவலங்கள் எழுத முடியாத கேவலங்கள் மட்டுமல்ல நெருப்பே தலை குனிந்து ஓடும் கேவலங்கள். நீங்கள் முகநூல் திரையில் தோன்றி உங்களது புகைப்பட பதிவுகளுக்கும், காணொளி பதிவுகளுக்கும், விருப்பகுறிகளை இரசிகர்களாக நினைக்கும் போது நடிகனுக்கும் உங்களுக்குமான வித்தியாசம் என்ன?

விஜய் கூட்ட நெரிசலில் 41 அப்பாவி மக்கள் இறந்தது குறித்த சர்ச்சைகள் இன்னும் முடியவில்லை. திரும்பச் சொன்னால் அரசியல் இங்கு தான் தொடங்குகிறது.

நடிகர் விஜய் குறித்து பாசிட்டிவாக அரசியல் செய்திகளைத் தருகின்ற புதிய தலைமுறையின் தலைமைச் செய்தியாளர் ஊடகவியாளர் சமஸ் இங்கு பலராலும் பந்தாடப்படுகிறார். நேற்று வரை நடந்தது அனைத்தையும் மறந்து கண்மூடித்தனமான திராவிட அரசியல் நிலைப்பாடுகள். முகநூல் பெண் பிரபலம் ஒருவரை உள் பெட்டியில் மோசமான முறையில் கேடு கெட்ட மனிதன் ஒருவர் திட்டிய போது, பிரச்சனை செய்தவரை 90 சதம் பேர் இங்கு சங்கி, சங்கி என்று சொல்லியே அடித்தார்கள். நீண்ட கால நண்பரான பெண் தோழரை what's app - இல் அக்கறையுடன் ஒரு கேள்வி கேட்டதற்கு அவர் நீங்களும் ஒரு சங்கி தானே என்று பிளாக் செய்தது ஒரு தனிக் கதை. தான் செய்வது, பேசுவது மட்டுமே சரி என்று எண்ணுகிற மனநிலை என்று தான் இதைச் சொல்வேன்.

இன்று உளவியல் நிபுணர் ஷாலினி, காலம் எல்லாம் மோடி பாசிசம் என்று பேசிய போது அந்தக் கட்சி சார்ந்து ஒருவர் கூடத் தரக்குறைவாகத் தன்னைப் பேசியதில்லை; கேள்வி கேட்டதில்லை. ஆனால் இன்று மாற்றுக் கருத்துப் பேசிய ஒரே காரணத்துக்காகக் குறி வைத்துத் தாக்கப்படுவதாகக் கூறிக் கிண்டல் செய்கிறார். இத்தனைக்கும் இவர்கள் அனைவரும் ஆட்டினை அள்ளித் தெளித்தவர்கள் தான் என்கிறார். எது பாசிசம்? என்று கேள்வி கேட்கிறார் ஷாலினி.

எழுத்தாளர் கார்ல் மார்க்ஸ் கணபதி, ஊடகவியலாளர் சமஸ் குறித்த சர்ச்சையில் தனது கருத்துகளை வெளிப்படையாகப் பேசி இருக்கிறார். இங்கு எல்லோருக்கும் அவரவரது அரசியல் இருக்கிறது. அது ஒவ்வொருவரின் உரிமையும் கூட. ஆனால் முரண்படுகின்ற ஒருவர் அரசியலே இனி பேசக்கூடாது என்ற வன்மத்துடன் ஏதோ ஒன்றின் பெயரால் வசை மாறி பொழிவது தான் அச்சம் தருவதாக இருக்கிறது.

அரசியல் கருத்துரிமை ஒவ்வொருவருக்கும் உண்டு என்று நீளமாகப்... பேசுவார்கள். ஆனால் அது அவர்களுக்குப் பிடிக்கின்ற அரசியலைப் பேசும் வரை மட்டுமே என்பதை நாம் இட்டு நிரப்பிக் கொள்ள வேண்டும். அவ்வளவு தான்.

57. முரளி சீதாராமன் கொமண்ட்

சிம்பிள்... திராவிடமாடல் ஒரு நிலையான பார்முலா வைத்துள்ளது. இப்போது இடதுசாரி முற்போக்குகளும் அதில் இணைந்து விட்டார்கள்.

அவர்களோடு இணக்கமாக நீங்கள் இருக்கும் வரை - "தோழர்"- "முற்போக்கு"- "அக்கிரகாரத்து அதிசயப் பிறவி"...(வ.ரா.பற்றி அண்ணாதுரை) இப்படிப் பல குடுகுடுப்பைக்காரன் உடைகளை அணிவித்து அழகு பார்ப்பார்கள்.

அவர்களோடு ஏதேனும் ஒரு விஷயத்தில் (அல்லது முற்றிலுமாக) முரண்பட்டு கேள்வி கேட்கத் தொடங்கினால் - "நீ சங்கி"- "மாட்டு மூத்திரம்"- "பார்ப்பான்"- "வந்தேறி"...

ஆனால் திராவிட மாடலுக்கு இது TIME TESTED FORMULA.

நீண்டகாலமாக தகப்பன் பெட்டியில் வைத்து - "சமயம் வரும்போது பெட்டியைத் திறந்து பயன்படுத்து மகனே!"- என்று வடிவேல் காமெடியில் வருவது மாதிரியான சிரைப்புக் கத்தி இந்த பார்முலா.

அவர்களை ஆதரித்தால் "மூதறிஞர்" - அவர்களை எதிர்த்தால் "குல்லுக பட்டர்". (ராஜாஜிக்கு)

இதில் வேடிக்கை அவர்களுடைய தலைவர் அண்ணாதுரையே இந்தத் தாக்குதலுக்கு தப்பவில்லை.

ஈ.வே.ரா வை விட்டு விலகி, திமுக தொடங்கிய அண்ணாதுரை சில பொதுப் பிரச்னைகளில் - குறிப்பாக ஹிந்தி பிரச்னை போன்றவற்றில் ராஜாஜியுடன் ஒரே மேடையில் பேசினார். (அதற்கு சில ஆண்டுகள் கழித்தே 1967 ல் முறையான திமுக - சுதந்திரா கூட்டணி உருவாயிற்று).

ஆனால் 1962 க்குப் பின்னரே ராஜாஜி - அண்ணாதுரை இருவருக்கும் இணக்கம் ஏற்பட்டு விட்டது.

"பெரியார் நான் படித்த திண்ணைப் பள்ளிக்கூடம் - ராஜாஜி நான் பயின்ற பல்கலைக் கழகம்"-என்றெல்லாம் அண்ணாதுரை பேசத் தொடங்கிவிட்டார்.

அதாவது ஈவேராவின் பள்ளிக்கூடம் தாண்டாத படிப்பறிவையும் ராஜாஜியின் வக்கீல் படிப்பையும் சாதுர்யமாக குறிப்பிட்டார் அண்ணாதுரை.

அதற்கு ஈவேரா ஆதரவாளர்கள் அண்ணாதுரை மீது சுமத்திய விமர்சனம்:- "பஸ்ஸுல்லா ரோட்டுச் சீடை அண்ணாதுரையை பார்ப்பான் ஆக்கிவிட்டது!" (ராஜாஜி வீடு இருந்த இடம் பஸ்ஸுல்லா ரோடு)

முதலாளித்துவம் புகுத்துகிற நவீனமயம் எப்படிப்பட்டது, அதன் உண்மை நோக்கம் என்ன, உண்மையான நவீன வாழ்க்கை என்றால் என்ன, உண்மையான முற்போக்குப் பாதை என்றால் என்ன என்பதை யெல்லாம் புரிய வைக்கிற கடமை கலை-இலக்கிய வாதிகளுக்கு வந்திருக்கிறது. - **கே. என். பணிக்கர்**

எழுத்தாளர்களின் நிலையும் - எழுத்தாளர்களின் பங்கும் என்ன?

சமூகத்தின் அரசியல், பொருளாதார நிலை, பல்வேறு வரலாற்றுத் தருணங்கள், ஏற்றத்தாழ்வுகள், இன்றைய சவால்கள், வளர்ச்சிக்கான தடைகள், அந்தச் சமூகத்தின் கூட்டு மனசாட்சி போன்றவற்றைக் கட்சி சாய்வின்றிப் புரிந்துகொள்வதே அரசியல் புரிதல். அந்த வகையில், தமிழ்நாட்டின் தனித்துவ அடையாளங்களான மொழியுணர்வு, கூட்டாட்சி, சமூகநீதி போன்றவற்றை அதன் உண்மையான பொருளோடு புரிந்துகொள்வதும் இவற்றை உள்ளடக்கிய ஓர் ஆரோக்கியமான எதிர்காலத்தைக் கட்டமைப்பதும்தான் இன்றைய இளைஞர்களின் முன் உள்ள சவால்கள்.

தமிழ்நாட்டைப் பொறுத்தவரை, கடந்த காலத்தில் நடந்த இளைஞர்களின் பல்வேறு போராட்டங்களே அதன் இன்றைய வடிவத்தை நிர்ணயித்திருக்கின்றன. பல்வேறு மாணவப் போராட்டங்கள் சீரான ஒழுங்குடனும், தெளிவான அரசியல் நோக்கங்களுடனும் தேசத்துக்கே முன்னுதாரணங்களாக இருந்திருக்கின்றன. ஆனால், கட்டுப்பாடற்ற கும்பல் மனநிலை, கூச்சல், ஆரவாரம், எந்த அரசியல் நோக்கமும் அற்ற ரசிக மனநிலை, ஒழுங்கின்மை, வன்முறை என இளைஞர்கள் கூடும் சமீபத்திய அரசியல் கூட்டங்கள் பெரிதும் வருத்தம் அளிக்கின்றன. அரசியல் முதிர்ச்சியற்று, சுயமரியாதை யற்று வெறும் மந்தைகளாக இளைஞர்கள் திரள்வது சமூகத்தின் எதிர்காலத்துக்கு நல்லதல்ல. மந்தை மனநிலையிலிருந்து அவர்களை உண்மையான அரசியல் இயக்கமாகத் திரட்டுவதே சிவில் சமூகத்தின் முன்னுள்ள சவால்.

ஜாதி, இனம், நாயக அபிமானம் அவர்களுக்கு ஓர் எளிய அடையாளத்தை உருவாக்கிக் கொடுக்கின்றன. சமூக வலைத்தளங்களில் இந்த அடையாளம் கூர்மைப்படுத்தப்படுகிறது. எந்த மெனக்கெடலும் இன்றி மிக எளிமையாகக் கிடைக்கும் அடையாளம், ஒரு குறுஞ்சமூகமாகத் தன்னை உணர்வதற்குப் போதுமானதாக இருக்கிறது. இந்த அடையாளத்தை நிலைநிறுத்துவதற்கு அவர்கள் செய்யக்கூடிய எளிய செயல், எதிர்க்குழுக்களின் மீது வன்மத்தையும் வெறுப்பையும் பரப்புவது; இதன் வழியாகவே தங்கள் அடையாளத்தை நிலைநிறுத்திக்கொள்கிறார்கள். இப்படித்தான் கும்பல் அடையாளம் உருவாக்கப்படுகிறது.

எப்போதெல்லாம் ஒரு சமூகம் அதன் மதிப்பீடுகளில் வீழ்ச்சியடைகிறதோ, அப்போதெல்லாம் அந்தச் சமூகத்தின் இடுக்குகளிலிருந்து எழுந்து வரும்

இளைஞர்கள்தான் அந்தச் சமூகத்தைச் சமன்படுத்தியிருக்கிறார்கள்.

ஆழமான அரசியல் எதிர்க் குரல்களைச் சமூகத்தில் அவர்கள் எழுப்புவதே அந்தச் சமூகத்தின் சீரான வளர்ச்சிக்கு அவசியம். இளைஞர்களின் இந்த அரசியல் புரிதலை நாம் பக்குவப்படுத்த வேண்டும், போலி மயக்கங்களிலிருந்து மீட்டெடுக்க வேண்டும். அவர்களை அரசியல்படுத்தும் வழிகளை ஜனநாயக இயக்கங்கள் திட்டமிட வேண்டும்.

நன்றி: மருத்துவக் கல்லூரிப் பேராசிரியர்

58. சிவபாலன் இளங்கோவன்.

இந்து தமிழ் திசை', 8.10.2025

இன்று, .அவரவர் சாதியில் எழுத்தாளர்கள்..... அவர்களுக்கென்று ஒரு வட்டம்.....அவர்களுக்கென்று கட்சிகள்...?

எழுத்து என்றால் என்ன ..?

தொடர் வாசிப்பு உண்டா என்றால் இல்லை...! இவர்கள் வாசிப்பதை விட எழுதியதே அதிகம்...!!

உலகின் தரமான படைப்புகளை தேடிக் கண்டுபிடித்து, வாங்கி வாசிக்க இயலாமல், எல்லோரும் எழுதுகிறார்கள் நாமும் எழுதுவோம் என்ற நிலைப்பாட்டில் வாசகர்களின் எண்ணிக்கையை விட எழுதுவோர் எண்ணிக்கையே இங்கு அதிகம்...!?

அதனால் என்ன என்போம்......எழுத்து மாசுபாடு - அடைகிறது. திரும்பத் திரும்ப ஒரே வகையான படைப்புகள் அனுபவம் என்ற பெயரில்...?

குறைந்தது இன்று தமிழில் "ஒரு நாளைக்கு " 50-க்கும் மேல் புத்தகங்கள் என வெளி வந்து கொண்டே இருக்கிறது......ஏதாவது ஒன்று மனதில் பதிந்ததா...! அல்லது மனதைக் காயப்படுத்தியதா...?

எல்லோராலும் பேசப்பட்டதா.....15 ஆயிரம் ரூபாய் இருந்தால் 200 புத்தகங்கள் போட்டுவிடலாம்..... போட்டிகளுக்கு அனுப்பி விடலாம்.....தமிழகம் முழுக்க எழுத்தாளராக வலம் வரலாம்.....பாராட்டு விழா நடத்திக் கொள்ளலாம்..... இதுதான் ஆரோக்கியமா..... வளர்ச்சியா....தெரியவில்லை, புரியவும் இல்லை...!!!

மொத்தத்தில் நாம் தமிழிலக்கியங்களையும், உலகப் படைப்புகளையும், ஆகச்சிறந்த தமிழ் மொழிபெயர்ப்புகளையும் - வாசிக்க வேண்டும்.

"தமிழ்படைப்புகளின் நோக்கம் குறித்து விவாதிக்க வேண்டும்."

ஆனாலும், இவர்களெல்லாம் எழுத்தாளர்கள்..?

நாடு ஏற்றுக் கொண்டு தான் ஆக வேண்டும்...?

பரிசு பாராட்டு மழை பொழிந்தாக வேண்டும்...?

எழுதுவோர் கோபப்படாமல் யோசிக்க வேண்டும். - தான் பாஸ்கோ, உதயசங்கர் பதிவின் வழி

59. போலி எழுத்தாளர்கள்

- இலண்டன் சொவாமிநாதன்

அலெக்ஸிஸ் பிரொன் (Piron) என்பவர் புகழ் பெற்ற பிரெஞ்சு நாடக ஆசிரியர். ஒரு சமயம் அவர் ஒரு போலி எழுத்தாளரிடம் மாட்டிக்கொண்டார். எதிர்பாராத நேரத்தில் அந்த ஆசாமி வந்து, 'ஐயா பெரியவரே, என் கவிதைகளை நீங்கள் கேட்டு, கருத்து சொல்ல வேண்டும்' என்றார்.

தயவு தாட்சிண்யம் காரணமாக பிரோனும் சரி என்று ஒப்புக்கொண்டார்.

ஆனால் கவிதை எழுதியதாகச் சொல்லிக்கொண்டு வந்த படைப்பாளி, பயங்கரக் 'கள்ளக் காப்பி' அடிப்பவர். பிரபல கவிஞர்களின் எழுத்துக்களை அப்படியே எடுத்துக்கொண்டு முன்னும் பின்னும் ஓரிரு சொற்களைச் சேர்த்து தான் எழுதியதாக பாவனை செய்தார். பிரோனுக்கு என்ன செய்வதென்று தெரியவில்லை. போலிக் கவிஞர் கவிதை வாசிக்கும்போது, எங்கெங்கு எல்லாம் மற்றவர் படைப்புகளைத் திருடி இருந்தாரோ அந்த இடமெல்லாம் தன் தொப்பியை கையில் எடுத்துக்கொண்டு பவ்யமாக சலாம் போட்டார். போலிக் கவிஞர் இதைப் பார்த்துக் கொண்டே இருந்தார். அவருக்கு ஒரே வியப்பு. திடீரென்று கவிதைகள் வாசிப்பதை நிறுத்திவிட்டு.

'அன்பரே! அவ்வப்பொழுது தொப்பியைக் கழற்றிவிட்டு தலை குனிந்து சலாம் போடுகிறீர்களே! இதன் தாத்பர்யம் என்னவோ?'

உடனே பிரோன் சொன்னார்:

'ஓ! அதுவா? வேறு ஒன்றுமில்லை; நான் பழைய நண்பர்களைச் சந்திக்கும்போது போடும் சலாம் அது! பழக்க தோஷம்; அவ்வளவுதான்- என்றார்.

(காப்பி அடிக்கப்பட்ட பழைய கவிஞர்களின் வரிகள் வந்த போதெல்லாம் அவர் சலாம் போட்டது, போலிக் கவிஞருக்குப் புரிந்ததோ இல்லையோ!)

Xxx

பாழாய்ப் போன பார்ஸல் மீண்டும் வந்தது!

ஸ்கட்லாந்தைச்சேர்ந்த பிரபல ஆங்கில எழுத்தாளர் ஸர் வால்டர் ஸ்காட் (Sir Walter Scott) . அவர் நாவல் ஆசிரியர், கவிஞர், வரலாற்று ஆசிரியர். அவர் வாழ்க்கையில் நடந்த ஒரு சம்பவம்:—

“வசந்த காலத்தில் ஒரு நாள் ஒரு பெரிய பார்ஸல் நியூயார்க்கிலிருந்து வந்தது. அவசரம் அவசரமாகப் பிரித்தேன். ஒரு பெண்மணி ஒரு பெரிய கதை எழுதி, அன்பான கடிதம் ஒன்றையும் எழுதி வைத்திருந்தார்.

'அன்பரே! பெருந்தகையோனே!

என் கதைக்கு ஒரு அழகான முன்னுரை பின்னுரை எழுதுக.

எங்கெங்கெல்லாம் திருத்த வேண்டுமோ அங்கெங்கெல்லாம் 'நகாசு' வேலை செய்து திருத்துக. இதை வெளியிடவும் ஏற்பாடு செய்துவிடுங்கள்; காப்பி ரைட் கேட்டு பலரும் வாசலில் 'க்யூ'வில் நிற்க வேண்டும்; அப்படி

என் கதையை ஜொலிக்கச் செய்துவிடுங்கள்'. இதைப் படித்துவிட்டு பார்சலின் அட்டையைப் பார்த்தேன். எனக்கு ஐந்து பவுன் அபராதம் விதிக்கப்பட்டிருந்தது. அதைப் பார்த்து நொந்து போனேன்.அந்தப் பெண்மணி சரியாக தபால் கட்டணம் செலுத்தவில்லை!

காலம் உருண்டோடியது; காலைத் தபால்களை ஆவலுடன் பிரித்துப் படித்துக் கொண்டிருந்தேன். ஒரு பெரிய பார்ஸல்! அவசரப்பட்டு பிரித்துவிட்டேன்! என் பாழாய்ப்போன ஞாபக மறதி! அதே பெண்மணியின் பார்ஸல்!! கத்தை கத்தையாக எழுத்துப் பிரதிகள். அத்துடன் பவ்யமான ஒரு கடிதம்

"மீண்டும் அதே கதையை அனுப்புவதற்கு மன்னிக்கவும்; போன தடவை பார்ஸல் அனுப்பிய பின்னர்தான் ஒரு செய்தி படித்தேன். கடலில் பெருங் காற்றாம்; ஒரே புயல் மழையாம். ஒருவேளை நான் அனுப்பிய பார்ஸல் உங்களிடம் வந்து சேரவில்லையோ என்று ஒரு ஸம்சயம்; அவ்வளவுதான்".

ஸர் வால்டர் ஸ்காட் தலை மயிரைப் பிய்த்துக்கொள்ளாத குறைதான்; வெந்து,நொந்து, நைந்தே போனார்.

XXX

என் தரத்துக்கு 'காப்பி' அடிக்கவில்லையே!

சாமுவேல் கோல்ட்வின் (Samuel Goldwyn) என்பவர் போலந்து நாட்டில் பிறந்த அமெரிக்க திரைப்படத் தயாரிப்பாளர்.

ஒரு பொய்யன், அவர் எழுதுவதாக,அவர் பெயரில் போலி விமர்சனங்களைப் பத்திரிக்கையில் எழுதி வந்தான். இது சாமுவேலுக்கும் தெரியும். ஒரு முறை அந்த 'போலி சாமுவேல் கோல்ட்வின்', உடல் நலம் குன்றி எழுதவில்லை. உடனே மற்றொரு பொய்யன் கோல்ட்வின் பெயரில் அந்த வாரப் பத்திரிக்கையில் எழுதி இருந்தான். அதைப் அடித்த உண்மைச் சாமுவேலுக்குக் கொஞ்சம் வருத்தம்.

"அடடா! முந்தைய போலி போல, இவருக்கு நன்றாக எழுதத் தெரியவில்லையே!"-

என்று அங்கலாய்த்தார்!

சுய விமர்சனத்திலும் ஒரு பெருந்தன்மை!

XXXX

பென் ஜான்ஸனா! பிச்சைக்காரனா?

பென் ஜான்ஸன்(Ben Johnson) என்பவர் 400 ஆண்டுகளுக்கு முன்னர் வாழ்ந்த ஆங்கிலக் கவிஞர், நாடக ஆசிரியர், இலக்கிய விமர்சகர்.

அந்தக் காலத்தில் கிராவன் பிரபு (Lord Craven) என்பவர் , பென் ஜான்ஸனின் படைப்புகளால் ஈர்க்கப்பட்டார். நண்பர்களிடம் பேசுகையில், 'அட, எவ்வளவு சிறந்த எழுத்தாளர் அவரை என்றாவது ஒரு நாள் பார்க்க வேண்டும்' என்று செப்பியிருந்தார்.

இது பென் ஜான்ஸனின் காதுகளையும் எட்டியது. உடனே ஒரு நாள், குசேலர் (சுதாமா) கிருஷ்ண பரமாத் வைப் பார்க்கப் போனது போல, கந்த-லும் பிசுக்கும் உடைய ஆடைகளுடன் கிராவன் பிரபுவின் அரண்மனைக்குப் போனார்.

காவற்காரன் கேட்டான்:

யாரடா நீ?

'நானா? பென் ஜான்ஸன் என் பெயர். ஐயாவைப் பார்க்க வந்தேன்'.

சீ' போ! பிச்சைக்காரப் காரப்பயலே! ஐயாவைப் பார்க்க வந்தவனின் மூஞ்சியையும், மொகரையையும் பாரு'— என்று திட்டி விரட்டினான்.

பென் ஜான்ஸனும் விடவில்லை

டேய் போடா; நீதாண்டா பிச்சைக்காரன். நான் பென் ஜான்ஸண்டா; கொப்பன் மவனே! என்று பதிலுக்கு வசை பாடினார்.

ஏதோ அரண்மனை வாசலில்

''கச முசா'' நடக்கிறது என்பதை அறிந்த கிராவன் பிரபு வாசலுக்கு வந்-தார்.

'ஐயா என்ன வாக்குவாதம்? உங்களுக்கு என்ன வேண்டும்?' என்று கேட்-டார்.

'நானா? நான் பென் ஜான்ஸன்! ஐயாவைப் பார்க்க வந்தேன். அவர் என்னைப் பார்க்க வேண்டும் என்று ஆசைப்பட்டாராம்'.

அட! நீங்கள் பென் ஜான்ஸனா?

ஒரு வாத்து வந்தால் கூட 'சூ' என்று விரட்டப் பயப்படும் ஆள் போல அல்லாவா இருக்கிறீர்கள்! தி ஸைலண்ட் உமன் புஸ்தம் எழுதிய பென் ஜான்ஸனா? என்றார் கிராவன்.

பென் ஜான்ஸனா விடுவார்! படைப்பாளி ஆயிற்றே!

''சூ, சூ'' என்று உரத்த குரலில் விரட்டிக் காட்டினார்.

கிராவன் பிரபுவுக்கு ஒரே குஷி! குசேலரை, கண்ணபிரான், அரண்-மனைக்குள் அழைத்துச் சென்று உபசரித்தது போல ஸர்வ உபசாரங்களையும் செய்தார்.

கொலைகளின் ஒவ்வொரு நினைவுக் கலைத்தூபிக்குள்ளும் ஒரு கொலைஞன் ஒளிந்திருக்கிறான்.

60. இலக்கியம் - அயலகமும் தமிழகமும்

“எந்த அதிகாரத்திடமும் எவ்வித சமரசமும் செய்துகொள்ளாமல் இருக்கும் ஒரு படைப்பாளிக்குள் கொழுந்துவிட்டு எரியும் நெருப்பே அவனைக் கலை-ஞனாக்கி, அவன் கலாசிருஷ்டிக்கு உன்னதம் சேர்க்கின்றது.'' - **இளங்கோ-வன்**

சாரு அகஸ்டோ போவாலைச் சந்தித்திருக்கமாட்டார். நான் நேரடிப் பயிற்சி பெற்றவன். அகஸ்டோ போவால் சாருவின் நினைவிற்கு வருவது அவரது தனி உரிமை. நான் சாருவின் எழுத்துகளை விரும்பிப் படிக்கிறேன்; மிகவும் இரசிக்கிறேன். அவரது பன்னாட்டு இலக்கிய இரசனை குறித்த கருத்துகளோடு ஒத்துப்போகிறேன் (அவ்வப்போது அவர் தெரிந்தோ தெரியா-மலோ அடிக்கும் 'பல்டி'களைத் தவிர). முக்கால்வாசி தமிழ்நாட்டுத் தமிழ் எழுத்தாளனின் சமரசமிக்கத் தொடைநடுங்கி வாழ்க்கைக்கும், அவன் இல்-லாத மசிரைத் தூக்கிக்கொண்டு கிறுக்கித்தள்ளி 'நானே ராஜா, என் குசுவே மந்திரி' என்று ஸ்கலிதம் அடையும் அவனது எழுத்துக்கும் இடையே உள்ள அருவருக்கத்தக்க அதலபாதாளத்தைப் பற்றிய சாருவின் பார்வையோடும் உடன்பாடுதான்.

சாருவுக்காக நான் வக்காலத்து வாங்கவில்லை. முதலில், சாருவுக்கு என்-னைத் தெரிந்திருக்கவேண்டிய அவசியம் இல்லை. எனக்கு அவர் படைப்-புலகம் மட்டுமே பரிச்சயம். தென் அமெரிக்க இலக்கியங்களை மட்டுமல்ல, ஏனைய உலக இலக்கியங்களை நானும் அளவோடு கரைக்காமல் விழுங்-கியிருக்கிறேன். ஒருவரின் வாசிப்புக்கு நிறைய உழைப்புத் தேவை. சரியான வாசிப்பு நம் இலக்கியப் பரப்பையும் பார்வையையும் விரிவாக்கும். நாம் இது-நாள்வரை எழுதியது எல்லாம் எழுத்தா என்று நம்மையே குடைந்து கூனிக்-குறுகச் செய்யும்.

தமிழ்நாட்டு எழுத்தாளர்களின் அருட்பார்வையில்தான் இலக்கிய மோட்-சமே கிடைக்கும் என்று இன்னும் நம்பிக்கொண்டு அவர்களின் எழுத்து-களையும் சொல்லாடல்களையும் நகலெடுத்துக் கவிதை, சிறுகதை என்று வாந்தி எடுத்துக்கொண்டிருக்கும் சிங்கப்பூர், மலேசியக் குதநக்கிகள் அநேகம் பேர் இருக்கிறார்கள். அவர்கள்தான் உதாசீனத்தைத் தாங்கமுடியாமல் மலஜ-லம் கழிக்கமுடியாமல் அவதிப்படக்கூடும்.

ஒரு செய்தியைப் பகிர்ந்துகொள்ள விரும்புகிறேன். 1989 முதல் சிங்கப்பூர் அரசின் இலக்கிய விருந்தினர்களாய்த் தமிழகத்திலிருந்து வந்த கூத்துப்பட்-டறை ந. முத்துசாமி, இந்திரா பார்த்தசாரதி, சுந்தர ராமசாமி (காலஞ்-சென்ற), செ.ரவீந்திரன், அசோகமித்திரன், கா.சிவத்தம்பி, ஞானக்கூத்தன், ஜெயகாந்தன், எஸ். பொன்னுத்துரை, பிரபஞ்சன், அம்பை, நீல பத்மநாபன் ஆகியோர் நண்பர்கள்தான். நல்லவேளையாக நான் இவர்களில் யாருக்கும் தொண்டனாகி என்னைப்பற்றி தமிழ்நாடு இதழ்களில் எழுதுங்கள் என்று சாஷ்டாங்கமாய்க் காலில் விழவில்லை.

அப்படி என் தன்மானத்தை அன்றே ஏலம் விட்டிருந்தால், எனக்கும் மானங்கெட்ட மந்திகள் ஆளும் தமிழ்நாட்டில் மாலையும் மரியாதையும் தங்-கத்தாலான கௌபீனமும் தாராளமாய்க் கிடைத்திருக்கும். சுந்தர ராமசாமி, சிங்கப்பூர் இலக்கியத்தைப் பற்றி அன்றைய காலச்சுவட்டில் எழுதக்கேட்டும் என்னால் வாய்கூசாமல் திட்டத்தான் முடியும் என்பதால் எழுதவில்லை. நான்

அறியாமலேயே என் நாடகங்களைப் பற்றி பல இலக்கிய ஆய்வரங்குகளில் ஆங்கிலத்தில் ஆய்வுக் கட்டுரைகள் சமர்ப்பித்தவர் முனைவர் செ.ரவீந்திரன் என்பது கூட காலங்கடந்தே தெரியவந்தது.

கூத்துப்பட்டறை ஒரு தொழில் முறை அமைப்பாகிவிட்டதாலும், அதன் நிர்வாகிகள் சமூகத்தின் பெரியமனிதர்கள் ஆனதாலும், அங்கு என் சர்ச்சைக்குரிய நாடகங்களை அரங்கேற்றுவது பண்பல்ல. 2003-இல் ஊடாடி நூல் வெளியீட்டின் போது,

---

ஒரு நூற்றாண்டு கால மலேசியா சிங்கப்பூர்த் தலித்துகளைப் பற்றிய அந்நூல் தமிழகத் தலித்துகளுக்கு எதிரானது என்று திருமாவளவன், ரவிக்குமார், டாக்டர் குணசேகரன் சார்ந்த கும்பல், அடியாட்கள் அனுப்புவோம் என்று கூத்துப்பட்டறையைத் தொலைபேசியில் மிரட்டியதால், நிகழ்ச்சியைப் பாதுகாவலர்களோடு ஹோட்டலில் நடத்தவேண்டியிருந்தது.

அச்சமும் பேடிமையும் அடிமைச் சிறுமதியும் தாரகமந்திரமாயக் கொண்ட தமிழகத்தில், நான் சந்தித்த, பழகிய பல இலக்கியவாதிகள் இன்றும் அரசியல் கழைகூத்தாடிகளின் குறட்டைச் சத்தத்திற்கு கூட ஆடாமல் அசையாமல், கலகக்கார முகமூடியணிந்து கரவொலிக்காக அந்தரநடை நடந்துகொண்டிருப்பது கொடுமையிலும் கொடுமை.

ஏப்ரல் 1999 -இல், சிங்கப்பூர் சீன எழுத்தாளர் கழகமும், சிங்கப்பூர் தேசியப் பல்கலைக்கழகத்தின் கலைகள் மையமும் இணைந்து ஏற்பாடு செய்த நான்கின இலக்கியப் பயணத்தில் பங்கேற்று சீனாவின் ஐந்து நகரங்களில் தமிழிலும், ஆங்கிலத்திலும் கவிதை வாசித்த அனுபவத்துக்கு முன் தமிழகத் தரிசனங்கள் துச்சம். எனவே, கீர்த்தனாரம்பத்தில் சொல்லியதுபோல், தமிழ்நாட்டு உதாசீனங்களுக்கு முக்கியத்துவம் கொடுக்கவே கூடாது. எனக்கு எதிர்பார்ப்பும் இல்லை. ஏமாற்றமும் இல்லை.

61. மா. சு. சம்பந்தன்

வேட்பாளர், திரு/திருமதி ஆகிய சொற்களை அறிமுகப்படுத்தி பொதுப் பயன்பாட்டுக்குக் கொண்டுவந்தவர்.

எங்கும் தமிழ்..' 'எதிலும் தமிழ்' என முழக்கமிட்டுக் குமரியிலிருந்து சென்னை வரை தமிழ் எழுச்சி நடைப்பயணம் மேற்கொண்டவர்.

மா.சு. சம்பந்தன் எங்கே?
பார்த்தால் சொல்லுங்கள்!
ந. ஜீவா - 2011 தினமணி

சென்னை சாலையில் நடந்து சென்று கொண்டிருக்கும்போது ஒரு சுவரொட்டி நமது கால்களை இழுத்து நிறுத்தியது. அதைப் படித்துவிட்டு ஒருகணம் அதிர்ந்து நின்றுவிட்டோம்.

"முதுபெரும் தமிழறிஞரைக் கண்டறிய உதவுங்கள்' என்ற வாசகங்களின் கீழ் தமிழறிஞர் மா.சு.சம்பந்தனின் புகைப்படம்.

மா.சு.சம்பந்தன் என்றதுமே நமக்கு நினைவுக்கு வருவது அவரெழுதிய புத்தகங்கள்தாம்.

"அச்சுக்கலை', "அச்சும் பதிப்பும்', "தமிழ் இதழியல் வரலாறு', "சென்னை மாநகர்' உட்பட 10 நூல்களை அவர் எழுதியிருக்கிறார். அவருடைய "அச்சுக்கலை' நூல் 1966 ஆண்டு தமிழக அரசின் பரிசு பெற்றது. அப்போதைய முதல்வர் பக்தவத்சலம் பரிசு வழங்கினார்.

1982 ஆம் ஆண்டு அவருடைய "அச்சும் பதிப்பும்' நூலுக்கு அன்றைய தமிழக முதல்வர் எம்.ஜி.ஆர். பரிசு வழங்கினார்.

மா.சு.சம்பந்தனின் "தமிழ் இதழியல் வரலாறு' நூலுக்கும் 1986 இல் தமிழக அரசு பரிசு கிடைத்தது. சென்னையின் தோற்றம், வளர்ச்சி பற்றி மா.சு.சம்பந்தன் எழுதிய "சென்னை மாநகர்' நூலைப் படித்தவர்கள் புத்தகத்தை மட்டுமல்ல, அவரையும் மறக்கமாட்டார்கள்.

கன்னிமாரா நூலகத்தில் இளநிலை அலுவலராகப் பணிபுரிந்தவர் மா.சு.சம்பந்தன். அண்ணா காலத்தில் அவர் கேட்டுக் கொண்டதற்கு இணங்க, மாநகராட்சித் தேர்தலில் நின்று, மாநகராட்சி உறுப்பினராக ஆனார். அவர் சென்னைப் பல்கழகத்தில் செனட் உறுப்பினராக இருந்தார். அப்போது பெரிய அளவில் ஸ்ரீ, ஸ்ரீமதி, அபேட்சகர் போன்ற சொற்களையே எல்லாரும் பயன்படுத்தி வந்தனர். மா.சு.சம்பந்தன் அவற்றை முறையே திரு, திருமதி, வேட்பாளர் என்று மாற்றிப் பயன்படுத்தி நடைமுறைக்குக் கொண்டு வந்தார்.

காணாமற் போன மா.சு.சம்பந்தனைப் பற்றி அவருடைய மூத்த மகன் இளங்கோவனிடம் கேட்டோம்:

""அப்பாவுக்கு வயது 89. அந்த வயதிலும் வீட்டோடு முடங்கிக் கிடப்பதை அப்பா விரும்பவில்லை. கடந்த செப்டம்பர் மாதம் 25 ஆம் தேதி சென்னை பெரியார் திடலில் நடந்த ஒரு கூட்டத்துக்கு அப்பா சென்றார். கூட்டம் முடிந்த பின்பு அவர் வீட்டுக்குத் திரும்பி வரவில்லை. நாங்கள் அன்று இரவு முழுவதும் பதற்றத்துடன் பல இடங்களில் தேடினோம். சென்னையில் உள்ள அரசு மருத்துவமனைகளில் எல்லாம் தேடினோம். அவரைப் பற்றிய ஒரு தகவலும் கிடைக்கவில்லை. அதற்கு அடுத்த நாள் சென்னை வேப்பேரியில் உள்ள ஜி1 காவல்நிலையத்தில் புகார் செய்தோம். இதுவரை எந்தத் தகவலும் கிடைக்கவில்லை'' என்கிறார் குரல் கம்ம.

மா.சு.சம்பந்தன் சென்னையின் மையப் பகுதியான பிராட்வே - மண்ணடி பகுதியில் லிங்கி செட்டித் தெருவில் உள்ள தனது வீட்டில் வசித்திருக்கிறார்.

அவருக்கு 5 மகன்கள். அவர்களில் மூன்று பேருடன்தான் அந்த வீட்டில் அவர் இருந்திருக்கிறார்.

அவருடைய இன்னொரு மகனான மணிவண்ணனிடம் பேசினோம்:

""அப்பா தனது தள்ளாத வயதிலும் மிகவும் உற்சாகமாக இருந்தார். படிப்பது அவருக்குப் பிடித்தமான ஒன்று. புத்தகங்கள், செய்தித்தாள்கள் படிப்பது ரொம்பப் பிடிக்கும். இரண்டு ஆண்டுகளுக்கு முன்பு திருவல்லிக்கேணி வரை சென்று புத்தகங்களை வாங்கி வருவார். சமீபத்தில் அவ்வளவு தூரம் போவதில்லை. ஏனென்றால் கண் பார்வை சற்று மங்கலாகிப் போய்விட்டது.

அவருக்குப் பிடித்த இன்னொரு முக்கியமான விஷயம், கூட்டங்களுக்குப் போவது. அதிலும் முக்கியமாக தமிழுணர்வாளர்கள் நடத்தும் கூட்டங்களுக்குச் செல்வதில் அவருக்கு ஆர்வம் அதிகம். "வயதான காலத்தில் ஏன் வீட்டில் இருக்காமல் இப்படிச் சுற்றுகிறீர்கள்?' என்று கேட்டால், "நான் உயிரோடு இருப்பதே இப்படி மீட்டிங் எல்லாம் போவதால்தான்' என்பார்.

வெளியே போகும்போது யாரையும் துணைக்கு அழைத்துக் கொண்டு போகமாட்டார். எங்கே போனாலும் பஸ்ஸிலும், நடந்தும்தான் போவார். ஆட்டோ எல்லாம் வைத்துக் கொள்ள மாட்டார்.

அவர் காணாமற் போவதற்கு இரண்டு மாதங்களுக்கு முன்பு இப்படி ஒருமுறை வெளியே போனபோது மயக்கம் போட்டுக் கீழே விழுந்துவிட்டார். அங்கிருந்தவர்கள் அவரை ஆஸ்பத்திரியில் சேர்த்துவிட்டுத் தகவல் சொன்னார்கள். மருத்துவமனையில் இருந்து வீட்டுக்கு அழைத்து வந்தோம். ஒரு மூன்றுநாட்கள் வெளியே போகாமல் இருந்தார். அதன் பிறகு பழையபடி கிளம்பிவிட்டார்.

இப்போது எங்கே இருக்கிறாரோ? எப்படி இருக்கிறாரோ?'' குரலில் வேதனை தெரிந்தது.

மா.சு.சம்பந்தனை எங்கேயாவது பார்த்தவர்கள், உடனே சொல்லுங்களேன்!

எங்கு சென்றாலும் நடந்தே சென்றுவரக் கூடிய இயல்புடைய சம்பந்தன், எங்கு செல்கிறார், எப்போது திரும்புவார் என்கிற தகவல்களை எப்போதும் வீட்டினரிடம் சொல்லிச் சென்றதே இல்லை. அப்படித்தான் 2011 செப்டம்பர் 25 அன்று பெரியார் திடலில் ஒரு கூட்டத்துக்குச் சென்றவர் - இன்றுவரை - திரும்பவே இல்லை; அப்போது அவருக்கு வயது 89, இன்று 100 நிறைகிறது. எங்கு தேடியும் கிடைக்கவில்லை என்பது பெரும் சோகம். தமிழ்நாடு அரசு சம்பந்தனின் நூல்களை நாட்டுடைமையாக்கி அறிவித்துள்ளது. பல ஆண்டுகள் பதிப்பில் இல்லாமல் இருந்த அவரது நூல்கள் மீண்டும் அச்சாக்கம் பெறவிருக்கின்றன; இதை சம்பந்தன் அறிந்தால் மகிழ்வார்.

சம்பந்தன், எங்கே இருக்கிறீர்கள்?

2023 மே 25: மா.சு.சம்பந்தன் நூற்றாண்டு நிறைவு.

62. ரீமிக்ஸ்: சில குறிப்புகள்

சமகால இலக்கியத்தில், remix எனப்படும் எழுத்து பாணி, ஜப்பானில் மட்டுமல்லாது, உலகம் முழுக்க கையாளப்பட்டு வருகிறது. ரீமிக்ஸ் என்கிற வார்த்தைப் பதத்தை நாம் ஏற்கனவே அறிந்து வைத்திருக்கும், "Retell" அல்லது Re create எனப்படும் மீள் உருவாக்கம் என்ற கருத்துருவத்துடன் ஒப்பு நோக்கம் செய்யக்கூடாது.

மீள் உருவாக்கம் என்பது ஒரு புகழ் பெற்ற காவிய வகையில், புராணிக வகைகளில், செவ்வியல் படைப்புகளில், நாட்டுப்புறக் கதைகளில் இருந்து ஒரு பகுதியின் மையக்கருவை எடுத்து, அதை தனது தற்காலப் பார்வையில் மீண்டும் சொல்லுதல், அல்லது மீண்டும் புதிய வழியில் சொல்லுதல் என்னும் கதை பாணிக்கு "மீள் உருவாக்கம்" என்று சொல்லலாம்.

இன்னும் விரிவாகச் சொன்னால், மஹாபாரதம் என்னும் நம் இந்திய இதிகாசத்தை எடுத்து, அதில் உள்ள சில பகுதிகளை புதிய பார்வையில் எழுதப்படும் பாணிக்கு, மீள் உருவாக்கம் என்று வழங்கப்படுவதை நாம் அறிந்திருக்கிறோம். ஆனால், ரீமிக்ஸ் எழுத்து என்பது ஏற்கனவே உள்ள பொருட்களை மாற்றுவதன் மூலம் அல்லது இணைப்பதன் மூலம் ஒரு புதிய எழுத்தை உருவாக்கும் செயல்முறை. புதிய யோசனைகள், கதைகள் அல்லது சிந்தனை வழிகளை உருவாக்க ஏற்கனவே உள்ள கதை மையத்தில், பல்வேறு உரையின் பகுதிகளைக் கலப்பது, அகற்றுவது அல்லது மறுசீரமைப்பது ஆகியவை இதில் அடங்கும். ஆகவே, இதை மறு சீரமைப்பு என்று கொள்ளலாம்.

இன்னும் தெளிவாகச் சொல்லப்போனால், நம் தற்கால திரைப்படம் சார்ந்த இசைப்பாடல்களில் ரீமிக்ஸ் செய்வது போல - பாடலின் வரிகளை முந்தைய இசைத்தாளத்தை மாற்றி புதிய ராக பாவங்களைக் கலப்பது, அதன் சரணம், பல்லவிகளை மாற்றுவது என்று சுருக்கமாகப் புரிந்து கொள்ளலாம்.

அதுபோல, படைப்பெழுத்தில், ரீமிக்ஸ் என்னும் "மறு சீரமைப்பு" பாணியை தமிழ் கூறும் நல்லுலகிற்கு அறிமுகப்படுத்தும் விதமாக, தமிழி இதழ் இந்தக் கதையை வெளியிடுகிறது. இன்று வெளி வந்திருக்கும், இது ஒரிஜினல் செவ்வியல் கதை.

இதன் "மறு சீரமைப்பு" கதை, நாளை வெளி வருகிறது. வாசகர்கள் வரிசைக்கிரமமாக நுட்பமாகப் படித்து இந்தப் பாணியைப் புரிந்து கொள்ள வேண்டுகிறேன்.

நமிடோகோவின் கரடிகள் - கெஞ்சி மியாசாவா

தமிழில் : நன்மாறன் திருநாவுக்கரசு

63. முகநூலில் இலக்கிய விவாதமா...!

September 16, 2023

அகரமுதல்வனுக்கு வணக்கம். முகநூல் பயன்பாட்டிலிருந்து முழுதாய் விலகி, தளத்தை ஆரம்பித்திருக்கிறீர்கள். தினந்தோறும் உங்கள் பதிவுகளை வாசிக்கிறேன். ஆனால் முகநூலில் நடைபெறும் இலக்கிய விவாதங்கள் சர்ச்சைகள் குறித்தெல்லாம் தெரியாமல் இருப்பதில் என்ன சுவாரஸ்யம் இருக்கும். நீங்கள் மீண்டும் முகநூலுக்கு வரவேண்டும். ஒரு இலக்கியவாதிக்கு முகநூல் முக்கியமென நான் சொல்லியா நீங்கள் அறியவேண்டும். நன்றி.

சாருகேசி - புதுவை.

உங்களுடைய மடலைப் போல இதுவரைக்கும் பத்துக்கு மேலானவை இருக்கின்றன. அவற்றின் சாரம்சமும் இதுதான் என்பதால் எல்லாவற்றுக்குமான பதிலாகவும் இந்தப் பதிவு அமையும்.

நான் எழுதத் தொடங்கியது ஏழு வயதில். அப்போதே பள்ளிக்கூடத்தில் வெளியிடப்படும் ஆண்டுமலர்களில் கவிதைகள் வெளியாயின. பின்னர் ஊடகங்களில் அச்சாகின. குரல் பதிவாக சென்றடைந்தன. எழுத்தின் மீது தீராத பக்தியும் பயவுணர்வும் கொண்ட சிறுவன் நான். சகலாகலாவல்லி மாலையில் வருகிற பாடல்களை நெக்குருகிப் பாடிப் பணிந்து “உன் போல் கண்கண்ட தெய்வ முளதோ சகல கலாவல்லியே” என்று வணங்கியெழும் மரபில் பயிற்றுவிக்கப்பட்டவன். “எழுதுகோல் தெய்வம், இந்த எழுத்தும் தெய்வம் ” என்று பாடியவனைத் தான் என்னைப் போன்றவர்கள் மஹாகவி என்கிறோம்.

இலக்கியத்தை மீண்டும் மீண்டும் சாதனமாய்க் கொள்கிறோம். அதற்கு நான் ஆற்றும் பணிவிடை பெரிது. என்னுடைய அனைத்து துயரங்களுக்கு அப்பாலும் நானொரு புன்னகையை இந்த உலகத்தோடு பரிமாற முடிகிறதென்றால் அது இலக்கியத்தின் பெருங்கருணையால் பொலிந்தது. படைப்பாளியாக இருக்கிறேன் என்பது நல்லூழ். இத்தனை ஆயிரம் பழமையான செம்மார்ந்த மரபின் தொடர்ச்சியில் தமிழ் மொழியோடு என்னை அடையாளப்படுத்துவது என் அம்மை முற்பிறவியில் வாங்கிவந்த வரம். எழுத்திடம் அப்படித்தான் நான் பணிகிறேன். அதுதரும் ஆசியினால் படைப்பில் எழுகிறேன். பூர்வீக ஒளியின் சாயல் அப்போதுதான் என்னில் படிகிறது.

இன்றைக்கு சமூக ஊடகங்கள் நமது வாழ்வில் செலுத்தும் பாதிப்பு தவிர்க்க இயலாதது என்கிறார்கள். ஒருகட்டத்தில் தொலைக்காட்சிகள் எம்மை விழுங்கியதை விடவும் பெரும் எண்ணிக்கையில் இன்று தொடர்கிறது. சமூக ஊடகங்களில் ஒரு கணக்கு வைத்துக்கொள்வது அந்தஸ்தாக கருதப்படுகிறது. நாள்தோறும் வந்து குவியும் செய்திப் பெருக்கை வாரியள்ளி

மூளையில் புதைக்க வேண்டியிருக்கிறது. பெருந்தொகை குப்பைகள். ஆலோசனைகள். எந்தத் தகுதியுமற்ற மருத்துவ ஊகங்களில் இருந்து விஞ்ஞான விளக்கங்கள் வரை எவர் எவரோ பேசுகிறார்கள். பரிமேலழகர் எழுதிய திருக்குறளில் இப்படியொரு அதிகாரம் என்று புலம்பும் அறிவிலிகள் பலர் காணக்கிடைக்கிறார்கள். அன்றாடம் காலையில் எழுந்து இரவு தூங்கும் வரை என்ன செய்ய வேண்டுமென ஆலோசனை வழங்கும் எத்தனை எத்தனையோ காணொளிகள் புற்றீசல்களாய் வருகின்றன.

எது தகுதியானது என்பதைக் கண்டுபிடிக்கவே நாள்கள் ஓடிவிடுகின்றன. குன்றென வளர்ந்து நிற்கும் குப்பை மேட்டில் குண்டுமணியைத் தேடுவது போல தகுதியான நல்லனவற்றை கண்டுபிடிக்க வேண்டியிருக்கிறது. சமூக ஊடங்களில் எல்லாமும் அப்படியானதா என்றால் அதுவுமில்லை. ஆனால் போலிகளும், பாவனைகளும் பெருகிக்கிடக்கிறது. இதுதான் இன்றைய மொத்த சமூக ஊடகங்களின் நிலையென்றால் எவரும் மறுக்கார்.

முகநூலில் ஒவ்வொரு துறைசார்ந்தும் விவாதங்களும் சர்ச்சைகளும் நிகழ்கின்றன. இது அவரவர் வட்டத்தைப் பொறுத்து கவனத்தில் கொள்ளப்படுகிறது. ட்விட்டர் தளத்தில் வேறொரு பண்பாடு, வேறொரு எதிர்வினை. ஒவ்வொரு சமூக ஊடகத்திற்கும் வெளிப்பாட்டு முறை, முன்வைக்கும் தன்மைகள் மாறுபடுகின்றன. முகநூலில் இலக்கியத்தை வளர்த்தெடுத்து விடுவேன் என எப்போதும் நான் எண்ணியதில்லை. சீமெந்து தரையில் நெல் அறுப்பேன் என்று நம்புகிறவன் உழவனில்லை. வயல் மண்ணள்ளித் தின்று விதை விதைத்து அறுவடை செய்யும் கமக்காரன் நான்.

முகநூலில் இருந்தால் தான் தன்னுடைய படைப்பூக்கம் பீறிட்டுக் கிளம்புமென எந்தவொரு இலக்கியவாதியும் எண்ணவில்லை. அதனை தனக்குரிய ஒரு வெளிப்பாட்டு தளமாக கருதுகிறார்கள். அந்த ஊடகத்தை ஒரு தொடர்பாடல் சக்தியாக பொருள் கொள்கிறார்கள். அதனால் அங்கே இருக்கிறார்கள். சிலரோ அதனை தங்களை முன்னிறுத்தும் குறுக்குவழியாக கண்டடைகிறார்கள். குறுக்கு வழிகள் எப்போதும் சரியான திசையைக் கையளிப்பதில்லை.

தற்காலத்தில் நிகழும் இலக்கிய விவாதங்கள் — சர்ச்சைகள் பெரும்பாலும் உட்சத்து அற்றவை. வெறும் தனிமனித வசைகள் மேலோங்கி கீழ்மைகள் சீறித் தேங்கும் அநாகரீகத்தின் குழியாக மாறிநிற்கிறது முகநூல். சக படைப்பாளி ஒருவனுக்கு ஏதேனும் அங்கீகாரம் கிடைத்துவிட்டால் ஒரு கும்பலாய் அணிதிரண்டு பதிவுகளை இறைக்கிறார்கள். அதில் பொருட்படுத்தக்கூடிய ஒரு இலக்கிய மதிப்பீடும் இருக்காது. வெறுமென எரிச்சலும், பொறாமையும் அவமானப்படுத்தலும் தான் நிரம்பிக்கிடக்கும்.

சமீபத்தில் எழுத்தாளர் யுவன் சந்திரசேகருக்கு விஷ்ணுபுரம் விருது அறிவிக்கப்பட்டதும் சகபடைப்பாளி ஒருவர் எழுதிய பதிவின் சாரத்தைக் கேள்விப்பட்டதும் வெட்கித் தலைகுனிந்தேன். யுவன் சந்திரசேகர் போன்றதொரு

படைப்பாளுமைக்கு தமிழ் இலக்கியப்பரப்பில் நிகழ மறுத்த ஒரு அங்கீகாரமும் அவதானமும் இந்த விருதினால் குவிந்திருக்கிறது. ஆனால் இன்னொரு படைப்பாளி அதனை எவ்வளவு கீழ்மையாக கையாளுகிறார் என்பதை அறிந்ததும் உள்ளம் கொதிக்கிறது. இந்த அநாகரீகங்களுக்காய் தலைகுனிந்து மொழியிடமும் குருவிடமும் மன்னிப்புக் கேட்கும் பொறுப்பு எனக்கிருக்கிறதென நான் உளமாரச் சொல்கிறேன். குருவென்பவனை தெய்வத்துக்கு முன்னே வைத்து வணங்குதல் என் மரபு.

ஒப்பீட்டளவில் இலக்கியத்தோடு நாம் கொள்ளக்கூடிய பிணைப்பை நீர்த்துப் போகச்செய்யவல்லது முகநூல். ஏனெனில் அங்கே கண்டடைய எதுவுமில்லை. எல்லாமும் தீர்ப்புக்கள். கண்மூடித்தனமான வெறுப்புக்கள். இவ்வளவு இருண்மையும் கசப்பும் இலக்கியத்தை கண்டடையவோ சென்று சேரவோ விடாது. வெறும் அரட்டைகள், கமெண்டுகள் வழியாக இலக்கியப் பாவனைகள் பூத்துக் குலுங்குகின்றன. முகநூலில் வசவுகள், வன்மங்களைக் கடந்து எதுவுமில்லையா என்று சிலர் கேட்கக்கூடும். அப்படி பொத்தாம் பொதுவாக தீர்ப்பு வழங்க எவராலும் முடியாது. இலக்கியமெனக் கருதி அவரவர் புரிதல், சக்திக்கேற்ப அங்கே திரண்டு இயங்குகின்றனர். எந்தவித எதிர்பார்ப்புமற்று புத்தகங்களை வாசித்து, வாசக அனுபவங்களைப் பகிர்கிறார்கள். எழுத்தாளர்களோடு விவாதிக்கிறார்கள். உரையாடுகிறார்கள். சில விதிவிலக்குகள் எங்குமுள்ளன.

கொரோனா பெருந்தொற்றுக் காலத்தில் எழுத்தாளர் ஜெயமோகன் அவர்களோடு கதைத்துக் கொண்டிருந்த போழ்து முகநூலை சில நாட்களுக்கு செயலற்றதாய் (Deactivate) ஆக்கிவிட்டேன் என்று சொன்னேன். ஜெயமோகன் சிரித்துக்கொண்டே எத்தனை நாளைக்கு என்று சீண்டலாகக் கேட்டார். அந்தச் சீண்டல் குருவினது. எப்போதும் பற்றியெரிந்து கொண்டிருக்கும் என் உள்ளத்துள் இன்னொரு கனல்துண்டு விழுந்திற்று. முகநூலை விட்டுவிடமுடியாதளவுக்கு பீடிக்கப்பட்ட ஆளாக என்னை ஜெயமோகன் கருதிவிட்டாரோ என்று உள்ளூரச் சிரித்தேன். மிக விரைவில் முகநூலை விட்டு வெளியேற வேண்டுமென நினைத்துக் கொண்டேன்.

அந்த நாட்களில் ஆகக் குறைந்தது பதினாறு மணிநேரங்கள் வாசித்திருக்கிறேன்.என் சமகாலத்து தலைமுறைக்கு சமூக ஊடகங்களிலிருந்து இலக்கியத் திறப்பை பெற்றுவிடலாமென ஒரு நம்பிக்கை இருக்கிறது. அதனை நான் எப்போதும் கடுமையாகச் சாடுவதுண்டு. "நீச்சல் பழக கால்களை அசைக்க வேண்டுமென தெரிந்து வைத்திருக்கிறாய். ஆனால் அந்தக் கால்கள் கண்டிப்பாக தண்ணீரில் இருக்கவேண்டும் என்பதை அறியவில்லை நீ." என்று நண்பரொருவரிடம் சொன்னேன். அவர் ஒவ்வொரு நாள் காலையிலும் கண்விழித்ததும் பதிவெழுதும் நோயால் பீடிக்கப்பட்டிருப்பவர். தன்னையொரு இலக்கியவாதியாக நம்பிக்கை கொள்பவர். பிரமிளுக்கு நிகர்த்த கவிஞன் தானென எப்போதாவது சாராயக் குப்பியை ஊற்றினால் சொல்-

லிக்கொள்வார். அந்த நண்பருக்கு நவீன இலக்கியத்தில் இருக்கும் பரீட்சயம் பிரமிள் என்கிற பெயர் மட்டும் தான். அதுவும் தெற்குவாசல் என்கிற கவிதையை நான் வாசித்துக் காண்பித்ததால் அந்தப் பெயரை பிடித்துக் கொண்டார்.

முகநூலில் நடைபெறும் இலக்கிய விவாதங்கள் கசப்பும் வசவுகளும் அன்றி வேறில்லை. இன்று நம்முடைய இலக்கிய விவாதங்களை விடவும் காட்டமாக முன்னோடிகள் மாறி மாறி எதிர்வினை ஆற்றியிருக்கிறார்கள். ஆனால் எப்போதும் விவாதங்களில் இலக்கியம் நழுவிப்போகவில்லை. எழுதுவதை விடவும் விவாதிப்பதற்கு அறிவு அவசியமென அறிவேன். எழுத்தாளரின் ஒரு கதையைக் கூட வாசிக்காமல் "உங்க கதைகள்ல..." என்று ஆரம்பிக்கும் கேள்விகளை எத்தனை இலக்கியக் கூட்டங்களில் சந்தித்திருக்கிறேன்.

சமூக ஊடகங்களிலும் அது போன்ற அரட்டைகள் ஆயிரமுண்டு. எனக்கோர் அனுபவம். "உங்களுடைய நாவலில் வருகிற கோவில்பட்டியைப் போல யாரும் எழுதவில்லை" என்று தகவல் அனுப்பும் ஒருவருக்கு நான் என்ன பதில் சொல்வேன். பற்களை இறுகக் கடித்தபடி நீங்கள் சொல்லும் கோவில்பட்டியை நான் கூட இன்னும் எழுதவில்லையே என்று பதில் அனுப்பினேன். "ஓ...அது உங்க நாவல் இல்லையா, சாரி" என்பதோடு உரையாடல் முடிகிறது. ஒரு எழுத்தாளனுக்கு முகநூலில் நிகழும் இலக்கிய விவாதமோ — சர்ச்சையோ அவசியமற்றது. அவன் வாசிக்கவும் எழுதவும் பல்லாயிரக்கணக்கான பக்கங்கள் உண்டு.

அன்பின் சாருகேசி நீங்கள் என்னை முகநூலுக்கு அழைப்பதை அன்புடனும் மரியாதையுடனும் மறுக்கிறேன். இலக்கியவாதியாக இருப்பவன் முகநூலில் இருக்கவேண்டுமென நீங்கள் எண்ணுவது கற்பனை. நான் எப்போதும் உரையாடும் புதுமைப்பித்தனோ, தி.ஜானகிராமனோ, எஸ். பொன்னுத்துரையோ, மு.தளையசிங்கமோ, கே.டானியலோ, லா.ச.ராவோ, அசோகமித்ரனோ....என நீளும் முன்னோடி கர்த்தாக்கள் யாருமே முகநூலில் இருந்தவர்களோ, இருப்பவர்களோ அல்ல. எழுத்தாளன் மொழியின் ஆதிக்கனவு. அவனை முகநூலில் பலியிடலாமென தப்பாக எண்ணாதீர்கள்.

நன்றி.

64. இயற்கை

- வேளாண்மையாளர், எழுத்தாளர், ஆசிரியர்

முழுக்க தி*மு*க கடைமட்டத் தொண்டர்களாக இருந்துக்கொண்டு எழுத்தாளர் என்கிற பொதுமைபடுத்தும் கருத்துக்களை உச்சபட்ச நகைச்சுவையாகவே பார்க்கிறேன்.

மரக்கானம் - கள்ளக்குறிச்சி - அண்ணா பல்கலைக்கழகம்
குழந்தைகள் பலாத்காரங்கள் - வேங்கைவயல்
முதல்வர் குடும்பத்தின் நெருங்கியவரின் போதை பொருள் கடத்தல்
மணல் கொள்ளை - துப்புரவுத் தொழிலாளர்கள் மீதான ஒடுக்குமுறை
பத்து ரூபாய் ஊழல்
நீதிமன்றம் குற்றவாளி என்றவரை அமைச்சராகவே நீடிப்பார் என்றது
அவரை வைத்தே கரூர் கொடுமையில் பேட்டியளிக்கச் செய்தது
கஞ்சா வியாபாரம் - காவல் நிலையத்துள் கொலை
காவலரும் கொலை - எளியவர்களின் கிட்னி திருடி விற்றது...

இன்னும் இன்னும்.. நீளும்... இந்தக் கொடூரங்கள் எதுவும் சமுக அக்கறையில் கேள்வியெழுப்ப வேண்டிய வகைமையில் வராதா?!
இதிலெல்லாம் எழுத்தாளர்களின் அறம் பொங்க எது தடுத்தது.. எவ்வளவு கொச்சையாக இருக்கிறது.

நான் மக்களின் பக்கம்

“மக்களின் பக்கம்” என்றால் என்ன?

- துயரத்தில் சிக்கிய குடும்பங்களோடு சேர்ந்து நிற்றல்.
- உயிரிழந்தவர்களுக்கான நீதி கேட்பது.
- குற்றம் எங்கே நடந்தது, யாரால் நடந்தது என்பதைக் வெளிச்சத்துக்கு கொண்டு வருதல் with any prejudice opinion
- பிரச்சனையால் பாதிக்கப்பட்ட மக்களுக்கு ஆறுதல் தருதல் -

தமிழ் எலக்கியம்

--

சமுதாய அநீதிகளுக்கு எதிராக
மிக மிகக்குறைந்த அளவில் எதிர் வினையாற்றுபவர்கள்
எழுத்தாளர்கள் - கவிஞர்கள்

போகன் சங்கர் பதிவு - இயற்கை பகிர்வு

வரலாற்றில் நிகழும் எந்த ஒரு விஷயத்தைப் பற்றியும் விமர்சிக்க முற்படும்போது ஒரு எழுத்தாளன் அதன் பண்பாட்டுக் கூறுகளைப் பற்றியே பேச வேண்டும். அதன் போக்கு பற்றி ,சீரழிவு அல்லது சிதைவுகளைப் பற்றி மட்டுமே பேச வேண்டும். கட்சிகளின் நேரடி அரசியலுடன் தன்னை சம்பந்தப்படுத்திக் கொள்ளக் கூடாது. எந்தக் கட்சி ஆட்சிக்கு வரும் எந்த கட்சி எந்த கட்சியுடன் சேர்ந்தால் நன்றாக இருக்கும் போன்ற கணிப்புகளில் பேரங்களில் தன்னை ஈடுபடுத்திக் கொள்ளக் கூடாது. ஒரு எழுத்தாளனின் களம் என்பது ஒரு சமூகத்தின் பண்பாடுதான். அதில்தான் அவனது வேலை அமைய வேண்டும்.கட்சி அரசியல் என்பது எப்போதும் அதிகாரத்தை நோக்கிய பல்வேறு சுயநலமான பேரங்களுக்கும் அருவருப்பான சமரசங்களுக்கும் உட்பட்-

டது.

ஏதாவது ஒரு கட்சியுடன் தன்னை அடையாளப்படுத்திக் கொள்ளும் எழுத்தாளன் அந்தக் கட்சிகளின் அல்லது அந்த கட்சித் தலைவர்களின் செயல்களுக்கும் கருத்துகளுக்கும் பொறுப்பேற்க வேண்டி இருக்கும்.

அவ்வாறு அடையாளப்படுத்திக் கொள்ளும் எழுத்தாளன் மிக விரைவிலேயே கேலிக்கு உள்ளாவான்.அவனுடைய சுயமழிந்து வெளியே சொல்ல முடியாத ஒரு ஆழமான அவமான உணர்ச்சியுடன்தான் அதன் பிறகு அவன் வாழ வேண்டி இருக்கும். ஏனெனில் நல்லது கெடும்போது தீயதை விட மிகுந்த நாற்றம் அடிக்கும்.

ஸ்டாலின் சரவணன்

இயற்கை அப்பட்டமான பாமக ஆதரவாளர்.ஒரு சாதிக் கட்சியை ஆதரித்துக் கொண்டு எந்த தைரியத்தில் இப்படி !?

லக்ஷ்சுமி மணிவண்ணன் போன்றவர்களாவது தன்னை ஒரு இந்துத்துவா ஆதரவாளராக வெளிப்படையாக காட்டிக் கொள்கிறார்கள்.ஆனால் இயற்கை போன்ற சிலர் , சாதிய ஆதரவாளர் என்பதை மறைத்துக் கொண்டு தூய இலக்கியம் பேசி நடித்து வருகின்றனர்.

இதெல்லாம் தாண்டி எழுத்தாளன் எப்படி இருக்க வேண்டும் என்று அறிவுரை வேறு கூறி வருகிறார்கள். இயற்கை ,கீழே போட்டுள்ள ஸ்கிரீன் சாட் எல்லாம் நீங்கள் எழுதி அழித்ததில் மிச்ச சொச்சம்தான். மிகுந்த நாற்றமடிக்கிறதா இயற்கை !? மூக்கைப் பொத்திக் கொண்டு படிக்கவும்.

ஏனெனில் ஒவ்வொருமுறை நீங்கள் உங்கள் சாதிய மனநிலையை வெளிப்படுத்தும்போதெல்லாம் எழும் துர்நாற்றம் மிகமிக அதிகம்.நீங்களே ஒரு பதிவில் அய்யாவை சந்தித்து பாமகவில் சேரப்போவதாக கூறி உள்ளீர்கள். அய்யா,சின்ன அய்யா,அம்மா,மோடி ,அண்ணாமலை என்று உங்கள் சாதிய,மதவாத சொந்தங்களுக்கு ஓட்டும் கேட்டுள்ளீர்கள். எனவே விரைவில் அதை செய்துவிடுங்கள். இலக்கியம் பூசிய உங்கள் சாதிய முகம் மிகவும் அருவருப்பாக உள்ளது.அதைவிட பாமகவில் சேர்ந்து ஓட்டுக் கேட்டு வரும் உங்கள் சிரித்த முகத்தை சகித்துக் கொள்ளலாம் .

65. பால் சக்காரியா

நேர்காணல் : வெய்யில், பவாசெல்லதுரை, கே.வி.ஷைலஜா

கேள்வி : சென்னை புத்தகக் கண்காட்சி அனுபவங்கள் பற்றி?

புத்தகக் கண்காட்சி அனுபவம் மிகச் சிறப்பாக இருந்தது. காரணம் பெருந்-

தொகையிலான மக்கள் பங்கேற்பு. இவ்வளவு ஆட்கள் பங்கேற்பு சமூக வளர்ச்சியின் குறியீடு. நான் வருவது முதல் முறையல்ல. இதற்கு முன்பும் சில முறை வந்துள்ளேன். ஒவ்வொரு தடவையும் ஆட்கள் கூடிவருவது சாதாரண நிகழ்வல்ல. அது தமிழக வளர்ச்சியின் குறியீடுதான் என்பதில் எனக்கு எவ்விதச் சந்தேகமுமில்லை. எதை வாசிக்கிறார்கள் என்பதல்ல - அவர்கள் இலக்கியம் வாசிக்கிறார்களா? பக்தி வாசிக்கிறார்களா என்பதல்ல - ஏதோ ஒன்றை வாசிக்கிறார்கள் என்பதே நல்ல அறிகுறிதான். மேலும் பெரும்பாலானோர் குடும்பத்துடன் வருகிறார்கள். அது பெரிய ஈடுபாடுதான்.

வாசிக்க விரும்பும் ஒரு சமூகத்தில், உதாரணமாக கேரளத்தில் அரசே நூலகங்களுக்கு புத்தகங்கள் வாங்கிக் கொடுக்கிறது அல்லது நிதி அளிக்கிறது. அவர்கள் தேவையானவற்றை வாங்கிக் கொள்கிறார்கள். ஆனால் தமிழ்கத்தில் அவ்வாறில்லையெனத் தோன்றுகிறது. அது விரும்பத்தக்கதல்ல. வாசிக்க விரும்புகிறவர்கள் பெருமளவில் இருக்கும்போது அரசே, நூலகங்களுக்கு புத்தகம் வழங்கும் பொறுப்பை ஏற்க வேண்டும். அதை அரசு அவசியமாகவும் உடனடியாகவும் செய்ய வேண்டும் எனத் தோன்றுகிறது.

கேள்வி : தமிழில் தற்போது இலக்கிய விமர்சகர்களே இல்லை. மலையாளத்தில் எப்படி இருக்கிறது? விமர்சகர்கள் உள்ளனரா?

மலையாளத்தில் மிகத் தீவிரமான காலகட்டம் ஒன்று இருந்தது. விமர்சகர்கள் இருந்தனர். ஆனால் தற்போது ஊடகத்தில் அதற்கான இடம் வழங்கப்படுவதில்லை. தற்போது விரல்விட்டு எண்ணக்கூடியவர்களே உள்ளனர். உதாரணத்திற்கு டாக்டர். வி.ராஜகிருஷ்ணன் போன்ற மூன்று, நான்கு பேர் உள்ளனர். கிரிட்டிக்கல் வேல்யூ என்று சொல்வத்தக்க விதத்தில் மலையாளத்திலுமில்லை. அதனால் ஒரு குழப்பம் ஏற்பட்டிருக்கிறது. நல்லது எது தீயது எது எனத் தெரிவதில்லை. விமர்சகர்கள் சொல்வது அனைத்தும் நல்லது எனக் கொள்ளத் தேவையில்லை. ஆனாலும், ஒரு விமர்சகர் ஒன்றைச் சுட்டிக்காட்டும்போது வாசகனுக்கு படைப்பைத் தேர்வு செய்ய இலகுவாக இருக்கும்.

மறுபுரத்தில் பி.கே. ராஜசேகர் போன்று ஒரு சிலர் இருக்கின்றனர். இவர்களெல்லாம் பழைய ஆளுமைகளைப் பற்றியே மீண்டும் மீண்டும் எழுதுகின்றனர். அவர்களையே ஆராதித்துக் கொண்டிருக்கின்றனர். உதாரணத்திற்கு பஷீர், விஜயன், மாதவிக்குட்டி போன்றவர்களைப் பற்றி தொடர்ந்து எழுதிக் கொண்டிருக்கின்றனர். அதை எழுதுவது சுலபம். காரணம், அது ஒரு வித ஆராதனை; மதிப்பிடுதல் என்பது அல்ல. புதிய எழுத்தாளர்களைப் பற்றிய உதாரணமா உன்னி.ஆர் பற்றியெல்லாம் மதிப்பிட வேண்டுமெல்லவா? அது நடைபெறவில்லை. அதுமட்டுமல்ல புதிய தலைமுறை எழுத்தாளர்களைப் பற்றிய விமர்சனம் வருவது மிகவும் குறைவு. மீறி வருவதும் ஆராதனைதான்; மதிப்பீடு அல்ல.

கேள்வி : குடி கலாச்சாரம், தமிழ்நாட்டில் தற்போது பரவலாகப் பரவியிருக்கிறது. ஆனால் கேரளாவில் கொண்டாட்ட மனநிலையுடன் குடியை அணுகுவதாக எண்ணப்படுகிறது. நீங்கள் எப்படிப் பார்க்கிறீர்கள்?

கேரளத்தில் கள் என்பது கலாச்சாரத்தின் ஒரு பகுதி. நல்ல கள் முன்பிலிருந்தே கிடைத்துக் கொண்டிருந்தது. சிலர் குடிப்பதில்லை. பெரும்பாலானோர் குடிப்பார்கள். பீப்பும் அவ்வாறுதான். பின்னர் கள்ளை அரசு விநியோகிக்க ஆரம்பித்த பின்னர், அரசியல்வாதிகளின் கைகளுக்குச் சென்று ஊழல் நிகழ்ந்தது. கலப்படம் நிகழ்ந்தது. உணவு என்பதிலிருந்து மாறியது. போதை தலைக்கேறியவுடன் அவன் மற்றவர்களுக்கு உபத்திரமாவைனாக மாறினான்.

எனக்குத் தோன்றுவது கேரளத்தின் ஜனத்தொகையில் பத்து, பதினைந்து சதவிகிதத்தினரே குடிக்கின்றனர். என்னிடம் புள்ளி விபரமெல்லாமில்லை. ஆனால் நான் அவ்வாறே நினைக்கிறேன். பத்து, பதினைந்து சதவிகிதத்தினர் முன் காலத்திலிருந்தே குடித்துக்கொண்டு இருக்கின்றனர். அதை மேலும் குறைக்க முடியும். ஆனால் தமிழகத்தைப் போலவே, கேரளாவிலும் அரசின் கணிசமான அளவு வருமானம் குடிகாரர்கள் கொடுப்பதுதான். குடியிலிருந்து வருவதுதான். பேட் டிரிங்கர்ஸ் ஆர் ருயின் தெர் பேமிலிஸ். அது ஒரு சென்ட்ரல் இஸ்யு. ஒருவன் குடிக்கு அடிமைப்பட்டால் அது அவன் குடும்பத்தில் குழப்பத்தையே விளைவிக்கும். மதுவிலக்கு சிக்கலைத் தீர்க்குமென நினைக்கின்றனர். ஆனால் மது விலக்கு என்பது தீர்வாவாது.

குடிப்பதற்கான தனிமனிதனின் சுதந்திரத்தில் நாம் தலையிட முடியாது. அதை அனுமதிக்கத்தான் வேண்டும். ஆனால் குடிப்பவன் பிறருக்குத் தொந்தரவாக இருக்கக்கூடாது. குடி நுகர்வு கூடியிருந்தாலும் குறைந்திருந்தாலும் அந்த பத்து, பதினைந்து சதவிகிதத்தினர்தான் குடித்துக்கொண்டிருக்கின்றனர். அவர்களால் குடியை நிறுத்த இயலாது, ஒரு மதமும் இந்து, முஸ்லிம், கிரித்துவம் எம்மதமாக இருந்தாலும் அவர்கள் குடிக்கெதிரான நிலையை தீவிரமாக எடுக்கவில்லை. உதாரணமாக, கிருத்தவர்கள் குடிக்கின்றனரெனில் அவனது மதம் அதில் தலையிட வேண்டும். அரசுக்கு மட்டும்தான் பொறுப்பிருக்கிறதா என்ன? குடிகாரனுக்கு மாமுதீஸா செய்ய முடியாது, திருமணம் நடத்தித்தர முடியாது என்று சர்ச் முடிவெடுத்தால் குடியைப் பெருமளவு தடுக்கலாம். அதைச் சொல்லக்கூடிய தைரியம் இல்லை.

66. தூசிகளாக பறக்கும் நெருப்பு

துப்பறியும் நிறுவனங்கள் வீட்டிற்குள் நடக்கும் தவறுகளை ஆராய்ந்து தர ஒப்புக்கொள்வதில்லை. அது போல இது கணவன் மனைவிக்குள் நடந்த பிரச்சனை. அதற்கு சட்டமும் நீதிமன்றமும் இருக்கிறது. அங்கு போய் புதிய வழக்கு ஒன்றை பொதுநலமாக தொடுக்கலாம். இதை அ - சிங்கத்திற்கு

பின்னால் வரும் சிங்கமென உங்களை இந்த சமூகம் தலையில் தூக்கி வைத்துக்கொள்ளும்.

பதிப்பாளர்களையும், வாசிப்பாளர்களையும், வாங்குநர்களையும் திறந்த வெளி குற்றவாளிகளாக்குவது, என் சேலை பறந்ததுதான், உன் மூஞ்சி எதுக்கு இங்கே வந்தது என கேள்வி கேட்பது அ - சிங்கத்திற்கு பின்னால் வரும் சிங்கத்தை தலையில் வைத்துக்கொள்வது, பிணத்தலைப்பாகையை அவிழ்த்து செருப்புத் தொடைப்பேன் என சடங்குகளை அவமதித்தலின் நீட்சிதான் ஒரு நூலையும் அதன் வாசிப்பாளர்களையும், வாங்குநர்களையும் இழிச் - சவபுராணம் பாடுவது. மதுரை திருமங்கலத்து எழுத்தாளர் திருவாரூர் எழுத்தாளரின் புள்ளி விவர நூல்கள் குறித்து, அதில் குறை இருப்பதால் மதுரை சவுடால் தொனியில் ஒரு விமர்சனத்தை அவரது முகநூல் பக்கத்தில் எழுதியிருந்தார்.

இதற்கு எதிர்வினை பதிவு போட்ட திருவாரூர் பதிவின் கொமண்ட்டில் அவரது நண்பர் ஏங்கல்ஸின் நண்பரின் பெயரைக் கொண்டவர்...

ஏ....

அவனுக்கு லைக்கு போட்டவன் கொமண்ட் போட்டவன் யார் யாருண்டு பாரு ஒரு கை பார்த்திருவோம் என்கிறது அவரது கொமண்ட்.

கோணங்கியின் பிரச்சனையில் தமிழகத்தோடு தொடர்பிலிருக்கும் ஒரு மும்பை எழுத்தாளர், இப்பிரச்சனையை யார் கைவிட்டாலும் நான் ஒரு கை பார்ப்பேன் என்றார். நிறைய பொருந்தா விடயங்களைச் சொன்னார் அதை யாரும் கண்டு கொள்ளவும் இல்லை அவர் எதையும் கையிலெடுக்கவும் இல்லை. கடைசியில் என்னைப் பற்றி வரும் அவதூறுகளை ரசிப்பேன் என முடித்துக்கொண்டார். அவரைப்பற்றி அவர்தான் அவதூறை சொல்லிக்கொண்டார்.

ரோசா பிரச்சனையில் பொங்கும் ஒரு எழுத்தாளரின் வீடு கிறிலால் அதாவது கம்பிகொண்டு மூடியிருப்பதை நான் பார்த்திருக்கிறேன். இன்றும் அது அப்படித்தான் இருக்கிறது. 25 ஆண்டுகளுக்கு முன்னால் தற்போது திரைத்துறையில் இருக்கும் ஆண்டிப்பட்டி நண்பரின் சிற்றிதழில் பொங்கிய நபரின் ஒரு பெண்ணியக்கட்டுரையை எடிட் செய்யும் போது, மீனவ நண்பன் எழுத்தாளர் பிழைதிருத்தம் செய்யும் போது, பேசும் பேச்செல்லாம் நான் பேசவில்லை. பிறகு அவரது முதல் இரண்டு மொழிபெயர்ப்பு நூல்களை பதிப்பாளர் வழியில் நான் தான் வெட்டிங் ஒட்டிங் வேலைகள் செய்து கொடுத்தேன்.

வீட்டுக்கு வீடு வாசற்படி - கதைகளின் வாசலை தெரிந்து கொள்ளலாம். அதை நீங்கள் எழுத்தில் பயன்படுத்திக் கொள்ளுங்கள். இப்படி எழுதி இன்னோர் வாழ்வின் தொடர்ச்சிக்கு இடையூறாக இருக்க வேண்டாம். முதல் குறள் எழுத்தாளருக்கும் அவிநாசி அரோகரா கோவை கொத்துவான் எழுத்தாளருக்கும் ஏழாம் பொருத்தம். இது குறித்து கடவுள் எழுத்தாளர் பல கேள்விகளை முன் வைத்துள்ளார். வசவு என்பது அருவெறுக்கத்தக்கதாக இருப்-

பது எந்தவிதமான எழுத்துப் பயிலகம் என தெரியவில்லை.

திருமங்கலம் ஏழுத்தாளருக்கும் - கோவை கொத்துவான் எழுத்தாளருக்கும் ஏழாம் பொருத்தம்.

மீனவ எழுத்தாளரின் பதிப்பாளருக்கு எதிராக ஒரு பதிவில் கொமண்ட் செய்தீர்கள் என்றால் அவர் உங்களை விலக்கம் செய்வது மட்டுமல்ல, நான் அதிகம் பேச மாட்டேன் என கோடுவேடு பதிவு போட்டு சீண்டுவார். அதோடு மறந்து போவார். 20 நூல்கள் எழுதியவர் முதல் நாவலுக்கு பரிசு பெற்றார் என்கிற நிழல் ஒண்டுதல் வேண்டி தன்னுடைய தற்போதைய நாவலின் கைப்பிரதியை மூன்று மாதங்களுக்கு முன்னால் வாசிக்கக் கொடுத்திருக்கிறார். கீரா சொல்வார்... ஒரு வாசகனுக்கு அவன் நூல் எழுதும் வரை நாம் குரு. எழுதிய பின் உனக்கு நான் குரு என்பான் எனச் சொல்வார். இது ஒருவிதமான நான் என்பதை சந்தைப்படுத்தும் மென்னூடல்.

தற்போதைய பிரபலங்களோடு முன்னாள் பிரபலங்கள் நிழலில் ஒன்றுவதற்கு பல அறிவுரை அஸ்திகளை வீசுவது மட்டுமல்ல...

நீங்கள் என் நட்பு பட்டியலில் இருப்பதே பெருமை என ஒரு பதிவைப் போடுவார்கள்.

பலரின் பேசப்படும் முகநூல் பதிவுகளில் திடீரென நுழைந்து பிழைதிருத்தம், விரசப் பாராட்டு பாடி தனது இருப்பை முகநூல் இல்லாமல் வாழமுடியாது என துணைக்கு நாலு பேரை அணுகி பதிவு போட வைப்பவர்கள் இருக்கிறார்கள். இவர்கள் கணவன்மார்களை துச்சமென நினைத்துப் பதிவிடுவார்கள்.

ஆத்மார்த்தியின் தேவதாஸில்...

அவள் என்னை விட்டு எப்பொழுதே போய்விட்டாள். இப்பொழுது பிசிக்கலாக என்னோடு வருகிறாள் என்பது போல, அவதூறுகளைப் பேசும் போதெல்லாம் தன் கணவனை நினைவில் வைத்தே பேசுவது, மீசை கொண்ட எழுத்தாளர்களை ஒனக்கு எதுக்கு மீசை என பேசுவது, மழித்த எழுத்தாளர்களை இல்லாதவன் என கழுவி ஊத்துவது இது யாரிடம் கற்ற எழுத்து வகைமை என இந்த எழுத்தாளர்கள் அவர்கள் கதைகளில் சொல்லலாம். அதையும் ரோசா வாசகர்கள் வாங்கிப் படிப்பார்கள் என்பதை ஐயமின்றி நம்பலாம்.பல எழுத்தாளர்களுடன் எனக்கு நட்பு உண்டு ஆனால் அவர்கள் யாரும் யாருடனும் பேச மாட்டார்கள் இது தான் எழுத்தாளர் கூவத்தாறு செய்யும் கழிசடைப்பணி.

67. எழுதுவது எப்படி?- எஸ்.அப்துல் ஹமீது

சொல்கிறார்கள் உலக எழுத்தாளர்கள்!

ஜார்ஜ் ஆர்வல் (George Orwell): என்னைப் பொருத்தவரையில் எழுதுவதற்கு நான்கு விஷயங்கள் துணைபுரிகின்றன. அது ஒவ்வொரு எழுத்தா-

ளருக்கும், அவரவர் வாழும் இடத்துக்கும் காலத்திற்கும் ஏற்றவாறு மாறுபடும். அவை:

1. ஈகோ: புத்திசாலியாக இருக்க விழைவது, தன்னைப் பற்றி பிறர் பேச வேண்டும் என எண்ணுவது, தான் இறந்த பின்னும் நினைவுகூரப்பட வேண்டும் என நினைப்பது, சிறுவயதில் தாழ்த்தியவர்கள் முன் உயர்ந்து வாழ நினைப்பது... இப்படி! எழுத்தாளர்கள் மட்டுமில்லாது அறிவியலர்கள், கலைஞர்கள், அரசியலர்கள், வழக்குரைஞர்கள், படை வீரர்கள் மற்றும் தொழில்முனைவோர்களிடமும் இத்தகைய தன்மையைக் காணலாம்.

மனிதர்களில் பெரும்பாலானவர்கள் நாம் நினைப்பதுபோல் கடுமையான சுயநலர்கள் அல்ல. 30 வயது ஆனவுடனேயே அவர்கள் தனிமனிதர் எனும் உணர்வை மெல்ல இழக்கலாகிறார்கள். பிறருக்காக வாழ ஆரம்பிக்கிறார்கள். கடின உழைப்பில் மூழ்குகிறார்கள். மனிதர்களில் ஆசீர்வதிக்கப்பட்ட சிலர் உள்ளனர். அவர்கள்தான் வாழ்வின் கடைசி வரை, தங்கள் வாழ்க்கையைத் தங்களுக்காகத் துணிச்சலோடு வாழ்வார்கள். எழுத்தாளர்கள் இந்த வகையில் அடங்குவர். இதில் தீவிர எழுத்தாளர்கள், பொருளீட்டுவதில் அதிக ஆர்வமில்லாதவர்களாகவும், அதிக தன்முனைப்போடும் செயல்படுவார்கள்.

2. அழகியலில் மீதான ஆர்வம்: புற உலகின் அழகியல் மீதான ஆர்வம், வார்த்தைகள் மற்றும் அவற்றின் சரியான ஒழுங்கமைவு, நல்ல உரைநடையின் தன்மையில் அல்லது நல்ல கதையின் தாளத்தினால் உண்டாகும் மகிழ்ச்சி, தவறவிடக் கூடாத மதிப்புமிக்க ஓர் அனுபவத்தைப் பகிர்ந்துகொள்ள ஆசைப்படுவது எனச் சொல்லலாம். நிறைய எழுத்தாளர்களுக்கு அழகியல் நோக்கம் மிகவும் பலவீனமாக உள்ளது. துண்டுப் பிரசுரம் எழுதுபவர்கள் அல்லது பாடப்புத்தகங்கள் எழுதுபவர்கள்கூட அழகியல் உணர்வோடு இருக்கிறார்கள். எந்தப் புத்தகமும் அழகியல் நோக்கத்திலிருந்து விடுபட்டது இல்லை.

3. வரலாறு மீதான தேட்டம்: விஷயங்களை அதன் தன்மையிலேயே காண்பது, விஷயங்களின் உண்மைத்தன்மையைக் கண்டறிவது, அதைப் பிற்கால சந்ததியினருக்குக் கொண்டுசேர்க்க வேண்டும் என்று நினைப்பதும் ஒரு காரணம்.

4. அரசியல் நோக்கம்: - அரசியல் என்ற வார்த்தையை நான் பரந்த அர்த்தத்தில் பயன்படுத்துகிறேன். உலகத்தை ஒரு குறிப்பிட்ட திசையில் செலுத்த வேண்டும் என்ற விருப்பம், சமுதாயத்தைப் பற்றிய சிந்தனையை மாற்ற முனைதல். உண்மையில், எந்தப் புத்தகமும் அரசியல் சார்பிலிருந்து விடுபட்டிருப்பது இல்லை. கலைக்கும் அரசியலுக்கும் எந்தத் தொடர்பும் இருக்கக் கூடாது என்ற கருத்தே ஓர் அரசியல் அணுகுமுறைதான்!

ஜோர்ஜ் லூயி போர்ஹே (Jorge Luis Borges): நான் எழுத ஆரம்பிப்பதற்கு முன்பே, ஏதோவொரு மர்மமான, தெளிவற்ற வழியில் நான் இலக்-

கியத்துக்காக விதிக்கப்பட்டிருக்கிறேன் என்பதை உணர்ந்தேன். ஆனால், ஆரம்பத்தில் நான் எதை உணரவில்லை என்றால், வாசகனாக இருப்பதைத் தவிர, எழுத்தாளராகவும் ஆவேன் என்பதைத்தான். ஒன்றுக்கு மற்றொன்று சளைத்தது இல்லை. எல்லா இலக்கியங்களும் அடிப்படையில் உளவியல் சார்ந்தவை என்று நினைக்கிறேன். நான் இலக்கியம் தொடர்பான கல்விப்புலக் கோட்பாடுகளை நம்பவில்லை. எழுத்தாளரையே நம்புகிறேன்.

சாத்தியமிக்க எல்லா வகை இலக்கியப் பிழைகளையும் நான் செய்திருக்கிறேன். அதுவே, ஏதோவொரு நாளில் என்னை வெற்றியடையச் செய்யும் என்று நினைக்கிறேன். அதிகமாகவோ அல்லது குறைவாகவோ தெளிவான முறையில், அலங்காரமான முறையில் எழுதும் நிலையை அடைய நான் எழுபது வயதை எட்டியிருக்க வேண்டும். ஒருவர் தவறுசெய்யும்போதெல்லாம் அவர் தவறுதான் செய்கிறார் என்று அவருக்குத் தெரியும். இருந்தும் அவர் அதைச் செய்கிறார். எவரும் தன்னுடைய நடத்தையை முன்மாதிரியான ஒன்று என்று நினைக்க மாட்டார்கள் என்று நம்புகிறேன். இந்த உண்மை இலக்கியத்துக்கும் பொருந்தும்.

மிலன் குந்தேரா (Milan Kundera): அன்னா கரீனா நாவலின் முதல் வரைவில் டால்ஸ்டாய், அன்னாவைப் பரிவு இல்லாத பெண்ணாகவும், அவளுக்கு ஏற்பட்ட துயர முடிவுக்கு அவள் தகுதியானவள்தான் என்பதுபோலும், அவளுக்கு அது நியாயமான முடிவு என்பதாகவும் கதையை எழுதினார். ஆனால், இறுதி வடிவில் நாவல் வேறொன்றாக மாறியது. இடைப்பட்டக் காலத்தில் டால்ஸ்டாயின் அறநீதியிலான பார்வை மாறியிருக்கும், அதனால் நாவல் வேறொன்றாக மாறியது என்று நான் நினைக்கவில்லை. மாறாக, நாவலை எழுதும் செயல்பாட்டில், கதையிலிருந்து உருவாகிவரும் ஒரு குரலுக்கு அவர் செவி மடுத்திருப்பார் என்றே நினைக்கிறேன். நான் அதை எழுத்தாளருக்கு அந்த நாவல் அளிக்கும் ஞானம் என்று குறிப்பிட விரும்புகிறேன். ஒவ்வொரு உண்மையான நாவலாசிரியனும் அந்தக் குரலுக்கு செவிமடுப்பான். அதனால்தான் பெரும் படைப்புகள் அதை எழுதிய ஆசிரியனைவிட சற்றுக் கூடுதல் அறிவார்ந்ததாக இருக்கிறது. தான் எழுதும் நாவலைவிட அதிக அறிவு கொண்டவனாக ஒரு நாவலாசிரியன் இருப்பான் என்றால், அவன் வேறு எதாவது வேலைக்குத்தான் செல்ல வேண்டும். ஒட்டுமொத்தத்தில் நாவல் உண்மையை அல்ல, மனித இருப்பின் சாத்தியத்தை ஆராய்கிறது.

இடாலோ கால்வினோ (Italo Calvino): மரணம் கடிகாரத்தில் ஒளிந்திருக்கிறது. உலகில் ஒவ்வொரு கருவியும் மரணத்திலிருந்து காப்பாற்றிக்கொள்வதற்கே பயன்படுகின்றன. தவிர்க்கவே முடியாத, இரண்டு விதிக்கப்பட்ட புள்ளிகளை ஒரு நேர்கோட்டால் இணைக்கும்போது அது அந்தப் பயணத்-

தைத் துரிதமாக்கிவிடுமென்றால், சுற்றுப்பாதை அந்தப் பயணத்தைத் தாமதமாக்கும். அந்தச் சுற்றுப்பாதை சிக்கலானதாக இருந்து நம் வழித்தடங்களை மறைக்கக்கூடியதாக இருந்தால் - யாருக்குத் தெரியும்; ஒருவேளை மரணத்தால் நம்மை கண்டுபிடிக்க முடியாமல் போகலாம், ஒருவேளை காலம் அதன் பாதையைத் தொலைத்துவிடக்கூடும், ஒருவேளை நாம் மறைவிடங்களில் ஒளிந்தபடியே இருக்கலாம். ஓர் எழுத்தாளராக ஆரம்பித்திலிருந்தே என்னுடைய இலக்கு, மனவெளியில் நிகழும் வெளிச்சப் பொறிகளை பின்தொடர்வதுதான். அவை காலம் மற்றும் வெளியில் உள்ள இருவேறு புள்ளிகளை இணைக்கும்.

விளாதிமிர் நபொகோவ் (Vladimir Nabokov): ஓர் எழுத்தாளனை மூன்று விதங்களில் அணுக முடியும். கதைசொல்லி, ஆசிரியர், மாயவியர். பெரும் படைப்பாளி இந்த மூன்றையும் கொண்டவனாக இருப்பான். எனினும், மாயவியரே அவரிடம் அதிகம் வெளிப்படுவார். அதுவே அவரைப் பெரும் படைப்பாளியாக மாற்றுகிறது.

கதைசொல்லியிடம் நாம் பொழுதுபோக்கை, வியப்பூட்டுதலை, உணர்ச்சியை, உற்சாகமான ஒரு பயணத்தை எதிர்பார்க்கிறோம். எழுத்தாளனிடம் ஆசிரியனைத் தேடுபவர்கள், அவனிடம் பிரச்சாரகர், ஒழுக்கவியர், தீர்க்கதரிசியை எதிர்பார்ப்பார்கள். அற விழுமியங்களுக்காகப் பொது விஷயங்களைத் தெரிந்துகொள்ளவும், அறிவை வளர்த்துக்கொள்ளவும் நாம் ஓர் எழுத்தாளனிடம் ஆசிரியனைத் தேடுவோம். ஆனால், எல்லாவற்றுக்கும் மேலானது, ஓர் எழுத்தாளன் மாயவியராக இருப்பதுதான். அத்தகைய எழுத்தாளரின் மேதமையையும் தனித்துவத்தையும் அவரது படைப்புகளின் பாணியையும் நாம் உணர முயற்சிக்கையில் உண்மையான கலை உணர்வை அடைகிறோம். அந்த மாயத்தில் மூழ்க விரும்பும் வாசகன், புத்தகத்தை இதயத்தாலோ, மூளையாலோ அல்ல தண்டுவடத்தால் படிப்பான். அப்போது வாசிப்பு இன்பமும், அறிவின்பமும் நம்முள் கிளர்ந்தெழ, எழுத்தாளன் சீட்டுக்கட்டுகளைக் கொண்டு கட்டும் கோட்டையானது பளபளக்கும் கண்ணாடி மாளிகையாக மாறுவதைத் தரிசிப்போம்.

சினுவா அச்சபே (Chinua Achebe): துயரக் கதைகளை உலகிற்கு சொல்லத் தேவையில்லை என்று நான் நினைக்கிறேன். போதுமான அளவு துயரக் கதைகள் இருக்கின்றன. எழுத்தாளருக்கென்று கடமை இருக்குமென்றால், அது உலகிற்கு நம்பிக்கையை - முட்டாள்த்தனமான, குருட்டுத்தனமான நம்பிக்கையை அல்ல - உலகம் நன்றாக இல்லைதான், ஆனால் அதை மேம்படுத்த முடியும் என்ற நம்பிக்கையை வழங்க வேண்டும் என்று நினைக்கிறேன். சும்மா உட்கார்ந்துகொண்டு எல்லாம் நல்லபடியாக நடக்கும் என்று எதிர்பார்க்காமல், அந்த நல்லதை நிகழ்த்த நாம் செயலாற்ற வேண்டும். அதன்

பொருட்டே நான் என்னை ஒரு எழுத்தாளனாக நினைக்கிறேன்.

நல்ல கதைகள் நம்மைக் கவரும். நல்ல கதைகள் அறத்தை வலியுறுத்தும் கதைகளாக இருக்கும். நல்ல கதையென்று கூறப்படும் எதிலும் நான் அறமற்ற தன்மையைக் கண்டதில்லை. நல்ல கதைகளை நோக்கித் தூண்டும் ஏதோ ஒன்று நம்மிடம் இருப்பதாக நினைக்கிறேன். அத்தகைய கதைகளை உருவாக்குபவர்கள் இருந்தால், நாம் உண்மையில் அதிர்ஷ்டசாலிகள்தான்.

நம்முடைய செயல்களுக்கு ஒரு நோக்கம் இருக்க வேண்டும் என்று நினைக்கிறேன். அது இல்லையென்றால், நாம் தூங்கிக்கொண்டும் குடித்துக்-கொண்டும் மரணத்தை எதிர்நோக்கிபடி வாழ நேரிடும். ஆனால், நாம் அப்-படி இருக்க விரும்பவில்லை. நாம் போராட வேண்டும் என்று ஏதோ ஒன்று நம்மை உந்துகிறது. நாம் ஏன் போராட வேண்டும் என்று நமக்குத் தெரியாது. ஆனால், போராடுகிறோம். ஏனென்றால் சும்மா உக்கார்ந்துகொண்டு பேரழி-வுக்காகக் காத்திருப்பதைவிட, போராடுவது சிறந்தது என்று நினைக்கிறோம். அதைத்தான் வாழ்க்கைக்கான அர்த்தமாகப் பார்க்கிறேன். எனில், அந்தப் போராட்டத்தின் கதையை நாம் அடுத்தத் தலைமுறைக்குச் சொல்ல வேண்-டும். ஆக, நம்மிடம் போராட்டமும், அது தொடர்பான கதையும் இருக்-கின்றன. அவைதான் என் வாழ்வுக்கான அர்த்தமாக இருக்கின்றன.

ஜேம்ஸ் பால்ட்வின் (James Baldwin): நீங்கள் உண்மையில் எழுத்தா-ளனாக ஆகப்போகிறீர்கள் என்றால், உங்களை எவராலும் தடுக்க முடியாது. அதேபோ,அ நீங்கள் எழுத்தாளனாக ஆகப்போவதில்லையென்றால், யாரா-லும் உங்களுக்கு உதவிசெய்யவும் முடியாது. உங்கள் பயணத்தின் ஆரம்பத்-தில் உங்களுக்குத் தேவைப்படுவது, எழுதுவதற்குக் கடின உழைப்புத் தேவை என்று எவராவது உங்களிடம் தெரிவிப்பது மட்டும்தான். என்னைப் பொருத்-தவரையில் எழுத்து என்பது, நீங்கள் தெரிந்துகொள்ள விரும்பாத, கண்ட-டைய விரும்பாத ஒன்றை நோக்கியப் பயணம்தான்.

எளிமை. அதுதான் உலகத்தின் மிகவும் கடினமான விசயம். அச்சுறுத்தும் விசயமும்கூட. உங்களுடைய அனைத்து வேடங்களையும் நீங்கள் கழற்ற வேண்டும். அவற்றில் சில உங்களிடம் இருக்கிறது என்பதுகூட உங்களுக்குத் தெரியாது. எலும்பைப் போல் சுத்தமாக இருக்க வேண்டும் உங்களுடைய வார்த்தைகள்.

வில்லியம் பாக்னர் (William Faulkner): என் கையில் கிடைக்கும் அனைத்தையும், எந்த ஒரு முன் தீர்மானமும் இல்லாமல் நான் வாசிப்பேன். அப்படி வாசித்ததுதான் என்னுள் தாக்கம் செலுத்தியிருக்கிறது. அதுதான் என் எழுத்துகளில் வெளிப்படுகின்றன. எந்த ஓர் எழுத்தாளனுக்கும் இது பொருந்தும் என்று நினைக்கிறேன். அவன் படிப்பவை மட்டுமல்ல, அவன் கேட்கும் இசை, அவன் பார்க்கும் படங்கள் என ஓர் எழுத்தாளன் அனு-

பவிக்கும் எந்த அனுபவமும் அவனது படைப்புகளில் தாக்கம் செலுத்தவே செய்யும்.

வாசியுங்கள், வாசியுங்கள், வாசியுங்கள் எல்லாவற்றையும் - குப்பை, கிளாசிக், நல்லது, கெட்டது என எல்லாத்தையும் - வாசியுங்கள். தச்சன் தொழில் கற்றுக்கொள்வது போலத்தான் அது. வாசியுங்கள். அது உங்களுக்குள் ஊடுறுவும். பிறகு எழுத ஆரம்பியுங்கள். அது நன்றாக இருக்கிறதா இல்லையா என்பதை நீங்களே கண்டறிவீர்கள். நன்றாக இல்லையென்றால் தூக்கி எறிந்து விடுங்கள்.

எர்னெஸ்ட் ஹெமிங்வே (Ernest Hemingway): ஒரே நேரத்தில் நிறைய எழுதக் கூடாது என்பதுதான் எழுதுவது குறித்து நான் கற்றுக்கொண்ட முக்கியமான பாடம். ஒரே நாளில் எல்லாவற்றையும் எழுதித் தீர்த்துவிடாதீர்கள். மறுநாளுக்கு சற்று மீதம் வைத்திருங்கள். எப்போது நிறுத்த வேண்டும் என்பதைத் தெரிந்து வைத்திருப்பதுதான் இதில் முக்கியமான விஷயம். நன்றாக எழுதிக் கொண்டிருக்கும்போது, சுவாரஸ்யமான இடத்தை வந்தடையும்போது, அடுத்து என்ன வரப்போகிறது என்பது உங்களுக்குத் தெரியும்போது எழுதுவதை நிறுத்திவிட வேண்டும். அதன் பிறகு அதைப் பற்றி சிந்திக்கக் கூடாது. உங்களுடைய ஆழ்மனம் அந்த வேலையைச் செய்துகொள்ளும்.

நல்ல தூக்கத்துக்குப் பிறகு மறுநாள் காலையில் நீங்கள் புத்துணர்வுடன் இருக்கும்போது, முந்தைய நாள் எழுதியதை திருத்தி எழுதுங்கள். முந்தைய நாள் நிறுத்திய இடத்துக்கு வந்தபிறகு அங்கிருந்து புதிதாக எழுதத் தொடங்குங்கள். அடுத்த உச்சத்தை அடையும்போது நிறுத்திக்கொள்ளுங்கள். இவ்வாறு நீங்கள் உங்கள் நாவலை எழுதுகையில் அதன் ஒவ்வொரு பகுதியும் சுவாரஸ்யமானதாக இருக்கும். நீங்கள் எந்த இடத்திலும் தடுமாறி நிற்கமாட்டீர்கள். எழுதுவதே சுவாரஸ்யமன செயல்பாடாக மாறிவிடும்.

ஒவ்வொரு நாளும் முந்தைய நாள் எழுதியதைத் திருத்தி, தேவையற்றதைத் தூக்கி எறிந்துவிட வேண்டும். நீங்கள் எவற்றையெல்லாம் வேண்டாம் என்று தூக்கிப் போடுகிறீர்களோ அதன் மூலமே நீங்கள் நன்றாகதான் எழுதிக்கொண்டிருக்கிறீர்களா இல்லையா என்பதைத் தெரிந்துகொள்ள முடியும். நீங்கள் தூக்கி எறியும் பகுதி, வேறு ஒருவருக்கு சுவாரஸ்யமான ஒன்றாக தோன்றும்பட்சத்தில் நீங்கள் நன்றாக எழுதிக்கொண்டிருக்கிறீர்கள் என்று அர்த்தம்.

எழுதுவதற்கு நிறைய இயந்திரத்தனமான உழைப்பைப் போட வேண்டி இருப்பதை நினைத்து சோர்வடைய வேண்டாம். வேறுவழியில்லை. அது அப்படித்தான். 'எ பேர்வல் டு ஆர்ம்ஸ்' (A Farewell to Arms) நாவலை நான் குறைந்தது ஐம்பது முறை திருத்தி எழுதினேன். முதல் வரைவு என்பது எப்போதும் குப்பையாகத்தான் இருக்கும்.

உண்மையில் உங்களிடம் எழுத்துத் திறமை ஒளிந்திருக்குமெனில், அது என்றாவது ஒருநாள் வெளிப்படும். நீங்கள் செய்ய வேண்டியது ஒன்றுதான், அது உங்களிடம் வெளிப்படும் வரையில் விடாது தொடர்ச்சியாக எழுத வேண்டும். அது கடினமானதுதான். நான் பத்து கதைகள் எழுதுகிறேன் என்றால் அதில் ஒரு கதைதான் நன்றாக இருக்கும். மீதமுள்ள ஒன்பது கதைகளை நான் தூரத்தான் வீசுகிறேன்.

நீங்கள் எழுத ஆரம்பிக்கையில் எல்லாரும் உங்களைத் தட்டிக்கொடுப்பார்கள். நீங்கள் நன்றாக எழுதத் தொடங்கியதும் உங்களை அழிக்க முயல்வார்கள். நீங்கள் தொடர்ந்து மேலே இருக்க வேண்டுமெம் என்றால், நல்லப் படைப்புகளைத் தருவதைத் தவிர வேறு வழியில்லை.

ஷைதி ஸ்மித் (Zadie Smith): ஆரம்பக் காலகட்டத்திலே எனக்குத் தெரிந்துவிட்டது, இரு வருடங்களுக்கு ஒரு நாவல் எழுதும் நபராக நான் இருக்கப்போவதில்லை என்று. ஒரு நாவலை எழுத வேண்டும் என்றால், அதற்கான நிர்பந்தத்தை நான் உணர வேண்டும். ஆகையால், எழுதியே ஆக வேண்டும் என்று தோன்றாத வரையில், நான் எழுத ஆரம்பிப்பதில்லை.

ஒரு நாவலை எழுத ஆரம்பிப்பது வலி மிகுந்தது. அதை முடிப்பது சித்ரவதையானது. ஆனால், இடைப்பட்ட வெளியில் ஒவ்வொரு நாளும் நீங்கள் நிறைய எழுதுவீர்கள். நீங்கள் ஆக்கப்பூர்வமாக உணர்வீர்கள்; முன்னகர்ந்து செல்வீர்கள்... நீங்கள் ஒரு நாவலை எழுதி முடிக்கும்போது, உங்களுக்கு பணம் முன்னுரிமையாக இல்லையென்றால், உங்கள் நாவலை விற்றாக வேண்டிய தேவை உங்களுக்கு இல்லையென்றால் தாமதிக்காமல் அதை உங்கள் மேஜை டிராயரில் வைத்துப் பூட்டிவிடுங்கள். எவ்வளவு காலம் முடியுமே அவ்வளவு காலத்துக்கு. ஒரு வருடத்துக்கு மேல் சென்றால் சிறப்பு. மூன்று மாதங்கள் தாக்குப் பிடித்தாலும் பாதகமில்லை. அதன் பிறகு உங்கள் படைப்பை நீங்கள் ஒரு எழுத்தாளராக இல்லாமல் வாசகராகப் படித்துப்பார்க்க வேண்டும்.

நீல் கெய்மேன் (Neil Gaiman): முழுமையை அடைதல் என்பது இந்தப் பிரபஞ்சத்தில் சாத்தியம் இல்லை. முழுமையை அடைய வேண்டும் என்பது ஒரு லட்சியம். அது நாம் நோக்கிச் செல்லும் ஒரு மலை. அது மலை மீது அமைந்திருக்கும் நாம் சென்றடைய விரும்பும் ஒரு பளபளப்பான நகரம். ஆனால், நாம் செய்யும் எவற்றிலும் சிறிதளவாவது தவறுகளும் பிழைகளும் இருக்கும் என்பதை நாம் முதலில் உணர வேண்டும். அதன் பொருட்டு நாம் முடங்கிவிடக் கூடாது. நீங்கள் எதையாவது எழுதினால்தான் அதனை மேம்படுத்த முடியும். ஒன்றுமே எழுதாவிட்டால் என்ன செய்வது? சரியாக வராத ஒரு சிறுகதையை மாற்றி எழுத முடியும். சரியாக வராத ஒரு வசனத்தை

திருத்தி அமைக்க முடியும். ஆனால், ஒன்றுமில்லாத வெற்றுக் காதிகத்தை நீங்கள் சரி செய்ய முடியாது. எனவே, நீங்கள் தைரியமாக எழுத ஆரம்பி-யுங்கள். அந்த செயல்பாடே உங்களை நகர்த்திச் செல்லும்.

68. சார்லஸ் புக்கோவ்ஸ்கி (Charles Bukowski)

ஆகவே நீங்கள் எழுத்தாளராக விரும்புகிறீர்கள்...
எல்லாவற்றையும் மீறி அது உங்களிடமிருந்து
வெடித்து வெளிவரவில்லையென்றால்
அதைச் செய்யாதீர்கள்
கேட்காமலேயே அது
உங்கள் இதயத்திலிருந்து, உங்கள் மனதிலிருந்து,
உங்கள் நாவிலிருந்து, உங்கள் அடியாளத்திலிருந்து வரவில்லையென்றால்
அதைச் செய்யாதீர்கள்
மணிக்கணக்காக உங்கள் கணினித் திரையை
வெறித்துக்கொண்டோ
அல்லது உங்கள் தட்டச்சு இயந்திரம் முன்
குனிந்தமர்ந்தோ
வார்த்தைகளைத் தேடிக்கொண்டிருந்தால்
அதைச் செய்யாதீர்கள்
பணத்துக்காகவோ, புகழுக்காவோ என்றால்
அதைச் செய்யாதீர்கள்
பெண்களை அடைய வேண்டும் என்பதற்காக என்றால்
அதைச் செய்யாதீர்கள்
பலமுறை திருத்தி எழுத வேண்டுமெனில்
அதைச் செய்யாதீர்கள்
அதைச் சிந்திப்பதே பெரும் பாரமாக இருக்குமெனில்
அதைச் செய்யாதீர்கள்
வேறொருவரைப் போல எழுத முயல்கிறீர்கள் என்றால்
அதை மறந்துவிடுங்கள்
அது உங்களிடமிருந்து கர்ஜித்து வெளிவரக் காத்திருக்க வேண்டுமெனில்
பொறுமையுடன் காத்திருங்கள்
அது உங்களிடமிருந்து ஒருபோதும் கர்ஜித்து வெளிவாரதெனில்
வேறு எதாவது வேலையைச் செய்யுங்கள்
அதை முதலில்
உங்கள் மனைவியிடமோ அல்லது காதலியிடமோ அல்லது காதலனிடமோ
அல்லது உங்கள் பெற்றோரிடமோ அல்லது வேறு எவரிடமோ
படித்துக்காட்ட வேண்டியிருப்பின்

நீங்கள் இன்னும் அதற்கு தயாராகவில்லை
வேறு எழுத்தாளர்களைப் போல இருக்காதீர்கள்
தங்களை எழுத்தாளர் என்று கூறிக்கொள்ளும்
ஆயிரமாயிரம் நபர்களைப் போல் இருக்காதீர்கள்
மந்தமாக, ஆர்வமற்று, பாசாங்காக இருக்காதீர்கள்
சுயமோகத்தில் திளைக்காதீர்கள்
உங்களைப் போன்றவர்களால்
உலகில் உள்ள நூலகங்கள் சோம்பித் தூங்கின்றன
அந்த பட்டியலில் சேராதீர்கள்
அந்த வேலையைச் செய்யாதீர்கள்
ஒரு ராக்கெட்டைப் போல் விசையுடன் உங்களிடமிருந்து
அது வெளிவாந்தாலன்றி,
சும்மா இருப்பது உங்களை பைத்திய நிலைக்கோ அல்லது தற்கொலைக்கோ
அல்லது கொலைக்கோ
இட்டுச் சென்றாலன்றி
அதைச் செய்யாதீர்கள்
உங்கள் உள்ளே இருக்கும் சூரியன்
உங்கள் அடிவயிற்றை எரித்தாலன்றி
அதைச் செய்யாதீர்கள்
நீங்கள் தேர்ந்தெடுக்கப்பட்டவரெனில்
சரியான நேரத்தில்
அது தன்னைத்தானே நிகழ்த்திக்கொள்ளும்
நீங்கள் சாகும் வரையில்
அல்லது அது உங்களில் சாகும் வரையில்
வேறேதும் வழி இல்லை
ஒருபோதும் வேறு வழி இருந்ததில்லை!
பைத்தவுசனும் ஐத்தவுசனும்

'வாழ்வதுவும் மக்களுக்காகவே' என போராளிகளின் தியாக வாழ்க்கையை எழுத்தாளன் கற்பனை செய்துகூடப் பார்க்க முடியாது. வாழ்வது நமக்காக இருந்தாலும், எழுதுவதாவது மக்களுக்காக இருக்கட்டும் என்ற நிலைப்பாட்டில் உறுதியாக நிற்காத எழுத்தாளனை எதற்காக இந்தச் சமூகம் கொண்டாட வேண்டும். காலகாலமாக பாரதியையும் புதுமைப்பித்தனையும் உதாரணமாகச் சொல்லும் படைப்பு மனம் இன்குலாப் போன்றோரின் பெயரை வாழ்நாளில் ஒருமுறையாவது உச்சரிக்குமா? - **தோழர் புலியூர்**

வைக்கம் முகமது பஷீர்

என் புத்தகங்கள் எத்தனை காலம் வாழும்?
ஒரு புதிய பூமி உருவாகலாம். கடந்த காலத்தவை எல்லாம் புதியவற்றில் கரைந்து எதுவுமின்றி மறைந்து போகலாம்.
என்னுடையது என்று நான் சொல்லிக் கொள்ள என்ன இருக்கும்?
என்னுடையது என்று சொல்லிக் கொள்ளும் ஓர் இம்மியளவான அறிவையாவது நான் இந்த உலகத்திற்கு அளித்திருக்கிறேனா?
கடிதங்கள், சொற்கள், உணர்வுகள்—இவையெல்லாம் கோடிக்கணக்கான மக்கள் பயன்படுத்தியிருக்கிறவைதான்.

69. மாலன்

வணிக நோக்கற்ற சிற்றேடுகள், மைய நீரோட்ட இதழ்கள், அயல் நாட்டு அமைப்புகளின் போட்டிகள்,, சர்வதேசப் போட்டிகள் எனப் பலவற்றில் கடந்த 30 ஆண்டுகளுக்கும் மேலாக நடுவர் குழுவில் பங்களித்து வந்திருக்கிறவன் என்ற முறையில் சொல்கிறேன்: போட்டிகள் நடத்துவது வியர்த்தம்.

அவை சில எழுத்தாளர்களுக்கு உற்சாகம் தரும் என்பதைத் தவிர, தமிழிலக்கியத்திற்கு வளம் சேர்க்கவோ, தமிழ் இலக்கியப் போக்குகளில் தாக்கம் ஏற்படுத்தவோ வலுவற்றவை. அதுவும் அண்மைக்காலமாகப் போட்டிக்கு வரும் கதைகளை வாசிக்கும் போது (இத்தனைக்கும் நான் வடிகட்டப்பட்ட குறும் பட்டியல் கதைகளைத்தான் வாசிக்கிறேன்) அவற்றில் கருத்தாழமோ, சிந்தனைக் கூர்மையோ, மொழிஅழகோ, புதுமை உத்தியோ கொண்டவை மிக மிகக் கொஞ்சம். அனேகமாக இல்லை என்றே சொல்ல வேண்டும். பெரும்பான்மையானவை, வார்ப்புருக்களில் (stereotype) வடிக்கப்பட்டவை. சினிமானத்தனமானவை. தட்டையானவை. உபதேசம் செய்பவை. வாழ்ந்து பெற்ற அனுபவங்கள் இல்லாதவை. எப்படிப் பார்த்தாலும் சரி, cost Vs benefits என்ற வணிக நோக்கில் பார்த்தாலும், effort Vs result என்ற பொது நோக்கில் பார்த்தாலும் சரி அவை ஏமாற்றமே தருபவை

வரலாற்றைப் பார்த்தால், பி.எஸ். ராமையா, அகிலன், ராஜம் கிருஷ்ணன், ஜெயமோகன் போன்ற ஒரு சிலரைத் தவிர பிற தமிழின் காத்திரமான எழுத்தாளர்கள் போட்டிகளின் வழியே வந்தவர்கள் அல்ல. ஞானப் பீட பரிசும், சாகித்ய அகாதெமியின் பெலோஷிப்பும் பெற்ற ஜெயகாந்தன் எந்தப் போட்டியிலும் கலந்து கொண்டதில்லை நீங்கள் ஏன் போட்டியில் கலந்து கொள்ளவில்லை என்ற கேள்விக்கு படைப்பு என்பது ஓட்டப்பந்தயமில்லை என்று அவர் பதிலளித்தார். அதுதான் உண்மை. ஒரு படைப்புக்கான உந்தல் உள்ளிருந்து எழுவது. புறத் தூண்டுதல்களால் அல்ல.

‘இதுவரை பிரசுரமாகியிருக்கக் கூடாது’ என்ற உங்கள் விதிகளின் தாத்பர்யம் எனக்குப் புரியவில்லை. பத்திரிகைகள் அது போல விதிகள் வகுப்பதில் ஓரளவு நியாயம் உண்டு. அவர்கள் தங்கள் பத்திரிகையில் பிரசுரமாவது எங்கும் அதற்கு முன் வந்திருக்கக் கூடாது எனக் கருதுகிறார்கள். (அதுவே சரியல்ல என்பது என் அபிப்பிராயம். புத்தகமாக வந்த அம்மா வந்தாளை சாவியில் தொடராக வெளியிட்டிருக்கிறேன். புதுமைப்பித்தனின் காஞ்சனை உட்பட சில சிறுகதைகளை குங்குமத்தில் வெளியிட்டிருக்கிறேன்) ஆனால் ஒரு பதிப்பகம் அவ்வாறு கோருவது எதன் பொருட்டு? ஏற்கனவே பிரசுரமானவைகளை நூல்களாகப் பதிப்பகங்கள் வெளியிடுகின்றனவே? புதிய எழுத்தைக் கண்டுபிடிப்பது (Talent scouting) நோக்கமாக இராது.

ஏனெனில் ஏற்கனவே எழுதியவர்களும் போட்டிகளில் கலந்து கொள்கிறார்களே?போட்டிகளை நிறுத்திவிட்டு அதற்கு பதில் நீங்கள் வேறொன்று செய்யலாம். அவ்வ்வ்வளவும் சிறுகதைகள் என்று சிறுகதைகளுக்கு என்று ஒரு வலைத்தளம் தொடங்குங்கள். மாதம் இருமுறை கதைகளை அதில் வெளிடுங்கள். நான்கு பேரை ஆசிரியர்களாக நியமியுங்கள். ஒருவர் ஆறு இதழ்களைத் தயாரிப்பார். ஆனால் அடுத்தடுத்த இதழ்களை அல்ல. ஒரு இதழில் ஐந்து கதைகள். ஆண்டுக்கு 130 கதைகள். அவற்றிற்கு வாசகர்கள் ரேட்டிங் கொடுக்கும் வசதியையும் ஏற்படுத்திக் கொடுக்கலாம். ஆண்டிறுதியில் அவற்றில் அதிகம் ரேட்டிங் பெற்ற 13 கதைகள், அல்லது நான்கு ஆசிரியர்களும் ஒருமித்து ஏற்கும் 13 கதைகளை ஆண்டுமலராகக் கொண்டு வாருங்கள். அதை அச்சு/மின் நூலாகவும் கொண்டுவரலாம்,

70. காயத்திரி. ஆர்

நாவல் போட்டிக்கு படைப்புகளை அனுப்பும் முன் ’இது வேறு எங்கும் வெளிவந்ததல்ல மற்றும் இந்தப் படைப்பை முடிவு வரும் வரை எங்கும் அனுப்ப மாட்டேன்‘ என்று உறுதிமொழி அனுப்பக் கேட்கிறோம். பல பத்திரிகைகளுக்கு அனுப்பிவிட்டு, அல்லது ஏற்கனவே பதிப்பித்துவிட்டு கூசாமல், வெட்கமில்லாமல் உறுதிமொழி அனுப்புகிறார்கள்.

இதில் வேடிக்கை என்னவென்றால் ஒருவர் மெயிலில் உறுதிமொழி அனுப்பிவிட்டு தன் புத்தகத்தையே அனுப்பியிருந்தார். அதிர்ச்சியாகி போன் செய்து ’ஐயா, பதிப்பித்த புத்தகங்களுக்கு வேறு பல விருதுகள் இருக்கின்றன. அங்கு அனுப்புங்கள். இந்த விருது இன்னும் வெளிவராத படைப்புகளுக்கு‘ என்று சொன்னாலும் புரியவில்லை.

’தெரியுங்க. இதென்ன பெரிய விசயம்? சும்மா நடுவர்களுக்கு அனுப்புங்க. இல்லைன்னா எனக்கு கொரியர் பண்ணிருங்க புத்தகங்களை‘ என்று ரொம்ப அலட்சியமாக பதிலளித்தார். எப்படி!!!

இன்னும் இருவர் படைப்பை அனுப்பி ஒரு மாதத்துக்குப்பின் போட்டி-யிலிருந்து விலகிக் கொள்கிறேன் என்று மெயில் அனுப்பினார்கள். ஒருவர் சில நாட்களுக்கு முன் 'என் கதை ஆனந்த விகடனில் இந்த வாரம் வெளி வந்திருக்கிறது. அதனால் விலகிக் கொள்கிறேன்' என்றார்.

இன்னொருவர் இன்று எனக்கு வாட்ஸப் செய்து 'சமீபத்தில் என் சிறுகதை சில மாற்றங்களுடன் வேறு ஒரு பத்திரிகையில் வெளிவந்திருக்கிறது. ஒரு வேளை என் கதையை தேர்வு செய்யும் பட்சத்தில் எனக்கும் அந்த பத்தி-ரிகைக்கும் கலங்கம் (களங்கமாம்) ஏற்படும். ஆகையால் பரிசுப் போட்டியி-லிந்து விலகிக் கொள்கிறேன். நடுவர்களின் உழைப்பை வீணாக்க விரும்ப-வில்லை' என்று இன்று காலை அறம் பாடுகிறார். ஏன் விருது வழங்கும் நாள் மேடையேறி சொல்லியிருக்கலாமே ஐயா? எங்கள் முடிவு வரும் வரை, ஒரு மூன்று மாதம் காத்திருத்தல் அவ்வளவு சிரமம், இல்லையா?

நீங்களெல்லாம் படைப்பாளர்கள் தானே? நடுவர்கள் பல மணி நேரத்தை இதற்காக செலவழிக்கும் சிரமம் உங்களுக்குத் தெரியாது?

இப்போட்டிக்காக நாங்கள் செய்யும் செலவு பல லட்சங்கள். ஏதோ புது கதைகளை வாங்கி கோடீஸ்வரர்கள் ஆவதுபோல் வியாக்யானம் செய்பவர்க-ளுக்கு, இந்தப் படைப்புகளை அச்சடிக்கும் காசு கூட எங்களுக்குத் திரும்பி வராது என்று பெருமகிழ்ச்சியுடன் சொல்லிக் கொள்கிறோம். தவிர ஒவ்வொரு படைப்புக்கும் பல ஆயிரங்கள் பரிசு.

ராம்ஜிக்கோ எனக்கோ கடவுள் புண்ணியத்தில் பதிப்பகத்தில் சம்பாதித்து-தான் குடும்பம் நடத்த வேண்டும் என்ற நிலையில்லை. பல ஆண்டுகளாக பல எழுத்தாளர்களின் எழுத்துக்கள் எங்களை வழி நடத்தியிருக்கின்றன. திரும்ப இந்த இலக்கிய உலகுக்கு ஏதாவது செய்ய வேண்டும் என்ற எண்-ணத்திலேயே (நான் அரசாங்க வேலையை உதறிவிட்டு) பதிப்பகத்தை ஆரம்பித்தோம். எழுத்தாளர்களை ஊக்குவிக்கும் முயற்சியாக இந்தப் போட்டி இருக்குமே என்று நினைத்தது பெரும் தவறு.

இதை ஒரு சிறிய விஷயமாக சிலர் நினைக்கலாம். இது ஒரு உலகளா-விய பெங்குவின், ஹார்ப்பர் காலின்ஸ் போன்ற பதிப்பகமாக இருந்திருந்தால் கோர்ட் படியேற வேண்டியிருந்திருக்கும். எதன் மேலும் கிஞ்சிற்றும் மரி-யாதையின்றி தான்தோன்றித்தனமாக, அலட்சியமாக இப்படி இருப்பவர்கள் இனியும் போட்டியில் கலந்து கொள்வார்கள் என்றால் இந்தப் போட்டியை நிறுத்தி விடலாமா என்று ஆலோசனை செய்து கொண்டிருக்கிறோம். - **2023**

3

71. மலாயாப் பல்கலைக்கழகத்தில் தமிழ் - அபிராமி கணேசன்

மலாயாவில் (இன்றைய மலேசியா, சிங்கப்பூர்) மொழிசார் வேர்களை ஆராயும்போது தவறாமல் உச்சரிக்கப்படும் இரு விடயங்கள்; (1) மலாயாப் பல்கலைக் கழக இந்திய ஆய்வியல் துறை; (2) மலாயாப் பல்கலைக் கழக இந்திய ஆய்வியல் துறை நூலகம். மலாயாப் பல்கலைக் கழகத்தில் தமிழ்ப் பிரிவும் அதன் நூலகமும் உருவாவதில் பலரும் பலவகைகளில் செயல்பட்டிருந்தாலும்கூட அக்காலப்பகுதியில் முதன்மை ஊடகமாக இருந்த தமிழ் முரசு அச்சு இதழ்வழி கோ. சாரங்கபாணி மேற்கொண்ட நடவடிக்கைகள் இந்நாட்டில் மிகப் பெரிய அதிர்வலைகளைத் தோற்றுவித்தது குறிப்பிடத் தக்கது.

அதன் நீட்சியாக உலகெங்கிலுமிருந்து பலரும் இந்திய ஆய்வியல் துறையும் அதன் நூலகமும் உருவாக ஆற்றிய பங்களிப்புத் தமிழ் வரலாற்றில் பொன்னெழுத்துகளால் பொறிக்கப்பட வேண்டியதாகும். ஆயினும், பெருமளவு வாய்மொழி வரலாறாக மட்டுமே சுருங்கி நிற்கும் மலாயாப் பல்கலைக்கழக தமிழ்ப் பிரிவு, அதன் நூலகம் தொடர்பான ஒட்டுமொத்த வரலாற்றுப் பார்வை மீள்பதிவு செய்யப்பட வேண்டியது அவசியமாகும்.

மலாயாப் பல்கலைக்கழகத்தினுடைய வரலாற்று ஏடுகளில் சிறுபகுதியாக மட்டுமே அறிக்கை வடிவில் பதிவாகியிருக்கும் தமிழ்ப் பிரிவின் தோற்றத்திற்குப் பின்னால் பதிவு செய்யப்படாத பல தனிமனிதர்களின், அமைப்புகளின், அச்சு ஊடகங்களின் பங்களிப்பு இருக்கவே செய்கிறது. இந்திய ஆய்வியல் துறை என நேரடி தளத்தில் இத்துறை தொடர்பான வரலாற்றினை ஆராய்ந்தவர் உமா விஸ்வநாதன் (2005/2006ஆம் ஆண்டில் மேற்கொண்ட இளங்கலை ஆய்வு). மிகச் சொற்பமான தகவல்களை முன்வைக்கும் இவ்வாய்வுக்குப்பின் வெளிவந்த பல ஆய்வுகள் 'மலாயாப் பல்கலைக்கழக இந்திய ஆய்வியல் துறை' என்பதாகப் பேசுமிடங்களில் உமா விஸ்வநாதன் ஆய்வைப் பிரதியெடுப்பதாகவே இருக்கின்றன. எம். இலியாஸ் (1997), தமிழவேள் சாரங்கபாணி எனும் நூலில் 'பல்கலைக் கழகத்தில்', 'தமிழுக்கு நிதி'

எனும் தலைப்புகளில் இத்துறை தொடர்பான தமிழகம் சார்ந்த கண்ணோட்டங்களை முன்வைத்திருந்தார். அடுத்து, பாலபாஸ்கரன் 2016ஆம் ஆண்டு பதிப்பித்த நூலில் கூடுதல் வரலாற்றுத் தகவல்கள் இருப்பது சற்றே ஆறுதலானது.

அவ்வகையில் (1) மலாயாப் பல்கலைக்கழக இந்திய ஆய்வியல் துறை; (2) மலாயாப் பல்கலைக்கழக இந்திய ஆய்வியல் துறை நூலகம் எனும் இவ்விரு உயர்க்கல்வி அமைப்புகள் தொடர்பாக மேற்கொள்ளப்பட்டிருக்கும் வரலாற்று ஆய்வுகளும் இதர வகை ஆய்வுகளும் தொட்டுப்பார்க்காத அல்லது மிக மேலோட்டமாகக் கோடிட்டுக்காட்டிச் சென்ற ஒரு பகுதியை ஆழ, அகலத்துடன் பதிவு செய்வது இக்கட்டுரையின் நோக்கமாகும். இதனை, குறிப்பாகத் தமிழ் முரசு நாளிதழில் தொடர்ச்சியாக வெளிவந்த செய்திகளினூடாக இக்கட்டுரை கவனப்படுத்த முயன்றுள்ளது.

1953ஆம் ஆண்டு தொடங்கி 1959ஆம் ஆண்டு வரை தொடர்ந்து 132 நாட்கள் இந்திய ஆய்வியல் துறை தொடர்பான செய்திகள் தமிழ் முரசில் வெளிவந்துள்ளன. இந்த 7 ஆண்டுகளில் மொத்தம் 203 பிரசுரங்கள் கட்டுரை, செய்தி, அறிவிப்பு வடிவில் இந்நாளிதழில் பிரசுரிக்கப்பட்டுள்ளன. இந்திய ஆய்வியல் துறை என அதிகாரப்பூர்வமாகப் பெயர்பெறும் முன்னர் 'இந்திய இலாகா', 'தமிழ்ப் பிரிவு, 'தமிழ்த் துறை', 'இந்தியத் துறை' எனப் பல பெயர்களில் நாளிதழ்களிலும் பலதரப்பட்ட உரையாடல்களிலும் இவ்வுயர்க் கல்வி பிரிவு அழைக்கப்பட்டுள்ளது கவனிக்கத் தக்கது.

மலாயாப் பல்கலைக்கழக உருவாக்க வரலாறு - மலாயாவின் நிலப்பரப்பு ஒன்பது மலாய் மாநிலங்களின் கூட்டமைப்பாகவும், பினாங்கு, மலாக்கா மற்றும் சிங்கப்பூர் ஆகிய மூன்று பிரிட்டிஷ் குடியேற்ற பகுதிகளின் கூட்டமைப்பாகவும் இருந்த போதே, 1949ஆம் ஆண்டு மலாயாப் பல்கைக்கழகம் தோற்றுவிக்கப்பட்டுள்ளது. மலாயாப் பல்கலைக்கழகம் ஆரம்ப காலக்கட்டத்தில் மருத்துவத்திற்கான உயர்க்கல்விக்கூடமாக மட்டுமே செயல்படத் தொடங்கியது. 1905ஆம் ஆண்டு நிறுவப்பட்டு, பின்னர் சில வருடங்கள் கழித்து கிங் எட்வர்ட் VII மருத்துவக் கல்லூரி (King Edward VII College of Medicine) என்பதாக உருமாற்றம் கண்டது.

இக்கல்லூரியில் டிப்ளோமா பயிலும் மாணவர்களின் டிப்ளோமா பட்டத்திற்கான மருத்துவ பதிவிற்கு பிரிட்டிஷ் மருத்துவ கழகம் (British Medical Council) அங்கீகாரம் வழங்கியது. மலாயாவில் மருத்துவ தொழிலுக்கு ஆட்சேர்ப்புச் செய்வதற்கான முக்கியத் தளமாக கிங் எட்வர்ட் VII மருத்துவக் கல்லூரி அக்காலப்பகுதியில் விளங்கியது. இதன் அடிப்படையில் 1915-ஆம் ஆண்டு தொடங்கி இக்கல்லூரி தன் இருப்பைச் சிங்கப்பூரில் வெற்றிகரமாக நிறுவியது.

மறுநிலையில், 1928-ஆம் ஆண்டு சிங்கப்பூரிலேயே ராபிள்ஸ் கல்லூரி (Raffles College) எனும் பெயர் கொண்டு மற்றுமொரு உயர்க்கல்விக்-

கூடமும் திறக்கப்பட்டது. இக்கல்லூரியில் மருத்துவக் கல்வியுடன் சேர்த்துக் கூடுதலாகக் கலை மற்றும் அறிவியல் துறை சார்ந்த படிப்புகளும் அறிமுகப்படுத்த வேண்டும் என்ற எண்ணம் உருவானது. சில ஆண்டுகளில் இந்தக் கல்லூரியைப் பல்கலைக்கழகமாக உருமாற்றுவதற்கான சாத்தியக்கூறுகள் விவாதிக்கப்படத் தொடங்கியது.

அதன் அடிப்படையில் 1947ஆம் ஆண்டு சர் அலெக்சாண்டர் கார்சாண்டர்ஸ் (Sir Alexander Carr-Saunders) தலைமையில் சிறப்புக் குழு அமைக்கப்பட்டு அப்போதைய மலாயாவின் சூழலை ஆராய்ந்ததோடு மட்டுமில்லாமல் ராபிள்ஸ் கல்லூரி மற்றும் கிங் எட்வர்ட் VII மருத்துவக் கல்லூரி அதுவரை அடைந்திருந்த அடைவுநிலையும் ஆராயப்பட்டது. ஆய்வின் முடிவில் மலாயாப் பல்கலைக்கழகம் என்றதொரு சுயாதீன பல்கலைகழகம் உருவாவதில் எந்தத் தடையும் இல்லை என்று அறிக்கை சமர்ப்பிக்கப்பட்டது. இது குறித்துச் சட்டம் நிறைவேற்றப்பட்டு, அக்டோபர் 7, 1949இல் மலாயாப் பல்கலைக்கழகம் அதிகாரப் பூர்வமாக சிங்கப்பூரில் செயல்படத் தொடங்கியது.

மலாயாப் பல்கலைக்கழக நிர்வாக முறை இந்நாட்டின் சட்ட வரையறைகளுக்கு உட்பட்டு இந்நாட்டில் இயங்கும் இதர கல்விக்கூடங்களின் நிர்வாக முறைமைகளையும் கவனத்தில் கொண்டு வடிவமைக்கப்பட்டது. கல்வி தொடர்பான செயல்திட்டங்கள் இப்பல்கலைக்கழகத்தின் உச்ச நிர்வாக அமைப்பில் இருந்த கல்வியாளர்கள் பொறுப்பிலும், நிதி மற்றும் பொது நிர்வாகக் கட்டுப்பாடு தொடர்பான விடயங்கள் கல்வியாளர்கள் மற்றும் பிரதிநிதிகள் கழகத்தின் (Council with both academic and lay representatives) கண்காணிப்பிலும் விடப்பட்டிருந்தது.

தொடக்கக் கட்டமாகப் பல்கலைகழகத்தில் கலை, அறிவியல் மற்றும் மருத்துவம் ஆகிய புலங்கள் உருவாக்கப்பட்டு, 450 மாணவர்களைக் கொண்டு பல்கலைக்கழகம் செயல்படத் தொடங்கியது. மருத்துவப் புலத்தில் பல் மருத்துவத்தில் இளங்கலை பட்டமும் மருந்தகம் கல்வியில் டிப்ளோமாவும், அறிவியல் புலத்தில் விலங்கியல் மற்றும் தாவரவியல் கல்வியும் அதனைத் தொடர்ந்து கணிதம், இயற்பியல், வேதியியல் மற்றும் கலை புலத்தில் ஆங்கிலம், வரலாறு மற்றும் புவியியல் ஆகியவற்றுடன் பொருளாதாரம் தொடர்பான கல்வியும் போதிக்கப்பட்டன.

இப்படிச் சிறிது சிறிதாக இப்பல்கலைகழகத்தின் பாடத்திட்டங்களில் மேம்பாடு கொண்டு வரப்பட்ட நிலையில் உள்ளூரில் முதன்மை பயன்பாட்டில் இருக்கும் மூன்று மொழிகளாகிய மலாய், சீன, தமிழ் மொழிகளைக் கற்பிக்கும் துறையை அறிமுகப்படுத்துவது தொடர்பாக ஆலோசிக்கப்பட்டு வந்தது. 1949ஆம் ஆண்டு தொடங்கி 1957க்கு இடைப்பட்ட காலத்தில் மலாயாப் பல்கலைக்கழகத்தில் மேற்குறிப்பிட்டிருந்த மொழிகளுக்கும், தத்துவம், புவியியல், பொறியியல், சட்டம், மேலும் ஒட்டுண்ணியியல், எலும்பியல் அறுவை சிகிச்சை, 'சோசியல் மெடிசன்' (social medicine) மற்றும் மருந்தியல்

உள்ளிட்ட பல்வேறு கூடுதல் மருத்துவ பாடங்களுக்கும் துறைகள் உருவாக்கம் கண்டன. மேலும் கல்வியியல், பொது சுகாதாரம் மற்றும் சமூக நிர்வாகம் ஆகிய துறைகளின்கீழ் டிப்ளோமா கல்வி வசதிகளை உருவாக்கியது மட்டுமல்லாமல் முதுநிலை மற்றும் முனைவர் பட்டம் தொடரவும் வாய்ப்பளிக்கப்பட்டது. இதனால், பல்கலைகழகத்தில் பயிலும் மாணவர்களின் எண்ணிக்கையும் கணிசமாக அதிகரிக்கத் தொடங்கியது (Caine, 1958, May).

இதற்கிடையில், 1954ஆம் ஆண்டு சிங்கப்பூரில் அமைந்திருக்கும் பல்கலைக்கழக வளாகத்தைத் தவிர்த்துக் கோலாலம்பூரிலும் தனித்த பல்கலைக்கழகம் அமைப்பதற்கான திட்டம் முன்வைக்கப்பட்டது. பின்னர் 1962ஆம் ஆண்டு இவ்விரண்டும் தனித்தனி பல்கலைக்கழகங்களாக மாற்றப்பட்டன. சிங்கப்பூரில் அமைந்திருந்த வளாகம் சிங்கப்பூர் பல்கலைக்கழகமாக மாறியது. அதுவே பின்னர் நான்யாங் பல்கலைக்கழகத்துடன் ஒன்றிணைந்து இன்று சிங்கப்பூர் தேசிய பல்கலைக்கழகமாக அறியப்படுகிறது. கோலாலம்பூரில் அமைக்கப்பட்ட பல்கலைக்கழகம் மலாயாப் பல்கலைக்கழகம் என்ற பெயரில் செயல்படத் தொடங்கியது (Wan, 2019, November, 20).

இந்தியப் பகுதி அமைக்க கோரிக்கை - பல்கலைக்கழக செனட் மற்றும் கவுன்சில் கூட்டுக் குழு அடுத்த ஐந்து ஆண்டுகளில் முன்னுரிமை அளிக்கபட வேண்டிய கல்வி முன்னேற்றங்கள் குறித்துப் பரிந்துரைகளை வழங்கியது. பின், சில மாற்றங்களுடன் இந்தப் பரிந்துரைகள் ஏற்றுக்கொள்ளப்பட்டன. அவற்றில் ஒரு பரிந்துரையாகத் தனி இந்தியத் துறை (Separate Department) அமைக்கப்பட வேண்டும் என முடிவுசெய்யப்பட்டது (Annual Report of University of Malaya, 1953-1954, பக். 2).

மலாயாப் பல்கலைக்கழகத்தில் இந்தியப் பகுதி தொடங்க வேண்டும் என்று கார் சாண்டர்ஸ் ஆணையம் முன்மொழிந்த பிறகு அது தொடர்பான எந்த நடவடிக்கைகளும் உடனடியாக மேற்கொள்ளப்படவில்லை. 1951ஆம் ஆண்டு மலாயாப் பல்கலைக்கழகத்தில் இந்திய இலாகா ஆரம்பிப்பது பற்றிய திட்டம் சமர்ப்பிக்கப்பட்டு இதுவரை எந்த நடவடிக்கையும் மேற்கொள்ளப்படவில்லை என்று 1953-ஆம் ஆண்டு சட்ட சபை அங்கத்தினரான சி. ஆர். தசரதராஜ் கேள்வி எழுப்பியிருந்தார். மலாயா வானொலி தமிழ் பகுதி, பொது உறவு இலாகா, குடிநுழைவுத்துறை, தொழிலாளர் இலாகா ஆகியவைகளுக்கு தமிழ்மொழியில் ஆற்றல் கொண்டவர்கள் தேவை என்பதால் மலாயாப் பல்கலைக்கழகத்தில் தமிழ், சமஸ்கிருதம், இந்திய சரித்திரம் ஆகியவற்றைச் சொல்லிக் கொடுக்கும் இலாகா அமைக்கப்பட வேண்டும் என்று கோரிக்கை விடுத்தார்.

இதனோடு கலை, புதைபொருள் ஆராய்ச்சி, அரசியல், மத்திய கால ஜோதிட சாஸ்திரம், இலக்கியம், கலைகள், கைத் தொழிகள் போன்ற பாடங்களும் போதிக்கப்பட வேண்டும் என்று சி. ஆர். தசரதராஜ் வலியுறுத்தினார் (தமிழ் முரசு, பிப்ரவரி, 05, 1953, பக். 08). 07ஆம் தேதி பிப்ரவரி

1953ஆம் ஆண்டு மலாயாப் பல்கலைக்கழகத்தில் இந்தியப் பகுதி அமைப்பதில் தாமதமானதற்கான காரணங்களைத் தமிழ்முரசு பத்திரிக்கை வெளியிட்டது. அவை :

'மலாயாப் பல்கலைக்கழகமே ஆரம்ப நிலையில் இருந்து வருகிறது. மலாயாப் பல்கலைக்கழக நிர்மாணத்திற்குப் போதிய பணமும் இன்னும் சேரவில்லை. ஆதலால், பல்கலைக்கழக அதிகாரிகள் வெகு வேகமாய் ஓட முடியாத நிலை. இதற்கிடையில் மலாயா சீனர்கள் பல்கலைக்கழகம் ஒன்று அமைக்க விரும்புகிறார்கள். சீனப் பகுதி அமைக்கப்படாமல் இருப்பது சீனர்களுக்கு அதிருப்தி அளித்திருக்கக்கூடும். அரசாங்க கல்வித் திட்டத்தில் ஆங்கிலத்திற்கும், மலாய்மொழிக்கும் பிரதானமளிக்கப்பட்டிருப்பது சீனர்களுக்குத் திருப்தி அளிப்பதாக இல்லை. இந்தியப் பகுதி குறித்து இந்தியர்களிடையே அபிப்பிராயப் பேதங்கள் உண்டு.

மலாயாப் பல்கலைகழக நிர்மாணிப்பிற்கு அடிப்படையான கார் சாண்டர்ஸ் அறிக்கையில் மலாயாப் பல்கலைக்கழகத்தில் தமிழ் மொழிக்கு ஒரு விரிவுரையாளர் நியமிக்கப்பட வேண்டும் என்று கூறப்பட்டுள்ளது. தமிழ் மொழி இந்திய மொழிகளில் ஒன்று; அதை மட்டும் பல்கலைக்கழகத்தில் இடம் பெறச்செய்வது அனைவருக்கும் திருப்தி அளிக்க மாட்டாது என்ற அபிப்பிராயம் இந்தியர்களிடையே எழுந்தது. சிலர் ஹிந்தி மொழியையும் மலையாள மொழியையும் சேர்க்க வேண்டும் என்று கோரினர். இறுதியாகத் தமிழ்மொழிக்குப் பிரதானமளிப்பதாக இந்தியர்கள் ஒப்புக் கொண்டார்கள்.

(தமிழ் முரசு, பிப்ரவரி, 07, 1953, பக். 04)

நீலகண்ட சாஸ்திரி வருகை - 1953ஆம் ஆண்டு மலாயாப் பல்கலைக்கழகத்தில் துணைவேந்தராக இருந்த சர் சிட்னி கெய்ன் பத்திரிகை சந்திப்புக் கூட்டத்தில் பேசுகையில், 4/2/1953 (புதன்கிழமை) நடத்தப்பட்ட பல்கலைக்கழக கவுன்சில் கூட்டத்தில் இந்தியப் பகுதி அமைப்பது குறித்து ஆலோசனை பெற பேராசிரியர் நீலகண்ட சாஸ்திரிக்கு இறுதி அழைப்பு விரைவில் அனுப்பவிருப்பது தொடர்பில் பேசப்பட்டதைக் குறிப்பிட்டிருந்தார் (தமிழ் முரசு, பிப்ரவரி, 06, 1953, பக். 08). இந்தியப் பகுதியில் உயர்நிலை படிப்பும், தென்கிழக்காசியாவில் இந்திய நாகரிகம் பரவிய வரலாறுகளையும், இந்தியக் கலை கலாச்சாரங்கள் பற்றிய விருத்தாக்கங்களையும் சொல்லிக் கொடுப்பது தகும் என்று கருதப்பட்டதால் இதற்கான பாட திட்டத்தைத் தயாரித்துக் கொடுக்கும் நோக்கத்தில் பேராசிரியர் நீலகண்ட சாஸ்திரியை வரவழைக்க முடிவு செய்யப்பட்டது.

சர்வமும் இந்திய மயமாய் இருக்க வேண்டும் என்ற குறிக்கோளால் இத்தகைய பாடத்திட்டத்திற்கு முதலில் 'இண்டோலஜி' (Indology) என்று பெயர் வழங்கப்பட்டது. இப்பெயரிடுவதன் மூலம் மாகாணப் பிரிவு, இனப் பிரிவு போன்றான சிக்கல்களும் குழப்பங்களும் இருக்காது என்று எதிர்பார்க்கப்பட்டது. இவ்வளவு விடயங்கள் அடங்கியுள்ள இப்பாடத்திட்டத்தைத் தயாரிப்பது

எளிமையற்ற காரியம் என்பதால் இப்பொறுப்பை மேற்கொள்ள பேராசிரியர் நீலகண்ட சாஸ்திரி அழைக்கப்பட்டார்.

இவர் இந்தப் பொறுப்பை மேற்கொள்ள பணம் கேட்கக்கூடும் என்றும் அதனைக் கொடுக்க மலாயாப் பல்கலைக்கழகம் தயாராக இருக்குமா என்பது ஐயம் என தமிழ் முரசு நாளிதழ் செய்தி பதிவு செய்தது. இந்தியப் பகுதி உருவாக்கப்படுவதற்கு மலாயா இந்தியர்களிடமிருந்து குறைவான எண்ணிக்கையில் நிதி கிடைத்திருந்தாலும்கூட அது எதிர்காலத்தில் இந்தியப் பகுதி உருவாவதற்கு எந்த வகையிலும் தடையாக இருக்காது என்று தெரிவித்தோடு, மலாயாப் பல்கலைக்கழகத்தில் இந்தியப் பகுதி அமைப்பதில் இந்தியர்கள் ஆர்வங்கொண்டிருக்கிறார்கள் என்பதை நன்கொடைகளின் வழியே நிரூபிக்க வேண்டும் என்றும் அந்நாளிதழ்வழி கேட்டுக் கொள்ளப்பட்டது (தமிழ் முரசு, பிப்ரவரி, 07, 1953, பக். 04).

23 மார்ச் 1953ஆம் ஆண்டு, விமானம் மூலம் நீலகண்ட சாஸ்திரி சிங்கப்பூர் வந்து சேர்ந்துள்ளார். அவர் ஒரு மாத காலம் தங்கி மலாயாப் பல்கலைக்கழகத்தில் இந்தியப் பகுதியை உருவாக்குவது பற்றி ஆராய்வார் என்றும் இந்தியப் பகுதி ஆரம்பிக்க வேண்டும் என்று முதன் முதலில் சிபாரிசு செய்த கார்-சாண்டர்ஸ் கமிஷன் உடன் சாஸ்திரி பேசுவார் என்றும் கூறப்பட்டது. திரு. சாஸ்திரியாருடன் ‘ஆனந்த விகடன்’ உதவி ஆசிரியரும், புகழ் பெற்ற ‘துப்பறியும் சாம்பு’வின் சிருஷ்டி கர்த்தாவுமான திரு. ஆர். மகா தேவன் என்பவரும் வந்திருந்தார் (தமிழ் முரசு, மார்ச், 24, 1953, பக். 01). சாஸ்திரி கோலாலம்பூர், மலாக்கா, பினாங்கு ஆகிய இடங்களில் சொற்பொழிவாற்றினார்.

இந்தியப் பகுதி ஆரம்பிப்பதற்கான சூழ்நிலைகளையும், மக்கள் எண்ணத்தையும் சாஸ்திரி தமது சுற்றுப்பிரயாணத்தின் மூலம் அறிந்துக் கொண்டார். 1953ஆம் ஆண்டு ஏப்ரல் மாதம் 24 மற்றும் 25ஆம் திகதிகளில் நடைப்பெறும் கூட்டத்தில் சாஸ்திரி தனது கருத்துகளை எடுத்துக்கூறுவார் என்றும் கல்வி போர்டுடன் கலந்து ஆலோசித்த பிறகே சாஸ்திரி தனது இறுதி அறிக்கையைத் தயாரிக்க தொடங்குவார் என சொல்லப்பட்டது (தமிழ் முரசு, ஏப்ரல், 15, 1953, பக். 11). மலாயாப் பல்கலைக்கழகத்தில் இந்தியப் பகுதி அமைப்பது பற்றி ஆராய்ச்சி நடத்திய சாஸ்திரி நகல் அறிக்கையைப் பல்கலைக்கழக அதிகாரிகளிடம் சமர்ப்பித்திருந்தார். அவருடைய அறிக்கை 24 ஏப்ரல் 1953 அன்று பிரசுரமாகும் என்று சொல்லப்பட்டது. 24 ஏப்ரல் 1953 தேதியன்று பல்கலைகழக கல்வி போர்டுடன் கூட்டம் நடைப்பெற்று அதில் சாஸ்திரியின் அறிக்கை பரிசீலனை செய்யப்படும் என்று குறிப்பிடப்பட்டிருந்தது (தமிழ் முரசு, ஏப்ரல், 17, 1953, பக். 02).

11.4.1953 அன்று இந்திய எஜண்ட் திரு. ராமகிருஷ்ணராவுடன் மலாக்கா நாட்டுக் கோட்டைச் செட்டியார்களைச் சேர்ந்த சன்னியாசி மலைக் கோவிலுக்குப் பேராசிரியர் நீலகண்ட சாஸ்திரியார் சென்று பேசியபோது மலாயாப்

பல்கலைக்கழகத்தில் தமிழுக்குத் தனி இடம் ஒதுக்க இயலாதென்றும் தமிழுக்கென்று கேட்டால் ஹிந்தி வேண்டும் என்று கிளர்ச்சி அதிகப்படுமென்றும், சமஸ்கிருதம், தமிழ் வகுப்புகள் ஏற்படுத்தி அதில் ஒருவர் பேராசிரியராகவும் மற்றவர் விரிவுரையாளராகவும் நியமிக்கப்படலாமென்று கூறியுள்ளார். மேலும், அதன் மூலம்தான் தமிழுக்கு ஆதரவு இருக்குமென்றும் மேற்கண்ட திட்டத்திற்கு எதிர்ப்பு ஏற்படுமானால் பல்கலைக்கழகத்தில் இந்திய மொழிக்கு வாய்ப்பில்லாமல் போய்விடும் என்றும் கூறியுள்ளார்.

இதனை அறிந்த தமிழ் முரசு பத்திரிகை மலாயாவில் வாழும் இந்தியர்களில் பெரும் பகுதியினர் தமிழர்கள் என்றும் மலாயா என்ற பெயரே தமிழர்களின் தொடர்பால் உருவானது, அதுமட்டுமின்றி, தமிழர்களின் பண்பாடும் இந்நாட்டு மக்களின் பண்பாட்டோடு இரண்டறக் கலந்து சிறப்புற விளங்குகின்றது என்று கூறி பல்கலைகழகத்தில் தொடங்க இருக்கும் இந்தியப் பகுதி இங்கு வாழும் இந்தியர்களில் பெரும் பகுதியினரான தமிழர்களின் எதிர்கால நலனுக்கும் வளர்ச்சிக்கும் உறுதுணை புரியும் வகையில் அமைவதே சிறந்தது எனும் நிலையில் இலக்கியமும் பண்பாடும்மிக்க தமிழ்ப் பகுதியும் இந்நாட்டுப் பல்கலைக்கழகத்தில் இடம் பெறுமாறு நீலகண்ட சாஸ்திரி அறிவுரை அமைத்தல் வேண்டும் என சாஸ்திரியாரிடம் வேண்டுக்கோள் விடுத்தது தமிழ் முரசு பத்திரிக்கை (தமிழ் முரசு, ஏப்ரல், 22, 1953, பக். 08).

சொற்பொழிவுக்காகச் சென்ற சாஸ்திரி ஆங்காங்கே ஆற்றிய உரைகளில் வெளிப்பட்ட கருத்துகள் இந்தியர்களிடம் சந்தேகத்தை எழுப்பி வந்ததால் 23 ஏப்ரல் 1953 அன்று தமிழ் முரசு பத்திரிக்கையில் ஒரு செய்தி வெளிட்டது. அதில், 1947ல் மலாயாப் பல்கலைக்கழகத்தில் இந்தியப் பகுதி அமைக்க வேண்டும் என்று சிபாரிசு செய்த கார் சாண்டர்ஸ் ஆணையம் தமிழ்ப் படிப்பிற்காகத் தனி இலாகா அமைக்க வேண்டும் என்று சிபாரிசு செய்து தெரிவித்த கருத்துகளை மீள்பிரசுரம் செய்தது. அதைச் சாஸ்திரிக்கும் மற்ற இந்தியர்களுக்கும் சமர்ப்பணம் என்பதாகத் தெரிவித்துத் தமிழ் படிப்பிற்கான இலாகா குறித்து கார் சாண்டர்ஸ் தெரிவித்த கருத்துகள் விரிவாக விளக்கப்படுத்தியது (தமிழ் முரசு, ஏப்ரல், 23, 1953, பக். 02).

அதன் பிறகு, சிங்கப்பூர் தமிழர் சங்கத்தின் வேண்டுகோளுக்கிணங்க 26.04.1953ல் தமிழர் பொதுக் கூட்டமொன்றில் பேச ஒப்புக் கொண்ட பேராசிரியர் சாஸ்திரி கடைசி நேரத்தில் நிகழ்கவுக்கு வர மறுத்தது தமிழர்களைக் கோபம் அடையச் செய்தது. அந்நிகழ்வு பொது கூட்டமாக மாற்றப்பட்டு சில விடயங்கள் பேசப்பட்டது. இக்கூட்டத்திற்குத் தமிழ் மக்களின் சார்பில் திரு. சாரங்கபாணி தலைமை ஏற்று உரையாற்றினார். மலாயாப் பல்கலைகழக கல்வி போர்டு அங்கத்தினர் என்ற முறையில் இந்தியப் பகுதி அமைக்கப்படும் என்றும் தமிழ் மொழிக்கு முதலிடம் வழங்கப்படும் என்றும் மக்களுக்கு நம்பிக்கை கொடுத்தார். முதலிடம் மறுக்கப்படுமானால் தமிழ் மக்கள் சார்பில் என்ன முயற்சி எடுக்க முடியுமோ அதைச் செய்வதாக உறுதியளித்-

தார். காரணம், தமிழ் ஒன்று மட்டுமே இந்த நாட்டுக்குப் பயன்படக்கூடியது இந்திய மொழி ஆகும்.

அரசாங்கமும் அதனை ஒப்புக் கொண்டது மட்டுமில்லாமல் ஆங்கிலத்-தைத் தவிர மக்கள் மொழியாக அரசாங்கம் அங்கிகரித்து ஆதரவு காட்-டும் மொழிகள் தமிழ், மலாய், சீனம் என்பதை யாரும் மறுக்கவியலாது என்றார். மலாயாப் பல்கலைக்கழகத்திற்குப் பொதுமக்களிடம் நிதி கேட்கப்-பட்ட பொழுது முதன்முதலாகப் பணம் கொடுத்தது ஒரு தமிழ் இளைஞரே ஆவார். அதற்கு மதிப்பளிக்கும் வகையிலாவது பல்கலைக்கழக நிறுவாகம் தமிழ் மொழிக்கு முதலிடம் வழங்க வேண்டும் எனக் கேட்டுக் கொள்ளப்பட்-டது. சாஸ்திரி சொன்னதை ஏற்காமல் கூச்சல் போட்டால் மட்டும் போதாது. அனைவரும் பொறுப்புணர்ச்சியுடனும் நடந்து கொள்ள வேண்டும். தமிழர்கள் முக்கியமாக இளைஞர்கள் ஒன்றுபட்டு செயல்பட வேண்டும் என்று கேட்டுக் கொண்டார் (தமிழ் முரசு, ஏப்ரல், 27, 1953, பக். 02).

தன்மீது மலாயா மக்கள் அதிருப்தியில் உள்ளனர் என்று அறிந்த சாஸ்திரி தமது அறிக்கை வரும்வரை மலாயா இந்தியர்களைப் பொறுமை காக்க வேண்டும் என இந்திய அரசாங்க பிரதிநிதி காரியாலயம் மூலம் தான் வெளியிட்ட அறிக்கையில் கேட்டுக் கொண்டார். தன் சிபாரிசின் மூலம் இந்-திய சமூகத்திற்குப் படிப்பு மொழியாக தமிழுக்குள்ள முக்கியத்துவத்தை என்-னுடைய சிபாரிசுகள் எந்த வகையிலும் குறைக்கவில்லை என்பதை மலாயா இந்தியர்களுக்குப் பத்திரிக்கை மூலம் உறுதி கூற விரும்பியதாகச் சொல்லப்-பட்டிருந்தது.

பல்கலைக்கழகத்திற்குச் சமர்ப்பிக்கப்பட்ட சிபாரிசு அறிக்கை வெளிவரும் வரை காத்திருக்குமாறு கேட்டுக் கொண்டார் (தமிழ் முரசு, ஏப்ரல், 29, 1953, பக். 02). சாஸ்திரி இந்திய அரசாங்க பிரதிநிதி காரியாலயம் மூலம் வெளியிட்ட இந்தச் செய்தியில் மலாயாப் பல்கலைக்கழகத்தில் தமிழ் மொழி படிப்பு மொழியாக இருக்கும் என்பதை மறைமுகமாகத் தெரிவித்திருந்தது மலாயா இந்தியர்களையும் குறிப்பாக மலாயாத் தமிழர்களையும் திருப்திப் படுத்தும் என்று நம்புவதாக தமிழ் முரசு பத்திரிக்கையில் செய்தி வெளியா-னது (தமிழ் முரசு, ஏப்ரல், 30, 1953, பக். 04).

மலாயாவிலிருந்து நாடு திரும்பிய நீலகண்ட சாஸ்திரி பத்திரிகைகளுக்குத் தன்னுடைய மலாயா பயணம் குறித்த அனுபவத்தைப் பகிரும்போது நேர்-மாறான தகவல்களைக் கொடுத்ததாகச் சொல்லப்படுகிறது. தினமணி நிருபரி-டம் மலாயாவில் தென் இந்தியாவில் உள்ள திராவிட கழகத்தைப் போன்று 'தமிழ் பண்ணை' என்ற இயக்கம் ஆரம்பித்திருக்கிறார்கள் என்றும் அவர்க-ளுடைய அபத்தமான கோரிக்கையின் விளைவாக மலாயாப் பல்கலைக்கழ-கத்தில் 1953ஆம் ஆண்டு முதல் ஆரம்பிக்கப்படவிருந்த இந்திய பாஷை-கள் இலாகா ஒத்தி வைக்கப்பட்டுள்ளது என்றும் தெரிவித்துள்ளார்.

இந்த இயக்கத்தைச் சேர்ந்தவர்கள் தமிழ் மட்டும்தான் போதிக்கப்பட வேண்டும் என்று விரும்புகிறார்கள் என்றும் எவ்வளவு சொல்லியும் பலன் ஏற்படவில்லை அதனால் தனது மலாயா விஜயம் தோல்வியுற்றதாக சாஸ்திரி தினமணி இதழுக்கு அளித்தப் பேட்டியில் தெரிவித்துள்ளார். மேலும், மலாயாவில் இந்தியர்களின் பொருளாதார நிலை மோசமாக உள்ளதாகக் குறிப்பிட்டிருந்தார். பின், சென்னை ஆங்கில தினசரி "மெயில்" பத்திரிக்கையில் (17-05-1953) ஞாயிறு இதழில் மலாயா இந்தியர்கள் பெருந்தொகையினராக இருப்பினும் சீனர்களைப் போல் எண்ணிக்கையிலும் செல்வாக்கிலும் முக்கியத்துவம் பெற்றிருக்கவில்லை என கூறியுள்ளார். மலாயாவில் வாழ்பவர்கள் தங்களுடைய குறுகிய தேசிய வாதங்களை விட்டு மலாயர்களுடன் ஒன்றுபட்டு மலாயன் தேசிய இனத்தை ஏற்பது நல்லது என்றும் பேட்டிக் கொடுத்துள்ளார் என்று தமிழ் முரசு பத்திரிக்கையில் செய்தி வெளியிடப்பட்டது (தமிழ் முரசு, மே, 22, 1953, பக். 05).

மலாயாப் பல்கலைகழகத்தில் இந்தியப் பகுதி துவங்குவது பற்றி பேராசிரியர் நீலகண்ட சாஸ்திரியார் செய்திருந்த சிபாரிசுகளில் சிலவற்றையே பல்கலைக்கழகம் செனேட் ஏற்றுக்கொண்டிருப்பதாகத் துணை வேந்தர் சர் சிட்னி 25.05.1953 அன்று தெரிவித்தார். பின் செனேட் செய்த முடிவானது 17ஆம் தேதி பல்கலைக்கழக கவுன்சிலால் விவாதிக்கப்படும் என்றும் அதன் முடிவே இறுதியானது என்றும் கூறினார். சாஸ்திரி சென்னை பத்திரிகையில் இந்தியப் பகுதி ஆரம்பிக்க தாமதமானதற்கு இந்தியர்களின் அபத்தமான கோரிக்கைகளே காரணம் என்பதைத் துணை வேந்தர் முற்றிலுமாக மறுத்துத் தாமதத்திற்குப் பணப்பற்றாக் குறையும் எல்லா ஏற்பாடுகளையும் செய்ய போதிய கால அவகாசம் இல்லாமையுமே காரணம் எனத் தெளிவுப்படுத்தினார்.

பாடத் திட்டம் முடிவு செய்தல், மாணவர்களைத் தயார் செய்தல், மற்றும் ஒரு இலாகா தொடங்குவதற்கான செயல்களைச் செய்து முடிப்பது 1953ஆம் ஆண்டு இறுதியில் முடியாத காரியம் என்றும் போதிய நிதி இருந்தால் 1954ஆம் ஆண்டு அக்டோபரில் இந்தியப் பகுதி இயங்கக் தொடங்கி விடும் என்று நம்பிக்கை அளித்துள்ளார். இந்தியப் பகுதிக்கு ஒரு வருடத்திற்கு குறைந்தது 75,000 வெள்ளி தேவைப்படுகிறது என்பதால் அரசாங்கமும் பொதுமக்களும் வேண்டிய நிதியைத் தர முன்வர வேண்டும் என்றார் (தமிழ் முரசு, மே, 26, 1953, பக். 02).

கார்- சாண்டர்ஸ் அறிக்கை - கார்-சாண்டர்ஸ் அறிக்கையில் மலாய், சீன மற்றும் தமிழ் ஆய்வு துறைகளை நிறுவுவதற்கான பரிந்துரைகள் முன்மொழியப்பட்டன. பிப்ரவரி, 1950இல், பல்கலைக்கழகத்தின் செனட் மூன்று தனித்தனி வாரியங்களை அமைத்து, அந்தப் பரிந்துரைகளைப் பரிசீலிக்கவும், அவற்றைச் செயல்படுத்துவதற்கான திட்டங்களை முன்வைக்கவும் இவ்வாரியங்கள் இயற்றப்பட்டன (Annual Report of University of Malaya, 1949-1950, பக். 13).

தமிழ் ஆய்வு வாரியம்

துணைவேந்தர் - The Rev. டாக்டர் டி.டி.செல்லியா.

திரு கே.ராமநாதன். - திரு. ஜி. சாரங்கபாணி.

பேராசிரியர் என்.கே.சென். - டாக்டர் சி.சுப்ரஹ்மண்யம்.

மாண்புமிகு டத்தோ ஈ. இ. சி. துரைசிங்கம். - திரு. பி. ஹாரிசன்.

இந்த வாரியத்தில் செயலாற்றியவர்கள் தங்களுடைய கருத்துகளுக்கு மட்டு-மின்றி வெளியே தகுதிவாய்ந்த இது சார்ந்து நன்கு அறிவு உள்ளவர்களின் கருத்துகளளையும் வரவேற்றனர் (Annual Report of University of Malaya, 1949-1950, பக். 14).

23 ஏப்ரல் 1953 அன்று தமிழ் முரசு பத்திரிக்கையில் கார்-சாண்டர்ஸ் அறிக்கை விரிவாக விளக்கப்பட்டு வெளியிடப்பட்டது.

'மலாயாவின் பல்கலைக்கழகத்தில் அந்நாட்டின் பிரதான சமூகங்களின் மொழியும் கலாசாரத்தையும் அடிப்படையாகக் கொண்ட படிப்பு இருக்க வேண்டும் என்ற முறையில் மலாய் மொழிக்கும், சீன மொழிக்கும் இலாக்-காக்கள் வேண்டும் என்று பரிந்துரைக்கப்பட்டது. அதே போல் மூன்றாவது பெரிய ஜனத்தொகையினரான இந்தியர்களுக்கு ஒரு இலாகா ஏற்படுத்துவதை ஆராய வேண்டும். மலாயாவில் சுமார் 6 லட்சம் இந்தியர்களில் பெரும் பகு-தியினர் தென்னிந்திய அல்லது இலங்கையைச் சேர்ந்த தமிழர்கள் ஆவர். மலாயாவில் உள்ள இந்தியர்களில் 70 சதவிதத்தினர் மலாயாவில் பிறந்த-வர்கள். பின், அவர்கள் பலரின் வீட்டு மொழி தமிழ்.

எஸ்டேட் பாட சாலையில் போதனை மொழி தமிழாகவே உள்ளது. ஆனால், நிறைய பேர் முன்றாம் வகுப்புக்கு மேல் செல்வதில்லை. நகரங்க-ளில் உள்ளவர்கள் ஆங்கில பாடசாலையையே நாடுகிறார்கள். தமிழ் மாண-வர்களில் வெகு சிலரே தாய் மொழிக் கல்வியைத் தொடர்கிறார்கள். இருந்த போதிலும் மற்ற பாடங்களின் போதனை ஆங்கிலம் மூலமும் தமிழ்க் கல்வி தமிழின் வழியும் கொடுப்பதே கல்வி அதிகாரிகள் கருத்தாகும்.

1. தமிழ் கற்க ஆர்வம்: தமிழர்கள் பெரும்பாலோர் தங்கள் பிள்ளைக-ளுக்குத் தாய் மொழிக் கல்வி வேண்டும் என்ற விருப்பத்தைத் தெரிவித்-ததோடு மட்டுமல்லாமல் பல்கலைக்கழகத்திலும் தொடர்ந்து தமிழ்க் கல்வி படிக்க விரும்புவதாகத் தெரிவித்தனர்.

2. தமிழ்ப் பகுதியால் கிட்டும் பயன்: மலாயாப் பல்கலைகழகத்தில் தமிழ் இலாகா அமைப்பது மாணவர்கள் வெளிநாட்டிற்குச் சென்று தமிழ் படிக்கும் செலவை இல்லாமலாக்கும். புதிய கல்வி திட்டத்தின்படி தமிழ் மொழியும் இலக்கியமும் செகண்டரி பாடசாலைகளில் சொல்லிக் கொடுக்கப்படுமாதலால் பல்கலைக்கழகத்திற்கு மாணவர்கள் வர ஏதுவாகிறது. உத்தியோகத் துறையில் அந்தப் பள்ளிக்கூடங்களில் தமிழ் சொல்லிக் கொடுக்க, பட்டதாரி ஆசிரியர்-

கள் தேவைப்படுவார்கள். இந்திய மொழிகளில் ஒன்றாவது சேர்க்கப்படவில்லையெனில் அது பூர்த்தியானதாயிருக்காது.

3. உடனடியாகப் பெருமளவில் தேவையிருக்கக் கூடிய ஒரேயொரு மொழி தமிழ்தான் : வளமையும் வலிமையும் நிறைந்த மொழி, பழமை வாய்ந்த, இன்னும் வாழும் ஒரு கலாச்சாரத்தினை அணுக வழிசெய்யும் ஏராள அற்புதமான இலக்கியங்களை உடையது அம்மொழி. ஆராய்ச்சிக்குத் தேவைப்படும் நூல்நிலையம் ஒன்றை அமைப்பது கடினமானதாயிராது.

மேலும், தமிழ் இலாகா இந்தியாவிலும் இலங்கையிலுமுள்ள தமிழ் இலாகாக்களுடன் நெருங்கிய தொடர்பு கொண்டிருக்க முடியும். ஆகவே, தமிழ் படிப்புக்கு ஒரு இடமளிக்கப்பட வேண்டும் என்று நாங்கள் முடிவாகக் கூறுகிறோம். தமிழ்ப் படிப்புத் தமிழ் மொழியின் படிப்போடு நின்றுவிடாமல் திராவிட கலாச்சாரம் முழுதையும் தென்னிந்திய சரித்திரத்தையும் உள்ளடக்கியதாக இருக்க வேண்டும். என்றாலும் பேராசிரியர் ஒருவர் அவசியமென நாங்கள் கருதவில்லை. தற்பொழுது கிடைக்கக்கூடிய அபேட்சகர்களின் தகுதிகளுக்கு ஏற்ப சீனியர் விரிவுரையாளரோ, சாதாரண விரிவுரையாளரோ நியமிக்கப்படுவது போதுமானது.

4. கீழைநாட்டு மொழிகள் கற்பித்தல் : இந்த மூன்று கீழ்நாட்டு மொழிகளைக் கற்பிப்பதில் ஒரேவித பிரச்சனைகள் எழுவதால் அவற்றை ஒன்றாக ஆராய்வது நலம். அநேகமாகப் பல்கலைக்கழகத்திலுள்ள எல்லா மாணவர்களுக்கும் இந்த மொழிகளில் ஏதாவதொன்று தாய் மொழியாக இருக்கும். அதிக மாணவர்களுக்கு அவர்களுடைய வீட்டு மொழியில் அதிக ஞானமும் அம்மொழியின் இலக்கியத்தில் பரிச்சயமும் ஊட்ட பல்கலைக்கழகத்தின் புதிய சக்தி உருவாவது நலம் என்று நாங்கள் கருதுகிறோம். மாணவர்களுக்குத் தெரியாத ஒரு மொழியை முதன் முதலாகக் கற்கச் செய்வது இந்த இலாகாக்களின் நோக்கமாக இருக்காது. இந்தப் படிப்புகளுக்காக மாணவர்கள் ஏற்றுக்கொள்ளப்படுமுன் அவர்களுக்குக் கொஞ்சமாவது அம்மொழியில் பரிச்சயம் இருக்க வேண்டும்.’

(தமிழ் முரசு, ஏப்ரல், 23, 1953, பக். 02).

மலாயாத் தமிழ் மக்களின் வேண்டுகோள் - மலாயாப் பல்கலைக்கழகத் துணை வேந்தரைத் தலைவராய் கொண்ட இந்தியப் பகுதி அமைப்பதற்கான சபையானது தொடர்ந்து பல்கலைக்கழகத்தில் இந்தியப் பகுதியைத் துரிதமாய் நிறுவ வேண்டும் என்று தொடர்ந்து கோரிக்கை விடுத்து வந்துள்ளது. இந்தியப் பகுதி அமைப்பதைச் சுணக்குகிற பிரச்சனைகளில் ஒன்றான இந்தியப் பகுதிக்கு ஒரு தலைவரை நியமிப்பது பற்றி பல்கலைக்கழக அதிகாரிகள் எந்த முடிவும் எடுக்காமல் இருப்பதையும் திரு. கா. இராமநாதன் தெரிவித்தார்.

எனினும் பாடத்திட்டம் குறித்த சிபாரிசுகள் சமர்ப்பிக்கப்பட்டுள்ளது எனவும் நன்யாங் பல்கலைக்கழகம் உருவாகிக் கொண்டிருப்பதால் இந்தியப் பகுதியை அமைக்க வேண்டியது அவசியமாகிவிட்டது என்பதையும் கூறி-

யுள்ளார் (தமிழ் முரசு, ஜூன், 04, 1954, பக். 02). காங்கிரஸ் கமிட்டி கூட்டத்தில் பேசப்பட்ட பல சர்ச்சைக்குரிய விடயங்களில் நெடுநாளைக்கு முன்னரே அமைக்கப் பட்டிருக்க வேண்டிய இந்தியப் பகுதி அமைப்பதை இனியும் தாமதிக்காமல் சீக்கிரம் அமைக்கும்படி சர்க்காரை (அரசாங்கத்தை) வற்புறுத்துவதென இக்கமிட்டி தீர்மானித்திருந்தது (தமிழ் முரசு, ஜூன், 05, 1954, பக். 02).

இந்தியப் பகுதி நிறுவ பண நெருக்கடி - மலாயாப் பல்கலைகழகத்தில் சீன, மலாய் பகுதிகள் 1953ஆம் ஆண்டு ஆரம்பிக்கப்படும், ஆனால், இந்தியப் பகுதி 1954ஆம் ஆண்டு அக்டோபரில்தான் தொடங்க இயலும் என்று துணை வேந்தர் சர் சிட்னி கெயின் 24 ஏப்ரல் 1953 அன்று பத்திரிகையாளரிடையே அறிவித்தார். தேவையான பணம் மற்றும் மற்ற ஏற்பாடுகள் ஆகியவைப் பூர்த்தியடைந்துவிட்டால் 1954 அக்டோபரில் இந்தியப் பகுதி இயங்கத் தொடங்கும் என்று அவர் குறிப்பிட்டிருந்தார். கார்-ஸாண்டர்ஸ் கமிஷன் சிபாரிசின் அடிப்படையிலேயே சீனப் பகுதி ஆரம்பிக்கப்படுகிறது என்றும் அதே அடிப்படையில் இந்தியப் பகுதியும் ஏற்படுத்தலாம் என்றார்.

இதனால் கார்-சாண்டர்ஸ் சிபாரிசு முழுதுமோ அல்லது பேராசிரியர் சாஸ்திரியாரின் சிபாரிசுகள் அப்படியே ஏற்றுக்கொள்ளப்படும் என்று பொருள் அல்ல. பேராசிரியர் சாஸ்திரியின் சிபாரிசு பற்றி பொதுமக்கள் என்ன கருதுகிறார்கள் என்பதை ஆராய்ந்த பிறகே பல்கலைக்கழகம் இந்தியப் பகுதி பற்றி முடிவு செய்யும் என்று சர் சிட்னி கெய்ன் அழுத்தம் திருத்தமாகச் சொன்னார்.

சாஸ்திரி சொன்ன சிபாரிசு இருக்குமானால் பல்கலைக்கழகமும் கல்வி போர்டும் அதனை ஏற்குமா என்று தமிழ் முரசு ஆசிரியர் கேட்டதற்கு அத்தகைய மாறுபாடு இருக்காது என்றும் அப்படி எழுந்தால் கல்வி போர்டு அது பற்றி முடிவு செய்யும் என்றும் பதிலளித்தார். தற்போது பல்கலைக்கழகத்தில் சேர்ந்திருக்கும் நிதி மிகவும் சொற்பம் என்பதால் பணம் பற்றாக்குறையால் இந்தியப் பகுதி ஆரம்பிப்பதில் தாமதம் ஏற்படலாம் என்றும் கூறியுள்ளார் (தமிழ் முரசு, ஏப்ரல், 25, 1953, பக். 08).

மலாயாப் பல்கலைக்கழகத்தில் இந்தியப் பகுதி தொடங்க 15 லட்சம் வைப்புநிதி இருந்தாலே சாத்தியம் என 03.12.1953 அன்று துணை வேந்தர் தெரிவித்தார். இவ்வளவு பணத்தைப் பொதுஜன நன்கொடை வழி திரட்ட முடியுமா என்பது சந்தேகத்திற்குரியது என்றும் தற்போது பல்கலைக்கழகத்தின் பண நெருக்கடியினால் நன்கொடையின்றி இந்தியப் பகுதி அமைப்பது முடியாத காரியம் என்றும் தெரிவித்தார் (தமிழ் முரசு, டிசம்பர், 04, 1953, பக். 02). அரசாங்கம் பணம் ஒதுக்குமாயின், மலாயா பல்கலைக்கழகம் மூன்று புதிய பகுதிகளை ஆரம்பிப்பதுடன், மேலும் மூன்று பகுதிகளை விரிவாக்கும் என செய்தி வெளியானது. அந்த மூன்று புதிய பகுதிகளில் விவசாயப் பகுதி, சட்டப் பகுதியுடன் சேர்த்து இந்தியப் பகுதியும் அடங்கும் என்பது குறிப்பி-

டத்தக்கது (தமிழ் முரசு, பிப்ரவரி, 23, 1954, பக். 04).

18.10.1954 அன்று நடைபெற்ற பத்திரிகையாளர் மாநாட்டில் கலந்துக் கொண்ட துணை வேந்தர் சர் சிட்னி கெயின் பல காலமாகப் பல காரணங்களினால் ஒத்தி வைக்கப்பட்டு வந்த இந்தியப் பகுதி அமைப்பது குறித்து இறுதியாக மலாயாப் பல்கலைக்கழகத்தின் ஐந்தாண்டு விஸ்தரிப்புத் திட்டத்தில் சேர்க்கப்பட்டுள்ளது என்பதைத் தெரிவித்தார். அடுத்து அமல் செய்ய முடிவு செய்திருக்கும் 4 திட்டங்களில் அநேகமாக இந்தியப் பகுதி அமைப்பதும் ஒன்றாகும் என்றார். இந்தியப் பகுதி மலாயாப் பல்கலைக்கழகத்தில் நிறுவப்படுமானால் வருடாந்திர செலவுக்கு வேண்டிய தொகை 70 ஆயிரம் வெள்ளியாக இருக்கலாம் என்றும் அத்தொகை மலாய், சீன இலாகாக்களின் தேவையுடன் ஒப்பிடுகையில் குறைவு என்றும் குறிப்பிட்டிருந்தார் (தமிழ் முரசு, அக்டோபர், 17, 1954, பக். 12).

19.01.1955 அன்று பெடரல் சட்டசபைக் கூட்டத்தில் திரு. கே. ராமநாதனின் கேள்விக்குப் பதிலளித்த துணை வேந்தர் சர் சிட்னி கெயின் 1959ம் வருட இறுதிக்குள் மலாயாப் பல்கலைக்கழகத்தில் தமிழ்ப் பகுதியை அமைத்துவிடலாமென பல்கலைக்கழகம் பெரிதும் நம்புவதாகக் கூறினார். அரசு வழங்கும் மானியங்களும் கிடைக்கப் பெறும் நன்கொடைகளும் இப்பொழுது போதிய அளவில் இல்லை என்றாலும் இத்திட்டம் பல்கலைக்கழகத்தின் அங்கீகரிக்கப்பட்ட விஸ்தரிப்புத் திட்டம் என்பதால் உறுதியாகத் தமிழ்ப் பகுதி அமைக்கப்படும் எனக் கூறினார் (தமிழ் முரசு, ஜனவரி, 20, 1955, பக். 01).

சமஸ்கிருத புத்தகங்கள் நன்கொடை - தமிழ் பகுதிக்கு 70 சமஸ்கிருத புத்தகங்களும் 6,000 ரூபாயும் இந்திய அரசு பரிசாக அளிக்க முன்வந்திருப்பதாக இந்தியக் கமிஷனர் திரு.ஆர்.கே.தாண்டன் 6.02.1955ல் தெரிவித்தார். மேலும், தமிழ்ப் பகுதிக்கு இந்தியக்கலை, பண்பாடு, தத்துவம் இவற்றின் மீது எழுதப்பட்ட இன்னும் பல புத்தகங்களையும் இந்திய அரசு அளிக்க இருப்பதை அறிவித்தார். 70 சமஸ்கிருத புத்தகங்களையும் மற்றும் 86 இந்திய வரைப் படங்களையும் அன்று பிற்பகல் 2 மணி முதல் 2.15 வரை பூகோளப்பகுதி அறையில் நிகழ்ந்த நிகழ்வில் திரு. தாண்டன் அவர்களிடமிருந்து பல்கலைக்கழக துணை வேந்தர் சார் சிட்னி பெற்றுக் கொண்டார்.

துணை வேந்தருடன் சேர்ந்து இந்தியக் கமிஷனர் அலுவலக அதிகாரிகள், பேராசிரியர்கள், கே. எம். ஆர். மேனன் ஆகியோரும் மற்றும் பல்கலைக்கழக அதிகாரிகளும் கலந்துக் கொண்டனர். திரு. தாண்டன் அந்நிகழ்வில் ஆற்றிய உரையில் இந்தப் புத்தகம் இந்தியாவையும் மலாயாவையும் இணைக்கும் என்று கூறி, வழங்கவிருக்கும் அடையாள உதவியைப் பற்றி குறிப்பிட்டதோடு தமிழ்ப் பகுதி துவங்கிய பின் இன்னும் பல இந்தியப் புத்தகங்களைத் தர இருக்கிறது பற்றியும் பேசினார். கொடுக்கப்பட்ட 70 புத்-

தகங்களும் திருவனந்தபுரம் சமஸ்கிருத ஓரியண்டல் லைப்ரரி பதிப்பகத்தினரது என்றும் மைசூர், திருவனந்தபுரம் சமஸ்கிருத வரிசையில் பிரசுரிக்கப்பட்ட இந்தியத் தத்துவம், இலக்கியம் பற்றி இயம்புவன என்றும் குறிப்பிடப்பட்டது.

பார்ப்பனிய நம்பிக்கை, சைவம், ஆதிவேதாந்தம், மலபாரில் சடங்கு முறைகள், சைவத் தத்துவம், ஆயுர்வேதம், ராமாயணம் ஆகியவைப் பற்றி கொடுக்கப்பட்ட 70 புத்தகங்களும் சமஸ்கிருத்தில் எழுதப்பட்டவை. 70 புத்தகங்களில் ஒரு சிலவற்றுக்கு மட்டும் ஆங்கிலத்தில் பெயர் போட்டிருந்தது. மற்றவையெல்லாம் புத்தக அட்டையில் இருந்து அனைத்தும் சமஸ்கிருதத்தில் இருந்ததால் புத்தகங்களைப் பார்வையிட வந்த மாணவர்கள் தங்களால் ஒரு வார்த்தையைக் கூட படிக்க முடியவில்லை என்று கூறியுள்ளனர்.

இந்திய அரசு புத்தகங்கள் கொடுக்க முன் வந்தது நல்ல எண்ணம் ஆனால், தமிழ்ப் பகுதிக்கும் சமஸ்கிருதம் படிக்க இயலாத மாணவர்களுக்கும் சமஸ்கிருத புத்தகங்களை வழங்கியிருப்பது குறித்து அங்கு இருந்த 'தமிழ் முரசு', 'இந்தியர் டெய்லி மேயில்' நிருபர்களிடம் மாணவர்கள் தங்களுடைய கருத்துகளைத் தெரிவித்தனர். மாணவர்கள் தெரிவித்த கருத்துகள் வழி பல்கலைக்கழகத்தில் மொத்தமாக ஐந்து தமிழ் புத்தகங்களே உள்ளதாகவும் அவற்றில் இரண்டு அகராதிகள் என்றும் தெரிய வந்துள்ளது.

அவர்கள் மேலும் கூறுகையில் பல்கலைக்கழகத்தில் படிக்கும் இந்திய மாணவர்களில் பெரும்பாலானோர் தமிழர்கள் என்பதால் தமிழ்ப் புத்தகங்களுக்கே தேவைகள் அதிகமாக இருப்பதாகக் கூறியுள்ளனர். அந்நிகழ்வில் கூடியிருந்த இந்தியர்களின் கூட்டத்தில் ஒரே ஒரு பல்கலைக்கழக இந்திய பேராசிரியரால் கொடுக்கப்பட்ட 70 புத்தகங்களில் ஒன்றின் பெயரை மட்டுமே படித்துக் காட்ட முடிந்தது என்பதையும் செய்தியில் குறிப்பிட்டிருந்தனர் (தமிழ் முரசு, பிப்ரவரி, 17, 1955, பக். 07).

சமஸ்கிருத புத்தகங்களைப் பல்கலைக்கழக தமிழ்ப் பகுதிக்குக் கொடுத்தது தொடர்பாகப் பல மாறுபட்ட கருத்துகள் நிலவி வந்ததைக் குறித்து மலாயாவில் உள்ள இந்தியக் கமிஷனர் திரு. ஆர். கே. தாண்டன் சில கருத்துகளைப் பதிவிட்டிருந்தார். அதில் முதன்மையாகத் தமிழ்ப் பகுதிக்கு சமஸ்கிருத புத்தகங்கள் வழங்கியது சரிதான் என்றும் அதனை மக்கள் குறுகிய 'மாகாண மனப்பான்மை' கொண்டு குறைகூறுவதற்கு வருந்துவதாக திரு. ஆர். கே. தாண்டன் கூறினார். மேலும் பேசிய, திரு. தாண்டன் இந்திய அரசு சமஸ்கிருத புத்தகங்களை மலாயாப் பல்கலைக்கழகத்திற்குக் கொடுத்தது பல்கலைக்கழகத்திற்குக் காட்டும் நல்லெண்ணம், கூட்டுறவு ஆகியவற்றின் அறிகுறியாகும் என்றார்.

பின், சமஸ்கிருதம் லத்தின் போன்று உலகத்தில் மிக மிக பழைய மொழிகளில் ஒன்று என்றும் இந்திய கலாச்சாரத்தைப் பிரதிநிதிப்பதும் அதுவே என்றும் கருத்துரைத்தார். எனவே அதனைக் கட்டாயம் மிகக் கவனமாக ஆழ்ந்து படிப்பதற்கே சமஸ்கிருதம் புத்தகங்கள் கொடுக்கப்படுள்ளது என்று

கூறினார். இதனை, 'திரு. ஆர். கே. தாண்டன் சப்பைக் கட்டு கட்டுகிறார்' என்று தமிழ் முரசு செய்தியாக்கியது (தமிழ் முரசு, பிப்ரவரி, 21, 1955, பக். 07).

2

'தமிழ் எங்கள் உயிர்' நிதிக்குச் சிறுகச் சிறுக பணம் சேரத் தொடங்கியது. இந்நிதிக்கு மேலும் அதிக அளவில் மக்களின் ஆதரவு கிடைக்க வேண்டும் என்றெண்ணி தமிழ் முரசு பத்திரிகையில் இது தொடர்பாகப் பல வகையில் விளம்பரங்கள் வெளிவந்த வண்ணம் இருந்தன.

"உலகோர் போற்றும் உயர் தமிழ் சீரிளமை மாறாத செந்தமிழ் தமிழர்க்கு உயிர் தாய்மொழி தமிழ் ஆதலால் கூறுகிறோம் தமிழ் எங்கள் உயிர் என்று அழைக்கிறோம் இன்றே பட்டியலில் பெயர் போடுங்கள்"

என்ற வாசகத்தோடு தமிழ் எங்கள் உயிர் நிதிக்காக விளம்பரங்கள் வெளிவந்தன. அவ்விளம்பரங்களில் மாதம் இருநூறு வெள்ளிக்குக் குறையாது வருமானம் பெறும் தமிழ் குடும்பங்களில் உள்ள ஒருவர் பத்து வெள்ளி நிதி வழங்கி பட்டியலில் பெயர் போட முன்வந்தால் மலாயா பல்கலைக்கழகத்தில் தமிழ் நூல்கள் இடம்பெற உறுதுணையாக அமைந்து அங்குத் தமிழ் முழங்கும் என்பதையும் தமிழ் முரசு பத்திரிகைக் குறிப்பிடத் தவறவில்லை. குடும்பத்தின் சார்பில் நிதி வழங்குபவர்களின் குடும்பத்தில் உள்ள ஒவ்வொருவரின் பெயரும் அதேவேளை அலுவலகம் சார்பில் பணம் கொடுக்கப்பட்டால் அலுவலகத்தார் அனைவரின் பெயரும் பட்டியலில் சேர்க்கப்படும் என்பதும் விளம்பரம் வழி அறிவிக்கப்பட்டிருந்தது.

விளம்பர அறிக்கையில் சிலிகி ரேட் சிங்கப்பூர் என்ற முகவரிக்கு மக்கள் தங்கள் நிதியையும் பெயரையும் அனுப்ப முன்வர வேண்டும் என்று கேட்டுக் கொள்ளப்பட்டிருந்தது. முதன் முதலில் 1955-ஆம் ஆண்டு மார்ச் மாதம் 04-ஆம் திகதி வெளியிடப்பட்ட விளம்பர அறிக்கை தொடர்ந்து 15, 17, 18, 19, 22, 24, 29 ஆகிய தேதிகளில் மொத்தமாக ஒன்பது நாட்கள் தமிழ் முரசு பத்திரிகையில் பிரசுரிக்கப்பட்டது (தமிழ் முரசு, மார்ச், 29, 1955, பக். 06).

தமிழ் எங்கள் உயிர்

எண்ணிற் சிறந்ததுந் தமிழ்; - எழுத்திற சிறந்ததுந் தமிழ்;
பண்ணிற் சிறந்ததுந் தமிழ்; - பாரிற் பரந்ததுந் தமிழ்;
மண்ணிற் பழையதுந் தமிழ்; - மாசற் றொளிர் வதுந் தமிழ்;
கண்ணிற் சிறந்ததுந் தமிழ்; - கன்னிமை சான்றதுந் தமிழ்;
தேனினு மினியது தமிழ்; - தெவிட்டாச் சுவையது தமிழ்;
இலக்கணஞ் சிறந்தது தமிழ்; - இயல் வளம் சிறந்தது தமிழ்;

ஒப்புயர் வற்றது தமிழ்; - ஒண்கலை நிறைந்தது தமிழ்;
தன்னே ரிலாதது தமிழ்; - தனிப்புகழ் வாய்ந்தது தமிழ்;
ஆதலால் - தமிழர்க்கெல்லாம் தமிழே உயிர்

மேலும், தமிழ் எங்கள் உயிர் நிதிக்காகக் கவிதை வடிவிலும் விளம்பரங்கள் செய்யப்பட்டன. 20 மார்ச் 1955ல் தமிழின் சிறப்புகளை வர்ணிக்கும் கவிதையைக் குறிப்பிட்டு அதற்குக்கீழ் எழுதப் படிக்க தெரிந்த அனைத்துத் தமிழர்களும் மலாயா பல்கலைக்கழகத்தில் கன்னித் தமிழை உயிர்ப்பிக்க தலா பத்து வெள்ளி நிதியை வழங்கி ஆதரவு அளிக்குமாறு கேட்டுக் கொள்ளப்பட்டது (தமிழ் முரசு, மார்ச், 20, 1955, பக். 06). இதே விளம்பரம் தொடர்ந்து ஐந்து நாட்கள் (மார்ச் மாதம் 20, 26, 30, 31 ஆகிய தேதிகளிலும் ஏப்ரல் மாதம் 05-ஆம் தேதியும்) வெளியிடப்பட்டது (தமிழ் முரசு, ஏப்ரல், 05, 1955, பக். 06).

மலாயா பல்கலைக்கழகத்தில் உருவாக இருக்கும் இந்தியப் பகுதியின் நூலகத்திற்காகத் தமிழ் புத்தங்களை வாங்க உதவும் பொருட்டுத் தமிழ் எங்கள் உயிர் நிதி திட்டம் அமல்படுத்தப்பட்டது. இந்நிதி திட்டத்தின் இலட்சியமானது இருநூறு வெள்ளிக்குக் குறையாமல் சம்பளம் பெரும் பத்தாயிரம் தமிழர்கள் ஆளுக்குப் பத்து வெள்ளி கொடுப்பதன் வழி முப்பது நாளில் ஒரு லட்சம் வெள்ளி திரட்டுவதே ஆகும்.

இதற்கு முன்வந்து ஆதரவு அளிக்க வேண்டியது தமிழ் மக்களின் தலையாயக் கடமையாக வலியுறுத்தப்பட்டுத் தமிழ் எங்கள் உயிர் என்ற பேரணிப் பட்டியலில் பெயர் தந்து தமிழ் முழங்கச் செய்யுமாறு பிப்ரவரி 25, 1955ல் தமிழ் முரசு பத்திரிகையின் தலையங்கத்தில் செய்தி வெளியிடப்பட்டது. இச்செய்தி வெளிவந்து நான்கு நாட்கள் கடந்த நிலையில் நிதி பட்டியலில் இருபத்து நான்கு பெயர்களே சேர்க்கப்பட்டிருந்ன. மக்களின் ஆதரவு மேலும் அதிகரிக்க மீண்டும் 28.02.1955 அன்று தமிழ் முரசு பத்திரிகையில் மக்கள் முன்வந்து நிதியை நிரப்ப வேண்டி செய்தி வெளியானது (தமிழ் முரசு, பிப்ரவரி, 28, 1955, பக். 08).

தமிழ் முரசு பத்திரிகையில் தொடர்ந்து வெளிவந்த செய்திகளின் வழி குறுகிய காலத்தில் நிறைய பேரிடம் இருந்து ஆதரவு கிடைத்துள்ளது. இச்செய்தி அறிந்து மலாயா பல்கலைக்கழகத்திற்குத் தமிழ்ப் புத்தகங்கள் வாங்க நிதி கொடுத்து உதவிய முதல் எட்டுப் பேருடைய பெயர்கள் 25.02.1955-ல் தமிழ் முரசு பத்திரிகையின் முதல் பக்கத்தில் பட்டியலிடப்பட்டிருந்தன.

குன்றக்குடி அடிகளார் - தமிழ் எங்கள் உயிர் நிதிக்கு முதல் நபராகக் குன்றக்குடி அடிகளார் ஆதரவு வழங்கி 201 வெள்ளி மதிப்புள்ள சங்க இலக்கிய புத்தகங்களை வழங்கிய செய்தியோடு அவர் எழுதி அனுப்பியிருந்த வாழ்த்தும் தமிழ் முரசு பத்திரிகையில் பிரசுரிக்கப்பட்டது. அவ்வாழ்த்துரையில் அவர் இந்நிதி திட்டம் தொடர்பான செய்தியைக் கண்டு மகிழ்ந்துள்ளதாகக்

கூறியதோடு நூல்களை வாங்குவதற்காக உருவாக்கப்பட்டிருக்கும் இப்பண சேகரிப்புத் திட்டத்திற்குத் 'தமிழ் எங்கள் உயிர்' நிதி என்று பெயர் வழங்கியமை வரவேற்கத்தக்கது என்பதையும் குறிப்பிட்டுள்ளார்.

தமிழை வளர்ப்பதன்வழி தமிழினம் உயர முடியும் என்பதால் இதற்குத் தமிழர்கள் ஒன்று சேர்ந்து கைக்கொடுக்க வேண்டும் என்று கேட்டுக் கொண்டார். மலாயா பல்கலைக்கழகத்தில் உருவாகவுள்ள தமிழ்ப் பகுதியில் தமிழ் மொழியில் உள்ள அற்புதமான இலக்கண இலக்கியங்கள் இடம் பெற்றுத் தமிழருடைய பெருமையை உலக மக்கள் அனைவராலும் அறிந்துக் கொள்ள ஒரு நல்ல வாய்ப்பு என்று குறிப்பிட்டுள்ளார் (தமிழ் முரசு, பிப்ரவரி, 25, 1955, பக். 01).

தமிழ் முரசு நாளிதழின் வேண்டுகோளுக்கிணங்க இந்தியப் பகுதிக்குத் தேவையான நல்ல பல தமிழ் நூல்களைத் தமிழர்கள் தங்களின் சுயமுயற்சியாலேயே வாங்கி உதவ முடியும் என்ற அரிய ஆலோசனையையும் முயற்சியையும் ஆதரித்துப் பல தமிழர்கள் நிதி வழங்கினார்கள். அவர்களுடைய பெயர்கள் 26.02.1955இல் வெளிவந்த தமிழ் முரசு பத்திரிகையில் தமிழ் எங்கள் உயிர் நிதி பட்டியலில் சேர்க்கப்பட்டிருந்தன (தமிழ் முரசு, பிப்ரவரி, 26, 1955, பக். 08). பின், 70 வெள்ளி நிதி வழங்கிய ஏழு பேருடைய பெயர்களும் 01.05.1955 அன்று தமிழ் எங்கள் உயிர் நிதி பட்டியலில் சேர்த்துக் கொள்ளப்பட்டன (தமிழ் முரசு, மார்ச், 01, 1955, பக். 08). கேமரன் மலையைச் சேர்ந்த திரு. கா. பெருமான் என்பவருடைய "மல நாட்டுச் சர்வகலாசாலையில் தமிழ் வளர்க்க மலைவாழ் எம்மீர்!" என்று தொடங்கும் பாடலைப் பாடி பொதுமக்கள் தமிழ் எங்கள் உயிர் நிதிக்கு உதவும்படி வேண்டுகோள் விடுத்ததில் பலர் முன் வந்து பட்டியலில் பெயரைச் சேர்த்ததாகத் தமிழ் முரசு பத்திரிகையில் செய்தி வெளிவந்துள்ளது.

இதன் மூலம் நூறு வெள்ளி நிதி அனுப்பி வைத்த திரு. எம். ஆர். எஸ். முருகையா மற்றும் சிலருடைய பெயர்களும் 02.03.1955இல் பட்டியலில் சேர்க்கப்பட்டுத் தமிழ் முரசு நாளிதழில் பிரசுரிக்கப்பட்டது (தமிழ் முரசு, மார்ச், 02, 1955, பக். 12). பினாங்கு, சிங்கப்பூர், ஈப்போ மற்றும் கோலாலம்பூர் ஆகிய இடங்களில் இருந்து ஏழு பேர் வழங்கிய 70 வெள்ளி 07.03.1955 -இல் தமிழ் எங்கள் உயிர் பட்டியலில் சேர்க்கப்பட்டது (தமிழ் முரசு, மார்ச், 04, 1955, பக். 12). தமிழ் எங்கள் உயிர் நிதிக்குக் குளுவாங் தமிழர் சங்க நிர்வாக உறுப்பினர்கள் ஏழு பேர் மற்றும் பதினெட்டுப் பொது மக்கள் கொடுத்த 260 வெள்ளி நிதியின் விவரம் 13.03.1955ல் தமிழ் முரசில் பிரசுரிக்கப்பட்டது (தமிழ் முரசு, மார்ச், 13, 1955, பக். 12).

கர்மவீரர் காமராஜர் - மலாயா பல்கலைக்கழகத்தில் அமையவிருக்கும் தமிழ்ப் பகுதிக்கும் அதன் நூல்நிலையத்திற்கும் உரமாகத் திகழும் தமிழ் எங்கள் உயிர் நிதிக்குத் தமிழ்நாட்டில் இருந்து பணம் அனுப்பி வைக்கும் செயலை எளிமையாக்க திரு. காமராஜர் அவர்கள் சென்னை தமிழ் நாடு

காங்கிரஸ் கமிட்டி காரியாலத்தில் ஒரு பகுதியை உருவாக்கி துணை நின்றுள்ளார். தஞ்சையில் புயலடித்தபோது வாடி வதங்கிய தமிழ் நாட்டு மக்களுக்கு மலாயாத் தமிழர் லட்சக்கணக்கான ரூபாய் தந்து உதவியமைக்குக் கைம்மாறு காட்ட வாய்த்த நல்ல வாய்ப்பு என்றும் அவர் கூறியுள்ளார். மேலும், அவர் பத்திரிகைக்கு வழங்கிய அறிக்கையில் இத்திட்டத்தை அறிமுகப்படுத்தியதற்காகத் தமிழ் முரசு ஆசிரியரான திரு. கோ.சாரங்கபாணியைப் பாராட்டியது மட்டுமல்லாமல் தமிழ் மொழிக்கான ஆக்கப் பணியில் இறங்கியிருக்கும் இம்முயற்சிக்குத் தமிழ் நாட்டவர்களின் ஆதரவும் கண்டிப்பாகக் கிடைக்கும் என்று நம்பிக்கை அளித்துள்ளார்.

தமிழ் எங்கள் உயிர் நிதிக்காகத் தமிழ் நாட்டில் இருந்து கிடைக்கப் பெறும் பணம் மற்றும் புத்தக உதவியினைச் சேகரித்துக் கோலாலம்பூர் கொண்டு சேர்க்கும் பொறுப்பை ஏற்று நடத்த அப்போதைய தமிழ் நேசன் பத்திரிகையின் முன்னால் ஆசிரியரான திரு. ஆர். வேங்கடராஜுலு முன்வந்திருப்பதையும் அவர் அறிக்கையில் குறிப்பிட்டிருந்தார். தமிழ் மொழியைப் பேணுபவர்களும் தமிழ் நூல்களை வெளியிடுபவர்களும் இந்த வாய்ப்பைப் பயன்படுத்திக் கொண்டு உதவி புரிய முன்வர வேண்டினார். புத்தகமாக அல்லது பணமாகக் கொடுக்க நினைப்பவர்கள் தங்களுடைய உதவியை 'மலாயா நூல்நிலைய நிதி, தமிழ் நாடு காங்கிரஸ் கமிட்டிக் காரியாலயம், மவுண்டு ரோடு, சென்னை' என்ற முகவரிக்கு அனுப்பி வைக்கும்மாறு அவ்வறிக்கையில் அவர் தெரிவித்திருந்தார் (தமிழ் முரசு, மார்ச், 15, 1955, பக். 01).

16.03.1955 அன்று வெளியிட்ட பத்திரிகையில் 25 பேர் அளித்த 265 வெள்ளி நன்கொடையின் விவரம் மற்றும் தமிழ் எங்கள் உயிர் நிதி பெயர் பட்டியலில் இன்னும் 9729 பெயர்கள் இடம் பெற வேண்டும் என்பதைம் வலியுறுத்தி சொல்லப்பட்டிருந்தது. 10 வெள்ளிதான் வழங்க வேண்டும் என்பதில்லை அதற்கு மேலும் வழங்க விருப்பம் இருப்பவர்கள் 'தமிழ் முரசு, 71, சிலிகி ரோட், சிங்கப்பூர்' என்ற முகவரிக்கு அனுப்பி வையுங்கள் என்று கேட்டுக் கொள்ளப்பட்டது (தமிழ் முரசு, மார்ச், 16, 1955, பக். 12).

இந்தியப் பகுதி நிருவ மூன்று நியாயங்கள் - அதனைத் தொடர்ந்து, மலாயா பல்கலைக்கழகத்தில் தொடங்கத் திட்டமிடப்பட்டிருந்த இந்தியப் பகுதிக்காக இந்திய கமிஷனர் திரு. ஆர். கே. தாண்டன் அவர்கள் இந்திய அரசாங்கத்தின் சார்பில் ஆயிரம் ரூபாய் பெறுமானமுள்ள காசோலையைப் பல்கலைக்கழக வேந்தர் திரு. மாக் டொனல்டிடம் ஒப்படைத்துள்ளார். போனிக்ஸ் பாக்கில் நடைப்பெற்ற இந்த நிகழ்வுக்குப் பல்கலைக்கழகத்தின் துணை வேந்தர் சர் சிட்னி கேய்னும் வருகைப் புரிந்திருந்தார்.

இந்தக் காசோலையை இந்தியப் பகுதி நிறுவ மலாயா பல்கலைக்கழகத்திற்கு இந்தியா வழங்குகிற அடையாள உதவி என்பதை திரு. தாண்டன் அறிவித்திருந்தார். பல்கலைக்கழக வேந்தர் வழங்கப்பட்ட உதவி தொகைக்காகப் பாராட்டியதோடு விரைவில் இந்தியப் பகுதி அமைக்கப்படும் என்று

நம்பிக்கை அளித்துள்ளார். மேலும், விரைவில் இந்திய பகுதியை அமைக்க வேண்டிய அவசியத்திற்கு ஆதரவாக இருக்கும் உறுதியான மூன்று நியாயங்களையும் அவர் இந்நிகழ்வில் குறிப்பிட்டிருந்தார். அவை :

கிருஸ்துவ சகாப்தம் தொடங்கியதிலிருந்து இன்று வரை மலாயாவின் தென்கிழக்காசியாவின் கலாச்சார, நாகரிக மேம்பாட்டுக்கு இந்தியா அபரிமிதமான பணி புரிந்திருக்கிறது; அதே துறையில் இன்னும் பணியாற்றி வருகிறது. தென் கிழக்காசியாவைப் பற்றிய ஆராய்ச்சி மலாயா பல்கலைக்கழகத்தில் ஒரு முக்கிய பாடமாகும். அதன் ஆராச்சியைப் பொறுத்து அதே காலத்தில் இந்திய கலாச்சாரத்தைப் பற்றியும் பெரிதும் தெரிந்துக் கொள்வது அவசியமாக இருக்கும்.

பல்வேறு இனமக்கள் வாழ்கின்ற புதிய ஐக்கிய சுதந்திர மலாயா தேசிய இனத்தை உருவாக்கப் பாடுபடுகிறது. நம் நாட்டு மக்களின் கலாச்சார அமைப்பு மலாய்க்காரர்கள், சீனர்கள் மற்றும் இந்தியர்கள் ஆகியோர்களின் கலாச்சாரங்களையும் உலகின் இப்பகுதியில் வாழ்ந்த மற்ற சக்திகளின் கலாச்சாரங்களையும் தோற்றுவாயாகக் கொண்டதாகவே இருக்கும். எத்தனையோ சகாப்தங்களாகத் தழைத்து வந்திருக்கும் இந்தியக் கலாச்சாரத்தையும் உள்ளடக்கிய சரித்திர ரீதியான, உன்னத கலாச்சாரங்களின் குழைவாக அது அமையும்.

மலாயாவில் இந்தியர்கள் எண்ணிக்கை ஜனத்தொகையில் முக்கிய பங்கு வகிப்பதாகும். அது தவிர மலாயா பல்கலைக்கழக மாணவர்களிடையே இந்திய மாணவர்களே மிகுந்த செல்வாக்குடையவர்களாக விளங்குவது மற்றொரு காரணம்.

இந்த நியாயங்கள் அனைத்தும் மலாயா பல்கலைக்கழகத்தில் இந்தியப் பகுதி விரைவில் தொடங்குவதற்கான அவசியத்தை வலியுறுத்தி நிகழ்வில் உரையாற்றினார் (தமிழ் முரசு, மார்ச், 17, 1955, பக். 12).

நிதி வழங்கியோர் பட்டியல் (சுருக்கம்)

1 பினாங்குவாழ் மக்கள் - 2 சிங்கப்பூர் கடையநல்லூர் முஸ்லிம் லீக்
3 தமிழர் பிரதிநிதித்துவ சபை 4 குன்றக்குடி அடிகளார்
5 கோலாலம்பூர்வாழ் மக்கள் 6 பட்டறை (ஓர்க்ஷாப்) தொழிலாளர்கள்
7 கோலாலம்பூர் மாணவ மணிமன்ற கிளை
8 காந்தி ஞாபகார்த்தப் பாட சாலை மாணவர்கள் கழகம்
9 மாயூரம் தாலுகா தமிழர் ஐக்கிய சங்கம்
10 பேரா மருத்துவர் சங்க செயற்குழு
11 மலாக்கா மருத்துவ சங்கம்
12 எப்பிங்காம் தோட்ட மாணவர் மணிமன்றம், சிங்கப்பூர் மணியம் சொற்பயிற்சி மன்றம், பத்து செப்னாஸ் தோட்ட மக்கள், திருவிதாங்கோடு முஸ்லிம் கூட்டுறவு சங்கம்
13 டத்தோ இ. இ. ஸி. துரைசிங்கம் 14 அகில மலாயா திராவிடர் கழகம்

15 திரு கெ.ப. முகம்மது
16 குதிரைப்பந்தயத் திடல் ஊழியர்கள்; ரிக்ஷா ஓட்டுனர்கள்
17 கோத்தாதிங்கி தோட்ட மக்கள்; கொசு ஒழிப்பு இலாகா
18 ஈப்போ பாரி சொற்பயிற்சி மன்றம்
19 நயிணா முகம்மது கம்பெணி இயக்குனர்கள், சிப்பந்திகள்
20 ஏழைப் பாட்டாளிகள் 21 மலாக்கா ரீஜண்ட் தோட்ட மக்கள்

22 சைகோன்வாழ் தமிழர்கள் 23 அப்துல் அஜீஸ் நிறுவனம்
24 பாரதிதாசரின் 65ஆம் ஆண்டு பிறந்த நாள் விழா
25 குரோ, பந்திங் தோட்டத் தொழிலாளர்கள்
26 மருத்துவர்கள் மற்றும் மலாயா திராவிடர் கழகத்தின் கோலாலம்பூர் கிளை
27 தனிநாயகம் அடிகளார்
28 ரிவர்சைடு தோட்டம், போண்டோக் தஞ்சம் மக்கள்
29 இலங்கையில் சுதந்திரன் இதழ்
30 சிங்கப்பூர் வாசுகி தமிழ்ப்பாட சாலை மாணவர்கள்
31 சிகாமட் தோட்டத் திணாங்டிவிஷன் பாட்டாளிகள்
32 'டெலிகம்' இலாகா ஊழியர்கள்; ஆசிரியர்கள்
33 பாலோ இந்தியர் சங்கத் தமிழ்ப் பாடசாலை; டெலிமோங் தோட்டத் தமிழர்கள்
34 சுங்கை பூலோ இந்தியர் சங்கம்; பேரா ஹைட்ரோ பவர் நிலையம்
35 தெலுக்கான்சன் மாவட்ட மருத்துவமனை
36 தமிழ்நாடு கும்பகோணம் தாலுக்கா பந்தநல்லூர் மக்கள்
37 சீர்காழித் தாலுக்கா தமிழர் முன்னேற்றக் கழகம்
38 பேராசிரியர் டாக்டர் சிதம்பரனார்
39 ஜோகூர் இந்தியப் பாடசாலை ஆசிரியர் ஐக்கியச் சங்கம்
40 சிங்கப்பூரில் தமிழர் திருநாள்

41 பிறை பவர் நிலையம், பினாங்கு இந்திய சுருட்டு நிலையம்
42 இலங்கை சுதந்திரன் இதழ், புருனை மக்கள்
43 கோலக்கிள்ளான் துறைமுகத் தொழிலாளர்கள், கூலிம் மருத்தவமனை
44 சிங்கப்பூர் மாயூரம் தாலுகா தமிழர் ஐக்கிய சங்கம் மற்றும் பொதுமக்கள்
45 சிறீ ஜெய காந்தன் புஷ்பகசாலை; போர்ட்டிக்சன் மக்கள்
46 பி.டபிள்.யூ.டி காரியாலயம்
47 பினாங்கு பரமக்குடி நாடார் நலவுரிமைச் சங்கம்
48 கிண்டாவேலி, செப்பராங் தோட்டத் தமிழர்கள்
49 ஜோகூர் லாயாங் லாயாங் ஓ. பி. எம். லிமிடெட், பேகடரி தொழிலாளர்கள்

50 இலங்கை தமிழர்கள்
51 போர்ட்டிக்ஷன் தனமேரா, பாடாங் ரெங்காஸ் கேப்பீஸ் தோட்டம்
52 ரெம்பவ் செம்போங் தோட்டம் 53 ஈப்போ தமிழர்கள்
54 சுங்கைபூலோ மக்கள் 55 சிங்கப்பூர் கைலிக் கடை பணியாளர்கள்
56 காரைக்குடி நகரசபையும் மேலும் பலரும்
'தமிழ் எங்கள் உயிர்' நிதிக்கு பண உதவி வழங்கியவர்கள் பற்றிய முழு விபரங்களை அறியலாம்.

தமிழ்ப் பகுதி அமைப்பதற்குக் கால தாமதம் - இது ஒரு புறம் இருக்க, சீன, மலாய் பகுதிகள் அமைப்பதற்குச் சீனர்களும் மலாய்க்காரர்களும் கொடுத்த ஆதரவைக் காட்டிலும் தமிழ்ப் பகுதிக்குத் தமிழர்களின் ஆதரவு கிடைக்காதது காலத் தாமதம் ஆனதற்கான காரணங்களுள் ஒன்று என்பதால் யாரும் பாராமுகமாய் இல்லாமல் செயல்படுவோம் என்று தமிழ் முரசு பத்திரிகையில் கேட்டுக் கொள்ளப்பட்டது. மேலும், 11.04.1955- இன் நிதி வரவாகிய 264 வெள்ளியினுடைய பெயர் பட்டியலும் வெளியிடப்பட்டிருந்தது (தமிழ் முரசு, ஏப்ரல், 11, 1955, பக். 04).

பல்கலைக்கழக துணைவேந்தரும் தமிழ் மக்களின் வாக்குறுதியும் - மலாயா பல்கலைக்கழகம் தொடங்கப்பட்ட நாளிலிருந்து வெறும் உறுதி மொழியளவில் நின்ற தமிழ்ப் பகுதியை 1956-ஆம் ஆண்டு தொடங்கச் செய்த பெருமை தமிழ் மக்களையே சாரும். தமிழ்ப் பகுதி தொடங்கப் பட வேண்டும் என்ற துடிப்பு மக்களிடையே நிறைந்திருக்கிறது என்பதைத் தமிழ் முரசு துவங்கிய தமிழ் எங்கள் உயிர் நிதியைத் நிரப்பியதன் மூலம் நிறுபித்தனர். தை முதலாம் நாள் தமிழர் திருநாள் கொண்டாட்டத்திற்குக் குழுமிய மக்கள் முன் தமிழ் எங்கள் உயிர் நிதியின் ஒரு பகுதி பல்கலைக்கழக துணைவேந்தரிடம் சேர்க்கப்பட்டது. தமிழ்த் துறை இயங்கத் தொடங்கும் வேளையில் லட்சியத் தொகையான ஒரு லட்சம் வெள்ளியின் மற்ற பகுதியும் விரைவில் கொடுப்பதாக அந்நிகழ்வில் உறுதி கூறப்பட்டது (தமிழ் முரசு, ஜூலை, 07, 1956, பக். 01).

நிதிக்காக நடத்தப்பட்ட நிகழ்வுகள் - மலாக்கா தமிழ் இளைஞர்கள் ஏற்பாட்டில் தமிழர் பிரதிநிதித்துவ சபை ஆதரவில் தமிழ் வருடப் பிறப்பன்று (14.04.1955) மலாக்கா ஹைஸ்கூல் மண்டபத்தில் தமிழ் எங்கள் உயிர் நிதிக்காக 'சந்திரோதயம்' நாடகம் அரங்கேறியது (தமிழ் முரசு, ஏப்ரல், 13, 1955, பக். 06). தமிழ் எங்கள் உயிர் நிதியை நிரப்பும் எண்ணத்தில் அலோர் காஜா தமிழர் சார்பில் அலோர் காஜா தமிழ்ப் பள்ளிக்கூடக் கட்டிடத்தில் 11.06.1955 சனிக்கிழமை அன்று இரவு 7.20 முதல் 9.30 வரை தமிழ்ப்படம் காட்சி ஏற்பாடு செய்யப்பட்டுள்ளது. காட்சி தொடங்குவதற்கு முன் கூட்டரசு செய்தி இலாகா தமிழ்ப் பகுதி அதிபர் திரு. வி. டி. பிச்சைப்பிள்ளை 'பிரஜாவுரிமை' பற்றி விரிவுரையாற்றுவார் எனவும் மக்கள் 1.00 வெள்ளி கட்டணம்

கொடுத்து இக்காட்சியில் கலந்துக் கொண்டு நிதியுதவ வேண்டும் என்றும் கேட்டுக் கொள்ளப்பட்டனர் (தமிழ் முரசு, ஜூன், 04, 1955, பக். 05).

ஈப்போவில் தமிழ் எங்கள் உயிர் நாடக மன்றத்தின் இலட்சியச் சுடர் நாடகம் நடத்தி செலவு போக மீதம் இருந்த 1255.60 வெள்ளியைத் தமிழ் எங்கள் உயிர் நிதிக்குத் தந்துள்ளனர். அதனோடு இலட்சியச் சுடர் நாடக வரவு செலவும் தமிழ் முரசு நாளிதழில் பிரசுரிக்கப்பட்டது (தமிழ் முரசு, ஜூன், 23, 1955, பக். 05). 10.09.1955 அன்று சனிக்கிழமை சிங்கப்பூர் நியூ வோர்ல்ட் நியூ ஸ்டார் மண்டபத்தில் நடைப்பெறவிருப்பதாக அறிவித்த பகுத்தறிவு நாடக மன்றத்தார், 'நச்சுக் கோப்பை' எனும் நாடகத்தில் கிடைக்கும் பணத்தில் செலவு நீக்கி மிகுதிப்படும் தொகையைத் தமிழ் எங்கள் உயிர் நிதிக்கு வழங்குவதாக உறுதியளித்தனர்.

மேலும், நாடகத்தின் கட்டணம் 3 வெள்ளியைக் கொடுத்து ஆதரவு புரியுமாறு மக்கள் கேட்டுக் கொள்ளப்பட்டனர் (தமிழ் முரசு, செப்டம்பர், 02, 1955, பக். 05). 10.09.1955 அன்று சிங்கப்பூர் பகுத்தறிவு நாடக மன்றம் நடத்திய 'நச்சுக்கோப்பை' நாடகம் வழி கிடைத்த பணத்தில் செலவு போக மீதப்பட்ட 603.45 வெள்ளி தமிழ் எங்கள் உயிர் நிதிக்கு வழங்கப்பட்டது. அதனுடைய வரவு செலவு கணக்கும் தமிழ் முரசில் வெளியிடப்பட்டது (தமிழ் முரசு, அக்டோபர், 19, 1955, பக். 06).

தமிழ் இளைஞர் மணிமன்றமும் தமிழர் பிரதிநிதித்துவ சபையும் இணைந்து மலாயா வானொலி புகழ்பெற்ற நாடக நடிகர்கள் "வாழ்க்கை மேடை" என்ற நாடகத்தைப் பினாங்கு முனிசிபல் டவுன் மண்டபத்தில் தமிழ் எங்கள் உயிர் நிதிக்குப் பணம் திரட்ட ஜூலை மாதம் 7ஆம் தேதி முதற்காட்சி மாலை 5.30க்கும் இரண்டாம் காட்சி இரவு ஒன்பதுக்கும் நடைபெறும் என்று தமிழ் முரசு பத்திரிகையில் செய்தி வெளியிடப்பட்டது. முதல் வகுப்புக்கு 2 வெள்ளியும் 2ஆம் வகுப்புக்கு 1 வெள்ளியும் கட்டணம் என்றும் தெரிவிக்கப்பட்டிருந்தது.

ஜூன் 21, 1956 முதல் தொடர்ந்து 24, 27, 30 தேதிகளில் இந்த நாடகம் தொடர்பான விளம்பரங்கள் தமிழ் முரசு பத்திரிகையில் வெளிவந்த வண்ணம் இருந்தன (தமிழ் முரசு, ஜூன், 07, 1956, பக். 07). தமிழ் எங்கள் உயிர் நிதிக்காக 29.07.1956 அன்று இரவு 7.30 மணிக்குச் சிங்கப்பூர் பீட்டி பள்ளி மண்டபத்தில் இந்திய சங்கீத சபா ஆதரவில் ஆனந்த கலா மன்றத் தயாரிப்பான கதம்பக் கச்சேரி நடைபெற உள்ளதாகவும் கலந்துக் கொள்ள விரும்பும் மக்கள் நுழைவு சீட்டு கட்டணமான 3, 2, 1 வெள்ளியைக் கொடுத்து இந்நிகழ்வில் கலந்துக் கொள்ளலாம் என்றும் தமிழ் முரசு பத்திரிகையில் விளம்பரம் செய்யப்பட்டது (தமிழ் முரசு, ஜூலை, 02, 1956, பக். 07).

மலாயா பல்கலைக்கழகத் தமிழ்ப் பகுதிக்குத் தமிழ் முரசு திரட்டி வரும் தமிழ் எங்கள் உயிர் நிதிக்கு அலோர்ஸ்டாரில் கதம்ப கலை நிகழ்ச்சியொன்று

நடத்த 19.08.1956 ஆம் நாள் அன்று திரு. வி. சு. வடிவேலு அவர்கள் தலைமையில் நடைப்பெற்ற முஸ்லிம் வீக்கில் ஆலோசனைக் கூட்டம் ஒன்றில் முடிவு செய்யப்பட்டது. கதம்ப நிகழ்ச்சி நடத்த 16 அங்கத்தினர்களைக் கொண்ட செயற்குழு ஒன்று அமைக்கப்பட்டது (தமிழ் முரசு, செப்டம்பர், 04, 1956, பக். 11). தமிழ் எங்கள் உயிர் நிதிக்காக அலோர்ஸ்டாரில் நடைப்பெறவிருக்கும் கதம்பக் கலை நிகழ்ச்சிக்கு மக்கள் திரண்டு வர வேண்டும் என்று கேட்டுக் கொள்ளப்பட்டனர்.

அதனோடு இந்நிகழ்வுக்குத் தமிழ்ப் பிரமுகரும் சமூகச் சேவையாளருமான உயர்திரு சி. நாசு. நாகப்பச் செட்டியார் தலைமை வகிப்பார் என்றும் இந்நிகழ்வு அலோர்ஸ்டார், ஜாலான் பாரு, கிரேட் ஓர்ஸ்டு பார்க்கில் 29.09.1956 அன்று இரவு 8 மணிக்கு நடைப்பெறும் என்ற தகவலையும் தெரிவித்தனர். மேலும், நிகழ்ச்சி நிரல், நுழைவு சீட்டுகள் கிடைக்கும் இடங்கள் மற்றும் அதன் கட்டணம் 5, 3, 2, 1 வெள்ளி என்பதையும் நாளிதழில் குறிப்பிட்டிருந்தனர். இது பற்றி தொடர்ந்து 25.09.1956 அன்றும் பத்திரிகையில் விளம்பரம் செய்யப்பட்டிருந்தது (தமிழ் முரசு, செப்டம்பர், 21, 1956, பக். 10).

தமிழ் எங்கள் உயிர் நிதிக்காக மற்றுமொரு கதம்பக் கச்சேரி 27.101956 அன்று இரவு 8 மணிக்குத் திரு. கோ. சாரங்கபாணி அவர்கள் தலைமையில் சிங்கப்பூர் பீட்டி பள்ளி மண்டபத்தில் வெண்ணிலா கலை அரங்கத்தின் ஆதரவில் ஆனந்த கலா மன்றத் தயாரிப்பில் நடத்த முடிவு செய்யப்பட்டது. நுழைவு சீட்டுகள் கிடைக்கும் இடங்களையும், அதனுடைய விலை 3, 2, 1 வெள்ளி என்பதையும் அறிவித்திருந்தனர். இதைப் பற்றி தொடர்ந்து 21.10.1956 அன்றும் விளம்பரம் செய்யப்பட்டிருந்தது (தமிழ் முரசு, அக்டோபர், 17, 1956, பக். 05).

29.05.1956 ஆம் நாள் அன்று தமிழ் எங்கள் உயிர் நிதிக்காக அலோர் ஸ்டாரில் நடைபெற்ற கதம்ப நிகழ்ச்சி வரவு செலவு விவரம் 23.10.1956 அன்று தமிழ் முரசு பத்திரிகையில் வெளியிடப்பட்டிருந்தது. மொத்த வரவு 1,730 வெள்ளி, செலவு போக மீதமுள்ள 1,080.90 வெள்ளி 17.10.1956 அன்று திரு. கோ. சாரங்கபாணி அவர்களுக்கு அனுப்பி வைக்கப்பட்டது (தமிழ் முரசு, அக்டோபர், 23, 1956, பக். 11).

தமிழ் எங்கள் உயிர் நிதிக்காக ஈப்போ நாடக மன்றம் நடத்திய ‘ஒரே ஆசை’ நாடகத்தின் வருமானம் 769 வெள்ளி, பினாங்கு தமிழ் இளைஞர் மணிமன்றம் 425 வெள்ளி, கோலக்கிள்ளான் அகில மலாயா திராவிடக் கழகம் 240 வெள்ளி, சிங்கப்பூர் நகரசபை ஆறாவது பிரிவுத் தொழிலாளர்கள் 22 வெள்ளி மற்றும் இன்னும் பல தரப்பினர் கொடுத்த நன்கொடையின் மொத்த தொகையான 3742.41 வெள்ளியின் விவரம் 06.12.1956 அன்று தமிழ் முரசு பத்திரிகையில் கொடுக்கப்பட்டிருந்தது (தமிழ் முரசு, டிசம்பர், 06, 1956, பக். 02). தமிழ் எங்கள் உயிர் நிதிக்கு இதுவரை நாடகங்கள்,

சங்கங்கள், மன்றங்கள் மற்றும் ஒவ்வொரு பகுதிகளில் இருந்தும் ஒரு பிரதிநிதி மூலம் திரட்டப்பட்ட நன்கொடை மொத்தம் 1298.51 வெள்ளியுடைய விவரங்களும் 22.12.1956 அன்று தமிழ் முரசு பத்திரிகையில் வெளியிடப்பட்டன (தமிழ் முரசு, டிசம்பர், 22, 1956, பக். 05).

தமிழ்ப் பகுதி தொடக்கம் - மலாயா பல்கலைக்கழகத்தில் தமிழ்ப் பகுதி 1956-ஆம் ஆண்டு நிறுவப்படும் என்றும் 1956-1957-ஆம் ஆண்டில் போதனை ஆரம்பிக்கப்படும் என்றும் தகவல் வெளியிடப்பட்டது. தமிழ்ப் பகுதிக்குத் தலைவர் நியமிப்பதற்காக வரவு செலவுத் திட்டத்தில் ஒதுக்கப்பட்டிருக்கும் தொகையைப் பல்கலைக்கழக கவுன்சில் அங்கீகரித்துவிட்டது என்றும் 1956இல் தமிழ்ப்பகுதித் தலைவர் பொறுப்பேற்றுக் கொண்டு போதனை ஆரம்பிப்பதற்கு முன்பு பகுதி அமைப்புக்காக அவர் உதவியும் புரிவார் என்று தமிழ் முரசில் குறிப்பிடப்பட்டிருந்தது (தமிழ் முரசு, ஏப்ரல், 07, 1955, பக். 11). தமிழ்ப் பகுதியை நிறுவும் முயற்சி துரிதப்படுத்தப்படுமென சிங்கப்பூர் முதல்மந்திரி டேவிட் மார்ஷல் 05.10.1955-ல் உறுதி கூறியுள்ளார் (தமிழ் முரசு, அக்டோபர், 07, 1955, பக். 05).

மலாயா பல்கலைக்கழகத்தின் இந்தியப் பகுதிக்குச் சீனியர் தமிழ் விரிவுரையாளர் ஒருவர் விரைவில் நியமிக்கப்படுவார் என்று பல்கலைக்கழகத் துணை வேந்தர் சர் சிட்னி கெயின் 16.04.1956-ல் காலையில் தமிழ் முரசு நிருபரிடம் அறிவித்துள்ளார். இந்தப் பதவிக்கு இந்தியா, இலங்கை, மலாயா மற்றும் வேறு நாடுகளிலிருந்தும் 50 பேர் விண்ணப்பம் செய்திருக்கிறார்கள் என்றும் விண்ணப்பதாரிகள் தொடர்பான முழு விவரங்களையும் பல்கலைக்கழகம் சேர்த்திருப்பதாக அவர் குறிப்பிட்டுள்ளார்.

தமிழ் விரிவுரையாளர் ஜூலை மாதத்திற்குள் தமது வேலையைத் தொடங்கிவிட வேண்டியிருக்கும், காரணம் அப்போதுதான் அக்டோபர் மாதத்தில் இந்தியப் பகுதி சிறிய அளவில் இயங்குவது சாத்தியமாகும் என்றார். சிங்கப்பூர் தமிழர் திருநாள் கொண்டாட்டத்தில் தமிழ் மக்கள் சார்பில் அளிக்கப்பட்ட 5500 தமிழ் புத்தகங்கள் என்னவாயின என்று தமிழ் முரசு நிருபர் கேட்டதற்கு அவை ஒழுங்கு படுத்தி வைக்கப்பட்டுவிட்டன என்றும் தமிழ் நூல் நிலையத்திற்காகத் தனியாகச் சிப்பந்திகளை நியமிக்க உத்தேசித்திருப்பதையும் துணைவேந்தர் அறிவித்துள்ளார் (தமிழ் முரசு, ஏப்ரல், 16, 1956, பக். 01).

அக்டோபர் மாதத்தில் மலாயா பல்கலைக்கழகம் திறக்கப்படும் போது தமிழ்ப் பகுதியும் தொடங்குகிறது என்பதுடன் தலைசிறந்த தமிழறிஞர் ஒருவர் பேராசிரியராக நியமிக்கப்பட்டிருக்கிறார் என்றும் 06.07.1956 அன்று பல்கலைக்கழக துணை வேந்தர் சர் சிட்னி கெயின் அறிவித்தார். சென்னை அரசாங்கக் கல்லூரியில் தமிழ்ப் பேராசிரியரும் கிளை மொழிகள் பகுதித் தலைவருமான திரு. எம். இராசாக்கண்ணு மலாயா பல்கலைக்கழகத்தின் இந்தியப் பகுதிக்கு முதல் தலைவராக நியமிக்கப்பட்டிருக்கிறார் என்பதையும்

அவர் தெரிவித்தார். மலாயா பல்கலைக்கழகத் தமிழ்த் துறைத் தலைமைக்கு இந்தியாவின் பல பகுதிகளிலிருந்தும் இலங்கையிலிருந்தும் மலாயாவிலிருந்தும் பலர் விண்ணப்பித்திருந்தனர். பேராசிரியராக நியமிக்கப்பட்டிருக்கின்ற திரு. இராசாகண்ணு அடுத்த மாதமே பதவி ஏற்க சிங்கப்பூர் வருவார் என்றார்.

பல்கலைக்கழக வகுப்புகள் அக்டோபர் முதல் வாரத்தில்தான் தொடங்குகின்றன என்ற போதிலும் அதற்கான ஏற்பாடுகளை முன்கூட்டியே செய்ய வேண்டியிருக்கிறது என்று குறிப்பிட்டிருந்தார். நாற்பத்தொரு வயதான திரு. இராசாக்கண்ணு இருபது ஆண்டுகளாக ஆசிரியர் தொழிலில் இருப்பதுடன் பதினைந்து ஆண்டுகாலமாகத் தமிழ்நாட்டின் புகழ்மிக்க கல்லூரிகள் பலவற்றில் விரிவுரையாளராகவும் இருந்துள்ளார். குடந்தைக் கோவை கல்லூரியில் தமிழ்த்துறையில் புதிய பகுதிகளைச் சேர்த்த புகழ்கொண்டவர் திரு. இராசாக்கண்ணு அவர்கள். தமிழறிவில் ஈடு இணையற்று விளங்கிய திருப்பாதிரிப்புலியூர் ஞானியாரடிகளின் மாணாக்கராயிருந்து முறையாகத் தமிழ் கற்றவர். பிறகு, வித்துவான், பி. ஓ. எல். (ஆனர்ஸ்), எம். ஏ. ஆகிய பட்டங்களைப் பெற்றிருக்கிறார்.

பி. ஓ. எல். (ஆனர்ஸ்) பட்டத் தேர்வில் மாகாணத்திலேயே முதலாவதாகத் தேர்ந்தவர். 'டாக்டர்' பட்டம் பெற சென்னைப் பல்கலைக்கழகத்திடம் ஆராய்ச்சிக் கட்டுரை சமர்ப்பித்தவர். அரசங்கண்ணனார் என்றும் தமிழ் நாட்டாரால் அழைக்கப்பட்ட திரு. இராசாக்கண்ணு அவர்கள் ஒரு சிறந்த சொற்பொழிவாளரும் கூட. இத்தகைய நல்லறிஞரைத் தேர்ந்தெடுத்த மலாயா பல்கலைக்கழகத்திற்குத் தமிழ் மக்கள் மிகக்கடமைப் பட்டிருக்கிறார்கள் என தமிழ் முரசு பத்திரிகைக் குறிப்பிட்டிருந்தது (தமிழ் முரசு, ஜூலை, 07, 1956, பக். 01).

மலாயா பல்கலைக்கழக இந்தியப் பகுதி 1956-ஆம் ஆண்டு அக்டோபரில் தொடங்கும் என்றும் அப்பகுதிக்குத் தலைவராகச் சென்னை அரசாங்க ஆர்ட்ஸ் கல்லூரியைச் சேர்ந்த தமிழ் விரிவுரையாளரான திரு. எம்.இராசாக்கண்ணு நியமிக்கப்பட்டுள்ளார் என்றும் பல்கலைக்கழகம் துணை வேந்தர் அறிவித்ததைத் தொடர்ந்து, இந்தியப் பகுதியானது இந்தியக் கலாச்சாரத்திலும் மொழிகளிலும் விரிவான பாடத் திட்டங்களை உடையதாக அபிவிருத்தி செய்யப்படுமென்றும், ஆனால், ஆரம்பத்தில் தமிழ் மொழி, இலக்கியம் ஆகியவற்றுக்குத்தான் அதிக முக்கியத்துவம் தரப்படுமென்றும் அவர் கூறினார்.

சென்னை அரசாங்க ஆர்ட்ஸ் கல்லூரியைச் சேர்ந்த தமிழ் விரிவுரையாளரான திரு. எம். இராசாக்கண்ணு சென்னை அரசாங்கத்துடன் செய்துகொள்ளப்பட்ட ஏற்பாட்டின்பேரில் மலாயா பல்கலைக்கழக இந்தியப் பகுதியின் தலைவராக நியமிக்கப்பட்டார். மலாயா பல்கலைக்கழகத்தில் இந்தியப் பகுதி உருவாக்கப்படுவது மலாயாவிலுள்ள இந்திய சமூகத்தினரால் வரவேற்-

கப்பட்டது.

இந்தியப் பகுதியின் தலைவரை நியமிப்பதில் உயர்தர மலாயா தமிழ்ப் பண்டிதர்களின் ஆலோசனைப் பல்கலைக்கழகத்திற்குக் கிடைத்ததென்று சார் சிட்னி கேயின் கூறினார் (தமிழ் முரசு, ஜூலை, 07, 1956, பக். 05). தமிழர்கள் பிரதிநிதித்துவ சபை சிபாரிசு செய்திருந்த மூவரில் ஒருவரை பல்கலைக்கழகம் நியமித்துள்ளதைத் தமிழர் பிரதிநிதித்துவ சபையின் வருடாந்திரப் பொதுக் கூட்டத்தில் திரு. கோ.சாரங்கபாணி மக்களிடம் தெரிவித்தார். அக்டோபர் மாதத்திற்குள் தமிழ் எங்கள் உயிர் நிதியை நிரப்பி பல்கலைக்கழகத்திடம் சேர்ப்பிக்க வேண்டியதன் அவசியத்தையும் அவர் அவ்வுரையில் வலியுறுத்தினார் (தமிழ் முரசு, ஜூலை, 10, 1956, பக். 02).

பேராசிரியர் முத்து இராசாக்கண்ணுவுக்கும், பேராசிரியர் சி. எஸ். பிச்சமுத்துவுக்கும் சிங்கப்பூர் உதவி முதல் மந்திரி இஞ்சே அப்துல் ஹமீது பின் ஹாஜி ஜுமாட் தலைமையில் தமிழர் பிரதிநிதித்துவ சபை 23.10.1956 அன்று வரவேற்பு நிகழ்வு நடத்தியது. திரு. இராசாக்கண்ணு இந்நிகழ்வில் பேசுகையில் மலாய் மொழியில் விரவிக் கிடக்கும் தமிழ்ச் சொற்களை வெளிக்கொணர தனி ஆய்வு ஒன்றைச் சரிவர நடத்தினால் அது இங்கு பரவிக் கிடக்கும், ஆனால் இருளடைந்து கிடக்கும் இந்திய மலாயா பண்பாட்டிற்குப் புது ஒளி தரும் என்றார்.

தமிழர் பிரதிநிதித்துவ சபையில் அங்கம் வகிக்கும் 42 சங்கங்களின் சார்பிலும் சிங்கப்பூர் தமிழாசிரியர்கள் சங்கச் சார்பிலும் மலாயா பல்கலைக்கழக இந்தியப் பகுதி தலைவர், பேராசிரியர் மு. இராசாக்கண்ணு அவர்களுக்கும், மண்ணியல் (Soil science) பகுதி தலைவர் பேராசிரியர் சி. எஸ். ஹாலில் அவர்களுக்கும் வரவேற்பளிக்கப்பட்டது. சிங்கப்பூர் உதவி முதல் மந்திரியும் ஸ்தாலஸ்தாபன மந்திரியுமான இஞ்சே அப்துல் ஹமீது பின் ஹாஜி ஜுமாட் வரவேற்புக்குத் தலைமை தாங்கினார். பேராசிரியர்களுக்குத் தனித் தனி வரவேற்பு பத்திரம் வாசிக்கப்பட்டன. கூட்டத்தில் பல்கலைக்கழகப் பேராசிரியர்களும், சட்டசபை அங்கத்தினர்களும் மற்றும் சங்கப் பிரதிநிதிகளுமாக 700 பேருக்கு மேல் கூடி இருந்தார்கள்.

தமிழர் பிரதிநிதித்துவ சபையின் உதவிக் காரியதரிசி திரு. செல்வக்கணபதி கூட்டத்தினருக்கு வரவேற்புரை அளித்தார். த. பி. சபைத் தலைவர் திரு. கோ. சாரங்கபாணி மந்திரிக்கும், பேராசிரியர்களுக்கும் மாலையணிவித்தார். மலாயாவின் கலாச்சார, பொருளியல் வளர்ச்சிக்கு அவசியமான முறையே இந்தியப் பகுதி, மண்ணியல் (Soil science) பகுதி ஆகிய இரு பகுதிகளையும் துவங்கிய மலாயா பல்கலைக்கழகத்தாரை மந்திரி இஞ்சே அப்துல் ஹமீது பின் ஹாஜி ஜுமாட் தன் தலைமையுரையில் பாராட்டினார். இந்தியப் பகுதியில் தமிழ் போதனையை ஆரம்பிக்க வேண்டும் என்ற கார் சாண்டரஸ் தயாரித்த பல்கலைக்கழக அறிக்கையின் சிபாரிசுகளுள் ஒன்று; மேலும் இங்குள்ள இந்தியர்களின் உடனடித் தேவையும் அதுவே என்பதில் சந்தேக-

மில்லை என்றார்.

தேவை ஏற்படுகிற போது பிற இந்திய மொழிகள் போதிக்கவும் வசதி செய்யப்படும் என்றார். இந்தியப் பகுதி வெற்றிகரமாக, திறம்பட நடைபெற வேண்டுமானால் தொடர்ந்தாற் போல் மாணவர்கள் தேவை என்றும், அதற்கு மலாயாவில் உள்ள இந்திய சமுதாயம் புதுப்பகுதியின் வளர்ந்து வரும் மாண-வர் தேவையை நிரப்ப முயற்சி எடுக்க வேண்டும் என்றும் கூறினார். பிறகு, திரு. இராசாக்கண்ணு தன் உரையில் இந்தியப் பகுதி உருவாக்குவதற்குக் கோ. சாரங்கபாணி, மலாயாத் தமிழ் மக்கள் மற்றும் துணை வேந்தர் சர் சிட்னி கெயின் இவர்களின் பங்கு மிகவும் அளப்பரியது என்று பாராட்டி-னார். தமிழ் பகுதிக்காக மலாயாத் தமிழர்கள் தமிழ் எங்கள் உயிர் நிதி மூலம் 30,000 வெள்ளியைத் தந்தமையைப் பாராட்டியதோடு இந்திய அரசாங்கம் மலாயாப் பல்கலைக்கழகத்திற்கு அடையாள உதவியாக 16,000 ரூபாய்க-ளைத் தந்ததையும் புகழ்ந்து பேசினார் (தமிழ் முரசு, அக்டோபர், 24, 1956, பக். 12).

மலாயா பல்கலைக்கழக இந்தியப் பகுதிக்குத் தமிழ் விரிவுரையாளர் ஒரு-வர் தேவை என்று விளம்பரம் செய்யப்பட்டது. இந்தியப் பகுதி தலைவர் திரு. இராசக்கண்ணுக்கு உதவியாகப் புதிய விரிவுரையாளர் நியமிக்கப்படுவார் என அறிவிக்கப்பட்டது. தமிழில் ஆனர்சு அல்லது எம்.ஏ. பட்டம் பெற்றுக் கல்-லூரிகளில் தமிழ் படிப்பித்த பயிற்சியும் உள்ளவர்களே இப்பதவிக்கு விண்-ணப்பிக்கலாம் எனச் சொல்லப்பட்டது. மலாயா பல்கலைக்கழகம் அக்டோபர் மாதம் முதல் தமிழ் வகுப்புகளைத் தொடங்கும் என்பதால் அதற்கு முன்பே புதிய விரிவுரையாளர் பதவி ஏற்பார் என்று எதிர்பார்க்கபடுகிறது என அறி-விக்கப்பட்டது (தமிழ் முரசு, மே, 03, 1957, பக். 01).

மலாயா பல்கலைக்கழகத்தின் தமிழ், மலாய், நிலவியல் (Geology) ஆகிய பகுதிகள் பல்கலைக்கழகத்தின் புதிய அமைப்புத் திட்டப்படி விரை-வில் கோலாலம்பூருக்கு மாற்றப்படும் என பல்கலைக்கழக பதிவதிகாரி திரு. எச். டி. லெவிஸ் 17.12.1958இல் அறிவித்துள்ளார். தமிழ், மலாய் மொழிப் பகுதிகளில் படிக்கிற மாணவர்களில் பெரும்பாலோர் பெடெரேஷனைச் சேர்ந்-தவர்களாக இருப்பதால்தான் இவ்விருபகுதிகளும் கோலாலம்பூருக்கு மாற்றப்-படுகின்றன என்று குறிப்பிட்டிருந்தனர் (தமிழ் முரசு, டிசம்பர், 18, 1958, பக். 01). ஏப்ரல் 1960 ஆம் ஆண்டு மலாயா பல்கலைக்கழகத்தோடு இந்தி-யப் பகுதியும் முழுமையாகக் கோலாலம்பூருக்கு மாற்றப்பட்டது (தமிழ் முரசு, ஜூலை, 26, 1959, பக். 06).

மலாயாப் பல்கலைக்கழகத்தின் கலை பீடம் 1959-ஆம் ஆண்டு அறிமு-கப்படுத்திய தமிழ் மொழியை முதன்மையாகக் கொண்ட இந்திய ஆய்வியல் துறை பட்டப்படிப்பை அறிமுகம் செய்தார்கள். மேலும், மாணவர்கள் நான்கு வருடங்கள் படிக்க வேண்டியப் பட்டப்படிப்பை மூன்று ஆண்டுகளில் முடிக்க முடியும். இந்தியத் துறையின் கற்பித்தல் செப்டம்பர் 1957இல் தொடங்கும்

என்றும் அறிவிக்கப்பட்டது. தொடர்ந்து, தமிழ் மொழிக்கான இடைநிலை மற்றும் துணைநிலை முதல் பாடத்திட்டங்களுக்கும் மலாயா பல்கலைக்கழகக் கலை பீடம் அதிகாரப்பூர்வமாக ஒப்புதல் வழங்கியது (Annual Report of University of Malaya, 1956-1957, பக். 3, 4).

இந்திய ஆய்வுத் துறை செப்டம்பர் 1956இல் நடைமுறைக்கு வந்தது. திரு. எம். இராசாக்கண்ணு மூத்த விரிவுரையாளராகவும், துறைத் தலைவராகவும் செப்டம்பர் 12, 1956 இல் பொறுப்பேற்றார். டிசம்பர் மாதம் சுருக்கெழுத்தாளர் ஒருவரும், பிப்ரவரி 1957இல் கற்றல் கற்பித்தல் தரவுகளைச் சேகரிக்க மூன்று பகுதிநேர ஆராய்ச்சி உதவியாளர்களும் பணியமர்த்தப்பட்டார்கள் (Annual Report of University of Malaya, 1956-1957, பக். 58).

இந்தியப் பகுதி நூல்நிலையம் - தமிழ் முரசு பத்திரிகையில் கோ. சாரங்கபாணி அவர்கள் இந்தியப் பகுதி மட்டுமில்லாமல், மலாயா பல்கலைக்கழகத்தில் மகாத்மா கந்தியின் பெயரில் நூல் நிலையம் அமைப்பது அவசியம் என்று தொடக்கம் முதலே முழங்கி வந்தார் என்பது அறிந்த செய்திதான். அச்சமயம் வெளிவந்த பத்திரிகை செய்திகளில் மாணவர்கள் மகாத்மா காந்தியின் போதனைகளையும், வாழ்க்கை முறைகளையும் படித்துத் தெரிந்துக் கொள்ள இந்த நூலகம் பிரதான ஒன்றாக அமையும் என்றும் இந்தியப் பகுதி அமைக்கப்படுவதற்கு முன்னே மலாயா இந்தியர்கள் இதைச் செய்ய முற்பட வேண்டும் என்றும் அவர் கேட்டுக்கொண்டார். இச்செயல் இந்தியப் பகுதி அமைப்பைத் துரிதப்படுத்த தூண்டுகோலாக இருப்பது மட்டுமல்லாமல் மலாயா இந்தியர்களுக்கு கௌரவமளிப்பதாகவும் அமையும் என்று குறிப்பிட்டிருந்தார் (தமிழ் முரசு, பிப்ரவரி, 07, 1953, பக். 04).

மலாயா பல்கலைக்கழக தமிழ்ப் பகுதி நூலகத்திற்குச் சமஸ்கிருத புத்தகங்கள் வந்ததைத் தொடர்ந்து தமிழ் மொழி புத்தகங்களைச் சுயமாக வாங்கி நூலகத்தில் வைக்க வேண்டும் என்று கோ. சாரங்கபாணி தமிழ் முரசு பத்திரிகை மூலம் நிதி திரட்டும் முயற்சியை அமல்படுத்தினார். சமஸ்கிருத புத்தகங்களை வழங்கியதைக் கண்டு சினம் கொள்வதால் எந்தப் பயனும் இல்லை. மலாயாத் தமிழர்கள் தங்களுடைய முக்கியமான கடமையைச் செய்ய வேண்டும் என்று தமிழ் முரசு பத்திரிகையில் கேட்டுக் கொள்ளப்பட்டது. தமிழ் புத்தகங்களும், தமிழ் மொழிக்கும் தமிழ் கலைக்கும் உறுதுணையாக இருக்கும் ஆங்கில புத்தகங்களும் மலாயா பல்கலைக்கழக நூல்நிலையத்தில் இடம் பெற வேண்டும் எனப்பட்டது.

ஆளுக்கொரு புத்தகங்கள் கொடுத்தாலும் பதினாராயிரம் புத்தகமாகிவிடும். ஆனால், பல்கலைக்கழக நூல்நிலையத்தில் இடம் பெறும் புத்தகங்களுக்கு என ஒரு வரைமுறை உண்டு எனப்பட்டது. நூலகத்திற்குத் தகுந்த புத்தகங்களைத் தேர்ந்தெடுக்கும் ஆற்றலும் தகுதியும் உடையவர்கள் பண்பட்ட தமிழ் அறிஞர்களே ஆவர். தனிநாயகம் அடிகளின் பெரும் முயற்-

சியால் உருவான தமிழ்க் கலை மன்றத்தில் உள்ள தமிழ் அறிஞர்களை மலாயா பல்கலைக்கழக நூல்நிலையத்திற்குத் தகுந்த புத்தகங்களை வாங்கி அனுப்பச் சொன்னால் அவர்கள் மகிழ்ச்சி அடைவார்கள் தவிர மறுக்க மாட்டார்கள் எனக் குறிப்பிட்டிருந்தனர்.

அவர்களையே தங்களுடைய பணம் போட்டு பல்கலைக்கழகத்திற்குத் தமிழ் புத்தகங்களை வாங்கி அனுப்பும்படி கேட்கலாம் ஆனால் அது மலாயாத் தமிழர்களின் கடமையாகாது என்றும் கூறப்பட்டிருந்தது. மலாயாவில் வாழுகின்ற ஆறு லட்சம் தமிழர்கள் சார்பில் மலாயாப் பல்கலைக்கழகத்தில் தமிழ் புத்தகங்கள் இடம்பெற பத்தாயிரம் தமிழர்கள் ஆளுக்குப் பத்து வெள்ளி வீதம் நன்கொடை கொடுத்து ஒரே மாதத்தில் ஒரு லட்சம் வெள்ளியைச் சேர்க்க வேண்டும் என்று கேட்டுக் கொள்ளப்பட்டது. தமிழ் எங்கள் உயிர் என்று சொல்லும் பத்தாயிரம் தமிழர்கள் யார் என்பதைப் பட்டியல் போடுகின்ற இந்த நிதிக்குத் தலைவராய் இருக்க தமிழ்ச் செல்வர் திரு. வே. பக்கிரி சாமி, அவர்களும் நிதியாளராக இருக்கப் பெரும் வணிகர் திரு. பொ. கோவிந்தசாமி அவர்களும் மறுக்கவே மாட்டார்கள் என நம்பிக்கையாகத் தமிழ் முரசு பத்திரிகையில் குறிப்பிடப்பட்டிருந்தது.

ஆகவே, இக்கடமையை இன்றே தொடங்குங்கள் என தமிழ் முரசு பத்திரிகை வேண்டுகோள் சமர்ப்பித்தது. தமிழ் எங்கள் உயிர் என்ற பட்டியலைத் தொடங்குவோரின் பெயர்கள் 25.02.1955 முதல் தொடங்கி தினமும் பத்திரிகையில் பட்டியலிடப்படும் என்று கூறப்பட்டிருந்தது (தமிழ் முரசு, பிப்ரவரி, 24, 1955, பக். 04).

தமிழ்ப் பகுதி நூல்நிலையத்திற்காக ஏற்கனவே சென்னை அரசாங்கம் சிங்கப்பூர் தமிழர் பிரதிநிதித்துவ சபை மூலம் 5250 தமிழ்ப் புத்தகங்களையும், அண்ணாப்பல்கலைக்கழகம் தான் வெளியிட்ட எல்லாப் புத்தகங்களையும் வழங்கியுள்ளதையும், இந்திய அரசாங்கம் இங்குள்ள கமிஷனர் வழி சில சமஸ்கிருத புத்தகங்களை வழங்கியுள்ளதையும் தமிழ் முரசு பத்திரிகையில் எழுதப்பட்டிருந்தது. (தமிழ் முரசு, ஜூலை, 07, 1956, பக். 01).

1959-ஆம் ஆண்டு இந்தியப் பகுதி நூல் நிலையத்தில் பத்தாயிரம் புத்தகங்கள் வைக்கப்பட்டிருந்தது. இவற்றுள் சில புத்தங்கள் எளிதில் கிடைக்காதவை என்று குறிப்பிட்டிருந்தனர். இவற்றுள் பெரும்பான்மையான புத்தகங்கள் சிங்கப்பூர் தமிழர் பிரதிநிதித்துவ சபையால் வழங்கப்பட்டவை. வேறு பல புத்தகங்கள் இந்திய அரசாகத்தாலும் பிற நிறுவனங்களாலும் தனிப்பட்டவர்களாலும் கொடுக்கப்பட்டன. கிடைப்பதற்கரிய சில புத்தகங்கள் தமிழர் பிரதிநிதித்துவ சபை வழங்கிய நிதி கொண்டு வாங்கப்பட்டவை ஆகும்.

இப்பகுதியின் தலைவர் பேராசிரியர் இராசாக்கண்ணு இந்தியப் பகுதியைத் தொடங்க ஆரம்ப நிலையில் இருந்தே அதிகமான வேலைகளை இனிதே செய்து முடித்ததோடு பழைய தமிழ் இலக்கிய ஆராய்ச்சித்துறையில் மூன்று புத்தங்களை அவர் வெளியிட்டிருக்கிறார் (தமிழ் முரசு, ஜூலை, 26, 1959,

பக். 06). மலாயா பல்கலைக்கழக நூல்நிலையம் புத்தகங்களைக் கோலாலம்பூர் பகுதிக்கு மாற்றும் போது முதலில் 10,000 புத்தகங்களை மட்டும் கொண்டு வந்துள்ளனர். அதில் இந்தியப் பகுதி நூலகத்தின் புத்தகங்களும் அடங்கும் என்பது குறிப்பிடத்தக்கது (தமிழ் முரசு, டிசம்பர், 28, 1959, பக். 06).

நூலகத்தின் இந்திய ஆய்வியல் பிரிவில் 1957-ஆம் ஆண்டு சுமார் 5,400 புத்தகங்கள் இருந்ததாகச் சொல்லப்படுகிறது. அவற்றில் எழுபத்திரண்டு புத்தகங்கள் மெஸ்ஸ்ரஸ். பழனியப்ப பிரோஸ். ஓப் மெட்ராஸ், தென்னிந்தியா (Messrs. Palaniappa Bros. of Madras, South India) அவர்களால் துறைக்கு வழங்கப்பட்டதாகும் (Annual Report of University of Malaya, 1956-1957, பக். 58).

உபகாரச் சம்பளம் - மே மாதம் முதல் வாரத்தில் சிங்கப்பூர் தமிழர் பிரதிநிதித்துவ சபையின் துணைத் தலைவர் திரு. வயி. சண்முகம் செட்டியார், இந்திய மொழிப் பகுதி தலைவர் பேராசிரியர் மு. இராசாக்கண்ணு ஆகியோருடன் பல்கலைக்கழக இந்திய மொழிப் பகுதி, தமிழ் நூல்நிலையம் ஆகியவற்றைச் சுற்றிப் பார்த்துள்ளார்கள். இவர்களோடு சேர்ந்து சுற்றிப் பார்த்த சுங்கை சிப்புட் திரு. ஏ. எம். எஸ். பெரியசாமி இந்தியப் பகுதி மென்மேலும் வளர வேண்டும் என்று மலாயா பல்கலைக்கழக இந்திய மொழிப் பகுதியில் பயில விரும்பும் மாணவர்களில் ஒருவருக்கு உபகாரச் சம்பளம் கொடுக்க முன் வந்தார். இவ்வுபகாரச் சம்பளம் அவருடைய தகப்பனார் திரு. அமுசு சுப்பையா பிள்ளையின் பெயரால் வழங்கப்படும் என அவர் தெரிவித்துள்ளார். தமிழ் படிக்க ஆர்வம் இருந்தும் பண வசதியின்மையால் முடியாமல் போகும் மாணவர்களுக்கு இவ்வுதவி துணைபுரியும் என்றார்.

பின், பல்கலைக்கழக நூல் நிலையத்தில் உள்ள சீன மொழி நூல் நிலையப் பகுதி அளவுக்குத் தமிழ் நூல் நிலையமும் வளர வேண்டும் என்றும் சீன மொழி நூல் நிலையத்தில் ஒன்றே கால் லட்சம் நூல்கள் இருக்கின்றன என்பதையும் குறிப்பிட்டிருந்தார். அவரைத் தொடர்ந்து பேசிய சண்முகம் செட்டியார் பெரியசாமி அவர்களைப் பாராட்டியதோடு இந்தியப் பகுதிக்கு இவரைப் போன்று 10 பேராவது முன் வந்து உதவ வேண்டும் என்று கேட்டுக் கொண்டார்.

பின், பேராசிரியர் இராசாக்கண்ணு அவர்கள் இவ்வாறு உபகாரச் சம்பளம் கொடுத்து உதவுவது பெற்றோர்கள் தங்கள் பிள்ளைகளைப் பல்கலைக்கழகம் அனுப்பி தமிழ் படிக்க வைக்க அதரவாக இருக்கும் என்பதோடு மற்றவர்களும் இவரைப் போல் முன்வருவார்கள் என்று நம்பிக்கை கொள்வதாகக் கூறினார். இறுதியாக, திரு. பெரியசாமி வாக்களித்த உபகாரச் சம்பளம் பெடரெஷனில் உள்ள மாணவர்களுக்கு அளிக்கப்படும் என அறிவிக்கப்பட்டது (தமிழ் முரசு, மே, 08, 1957, பக். 02).

கல்வி வளர்ச்சிக்கும், கலை வளர்ச்சிக்கும் தயங்காது பொருளுதவி செய்யும் திரு. கோவிந்தசாமிப் பிள்ளை அவர்கள், மலாயாப் பல்கலைக் கழகத் தமிழ்ப் பகுதிக்கு 1957-ஆம் ஆண்டு செப்டம்பர் மாதம் முதல் மாணவர்கள் சேர்த்துக் கொள்ளப்படுவார் என்ற செய்தியைக் காண மிகவும் மகிழ்ச்சியும், பெருமிதமும் அடைவதாகத் தெரிவித்ததோடு தமிழ் படிக்க இருக்கும் இரு மாணவர்களுக்கு உபகாரச் சம்பளம் தருவதாக வாக்களித்தார்.

பெருமுயற்சியினால் வெகு சிரமப்பட்டு அமைக்கப் பெற்ற இத்தமிழ்ப் பகுதியை வளர்ப்பது தமிழர் கடமை என்றும் அப்பகுதியில் சேர்ந்து பயில விரும்பும் பொருளாதார வசதியற்ற, மாணவர்களை ஊக்குவிப்பது வசதியுள்ளோர் பொறுப்பாகும் .என்றும் கூறினார் ஒரு மாணவருக்கு ஒரு வருடத்திற்கு உபகாரச் சம்பளம் சுமார் 2000 வெள்ளியாகிறது என்றும் அம்மாணவன் பல்கலைக்கழகப் படிப்பு முடியும் வரையில் அவ்வுபகாரச் சம்பளத்தைப் பெறலாம் என்றும் கூறினார். இந்த உபகாரச் சம்பளத்தில், பல்கலைக்கழக கட்டணம், உணவு விடுதிச் செலவு ஆகிய இரண்டும் சேர்க்கப்பட்டுள்ளன என்றார். (தமிழ் முரசு, மே, 25, 1957, பக். 06).

மலாயா பல்கலைக் கழகத்தில் தமிழ்ப் பயிற்சியை ஊக்குவிப்பதற்காக அமைக்கப்பட்டுள்ள ‘மலாயா தமிழ் மொழிச் சம்பள உதவிச் சங்கம்’ நடப்புப் படிப்பு ஆண்டுக்காக ஏழு மாணவ, மாணவிகளுக்கு உதவிச் சம்பளம் வழங்குவதாகத் தெரிவிக்கப்பட்டது. ஏழு பேரில் இருவர் மாணவர்கள் ஐவர் மாணவிகள் என அறிவிக்கப்பட்டது. எழுவருக்கும் படிப்புக் காலமான சுமார் 4 ஆண்டுகள் வரை அவரவர் படிப்புத் தேர்ச்சியைப் பொறுத்து ஒரு ஆண்டுக்கு 2000 வெள்ளி வீதம் உதவிச் சம்பளம் வழங்கப்படும் எனப்பட்டது. இவ்விவரங்கள் மலாயா தமிழ் மொழிச் சம்பள உதவிச் சங்கத்தின் செயலாளரான திரு. எம். எம். மாலை 08.11.1958 அன்று தமிழ் முரசு நிருபரிடம் தெரிவித்தார்.

இந்த உதவிச் சம்பளத்தைப் பெறத்தக்க மாணவர்களைத் தேர்ந்தெடுப்பதற்காக நியமிக்கப்பட்டுள்ள தேர்வுக் குழுவானது, உதவி பெற விண்ணப்பம் செய்த மாணவர்களைச் சோதித்து ஏழு மாணவ, மாணவிகளைத் தேர்ந்தெடுத்தது எனத் திரு. மாலை கூறினார். இவர்களுக்கு உரிய உதவிச் சம்பளத்தொகை பல்கலைக்கழக அதிகாரிகள் மூலம் மூன்று தவணையாகக் கொடுக்கப்படும் என்றும் முதல் தவணையில் 650 வெள்ளியும் இரண்டாவது தவணையில் 650 வெள்ளியும் முன்றாம் தவணையில் 700 வெள்ளியும் வழங்கப்படும் எனத் தெரிவிக்கப்பட்டது. இவற்றில் இரு தவணைகளுக்குரிய மொத்தத் தொகையான 9,100 வெள்ளி, மாணவ, மாணவிகளுக்கு வழங்கப்படுவதற்காக ஏற்கனவே பல்கலைக்கழகத்தாரிடம் கொடுக்கப் பட்டிருப்பதாகவும் குறிப்பிடப்பட்டது.

மலாயா நாட்டில் தமிழ் மாணவர்கள் உயர்நிலைத் தமிழ்ப் பயிற்சி பெற உதவுவதற்காக ஏழு தமிழ்ப் பிரமுகர்களும் இரு நிறுவனமும் மொத்தம்

83,000 வெள்ளி மதிப்புள்ள 11 உதவிச் சம்பளத்தை வழங்க முன் வந்திருப்பதாக அவர் தெரிவித்தார். மேலும், மலாயா தமிழ் மொழிச் சம்பள உதவிச் சங்கம் குறித்த தகவல்களும் வழங்கப்பட்டது. இச்சங்கத்தின் அலுவலகம் மலாயா பல்கலைக்கழகத் தமிழ்ப் பகுதியில் இருக்கின்றது என்றும் சிங்கப்பூர் முதல் மந்திரி டுன் லிம் இயூ ஹாக், கல்வி மந்திரி திரு. சியூ ஸ்வீ கீ, மலாயாப் பல்கலைக் கழகத் துணைவேந்தர் பேராசிரியர் ஏ. ஆப்பன்ஹிம் ஆகிய மூவரும் இச்சங்கத்தின் போஷகர்களாவர் என்றும் செய்தியில் குறிப்பிடப்பட்டன. மேலும், திரு. கோ. சாரங்கபாணி இச்சங்கத்தின் தலைவராகவும், மலாயா பல்கலைக் கழகத் தமிழ்ப்பகுதித் தலைவரான பேராசிரியர் முத்து இராசாக்கண்ணுவும், திரு. ந. இரங்கசாமிப்பிள்ளையும் துணைத் தலைவர்களாகவும், திரு. பொ. கோவிந்தசாமி பிள்ளை ஜே. பி. பொருளாளராகவும், திரு. எம். முத்துமாலை கவுரவ செயலாளராகவும் நியமிக்கப்பட்டுள்ளனர் (தமிழ் முரசு, நவம்பர், 08, 1958, பக். 05).

பாட முறை - தமிழை ஒரு பாடமாகக் கொண்டு பி.ஏ பட்டம் பெறவிரும்புகிற மாணவர்கள் செப்டம்பர் மாதம் முதல் மலாயா பல்கலைக் கழகத்தில் சேர்த்துக் கொள்ளப்படுவர் என்று அறிவிக்கப்பட்டது. இது தொடர்பாக 17.05.1957-ல் வெளியிட்ட அறிக்கை ஒன்றில் தமிழில் ஏற்கனவே தேர்ச்சி பெற்றவர்களுக்குத் தலைமைப் பாடமாகவும் தமிழே தெரியாதவர்களுக்குத் துணைப்பாடமாகவும் தமிழ் கற்பிக்கப்படும் என்று குறிப்பிடப்பட்டிருந்தது. 1957-ஆம் ஆண்டு புதிதாகச் சேருகிற மாணவர்கள் மட்டுமல்லாது முதல் வருட தேர்வில் வெற்றிபெற்று ஏற்கனவே பல்கலைக்கழகத்தில் பயிலும் மாணவர்களும் தமிழ்ப் பகுதியில் சேர்த்துக் கொள்ளப்படுவர் எனப்பட்டது.

புதிதாகப் பல்கலைக்கழகத்தின் இடைநிலை வகுப்பில் சேரும் மாணவர்கள் தமிழைத் தலைமைப் பாடமாகவும், இடைநிலை வகுப்புத் தேர்வில் 1957-ஆம் வருடம் வெற்றி பெறும் மாணவர்கள் தமிழைத் துணைப்பாடமாகவும் எடுத்துக் கொள்ள வேண்டும் எனத் தெரிவிக்கப்பட்டது. தமிழைத் துணைப் பாடமாக எடுத்துக்கொள்கிறவர்கள் இருவகையினராகப் பிரிக்கப்பட்டனர்.

தமிழில் பயிற்சி ஏதுமில்லாதவர்கள் ஒரு வகையினர், தமிழில் பயிற்சியுடையவர்கள் மற்றொரு வகையினர். தமிழைத் துணைப்பாடமாக எடுத்துக் கொள்கிற மாணவருக்குத் தமிழே தெரியாது என்றால் அவருக்கு ஆங்கிலத்தில் பாடங்கள் சொல்லிக் கொடுக்கப்படும் என்றும் அத்துடன் தமிழில் பேசவும் எழுதவும் கற்பிக்கப்படும். தமிழில் பேசவும் எழுதவும் கொஞ்சமாவது தெரிந்திருந்து தமிழைத் துணைப்பாடமாக எடுக்கும் மாணவர்களுக்குத் தமிழ் மொழி, இலக்கியம் பற்றிய பாடங்கள், இலக்கிய, கலாச்சார, பொருள்கள் பற்றி கட்டுரைகள் எழுதுதல் ஆகியவை கற்பிக்கப்படும்.

1957-ஆம் ஆண்டு மலாயாப் பல்கலைக்கழக வகுப்பில் சேர்ந்து தமிழைத் தலைமைப் பாடமாக எடுக்கிற மாணவர்கள் தேர்ந்தெடுக்கப்பட்ட செய்யுள்-

களைப் படித்தல், கட்டுரை எழுதுதல், தமிழ் மொழிப் பயிற்சி ஆகியவை பாடங்களாக இருக்கும் எனத் தெரிவிக்கப்பட்டது. சீனியர் கேம்பிரிட்ஜ் பரீட்-சையில் தமிழில் சிறப்புத் தகுதி பெற்ற மாணவர்களும் தமிழில் வேறு சிறந்த தகுதி கொண்டுள்ள மாணவர்களுமே தமிழைத் தலைமைப் பாடமாக எடுத்-துக்கொள்ள அனுமதிக்கப்பட்டனர். 17.05.1957இல் பல்கலைக்கழகம் வெளி-யிட்ட முதல் வகுப்பில் சேரும் மாணவர்கள் பட்டியலில் கலைத் துறைப் படிப்புக்குத் தேர்ந்தெடுக்கப்பட்டிருந்த மாணவர்ளில் தமிழர்கள் பலர் இருப்-பதாகவும் அவர்களில் பலர் தமிழ் படிக்க இந்த வாய்ப்பைப் பயன்படுத்திக் கொள்வார்கள் என வும்எதிர்பார்க்கப்பட்டது (தமிழ் முரசு, மே, 17, 1957, பக். 01,08).

மலாயா பல்கலைக்கழகத்தில் இந்தியப் பகுதி 1956-ஆம் ஆண்டு செப்-டம்பரில் தொடங்கப்பட்டது. 1959-ஆம் ஆண்டு 55 மாணவர்கள், மூன்று ஆசிரியர்கள் என இப்பகுதி வளர்ந்தது. 1959-ஆம் ஆண்டு இந்தியப் பகு-தியிலிருந்து ஐந்து மாணவர்கள் ஆனர்ஸ் பரீட்சை எழுதினார்கள். மலாயா பல்கலைக் கழகத்தில் இந்தியப் பகுதி ஆரம்பித்த போதே தமிழ் மொழி, தமிழ் இலக்கியங்களைப் போதிப்பதோடு இந்திய கலைகளையும் பொதுவாய் அபி-விருத்தி செய்வதெனக் குறிப்பிடப்பட்டது.

ஆயினும், இப்பகுதிக்கு மாணவர்கள் 1957 செப்டம்பரில் சேர்க்கப்பட்-டனர். இண்டர்மீடியட், பி. ஏ. வகுப்பிற்குச் சேர்ந்த 27 மாணவர்களுள் இருவர் மலாய் மாணவர்கள். 1959-ஆம் ஆண்டு எல்லாப் பாடங்களையும் எடுத்த மொத்த மாணவர்கள் 55 பேர். இதில் ஆனர்ஸ் வகுப்பில் 5 மாண-வர்களும், 18 பேர் முதல் தரத்திலும் 20 பேர் இடைத் தரத்திலும் பயின்-றனர். மேலும், 12 பேர் பட்டமில்லாத பயிற்சியை மேற்கொண்டனர். தமிழ் மொழியும் இலக்கியமும், தமிழ்மொழி, தமிழ் இலக்கிய வரலாறு, இயல் இசை இலக்கணம், திராவிடக் குழு மொழிகளின் ஒப்பிலக்கணம், கல்வெட்-டுகள், பட்டயங்கள் ஆராய்ச்சி, பொதுவான இந்தியக் கலைகள், சிறப்பாக மலாயாவுடன் ஒட்டி வளர்ந்துள்ள இந்தியக் கலைகள் ஆகிய இப்பாடங்கள் அனைத்தும் ஆனர்ஸ், முதல் தரம், இடைத்தரம் என்ற பிரிவுகளில் அவற்-றுக்கு ஏற்ற முறையில் சொல்லித் தரப்பட்டன.

இடைத்தரப் படிப்பு ஆரம்ப நிலை, உயர்நிலை என்ற இரு பிரிவுகளாகப் பிரிக்கப்பட்டிருந்தன. முதன்மைத்தரம் பி. ஏ. ஆண்டுகளில் படிக்கப்பட்டது. இந்தப் பாடங்களில் பட்டமில்லாத தமிழ் படிப்புப் படிப்பவர்களும் இருந்தனர். இவர்கள் தங்கள் பட்டப்படிப்பிற்குச் சில பாடங்களையே எடுத்துப் படித்துள்-ளனர் (தமிழ் முரசு, ஜூலை, 26, 1959, பக். 06).

1957-ஆம் ஆண்டு ஏப்ரல் மற்றும் மே மாதங்கள் முழுதும் திரு. இரா-சாக்கண்ணு அவர்கள் மலாயாவிற்கும் சிங்கப்பூருக்கும் சுற்றுப்பணயம் செய்து இந்திய மொழிப் பள்ளிகளைப் பார்வையிட்டு அம்மொழிகளின் கற்பித்தலின் தன்மையையும் நோக்கத்தையும் குறித்து பூர்வாங்க கணக்கெடுப்பு நிகழ்த்தி-

யதோடு கல்வி மற்றும் பள்ளி அதிகாரிகளுடனும் கலந்துரையாடல் செய்தார். திரு. இராசாக்கண்ணு 1956-ஆம் ஆண்டு நவம்பர் 26 ஆம் தேதி தொடங்கி மலாயா வானொலியில் 'பரிபாடல்' என்ற தலைப்பில் ஆறு வார சொற்பொழிவுகளை நிகழ்த்தினார். மலாயா தமிழர்களுக்குத் தமிழ் கிளாசிக் பற்றி மேலும் தெரிந்துகொள்ளவும் இளையவர்களை ஊக்குவிக்கவும் இந்த விரிவுரைகள் நிகழ்த்தப்பட்டுள்ளன. மலாயாப் பல்கலைக்கழக தமிழ்ப் பேரவையின் ஆதரவுடன் அவர் தொடர்ந்து மாணவர்களுக்கும் பொதுமக்களுக்கும் சொற்பொழிவுகளை நடத்தினார். திரு. இராசாக்கண்ணு மலாயா கல்வி அமைச்சு கொள்கையில் மலாய், சீன, இந்திய மொழிகளுக்கும் கலாச்சாரத்திற்கும் சமவுரிமை கொடுத்ததற்குப் பாராட்டியுள்ளார் (Annual Report of University of Malaya, 1956-1957, பக். 58).

தொடக்க காலத்தில் வெறும் கல்வியைப் போதிக்கும் பாடத்திட்டமாகவே இருந்த நிலையில் சில வருடங்கள் கழித்து இந்திய ஆய்வியல் துறையிலும் மாணவர்கள் ஆய்வுகள் செய்யத் தொடங்கினர். இறுதியாண்டு மாணவர்கள் தங்களுடைய பட்டப்படிப்பை முழுமையாக முடிப்பதற்கு ஆய்வினை மேற்கொள்வது கட்டாயமாக்கப்பட்டது. இளங்கலை பட்டங்களுக்கான ஆய்வுகள் தமிழ் மொழியிலும், முதுகலை, முனைவர் பட்டங்களுக்கான ஆய்வுகள் மலாய் அல்லது ஆங்கில மொழியிலும் எழுதப்பட வேண்டும் என்று வரையறுக்கப்பட்டது (பிரியா, 2012, பக். 35). 2019-ஆம் ஆண்டுவரை இளங்கலை பட்டப்படிப்பிற்காக மேற்கொள்ளப்பட்ட ஆய்வுகளின் எண்ணிக்கை 457 ஆகும்

இரண்டாவது படம் : கையெழுத்து வாங்க வரிசையில் நிற்கும் வாசகர்கள்.

72. மண்வாசனை - மானாவாரி மனிதர்கள்

கொங்கு மண்ணின் கலாச்சார, பண்பாட்டுக் கூறுகளையும், உழைப்பில் சளைக்காத மண்ணின் மைந்தர்களையும் பாசாங்கு இல்லாத மண் மொழியில் பெருமைப்படுத்தியவர் நாவலாசிரியர் சூர்யகாந்தன். ஏறத்தாழ 30 ஆண்டுகளுக்கு முன்பு இவரது `மானாவாரி மனிதர்கள்' நாவல் அகிலன் நாவல் போட்டியில் பரிசு பெற்றதுடன், இலக்கிய சிந்தனையின் சிறந்த நாவலுக்கான விருதையும் பெற்றது குறிப்பிடத்தக்கது.

தற்போது எத்தனையோ மண் வாசனைக் கதைகள் வந்திருக்கலாம்; வந்து கொண்டும் இருக்கலாம். ஆனால், மண்ணோடு கொஞ்சும் கொங்கு தேன் மொழியை, வெகுஜன இலக்கிய அரங்கம் உள்வாங்கக் காரணமாக இருந்தது இந்த நாவல்தான்.

`மென் ஆப் த ரெட் சாய்ல்' (ஆங்கிலம்), 'மாரி காரின்னு காத்திருக்குன்னு மனுசர்' (மலையாளம்), 'மேகா கீலியே தரஸ்தி லோக' (ஹிந்தி), 'மண்ணிண்ட மக்கள்' (தெலுங்கு) மற்றும் மராட்டியம் என 5 மொழிகளில்

மொழிபெயர்ப்பாகியிருப்பதே இந்த நாவலின் பெருமைக்குச் சான்று.

“இப்போது அந்த நாவல் செக்கோஸ்லோவாக்கியா மொழியில் மொழிபெயர்ப்பாகி கொண்டிருக்கிறது. எந்த மொழியிலும் இந்த தலைப்புக்கு உகந்த, மண்மொழி மணக்கும் மொழிபெயர்ப்பு வாசகங்கள் அமையவில்லை, பொருந்தவில்லை என்பதே இந்த நாவலுக்கும், கொங்கு தமிழுக்குமான சிறப்பு’’ என பெருமிதம் கொள்கிறார் சூர்யகாந்தன் (62).

இவரது சொந்த ஊர் கோவை பேரூர் அருகேயுள்ள ராமசெட்டிபாளையம். இவருக்கு எழுத்தாளர், பத்திரிகையாளர், வானொலிநிலைய அறிவிப்பாளர், கல்லூரி பேராசிரியர் என பல முகங்கள் உண்டு. அவரை சந்தித்தோம்.

“என் இயற்பெயர் மருதாசலம். எங்கள் கிராமத்துப் பள்ளியில் ஆரம்பக் கல்வியும், பேரூர் சாந்தலிங்க அடிகளார் பள்ளியில் உயர்நிலைக் கல்வியும், கோவை அரசு கலைக் கல்லூரியில் பி.யு.சி, பி.ஏ. புவியியலும் படித்தேன். பின்னாளில் மண்ணுக்கான நிலவியல் கூறுகளை எழுதுவதற்கு, என் பட்டப் படிப்புதான் அடிப்படை உரம்.

அப்பா பாரம்பரிய விவசாயி. காமராஜர் பல்கலைக்கழகத்தில் எம்.ஏ. தமிழ் படித்தேன். அப்போது என் இலக்கியப் பயணம் கவிதைகளில்தான் தொடங்கியது. 1973-1978-ல் கோவை ஈஸ்வரன் ‘மனிதன்’ என்ற மாத இதழை நடத்தினார். அதில் நிறைய கட்டுரை, கவிதைகள், கதைகள் வெளியாகும். அந்த சமயத்தில், விவசாயிகள் போராட்டம் நடந்தது. பெருமாநல்லூரில் துப்பாக்கி சூடு நடத்தப்பட்டு, விவசாயிகள் பலர் இறந்தனர். அந்த ஊர்வலத்தில் கலந்துகொண்ட நானும் காயமடைந்தேன். அந்த வலியே கவிதையாக மாறியது. ‘உழைக்கும் வர்க்கம் உறக்கமோ!’ என ஆரம்பிக்கும் கவிதை மனிதனில் பிரசுரமானது.

1974-ல் தாமரையில் `தண்டிக்கப்படாத குற்றவாளிகள்’ சிறுகதை எழுதினேன். இடையில், சிவந்த சிந்தனை, நீலக்குயில், கோவை ஞானி நடத்திய ‘வேள்வி’ போன்ற சிற்றிதழ்களில் சிறுகதைகள் வர ஆரம்பித்தன. 1978 வரை கவிதை, கதை என பயணம் தொடர்ந்தது.

சிவகங்கையில் கவிஞர் மீராவின் அகரம் பதிப்பகம், என் முதல் கவிதை நூலான ‘சிவப்பு நிலா’வை வெளியிட்டது. 1976-ல் நெருக்கடி நிலையின்போது, சோலை இதழைத் தொடங்கிய கே.சோமசுந்தரம், என்னை பணிக்கு அழைத்தார். எம்ஜிஆர் நிதியுதவி செய்வதாகவும் தெரிவித்தார். அந்த இதழில் நான் பணிக்குச் சேர்ந்தபோது, எம்ஜிஆரிடம் அறிமுகம் செய்விக்கப்பட்டேன். நெல்சன் மாணிக்கம் சாலையில்தான் அந்த இதழின் அலுவலகம் இருந்தது. அங்கிருந்தே அண்ணா நாளிதழ், தாய் வார இதழ் வெளிவந்தது. இவற்றை ஆரம்பிக்கும்போது, அதே இடத்தில் சோலை இதழில் வேலை பார்த்த என்னையும், பணியில் இணைத்துக் கொண்டார் வலம்புரிஜான். எம்ஜிஆரின் வளர்ப்பு மகன் அப்பு (எ) ரவீந்திரன்தான் நிர்வாகம்.

நான் அங்கே துணை ஆசிரியர் என்பதால், 15 நாட்களுக்கு ஒருமுறை ராமாவரம் சென்று, எம்ஜிஆரை சந்திக்கும் நிலை இருந்தது. அப்போது எம்ஜிஆர், ஜெயலலிதா எழுதும் கட்டுரைகளுக்கு ப்ரூப் பார்க்கும் பணி எனக்கு மட்டுமே அளிக்கப்பட்டிருந்தது.

தாய் இதழில் இருந்தபடியே, குங்குமம், கல்கி, தினமணிக் கதிர் இதழ்களில் எல்லாம் எழுதினேன். மகரந்த குமார், கடல் கொண்டான், ஆர்.எம்.சூர்யா, பர்வதா, சூரி என பல புனைப் பெயர்களில் கட்டுரைகள் எழுதியிருக்கிறேன். 1983 வரை தாய் இதழில் இருந்தேன். பிறகு எம்.பில். சேர்ந்தேன். பின்னர், பி.ஹெச்டி. முடித்தேன். ஒருமுறை ஆலாந் துறை மலையடிவாரப் பகுதியில் தோட்ட வரப்பில் நடந்துகொண்டிருந்தேன். மாலை நேரத்து சூரியனின் சுடரில், சூரியகாந்தி மலர்கள் இதழ்விரித்து மினுங்கின. அப்போது சூர்யகாந்தன் என எனக்கு புனைப்பெயர் வைத்துக்கொண்டேன்.

பிறகு, கோவை எஸ்.என்.ஆர். கல்லூரியில் ஆசிரியப் பணியில் சேர்ந்தேன். அதேசமயம், கோவை வானொலியில் பகுதி நேர அறிவிப்பாளராகவும் தேர்வு பெற்றேன். இவ்விரண்டுக்கும் நடுவே, கவிதை, கதைகளும் எழுதினேன்.

நாவல் என்பது பெரிய கதவைத் திறந்து உலகத்தைப் பார்ப்பது. 1984-ல் `அம்மன் பூவோடு' என்ற முதல் நாவல் எழுதினேன். தொடர்ந்து நாவல்களில் கவனம் செலுத்தினேன். விவசாயம் பார்த்து வந்த அப்பா, திடீரென்று இறந்துவிட்டார். மலையடிவார பூமியை விற்றுவிட்டு, ஊருக்குள் வரவேண்டிய நிலை. அப்படி வந்தபோது, மனதில் இனம் புரியா வெறுமை. மண்ணோடும், மக்களோடும், பண்டங்களோடும் வாழ்ந்த வாழ்க்கை இவ்வளவுதானா என்ற ஏக்கம் இருந்தது.

எங்கள் ஊரில் மழை பொய்த்ததால் நிலவிய தண்ணீர் பஞ்சம், வானம் பார்த்து நின்ற மக்கள் என மனதின் அழுகை 'மானாவாரி மனிதர்கள்' படைக்கத் தூண்டியது. அதை அகிலன் நாவல் போட்டிக்கு அனுப்பிவைத்தேன். நான்காவது மாதம் விருது அறிவிப்பு வந்தது. பிறகு, இலக்கிய சிந்தனை விருதும் அளிக்கப்பட்டது. தொடர்ந்து தமிழகத்தின் பெரும்பாலான கல்லூரிகளில் அந்த நாவல் பாடமாகவும் வைக்கப்பட்டது'' என்றார் சூர்யகாந்தன்.

அவர் இதுவரை 15 நாவல்கள், 7 கட்டுரை நூல்கள், 3 கவிதைத் தொகுப்புகள், 11 சிறுகதைத் தொகுப்புகளை எழுதியுள்ளார். இலக்கிய வீதி, லில்லி தேவசிகாமணி விருது, கலை இலக்கிய பெருமன்ற விருது, அழகிய நாயகி அம்மன் நினைவு விருது, உடுமலை தமிழ்ச் சங்க விருது என ஏராளமான இலக்கிய விருதுகளை பெற்றிருக்கிறார்.

கோவையிலிருந்து 1980-களில் வெளியான ஜனரஞ்சனி வார இதழில், துணை ஆசிரியராகவும் இருந்துள்ளார்.

பேராசிரியர் பணியிலிருந்து ஓய்வு பெற்ற பின்னர், மீண்டும் விவசாயத்துக்கே திரும்பியுள்ளார் சூர்யகாந்தன். இவரது மனைவி கண்ணம்மா, மகன் சரவணக்குமார், மகள்கள் திவ்யபாரதி, சுவேதா. "கொங்கு மண்ணையும் மக்களையும் நேசிப்பதே எனக்குள் நிறைந்திருக்கும் பேராற்றலாக இருக்கிறது. அதுவே என் படைப்புகளை உயிர்ப்புடன் வைக்கிறது. அதுதான் என்னை இன்னமும் விவசாயியாகவே பரிணமிக்க வைக்கிறது" என்கிறார் பெருமிதத்துடன் சூர்யகாந்தன்.

73. பட்டாவளி - பாஸ்டன் பாலா

ஆகஸ்ட் 13, 2023 1

சமீபத்திய தமிழ் எழுத்தாளர்கள் யார்? இப்போதைய காலகட்டத்தில் அவசியம் வாசிக்க வேண்டிய புனைவுகள் என்ன? முக்கிய பதிப்பகங்களில் எந்த நாவல்கள் விமர்சகரின் கவனத்தைக் கோருகின்றன? யுவன் சந்திரசேகர், சாரு நிவேதிதா, அ. முத்துலிங்கம், எஸ். ராமகிருஷ்ணன், பா. ராகவன். ஜெயமோகன், இரா. முருகன், அ. முத்துலிங்கம், பாவண்ணன், மாலன் போன்றோர் 2000களில் இணையத்தையும் அச்சையும் கோலோச்சினார்கள். அவர்களைப் போன்றோர் உயிர் எழுத்து, காலச்சுவடு, உயிர்மை, உன்னதம், சொல் புதிது, கல்குதிரை, கலைமகள், கதிர் போன்ற அச்சு இதழ்களிலும் அவரவர் வலையகம் மூலமாகவும் அனுதினமும் கட்டுரையும் கதையும் வெளியிட்டார்கள். இன்றைய இயல், விளக்கு, ஞானபீடம், சாகித்திய அகடெமி, விஷ்ணுபுரம் விருது என்று கவனிப்புகளை அடுத்த தலைமுறையில் எவர் அள்ளப் போகிறார்கள்?

முகவணை

இந்த இதழைத் துவக்கும்போது ஓரிரண்டு பட்டியல்களைக் கொண்டு தயாரித்திருக்க வேண்டும்.

(கவனிக்கப்படாத) சமீபத்திய எழுத்தாளர்கள் பட்டியல்

(அறியப்பெற்ற) சமீபத்திய எழுத்தாளர்கள் பட்டியல்

மேலேயுள்ள இரு பட்டியலில் உள்ளவர்களை அறிமுகம் செய்யக் கூடிய விமர்சகர்கள்

முக்கிய பதிப்பகங்கள் — 2000த்துக்குப் பிறகு எழுந்து வரும் எழுத்தாளர்களை எவர் வெளியிடுகிறார்கள்?

சமீபத்திய சிறுகதைத் தொகுப்புகள் - சமீபத்திய நாவல் நூல்கள்

இளைஞர்களுக்கான விருதுகளின் பட்டியல் - விருதுகளைப் பெற்றவர்கள்

குங்குமம், விகடன் போன்ற வணிக இதழ்களில் முத்திரை சிறுகதை எழுதியவர்கள்

காலச்சுவடு, கல்குதிரை போன்ற இலக்கிய இதழ்களில் கதை எழுதியவர்கள்

இணைய வலையகங்களில் தொடர்ச்சியாக புனைவை அளிப்பவர்கள்

இப்போதும் ஒன்றும் தாமதமாகவில்லை. கைவசம் அவர்களைத் தொகுத்துக் கொண்டால், இந்த இதழில் எவரெவரைத் தவற விட்டோமோ, அவர்களை வரும் வெளியீடுகளில் கவனிக்கலாம்.
வரும் வாரங்களில் வாசிக்க எடுத்து வைக்கலாம். குறைந்த பட்சம் மற்றவர்களையாவது படிக்குமாறு தூண்டலாம்.
இதுதான் இந்த பட்டியல் பதிவின் குறிக்கோள்

விருதுகள்

விருதுகள் எவ்வளவு இருக்கின்றன?
சமீபத்திய ஆண்டுகளில் எவர் அவற்றைப் பெற்றனர்?
பு.பி. பேரை வைத்தே மூன்று வெவ்வேறு விருதுகள் வழங்கப்படுகின்றன (நன்றி: தமிழ் விக்கி)
KRG நாகப்பன் ராஜம்மாள் விருது
அக்கராயன் மகளிர் அபிவிருத்தி நிலையத்தின் சாதனைப் பெண்மணி விருது
அசோகமித்திரன் விருது
அமரர் சுஜாதா நினைவு அறிவியல் புனைகதை விருது
அமரர் ஜோதிவிநாயகம் நினைவு பரிசு
அமுதன் அடிகள் விருது
அவள் விகடனின் இலக்கிய விருது
அன்றில் வளர் தமிழ் சிறுகதையாளர் விருது
ஆனந்த விகடன் வைர விழா சிறப்புச் சிறுகதை விருது
ஆனந்தாஸ் எம்.பி கலை இலக்கிய விருது

இலக்கிய சிந்தனை விருது (சிறுகதை)
இலக்கியச் சிந்தனை சிறந்த நாவலுக்கான விருது
இலக்கியப்பேராளுமை விருது
இலக்கியவீதி — அன்னம் விருது
இலங்கை — முரசொலி பத்திரிகையின் முதல் பரிசு
இலங்கை தேசிய சாகித்திய மண்டல விருது மற்றும் யாழ் இலக்கியப் பேரவையின் விருது
இளைஞர் ஆண்டு நாவல் போட்டி
உலகத் தமிழ் பண்பாட்டு மைய விருது
எம்.வி.வெங்கட்ராம் நூற்றாண்டு நினைவு விருது
எழுத்தாளர் ஊக்குவிப்பு மையத்தின் தமிழியல் விருது
என்.சி.பி.எச். வழங்கும் தொகுதிக்கான விருது
எஸ்.ஆர்.எம் பல்கலைக்கழகத்தின் தமிழ்ப் பேராயம் வழங்கும் புதுமைப்பித்தன் படைப்பிலக்கிய விருது
ஏலாதி அறக்கட்டளை இலக்கிய விருது

கண்டாவளைப் பிரதேச சபையின் கலாசாரப் பிரிவின் "ஒளிச் சுடர்" விருது
கதா அமைப்பின் சிறந்த சிறுகதைக்கான விருது
கலைஞர் பொற்கிழி விருது
கவிஞர் தேவமகள் அறக்கட்டளை விருது
கவிஞர் வைரமுத்து விருது
களரி அறக்கட்டளை வழங்கும் கு. அழகிரிசாமி நினைவு விருது.
கனடா இலக்கியத் தோட்டம் வழங்கும் விருது
கனடா தமிழ் இலக்கியத் தோட்டம் புனைவு விருது.
கஸ்தூரி சீனிவாசன் அறக்கட்டளை விருது
காசியூர் ரங்கம்மாள் விருது
கிளிநொச்சி தமிழ்ச் சங்கத்தின் "இலக்கியமணி" பட்டமும் தங்கப் பதக்கமும்
கு. சின்னப்ப பாரதி அறக்கட்டளை விருது
குமுதம் வெள்ளி விழா கதைப்போட்டி
கொழும்பு கலை இலக்கிய கழகத்தின் விருது
கொழும்பு சுதந்திர இலக்கிய அமைப்பின் விருது மற்றும் யாழ் இலக்கியப் பேரவையின் பரிசு
கோவை கஸ்தூரி சீனிவாசன் அறக்கட்டளையின் 'ரங்கம்மாள் நினைவு விருது

சமயபுரம் எஸ்.ஆர்.வி. பள்ளியின் 'படைப்பூக்கத் தமிழ் விருது
சாகித்திய அகாதெமியின் சிறந்த மொழிபெயர்ப்பாளருக்கான விருது
சாகித்ய அகாதெமியின் யுவபுரஸ்கார் விருது
சிங்கப்பூர் மாயா இலக்கிய வட்ட குறுநாவல் போட்டி
சிறுகதைத் தொகுப்பிற்காக: தமிழ்நாடு முற்போக்கு எழுத்தாளர்கள் கலைஞர்கள் சங்க 'புதுமைப்பித்தன் நினைவு விருது'
சிற்பி அறக்கட்டளை விருது - சிற்பி இலக்கிய விருது - சுஜாதா விருது
சுஜாதா-உயிர்மை அறக்கட்டளையின் சிறந்த சிறுகதைத்தொகுப்புக்கான விருது
செயந்தன் நினைவு கவிதை விருது
சென்னை இலக்கிய திருவிழாவின் சிறந்த எழுத்தாளர் விருது
சென்னை இலக்கிய வீதி வழங்கும் அன்னம் விருது
சென்னை ரோட்டரி சங்க விருது
சேலம் தமிழ்ச் சங்கம் விருது.
சௌமா இலக்கிய விருது
ஞானியின் கோலம் அறக்கட்டளையின் 'அசோகமித்திரன்' விருது

டிஸ்கவரி புக் பேலஸ் வழங்கும் பிரபஞ்சன் நினைவு விருது

தஞ்சாவூர் நெருஞ்சி இலக்கிய வட்டத்தின் க நா சு விருது
தஞ்சை பிரகாஷ் கவிதை விருது
தமிழக அரசின் கலைமாமணி விருது
தமிழக அரசின் சிறந்த குழந்தை இலக்கியத்துக்கான விருது
தமிழக அரசின் சிறந்த சிறுகதைத் தொகுப்புக்கான விருது
தமிழக அரசின் சிறந்த நாவல் விருது
தமிழக அரசு எழுத்தாளர் விருது (திருவள்ளுவர் தினம் — பொங்கல் பண்டிகையை ஒட்டி)
தமிழ் முஸ்லிம் திண்ணை வழங்கும் தோப்பில் முகமது மீரான் நினைவு விருது
தமிழ் வித்தகர் விருது
தமிழ்நாடு அரசின் தமிழ் வளர்ச்சித் துறையின் புதுக்கவிதை நூலிற்கான பரிசு
தமிழ்நாடு கலை இலக்கியப் பெருமன்றம் மாநில விருது
தமிழ்நாடு முற்போக்கு எழுத்தாளர் கலைஞர்கள் சங்கம் வழங்கும் சிறந்த நாவல் விருது
தமிழ்நாடு முற்போக்கு எழுத்தாளர் சங்கம் மாநில விருது
தமிழ்நாடு முற்போக்கு எழுத்தாளர் சங்கம் வழங்கும் செல்வன் கார்க்கி விருது

தி இந்து குழுமத்தின் லிட் பார் லைப் (lit for life) விருது
தி க சி இயற்றமிழ் விருது
தி. ஜானகிராமன் நினைவுக் குறுநாவல் போட்டி
திருச்சி எஸ்.ஆர்.வி. மெட்ரிகுலேசன் பள்ளி வழங்கும் தமிழ் விருது
திருப்பூர் கலை இலக்கியப் பேரவை விருது
திருப்பூர் தமிழ்ச்சங்க விருது
திருப்பூர் மத்திய அரிமா சங்கம் வழங்கும் சக்தி விருது
திருமதி. சௌந்தரா கைலாசம் அறக்கட்டளை விருது
தேனீ இலக்கியக் கழகம் வழங்கும் 'கவிச்செம்மல்' பட்டம்
நியூஜெர்ஸி தமிழ்சங்க விருது
நெய்வேலி புத்தகக் கண்காட்சி வழங்கும் சிறந்த எழுத்தாளர் விருது
நெல்லை இலக்கிய வட்டம் வழங்கும் 'எழுத்துலகச் சிற்பி' பட்டம்
படைப்பு இலக்கிய விருது
பாரத ஸ்டேட் வங்கி இலக்கிய விருது
பாவலர் முத்துசுவாமி விருது
புதுச்சேரி அரசின் சிறந்த நாவலுக்கான விருது
பெரியார் விருது - மத்திய அரசின் பரிசு
மலைச் சொல் விருது - மா அரங்கநாதன் விருது
யாழ் இலக்கியப் பேரவையின் பரிசு

யாழ் பல்கலைக்கழக மருத்துவபீட மாணவர் ஒன்றியம் தனது வெள்ளிவிழா ஆண்டை முன்னிட்டு இலக்கியப் பணிக்கான கௌரவிப்பு

ரோட்டரி கிங்க்ஸ் ஆப் தஞ்சாவூர் சாதனை இளைஞர் விருது
லில்லி தேவசிகாமணி விருது
வடக்கு — கிழக்கு மாகாண சபையின் சிறந்த நூல் பரிசு
வடக்கு கிழக்கு மாகாண சபையின் ஆளுநர் விருது
வடக்கு மாகாண சபையின் சிறந்த நூல் பரிசு
வடசென்னை தமிழ்ச்சங்கம் இலக்கிய விருது
வரலாற்றுப் புத்தகத்திற்கான 'தெற்கு எழுத்தாளர் இயக்க விருது'
வல்லினம் விருது
வள்ளுவ பண்பாட்டு மைய விருது
வாழ்நாள் சாதனைக்காக விளக்கு இலக்கிய அமைப்பு வழங்கும் புதுமைப்பித்தன் விருது
விகடன் விருது (ஆண்டுதோறும் — வருட இறுதியில்)
விஜயா வாசகர் வட்டம் வழங்கும் கவிஞர் மீரா விருது
விஷ்ணுபுரம் — குமரகுருபரன் விருது
வீரகேசரி — யாழ் இலக்கிய வட்டம் இணைந்து நடத்திய கனக.செந்திநாதன் நினைவுப் போட்டி

இவற்றில் பெரும்பாலானவை தமிழகத்தை முன்வைத்தே வழங்கப்படுபவை. ஈழத் தமிழர்களையும் இலங்கை வாழ் எழுத்தாளர்களின் முக்கியப்படுத்தல்களையும் தனியே பார்க்க வேண்டும்; தேட வேண்டும். இதில் திண்ணை, சொல்வனம், குவிகம், காலம், குருகு, சுவடு, அகழ், அடவி, அழிசி, தன்னறம், பதாகை, தமிழினி போன்ற இணைய இதழ்களின் (மேலும்: List of Online Tamil Magazines and How to Write for them | 10 Hot) அடையாளம் என பரிசோ, போட்டியோ, விருதோ, பட்டமோ, கௌரவங்களோ தராதது சோகமா? இயலாமையா? கும்பலோடு கோவிந்தா போடாத அடையாளத் தனித்துவமா? 'நானும் ரௌடிதான்' என்னும் இலக்கிய கௌரவத்தை இழக்கும் பரிதாபமா?இவை முகாந்திரம். இந்தக் கேள்விகளுக்கு எளிமையான விடை கிடையாது. நாம் சொல்லும் ஆருடங்கள் பலிக்காமல் போகலாம். என் பரிந்துரைகள் உங்களைக் கவராமல் போகலாம். அதை விட அந்த நூல்களும் புதினங்களும் படைப்புகளும் ருசிக்காமல் போகலாம்.

புதிய முகங்கள் — சமீபத்திய எழுத்தாளர்கள்

சமீபத்தில் எழுதத் துவங்கியவர்களில் அதிகம் கவனிப்பைப் பெறாதவர்களில் துவங்குவோம்.

அதிகம கவனம் பெறாத சிறுகதை எழுத்தாளர்களும் நாவல் புனைவாளர்களும் இருக்கிறார்கள். இவர்களில் சிலர் கடந்த ஐந்தாண்டுகளுக்குள் எழுதத் துவங்கியவர்கள். இவர்களில் சிலர் ரொம்ப காலமாக எழுதுபவர்கள். பேஸ்புக், டிவிட்டர் எக்ஸ், டிக் டாக், இன்ஸ்டாகிராம், பிண்டெரெஸ்ட் என்று சமூக ஊடகங்களில் சர்ச்சையும் நண்பர்களும் அதிகம் இல்லாமல் சற்றே அமைதியாக உருவாக்கும் படைப்பாளிகளின் பட்டியல்.

'பரிவை' சே.குமார் - அகராதி - அசோக்ராஜ் - அண்டனூர் சுரா
அருண் பாண்டியன் - அனுராதா ஆனந்த் - ஆ.ஆனந்தன்
ஆகாசமூர்த்தி - ஆதித்ய ஸ்ரீநிவாஸ் - ஆமினா முஹம்மத்
ஆர். சேவியர் ராஜதுரை - ஆர்.நித்யா ஹரி - ஆவுடை
ஆவுடையப்பன் சங்கரன் - ஆழிவண்ணன் - ஆனந்தி ராமகிருஷ்ணன்
இ. ஹேமபிரபா - இதயா ஏசுராஜ் - இமாம் அத்னான்
இரா. சேவியர் ராஜதுரை - இரா. தங்கப்பாண்டியன்
இராதா கிருஷ்ணன் - இலட்சுமண பிரகாசம் - இளங்கோவன் முத்தையா
இளங்கோவன் ஜி.பி. - ஈப்போ ஸ்ரீ - உக்குவளை அக்ரம்
உத்தமன் ராஜா - எஸ். திவாகர் - எஸ்ஸார்சி - ஏ. ஆர். முருகேசன்
க.சி.அம்பிகாவர்ஷினி - க.மூர்த்தி - கணேசகுமாரன்
கணேஷ் ராகவன் - கணேஷ் ராம் - கண்.சதாசிவம் - கயல்
கரன் கார்க்கி - கனகா பாலன் - கனி விஜய் - கனிமொழி.ஜி
காயத்ரி.ஒய் - கார்த்திக் பிரகாசம் - கார்த்திக் ஸ்ரீநிவாஸ்
காளீஸ்வரன் - கிருத்திகா கணேஷ் - கிருஷ்ண ப்ரசாத்
கு. ஜெயபிரகாஷ் - குமரகுரு - கே.உமாபதி - கே.எஸ்.சுதாகர்
கோ. சுனில்ஜோகி - கோமதி ராஜன் - ச.கோ. பிரவீன் ராஜ்

ச.வி.சங்கர் - சக.முத்துக்கண்ணன் - சங்கர் - சங்கர் சதா
சந்தீப்குமார் - சந்தோஷ் மாதேவன் - சந்தோஷ் ராகுல்
சரத் - சாது பட்டு - சாந்தி மாரியப்பன் - சாரதி - சி.வீ.காயத்ரி
சிசுக்கு - சிதம்பரம் - சிவகுமார் முத்தய்யா - சீராளன் ஜெயந்தன்
சுந்தரண்யா - சுப்புராஜ் - சுரேஷ் பரதன் - சுஜித் லெனின்
செல்வசாமியன் - சேகர் சக்திவேல் - சேவியர் ராஜதுரை
சொல் உடையார் - சோ.சுப்புராஜ் - த.அரவிந்தன் - தயாஜி
தர்மு பிரசாத் - தனசேகர் ஏசுபாதம் - தன்ராஜ் மணி
தாமரை பாரதி - தாரிகை - தினேஷ் பாண்டியன்
தீபா நாகராணி - தீபா ஸ்ரீதரன் - தீனதயாளன்
துரை. அறிவழகன் - தெரிசை சிவா - தேவசீமா - தேவராஜ்
தேவிலிங்கம் - நந்தாகுமாரன் - நவநீதன் சுந்தர்ராஜன்
நறுமுகை தேவி - நா. ஞானபாரதி - நா.சிவராஜ்

நாராயண கண்ணகி - நித்ய சைதன்யா - நித்வி
நிவேதினி நாகராஜன் - ப. சுடலைமணி - பா. கண்மணி
பா. ரமேஷ் - பா. ராஜா - பாலமுருகன் நெல்லை
பிந்துசாரா - பிரசாத் சுந்தர் - பிரசாத் மனோ
பிரசாத் ரங்கசாமி - பிரசாந்த் வே. - பிரதீப் சிவபெருமான்

பிரதீப் நீலகண்டன் - பிரபு தர்மராஜ் - பிரியா கிருஷ்ணன்
பிருந்தா இளங்கோவன் - புகழின் செல்வன் - போதி
ப்ரசாந்த் கார்த்திக் - ப்ரவீன் ராஜ் - மகாராஜா காமாட்சி
மகேஷ்குமார் செல்வராஜ் - மஞ்சுநாத் - மணிமாலா மதியழகன்
மனோஜ் - மன்னர்மன்னன் குமரன் - மாதவன் பழனியப்பன்
மால்கம் - மாறன். மா - மிதுன் கௌசிக் - முகம்மது ரியாஸ்
முத்தழகு கவியரசன் - முத்துராசா குமார் - மோனிகா மாறன்
மோஹன் ஹரிஹரன் - ரக்ஷன் கிருத்திக் - ரமேஷ் கண்ணன்
ரமேஷ் ரக்சன் - ரவிச்சந்திரன் அரவிந்தன் - ராஜா சிவகுமார்
ராஜேஷ் ராதாகிருஷ்ணன் - ரெ.விஜயலெட்சுமி - ரெஜி இசக்கியப்பன்
ரேவதி ரவிகாந்த் - லட்சுமிஹர் - லதா ரகுநாதன் - லிவி
வசந்தி முனீஸ் - வளவன் - வாசுதேவன் அருணாசலம்
வாணி ஆனந்த் - வாஸ்தோ - விக்டர் ப்ரின்ஸ் - விக்னேஷ்
வில்லரசன் - விஜயநாகசெ - விஜயராணி மீனாட்சி
விஜய் சுந்தர் வேலன் - விஜய் வேல்துரை - ஜனநேசன்
ஜாபாலன் - ஜார்ஜ் ஜோசப் - ஜி. கார்ல் மார்க்ஸ் - ஜீ. கணேஷ்
ஜெகநாத் நடராஜன் - ஜெகன்மித்ரா - ஜெயந்தி

ஜெயன் கோபாலகிருஷ்ணன் - ஜே.மஞ்சுளாதேவி
ஜேக்கப் மேஷாக் - ஸ்ரீனிவாசன் பாலகிருஷ்ணன்
ஸ்ரீராம் விஸ்வநாதன் - ஷரத் - ஹரிஷ் குணசேகரன்
ஹரீஷ் கணபதி - ஹேமா - ஹேமி கிருஷ்

சமீபத்திய விகடன் படைப்பாளிகள் - ஆனந்த விகடனுக்கென்று ஒரு சிறப்பு உண்டு. அதில் வரும் சிறுகதைகளும் எழுத்தாளர்களும் பரவலாகப் பலரைச் சென்றடைந்து நெடுங்காலமாக இலக்கிய வானில் ஜொலித்த காலம் ஒன்றுண்டு. இப்போதைய காலகட்டத்தில் அது திரைக்கதைக்கும் சினிமாவுக்குமான வாயிலாகிப் போனாலும் இன்னும் அதில் யார் எழுதுகிறார்கள், எப்படிப்பட்ட படைப்புகளைக் கொணர்கிறார்கள் என்பதில் மிகுந்த ஆர்வம் உண்டு. அதையொட்டி விகடன் சிறுகதையாசிரியர்களின் பட்டியல்:

அய்யப்பன் மகாராஜன் - அரவிந்தன் - ஆர். ஸ்ரீனிவாசன்

இமையாள் - எஸ்.பர்வின் பானு - எஸ்.வி.வேணுகோபாலன்
க.அம்சப்ரியா - கணேசகுமாரன் - கவிதைக்காரன் இளங்கோ
கவிப்பித்தன் - கு.இலக்கியன் - கே.பி.சிவகுமார் - சசி
சிவகுமார் முத்தய்யா - துரை.அறிவழகன் - நர்சிம்
நூருத்தீன் - பாலைவன லாந்தர் - பிரபாகரன் சண்முகநாதன்
பிறைமதி குப்புசாமி - புலியூர் முருகேசன் - ம . காமுத்துரை
மாத்தளை சோமு - ரமணன்.கோ - ராஜேஷ் வைரபாண்டியன்
விஜி முருகநாதன் - ஸ்ரீதர் பாரதி - ஹாசிப் கான்

இதே போல் குங்குமம் இதழில் எழுதியவர்கள், காலச்சுவடு போன்ற சிற்றிதழ்கள், பிற சிறுபத்திரிகைகளில் எழுதியவர்களையும் பட்டியலிடலாம்.

பரவலாக எழுதி கவனிப்பைப் பெற்ற படைப்பாளிகள்

அடுத்ததாக வாசிக்க வேண்டிய படைப்பாளிகளின் பட்டியல் பரிந்துரைகள். இவர்களில் பெரும்பாலானோர் பல காலமாக எழுதுபவர்கள். பல விருதுகளை அள்ளியவர்கள். பத்திரிகை நடத்துபவர்கள். பல நூல்களை வெளியிட்டவர்கள். இணையத்தில் அறியப் பெற்றவர்கள். சாரு நிவேதிதா, ஜெயமோகன் போன்ற மோதிரக்கையால் அறிமுகப்படுத்தப்பட்டவர்கள்.

அ. ரெங்கசாமி - அ.கரீம் - அகரமுதல்வன் - அகரன்
அமர்நாத் - அமல்ராஜ் பிரான்சிஸ் - அமுதா ஆர்த்தி
அரவிந்தன் - அராத்து - அரிசங்கர் - அருணா சிற்றரசு
அருள்செல்வன் - அனார் - அனோஜன் பாலகிருஷ்ணன்
அஜிதன் - ஆசி கந்தராஜா - ஆதவன் தீட்சண்யா
ஆத்மார்த்தி - ஆர்.அபிலாஷ் - இடலாக்குடி அசன்
இந்திரா ராஜமாணிக்கம் - இராகவன் ச. - இராயகிரி சங்கர்
இலட்சுமி சரவணகுமார் - இளங்கோ - உதயசங்கர்
உமாஜி - எம். எம். நௌஷாத் - எம். தவசி - எம். ரிஷான் ஷெரீப்
எம்.எம். நௌஷாத் - எம்.எம்.தீன் - எம்.கே.குமார்
எம்.கே.மணி - எம்.ஜி.கன்னியப்பன் - எல்.ஜே வயலட்
என். ஸ்ரீராம் - எஸ்.சுரேஷ் - ஏ. ஆர்.முருகன் - ஏக்நாத்
ஏஜே.டானியல் - ஐ.கிருத்திகா - க.கலாமோகன்
க.ராஜீவ் காந்தி - கணேஷ் வெங்கட்ராமன் - கமலதேவி
கலைச்செல்வி - கறுப்பி சுமதி - கனகராஜ் பாலசுப்பிரமணியம்
கா. ரபீக் ராஜா - கா.சிவா - காந்தி முருகன்
கார்த்திக் பாலசுப்ரமணியன் - கார்த்திக் புகழேந்தி
காலத்துகள் - காளிப்ரஸாத் - கிரிதரன் ரா.
குணா கந்தசாமி - குமாரநந்தன் - கே.என். செந்தில்
கே.பாலமுருகன் - கே.ஜே.அசோக்குமார்
கோ.சுனில்ஜோகி - கோ.புண்ணியவான்
கோவர்த்தனன் மணியன் ம. - ச.துரை - சக்கரவர்த்தி

சந்தோஷ் கொளஞ்சி - சப்னாஸ் ஹாசிம்
சரவணன் சந்திரன் - சர்வோத்தமன் சடகோபன்
சாந்தன் - சாம்ராஜ் - சி.எம்.முத்து
சி.சரவணகார்த்திகேயன் - சித்தாந்தன்
சித்துராஜ் பொன்ராஜ் - சித்ரன் - சியாம்
சிவசங்கர் எஸ்.ஜே - சிவநேசன் ந. - சிவபிரசாத்
சிவா கிருஷ்ணமூர்த்தி - சிவானந்தம் நீலகண்டன்
சிவேந்திரன் - சிறில் அலெக்ஸ் - சுகா - சுசித்ரா

சுரேந்திரகுமார் - சுரேஷ் பிரதீப் - சுனீல் கிருஷ்ணன்
சுஷீல்குமார் - செந்தில் ராம் - செந்தில் ஜெகன்நாதன்
செந்தில்குமார். எஸ். - செந்தில்குமார். ரா.
செந்தூரன் ஈஸ்வரநாதன் - செல்வேந்திரன் - சேனன்
டி.அருள் எழிலன் - தமயந்தி - தருணாதித்தன்
தனா - தாமிரா - தீபு ஹரி - தெய்வீகன் ப.
தேஜூசிவன் - நஞ்சுண்டன் - நட்சத்திரன் செவ்விந்தியன்
நம்பி கிருஷ்ணன் (நகுல்வசன்) - நவீன் ம.
நாகரத்தினம் கிருஷ்ணா - நாச்சியாள் சுகந்தி
நிரூபா - நீலாவணை இந்திரா - நெற்கொழுதாசன்
நொயல் நடேசன் - பத்மகுமாரி - பா. அ. ஜயகரன்
பா.திருச்செந்தாழை - பாலகுமார் விஜயராமன்
பாலசுப்ரமணியன் பொன்ராஜ் - பாலா கருப்பசாமி
பாலாஜி பிருத்விராஜ் - பாஸ்கர் ஆறுமுகம்
பிரகாஷ் சங்கரன் - பிரவின் குமார் - பெருந்தேவி
பொன்முகலி - பொன் விமலா - போகன் சங்கர்
ம. காமுத்துரை - மயிலன் சின்னப்பன்
மலர்மன்னன் அன்பழகன் - மலர்வதி
மலேசியா ஸ்ரீகாந்தன் - மானசீகன் - மித்ரா அழகுவேல்
மு. குலசேகரன் - மு.ஆனந்தன் - ராம் தங்கம்
ராம்பிரசாத் - ராஜ சுந்தரராஜன் - ராஜகோபாலன் ஜா.
ராஜேஷ் வைரபாண்டியன் - லலிதா ராம்
லால்குடி என். உலகநாதன் - லாவண்யா சுந்தரராஜன்
லெ.ரா.வைரவன் - லோகேஷ் ரகுராமன் - வளன்
வி. அமலா ஸ்டேன்லி - வித்யா அருண் - விலாசினி
விஜய ராவணன் - விஸ்வநாதன் மகாலிங்கம்
விஷால் ராஜா - வீரபாண்டியன் - வெண்பா கீதாயன்
வேதா - றஷ்மி - ஐ. காவ்யா - ஜா.தீபா
ஜி.எஸ்.எஸ்.வி.நவீன் - ஜீவ கரிகாலன் - ஜே.பி. சாணக்யா

ஜேகே - ஸிந்துஜா - ஸ்ரீதர் நாராயணன் - ஸ்வர்ணா
ஷாராஜ் - ஷான் கருப்பசாமி - ஹரன் பிரசன்னா

சாகித்ய அகாதெமியின் யுவபுரஸ்கார் விருதுகள் - அதே போல் கடந்த பத்தாண்டுகளில் சாகித்திய அகாதமி விருது பெற்ற தமிழ் நூல்களின் ஆசிரியர்கள் — மு. ராஜேந்திரன், அம்பை, இமையம், சோ. தர்மன், எஸ். ராமகிருஷ்ணன், இன்குலாப், வண்ணதாசன், ஆ. மாதவன், பூமணி, ஜோ டி குரூஸ், எல்லோருமே கிட்டத்தட்ட 2000களிலேயே கவனிக்கப் பெற்றவர்கள். எனவே, இளம் எழுத்தாளர்களில் கவிதையைத் தவிர்த்து பரிசு பெற்றவர்களின் பட்டியல்:

ஆண்டு நூலாசிரியர் நூல் நூலின் தன்மை
2011 எம். தவசி சேவல்கட்டு நாவல்
2012 மலர்வதி தோப்புக்காரி நாவல்
2014 ஆர்.அபிலாஷ் கால்கள் நாவல்
2015 வீரபாண்டியன் பருக்கை நாவல்
2016 இலட்சுமி சரவணன் குமார் கானகன் நாவல்
2018 சுனில் கிருஷ்ணன் அம்பு படுக்கை சிறுகதைகள்
2021 கார்த்திக் பாலசுப்பிரமணியன் நட்சத்திரவாசிகள் நாவல்
2023 ராம் தங்கம் திருக்கார்த்தியல் சிறுகதைகள்

சமீபத்தில் விருது பெற்ற தமிழ் எழுத்தாளர்கள்:[1]
கணடா தமிழ் இலக்கியத் தோட்டம்—புனைவு விருது

அ. முத்துலிங்கம் இருப்பதாலோ... என்னவோ! கனடா இயல் விருது வழங்கும்போது அதனுடன் கொடுக்கப்படும் விருதுகள் காத்திரமாக முக்கியமானதாக இருக்கின்றன. அவ்வாறு வழங்கப்படும் புனைவிற்கான கௌரவத்தில் எவர் இடம் பெறுகிறார்கள்?

ஆண்டு விருது பெற்றவர் நூல்
2012 கண்மணி குணசேகரன் அஞ்சலை
2013 கீரனூர் ஜாகீர் ராஜா ஜின்னாவின் டைரி
2014 தேவகாந்தன் கனவுச்சிறை
2015 ஷோபாசக்தி கண்டி வீரன்
2016 சயந்தன் ஆதிரை
2017 தமிழ்மகன் வேங்கை நங்கூரத்தின் ஜீன் குறிப்புகள்
2018 தீபச்செல்வன் நடுகல்
2020 பா. கண்மணி இடபம்
2021 பா. அ. ஜயகரன் பா.அ. ஜயகரன் கதைகள்

2022 வேல்முருகன் இளங்கோ மன்னார் பொழுதுகள்

கதைத்தொகுப்புகள், நாவல்கள், நெடுங்கதைகள், புனைவுகள் — பட்டியல்

கடைசியாக — என்னுடைய விழைவுப் பட்டியல். எந்த நூல்களை வாங்க நினைக்கிறேன்? வாங்கி வைத்திருந்தாலும் வாசிக்க எடுக்கப் போகிறேன்?

புத்தகப் பரிந்துரைகளை இந்த முறை தர இயலவில்லை. இவ்வளவு நல்ல எழுத்துகள், சுவாரசியமான படைப்புகள், காத்திரமான ஆக்கங்கள் என்று மலைக்க வைக்குமளவு சமீபத்திய இலக்கியகர்த்தாக்கள் தீவிரமாக இயங்குகிறார்கள். அவர்களுக்குள் இந்த நூறு புத்தகங்களை வாங்கிப் படியுங்கள் என்று சொல்வதற்கு நிறைய வாசிப்பு தேவை. சரவணன் மாணிக்கவாசகம் மாதிரி பரவலாகத் தொடர்ந்து அனைத்து புனைவுகளையும் வாசிப்பவர்களின் உதவியும் தேவை. அதை இந்த ஆண்டு இறுதிக்குள்ளாவது முடிக்க வேண்டும். பார்ப்போம்.

உரிமை துறப்புகள் - கவனிப்பு கிடைக்கப் பெற்றவர்கள், கவனிப்பு கிடைக்கப் பெறாதவர்கள் என்று பகுத்தது என் தேர்வு. நான் அறிந்த வரையில் பரவலாக வாசகர்களைப் பெற்றவர்களை — கவனிப்பு கிடைக்கப் பெற்றவர்கள் பட்டியலில் போட்டு இருக்கிறேன்.

ஒருவரின் எழுத்துகள் இரண்டு மூன்று தளங்களிலாவது தேர்வு செய்யப்பட்டு வெளியாகி இருந்தால் அவரை கவனிப்பு கிடைக்கப் பெற்றவர்கள் பட்டியலில் சேர்த்து விட்டேன்.

இவற்றில் எந்தப் பெயர்கள் பல முறை ஒரே பட்டியலில் இடம் பெற்றிருக்கின்றன என்பதை சுட்டவும் — திருத்திக் கொள்கிறேன்

எந்தப் பெயர்கள் பலமுறை ஓரிரண்டு பட்டியல்களில் இடம் பெற்றிருக்கின்றன என்பதையும் சொல்லவும்

எழுத்தாளர்களின் பெயர் குழப்பத்தினாலோ, முதலெழுத்தை மாற்றிப் போட்டதாலோ, புனைப்பெயரினாலோ பலமுறை திரும்பத் திரும்ப வந்தவர்களைச் சொல்லவும்

தவறுதலாக சிங்கள எழுத்தாளரோ, வேற்றுமொழி எழுத்தாளரோ இடம் பெற்றிருக்கலாம் — சுட்டவும். திருத்துகிறேன்

எழுபதுகள், எண்பதுகள், 90களிலேயே பிரகாசிக்க ஆரம்பித்துவிட்டவர்களை தவறுதலாக எங்காவது சேர்த்திருக்கலாம். சொல்லவும். பிழைகளைக் களைகிறேன்

74. மௌனி - நடிகர் சிவக்குமார்

தமிழில் இதுவரை வெளிவந்துள்ள சிறுகதைகளில் மிகச்சிறந்த, தலைசிறந்த சிறுகதைகளை எழுதியவர் என்று மௌனியைத்தான் சொல்வேன். அவரை

விட அதிகமாக எழுதியவர்கள் உண்டு. அவரைவிட அதிகமாகப் பாராட்டுப் பெற்றவர்கள் உண்டு. அதிகமாக ஜனரஞ்சகமாக எழுதியவர்கள் இருக்கலாம். ஆனால் மௌனியின் கதைகள் தமிழ் இலக்கிய உலகில் ஒரு தனிப்பெரும் சிகரம்- அதைவிட உயரமான சிகரம் என்று சொல்ல வேறு யாருடையதும் இப்போது இல்லை.

வெளிநாடுகளில் ஒரு படைப்பைச் சீர்படுத்திக் கொடுக்க எடிட்டர் வைத்துக்கொண்டிருக்கிறார்கள். எடிட்டர்கள் தான் எழுத்தாளர்களை விட பெரிய ஆள்கள். எடிட் செய்யப்படாத எழுத்துக்களே இல்லை என்பதாகி விட்டது. படைப்பு இலக்கியத்திற்குள் எடிட்டருக்கு வேலை இல்லை. மெய்ப்புப் பார்க்கின்றவர்களுக்குத்தான் வேலை உண்டு. நவீனகாலம் என்பது கட்டையாகி போய்விட்டது. அது புரியும் எழுத்து, அடுக்கான எழுத்து, எந்த நிகழ்விற்குப் பிறகு என்ன வர வேண்டும். வசனம் எப்படி இருக்க வேண்டும் என்று சொல்லப்படுகிறது. அது எழுத்தின் மீதான வதம். படைப்பின் மீதான தாக்குதல்.

இலக்கியத்தின் அடிப்படை நோக்கம் புரிய வைப்பது இல்லை. புரிந்து கொள்ளத் தூண்டுவது. ஈடுபாட்டோடு படிக்க வைப்பது. படித்தால் புரியுமா என்றால் புரியும் வரையில் படித்துக் கொண்டிருப்பது தான். அது தான் தமிழின் பழைய மரபு.

கதைகள் எழுதுவதற்குத் தாய்மொழியில் புலமை பெற வேண்டும்; அதன் நெடிய மரபு அறிந்திருக்க வேண்டும் என்பது அவசியமில்லை. கொஞ்சம் பிழையில்லாமல் எழுதத் தெரிந்தால் போதும் என்று சொல்வதற்கு ஏற்றார் போலத்தான் மௌனி எழுதியிருக்கிறார். அவருக்குத் தாய்மொழியான தமிழிப் படிப்பு தான் இல்லையே தவிர ஆங்கிலம் படித்து இருக்கிறார். கணிதப் பாடத்தில் எம்.ஏ பட்டம் பெற்றவர்.

அண்ணாமலைப் பல்கலைக்கழகத்தில் இருந்த உலகத்து சிறந்த இலக்கியப் படைப்புகளை எல்லாம் படித்தவர். நீங்கள் என்ன படித்து இருக்கிறீர்கள் என்று இலக்கியப்படிப்பு பற்றி கேட்ட போது, என்ன படிக்கவில்லை என்று எதிர்கேள்வி கேட்டார். ஆனால் அவர் படித்தாகச் சொல்லிய படைப்புகளில் ஒன்று கூட தமிழ் இல்லை; ஆனால், அவர் தமிழில்தான் எழுதினார்.

1906-ஆம் ஆண்டில் தஞ்சை மாவட்டத்தில் உள்ள செம்மங்குடியில் பிறந்தவர். கும்பகோணத்தில் படித்தார். இளம் கலைப் பட்டம் பெற்றார். அப்போது கும்பகோணம் வாசிகளாக ந. பிச்சமூர்த்தி, கு.ப.ராஜகோபாலன் இருந்தார்கள். எல்லோருக்கும் முப்பது வயதிற்கு மேல் ஆகிவிட்டது. கலை, இலக்கியம், இசை, நடனம் என்று பலவற்றின் மீது ஈடுபாடு கொண்டு வாழ்ந்தார்கள்.

"மணிக்கொடி' பத்திரிகை பி.எஸ்.ராமையா கைக்கு வந்திருந்தது. அவர் அதனை ஒரு கதைப் பத்திரிகையாக நடத்திக் கொண்டிருந்தார். அதில் ந.பிச்சமூர்த்தி, கு.ப.ராஜகோபாலன் சிறுகதைகள் வெளிவந்து கொண்டி-ருந்தன.

மௌனி தன் நண்பர்கள் கதையெழுவதையும், அவை பிரசுரமாவதையும் கண்டு ஆச்சரியப்பட்டு போனார்.

அவர்களுக்குக் கதையெழுத அறிவு காணாதே என்று சொல்லிக் கொண்-டுதான் மௌனி சிறுகதைகள் எழுத ஆரம்பித்தார் என்று க.நா.சுப்ரமண்யம் எழுதி உள்ளார்.

1935-ஆம் ஆண்டில் மௌனியின் முதல் கதை " ஏன்' மணிக்கொடியில் வெளிவந்தது. கொஞ்சம் வக்ரமான கதை. எடுத்துச் சொல்லக்கூடிய கதை-யில்லை. முதல் கதை பலருக்குச் சிறந்த கதையாக அமையாமல் போய் விடுகிறது என்பது மௌனிக்கும் பொருந்திதான் போகிறது. ஆனாலும் முதல் கதை வெளியான உற்சாகத்தில் மௌனி சில சிறுகதைகள் எழுதினார்.

அவர் ஒரு கதையை ஒரு முறை எழுதக்கூடிய கதாசிரியர் இல்லை. ஒரே கதையை மாற்றி, திருத்தி வேறு வேறு வடிவத்தில் எழுதக்கூடியவர். பெரிய நோட்டில் தான் எழுதிய கதைகள் அதன் மாற்றப்பட்ட விதத்தை எல்லாம் ஒரு முறை அவர் வீட்டிற்குச் சென்ற போது காட்டினார். அவர் ஐந்தாண்டு காலத்தில் இருபத்து மூன்று கதைகள் எழுதிவிட்டு அப்புறம் எழுத வராமல் விட்டுவிட்டார். புத்தகமும் வரவில்லை. அதில் அவரும் ஆர்வம் காட்ட-வில்லை.

புதுமைப்பித்தன் வானொலி உரையொன்றில் மௌனி "சிறுகதையின் திரு-மூலர். சொல்லில் அடை பட மறுக்கும் கருத்துகளைச் சொல்லியவர்' என குறிப்பிட அது வாழ்ந்து கொண்டே இருக்கிறது. ஆனால் ஒரு படைப்புப்-பற்றி எத்தனை பெரிய மனிதராக இருந்தாலும் சரி விமர்சனராக இருந்தா-லும் சரி-அது ஒன்றும் பொருட்படுத்த வேண்டியது இல்லை. படைப்பு பற்றி வாசகன்தான் படித்தறிய வேண்டும்.

ஆனால், அவர் சிறுகதைத் தொகுப்பு ஒன்று கூட வரவில்லை. சிலர் படிக்க ஆர்வங்கொண்டு அவர் சிறுகதைகளைத் தேட ஆரம்பித்தார்கள். 1959-ஆம் ஆண்டில் க.நா.சுப்ரமண்யம், மௌனியின் சில கதைகளைக் தேடி கண்டுபிடித்து "அழியாச்சுடர்' என்ற பெயரில் வெளியிட்டார். அவருக்கு மௌனி என்ற எழுத்தாளர் இருப்பது தெரிந்தது. "அவர் சிறுகதைகள் புது-மையாக இருக்கின்றன. மொழி வசீகரம் கொண்டிருக்கிறது என்றார்கள். பலருக்கு அவர் கதைகள் பிடிபடவே இல்லை. தமிழ் உரை நடை மாதிரி இல்லை. ஆங்கிலமாகவும் இல்லை. அவர் உரைநடையில் ஆங்கில மொழி பெயர்ப்பு இருக்கிறது. அதனை கவனமாகச் செய்து இருக்கிறார்'' என்றார்-கள்.

மௌனி மொத்தம் இருபத்து மூன்று சிறுகதைகள் எழுதியிருக்கிறார். அவர் கடைசி சிறுகதை "தவறு' 1971-ஆம் ஆண்டில் "கசடதபற'-வில் வெளிவந்தது. அப்பொழுது அவருக்கு வயது அறுபத்தைந்து வயதாகி இருந்தது. புதுமைப்பித்தன் திருமூலர் என்று சொன்னதை பலரும் நம்பினார்கள்.

க.நா.சுப்ரமண்யம் "அழியாச்சுடர்' சிறுகதைத் தொகுப்பின் முன்னுரையில் "தமிழர்கள் பாக்கியசாலிகள், ஆனால் தங்கள் பாக்கியத்தைக் தெரிந்து கொள்ளத்தான் அவர்களுக்குத் தன்மையோ அறிவோ போதுமான அளவில் இல்லை. ஆகவே 1935-இல் வெளியான மௌனி சிறுகதைகள், 1959-ஆம் ஆண்டில் வெளிவருகின்றன' என்று எழுதினார்.

1964-ஆம் ஆண்டில் இருந்து சொந்த ஊரான மயிலாடுதுறைக்கு ரயிலில் நான் போகும் போது பலமுறை சிதம்பரத்திற்குச் சென்று மௌனியைப் பார்த்து பேசிகொண்டிருந்தேன். ஆனால் அப்படி சொல்வது சரியில்லை. அவர் பேசுவதைக் கேட்டுக்கொண்டு இருந்தேன். அவருக்கு மௌனி என்பது பெயரே தவிர, இடைவிடாமல் இன்னொருவரை பேசவிடாமல் தன்னைப் பற்றியும், தன் சிறுகதைகள் பற்றியும் தான் எழுதும் முறைகள் பற்றியும் பேசிக்கொண்டே இருந்தார். என்னிடம் மட்டுந்தான் பேசிகொண்டிருந்தார் என்பது இல்லை. அவரை சந்தித்த எல்லோரிடமும் அப்படியே பேசிக்கொண்டிருந்தார்.

புதுமைப்பித்தனுக்குப் பிறகு க.நா.சுப்ரமண்யம் சிறுகதைகள் பற்றிய கட்டுரையில் தவறாது மௌனி பெயர் இடம் பெற்றுக்கொண்டு வந்தது. எந்த இலக்கியப் பட்டியலிலும் அவர் பெயர் விடுப்பட்டு போனது இல்லை. அதன் பின்னர் புதிய எழுத்தாளர்கள், விமர்சனங்கள் மௌனி பற்றி எழுதினார்கள். கருத்தரங்குகள் நடத்தினார்கள். அது அவருக்கு போதையூட்டிவிட்டது.

ஒரு முறை ஜெயகாந்தன், ""நான் மௌனியைப் படித்துவிட்டுத்தான் கதைகள் எழுத ஆரம்பிக்கிறேன்'' என்று "குமுதம்' பேட்டியில் குறிப்பிட்டிருந்தார். அதனை மௌனி நன்குப் பிடித்துக்கொண்டார்.

நான் சிதம்பரத்திற்குச் சென்ற போது, "ஜெயகாந்தன் பேட்டியைப் பார்த்தாயா? அவர் என்னைப் படித்துவிட்டுத்தான் எழுதுகிறேன் என்று சொல்லி இருக்கிறார்' என்று மகிழ்ச்சிகரமாகச் சொல்லிக் கொண்டார்.

"ஒரு எழுத்தாளர் இன்னொருவர் சொல்வதை எல்லாம் எடுத்துக்கொள்ள வேண்டுமா?'' என்று கேட்டேன்.

"இல்லை. கூடாது'' என்று உடனடியகாச் சொன்னார். அவர் அன்போடு வரவேற்று உபசரிப்பார். மாலையில் சென்றால் ஓட்டலுக்கு அழைத்துக்கொண்டு போய், அல்வாவும், ரவா தோசையும் வாங்கிக் கொடுப்பார். நடராஜர் கோயிலுக்கு அழைத்துக்கொண்டு போய் ஆடல் வல்லான் சிறப்பையெல்லாம் எடுத்துச்சொல்வார். சில தீக்ஷிதர்கள் அவரிடம் பவ்யமாக வந்து பேசுவார்கள்.

மாலை முழுவதும் பேசிக்கொண்டு இருந்துவிட்டு இரவு கடைசி பஸ்சில், என் மாமனார் ஊராகிய வைத்தீஸ்வரன் கோயிலுக்குப் போகிற ஆள். ஆனால் அவர் சாப்பிடாமல் விடமாட்டார். ஒரு நாள் அவரும் நானும் அருகருகே அமர்ந்து சாப்பிட்டோம். சுட்ட அப்பளம் போட்டார்கள். கூச்சப்படாமல் சாப்பிடச் சொன்னார். அவர் வீட்டுக்குச் சென்று இலையில் அவரோடு சாப்பிட்டவர்களை இலையை எடுக்கச் சொல்வார் என்று கேள்விப்பட்டிருக்கிறேன். சாப்பிடும் போதே இலை பற்றி என்ன சொல்லப்போகிறார் என்று நினைத்துக்கொண்டேன்.

தயிர்சாதம் சாப்பிடும்போதே "இலையை எடுக்காதே' என்று கையலம்ப சொம்பில் தண்ணீர் கொண்டு வந்து கொடுத்தார். அவர் மேல் சட்டைப் போட்டு நான் பார்த்தது இல்லை. மேலே மெல்லிய துண்டு போட்டுக்கொண்டிருந்தார். சிறிது காலம் வயலின் கற்றுக் கொண்டதாகவும் ஒரு முறை கூறினார். அவர் சொந்த வாழ்க்கை என்பது மிகவும் சோகமானது. ஒன்றாகப் படித்து பெரிய வேலைகளில் இருந்த இரண்டு மகன்கள் விபத்தில் இறந்து போனார்கள். ஒரு மகன் புத்திபேதலித்து அவரோடேயே இருந்தார். புத்ர சோகம் ஒரு கலைஞனை வெகுவாகப் பாதித்து இருந்தது.

புதிய வாசகர்கள் அவரைத் தேடிச் சென்றார்கள்; பத்திரிகைகள் நேர்காணல் கண்டன. அதில் அவர் மகிழ்ச்சி அடைந்தார். "எனக்கு பரிசு கொடுக்க எந்த நிறுவனத்திற்கும் தகுதியில்லை'- என்று ஒரு முறை குறிப்பிட்டார்.

1970-ஆம் ஆண்டில் நாங்கள் "கசடதபற" நடத்திக்கொண்டிருந்தோம். திருவல்லிக்கேணி தோப்பு வெங்கடாசலம் தெருவில், சரஸ்வதிகான நிலையத்தில் ஞானக்கூத்தன் ஓர் அறையில் தங்கி இருந்தார். அது தான் "கசடதபற' அலுவலகம். அநேகமாக எங்களில் சிலர் எப்பொழுதும் அங்கே இருப்போம்.

ஒரு நாள் நாங்கள் ஆளுக்கொரு பக்கமாக உட்கார்ந்து கொண்டு இந்துஸ்தானி இசை கேட்டுக்கொண்டிருந்தோம். அது மாலைப்பொழுது. ஆறு மணி இருக்கும். மௌனி தனியாக அறைக்குள் நுழைந்தார்.

அறையில் மேசை நாற்காலி எல்லாம் கிடையாது. அவரும் எங்களோடு சுவரில் சாய்ந்து கொண்டு உட்கார்ந்து கொண்டார். இசை போய்க்கொண்டிருந்தது.

அவர் சொன்னார்: "உங்களுக்குச் சங்கீதம் கேட்கவே தெரியவில்லை. சங்கீதம் கேட்கும்பொழுது முழு கவனத்தோடு அதனையே கேட்டுக் கொண்டிருக்கக்கூடாது. நம் வேலையைச் செய்து கொண்டே இருக்க வேண்டும். பேசிக்கொண்டு இருக்க வேண்டும். திடீரென்று ஒரு ஆள் "பேச்சை நிறுத்து என்பான். அந்த விநாடியில் தான் உண்மையான சங்கீதம் இருக்கிறது'' என்றார்.

மௌனி தமிழகத்திற்கு அப்பாலும் அறியப்பட்டவராகவே இருந்தார். மைசூரில் எழுத்தாளர் அனந்த மூர்த்தியுடன் இலக்கியம் பற்றி பேசிக்கொண்-

டிருந்தேன். அவர் மௌனி எப்படி என்று கேட்டார். "அசலான எழுத்தாளர். கொஞ்சமாக எழுதியே அதிகமான பெயர் பெற்றிருக்கிறார்' என்றேன்.

அவர் சொன்னார்: "தமிழ்நாட்டில் இருந்து பத்துப் பன்னிரெண்டு தமிழ்ப் பேராசிரியர்கள் கொண்ட குழு ஒன்று மைசூருக்கு வந்திருந்தது. அவர்களி-டம் பேசிக்கொண்டு இருந்த போது மௌனியைப் பற்றி பேசினேன். அவர்-களில் பலருக்கு மௌனி பற்றி தெரிந்திருக்கவில்லை. நாங்கள் படித்தது இல்லை என்றார்கள். ஆனால் ஒரே ஒரு பேராசிரியர் "அவருக்கு அரசியல் விழிப்புணர்வு இல்லை. ஆகையால் நாங்கள் படிப்பது இல்லை'' என்றார். ஆனால், கர்நாடகாவில் அப்படி இல்லை. எழுத்தாளர் கட்சி, சித்தாந்தம், அரசியல் பற்றியெல்லாம் ஆராய்ந்து பார்ப்பது இல்லை. நன்றாக எழுதுகி-றாரா என்று மட்டுமே பார்ப்போம்'' என்றார்.

மௌனி ஒரு பத்தாண்டு காலத்திற்கு மேல் எனக்கு பழக்கமானவராக இருந்தார். அவர் என்னை நீ எழுத்தாளனா? என்னவெல்லாம் எழுதியிருக்-கிறாய் என்று கேட்டது இல்லை. நானும் சொன்னதும் இல்லை; புத்தகங்-களைக் கொடுத்ததும் இல்லை. அதனால் தான் அவர் என்னுள் என்றும் இருக்கிறார் என்று சொல்லத்தோன்றுகிறது.

75. சார்வாகன் பற்றி அசோகமித்திரன்

திங்கட்கிழமை (21-12-2015) காலமான சார்வாகன் என்றும் அறியப்பட்ட ஹரி ஸ்ரீநிவாசன் தொழில்முறையில் அறுவை சிகிச்சை நிபுணர். நீண்ட காலம் செங்கல்பட்டு தொழுநோய் மருத்துவமனியில் பணி புரிந்தவர். பின்னர் ஆக்ரா சென்று பணியாற்றினார். அதன் பிறகு சென்னையில் மிகச்சின்ன அளவில் வீட்டிலேயே மருத்துவ ஆலோசனைகள் தந்தவர். எண்பத்தேழு வயதில் காலமாவதற்குக் காரணம் தேட வேண்டியதில்லை. தொழு நோய் கண்டவர்கள் விரல்களைச் செயலாக்கம் தரும் அறுவை சிகிச்சையில் அவர் உலகப் புகழ் பெற்றவர். சுமார் முப்பது ஆண்டுகளுக்கு முன்பே அவர் பணி-யைக் குறித்து 'ரீடர்ஸ் டைஜஸ்ட்' ஒரு கட்டுரை வெளியிட்டது. அவர் ஆர்.கே.நாராயண் குடும்பத்துக்கு உறவினர்.

அவருடைய தொழில்முறைக் கட்டுரைகள் ஆங்கிலத்தில் இருந்தாலும் அவர் விரும்பி எழுதத் தேர்ந்தெடுத்த மொழி தமிழ். சி.சு.செல்லப்பா வெளி-யிட்ட'எழுத்து' மாத இதழிலும் 'புதுக்குரல்' நூலிலும் அவருடைய கவிதைகள் உள்ளன. அவருடைய இலக்கியத் தனித்தன்மையைக் கண்டு கொண்ட 'நகு-லன்' (டி.கே. துரைசுவாமி) அவருடைய சில கவிதைகளையும் இரு சிறு-கதைகளையும் அவர் தொகுத்து வெளியிட்ட 'குருக்ஷேத்திரம்' நூலில் இடம் பெறச் செய்தார். அதில் சார்வாகன் எழுதிய ஒரு கதை ஒரு சிற்றூரில் நடக்கும் கொடியேற்றத்தைப் பற்றியது. நகைச்சுவையில் அது வகைப்படுத்த இயலாத ஒரு தனித்துவமான படைப்பு. 'உத்தரீயம்' என்ற அவருடைய இன்-

னொரு கதையும் வகைப்படுத்த முடியாத ஒரு விசேஷப் படைப்பு. 'தாமரை' மாத இதழிலும் 'கணையாழி' இதழிலும் அவர் சில கதைகள் எழுதினார்.

சுமார் இருபது ஆண்டுகளுக்கு முன்பே 'க்ரியா' அவருடைய ஒரு சிறு-கதைத்தொகுப்பை வெளிக்கொணர்ந்திருக்கிறது. ஜெயகாந்தனை ஆசிரியர் என்று தலப்பில் போட்டு இரு வெவ்வேறு அளவுகளில் 'ஞானரதம்' என்ற பத்திரிகையில் வெளிவந்த அவருடைய சிறுகதை 'கனவுக்கதை' கதையை காலம் சென்ற எழுத்தாளர் ஐராவதம் அந்த மாதத்தின் சிறந்த சிறுகதையாக 'இலக்கிய சிந்தனை' மாதக் கூட்டத்தில் தேர்ந்தெடுத்தார். ஆண்டின் சிறந்த கதையைத் தேர்ந்தெடுக்கும் பொறுப்பு அமரர் சுந்தர ராமசாமியிடம் விடப்-பட்டிருந்தது. அவர் சார்வாகனின் 'கனவுக் கதை'யையே தேர்ந்தெடுத்தார்.

'மணிக்கொடி' காலத்திலிருந்தே 'சாலிவாகனன்' என்ற புனைப்பெயர் கொண்ட எழுத்தாளர் ஒருவர் இருந்தார். அவருடைய கதை, கட்டுரை, கவிதைகள் தவிர அவர் நல்லதொரு பத்திரிகை ஆசிரியராகவும் பணி புரிந்-திருக்கிறார். சுமார் இருபத்தைந்து ஆண்டுகளுக்கு முன்பு அவர் காலமா-னார். அச்செய்தியை ஒரு நண்பர் சொன்ன முறையில் வல்லிக்கண்ணன் அதைச் சார்வாகன் என்று நினைத்து ஓர் இரங்கல் கட்டுரை எழுதி, அது பிரசுரமும் ஆகிவிட்டது. தன்னைப் பற்றிய இரங்கல் கட்டுரையைப் படிக்க வாய்ப்புக் கிடைத்த எழுத்தாளர்கள் இருவர். ஒருவர், சார்வாகன். இன்னொ-ருவர் ஹெமிங்வே.

இரு ஆண்டுகளுக்கு முன்பு நற்றிணைப் பதிப்பகம் யுகன் சார்வாகன் எழுதிய மொத்தச் சிறுகதைகளையும் சேர்த்து ஒரு சிறப்பு வெளியீடு வெளிக்-கொணர்ந்தார். அது 2013 சென்னை புத்தகச் சந்தையின் போது வெளியி-டப்பட்டது.

சார்வாகன் ஒரு பட்டம் பெற்ற மருத்துவர். அறுவை சிகிச்சை நிபுணர். அவருடைய இறுதி நாட்களில் மருத்துவமனை கொண்டு சென்றேயாக வேண்டும் என்றிருந்த போது கூட அவர் சம்மதம் தரவில்லை. சென்னையில் அவர் வீட்டிலேயேதான் அவர் உயிர் பிரிந்தது.

சார்வாகன் அவருடைய புனைப்பெயருக்கேற்ப வாழ்ந்தவர். இடதுசாரிச் சிந்தனை உடையவர். பெரும்பாலும் கதருடை அணிந்தவர். அவருடைய 'உத்தரீயம்,' 'கனவுக்கதை' போன்றவை தமிழ் உரைநடைப் படைப்புகளில் முற்றிலும் ஒரு புதிய பாணியை வெற்றிகரமாக வெளிக்கொணர்ந்தவை.

76. பாவண்ணன்

மதுரையில் தமிழ்ச்சங்கம் உருவாகக் காரணமாக இருந்த பாண்டித்துரைத்தே-வரின் வாழ்க்கை வரலாற்றில் நான் படித்த ஒரு நிகழ்ச்சி நினைவுக்கு வருகி-றது. ஒருமுறை ஸ்காட் என்னும் ஆங்கிலேயர் அவரைச் சந்திக்க வருகிறார். திருக்குறளில் எண்ணற்ற பிழைகள் இருப்பதை, தன் வாசிப்பில் கண்டுபிடித்-

ததாகவும் பிழைநீக்கிய குறளை மக்களுக்கு அளிக்கவேண்டும் என்ற நோக்கத்துடன் சுகாத்தியர் திருத்திய திருக்குறள் என புதிதாக ஒரு நூலை எழுதியிருப்பதாகவும் தெரிவிக்கிறார்.

அந்தப் புத்தகத்தை வாங்கி ஒரு பக்கத்தைப் புரட்டிப் பார்க்கிறார் தேவர். அதன் தகுதி என்ன என்பதை அவர் அக்கணமே புரிந்துகொள்கிறார். பிழை மலிந்த புத்தகம் யாருடைய கைக்கும் சென்று சேர்ந்துவிடக் கூடாது என்ற நோக்கத்துடன் விற்பனையாகாமல் அவரிடம் தேங்கியிருக்கும் எல்லாப் புத்தகங்களையும் கொண்டுவரச் சொல்லி அவையனைத்தையும் பணம் கொடுத்து வாங்கிக்கொள்கிறார். அவர் வெளியேறிய பிறகு தோட்டத்தில் குழிதோண்டி அப்புத்தகங்களைக் கொட்டி எரித்து சாம்பலாக்கிவிடுகிறார்.

இன்று வாசகர்கள் யாரும் புத்தகத்தை எரிப்பதில்லை. ஆனால் பிழையான புத்தகத்தை ஒதுக்கிக் கடந்துசென்று விடுகிறார்கள். நல்ல மொழிபெயர்ப்புகள் நம் மனத்தில் அப்படியே நீடிக்கின்றன. பாரதியார், சுத்தானந்த பாரதியார், புதுமைப்பித்தன், ஆர்.ஷண்முகசுந்தரம், டி.எஸ்.சொக்கலிங்கம் போன்றோரின் மொழிபெயர்ப்புகளை இன்றும் நாம் வாசித்துக்கொண்டுதான் இருக்கிறோம் அல்லவா? அதே நேரத்தில் தமிழ்நாட்டில் ஏதேனும் ஒரு கிளைநூலகத்துக்குச் சென்று மொழிபெயர்ப்புநூல்கள் என்னும் பிரிவில் அடுக்கப்பட்டிருக்கும் நூல்களைப் புரட்டிப் பார்த்தால், நம் நினைவைவிட்டு மறைந்துபோன மொழிபெயர்ப்பாளர்கள் எத்தனை எத்தனை பேர் என்பதைப் புரிந்துகொள்ளலாம்.

தமிழின் மொழியமைப்புக்கும் தேவநாகிரியை அடிப்படையாகக் கொண்ட பிற இந்திய மொழிகளுக்கும் ஐரோப்பிய மொழிகளுக்கும் சில வேறுபாடுகள் இருக்கின்றன. நம் மனம் ஒருவித வாக்கிய அமைப்புக்குப் பழக்கப்படிருக்கிறது. பிறமொழி வாக்கியங்களை தமிழ் வாக்கியங்களாக மொழிபெயர்க்கும்போது நாமாக எதையும் சேர்க்காமலும் குறைக்காமலும் தமிழ்வாக்கியங்களாகவே அமைத்து எழுதுகிறவர்களும் இருக்கிறார்கள்.

பிறமொழித்தன்மை மாறாமல் இருக்கவேண்டும் என்ற எண்ணத்துடன் மொழிபெயர்த்து எழுதுகிறவர்களும் இருக்கிறார்கள். நடை மாறும்போது தடை தானாகவே உருவாகிவிடுகிறது. சொந்தமாக ஒரு படைப்பை எழுதும் எழுத்தாளருக்கு இருக்கும் சிரத்தையைவிட கூடுதலான சிரத்தையும் மொழிப்பயிற்சியும் மொழிபெயர்ப்பாளர்களுக்கு இருக்கவேண்டும்.

பிரான்ஸ் காப்கா அமெரிக்கா போனது கிடையாது. ஆனால் அங்கே குடியேறி அல்லல்படும் ஓர் இளைஞனுடைய கதையை அமெரிக்கா என்ற நாவலாகப் படைத்தார்.

புலம்பலுக்கு ஈடாகப் புலம்பெயர்தல் மகிழ்ச்சியை பரிசாகத் தரவில்லை. மாறாகப் போராட்டங்களை எண்ணற்ற கோணங்களில் வியாபித்துள்ளது என்பதனைப் புலம்பெயர் எழுத்தாளர்களின் மற்றுமொரு வடிவமான இடம்பெயர்ந்த சூழல் சார்ந்த சிறுகதைகள் சுட்டிக்காட்டுகின்றன.

77. ஜெயகாந்தன்

எழுதுவதால் நான் மேன்மையுறுகிறேன். அதற்காக எழுதுகிறேன். எழுதுவ-தால் எனது மொழி வளம் பெறுகிறது. அதற்காகவும் எழுதுகிறேன். எழு-துவதால் எனது மக்கள் இன்பமும் வளமும் எய்துகிறார்கள். அதற்காகவும் எழுதுகிறேன். எழுதுவதால் சமூகப் புரட்சிகள் தோன்றுகின்றன. அதற்காகவும் எழுதுகிறேன். எதிர்கால சமூகத்தை மிக உன்னத நிலைக்கு உயர்த்திச் செல்ல இலக்கியம் ஒன்று தேவை என்பதாலும் எழுதுகிறேன். வாளினும் வலிமை பொருந்தியது எழுதுகோல். வாழ்க்கைப் போராட்டத்தில் நான் தேர்ந்தெடுத்துக்கொண்ட ஆயுதம் எழுதுகோல். அதனால் எழுதுகிறேன்.

எழுதுகோல் என் தெய்வம்''

அவருடைய பேச்சைக் கேட்பதற்காகவே கிறுக்குப் பிடித்து அவர் வீட்-டுக்கு அலையும் ஒரு கூட்டம் கடைசி வரை இருந்தது. எழுத்துக்கு விடை கொடுத்து பல மாமாங்கங்கள் நெருங்கும் சூழலிலும், ஒரு எழுத்தாளர் இப்-படிக் கொண்டாடப்பட்டது இங்கே அவர் மட்டும்தான்.

O

ஜெயகாந்தன் போல் இங்கு வாழ்க்கையை அனுபவித்து வாழ்ந்த எழுத்-தாளர்கள் இல்லை என்று சொல்லலாம். அவருக்குப் பிடித்த பழமொழிகளில் ஒன்றான 'கடைசி சல்லியையும் ஒரு ராஜா மாதிரி செலவு செய்' என்பது மாதிரியே வாழ்க்கையை வாழ்ந்தவர் அவர்.

நல்ல சாப்பாட்டுப் பிரியரான ஜெயகாந்தனுக்கு மதுவும் புகையும், கூடவே பேச நண்பர்களும் சேர்ந்துவிட்டால், அவர் அமர்ந்திருக்கும் எந்த இடமும் சபையாக மாறிவிடும். (பிஜேபி என அழைக்கப்படும் எழுத்தாளர் புதுக்-கோட்டை பாலஜோதி இரமச்சந்திரனும் நல்ல சாப்பாட்டுப் பிரியர்)

O

நான் பிழைப்புக்காக என்னென்ன செய்திருக்கிறேன் என்றொரு நினைவுப் பட்டியல் போட்டால்...

மளிகைக் கடைப் பையன் - ஒரு டாக்டரின் பை தூக்கும் உத்தியோகம்,
மாவு மெஷின் வேலை - கம்பாசிடர் - டிரெடில்மேன்,
மதுரை சென்ட்ரல் சினிமாவில் 'வேலைக்காரி' சினிமா பாட்டுப் புத்தகம் விற்-றது,
கம்யூனிஸ்ட் கட்சி ஆபீஸிலிருந்து பத்திரிகைகள் - புத்தகங்கள் விற்றது,
பவுண்ட்ரியில் இன்ஜினுக்குக் கரி கொட்டியது,
சோப்பு பாக்டரியில், இங்க் பாக்டரியில் கைவண்டி இழுத்தது,
புரூப் ரீடர், பத்திரிகை உதவி ஆசிரியர்...''

ஆமாம். அவருடைய எழுத்துகள் வெளிக்கொண்டுவந்த அடித்தட்டு மக்-களின் வாழ்க்கை வெறுமனே பார்த்ததாலோ படித்ததாலோ வந்தது அல்ல.

உண்மையான வாழ்க்கையிலிருந்தே வந்தது.

O

பெரியாரை எதிர்த்து அவர் பேசிய மேடையிலேயே பேசினார். "இது தமிழ் எழுத்தாளர் மகாநாடு. நான் எழுதுகிறவன். எனவே, எனக்குச் சில பொறுப்புகள் இந்த மாநாட்டில் பேசுகிறவன் என்ற முறையில் மட்டுமல்லாமல், மற்ற எல்லோரையும்விட அதிகமாக இருப்பதாக நம்புகிறேன். எனக்கு முன்னால் பேசிய பெரியார் ஈ.வே.ரா. அவர்கள் தெரிவித்த கருத்துகளையெல்லாம் உங்களைப் போல் நானும் கேட்டுக்கொண்டிருந்தேன் என்பதனால் அவரது பேச்சுகள் எனக்கும் உடன்பாடானவை என்று நினைத்துவிட வேண்டாம்.

அவருக்குப் பிறகு நான் பேச ஆரம்பித்து, அவரது கருத்துகளால் எனக்கு ஏற்பட்ட சலனங்களை வெளியிடாமல், என்ன காரணம் கொண்டும் மறைத்துக்கொள்வேனேயானால் அதற்கு நான் உடன்பட்டுவிட்டேன் என்றே அர்த்தமாகும்..." என்று தொடங்கும் அந்த நீளமான உரை, ஓர் எழுத்தாளனுக்கு இருக்க வேண்டிய தார்மிகத் துணிவுக்கும் ஆரோக்கியமான விமர்சன முறைக்கும் இன்றைக்கும் உதாரணம்.

78. எழுத்துக்காரர்கள்...

ஓர் அசலான எழுத்தாளன் முந்நூறு, நானூறு சிறுகதைகள், இருபத்தைந்து நாவல்கள், ஆயிரம் இரண்டாயிரம் பக்கங்கள் வரும்படியான கட்டுரைகள் எழுதி இருக்க வேண்டுமா? கவிஞர் என்றால் நூறு, நூற்று ஐம்பது கவிதைத் தொகுப்புகள் வெளியாகி இருக்க வேண்டுமா?

எழுதினால் நல்லது தான். அதிகமாகவே ஒவ்வொரு எழுத்தாளரும் எழுத முயற்சி செய்கிறார்கள். ஆனால் சிலருக்குத்தான் அதிகமாக எழுத முடிகிறது. பலருக்கு எழுத முடியவில்லை. இது போதும், ஆயிரம் பக்கங்கள் எழுதினாலும் இரண்டாயிரம் பக்கங்கள் எழுதினாலும் எதனையும் சொல்லி முடித்துவிட முடியாது. சொல்லப்பட்டது- எழுதப்பட்டதையெல்லாம் பார்க்கும் போது எழுதியவர்க்கு எழுத இன்னும் இருக்கிறது என்று தெரிகிறது. ஆனால் போதும் என்று நிறைவு பெற்றுவிடுகிறார்கள்.

அதுதான் எழுத்து, படைப்பு என்பதன் புதிர். புதிர் விளக்கப் பட வேண்டியது இல்லை. விளக்கிக் கொள்ள வேண்டியது என்று இருந்து விடுகிறார்கள். ஏனெனில் எழுதுவது ஒரு வேலை இல்லை. ஆனாலும் சிலர் எழுதுவதை ஒரு வேலையாக்கிக் கொண்டு எழுதுகிறார்கள். வெகுஜன பத்திரிகையாளர், மூன்றாம் தரமான எழுத்தாளர் பணம் சம்பாதிக்க எழுத்தை ஒரு வேலையாக்கி கொண்டு எழுதி வருகிறார்கள்.

அது தமிழ்நாட்டிற்கு மட்டும் உரியது இல்லை. இரண்டு நூற்றாண்டுகாலமாக எல்லா நாட்டிற்கும் உரியதாகவே இருக்கிறது. ஒரே நேரத்தில் மூன்று நான்கு பத்திரிகைகளில் தொடர்கதைகள் எழுதியவர்கள் பெரிய படைப்-

பாளர்களாக இருந்தார்கள். பலருக்கு அவர்கள் இறப்பதற்கு முன்பாகவே அவர்கள் எழுதியவையெல்லாம் இறந்து போய்விடுகின்றன. அதாவது படிக்க ஆள் இல்லாமல் போய்விடுகிறது.

குறைவாக எழுதினால் அங்கீகாரம் பெறலாமா? விருது, பரிசுகள் கிடைக்குமா? இல்லை. அதுவும் சாத்தியமில்லை. படைப்புகளின் தரம் என்பது அதன் உள்ளே இருப்பது. அது அறிய அறிய ஆழத்திற்குப் போவது. சொல்லச் சொல்ல சொல்லவே முடியாமல் போவது. சொல்ல முடியாத கதையெல்லாம் சொல்லிப் பார்க்கவே எழுத்தாளர்கள் எழுதுகிறார்கள். சிலருக்கு முதல் முறையாக எழுதும் போதே வசப்பட்டுவிட்டு விடுகிறது. பலர் நான்குமுறைகள், ஐந்து முறைகள் மாற்றியும் திருத்தியும் மறுபடியும், மறுபடியும் எழுதி பூரணத்துவத்தை அடையப் பார்க்கிறார்கள்.

79. எழுத்தோவியம் - கோ. துக்காராம்

ஆப்பிரிக்காவின் எல்லையற்ற பாலைவனங்களின் நடுவே திடீரென்று அதிசயங்கள் தோன்றுகின்றன. உள்ளே ஓடும் நதி கசிகிறது என்பார்கள். சிலர் ஆண்டவனின் அருட்கொடை என்பார்கள். விளைவு என்னவோ, நாற்புறமும் முகத்தில் அடிக்கும் வெண்மையான வெய்யிலின் நடுவே ஒரு குளமும் அதனை சுற்றி மரங்களும் கொண்ட பாலைவனச் சோலை. குளம் பெரியதாகவோ அல்லது ஆழமானதாகவோ இருந்துவிட்டால் அதனை சுற்றி நகரம் உண்டாகிவிடுகிறது. நகரத்தில் மக்கள் நெருக்கமும் உண்டாகிவிடுகிறது. குளம் போதாமல் ஆகிவிடுகிறது. அடர்ந்த வீடுகளுக்கு நடுவே குறுகிய ஓடை போல தெரு ஓடுகிறது. இந்த பக்கத்து ஜன்னலிலிருந்து கையை நீட்டினால், எதிர்ப்புறத்திலுள்ள வீட்டை தொட்டுவிடலாம். மேலே நிழலாக துணிப்படுதா. அது போன்றதொரு தெருவில்தான் ஜன்னம் பிறந்தான்.

ஜன்னம் பிறக்கும்போது ஜன்னத்தின் அம்மா வேஜன் வேதனையில் துடித்தாள். காரணம் வலி அல்ல. தனக்கு இன்னொரு குழந்தை பிறக்கப்போகிறதே என்றுதான் துடித்தாள். மஸாஜ் மூலமாக கர்ப்பத்தை கலைக்கும் முயற்சியில் வலி தாங்கமுடியாததால், பிறந்ததும் கொன்றுவிடுகிறேன் என்றுதான் அவள் தன்னைத்தானே தேற்றிக்கொண்டாள்.

“நீ ஒரு மடச்சி” என்றாள் வேஜனின் அத்தை ருக்மா.

“இருந்துட்டு போறேன்.. நீ கொஞ்சம் வாயை மூடிக்கொண்டிரு” என்று கத்தினாள் வேஜன்.

வேஜனின் கைகளிலிருந்து மணல் வழிந்தது. இறுக்கப்பிடிக்கக் கொடுத்திருந்த துணி மூட்டை கிழிந்து தரையெங்கும் பரவியது. அந்த மணல் அந்த தரையில் ஓவியங்களை தீட்டியது. அவை ஜன்னம் இறக்கமாட்டான் என்று கட்டியம் கூறின.

அதே போல ஆயிற்று. கர்ப்பத்தை கலைக்கும் முயற்சியில் அவனது கைகள் பாதிக்கப்பட்டிருந்தன. ஆனாலும், வேஜன் அவனை பார்த்ததுமே, அவனை தன்னால் கொல்லமுடியாது என்று அறிந்துகொண்டாள். வரைந்தது போன்ற அந்தக் கண்கள் அவளையே உற்றுப்பார்த்தன. நெஞ்சார அணைத்துகொண்டாள். ருக்மா ஒரு திருப்தியுடன் வெளியே சென்றாள்.

ஜன்னம் வளரும்போதே கைகளில் சுண்ணக்கட்டிகளோடு அலைந்தான். தவழும்போதே கிறுக்கினான். ஐந்து வயதிலேயே தன் அம்மாவின் முகத்தை அழகாகத் தரையில் வரைந்து வைத்திருந்தான். ஜன்னத்தின் அப்பா ஹுகாக் வந்தபோது ஜன்னத்தை பெருமையுடன் அறிமுகப்படுத்தினாள் வேஜன். அவன் வரைந்த படத்தை அழிக்காமல் வைத்திருந்தாள். இரண்டு மாதமாக. ஹுகாகின் முகம் பெருமை பூத்தது. மறுவினாடி கருத்துச் சுருங்கியது. இது தவறு என்றான்.

“ஆமாம். ஐந்து வயதில் எந்த குழந்தை இப்படி படம் வரையும். அதுவும் இவ்வளவு தத்ரூபமாக!” என்று பெருமிதப்பட்டாள் வேஜன்.

“தப்புத்தான். ஆனால், இது அதிசயக்குழந்தை அல்லவா?” என்றான் ஹுகாக்.

”இவனை உப்பு சுரங்கங்களுக்கு அழைத்துச் செல்லலாமென்று இருக்கிறேன். தாங்குவானா?” என்று கேட்டான் ஹுகாக்.

”இவனது கையை பாருங்கள். வலிமை இல்லாத கைகள். அந்தத் தொல்லைகளை தாங்கமாட்டான்” என்றாள்.

“ம்ம் சரி பெரியவனை நான் அழைத்துக்கொள்கிறேன். இவனைப் பள்ளியில் விட்டுவிடுவோம். இவன் பெரிய அறிவாளியாக வருவான்” என்றான் ஹுகாக்.

ஜன்னம் இப்படியாக பள்ளிக்குப் போகவும், அவனது அப்பாவும் சகோதரனும் உப்புச் சுரங்கங்களுக்குப்

பயணம் வைக்கவுமாக ஆயிற்று. சஹாராவின் பொன் என்று அழைக்கப்படும் உப்புப் பாளங்கள் டிம்பக்டுவிலிருந்து வடக்கே 800 கிலோமீட்டர்களில் இருக்கும் தாடென்னியில் இருந்தன. 14 நாட்கள் கடும் பாலைவனத்தில் ஒட்டகங்களில் பிரயாணம் செய்து தாடென்னியை அடைய வேண்டும். தாடென்னி எங்கே இருக்கிறது என்பதும் உலக மகா ரகசியம். அது ஒரு குறிப்பிட்ட குடும்பத்தினருக்கு மட்டுமே தெரிந்த விஷயம். அந்த குடும்பங்களில் ஒன்று ஜன்னத்தின் குடும்பம்.

ஜன்னம் பள்ளியில் சேர்ந்து கற்பதை ஆரம்பித்தான். ஆனால், அவனது உள்ளமும் கைகளும் சுண்ணக்கட்டியையே நாடின. பள்ளியில் அவன் ஆசிரியரின் முகத்தை தத்ரூபமாகத் தரையில் வரைந்திருந்தான். அது ஆசிரியரின் வலிமையான குச்சிகளுக்கு அவனது கைகளை இரையாக வைத்தது. வீங்கிய கைகளும், அழுத முகமுமாக அவன் வீட்டுக்கு வந்தான். ஹுகாக்

மீண்டும் வீட்டுக்கு வரும் வரையிலும் அவனும் பள்ளிக்குப் போகவில்லை. வேஜன் அவனை பள்ளிக்குப் போக அனுமதிக்கவும் இல்லை.

ஜன்னம் வீடெங்கும் வரைந்து வரைந்து வைத்திருந்தான். அடுத்த வீட்டு சிறுமி, ருக்மா, ருக்மாவின் சிறு குழந்தை, அந்த குழந்தையின் முகத்துக் குதூகலம் அனைத்துமே அந்த வீட்டில் ஓவியங்களாக பொங்கி ததும்பி-யிருந்தன. உப்புச் சுரங்கங்களிலிருந்து திரும்பி வந்த ஜன்னத்தின் அப்பா ஹூகாக் அவற்றுக்காக பெருமைப்படவில்லை. அவனை அழைத்துச்சென்று பள்ளிக்குப் போனான்.

''இவனை படம் வரைய வேண்டாமென்று சொல்லியிருக்கிறேன். அதற்கு பதிலாக எழுதலாம். இவன் அழகாக எழுதுவான். இவனுக்கு எழுதச் சொல்லித்தாருங்கள்'' என்று சொன்னான். ஆசிரியருக்கும் அது சரியான யோசனையாக இருந்தது.

இப்படியாக எழுத ஆரம்பித்தான் ஜன்னம். அழகழகான எழுத்துக்கள். கத்தியை பற்றிய வார்த்தையை கத்தி போன்றே எழுதும் அவன் திறமை, திராட்சைக் குலைகள் என்ற வார்த்தையை திராட்சைக் குலைகளாகவே வ்டித்தெடுக்கும் அவனது கைகள். வீட்டுக்கு வந்ததும், சுவரெங்கும் மறுபடி அவனது கைகள் முகங்களை அவற்றின் தவிப்புகளை, அழுகைகளை, மகிழ்ச்சியை, தேஜஸை வரையத் துடித்தன. அவனது ஆசிரியர் அவன் வீட்-டுக்கு வருகை தரும் வரை.

வீடு நிறைந்த முகங்களைப் பார்த்த ஆசிரியர், ''இவன் பாவியாகவே படைக்கப்பட்டிருக்கிறான்.'' என்று சொன்னார். வேஜன் துடித்தாள். அவனைப் பாவியாக்கியது நானே என்று அவள் உள்ளம் துடித்தது. இவன் இனி பள்ளிக்கு வரக்கூடாது என்றார் ஆசிரியர். ஹூகாக் கவலைப்பட-வில்லை. "என்னோடு துணைக்குச் சுரங்கங்களுக்கு வா'' என்றான்.

ஜன்னம் தன் தந்தையோடும் தன் சகோதரனோடும் உப்பு வியாபாரிகளு-டன் தாடென்னிக்கு கிளம்பினான். அது ஒரு ரகசிய பாதை. அந்த பாதை நேராக தாடென்னிக்குப் போவதில்லை. அவர்கள் அதற்கு நேர் எதிர் திசை-யில் செல்வார்கள். அங்கு இரண்டு நாள் தங்குவார்கள். அங்கிருந்து மற்-றொரு நகரத்துக்கு செல்வார்கள். அங்கிருந்து பாலைவனத்துக்குள் நுழை-வார்கள். பாலைவனத்துக்குள் நுழைந்ததுமே அவர்கள் நேராக தாடென்னிக்கு போய்விடுவதில்லை. வழியில் 20க்கும் மேற்பட்ட தங்குமிடங்கள் இருக்-கின்றன. மறைவான தங்குமிடங்கள்.

ஆனால் பல நூறு மைல்கள் தொடர்ந்து தெரியக்கூடிய நீண்ட பாதைகள். யாரேனும் பின் தொடர்ந்தால் உடனே தெரிந்துவிடக்கூடிய பாதைகள். ஒவ்-வொரு மறைவிடத்திலும் படங்களை வரைந்திருந்தான். திட்டுபவரோ தடை செய்பவரோ யாருமில்லை. சுரங்கங்களை கண்டறிய பலர் பின் தொடர்ந்தி-ருக்கிறார்கள். அடையாளம் காணப்பட்டு கொல்லபடுவார்கள். சுதந்திரமான

பாலைவனத்தில் அவர்களது எலும்புகள் அங்கங்கு கிடைக்கும். சுரங்கங்கள் குடும்பச் சொத்து. அவற்றைப் பாதுகாப்பதும், அவற்றின் இருப்பிடத்தைப் பாதுகாப்பதும் குடும்பச் சொத்தைப் பராமரிப்பது போன்றது.

அதோ பார் நட்சத்திரங்களை. அவற்றை நமக்கு வழிகாட்ட இறைவன் படைத்திருக்கிறான் என்றான் ஹூகாக். ஆனால் நட்சத்திரங்களைக் கோர்த்து, முகங்களை உருவாக்கிகொண்டிருந்தான் ஜன்னம். நட்சத்திரங்கள் அவனைக் கண்சிமிட்டி விளித்துச் சிரித்தன. இதுவும் அதுவும் சேர்ந்து பட்டமானது. அதுவும் அதுவும் சேர்ந்து காலானது. இன்னும் சில நட்சத்திரங்கள் சேர்ந்து நெஞ்சானது. நட்சத்திரங்களில் நிமிர்ந்து நின்று சிரித்தான் ஒரு வேட்டைக்காரன். வேட்டைக்காரனின் காலிலிருந்து புழுதி கிளம்பியது. “எதிரிகள் வருகிறார்கள்” என்று பரபரத்தான் ஹூகாக். வியாபாரிகளின் படை தயாரானது.

கண்ணிமைக்கும் நேரத்தில் அங்கு ஒரு போர் மூண்டது. கிளாங் கிளாங் என்று கத்திகள் மோதின. கடுமையான வலியின் கதறும் மனிதர்களில் ஓலம் காற்றை கிழித்தது. ஜன்னத்தின் சகோதரன் அவனை இழுத்துக்கொண்டு பள்ளத்துக்குள் புகுந்தான். ஹூகாக் நேர் சென்று மோதினான். யாரோ அவர்களை தள்ளிவிட்டார்கள். மேலே துணி விழுந்து மூடியது. அத்துடன் துணியை இழுத்து நிறுத்தியிருந்த கம்புகளும் அவர்கள் தலையில் மோதின. ஜன்னம் விழித்து பார்த்தபோது துணி அவர்களை மூடியிருந்தது. அருகே ரத்தப்பெருக்கில் ஜன்னத்தின் சகோதரன் கிடந்தான். அவனிடமிருந்து ஓடியிருந்த ரத்தம் செம்மலர் போல விரிந்து குவிந்திருந்தது. ஜன்னம் தன் சகோதரனை எழுப்பினான். அவன் எழுந்திருக்கவில்லை. எழுந்து நடந்தான்.

வெகு தூரத்தில் தனது தந்தையை கண்டான். நெஞ்சு கிழிந்து மல்லாந்து கிடந்தான் ஹூகாக். அழவோ அல்லது அதிரவோ தெரியாமல், அவன் திரும்பி நடந்தான். இவனொத்த சிறுவர்கள் பலர் இறந்து கிடந்தனர். மீண்டும் துணிகளுக்கு நுழைந்து அங்கேயே கிடந்தான். இரவு வந்தது. வேட்டைக்காரனைத் தேடினான். இன்றிரவு வேட்டைக்காரன் சற்றே நகர்ந்து நின்றிருந்தான். வேட்டைக்காரன் பட்டத்தை தேட கை நீட்டிய திசையில் நடக்க ஆரம்பித்தான். விடியும் நேரத்தில் சரியாக முந்தைய மறைவிடத்தை அடைந்திருந்தான் ஜன்னம். அங்கு குனிந்து மறைந்து படுத்தான். வேட்டைக்காரன் காட்டிய வழியே அவன் நகரத்தை அடையும்போது தளர்ந்து துவண்டிருந்தான்.

அவனது தாயை அடையும்போது ஒரு மாதமாகிவிட்டது. வழியெங்கும் எத்தனையோ தாய்கள். சகோதரிகள் அவனுக்கு உணவளித்தனர். அவர்களது கனிவையும் அன்பையுமே அவன் உண்டான். வீடு பாழடைந்திருந்தது. வீட்டின் முகப்பில் ஒரு பிச்சைக்காரன் உட்கார்ந்திருந்தான். அடுத்த வீட்டுப்பெண் அவனை அடையாளம் கண்டுகொண்டு அவனை தன்வீட்டுக்கு இழுத்துச் சென்றாள்.

“ருக்மாவிடம் போய்ச் சொல். ஜன்னத்து வந்துவிட்டான் என்று” என்றாள் அவள்.

அந்த பெண் குதித்து சென்றாள்.

”உன் அம்மா நீங்கள் எல்லோரும் கொல்லப்பட்டுவிட்டீர்கள் என்ற செய்தி கேட்டதுமே மார் வெடித்து இறந்து போனாள்”

இளம் பருவத்தினனான ஜன்னம் அன்றுதான் இரண்டு மாதத்திய சோகத்தினை உடைத்து கண்ணீர் கொப்பளிக்க நெஞ்சிலறைந்து அழுதான். அவனது கண்களிலிருந்து ஓடிய கண்ணீர் தரையை நனைத்து ஆறானது. ருக்மா வந்து அவனை அழைத்துச் சென்றாள். ஒரு துணிச்சீலையை வாங்கிக்கொண்டுவந்துகொடுத்தாள் ருக்மா. அதில் தன் தாயின் முகத்தை வரைந்தான். ஒவ்வொருநாளும் அந்த சீலையில் அவனுக்கு உணவளித்த ஒவ்வொரு பெண்ணின் கனிவும் கருணையும் அதில் சேர்ந்தது.

பள்ளி ஆசிரியர் மீண்டும் வந்து அந்த துணிச்சீலையை கிழித்து போட்டுவிட்டு அவனை அழைத்து சென்று எழுத வைத்துக்கொண்டார். அதைத் தடுக்க ருக்மாவால் முடியவில்லை. ஒவ்வொரு நாளும் அவன் முழுப் புத்தகத்தையும் எழுதித்தர வேண்டும். தினந்தோறும். தினந்தோறும் எழுதியதையே எழுதித்தர வேண்டும். அதில் மாற்றங்களோ வேலைப்பாடுகளோ சிறிதும் இருக்கக்கூடாது. ஆனால் அவனோ தனியே இன்னொரு புத்தகம் எழுதி வந்தான். அந்த புத்தகத்திலும் எழுத்துக்களே இருந்தன. அந்த எழுத்துக்களில் ஓவியம் இருந்தது. அவன் வளைத்து எழுதிய எழுத்துக்களில் படங்கள் தோன்றியிருந்தன.

அந்த படங்களில் வேஜன் வந்தாள். ருக்மா வந்தாள். அவனது அப்பா, அவனது சகோதரன் வந்தார்கள். அந்த பக்கங்களில் அவன் பள்ளிக்குச் சென்று படித்தது இருந்தது. அங்கு வரைந்த ஓவியம் இருந்தது. அந்த ஓவியங்களுக்காகத் துரத்திய ஆசிரியர் இருந்தார். அந்த ஆசிரியரிமிருந்து தப்பிய இவனே இருந்தான். பாலை வனம் வந்தது உப்பு சுரங்கங்களுக்கானபாதை வந்தது. பாதைகளில் பயணம் வந்தது. பயணத்தின் இரவுகளில் வேட்டைக்காரன் வந்தான். வேட்டைக்காரனின் கால்களில் புழுதி வந்தது. புழுதியிலிருந்து போர் வந்தது. போர்களில் சகோதரனும் அப்பாவும் மடிந்ததும் இருந்தது.

அதன் பின் கனிவான முகங்கள் வந்தன. பெண்கள் பெண்கள் பெண்கள். பெண்களின் கண்களிலிருந்து பொங்கும் கனிவையும் கண்ணீரையும் எந்த எழுத்தால் காட்டிவிட முடியும்? எழுத்துக்களின் மூலமாக அவன் வரைந்த படங்கள் காட்டின. இறுதிப்பக்கம் வரும்போது அவன் தனியே உட்கார்ந்திருந்ததை வரைந்தான். பாலைவனத்தின் நடுவே சோலைகள் ஏதுமின்றி தன்னந்தனியே. அலையும் ஒரு காகிதமாக அவன் இருந்தான். காகிதத்தின் நடுவே படமாக அவனது முகம் இருந்தது. அதுவும் எழுத்துக்களாக.

அப்போதுதான் ஆசிரியர் உள்ளே வந்தார். முடித்தாயிற்றா என்றார். அங்கு ஒரு புத்தகம் மட்டுமே இருந்தது. அந்த புத்தகத்தின் கடைசி பக்கத்தில் அவன் இருந்தான். அவன் தன்னை குனிந்து பார்க்கும்போது எழுத்துக்களாகவே இருந்தான். வெறும் எழுத்துக்கள். கையை எடுத்துத் தள்ள முயற்சி செய்தான். காகிதம் அவனை எதிர்த்துத் தள்ளியது. அருகே இருந்த எழுத்துக்கள் நகர்ந்தன. ஆசிரியர் வந்து அந்த புத்தகத்தை எடுத்தார். அவருக்கு அந்த நுண்ணிய எழுத்துக்கள் தெரியவில்லை. இன்னும் படம்தானா என்று வீசியடித்தார் நெருப்பில் விழுந்தது அந்த புத்தகம். அதிலிருந்து ஒரு காகிதம் மட்டும் பிய்ந்து ஜன்னல் வழியே காற்றில் கலந்தது.

80. எழுத்தோவியம் - முத்து நெடுமாறன்

எழுத்தோவியம் எழுத்துரு ஆகும் கதை

இணையத்தில் சில தகவல்களைத் தேடிக்கொண்டிக்கும்போது, என் தோழி எரினின் பக்கத்தில் ஒரு பழைய நூலின் அட்டைப்படத்தைக் கண்டேன். பல ஆண்டுகளுக்குமுன் பதிப்பிக்கப்பட்ட எழுத்தாளர் சிவசங்கரி எழுதிய நூல். பதிப்பித்தது திருமகள் பதிப்பகம். இந்தப் பதிவு, நூலைப் பற்றியது அல்ல. அட்டையில் உள்ள தலைப்பு எழுதப்பட்டிருக்கும் எழுத்துருவைப் பற்றியது. வரைந்தவர் யாரென்று தெரியவில்லை. தலைப்பு எழுதப்பட்டிருக்கும் எழுத்தின் அழகினால் உந்தப்பட்டு ஒரு முழுமையான எழுத்துருவை உருவாக்க முனைந்தேன். தொடக்கக்கட்டக் குறிப்புகள் முகநூலில் ஐந்து சிறு கட்டுரைகளாகப் பதிவேற்றினேன். அவற்றை இங்கு தொகுத்து வழங்குகிறேன்.

எழுத்தோவியம்

நூலின் அட்டைப்பட ஓவியத்தில் உள்ள தலைப்பெழுத்து. அட்டைப்படம் சேர்க்கையில்.

தலைப்புகளுக்காகப் பயன்படுத்தப்படும் எழுத்துருக்களை 'காட்சி எழுத்துருக்கள்' (display typefaces) என்று கூறுவோம். பனுவல் எழுத்துருக்களுக்கும் காட்சி எழுத்துருக்களுக்கும் பல வேறுபாடுகள் உள்ளன. தலைப்புகளில் குறைந்த சொற்களே இருப்பதால் அவற்றில் அதிகமான அலங்காரங்களைச் சேர்க்கலாம். நீண்ட பனுவல்களுக்கான எழுத்துருக்களில் இவற்றைச் சேர்த்தால், தொடர்ந்து படிப்பதற்கு இடையூறாக இருக்கும்.

நூலின் தலைப்பில் ஒருசில எழுத்துகளே உள்ளன. குறிப்பாக அ, ர, வ, ந, த, ச, ல, க, ற, கால், கொம்பு. இது எழுத்துரு அல்ல. கையால் வரையப்பட்ட எழுத்தோவியம். எழுத்து வடிவங்கள் அழகாக உள்ளன. காட்சி எழுத்துருவுக்கு ஏற்ற சில கூறுகளை இந்த எழுத்துகளில் காணமுடிகிறது. குறிப்பாக மெய்யெழுத்துகளுக்கு அதிக மேலும், அடிக்கோட்டுக்கு அதிகக் கீழும் இழுப்புகள் (strokes) செல்லாதிருப்பதைப் பார்க்கலாம். இகரக் கொக்கியின் உயரத்தையும், த, ந, ர, எழுத்துகளின் வாலின் இறக்கத்தையும்

பாருங்கள். அதிக மேலாகவும் இல்லை அதிகக் கீழாகவும் இல்லை. இவை இவ்வாறு இருந்தால்தான் அடிப்படை எழுத்துகளின் அளவு (base letters) பெரிதாகத் தெரியும். கொக்கி உயரமாகவும் வால் இறக்கமாகவும் இருந்தால் எழுத்தின் அளவு சிறிதாகிவிடும். காட்சி எழுத்துகளுக்கு இவை பொருந்-தாது.

கிடைத்த இந்தச் சில எழுத்துகளின் வடிவங்களைக் கொண்டு ஒரு முழு-மையான எழுத்துருவை உருவாக்கும் முயற்சி இது. சில முக்கியக் கூறுகளை மட்டும் பார்ப்போம். எழுத்தொவியம் தரும் ஓரிரு எழுத்துகளும் அவற்றிலி-ருந்து பிறந்த சில எழுத்துகளும் வரையப்பட்ட ஒருசில எழுத்துகள். பெரிதா-கப் பார்க்க படத்தைக் கிளிக் செய்யலாம்.

நயம் (texture) - ஓரிரு எழுத்துகளின் வடிவங்களை மட்டும் கொண்டு ஒரு முழுமையான எழுத்துருவை உருவாக்கலாம். ஆனால் அந்த ஓரிரு எழுத்துகள் அதிகப் பயன்பாடுள்ள எழுத்துகளின் வடிவங்களுக்கு அடிப்-படையாக அமைய வேண்டும். ஆங்கில எழுத்துருகளை n, d, e, a, s ஆகிய எழுத்துகளைக் கொண்டே உருவாக்கத் தொடங்குவோம். இந்த ஐந்து எழுத்துகள் அதிகப் பயன்பாடு உடையவை. இன்னும் சொல்லப்போ-னால் எழுத்துருவின் நயத்தை (texture) இந்தச் சில எழுத்துகளே அமைக்-கின்றன எனலாம். இவற்றின் வடிவங்கள் மற்ற எழுத்துகளின் தோற்றத்திற்கும் அளவுக்கும் அடிப்படையாக அமைகின்றன.

அட்டைப்படத்தில் நமக்குக் கிடைத்த எழுத்துகள் சிலவே என்றாலும், இவை அடிக்கடித் தோன்றும் எழுத்துகள். மற்ற எழுத்துகளின் வடிவங்களுக்-கும் அளவிற்கும் அடிப்படையாக விளங்கும் எழுத்துகள். ன அல்லது ண-வும் இருந்திருந்தால் இன்னும் எளிதாக இருந்திருக்கும். இருந்தாலும் சிக்கல் இல்லை. ல-வைக் கொண்டு ன, ண-விற்கான வடிவமைப்பைத் தொடங்க-லாம்.

ப - பார்ப்பதற்கு எளிதாகவே உள்ளது. ஆனால் இங்கே பல சிக்கல்-களைக் கொடுத்தது. இதற்காகவே மற்ற எழுத்து வடிவங்களிலும் மாற்றங்-களைச் செய்யவேண்டியாயிற்று. அதற்குக் காரணம், எழுத்துகளில் உள்ள தடிம மாற்றங்கள். ப எழுத்தின் இரண்டு பக்கக் கோடுகளும் படுக்கைக் கோட்டைவிட அதிகத் தடிமத்தைக் கொண்டிருக்க வேண்டும். ஆனால் இந்-தப் புதிய எழுத்துருவில், எல்லா அடித்தளப் படுக்கைக் கோடுகளும் தடிப்-பாக இருக்கவேண்டும். இது வடிவக் கோட்பாடு (design decision). ச, க, த, ல எழுத்துகளின் படுக்கைக் கோடுகளின் தடிமத்தைப் பாருங்கள். எல்-லாமே தடிப்பாக இருக்கின்றன. இவற்றின் பக்கத்தில் ப வந்தால், அதற்கு மட்டும் படுக்கைக்கோடு மெலிந்து இருந்தால் அழகிருக்காது. அமைதி குலைந்து காணப்படும்.

ப - எழுத்தின் சிக்கலைத் தீர்த்தால்தான் ட ம வ ய ங எழுத்துகளையும் வடிவமைக்க முடியும். அட்டைப்படத்தில் உள்ள வ வடிவத்தைப் பயன்படுத்த

எனக்கு விருப்பம் இல்லை. வ-வின் தொடக்கச் சுழி அடிக்கோட்டில் இருந்து தொடங்குவதையே பெரும்பாலும் விரும்புவேன். மேலும் அட்டைப்பட வ-வின் படுக்கைக்கோடு மற்ற எழுத்துகளைப் போல் தடிப்பாக இல்லாமல் மெலிந்து இருக்கிறது. இந்தச் சூழலில் ப வின் படுக்கைகோடு தடித்திருந்தாலும் சிக்கல், மெலிந்திருந்தாலும் சிக்கல். இதை எப்படித் தீர்ப்பது? தீர்வினை படத்தில் பாருங்கள்:

மற்ற எழுத்துகளிலும் தடிம மாற்றங்களைச் செய்தேன். ர ந கால் வடிவங்களின் வலது பக்க நேர்க்கோடும் தடித்திருக்க வேண்டும். அட்டைப்பட எழுத்தோவியத்தில் இந்தக் கோட்டின் தடிமம் அவ்வாறு இல்லை. இந்த வடிவக் கோட்பாட்டை மீறினால் மற்ற எழுத்துகளின் வடிவங்கள் பாதிப்படையும். எடுத்துக்காட்டாக எ ன ண ள எழுத்துகளின் நேர்க்கோடும் அவ்வாறே தடித்திருக்கவேண்டும்.

எழுத்தமைதி - ஒரு புதிய எழுத்துருவை உருவாக்கும்போது, முதலில் தனித்து நிற்கும் எழுத்துகளின் வடிவங்களையே வரைந்து முடிப்பேன். இவை உயிர் எழுத்துகள், அகரமேறிய உயிர்மெய் எழுத்துகள், கால், கொம்புகள் ஆகியவை. இவற்றை வரைந்தெடுத்ததும், இந்த எழுத்துகள் மட்டுமே அடங்கிய சொற்களைக் கொண்டு ஒரு பனுவலை அமைத்துப் பார்ப்பேன்.

புள்ளி, எழுத்தின் மேல் தோன்றுவதாலும், எழுத்தின் வடிவத்தில் எந்தவித மாற்றத்தையும் செய்யாதிருப்பதாலும், இதில் புள்ளியையும் சேர்த்துக்கொள்ளலாம். புள்ளியைச் சேர்த்தால் இன்னும் அதிகமான சொற்கள் கிடைக்கும். இகர, ஈகார, உகர, ஊகார வடிவங்களை பிறகு சேர்க்கலாம். இவை அடிப்படை எழுத்தின் (base letter) வடிவத்தை மாற்றும் குறியீடுகள் என்பதால் முதல் கட்டத்தில் இவற்றைத் தவிர்த்துவிடுவேன். அவ்வாறு அமைக்கப்பட்டப் பனுவலின் ஒருபகுதியைப் படத்தில் சேர்த்துள்ளேன். இதனைப் பார்க்கும்போது, எல்லா எழுத்துகளும் ஒன்றோடொன்று அமைதியாக அமர்ந்துள்ளனவா என்பதைக் கண்டறியலாம். எந்த எழுத்தும் 'என்னைப்பார், என்னைப்பார்' என்று போட்டிபோட்டுக்கொண்டு கவனத்தை ஈர்ப்பதுபோலக் காட்டிக்கொள்ளக் கூடாது. அவ்வாறு தோன்றும் எழுத்துகளைத் திருத்தவேண்டும்.

எழுதமைதியை உறுதிசெய்ய தனி எழுத்துகளைக் கொண்ட பனுவல். - அளவில் ஏற்படும் ஒவ்வாத வேறுபாடுகளும், தடிமத்தில் ஏற்படும் சீரின்மையும் அந்தந்த எழுத்தைத் தனித்து நிற்கச் செய்யும். ஒரு பனுவலில் எந்த எழுத்துமே தனித்து நிற்கக்கூடாது. இது காட்சி எழுத்துரு என்றாகும், எழுத்தமைதி (harmony) இருப்பதை இந்த நடவடிக்கை உறுதிசெய்யும். எல்லா எழுத்துகளும் தம்தம் தனித்துவத்தைக்காட்டாது அமைதியாகச் செயல்பட்டால்தான் இந்த எழுத்துருவில் அமைக்கப்பட்ட தலைப்புகளோ, மற்ற வரிகளோ எந்தவித மயக்கமும் இன்றி மிகத்தெளிவாகக் காட்சியளிக்கும். இது எல்லா வகை எழுத்துருக்களுக்கும் முக்கியமான ஒரு கூறு.

பழைய வடிவங்கள் - நான் புதிதாக உருவாக்கும் எல்லா எழுத்துருக்களி-லும், பழைய வடிவங்களையும் சேர்த்துவிடுவேன். இவற்றைச் சேர்க்க நான்கு வடிவங்களே தேவைப்படும். ணா, றா, ணா வுக்கான மூன்று வடிவங்களோடு ஐகாரத்திற்குப் பயன்படுத்தப்படும் தும்பிக்கை. இந்த எழுத்துகளை மேலுள்ள படத்தின் கடைசி வரிகளில் காணலாம்.

பழைய வடிவங்களையும் புதிய வடிவங்களையும் ஒரே எழுத்துருவில் சேர்க்கலாம் என்பதை பலமுறை கூறி இருக்கிறேன். 'இந்த எழுத்துகள் இவ்-வாறு எழுதப்பட்டன' என்று எழுத இரண்டு வடிவங்களும் தேவைப்படும் அல்லவா? மேலும் தலைப்பு எழுத்துகளில்கூட சில இடங்களில் பழைய வடி-வங்கள் பொருத்தமாக அமையும். 'பழம்பாடல் கலைநிகழ்ச்சி' எனும் நிகழ்ச்-சியின் தலைப்பில் வரும் லை பழையவடிவிலேயே இருந்தால் அது அந்தச் சூழலுக்கு அழகு சேர்க்கும் அல்லவா?

ஆங்கிலத்தில் a, g போன்ற எழுத்துகளுக்கு இரண்டு வடிவங்கள் உள்ளன — இரண்டுமே பயன்பாட்டில் உள்ளன. இரண்டையும் ஒரே எழுத்துருவில் சேர்க்கலாம், சேர்க்கிறார்கள். அதுபோலவே தமிழிலும் இந்த இரண்டு வடிவங்களையும் சேர்க்கலாம், சேர்த்தும் வருகிறேன்.

இகர, ஈகாரக் கொக்கிகள் - அட்டைப்பட ஓவியத்தில் வி, கி ஆகிய இரண்டு இகர வரிசை எழுத்துகள் மட்டுமே இருக்கின்றன. இரண்டிலுமே உள்ளக் கொக்கி, எழுத்தைத்தொட்டுத் தொடங்கவில்லை. தனியே ஒரு குறி-யீடாக எழுத்தின்மேல் மிதந்து கொண்டிருக்கிறது. ஈகாரக் கொக்கி கொண்ட எழுத்து இங்கே இல்லை. இருந்திருந்தாலும் அதுவும் மிதந்து கொண்டுதான் இருந்திருக்கும் என்று எதிர்பார்க்கலாம்.

இகர ஈகார வரிசை எழுத்துகளைக் கொண்ட சொற்கள். இணைப்பில் படத்தில் காணப்பட்ட இரண்டு இகர வரிசை எழுத்துகள். மிதந்து கொண்டி-ருக்கும் இகரக் கொக்கி க எழுத்துக்கு பொருந்துவதைப் போல் வ எழுத்துக்-குப் பொருந்தவில்லை என்றே தோன்றுகிறது. இருந்தாலும், ஓவியப் பின்னப-ணியில் ஒரே ஒரு வ-குடும்ப எழுத்தில் (மற்றவை ப ய ங) மிதந்திருப்பது மிகப் பெரிய பொருந்தாத் தன்மையைக் காட்டவில்லை. மேலும் வ-வின் தொடக்கச்சுழி, மிதக்கும் வெளியை (space) சற்று மறைத்து உதவுகிறது.

ஆனால் ஓவியப் பின்னணி இல்லாத சூழலில், எழுத்துகள் மட்டுமே உள்ள ஒரு தலைப்பில், பி யி எழுத்துகளும் இருந்தால், அவற்றில் மிதக்கும் வெளி அதிகமாக இருக்கும் அல்லவா? காரணம் வ-வில் உள்ள தொடக்-கச் சுழி, ப ய எழுத்துகளில் இல்லை. இகரக் கொக்கி எழுத்தின் பாதியில் இருந்து தொடங்குவதுபோல் இருக்கும். இது பி, யி எழுத்துகளைத் தனித்து நிற்கச்செய்யும். அமைதியைக் குலைக்கும். பி, யி-க்கு மட்டும் இகரக் கொக்-கியை மாற்றியமைக்கலாகாது. ஏனெனில் இந்தக் குறியீடு எல்லா எழுத்துக-ளுக்கும் ஒரே வடிவத்தில் இருக்கவேண்டும்.

இதுபோன்ற குழப்பங்கள் எழும்போதெல்லாம், இயல்பான வடிவங்களுக்குத் திரும்புவதே சிறப்பு. எனவே, மிதக்கும் குறியீட்டுக்கு பதில், அடிப்படை எழுத்தோடு ஒட்டியே இருக்கும்படி இகரக் கொக்கியை வடிவமைத்துவிட்டேன். வெவ்வேறு எழுத்துகளுக்கு வெவ்வேறு அளவில் இந்தக் கொக்கி இருக்கும். இருந்தாலும் வடிவம் ஒன்றாகத்தான் இருக்கும். மேலுள்ள படத்தில், மூன்று வெவ்வேறு அளவில் இகரக் கொக்கிகள் உள்ளன. ப, வ, ய, ங எழுத்துகளுக்கு ஒன்றும், காலின் வலதுபுறத் தோற்றத்தைக் கொண்ட ள, ன, ண, ர, எழுத்துகளுக்கு ஒன்றும், மற்ற எல்லா எழுத்துகளுக்கும் வேறொன்றும் உள்ளது. படத்தில் இந்த மூன்றும் இருக்கின்றன. கண்டுபிடிக்க முடியாதிருந்தால் எழுத்துரு வெற்றிபெற்றுள்ளது எனலாம்.

ஈகாரக் கொக்கிக்கும் இதே அடிப்படைதான்!

உகர, ஊகார வரிசை எழுத்துகள் - உகரக் குறியீடு மூன்று வகையாக மூல எழுத்தின் வடிவத்தை மாற்றும். ஆனால் எல்லா சேர்க்கையும் கீழ் இழுப்புகளைக் கொண்டிருக்கும். எ.கா: மு, து, நு, பு. அதேபோல ஊகாரக் குறியீடும்: மூ, தூ, நூ, பூ.

இந்த எழுத்துருவில் த, ந, ற, ர ஆகிய எழுத்துகளின் வால் சற்று நீண்டிருந்தால் அழகாக இருக்கும் என்பதால் நீளமாகவே வைத்துவிட்டேன். ஆனால் இந்த நீட்சி பக்கத்தில் உள்ள எழுத்துகளின் கீழ் இழுப்புகளோடு உரசுவதற்கு நிறைய வாய்ப்புகள் உண்டு — உரசவும் செய்தன. எ. கா. 'புத்தகம்' எனும் சொல்லில், பு வுக்கு அடுத்து வரும் த-வின் வால், பு-வின் கீழ் இழுப்போடு உரசியது (படம்). ஆனால் த்-க்கு அடுத்துவரும் த, த்-ஓடு உரசவில்லை. இதனை கீழுள்ள படத்தின் மேல்வரியில் காணலாம். சூழமைவுகேற்ற மாற்று எழுத்துகள் நெருக்கத்தையும் உரசல்களையும் தவிர்க்க உதவுகின்றன. இந்த உரசல்களைத் தவிர்க்கவேண்டும். கையெழுத்து எழுத்துருக்களில் உரசல்கள் கொஞ்சம் அழகு சேர்க்கலாம். ஆனால் இந்தக் காட்சி எழுத்துருவின் வடிவமைப்பில் உரசல்கள் அழகாக இல்லை!

உரசல்களைத் தீர்க்க வாலின் நீளத்தைக் குறைத்துவிட்டால் போதும். எல்லாம் சரியாகிவிடும். ஆனால் நீண்ட வாலின் அழகை அல்லவா விட்டுக்கொடுக்க வேண்டும்?

வால் நீளமாகவே இருக்கட்டும். முன் உள்ள எழுத்தோடு உரசும்போது மட்டும் நீளத்தைச் சற்றுக் குறைத்துவிட்டால் போதும். இடதிற்கு ஏற்றவாறு எப்படி வாலின் நீளத்தை மாற்றுவது? இதற்கு ஓப்பன் தைப் (OpenType) என்னும் எழுத்துரு நுட்பம் உதவும். இதனை சூழமைவு மாற்றங்கள் என்று தமிழில் சொல்லி வருகிறேன் (கலைச்சொல்: contextual substitutions). கொடுக்கப்பட்ட சூழலுக்கு ஏற்ப வடிவங்கள் தானாகவே மாறிவிடும். இதற்கான விதிகளை எழுத்துருவிலேயே சேர்த்துவிடலாம். அதன்பின் பயனர்கள் (users) ஒன்றும் செய்ய வேண்டியதில்லை!

எனவே, 'புத்தகம்' சொல்லில் வரும் முதல் த-வை (அதாவது த்-ஐ) சுருக்கமான வால் கொண்ட வடிவமாக மாற்றினால் போதும். இதேபோல எந்தெந்த எழுத்துகளோடு வால் உள்ள எழுத்துகள் உரசுகின்றனவோ, அந்தந்த இடத்தில் எல்லாம் சுருக்கமான வால் கொண்ட எழுத்துகளாக மாற்றிவிடும் விதியை எழுத்துருவிலேயே சேர்த்துவிடலாம். அதன்பின் எழுத்துரு நுட்பமே அவற்றை நமக்காக மாற்றி வைத்துவிடும். குறைவான இடத்திலேயே உரசல்கள் வருகின்றன. இதற்காக அழகான நீண்ட வாலை விட்டுக்கொடுக்க வேண்டியதில்லையே! இருந்தாலும், சுருக்கமான வாலுள்ள எழுத்துகளுக்கும் இயல்பான வாலுள்ள எழுத்துகளுக்கும் இடையே உள்ள வேறுபாட்டை அதிகம் காட்டாத அளவுக்கு இந்த நீளங்கள் இருக்கவேண்டும். படத்தில் உள்ள சொற்களில் இந்த வேறுபாடு தெரிகிறதா என்று பாருங்கள். ஓர் ஓவியத்தில் இருந்த ஓரிரு எழுத்துகளின் அழகினால் உந்தப்பட்டு ஒரு முழுமையான எழுத்துருவை உருவாக்க முனைந்தேன்.

81. விலைமாது விடுத்த கோரிக்கை..! - கவிஞர் தமிழ்தாசன்

ராமன் வேசமிட்டிருக்கும் - பல ராட்சசனுக்கு - என்னை தெரியும்.
பெண் விடுதலைக்காக போராடும் - பெரிய மனிதர்கள் கூட
தன் விருந்தினர் பங்களா - விலாசத்தை தந்ததுண்டு.
என்னிடம் - கடன் சொல்லிப் போன - கந்து வட்டிக்காரகளும் உண்டு.
சாதி சாதி என சாகும் - எவரும் என்னிடம் - சாதிப் பார்ப்பதில்லை.
திருந்தி வாழ நான் நினைத்தபோதும்
என்னை தீண்டியவர்கள் யாரும் - திரும்பவிட்டதில்லை.
பத்திரிக்கையாளர்களே!
விபச்சாரிகள் கைது என்றுதானே - விற்பனையாகிறது..
விலங்கிடப்பட்ட ஆண்களின் - விபரம் வெளியிடாது ஏன்...?
பெண்களின் புனிதத்தை விட - ஆண்களின் புனிதம்
அவ்வளவு பெரிதா?
காயிந்த வயிற்றுக்கு - காட்டில் இரை தேடும்
குருவியைப் போல் - என்னை யாரும் பரிகசிக்கவில்லை.
கட்டில் மேல் கிடக்கும் - இன்னொரு கருவியைப் போலத் தான்
என்னை கையாளுகிறார்கள்.
நான் இருட்டில் பிணமாக மாறினால்தான் - பகலில் அது பணமாக மாறும்.
பின்தான் - என் குடும்பத்தின் பசியாறும்.
நிர்வாணமே என் - நிரந்தர உடையானல்தான்
சேலை எதற்கென்று - நினைத்ததுண்டு.
சரி - காயங்களை மறைப்பதற்கு - கட்டுவோம் என்று

கட்டிக்கொண்டு இருக்கிறேன்.
என் மேனியில் இருக்கும் - தழும்புகளைப் பார்த்தால்
வரி குதிரைகள் கூட - வருத்தம் தெரிவிக்கும்.
எதையும் வாங்க வசதியில்லாத - எனக்கு
விற்பதற்க்காவது இந்த - உடம்பு இருக்கிறதே!
நாணையமற்றவர் நகங்கள் - கீறி கீறி என்
நரம்பு வெடிக்கிறதே!
வாய்திறக்க முடியாமல் - நான் துடித்த இரவுகள் உண்டு
எலும்புகள் உடையும் வரை - என்னை கொடுமைப் படுத்திய
கொள்கையாளர்களும் உண்டு.
ஆண்கள் - வெளியில் சிந்தும் வேர்வையை
என்னிடம் ரத்தமாய் - எடுத்து கொள்கிறார்கள்.
தூறல் சிந்தாத வான் மேகமில்லை.
கீறல் படாத வேசி தேகமில்லை.
என்னை வேசி என்று - ஏசும் எவரைப் பற்றியும்
கவலைப் பட்டதே இல்லை..
ஏனெனில் - விதவை - விபச்சாரி - முதிர்கன்னி - மலடி
ஓடுகாலி - ஒழுக்கங்கெட்டவள் இதில் ஏதேனும் - ஒரு பட்டம்
அநேக பெண்களுக்கு - அமைந்திருக்கும்.
இது இல்லாமல் பெண்கள் இல்லை.
எப்போதும் - இழிவு சொல் ஆண்களுக்கு இல்லை.
முதுமை என்னை - முத்தமிடுவதற்க்குள்
என் மகளை மருத்துவராய் - ஆக்கிவிட வேண்டும்.
என் மீது படிந்த தூசிகளை - அவளை கொண்டு - நீக்கி விட வேண்டும்.
இருப்பினும் - இந்த சமூகம் - இவள்
மணிமேகலையை என்பதை மறந்துவிட்டு
மாதவியின் மகள் என்பதை மட்டுமே
ஞாபகம் வைத்திருக்கும்.
இறுதியாக - இரு கோரிக்கை.
என்னை - மென்று தின்ற ஆண்களே!
மனைவிடமாவது கொஞ்சம் - மென்மையாக இருங்கள்.
எங்களுக்கு இருப்பது - உடம்பு தான் - இரும்பல்ல.
என் வீதி வரை - விரட்டிவரும் ஆண்களே!
தயவு செய்து விட்டுவிடுங்கள்.
நான் விபச்சாரி என்பது - என் வீட்டுக்கு தெரியாது.

இலக்கியக் கழிசடைகள்

82. எழுதுவதெல்லாம்......

கவிதை இலக்கணம் தெரியாது தமிழில் கவிதை எழுதுவது தமிழுக்கு செய்யும் துரோகம் ஆகாதா?
முதலில்,
இலக்கணத்திற்கும் கருத்திற்கும் நடைபெறும் திருமணம் - மரபுக்கவிதை.
இலக்கணத்தை விவாகரத்து செய்த விடுதலையான கருத்து - புதுக்கவிதை.
மரபுக்கவிதையை மணந்து, கிரங்கி, அதையே விழுங்கி சப்தமின்று முத்தெடுத்தவர்கள் பெயர்ப் பட்டியலை எடுக்க.
புதுக்கவிதையில் வாகை சூடி வானைக்கிழித்தவர் பெயர்ப் பட்டியலை எடுக்க.
இரண்டும் அணுவும் வேறுபடாதபடி பொருந்தும்.
இன்னொரு சுவையான தகவலூட்டவா?
முன்னொரு காலத்தில் முதன்முதலில் புதுக்கவிதையிற்கு நாற்றுமேடையமைத்த ந.பிச்சமூர்த்தி அவர்கள்கூட மிகச் சிறந்த மரபுக் கவியாகத் திகழ்நதவரே.

"மனுக்கால வெள்ளம் போச்சு
மார்க்ஸ் கால வெள்ளம் போகும்
பூமித்தாய் கருணை வெள்ளம்
எக்காலம் வழியாதோடும்" ~ ந. பிச்சமூர்த்தி ~
(காட்டு , 47)

அவருடைய 'குருதியின் சுருதி' என்ற கவிப்பொதி சகல சந்தங்களையும் கூப்பிட்டு வைத்து கும்மாலமிட்ட ஒரு மரபுக் கவிதை நூலென்பதை மறுக்க எவருள்ளர் பாரில். விருத்தங்களில் அவரொரு தனியரவேந்தர். அறுசீர் விருத்தத்தை அரைத்துப் புசித்துவிட்டு, எண்சீர் விருத்தத்தை ஏலக்காய் தூவி ருசித்துவிட்டு பிறகே அவர் புதுக்கவிதையுள் புகுந்தார். ஆனால் எவரும் அவரது புதுக்கவிதைக்கு ஏற்ப புதுஏற்பு காட்டவில்லை. அது அவர் புறப்பட்டதற்கான சிவப்புக் கொடியல்ல, புதுக்கவிதைக்கான சிவப்புக் கொடி.

ஏன் இலக்கணத்தை இரத்து செய்த கவிதை மக்களால் இரத்தாக்கப்பட்டது?

(அ) பிச்சமூர்த்தியின் பின்னகர்ந்த யாவருமே யாப்பறிவை எப்போழ்தும் கேளாதவர்.

(ஆ) பாடுபொருள் அல்லது கருப்பொருள் வாழ்வின் வட்டத்திற்கு வெளியேயுள்ள கரும்புள்ளியைச் சூழவே காணப்பட்டமை.

உயிரை உரித்தெடுத்த உடல் போலே கருத்தை கழற்றிய கவிதையும் வாழ்வதில்லை - மரபாகட்டும், புதுசாகட்டும்.
கவி காளமேகம் ஒன்று தொட்டு பதினெட்டு வரையுள எண்ணட்சரங்களை மட்டுமே எடுத்து ஒரு வெண்பா வடித்தானே.

"ஒன்றிரண்டு மூன்றுநான் கைந்தாறு வேழெட்டு
ஒன்பது பத்துப் பதினொன்று - பன்னி
ரண்டுபதின் மூன்றுபதி னான்குபதி னைந்துபதி னாறுபதி னேழ்பதி னெட்டு."
~ கவி காளமேகம்

இது - ஈற்றடி முச்சீராய் ஏனையடி நாட்சீராய் இயற்சீரும் வெண்சீரும் வந்து இயற்சீற் வெண்டளையும் வெண்சீர் வெண்டளையும் விரவிவந்து செப்பலோசையொடு நாள், மலர், காசு, பிறப்பு எனும் நால்வாய்ப்பாடுள் ஒன்றான காசை வைத்து முடிந்த நேரிசை வெண்பா.

எங்கே இலக்கணக்காரரே இப்போது உங்கள் காதுகளைக் கேட்டுச்சொல்லுங்கள் இது இனிமையா? இது கவிதையா?
இல்லை உங்கள் மனத்தை விசாரியுங்கள். உண்மையை கக்கச் சொல்லுங்கள். இதுவா நீரெதிர்பார்க்கும் கவி?

இதே போல்தான் புதுக்கவி எழுதப்பட்டது. இவ்வழி எழுத்தாணியசைக்கப்பட்ட போதிலும் ஞானகூத்தன், சி.மணி, சி.சு. செல்லப்பா, நகுலன், பசவய்யா, இரா. மீனாட்சி, பிரமில், கு.ப.ரா வைத்தீஸ்வரன் போன்றவர்கள் தம் எழுத்தின்பால் ஜொலித்ததை மறக்க முடியாது - மறுக்க முடியாது. என்னதான் இவரிவர் இத்துணையாற்றினும் மக்களுக்கு மசித்துக் கொடுக்க முடியவில்லை புதுக்கவிதையை. எப்போது மரபு தெரிந்த சதுரங்க பலகைளில் புதுக்கவிதையின் சுதந்திர காய்கள் விழுந்தனவோ அப்போதுதான் பண்டிதர்களது படிப்பை விட்டுத்தாவி படிப்பறியாத இறுதித் தமிழனின் செவிகளுக்கும் புதுக்கவிதை தாவியது.

மரபு ஒரு கவிதையில் சொல்லை அடைக்க வேண்டியது இந்தச் செல் என்று கட்டமிட்டு காட்டுகிறது. மரபின் நல்ல வாசங்களெல்லாம் புதுக்கவிதைக்குள் புகுகின்றன மரபுக் கவிஞரால். மரபின் சாயலலை சென்று தாக்கியே சிறுமியாகக் கிடந்த புதுக்கவிதையை பெண் செய்கிறது. கண்களிரண்டையும் கழற்றி துடைத்து மீண்டும் பூட்டிப் பார்த்தால், மரபு புதியதை அரன் செய்கிறது எனலாம். அதுவரை மரபிலா மொழியை விடுக. அவர்களில் சிலர் முட்டிமோதி விருட்சமாவர்.

சிலர் பட்டுச் சிதறி சடலமாவர்.

ஔவையார் பாடியது:
பெரியது கேட்கின் எரிதவழ் வேலோய்
பெரிது பெரிது புவனம் பெரிது
புவனமோ நான்முகன் படைப்பு
நான்முகன் கரியமால் உதிரத்தில் உதித்தோன்
கரிய மாலோ அலைகடல் துயின்றோன்
அலைகடல் குறுமுனி கலசத்தில் அடக்கம்
கலசமோ புவியிற் சிறுமண்

புவியோ அரவினுக்கு ஒருதலைப் பாரம்
அரவோ உமையவள் ஒருசிறு மோதிரம்
உமையோ இறைவர் பாகத் தொடுக்கம்
இறைவரோ தொண்டர் உள்ளத் தொடுக்கம்
தொண்டர்தம் பெருமை சொல்லவும் பெரிதே.

இனியது:
இனியது கேட்கின் தனிநெடு வேலோய்
இனிது இனிது ஏகாந்தம் இனிது
அதனினும் இனிது ஆதியைத் தொழுதல்
அதனினும் இனிது அறிவினர்ச் சேர்தல்
அதனினும் இனிது அறிவுள் ளாரைக்
கனவிலும் நனவிலும் காண்பது தானே.
'அறிவில் அரியது,அருளில் பெரியது
அள்ளி அள்ளி உண்ண உண்ண, உனது தமிழ் இனியது.'
இதில் இனியன் என்ற பெயர் முருகனைக் குறிப்பது தெளிவு.

83. பிரான்சிஸ் பேக்கன்

* இவர் படைத்த 'சர்டெய்ன் அப்சர்வேஷன்ஸ் மேட் அபான் ஏ லிபல்' என்ற நூல் 1592-ம் ஆண்டில் வெளியானது. இதில் அறிவியல், அரசியல், சமூகம், அறிவுச் செல்வத்தின் அன்றைய நிலை, அறிவியல் ஆராய்ச்சிக்கான புதிய முறைகள், செயலறிவால் அறிந்துகொள்ளக்கூடிய தகவல்கள் உள்ளிட்ட பல விஷயங்கள் இடம்பெற்றுள்ளன. ஆறு தொகுதிகளாக வெளிவந்த இந்த நூல் உலகம் முழுவதும் வரவேற்பைப் பெற்றது. 'மெடிசின்', 'ஹிஸ்டரி ஆப் லைப் அன்ட் டெத்' ஆகிய நூல்களையும் எழுதியுள்ளார்.

* 'புதிய முறை ஆவணம்' என்ற நூல் இவரது மாஸ்டர் பீஸ் எனக் கருதப்படுகிறது.

அறிவு என்பது ஏதோ ஒன்றில் தொடங்கி அனுமானிக் கப்பட்ட முடிவுகள் அல்ல; நாம் கண்டறியும் ஒன்றுதான் அறிவு. முதலில் உண்மைகளைச் சேகரியுங்கள், பின்பு அதிலிருந்து முடிவுகளைப் பெறுங்கள்; அனுபவத்தால் அறிந்துகொள்ளும் ஆராய்ச்சி முறைகளைப் பின்பற்றுவதுதான் சரியானது என்பது இவரது கருத்து. இது பேக்கன் முறை என்று குறிப்பிடப்படுகிறது. தலைசிறந்த மெய்விளக்க வல்லுநர் எனப் போற்றப்பட்டார். இந்த உலகை அறிவியலும் தொழில் நுட்பமும் அடியோடு மாற்றிவிடும் என்பதை உணர்ந்த முதலாவது தத்துவவாதி இவர். அறிவியல் ஆராய்ச்சிகளைத் தீவிரமாக ஆதரித்த முதல் தத்துவஞானியுமான பிரான்சிஸ் பேக்கன் 1626-ம் ஆண்டு 65-வது வயதில் மறைந்தார்.

84. சுஜாதா - போராளி முத்துக்குமரன்

எது நல்ல கவிதை என்பதை யாரும் வரையறுக்க முடியாது. ஒவ்வொருவருக்கும் ஒவ்வொரு கவிதை பிடிக்கும். என்னைப் பொறுத்த ஒரு கவிஞர் தன் உணர்ச்சிகளை தன் உணர்வுகளைத் துல்லியமாக வாசகனுக்கு கடத்தி விட்டார் என்றால் அது நல்ல கவிதை.போராளி முத்துக்குமரன் மேல் எனக்கு பெரிய மரியாதை உண்டு. அவர்தம் மரண சாசனத்தில் ஒவ்வொரு வரியையையும் செதுக்கி இருப்பார். ஞானிகள்தாம் தம் மரணத்தை திட்டமிட்டு வரவழைக்க முடியும் என்பார்கள். உணர்ச்சி வசப்படாமல் ஒரு முடிவு எடுத்து , இப்படி ஒரு தியாகத்தை இந்த முறையில் செய்தவர்கள் வேறு யாரும் இருப்பதாக தெரியவில்லை.

இவர்தம் கவிதை நூலை படிக்க ஒரு வித தயக்கம் இருந்தது. மாமனிதர் என்பது வேறு. ஆனால் கவிதை என்பது வேறு துறை. ஒரு கவிஞராக எப்படி இருப்பார் என்பது தெரியாததால் படிப்பதை ஒத்தி போட்டுக்கொண்டே இருந்தேன். ஒரு நாள் என் தோழி ஒருவரைப்பார்த்து பேசி கொண்டிருந்த போது தற்செயலாக என் பையில் நெஞ்சத்து நெருப்புத் துணுக்கு என்ற புதியவன் கு. முத்துக்குமரனின் (இந்த பெயரில்தான் அவர் ஒரு கவிஞராக அடையாளப்பட விரும்பினார்) கவிதை புத்தகத்தை பார்த்தார்.

அந்த தோழிக்கு கவிதை, அரசியல் என எதிலும் ஆர்வம் இல்லை. அட்டைப்படத்தை பார்த்து விட்டு, இதில் முத்துக்குமார் யார் என கேட்டார் என்றால் பார்த்துக்கொள்ளுங்கள்.

புத்தகத்தை கேஷுவலாக புரட்டியவர் ஆங்காங்கு நிறுத்தி படிக்க ஆரம்பித்தார்.

அதன் பின், “ படித்து விட்டு நாளை தரட்டுமா “ என்றார்.

ஆச்சர்யமாக இருந்தது. முதல் முறையாக கவிதை படிக்கிறார் . நல்லது என இரவல் கொடுத்தேன்.

மறு நாள் புத்தகம் கொடுத்து விட்டு, பாராட்டி பேசினார். அப்போதுதான் எனக்கும் படிக்கும் ஆவல் ஏற்பட்டது (இதில் இணைக்கப்பட்டுள்ள கடைசி அறிக்கையை இப்போதுதான் முழுமையாக் படிக்கிறார் . கலங்கி விட்டார்)

அதன் பின் நான் படிக்க ஆரம்பித்தேன்.

படித்த பின்பு , முத்துக்குமாரைப்பற்றி புதிய பார்வை கிடைத்தது. அவருக்குள் லட்சிய நெருப்பு எப்போதுமே இருந்து வந்து இருக்கிறது. அதே சமயம் நுண்ணிய ரசனைகள், நகைச்சுவை உணர்வு, காதல் என எல்லாமும் இருந்து இருக்கிறது. முழுக்க முழுக்க சீரியசான, பிரச்சார பாணியில் கவிதை நூல் இருக்கும் என நினைத்த எனக்கு இது ஒரு சர்ப்ரைஸ்

தாய் மடி என்ற கவிதை

செருப்பை உதறி விட்டு நடக்கிறேன்

இது என் தாய் மண்ணல்ல
தாய் மடி

இவை வெறும் சொற்கள் அல்ல. அவரது நம்பிக்கை. உணர்வு.
இதை முன்னுரையில் அழகாக விளக்குகிறார் கவிதாசரண்.
இப்படி தீவிரமான உணர்வுடன் கவிதை எழுதிய அவரே , மிக லைட்டான கவிதைகளும் படைத்து இருக்கிறார்.

உருவம் காட்டி - சகியே
இமைகளை - சிமிட்டாதே
நான் என் - முகம் பார்க்க
வேண்டும் உன் கண்ணில்

வாங்க, ஆவியைப் பற்றி பேசலாம் என்ற தலைப்பில் நகைச்சுவை கவிதை ஒன்று, ரஜினியை வம்புக்கிழுக்கும் கவிதை, இலங்கை பிரச்சினை, தீக்குளிப்பு, செய்தி விம்ர்சன கவிதை, காற்றையும் காதலியையும் ஒப்பிடும் கவிதை என எல்லாமே ரசிக்க வைக்கின்றன.

நான் மிகவும் ரசித்தது இந்த கவிதை

உன் வீட்டு - குப்பை தொட்டியை
பற்றி சொல் - நான்
உண்மையில் சொல்வேன் - உன்னைப்பற்றி
ஞெகிழி - குப்பையா? - நீ
மத்திய வர்க்க - சுகவாசி
காகித - வெங்காய
குப்பையா? - நீ
அன்றாடங் காய்ச்சி - புதிய கவிஞர்களின்
முறிந்த சிறகுகள் குப்பையாகவா?
மன்னிக்கவும் - நீங்கள்தான்
“ மாண்புமிகு எழுத்தாளர்”

சுஜாதா இதில் இவரது இறுதி அறிக்கையை இணைத்து இருப்பது சிறப்பு. முன்னுரையும் அருமை. கண்டிப்பாக அனைவரும் படிக்க வேண்டிய புத்தகம். கவிதைகள் பிடிக்காது என்பவர்கள்கூட முத்துக்குமரனை அறிந்து கொள்ள இதை படிப்பது அவசியம்.

85. ஞானாலயா - கிருஷ்ணமூர்த்தி பேட்டி

‘சக்தி’ வை.கோவிந்தன்: பதிப்புத் துறையில் ஒரு கலங்கரை விளக்கம்

தமிழ்ப் பதிப்புத் துறையின் முன்னோடி ‘சக்தி’ வை.கோவிந்தன். அன்று அவர் வெளியிட்ட பல நூல்களின் பதிப்பு நுட்பம் இன்றும் மெய்சிலிர்க்க வைக்கக் கூடியவை. ‘பாரதியார் கவிதைகள்’ தொகுப்பை ஒன்றரை ரூபாய்க்கு மலிவு விலையில் கோவிந்தன் வெளியிட்ட பிறகே தமிழ்நாட்டின்

சாமானியர் வீடுகளுக்குள் பாரதி நுழைய முடிந்தது. பேராசிரியரும் ஆய்வாளரும், நூல் சேகரிப்பு — ஆவணமாக்கலுக்காகத் தன் வாழ்வையே அர்ப்பணித்தவருமான புதுக்கோட்டை 'ஞானாலயா' கிருஷ்ணமூர்த்தி, தன்னுடைய ஆய்வு நூலகத்தில் கோவிந்தன் பதிப்பித்த நூல்களை இன்றும் பாதுகாத்துவருபவர். கோவிந்தனின் உலகத்தை அறிந்தவரும்கூட.

இன்றைய தலைமுறைக்கு 'சக்தி' வை.கோவிந்தனை எப்படி அறிமுகப்படுத்துவீர்கள்?

புதுக்கோட்டை மாவட்டம் ராயவரத்தில் 12.6.1912-ல் பிறந்த வை.கோவிந்தன் எட்டாம் வகுப்பு வரை மட்டுமே படித்தவர். பர்மாவில் தேக்குமர ஆலையிலும், செட்டிநாட்டு வங்கியிலும் பணியாற்றினார். 1934-ல் தமிழகம் வந்து ரூ. 1 லட்சம் முதலீட் டில் சக்தி இதழையும், சக்தி வெளியீட்டகத்தையும் தொடங்கினார். பதிப்புத் துறையில் தொழில்நுட்பம் பெரிய அளவில் இல்லாத அந்தக் காலத்தில் நூல்களைச் சர்வதேசத் தரத்தில் பதிப்பித்தவர் வை.கோவிந்தன். தமிழ்ப் பத்திரிகைத் துறை, தமிழ்நூல் வெளியீட்டுத் துறை ஆகிய இரண்டிலும் முன்னோடியாகத் திகழ்ந்த அவரை அந்தத் துறையில் ஒரு கலங்கரை விளக்கம் என்று சொல்வேன்.

பதிப்புத் துறையில் அவருடைய ஆரம்பகாலச் செயல்பாடுகள் எப்படி இருந்தன?

சுத்தானந்த பாரதியார் மொழிபெயர்த்த விக்டர் ஹ்யூகோவின் 'ஏழை படும்பாடு' நாவலை 1938-ல் முதன்முதலாக வெளியிட்டார். 'டைம்' இதழ் போன்ற வடிவமைப்பில், தமிழில் சுத்தானந்த பாரதியாரை ஆசிரியராகக் கொண்டு 1939-ல் 'சக்தி' மாத இதழைத் தொடங்கினார். சக்தி மலர் என்ற பெயரில் டால்ஸ்டாயின் 'இனி நாம் செய்ய வேண்டுவது யாது?' என்ற நூலை பென்குவின் வெளியீடுகளைப் போல வெளியிட்டார்.

வை. கோவிந்தன் வெளியிட்ட 'சக்தி மலர்'கள் நாற்பதை யும் எனது 'ஞானாலயா' நூலகத்தில் வரிசையாக அடுக்கி வைத்திருக்கிறேன். 1992-ல் ஞானாலயாவுக்கு வருகைதந்த சிகாகோ பல்கலைக்கழக நூலகக் காப்பாளர் ஜேம்ஸ் நே, 50 ஆண்டுகளுக்கு முன்பு காலால் இயங்கும் அச்சு இயந்திரத்தில் அச்சிடப்பட்ட சக்தி மலர்களின் தரத்தைக் கண்டு வியந்துபோனார்.

அவருடைய சாதனையாகக் கருதப்படும் மலிவுப் பதிப்புகள் குறித்துச் சொல்லுங்கள்..

நோபல் பரிசுபெற்ற பெர்ல் எஸ்.பக்கின் 'நல்ல பூமி' நாவலை 'பெர்ல்ஸ் பப்ளிகேஷன்' என்ற அமெரிக்க நிறுவனம் வெளியிட்டிருந்தது. 350 பக்கங்கள் கொண்ட அந்த நூலின் விலை 50 காசுகள். இதுபோல ராஜாஜி எழுதிய 'வியாசர் விருந்து', கோவிந்தனின் முயற்சியால் மலிவு விலை பதிப்பாக ஒன்பதே மாதங்களில் 80 ஆயிரம் பிரதி கள் வரை விற்றுத் தீர்ந்தன.

இந்நிலையில், பாரதியாரின் புதல்விகள் தங்கம்மாள் பாரதியும், சகுந்தலா பாரதியும் பாரதியார் கவிதைகளை இதுபோல் வெளியிட வேண்டும் எனக்

கேட்டுக்கொண்டனர். ஏப்ரல் 13, 1957-ல் பாரதியார் கவிதைகள் முழுவதையும் 510 பக்கங்களில் ஒன்றரை ரூபாய் விலையில் காமராஜரைக் கொண்டு ராஜா அண்ணாமலை மன்றத்தில் வெளியிட்டார் வை.கோவிந்தன். இதன் மூலம் தமிழ்நூல் வெளியீட்டில் ஒரு சாதனை படைத்து, பதிப்புத் துறையில் ஒரு புதிய அத்தியாயத்தை ஏற்படுத்தினார்.

முதல் பதிப்பின் 10,000 பிரதிகளும் 15 நாட்களிலேயே விற்றுத் தீர்ந்திருந்தன. திருக்குறளைப் பரிமேலழகர் உரையோடு 3.7.1957-ல் மலிவுப் பதிப்பாக 15,000 பிரதிகளும், 9.9.1957-ல் 10,000 பிரதிகளும் வை.கோவிந்தனால் வெளியிடப்பட்டன. அதாவது, 66 நாட்களில் 25,000 பிரதிகளும் விற்றுத் தீர்ந்தன. பிழையில்லாத பதிப்பு, தரமான தாள் ஆகியவை மலிவுப் பதிப்புக்களின் பெருமையைப் பறைசாற்றின.

இலக்கியம் தவிர்த்து வேறென்ன நூல்கள் வெளியிட்டிருக்கிறார்?

வை.கோவிந்தனுக்கு விவசாயத்தில் ஈடுபாடு இருந்தது. மு.அருணாசலம் எழுதிய 'காய்கறித் தோட்டம்' என்ற நூலை வெளியிட்டார். சக்தி மலராக 'எருவும் எரு இடுதலும்' என்ற நூலையும் வெளியிட்டார். ஆனந்தகுமாரசாமியின் கட்டுரை களையும் தமிழர்களுக்கு அறிமுகப்படுத்தியவர் வை.கோவிந்தன். அவர் தொடாத பொருளில்லை.. தொட்டதை அழகுபடுத்தாமல் விட்டதில்லை என்று கூறினால் அது மிகையில்லை.

பதிப்புச் செயல்பாடுகளில் கோவிந்தன் எந்தளவுக்கு உறுதியாக இருந்தார்?

கோவிந்தனுக்கு ஒருமுறை விபத்து ஏற்பட்டு சிகிச்சைக்காக மருத்துவமனையிலேயே தங்க வேண்டிய சூழல். அப்போது வெளியாகிக்கொண்டிருந்த 'அணில்' குழந்தைகள் பத்திரிகையில் உதவி ஆசிரியராக இருந்த தமிழ்வாணனிடம் முழுப் பொறுப்பையும் கொடுத்திருந்தார். விற்பனையில் அதுவரை 5,000 பிரதிகள் சென்றுகொண்டிருந்த 'அணில்', திடீரென்று 25,000 பிரதிகளைத் தொட்டது. காரணம் கேட்டபோது, 'நான் பயமாயிருக்கே' என்ற தலைப்பில் ஒரு கதை எழுதுவதாக தமிழ்வாணன் சொன்னார். கதையைப் படித்த கோவிந்தன், "இதில் ஒரே துப்பாக்கி சத்தம், ரத்தம் என வன்முறையாக உள்ளது. அப்படி எழுதாதீர்கள். நமக்குக் கொள்கை பெரிது" என்று தொடரை நிறுத்தும்படி சொல்லிவிட்டார்.

பதிப்புச் செயல்பாடுகள் நின்றுபோனதற்கு என்ன காரணம்?

லட்சியத்தையே உயிரினும் மேலானதாக நினைத்து வாழ்ந்தவர் வை.கோவிந்தன். அதனாலேயே அவரது பத்திரிகை நெருக்கடிக்கு ஆளானது. மகாத்மா காந்தி, ஜே.சி.குமரப்பா ஆகியோ ரால் கண்டனத்துக்கு உள்ளான உணவுப் பொருட்களின் விளம்பரங்களைத் தம் பத்திரிகையில் வராமல் நிறுத்தினார். குறிப்பாக ஜே.சி.குமரப்பா எழுதிய ஒரு கட்டுரை ஒரு பெரிய நிறுவனத்தின் பொருளைக் கண்டனம் செய்வதாக நினைத்த அந்த நிறுவனத்தைச் சேர்ந்தவர்கள் அக்கட்டுரைக்கு மறுப்பு வெளியிடும்படி வை.கோவிந்தனை வலியுறுத்தினார்கள். மேலும், மறுப்பை வெளியிடும் பட்சத்தில் வை.கோவிந்தனின்

துறை சார்ந்த நஷ்டங்களை ஈடுசெய்வதோடு, விளம்பரங்கள் தருவதாகவும் உறுதியளித்தார்கள். ஆனால், 'பத்திரிகையை நிறுத்தினாலும் நிறுத்துவேனே ஒழிய மறுப்புப் போட மாட்டேன்' என்றார் வை.கோவிந்தன்.

பதிப்புத் துறையில் என்னென்ன முன்னெடுக்க விரும்பினார்?

“தமிழ் நூல்கள் எல்லாவற்றையும் ஒருங்கே சேர்த்து ஒரு விற்பனை நிலையம் அமைக்க வேண்டும் என்றும் செயல்பட்டார். அவர் கண்ட கனவுகளில் பாதிதான் நிறைவேறின. ஆனால், அது ஓர் உன்னதமான, சுயலாபம் தேடாத கனவு” என்று க.நா.சு எழுதியது நினைவுக்கு வருகிறது. “மக்கள் எதை விரும்புகிறார்களோ அதை அளிப்பது என்பது பத்திரிகையின் நோக்கமாக இருக்கக் கூடாது. மக்களுக்கு எது தேவையோ அதைத்தான் அளிக்க வேண்டும்” என்பது கடைசி வரை அவருடைய கொள்கையாக இருந்தது. அதை அவர் கடைப்பிடிக்கவும் செய்தார்!

86. 'விஜயா' வேலாயுதம்

கோவிந்தன்: பதிப்புத் துறையின் பிதாமகன்! 'விஜயா' வேலாயுதம் பேட்டி

தமிழ்ப் பதிப்புத் துறையின் முன்னோடி ஆளுமை 'சக்தி' வை. கோவிந்தன். அவர் வெளியிட்ட பல நூல்களின் பதிப்பு நுட்பம் இன்றும் பிரமிக்கத்தக்கது. 'பாரதியார் கவிதைகள்' தொகுப்பை ஒன்றரை ரூபாய்க்கு மலிவு விலையில் அவர் வெளியிட்ட பிறகே தமிழ்நாட்டின் சாமானியர் வீடுகளுக்குள் பாரதி நுழைய முடிந்தது. தமிழின் முன்னணிப் பதிப்பகர்களுள் ஒருவரான 'விஜயா' வேலாயுதம், கோவிந்தன் பற்றிய தனது நினைவுகளைப் பகிர்ந்துகொண்டார்.

'சக்தி' வை.கோவிந்தன் உங்களுக்கு எப்படி அறிமுகமானார்?

எனது பதின்பருவத்தில் 'அணில்' உள்ளிட்ட சிறுவர் பத்திரிகைகளைப் படித்து 'சக்தி' வெளியீடுகளுக்குத் தீவிர வாசகனாயிருந்தேன். கோவையில் 'சக்தி' காரியாலயம் இருந்தது. உள்ளே போகலாம் என்பதுகூடத் தெரியாமல் வெளியில் நின்று வேடிக்கை பார்த்துவிட்டு வந்துவிடுவேன். ராஜம்மாள் தேவதாஸ், வ.விஜயபாஸ்கரன் இருவரும் கோவிந்தனைப் பற்றி நிறைய சொல்லியிருக்கிறார்கள். கோவிந்தன் எனக்குள் முழுமையாக உருவேறும்போது அவர் உயிருடன் இல்லை. அவரை சந்திக்க முடியாதது என் துரதிர்ஷ்டம்தான்.

'சக்தி' இதழில் யாரெல்லாம் பங்களித்திருக்கிறார்கள்?

அந்தப் பட்டியல் பெரிது. சுத்தானந்த பாரதியை ஆசிரியராகக் கொண்டுதான் முதன்முதலில் இதழைத் தொடங்கினார் கோவிந்தன். பிறகு, தி.ஜ.ர. ஆசிரியராகப் பொறுப்பேற்றதும் உள்ளடக்கத்தில் பெரும் மாற்றம் ஏற்பட்டது. அதன் பிறகு

சுப.நாராயணன், கு.அழகிரிசாமி ஆசிரியர்களாக இருந்தனர். தொ.மு.சி.ரகுநாதன்,

ரா.கி.ரங்கராஜன், தமிழ்வாணன், வலம்புரி சோமநாதன், ம.ரா.போ.குருசாமி,

அழ.வள்ளியப்பா என்று பலரும் 'சக்தி' ஆசிரியர் குழுவில் இருந்தார்கள். பாரதிதாசன், தேசிக விநாயகம், நாமக்கல் கவிஞர் ராமலிங்கம், டி.கே.சி., வெ.சாமிநாதசர்மா, மு.அருணாசலம், எஸ்.வையாபுரிப் பிள்ளை போன்ற ஆளுமைகளெல்லாம் பங்களித்திருக்கிறார்கள்.

பதிப்புத் துறையில் கோவிந்தனின் சாதனைகள் என்று எவற்றையெல்லாம் சொல்வீர்கள்?

பதிப்புத் துறையின் பிதாமகன் அவர். 'பென்குவின்', 'பெலிகன்' போன்ற பதிப்பகங் களுக்கு நிகராகப் புத்தகங்களை வெளியிட்டது, பாரதியார் கவிதைகளைத் தொகுப்பாகக் கொண்டுவந்து மலிவுவிலையில் வெளியிட்டது, இரண்டாம் உலகப் போர் மும்முரமாக நடந்த காலத்தில் சோவியத் ரஷ்யா, புதிய சீனா, அரசியல் தத்துவங்கள் பற்றி துணிச்சலாக நூல்களை வெளியிட்டது என அவரது சாதனைகளின் பட்டியல் நீண்டுகொண்டே போகும்.

அன்றைய தமிழ்ப் பத்திரிகைகளிலிருந்து 'சக்தி' எவ்வாறு வேறுபட்டது?

ஆர்ட் காகிதத்தில் புகைப்படங்களை அழகாக அச்சடித்துப் பல புகைப்படக் கலைஞர்களை அறிமுகப்படுத்தினார் கோவிந்தன். பொழுதுபோக்காக அல்லாமல் சமூக முன்னேற்றத்துக்கான இதழாக இருக்க வேண்டுமென விரும்பி ஆங்கில நூல்களையும், சர்வதேசப் பத்திரிகைகளையும் தருவித்து ஆசிரியர் குழுவுக்குப் படிக்கக் கொடுத்திருக்கிறார். இதழின் ஒவ்வொரு அம்சத்திலும் பெரிய பாய்ச்சலை நிகழ்த்தினார். 'ரேஷனில் அரிசி, மண்ணெண்ணெய் வாங்க வரிசையில் நிற்பதுபோல் ஒருகாலத்தில் புத்தகங்கள் வாங்கவும் வரிசையில் நிற்பார்கள்!' என்று கனவுகண்டவர் அவர்.

அந்தக் கனவு நனவாகியதா?

1998-ல் கோவையில் வாசகர் திருவிழா நடத்தியபோது அந்த அரங்குக்கு 'சக்தி வை.கோவிந்தன் அரங்கம்' என்று பெயரிட்டிருந்தேன். அந்தத் திருவிழாவில் புத்தகங்களைப் பார்க்கத் தனி வரிசை, பில்போடத் தனி வரிசை, பணம் கட்டத் தனி வரிசை என்று மக்கள் நின்றிருந்தார்கள். கோவிந்தனின் புகைப்படத்தை வைத்து மாலையிட்டு, அதன் அருகில் 'இவரது கனவு நனவாகிவிட்டதற்கு நீங்களே சாட்சி' என்று எழுதிவைத்திருந்த நிகழ்வு நடந்தது அப்போதுதான்!

4

87. உறவு முறை - க.சொக்கலிங்கம்

பிரபல எழுத்தாளரும், தமிழறிஞருமாகிய சுந்தர ராஜன் காலமாகிவிட்டார். அவரது படிப்பறையாகவும், சயனக்கிருகமாகவும், பண்டசாலையரகவும் சாமி யறையாகவும் எல்லாமாயிருந்த அறையில் ஒரு மரக்கட்டிலின்மீது அவரது சடலம் கிடத்தப்பட்டு வெள்ளைத் துணியால் மூடப்பட்டிருந்தது. தலைப்பக்கத்திலே ஒரு குத்துவிளக்கு. கால்பக்கத்திலே கண்ணீருங் கம்பலை யுமாக அவர் மனைவி சிவபாக்கியம். ஒன்று எரிந்து கொண்டிருந்தது; மற்றது புகைந்தபடியிருந்தது. சுற்றிவர உற்றாரும், உறவினருமாகிய பெண்கள் கூட்டம். அவர்களின் ஒப்பாரி இடைக்கிடை எழுந்து சிவபாக்கியத்தின் நெஞ்சக் குருத்தைக் கருக்கி அவளை அழவும் சக்தியற்றவளாய் ஆக்கியபடி இருந்தது.

பற்றாக் குறையும், பஞ்சமும், நோயுமாக வாடி வதங்கிய வேளையிலும் முற்றாகக் கருகிப்போகாத ஒரு குளிர்மையைத் தமது பேச்சாலும், ஆதரவாலும், அன் பாலும் ஏற்படுத்தி வந்த அவர், அவளைத் தவிக்கவிட டுப் போய்விட்டார். தாய், தந்தை, சகோதர சகோ தரிகள் யாருமற்ற அநாதையான அவளுக்கு எல்லாமா யிருந்த அன்புருவம் வெறும் சவமாகக் கிடக்கிறது. இனி அவளுக்கு யார் துணை?

கண்களோடு இதயமும் இருண்டு கொண்டு வந்தது. சிந்தனையோடு உயிரும் செத்துக் கொண்டிருந்தது. சிவபாக்கியம் சுருண்டு 'அவராயிருந்த' அதன் கால்களிலே தலையை வைத்துக் கிடந்தாள். வெளியிலே இடைக்கிடை சந்தம் பிசகாது எழுந்து கொண்டிருந்த பறைச் சத்தமும், பந்தல் போடுபவர் களின் ஆரவாரமும், வருவோர் போவோரின் ஒலிக ளும், ஏன், உள்ளே வந்து தன்னைக் கட்டிப்பிடித்துக் கதறி அழுது அநுதாபத்தை வெளியிடும் பெண்களின் ஓலமுங்கூட அவளுக்குக் கேட்கவேயில்லை.

எங்கோ ஆழத்திலே அதல பாதாளத்திலே தலை குப்புற விழுகின்ற ஓர் அந்தர நிலையிலே-

படுபாதலம் - கச - இருட்டு - பயங்கர சூனியம். இனி-

(2)

சரியாகப் பத்தாண்டுகளுக்கு முன்பு சிவபாக்கியம் சுந்தரராஜனின் கைத்தலம் பற்றி ஸ்ரீமதி சுந்தரராஜனானாள். சிறந்த எழுத்தாளர், தமிழ் அறிஞர், நாடறிந்த பிரபலமானவர் என்பதையெல்லாம் தெரிந்து கொண்டு அவள் அவருக்குக் கழுத்தை நீட்டவில்லை. கலையுணர்வு பற்றியோ, அழகு ரசனை பற்றியோ அவ ளுக்கு ஒரு மண்ணும் தெரியாது. பாவாடை கட்டும் பருவம் கழியுமுன்னரே, பாடசாலையை விட்டுக் குச்சுக் கொட்டிலில் உரல் உலக்கைகளோடும், அம்மி குழவிக ளோடும் உறவாடி வளர்ந்த ஓர் அப்பாவிக் கிராமப் பெண் அவள். திருமணச் சந்தையிலே மலிவுச் சரக்காயிருந்த சுந்தரராஜனை, அவளின் தாய், தான் குத்தியிடித்து இரத்தம் பிழிந்து உழைத்த பணத்திற்குப் பெற்றுக் கொடுத்தாள். அவர்களுடைய திருமணம் ஏழ்மைக்கும் ஏழ்மைக்கும், அநாதைத் தனத்திற்கும் அநாதைத் தனத்திற்குமிடையே ஏற்பட்ட ஒரு பந்தமேயல்லாது வேறன்று.

சுந்தரராஜன் ஒரு தமிழாசிரியர்; இருநூறு ரூபா சம்பளத்திற்குப் பெட்டி படுக்கை சகிதம் ஊர் விட்டு ஊர் செல்லும் தலைவிதியைப் பூண்டவர். அவருடைய கல்வித் தாரதரம் அரிவரி தொடங்கி ஐந்தாம் வகுப்பு வரை 'படித்துக் கொடுக்கும்' அளவிற்குத்தான் தகுதி பெற்றிருந்தது.

ஆனால், அவரது திறமை அந்தத் தராதரப் பத்தி ரத்தினுள்ளே சிறை செய்யப்படவில்லை என்பதை ஈழத் துத் தமிழுலகமும், அறிஞருலகும் அறிந்திருந்தன, 'சுந்தரன்', 'ராஜன்', 'அமுதன்' என்ற புனைபெயர் களிலே கவிஞனாக, சிறுகதை எழுத்தாளனாக, கட்டுரை யாசிரியனாக, நாடக மேதையாக அவர் பத்திரிகை உல கிலும், கலையுலகிலும் உலாவி வந்தார். இலக்கிய, சம யக் கூட்டங்களில் தேன் மாரியாகப் பிரசங்க மாரி பொழிந்தார். இலங்கையின் எங்கோ ஒரு மூலையில் மாதத்தில் ஒரு தடவையாவது நடைபெறும் இலக்கிய, சமய மகாநாடுகளில் அவர் சொற்பெருக்காற்றுவது கடந்த பத்தாண்டுகளிலே சர்வ சாதாரணமாகியிருந்தது.

இவை அவருக்குப் பணத்தைச் சம்பாதித்துக் கொடுக்கவில்லை. சில சந்தர்ப்பங்களிற் கையைக் கடிப்ப தும் உண்டு. ஆனாலும், ஓயாத கலைத்தாகமும், புகழ் வெறியுங்கொண்டு அவர் அலைந்து திரிந்தார். இவ்வேளையில் சிவபாக்கியத்திற்கு அவரின் மீது பத் திரிகைகள் அவ்வப்போது பாடிய புகழ்மாலைகளும், பத்திரிகைகளில் வந்த அவரின் புகைப்படங்களும் நினைவில் வந்தன. ஒரு குழந்தையின் உற்சாகத்தோடு சுந்தர ராஜன் அவற்றைத் தனக்குக் காட்டி மகிழ்ந்த நாள்கள் அவளுள்ளே படங்களாய் விரிந்தன.

அவர் ஒரு குழந்தைப்பிள்ளை தான்! பொறுப்பில்லா மல் திரிவது தொடங்கி, உணர்ச்சிவசப்பட்டு அழுவது, சிரிப்பது வரை சுந்தரராஜன் குழந்தையிலும் குழந்தை யாகத்தான் இருந்தார். "என்ன இப்படிச் சிறுபிள்ளை மாதிரி இருக்கிறீர்களே ? கொஞ்சங்கூடப் பொறுப் புணர்ச்சி இல்லையே உங்களுக்கு" என்று அவள் சொன்னால், "இதோ பார் ராணி! உனக்கு ஆறு

குழந்தைகள் இருக்கின்றன. அந்த ஆறோடு என்னையும் ஏழாக நினைத்துக் கொள்ளேன். இதில் என்ன குறைந்துவிட்டது?'' என்று சொல்லிவிட்டு, குழந்தைகள் பக்கத்தில் இருந்தாலும் பொருட்படுத்தாமல் சிவபாக்கியத்தின் மடியிலே படுத்துவிடுவார். அந்த நேரத்தில் அவர் இடி இடி என்று சிரிக்கும் அந்தச் சிரிப்பு !

“அத்தான்! உங்கள் ராணி, இன்று ஆறு குஞ்சுகளோடு அநாதையாய் நிற்கிறாளே, தெரியவில்லையா உங்களுக்கு?'' என்று சிவபாக்கியம் குருதிக் கண்ணீர் வடிக்கையில்-

நடந்ததையும், நடக்கப் போவதையும் புரிந்து கொள்ளாத அவளின் குழந்தைகள் அங்குமிங்கும் ஓடியாடித் திரிவது மங்கிய நிழல் வடிவாய் அவளுக்குத் தோற்றுகின்றது. அந்தக் குழந்தைகளைப் பரிதாபத்தோடும், ஆதுரத்தோடும் பார்க்கிறவர்களின் பார்வையும், கைகளாலே தடவுகின்ற தடவலும்

அவள் வயிற்றைக் கலக்கி, இதயத்தைச் சுக்கு நூறாக்கி-

“கடவுளே! என் குழந்தைகளின் எதிர்காலம்''

சிவபாக்கியம் தன்னுள்ளே தானாகிச் சமாதி நிலை யில் கண்மூடிக் கிடக்கிறாள்.

பறை முழங்குகின்றது. பெண்கள், ஆண்கள் மாறிமாறி வருகின்றனர். போகின்றனர். வேலைகள் துரிதமாக நடக்கின்றன.

சவமாகிவிட்ட சுந்தரராஜன் சாம்பராக இன்னும் சில மணித்தியாலங்களே இருக்கின்றன.

குருக்களும் வந்துவிட்டார்.

(3)

பாடசாலைகளை அரசாங்கம் எடுத்ததால் யாருக்கா வது நன்மை ஏற்பட்டிருந்தால், அவ்வாறு நன்மை பெற்ற ஒரு சிலரில் சுந்தரராஜனும் ஒருவர். இது நாள்வரை வெளியூர்களிலே கடமையாற்றி இலங்கைப் கையிரதப் பகுதிக்கும், இ.போ. ச. விற்கும், உணவு விடுதிகளுக்குமே தமது சம்பளத்தைப் பகிர்ந்து கொடுத்துவிட்டுத் தமது குடும்பத்தை அரைப்பட்டினி யிலே போட்டு வந்த அவருக்கு ஊரோடு மாற்றம் வந்தது பெரும் வரப்பிரசாதமாகவேயிருந்தது. ஐந்து வருடங்களுக்கு முன்பு யாழ்ப்பாணத்திற்கு அதுவும் பெரியதொரு கல்லூரிக்கு மாற்ற உத்தரவு கிடைத்த பொழுது சுந்தரராஜன் மகிழ்ச்சி வெள்ளத்திலே முக் குளித்தார் என்றே சொல்ல வேண்டும்.

சிவபாக்கியத்திற்கோ ஆனந்தம் அளவிடவியலாத தாய் இருந்தது. சுந்தரராஜனிலும் நூறு மடங்கு கூடிய நிம்மதி அவளுக்குத்தான் ஏற்பட்டது. கொட்டில் வீட் டைக் கல்வீடாய் மாற்றி அமைக்கலாம் என்றும், அட கிலே கிடக்கும் நகைகளை மீட்கலாம் என்றும், குழந்தை களுக்கு வயிறார உணவு கொடுத்து, மரியாதையைக் காக்க நல்ல துணிமணிகளை வாங்கலாம் என்றும் அவள் எத்தனையோ கனவுகளைக் கண்டாள். எல்லாவற்றிலும் மேலாக

அவர் என்றைக்கும் பக்கத்திலேயே இருப் பார் என்ற நினைவே அவளுக்குப் பெரிய ஆறுதலாக இருந்தது.

ஆனால் - குச்சு வீடு குச்சு வீடு குச்சு வீடாகத்தான் இருந் தது. நகைகள் சுவரில் அடித்த பந்துபோலச் சில நாள் கள் வீடுதிரும்பி அவளிடம் இருந்துவிட்டு மீண்டும் அட குக் கடையையே நாடிச் சென்றன. பிள்ளைகள் போஷாக்குக் குறைந்தவர்களாயும், பிணிகொள் கலங்க ளாயுந்தான் இருந்தார்கள். சுந்தரராஜன் வந்த வழி அது. தமிழாசிரியரின் சிக்கன சுபாவத்திற்கு மாறாக ஒரு கலைஞனின் ஊதாரிக் குணத்திற்குத்தான் அவர் எடுத்துக்காட்டாயிருந் தார். மாதம் முழுவதும் கல்லூரியிலே கத்துவதற்குக் கிடைத்த பணம், கிடைத்த இரண்டொரு நாட்களில் அந்தர்த்தியானமாகிவிட எஞ்சிய நாள்களை அவர் கழிப்பதற்கு முடியாது திண்டாடுவது வழக்கமாகிவிட்டது.

சிவபாக்கியம் ஏழ்மை வாழ்விற்குப் பழக்கப்பட்ட வள்தான். ஆனால், ஊதாரித்தனத்தால் கணவன் ஏற் படுத்துகின்ற வறுமையைத்தான் அவளால் சகிக்க முடியாதிருந்தது. சம்பளம் கிடைத்த அன்று குடும்பம் முழுவதும் கார் பிடித்துக்கொண்டு படத்திற்குச் செல்லவேண்டும் எனபது சுந்தரராஜனின் நியதி. பணம் இருக்கையில் குழந் தைகள் எதைக் கேட்டாலும் வாங்கிக் கொடுத்துவிடு வார். அவை ஒரு நிமிடத்தில் வாங்கியதைப் போட்டு உடைத்து நொருக்கினாலென்ன, கிழித்துக் குதறினா லென்ன அதைப்பற்றிச் சிறிதும் வருத்தப்படமாட்டார்.

இந்த அநியாயச் செலவுகளைப் பற்றிச் சிவபாக்கி யம் மூச்சுவிடக்கூடாது. 'அநுபவிக்கவேண்டிய காலத் தில் எல்லாம் அநுபவித்துவிட வேண்டும். பணத்தைச் சுடலைக்குப் போகும்போது கட்டிக்கொண்டா போகப் போகிறோம்? குழந்தைகளின் முகங்களிலே காணப்படும் ஒரு நிமிஷ மலர்ச்சியின் பெறுமதி, நான் செலவழிக் கும் பணத்திலும் எவ்வளவோ மேலானது" என்றெல் லாம் அவர் பேசும்பொழுது சிவபாக்கியத்திற்குக் கோபம் கோபமாக வரும். வந்து என்ன செய்வது? சுந்தரராஜனைத் திருத்தக் கடவுளாலும் முடியாது.

அநுபவிக்க வேண்டியதையெல்லாம் அநுபவித்து விட்டு அவர் போய்விட்டார்.

இனி அவள் கதி ? குஞ்சுங் குருமானுமான பிள்ளைகளின் கதி?

கூப்பிட்ட குரலுக்கு ஏன் என்று கேட்கக்கூட நாதியற்ற அவளுக்கு இனி யார் துணை? எந்த ஆதாரத்திலே அவள் தனது வாழ்க்கையைக் கொண்டிழுக்கப் போகிறாள்?

மிச்சம் மீதியென்றிருந்த ஒரே ஒரு சங்கிலி இன்று சுந்தரராஜனின் கடைசிப் பயணச் செலவுகளுக்காய் நகைக்கடையை நாடிச் சென்றுவிட்டது.

நாளை?

திரும்பிய பக்கமெல்லாம் அநாதரவும், அந்தகார முமாய்த் தெரிய அவள் கிடந்த இடத்திலேயே, சுந்தர ராஜனின் குளிர்ந்த கால்களுக்குமேல் சுருள்-

கிறாள். பலவந்தமாக அவளை அப்பால் விட்டு நாலுபேர் வந்து கட்டிலோடு சடலத்தைத் தூக்கிச் செல்கிறார்கள்.

குளிப்பாட்டவாம்!

குழந்தைகள் ஒன்றும் புரியாது விழித்துப் பார்க் கின்றன. சவத்தின் பின்னால் ஓடுகின்றன. சிவபாக்கியம் நிலத்திலே விழுந்து குப்புறக் கிடக்கி றாள். அறிவுக்கும், அந்தகாரத்திற்கும் இடைப்பட்ட நிலை. சுந்தரராஜனுக்குச் சிறிய தாய் முறையான கிழவி ஒருத்தி தன் சேலைத் தலைப்பால் அவளுக்கு விசிறுவது கனவுக்காட்சி போலத் தெரிகிறது.

அவள் கிடக்கிறாள்-

(4)

"அந்தாள் தமிழ் வாத்திதான். எண்டாலும் பெரிய வீரனல்லே? இலங்கையிலை அந்நாளைப் போலத் தமிழ் எழுத இரண்டொருதராலைதான் முடியும். பேச்செண் டால் சுந்தரராஜன்தான் எண்டு பேரும் எடுத்துப்போட் டுது, இந்த இளம் வயசிலை. எத்தனை தமிழ்ச் சங்கங் களுக்குத் தலைவர், காரியதரிசி தெரியுமே? உம்- என்ன இருந்தென்ன? வாழத் தெரியேல்லை. இப்பிடிக் குறுக்காலை யமன் வந்திட்டான். பொடிச்சிதான் பாவம்." இளைப்பாறிய சிங்கப்பூர்ச் சந்திரசேகரம் வ்வாறு பேசுவது சிவபாக்கியத்தின் காதுகளிலே விழுகிறது.

சிவபாக்கியம் உள்ளுக்குள்ளே சிரித்துக்கொள்கி றாள். செத்தபின் வாய் வார்த்தைகளால் அபிஷேகம் செய்துவிடுவது சுலபந்தான். ஆனால், இந்த வார்த்தை கள் அவளின் வாழ்க்கைப் பாதையிலே எவ்வளவு தூரம் தொடர்ந்து வரப்போகின்றன?

சிவபாக்கியம் பல விஷயங்களை நினைவுத் திரையிலே ஓட்டி ஓட்டிப் பார்க்கிறாள். இவ்வளவு பேசுகின்ற இந் தச் சந்திரசேகரம், நோட்டுக்கு ஆயிரம் ரூபா கடன் தருமாறு சுந்தரராஜன் கேட்டபொழுது சொன்ன வாசகங்களை, வாழ்க்கையிலே மறந்துவிட முடியுமா?

"இஞ்சை பாரும் மாஸ்டர் ! நீர் பிள்ளைகுட்டிக் காரன். சும்மா கூட்டங்கள் நாட்டங்களெண்டு திரியிற ஒரு விசரன். உம்மிட்டை என்ன பொறுப்பு இருக் கெண்டு நான் கடன் தாறது? சும்மா கசாம், புசா மெண்டு பத்திரிகையிலை நீர் எழுதின இரண்டொரு கதையைப் பொறுப்பாய் வைச்சே காசுதரச் சொல்லு கிறீர்? எனக்கு ஒளிச்சு மறைச்சுப் பேசத் தெரியாது. சொல்லுறன் கேளும். உமக்குக் காசு வேணுமெண் டால் உம்முடைய இரண்டு பரப்புக் காணியை ஈட்டுக் குத் தாரும். ஆயிரமல்ல இரண்டாயிரந்தாரன்."

இத்தனைக்கும் சந்திரசேகரம் சுந்தரராஜனுக்கு ஒன்று விட்ட தாய்மாமன் முறையானவர். ஆனால், அவர் அன்று பேசின அந்தக் கொழுத்த பேச்சு! சுந்தரராஜன் உணர்ச்சி வசப்படுபவரல்லவா ? அவர் கண்டபடி பேசிவிட்டு வீட்டிலே வந்து பாக்கியத்தின் தோள்களிலே தலையைச் சாய்த்துக் கொண்டு

விம்மி விம்மி அழுதார். சிவபாக்கியமும் அவரோடு சேர்ந்து அழுதாள்.

அவளால் வேறு என்னதான் செய்யமுடியும்?

ஒழுகுகின்ற கிடுகுக் கூரையை ஓட்டுக் கூரையாக மாற்ற அவர் எடுத்த முயற்சி இப்படிப் பிசுபிசுத்துப் போகவும், அவர் அவமானப்படவும் காரணம் -?

சந்திரசேகரம் அன்று பேசிய பேச்சு ! அவர்தாம் ன்று சுந்தரராஜனுக்குப் புகழ்மாலை சூட்டுகிறார் !

சுந்தரராஜன் அன்று பாடிய பட்டினத்தார் பாடல் வரிகள் சிவபாக்கியத்தின் நினைவில் மிதக்கின்றன.

'ஊருஞ் சதமல்ல உற்றார் சதமல்ல
உற்றுப் பெற்ற பேருஞ் சதமல்லப்
பெண்டிர் சதமல்ல....'

சிவபாக்கியத்தை அணைத்துப்பிடித்துக்கொண்டு, கடைசித் தடவையாக அரப்பு எலுமிச்சங்காய் வைப்ப தற்காகச் சுந்தரராஜனைக் குளிப்பாட்டும் இடத்துக்கு அழைத்துச் செல்கிறார்கள். குழந்தைகளுக்கு எண்ணெய் வைக்-கையில் அவர் களோடு வரிசையில் வந்து நின்று தாமும் ஒரு குழந்தையாகி எண்ணெய் வைப்பிக்கும் சுந்தரராஜனுக்கு, அவள் அரப்பும், எண்ணெயும் வைக்கப் போகிறாள்.

கடைசித் தடவையாக-

அடிவயிற்றிலிருந்து குடலைக் கிழிப்பதுபோல ஓர் ஓலம் எழுகிறது. சிவ-பாக்கியத்திடமிருந்து.

ஆண்கள்கூடத் தங்கள் சால்வைகளால் கண்களைத் துடைத்துக் கொள்-கிறார்கள்.

(5)

அன்றைக்குப் பிறகு சுந்தரராஜன் யாரிடமும் கடன் கேட்பதில்லை. பத்து ரூபாவுக்கும், பதினைந்து ரூபாவுக்கும் 'டியூசன்' கொடுக்கப்போய் ஓடாய் உழைத்தார். இரவும் பகலும் கதை, கட்டுரை என்று எழுதி எழுதித் தள்ளி-னார்.

ஆனால், அவர் எதிர்பார்த்த பணவருவாய்தான் எட்டாக் கனியாய் நின்று ஏய்த்தது. எப்பொழுதாவது இருந்திருந்து பத்திரிகையில் வெளியாகும் கதை, கட்டுரைகளுக்குப் பத்தோ, பதினைந்தோ, இருபதோ அனுப்புவார்கள். ஒரு தடவை சுந்தரராஜன் ஒரு கிழமை இரவும் பகலும் முயன்று கம்பனின் கவி-தைகளிற் சிலவற்றிற்கு நீண்டதொரு விமர்சனம் எழுதினார். அந்தக் கவிதை கள் பல்கலைக் கழகப் புகுமுக வகுப்பு மாணவருக்குப் பாடமாய் இருந்தப-டியால், பத்திரிகைகளில் அக்கட் டுரைக்கு வரவேற்பு இருக்கும் என்ற நம்-பிக்கை அவ ருக்கு! பத்து இதழ்களிலாவது அது வெளியாகும். ஓர் இதழுக்கு இருபத்தைந்து ரூபா வீதம் இருநூற்றைம் பது ரூபாவாவது கிடைக்கும், என்று அவர் மனக் கோட்டை கட்டினார். அவரது நம்பிக்கை பழுதாகவில்லை. பத்-

திரிகையில் அக்கட்டுரைகள் வெளியானபோது பாராட்டுக்கள் குவிந் தன. தனிப்படக்கூடப் பல தமிழறிஞர்கள் அவருக்குப் புகழ்மாலை சூட்டிக் கடிதங்-கள் எழுதினார்கள்.

ஆனால் பணம்...? அவர் கட்டிய மனக்கோட்டை நொருங்கிச் சரிந்து போகும் வகையில், கட்டுரைகளை வெளியிட்ட பத்திரிகை மௌனமாகவே இருந்து விட் டது. ஒரு சதங்கூட அனுப்பவில்லை. சுந்தரராஜன் மனம் நொந்துபோனார். இந்தக் கட்டுரையை எழுத எத்தனை நூல்களை ஆராய்ந்து குறிப் புக்கள் எடுத்திருப்பேன்! எவ்வளவு நாள் சிந்தித்திருப் பேன் ! எத்தனை நாள்கள் கண் விழித்து எழுதி யிருப்பேன்! குறைந்தது நான் எழுதிய தாள்களு க்கும், மைக்குங்கூட, ஒரு பத்து ரூபாக் காசு கிடைக்க-வில்லை, பார்த்தாயா?" என்று அவர் கண்கலங்கிச் சொன்ன வேளையில்....

சிவபாக்கியத்தால் அழத்தான் முடிந்தது.

வேறு என்ன செய்வாள்?

பந்தலிலே கட்டிலைப் போட்டுப் பிரேதப் பெட்டியை அதன்மீது வைத்துச் சுந்தரராஜனைக் கிடத்தியிருக்கிறார் கள். வெள்ளை வேட்டி, நேஷனல் சட்டை, தோளில் உத்தரீயமாய்ப் போட்டிருக்கும் பட்டுச் சால்வை, தலைப்-பாகை, பூமாலை சகிதம் சுந்தரராஜன் மாப்பிள் ளைக்கோலத்திலே கிடக்-கிறார் ; இல்லை கிடக்கிறது. அழுகை, ஆரவாரங்கள் எல்லாம் அடங்கிப் போய் விடுகின்றன. குருக்களின் மணியோசையும், மந்திரங் களும் அங்குக் கம்பீர நாதமாய் எழுந்து கொண்டிருக் கின்றன. சுற்றிவர ஒரே மனிதக் கும்-பல். அது நின்றும் இருந் தும் புதினம் பார்க்கிறது ஆசிரியர்கள், சுந்தரராஜன் கல்வி கற்பித்த கல்லூரி அதிபர், மற்றும் ஊழியர்கள், பத்திரிகாசிரியர்கள், எழுத்தாளர்கள்... இன்னும் பலர்...

மாவிலையோடு சேர்த்து உரலின் இடையிலே வெள் ளைத் துணி கட்டி, அதனுள்ளே உலக்கையையிட்டு அதிலே ஒரு கையைப் பிடித்தவண்ணம், மூத்தவன் எட்டே வயதானவன் இராஜராஜன் நிற்கிறான். தலை மயிரை ஒட்டவெட்டி,மார்பு, கையெல்லாம் குறிகளோடு, வெள்ளைத் துணியொன்றை அரையில் உடுத்து, மார் பிலே பூணூல் அணிந்து, ஐயோ !

அவனைத் தாங்கிக்கொண்டு சந்திரசேகரம் நிற்கிறார். திருப்பொற்சுண்ணம் தொடங்குகின்றது.

'முத்துநற் றாமம்பூ மாலை தூக்கி...'

இராஜராஜனுக்குப் பக்கத்தில் தேன்மொழி, மங்கை, தயாளன், சீராளன். சுந்தரராஜனின் சிறிய தாய், கடைசிக் குழந்தை இராஜேந்திரனைத் தூக்கி இடுப்பில் வைத்து நிற்கிறாள். அது தனது சிறிய வாயிலே விரலை வைத்துச் சூப்பியபடி, சூழ இருக்கும் உலகினை விழித்து விழித்து மிரள மிரள நோக்-குகிறது.

திருப்பொற்சுண்ணம் முடியும்வரை சிவபாக்கியம் வாய்விட்டுக் கதறி அழக்கூடாது.

கைகளும் கால்களும், உடலும் சோர்ந்து விழ அவள் இதயத்தினுள்ளே குலுங்கிக் குலுங்கித் தேம்பித் தேம் பிக் குமுறிக் குமுறி அழுகிறாள்.

(6)

எல்லாம் நடந்து முடிந்துவிட்டன. இனிப் பிணத் தைப் பாடையிலே ஏற்றவேண்டியதுதான்.

ஆனால்... திடீரென்று பிணவீடு மேடைப் பேச்சரங் காய் மாறுகின்றது. சுந்தரராஜனின் படிப்பித்தற்றிறமை, பழகும் பண்பு, பலதரப்பட்ட ஆற்றல்கள்பற்றி அவர் படிப்பித்த கல் லூரி அதிபர் உணர்ச்சிவசப்பட்டுப் பேசுகிறார். அவரைத் தொடர்ந்து சில ஆசிரியர்கள் சுந்தரராஜனுக்குப் 'பரவல்' செய்கின்றனர்.

"சுந்தரராஜனைப் போன்ற சிறந்த எழுத்தாளர்கள் அடிக்கடி தோன்றுவதில்லை. அவரது எழுத்தாற்றல், நாடறிந்த செய்தி. எங்கள் பத்திரிகை அவரது கதை, கட்டுரை, கவிதைகளால் பெருமை பெற்றது என்று தயங்காது கூற விரும்புகிறேன். கலை, கலைக்காகவே என்று அவர் வாழ்ந்தார். அவர் நினைத்திருந்தால் தமது எழுத்தாலேயே ஆயிரம் ஆயிரமாய் உழைத்திருக்கலாம். ஆனால், இலக்கியத்தைக் கொண்டு பணம் பண்ண விரும்பாத பண்பாளராய் அவர் வாழ்ந்து மறைந்தார். இப்படிப்பட்ட பெருமகனை இனி என்று காணப்போகின்றோம்? அவரது ஆன்மா சாந்தியடைவதாக."

பிரபல நாளிதழொன்றின் ஆசிரியரும், மாதம் ஆயிரம் ரூபா சம்பளம் பெறுபவரும், ஆடம்பரமான பெரிய கார் ஒன்றிலே வந்திறங்கியவருமாகிய திருவாளர் பொன். செண்பகராசன் வழங்கிய மதிப்புரை - பாராட்டுரை - இறுதியுரைதாம் இந்த வாசகங்கள். இவர்தாம் சுந்தரராஜனது 'கம்பன் கவிதை' விமர்சனக் கட்டுரையை வெளியிட்டவர். தமது பேச்சு முடிந்ததும், சந்திரசேகரத்தைக் கொண்டு, வீட்டுச் சுவரில் தூங்கிய சுந்தரராஜனது நிழற்படத்தை வாங்கியவராய் அவர் தமது காரை நோக்கிச் செல்கிறார். அவரைத் தொடர்ந்து எழுத்தா ளர் சிலர் ஏதோ பேசிக்கொண்டு செல்கிறார்கள். 'நாளைப் பத்திரிகையில் சுந்தரராஜனின் படத்தோடு வெளியிட ஒரு கட்டுரை எழுதித் தாரும்" என்று அவர் தம் பக்கத்திலே செல்லும் எழுத்தாள நண்பரைக் கேட் பது, சிவபாக்கியத்தின் காதுகளிலே தெளிவாக விழுகின் றது. அவள் சிரித்து, அழுகிறாள்......

பாடை தூக்கப்படுகிறது. பெண்களின் ஒப்பாரி கிளம்பி வளர்கிறது. சிவபாக்கியம் அழவும் மறந்து, சோர்ந்துபோய்ப் பந்தல் தூண் ஒன்றைப் பற்றியவண் ணம் இருக்கிறாள். இராஜராஜனையும், கைக்குழந்தை யையுந் தவிர்ந்த மற்றைய குழந்தைகள் அவளுக்கு அரு கிலே வந்து நின்று இப்பொழுதுதான் உண்மையை உணர்ந்தவைபோலக் கதறி அழுகின்றன. அவளோ சமாதியாகி நிலந்தோய அமர்ந்திருக்கிறாள்.

சந்திரசேகரம் திடீரென்று அவளருகே ஓடிவந்து கீழே குந்திக்கொண்டு, "பிள்ளை! ஒரு விஷயம்" என்று குசுகுசுக்கிறார். 'அவள் என்ன?' என்று விழியாலும் துடிக்கின்ற உதடுகளாலும் கேட்கிறாள்.

"பிள்ளை! நீ தந்த சங்கிலிக் காசு கொஞ்சம் போதாது போலையிருக்குது. பறைகாரன், பாடைக்காரனுக்கெல்லாம் காசு குடுக்கவேணும். என்ன செய்யிறது?" தயங்கித் தயங்கிப் பேசுவது போலச் சந்திரசேகரம் கேட்கிறார்.

சிவபாக்கியம் ஒன்றும் பேசாது தனது காதோலைகளைக் கழற்றி அவரிடம் கொடுக்கிறாள்.

அவர் வேதனைப்படுவதுபோலக் காட்டிச் சிறிதே நின்றவர், "உம்... உன் நிலையும் இப்படியாய்ப் போச்சுது. என்ன செய்யிறது? நான் இதை அடகாய் வைச்சுக் கொண்டு நூறு ரூபா செலவழிக்கிறன். நீ வசதி போலைத்தா" என்று சொல்லியவராய், வராத கண்ணீரைச் சால்வையால் துடைத்துக்கொண்டு எழுந்து சவத்தைத் தொடர விரைவாய் நடக்கிறார்.

பறையின் சப்தம், சிவபுராண ஒலி, கதறல்கள், அழுகைகள் எழுந்துகொண்டிருக்கின்றன.

பிரபல எழுத்தாளர் சுந்தரராஜனின் இறுதிப் பயணத்திற்கு அவை கட்டியம் கூறுகின்றன.

- தினகரன், 1967-12-16.

- கடல் (சிறுகதைகள்), முதற் பதிப்பு: 1972-6-27, நண்பர் வெளியீடு, யாழ்ப்பாணம்.

88. ஒரு எழுத்தாளர் மனைவி ஆகிறாள்

- நிர்மலா ராகவன்

அப்போதுதான் வீட்டுக்குள் நுழைந்திருந்தார் நடராஜன்.

"என் நாடகத்தைப்பத்தி எல்லாரும் என்ன சொன்னாங்க?" எரிச்சலூட்டும் கேள்வி, மனைவியிடமிருந்து.

"அதான் ரேடியோக்காரங்க ஏத்துக்கிட்டு, பணமும் குடுக்கறாங்கல்ல? அப்புறம் என்ன? சும்மா தொணதொணத்துக்கிட்டு..!"

கணவர் களைப்புடன் வீடு திரும்பியவுடன் தான் சுயநலத்துடன் பேச்சுக்கொடுத்தது தவறுதான் என்று, உடம்பைக் குறுக்கிக்கொண்டு உள்ளே போனாள் வசந்தா. சிறிது நேரத்தில் அவள் கொண்டுவைத்த தேத்தண்ணீரை வெறித்துப் பார்த்தார் நடராஜன். அவர் உள்ளம் அதைவிட சூடாக இருந்தது. மனைவி நாடகம் எழுத, அவளுடைய கற்பனையில் உருவான ஐந்து பாத்திரங்களில் தானும் ஒரு சிறிய அங்கமானது குறித்து அவமானம் ஏற்பட்டது.

அவளுடைய பெயர்மட்டும் சற்று உரக்க அறிவிக்கப்பட்டதோ?

`என்னங்க, நடராஜன்! பேருக்கு ஏத்தமாதிரி, சக்திக்கு அடங்கின சிவனா ஆயிட்டீங்களே! இனிமே நீங்கதான் பேரை மாத்தி வெச்சுக்கணும் - மிஸ்டர் வசந்தா அப்படின்னு!' வேடிக்கையாகச் சொல்வதுபோல், சகநடிகர்கள் உசுப்பேற்றினார்கள். அந்தக் கைலாய பரமசிவன் தன் உடலில் பாதியை பார்வதியுடன் பகிர்ந்துகொண்டு, அவளுடன் ஒன்றாக இயங்கினாராம். யாரோ புராண காலத்துக்குப் போய் பார்த்தமாதிரிதான்!

அட, அந்தக் காலத்திற்கு அது சரியாக இருந்திருக்கலாமோ, என்னவோ! இப்போதோ, ஆணுக்கு நிகராக உரிமை கொண்டாடும் வசந்தா போன்ற பெண்களால்தான் குடும்ப நிம்மதியே போய்விடுகிறது. நண்பர்களுக்குத்தான் எத்தனை கேலிப்பொருளாக ஆகிவிட்டோம்!

கோலாலம்பூரில், அங்காசாபுரி (ANGKASAPURI) என்ற பெரிய வளாகத்துள் எதிரெதிரே இருந்தன மலேசிய தொலைகாட்சி, வானொலி நிலையங்கள். நாடகத்தில் நடித்து முடித்ததும், எப்போதும்போல் காண்டீனில் அமர்ந்து, அரட்டையே முக்கிய குறிக்கோளாய், ஆனால் மீ பிரட்டலை (நூடுல்ஸ்) சாப்பிடுவதுபோல் பாவனை செய்ய இன்று அவர் மனம் ஒப்பவில்லை. பிறரது தலையை உருட்டும்போது இருக்கும் சுவாரசியம், `நான் அவர்களைவிட மேலானவன்!' என்று அப்போது எழும் கர்வம், தானே பிறரது வாய்க்கு அவலாக மாறும்போது கிடைப்பதில்லையே!

அவர்களிடமிருந்து கத்தரித்துக்கொண்டு வந்தாலும், தன்னையும், வசந்தாவையும்பற்றித்தான் பேசுவார்கள் என்று நன்றாகவே தெரிந்திருந்தது நடராஜனுக்கு.

என்ன பேசுவார்கள்?

`இவரும்தான் முப்பது வருஷமா `நடிகன்'னு பேரை வெச்சுக்கிட்டு காலந்தள்ளறாரு! பளபளப்பான சட்டையும், அதிலே எக்கச்சக்கமா செண்டும் போட்டுக்கிட்டு, நாலுபேர் கூடற எல்லா எடத்துக்கும் தப்பாம வந்து, ஏதாவது சண்டை இழுத்து, அதனாலேயே எல்லாருக்கும் தன்னைத் தெரியறமாதிரி செய்துக்கிட்டிருந்தா ஆச்சா?' என்று பழித்துவிட்டு, அதே மூச்சில், `அதுவே, அந்தம்மா இருக்காங்களே! குடத்துக்குள்ளே இருக்கிற விளக்கு!' என்று வசந்தாவை எங்கோ கொண்டு வைப்பார்கள். அவர்கள் பேசுவதை இவர் ஒன்றும் கற்பனை செய்து பார்க்கவேண்டி இருக்கவில்லை. சாடைமாடையாக, இவர் எதிரிலேயே பல முறை பேசி வந்ததுதானே!

வசந்தா முதன்முதலாக எழுத ஆரம்பித்தபோது, `இவள் என்ன பெரிசா கிழிச்சுடப்போறா!' என்று தான் அசிரத்தையாக இருந்தது தப்பு என்று இப்போது, காலங்கடந்து யோசனை வந்தது. அப்போதெல்லாம் அவரிடமே பிறர் அவளைப் பாராட்டிப் பேசியபோது, பெருமையாகத்தான் இருந்தது. நண்பர்களுடையதைவிட விலை அதிகமான விளையாட்டுச் சாமான் தன்னிடம் இருப்பதற்காகப் பெருமை கொள்ளும் சிறுவனது மனநிலைக்கு ஆளானார். மனைவி தன் உடைமை. ஆகவே, தான் அவளைவிட மேலானவன் என்ப-

துபோல் நடந்துகொண்டார். அதுவும் பொறுக்கவில்லை பிறருக்கு. பலவாறாகத் தூபம் போட்டார்கள்.

`உன் மனைவி பேரும் புகழுமாக இருந்தால், அதில் அவளுக்குத்தான் பெருமை. உனக்கென்ன வந்தது?'

`நீ இப்படியே அவளை வளரவிட்டால், நாளைக்கு உன்னையே மதிக்கமாட்டாள், பார்!'

நடராஜனுக்குப் பயம் வந்தது.

இப்போது இவள் எழுதி என்ன ஆகவேண்டும்? அலுவலக உத்தியோகத்துடன், அவ்வப்போது மேடை, வானொலியில் நடிப்பதாலும் தனக்குக் கிடைப்பதே போதாது?

அட, பணத்தைப் பெரிதாக எண்ணியா தான் நடிக்கப் போனோம்?

எல்லாரையும்போல, `கலைக்குத் தொண்டு செய்கிறேன்!' என்று வெளியில் மிதப்பாகச் சொல்லிக்கொண்டாலும், செய்யும் தொண்டு தனக்கேதான்; தன் பெயர் பிரபலமாக வேண்டும் என்ற சுயநலத்தால்தான் என்று அவருக்கும் தெரிந்துதான் இருந்தது. இதில் என்ன கேவலமாம்? எல்லாம் வல்ல இறைவனே புகழ்ச்சிக்கு அடிமை! கடவுளைப் புகழ்ந்து வேண்டுபவருக்குத்தான் நல்லது நடக்கிறது. அவனுடைய படைப்பான தான் மட்டும் எப்படி வித்தியாசமாக இருக்க முடியும் என்று தன்னைத்தானே சமாதானமும் செய்துகொண்டார்.

அபூர்வமாக, எவளாவது, `நான் உங்கள் விசிறி!' என்று இளிச்சவாய்த்தனமாக சொல்லும்போது, என்னவோ கடவுள் ஸ்தானத்துக்கே உயர்ந்துவிட்டமாதிரி பிரமை ஏற்படும் நடராஜனுக்கு. மெனக்கெட்டு வருவித்துக்கொண்ட பெரியமனிதத்தனத்துடன், தலையைச் சற்றே அண்ணாந்து, எங்கோ பார்த்தபடி ஓரிரு வார்த்தைகள் பேசுவார். வீட்டுக்கு வந்ததும், வாய் ஓயாமல், தன்னைப்பற்றி தன் ரசிகைகள் என்ன நினைக்கிறார்கள், என்னவெல்லாம் சொன்னார்கள் என்று ஒன்றைப் பத்தாக்கி மனைவியிடம் கூறுவார். அவர் எது சொன்னாலும், புன்னகையுடன் கேட்டுக்கொள்வாள் வசந்தா.

இப்போதும், நண்பர்கள் தன்னை ஓயாது மட்டந்தட்டுவதைச் சொன்னார், மிகுந்த ஆற்றாமையுடன் - `விழுந்துட்டேம்மா!' என்று தாயிடம் வந்து அழும் குழந்தையைப்போல.

“விட்டுத் தள்ளுங்க!” என்றாள் வசந்தா.

“நானும் அதான் நினைச்சேன். அவங்க பெண்டாட்டி எல்லாம் ஒரே மக்கு. அதான் அவங்களுக்கு வயத்தெரிச்சல்!” என்றவர், “எனக்கு அதிர்ஷ்டம்! ஒன்னைமாதிரி புத்திசாலியான பெண்டாட்டி வாய்ச்சிருக்கு!” வசந்தாவுக்கும் பூரிப்பாக இருந்தது. இன்னும் நிறைய எழுதி, கணவனுடைய பெருமையை உலகுக்குக் காட்ட வேண்டும் என்று நிச்சயித்துக்கொண்டாள்.

வேலை முடிந்து, அப்போதுதான் வீடு வந்திருந்தார் நடராஜன்.

“பிளாஸ்கில் டீ வெச்சிருக்கேன்,” என்ற குரல் அசரீரியாகக் கேட்டது. தன்னைக் கவனிக்காது, தன்பாட்டில் எழுதிக்கொண்டிருந்த மனைவியின் போக்கு உறுத்தியது. கட்டின கணவனைவிட இவளுக்கு எழுதுவதால் கிடைக்கும் பெயரும், புகழும்தானே பெரிதாகிவிட்டன என்ற ஆத்திரத்துடன், “அந்த டீயை நீ வந்து எடுத்துக் குடுத்தா கொறைஞ்சு போயிடுவியோ?” என்று கத்தினார்.

எதுவும் பேசாது, பேனாவை மூடி வைத்துவிட்டு எழுந்தாள் வசந்தா. அன்றையிலிருந்து அவர் பார்க்க அவள் எழுதவில்லை. ஆனால், அவளுடைய எழுத்துப் படிவங்கள் என்னமோ வெளியாகிக்கொண்டுதான் இருந்தன. நடராஜன் தன் அணுகுமுறையில் மாற்றத்தை ஏற்படுத்திக்கொண்டார்.

“வீணா ஒடம்பைக் கெடுத்துக்காதேம்மா. இந்த தள்ளிப்போன நாட்டில, எழுதறதுக்கு ஒரு பயல் காசு குடுக்கறதில்ல. அப்புறம் எதுக்காக எழுதறது? கண்ணுக்குக் கீழே எப்படிக் குழி விழுந்துபோச்சு, பாரு!” என்றார், அன்பு சொட்டச் சொட்ட.

அவருடைய கரிசனம் வசந்தாவுக்கு வேண்டியிருந்தது. ஆத்திரப்பட்டவர் இப்படி மாறி விட்டாரே!

“பொழுது போகணுமே!” என்றாள் அப்பாவித்தனமாக.

“சினிமா, கச்சேரின்னு நாலு எடத்துக்குப் போயிட்டு வா. இல்லே, ஓய்வா, வீட்டிலேயே வீடியோ பாரு!”

சில நாட்கள் கணவர் சொன்னதுபோல் செய்துபார்த்தாள் வசந்தா. மனதில் ஏதோ வெறுமை. எதையோ இழந்ததுபோல் இருந்தது. என்னவாக இருக்கும் என்று யோசித்து, மீண்டும் எழுத முயன்றாள். இப்போது ஏதேதோ பயம் எழுந்தது. கணவர் வீடு திரும்புவதற்குள் எழுதி முடிக்கவேண்டும். அவருக்குச் சுடச்சுட தேநீர் போட்டால்தான் பிடிக்கும். இல்லையேல், மௌனமாக அமர்ந்து, பெருமூச்சாலேயே தான் கவனிப்பாரின்றி வாடுவதை உணர்த்துவார். அவளுக்கு அவரை அப்படிப் பார்க்க பரிதாபமாக இருக்கும். தான் தன் கடமையிலிருந்து தவறிவிட்டோம் என்ற உறுத்தல் உண்டாகும்.

இப்போது ஒவ்வொரு வரி எழுதியபிறகும், கடிகாரத்தைப் பார்த்துக்கொண்டாள். உருப்படியாக எதுவும் எழுத முடியவில்லை. இரவில் அவர் தூங்கியபின் எழுதினால், இந்தக் குழப்பங்கள் எழாது என்று தீர்மானித்தாள். தூக்கக் கலக்கத்தில் கையை விசிறிப் போட்டபோதுதான் அவள் தன் பக்கத்தில் இல்லாததை உணர்ந்தார் நடராஜன். தூக்கம் கலையாமலேயே, அசைந்து அசைந்து அவளைத் தேடி வந்தார்.

“இப்படித் தனியா படுக்கிறதுக்கா வசந்தி, ஒன்னைக் கட்டிக்கிட்டேன்?” என்று அவர் கேட்டது அவள் காதில் இன்னும் ஒலித்துக்கொண்டுதான் இருக்கிறது.

வசந்தாவுக்கு இப்போது குழப்பமில்லை. அவளுக்குப் புரிந்தது.

`ஆண்' என்பவன் உருவத்தில் மட்டும் பெரிதாக வளர்ந்திருக்கும் குழந்தை! சிறு வயதில் அம்மாவின் ஏகபோக கவனிப்புக்காக தம்பி, தங்கைகளுடன் போட்டி போட்டதைப்போல, இப்போது மனைவியின் பரிபூரண கவனிப்பும், அக்கறையும் தன் ஒருத்தனுக்காகவே இருக்கவேண்டும் என்று எதிர்பார்க்கும் புத்தி அவனுக்கு!

அத்துடன், ஒரு பெண் தனக்கு அடங்கி இருப்பதைத்தான் சராசரி ஆண் விரும்புகிறான். இது கற்காலத்திலிருந்து வரும் நியதி. கொடிய விலங்குகளைத் தனியே எதிர்க்கும் சக்தியின்றி, தன்னைப் பாதுகாக்கும் பொறுப்பை ஆணிடம் ஒப்படைத்தாளே, பெண்! அப்போது அவனுக்கு ஏற்பட்ட பெருமிதம் இன்றும் அவனுக்குத் தேவைப்படுகிறது. தன்னை நாடாது, தன்னை மீறி அவள் ஏதாவது செய்ய ஆரம்பித்தால், அடிப்படை ஆண்மையிலேயே சந்தேகம் தோன்ற, அந்த எண்ணத்தின் பயங்கரத்தில் அவள் வீழ்ச்சி காண வழி வகுக்கிறான்.

இப்போதெல்லாம் யாராவது வசந்தாவை, "ஓங்க கதைகளைப் பாக்க முடியறதில்லியே?" என்று உள்ளூர மகிழ்ச்சியுடன், ஆனால் வார்த்தைகளில் கரிசனம் சொட்டக் கேட்கும்போது, `ஆமா! ஒரு காசுக்குப் பிரயோசனம் இல்லை இதால! (100 ஸென் (காசு) = 1 மலேசிய ரிங்கிட்). நேரம்தான் தண்டம்,' என்று தனக்குள் சொல்லிக் கொள்கிறாள்.

வெளியே, "எங்கே! வீட்டு வேலையே சரியா இருக்கு. அதோட, எங்க வீட்டுக்காரர் கைப்பிள்ளை மாதிரி. அவருக்குத் தேவையான ஒவ்வொரு காரியத்தையும் நான்தான் பாத்துப் பாத்து செய்யணும்!" என்று பெருமை பேசுகிறாள்.

தன்னைப்போன்று, `குடும்பமே பெண்ணாகப் பிறந்ததின் லட்சியம்' என்ற கொள்கையுடைய மற்ற பெண்களுடன் சேர்ந்து வெளியே போகிறாள், அரட்டை அடிக்கிறாள். அவர்களைப்போல் இல்லாது, கணவரை மீறிக்கொண்டு புகழ்ப் பாதையில் பீடுநடை போடும் யாராவது அபூர்வமான பெண்ணைப்பற்றி மட்டந்தட்டிப் பேசுகையில், 'நல்ல வேளை, எனக்குப் புத்தி வந்ததே!' என்று திருப்திப்பட்டுக் கொள்கிறாள்.

(சூரியன் - மலேசியா, வலைத்தமிழ்)

89. என் கதை சினிமாவாகப் போகிறது

- ஸ்ரீ.தாமோதரன்

புதிய கதை ஒன்று எழுதி முடித்திருந்தேன்.கொஞ்சம் வித்தியாசமாக அதே நேரத்தில் சமூகத்தில் இன்று கரைந்து கொண்டிருக்கும் பாசத்தை பற்றி தந்தைக்கும் தனயனுக்கும் நடக்கும் உணர்வு போராட்டங்களை விவரித்திருந்தது. கதை வெளியாகி, எழுத்தாளர்களும் விமர்சகர்களுமான திருவா-

ளர்கள் முகம்மது இப்ராகிமின் ‘ஆச்சர்யமும்’, அர்.வி ரங்கராஜனின் ‘கண்டிப்பும்’, வசந்த் ஸ்ரீனிவாசனின் ‘நைஸும்’, வேல் முருகனின் ‘அருமையும்’, திருமதிகள் மங்கை மனோவின் ‘சூப்பர் சகோவும்’, தேவபானியின் ‘அருமையும்’, திவ்யா பாலாஜியின் ‘அருமை ஆச்சர்யங்களும்’ விமர்சனங்களாக வந்து விட்டதால் மகிழ்ச்சியாக இருந்தது.

மதியம் சாப்பிட்டு விட்டு அக்கடாவென கட்டிலில் என் உடலான இந்த கட்டையை சாய்த்த வேளை, மேசையின் மேல் இருந்த செல் போன் கிண் கிணித்தது. எழுந்து போய் எடுக்க சோம்பேறித்தனமாகத்தான் இருந்தது. சே படுக்கும்போதே பக்கத்தில் வைத்து படுத்திருக்கலாம், மனைவியை கூப்பிட்டு எடுத்து தர சொல்லலாம், அவ்வளவுதான் அதற்கு நூறு தோப்புக்கரணம் போட்டு விடலாம். நானே எழுந்து செல்போனை எடுத்து கட்டிலுக்கு வந்தேன்.

நம்பராகத்தான் இருந்தது, யாரோ புதியவர்கள், ஹலோ ! குரல் கொடுத்தேன்.

ஹலோ ஏகாம்பரம்தானே ! எரிச்சலாக வந்தது. என்னை நீங்கள்தானா? என்று மதிய தூக்கத்தில் இருப்பவனிடம் கேட்டால் என்ன சொல்வது?

ஆமா, எரிச்சலை கட்டுப்படுத்தி உங்களுக்கு என்ன வேணும்? குரலில் கொஞ்சம் கடுமையை காண்பித்தேன். உங்க கதையை படிச்சேன், ஓ கதை படித்து போன் செய்கிறார்கள், கொஞ்சம் உற்சாகமானேன். சொல்லுங்க, ஊக்கினேன். இப்பத்தான் உங்க கரைந்து போன பாசம் கதையை படிச்சு முடிச்சேன். நான் ஒரு சினிமா தயாரிப்பாளர், உங்க கதையை ஏன் படமா எடுக்க கூடாதுன்னு யோசனை வந்துச்சு, அதான் உங்க அபிப்பராயம் என்னன்னு தெரிஞ்சுக்கலாம்னு கூப்பிட்டேன்.

அவ்வளவுதான் என் தூக்கம் காணாமல் போயிருந்தது, குரலில் உற்சாகம் தெரியக்கூடாது என்று கட்டுப்படுத்தி கொண்டவன், அதை சினிமாவா எடுக்கற அளவுக்கு பெரிசா இருக்கற மாதிரி எனக்கு தோணலையே. (இப்படி சொல்வதால் அவர் என்னை நாலு வார்த்தை சேர்த்து பாராட்டலாம்) என் நினைப்பில் மண்ணை அள்ளி போடுவது போலத்தான் அவர் பதில் இருந்தது. (நிறைய சினிமா எடுத்து நஷ்டமாயிருப்பாரோ !) நீங்க சொல்றது சரிதான், இருந்தாலும் ஒரு சில காட்சிகளை மாத்தி வச்சா நல்ல கதைய போகஸ் பண்ணிடலாம்.

பாவி...பாவி அப்படி சொல்லக்கூடாது உங்க கதை உண்மையிலேயே நல்லா இருந்துச்சு, இப்படித்தான் பதில் வரும் என்று எதிர்பார்த்தேன். ஆனால் நான் சொன்னதையே ஆமோதித்து இந்த கதையில் ஒன்றுமில்லை என்று ஒப்பு கொள்ள வைத்து விட்டானே. நான் அவன் சொன்னதை மறுத்தால் முதலில் நான் சொன்னது வெறும் பந்தாவுக்காகத்தான் என்று தெரிந்து விடும். ஆம் என்று சொல்லி விட்டால் என் கதை அப்படி ஒன்றும் பெரிய கதை இல்லை என்று ஒப்புக்கொண்டதாகி விடும். மனதுக்குள் கோபம் வந்-

தாலும் அடக்கி சிரிப்பு ஒன்றை சிரித்து வைத்தேன்.

சரி விஷயத்துக்கு வரலாம், நல்ல வேளை அடுத்த காரியத்துக்கு அவரே போய் விட்டார். “உங்க கதைய் நான் சினிமாவுக்கு எடுத்துக்கலாமுன்னு இருக்கேன். இரண்டு நாள்ல உங்களுக்கு போன் பண்ணுறேன், நீங்க நான் சொல்ற இடத்துக்கு வந்து பேச முடியுமா?

இந்த கேள்வி என்னை உச்சிக்கு கொண்டு சென்றது, கண்டிப்பா வர்றேன், ஆனா எனக்கு வேலை நாளா இல்லாம இருந்தா சௌகர்யமா இருக்கும். இதை விட எனக்கு வேலைதான் முக்கியம் என்பது போல் உணர்த்தினேன் (எப்ப கூப்பிட்டாலும் வர தயாராய் இருக்கிறேன்) இதை சொல்ல முடியுமா? அவர்கள் என்னை பற்றி என்ன நினைத்து கொள்வார்கள்?

கடந்து போயிருந்த இரண்டு நாட்களும் நான் எப்படி இருந்திருப்பேன் என்று உங்களுக்கு சொல்ல தேவையில்லை. முகம் தெரியாத நண்பர்களுக்கு கூட போன் செய்து தேவையில்லாமல் இன்னும் இரண்டு நாட்களில் என் கதையை திரைக்கதையாக்க ஒரு தயாரிப்பாளருடன் டிஸ்கஸ் செய்ய போவ-தாக சொல்லியிருந்தேன் என்றால் தெரிந்த முகங்களை விட்டு வைத்திருப்-பேனா என்பதை வாசகர்கள் அனுமானத்துக்கே விட்டு விடுகிறேன்.

நல்ல பெரிய ஸ்டார் ஓட்டலுக்கு கூப்பிடுவார்கள் என்று எதிர்பார்த்தேன், அவர்கள் சாதாரண பத்துக்கு பத்து அறையில் இரண்டு நண்பர்களுடன் என் கதையை பற்றி விவாதித்தனர். (நான் எத்தனை சினிமாவிலும், கதையி-லும் கதை டிஸ்கசன் என்றால் பெரிய ஹோட்டல் அறை, பெரிய மெத்தை விரிப்பு, அதில் மற்ற அயிட்டங்கள்) எதுவுமேயில்லாமல் மிக எளிமையாக ஒரு டீ இரண்டு பிஸ்கட்டு களுடன் எங்கள் கலந்தாலோசனை முடிந்து விட்-டது.

கதையை மாற்ற மட்டுமே என்னிடம் அனுமதி கேட்டார்கள், தலையாட்-டுவதை தவிர என்ன செய்ய முடியும்.

என் கதை சினிமா கதையாக போகிறதல்லவா?

ஒரு வாரம் கழித்து உங்கள் கதையை மாற்றி உள்ளதாகவும் அதை மெயிலில் அனுப்பி உள்ளதாகவும் சொன்னார்கள். ஆவலுடன் அவசரமாய் ஈ மெயிலை திறந்து பார்த்தேன். கதை நான் எழுதியிருந்ததா என்பதே எனக்கு புரியவில்லை. படித்து படித்து பார்த்தும் என் மூளைக்கு புரிய மறுத்-தது.

ஹலோ..செல்போனில் அழைப்பு அந்த எண்ணிலிருந்து வர சார் கதைய படிச்சிட்டீங்களா?

படிச்சேன், நான் நாற்பது வயசு மகனோட குடும்ப சுமைகளினால வயதான தந்தைய பாத்துக்க ஆசை இருந்தும் அது முடியாம அவன் தவிக்கற மாதிரி எழுதியிருந்தேன். நீங்க கல்யாணமே ஆகாத பையனா காண்பிக்கிறீங்களே, மெல்ல சொன்னேன். நாற்பது வயசு ஆளுக்கும், தொன்னூறு வயசு ஆளுக்கு நடக்கற போராட்டத்தை இரண்டரை மணி

நேரம் பாத்து கிட்டிருந்தான்னா அவனுக்கு போரடிச்சிடும். கதைய இளமையாகவும் காட்ட முடியாது, இப்படி இருந்தாத்தான் கதாநாயகியை இளமையா காட்ட முடியும், இரண்டு மூணு டூயட் சாங்ஸ் வைக்க முடியும்.

அதுவும் சரிதான், பணம் போட்டு படம் எடுப்பவர்கள் நாலும் யோசிக்க வேண்டுமே. என்னுடைய கதாநாயகி மாதிரி முப்பத்து ஐந்து வயதாகி இரண்டு குழந்தைக்கு அம்மாவாகியிருந்தால் அவளால் கதாநாயகனுடன் டூயட் பாட முடியுமா? இல்லை நடுத்தர அம்மாவாக அங்கும் இங்கும் ரேசன் கடையிலிருந்து மாவு அரைக்கிற இடம் வரைக்கும் சென்று வருவதை சினிமாவில் காட்டமுடியுமா?

அப்புறம்..வயசானவரை இளமையில் கதாநாயகனை வளர்க்க மனைவி இல்லாமல் ரொம்ப சிரம பட்டதா எழுதி இருந்தேன்•••. ஆனா..மெல்ல இழுத்தேன்.

ஆமா சார் நாயகனும், நாயகியும் இளமையா இருக்கறப்ப அப்பாவை ரொம்ப வயசானவராவும், கஷ்டப்பட்டு வளர்த்ததாகவும் காட்டினா இரசிப்பாங்களா? அவரையும் நல்ல பணக்கார அப்பாவா காட்டி, பெரிய பங்களாவுல வேலைக்காரங்க நடுவுல இருக்கறமாதிரி இருந்தாத்தான் இந்த கதைக்கு நல்லா இருக்கும். அம்மா கேரக்டரை கூட நாங்க இதுல சேர்த்து இருக்கறோம். அவங்களுக்கு இரண்டு சகோதரர்கள், அவங்களுக்கு இந்த சொத்துல கண்ணு, அப்படீன்னு இன்னொரு கண்ணோட்டத்துல கதைய கொண்டு போயிருந்தோமே, படிச்சீங்களா?

ம்•••ம்.. ஆமாங்க•••படிச்சேன்..

உங்களுக்கு ஓ.கே தானே !

ஓ.கே தாங்க, அப்புறம் இழுத்தேன்••••••

புரியுது கதைக்கு உண்டானதை எதிர்பார்க்கறது நியாயம்தான். நாங்க எல்லாம் பேசி முடிச்சு, இதை ஆரமபிக்கும் போது உங்களுக்கு அட்வான்ஸ் வரும். அதுக்கு பின்னாடி மொத்தமா செட்டில் பண்ணிடுவோம். என்ன சரிதானே. சரி என்று சொல்லி தலையாட்டியதை அவர்கள் போனுக்கு அந்தப்புறம் இருந்ததால் காண முடிந்திருக்காது. ஆறு மாதங்களுக்கு மேல் ஓடியிருந்தது. அதற்கு பிறகு அந்த எண்ணிலிருந்து எந்த அழைப்பும் வரவில்லை. இரண்டு மூன்று முறை போன் செய்தும் பதிலில்லை, இல்லை எடுக்க விருப்பமில்லை என்ற பதில்தான் கிடைத்தது.

திடீரென்று ஒரு அழைப்பு, எடுத்தேன். சார் நீங்க ஏகாம்பரம்தானே. ஆமாம் என்றேன் அசுவாரசியமாக.. நீங்க ஒரு கதைய இந்த கம்பெனிக்கு கொடுத்திருந்தீங்களா?

ஆஹா.. மனதுக்குள் ஒரு சந்தோசம், ஆமாம் கரைந்து போன பாசம் அப்படீன்னு ஒரு கதை.

அந்த கதைய படிச்சு பார்த்தேன், அப்பட்டமான என்னோட கதையோட காப்பி, அவங்க கிட்டே போயி கேட்டேன், அவங்கதான் உங்க நம்பரை

கொடுத்தாங்க. ஏன் சார் இந்த மாதிரி பண்ணறீங்க? நான் கோர்ட்டுல இதுக்காக கேஸ் போடலாமுன்னு இருக்கேன்.

ஐயோ, கோர்ட்டா, மனதின் முன்னால் கருப்பு கோட்டு போட்ட ஆட்கள் அங்கும் இங்குமாய் நடந்து கொண்டிருந்தார்கள்.

சார் சார் அவசரப்படாதீங்க, முதல்ல அவங்க என் கதைய எடுக்கறதுக்கு முன்னாடி என் கிட்டே சொல்லிட்டு அட்வான்ஸ் கொடுக்கறேன்னு சொன்னாங்க, ஒரு பைசா வரலை, சினிமா எடுக்கறாங்களான்னே எனக்கு தெரியலை. நீங்க சொல்லித்தான் எடுக்கறாங்கன்னு தெரியுது. இரண்டாவது அவங்க கதைய வாங்கி படிச்சு பார்த்தீங்களா, உங்க மெயில் ஐ.டி, இல்லையின்னா வாட்ஸ் அப் எண்ணை கொடுங்க, நான் அவங்களுக்கு எழுதி கொடுத்த கதைய உங்களுக்கு அனுப்பறேன் படிச்சு பாருங்க. அப்புறம் சொல்லுங்க, நான் உங்க கதைய காப்பி அடிச்சிருக்க றனான்னு, அவங்க என் கதையவே அப்படியே மாத்தி எழுதிட்டாங்க சார்.

மறுபடி இந்த எண்ணிலிருந்து எந்த பதிலும் வரவில்லை. அந்த எண்ணுக்கு நான் எழுதியிருந்த கதையையும் அனுப்பி இருந்தேன். அதற்கும் எந்த பதிலும் தரவில்லை. மீண்டும் ஆறு மாத மௌனம். ஒரு நாள் ஏதோ ஒரு தொலைக்காட்சியில் போட்ட படத்தை பார்த்துக் கொண்டிருந்த பொழுது அட இதை எங்கோ படித்திருக்கிறோமே என்ற ஞாபகம் மட்டுமே எனக்கு வந்தது.

90. நேர்த்தியன் - பொ.கருணாகரமூர்த்தி

முகநூலில்த்தான் எங்கள் நட்பு ஆரம்பித்தது. என் வலைப்பக்கத்தில் நான் பதிந்தவை அனைத்தையும் அவள் படித்துவருகிறாள் என்பதில் எனக்கும் அவள்மேல் ஒரு `அது' வளர்ந்திருந்தது உண்மைதான். அதை எளிமையாக 'அபிமானம்' எனலாம், ஆனாலும் அதைப்பூரணமாக விளக்கவல்ல பிறிதொருசொல் வேறேதாவது மொழிகளில் ஒருவேளை இருக்கலாம் எனக்குத்தான் தெரியவில்லை.

சாஸ்திரிய இசை முதற்கொண்டு எனக்கு என்னவெல்லாம் பிடிக்குமோ அவையெல்லாம் பிலஹரிக்கும் பிடித்திருந்தன. அசப்பில் பாலுமகேந்திராவின் ஷோபா சாயலில் 'கிருதி பாட்' டென்று ஒரு இளம் கர்நாடக இசைப்பாடகி ஸ்படிகக்குரலில் அசத்துகிறாரே கேட்டிருக்கிறீரோவென்று கேட்கையில், அவள் அப்போது கேட்டுக்கொண்டிருந்த 'கிருதி பாட்'டின் Gaana Kairali யின் கச்சேரியின் சத்தத்தை மேலேவைத்து என்னை அசத்தினாள்.

அநேக தருணங்களில் எனக்கு இரண்டாம் ஜாமத்திலும் அவளுக்கு அலுவலக விடுமுறை நாட்களின் அதிகாலையிலுமாக நாம் பேசினோம் பேசினோம், வானத்தின் கீழகப்படும் அனைத்து விடயங்கள்பற்றியும் நிறையவே பேசினோம். அவளும் நிறைய வாசிப்பவளாக இருந்தாள். கிளாஸிக்கல்

வகையிலான எழுத்துக்கள் தென்னமெரிக்க, ரஷ்ய, ப்ரெஞ்ச், ஆபிரிக்க இலக்கியங்களென்றாலும் இன்ன இன்ன எழுத்தாளர்களைத்தான் படிப்பதென்றில்லை, கிடைத்த எல்லோரையும் படிப்பவளாக இருந்தாள். சில கேள்விப்பட்டேயிராத எழுத்தாளர்களின் பெயர்களைச் சொன்னபோது நான் அசந்தேபோனேன். பழகியவொரு நண்பரிடமோ, புதிதாகப்பழகுபவரிடமோ என்னைப்பற்றிய பிம்பத்தை உயர்த்திக்கட்டமைக்க நான் பொய்களைக் கூறிவைப்பதில்லை. உண்மையில் எனக்கு அவர்களில் பலரைத் தெரியாதென்பதைச் சொல்லிவைத்தேன்.

இவள் என்னை மிகைமதிப்பீடு செய்து வைத்திருக்கிறாளோவென்று தோன்றும் போதெல்லாம் நானாகவே என்னைப்பற்றிய உண்மைகளைத் தெளிவாகச் சொல்லிவைத்திடுவேன். இந்த இரண்டு ஆண்டுகாலப் பழக்கத்திலும் என் எழுத்துகளுக்கு வெளியிலான எந்தத்தகவலையும் குடிசார்நிலை, குடும்பம், தொழில், வருமானம் என்று அவள் என்னிடமிருந்து பெற்றுக்கொள்ள முயன்றதில்லை.

முகநூலின் சுயவிபரத்தில் இருந்த தகவல்களே போதுமானவையாக இருந்திருக்கவேண்டும். முகநூலில் நட்பாகச்சேர்த்துக்கொண்ட புதிதில் அவளது சுயவிவரத்தில் அவள் தர்மபுரி மாவட்டத்தில் ஒரு ஏற்றுமதிக்குழுமத்தில் கணக்கியல்துறையில் பணிபுரிவதாக இருந்தமாதிரியொரு ஒருசிறு ஞாபகம். தர்மபுரி என்றால் அங்கே ஔவையார் வாழ்ந்தார் என்பதைத்தவிர அம்மாநிலம்பற்றி எனக்கு வேறொன்றுந்தெரியாது. பின் நாட்களில் சுயவிபரத்தை எவரும் பார்க்கமுடியாதபடி பூட்டியிருந்தாள். அனாமதேயங்களிடமிருந்து பெண்களுக்கு சுயவிபரத்தகவல்களால் தொந்தரவுகள் இருப்பது தெரிந்ததுதான், அதனால் நானும் ஏன் எதுக்காகவென்று அவளை மேலே அதுபற்றி உசாவவில்லை.

இந்த ஆண்டின் ஆரம்பத்தில் நான் இந்தியாவுக்கு வரவிருப்பதாக முதலில் சொன்னபோது நான் தமாஷ் பண்ணுவதாகவே நினைத்தாளாம். என் கணவியோ தன் பதின்மவயதிலேயே பெர்லினுக்கு வந்துவிட்டவளாகையால் அவளுக்கு இந்தியசுற்றுலாவில் அத்தனை நாட்டமில்லை. அவளது சகோதரியின் மகளுக்குக் கனடாவில் நடக்கவிருக்கும் திருமணத்துக்காகத் தன் விடுமுறை நாட்களைச் சேமித்துக்கொண்டிருந்தாள், பிள்ளைகளின் நீண்ட கல்லூரிவிடுமுறைகள், நான் விடுமுறை களிக்கவிருந்த மாதத்தைவிடவும் வேறாக இருந்தன.

நான் தனியாகத்தான் இந்தியவிடுமுறையைக் களிக்கவிருந்தேன். முதல்வாரம் எப்படியும் சென்னைப் புத்தகச்சந்தையுடன் போய்விடும், இரண்டாம் வாரம் என் இலக்கியநண்பர் செம்பருதி திருவண்ணாமலையில் தன்னுடன் கழிக்கவேண்டுமென்ற அவரது ஏற்பாட்டுக்கமையத் தன் பணிகளையும் சினிமா முயற்சிகளையும் வகுத்துள்ளாராம். இன்னும் அவர் எடுக்கப்போகும் Anthology வகையிலான ஒருமணிநேரப்படத்துக்கான உருவாக்கத்தில்

திரைக்கதை அமைப்பதில் தன்னுடன் 4 நாட்கள் தனியாகச் செலவழிக்க-வேண்டுமென்றும் ஏலவே கேட்டுக்கொண்டுமுள்ளார்.

அவருடைய மலையாள இலக்கிய நண்பரொருவர் என் சிலகதைகளை தன்னார்வத்தில் மலையாளத்தில் மொழிபெயர்க்க ஆரம்பித்திருந்தார். அவரும் நான் அவசியம் தன்னுடன் இரண்டுநாட்கள் போடனூரில் (கோயம்-புத்தூர்) ஒரு கிராமத்தில் தங்கவேண்டுமென்றும் என் கதைகள்பற்றி மேலும் சில விளக்கங்களைத் தான் நேரில் கேட்டறியவேண்டுமென்றும் கேட்டிருந்-தார். பிலஹரி தான் இம்முறை சென்னைப் புத்தகச்சந்தைக்கு வரவில்லை-யென்றும், கடந்த இரண்டு சந்தையில் வாங்கியதில் 50க்கும் மேலானவை இன்னும் 'கன்னியாகவே இருக்கின்றன' என்றாள்.

கண்காட்சி உங்களுக்கு ரொம்பத்தொலைவோ என்றதுக்கு " உங்கள் நாட்டிலாயின் ஒரு 3 மணிநேர டிறைவ் இங்கே எங்களுக்கு குறைந்தது 5 மணிநேரம் பிடிக்கும் " என்றுவிட்டு எவ்வளவு தொலைவென்றாலும் உங்-கள் சுற்றுக்கள் காரியங்கள் எல்லாம் முடிந்தபின் எனக்கும் 2 நாட்களாவது ஒதுக்குங்கள், நான் உங்களைப் பார்க்கணுமே" என்றாள். அப்போதும் தன் ஊரைச்சொல்லவில்லை. நானே அவளிடம் போவதா அல்லது அவள் என்-னிடம் வருவாளா அவள் வீட்டிலேயே தங்க வசதியுண்டா, நான் ஹொட்டல் முன்பதிவுசெய்யணுமா என்பதெல்லாம் பேசாப்பொருளாக இருந்தன.

எனது ஆறுவாரவிடுமுறை, முதல் இரண்டு வாரங்களையும் சென்னையி-லும் விழுப்புரத்திலும் கழித்துவிட்டுத்தான் திருவண்ணாமலைக்குப் போவேன் என்பதை நான் அவளுக்கு முதலிலேயே சொல்லியிருந்தேன். பிலஹரிக்கு என்னைச் விழுப்புரத்தில் சந்திப்பதெனில் அது பாதித்தொலைவுதான். ஏன் அப்போது சந்திக்க முயல/முடியவில்லை என்பதுவுந் தெரியவில்லை. அவளுக்கு அத்தருணம் ஏதோ அசௌகரியமானதாக இருந்திருக்கலாம். சென்னை வந்திறங்கியதும் நேரே தொடரியில் விழுப்புரம்போய் முன்பதிவு-செய்திருந்த வாடிவீட்டில் நாலுநாட்கள் தங்கி சிலகிராமங்களை தனியாவே சென்று சுற்றிப்பார்த்து மதியச்சாப்பாடு சமைத்துக்கொடுத்த ஒரு அம்மாவீட்-டுத் திண்ணையிலமர்ந்து நாட்டுக்கோழிக்கறியும் சோறும் சாப்பிட்டுவிட்டுத் திருவண்ணாமலைக்கு வந்துவிட்டேன்.

மேற்கத்தைய இசைபற்றிய பேச்சு எப்போது வந்தாலும் Johann Sebastian Bach ஐப்பற்றி ஏதாவது சொல்லாமல் முடிக்கமாட்டாள். நானும் கோதுமை வயலில் காற்றடிக்கையில் கதிர்களின் அலைகள் சாய்ந்தும் நிமிர்ந்தும் எழும்பியும் ஆடுவதைப்போலிருக்கும் Bach இன் சில சிம்-போனிகளை மட்டும் கேட்டிருக்கிறேன், உம்மைப்போல் ஆழமாகத்தொடர்ந்து போனதில்லை என்று சொல்லிவைத்தேன்.

வரும்போது அவளை ஆச்சரியப்படுத்துவதற்காக 18 செ.மீ உயரத்தில் மேசையில் வைக்கக்கூடிய வெண்பளிங்குக்கல்லினாலான Johann

Sebastian Bach இன் அரையுருவச்சிலை ஒன்றையும், “The Best of Bach” எனும் 10 Compositions அடங்கிய MP3 Album ஒன்றையும் வாங்கிவந்தேன்.

செம்பருதியோ மிகவும் ‘முசு’வான மனிதன். ஒரு கல்லூரியில் பகுதி-நேரமாகவோ/வருகைதரு ஆசிரியராகவோ 'நாட்டுப்புறவியலில்’ விரிவுரையும் செய்துகொண்டிருந்தார்.

அத்துடன் பதிப்புத்துறையிலும் ஈடுபாடுண்டு, ஏதோவொரு வெளியீட்டகத்துடன் ஒப்பந்தம் செய்துகொண்டு பதிப்பு வேலைகள் செய்துகொண்டிருக்கிறார், அதுபற்றி எதுவும் என்னுடன் விபரமாகப் பேசக்கூடிய சந்தர்ப்பம் இன்னும் அமையவில்லை. சினிமாவுக்கு கதை/திரைக்கதையென்று செய்துகொண்டிருந்தவர் இப்போது சினிமாவுக்குள் சில முற்போக்குப்பாத்திரங்களை ஏற்பதுபோன்று கால்களைச் சற்று ஆழமாக ஊன்றியிருந்தார். பட்ஜெட் படங்களைத் தயாரிப்பவர்களுக்கு ஆக்கபூர்வமான ஆலோசனைகள் வழங்குவது என்பன அவர் தன்னார்வ ஊழியங்கள்.

திருவண்ணாமலையில் ஒருநாள் அவருடனான மதிய உணவின்போது ‘கொஞ்சம்........ இருங்க தோழர் இந்தச் சகாவுகளோட உதில பொள்ளாச்சிவரை போய்விட்டு வந்திடுகிறேன்’ என்றுவிட்டுப் புறப்பட்டார். அந்திசாய்ந்த பின்னாலும் ஆளைக்காணோம். தொலைபேசினால்........... “சாரி தோழர் அப்படியே சகாவுகளோட வண்டியில திருச்சூர்வரைக்கும் வரைக்கும் வந்திட்டோம்........ எப்பிடியும் இரவுக்குள்ள அங்க வந்திடுவேன் உங்களை ஹன்னாவை நல்லபடி கவனிக்கச்சொல்லியிருக்கேன், ஒண்ணும் யோசிக்க வேணாம், நான் வந்திடுவேன்” என்றார்.

இந்த ஹன்னா யாரென்றும் சொல்லவேண்டும். இளங்கலை முடித்துவிட்டிருந்த பெண்ணொருத்தி வாரத்தில் 3-4 நாட்கள் செம்பருதி வீட்டுக்கு வந்து அவருக்கு ஒரு தன்னார்வ உதவியாளரைப்போல அவரது காரியங்களில் கைகொடுத்து உதவிக்கொண்டிருந்தாள். அவர் பதிப்பதற்காகத் தயார்படுத்தும் நூற்பிரதிகளை முதலாவது செம்மைநோக்குவது, பதிக்கப்படும் நூல்களுக்கான அட்டையை வடிவமைப்பு செய்வது, அவர்களது வீட்டையும் சிறிய அலுவலத்தையும், அடிக்கடி அங்கே வந்துபோகும் விருந்தினர்களுக்கான கட்டில் படுக்கைகளையும் சுத்தப்படுத்துவது, அவர்களது ஒரு பர்ணசாலையைப் போலத் திறந்திருந்த கூடத்துள்/மாலுக்குள் இருக்கும் பூக்கன்றுகளுக்கு நீரூற்றுவது, செம்பருதியின் கணவிக்கு சமையலறையில் பாத்திரங்கள் கோப்பைகள் கழுவிக்கொடுப்பது, காய்கறிகள் நறுக்கிக் கொடுப்பது, வீட்டுக்கு வருபவர்களுக்கு ஓயாது காப்பி டீ கொடுப்பதென்று அவளுக்கு அங்கே செய்வதற்கு நிறைய இருந்தன.

ஒருமுறை செம்பருதி அவள் வீட்டுக்குப்புறப்படும்போது “ இந்தா போன் றீபில் பண்ணனும்னியே என்றபடி அவளிடம் 3 நூறுரூபா நோட்டுக்களைத்-

தந்தவர், இந்தா இதையுங்கூட பஸ்ஸுக்கு வைச்சுக்கோவென்று மேலும் 2 நூறுரூபாய் நோட்டுக்களைக் கொடுத்தபோது அவள் வாங்கிக்கொண்டதைக் கண்டேன். அதைவிட மிக அதிகமாகக் அள்ளிக்கொடுப்பதற்கான பொருண்மிய வசதிகள் செம்பருதிக்கும் இல்லாவிட்டாலும் அவரது புரத்தலிலேயே இவளது ஜீவிதம் நகர்வதைப் புரிந்துகொண்டேன்.

செம்பருதியுடனான கதை உரையாடல்களில் சிக்கனமாக எந்தெந்தக்காட்சிகளை எங்கெங்கே எடுக்கலாம் போன்ற ஆலோசனைகளிலும் ஆர்வத்துடன் ஒரு பயில்முறை மாணவியைப்போலக் கலந்துகொண்டு தன் கருத்துக்களைப் பகிர்ந்துகொள்வாள். மழையோவெயிலோ எப்போதும் வசதியாக ஜீன்ஸ் டீ-ஷேர்ட் அணியத்தான் விருப்பம், நன்கு வெளிறிப்போன அங்கங்கே தசைகள் எட்டிப்பார்க்கும் ஜீன்ஸில்த்தான் வருவாள். எப்போதாவதொருநாள் ‘ஜிகினா’ சித்திரத்தையல்வேலைப்பாடுகளற்ற பருத்தித்துணியிலான பஞ்சாபி தொளதொளா பிஜாமா அணிந்துவந்தாலும் எளிமையாக அதிலும் அழகாய்த்தானிருப்பாள். தினமும் மஞ்சள்பூசிக் குளிப்பாளோ என்னமோ, எப்போதோ வந்த சின்னமுத்து அங்கங்கே விட்டுப்போன தழும்புகளும் அவளது பளிச்சென்ற மாநிறமுகத்துக்கு மேலும் களையூட்டின. அவளது அப்பா பாரவுந்து ஓட்டுகிறாராம்.

பாரவுந்துக்கு சரக்குக்கிடைத்து அதை அவர் எடுத்துச்செல்லும் நாட்களில் மட்டும் சம்பளம் கிடைக்கும் என்று செம்பருதி சொல்லியிருந்தார். அத்துடன் அவரும் பாரவுந்துச்சாரதிகளுக்கான தொழிற்சங்கத்தின் செயற்பாடுகளில் ஆர்வமுடைய மனிதனாக இருப்பதால் தன் குடும்பத்தைவிட அவர் தன் சகாவுகளின் நலனிலேயே அக்கறைகொண்டு தனக்கு வரும் ஓட்டங்களையும் சகாவுகளுக்கு விட்டுக்கொடுத்துவிடுவாராம்.

இடையிடையே மலையாளம்கலந்து கலந்து ஹன்னா பேசும் தமிழ் ரம்மியமாகவிருக்கும். அவளது அடர்த்தியான கருங்கேசத்தைப் பார்த்து நானும் அவள் மலையாளப்பெண்ணாக இருப்பாளோவென்று அனுமானித்திருந்தது தப்பாயிருந்தது. அதுபற்றிச் செம்பருதியிடங்கேட்டபோதே அவர் தெளிவுபடுத்தினார்:

“அட நீங்க ஒண்ணுசார், அவளுக்குத்தாய் நிஜத்திலேயும் தெலுங்குக்காரிதான், அப்பாதான் தமிழர், வீட்டில இப்போதும் சிலசமயம் தெலுங்குதான் பேசுவார்கள். படிச்சதும் இங்கிலிஷ் மீடியம்....... தனியாக இந்திவேறு படிச்சிருக்காள் அவளுக்கு வாயில் உச்சரிக்க எது இலகுவாக வருகுதோ அதை எடுத்து மிழற்றிவிடுவாள், நிஜத்தில் மலையாளம், தெலுங்கு, கன்னடம் என்றெல்லாம் பிரித்துப் பார்க்கத்தெரியாத அபேதவாதி அவள். தமிழ் கதைகள் படிக்குமளவுக்குப்புரியும். நீங்கள் வருகிறீர்கள் என்பது தெரிந்தவுடன் உங்கள் புத்தகங்கள் இரண்டை என்னிடமிருந்து எடுத்துப்போய்ப் படித்திருக்கிறாள் என்றால் பாருங்களேன்.” என்றதும் எனக்கு அவள்மீதான `பிரியமும் அபிமானமும்’ அதிகரித்தன.

செம்பருதியும் நான்கைந்து நூல்கள் எழுதியிருக்கிறார்தான், அதற்கும் அப்பால் அவருக்குப் பெரும் இலக்கிய எழுத்துப்பரப்புக்கிடையாது, தன் எழுத்துக்களைப்பற்றி எப்போதும் அடக்கியே வாசிக்கத்தெரிந்த நல்லவொரு மனிதர். தனக்குப்பிடித்துப்போன தமிழிலக்கியப் படைப்புகளைச் சந்திக்கும் மாணவர்கள், இளையசமூகத்தினரிடம் வியந்தும் மேற்கோள்காட்டியும் அவற்றைப் படிக்கும்படியும் ஊக்குவிப்பார். அதேபோல் இலக்கியர்களை உபசரிப்பதில் அவருக்கு நிகர் அவரே. திருவண்ணாமலைக்குப் போனீர்களாயின் நீங்கள் ஹொட்டல்கள் எதிலும் தங்கவே முடியாது. உங்கள் பயணவுறையை எடுத்துப்போய்த் தன் அலுவலகத்துள் வைத்துப்பூட்டியேவிடுவார். அதுவும் இப்போ இரண்டொரு எளிமையான சினிமாக்களில் அவர் தலைக்காட்டியபின்பு செம்பருதிக்கான இரசிகர் வட்டம் மெல்லமெல்ல அதிகரித்திருந்தது.

என்போன்ற அவரது நண்பர்களிடமும், சினிமாவுக்கு உதவி இயக்குனர்களாகிவிட அவரைத் தினமும் வலம் வந்துகொண்டிருந்த உதவியாளர்களிடமும் பலான பகிடிகள் எல்லாம் எடுத்துவிடக்கூடியவர் ஹன்னா அந்தப்பிராந்தியத்துக்குள் வந்துவிட்டாள் என்று அறிந்ததும் திடுப்பெனப் ‘பேசுபொருளை’ “இடைக்காடர் சமாதி”, “நித்ய சைதன்ய யதி”, “பகவான் யோகிராம் சுரத்குமார்” என்று மாற்றிச் சமர்த்துப் பிள்ளையாகிவிடுவார்.

அவருக்கு மாதத்தின் இறுதி வாரங்கள் இரண்டும் மங்களூரில் படப்பிடிப்பிருந்தது. பெங்களூர், மங்களூரெல்லாம் நான் ஏலவே பார்த்த இடங்கள்தான். இவ்விடைவெளியில் இன்னும் நிறைவேறாத நீண்டகாலக் கனவாயிருந்த ஹரித்துவார், வாரணாஸி, லக்னோ, ஜெய்ப்பூர் பயணத்தை இம்முறை நனவாக்கிவிடலாமோவெனும் யோசனை உள்ளூரப் பொறித்தது. இன்னுமொருவர்கூட வந்தால் இந்திவாலாக்களுடன் மல்லுக்கட்ட வேண்டியிருக்காது.

செம்பருதியின் வீடு ஒரு பர்ணசாலையைப் போல. வீடு முழுவதும் அரைச்சுவர்தான் கட்டியிருந்தது. அதன் மேலே மரத்திலான கிராதிகள் அமைக்கப்பட்டிருந்ததால் உள்ளே எப்போதும் போதிய வெளிச்சமும் காற்றும் வந்துகொண்டிருந்தன. வீட்டைச்சுற்றிப்பூராவும் பெயர்தெரியாத பூமரங்களும் விசிறிவாழையும் நடப்பட்டுப் பசுமையாக இருந்தது பின் வளவில் ஒரு கிணறு சூரியவொளிக்கலங்களுடன் இணைக்கப்பட்ட நீரிறைக்கும்பம்பு தொட்டவுடன் சில்லென்ற நீரை அதிலிருந்து இறைத்துக்கொண்டிருந்தது. செம்பருதி தானே வடிவமைத்த வீடும் தோட்டமும் என்றார். அதேபோல அவர் ஊருக்குள் பலருக்கும் எளிமையான வீடுகளை வடிவமைத்துக் கொடுத்திருப்பதை என்னிடம் பீற்றவில்லை,

ஒருநாள் செம்பருதியுடனான இரவுச்சாப்பாட்டு மேசையில் உத்தரப்பிரதேசப்பக்கம்போய்வர ஒரு எண்ணமிருப்பதையும் பயணத்துக்கு கொஞ்சம் இந்தி தெரிந்த ஒரு கொம்பனியிருந்தால் நல்லாயிருக்குமென்பதையும் சொன்னேன். கொஞ்சமும் யோசிக்காமல் “ இவள் ஹன்னாவைக் கூட்டிப்போங்களேன்”

என்றார். நான் அவர் 'பகடி' பண்ணுவதாகவே நினைத்தேன்.

நான் பதில் பேசாது மௌனமாக இருக்கவும்

"அவள் இந்தி தனியாகப் படிச்சிருக்காள்னு சொன்னேனே, ரொம்ப உதவிகரமாக இருப்பா தோழருக்கு" என்றார்.

"அவ சம்மதிப்பாளா...... இன்னும் அவவீட்ல அனுமதிப்பாங்களா......."

"அவ ரொம்பச்சுதந்திரமான பொண்ணு சார், அவளை யாரும் அங்கே தடைசொல்லவோ கட்டுப்படுத்தவோ மாட்டாங்க. ரொம்ப முற்போக்கான குடும்பம்." என்றார் உறுதியாக.

"இருங்க வர்றேன் " என்றுவிட்டு அவளை சாமர்த்தியப்போனில் அழைத்துவிட்டு ஒலியை ஏற்றிவைத்தார்.

"ஏம்மா.... இந்த ஜெர்மன் சாருக்கு இரண்டு வாரம் வாரணாஸி ஜெய்ப்பூருக்குப் போய்வாறதுக்கு ஒரு ட்ராவல் பார்ட்னர் வேணுமாம்...நீ கூடப்போறியா..."

அவள் ஒரு கிறீச்சிடலுடன்

"ஓ...ஜ்ஜா, றியல்லி...ஐ ஆம் பிலெஸ்ட் டு ஹாவ் சச் எ கோல்டென் ஒப்பொசூனிட்டி, ஓ..மை கோஷ்" என்று கத்தியது எனக்கு ஸ்படிகமாகக் கேட்டது!

எனக்குத்தான் இப்போது உள்ளூரத் தயக்கமாக இருந்தது. 'யார் என்ன நினைப்பார்களோ, முதுகுக்குப் பின்னால் கதைப்பார்களோ' என்றபோது 'இங்கு எவனுக்கும் உங்களையோ ஹன்னாவைப்பற்றியோ எங்களைவிட அதிகமாகத்தெரியாது, எவனது அபிப்பிராயம் பற்றியும் நீங்கள் கவலைப்படவேண்டியதில்லை சார்' என்றனர் செம்பருதியும் கணவியும் ஒரே குரலில். அவள் வேணுன்னா வீட்டில எங்ககூட ஒரு சூட்டிங் லொகேஷன் பார்க்கப்போறோம்னுட்டுக் கிளம்பலாம், ஆனா நீங்க வேணுன்னா அப்புறமாய்க் கேட்டுப்பாருங்க அவள் 'நான் தயாபரன்சார்கூட வாரணாஸிக்கும், ஜெய்ப்பூருக்கும் ஒரு டூர் போறேன்னுட்டுத்தான் வருவா', ஷி ஸ் சச் எ ஜெம் ஒப் வுமன்கைன்ட் சார். இப்படியாகச் செம்பருதியின் பேச்சில் சாரும், தோழரும் கலந்துகட்டி வந்துகொண்டிருக்கும்.

ஒரு சிறிய பயணவுறைக்குள் கல்லூரிக்குப்போன காலத்தில் வாங்கியவையாக இருக்கலாம், இரண்டு ஜீன்ஸ்களும், மூன்று டீ-ஷேர்ட்டுகளும், ஒரு பஞ்சாபியோடு, ஒரு வெளிறிப்போன புல்-ஓவரையும் அடைத்து வைத்துக் கொண்டு வந்தாள்.

"ப்ளீஸ் அந்த புல்-ஓவரை மட்டும் விட்டுவிட்டுவாம்மா.... நாம நல்லதாக உத்தரப்பிரதேசத்திலே வாங்கிப்போம்" என்றேன். சம்மதித்து அதைத் தொடரிநிலையத்திலேயே யாசித்துக்கொண்டிருந்த ஒரு பாட்டியிடம் கொடுத்துவிட்டு வந்தாள்.

சென்னையிலிருந்து தொடரிமூலம் வாரணாஸி இரண்டுநாட் பயணமாதாலால், நான் விமானத்தையே முதலில் விரும்பினேன்.

“சார்..நீங்க நிறைய்ய விமானப்பயணங்கள் செய்திருப்பீங்க, ட்ரெயின் சிக்கனமாயுமிருக்கும், அதோட நிறைய இடங்களைப்பார்க்கலாம்•••நிறைய ஊர்களூடு பயணிக்கும் ஆனந்தம் விமானத்தில் கிடைக்கவே கிடைக்காது.., ட்ரெயின் ட்றிப் உங்களுக்கு ஓகேன்னா எனக்கும் ஓகேதான்••••••” என்றாள்.

“உந்தச் சார் மோர் எல்லாத்தையும் இன்றைக்கே விட்டிடு”

“அப்போ நான் உங்களை எப்படிக் கூப்பிடலாம்”

“செம்பருதி சொல்றாப்பல தோழர்னோ•••இல்லைத் தயாபரன்னே கூப்பிடு”

“இரண்டுமே•••••• எனக்கு நெஞ்சில இடிக்கறாப்பல இருக்கு, மாமான்னு கூப்பிடவா” என்றுவிட்டென் முகத்தைப் பார்த்தாள்.

“உன் இஷ்டம்”

செம்பருதியின் தோழர்களில் ஒருவர் பணிசெய்யும் பயணமுகவர் நிலைய மூலம் எம் தொடரிப் பயணச்சீட்டுக்கள் தாமதமின்றிக்கிடைத்தன.

ஏற்கெனவே அத்தொடரித்தடத்தில் பயணித்திருந்தவள்போல என்ன இடத்தில் என்ன நல்ல சாப்பாடு கிடைக்கும் என்பதைத் தெரிந்துவைத்துக்கொண்டு அவற்றையெல்லாம் வாங்கித்தந்தாள். அக்கறையான போஷிப்பில்லாவிடினும் ஆரோக்கியம் ததும்பும் உடல்வாகு. சாதா உருளைக்கிழங்குக்கூட்டுடனான பரோட்டா, பானிபூரி, சமோஸாவைக்கூட ரசித்து ருசித்துச்சாப்பிடுவாள். இன்னும் தணலில்வாட்டிய சோளப்பொத்தி, வெள்ளரிப்பிஞ்சுகள், சாத்துக்குடி, பப்பாளி, பலபெயர்தெரியாத பழங்களென நிறையவே வாங்கிச் சாப்பிட்டோம்.

வாரணாஸி அடைந்ததும் ஒரு ஹொட்டலில் நான் “இரண்டு அறைகள்” வேணுமென்றபோது அவளே முந்திக்கொண்டு பொருண்மியவாதியாக “ஒரு அறை, இரண்டு கட்டில்களுடன் போதும்” என்றாள்.

எம் அறைக்குள் சென்றதும் “ஹன்னா உனக்குன் கன்னித்தன்மையையிட்டான பயமில்லையோ” என்றேன். என் தமிழ் புரியாததைப்போலப் பார்த்தாள், எளிமைப்படுத்தி

“Are you not afraid of your virginity” என்றேன்.

நேர்த்தியானதொரு ஓவியம்போல என்னை நேராகப் பார்த்தாள். அப்பார்வையை 'உண்டு' என்றோ 'இல்லை' என்றோ என்னால் பொருள்பிரிக்க முடியவில்லை. சற்றுக்கழித்து 'உங்களை மீறிய ஒரு மெசையாவுக்கு அவசியமிருக்காது' என்றாள். இப்போது நினைத்தாலும் அந்தக்கேள்வி அனாவசியமாகவும், அபத்தமாகவும், 'ஏன்தான் அப்படிக்கேட்டேனோ' என்கிற வருத்தத்தையுந் தருகிறது.

வாரணாஸியில் இரண்டுநாட்கள் கழிந்தன. ஹொட்டல் அறையில் வெம்மை போதவில்லை என்றாள். அங்கிருந்து ஜெய்பூருக்குக் கிளம்பினோம், ஜெய்பூர் பழைய அரண்மனை ஒன்றை Rambagh Palace என்று ஹொட்டலாக்கியிருந்தார்கள். அறைகளின் படுக்கைகள், குளியலறைகள், சாப்பாடெல்லாம் ஒரு குறையுமற்று நேர்த்தியாக இருந்தன. திருவண்ணாமலைக்குத் திரும்பியதும் எம் உத்தரப்பிரதேசப் பயண அனுபவங்களைப் பிலஹரிக்கு மெசெஞ்சரில் சுருக்கமாக எழுதினேன். ஹன்னா தன்னைவிடவும் இளமையாயிருப்பதால் என் கொம்பனிக்கு அவளுக்கு நான் முதலிடம் தந்ததாக பிலஹரி நினைக்கலாம். ஆனால் யாரிடமும் அது அப்படியல்ல என்று நிரூபிப்பதோ, நம்பவைப்பதோ என் நோக்கமல்ல.

"நீங்கள் ஒரு நேர்த்திவாதி அத்தகைய மனிதனுடன் விடுமுறையில் உல்லாசப்பயணம் அனுபவிப்பது எனக்கு ஒரு ரம்யமான அனுபவமாக இருந்திருக்கும். அது நிகழாதபோது எனக்கும் ஏமாற்றந்தான்! நானாக வலிந்து நானும் உங்களுடன் வாரணாஸிக்கு வரவா என்று கேட்க ஒரு பெண்ணாக என்னால் முடியவில்லை. நீங்கள் என்னை அழைப்பீர்கள் என்று மிகுந்த எதிர்பார்புடன் இருந்தேன்."

"எனக்குங்கூட அப்படித்தானே•••ஸ்நேகிதராக இருக்கிறோம் என்பதற்காக எங்கூட உல்லாசப்பயணம் வாரீங்களான்னு எப்படி அழைக்கலாம்னுதான் இருந்தது."

"இதில என்ன இருக்கு எனக்கு முடியவில்லேன்னாலோ, இஷ்டமில்லேன்னாலோ 'சாரி••••முடியவில்லை' என்றிருக்கப் போகிறேன்,அவ்வளவுதானே•••"

"நீங்க இந்தியாவுக்கு வரப்போறேன்னப்பாகூட சும்மா தமாஷ் பண்ணுவதாகவே நினைத்தேன், நீங்க வாரணாஸிக்கெல்லாம் போகவிருக்கேன்னதைச் சொல்லியிருந்தாற்கூட நான் என்னைத் தயார் படுத்திக்கொண்டிருந்திருப்பேன்."

"நீங்கள் ஒரு ஜெர்மன்காரியாக இருந்தால் ஒருவேளை நானாகவே கேட்டிருந்திருப்பேன், ஒரு நான் பிரமச்சாரியாக இருந்தப்போ நான் பெர்லினில் Excelsior என்றொரு 3 நக்ஷத்திர உல்லாசப்பயணிகள் ஹொட்டலில் பணிசெய்துகொண்டிருந்தேன், என்னுடன் கூடப்பணிபுரிந்த நாலைந்து பெண்கள் என்னை ஸ்ரீலங்காவுக்குக் கூட்டிட்டுப்போறியான்னு கேட்டிருந்தார்கள், ஒன்று எனக்கு அப்போது ஜெர்மனியைவிட்டு வெளியேறினால் மீண்டும் ஜெர்மனிக்குள் நுழைய அனுமதிக்கும் வகையிலான 'வதிவிட அனுமதி' இருக்கவில்லை, இன்னும் அவர்களைச் ஸ்ரீலங்காவுக்கு ஒரு தேன்வதையைப்போலப் பக்குவமாக அலுங்காமல் நலுங்காமல் அழைத்துப்போயிருந்தாலும், என் பெற்றோருக்கும் சுற்றத்துக்கும் உறவுகளுக்கும் அவர்களை யாரென்று அறிமுகப்படுத்துவேன்? என் சங்கடத்தை அவர்களுக்குப் புரியவைக்க முடியாதி-

ருந்தது.''

"பிரியமான ஒரு நண்பருடன் உல்லாசப்பயணம் செய்வதை எந்தப்பொண்ணுதான் விரும்பமாட்டா....... ஆனால் ஒரு பொண்ணு நேரடியாகக்கேட்டிடமாட்டா... ஒரு ஆண் உவந்தளித்தால் ஏத்துப்பா, உங்க 'கரிஸ்மா' எனக்கு ரொம்பப்பிடிச்சிருக்கு...நீங்கள் உலகத்தின் எந்தக்கோடிக்கு அழைத்திருந்தாலும் நான் உங்ககூட ஓடிப்பறந்து வந்திருப்பேன். ஒரு எழுத்தாளராக என்னை இன்னும் ஆழமாகப் புரிந்துகொள்ளுவீர்களென நினைத்திருந்தேன். உப்ஸ்ஸ்..!''

தமிழகத்தைவிட்டுக் கிளம்பமுன் எடுத்துவந்த Johann Sebastian Bach இன் அரை-உருவையும் இசைத்தட்டுக்களையும் செம்பருதியின் ஆலோசனையில் கூரியரில் அனுப்பிவைத்தேன். கிடைத்ததும் பாரிய நன்றியுடன் பதில் பகர்ந்திருந்தாள். ஆறுமாதங்கள் கழித்து பிலஹரி எனக்கு நிதானமாக எழுதிய மின்னஞ்சலொன்று கீழ்வருமாறு இருந்தது.

நான் ஒரு மணமுறிவாளி (டிவோஸி), பெண்களுக்கான விடுதி ஒன்றில் வாழ்ந்துகொண்டிருந்தேன். நீங்கள் தமிழகம் வந்தவேளையில் எனக்கு ஒரு புதிய நபருடன் பழக்கமேற்பட்டு அப்போதுதான் அவனது அடுக்ககத்தில் அவனோடு சேர்ந்து வாழத்தொடங்கியிருந்திருந்தேன்.

நான் உங்கள்மீது சீரியஸான ஆர்வங்காட்டி வீட்டுக்கழைத்து உபசரித்து உங்களைத் தங்க வைத்திருந்தாலோ, அல்லது உங்களோட வாரணாஸி ஜெய்ப்பூருக்குக்கூட வந்திருந்தாலோ அவன் என்னமாதிரி அதை எடுத்துப்பான் என்று தெரியாமலிருந்தது. அந்த 'றிஸ்க்கான' பரிசோதனையைச் செய்துபார்க்கவும் தயங்கினேன். அவன் நடைமுறைக்கொவ்வாத பஞ்சாங்கமாகவும் தன் பிறின்ஸிப்பிள்களில் தளர்வில்லாத பிடிவாதக்காரனாகவும் இருந்தான், சகிக்கவில்லை. அப்படியானவங்க கூட எல்லாம் ஆயுள்பரியந்தம் ஜெயில்வாழ்க்கை வாழவாமுடியும், அவனைத்தொடரமுடியலை என்பதை என் ஆற்றாமையால் இப்போது உங்களுக்கு அறியத்தருகின்றேன்,

இத்தகவல்கள் உங்களின் மனவமைதியைக் கீறிவிடுமானால் நான் உங்களுக்கு இந்த அஞ்சலையே அனுப்பவில்லையென்றிருக்கட்டும், இதை அடித்துவிட்டு என்னையும் பொறுத்தாற்றிவிடுங்கள்.

எம்மால் எதுவுஞ் செய்யமுடியாது, இன்னும் உலகம் ஆண்களின் எண்ணப்படி அவர்களின் கட்டுப்பாட்டில்த்தான் இயங்குகிறது. உங்கள் 'உணர்வோடு விளையாடும் பறவைகள்' படித்தேன். இன்னும் என்னை அது அலைக்கழித்துக் கொண்டிருக்கிறது. உங்கள் நட்பு எனக்குப் பெறுமதியானது, இழந்துவிடமுடியாதது, என்னுடன் என்றும்போலத் தொடர்பிலிருங்கள், என்னை மறந்துவிடாதீர்கள்!

பிரியமுடன் தங்கள்

பிலஹரி.

(நேர்த்தியன் :> Perfectionist)

91. ஒரு கதாசிரியரின் கனவு - பி.சிவசாமி

யார் படிக்க வேண்டும்? எவர் சிந்திக்க வேண்டும்? ஏன் அவர்கள் படிக்க வேண்டும்? அவர்கள் படிப்பதினால் விளையும் பயனென்ன? அவர்கள் படிக்காததினால் ஏற்படும் பாதகம் யாது? யாருக்காக அவர் எழுதுகிறார்? அவர்களுக்குச் சென்று அடைகிறதா? என்று கேள்விமேல் கேள்விகளைக் கேட்கலாம். பதில் பாதகம் தான்.

இந்தக் கதையைப் படிக்கின்ற யாரும் இது உண்மை என்று நம்பவே மாட்டார்கள். யாரோ ஒரு பைத்தியக்காரன், 'எழுதியவன் ஏட்டைக் கெடுத்தான்; என்ற பழமொழிக்கு ஏற்ப எதையோ கிறுக்குகிறான் என்று தான் நினைப்பார்கள். அப்படி நினைப்பார்களே என்றால் அது நிச்சயமாகத் தவறு இருக்கவே முடியாது. ஆனால், இந்தக் கதை உண்மையாகவும் நடக்கலாம் என்று கூர்ந்து படிப்பவர்கள் உணர்வார்கள். பெரும்பாலான பாவலர்களுக்கும், கதாசிரியர்களுக்கும் ஏதாவது போட்டால்தான் கற்பனை வரும் என்று எத்தனையோ பேர் சொல்லிக் கேட்டிருக்கிறோம். அது உண்மையா அல்லது பொய்யா? என்பது அவர் அவர்களுக்கும், அடுத்து இருந்தவர்களுக்கும் மட்டுமே தெரியும்; வெளிச்சம்.

ஆனால், இந்தக் கதாசிரியர் அப்படிப்பட்டவரில்லை. ஏனென்றால் இவர் கதை எழுத வேண்டும் என்றோ, கவிதை புனைய வேண்டும் என்றோ அவற்றை எல்லாம் தொகுத்து நூலாக்க வேண்டும் என்றோ திட்டமிடவில்லை. ஆனால் அவர் எழுதினார். ஏன்?

உலகில் வாழ்கின்ற மக்கள் பல மொழிகளைப் பேசுகின்றனர். பல நிறங்களில், பல வடிவங்களில் வாழ்கிறார்கள். யார் எப்படி இருந்தாலும் அவர் மனிதர்தானே! மற்றவர்களைப் போலத்தானே அவரையும் மதிக்க வேண்டும்? இந்த உலகம், எல்லோரும் மக்கள்தான்; அவர்கள் யாவரும் சமம்தான் என்று கருதுகிறதா? நடத்துகிறதா?

படித்துப் பட்டம் பெற்றிருந்தால் ஒரு விதம், பெரிய பதவியில் இருந்தால் ஒருவிதம், பணக்காரராக இருந்தால் ஒருவிதம். இப்படி வித விதமாக மக்களைப் பிரித்தும் வகுத்தும் நடத்துவதைப் பார்க்கும்போது. கேட்கும்போது வருத்தமாக இருந்தது. படித்தவனையும், படிக்காத பாமரனையும் ஒன்றாகக் கருத முடி யுமா? அனைத்து வசதிகளையும் பெற்று அரசன் போல் வாழ்பவனை யும் ஒன்றுமே இல்லாத ஆண்டியையும் சமமாக நடத்த முடியுமா? என்று கேட்டால் சாதாரண மனிதன் முடியாது என்றுதான் கூறுவான். சற்று மேல் நிலையில் நின்று பார்த்தால், சிந்தத்தால் முடியும் என்றும் சொல்லலாம்.

இந்த ஆசிரியர் முடியும் என்று சொல்லக்கூடிய கூட்டத்தைச் சேர்ந் தவர். படித்திருந்தாலும் பணம் பெற்றிருந்தாலும் அவர், அவர் நிலைக்கு வாழட்டும். ஆனால், மக்கள் என்ற இடத்திற்கு வந்துவிட்டால் எல்லோ ரும் ஒன்று-தானே. அதில் வேறுபாடு இல்லையே. எடுத்துக்காட்டாக இறந்துவிட்ட ஒரு படித்த பணக்கார மனிதனையும் இறந்து போன ஒரு, படிக்காத, ஏழை மனி-தரையும் ஒன்று புதைக்கிறோம்; அல்லது எரிக்கிறோம். அதில் எந்த வேறு-பாடும் இல்லையே.

ஆனால், இந்த வேதாந்தமும் தத்துவமும் யாருக்கு வேண்டும்? யார் ஏற்றுக் கொள்வார்கள்? பேசுவதற்கும், கேட்பதற்கும் நன்றாக இருக்கும். ஆனால் நடைமுறைக்குப் பொருத்தமாக, ஏற்றதாக இருக்குமா? கதாசிரியர் இதையும் எண்ணிப் பார்த்தார். சிங்கப்பூர் சிறிய நாடுதான்; குறைந்த மக்கள் தொகையைக் கொண்ட நாடுதான். சிங்கப்பூர் மக்கள் ஒரே இனத்தையோ, ஒரே மொழி யையோ கொண்ட நாடல்ல. பல இன மக்களும் தம் தம் மொழியும், கலை, கலாசாரமும், இனமும் முன்னேற வேண்டும்; பிறர் புகழத் திகழ வேண்டும் என்று முயற்சிக்கின்றனர்.

ஆனால், கதாசிரியரின் இனமோ எந்த முயற்சியும், எந்த சிந்தனை யும் இன்றி "ஏதோ மனிதன் பிறந்துவிட்டான்; அவன் ஏனோ மரம் போல் வளர்ந்துவிட்டான்" என்று எண்ணத்தக்க அளவில் வாழ்ந்துவரு கிறது. இதைப் பற்றி யோசித்தார். சென்ற இடங்களில் எல்லாம் காதுக ளையும், கண்களையும் கூர்மையாக்கினார். தம் எண்ணத்தைப் பறக்க விட்டார் இன்று, நேற்றல்ல. அவர் இளமைப் பருவத்திலேயே கவ னித்து வளர்ந்து வந்தார்.

தன் இனத்திற்கு அறிவும், ஆற்றலும் இருக்கிறது; கற்பனையும் கருத்தும் இருக்கிறது; உழைப்பும், உயர்வும் இருக்கிறது; வீரமும் விவேகமும் இருக்-கிறது; துணிவும் பணிவும் இருக்கிறது. இத்தனை பண்புகள் ஏராளமிருந்தும் மற்ற இனம் மதிக்கும் வண்ணம் வாழாத நிலை ஏன்?

ஒற்றுமையும், உண்மையும் ஒரு சிறிதும் இல்லாத காரணத்தால் அத்தனை பெருமைகளையும் அழித்து ஒழித்து விட்டு அவதிப்படுகிறார் கள் என்பதை அறிந்தார். இந்தப் பொல்லாத குணம் இல்லாது போக எழுதுகோலை எடுத்து எண்ணத்தில் எழுந்ததை எழுத்துக்களாக்கினார். அவரின் சில கருத்துக்களும் 'கற்பனைகளுமே ஏற்றுக் கொள்ளப் பட்டன. ஏனையன எங்கோ சென்று மறைந்தன. காரணம் கதாசிரியரின் கற்பனைக்கு மக்கள் பக்குவம் பெறவில்-லையா? அல்லது மக்களின் போக்குக்கு ஒத்துவரவில்லையா?

சமத்துவம் பேசிய சான்றோர்களில் சிலர் ஜாதி குணத்திற்கு அடிமையாகி வாழ்வதைக் கண்டார்; மூடப்பழக்கங்கள் முற்றாக நீங்க வேண்டும் என்று முழங்கிய பலர் மனைவியின் பின்னால் நின்றுகொண்டு அறிவுக்கொவ்வாத அப்பழக்கங்களைக் கையாண்டனர். திரைமறைவில் நடந்த இந்த வேண்டாத விளைவுகளை விளக்க மாக எழுதினார். விவரித்தும் எழுதினார். மொழியின் மீதும், இனத்தின் மீதம் பற்றும் மதிப்பும் கொள்ள வேண்டும் என்று பாரதிதா-

சனின் புது மைக் கருத்துக்களைப் புகுத்தி எழுதினார். படித்து சிலர் பக்குவம் பெற்றனர்.

எந்தக் கருத்தை, கொள்கையை மற்றவர்கள் பின்பற்றி மொழிக் கும், இனத்திற்கும் பெருமையும் பேரும் சேர்க்க வேண்டும் என்று நினைத்தாரோ அந்த அடிப்படையில் அவர் வாழ்ந்து வந்தார். இல்லறம் என்னும் நல்லறத்தில் இணைகின்ற இளம் தம்பதிகள், பல்லோர் முன்னிலையில் புரியாத மொழியில் புகன்றதைக் கேட்டு தலையாட்டும் மாடு போல் தம்பதிகள் ஆகின்றனர். ஆனால், கதாசிரியர் அறிவுக்குந்த நல்லறிவுகளை புரிந்த மொழியில் சொல்லக்கேட்டு தெளிந்த அறிவோடு மனதிற்குப் பிடித்த மங்கையைக் கைப்பிடித்தார்.

வீடு என்று இருந்தால் வாசல் என்று இருந்து ஆக வேண்டும். கதாசிரியர் வீட்டுக்கு மட்டும் வாசல் இல்லாது இருக்க முடியுமா? இவர் வாழ்க்கையிலும் பல கசப்புகள் வந்திருக்கின்றன. மன வருத்தங்கள் மலர்ந்திருக்கின்றன. ஆனால், எத்தனை சிக்கல்கள் எழுந்தபோதும் வள்ளுவன் காட்டிய வழியைப் பின் பற்றியதால் அத்தனை சிக்கல்களும் அறுந்து ஒழிந்தன. அதனால்,

”அன்பும் அறனும் உடைத்தாயின் இல்வாழ்க்கை
பண்பும் பயனும் அது’

என்ற நிலையில் இல்லறம் நல்லறமாக ஒளி வீசியது.

”நாம் இருவர் நமக்கு இருவர்’ என்ற கருத்து நிலவிய காலத்தில் இரண்டுக்கு மேற்பட்ட குழந்தைகளைப் பெற்றுப் பேணி வளர்த்து வந்தார். மக்களின் வளர்ச்சியில் மன நிறைவு கொண்டு,

“பெறுமவற்றுள் யாமறிவது இல்லை அறிவறிந்த
மக்கட் பேறு அல்ல பிற”

என்ற கருத்தில் மன நிறைவு அடைந்துள்ளார்.

‘ஊரார் பிள்ளையை ஊட்டி வளர்த்தால் தன் பிள்ளை தானே வளரும்’ என்பார்கள். அந்த அடிப்படையில் கதாசிரியர் எல்லாப் பிள் ளைகளும் இனிதே வளர வேண்டும்; வாழ வேண்டும். பிள்ளைகளின் வளமான வாழ்வுக்குப் பலமான அடிப்படை கல்வியே ஆகும் என்று எழுதினார். ஆனால், எத்தனையோ பெற்றோர்கள் கல்வியின் அருமை தெரியாது, அதன் பெருமை புரியாது. ‘மரம் வைத்தவன் தண்ணீர் ஊற்று வான்’ என்ற எண்ணத்தில் வாழ்கிறார்கள்.

‘தலைவிதி’ என்று சொல்லிக் கொண்டு எவ்வித முயற்சியும் செய் யாது வாளா இருக்கின்ற பெற்றோர்களைக் கண்டு மனம் வருந்தி அவர்க ளிடத்தில் பேசிப் பார்த்தார். முடிவு வேதனையாக இருந்தது. இவர் எல்லாம் தெரிந்தவர் என்ற நினைப்பில் எங்களுக்கெல்லாம் புத்தி சொல்ல வந்திட்டார். அவருடைய கடமைகளை அவர் ஒழுங்காகச் செய்கிறாரா என்று தெரியவில்லை. மற்றவர்களுக்குப் புத்தி சொல்கிறார். இப்படிப் பேசத் தொடங்கி-

விட்டார்கள்.

'சொந்தப் புத்தியும் இல்லை; சொல் புத்தியும் கேட்பதில்லை' என்ன சமுதாயம் இது? தெரியாத ஒன்றைச் சொன்னால் நல்லதென்றால் எடுத்துக் கொள்ள வேண்டும்; கெட்டதென்றால் விட்டுவிட வேண்டும். தெரியாத ஒன்றைச் சொல்லியதற்கு நன்றி சொல்ல வேண்டாம். குறை சொல்லாமல் இருக்கக் கூடாதா?

அப்படி எல்லாம் தெரிந்த இவர்கள் செய்த சாதனை என்ன? செய்த சேவைதான் என்ன? விண்ணை முட்டும் கட்டிடங்கள் கண்ணைக் கவர்ந்து நிற்கின்றன. அவற்றில் எத்தனை கட்டிடங்கள் இவருக்குச் சொந்தம்? இவர்களின் சமுதாயத்திற்குச் சொந்தம்? வீராப்புப் பேச்சுக் கும் பழம் பெருமை பேசுவதற்கும் இவர்களைவிட உலகில் வேறு எவ ரும் இலர் என்றால் அது மிகையாகாது.

இவ்வாறு எண்ணங்கள்'' எழுந்தபோது எங்கிருந்தோ மின்னல் போல் உண்மை ஒன்று எழுந்தது. தலைவனில்லா கப்பல் கரை சேருமா? தளபதி இல்லா படை வெற்றிபெற முடியுமா? அந்நிலையில் சமுதாயம் இருக்கும்போது தலைநிமிர்ந்து இயங்க முடியுமா?

இந்த இழிநிலை மாற வேண்டும். ஏற்றமிகு சமுதாயம் மலர வேண் டும். இதற்கோர் வழி எழுதுவதேயாகும் என்று முடிவெடுத்த கதாசிரியர் எழுதினார்; எழுதினார்; எழுதிக் கொண்டே இருக்கிறார். எழுதிய, எழு துகின்ற அவரின் எழுத்துக்கள் எங்கே?

யார் படிக்க வேண்டும்? எவர் சிந்திக்க வேண்டும்? ஏன் அவர்கள் படிக்க வேண்டும்? அவர்கள் படிப்பதினால் விளையும் பயனென்ன? அவர்கள் படிக்காததினால் ஏற்படும் பாதகம் யாது? யாருக்காக அவர் எழுதுகிறார்? அவர்களுக்குச் சென்று அடைகிறதா? என்று கேள்விமேல் கேள்விகளைக் கேட்கலாம். பதில் பாதகம் தான்.

படித்த பகுத்தறிவாளர்களில் சிலர் மொழியே விழி என்றும், தாய் மொழி படிக்காதவன் தருதலை என்றும், தாய்மொழியை கற்காதவன் பெற்ற தாயை மதிக்காதவன் என்றும், கண்களிரண்டையும் விற்று ஓவி யம் வாங்குகின்ற கசடனுக்கு ஒப்பாவான்; என்றும் அன்னை மொழியை அறி யாத அப்பாவி என்றம் மேடையில் தொண்டை கிழிய கத்துகிறார்கள்; முழங்குகிறார்கள்.

மேடையை விட்டுக் கீழே வந்ததும், "வேர் இஸ் மை கார்?" என்பார்கள். வீட்டுக்குச் சென்றதும் "வேர் இஸ் யுவர் மம்?" என்பார்கள். இந்த நல்ல நடிகர்களை நம்புகின்ற சில அப்பாவிகள் அவர்களுக்காக ஆடாத ஆட்டம் ஆடுவார்கள்; பாடாத பாட்டுகளை எல்லாம் பாடுவார்கள். கதாசிரியர் இந்த உண்மைகளை எல்லாம் வெளிக்கொணர எழுதிக் கொண்டுதான் இருக்கிறார். அன்று ஞாயிற்றுக் கிழமை, ஓய்வான நாள். ஆனால் அந்தக் கதாசி ரியருக்கு அன்று மறக்க முடியாத நாள். இதயத்தில் இடம் பெற்ற இனிய நாள். மனதிலிருந்து மறக்க முடியாத. நீக்கமுடியாத, அகற்ற முடியாத அரிய நாட்-

கள் ஆயிரம் ஆயிரம் இருக்கலாம். அந்த நாள் (19.11.89) அற்புதங்கள் நிகழவில்லை. ஆச்சரியங்கள் நடக்கவில்லை. ஆயினும்

மலேசிய எழுத்தாளர்கள் பண்போடு வந்து அன்போடு ஆக்கப்பூர் வமான கருத்தோட்டங்களைப் பரிமாறிக் கொண்டனர். எண்ணங்களைத் தொகுத்து நூல் வண்ணங்களாக்கி அந்நூல்களை மூலை முடுக்கெல்லாம் கொடுத்து ஏழை எளியோர்களை எல்லாம் எடுத்துப்படிக்க வைக்க வேண்டும். அவர்கள் படித்துப் பயன்பெற வேண்டும். அதற்கு ஒவ்வொரு எழுத்தாளனும் தன் எழு-துகோலை ஈட்டியாக, பீரங்கியாக, ஜப்பானின் நாகசாகி நகரை நாசமாக்-கிய அணுகுண்டாக மாற்ற வேண்டும் என்று முழங்கினார்கள். அப்போதுகூட கதாசிரியரின் நெஞ்சம் நெகிழவில்லை.

ஒவ்வொர் எழுத்தாளரினின் பெயரைக் கூறி அவர் எழுந்ததும் அவர் உடலைப் பற்றி, நிறத்தைப் பற்றி, தலையைப் பற்றி, தலைக்குள் இருக்கும் சரக்கைப் பற்றி, அவர் பின்னணியைப் பற்றி, அவரின் தொழி லைப் பற்றி, அவரின் எண்ணங்களைப் பற்றி, கொள்கையைப் பற்றி, குறிக்கோளைப் பற்றி, அவர் இதுவரை செய்த சாதனைகளைப் பற்றி, இப்படியாகக் கூடை கூடை-யாகக் கொட்டினார்கள். இல்லை! இல்லை! சாக்கு சாக்காக அளந்தார்கள்.

கேட்பதற்கும், பார்ப்பதற்கும் உண்மையிலேயே இனிமையாக, மிகச் சுல-பமாக இருந்தது. மகிழ்ச்சி மிகுந்த போது கைதட்டி ஆரவாரம் செய்தனர். நந்தவனத்தில் முதன்முதலில் எதிர்பாராமல் ஓர் ஆணும் பெண்ணும் சந்தித்-துக் கொண்டால், அவர்களின் மனநிலை, அவர்களின் உணர்ச்சித்துடிப்புக்-கள், அவர்களின் எண்ண எழுச்சிகள், இதயத் துடிப்பு எப்படி இருக்குமோ? அப்படித்தான் மலேசிய, சிங்கப்பூர் எழுத் தாளர்கள் சந்தித்தபோது இருந்-தனர்.

என் வாழ்நாளில் இன்றுதான் முழு இன்பம் பெறுகிறேன்; என்றார் ஒரு-வர். இதுவரை நான் கடந்து வந்த நாட்களிலும், இனிமேல் கடக்கப் போகும் நாட்களிலும் இன்றைய தினத்தைப் போல மகிழ்வு பெற்ற தில்லை; மனம் நிறைந்ததில்லை; என்றார் பிறிதொருவர். இறைவனை வணங்குவதே ஈடில்லா இன்பம், என்பார்கள். அந்த இன்பத்தைவிட அளவற்ற பேரின்பம் இப்போது பெறுகிறேன் என்றார் அடுத்தவர். இவ் வாறு ஒவ்வொருவரும் உரையாடி மகிழ்ந்தனர்.

எங்கிருந்தோ ஓசை கேட்டது. கதாசிரியர் காதுகளைக் கூர்மையாக் கிக் கொண்டு கவனித்தார். 'எழுதியவன் ஏட்டைக் கெடுத்தான், படித்தவன் பாட்-டைக் கெடுத்தான்' என்பார்கள். அதைப் போல கதைகளையும், கட்டுரை-களையும், கவிதைகளையும் எழுதி நாம் ஏடுகளைக் கொடுத்துக் கொண்-டிருக்கிறோம். அதைப் படித்துப் பார்க்கின்ற கற்றவர் கள் பேசிப் பேசித் தாங்களும் கெடுகின்றனர்; மற்றவர்களையும் கெடுக்கின்றனர். அவர் முடிப்ப-தற்குள் இடையில் ஒருவர் எழுந்து, 'அப்படி என்றால் நாம் எழுதக்கூடாது; என்கிறீரா?' என்று கேட்டுவிட்டுச் சற்றுக் கோபத்தோடு அமர்ந்தார்.

ஆத்திரம் வேண்டாம்; அன்பரே. அமைதியாகக் கேளுங்கள். வள் ளுவன் சொல்லாத கருத்தையா நீரும், நானும் சொல்லி விட்டோம்? பாவேந்தர் பாடாத பாட்டையா நாமெல்லாம் பாடி விட்டோம்? இவ்வாறு பற்பல புலவர்கள் பாடிச் சென்ற பின்னரும் நாம் பண்படவில் லையே ஏன்? உலகம் எதிர்பார்க்கும் உயர்ந்த நிலைக்குச் செல்லவில்லையே ஏன்?

ஏன்? என்று எங்களைக் கேட்டால் எப்படி? சொல்லவந்த கருத்தைச் சுருக்கமாகச் சொன்னால்தானே தெரியும் என்று எரிந்து விழுந்து விட்டு உட்கார்ந்தார். கர்வம் கொள்ளாமல் சற்று காது கொடுத்துக் கேளுங்கள். சொல்லி வருகிறேன்; சுருக்கமாக முடிக்கிறேன் என்றவர், கல்வியில் சிறக்க வேண்டும் என்கிறோம். நாம் சிறிதேனும் கற்று உயர்ந்தோமா? பணத்தைச் சேமிக்க வேண்டும் என்கிறோம். எந்தக் கவிஞனாவது பணக்காரன் ஆனதுண்டோ?

'கைத்தொழில் ஒன்றைக் கற்றுக்கொள்' என்கிறோம். எத்தனை எழுத்தாளர்கள் கைத்தொழிலைக் கற்று வருகிறோம்? வியாபாரம், வாணிகம், வர்த்தகம் முதலியவற்றில் ஈடுபடு என்கிறோம். நாம் எப்போதாவது எண்ணிப் பார்த்ததுண்டா?

ஜாதிகள் இல்லை என்கிறோம். நம் பிள்ளைகளுக்கோ, உறவினர்களுக்கோ நம் ஜாதியை விட்டு அடுத்த ஜாதியில் பெண் எடுக்கிறோமா? அல்லது கொடுக்கிறோமா? சமத்துவம் வேண்டும் என்கிறோம். யாராவது பணம் கொடுத்துவிட்டால், அவரைத் தலையில் தூக்கி வைத்துக் கொண்டு வள்ளல் என்றும் பாரி எனறும் புகழ்ந்து அவரை எவரெஸ்டு சிகரத்திற்கு அனுப்பி விடுகிறோம். அதேவேளையில் நம்மை விட வசதி குறைந்தவரைக் கீழ் நோக்கிப் பார்க்கிறோம். இப்படி வரிசையாக அடுக்கலாம்.

'உனக்காடி சொன்னேன்; ஊருக்கல்லவோ சொன்னேன்;' என்ற கதைக்கேட்ப நாம் வாழ்ந்தால், நாமும், நமது சமுதாயமும், நமது இனமும் எந்தக் காலத்திலும் முன்னேறாது.

மனிதன் நூற்றுக்கு நூறு விழுக்காடு தவறு செய்யாமல் வாழ முடியாது என்பதை ஏற்றுக் கொள்கிறேன். அதே வேளையில் நாம் எந்தக் கருத்தை வலியுறுத்துகிறோமோ அந்தக் கருத்திற்கு ஏற்ப வாழ வேண்டும்; அப்படி வாழ முழு முயற்சி எடுக்க வேண்டும். அப்படி வாழ ஒவ்வொரு எழுத்தாளனும் சபதம் எடுத்துக் கொண்டால் நமது சமுதாயம் சிறந்து விளங்கும். அப்போதுதான் சிங்கப்பூர், மலேசிய எழுத்தாளர்களின் சந்திப்பு பொன்னேட்டில் பொறிக்கப்படும்; என்று சொல்லி முடித்தபோது,

அத்தனை எழுத்தாளர்களும் அவைதனில் எழுந்து, மிக அடக்கத்துடன், 'என் மீதல்ல, என் தாய் மீதல்ல, தமிழ் மீது ஆணையாகக் கூறுகிறேன்; என் உயிரினும் மேலான இந்த எழுதுகோலின் மீது ஆணை யாகக் கூறுகிறேன்; இந்த உடலில் ஒரு சொட்டு இரத்தம் இருக்கும்வரை சொல்லிய வண்ணம் வாழ்ந்து காட்டுகிறேன். அப்படிச் செயல்படும் போதுதான் வாளினும் கூரான இந்தப் பேனாவைப் பயன்படுத்துவேன். இதுவே எனது முடிந்த முடிவாகும்.

ஆகவே இன்று நாம் எடுக்கும் இந்த அற்புதமான முடிவு நம் எதிர்கால சந்ததியினருக்கு ஒளிமயமான எதிர் காலத்தை ஏற்படுத்தும்; என்று எல்லோரும் உறுதிமொழி கூறியபோது கதாசிரியன் மனம் களிப்படைந்தது.

'தமிழர்களைச் சோடா புட்டிக்கு ஒப்பிட்டுப் பேசக் கேட்டிருக்கிறேன். வீரமும் உணர்ச்சியும் வீறிட்டு எழும்போது வானத்தை வில்லாக வளைப்பேன் என்பார்கள். அப்படிப்பட்ட உறுதிமொழியா இது? அல்லது சொல்லிய வண்ணம் செய்யப்படும் உண்மை மொழியா?' என்ற ஐயம் எங்கிருந்தோ வந்து ஏனோ கதாசிரியரின் கருத்தைக் குழப்பியது.

- தனிமரம் (சிறுகதைகள்), முதல் பதிப்பு: ஏப்ரல் 1990, இந்தியர் பண்பாட்டு நிகழ்ச்சி ஏற்பட்டுக் குழு, சிங்கப்பூர்.

92. சிறுகதைத் துறையைப் பொறுத்தவரை

- ப. ஆப்டீன்

சிறுகதைத் துறையைப் பொறுத்தவரையில் பழைய கருத்துக்களைத் தவிர்த்து சமகால மக்கள் வாழ்க்கையை ஊன்றிப் படித்து, மக்களைப் பாதிக்கும் பிரச்சினைகளைத் தழுவியதாக புதிய கருத்துக்களைப் பகைப் புலமாகக் கொண்டு எழுதிய சில கதைகள் இத் தொகுப்பில் இடம் பெற்றுள என. அதே நேரத்தில் ஒரு நல்ல படைப்பின் சிறப்பியல்புகளுக்கும் காத்திரமான தொனிப் பொருளுக்கும் முக்கியத் துவம் கொடுக்கப்பட்டிருக்கிறது. புதுமையான மொழிப்பிரயோகத்துடன் மானுட நேய அணுகுமுறையுடன் எழுத முயன்றுள்ளேன்.

சிறுகதைத் துறையில் ஆழ்ந்த ஞானமும் அனுபவமும் பெற்றவர்கள் கூறுவது போல, சிறுகதைக்கு ஒரு நிரந்தரமான வரைவிலக்கணம் விதிக்கப்படவில்லை. ஒரு கருவை மையமாக வைத்து புனையப்படும் போது கதாபாத்திரங்களை நடமாட விட்டு, வாசகரைக் கவரும் விதத்தில் சொல்ல வேண்டிய செய்தியைச் சிந்தனைக்கு விட்டுவிடும் சாணக்கியம் அது அவரவரது தனித்துவம் வாய்ந்த ஆளுமையைப் பொறுத்துள்ளது.

கதாசிரியனுக்குச் செய்தி என்னும் அந்தச் சுமையை இறக்கி வைக்கும் போது இனம் புரியாத ஆத்ம திருப்தி ஏற்பட வேண்டும். ஒரு கருவுற்ற கதை பிறப்பதற்குக் கால வரையறை இல்லை , கருவைப் பல காலம் சுமந்து....... சுமந்து அது பிரசவ வேதனை அடைகிறது என்று சொல்லப்படுவது மூத்த எழுத்தாளர்களின் அநுபவ உண்மை. இது எக்காலத்திற்கும் பொருத்தமான ஓர் உண்மை என்பதில் சந்தேகமில்லை. எதையும் வாசகரின் உள்ளங்களில் திணிக்காமல் நுணுக்கமாகத் தொட்டுக் காட்டி, ஒரு சிறு அதிர்வை ஏற்படுத்திவிட்டாலே ஒரு நல்ல சிறுகதைக்கு வெற்றி தான் என்றெல்லாம் கூறப்படுகிறது.

நிற்க, தொழில் காரணமாகப் பல பிரதேசங்களைத் தரிசித்தவன் நான். படைப்பிலக்கியத் துறையில் நகர்ப்புறங்களை விட எனது இலட்சியங்களுக்குச் சாதகமான சூழலும், ஏற்ற தளமும் கிராமப் புறங்களில் தான் கிடைத்திருக்கின்றன. தேவையான கதா நாயகப் பிரகிருதிகளைத் தரிசித்து அவர்களது வாழ்க்கைப் பிரச்சினைகளை அடியிலிருந்து ஆழமாக அவதானிக்க முடிகிறது. கல்லும் மண்ணம், மேடும் பள்ளமும் கதைகளாகின்றன.

மனுக்குலத்தை நேசிக்கும் ஒருவனுக்கு அவன் வேறு, அவன் கதைகளில் வரும் செய்திகள் வேறல்ல. கதா பாத்திரங்களின் ஊடாக அவனைப் புரிந்து கொள்ளவோ இனங்காணவோ முடியும். முத்த தலைமுறையினர் 'புனை கதை சம காலக் கண்ணாடி' என்று மிகவும் பொருத்தமாகக் கூறியிருக்கிறார்கள். கண்ணாடியில் பிரதிபலிக்கும் பிம்பங்கள் எள்ளளவேனும் வேறுபடாது.

ஒரு கால கட்டத்தில் சமூகத்தில் நிலவும், எரியும் சம்பவங்கள் இலக்கிய உள்ளங்களில் கருக்களாகப் பதிந்து அலை கலைத்துவம் மிகுந்த இலக்கியங்களாக உருவெடுக்கும் போது, அப்பதிவுகள் பிற்காலத் தலைமுறையினர்க்கு தகவல்களாக அமைகின்றன. வரலாறு சில வேளைகளில் உண்மையைத் திரித்து விடக் கூடும். ஆனால் இலக்கியம் காலத்தை யதார்த்த பூர்வமாகப் படம்பிடித்துக் காட்டிவிடும். இலக்கியக் கண்ணின் 'லென்ஸ்', 'கெமரா'வை விடச் சக்தி வாய்ந்தது.

உத்தி முறைகளை அதிகம் கவனியாது வாசகர்களைக் கவரும் முறையில் எழுத முயன்றிருக்கிறேன். இலங்கை முற்போக்கு எழுத்தாளர் சங்கம் முன் வைத்த தெளிவான இலக்கியக் கொள்கையும் இலட்சியமும் என்னைக் கவர்ந்தன. சோசலிச யதார்த்தக் கண்ணோட்டம்: என் மனதில் ஆழப்பதிந்திருந்தது. இலக்கியம் ஒடுக்கப் பட்ட மக்களுக்காகவும் படைக்கப் பட வேண்டும் என்னும் மகத்தான இலட்சியம் எனக்கு மிகவும் பிடித்தமானதொன்று.

சூழல் இலக்கிய நெஞ்சங்களை உருவாக்குகின்றது. அந்த வகையில் நான் பிறந்து வளர்ந்த சூழலில் தேயிலைத் தோட்டப் பாட்டாளி வர்க்கத்தின் அவலங்கள் நிறைந்த வாழ்க்கை என் உள்ளத்தை நெகிழ வைத்தது. தோட்ட மண்ணில் வேரூன்றிய இந்த நெகிழ்வு பின்னர் தொழில் ரீதியாக கடமைக்குப் போகும் இடங்களிலெல்லாம் அவலங்களுக்குள் அகப்பட்டு, ஒடுக்கப் பட்டு, நசுக்கப் பட்டுக் கிடக்கும் மக்கள் பிரச்சினைகளையே என் மனம் சுமக்க வைத்தன. என் புனை கதைகளுக்குத் தொனிப் பொருளுமாயின.

கலைத்துவமான படைப்புக்களின் மூலமும் கணிசமான படைப்புகளின் முலமும் கணிசமான அளவு சமூகத்தை மாற்ற முடியும் என்று நினைக்கிறேன், சிருவடிகளில் வாசகரைச் சிந்திக்கத் தூண்டுகின்ற செய்தி எதுவும் இல்லாவிட்டால் எழுத்துக்களில் பிரயோசனம் கிடைக்காது. தமது சிருஷ்டிகளில் மிகவும் நுணுக்கமாகவும் , நாருக்காகவும் வாசகனுக்குச் சமூகச் செய்தியை எட்ட வைக்கும் இலாவகமான உரை நடை இலங்கையின் முத்த எழுத்தாளர்கள் பலரிடம் கை வந்த கலையாகப் பிரகாசிக்கின்றதை நான்

காண்கிறேன். அத்தகைய ஆக்கங்களைப் படைக்க வேண்டும் என்பது தான் எனது விருப்பமும் கூட, 'இலக்கியப்பணி' என்னும் கூற்றுக்கு ஒரு முழுமையான கருத்து இருக்க வேண்டும் என்பதை நான் முழுமையாக ஆதரிக்கிறேன். ஒவ்வொரு சிறுகதையையும் வாசித்து முடித்த பிறகு வாசகனுக்குள் ஓர் உறுத்தல் உருவாகி அவன் சிந்தனை விரிய வேண்டும்.

ப.ஆப்டீன், நாம் பயணித்த புகைவண்டி - சிறுகதை தொகுப்பு - முதற் பதிப்பு: செப்டெம்பர் 2003

131/9, தெமட்டகொட வீதி, கொழும்பு - 9

93. பயனுற வாழ்தல்!

நீங்கள் தமிழ் மூன்றெழுத்து என பேசிப்பேசியே ஆட்சியைப் பிடித்து ஆட்டையைப் போட்டீர்கள்.

நாங்கள் ஊழல் மூன்றெழுத்து என பேசிப்பேசியே ஆட்டையைப் போட்டு ஆட்சியைப் பிடிப்போம்.

ஊழலின் சிறப்பு ழகரம்
எங்களுக்குச் சொந்தம் - திமுக
யாருக்குச் சொந்தம் என
ஈடிக்கும் பயமில்லை
மோடிக்கும் பயமில்லை
நீதிமன்றம் தீர்ப்பு சொல்லும்...

சங்க இலக்கியத்தில் பயனுற வாழ்தல்!- **முனைவர் அரங்க. பாரி**

இலக்கியத்தின் குறிக்கோளே "பயனுற வாழ்தல்' என்பதே! மனிதனைப் பற்றிய வரலாறு, பிறந்தான், உண்டான், உறங்கினான், இறந்தான் எனத் தொடங்கி முடிவதன்று. "வாழ்க்கை என்பது, வாழ்பவனுக்கு மட்டுமன்றி அவனைச் சார்ந்த பிறர்க்கும் பயனுள்ளதாக இருப்பதையே' சங்க இலக்கியம் அறிவுறுத்துகின்றது.

அரசர்களுக்கு அறிவுரை கூறும் புலவர்கள் எல்லாம் "மேகம் போலப் பயனுள்ளவனாக இரு', "நிலவைப் போலப் பேதமின்றி எல்லார்க்கும் ஒளி கொடு', "சூரியனைப் போல் உணவும் துய்க்கும் பிறவும் உதவு' என்றே கூறினர். சங்க காலத்தில் ஒவ்வொரு மனிதனும், தன்னை நாடி வந்தவர்க்கு ஏதாவது உதவ வேண்டும் என்ற குறிக்கோளோடு வாழ்ந்தான். வீட்டில் தலைவி அறம் வளர்க்கும் பண்புடையவளாகவே இருந்தாள். தலைவன் பொருள் நிறைய ஈட்ட வேண்டும் என்பதே இல்லாதவர்க்குக் கொடுத்து உதவும் செயலுக்காகவே எனக் கருதினர்.

நம்பி நெடுஞ்செழியன் என்று ஓர் அரசன் இறந்து கிடக்கும்போது அவனது உடலை எரிப்பதா, புதைப்பதா என்ற கேள்வி எழுந்தது. அப்போது அங்குவந்த பேரெயின் முறுவலார் என்ற புலவர், அங்கிருந்தோரைப் பார்த்-

துக் கீழ்வருமாறு கூறுகின்றார்:

"அன்பு கொண்டோரே! நம்பி நெடுஞ்செழியன், மகளிர் தோளோடு தோளுற்றுத் தழுவினான்;

சோலைகளின் பூக்களைச் சூடினான்; குளிர்ந்த சந்தனம் பூசி மகிழ்ந்தான்; பகைவரைப் போரிட்டு அழித்தான்; நண்பர்களை வாழ்த்தினான்; யாரையும் வலியர் என அவன் வழிபட்டுப் போற்றவில்லை; யாரையும் இவர் மெலியர் என இகழவுமில்லை; யாரிடத்தும் இரந்து நின்று கேட்டதில்லை; இரந்து வந்தவர்க்கு அவன் மறுத்து மொழிந்ததில்லை; வேந்தர்கள் வீற்றிருக்கும் அவைகளில் அவன் புகழோடு தலைமை வகித்தான்;

போர்க்களத்தில் தனக்கு எதிராக வந்த படையைத் தடுத்து நிறுத்தினான்; தோற்று ஓடியவரைத் துரத்தாமல் நின்றான்; விரைந்து செல்லும் குதிரையைத் தன் மனத்தைவிட விரைந்து செல்லச் செலுத்தினான்; பெரிய தெருக்களில் தன் தேரைச் செலுத்தினான்; உயர்ந்த யானையின் மீது உலா வந்தான்; இனிய கள்ளை எல்லார்க்கும் பகிர்ந்து வழங்கினான்; பாணர்களின் பசி நீங்க விருந்து செய்தான்; நடுவுநிலை பிறழாது தெளிவு தோன்ற தீர்ப்பு வழங்கினான்;

இவ்வாறாக செய்யத்தக்கன எல்லாம் பயனுறச் செய்தான்; புகழை ஈட்டிய அவனது தலையை வெட்டிப்போடுங்கள் அல்லது நெருப்பிட்டுச் சுடுக. அவனுடைய புகழ் இறவாது" என்றார்.

வாழ்க்கையின் எல்லாச் செயல்களையும் பயனுள்ளதாக வாழ்ந்தவரை எரித்தால் என்ன? புதைத்தால் என்ன? இதனாலெல்லாம் அவரது பெருமை குன்றாது எனக் கூறக் காண்கிறோம். நெல் அதனுள் பால் முற்றிய அரிசியைப் பெற்றிருந்தால்தான் அதனைப் பயனுடையது என்போம்; இல்லாவிடின் அதனைப் "பதர்' என்போம். திருவள்ளுவர் இவ்வாறு பயனற்று வாழ்பவரை "மக்களுள் பதடி' என்கிறார். உண்டு உறங்கிக் கிடப்பவர் வாழ்நாளை வீணே கழிப்பர். அப்படிக் கழியும் நாளைப் "பதடிவைகல்' என்று குறிக்கிறது அகநானூறு.

சங்க இலக்கியத்தில் முயற்சியும் ஊக்கமும் கொண்டு வாழ்வின் வெறுமையை அகற்றிப் பயனுற வாழ்ந்த ஒரு தலைவி இடம்பெறுகிறாள். இத்தலைவியின் கணவன் பொறுப்பற்றவன். தன்வீட்டை மறந்து அவ்வப்போது வெளியே சென்று பிறரோடு கூடித்திரிபவன். ஒருநாள் அவன் மலர் மாலைகளைச் சூடியவனாக, மணம் கமழ வருகிறான். அவனைப் பார்த்துத் தலைவியின் தோழி சொல்கிறாள்.

"என் தலைவி சிறிய வயதினள்; அழகு நலம் கனிந்தவள். அவள் உன்னை மணம் செய்து கொண்டு இந்த வீட்டில் நுழைந்தபோது, இந்த வீடு எப்படி இருந்தது? ஒரே ஒரு மாடு மட்டும் இங்கு இருந்தது. வீட்டில் பொருள் இல்லை; பொலிவும் இல்லை. அவள் உனக்கு வாழ்க்கைப்பட்டு வந்த பிறகு இந்த வீட்டின் நிலையையே மாற்றிவிட்டாள். ஊரார் எல்லாம் இந்த வீட்-

டில் எவ்வளவு வசதி பெருகிவிட்டது என வியக்கின்றனர். அவள் உழைப்பு அவ்வாறு அமைந்தது. நீயோ வெளியே சென்று இன்பமாகப் பொழுதுபோக்கி வருகிறாய்'' என்று தூங்கலோரியார் என்ற புலவர் குறுந்தொகையில் தோழி கூறுவதை எடுத்துரைக்கின்றார். இந்தப் பாட்டின் கருத்தே "ஏர் பிடித்தவன் என்ன செய்வான் பானை பிடித்தவள் பாக்கியசாலி' என்ற பழமொழியாகி உள்ளது.

உலகம் முழுவதும் உழுதொழிலால் வாழ்கிறது. அதனைச் செய்யும் வேளாண்மைத் தொழிலாளிகள் வாழ்ந்த வாழ்க்கை பேரரசர்களின் ஆட்சி தழைக்க அடித்தளம் சமைத்தது. உழத்தல் என்றால் வருந்துதல் என்பது பொருள். "உழந்தும் உழவே தலை' என்பார் திருவள்ளுவர். உடல் வருந்தச் செய்வதே உழவு. பிறதொழில்களில் உள்ள ஆக்கம், செல்வம் பெறும் வாய்ப்பு உழவுத் தொழிலில் இல்லை. பிறகு ஏன் இதைத் தலைமுறை தலைமுறையாகச் செய்ய வேண்டும்? இது தொழில் இல்லை; தொண்டு. சமுதாயத்தைக் காக்கும் தொண்டு. இதனைச் செய்வோர் தவம் செய்பவரை விட மேலானவர். அரசர் குடியினரைவிடவும் உயர்ந்தவர். இவர்களே பயனுற வாழும் வாழ்க்கையைப் பேணுபவர்.

உழவர்களை மிகுதியான வரியால் வருத்துதல் ஆகாது என்று வெள்ளைக்குடி நாகனார் என்ற புலவர் சோழன் குளமுற்றத்துத் துஞ்சிய கிள்ளி வளவனுக்கு அறம் கூறுகின்றார்.

"அரசே நீ போரில் பெறும் வெற்றி உன் வலிமையால் விளைந்ததன்று. உன் நாட்டு உழவர்கள் வாழும் பயன்மிகுந்த வாழ்வின் உழைப்பால் விளைந்தது. அதனால் அத்தகு உழைப்பை மேற்கொள்ளும் வாழ்வினரின் சுமையை நீ தாங்க வேண்டும்'' என்று அரசனை வேண்டிக் கொள்கிறார். அவருடைய வேண்டுகோளை ஏற்று உழவர்களின் பழைய வரித்தொகையை அறவே நீக்குகின்றான் அரசன்.

உழவன் நீரிறைக்கும் கருவிக்குப் பெயர் "சால்' என்பதாகும். சால் என்பதிலிருந்தே சால்பு, சான்றாண்மை என்னும் சொற்கள் தோன்றின. எனவே, உழவர் சான்றோராவர்; பயனுற வாழ்ந்த - வாழும் பெருமக்களாவர்.

94. எப்படி எழுதினேன்? - மாக்சிம் கார்க்கி

- தமிழில் தொமுசி

உயிர்வாழும் போராட்டத்தில் மனித உள்ளத் தின் தற்காப்பு உணர்ச்சி இரு மாபெரும் சிருஷ்டி சக்திகளை வளர்த்துவிட்டது , அறிவும் கற்பனையுமே இவ்விரு சக்திகள். முதலாவது சக்தியான அறிவு என்பது இயற்கை நியதியை, சமுதாய நியதியைக் கவனித்து, பொருத்தம் பார்த்து, தள்ளுவன தள்ளிக் கொள்ளுவன கொள்ளும் திறமையேயாகும். அதா வது அறிவு என்பது சிந்திக்கும் திறனாகும். சாராம்சத்தில் கற்பனையும் சிந்தனை வழிப்பட்டதே.

எனினும் கற்பிதமான உருவங்களை கலாரூபத்தில் சிந்திப்பதே கற்பனைக்குப் பிரதானம். கற்பனை என்பது மனித குணா குண உணர்ச்சிகளை, ஆசா பாசங்களை முன்னிலைப் பொருள்களோடும், இடையறாத இயற்கை நியதியோடும் ஒட்டுறவாக்கிக் காணும் திறன் என்று சிலர் சொல்லலாம்.

காற்றின் முன்கலையும், பழங்கதை சொல்லும் படித்துறையையும், வியர்வை அரும்பும் ஜன்னல் கண்ணாடிகளையும் நாம் கண்டிருக்கிறோம்; கேட்டிருக்கிறோம். இந்த மாதிரியான கற்பிதத்தால் நமக்கு இயற்கை நியதியை லகுவில் உணர்ந்து கொள்ள முடிகிறது.

இலக்கியப் பாணி, அதன் பாதையின் அடிப் படைத் தன்மைகள், கற்பனார்த்தமும் எதார்த்த முமே யாகும். எதார்த்தம் என்பது வாழ்க்கைத் தரத்தின் நிலையை வெளிப்பூச்சின்றி, ஒளிவு மறை வின்றி வெளியிடுவதாகும். கற்பனார்த்தத்தைப் பற் றித் திட்டவட்டமான திருப்தி தரும் பதில் இன்னும் அளிக்கப் பெறவில்லை. ஆகவே, பால்ஸாக் , டால்ஸ் டாய், கோகோல், செஹாவ் முதலிய எழுத்தாளர்கள் கற்பனார்த்தவாதிகளா, எதார்த்தவாதிகளா என்று சொல்ல முடியவில்லை. அநேக எழுத்தாளர்களிடம் கற்பனார்த்தமும் எதார்த்தமும் இணைந்தே இருக்கின்றன.

கற்பனார்த்தத்துக்கும் எதார்த்தத்துக்குமுள்ள தொடர்பை உணர எழுதும் ஆர்வம் ஏன் வர வேண்டும்? என்ற கேள்வியைப் புரட்ட வேண்டி யதுதான். இதற்கு இரண்டு விடைகள் உண்டு. ஒன்று : பதினைந்து வயதுள்ள தொழிலாளி வர்க்கப் பெண் ஒருத்தி எனக்கு எழுதினாள்: ”எனக்குப் பதினைந்து வயது தான். இந்த வயதிலேயே எனக்கு எழுதும் சக்தி வந்துவிட்டது. காரணம் எனது பஞ்சை நிலையும் சலித்துப் போன உயிர் வாழ்க்கை யும்தான்.” இன்னொரு எழுபது வயதுக் கிழத் தொழிலாளி எழுதுகிறான்: ‘எனக்குள்ள அனந்த கோடி அனுபவங்களை எழுதாமலிருக்க முடியவில்லை!”

என்னோடு கடிதப் போக்குவரத்து வைத்துக் கொள்பவர்கள் எழுத்தாளனாக ஆசைப்படுவதன் காரணம் அவர்கள் மனத்தில் புகைமுட்டித் தவிக்கும் அனந்தகோடி அனுபவங்கள் இருப்பதனால் தான் தாங்கள் கண்டும் கேட்டும் அனுபவித்தும் வந்த இன்ப துன்பங்களை அவர்களால் எழுதாம லிருக்க முடியவில்லை. ஆகவே எப்படி எழுதினேன் என்ற எனது கேள்விக்கு நானும் ‘வறுமையில் வாடினேன்; எனக்கும் பல்வேறு அநுபவங்கள் இருக்கின்றன. அந்த உணர்ச்சிப் படங்களை என்னால் தீட்டாமல் இருக்க முடியவில்லை’ என்றே சொல்வேன்.

வாழ்வின் பயங்கரத்தைப் பற்றி எனக்கு அநேக அனுபவங்கள் உண்டு. இப்போது நான் அதைக் குருட்டுப் பயம் என்கிறேன். இளமை அனுபவத்தில் நான் கண்ட அனுபவங்களைச் சொல்லப் போனால், நீங்கள் பார்த்திராத கீழ்த்தரமான அனுபவங்களாகவே இருக்கும். சில வேளைகளில் இந்தக் கைப்பான வாழ்க்கை எனது உணர்ச்சிகளை மழுங்க அடித்து என்னை ஒரு தூங்கிணியாக்க முயன்ற துண்டு. சில சமயங்களில் அவை என்னைக் கிண்டி

விட்டு எனது மான உணர்ச்சியைத் தூண்டியது முண்டு. ஆகவே இதற்கு ஒரு மார்க்கம் தெரியாமல், இரவில் கூரையேறித் திரிவதும், தாத்தா செய்யும் வேலையில் கரியை அள்ளித் தூவுவதுமாக இருந்தேன். இதையெல்லாம் நான் ஏன் செய்தேன் என்றால் நான் உயிருள்ள பிராணி என்று காட்டிக்கொள்வதற்குத்தான். கண்ணைக் கட்டிக் காட்டில் விட்ட மாதிரி இருந்த இந்த வாழ்வை மாற்றவேண்டு மென்று நினைத்தேன்.

சரி. இனி நான் எப்படி எழுதப் படித்தேன் என்பதற்கு வரலாம். எனக்கு ஏற்பட்ட அனுபவங்கள் புத்தகங்கள் மூலமாகவும் வாழ்க்கையின் மூலமாகவுமே கிடைத்தன. நான் வெளிநாட்டு இலக்கியங்களுக்கு - முக்கியமாக பிரெஞ்சு இலக்கியத்துக்கு - மிகவும் கடமைப்பட்டவன். என் தாத்தா ஒரு கஞ்சன் ஆனால் நான் அவரை பால்ஸாக்கின் 'கிராண் டெட' என்ற கதாபாத்திரத்தின் மூலமே புரிந்து கொண்டேன். அதே மாதிரி என் தாத்தாவின் நண்பர்கள் தாக்கரேயின் வானிட்டி பேரில் (Vanity Fair) பேசுவது போலவே பேசினார்கள். இப்படித் தான் பல அனுபவமும்.

எனது படிப்பு ஒழுங்குமுறையற்றது; கிடைத்த போது சமயம் வாய்த்தபோது படித்தேன். வெளி நாட்டு இலக்கியம் எனக்கு ஒப்புவமை நோக்குவ தற்கு ஏராளமான விஷயங்களையும், விஷயத்தை எடுத்துச் சொல்வதையும், கதா பாத்திரத்தைத் தொட்டுப் பழகும் பாணிகளையும் சொல்லிக் கொடுத் தது. ஒரு தடவை பிளாபேரின் சாதாரண இதயம்' {A Simple Heart) என்ற நூலைப் படித்தேன். அதைப் படித்துக் கண் மூக்குத் தெரியாமல் ஆடி னேன். சர்வசாதாரணமான, நாமறிந்த வார்த் தைகளை வைத்துக்கொண்டு எப்படி ஒரு சாதாரண விஷயத்தை சமாகச் சொல்ல முடிகிறது என்று அதி சயித்தேன். எனக்கு அது ஒரு புதிராக இருந்தது.

நான் படித்த பிற இலக்கியங்கள் இருக்க, பிரெஞ்சு இலக்கியத்திலிருந்து தான் எழுதக் கற்றுக் கொண்டேன். இது தற்செயலாக நடந்த போதிலும், இளம் எழுத்தாளர்கள் கட்டாயம் பிரெஞ்சு இலக்கிய மேதைகளின் நூல்களைப் படித்து அவர்களின் சொல்லாட்சிக் கலையை உணர்ந்து கொள்ள வேண்டும் என்றே சொல்வேன்.எனக்கு இருபது வயது ஆனபோது. நான் கண்ட, கேட்ட அனுபவித்த பல விஷயங்களை மற்றவர்களுக்கும் சொல்லித்தானாக வேண்டும் என்று கருதினேன். ஏனெனில் மற்றவர்களின் மனப் போக்குக்கு மாறாக நான் புது வழியில் சில விஷயங் களைக் கண்ணோக்குகிறேன் என்று எனக்குப் பட்டது. இதற்கிடையில் நான் வசித்த இடத்தில் உள்ள பாட்டாளி வர்க்கத்தினர் நான் கதை சொன்னால் கூர்ந்து ஆர்வத்தோடு கேட்க ஆரம்பித்தனர். புத்தகங்களைப் பற்றியும் சொல்வேன். எனது கதைகளைக் கேட்ட அறிவாளிகள் எழுது ! எழுதப்பா எழுது என்று தூண்டினார்கள்.

அடிக்கடி எனக்குக் குடி மயக்கம் போல். நான் அனுபவித்த இன்ப துன்பங்களை வெளியிட்டுத் தீர்க்க எண்ணும் ஆர்வம் மனத்தைப் பிய்த்துப்

பிடுங்கும். இந்த அவஸ்தையைச் சொல்லித்தான் தீர்க்க விரும்பினேன். ஆகவே தான் என் மனத்தில் உறைந்து போன சித்திரங்களான என் நண்பன் அனடோலி , சந்துமுனைத் தாசி மகளான தெரஸா முதலியவர்களைப் பற்றி எழுத விரும்பினேன். அவர்களைப் பற்றிச் சில பாடல்கள் எழுதினேன்.

பாடல் எழுதுவது எனக்குச் சுலபமாகக் கை வந்தது. எனினும் அவை மோசமானவை. என்னுனுடைய சக்தியின்மையை, திறமை இன்மையை நானே உணர்ந்தேன். புஷ்கின், லொமெண்டோவ், குரோச்கின் முதலிய கவிஞர்களைப் படித்தபோது நான் ஒரு உதவாக்கரை என்றே பட்டது. நானோ வசனம் எழுதுவதற்கே பயந்தேன்; பாடலைவிட வசனம் எழுதுவது சிரமம் எனக் கருதினேன். இதன் விளைவு நான் வசனகதி படைத்த பாடலாய் எழுதியது தான் அந்த சிருஷ்டியை கோரோலெங்கோ நொறுக்கித் தள்ளிவிட்டார்.

இங்கு, மொழி என்பது மக்களால் ஆக்கப்பட்டது என்பதைச் சொல்வது பிரயோஜனகரமாயிருக்கும். இலக்கிய மொழி யென்றும் கொச்சை மொழி யென்றும் பாகுபடுத்துவ தென்பது, இலக்கிய மேதைகளின் கைவண்ணத்தால் மெருகு பெற்ற மொழியையும் பேச்சு மொழியையுமே குறிக்கும். இதை முதன் முதலில் உணர்ந்தவர் கவிஞர் புஷ் கினே ; அவர் தான் மக்கள் பேசும் மொழியையும் மெருகிட்டுப் புதுமை பெறச் செய்ய முடியும் என்பதைக் காட்டினார்.

எழுத்தாளன் என்பவன் அவனுடைய நாட்டின் வர்க்கத்தின் உணர்ச்சி மயமான ஊது குழல்; அதன் செவி, கண், இதயம் எல்லாம் அவன் தான். அவன்தான் அவனது சகாப்தத்தின் குரல்! - அவன் பழமையைப் பற்றி எவ்வளவு தெரிந்து கொள்ள வேண்டுமோ அவ்வளவு தெரிந்துகொள்ள வேண்டும். அப்போது தான் நிகழ் காலத்தில் தனது சமுதாயத்தின் முன்னுள்ள கடமைகளை வரையறுக்கவும், நிறைவேற்றவும் முடியும். அவனுக்கு மனித சரித்திரம் தெரிய வேண்டும். மக்கள் எப்படிச் சிந்திக்கிறார்கள் என்பதை உணர அவர்களது பழமொழிகளையும், கதைகளையும் தெரிந்துகொள்ள வேண்டும். நானும் அதைத்தான் செய்தேன்.

இளைஞர்களாகிய நீங்கள், நான் ஏன் பஞ்சைப் படையினங்களைப் பற்றி எழுத வேண்டும் என்று கேட்பீர்கள். கீழ்த்தர மத்தியதர வர்க்கத்தினரோடு பழகிய தோஷத்தால் அந்த வர்க்கத்தைச் சூழ்ந்துள்ளவர்கள்; அவர்களை எப்படிக் கொக்கியிட்டு வதைக்கிறார்கள், அவர்களது வியர்வையையும் குருதியையும் எப்படி காபெக்குகளாகவும், ரூபிள்களாகவும் (காபெக், ரூபிள் - ருஷ்ய நாணயங்கள்) மாற்றுகிறார்கள் என்பதையும் எனது பதினைந்தாவது வயதிலேயே நேரில் அனுபவித்தேன். ஆகவே, இந்தப் புல்லுருவிகள் வாழ்க்கையைக் கண்டு மனம் புழுங்கினேன்.

பஞ்சைப் பரதேசிகள் என்பவர்கள் என்னைப் பொறுத்த வரை சாதாரண மனிதர்கள், ஏனெனில் அவர்கள் வர்க்கம் இழந்தவர்கள்; அவர்கள் வர்க்கத்

தின் தன்மையை இழந்தவர்கள் இப்படிப் பட்ட பலரை நான் வழியில் சந்தித்திருக்கிறேன். நானும் இன்னொரு மனிதனும் ஆஸ்பத்திரியில் சீக்காகக் கிடந்தபோது அவன் சொன்ன கதையைத்தான் நான் எனது செல்காஷ்' (Chelkasil) என்ற கதைக்குப் பயன்படுத்தினேன். அவன் அலெக்ஸாண்டர் டூமாஸின் "மகா வீரக்" கதா நாயகர்களை நினைவூட்டி னான். ஆகவே தான் இந்தப் பஞ்சைப் பரதேசிகளின் சாதாரண வாழ்வைப் பிரதிபலிப்பதில் என் மனம் நாடியது. இவர்களை விட, குட்டி பூர்ஷ்வா மனப்பான்மை கொண்ட மக்கள் என்னை அதிகம் கவரவில்லை.

என்னைப் பொறுத்த வரையில், மனிதனை மிஞ்சிய கருத்துக் கிடையாது. மனிதன் தான் - மனிதன் மட்டும் தான் சகல பொருள்களுக்கும் கருத்துக்கும் சிருஷ்டிகர்த்தா. அவனே மாயாஜாலன்.

அவனே இயற்கையின் சகல சக்திகளுக்கும் எதிர்கால எஜமான். நமது உலகில் உள்ள அழகிய பொருள்களெல்லாம் நமது உழைப்பின் சிருஷ்டி; மனிதக்கரங்களின் படைப்பு. நமது கருத்துக்கள் எண்ணங்கள் எல்லாம் தொழில் வளர்ச்சிப் போக்கி விருந்து உற்பத்தியானவை. பிரத்தியக்ஷ உண்மைகளிலிருந்து தான் எண்ணங்கள் பிறக்கின்றன. நான் மனிதனுக்குத் தலை வணங்குகிறேன். ஏனெனில் அவனுடைய அறிவுக்கும் கற்பனைக்கும் அமைந்துவிடாத எந்தப் பொருளையும் நான் காணவில்லை.

95. நான் எழுதிய சிறு கதை - வெ. மகாதேவன்

"தமிழ் கற்றதன் முழுமையும்,
கவி பெற்றதன் பெருமையும்,"

அடுத்த வரி எழுதும் முன் தொலைபேசி அழைப்பு வந்தது தமிழ் பாரதிக்கு...

"ஹலோ தமிழ்"...

"சொல்லு மகா"

" 'செம்மொழி நற்பணி மன்றம்', சிறுகதை போட்டி"

"தேதி?"

"அடுத்த வாரம் திங்கள்..."

"இடம், நேரம்?"

"காமராஜர் நினைவு அரசு பள்ளி, காலை 9 மணி..."

"நல்லது.. நான் முயற்சி பண்ணி பாக்குறேன்..."

"உன்னால கண்டிப்பா முடியும் தமிழ்.. உனக்கு அந்த திறமை இருக்கு..."

"நன்றி மகா.."

"அட இதுக்கு எதுக்கு நன்றி லாம்..."

“சரி நான் வெக்கிறேன்...”

அழைப்பை துண்டித்த பின் மிச்சம் வைத்த வரிகளை அழகு சேர்த்து முடித்தான்...

ஒரு வாரம் கழித்து...

பள்ளிக்கு ,அரை மணி முன்னரே வந்து சேர்ந்தான் தமிழ்...

“செம்மொழி நற்பணி மன்றம்” நடத்தும் 17ஆவது சிறுகதை போட்டி... வெற்றி பெறுபவருக்கு “சிறுகதை மைந்தன்” என்ற பட்டமும், எங்கள் வார இதழில் சிறுகதை எழுதுவதர்கான ஒரு ஆண்டு ஒப்பந்தமும் வழங்கப்படும்....” என்று பதாகையில் போட்டிருந்தது...

சிறுகதை மைந்தன்!!! உள்ளே சிரித்து கொண்டான்... போட்டி நடக்கும் அறையின் வெளியே ஒருவர் அமர்ந்திருந்தார்...

“அய்யா,சிறுகதை போட்டிக்கு விண்ணப்பிக்கணும்...”

“பெயர்?”

“தமிழ் பாரதி...”

“இப்போ மணி 8.30 ஆகுது...சரியா 9 மணிக்கு ஹால் குள்ள போய்டனும்.. தொலை பேசி,துருப்பு சீட்டு எதுவும் கூடாது.... 45 நிமிடம் அவகாசம்...முடிச்சிட்டு 10.30 மணிக்கு பரிசுகள் அறிவிக்க படும்..ஆடிட்டோரியத்துல வெயிட் பண்ணுங்க... வேற ஏதாவது கேக்கணுமா...”

“நன்றி அய்யா,எதுவும் இல்லை...”

வெளியே வந்து ஒரு மரத்தடியில் அமர்ந்து கொண்டு மேலே இருந்த குருவி கூட்டையும் அதில் இருந்த குஞ்சுகலையும் ரசித்து கொண்டிருந்தான்....

சரியாக 9 மணிக்கு போட்டி நடைபெறும் அறைக்கு சென்றான்.. போட்டிக்கு வந்தவர்களுள் பெரும்பாலானோர் பைஜாமா அணிந்து கொண்டுறிந்தனர்... எழுத்தாளர்களுக்கு உள்ள அடயாளம் போன்றது அது... மனதினுள் நினைத்து கொண்டான் தமிழ்...

தனக்கு ஓதுக்க பட்ட இடத்தில் அமர்ந்ததும்,பக்கத்தில் ஒருவர் புலம்பி கொண்டிருந்தார்..

“போட்டி நடத்துரானுங்கலாம் போட்டி...எல்லாம் உள் நிர்வாக பூசல்..
முன்னாடியே தேர்வு செஞ்சிட்டானுங்க யாரு ஜெய்க்கணும்னு...
சரியான ஒழுங்குமுறை இல்லை... நிர்வாகம் சரி இல்லை...
ஏன் கலந்துக்குட்டோம்னு இருக்கு...
என் தகுதிக்கு லாம் இங்க வந்துர்க்கவே கூடாது....”

அனைத்து இடங்களிலும் இப்படி ஒருவர் இருக்கிறார் என்பதை எண்ணி கொண்டான் தமிழ்...

45 நிமிடம் முடிந்தது... அனைவரும் தங்கள் கதைகளை பார்வையாளரிடம் ஒப்படைத்தனர்... தமிழ் ஆடிட்டோரியத்தில் சென்று அமர்ந்தான்....

பக்கத்தில் ஒருவர்

"ஹலோ... நான் கவியரசன்.." என்று கைகொடுத்தார்...

"வணக்கம்... நான் தமிழ் பாரதி" என்று வணக்கம் வைத்தான்....

"எழுத்தாளர்களுக்கே உண்டான பண்பு இது... பாராற்றேன்..."

"அய்யா,இது தமிழர்களுக்கே உண்டான பண்பு... வெள்ளயர்களிடமி-ருந்து சுதந்திரம் வாங்கிட்டோம்னு நம்ம நெனச்சிட்டு இருக்கோம்... அவங்க 300 ஆண்டு காலம் நம்மள அடிமை படுத்தனதொட விளைவு,மேற்கத்திய கலச்சாரம் நம்ம மனுஷங்க மனசுல ஒட்டிக்குச்சி... அது தான் நாகரிகம்னும் எல்லாரும் நெனச்சிட்டு இருக்காங்க...

பிரிட்டிஷ்கு அவங்க கலாசாரம் தான் நாகரீகம் தந்துது... அமெரிக்க கலாச்சாரமோ,ருசியா கலாச்சாரத்தயோ அவங்க பின்பற்றணும்னு நெனைக்கல... அவங்க அவங்க கலாசாரத்த பின்பற்றுறது தான் உன்மயான நாகரிக வளர்ச்சினு என்னைக்கு நம்ம மக்கள் உணர்ராங்களோ அன்னைக்கு தான் நமக்கு முழுமையான சுதந்திரம்... அடையாளத்த தொலச்சிட்டு வாழ்ற எந்த சமுதாயமும் முன்னுக்கு வரமுடியாது"

"நல்ல சிந்திக்கிறீங்க தமிழ் நீங்க... ஆனா இவ்ளோ உருதியா ஒரு மனுஷன் இருக்க முடியுமா? அதுவும் இந்த காலத்துல?...வளஞ்சி குடுத்தா தான இந்த சமுதாயத்துல சுலபமா வாழ்க்க நடத்த முடியும்?..."

"கவி... இந்த பெரிய குழப்பம் எல்லார் கிட்டயும் இருக்கு.. மக்கள சார்ந்து சமுதாயம் உருவாகுதா? சமுதாயத்த பொருத்து மக்கள் வாழ்க்கை மாருபடுதா?

மக்கள் தான் சமுதாயம்...நம்ம வாழ்க்கை முறை தான் சமுதாயத்த வடி-வமைக்குது... தமிழ் கலாச்சாரத்த பின் பற்றணும்னு ஒரு எண்ணம் எல்லார் மனசுலயும் இருக்கு...ஆனா அத பின்பற்ற தயங்குறோம்... நீங்க ஹலோ சொன்னதும் நான் ஹலோ சொல்லி இருந்தா எதுவும் மாறி இருக்க போர-தில்ல...

சமுதாயம் மாறனும்னு நிஜமாவே ஆச பட்டீங்கனா நீங்க முதல மாறனும்... இல்லனா என்ன மாறி ஆட்கள எங்க வழியில விட்டுடனும்... "

"வித்யாசமான ஆள் பா நீ..." வியந்து கூறினான் கவி...

தமிழ் கவி மீது பார்வையை வீசி கொண்டே பேசினான்...

"பார்திங்களா... தமிழ் கலாச்சாரத்த பத்தி பேசுறவன்லாம் வழக்கதுக்கு மாறான வித்யாசமான ஆள்னு தான் ஒரு எண்ணம் எல்லார் மனசுலையும் இருக்கு..."

இதற்கு மேல் தமிழிடம் பேசி வெள்ள முடியாது என்பதை அறிந்தவனாய் "உங்க கருத்து லாம் ஆழமா இருக்கு தமிழ்... பேச்சு தெளிவா இருக்கு.... என் கிட்ட பேசி யாராலயும் ஜெய்க்க முடியாதுணு நெனச்சேன்..."

“எனக்கு யாரயும் ஜெய்க்கணும்னு ஆச இல்ல கவி...”

கவி ஆச்சர்யமாக பார்த்தான்....

மணி 10.30 ஆனது... பரிசுகள் அறிவிக்க பட வேண்டிய நேரம்...

“மேடையில் போட்டி அமைப்பாளர் பேச தொடங்கினார்...

“செம்மொழி நற்பனி மன்றம் நடத்திய சிறு கதை போட்டியில் கலந்து கொண்ட அனைவருக்கும் என் நன்றிகளை முதலில் தெரிவித்து கொள்கி-றேன்... கலந்து கொண்ட அனைவரும் தங்கள் திறமைகளை பிரமாதமான முறையில் வெளி படுத்தி உள்ளீர்கள்... எழுத்து போட்டி என்றாலே முதலில் பார்க்க வேண்டிய இரண்டு விஷயம், என்ன கருத்து சொல்கிறீர்கள் என்-பது... பிறகு அதை எப்படி தெளிவாக எழுதி உள்ளீர்கள் என்பது... கலந்து கொண்ட அனைவரும் இவ்விதத்தில் வெற்றியாளர்களே... ஆனால் அதில் பொதுவான கருத்தை யார் முன்னிறுத்தி இருக்கிறீர்கள் என்பதை பார்ப்-போம்... அவ்வகையில் இன்று ஒரு எழுத்தாளர், “சிறுகதை மைந்தர்”, அருமையாக தான் கூற வந்த பொது கருத்தை முன்னிறுத்தி இருந்தார்... அவர் எழுதிய சிறுகதையின் நடையும் அவர் இலக்கண அறிவும் சிலிர்க்க வைத்தது... ஆகவே அவருக்கே முதல் பரிசை வழங்குவதாக முடிவு செய்-துள்ளோம்...

சிறு கதை மைந்தர் பட்டத்தை இந்த முறை தட்டி செல்வது “கவியர-சன்”.. அவர்

சிறு கதையின் தலைப்பு “மலர் சாலை”... “

“வாழ்த்துக்கள் கவி...”

“நன்றி தமிழ்” என்று கூறிவிட்டு பரிசு பெற மேடை ஏறினான்... முதலில் தமிழின் கைதட்டல் ஓசை தான் அரங்கில் ஒளித்தது... ஒரு கலைஞனின் திறன் ஆவையில் பாராட்ட படும் போது அவனுக்கு கிடைக்கும் முதல் கை தட்டல் இன்னொரு கலைஞன் உடையதாக தான் இருக்கும்...

பரிசு கொடுத்த பின் கவியரசனை ஒரு சில வார்த்தைகள் பேசுமாறு கேட்டு கொண்டனர்...

கவியரசன் பேசி முடித்ததும் அமைப்பாளர் மறுபடியும் மேடைக்கு வந்-தார்...

“”எதற்கு நான் மறுபடியும் பேசுகிறேன் என்று தானே குழம்புகிறீர்-கள்...விஷயம் இருக்கிறது... இன்று நடந்த போட்டியில் இன்னொரு போற்-றத்தக்க படைப்பு இடம் பெற்றிருந்தது... அந்த எழுத்தாளரின் சிந்தனை ஆழம் மிக சிறப்பாக இருந்தது... விழா குழுவினர் பேசி முடிவு செய்து அவருக்கு சிறப்பு பரிசும், “சிந்தனை மைந்தன்” என்ற பட்டமும் வழங்க இருக்கிறோம்... அந்த சிந்தனை மைந்தனின் சிறு கதை தலைப்பு “நான் எழுதிய சிறு கதை”,எழுதியவர் ”தமிழ் பாரதி”.. தமிழ் எங்கிருந்தாலும் மேடைக்கு வரவும்...”

தமிழ் இன்ப அதிர்ச்சியில் ஆழ்ந்தான்...

மேடை ஏறினான், ஆனந்த கண்ணீருடன்...

தமிழை ஒரு சில வார்தைகள் பேசுமாரு கேட்டனர்...

"அனைவருக்கும் வணக்கம்... முதலில் என் கருத்துகளை ஏற்று "சிந்தனை மைந்தன்" பட்டம் அளித்த செம்மொழி நற்பணி மன்றத்திற்கு நன்றி... முதல என்னை பற்றி கொஞ்சம் பேசி கொள்கிறேன்... என் திறமைகளை மதித்து அவற்றை வளர்த்து கொள்ள உதவியாய் இருக்கும் என் நண்பர்களுக்கு நன்றி... எல்லாவற்றிற்கும் மேலாக நான் சிற்பம் என்றால் என்னை வடித்த சிற்பிக்கு, நான் ஓவியம் என்றால் என்னை வரைந்த ஓவியருக்கு, நான் கவிதை என்றால் என்னை பாடிய கவிஞனுக்கு, நான் மனிதன் என்றால் என்னை பெற்ற என் அம்மா அப்பா விற்கு என் நன்றிகள்...

சிறு வயதிலிர்ந்தே கதைகள் மேலும் , கவிதைகள் மேலும் எனக்கு மிக பெரிய ஆர்வம் இருந்துது... ஆனா என் ஆர்வதுக்கு தீனி போடுர விருப்பம் எங்க அப்பா அம்மா வுக்கு இல்ல.. ஏன்னு கேக்றீங்களா...?

நடுத்தர வர்கத்த சேர்ந்த குடும்பங்களுக்கு பணம் என்பது ஒரு பெரிய தேவைங்குர மனப்பான்மை இருக்கு... அப்படி தான் எங்க குடும்பமும்... தனி திறமைகளுக்கு முக்கியத்துவம் குடுக்குற நிலமைல எங்க அப்பா இல்ல... அதுவும் எழுத்தாளன் ஆகணும்னு அவர் கிட்ட போய் நின்னா... """எடு செருப்ப... இங்க உங்களுக்காக மாடு மாறி ஒழச்சி கொட்டிட்க்கிட்டுர்க்கேன்... கதை எழுத போராராம்.. உங்களலாம் படிக்க வேக்கிறதே பெருசு... எங்க அப்பன் அடுத்த வேல சோறுக்கு கூட காசு தர மாட்டான்... ஒழுங்கா படிச்சி குடும்பத்த முன்னேத்துர வழிய பாரு" னு ஏசுவார்... முதலில் எனக்கு கோவம் வந்தது... ஆனா அந்த மனுஷன் பேச்சு தான் இப்படி... அவரும் தன் ஆசைகள,கனவுகள பொதச்சிட்டு குடும்பத்துக்கு ஒழச்சவர் தானே... சரின்னு அவர் சொன்ன படியே நல்லா படிச்சு, நல்ல வேலை கடச்சு, கை நெறைய சம்பாதிச்சாச்சு...

அதுக்கப்பறம்??

கேள்வி குறி தான்...

எது சந்தோஷம் தரும்னு நெனச்சி நான் இவ்ளோ நாள் வாழ்க்கய செலவு செஞ்சனோ,அது எனக்கு சந்தோஷம் தரல...

பணத்துக்கு பின்னாடி ஓடுனா ஆச படுற இலக்கை அடைய முடியாது... கனவுகளுக்கு பின்னாடி ஓடுங்க... அது தான் வாழ்க்கைய முழுமையா வாழ்றதுக்கான சிறந்த வழி... வாழ்க்கயோட மிக முக்கியமான பருவமான இளமை பருவத்த எந்த அளவுக்கு புரிஞ்சிக்கிட்டு,உபயோகமா செலவு செய்றிங்களோ அந்த அளவுக்கு வாழ்க்கை இன்பம் அளிக்கும்... நன்றி "

என்று கூறி முடித்து கொண்டான்...

அரங்கில் இருந்த அனைவரும் எழுந்து நின்று கைதட்டினர்...

கவியரசன் அருகில் வந்து வாழ்துக்கள் கூறினான்... விழா முடிந்து அவரவர் கதைகளை அவரவரிடம் கொடுத்தனர்... கவியரசனுக்கு தமிழின் கதையை படிக்க வேண்டும் என்ற ஆர்வமாக இருந்தது... கேட்டு வாங்கி படித்தான்...

அதில் முதல் பக்கத்தில்:

“நான் எழுதிய சிறு கதை”

“தமிழ் கற்றதன் முழுமையும்,கவி பெற்றதன் பெருமையும்”.................

....

....

முழுவதும் படித்து முடித்ததும் திகைத்து போனான் கவியரசன்... எப்படி இவனால் இது முடிந்தது? நியாயமாக பரிசு தமிழுக்கு தானே கிடைத்திருக்க வேண்டும்...? குழப்பத்தில் ஆழ்ந்தான் கவி...

சற்றே தயக்கத்துடன் “எங்க பா இருந்த இவ்ளோ நாள்?”

“கனவு கண்டுட்டு இருந்தேன்.. இப்போ தான் துரத்தி புடிக்க ஆரம்பிச்சிருக்கேன்...”

96. வுட்ஹவுஸ் புக் ஷாப் நாட்கள்

– ராஜராஜ சோழன்

மார்கழி பனியில் எழும் வெண்ணிற புகை காற்றில் அலைந்து கொண்டு இருந்தது. ஊரே ஒன்று கூடி சுகமாக தூங்கி கொண்டு இருந்தது. ஓய்வு எடுக்க ஞாயிற்று கிழமைகள் உதவியாக இருக்கிறது. சிலருக்கு கிடைக்கும் வரம். இந்த புதிய நிறுவனத்தில் இப்போது தான் வேலைக்கு சேர்ந்தேன். வேலை ஒன்றும் பெரிதாக இல்லை. நான் எங்கு வேலைக்கு சென்றாலும் மூன்று மாதங்களில் நம்மை கண்டு கொண்டு முடிக்க முடியாத வேலைகளை பட்டியலிட்டு நம்மிடம் கொடுத்து சீக்கிரம் முடிக்க வேண்டும் என்பார்கள். இங்கும் அப்படியே கொடுத்தார்கள். உடனே வேலையை முடித்து கொடுத்தேன்.

படிப்பு முடித்தவுடன் ஒரு மாத காலம் ஊர் சுற்றி விட்டு நண்பன் நிறுவனத்தில் வேலைக்கு சேர்ந்தேன். ஒன்றும் நமக்கு தீனி போடும் வேலையில்லை. வேறு வேலை கிடைக்காததால் இந்த வேலை. திடிரென்று என்னுடைய அம்மாவிற்கு உடல் நலம் சரி இல்லை என்று செய்தி வந்தது. இது தான் சாக்கு என்று ஊருக்கு சென்றேன் . என் நண்பன் அப்போது என்னை பார்த்து சிரித்தான். அதன் பொருள் எங்கள் இருவருக்கும் மட்டும் தான் தெரியும். வாய்ப்புகள் வரும்போது நாம் விட்டு விட்டதை பிடித்து கொள்ள வேண்டும்.

என் அம்மா பழைய படி உடல் நலம் பெற்றார். மீண்டும் இயந்திரம் போல் ஆனார் நிறுத்தாமல் வேலை செய்ய ஆரம்பித்து விட்டார். என் சொந்த ஊரிலேயே தங்கி விட்டேன். சொந்த ஊரில் இருப்பது ஒரு சுகம். ஏதாவது ஒரு வேலை பார்க்க வேண்டும் என்பதற்காக ஒரு கல்லூரியில் வேலைக்கு சேர்ந்தேன். இந்த வேலைக்கே ஐம்பதுக்கு மேல் போட்டியாளர்கள். இதில் சிபாரிசு வேறு. ஏற்கனவே அந்த கல்லூரிக்கு ஒரு வேலை முடிக்க பெறாமல் இருந்தது. நான் பெரிதும் மதிக்கும் பேராசிரியரின் அன்பான வேண்டுகோளை தட்ட முடியாமல் அந்த வேலையை ஏற்று முடித்து கொடுத்தேன். அவர்களுடைய பாடத்திட்டத்தை தொகுத்து கொடுத்தேன்.

அவர்களுக்கு பெரிய ஆச்சரியம் மற்றும் மகிழ்ச்சி. இந்த புராஜக்ட் தான் எனக்கு சிபாரிசு என்று அப்போது எனக்கு தெரியாது. அவர்களுக்கு இன்னும் முடிக்கப்படாத வேலைகள் இருந்ததால் என்னை வேலைக்கு சேர்த்து கொண்டார்கள். நன்றாக சென்றது ஒரு வருடம் எனக்கே ஆச்சரியம். திடீரென்று சில கசப்பான பிரச்சனைகள். அந்த வேலையை விட்டு விட்டேன். நமக்கு அடுத்த வேலை காத்திருந்தது.

இந்த நேரத்தில் தான் எனக்கு புத்தக வாசிப்பு தொடங்கியது.

சிறு வயதில் எங்கள் பக்கத்து வீட்டில் ஏதேச்சையாக ஒரு புத்தகம் கிடைத்தது. முதல் பக்கத்தில் முதல் பரிசு பேச்சு போட்டிக்கு என்று இருந்தது. அந்த வீட்டின் இரண்டாவது அக்கா தான் பெற்றிருக்கும். அவள் தான் அழகும் அன்பும் மிகுந்தவள். ஆயிரம் தகவல்கள் அள்ளி வீசுவாள். அவள் இப்போது அமெரிக்காவில் டாக்டர். அவளுக்கு எடுபிடி வேலைக்காவது சென்று இருக்கலாம். எப்போதும் அழைத்து கொண்டே இருப்பாள்.

அந்த புத்தகம் சத்திய சோதனை (The Story of my Experiments with Truth) மகாத்மா எழுதியது. நான் படித்த முதல் புத்தகம் உண்மையிலேயே.

இப்போது கேட்டாலும் சொல்வேன்.

காந்தியின் அன்னை வானத்தை பார்த்து கொண்டே இருப்பாள் விரதத்தை முடிப்பதற்கு.

பிறகு எஸ்.ராமகிருஷ்ணன் எழுதிய துணை எழுத்து புத்தகம் என் வாசிப்பின் தொடக்கம் . என் நண்பன் போட்ட பெரிய வெளிச்சம்.

என்ன தான் இருக்குனு படித்தேன்.

அது பல வாசல்களை திறந்து விட்டது. பிசாசு போல் அவருடைய எல்லா புத்தகங்களையும் படித்தேன். புத்தக கடையின் துவக்க விழா அழைப்பிதழ் என் நண்பன் ஒருவன் மூலமாக எனக்கு வந்தது.

என் அம்மா கொடுத்தாள். சமூக அந்தஸ்துக்காக சில அமைப்புகளில் இருக்கிறேன். அவர்கள் நடத்தும் கூட்டம் என்று எண்ணி பத்திரிக்கையை அனைத்து சலிப்புகளையும் வீசுவது போல் எரிந்தேன். அது புத்தகம் போல் அமைதியாக இருக்கையில் படுத்துக் கொண்டது.

நான் மறந்து விடுவேன் என்று நண்பன் பீட்டர் குறுஞ்செய்தி அனுப்பி-னான். அன்று அங்கு சென்றேன். அந்த காம்ப்ளக்ஸின் மூன்றாவது தளத்-தில் இருந்தது. ஒரே கூட்டம், கிருஷ்ணா என்று ஒருவர் அழைத்தார். திரும்பி பார்த்தேன் ஒரே இன்ப அதிர்ச்சி.

சுவாமிநாதன் சார், உங்க கடையா சார். ஆமா என் பையன் தான் ஆரம்பிக்க சொல்லி பணம் கொடுத்தான்.

ஆங்கில வகுப்பு எடுத்துட்டு இருந்தீங்க

நீங்க கொடுத்த மொழியை வைத்து தான் வண்டிய ஓட்டுறேன்.

சும்மா சொல்லாத, உன்னைய பார்த்தது மகிழ்ச்சி. தெரிந்தவரை பார்த்தால் கூடுதல் மகிழ்ச்சி உங்களிடம் படிக்கும் போது நீங்க படித்த புத்தகம் பற்றி கருத்துக்கள் வந்து கொண்டே இருக்கும். உங்க பையன் எவ்வளவு பக்கம் புத்தகமாக இருந்தாலும் ஒரே மூச்சில் படித்து விடுவார் என்று சொல்லு-வீங்க. ஆனா புத்தகக்கடை ஆரம்பிப்பீங்கனு நினைக்கல. நான் இப்ப தான் கொஞ்சம் படிக்க ஆரம்பித்து இருக்கிறேன். உங்க பையன் எங்க சார்.

அவன் அமெரிக்காவுல இருக்கான். கூப்பிட்டா வந்துட்டு போவான்.

மகிழ்ச்சி சார்.

ஒரு ஆங்கில புத்தகம் கொடுத்தார். சின்ன புக்கு பேங்க் பாஸ்புக் மாதிரி இருந்தது விலை அதிகம்.

'எ சைனிங்' ஜான் போஸே என்று பெயர் போட்டு இருந்தது.

எல்லோரும் என் கைகளை பார்த்தார்கள். நான் அந்த புத்தகத்தை படித்-தது போல் உணர்ந்தேன்.

புத்தக கடை கொஞ்சம் பெரிய கடை. மின் விளக்குகளால் ஜொலித்தது. ஏதோ ஐஸ்கிரீம் கடைக்குள் இருப்பது போல் இருந்தது. வட்ட வடிவ டேபிள்கள் போட்டு இருந்தார். இப்போதே சில பேர் புத்தகத்தை உட்கார்ந்து பார்த்து படித்து வாங்கி கொண்டு இருந்தார்கள். விதவிதமான புத்தக வாசிப்பு பற்றிய பொன் மொழிகள் சுவரில் பாடிக் கொண்டு இருந்தது. பல வண்-ணங்களில் புத்தகம் அடுக்கி வைக்கப்பட்டு இருந்தது. நான் படித்த ஒரு சில தமிழ் புத்தகங்கள் என்னை எட்டி பார்த்து வெட்கப்பட்டது.

அப்போது தான் அவளை பார்த்தேன் மாம்பழ நிறத்தில் இருந்தாள். கருப்பு வெள்ளை சுடிதாரில் புதிதாக வந்த இளம் கலெக்டர் போல் மிடுக்-குடன் இருந்தாள். அவ்வளவு கூட்டத்திலும் விளக்குகள் அவளை நோக்கி தான் பார்த்து சிரித்து கொண்டு இருந்தது. அவள் ஒரு ஆங்கில புத்தகத்தை பார்த்து கொண்டு இருந்தாள். சுவாமி சார் அந்த புத்தகத்தை பற்றி விவரித்து கொண்டு இருந்தார். அவள் விழிகள் கவனித்து கொண்டு இருந்தது. சட்-டென்று யாரோ தோளில் தட்டியது போல் இருந்தது. என்ன புத்தக கடைக்-கெல்லாம் வருவியா கிருஷ்ணா என்றது ஒரு குரல்.

என்னுடைய ஆங்கில துறை பேராசிரியர் ராமன் சார். நான் மூன்றாம் ஆண்டு முடிக்கும் போது அவரும் ஓய்வு பெற்று விட்டார். அவர் பல கதை-

கள் கூறுவார். அவற்றில் ஒரு சம்பவம் மட்டும் இன்றும் ஞாபகம் உள்ளது. அந்த நேரத்தில் ஒரு கற்பழிப்பு சம்பவம் நடந்தது. அதை வைத்து மிக ஆவேசமாக கூறினார் வகுப்பில். இந்த மாதிரி பன்ற கம்முநாட்டி எல்லாம் குஞ்சிலே சுடனும் என்றார். ஒரு முறை நான் அவருக்கு குட்மார்னிங் சொல்லவில்லை என்று கோபித்து கொண்டார். கைய தூக்கனும் தலைய சாய்க்கனும் உடம்ப வளைக்கனும் அப்பரம் குட் மார்னிங் சார் என்று கத்தனும். நமக்கு இதெல்லாம் வராது. இந்த பிரச்சனை காரணமாக அவருடன் நல்ல பழக்கம் ஆனது.

ராமன் சார் நலமா - நல்லா இருக்கேன்
என்ன புத்தகம் படிப்பியா - கொஞ்சம் படிப்பேன்
என் பெண்ணும் நிறைய படிப்பா
புத்தகங்கள் கிடைக்கலைனா எங்கள படுத்து வா
நல்ல வேலை இலக்கிய புத்தக கடை வந்து விட்டது. எனக்கு பிரச்சனை தீர்ந்து விட்டது
இனிமே வந்துட்டே இருக்கனும். - இது சிந்து என் பொண்ணு
இது கிருஷ்ணா என் மாணவன்
சிரிக்காமல் தலையாட்டி விட்டு சென்றாள் செல்லும் போது
நான் கீழ நிக்கிறேன் வாங்க சீக்கிரம் என்றாள்.
அவ அப்படித்தான் - நீ தப்பா எடுத்துக்காத
குதிப்பா நான் வரேன் - ஒரு நாள் வீட்டிற்கு வா பேசலாம் என்றார்.

நானும் அவள் அழகில் இருந்து விடுபட முடியாமல். அவளை நினைத்து கொண்டே என் அன்றாட வேலைகளில் மூழ்கி போனேன். இந்தனை வருடத்தில் படிக்கும் போதும் வேலையிலும் சிலரை பார்ப்பேன் பேசுவேன் அத்தோடு சரி யார் மீதும் பெரிய விருப்பம் கிடையாது ஆனால் இவளை பார்த்ததிலிருந்து ஏதோ செய்கிறது.

இது என்ன வம்பு, சார் பொண்ணு அவர் என்ன நினைப்பார். வேண்டும் என்று மனம் செல்கிறது வேண்டாம் என்றும் சொல்கிறது. முடிவில் அறிவு பேசியது. நல்லா போயிட்டு இருக்கிறது. புத்தகம் நிறையா படி நல்ல புத்தக கடை இருக்கு படி ஊர் சுற்று பயணம் போ அறிவ பெருக்கிக்கோ. இதெல்லாம் படிக்கிற வயசுல பண்றது. இப்ப வீட்ல பொண்ணு பார்த்துட்டு இருக்காங்க பிரச்சனை வேண்டாம்.

அப்படியே போனாலும் அந்த பொண்ண பார்த்தா சிட்டில படிச்ச பொண்ணு மாதிரி இருக்கு. நிறைய புத்தகம் படிக்கும் போல அதுவும் ஆங்கில புத்தகம் அசிங்க படாத நானே என்னை சமாதானம் பண்ணிக் கொண்டேன். முடிஞ்சா பார்க்கலாம். நினைத்து கொண்டு இருக்கலாம். மனம் சமாதானம் கூறியது. சார் தான் வா ஒருநாள் என்றாரே போய் பாரு என்றது.

வேண்டாம் சாரே தப்பாக எடுத்துப் பார். என்ன ஒரு பேச்சுக்கு சொன்னா வந்துட்டானே என்று நினைத்தால் பல எண்ணங்கள் ஓடியது.

பீட்டர் அழைத்தான் அடுத்த வாரம் ஒரு நிகழ்ச்சிக்கு எழுத்தாளர் ரா. அகில்மாறன் வருகிறார் நிகழ்ச்சிக்கு நீயும் வரியா என்றான்.

வேண்டாம் நிகழ்ச்சில எழுத்தாளரை கடைசியா பேச சொல்லிட்டு முன்னாடி வேடிக்கை மனிதர்கள் பேசுவார்கள். நாம தடுக்க முடியாது. வேண்டாம். அவர தனியா சந்திக்கனும் கேட்டு பாரு அப்பரம் நம்ம வுட்ஹவுஸ் புக் ஷாப்பிற்கு எப்படியாவது கூட்டிட்டு போகனும். என்ன செலவானாலும் பரவாயில்லை பீட்டர். டீவி லைவ் வரனும். நம்ம ஊர்ல இப்படி ஒரு புக்ஸாப் இருக்கு அதற்கு பெரிய எழுத்தாளர் வந்திருக்கிறார் என்று காட்டனும்.

சுவாமி சார் சந்தோஷப்படுவார். - கண்டிப்பா ரெடி பண்ணலாம்

ஒரு நாள் மாலை நிலவு சூரியன் உதிக்கும் இடத்தில் நின்று கொண்டு இலைகளில் மறைந்து ஒளி வீசியது. இதை பார்த்தவுடன் சிந்து ஞாபகம் வந்தது. உடனே புக் ஷாப் சென்றேன். கூட்டம் அதிகமாக இல்லை ஒரு பத்து பேர் இருந்தார்கள்.

சுவாமி சார் என்னை பார்த்து விட்டு
கிருஷ்ணா பாத்துட்டு இரு
வரேன்
சரி சார்
புத்தகங்களை பார்த்து கொண்டு இருந்தேன்
சிந்து இருந்தாள்
உள்ளுக்குள் பட்டாம்பூச்சி பறந்தது. நான் புத்தகங்களின் நிறங்களையும் அதன் வடிவமைப்பையும் பார்த்து கொண்டு இருந்தேன்.
சுவாமி சார் அழைத்து அவளிடம் அறிமுகப்படுத்தினார்.
இப்போது தான் சிரித்தாள்
ஹாய்
இவன் கிருஷ்ணா
தெரியும்
நீங்க ஒரு புத்தகம் பற்றி கேட்டிங்க
இவன்ட்ட ஒரு காப்பி கூட இருக்கு. படிச்சிருப்பான்
அடுத்த வாரம் தான் வரும்
வேணும்னா இவன்ட்ட வாங்கி தரேன்
படிங்க
நான் வந்தவுடன் வாங்கி படிச்சிக்குறேன்
No problem
சுவாமி சார் யாரோ கூப்பிட
எனக்கு வழிவிட்டு நகர்ந்தார்.

இப்போது தான் என்னை பார்த்தாள்
நேருக்கு நேராக
அந்த புத்தகம் ஜப்பான் இலக்கிய நாவல் ஆங்கில மொழிபெயர்ப்பு
நீங்க படிச்சிட்டிங்களா
படிச்சிட்டேன், போன வாரம் தான் முடித்தேன்.
என்ன லவ் ஸ்டோரியா

அப்படி சொல்ல முடியாது ஆனா லவ் ஸ்டோரி வரும். அந்த பொண்ண விட்டுட்டு போய்டுவான். அவங்க அம்மா இறந்துடுவாங்க . அவ அநாதையா ஆயிடுவா...

ரொம்பா சோகமா இருக்குமா...

இல்ல அதுக்கு அப்பரம் பக்கத்து வீட்டுல உதவி செய்வாங்க. அன்பு பாசம் மற்றும் ஜென் மாதிரி வரும். நல்ல நாவல். மனத்திற்கு நெருக்கமா இருக்கும். நாம் படிக்கும் போதே ஒரு பெரிய அமைதி கொடுக்கும் ஆழ்கடலில் அமர்ந்து இருப்பது போலே

உங்களுக்கு மிகவும் பிடிக்கும் - எப்படி தெரியும்
எனக்கு புடிச்சிருக்கு அதனால எல்லோருக்கும் புடிக்கும்
என்ன சொல்றீங்க
நீங்க படிங்க நான் கொண்டு வந்து தரேன்
இல்ல பரவாயில்ல - நான் வாங்கி படிச்சிக்குறேன்
thank you
புது புக்கு ஏதாவது படிச்சா சொல்லுங்க
ok bye பார்க்கலாம் - என்று சென்று விட்டாள்.
பீட்டர் அழைத்தான்
எழுத்தாளர் எல்லாவற்றுக்கும் சரி சொல்லி விட்டார்.
உனக்கு எப்படி நன்றி சொல்லுரரதுனே தெரியல ரொம்ப நன்றி
பரவா இல்ல - சூரியன் சில நேரங்களில் ஒளியையும் மழையையும் மேகங்களையும் சேர்த்து கொண்டு வரும். மயக்கம் கலந்த கனவா இருக்கும்.
ராமன் சார் அழைத்தார்.
- சார் வணக்கம் - எங்க இருக்க
என் பொண்ணு பேசணும்னு சொல்றா தரேன் பேசு.
நான் பறந்து கொண்டு இருந்தேன்
Sorry - if you don't mine
எல்லா புக்கும் படிச்சிட்டேன்
அந்த புக்கு கிடைக்குமா - கண்டிப்பா
நான் உங்க வீட்டு வழியா தான் ஒரு வேலையா போவேன்
வந்து தரேன் - இல்ல
நீங்க புக் ஷாப் புல கொடுங்க வாங்கிக்கறேன்
இல்ல பரவாயில்ல - நான் வரேன்

பீட்டர் அழைத்தான். நிகழ்ச்சி இன்னும் அரைமணி நேரத்தில் முடிந்து விடும் எழுத்தாளரை பார்க்கலாம் என்றான். நான் வண்டி அனுப்புறேன். நீ அவர புக் ஷாப்புக்கு அழைச்சிட்டு வா.

சரி - நான் பல கனவுகளுடன் அவள் வீட்டிற்கு சென்றேன். ராமன் சார் ஒரு வித புன்னகையோடு என்னை அழைத்தார். சிந்து இரண்டு நாளா உன்னைய பத்தி தான் பேசுனா அவளுக்கு உன்னைய பிடிச்சிருக்கு போல என்றார்.

வாங்க என்று என் கைகளை பார்த்தாள் - புத்தகத்தை கொடுத்தேன்.

Thank you - உள்ள வாங்க

இல்ல நான் புறப்படனும் - வேலை இருக்கு

இல்ல - உடனே போலாம் என்றாள்.

காபி கொடுத்தாள், அவள் போலவே அழகு ஒரு மணத்தை வைத்து கொண்டு மணம் வீசியது. வீட்டை சுற்றி காட்டினாள், அவள் நூலகத்தை காட்டினாள். அவள் ஒரு புத்தகம் கொடுத்தாள் அவளை போலவே ஒளி வீசியது. அட்டையில் ஜன்னலில் மஞ்சள் ஒளி வீசும் ஒரு புத்தக கடையின் படம் போட்டு இருந்தது.

Thank you - பார்க்கலாம் என்றாள்.

நான் கனவில் மிதந்து கொண்டு இருந்தேன். நான் புத்தக கடைக்கு செல்லும் போது அப்போது தான் உள்ளே நுழைந்தார் எழுத்தாளர். பீட்டர் அறிமுகப்படுத்தினான்.

ஒரே கூட்டம் டீவி லைவ் ஆரம்பம் ஆனது. சுற்றி பார்த்தார். அவருடைய கண்களின் ஒளி கூடிக் கொண்டே இருந்தது. The Days of Abandonment Novel by Elena Ferrante புத்தகத்தை பார்த்து விட்டு நான் பல நாள் தேடிய புத்தகம் இங்கு உள்ளது. நான் நினைத்து கூட பார்க்க வில்லை இந்த ஊருல இப்படி ஒரு கடை இருக்கும் அங்க இந்த புத்தகம் இருக்கும் என்று கனவு கூட காண முடியாது. அவர் எழுதிய புதிய நாவல் பற்றி கூறினார். வாசகர்கள் புத்தகத்தில் அவர் கையெழுத்து பெற்று கொண்டனர்.

ஒரு சில முக்கியமான புத்தகங்கள் வாங்கினார்.

வாசகர் கேள்விக்கு பதில் கூறினார்.

உங்களுக்கு எது நம்பிக்கை தருது

நம் முன்னோடிகள், இப்ப எழுதி கொண்டிருப்பவர்கள். அப்பறம் நான் நின்று கொண்டு இருக்கும் இந்த புக்ஸாப். புத்தக திருவிழாவில் எனக்கு பெரிய நம்பிக்கை இல்லை. இது போன்ற கடை அதை தொடர்ந்து நடக்கும் வாசகர்களின் கலந்துரையாடல்கள் பெரிய நம்பிக்கை.

புதிதாக எழுதுபவர்கள் எப்படி எழுதுவது?

தொடர்ந்து வாசிக்கனும் முக்கியமாக முன்னோடிகள். தினமும் எழுதனும். எல்லாத்தையும் எழுதனும். ஜார்ஜ் ஆர்வெல் சொல்வது போல் நமக்கு எது

உண்மை என்று படுகிறதோ அதை நிமிர்வுடன் எழுதனும்.

என்னிடம் விடைபெறும் போது சொன்னார். இது கடைசி நாவல் என்ற எண்ணத்தில் இருந்தேன். இனிமேல் எழுத வேண்டாம் யாருக்காக எழுத வேண்டும் என்ற எண்ணத்தில் இருந்தேன்.

இந்த வுட்ஹவுஸ் புக் ஷாப் என் எண்ணத்தை மாற்றி விட்டது. உங்க எல்லோருக்கும் தான் நன்றி சொல்லணும். மீண்டும் அவசியம் பார்க்கலாம் என்றார்.

97. மாறியது காலமும், கோலமும்

- வெ. இன்சுவை

"நாம் அக்கம்பக்கம் உள்ளவர்களிடம் நன்கு பழகினால், எல்லோருடனும் சிநேகத்துடன் பழகினால், மற்றவர்களுக்கு உதவினால் நம் தேவைக்கு அவர்கள் ஓடி வருவார்கள். வாழ்வில் நமக்குத் தேவையான குணங்கள் எவை என்றால் போலித்தனம் இல்லாத, சுயநலம் இல்லாத உறவு, கைம்மாறு கருதாத உதவி, எதிர்பார்ப்பு இல்லாத அன்பு." நான் வாசித்த ஒரு கவிதை என்னை நிறைய யோசிக்க வைத்தது.

பக்கத்து இருக்கை

பயணியிடம்
புன்னகைகூட
செய்யாமல்
நீள்கிறது பயணம்.
தூரத்து வயலில் சிறுமி
கையசைத்து
கற்றுத்தருகிறாள்
அன்பை.

எழுதியவர் யார் என்று தெரியவில்லை. நம் வாழ்க்கை முறை மாறிப்போய் விட்டது என்பதை நாம் ஒப்புக்கொள்ள வேண்டும். ரயில் பயணங்கள் தற்போது முற்றிலுமாக மாறிவிட்டன. ஒரு சில ஆண்டுகளுக்கு முன் இருந்த ரயில் பயண அனுபவங்களும், தற்போதைய ரயில் பயண அனுபவங்களும் முற்றிலும் வேறானவை. முன்பு 'ரயில் சிநேகம்' என்ற ஒரு வகை நட்புகூட இருந்தது. அது தற்காலிகமானது; ஆனாலும் இனிமையானது.

அக்கால, அதாவது 10 ஆண்டுகளுக்கு முன்பு, சொகுசு ரயில்கள் கிடையாது. முன் பதிவு செய்திருந்தாலும், ரயில் வந்தவுடன் ஒரு பரபரப்பு தொற்றிக் கொள்ளும் நம் இருக்கை எது? எனக் கண்டுபிடித்து, பெட்டிகளை மேலே ஏற்றி, சில மூட்டைகளை இருக்கையின் அடியில் தள்ளி, நம்மை ஆசுவாசப்படுத்திக் கொள்ளவே சில நிமிஷங்கள் ஆகும். அதற்குப் பின் அரை மணி நேரம் எல்லோரும் அமைதியாக இருப்பார்கள். ஒரு சிலர்

செய்தித்தாள் வாசிக்க ஆரம்பித்து விடுவார்கள்; சிலர் வார இதழ்கள். 10 நிமிஷங்கள் கழித்துப் பார்த்தால், அந்த செய்தித்தாள் அடுத்த பெட்டி வரை ஒரு சுற்றுலா போய் இருக்கும். இறங்க வேண்டிய இடம் வரும்போதுதான் அந்நபர் செய்தித்தாளின் ஒவ்வொரு பக்கத்தையும் சேகரிப்பார்.

ரயில் கிளம்பி கொஞ்ச நேரம் ஆனதும் தன் பக்கத்திலும், எதிரிலும் அமர்ந்திருப்பவர்களை நோட்டம் பார்ப்பார்கள். முதலில் புன்சிரிப்பு; அடுத்து எங்கே இறங்கணும்? (எங்கே போகிறீர்கள் என்று கேட்கக் கூடாது) என்ற விசாரிப்பு. அதற்குப் பின் 'அங்கே யார் வீட்டுக்கு? பெண்ணா? பிள்ளையா?' இப்படி ஆரம்பமாகும் பேச்சு, மெல்ல மெல்ல குடும்ப விஷயங்களைப் பகிர்ந்து கொள்ளும் வரை போகும். பின்னர் நெருக்கம் அதிகமாகி தங்களுடைய சொந்த சோகங்கள், சொத்து விவரங்கள், உடல் உபாதைகள், மருத்துவ சிகிச்சை என நீளும். அதற்குப் பின் ஒருவர் சாப்பாட்டு மூட்டையைப் பிரிப்பார், எதிரில் உள்ளவரை சாப்பிட அழைப்பார். அவரோ நாசூக்காக மறுத்துவிடுவார். பிஸ்கட் போன்றவையாக இருந்தால், பகிர்ந்து உண்பார்கள்.

குழந்தைகள் அந்தப் பெட்டியில் பயணித்தால், எல்லோரும் அதைக் கொஞ்சி மகிழ்வார்கள். அழும் பச்சிளம் குழந்தையை சமாதானப்படுத்தத் தெரியாத இளம் தாய்க்கு முதியோர் உதவுவார்கள். பயணம் முடிவதற்குள் அந்த பெட்டியில் உள்ளவர்கள் அனைவரும் ஒரு குடும்பம் போல பழகிவிடுவார்கள். தொலைபேசி எண்களைக் கொடுத்துவிட்டு இறங்குவார்கள். பெரும்பாலும் அதற்குப் பின் அவர்கள் தொடர்பு கொள்ள மாட்டார்கள். அந்த சில மணி நேர உறவு எப்போதும் மனதில் தேங்கி நிற்கும். முன்பெல்லாம் ரயில் கிளம்புவதற்கு முன் பெயர் பட்டியல் ஒட்டுவார்கள். உடனே ஓடிப் போய் பார்ப்பார்கள். தங்கள் பக்கத்து இருக்கைக்காரர் யார் என்பதைத் தெரிந்து கொள்ளும் ஆர்வம் அதிகம் இருக்கும். ரயில் வயல்கள் மற்றும் மக்கள் உள்ள இடங்களை தாண்டிச் செல்லும்போது சிறுவர், சிறுமியர் கை அசைப்பார்கள். கடந்து போகும் ஒற்றை விநாடியில் நாமும் கையசைக்கும்போது மனிதநேயமும் அன்பும், அங்கே துளிர்க்கும்

தற்போதைய ரயில் பயணங்களில் இது போன்ற நிகழ்வுகள் இல்லை. சொகுசு ரயில்களில் பயணம் செய்ய விரும்புகிறார்கள். கண்ணாடி இறக்கப்பட்ட அந்த குளிர்சாதனப் பெட்டிகளில் அனைவரும் சிலைகள்போல மௌனமாகப் பயணிக்கிறார்கள். நிர்வாகமே செய்தித்தாள் கொடுத்துவிடுவதால், அதை வாசித்துக் கொண்டு வருகிறார்கள். உணவும் தரப்படுகிறது. அந்தப் பிரச்னையும் இல்லை. செய்தித்தாளின் மீது ஓர் அவசர பார்வை பார்த்துவிட்டு, தங்கள் கைப்பேசியில் மூழ்கிவிடுகிறார்கள்.

ஒருவரும் பேசிக் கொள்வதில்லை. பக்கத்து இருக்கைக்காரரைப் பார்த்து ஒரு சிறு புன்முறுவல்கூட செய்வதில்லை. இரண்டு விரோதிகள் ஒன்றாகப் பயணம் செய்வது போல் தோன்றுகிறது. ஜன்னல் இருக்கையில் அமர்ந்திருப்பவர் வெளியே வர வேண்டுமென்றால், மடிக்கணினியில் திரைப்படம் பார்த்-

துக் கொண்டிருப்பவர்/அலுவலக வேலை பார்த்துக் கொண்டிருப்பவர் முகம் சிறிது மாறும். அமைதியாகப் புத்தகம் வாசித்துக் கொண்டு போகும் நபர்களும் சங்கடப்படுகிறார்கள்.

முன்பெல்லாம் ரயிலில் பயணம் செய்யும்போது ஒருவர் பிஸ்கட் பாக்கெட்டைப் பிரித்தால், எதிரே உள்ள குழந்தைக்கு இரண்டு பிஸ்கட் கொடுத்து விட்டுத்தான் அவர் சாப்பிடுவார். எப்போது பிஸ்கட்டில் மயக்க மருந்து கலந்து கொடுத்து, ரயிலில் கொள்ளை அடிக்கிறார்கள் என்று கேள்விப்பட்டோமோ, அன்றிலிருந்து எவர் எதைக் கொடுத்தாலும் வாங்க மாட்டோம், அப்படிக் கொடுப்பதும் அறவே நின்று போய்விட்டது. மக்களை நூதன முறையில் ஏமாற்றுகிறார்கள். இணையவழிக் குற்றங்கள் பெருகிவிட்டன. ஒருவரையும் சட்டென நம்ப முடியவில்லை. ஊடகங்களில் நாம் பார்க்கும் நிகழ்வுகள், சக மனிதர்களின் மீது நாம் வைத்திருக்கும் நம்பிக்கையை சுக்குநூறாக உடைத்துவிட்டது.

மனிதன் ஒரு சமூக விலங்கு. நம்முடைய வாழ்க்கை எப்போதும் பிறரைச் சார்ந்தே இருக்கிறது. நம் அனைத்துத் தேவைகளையும், பிறர் தயவின்றி நம்மால் பூர்த்தி செய்துகொள்ள முடியுமா? நமக்கான எல்லாவற்றுக்கும் நாம் சமுதாயத்தைச் சார்ந்து உள்ளோம். நாம் சமுதாயத்தால் உருவாக்கப்படுகிறோம்; சமுதாயத்தால் வாழ்வளிக்கப்படுகிறோம். இந்த நிலையில் எவருடனும் ஒட்டாமல், எவருக்கும் உதவாமல், எவரையும் நம்பாமல்.. இது என்ன வாழ்க்கை என சலிப்புத் தட்டிப் போகும். ஒருவருக்கொருவர் உதவிக் கொண்டும், அன்புடனும், ஆசையுடனும் பழகிக் கொண்டு, புரிதலோடு வாழ்ந்தால் அந்த வாழ்க்கை ருசிக்கும்.

மனிதன், தான் வாழும் காலத்தில் எவை எவற்றையோ ஓடி, ஓடி சேகரிக்கிறான். ஆனால் அவனுக்கென்று ஒரு நெருக்கடியான நேரம் வரும்போது அவன் எதை, எதையெல்லாம் தேடி வைத்தானோ, எவற்றுக்காக காலமெல்லாம் போராட்டம் நடத்தினானோ, அவற்றில் ஒன்றுகூட தனக்கு உதவாது என்பதை உணர்கிறான். ஆயிரக்கணக்கான, லட்சக்கணக்கான மக்களிடையே வாழ்ந்து கொண்டிருக்கிறோம். ஆனால், நமக்கென உற்றுழி உதவ எத்தனை பேர் உள்ளார்கள் என நினைத்துப் பார்த்தால் அதிர்ச்சியாக இருக்கும். நாம் அக்கம்பக்கம் உள்ளவர்களிடம் நன்கு பழகினால், எல்லோருடனும் சிநேகத்துடன் பழகினால், மற்றவர்களுக்கு உதவினால் நம் தேவைக்கு அவர்கள் ஓடி வருவார்கள். வாழ்வில் நமக்குத் தேவையான குணங்கள் எவை என்றால் போலித்தனம் இல்லாத, சுயநலம் இல்லாத உறவு, கைம்மாறு கருதாத உதவி, எதிர்பார்ப்பு இல்லாத அன்பு. ஊரில், உலகில் புரட்டும், பித்தலாட்டங்களும், வஞ்சமும், துரோகங்களும் இருந்து கொண்டேதான் இருக்கின்றன. வரலாறும் அதைத்தான் பதிவு செய்துள்ளது.

ஆனாலும் நல்லவர்களும், ஞானிகளும், உத்தமர்களும், தர்மவான்களும் அக்காலத்திலும் சரி, இக்காலத்திலும் சரி வாழ்ந்து கொண்டுதான் இருக்-

கிறார்கள். பச்சைக் கண்ணாடி மாட்டிக்கொண்டு உலகைப் பார்ப்பவனுக்கு அனைத்துப் பொருள்களும் பச்சையாகத்தானே தெரியும்?

நாம் துரியோதனன் கண்களைக் கொண்டு உலகைப் பார்க்காமல், தருமர் கண் கொண்டு பார்க்கலாம். அப்போது நமக்கு எல்லோரும் நல்லவர்களாகத் தெரிவார்கள். அதற்காக எல்லோரையும் நம்பி முட்டாளாக வேண்டாம்; கொஞ்சம் முன்னெச்சரிக்கை அவசியம். மக்கள் பேராசைப்பட்டு பணத்தைக் கோட்டை விடுகிறார்கள். ஆண்டுதோறும் தீபாவளி சீட்டுப் பணத்தைச் சுருட்டிக் கொண்டு ஓடிக்கொண்டுதான் இருக்கிறார்கள். அதிக வட்டிக்கு ஆசைப்பட்டு, உள்ளதையும் இழக்கும் பேராசைக்காரர்களும் இருந்து கொண்டுதான் உள்ளார்கள்.

இழந்த பிறகு அழுது என்ன பயன்? மாற மறுக்கிறார்கள். பல சமயம் நாமே வலிந்துபோய் ஏமாறுகிறோம். நாம் கேட்கும், படிக்கும் செய்திகள் நம் வயிற்றில் புளியைக் கரைப்பதால் எவரையும் நம்ப பயமாக இருக்கிறது. ஆனாலும் ஒருவர், துன்பத்தில் இருக்கும்போது, நம் மனம் பாறையாக இறுகிப்போய் கிடப்பதில்லை. உடலும், உயிரும் பதற அவர்களுக்கு உதவ எழுகிறோம். நம்பிக்கை தானே வாழ்க்கை!

முதியவர்களை ஏமாற்றுவது கொடிய பாவம். பலருக்கும் கைப்பேசி பழக்கமில்லாததால் சட்டென ஏமாந்து போகிறார்கள். தங்களுக்குத் தெரியவில்லை என்பதால் அறிமுகம் இல்லாத ஒருவரிடம் கைப்பேசியைக் கொடுத்து, உதவி கேட்டால், அவர்கள் ஏமாற்றிவிடுவார்களோ? என்று சந்தேகம் ஏற்படுகிறது. தவித்துப் போகிறார்கள். அக்கம்பக்கம் உள்ளவர்களும் அதிகம் ஒட்டுவதில்லை. ஓர் அவசரம் என்றால் பக்கத்து வீட்டுக் கதவைத் தட்டுவதில் தயக்கம் ஏற்படுகிறது. யாருக்கும் அநாவசியமாகத் தொந்தரவு கொடுக்கக் கூடாது என்று நினைக்கிறோம். உறவுகளிடம்கூட அதிக உரிமை எடுக்க மனம் இடம் கொடுப்பதில்லை.

ஆனாலும், மனிதம் இன்னும் முழுவதுமாக மரித்துப்போய் விடவில்லை. இதயத்தில் ஈரம் காய்ந்து போய்விடவில்லை. ஒரு சிறு உயிருக்கு ஆபத்து என்றால்கூட ஓடிவர ஒரு கூட்டம் உள்ளது. முன்பின் தெரியாதவர்களுக்காக உதவும் உள்ளங்கள் உள்ளன. குடியிருப்புகளில் வசிப்போர் கூடிக்களித்து கொண்டாட்டமாய் வாழ்கின்றனர். உயிர்ப்புடனும், துடிப்புடனும், பரோபகார சிந்தனையுடனும் பல நல்ல இளைஞர்கள் இன்று இருக்கிறார்கள். வருங்கால தலைமுறை மாசற்ற மனங்களோடு மலரட்டும்.

98. என் இலக்கிய நண்பர்கள்

– எம்.வி வெங்கட்ராம்

விளக்கேற்றி வெகுநேரமாயிற்று. மணி ஏழரை எட்டுக்குள் இருக்கும். வீட்டில் மின்சாரம் வராத காலம்; அகல் விளக்குகள், பவர்லைட், அரிக்கேன்

லைட், சிம்னி விளக்குகளை ஏற்றி வெளிச்சத்தை வரவேற்போம்: ஆயினும் வெளிச்சம் வீட்டின் சில பகுதிகளுக்குப் போதாது. வீட்டின் நடுப்பகுதியில் தரையில் உட்கார்ந்தபடி ஏதோ படித்துக் கொண்டு இருந்தேன். கும்பகோணம் அரசினர் கல்லூரியில் நான் இரண்டாம் ஆண்டு மாணவன். எங்கள் காலத்தில், எஸ். எஸ். எல். சி.யில் தேறியதும் பட்டப்படிப்புக்கு நாலு ஆண்டுகள் ஆகும். இரண்டு ஆண்டுகள் .... (Intermediate) , பட்டப்படிப்பு இரண்டு ஆண்டுகள். கல்லூரியில் சேர்ந்த ஆண்டிலேயே என் சிறுகதைகள் மணிக்கொடியில் வெளி வரத் தொடங்கின. அதனால், கல்லூரி

பாடப்புத்தகங் களைவிட அதிகமாய் அப்போதைய பத்திரிகைகள், ஆங்கிலச் சிறுகதைகள், நாவல்களைப் படிப்பது என் வழக்கம், 1937ஆம் வருடத்தில் நடந்ததைக் கூறுகிறேன். எங்கள் தெரு நண்பன் ஒருவன் என் படிப்பில் குறுக்கிட்டான். டேய் வெங்கட்ராம், உன்னைப் பார்க்க என் கணித ஆசிரியர் வருகிறார்...'

கணித ஆசிரியர் என்னை எதற்குப் பார்க்கவேண்டும்?' என்றபடி நான் தலை நிமிர்ந்தபோது, நண்ப னுக்குப் பின்னால் ஒர் இளைஞர் வருவதைக் கண்டேன்.

அவசரமாக எழுந்து, வாருங்கள் சார்!' என்று கைகுவித்தேன்.

நீதானே வெங்கட்ராம்? நான் எதிர்பார்த்ததைவிட சின்ன பையனாக இருக்கிறாயே! என்னைத் தெரிய வில்லையா? நான் மௌனி......

அவ்வளவுதான்; அந்தப் பெயர் காதில் விழுந்ததும் என் கைகால்கள் நடுங்கத் தொடங்கின. -

உட்காருங்கள் சார்!' என்று சொல்லவே குரல் தடுமாறியது. எங்கள் வீட்டில் நாற்காலி-மேஜை என்கிற ஆடம்பரம் கிடையாது. பட்டுசேலை வியாபாரம் என் தந்தையாருக்கு; தரையில் நீளமான கடைய பாய் விரித்திருக்கும்; யார் வந்தாலும் அதன்மேல்தான் அம்ர வேண்டும். மௌனி உட்கார்ந்ததும் என் நண்ப்ன் அவரிடம் விடைபெற்றுப் போய் விட்டான். அவருக்கு முன்னால் உட்காரத் தயங்கிய என்னை அவர் வற்புறுத்தி உட்கார வைத்தார்.

சமீபத்தில்தான் வயது கணக்குப் பார்த்தேன். அப்போது எனக்குப் பதினேழு வயது; அவருக்கு முப்பது. பதின்மூன்று வருட இடைவெளி எங்களுக்குள் எவ்வளவு பெரிய வேற்றுமையைக் கற்பித்து விட்டது! ஒல்லியாக, சிவப்பாய் பையன் எண்ணும்படியாகவே என் உடல் வளர்ச்சி இருந்தது; அதற்கு ஒரு கம்பீரம் கொடுப்பதற்காக நேவிகட்' என்று அந்தக் காலத்தில் பிரபலமான துளிர் மீசை வைத்திருந்தேன். என் தோற்றம் பற்றி நான் மிகுந்த அக்கறை காட்டுகிறவன்; கிராப்பை விதவிதமாக வாரிக் கொள்வேன். அல்லது யாராவது வாரி விடுவார்கள். பெரும்பாலும் அரைக்கை சட்டையே அணிவேன்; ரோல்டு கோல்டு பொத்தான்கள் தான் போடுவேன். சட்டையின் ஒரு காலரில் ரோல்டு கோல்டு பின் ஒன்று வழியும். என்னுடைய இந்த கவனம் எல்லாம் என்னை ஒரு மாணவனாகக் காட்டிக் கொடுத்தது.

அவருடைய தோற்றம் எனக்கு நேர்மாறு. அதுபற்றி அவர் கவனம் கொண்டவராய்த் தோன்றவில்லை. அவரும் ஒல்லி-கறுத்த கிராப், இடது பக்கம் வகிடு எடுத்து சீவப் பெற்றாலும், அவர் தன் கையாலேயே ஒதுக்கி விட்டாற்போல் இருந்தது. நீண்ட மூக்கும், கரிய கண்களும், சதையில் செதுக்குண்ட கிரேக்கச் சிலை போல. வெள்ளை அரைக்கைச் சட்டை, அதற்குமேல் கதர் துண்டு போர்த்திருந்தார். அவருடைய உருவம் என் மனத்தில் பதிவு பெற, எங்கள் வீட்டில் போதுமான வெளிச்சம் இருந்தது.

மணிக்கொடியில் கதை எழுதியவர்கள் எல்லோரிடமும் எனக்கு ஆழ்ந்த பக்தி உண்டு, அரை நூற்றர்ண் டுக்கு முன்னால், பிச்சமூர்த்தியும், கு. ப. ரா.வும் எனக்கு மணிக்கொடியில் இடம் கண்டவர்கள். புதுமைப்பித்தன், மௌனி, ஆசிரியர் பி. எஸ். ராமையர், உதவி ஆசிரியர் இ. ராமச்சந்திரன், சிதம்பர சுப்பிரமணியன், சிட்டி ஆகியோரின் பெயர்களோடு என் பெயரும் சேர்ந்து வருவதை நான் பெரும்பேறாக மதித்தவன். மணிக்கொடி இதழ் ஒவ்வொன்றையும் பல தடவை படிப்பேன். இந்த இலக்கியப் படைப்பாளிகள் அனைவருமே வானத்திலிருந்து வந்த தேவப்பிறவிகளாக எனக்குத் தோன்றி னார்கள். இவர்களிலும் புதுமைப்பித்தன், மௌனி இருவரின் படைப்புகளைச் சிறப்பாகப் போற்றினேன்.

மௌனியின் முதல் கதை மணிக்கொடியில் வந்து ஒன்பது மாதங்களுக்குப் பிறகு என் முதல் கதை வந்தது. தொடர்ந்து அவருடைய சிறுகதைகளைப் போலவே என் கதைகளும் வெளிவந்தன. நானும் வாசகர்களின் கவனத்தைப் பெற்றிருந்தேன். முதல் கதைக்குப் பிறகு, ந. பி. யிடமோ, கு. ப. ரா. இடமோ நான் என் கதை,எதனையும் காட்டியதில்லை. என் சங்கோச குணம் காரணமாக, அவர்களை கண்டாலே ஒதுங்கி விடுவேன். மௌனியும் கும்பகோணத்துக்காரர் என்பதையும், அவரும் ந. பி.யும், கு. ப. ரா.வும் அடிக்கடி சந்தித்துப் பேசுவார்கள் என்பதையும் அவர்களுடைய நண்பரான என் ஹிந்தி ஆசிரியர் சொல்லியிருந்தார். ஆனால் நானாகச் சென்று அவர்களுடன் பேச, எனக்குத்' தைரியம் இல்லை. இன்று மௌனியே என்னைத் தேடி வந்திருக்கிறார்; நான் அவருக்கு முன்னால் உட்கார்ந்திருக் கிறேன் என்பதே எனக்கு அதிசயமாக இருந்தது.

! நின்றய எழுதுகிறாயா? '....

இல்லை சார். படிப்பு நேரத்துக்குப் பிறகு...எழுதுவேன். என்று பொய் சொன்னேன். உங்கள் காதல் சாலையை இருபது முப்பது தடவை படித்தேன்.....உங்களுடைய ஸ்டுடன் ட் எப்படி சார்?' என்று என் தெரு நண்பனைப் பற்றிக் கேட்டேன்.

ஒன்றும் இல்லாத இடத்தில் சாமான்களை வைப்பது. சுலபம்; ஆனால் தேவையில்லாத சாமான்களும் குப்பை கூளமும் நிறைந்த இடத்தில் சரியான சாமான்களை எப்படி வைப்பது? உன் சினேகிதன் நிறைய தெரிந்து வைத்திருக்கிறான்-தப்பு தப்பாக! முதலில் அதை எல்லாம் கூட்டித் தள்ளி சுத்தம்

செய்ய வேண்டியிருக் கிறது. பிறகுதான் புதிதாய் சொல்லித்தர வேண்டி இருக் கிறது. ஆக, இரண்டு வேலை எனக்கு!

என் நண்பனைப் பற்றிய இந்த வருணனையைக் கேட்டு எனக்கு சிரிப்பு வந்தது.

"சரியானது எதையும் அவன் மூளை ஏற்க மறுக்கிறது. அவனோடு இது வேறே கஷ்டம். மேத்ஸ் மட்டும் வரவில்லை என்று என்னை டியூடராக வைத்தார்கள்.

ஆனால் அவன் எந்த சப்ஜெக்டில் கெட்டிக்காரன் என்று அவனுக்கே தெரியவில்லை!"

என் நண்பன் பணக்கார வீட்டுப் பிள்ளை; அவனைப்பற்றி மௌனி ஜோக் அடிப்பதைக் கேட்க எனக்கு மகிழ்ச்சியாக இருந்தது.

'உங்களுக்கு எப்படி சார் இவன் பழக்கம்?" -*

'எனக்குப் பழக்கம் இல்லை. ஒரு சிநேகிதன் சிபாரிசு செய்தான்; ஒப்புக்கொண்டேன். எனக்கும் பொழுது போகுமே என்று நினைத்தேன். நிறைய படிக்கிற வழக்கம் இருக்கிறதா உனக்கு: அதென்ன புத்தகம்?" என்றபடி நான் படித்துக்கொண்டிருந்த த கிரேட் ரஷ்ஷியன் ஷார்ட் ஸ்டோரீஸ்' என்ற புத்தகத்தைக் கையில் எடுத்தார்; அதைப்பற்றி ஏதோ கூறினார்; எனக்குப் புரியவில்லை.

ஒரு பெரிய ஆச்சரியத்துக்கு எதிரில் அமர்ந்திருப்பது போன்ற பரவசத்தில் நான் சிக்கியிருந்தேன். எனக்கு அவருடைய கதைகளில் ஈடுபாடு இருந்தது. ஆனால், அக்கதைகளின் சிறப்பு என்ன என்று விண்டுநோக்கும் பக்குவம் எனக்கு இல்லை. மணிக்கொடி ஆசிரியர் பி. எஸ். ராமையா முதல் அத்தியாயம்' என்ற தலைப்பில் ஒவ்வொரு இதழிலும் எழுதியுள்ள ஆசிரியர்களைப் பற்றியும் கதைகளைப் பற்றியும் சிலபல வரிகள் எழுதுவது வழக்கம். மௌனியின் முதல் கதையைப் பெரிதும் வியந்து பாராட்டி எழுதினார். காதல்சாலை' என்ற கதையைப்போற்றி ராமையா ஒரு முழுப்பக்கமே எழுதியிருந்தார். அவற்றை எல்லாம் நான் கவனமாய்ப் படிப்பேன். என் கதைகள் வெளிவந்துகொண்டிருந்தா லும் சிறுகதையின் வடிவம் உள்ளடக்கம், உத்தி முதலியவை பற்றி அப்போதுதான் நான் சிறிதளவு தெரிந்துகொண்டிருந்தேன். ஆகையால், மௌனியின்

கருத்துகளைக் கேட்டுக்கொள்ளத்தான் என்னால் முடிந்தது.

மௌனி வாரத்தில் 3, 4 நாள் எங்கள் தெருவுக்கு வருவார்; டியூஷன் முடிந்த பிறகு வாரம் ஒருமுறையாவது என்னைப்பார்க்க வருவார். அவர் வருவதையும், பேசுவதையும் நான் மிகவும் விரும்பினேன்; வேண்டி னேன். ஆனால், அவருடைய கருத்துகள் என்னைத் திகைப்புறச் செய்தன.

வெறும் சென்டிமென்ட்ஸ் வைத்துக் கவிதை எழுதும் (பாரதியார் ஒரு கவிஞனா?" என்று அவர் பலமுறை சொன்னதை வியப்புடன் கேட்பேன். ஒரு சந்திப்பின்போது, நேற்று ராத்திரி பிச்சமூர்த்தி, ராஜகோபாலனோடு

பேசிக்கொண்டிருந்தேன். இவன்கள் எல்லாம் என்ன கதைகள் எழுதுகிறான்-கள். சரியான அப்ரோச்சே இல்லை' என்று பரிகாசம் செய்தார். அவருடைய பல சந்திப்புகளால், புதுமைப்பித்தன், பிச்சமூர்த்தி, கு. ப. ரா., சிதம்பர சுப்-புரமணியன்,

சிட்டி, ராமையா முதலிய மணிக்கொடி எழுத்தாளர் யாரையும் அவர் எழுத்தாளராக ஏற்றதில்லை என்பது தெரிந்தது. நான் மிகவும் மதித்த இலக்-கியப் படைப்பாளிகளை எல்லாம் அவர் பீடத்திலிருந்து கீழே தள்ளிவிடுவதை நான் வேதனையோடு பார்த்துக்கொண்டிருந்தேன்.

ஆர். எஸ். மணி என்பது மௌனியின் இயற்பெயர். மௌனி என்னும் புனைப்பெயரை அவருக்கு சூட்டியவர் ஆசிரியர் பி. எஸ். ராமையா. புனைப்பெயரைப் பொய்யாக்கி நிறையப்பேசுகிற சுபாவம் அவருக்கு. அரை நூற்றாண்டுக்கு மேலாகிவிட்டது; மௌனி பேசியதெல்லாம் எனக்கு நினைவு இல்லை. நினைவில் உள்ளவற்றை மட்டும் உண்மைக்கு மாறுபடாமல் இங்கே பதிவு செய்கிறேன்.

ஒருமுறை அவரைக் கேட்டேன். நீங்கள் எப்படி கதை எழுதுகிறீர்கள்?"

'மனத்தில் தோன்றுகிறவை, கற்பனையானவை, திடீரென்று எழும் கருத்து-கள்-எல்லாம் நான் ஒரு நோட்டில் குறித்துவைக்கிறேன். எழுதும்போது அதில் சில எனக்கு உபயோகப்படும். வீட்டுக்கு வாயேன், காட்டுகிறேன்' என்றார்.

நான் கல்லூரிக்குப் போகும் வழியில்தான் அவர் வசித்த காமாட்சி ஜோசியர் தெரு இருக்கிறது. மறுநாள் மாலையே அவருடைய வீட்டுக்குப் போனேன். பெரிய, இரட்டை மாடி வீடு. வாசலைத் தாண்டி உள்ளே நுழைந்-ததும், எதிரெதிரான இரண்டு நாற்காலிகளுக்கு இடையில் ஒரு சிறிய மேஜை அவர் ஏதோ எழுதிக் கொண்டிருந்தார். என்னைக் கண்டதும், வா'ப்பா, காலேஜ் போகவில்லையா? என்றார்.

-- கடைசி பீரியட் லெக்சரர் வரவில்லை. வீட்டுக்குப் போகச் சொல்லி-விட்டார்கள். நீங்கள் வரச்சொன்னர் களே......

உள்ளே சென்று உடனே திரும்பியவர், மேஜை மீது ஒரு கனமான புத்த-கத்தை வைத்தார்: கதைக்கான குறிப்புகளை இதில்தான் எழுதிவைக்கிறேன்.'

ஐந்தாறு கொயர் பருமனிருந்த அந்த நோட்டை அவரே தயாரித்துக் கொண்டிருக்க வேண்டும். நோட்டைப் புரட்டினேன். எந்த பக்கத்திலும் நேர்-வரிசை யாக எழுதப்படவில்லை. குறுக்கும் நெடுக்குமாகப் பாதி நோட்டுக்கு மேல் கிறுக்கியிருந்தார். கஷ்டப்பட்டுத்தான் அவருடைய கையெழுத்தைப் படிக்க முடிந்தது. பல வரிகள் படித்தேன். எதுவும் இப்போது நினைவில்லை.

இது இரண்டாவது நோட்டு என்றார் மௌனி.

அவரைப்போலவே நானும் இப்படி குறிப்புகள் எழுதப்பழகவேண்டும் என்று மனத்தில் ஒரு தீர்மானம் செய்தேன்; ஆனால், அதை ஒருநாளும் நான் செயல் படுத்தவில்லை. எங்கள் வீட்டுக்கு அவர் வந்தாலும் சரி, அவர் வீட்-டுக்கு நான் போனாலும் சரி, பேசியவர் அவர்: கேட்டுக்கொண்டவன் நான்.

sweet seventeen - (G)anfu 16Gaurop)3(51% thirsty thirty - (தாகம்தான் முப்பது)க்கும் இடையில் நிகழ்ந்த இந்தச் சந்திப்புகளால் எனக்கு ஏற்பட்ட பாதிப்பு என்ன? என் எழுத்துப்பித்தம் வலுத்தது. மௌனி என்னும் ஊச் சிலை மேலும் அழகுற்றது என் மனத்தில். i

பதினோரு வருடங்களுக்குப் பிறகு நான் தேனி மாத இதழைத் தொடங்கினேன். மௌனியைக் கட்டாயம் எழுதவைக்க வேண்டும் என்ற ஆவல் எனக்கு. அவர் கும்பகோணம் வீட்டை விற்றுவிட்டு சிதம்பரத்தில் அரிசி மில் வைத்திருந்தார். அவருக்கும், க. நா. சு. வுக்கும் கடிதம் எழுதியதோடு, எனக்குத் துணையாக உத்விய கரிச்சான்குஞ்சு"வையும் அவர்களை நேரில் கண்டு தேனீக்கு எழுதும்படி வற்புறுத்தினேன். இருவருமே தேனி ஆபீஸுக்கு-எங்கள் வீடுதான் ஆபீஸ்-அடிக்கடி வரலானார்கள்; ஸ்டைல்தான் வித்தியாசம் க. நா. சு. ஆடம்பரமாக வந்து இரண்டொரு நாள் தங்குவார். மௌனி திடீரென்று முற்பகலில் வருவார்; அவசரமாகத் திரும்ப வேண்டும் என்று திண்ணையிலேயே புறப்படத் தயார் நிலையில் உட்காருவார்; இரண்டு மூன்று மணி நேரம் பேசிவிட்டு அவசரமாய்த் கிளம்புவார். இரண்டொரு முறைதான் அவர் ஆபீசுக்குள்ளே வந்ததாய் ஞாபகம். மௌனியும், க. நா. சு. வும் ஏக காலத்தில் தேனி ஆபீசுக்கு வந்தார்களா என்பது எனக்கு நினைவில்லை.

மணிக்கொடி நின்று பத்து ஆண்டுகள் ஆகிவிட்டன. கு. ப. ரா. கிராம ஊழியனுக்கு ஆசிரியராக இருந்தார்; ஆனால், அவர் மௌனி'யின் எழுத்துகளைத் தேடிப் போகவில்லை. கவிஞர் சாலிவாகனனின் (வி. ரா. ராஜகோபாலன்) ஆசிரியராக இருந்த கலாமோகினி' யில் கு. ப. ரா., நான், க. நா. சு., தி. ஜானகிராமன், கரிச்சான்குஞ்சு, சிட்டி முதலியவர்கள் எழுதினார்கள். க. நா. ஏனோ மௌனியை எழுதத் துண்டவில்லை. 1 லிருந்து 1948 வரை மௌனி ஒன்றும் எழுதியதாகத் தெரியவில்லை.

இந்தக் காலகட்டத்தில்தான் புதுமைப் பித்தன் ஒரு ரேடியோ பேச்சுக்கு இடையில் மௌனியை சிறுகதையின் திருமூலர், சொல்லில் அடைபட மறுக்கும் கருத்துகளைச் சொல்லாக்கியவர்' என்று வரையறை இன்றிப் புகழ்ந்தார். புதுமைப்பித்தனின் இந்தப் போற்றி உரையைக்கூட க. நா. சு. வும் மற்றும் சிலரும் உடனே பற்றிக்கொள்ளவில்லை; பல ஆண்டுகளுக்குப் பிறகுதான் அவர்கள் புதுமைப்பித்தனின் கருத்தைப் பின்பற்றி மௌனியைக் கண்டுகொண்டார்கள் என்று நான் கூறினால் தவறாகுமா? க. நா. சு. ஆசிரியராக இருந்த சந்திரோதயம், சூறாவளி-இதழ்களில் மௌனி எழுதவில்லை.

மௌனியின் சிறுகதைகள் தேனி'யை அலங்கரிக்க வேண்டும் என்பது என் விருப்பம்; அவருடைய இரண்டு சிறுகதைகள் தேனியில் வந்தபோதும் க. நா. சு. அவைபற்றி போற்றியோ தூற்றியோ எங்களிடம் அதிகமாகப் பேசியதில்லை. மணிக்கொடிக்குப் பிந்தைய பத்து ஆண்டுகளில் நான் ஓரளவு இலக்கியப் பயிற்சியும் வாழ்வியல் அறிவும் பெற்றுவிட்டேன். 17, 18 வயது-

களில் என்னிடம் இருந்த மாணவ மனோபாவம் முற்றிலும் அகன்றுவிட்டது. மணிக்கொடியில் எழுதியவர்களின் இலக்கியப் பங்களிப்பின் பெருமையை, கல்லூரிப் பருவத்தின் கலங்கல் இல்லாத தெளிவுடன் இப்போது உணரத் தொடங்கியிருந்தேன்.

தேனி முதல் இதழுக்கு மௌனியின் சிறுகதை வரவில்லை. இதழ் வெளியான சில நாட்களுக்குள் அவரே எங்கள் வீட்டுக்கு வந்தார். முதல் இதழ் பூராவையும் அவர் படித்ததாய்க் கூறினார். அந்த இதழில் எழுதிய எழுத்தாளர் ஒவ்வொருவரையும் மற்றோர் எழுத்தாளர் அறிமுகப்படுத்தி இருந்தார். இது ஒரு நல்ல அம்சம் என்று கரிச்சான்குஞ்சு, ஜானகிராமன், நான்கருதினோம்.

மௌனிக்கு இந்தப்பகுதி பிடிக்கவில்லை: ஒருவரை ஒருவர் முகஸ்துதி செய்துகொள்ளக்கூடாது' என்றார்:

'இது முகஸ்துதி இல்லை, சக எழுத்தாளரிடம் நாம் காணும் குறைகளையும் சுட்டிக் காட்டியிருக்கிறோம். என்றதோடு அந்தப் பகுதிகளையும் காட்டினேன். அவர் திருப்தி அடையவில்லை.

அந்த இதழில் ராஜகுடும்பம்' என்கிற என் சிறுகதை வந்திருந்தது. தேனியை மிகவும் பாராட்டி வரவேற்ற ஹிந்து நாளேடு என் கதைகளையும் புகழ்ந்து சில வரிகள் எழுதி இருந்தது. -

'ஹிண்டுவில் தேனி விமரிசனம் படித்தேன், உன் கதையை மெச்சி இருக்கிறான். அந்தக் கதையில் அப்படிப் பேச என்ன இருக்கிறது? தப்புத் தப்பாக எழுதியிருக் கிறதே! என்று அவர் கூறியது எனக்குப் புரியவில்லை.

'என்ன தப்பு சார்?' அக்கதைப் பற்றி எனக்கு ஒரு நிறைவு இருந்தது, அதில் என்ன தப்பு கண்டார் என்று கொஞ்சம் வருத்தமாக இருந்தது.

'கதையில் ராஜாவும் வரவில்லை, ராணியும் வர வில்லை. ராஜ குடும்பம் என்று எப்படி பெயர் வைக்க லாம்?-அவர் கூறியதை நான் ஜோக் அடிக்கிறார்' என்று எண்ணிச் சிரித்தேன்.

'இப்படி சம்பந்தம் இல்லாமல் பெயர் வைப்பது தப்பு'-என்று மறுபடியும் அழுத்திப் பேசின. பிறகுதான் அவர் உண்மையாகவே கண்டிக்கிறார் என்பதைப் புரிந்து கொண்டேன்.

கதைநாயகனுக்கு ராஜா என்று பெயர். அவன் தன் மனைவியை ராணி என்று பிரியமாக அழைக்கிறான். ஒரே குழந்தையை இளவரசு என்கிறார்கள், பாசத்தால் பிணைந்த இந்த அழகான குடும்பத்தை ராஜகுடும்பம் என்கிறேன்; அதிலே தப்பு என்ன?" -- ?----

'ராஜா, ராணி வராத கதைக்கு ராஜகுடும்பம் என்று நீ பெயர்:இட்டது தப்புதான் என்று அவர் முடிவு கட்டி பேசினார்.

; : அதே கதையில் என் கதாநாயகன் ஈரானி ஹோட்ட லுக்குச் சென்று பிரியாணி சாப்பிடுகிறான். . .

- அந்த வார்த்தையைக் கேட்டால் எனக்குக் குமட்டு கிறது. நீ எழுதியிருக்கக் கூடாது!"

- அவருடைய தர்க்க நியாயத்தின் அடியொற்றி நான், அவன் , அசைவப்பயல் சார் என்ன என்னவோ சாப்பிட்டுத் தொலைக்கிறான், நான் என்ன செய்ய முடியும்!" என்றேன்.

நீ அந்த வார்த்தையை எழுதி இருக்க வேண்டாம்' என்றார் முடிவாக. -

அவருடைய சைவ உணவுப் பற்று-என் கதையைப் புதுமையாக ஒரு விமரிசனத்துக்கு உள்படுத்தியது. சாதி, மதம், கட்சி பார்த்து விமரிசனம் செய்கிறார்கள் தமிழ் நாட்டில் சிலர், உணவுமுறையையும் பார்ப்பது புது முறை விமரிசனமாக இருக்குமே! தேனியில் நான் எழுதிய முதல் கதையைத் தூளாக்கி விடுவது என்னும் உறுதியோடு மௌனி அன்று வந்திருந் தாக் போலும்; அடுத்து, கதாசிரியனான என்னைப்பற்றி தி. ஜானகிராமன் எழுதியிருந்ததை மௌனி கண்டிக்கத் தொடங்கினார். -

மகாபாரதத்தில் வெறும் எலும்புக்கூடுகள் என ஜீவனற்றுக் கிடந்த சில பெண் பாத்திரங்களை உயிரும் உணர்வும் உள்ள அழகிகளாக நான் உருவாக்கினேன் என்பதுபோல் தி. ஜா எழுதியிருந்தார். -

---

"மகாபாரதத்திலிருந்து எலும்புக்கூடுகள் தோண்டி எடுப்பதாவது சொல்லவே அருவருப்பாக இருக்கிறது:மௌனியின் இந்த விமரிசனத்தை நான் கட்சியர்டாமல் ஒப்புக்கொண்டேன். மாபெரும் இதிகாசத்தைப் படைத்த வியாச முனிவர் எலும்புக்கூடுகளையா தம் நூலில் போட்டிருப்பார்? அப்படி எழுதியதும், அதை நான் வெளியிட்டதும் அநாசாரம், அநாகரிகம் என்பதை மௌனி சுட்டிக்காட்டிய பிறகே நானும், தி. ஜா வும் உணர்ந்தோம். -

இந்த உரையாடல்கள் ஒருபுறம் இருக்க, தேனிக்கு கதை எழுதித் தருமாறு ஓயாமல் அதைக் கேட்டுக்கொண் டிருந்தேன். அந்த பெரும் கலைஞனைத் தேனி'யில் காணவேண்டும் என்று எனக்கு ஏக்கமாக இருந்தது.

மௌனியின் முதல் கதையை, கரிச்சான்குஞ்சு சிதம்பரத்துக்குச் சென்று வாங்கிவந்தார். மௌனி கரிச்சான்குஞ்சுவைப் பக்கத்தில் வைத்துக் கொண்டு கதையை எழுதிக் கொடுத்துள்ளார். அவர் எழுதியதைப் படித்துக்கூடப் பார்க்கவில்லை, திருத்திப் போட்டுக் கொள்ளச் சொன்னார்?' என்றபடி கைப்பிரதியை என்னிடம் கொடுத்தார் கரிச்சான்குஞ்சு. -

'நீங்கள் படித்தீர்களா?

நேரம் ஏது? கடிதங்களைச் சுருட்டிக்கொண்டு ரயில்வே ஸ்டேஷனுக்கு ஓடிவிட்டேன், அவருக்கும் அவசரம்'.

ஆவலும் மகிழ்ச்சியுமாகக் கதையைப் படிக்கத் தொடங்கினேன். முதலில் எழுத்துகள் புரியவில்லை. பிறகு, ஒரு வாக்கியமும் முடிவுபெறவில்லை, அடுத்த வாக்கியம் எங்கே ஆரம்பம் ஆகிறது என்றும் புரியவில்லை. இலக்கண அமைதியோ தெளிவோ கதையில் காணோம்-எனக்கு ஒரே

மலைப்பாக இருந்தது.

கரிச்சான்குஞ்சுவும் படித்தார். நாலைந்து பக்கம் படித்ததும், இதென்ன, ஒன்றும் புரியவில்லை. அவரையே சரிசெய்து கொடுக்கச் சொல்லலாமே! என்றார்.

வேண்டாம், அவர் திருத்திக்கொடுப்பதற்குள் மாதம் போய்விடும், நான் எடிட் செய்கிறேன்.

கதையைத் திருத்தம் செய்ய எனக்குச் சில நாட்கள் ஆயின. மௌனியின் சிறுகதை வடிவம் அவருக்கு இயல்பாக வந்த ஓர் அற்புதம் போகிற போக்கில் காட்சிகளைத் தோற்றுவிப்பதும், பிம்பங்களை (images) உயிர்ப்பிப்பதும் அவருடைய எழுத்துகளின் வலிமை. இந்த அவருடைய பெருமைகளுக்குச் சற்றும் ஊனம் ஏற்படாமல் கதையைத் திருத்தம் செய்ய எனக்கு மிகக் கவனம் தேவைப்பட்டது. கால், அரை, முற்றுப்புள்ளி க்ளைக்கூட ஜாக்கிரதையாகப் பயன்படுத்தவேண்டி யிருந்தது.

மௌனியைச் சந்தியுங்கள் என்று ஹிண்டு, மித்திரன், தினமணி ஆகிய தினசரிகளில் எல்லாம் விளம்பரம் கொடுத்தேன். இதனால், கரிச்சான்குஞ்சு உள்படச் சில எழுத்தாளர்களுக்கு என்மேல் வருத்தம். கதை வெளியான பிறகு, அவர்களின் பொருமல் எனக்குக்கேட்டது. லா. ச. ராமாமிர்தம் கதையைப் பாராட்டு வதேபோல் பரிகாசம் செய்து ஒரு நீண்ட கடிதம் எழுதியது இப்போதும் எனக்கு நினைவிருக்கிறது. மௌனி தன் கதையை தேனி'யில் கண்டு எவ்வளவு மகிழ்ச்சி அடைந்தார் என்று எனக்குத் தெரியாது. ஆனால், அச்சான பிறகு, கதையைப் படித்தபோது: அக்கதையின் படைப்பாளி நானே என்பது போன்ற பெருமிதம் எனக்கு உண்டாயிற்று.

மௌனியின் தமிழ் பற்றி எனக்கு சிறிது கவலையாக இருந்தது. அவசர அவசரமாக எழுதியதால் மௌனியின் தமிழ் குழம்பி இருக்கலாம் என்று நானும் சமாதானம் சொல்லிக்கொண்டேன். அடுத்த கதைக்காக அவரை 'நச்சரிக்க'லானேன். மௌனின் முதல் கதையுடன், அவரை வாசகர்களுக்கு. அறிமுகம் செய்யும் பொறுப்பை க. நா. சு. வுக்கு கொடுத்தேன்; அவர் தன் பொறுப்பை நல்லவிதமாகவே நிறைவேற்றினார். க. நா. சு. வின் அறிமுகத்தோடுதான் மௌனி யின் முதல் கதை தேனியில் வந்தது. மௌனி பின் தமிழ் பற்றிப் பேசியபோது க. நா. சு. அதை பொருட்படுத்தவில்லை. -

இரண்டாவது கதை வந்து சேர்ந்தது. அதுவும் முதல் கதைபோலவே இருந்தது. நானே அதையும் ஒழுங்குபடுத்தி 'நினைவுச்சுவடி' என்ற பெயரிட்டு தேனீயில் வெளியிட்டேன். முன்னைப்போலவே மௌனிக்கு மட்டும் தினசரிகளில் விளம்பரம் செய்தேன். -

இந்தத்தடவை கரிச்சான்குஞ்சுவோடு தி. ஜானகி ராமனும் சேர்ந்து கொண்டார். இருவரும் மௌனி'யின் ரசிகர்களே; ஆனால் அவருக்கு மட்டும் சிறப்பிடம் கொடுப்பதை இருவரும் விரும்பவில்லை. மௌனியின் தமிழ் பற்றி எனக்குக் கவலையும் வியப்புமாக இருந்தது. மணிக்கொடியில் வெளி-

யான

கதைகளின் கைப்பிரதிகளும் இப்படித்தான் இருந்தனவா? பி. எஸ். ராமையா எடிட்' செய்தாரா, வேறு யாராவது அவருக்கு உதவினார்களா? அல்லது மௌனியின் கைப்பிரதிகள் சரியான தமிழில் இருந்தனவா?

இந்த கேள்விகளுக்கு விடைகாணும் முன், மௌனி யின் மூன்றாவது கதை வருமுன், தேனியை நிறுத்த வேண்டிய நிர்ப்பந்தம் எனக்கு ஏற்பட்டது.

- -

இலக்கிய விசாரத்தை ஒதுக்கி வைத்துவிட்டு வியாபாரத்தில் கவனம் செலுத்தத் தொடங்கினேன். 1954-ஆம் ஆண்டு, ஜூலை, ஆகஸ்ட் மாதம் நானும். ஒரு வியாபாரி நண்பரும் சிதம்பரம் செல்ல நேர்ந்தது, ஏதோ ஒரு தெரு வழியாகப் போகும்போது, பின்னா லிருந்து யாரோ என் பெயர் கூறி என்னைக் கூப்பிட்டார் கள். திரும்பிப் பார்த்தேன்: மௌனி ஒரு வீட்டு வாசலில் நின்றார். மகிழ்ச்சியோடு அவரை நெருங்கினேன்: என்ன் சார், எப்படி இருக்கிறீர்கள்?' என்றபடி.

'நீ எங்கே இங்கே?' என்றவரிடம், நான் சிதம்பரத் துக்கு வந்த வேலையைக் கூறினேன். அவர் எங்களை உள்ளே வருமாறு அழைத்தார். திண்ணையிலேயே உட்கார்ந்த அவருக்குப் பக்கத்தில் நாங்கள் அமர்ந்தோம். என்னோடு இருந்த நண்பர் வியாபாரி, இலக்கிய வாசனை அறியாதவர் உள்ளே வருமாறு அழைத்த மௌனி எங்களைத் திண்ணையில் நிறுத்தியதை நண்பர் ரசிக்கவில்லை; சீக்கிரம் போகணுமே!' என்றார்.

மௌனியும் நானும் இரண்டு மணி நேரத்துக்கு மேல் பேசிக் கொண்டிருந்தோம்; பேச்சுக்கு இடையில் அவர், 'ஒரு கதை எழுதினேன். விகடனுக்கும் குமுதத்துக்கும் அனுப்பினேன். திருப்பி அனுப்பி விட்டார்கள்', என்று வருத்தப்பட்டார்.

'விகடனுக்கும் குமுதத்துக்கும் ஏன் சார் அனுப்பினர் கள்?' என்றேன் வியப்புடன்.

- "அவைதானே பிரபலமாக இருக்கின்றன! அவர்கள் அதிகப் பணம் தருவதாகச் சொன்னார்கள்.

'உங்களுக்கு எதுக்கு சார் பணம்: விகடன், குமுதம் எல்லாம் உங்கள் கதையைப் போடாது. சிவாஜி தீபாவளி மலரில் போடச் சொல்கிறேன். சிவாஜி சிறிய பத்திரிகை, பணம் கிடைக்காது. கதையை மரியாதையோடு வெளியிடு வார்கள், அதைப் பெருமையாகவும் நினைப்பார்கள்.

அவர் உள்ளே சென்று கைப்பிரதியைக் கொண்டு வந்தார். நீயே வைத்துக் கொள். தீபாவளி சமயம் சிவாஜிக்கு அனுப்பலாம்'

சார், வேண்டாம். காணாமல் போய் விட்டால், கஷ்டம். நீங்கள் தீபாவளி மலருக்கு அனுப்பலாம். கடிதம் வரும்'-நான் கதையைப் படிக்கவில்லை. நேரமில்லை, மதிய உணவு நேரம்; பசியால் என் நண்பருக்கு ஒரே கோபம். இடையிடையில், போவோமா? என்று அவசரப்பட்டுக் கொண்டிருந்தார். ஒரு-

வாறு மௌனியிடம் விடைபெற்றோம். வெளியில் வந்ததும் என் நண்பர் குமுறினார். பெரிய எழுத்தாளர், உங்களுக்கு ரொம்ப வேண்டியவர் என்-றீர்கள். விட்டுக் குள்ளேகூட அழைத்துப் போகவில்லை. இவ்வளவு நேரம் பேசினீர்கள், ஒருவாய் தண்ணீர்கூட தரவில்லை. தாகமாக இருந்தால் தண்-ணிர் கேட்டிருக்கலாமே!என்று சிரித்தேன். கட்டாயம் கொடுத்திருப்பார்.

சிவாஜி தீபாவளி மலருக்கு மௌனியின் கதை கிடைக்கும் என்று ஆசிரி-யர் கவிஞர் திருலோக சீதாராம னுக்கு கடிதம் எழுதி விட்டேன். அடைமழை பெய்து கொண்டிருந்தது. ரயில், பஸ் போக்குவரத்துப் பாதைகள் காயப்பட்டுக் கிடந்தன. ஊருக்குள் தெருக்கள் சாக்கடைகள் போலக் காட்சி அளித்தன. வீட்டுக்கு வெளியே செல்லவும் அச்சமாக இருந்தது. தீபாவளி 15 நாள் தூரத்தில் இருந்தது.

நள்ளிரவு கடந்து விட்டது. கொட்டுமழையின் சந்தடியை மீறி, யாரோ பலமாய் கதவு தட்டும் சத்தம் கேட்டு என் தூக்கம் கலைந்தது. கதவு திறந்-தேன். சிவாஜி ஆசிரியர் கவிஞர் திருலோக சீதாராம். பாதி நனைந்த கோலத்தில்!

எனக்கு ஆச்சரியமாக இல்லை. கவிஞருக்கும் எனக்கும் இருந்த நட்பு அப்படி நேரம் கெட்ட நேரத்தில் அவர் என்னைக் காண வருவது சகஜம். கவிஞருக்குப் பள்ளிப் படிப்பு அதிகமில்லை. மகாகவி பாரதியாரின் கவிதை களை அரசியல், இலக்கியக் கட்டங்களில் பாடிப்பாடியே கவியாக மாறியவர். பாரதியாரின் கவிதைகள் எல்லாம் அவருக்கு மனப்பாடம். அவருக்கு இயற்-கையாக அமைந்த சௌக்கியமான சாரீரம், உணர்ச்சிவசப்பட்டுப் பாடு வதைக் கேட்டவர்கள் இருப்பிடத்தை விட்டு அசைய மாட்டார்கள். தமிழ்-நாட்டில் அவர் கலந்து கொள்ளாத பாரதிவிழா சுகப்படுவதில்லை. அவர் பாரதியாரின் ஞான வாரிசு என்றே பலரும் கருதினார்கள்.

அவருடைய வாழ்க்கை சித்தர்களின் வழி வளமை யிலும் ஜொலிப்பார், வறுமையிலும் ஜொலிப்பார். வெற்றி வீரர்களாய் உலகத்தால் ஏற்கப்பட்ட பெரிய மனிதர்கள் பலர் மனம் சோரும்போது அவரைத் தேடிச் செல்வார்கள்; அவர் பாடக்கேட்டு தைரியத்தை மீட்டுக் கொள்வார்கள். டெலிபோனில் அவரைப் பாடச் சொல்லிக் கெஞ்சுவார்கள் பலர். அவருடைய குரல் ஒலி குனிந்த தலையை நிமிரச் செய்யும்.

1944இலிருந்து எங்கள் நட்பு தொடங்கியது; பரஸ் பரம் வியக்கும் நட்பு. தமிழ்நாட்டில் அவர் எந்த ஊரில் சொற்பொழிவாற்றினாலும், உடனே திருச்சிக்கு திரும்ப மாட்டார். நேராக கும்பகோணத்துக்கு என்னைத் தேடி வருவார். தூத்துக்குடியிலோ, நாகையிலோ பேசியதை அப்படியே, அதே உணர்ச்சிப் பாவனையோடு எனக்கு முன்னால் பேசுவார்; நான் சபாஷ் சொன்னால்தான் அவர் அமைதி அடைவார்.

திடீரென்று நள்ளிரவில் கதவு தட்டுவார்; உள்ளே வரும்போதே, சாப்பிடு-வதற்கு என்ன இருக்கிறது?" என்று கேட்பார். நீராகாரமும் நீர் வடுவும் நிச்-

சயம் இருக்கும். சிலசமயம் பட்சணமும் பழமும் கொடுப்போம். வயிறு நிம்மதியானதும்; குழந்தைகள் தூக்கத்தைக் கெடுக்க வேண்டாம். திண்ணைக்குப் போவோம்' என்ற படி வெற்றிலை டப்பாவுடன் திண்ணைக்குப் போவார்;எங்கள் இருவரிடமும் வெற்றிலை, சீவல் ஸ்டாக் நிறைய இருக்கும்.

திண்ணைக்குப் போனதும், கன்யாகுமரியில் பேசிய தைத் திரும்பப் பேசுவார்; பாரதியார் பாடல்களோடு சொந்தக் கவிதைகளையும் பாடுவார். நாலு அல்லது ஐந்து மணி ரயிலைப் பிடிக்க வேண்டும் என்று பையைத் தூக்கிக் கொண்டு கிளம்புவார்...... இது எங்கள் நட்பின் ஒரு பகுதி......

ஒரு மழையில் வந்த கவிஞர் திருலோகத்திடம், எங்கிருந்து வருகிறீர்கள்?' என்று கேட்டேன்.

'மதுரையிலிருந்து......

'மதுரையிலிருந்து கும்பகோணமா...... இந்த மழையில்...உட்காருங்கள்'.

உட்கார நேரம் இல்லை; மூன்றரை மணி ரயிலை, .பிடிக்க வேண்டும். புறப்படுங்கள்......" -

'என்ன, ஏது என்று சொல்லாமல்...... -

நீங்களும் நானும் சிதம்பரம் போகிறோம். மௌனியிடமிருந்து கதை வாங்கிவர வேண்டும்'.

இந்தப் பிரளய மழையில் சிதம்பரத்துக்கா?

பிரளய கால மழையில் இரண்டு கவிஞர்கள் மௌனியின் கதை தேடிப் போனார்கள் என்று வரலாறு படைப்போமே!' என்றார் கவிஞர், நின்றபடியே.

திருலோகம், முதலில் உட்காருங்கள். பிறகு வரலாறு படைப்போம். இந்தப் பேய் மழையில் கதை தேடி அலைய வேண்டாம். தாளைக்கு நான் மௌனிக்கு எழுது கிறேன், இரண்டே நாளில் கதை வந்து விடும். ---

மௌனியின் கதையோடுதான் இந்த ஆண்டு தீபாவளி மலர் வெளிவர வேண்டும்.

அது என் பொறுப்பு. எழுதிய கதை வீணாகி விடக் கூடாது என்று மௌனியும் நினைக்கிறார்

சிவாஜி ஆசிரியர் விடியலில் திருச்சிக்குப் புறப்பட் டார். கதை கேட்டு மௌனிக்கு எழுதினேன். நான் எதிர் பார்த்தபடி, மறு தபாலில் கதை வந்தது. வழக்கம்போல் அதைத் திருத்தி சாவில் பிறந்த சிருஷ்டி என்று பெயர் சூட்டி, சிவாஜிக்கு அனுப்பினேன். 1954ஆம் ஆண்டு சிவாஜி தீபாவளி மலரில் அக்கதை வெளிவந்தது. ஐந்து ஆண்டுகளுக்குப் பிறகு சிவாஜி ஆசிரியர் கேட்டுக்கொண் டதற்கு இணங்கி, மௌளியிடம் கதை கேட்டேன். அவரும் உடனே அனுப்பினார். இந்தக் கதையையும் திருத்தம் செய்து குடை நிழல்' என்று தலைப்பிட்டு சிவாஜிக்கு அனுப்பினேன். 1959 சிவாஜி தீபாவளி மலரில் இக்கதை இடம்பெற்றது.

1948 முதல் 1959 வரை நான் மௌனியின் நான்கு கதைகளை திருத்தம் செய்திருக்கிறேன். அவருடைய தமிழ் எனக்குப் பிரமிப்பாகவே இருந்தது.

மணிக்கொடியில் அவர் எழுதிய கதைகளின் தமிழும் இப்படித்தான் இருந்ததா? என்றொரு சந்தேகம் எனக்கு. பல ஆண்டு களுக்குப் பிறகு ஆசிரியர் பி. எஸ். ராமையாவிடம் பேச்சுக்கிடையில் இதுபற்றிக் கேட்டேன். ஒருமாதிரி யாகத்தான் இருக்கும். நாங்கள் திருத்தி வெளியிட்டோம்' என்று கூறினார். ஒரு பெரும் கலைஞனிடம் இப்படி ஒரு பலவீனம் இருந்ததை நினைக்க இப்போதும் எனக்கு ஆச்சரியமாக இருக்கிறது.

அப்பால் ஒரு தடவை மௌனி எங்கள் வீட்டுக்கு வந்தார். இருவரும் பேசியபடி ரயில்வே ஸ்டேஷனுக்கு நடந்தோம். தம்மிடம் ஒரு கதைக்கான கரு இருப்பதாய்க் கூறிய மௌனி கதையைச் சொல்லத் தொடங்கினார். மிகவும் அழகாய்ச் சொன்னார். கதை எனக்கு மிகவும் பிடித்துவிட்டது. -

(LGசொல்லாதீர்கள், கதையை நானே எழுதிவிடுவேன்போல் இருக்கிறது. எழுது நானும் எழுதுகிறேன்' என்றார் அவர். மௌனி கொடுத்த கருவிலிருந்துதான் கருகாத மொட்டு' என்னும் என் கதை பிறந்தது. அது கல்கி'யில் வெளி வந்தது. மௌனி அதே பீஜத்தைக் கொண்டு பிரக்ஞை வெளியில்' என்னும் கதையை எழுதினார்; அது 1960இல் சரஸ்வதியில் வந்தது. பிறகு, பல ஆண்டுகள் வரை நான் அவரைச் சந்திக்க வில்லை

1973ஆம் ஆண்டு, ஐந்து எழுத்தாளர்கள் என்னிடம் ஒரு நீண்ட பேட்டி எடுத்தார்கள். அது கண்ணதாசன் செப்டம்பர் இதழில் வெளிவந்தது. அந்த பேட்டியில் மௌனியின் சிறுகதைகள் பற்றின என் கருத்தைக் கூறாமல், எழுத்தாளர் என்ற முறையில் அவரிடம் கண்ட பலவீனங்களை மட்டும் சொல்லிவைத்தேன்.

கண்ணதாசனின் பேட்டி வெளியாகும் முன்பே, மௌனியை இரண்டு மூன்று முறை சந்தித்திருந்தேன். சிதம்பரம், மணிவாசகர் பதிப்பகத்தார் என் நாவல்களை வெளியிடும் பொறுப்பை ஏற்றிருந்தார்கள்; அவர்கள் தான் மௌனியின் புதிய முகவரி கொடுத்தார்கள். தனியாகவும், நண்பர்கள் சிலரோடும் அவரை நான் சந்திப்பது வழக்கம்.

கண்ணதாசனின் பேட்டி அச்சான பிறகு, மௌனி பற்றி பேசியிருக்க வேண்டாமோ என்று தோன்றியது. அவருக்கு வாழ்க்கையில் பல அல்லல்கள், சித்தத்தைக் குழப்பும் பல துயர நிகழ்ச்சிகள். நானும் பல துன்பங் களோடு வாழ்ந்தவன். அவருடைய மனத்தைப் புண்படுத்திவிட்டோமே என்று வருத்தமாக இருந்தது. ஆயினும், எய்தான பிறகு அம்பை மீட்டுக் கொள்வது எப்படி?

பேட்டியைப் படித்த மௌனியின் ரசிகர்கள் சிலர் வாய்ப்பு கிடைத்தபோது என்னைத் தாக்கி எழுதி வந்தார்கள். நான் யாருக்கும் பதில் கூறவில்லை.

ஆனால், என் பேட்டி வெளியான பிறகு, சில நண்பர்களோடு அவரைச் சில தடவை சந்தித்தேன். பேட்டியைக் கண்டுகொண்டதாகவே அவர் காட்டிக் கொள்ளவில்லை._நானும் அதுபற்றிப் பேசவில்லை. பிறகு, இந்த விஷயத்தை மறந்துபோனேன்.

ஒருமுறை ஏதோ வேலையாக, சென்னை சென்றேன். ஒருநாள் மாலை. திருவல்லிக்கேணி பெல்ஸ் ரோடில் நண்பர் அசோகமித்திரனைக் கண்டேன். இருவரும் பேசிக்கொண்டே அருகில் இருந்த முரளி கபோக்குப் போனோம். பேச்சுக்கு இடையில் அசோகமித்திரன், மௌனி உங்களுக்குப் பதில் சொன்னாரே, படித்திர் களா? என்று கேட்டார்.

மௌனி எனக்குப் பதிலா? எதுக்கு?- என்றேன் விளங்காமல்,

உங்களுடைய கண்ணதாசன் பேட்டிக்கு, கணையாழி யில் வந்தது. 3 மாதம் ஆயிற்றே.

‘கணையாழியை என் நண்பர் வீட்டில் படிப்பது வழக்கம். மௌனியின் பதிலை நான் பார்க்கவில்லை. நீங்கள் எனக்கு காபி அனுப்பி இருக்கலாம். நான் அதைப்பார்க்க வேண்டுமே", என்றேன்.

அப்போது கணையாழியின் ஆசிரியர் அசோக மித்திரன். அவரோடு ஆபீஸுக்குப்போய், மௌனியின் பதிலைப் படித்தேன். எனக்கு கோபமூட்டும்படி பேட்டி யின் ஒரு பகுதி இருந்தது; எனக்கு கோபம் வரவில்லை; விசனமாக இருந்தது.

’நீங்கள் இதற்கு பதில் சொல்லப்போகிறீர்களா? என்று கேட்டார் அசோகமித்திரன்.

இல்லை. நான் கண்ணதாசன் பேட்டியில் சொன்னது எல்லாம் உண்மை. ஆனால், மௌனி துன்பப்பட்டவர். என்னால் அவருக்கு மேலும் துன்பம் வேண்டாம்.‘

சரியான முடிவு’ என்றார் அவர்.

மௌனியின் பேட்டி வெளிவந்த கணையாழி இதழை விலைக்கு கேட்டும் அசோகமித்திரன் கொடுக்க வில்லை. ஆபீஸ் காபி தவிர, விற்பனைக்கு பிரதிகள் இல்லை என்று கூறிவிட்டார். ஆகையால் அந்தப் பேட்டியை இரண்டாம் முறை நிதானமாகப் படிக்கவும் எனக்கு வாய்ப்பு இல்லை.

சுமார் இருபது ஆண்டுகளுக்குப் பிறகு, 1991-டிசம்பர் மாதக் கணையாழியில் மௌனியின் பேட்டி மறு பதிப்பாக (re-print) மீண்டும் வந்துள்ளதைக் காண எனக்கு மகிழ்ச்சியாக இருந்தது. அதை இப்போது அமைதியாகப் படிக்க முடிகிறது. பழைய நிகழ்ச்சிகள் ஒவ்வொன்றாய் காட்சிகள் ஆகின்றன. மௌனியும் மறைந்துவிட்டபின் அவர் மனத்தைப் புண்படுத்த நேருமோ என்கிற அச்சம் எனக்கு இல்லை. அவர் உயிரோடு இருந்தபோது, அவருக்குப் பதில் கூறுவதில்லை என்று நான் முடிவு செய்தது சரி; அது சரியான முடிவு என்று நண்பர் அசோகமித்திரன் கருதினார். இப்போது பதில் கூறுவது நியாயமாகும் என்று எண்ணுகிறேன்.

கணையாழி பேட்டியில் மௌனி கூறுகிறார்:

கண்ணதாசன் (செப்டம்பர்-73) எம். வி. வி. பேட்டி யில் என்னைப்பற்றிக் குறிப்பிட்டிருந்தவைகளில் சில தவறுகள் நேர்ந்துள்ளன. தேனியில் வெளிவந்த என் இரண்டு சிறுகதைகள் எந்தச் சூழ்நிலையில் எழுதப் பட்டவை,

தரப்பட்டவை என்பதைச் சொல்கிறேன்.

மனக்கோலம் (1948) கதையை என் வழக்கப்படி திருப்தியின்றி வெவ்வேறு scriptஆக பதினைந்து தடவைக்கு மேல் எழுதிக் கிழித்தும், கடைசியாக நான் பக்கம் பக்கமாக எழுதிப்போட, கரிச்சான்குஞ்சு அருகிலி ருந்து வாங்கிக் கொள்ள-மகளின் திருமணம் முடிந்த அன்று நள்ளிரவு ரயிலில் சிதம்பரம் திரும்பியாக வேண்டிய அவசரத்தில் - கரிச்சான்குஞ்சு கதையின் கடைசிப் பக்கத்தை இன்னொரு தடவை படித்து விட்டு வேறு எழுதக் கோரியபோது-அவ்வளவுதான், அதைத் திருப்பிப் பார்த்தால்-எல்லாமே எனக்குத் திருப்தி தராமல் கிழித்துப் போட்டுவிட்டு வேறு எழுதத் தோன்றி விடும்...நான் ஊருக்குக் கிளம்பியாக வேண்டும் என்று இளம்பி விட்டேன்.

எம். வி. வி. தன் பேட்டியில் முதல் கதையை நேரில் கொண்டு வந்து தந்தார். திருத்திப்போடு என்று சொல்லி விட்டுப் போனார் என்று கூறியிருப்பதற்காக இதனைக் கூறுகிறேன்......

முதல் தேனி கதையைக் கரிச்சான்குஞ்சு வாங்கி வந்தார் என்று மௌனி கூறுவது சரி; அவர் நேரில் கொண்டு வந்து கொடுத்தார் என்று நான் 'கண்ணதாசன் பேட்டியில் சொன்னது சரியல்ல. கரிச்சான்குஞ்சுவிடம் கேட்டு நான் சரிசெய்து கொண் டேன். ஆனால், முக்கியமான பிரச்சினை அது அல்லவே. மௌனியின் தமிழ் குறைப்பட்டது என்று நான் உரைத்த தற்கு அவர் பதில் கூறவில்லை. மகளின் திருமண வேலை களின் நிர்ப்பந்தத்தால் அவர் அவசரமாக எழுதிக் கொடுத்ததால், அவருடைய தமிழ் பிழைபட்டது என்று அவர் நமக்கு உணர்த்துவதாய் வைத்துக் கொள்வோம். தேனியில் அவர் எழுதிய இரண்டாவது கதை பற்றி அவர் கூறுவதைப் பார்ப்போம்.

மௌனி கூறுகிறார் :

'இரண்டாவது சிறுகதையை நான் தேனிக்குத் தந்த கதை இது: அப்போது க. நா. சு. பொறுப்பேற்று நடத்திய 'சந்திரோதயம்' பத்திரிகையின் ஆண்டு மலர் கொண்டுவரப் போவதால் என் கதை வேண்டுமெனக் கேட்க நான் எழுதிக் கொடுத்த கதை நினைவுச்சுவடு' (1948)- சந்திரோதயத்தில் அப்போது உதவி ஆசிரியராக சி. சு. செல்லப்பாவும், ஓவியராக சாரதியும் இருந்தார் கள். சந்திரோதயம் மலர் வெளியீடு முன்பே நின்று விட்டது. அச்சமயத்தில் எம். வி. வி. தேனி பத்திரி கைக்கு என் கதை அவசியம் தேவை என்று கேட்க, நான் க. நா. சு. விடம் வெளியிடாமல் வைக்கப்பட்டிருக்கும் என் கதையைக் கேட்டு பெற்றுக் கொள்ளச் சொன்னேன். க. நா. சு. அந்தக் கதைத் தாள்களை கறையான் அரித்து விட்டதாகக் கூறியதால், மறுபடியும்

எம். வி. வி. என்னை வந்து துளைத்தார். நினைவுச்சுவடு கதையைத் திருப்தியின்றி மாற்றி மாற்றி எழுதிய கடைசி versionக்கு முந்திய பிரதி தற் செயலாக அகப்பட, அதை அவருக்குக் கொடுத்தேன். அதுவே தேனி'யில் வெளிவந்த எனது இரண்டாவது சிறு கதை......

தேனீயில் வந்த இரண்டாவது கதையின் கதையை இவ்வாறு கூறுகிறார் மௌனி. ...... &#3Dl_@ versioně(5 முந்தியபிரதியை' என்னிடம் கொடுத்ததாய் சொல்கிறார். ஆகையால், அது சரியான தமிழில் இருக்காது என்கிற தொனி அவர் கூற்றில் இருக்கிறது. அவர் எந்தப் பிரதி கொடுத்திருந்தாலும் சரி, அது எந்தவித இலக்கண அமைதியும் இல்லாதது என்றுதான் நான் கண்ணதாசன் பேட்டியில் குறிப்பிட்டேன்.

ஆக, தேனீயில் வெளிவந்த இரண்டு சிறுகதைகளின் தமிழ் பிழையானதே என்று மௌனி நேராக ஒப்புக் கொள்ள விட்டாலும் மறைமுகமாக ஏற்றுக் கொண்ட தாகவே நான் கருதுகிறேன். தன்னால் பிழையற்ற தமிழில் எழுத முடியும் என்று அவர் சொல்லவே இல்லை. மௌனி கணையாழி பேட்டியில் மேலும் கூறுகிறார்:

'நான் கதை எழுதுவது என்பதே நாள் கணக்கில் ஏற்படுகிற சிரமமான விஷயமாக இருக்க, கதை எழுதி வைத்திருந்து விகடனுக்கும் குமுதத்துக்கும் அனுப்பி திரும்ப வந்து விட்டது' என்று நான் வருத்தப் பட்டதாக () எம். வி. வி. தன் பேட்டியில் கூறியிருப்பது உண்மை இல்லாத விஷயம்."

அவருடைய பேட்டியின் இந்தப் பகுதிதான் என் மனத்தைப் புண்படுத்தியது; அவர்மீது சிறிது கோபமும் உண்டாக்கியது._ஆனால், அவரிடம் எனக்குள்ள :மரியாதை காரணமாக நான் அவருக்கு அப்போது பதில் கூற விரும்பவில்லை.

அந்தப் பேட்டியின் தொடக்கத்திலேயே மௌனி "...ஆனந்தவிகடன், குமுதம் போன்ற பத்திரிகைகளுக்கு உயரிய கதை எழுதி அனுப்பி திரும்பப் பெற்றால் எந்த மனோபாவம் _ கொள்ள வேண்டும்- psychological mistake என்று சொல்லக் கூடிய- தரமற்ற பத்திரிகைகள் அவை என்று தூற்றுவது rational ஆகுமா? ஆனால், இவன் இந்த முடிவிற்கு இந்தக் காரணம் முன்னிட்டுக் கொள்வது logical? தற்போது அநேக குழுவினரையும்... ஒரு reaction விளைவாகத்தான் காண முடிகிறது என்று கூறியிருப்பதை வைத்தே நாம் உண்மையை ஊகிக்கலாம்.

தேனியில் வெளிவந்த தன் இரண்டு கதைகளின் கதையை ஓரளவு விஸ்தாரமாக எழுதிய மௌனி, சிவாஜியில் ஐந்தாண்டு இடைவெளியில் (1954லிலும் 1959லிலும்) வெளியான தன் இரண்டு கதைகளைப் பற்றி ஒரு வார்த்தைகூட கூறவில்லை. ஏன் என்பதை நாம் எளிதில் புரிந்து கொள்ள முடியும்: எம். வி. வி. க்கு அவர் கதைகளை அனுப்பியதையும் எம். வி. வி. அவற்றை திருத்தம் செய்து சிவாஜி வார ஏட்டில் பிரசுரமாக உதவி யதையும் பற்றி மௌனி பேச விரும்பவில்லை. மௌனி சிவாஜி ஆசிரியர் கவிஞர் திருலோக சீதாராமை அதுவரை சந்தித்ததே இல்லை! -

கண்ணதாசன் பேட்டியில் நான், மௌனியின் கதை யில் ஒருவாக்கியமும் இலக்கண சுத்தமாக இல்லை. அவருக்குக் கைவந்த கதை வடிவம் கெடாமல் அதைத் திருத்த எனக்குச் சில நாட்கள் ஆயின' என்று குறை கூறியிருந்-

தேன். கணையாழி பேட்டியினால் அவர் தனக்கு இலக்கண சுத்தமாக எழுதத் தெரியும் என்பதை நிலை நாட்டவில்லை. மாறாக, என் கருத்துக்கு வலுக்கொடுப்ப தாகவே அவருடைய பேட்டி அமைந்துள்ளது.

மௌனியின் பேட்டியில் என்னைப்பற்றி அவர் கூறியுள்ள மற்ற விவரங்களுக்கு நான் பதில் கூறத் தேவையில்லை.

1936இல் மௌனியின் சிறுகதைகள் வெளியான போது அவை என்னுள் வலிய கிளர்ச்சியை உண்டாக்கின. புதுமையான காதல் கதைகளாகவே அவை என்னைக் கவர்ந்தன-அப்போது நான் கல்லூரி மாணவன். ஆனால், புதுமைப்பித்தன், பிச்சமூர்த்தி, கு. ப. ரா. , ராமையா முதலியவர்கள் மௌனியின் கதைகளில் வடிவம், மொழி, நடை, உத்தி முதலியவற்றை ரசித்தே அவரைப் பாராட்டினர். மணிக்கொடியில்தான் அவருடைய பெரும்பாலான கதைகள் வந்துள்ளன. முழுமையாக உருவான ஒரு பொருளாகவே (finished product) நான் அப்போது அவருடைய கதைகளைக் கண்டேன். ஆனால், ஆசிரியர் ராமையாவும், துணை ஆசிரியர் கி. ரா. வும் மௌனியின் கைப்பிரதிகளைப் பார்த்திருப்பார்கள்.

அவர்கள் அவருடைய இலக்கண மற்ற தமிழைப் பற்றி ஒன்றும் சொல்லாதது ஏன்? ராமையாவுடன் நெருங்கி இருந்த புதுமைப்பித்தன் முதலியவர்களும் ஏதும் பேசாதது ஏன்? 'மௌனி'யின் தமிழ் ஒருமாதிரி இருக்கும்; திருத்திப்போடுவோம்', என்று ராமையா அலட்சியமாக என்னிடம் கூறினாலும், அவர் அதைப்பற்றி எங்கும் குறிப்பிடவில்லை. மணிக்கொடிக்கு வந்து மௌனியின் கதைகள் அதிகம் பிழைபடாததாக இருந்திருக்குமோ? என் பார்வைக்கு வந்த நாலு கைப்பிரதிகளும் ஏதோ மனக்குழப்பத்தில் எழுதப்பட்டிருக்குமோ? கணையாழிப் பேட்டியில்கூட அவர் தன்னால் பிழையற்ற தமிழ் எழுத முடியும் என்று ஓங்கிச் சொல்லவில்லையே!

இலக்கியப் படைப்பாளிகளுக்கு மொழிப்புலமையோ, இலக்கண் அறிவோ கட்டாயத் தேவை என்று நான் கூறவில்லை; பேச்சு வழக்குக் கொச்சை மொழியும் இலக்கியம் ஆகும்-படைப்பாளியின் கையில். நான் கண்ட மௌனியின் தமிழ் இந்த விதிகளுக்கும் அப்பாற்பட்டது. மற்றொருவரால் திருத்தப்பட்டா,தான் விளங்கும். வாசகர்களுக்கு கிடைப்பது தட்டிக் கொட்டி ஒழுங்கு செய்யப்பட்ட பொருள்தானே!

மௌனியை சிறுகதையின் திருமூலர்' என்று புதுமைப்பித்தன் ஏதோ வேகத்தில், குறிப்பிட்டுவிட்டார் என்றே எனக்குத் தோன்றுகிறது. என்னை நன்றாக இறைவன் படைத்தனன், தன்னை நன்றாகத் தமிழ் செய்யுமாறே என்று அடக்கமானவர் திருமூலர். தமிழர்ல் எந்த ஆழத்துக்கும் செல்ல முடியும், எந்த உயரத்துக்கும் ஏற முடியும் என்பதைச் செய்துகாட்டியவர். தமிழ் மொழியை எவ்வளவு அழகாய்க் கையாள முடியும் என்பதை இன்றைய எழுத்தாளர்களுக்கும் உணர்த்தும் வழிகாட்டி. பிழையின்றி தமிழ் எழுத முடியாத ஒருவரைத் திருமூலரோடு ஒப்பிட்டுப் பேசுவது பொருத்த மற்றது.

'திருமூலரோடு என்னை ஒப்பிட்டு புதுமைப் பித்தன் ஏன் பேசினார் என்று அவரையே கேட்க வேண்டும் என்று மௌனியே கூறுகிறார்.

அதே புதுமைப்பித்தன் மற்றொரு சமயம், தமிழில் வந்துள்ள சிறுகதைகளில் பத்து நல்லவற்றைத் தேர்ந்து எடுக்கும் பொறுப்பு என்னிடம் தரப்பட்டால், என் சிறுகதைகளில் பத்தைப் பொறுக்கித் தருவதைத் தவிர வேறு வழி இல்லை'-என்று உரைத்ததாய் ச. பொதிய வெற்பன் எழுதிய புதுமைப்பித்தன் வாழ்க்கை வரலாறு' கூறுகிறது. மௌனியை அவர் ஏன் மறந்தார்?

'கம்பனை ரசிக்கிறவர்கள் மௌனியையும் ரசித்துப் பாராட்ட வேண்டும்', என்று க. நா. சு. மொழிந்ததும் மிகமிகை. இதிகாசத்தை மகாகாவியமாகப் படைத்த மகாகவியைச் சில சிறுகதைகள் எழுதியவரோடு ஒப்பிட்டுப் பேசுவது அபத்தம். ஆர்வமிகுதியால் இவ்வாறு பேசுவது-சரியான விமரிசனக் கண்ணோட்ட் மும் ஆகாது.

மனம் சுதந்திரமாக இயங்கும் தன்மை வாய்ந்தது. கலைஞனின் மனம் தன் போக்கில் சஞ்சாரம் செய்யும்போது, எண்ணத்தின் எல்லையையும் கடந்து, பலவித கற்பனைகளையும், படிமங்களையும், பாவனைகளையும், உணர்ச்சிகளையும், உணர்வுகளையும் கைப்பற்றுகிறது. இந்த அனுபவத்தை அப்படியே எழுத்தோவியமாக்க வந்த மொழிக்கும் வல்லமை கிடையாது. தான் பெற்ற அனுபவத்தை வாசகரிடம் தாண்டிவிடும் ஒரு கருவியாக மொழி கலைஞனுக்குப் பயன்படுகிறது.

வாக்குக்கு எட்டாத இறைவனை வாக்குப்படுத்தி வெற்றி கண்டவர் திருமூலர். இறைமையையும் அளக்கும் வலிமை வாய்ந்தது தமிழ்மொழி என்பதை அறிந்திருந்ததால் அவர் 'தமிழ் செய்யுமாறு: ஆண்டவன் தன்னை 'நன்றாகப் படைத்தான்' என்று அறிக்கையிடுகிறார். ஆனால், தமிழ் தெரியாத மௌனி தமிழ்மொழி கலை வெளியீட்டுக்கு இப்போதுள்ள நிலையில் செயல்பட முடியாது' என்றும், 'என் மூளை எழுதிப்பார்க்கும் சில அபூத impression களை express செய்ய மிகவும் சிரமமாக இருக்கிறது' என்றும் கூறி தன் பலவீனத்தைத் தமிழின் பலவீனமாய்க் காட்டுகிறார்.

தமிழ் பல துறைகளிலும் வளர்ச்சி பெற வேண்டும் என்பது உண்மை; ஆனால், மௌனி சொல்லியுள்ள பொருளில் அல்ல. இவை எல்லாம் என் கருத்துகள்; மற்ற சிலருக்கும் எனக்கும் உள்ள கருத்து வேறுபாடுகள். இவை ஒருபுறம் இருக்க, நான் இன்னும் மௌனியின் ரசிகன்; அவருடைய சிறு கதைகளை தன்னிறைவோடு படிக்கிற வாசகன், தமிழின் புதிய இலக்கியத்தில் அவருக்குச் சிறப்பான இடம் உண்டு என்றும் நம்புகிறேன். ஆனால், அவருக்கு ஒப்பாரும் மிக்காரும் இல்லை என்று பண்டைப் புலவர் களின் பாணியில் அவரைப் போற்ற நான் விரும்பவில்லை. அவ்வாறு செய்வது, அவரோடும், அவருக்குப் பிறகும் எழுதியlஎழுதுகிற சிறந்த சிறுகதைப் படைப்பாளிகளுக்கு. அநியாயம் செய்வதாகும். .

சென்னையில் மௌனியின் கணையாழிப் பேட்டியை படித்த பிறகும் நான் தனியர்கவோ, அல்லது சில நண்பர் களுடனோ அவரை அவ்வப்போது சந்-தித்துக் கொண்டு இருந்தேன். கண்ணதாசன் பேட்டியைப் படித்ததாய் அவர் காட்டிக் கொள்ளவில்லை. கணையாழி பேட்டியை பார்த்ததாய் நான் காட்டிக் கொள்ளவில்லை. எங்களுக்கு இடையில் வழக்கம்போல் சௌஜன்யமான நட்பு நிலவியது.

ஒருமுறை தஞ்சை பிரகாஷ் உள்பட நாங்கள் ஐந்து பேர் மௌனியைச் சந்தித்தோம். வழக்கம்போல் அவர் எங்களை அன்பேடு வரவேற்றாலும், அவர் 'யாரையும் எதிர்பார்க்கவில்லை போலும்; அவருடைய முகத்தில் சோகம் பட்டையாக அப்பிவிட்டாற்போல் இருந்தது. அது என் வெறும் பிர-மையாக இருக்கலாம். சுமார் நாற்பது ஆண்டுக் காலமாக நாங்கள் பழகு-கிறோம். என்னை அவர் ரொம்ப சின்ன பையன் என்றார்; அவரை நான் இளைஞராய்க் கண்டேன். இப்போது நிலைமை மாறி விட்டது.

என் தலைமுடி நரைத்துப் பின்னடைய, என் நெற்றி விசாலமாகி வந்தது; இன்னும் ஆங்காங்கு கருமுடி இருந்தது. அவருடைய தலைமுடி முற்றிலும் வெள்ளையானாலும் அடர்த்தியாக, கையால் ஒழுங்கு செய்யப்பட்டாற் போலிருந்தது. என் கண்கள் ஓரளவு பலவீனப்பட்டாலும், பார்வை மங்க-வில்லை. அவருடைய கண்கள் பார்வையைக் குறைத்து விட்டன; எங்களைப் பார்க்கையில், வெறுமையைப் பார்ப்பவர் போலத் தோன்றியது. உதடுகளின் இருபுறமும் கோடுபோட்டாற் போல மடிப்பு விழுந்திருந்தது. எனக்கு ஒருவ-கைத் துன்பம் என்றால், அவருக்கு வேறுவகைத் துன்பம்; அது எங்களை முதுமைக்குத் தள்ளிக் கொண்டிருந்தது.

நேற்று ஜெயகாந்தன் வந்திருந்தார். அவருடைய கதை ஒன்று படித்தேன். இவர்கள் எல்லாம் என்ன எழுதுகிறார்களோ, என்ற மௌனி ஜெயகாந்-தன்கதையின் முதல் இரண்டு வாக்கியங்களைக் கூறினார்: 'the second sentence cancels the first sentence'.

அவருடைய இந்தக் கதை பிரபலமானது' என்றார் பிரகாஷ்.

இப்படி எழுதுவதால் பிரபலம் ஆகலாம் போல', என்ற மௌனி வீட்டுக்கு உள்பக்கம் பார்த்து யாருக்கோ குரல் கொடுத்தார்; எல்லோருக்கும் காபி கொண்டு வரும் படி கட்டளை இட்டார்.

"இங்கே வரும்போது சாப்பிட்டு வந்தோம், சார்' என்றேன்.

'அதனால் என்ன; என்றார் அவர். அதற்கு முன்னால் அவர் வீட்டில் காப்பி சாப்பிட்டிராத எனக்கு இந்தப் புதிய உபசாரம் சற்று வினோதமாக பட்டது.

சிறிது நேரத்தில் ஓர் இளைஞன் ஒரு டிரேயில் டபராடம்ப்ளர் காப்பியை ஜாக்கிரதையாகக் எடுத்து வந்தான். -

'எம். ஏ. லிடரேசர் பண்ணின பையன் இந்த வேலை செய்யறான்', என்-றார் மௌனி. அவர் தொடர்ந்து ஒன்றும் கூறவில்லை. நானும் கேட்க-

வில்லை. எவ்வளவு நெருங்கிய நண்பர்களானாலும், அவர்களுடைய தனிப் பட்ட|குடும்ப அல்லல்கள் பற்றித் நானாக ஏதும் கேட்ப தில்லை. அவர்களே சொன்னால் கேட்டுக் கொள்வது என் பழக்கம். -

மேஜை மீது காப்பி டிரேயை வைத்த வாலிபனிடம், 'சாப்பிட்டானதும் எல்லாம் எடுத்துக் கொண்டு போக வேணும்', என்றார் மௌனி.

சாப்பிட்டானதும் டபார-டம்ப்ளர்களை டிரேயில் வைத்து எடுத்துப் போனான் இளைஞன்.

பிறகு கொஞ்சநேரம் ஏதோ பேசினோம். இடையில் மேஜை டிராயரைத் திறந்து ஒரு கடிதத்தை எடுத்துக் கொண்டு எனக்கு அருகில் வந்தார் மௌனி. அது அமெரிக்காவிலிருந்து வந்த கடிதம்; அதன் தலைப்பு நுனி கள் இரண்டையும் விரல்களால் கெட்டியாகப் பிடித்தபடி கடிதத்தை என்னிடம் காட்டி, இதைப்படி என்றார் அவT.

'கடிதத்தை என்னிடம் கொடுங்கள், சார், படிக்க சுலபமாக இருக்கும்', என்றேன்.

அவர் கொடுக்கவில்லை. இப்படியே படி", என்றார்.

'கடிதத்தைத் துக்கிக் கொண்டு ஓடிவிட மாட்டேன். இங்கே கொடுங்கள்...... என்று சிரித்தேன்.

அவர் கடிதத்தை தன் கையிலிருந்து விடுவிக்க விரும்ப வில்லை: சும்மா இப்படியே படி, வெங்கட்ராம்!"

- அமெரிக்காவிலிருந்து ஆல்பர்ட் பிராங்களின் எழுதிய கடிதம் அது. தமிழில் தேர்ச்சி பெற்ற அந்த அமெரிக்கர் மௌனியின் சிறு கதைகளின்பால் பெரு மோகம் கொண்டார். மௌனியின் இரண்டு சிறுகதை களை அவர் ஆங்கிலத்தில் மொழி பெயர்த்தார். கருமேகங்களுக்கு இடையில் ஒரு மின்னல்' என்று மௌனியை அமெரிக்க வாசகர்களுக்கு அறிமுகப்படுத்தி னார்; இரண்டு கதைகளும் நியூயார்க்கர் என்னும் அமெரிக்கப் பத்திரிகையில் வெளியாயின. தன் உத்தி யோகத்துக்கு ஒரு வருடம் சம்பளம் இல்லாத லீவ் போட்டு விட்டு, மௌனியின் மற்ற சிறுகதைகள் அனைத்தையும் மொழி பெயர்க்கப் போவதாய் ஆல்பர்ட் ப்ராங்ளின் கூறியிருந்தார். இந்தத் தகவல்களை மௌனி யும், க. நா. சு.வும் என்னிடம் கூறியிருந்தார்கள்.

- அந்த அமெரிக்கர் எழுதிய கடிதத்தைத்தான் என் கண்களுக்கு முன்னால் காட்டிப் படிக்கும்படி சொன்னார்மௌனி. அவருடைய ஒரு கதையை மீண்டும் படித்ததாக வும், அது இந்தியத் தத்துவத்தை நுட்பமாகவும், அழகாக வும் பிரதிபலிப்பதாயும் ப்ராங்களின் பாராட்டி எழுதி யிருந்தார். நானும் பிரகாஷாம் படித்தானதும்: கடிதத்தை ஜாக்கிரதையாக மேஜை டிராயரில் வைத்து விட்டு மௌனி உட்கார்ந்தார்.

வெங்கட்ராம், அந்தக் கதையில் பிராங்க்ளின் சொல்லும் அர்த்தம் வருகிறதா?' என்று கேட்டார்.

கேள்வியை எதிர்பாராத நான் பதில் கூறத் தயங்கினேன். அது மௌனி-யின் எந்தக் கதை என்று இப்போது நினைவில்லை. அப்போது கதை நினை-வில் இருந்தது. அது எந்த இந்தியத் தத்துவத்தையும் பிரதிபலிப்பதாய் எனக்-குத் தோன்றவில்லை. நான் பதில் சொல்வதற்குள், மௌனி, அந்த அர்த்தம் வருகிறதா? என்று பலமுறை கேட்டுவிட்டார், ஆவலுடன்.

எனக்கு அப்படி தோன்றவில்லை...' என்றேன் தயக்கத்துடன்,

'அப்படி அர்த்தம் ஆவதாய் பிராங்க்ளின் சொல்கிறானே!"

அது உங்கள் எழுத்தின் சிறப்பு, சார், உங்கள் எழுத்தின் பெருமை. வித-விதமான அர்த்தம் கொள்ளும் படி இருப்பதுதான் உயர்ந்த இலக்கியத்துக்கு லட்சணம்; இல்லையா சார்?' என்றேன்.

அந்த சோகத்தின் முகத்தில் ஒரு புன்சிரிப்பு உதித்தது. அதைக்காண எனக்கு மகிழ்ச்சியாக இருந்தது.

அப்பால், எத்தனை நாட்களோ, மாதங்களோ,வருடங்களோ எதுவும் எனக்கு நினைவாகவில்லை. சிதம்பரம் கோயிலின் மேற்கு வாசலில் உள்ள மணிவாசகர் பதிப்பகத்தில் ஒரு மாலை நேரம் உட்கார்ந்திருந்தேன். இருட்-டுவதற்கு முன்பு ஊருக்குப் புறப்பட வேண்டும் என்று பரபரத்துக்கொண்-டிருந்தேன். தற்செயலாக, என் கவனம் தெருப்பக்கம் சென்றது. மௌனி கோயிலின் மேற்கு வாயிலை நெருங்கிக் கொண்டிருந்தார். யாரோ ஒருவர் அவருடைய இடது கையைப் பற்றி வழிநடத்திக் கொண்டிருந்தார். மௌனி-யோடு பேசுவதா வேண்டாமா என்று ஒரு நொடி தயங்கினேன்.

சிதம்பரத்துக்கு நான் வருவதே, ஆறு மாதத்திற்கு ஒருமுறை, ஓராண்-டுக்கு ஒருமுறை என்றாகிவிட்டது. ஆகையால், அவரோடு சிறிதுபேசலாம் என்று எண்ணி அவரை நோக்கி விரைந்தேன்.

'சார், வெங்கட்ராம் வந்திருக்கிறேன் - என்று அவரை நெருங்கும்போதே குரல் கொடுத்தேன். அவர் நின்றார்.

என்னப்பா ஆளையே காணோம்?

'சிதம்பரத்துக்கு வருகிற வேலை அதிகமில்லை... நல்லபடி இருக்கிறீர்களா சார்!"இருக்கிறேன். கண் சரியாகத் தெரியவில்லை. துணை இல்லாமல் வெளியே புறப்பட முடியவில்லை...... y

அதே வெள்ளை முடி அலங்காரம். கருப்புக் கண்ணாடி அணிந்து, கைத்-தடி வைத்திருந்தார் என்று ஞாபகம். மிகவும் இளைத்திருந்தார். பித்தான்-கள் சரியாத போடப்படாத-அரைக்கைச்சட்டை, மேல் துண்டை இடுப்பில் கட்டியிருந்தார். நெற்றியில் திருநீற்றுப்பூச்சு. வயோதிகத்துக்கு உதாரணமான சிலையைச் செதுக்கப் பொருத்தமான உருவம்.

கோயில்-புதிய பழக்கமாக இருக்கிறதே?

விமோசனத்துக்கு வேறே வழி? பெரும்பாலும் தினம் வருகிறேன். உள்ளே வருகிறாயா?"

'இல்லை சார், ஊருக்குக் கிளம்புகிறேன்.

'மறுபடியும் எப்போது வருவாய்?

சொல்லமுடியாது. சிதம்பரம் வந்தால், உங்களைப் பார்க்கிறேன் சார்".

கட்டாயம் வா."

வருகிறேன்."

நான் பார்க்கையிலேயே, மௌனி ஆடலரசன் ஆலயத்துக்குள் நுழைந்தார்.

(ஆல்பர்ட் பிராங்க்ளின் என்னும் அமெரிக்கர் மௌனியின் மற்ற சிறுகதைகளை ஆங்கிலத்தில் மொழி பெயர்க்கவில்லை; வாசகர்கள் ஊக்கத்தோடு மௌனியின் இரண்டு கதைகளை வரவேற்காததால் நியூயார்க்கர்' தொடர்ந்து வெளியிட மறுத்துவிடவே பிராங்க்ளின் மொழிபெயர்ப்பைக் கைவிட்டார். இந்த தகவலை என்னிடம் கூறியவர் க. நா. சு. இந்த தகவல் சரியானதா என்று எனக்குத் தெரியாது.)

99. வட்டு மண்டையர்கள் - கவிஜி

"என்னடா வேணும் உனக்கு....ஏன் இப்டி கட்டி போட்டு வெச்சிருக்க... நான் யாருன்னு...."...

"ஆமா நீ பெரிய புடுங்கி தான்...ஆனா நான் கோடாங்கி... உன்ன மாதிரி ஆளுங்களுக்கு புடிச்சிருக்கற விருது பேயை ஓட்டணும். அதுக்கு தான்.. இது... " - பேச பேசவே ஓடி போய் கழுத்திலேயே ஒரு மிதி வைத்தான் யுத்தன்.

அந்த அறை முழுக்க பூசணம் பூத்திருந்தது. பாசம் படிந்த மழையின் ஓதத்தில் வாழ்வின் துயர நெடி வழுவழுத்தது. பகலின் கால் தெரியும் அளவுக்கு தெரிந்த ஜன்னல் வழியே இந்த நசுங்கிய பூமியை பார்ப்பது எரிச்சலாய் இருந்தது.

"என்ன என்னடா பண்ண போற...?"

"ஆமா, உன்ன ரேப் பண்றாங்க...." கெட்ட வார்த்தை தொண்டைக்குள் தடுமாறியது.

இருவரும் ஒருவரை ஒருவர் நேர் கொண்ட கண்களில் பார்த்துக் கொண்டார்கள்.

"எங்க.... ஒரு கவிதை பட்டுனு சொல்லு பார்க்கலாம்..."

கண்கள் உருள பார்த்த பார்வையை குறுக்கிட்டு...

"சொல்லு...." என்று கத்தினான் யுத்தன். வார்த்தைகளில் கத்தி சொருகப்பட்டிருந்தது.

"கவிதை... என்ன அண்ணாச்சி கடை வெளக்கெண்ணையா......உடனே வரதுக்கு...?"

"அப்புறம்.. கவிதைங்கறத ரூம் போட்டு யோசிச்சா வர வைக்கறது.....? வெளக்கெண்ணை மாதிரி தான் வழுக்கிட்டு வரணும். மூளைக்குள்ள இருந்து

வழியனும். அதெல்லாம் உனக்கெப்படி தெரியும். சுய புலம்பல்களை மட்டுமே எழுதற உனக்கு எப்படி தெரியும்.....?"- டப்பில் படத்தில் கத்துவது போல கத்தினான்.

"லூசா நீ....!"

"யாரு லூசு... நானா நீயா...? தானா பூத்தா தான் பூ.... பூக்க வெச்சா அது....." யுத்தன் பேசிய அடுத்த வார்த்தையை அப்போது கடந்து போன லாரியின் சத்தம் தின்று போனது.

"லூசு மாதிரி பேசறதை விட்டு, என்ன அவுத்து விடு... என் கூட்டத்துக்கு தெரிஞ்சா உன்ன கூறு போட்ருவாங்க..."

"ஆமா பெரிய சங்க இலக்கிய கூட்டம்....? பேஸ்புக்குல வெக்கமே இல்லாம மொக்க கவிதைக்கெல்லாம் லைக் போடற மொச்சை கொட்ட கூட்டம் தான.......! அரைகுறை ட்ரெஸ் போட்ட பொம்பள போட்டோவுக்கெல்லாம் கொட்ட கொட்ட முழிச்சிகிட்டு விடிய விடிய பின்னூட்டம் எழுதற கூட்டம் தான...! பொம்பள பேர்ல எழுதினா மாஞ்சு மாஞ்சு லைக் போடற பிண்ட கூட்டம் தான. சொரணையே இல்லாம நல்லா இல்லன்னு தெரிஞ்சா கூட பழக்கத்துக்காக மாத்தி மாத்தி பாராட்டிக்கற மடச்சாம்பிராணி கூட்டம் தான...?"

" சரி நீ பெரிய இந்தியன் தான்... ஏதாவது மேடைல பேசினா கையாவது தட்டுவாங்க.. என்ன எதுக்கு ரெண்டு நாளா கட்டி போட்ருக்க.... அத சொல்லு..."

"ம்ம்ம்.. உன்ன கொல்ல......." - யுத்தனின் கண்கள் ஒரு கொலைக்கான பாவனையை சுழற்றியது.

கண்களில் நெளிந்த பயத்தை பயமாகவே தான் காட்ட முடிந்தது.

"அவுனுங்களுக்கு தான் அறிவில்ல..... தூக்கி குடுக்கறானுங்க...... இவுனுங்களுக்கும் அறிவில்ல... கை தட்டி வாழ்த்தறானுங்க...படிச்ச புத்தி தான உன்னுது.....அறிவில்ல........"- மீண்டும் சென்ற இன்னொரு லாரி அறிவில்லையாவுக்கு பின் வந்த வார்த்தையை தூக்கி போனது..

"ஒன்னும் புரியல...." என்ற வாயில் சிறு பயம் தழுதழுத்தது. இரண்டு நாட்களாக இருந்த இலக்கிய கொம்பின் சாயலை உடல் நெளியும் பெருமூச்சில் கண்கள் சிவக்கும் அகலத்தில் உணர முடிந்தது.

"அவன் பேர்ல அவார்டு... இவன் பேர்ல அவார்டு..... அதுக்கு அவார்டு....இதுக்கு அவார்டு.... தூக்குனா அவார்டு.... தொறந்தா அவார்டு......ச்சே ச்சே...... எழுதறதே அவார்டுக்குன்னு ஆக்கிடீங்களே பாவிங்களா......உங்கள கொல்லறத தவிர வேற வழி தெரியல ... தகுதி இருக்கறவன் மேடைக்கு கீழே உக்காந்து தகுதியே இல்லாதான் அவார்டு வாங்கறத எல்லாம் பாக்கறது எவ்ளோ கொடுமை தெரியுமா.....?"

யுத்தன், சுவற்றில் மாட்டியிருந்த பாரதி புகைப் படத்தை உற்று நோக்கியபடியே பற்கள் கடித்து பேசியது அந்நியன் பட விக்ரமை நினைவூட்டி-

னாலும்... அதில் இருக்கும் நியாயத்தை, தன் காலத்தில் அங்கீகாரத்துக்கு ஏங்கிய பாரதியால் உணர முடிந்தது.

ஒருமுறை கண்கள் சிமிட்டி ஆமோதிப்பது போல தான் இன்னமும் பார்த்-துக் கொண்டிருந்தார்.

"நான் எல்லாத்தையும் தப்பு சொல்லல..... இந்த விஷயம் வெளிய தெரி-யும் போது சம்பந்தப்பட்டவன் எல்லாம் குதிப்பான்ல... அவுங்கள தான் சொல்றேன். அடேய் முட்டாள்களா.....அந்த கவிதை தொகுப்புல என்ன மயிறு இருந்துச்சுன்னு.. அவ்ளோ பெரிய அவார்ட தூக்கி குடுத்தீங்கன்னு-தான் கேக்கறேன்.... தகுதி உள்ளவை தான தப்பி பிழைக்கனும். தகுதி அற்-றவை எப்படி தப்பி பிழைக்குது...? அப்டி பொழைக்க வைக்கற கூறுகெட்ட போலி இலக்கிய சமூகத்தை ஒரு நல்ல கவிதை எழுதினவன் கேள்வி கேப்-பான். உன்ன மாதிரி புலம்பல் படிமங்கள் எல்லாம் பதில் சொல்லித்தான் ஆகணும்...."

அவார்டு வின்னர் கண்களில் கண்ணீர் அருவியாய் கொட்டியது. உடல் நடுங்க... வாய் கோணியது.

"இப்ப அழுது என்ன பிரயோஜனம். மஞ்ச துண்டை கழுத்துல மாட்-டிகிட்டு மேடையேறி கோண வாய் சிரிப்ல செல்பிக்கு போஸ் குடுத்துட்டே விருது வாங்கும்போது யோசிச்சிருக்கணும். இது, வேற ஒரு நல்ல படைப்-பாளிக்கு போக வேண்டியது... நமக்கு வந்திருக்கே... காலப்பிழை ஆகு-மேன்னு உள்ள குத்திருக்கணும்...இலக்கியம் என்ன அரசியலா... லஞ்சம் கால் விரிச்சு ஆட. அவ்ளோ நல்லா எழுதற புத்தி இருந்தா.... இந்த தொகுப்புக்கு இந்த விருது அதிகம்னு சொல்லி மறுத்திருக்கணும். அப்டி சொல்லி இருந்தா அதுல ஒரு தன்மானம் இருக்கு. இப்டி விருதுக்கு அலையற மனநிலையை வெட்டி கூறு போட்டாதான் நல்லா எழுதறவனுக்கு தேவையான அங்கீகாரம் கிடைக்கும். அதுக்கு கொலை பண்றது தான் வழின்னா அதையும் இப்போ செஞ்சு தான் ஆகணும்.. அதுக்கு தான்.. உன்ன இங்க தூக்கிட்டு வந்தது....."

வெளியே அடிக்கும் மழையின் சாரலில் வேதாந்தம் ஒன்றுமில்லை.

"இனி மேல் தகுதி இல்லாத இலக்கியவாதிங்க... அவுங்களா முன் வந்து எனக்கு இந்த விருது தகுதி இல்ல. அதனால் வேண்டாம்னு மறுக்கணும். அத விட்டு.. எவ்ளோ ஓட்டையா இருந்தாலும் அது தான் டிசைன்னு நினைச்சுகிட்டு தலைப்பு செய்தில இடம் புடிக்க அலைய கூடாது. விருது வாங்கி ஊமை சிரிப்பு சிரிச்சிட்டு முக புத்தகத்துலயும் வாட்ஸப்புலயும் தொப்-பையை எக்கி மூஞ்ச உப்பி போஸ் குடுத்தா.... நடு மண்டையில பேனாவுல குத்தியே சாவடிப்பேன்.."

..................!

"இலக்கியங்கறது.... லேகியம் விக்கற மாதிரியா... சொல்லு...இளம் விரு-தாளரே .... இலக்கியம் இவ்வாழ்வின் பதிவு. சம கால வாழ்வின் பிரதி.

அதை ஒழுக்கமா பண்ணி பேர் வாங்கணும். இல்ல, குயத்தை மூடிட்டு வேற வேலையை பாக்கணும்..." -யுத்தன் பேசிக் கொண்டே இருந்தான்...."

*

கதவு மூடிய பாழடைந்த அந்த வீட்டை யாருமே கண்டு கொள்ள வாய்ப்பில்லை. காலக்கணத்தில் அந்த வீட்டு வாசலில், இருக்கும் கோபத்தையெல்லாம் ஹெல்மெட்டுக்குள் இருந்து சொட்டும் நீரில் கலந்து விட்டுக் கொண்டிருந்த வசீகரன் முகமெல்லாம் இன்றைய நாளின் தீராத படிமங்கள் அப்பி இருந்தது.

மழை ரசிக்கும் மனம் கொண்டவன் வசீகரன். அதற்காக காலை நேரத்தில் "அவிநாசி சாலை நவ இந்தியா" சிக்னலில் பைக் ரிப்பேர் ஆகி நிற்பதையெல்லாம் மன்னிக்கவே முடியாது. அத்தனை கல்லூரி பிள்ளைகளின் முன் கோமாளியை போல ஹெல்மெட்டை போட்டுக் கொண்டு கெண்டைக்கால் வரை ஓடும் சாக்கடை நீரும் கலந்த மழை நீருக்குள் சதக் பொதக் என்று தத்தி தத்தி நடப்பதையெல்லாம் எப்படி ரசிக்க முடியும்.

வசீகரனின் சமீபத்திய போராட்டம் அவனின் ஷைன் பைக் தான்.

அது எப்போது நிற்கும் எங்கு நிற்கும் எப்படி நிற்கும் என்று சொல்ல முடியாது. அதுவும் மழை நாளில் எல்லாம் மத மதவென மதி கெட்டு எங்கு வேண்டுமானாலும் நின்று விடும். இடம் பொருள் அற்ற வட்டு மண்டையை அதன் பிற்பகுதி வருடங்கள் சுமந்து கொண்டிருப்பது சீ.... என்றாகும் பின் மண்டை அரிப்பு சமாச்சாரம்.

மழையா...; இன்றோடு தன்னை மாய்த்துக் கொள்ளும் அரிப்போடு கொட்டோ கொட்டென கொட்டிக் கொண்டிருந்தது. கனவுக்குள் நடந்து கொண்டிருந்த வசீகரன்....இந்த உலகுக்குள் முதன் முறையாக நடந்தான். மழையில் நனைந்து நைந்து ஒட்டி முக்கால் காலுக்கு பேண்ட் நகர்ந்து விட்டுருந்ததை நல்லவேளை வசீகரனின் காதலி காணவில்லை. ஓவென சாலையில் ஒப்பாரி வைத்திருப்பாள். மழையை வெறுத்த நாளாக அவன் ஷைனை தள்ளிக் கொண்டு நடக்கையில்.... கையில் யாரோ ஒருத்தியின் தலையை வெட்டி எடுத்துக் கொண்டு போவது போல போவோர் வருவோர் எல்லாம் பார்த்தது அடிவயிற்றை புரட்டியது. சிறுநீர் வேறு.. வேரறுத்து விடைத்து எட்டி பார்த்துக் கொண்டிருந்தது.

அதுவும் காரில் செல்வோரெல்லாம் அவன் ஜட்டியே போடுவதில்லை என்பது போல ஈரத்துக்கு ஒட்டிய இடுப்பையே பார்த்துக் கொண்டு போனது புதிராக இருந்தது. ஜட்டி நனைந்த ஈரத்தில்... முகம் சுருங்க நடந்தவனுக்கு இந்த உலகம் ஒரு பக்கமாய் சரிவது போன்ற கற்பனை

ஹெல்மெட்டின் கண்ணாடியா...... தூக்கி நிறுத்தினாலும் அடுத்த கணம் விழுந்து கண்ணை மறைக்கிறது. அதில் வழியும் நீரை மறைக்க கணம் தாங்காமல் தடுமாறும் நிலையில் கூட்டத்தில் இருந்து ஒரு தேவதையாவது வந்து அணை கொடுத்து வாரி தூக்கி செல்வாள் என்றெல்லாம் கூட நினைக்கத்

தோன்றியது. யார் மீது கோபத்தைக் காட்டுவது. வெட்கமே இல்லாமல் மறதி-யோடு நின்ற வண்டியை நிறுத்தி விட்டு அந்த கூட்டத்தை வெறிக்கப் பார்த்-தான்.

39 முறை உதைத்த பின்னும் பிணமாகவே நிற்கும் பைக்கின் வாயிலும் வயிற்றிலும் மிதித்தான். பைக்கின் காதுக்குள் கெட்ட வார்த்தை சொல்லி கூட திட்டினான். மானம் கெட்ட பைக் அது. மறந்து போன மந்தி போல அம்மணமாய் நின்றது. அலைபேசியின் வழியாக நண்பர்கள் தான் என்ன செய்வார்கள். ஆளுக்கொரு வழி சொன்னார்கள். ஆறுதலின் நிம்மதிக்கு கனத்த மழை என்ன செய்யும். லட்சுமி மில் ராட்ச சிக்னலில் யாரையும் யாரும் அத்தனை சீக்கிரம் கண்டு பிடித்து விட முடியாது. அலைபேசியை வெளியே எடுத்தால் குளித்து குமுறி தான் அடங்கும்.

அங்கும் இங்கும் யோசித்து பின் கால் போன போக்கில் பைக் பிணத்தை தள்ளிக் கொண்டு செல்கையில் ஒருமுறை நரசீபுரத்தில் கண்ட கடவுளை போல அம்மன்குளத்தின் இறுதியில் ஒரு சிறுகடவுள் மீசையற்று தாடி மட்டும் வைத்திருந்தது. "பைக் ஹாஸ்பிட்டல்" என்று ஒர்க்ஸ்சாப் கோவிலாக தெரிந்-தது.

அதனிடம் விஷயத்தை சொல்லி வாங்கும் மூச்சை சற்று சீராக்கி..." எவ்ளோ நேரம் ஆகும் கடவுளே" என்றான்.

"நீங்கள் தேநீர் அருந்தும் நேரம்...." என்றது கடவுள்.

சரி என்று நடந்து தேனீர் கடை தேடத் தொடங்க மீண்டும் சடை பிடித்த மழை குடை சாய்ந்து விழுகத் துவங்கியிருந்தது.

அதற்கு பயந்து ஒதுங்கிய வாசலின் வீட்டுக்குள் தான் இலக்கிய சண்டை கொலை வரை போய்க் கொண்டிடுக்கிறது

இனி.....

அழும் குரல்... ...அதட்டும் குரல்... கூர் கண்கள்.... ஏதோ புரிந்த கணங்-கள்.

அரைவாசி சுவர் தெரிந்த ஜன்னலை மெல்ல இழுத்து முழுக்க பார்க்க.... தெறிக்க விட்ட காட்சி தத்ரூபமாக தெரிந்தது.

ஒருவன் வசனம் பேசிக்கொண்டே... எதிரே உடல் நடுங்கிய ஒரு முண்-டம்.... இல்லை இல்லை.... அய்யனாரின் அருவாள் ஒன்றை தூக்க முடி-யாமல் தூக்கி சரியாக கழுத்தை குறி பார்த்துக் கொண்டிருக்க..... கதவை உடைத்துக் கொண்டு உள்ளே நுழைந்தான் வசீகரன்.

"சார்..... கடவுள் மாதிரி வந்திருக்கீங்க.. காப்பாத்துங்க....." குரல் வந்த திசைக்கு எதிரே நின்ற யுத்தன்...."இன்னைக்கு இலக்கிய பொணம் இலக்-கில்லாம இன்னொன்னையும் கூட்டிட்டு போகும் போல..." முனங்கி கொண்டே வசீகரனை தாக்கத் தொடங்கினான்.

நிலைமையை உணர்ந்து கொண்டு நொடியில் தன்னை திரட்டிக் கொண்டு யுத்தனை உதைத்து தள்ளிய வசீகரன்..சடுதியில் எடுத்த முடிவில்....." உன்ன

காப்பாத்தினா...என்ன தருவ" என்றான்...எதிர்பக்கம் திரும்பி.

சற்று முன் கூனி குறுகி......மழையில்..... ஷைனைத் தள்ளிக் கொண்டு வந்த காட்சி அவனுள் பொங்கி பிரவாகம் எடுத்தது. எல்லார் கண்ணிலும் ஒரு காட்சியாக தெரிந்த அவன் ஒருவர் கண்ணில் கூட பிழையாகத் தெரி-யவில்லை. சுயநல உலகம். அதன் போக்கில் அது சுழல்கிறது. நானும் என்....." அவன் தொண்டைக்குள் வார்த்தைகள் உருண்டன. யாரையாவது கொல்ல வேண்டும் போல இருந்தது...இன்னும் தீரவில்லை.

"சொல்..... எனக்கு என்ன தருவாய். எந்த பலனும் இல்லாமல் எந்த வேலையும் செய்ய முடியாது..... இந்த உலகம் அப்படித்தான் இயங்குகி-றது......சொல்... அவன் எழுவதற்குள் சொல்......." வசீகரன் குரலில் சத்த-மில்லை. ஆனால் நிஜமிருந்தது.

"யோசிக்க நேரமில்லை" என்று சொல்லி, முணங்கிக் கொண்டே கழுத்தை பிடித்தபடி படுத்திருக்கும் யுத்தனின் கழுத்தில் மீண்டும் ஓங்கி ஒரு மிதி வைத்து சுருட்டினான் வசீகரன்.

"நான் இப்போ என்ன தரமுடியும்..." யோசித்துக் கொண்டே ஈன குரல் வழியும் தொண்டையில், படக்கென முத்தம் பதித்திருந்தான் வசீகரன். அதன் பிறகு அந்த பூசணம் அறையில்.... மழையின் ஓதம் வழியும் மூலைகளின் நெடி துயர்ந்த படிமங்களில் இலக்கியத்தின் வாழ்வை சூது கவ்வியது. ஷைன் கொடுத்த கோபத்தின் நிறை சமன்படுத்தப்பட்டது.

"சாவதற்கு....... இது மேல்........" என்ற, இலக்கிய வாயில் எச்சில் முத்-தம் வழிந்தது.

அடுத்த 23 நிமிடங்களில்.. இலக்கிய வாழ்வுக்கு புளியகுளம் தாண்டி வழி கிடைத்தது. 70 ரூபாய்க்கு 100 ரூபாய் கொடுத்து விட்டு கடவுளுக்கு நன்றி சொல்லி மீண்டும் உயிர் பெற்ற ஷைனில் அலுவலகம் நோக்கி பறந்தான் வசீகரன்.

லட்சுமி மில்ஸ் சிக்னல் வழக்கம் போல பச்சை மஞ்சள் சிவப்பில் பூத்துக் கொண்டிருந்தது. மழைக்கு இலக்கியமும் இல்லை. இலக்கணமும் இல்லை. அது நிர்வாணமாய் கொட்டிக் கொண்டே இருந்தது.

100. சித்தாவுக்கு முன்பாகவே இராவணன் உருவாக்கிய சிந்தாமணி மருத்துவம்

உலக உயிர்கள் உடலும் உள்ளமும், நலம் பெற்று வாழப் பயன்படும் பொருள் மருந்து. இவ்வகை மருந்துகளைக் காலந்தோறும் தோன்றிய சான்றோர்கள் பதிவு செய்து வைத்துள்ளனர். படித்தவர்கள், அனுபவம் மிக்கவர்கள் தயா-ரித்த மருந்துகளும் உண்டு. வீட்டில் இருக்கும் உணவுப் பொருள்களை மருந்-தாக்கும் பாட்டி வைத்தியமும் நாட்டு மக்களிடையே இன்னும் இருப்பது குறிப்பிடத்தக்கன.

மருந்தே உண்ணாமல், நோய் தடுக்கும் முறைகளும் நாட்டில் இருந்துள்ளன. நூறாண்டு காலம் வாழும் முறையை வாய்ப்பாடாக நம் முன்னோர் படைத்துள்ளனர்.

ஓரடி நடவேன் (உச்சி வெயில்)
ஈரடிக் கிடவேன் (ஈரமான தரை)
இருந்து உண்ணேன் (உண்ணும் அளவுமுறை)
கிடந்து உறங்கேன் (உறக்கம் வந்தபின் உறங்கும் நிலை)ravana seetha 472உயிரைக் கவருபவனைக் கட்டிப்போடும் ஆற்றல் மனிதனுக்கு உண்டு என்பதான மருந்தில்லா மூச்சுப் பயிற்சியை,

விட்ட எழுத்தால் விடாத எழுத்தால் கட்டவல்லார்
காலனைக் கட்டவல்லார்

என்று நுணுக்கமாகத் திருமூலர் கூறியுள்ளார்.

வாயடக்க வாழ்வு: மூச்சடக்க முத்தி

என்ற மரபுத் தொடர் மருந்தில்லாமல், நோய் அண்டாமல், வாழும் வழியைக் கூறுகின்றது. நோயை மருந்தால் தீர்த்துவிடலாம்; பிணியை நீக்க முடியாது. பிணித்துக் கொள்ளும் என்பது முன்னோர் கண்ட முடிவு.

பிறப்பு - பிணி
காமம் - பிணி
பசி - பிணி

இவை மூன்றையும் தவிர்க்க முடியாததால் பிணி என்ற சொல்லைப் படைத்துள்ளனர். இன்றைய உலகில் ஏராளமான மருத்துவமுறைகள் பல சான்றோர்களால் பதிவு செய்யப்பட்டுள்ளன. சித்த மருத்துவம், மூலிகை வைத்தியம், வீட்டு வைத்தியம் என மக்களின் நோய்களைத் தீர்க்கக் கூடியதாக நமது பாரம்பரிய மருத்துவ முறைகள் இருந்துள்ளன. இருப்பினும், சித்த மருத்துவத்திற்கு மிகவும் முந்தைய காலத்தில் தமிழர்களின் மருத்துவ முறையாக இருந்தது இராவண சிந்தாமணி மருத்துவம்தான். இந்த சிந்தாமணி மருத்துவம் இராவணன் உருவாக்கிய மருத்துவ முறையாகும். வரலாற்றில் சித்தரிக்கப்பட்ட காமுக இராவணனின் கதாபாத்திரமே நம்மில் பெரும்பாலோருக்கு கண்முன் வந்து நிற்கும்.

இராவணன் மருத்துவம் தவிர இசை, வானியல், அரசியல். மனோதத்துவம், மந்திரம், ஜோதிடம், அறிவியல், ஓவியம், இலக்கியம் முதலான பத்துக்கலைகளில் நிகரற்று விளங்கியதால் 10 தலை இராவணன் எனக் கூறுவோரும் உண்டு. மக்கள் நலமாக வாழ ஆய்வு செய்து நோய்வரும் காரணம், அதன் பெயர்கள், தீரும் நோய் வகைகள், தீரா நோய்ப் பிரிவுகள், அதன் குணங்கள், அதற்குரிய மருத்துவம் மற்றும் பொது மருந்துகள் ஆகியவைகளை "நீ தானம்", எனப் பெயரிட்டு இராவணன் நீ சிந்தாமணி மருத்துவம் என்னும் நூலைப் படைத்திருப்பது குறிப்பிடத்தக்கது.

இராவண மருத்துவத்திற்குப் பின்னர் தோன்றிய சித்த மருத்துவத்தில் அக மருந்துகள் 32, புற மருந்துகள் 32 தான் உள்ளன. ஆனால் இராவண சிந்தாமணி மருத்துவத்தில் புற மருத்துவ முறைகள் 74. மேலும் அக மருத்துவங்கள் 60க்கும் மேலும் கூறப்பட்டுள்ளன. மயங்கிய நிலைக்குக் கூட மருத்துவம் இதில் கூறப்பட்டுள்ளது.

சிந்தாமணி மருத்துவத்தில் மூலிகை குறைவாகவும், கடைச்சரக்குகளின் பொருள் பண்பு ஆகியவை விளக்கமாகக் குறிப்பிடப்பட்டுள்ளது. இத்துடன் மூலிகை அகவழி எனும் மிகப் பெரிய நிகண்டும் உள்ளது. மேலும் மருந்தில்லா மருத்துவ முறையான தொடுவர்ம சிகிச்சை, தட்டுவர்ம சிகிச்சை, வர்ம அடங்கல் முறைகளும் இதில் அடங்கி உள்ளன. மொத்தத்தில் இராவணன் 27 நூல்களைப் படைத்துள்ளார் என்பது குறிப்பிடத்தக்கது.

சித்தர் மருத்துவ முறைகளில் திடீர் விபத்துக்கான வர்ம சிகிச்சை முறைகள் இல்லை. ஆனால் சிந்தாமணியில் விபத்துக்கான சிகிச்சை முறைகள் பதிவு செய்யப்பட்டுள்ளன. முதுகெலும்பு வளைவு, இடுப்பு எலும்பு தேய்மானம், எலும்பு முறிவு, மூளை இரத்தக்கசிவு போன்ற நோய்களுக்கும் இராவண மருத்துவம் தீர்வு சொல்லி இருப்பது குறிப்பிடத்தக்கது.

குழந்தை மருத்துவத்துக்காக, "மதலை வாகடம்", என்ற மருத்துவ நூல் இராவணனின் படைப்பு. இதுபோல் இராவணன் படைத்த நாடி நூல் வடமொழியில் "சிறீ இராவணா நாடி ஹிருதா" என்று வெளிவந்துள்ளது. இந்நூலை தமிழில் மொழி பெயர்த்து சென்னை புதிய புத்தக உலகம் என்ற பதிப்பகம் "இராவண நாடி பரிட்சை" என்ற பெயரில் வெளியிட்டுள்ளது. இதேபோல் இரா. வாசுதேவன் பதிப்பித்திருக்கும் மற்றொரு நூல் இரச ராச சிந்தாமணி. இந்நூல் முழுக்க முழுக்க இரசத்தை மூலப்பொருளாகக் கொண்ட மருந்துகளைப் பற்றிக் கூறும். சுமார் 120 ஆண்டுகளுக்கு முன்பு தமிழ், மலையாளம். சமஸ்கிருதம் ஆகிய மூன்று மொழிகளிலும் இந்நூல் எழுதப்பட்டிருக்கிறது.

தீநீர் அர்க்க பிரஹாநீர் எனும் இராவணன் எழுதிய பலநூறு ஆண்டுகளுக்கு முந்தைய நூல் மூலிகையிலிருந்து சத்தைப் பிரித்தெடுக்கும் முறையை விவரிக்கிறது. இது ஹோமியோ டாக்டர் ஹானிமேனின் மருத்துவ முறையை ஒத்தது. ஆனால் இராவணின் அர்க்க வைத்திய முறையில் எந்த மூலிகைகளோ, மருத்துவப்பொருட்களோ ஆல்கஹாலில் ஊற வைக்கப்படுவதில்லை. ஆனால் நேரடியாக அந்த மருந்துப் பொருள்களில் இருந்து தயார் செய்யப்பட்ட மருந்துப் பொருள்களின் சத்து மட்டும் பிரித்தெடுக்கப்படுகிறது.

இவைகளை ஆங்கில மருந்துகள் போல் நீண்ட காலம் பாதுகாக்க இயலும். இதுபோன்ற மருந்துகள் உட்புற பயன்பாட்டிற்காக நறுமணத் தாவரங்களில் இருந்து வடிகட்டிகளைப் பிரித்தெடுப்பதற்கான நிலையான இயக்க முறைகளை இந்நூல் விவரிக்கிறது. இதுபோல் மூலிகை வேர்களின் சக்திகளையும், அவற்றின் மூலம் குணப்படுத்தும் நோய் சிகிச்சை முறைகளையும்

அர்க்க சாஸ்த்ரா என்ற நூல், காயங்களை உடனடியாகக் குணப்படுத்தக்கூடிய சிந்துரம், மருத்துவம். அத்தியாவசிய எண்ணெய்களின் பல்வேறு சிகிச்சைகளைப் பற்றியும் கூறுகிறது.

தமிழ் மருத்துவ முறைகளில் சூரணம், செந்தூரம், பஸ்பம், தைலம், மூலிகை என்று பல முறைகள் பயன்பாட்டில் இருந்தாலும் அர்க்கம் எனும் மருந்தின் சத்தைப் பிரித்து எடுத்துப் பயன்படுத்தும் முறை தீங்கற்றது. அதேசமயம் வீரியம் கொண்டதாகக் கூறப்படுகிறது. இப்பொருட்களில் ஆல்கஹால் ஊற்றி வைக்கப்படுவதில்லை. ஆனால் அந்த மருத்துவப் பொருட்களையே அர்க்கமாக்கும் அதாவது வாட்டி எடுத்துப் பாதுகாக்கிறது. அதையே, "ஒலியோரெசின்", அல்லது "எஸ்ஸென்சியல்" ஆயில் எடுக்கும் முறை என்கிறது, இப்போதைய விஞ்ஞானம்.

இந்நூல்களைத் தவிர ஆண், பெண்களின் உடல் ரீதியான வெளிப்படையான நோய்களுக்கும், பிறப்புறுப்பில் ஏற்படும் நோய்களுக்கும், அதற்குண்டான மருத்துவ முறைகளைக் கூறும் அர்க்க பரிக்ஷா என்ற நூலையும் மனித உடம்பிலுள்ள நரம்புகளைப் பற்றிய சிகிச்சை முறைகளைக் கூறும் "நாடிப்ரிக் ஷா, நாடி விஜன்னா" ஆகிய நூல்களையும் இராவணன் படைத்துள்ளார். அவர் தனது அறிவார்ந்த படைப்புகளின் சிறந்த தொகுப்பான "இராவண சம்ஹிதா" என்ற மருத்துவ நூல் குறிப்பிடத்தக்கது. இது ஆயுர்வேத அறிவியலைப் பற்றி பேசுகிறது.

மேலும், மனிதர்கள் தங்களது உடம்பை எப்போதும் நலமாக வைத்துக் கொள்ள ஒரு சில மருந்துகளைத் தினமும் எடுத்துக் கொள்ள வேண்டும் என்றும் இராவணன் தன் மருத்துவ முறையில் கூறியுள்ளார். நாம் உண்ணும் உணவில் மூன்று பொருட்களையும் அவற்றுடன் ஐந்து வேர்களையும் சேர்த்துக் கொள்ள வேண்டும் என்கிறார்.

இதனை, "தூணபகா" என்பர். "து" என்றால் மூன்று. "பகா" என்றால் ஐந்து. அம்மருந்துப் பொருள் வேறொன்றுமல்ல. தமிழர்களின் உணவுப்பொருட்களில் முக்கிய பங்கு வகிக்கும் குறுமிளகு, இஞ்சி, பூண்டு இம்மூன்றும்தான். ஐந்து வேர்கள் கண்டங்கத்திரி, சிறுநெருஞ்சி, சிறு வழுதுணை, சிறுமல்லி, பெருமல்லி ஆகும். இதனைச் சிறு பஞ்சமூலம் என்பர். இலங்கையில் இன்றும் இந்த உணவுப் பழக்கம் பின்பற்றப்பட்டு வருகிறது. மேலும் கொத்தமல்லி, சீரகம், கருஞ்சீரகம், கருவாப்பட்டை (இலவங்கப்பட்டை), மிளகு என இந்த ஐந்து பொருட்களையும் உணவில் சேர்த்துக் கொள்ள வேண்டும் என்றும் இராவணன் கூறுகிறார்.

வடமாநிலங்களில் தற்போதும் "சீதாஹோலி" என்ற உணவுப் பண்டத்தைக் குழந்தைகளுக்குக் கொடுப்பது வழக்கம். குழந்தைகளுக்கு வயிற்றுப்போக்கு ஏற்படும்போது சத்துக்குறைபாட்டைப் போக்கி இந்த சீதாஹோலியை உண்ணக் கொடுப்பார்கள். இதுவும் இராவணன் தயாரித்தது.

இராவணனின் சிந்தாமணி மருத்துவமுறையில் தமிழகத்தின் தென் எல்லையான கன்னியாகுமரியில் இன்றளவும் சிந்தாமணி வைத்திய சாலைகள் இயங்கி வருகின்றன. அண்மைக் காலத்தில் இராவண மருத்துவம் குறித்து ஆய்வு செய்து நடைமுறைப்படுத்தி வருபவராகிய குழித்துறை மருத்துவர். கொ.பா. புட்பராசு, இராவணன் சுகாதாரக் களஞ்சியம், நச்சு முறிவு மருத்துவம், தமிழ் மருத்துவத் தொக்கன முறைகள், அவசரக்கால புற மருத்துவ முறைகள், மங்கையர் மருத்துவம் ஆகிய நூல்களை பதிப்பித்து வெளியிட்டுள்ளார். மேலும் இவருடைய முயற்சியில் மதுமேக நிதானம், மஞ்சள் காமாலை ஆகிய நூல்கள் வெளிவந்துள்ளன.

இவைகளுடன் பல நோய்களுக்கான பயிற்சியும் அளிக்கிறார் என்பதும் குறிப்பிடத்தக்கது. இதில் குறிப்பிடத்தக்கது இவர் சிந்தாமணி மருத்துவத்திற்கும் சித்த மருத்துவத்திற்கு மிடையேயுள்ள வேற்றுமை ஒற்றுமைகளை பட்டியிலிடுகிறார். அதில் மிக முக்கியமான வேற்றுமைகள் சிந்தாமணி மருத்துவம் பிறமொழி கலவாது தூய தனித்தமிழ் மொழியில் இயற்றப்பட்டது. உள்ளதை உள்ளபடியே அறிவியல் முறையில் இயற்றப்பட்டுள்ளது. தமிழர்களின் மருத்துவ அறிவியல் கலையில் இது முதற்கட்ட மற்றும் இரண்டாம் கட்ட மருத்துவமாகும். உலகில் முதன் முதலாக அறுவை மருத்துவத்தை அறிமுகம் செய்த மருத்துவமாகும்.

எலும்பு முறிவு, நரம்பு சிகிச்சை முறைகள் நூல் ஆதாரத்துடன் முறையாக உள்ளன. கடல் கொண்ட குமரிக் கண்டத்தோடு சேர்ந்த யாழ்ப்பாணத்தில் தோன்றிய ஒரு தனித்தமிழ் மருத்துவ அறிவியல் கலை. அவசர, நாட்பட்ட நோய்களுக்கான பரிகாரங்கள் உள்ளன. பாம்பின் நச்சு நேரடியாகச் சென்னீரில் கலப்பதால் நச்சு முறிவு மருந்தை நேரடியாக உதிரத்தில் செலுத்தும் முறை உள்ளது என்று கூறும் இம்மருத்துவர் இத்துடன் பல வேற்றுமைகளையும் பட்டியலிட்டுள்ளார்.

இவருடைய கூற்றுப்படி இராவணன் எழுதிய இந்த சிந்தாமணி மருத்துவ முறையே குமரி மாவட்ட ஆசான்களால் பின்பற்றப்பட்டு தற்போதைய சித்த மருத்துவமாக உருப்பெற்றது என்றும், இப்போதும் நெல்லையில் செய்யும் சித்த மருத்துவ முறைகளில் இருந்து மாறுபட்டது குமரி மாவட்ட ஆசான்கள் பின்பற்றும் சித்த மருத்துவம் என்றும் தெரிவித்துள்ளார். இராவண மருத்துவ முறைகள் வட இந்தியாவில் நடைமுறையில் உள்ளதால் “இராவண சம்ஹிதா” என்னும் பெயரில் இரு பெரும் பிரிவாகத் தொகுக்கப்பட்டு, வடமொழியில் இந்நூல் வெளிவந்துள்ளது. இதுமட்டுமின்றி இராவணன் உருவத்தை அட்டைப் படமாகக் கொண்ட பல மருத்துவ நூல்களும் இந்தியில் வெளிவந்துள்ளன.

இந்தியில் இராவணன் மருத்துவம் வெளிவந்தது போல் சிங்களம், மலையாளம், தெலுங்கு ஆகிய மொழிகளிலும் வெளிவந்துள்ளது என்பது குறிப்பிடத்தக்கது.

முடிவுரை - இராவணனின் மருத்துவப் பங்களிப்புகள் குறித்து வரலாற்று ஆய்வாளர்கள் ஆய்வு செய்ய வேண்டும். தமிழகத்தில் அழிந்து வரும் இம்முறை சில இடங்களில் மட்டுமே உள்ளது. தமிழக அரசு சித்த மருத்துவக் கல்லூரி பாடத்திட்டத்தில் இதனைச் சேர்க்க இம்முறை சிறந்ததாக உள்ளதா? என்பதைச் சீர்தூக்க ஒரு குழு அமைக்க வேண்டும். மேலும் இராவணன் எழுதிய நூல்களைத் திரட்டி ஆராய்ந்து வெளிவர முயற்சிகளைத் தொடங்க வேண்டும். அப்போது நம் தமிழ் மருத்துவம் மேலும் சிறக்கும் என்பதில் ஐயமில்லை.

- டாக்டர் சு.நரேந்திரன், எழுத்தாளர், சென்னை டாக்டர் எம்.ஜி.ஆர். மருத்துவப் பல்கலைக்கழக சிறப்புநிலைப் பேராசிரியர்.

101. வாழைப்பழம் - கி. ஆ. பெ. விசுவநாதம்

தமிழ் எழுத்துக்களில் 'ழ' - என்னும் எழுத்து தமிழுக்குச் சிறப்பு தருவது.

தமிழ் மொழியைத் தவிர, பிற எந்த மொழியிலும் 'ழ' என்று உச்சரிக்கக்கூடிய எழுத்து கிடையாது. அதனால் புலவர் பெருமக்கள் ல, ள என்ற எழுத்துக்களோடு இதனைச் 'சிறப்பு ழகரம்' என்றே கூறுவர்.

இந்தச் சிறப்பு 'ழ' - ஒலி - தமிழ் மக்கள் சிலரால் உச்சரிக்கப்படுவதில்லை.

திருச்சிக்குத் தெற்கே சில 'ழ'ளை 'ள' ஆக உச்சரிப்பர்.

(எ - டு) 'ஐயா, கடைக்காரரே உங்களிடம் வாளபளம் உண்டுமோ?' என்பர்.

திருச்சிக்கு கிழக்கே, தஞ்சை மாவட்டத்தில் சிலர் 'ழ'வை 'ஷ' ஆக உச்சரிப்பர்.

(எ - டு) மார்கழித் திருவிழா - (வியாழக்கிழமை)

இதனை மார்கக்ஷித் திருவிஷா வருகிறது என்றால் விசாஷக் கிழமையில் வருகிறது என்று விடையும் கூறுவர்.

இனி, தமிழகத்து வடக்கே சென்னை போன்ற இடங்களில் சிலர் 'ழ'வை 'ஸ்' ஆக்கிப் பேசுவர்.

(எ - டு) இழுத்துக்கொண்டு - என்பதை 'இஸ்த்துக்கினு' என்பர்.

திருச்சிக்கு மேற்கே கோவை போன்ற இடங்களில் சிலர் - 'ழ'வை 'ய' ஆக ஒலிப்பர்.

வாழப்பழத்தை - வாயப்பயம் என்று கூறுவர்.

நான் ஒருதடவை கோவைக்கு சென்றபோது - கடைத்தெருவில் - வாழைப்பழத்தை விற்கும் ஒருவன், 'வாயப்பயம்' - என்றே கூறி விற்றுக் கொண்டிருந்தான்.

நான் அவனைப் பார்த்ததும், அவன் என்னிடம் வந்து, தட்டை இறக்கி வைத்து - 'வாயப்பயம் வேணுங்களா' என்றான்.

எனக்கு வியப்பு ஒருபுறம்; கோபம் ஒருபுறம். 'நீ எந்த ஊர் அப்பா' என்றேன்.

அவன் - 'கியக்கேங்க' என்றான்.

நான் (கிழக்கு) கியக்கேயிருந்து இங்கே எதுக்கு வந்தீங்க? - என்றேன்.

அவன், (புயக்க - பிழைக்க) புயக்க வந்தேங்க - என்றான்.

கியக்கேயிருந்து புயக்க வந்தேன் - என்றதும் எனக்குக் கோபம் அதிகமாகியது.

"ஏம்பா, தமிழை இப்படிகொலை பண்ணுகிறீர்கள்?" என்று அதட்டிக் கேட்டேன்.

அவன் இரண்டு கைகளையும் சேர்த்துக் கும்பிட்டுக் கொண்டே, அது எங்க வயக்கங்க என்றான்.

நான் உடனே அவனை விட்டு எழுந்தே போய் விட்டேன்.

தமிழுக்கே உள்ள சிறப்பு 'ழ'கரம். இது தமிழ் மக்களிடத்துப் படுகிற காட்டை இது நன்றாக விளக்கிக் காட்டுகிறது.

இது தவறு.

சிறியவர்களோ பெரியவர்களோ யார் பேசும் போதும் சொற்களைச் சரியாக உச்சரிக்கப் பழகிக் கொள்வது நாட்டுக்கும் நல்லது; மொழிக்கும் நல்லது; நமக்கும் நல்லது.

102. நாங்களும் மாணவர்கள்தான்!

editor February 20, 2012 1

பவள சங்கரி

நேர்காணல் - சித்தார்த்தா பள்ளி மாணவர்கள்

உழைப்பவர்களின் கையில்தான் உலகம் இருக்கிறது. பிறர் உழைப்பில் வாழ்பவன் ஒருநாளும் முன்னேற முடியாது.! - காந்தியடிகளின் இந்த சத்தியமான வார்த்தைகள் எக்காலத்திற்கும், மனிதராய்ப் பிறந்த எந்நாட்டவருக்கும் பொருந்தக்கூடியது.

ஒரு குழந்தை பிறந்தவுடன், பெற்றவர்களுக்குத் தம் குழந்தையின் எதிர்காலம் குறித்து பல கனவுகளும், கற்பனைகளும் உடன் தோன்றுவதும் இயற்கை. அதனை நன்முறையில் செயல்படுத்தும் வகையில் அவர்கள் மனதில் தோன்றக்கூடிய அடுத்த விசயம் குழந்தையின் கல்வி. தம் குழந்தையை, ஒரு பிரபலமான பள்ளியில் சிறந்த மாணவனாக உருவாக்க வேண்டும் என்பதுதான் பெரும்பாலான பெற்றோரின் விருப்பமாக உள்ளது. அவரவர் குடும்பச் சூழலுக்கேற்றவாரு பள்ளியைத் தேர்ந்தெடுக்கிறார்கள்.

பிரம்மாண்ட கட்டிடங்களுடன், அதிகக் கட்டணமும் வசூலித்து, அதிக மதிப்பெண்கள் வாங்க வைத்து, நூறு சதவிகித தேர்வு முடிவுகள் காட்டும் வல்லமை பெற்ற பள்ளிகளே சிறந்த பள்ளிகளாகவும் முடிவு செய்யப்படுகிறது.

அப்படிப்பட்ட பள்ளிகளில் மாணவர்களைச் சேர்த்து பயிலச் செய்வதையே குறிக்கோளாகக் கொண்டு, பிரம்மப் பிரயத்தனப்பட்டு அது போன்ற பள்ளிக-ளில் தம் குழந்தைகளைச் சேர்க்கும் பெற்றோரே அதிக அளவில் உள்ளனர்.

அண்ணல் காந்தியடிகள் தம்முடைய, 'நயீ தலீம்' என்ற கல்வி முறையின் மூலம் இந்தியாவில் தொழில் மூலம் கல்வி கற்கும் முறையை விரிவாக்கத் திட்டமிட்டிருந்தார். குழந்தைகள், தங்கள் கைகளினாலேயே பொருட்கள் தயாரிப்பதை, மிகவும் விரும்பி வரவேற்றனர். அனைத்துக் கல்வியும், ஏதா-வது, கைவினைப் பொருட்களின் அடிப்படையில் அமைய வேண்டும் என்-றார். உதாரணமாக, குழந்தைகளை, பஞ்சு பொறுக்கிப் போடுவதற்கு, அழைத்துச் சென்று, அது எப்படி விளைகிறது என்கிற விளக்கங்களையும் கற்பிக்கலாம். பஞ்சு விளையக் கூடிய நாடுகள், பலதரப்பட்ட பஞ்சு வகை-கள், அதனைப் பயிரிடும் முறைகள் மற்றும், அதன் வளர்ச்சி குறித்த தகவல்கள் போன்றவற்றையும் கற்பிக்கலாம்.

இந்த முறையில் குழந்தைகளின் கற்கும் ஆவல் கட்டமைக்கப்பட்டு, தெளிவான விளக்கங்கள் அளிப்பதன் மூலம் மண் எப்படி நீரை உரிஞ்சுக் கொள்ளுமோ அது போல அவர்களுடைய ஆழ்மனதில் அனைத்தும் பதிந்-துவிடும். எதையும் சிரமப்பட்டு மனப்பாடம் பண்ண வேண்டியத் தேவையு-மில்லை. படிப்பும்,

எழுத்தும், பின்னாளில் வந்து விடும். ஆனால் இன்றைய காலச் சூழ-லுக்கு ஏற்றவாரு சில மாற்றங்களுடன், படிப்பும், எழுத்தும் சேர்த்துக் கூட இது போன்ற கல்வி முறைகளை முயற்சிக்கலாம். குழந்தைகளுக்கு கல்வி கற்பது ஒரு சுமையாக இல்லாமல் அது வாழ்க்கைக்குத் தேவையான, வகை-யில் அமையலாம். உடல் உழைப்பும் சேர்ந்த தாய் மொழி வழி - தொழில் சார்ந்த கல்வி என்பது நமக்கு கனவாகவே இருக்கப் போகிறதா? என்பதும் நம் கல்வியாளர்களின் கவலையாகவும் உள்ளது

Hong Kong Institute of Educational Research, The Chinese university of Hong Kong பல்கலைக்கழகங்கள் இளம் சிறார்கள் முதல் பதின்மப் பருவத்தினரின் (6 முதல் 18 வயது பருவத்தினர்) கல்வி முறைமைகளின் மூலம் கல்வித் தகுதியில் முன்னேற்றம் இருப்பது போன்று சமூக வளர்ச்சியின் முன்னேற்றம் குறித்த ஆய்வுகள் உலகளாவிய முறையில் 2006, ஜூன் 3ஆம் தேதியில் மேற்கொள்ளப்பட்டது.

OST (out-of-school-time services.என்ற பள்ளிக்கு வேளியேயான செயல்பாடுகளைக் கருத்தில் கொண்டு சமர்ப்பிக்கப்பட்ட ஆய்வறிக்கைகள் மூலம், உலகளவில் பள்ளி மாணவர்களுக்கான ஐந்து பொதுவான, பரிமா-ணங்கள குறிப்பிடப்பட்டுள்ளன.

1. குழந்தைகளுக்கும், ஆசிரியர்களுக்கும் நல்ல புரிந்துணர்வு இருக்க வேண்டும் - நான் மிகச்சிறந்து விளங்குவதற்கு உதவி புரிபவரான எம் ஆசி-ரியர் இருக்கும் இடமே எம் பள்ளி என்ற எண்ணம்.

2. சமூக ஒருங்கிணைப்பு: மாணவர்களின் சக மாணவர்கள் மற்றும் பொது மக்களிடம் பழகும் தன்மை. என் பள்ளி என்பது நான் நானாக அப்படியே ஏற்றுக் கொள்ளப்படும் ஓர் இடம் என்ற எண்ணம்.

3. வாய்ப்பு: பள்ளி வாழ்க்கை அனுபவங்கள் தொடர்புடைய அவர்தம் கருத்துகள்- என் வாழ்க்கைக்கு மிக முக்கியமான விசயங்களைக் கற்கக் கூடிய இடமே எம் பள்ளியென்பது.....

4. சாதனை: பள்ளிக் காரியங்களில் வெற்றியாளராக இருக்கக் கூடிய தன்மை - ஒரு மாணவனாக நான் வெற்றியடைந்திருக்கக் கூடிய ஓர் இடமே எம் பள்ளியென்பது.

5. சாகசம் : கல்வி கற்பதற்கான சுய ஊக்கம் மற்றும் கற்பது தனக்கு மகிழ்ச்சியளிக்கக் கூடிய ஒன்று என்ற தெளிவு - நான் செய்யும் செயல்கள் அனைத்தும் என்னை உற்சாகமடையச் செய்யக்கூடிய இடம் எம் பள்ளி-யென்பது.

உலகளவில், பள்ளிக் குழந்தைகளின் எண்ண ஓட்டங்களாக குறிப்பிடப்ப-டுவன,

1. பொதுவான மன நிறைவு: தம் பள்ளியைப் பற்றிய ஆக்கப்பூர்வமான எண்ணங்கள். கொண்டிருப்பது. அதாவது, நான் தினமும் விரும்பிச் செல்லும் இடம் எம் பள்ளி என்ற என்னம் மேலோங்கியிருப்பது.

2. எதிர்மறையான பாதிப்பு: பள்ளியைப் பற்றிய எதிரான எணணங்களைத் தோற்றுவிப்பது. அதாவது, பள்ளி என் மனநிலையைப் பாதித்து வருத்தமேற்-படுத்தக்கூடிய இடமாக இருக்கிறது என்ற எண்ணம் கொண்டிருப்பது.

ஒரு நூற்றாண்டாக, பள்ளிக்கு வெளியே ஆற்றும் செயல் திட்டங்களின் மீதான ஆர்வம் அமெரிக்க மக்களிடமும் வெகுவாகக் குறைந்திருந்தாலும், கடந்த 20 ஆண்டுகளில் இது போன்ற திட்டங்களில், பள்ளிப் பருவக் குழந்-தைகளின் பயிற்சியாளர்கள், இளைஞர் மேம்பாட்டு வல்லுநர்கள், கல்வியா-ளர்கள், குற்றவியல் மற்றும் சிறார் நீதித்துறை வல்லுநர்கள், வறுமை ஒழிப்பு வல்லுநர்கள் போன்றவர்கள் இளம் சிறார்கள் மற்றும் இளைஞர்கள் தங்கள் வாழ்க்கையில் ஏற்படும் பின்னடைவிலிருந்து தற்காத்துக் கொள்ளக் கூடிய ஓர் உபாயம் இத்திட்டம் என்பதனை வாதிட்டுக் கொண்டிருப்பதும் குறிப்பி-டத்தக்கது.

உலகளாவிய இந்த பிரம்மாண்ட ஆய்வுகளின் முடிவில், கிடைத்த மதிப்-பீடுகளின்படி, கல்வி கற்றலில் நல்ல ஆக்கப்பூர்வமான முன்னேற்றமும், சாதனைகளும் தென்பட்டதோடு, போதைப் பழக்கம், பெண் குழந்தைகளின் இளவயது கர்ப்பம், சிறார்களின், சிறு குற்றங்கள், போன்றவைகள் கணிசமா-கக் குறைந்தது என்பதும் குறிப்பிடத்தக்கதாகும். சங்கடமான சூழ்நிலைகளைச் சமாளிக்கும் பக்குவமும், பள்ளியில் கல்வி கற்பதில் மட்டுமே முழு நேரமும் ஈடுபட்டிருக்கும் மன அழுத்தத்திலிருந்து வெளியே வருவதற்கு பேருதவி புரி-வதாகவும், இதனால் மன உளைச்சலிலிருந்து விடுபடுவதால், தேர்வில் மதிப்-

பெண்களில் நல்ல முன்னேற்றமும் கிடைப்பதாகவும் , குறிக்கோள்களை நிர்ணயிப்பதில் ஆழ்ந்த ஈடுபாடும் ஏற்படுவதாகவும் நிரூபிக்கப்பட்டுள்ளது.

நம் நாட்டின் சூழலுக்கு இத்தகைய ஆய்வுகள் எந்த வகையில் பயன்படுகின்றன, குழந்தைகள் இதனால் பயனடைகிறார்களா என்று அறிந்து கொள்ளும் ஆவல் மேலிட்டாலும், பெரும்பாலான பள்ளிகளில், கல்வி கற்றலைத் தாண்டி ஒரு சில கலை நிகழ்ச்சிகள் நடத்துதல், விளையாட்டுப் போட்டிகள் நடத்துதல் ஏதோ ஓரிரு முறைகள் உல்லாசப் பயணங்கள் செல்வது போன்றவைகள் மட்டுமே செயல்படுத்தப்பட்டு வருகின்றது. கல்வி சார்ந்த பிராஜக்ட் மட்டுமே வழ்மையாக் செயல்படுத்தப்பட்டு வருகின்றது.

இதனால் குழந்தைகளின் மனநிலையில் அழுத்தம் ஏற்படுவதோடு, தொடர்ந்து கல்வி கற்றலில் ஈடுபடுவதிலும் சிரமம் ஏற்படுகிறது. அத்துடன் அத்தகைய இறுக்கமான மனநிலையே அவர்களை தவறிழைக்கவும் தூண்டுகிறது. பள்ளிப்பாடத் திட்டங்களைக் குறித்த நேரத்தில் முடிப்பதற்கே கால அவகாசம் இருப்பதில்லை. இதில் இது போன்ற சமூக வளர்ச்சித் திட்டங்கள் செயல்பாடுகள் என்பதெல்லாம் சாத்தியமாவது கடினம் என்பதே பல பள்ளிகளின் நிலைப்பாடாக உள்ளது.

அந்த வகையில் ஈரோடு சித்தார்த்தா மேல்நிலைப்பள்ளியில் கிட்டத்தட்ட 20 ஆண்டுகளாக இது போன்று திட்டங்கள் மூலம் மாணவர்களுக்கு பல்வேறு வகையான விழிப்புணர்வுகளையும் ஏற்படுத்திக் கொண்டிருப்பது குறிப்பிடத்தக்கது. 1989-90இல் பவானியில் சாயக்கழிவு நீர் மூலம் ஏற்படும் மாசு குறித்த விழிப்புணர்வை ஏற்படுத்தும் விதமாக மாணவர்கள் ஈரோட்டிலிருந்து, மிதிவண்டி பயணம் சென்று பாதுகாப்பு குறித்த பிரச்சாரம் மேற்கொண்டது பெரும் வரவேற்பைப் பெற்றிருந்தது.

ஒவ்வொரு ஆண்டும் அது போன்று ஒவ்வொரு வகுப்பிற்கும், ஒரு திட்டம், அதாவது சமூக நலம் தொடர்பாகவும், அதே சமயம் தங்கள் வாழ்க்கைக்கும் அத்தியாவசியமாக அறிந்து கொள்ள வேண்டிய விசயங்கள் மற்றும் நம் நாட்டில் வறுமைக் கோட்டில் வாழும், குறைந்த வருமானம் கொண்டவர்களின் வாழ்க்கைத் தரம் பற்றி அறிந்து கொள்ள்வும், அவர்களின் வாழ்க்கைத் தரம் உயர்வதற்கான தீர்வுகளையும் ஆய்ந்து அறிக்கை வெளியிடுகின்றனர். சென்ற ஆண்டில் தெருவோரங்கள் மற்றும் நடைமேடை போக்குவரத்து பிரச்சனைகளைத் தீர்க்கும் வகையில் மாணவர்கள் எடுத்த முயற்சியும் அதற்கான அவர்களின் பரிந்துரையும், அத்துறை மேலாளர்களால் பெரிதும் பாராட்டப் பெற்றதும் குறிப்பிடத்தக்கது.

இந்த ஆண்டும் இப்பள்ளி மாணவர்கள், சவரத் தொழில் செய்பவர்கள், சலவைத் தொழில், தையற்கலைஞர்கள், கட்டிடம் கட்டுமானத் தொழிலாளர்கள் ,காய்கறி விற்பவர்கள் என அனைத்து சிறு வியாபாரிகள் மற்றும் தொழிலாளர்களிடம், அவர்களின் தொழில் மற்றும் வியாபாரம் குறித்த முழுமையான ஆய்வுகளை மேற்கொண்டு அதற்கான ஆய்வேடுகளும் சமர்ப்பித்-

துள்ளனர். ஆசிரியர்களின் ஆலோசனையுடன், வெகு நேர்த்தியாக அவர்கள் திட்ட அறிக்கை தாயரித்திருந்தது பாராட்டுதலுக்குரியது.

ஆறாம் வகுப்பு மாணவர்கள் சவரத் தொழிலாளர்களின் கணக்கெடுப்பைச் செய்தனர். மாண்வர்கள் தங்களுக்குள் குழுக்களாகப் பிரிந்து, நகர எல்லைக்குள் ஒவ்வொரு குழுவும் ஒரு இடத்தை தேர்ந்தெடுத்துக் கொண்டு அங்கு உள்ள ஒவ்வொரு சவரத் தொழிலாளர்கள், அதாவது பெட்டி தூக்கிக்கொண்டு மரத்தடியில் சவரம் செய்யும் மிகச் சாதாரண கடைநிலை சவரத் தொழிலாளி முதல், ஆண்களுக்கான அழகு நிலையம் வரையிலான அனைத்துத் தரப்பு தொழிலாளர்களான சராசரியாக 80 பேரிடம், அவர்களுடைய வாழ்க்கைத்தரம், தொழில், அவர்தம் குடும்பச் சூழல், அவர்தம் மக்களின் கல்வி, எதிர்காலத் திட்டங்கள் ஆகிய அனைத்தையும் திரட்டியதோடு, அவர்தம் வாழ்க்கை உயரவும், சுற்றுச் சூழல் பாதுகாப்பு குறித்த விழிப்புணர்வை ஏற்படுத்தியது வரை அனைத்துத் தரப்பு ஆய்வுகளையும் மிக நேர்த்தியாக செய்திருந்தனர். சவரத் தொழில் செய்யும் நபர் ஒருவரை சிறப்பு விருந்தினராக அழைத்து அவர் முன்னிலையில் தாங்கள் அறிந்து கொண்ட கலைகளை செயல் முறை விளக்கமாகவும் நடித்தும் காண்பித்தது குறிப்பிடத்தக்கது.

சுற்றுச் சூழல் பாதிக்காத வகையில் அந்தக் கழிவுகள் சரியாக அப்புறத்தப்படுத்தப்பட வேண்டும் அது மட்டுமல்லாமல் நோய்த் தொற்று வராமல் இருக்கும் வகையில் சுத்தமான கைத்துண்டுகள் மற்றும் ஒரு முறை மட்டுமே பயன்படுத்தக்கூடிய பிளேடுகளை பயன்படுத்தலாம் என்பதற்கான விழிப்புணர்வை சிறிய சவரத் தொழிலாளிகளுக்கு ஏற்படுத்தியுள்ளதோடு, அவர்களின் வாழ்க்கைத்தரம் உயர, தம் தொழிலில் முன்னேறக் கூடிய வழிகள், , வங்கிக் கடன் பெறும் வழி முறைகள் போன்றவற்றிற்கான ஆலோசனைகளும் அளித்துள்ளனர். ஆசிரியர்கள் இதற்கான பயிற்சிகளையும் மாணவர்களுக்கு வழங்கியுள்ளனர்.

இறுதியில் சிறப்பு விருந்தினராக அழைக்கப் பெற்றிருந்த சவரத் தொழிலாளி நண்பர், கண்கள் கலங்கி, உள்ளம் நிறைந்து, இக்குழந்தைகளை வாழ்த்தியதோடு, அந்தத் தெளிவான ஆய்வறிக்கையை தங்கள் சங்கத்தில் வைப்பதற்காக ஒரு கோப்பு வேண்டுமென வேண்டுகோள் விடுத்தார். உள்ளம் நெகிழ்ந்து அவர் நன்றி சொன்னதும், அவர் தன்னம்பிக்கையுடன் மேடையிலிருந்து கீழிறங்கிச் செல்வதையும் காண முடிந்தது.

அடுத்து ஏழாம் வகுப்பு மாணவர்கள் சலவைத் தொழிலாளர்களை இதே முறையிலும், அவர்தம் வாழ்க்கை முறைகளைக் கேட்டறிந்து கொண்டதோடு, அவர்களுக்கான முன்னேற்றத்திற்காக , இன்று வெகுவாக குறைந்துவிட்ட வெள்ளாவி வைத்து துணியை வேகவைத்து சுத்தம் செய்யும் முறையை சற்றே நவீனமாக, பெரிய மின்சாரத் தானியங்கி இயந்திரங்கள், முக்கியமாக, அதிக அளவிலான மக்கள் வசிக்கும் குடியிருப்புகளில், வெளிநாடுகளில்

உள்ளது போன்று ,வைத்து மக்கள் கட்டணம் செலுத்தி தாங்களே வெளுத்துக் கொள்ளும்படி வைக்கலாம். அதற்கு அரசாங்கம் மற்றும் வங்கிக் கடன் உதவியும் பெறலாம். சலவைத் தொழிலாளகள் குழுக்களாக இணைந்து கூட இத்தகைய முயற்சிகள் மேற்கொள்ளலாம்.

இதனால் சுற்றுப் புறமும், படித்துறைகளும். நீர்நிலைகளும் மாசுபடுவதைச் சுத்தமாகத் தவிர்க்க இயலும் என்பதையும் இந்தக் குழந்தைகள் தங்கள் ஆய்வேட்டில் குறித்துள்ளதோடு அதனை அம்மக்களிடமும் எடுத்துச் சொல்லி விழிப்புணர்வை ஏற்படுத்தியுள்ளதும் குறிப்பிடத்தக்கது. காலப்போக்கில் இது போன்ற கருத்துகள் மெல்ல மெல்ல நடைமுறைபடுத்தப்படும் வாய்ப்பும் உருவாகும் என்ற நம்பிக்கையும் கொண்டுள்ளனர். அவர்களிடம் நல்ல வரவேற்பும் இருந்ததாக மாணவர்கள் தெரிவிக்கின்றனர். திருக்குறிப்புத் தொண்ட நாயனாரின் வரலாற்றை சிறு நாடகமாக ஆக்கி, ஆண்டவனே அவ்வடியாருக்குக் காட்சி கொடுத்த வகையில், அவர்தம் தொழில் எத்துனை சாலச்சிறந்தது என்பதை எளிதாக விளக்கியும் காட்டி , சிறப்பு விருந்தினராக வந்த அந்த சலவைத் தொழிலாளியை நெகிழ வைத்தனர்.

அடுத்து ஒன்பதாம் வகுப்பு மாணவர்கள், காய்கறி வியாபாரிகளைச் சந்தித்து அவர்தம் தொழிற்முறைகள், வாழ்க்கை முறைகள், குழந்தைகள் கல்வித் தகுதி போன்ற பல வகையான விளக்கங்களை அலசி ஆய்ந்து அறிக்கை சமர்ப்பித்திருந்தது குறிப்பிடத்தக்கது. அதற்கான செயல்முறை விள்க்கங்களும் செய்து காட்டினர். காய்கறி சந்தை போன்றும், தள்ளு வண்டியில் காய்கறிகள் விற்பது போன்றும் மிக நேர்த்தியாக நடித்துக் காட்டியது, அவர்கள் அத்தொழிலை ஆழமாக புரிந்து கொண்ட விதத்தை தெளிவாகக் காட்டியது. தராசில் நிறுக்கக் கூடிய முறைகள், அதைச் சரியாகப் பயன்படுத்தும் முறையையும் அறிந்திருந்தார்கள் அவர்கள்.

அதுமட்டுமல்லாமல் அக்காய்கறிகளின் சத்துகள், அவைகள் விளையக்கூடிய இடங்கள் , அதற்கான தட்பவெட்ப நிலைகள், போன்ற அனைத்துச் செய்திகளையும் மிக நேர்த்தியாக சேகரித்து அறிக்கையாக்கியிருந்ததும் குறிப்பிடத்தக்கது. அழுகிய காய்கறிகளை உரமாக மாற்றக்கூடிய முறையையும் அதனால் வியாபாரிகளுக்கு அதிக வருமானம் கிடைக்கக் கூடும் என்ற விழிப்புணர்வும் ஏற்படுத்தியதோடு, அப்பள்ளித் தாளாளர், திருமதி ஜெயபாரதி அவர்கள், மண்புழு உரம் தயாரிக்க இது போன்று அழுகிய காய்கறிகள், பழங்கள் ஆகியவற்றை பயன்படுத்தும் வகையில் அதற்கான இடம் ஒதுக்குவது மற்றும் அதற்கான செலவுகளுக்கான வங்கிக் கடன் பெறுவதற்கோ வழியமைத்துக் கொடுக்கலாம் என்ற விழிப்புணர்வையும் ஏற்படுத்தியதும் பாராட்டிற்குரியது. அக்குழந்தைகள் ஆரஞ்சுப்பழத் தோலில் இருந்து பெட்ரோல் தயாரிக்க இயலும் என்ற சமீபத்திய ஆய்வையும் எடுத்துரைத்ததும் அவர்களுடைய சமுதாய விழிப்புணர்வைப் பறை சாற்றுவதாக அமைந்திருந்தது. காய்கறிக் கழிவுகளை சுற்றுச் சூழல் மாசுபடாத வகையில் அப்புறப்படுத்தும்

ஆய்வையும் அழகாக மேற்கொண்டு அதற்கான அறிக்கையும் அளித்திருந்தனர்.

அனைத்திற்கும் மேலாக பிளாஸ்டிக் பொருள்கள் பயன்படுத்துவதைத் தவிர்க்க வேண்டித் தேசிய பசுமைப்படை இயக்கம் மற்றும் சுற்றுச் சூழல் மன்றம் மூலம் தம் பள்ளியில் தயாரித்த துணிப்பைகளை அங்காடியில் வழங்கி அதற்கான விழிப்புணர்வையும் ஏற்படுத்தியுள்ளதும் குறிப்பிடத்தக்கது. சிறப்பு விருந்தினராக வந்திருந்த அங்காடியில் காய்கறி வியாபாரம் செய்யும் ஓர் பெண்மணி இக்குழந்தைகளின் திறமை மற்றும் பொறுமை போன்ற விசயங்கள் குறித்து உள்ளம் நெகிழ்ந்து பாராட்டியதும் குறிப்பிடத்தக்கது.

அடுத்து கட்டிடக் கலைத் தொழிளாளர்களின் ஆய்வறிக்கையைச் சமர்ப்பித்த எட்டாம் வகுப்பு மாணவர்களின் திறமை வெளிப்படையாகத் தெரிந்தது அவர்கள் வடிவமைத்திருந்த சிறு மாதிரிக் குடில் மூலம். ஆம். அத்துனை அழகாக தாங்களே ஒரு கட்டிடத் தொழிலாளியின் ஆலோசனையுடன் மிக நேர்த்தியாக கட்டியிருந்தனர். உறுதியான கட்டிடம் எழுப்புவதற்கு எந்த அளவிலான கலவை இருக்க வேண்டியது அவசியம் என்பது முதற்கொண்டு மிகத் தெளிவாக அறிந்து வைத்திருந்தனர் என்பதும் குறிப்பிடத்தக்கது.

தண்ணீர் வரும் குழாய்களைக் கூடத் தங்களின் கற்பனைத் திறனுடன், ஒரு சிறு புட்டியுடன் சேர்த்து இணைத்து, அதற்கான வால்வுகளையும் பொறுத்தி தண்ணீர் வரும்படி செய்து வைத்திருந்ததும் ஆச்சரியப்பட வைத்தது. அம்மக்களின் வாழ்க்கை முறைகளையும், அவர்தம் குழந்தைகளின் கல்வித் திறம் குறித்த தகவல்கள் மற்றும் எதிர்காலத் திட்டங்கள் என அனைத்தையும் மிக அழகாக அறிக்கையாக்கியிருந்தனர். கட்டுமானத்திற்குப் பயன்படுத்தப்படும், கற்கள், ஓடுகள், மார்பிள், டைல்ஸ், வர்ணங்கள், மரப்பொருட்கள் என அனைத்துத் துறைகளையும் மிக நேர்த்தியாக காட்சியாக்கியிருந்தனர் மாணவர்கள் என்பதும் குறிப்பிடத்தக்கது.

அடுத்து தையற்கலைஞர்களை ஆய்விற்கு எடுத்துக் கொண்டிருந்தனர் 11ஆம் வகுப்பு மாணவர்கள். அவர்களும் அதற்கான தெளிவான அறிக்கை சமர்ப்பிப்பதில் எந்த குறையும் வைக்கவில்லை. வாடிக்கையாளரிடம் நடந்து கொள்ளும் விதம் குறித்து சிறு நாடகம் மூலம் விழிப்புணர்வு ஏற்படுத்தியது, மற்றும் அசையாச் சிலையாக அழகாக நின்று ஆச்சரியப்பட வைத்த மாணவர் மற்றும் பல ஆண்டுகள் அனுபவம் உள்ளது போன்று துணிகளைப் பற்றியும், தையல்கலை பற்றியும் அழகாக விளக்கமளித்த மாணவர் மற்றும் நவீன முறை தையலகம் வடிவமைப்பு போன்ற பல விசயங்களில் தெளிவான விளக்கம் கொண்டிருந்தனர் என்பதும் குறிப்பிடத்தக்கது. ஆண் தையற்கலை வல்லுநர்கள் இருபாலருக்கும் ஆடைகள் தைக்கும் வல்லமை பெற்ற அளவிற்கு பெண் தையற் கலைஞர்கள், பெண்களுக்குரிய ஆடைகளை மட்டுமே தைக்கும் வழக்கமே பெரும்பாலானவர்கள் கொண்டிருப்பதாக அவர்கள் சமர்பித்த அறிக்கையில் இருந்ததும் சிந்திக்க வைப்பதாகவும் இருந்தது.

அனைத்து மாணவர்களையும் இறுதியாக வாய்மொழித் தேர்வாக எழுப்பப்பட்ட வினாக்கள் மூலம் அவர்கள் அறிந்து கொண்டதாகக் கூறிய விசயங்கள்தான் சித்தார்த்தா பள்ளியின் உன்னதமான இம்முயற்சிக்கு முத்தாய்ப்பாக அமைந்தது எனலாம். ஆம், அக்குழந்தைகள் அனைவரும் ஒன்று போல சொன்ன விசயங்கள்:

எந்தத் தொழிலிலும் உயர்வு தாழ்வு என்பதே கிடையாது. நாம் செய்யும் தொழிலே நமக்கு தெய்வம். செய்யும் தொழிலை வைத்து அவர் உயர்ந்தவர், தாழ்ந்தவர் என்ற பாகுபாடு கொள்வது முறையல்ல. கைத்தொழில் சிறு வயது முதலே கற்றுக் கொள்வது பிற்காலத்தில் கட்டாயம் பயன்படும். நவீன முறைமைகளை பின்பற்றுவது மூலமாக தனி மனித வாழ்க்கை உயர்வடைவது போன்றே சமுதாயமும் உயர்வடைந்து நம் நாடும் நல்ல முன்னேற்றம் காணும் வாய்ப்பும் அதிகம்.

ஓய்வு நேரங்களை இது போன்று ஆக்கப்பூர்வமான செயல்களில் ஈடுபட பயன்படுத்தும் போது, மன இறுக்கமும் குறைந்து, சமுதாயத்திற்காக தம் பங்களிப்பையும் வழங்கியுள்ள மன நிறைவும் கிடைக்கிறது. தேவையற்ற தீய சிந்தனைகள், பழக்க வழக்கங்கள் அறவே நெருங்க முடியாத அளவிற்கு உள்ளத் தெளிவு ஏற்படுகிறது. சமுதாயத்தில் பொது மக்களிடம் பழகும் தன்மை மற்றும் சக மனிதரை மதித்துப் போற்றும் வள்ளல் தன்மையும் இயல்பாவதும் சிறப்பு.

தம் எதிர்காலம் குறித்த தெளிவான குறிக்கோள் அமைப்பதற்கான அடிப்படை விழிப்புணர்வு பெற முடியும் நிலை. தன்னம்பிக்கை, குழுவாக இணைந்து பணிபுரியும் திறன், விடாமுயற்சி, பொறுமை, தாம் நினைத்ததை சொற்கள் மற்றும் செயல்கள் மூலமாக வெளிப்படுத்தும் திறமை.

ஆசிரியர்களிடம் நட்புறவுடன் மற்றும் அன்புடன் பழகும் வாய்ப்பு.

சமுதாயத்தில் தானும் ஒரு சாதனையாளர் என்ற மன நிறைவு.

தங்களுக்கு இது போன்ற சமூகப் பணிகளில் மாணவர்களை ஈடுபடுத்துவதற்கான கால அவகாசம் எவ்வாறு கிடைக்கிறது என்று கேட்ட பொழுது தாளாளர் ஜெயபாரதி அவர்கள் அமைதியான புன்சிரிப்புடன், மனம் இருந்தால் மார்கமுண்டு என்று கூறியதில் அர்த்தம் இருப்பதாகவே உணர முடிந்தது.

இப்படி இன்னும் பலப்பல காரணங்களை மாணவர்கள் குறிப்பிட்டதும் மகிழ்ச்சியை ஏற்படுத்தியது. இம்மாணவர்களின் எண்ணங்கள் சரியான பாதையில் வழி நடத்தப்படுவதற்காக அப்பள்ளித் தாளாளர் திருமதி ஜெயபாரதி மற்றும் முதல்வர் , ஆசிரியப் பெருமக்கள் அனைவருக்கும் மனம் நிறைந்த வாழ்த்துக்களை தெரிவித்து, நாமும் இனி ஆசிரியர் உமாமகேசுவரி அவர்களுக்கு நடந்த கொடுமை நடக்காது என்ற நம்பிக்கையும் முளைவிட மன நிறைவுடன் வந்தோம்!

103. வண்டிக்கார பழனியம்மாள்

சிறப்பு நேர்காணல் - பவள சங்கரி April 30, 2012 2

உழைப்புக்கேத்த ஊதியம்..

அன்றாடம் ”வீட்டில் மாடாய் உழைத்து ஓடாய் தேய்கிறேன்” என்று குளுகுளுவென்று மின்விசிறியின் [மின்வெட்டு இருந்தாலும்.. இன்வேர்ட்டர் வைத்துக் கொண்டாவது] கீழ் உட்கார்ந்து கொண்டு வீட்டு வேலைகள் செய்வதற்கு, ஒரு உதவி ஆளையும் வைத்துக் கொண்டு, புலம்பித் தீர்க்கும் பெண்கள் மத்தியில் 31 வருடங்களாக மாடாகவே உழைக்கும் ஒரு பெண்மணியைப் பார்த்திருக்கிறீர்களா?

இரண்டு குடம் தண்ணீர் தூக்கினால், உடம்பிற்கு ஒத்துக் கொள்வதில்லை, டாக்டர் என்னை கனமான பொருட்கள் தூக்கக் கூடாது என்று சொல்லியிருக்கிறார்கள் என்று ஒரு சாதாரண காய்கறிப் பையைக்கூட தூக்குவதற்கு அஞ்சி இன்னொருவர் உதவியை நாடும் பல பெண்களைச் சந்தித்துக் கொண்டுதான் இருக்கிறோம்.

அத்தகையோருக்கிடையில் நாளொன்றிற்கு குறைந்தது 1500 கிலோ வரையான சுமைகளை சுமக்கிற பழனியம்மாளைக் காணும் போது ஆச்சரியமாகத்தானே இருக்கிறது.. ஆண்களுக்குச் சமமாக சுமை தூக்கும் தொழிலாளியாக வண்டிக்கார பழனியம்மாள் என்றால் வியாபார வட்டாரத்தில் தெரியாதவரே இல்லை எனலாம். ஆம், டெக்ஸ்டைல் சிட்டியான ஈரோடு மாநகரில் காலை பத்து மணி முதல் இரவு 10 மணி வரை கடைவீதி முழுவதும் திருவிழா போலத்தான் இருக்கும். சரக்கு லாரிகளும், மாட்டு வண்டிகளும், நிறை பாரத்துடன் உலா வருவதைக் காணலாம்.

ஜவுளி பைகள் சராசரியாக 115 முதல் 150 கிலோ எடை வரை இருக்கும். இதனை தான் ஒரு தனி ஆளாக தூக்கிக் கொண்டு வந்து தன் மாட்டு வண்டியில் அடுக்கி, அந்த வண்டியை ஓட்டிச் சென்று இறக்க வேண்டிய இடத்தில் தானே இறக்கிக் கொண்டுபோய் அடுக்கி வைத்து விடவேண்டியதுதான் இவருடைய அன்றாட தொழில். இது எப்படி சாத்தியம் என்று அவரைச் சந்திக்கும் வரை எனக்கும் ஆச்சரியமாகத்தான் இருந்தது.... இன்று உழைப்பாளர் தினத்தில் இவரைச் சந்திப்பது சாலச் சிறந்தது அல்லவா...?

ஆண்கள் செய்யக்கூடிய இந்த கடினமானத் தொழிலை ஏன் தேர்ந்தெடுத்தீர்கள்?

என்ற ஊட்டுக்காரவக இதே வேலைதானுங்க.. அவருக்கு துணையாத்தான் கூட போயிட்டிருந்தேனுங்கோ.. கொஞ்ச நாள் பழகின பொறவு, தனியா எனக்கும் ஒரு வண்டி வாங்கிக் கொடுத்தாங்க.... அன்றிலிருந்து இந்த 31 வருசமா இதுதானுங்கோ பொழப்பு..

குடும்பம் பற்றி...?
எனக்கு நாலு பெண்ணுங்க... நாலு பேத்துக்கும் நல்ல இடத்துல கட்டிக் குடுத்திருக்குறோம். காதுக்கு, மூக்குக்குன்னு 3 பவுனு போட்டு கட்டிக் குடுத்-தோம்.

உங்க கணவர் வரவில்லையா? தனியாக இந்த வயதில் சிரமப்படுகிறீர்களே?
என்னங்க வயசாச்சி.. 49தான் ஆவுது. என்ற ஊட்டுக்காரரு கால்ல அடி-பட்டு எலும்பு முறிஞ்சு போனங்காட்டி, வேலைக்கு வாறதில்லீங்க...
இப்பதான் மகள்களுக்கெல்லாம் திருமணம் செய்து விட்டீர்களே. இனி ஓய்-வெடுக்கலாமே?
அதில்லீங்க. எம்பட தங்கச்சி இரண்டு குழந்தைகளையும் உட்டுபோட்டு ஊரைவிட்டே போயிட்டா. அவ புள்ளைகளை நல்லபடியா படிக்க வச்சு ஆளாக்கனுமில்லீங்களா. அதுகளை ஹாஸ்டல் பள்ளிக்கூடத்துல சேத்தி படிக்க வக்கிறேனுங்கோ. அதான் இன்னும் கொஞ்ச நாளைக்கு பாடுபட-லாம்னு..

உங்களோட வேலை எத்தனை மணிக்கு தொடங்கும், வருமானம் என்ன அதைப்பற்றி சொல்லுங்களேன்?
காலைல ஒம்பது மணிக்கு வண்டி கட்டிக்கிட்டு வந்தா பொழுதோட ஆறு மணிக்கும் மேலயே ஆவுமுங்க வூடு போய்ச்சேர ஒரு நாளைக்கு 1000 ரூபாய் முதல் 1500 வரை சம்பாதிக்கலாமுங்க. எவ்ளோ நேரம், எவ்ளோ விரைசா (விரைவாக) வேலை பாக்குறோமோ அதப் பொறுத்துதா-னுங்கோ..... ஒரு நாளைக்கு முடியலேன்னா சீக்கிரமா போயிடுவோம்..
வீடு வாசல்...?
அதெல்லாம் சொந்த ஊட்டுலதான் இருக்குறோமுங்க. காலைல பறக்க, பறக்க சோத்தை ஆக்கி வச்சிப்புட்டு, ஓடியாறணும்... எப்ப்டியோ காலம் ஓடிக்கிட்டிருக்குங்க..... உடம்புல தெம்பு இருக்குற வரை ஓடிக்கிட்டு இருப்-போம்.

'ஏழையின் சிரிப்பில் இறைவனைக் காண்போம்' என்பது போல இத்துனை சிரமமான ஒரு பணியைக்கூட தன்னால் முடியும் என்று நிரூபித்து உள்ள-தோடு, ஆண்களுக்கு நிகராக பாடுபட்டு, குழந்தைகளையும் கரை சேர்த்து, இன்று தங்கையின் குழந்தைகளுக்காக, இந்த 50 வயதிலும் 115 கிலோ மூட்டை எடையுள்ள ஜவுளி மூட்டைகளைச் சுமந்து வாழ்க்கையை நடத்திக் கொண்டிருக்கிறார். காலையில் வரும் பொழுது கையில் ஒருதூக்குச் சட்டியில் பழைய சாதத்தை கொண்டு வந்து வைத்துக் கொண்டு, மதியம் நேரம் கிடைக்கும் போது அவசர அவசரமாக நான்கு வாய் அள்ளிப் போட்டுக் கொண்டு, மாலை 7 மணி வரை கடுமையாக உழைத்து விட்டு வீட்டிற்குச் சென்று திரும்ப சமைத்து கணவனுக்கும் போட்டுவிட்டு தானும் நிம்மதியாக

உடகார்ந்து சாப்பிட்டுவிட்டு படுத்தால் நிம்மதியாக ஒரு உறக்கம் எப்படி வரும் என்பதை அவருடன் இருந்த அந்த சில மணித்துளிகள் நன்றாகவே உணர்த்தியது... ஒரு சின்ன வியாதி கூட தன்னை நெருங்காமல் தன்னுடைய உழைப்புதான் இன்றுவரை தன்னையும், தன் குடும்பத்தையும் காத்து வருகிறது என்று திடமாக நம்பிக்கை கொண்டிருக்கும் பழனியம்மாவை மனதார வாழ்த்திவிட்டு வந்தோம்.

உண்ணும் உணவும், உடுக்கும் உடையும், பருகும் நீரும் அனைத்தும் வியர்வை சிந்தி உழைக்கும் உழைப்பாளிகளின் உன்னத உழைப்பால் நமக்குக் கிடைக்கிறது என்பதை நன்றியுடன் நினைவுகூர வேண்டிய இந்நந்நாளில் அனைத்து உழைப்பாளி மக்களையும் மனதார வாழ்த்துவோம்! அனைவருக்கும் மே தின வாழ்த்துகள் நண்பர்களே

104. பேருந்து நடத்துநர் வாழ்வில் 1 நாள்

- மோகன் குமார் June 1, 2012 1

அண்மையில் சென்னை மாநகர பேருந்தில் பயணிக்கும் சந்தர்ப்பம் அமைந்தது. மதிய நேரம் என்பதால் அதிக கூட்டமில்லை. அமர்ந்து விட்டேன். அருகில் இருந்த 45 - 50 வயது மதிக்கத்தக்க நபர் இயல்பாய் உரையாட ஆரம்பித்தார். பேச ஆரம்பித்ததும் தான் தெரிந்தது. அவர் ஒரு கண்டக்டர் என்று!

சென்னை பேருந்துகள் பற்றியும் டிரைவர் கண்டக்டர் வாழ்க்கை பற்றியும் என் சந்தேகங்கள் பலவும் கேட்டு விட்டேன். கேட்கும்போது பதிவெழுத நினைக்கவே இல்லை. ஆனால் இறங்கிய பின் யோசித்தால் பஸ் வாழ்க்கை பற்றி அவர் நிறையவே சொன்னது புரிந்தது.

இதோ உங்களுக்காக ஒரு பிரத்யேக சென்னை கண்டக்டர் பேட்டி:

கண்டக்டருங்க ஒரு நாளைக்கு எத்தனை மணி நேரம் வேலை பாக்கணும்? எத்தனை ஷிப்ட் இருக்கு?

ஒவ்வொரு கண்டக்டருக்கும் எட்டு மணி நேரம் டியூட்டி. முதல் ஷிப்ட் காலை நாலு மணிக்கு ஆரம்பிக்கும். நான் போகும் தாம்பரம் டு டி. நகர் ரூட்டை வச்சு சொல்றேன். இந்த ரூட்டில் முதல் பஸ் தாம்பரத்தில் நான்கு மணிக்கு கிளம்பும். நாலு மணிக்கு வண்டியில் ஏறும் கண்டக்டர், டிரைவர் மதியம் 12 வரை வேலை செய்துட்டு இறங்கிடுவாங்க. இதே ரூட்டில் அடுத்த பஸ் நாலரைக்கு கிளம்பும். இதில் ஏறும் பஸ் ஊழியர்கள் மதியம் 12.30-க்கு இறங்குவாங்க. இப்படி வரிசையா கண்டக்டர்-டிரைவர் அடுத்தடுத்த அரை மணி கேப்பில் அடுத்தடுத்த வண்டிக்கு வருவாங்க. கடைசி ஷிப்ட் மாலை நான்கு மணிக்குத் துவங்கும். இதில் ஏறுவோர் இரவு 12 மணி வரை வேலை செய்வாங்க. இரவு 12 முதல் காலை 4 வரை சென்னையில் பஸ் ஓடாது.

இப்படி ஆறு நாள் டியூட்டி பார்த்தா ஒரு நாள் Off. பிரிட்டிஷ் காலத்தில் கொண்டு வந்த பழக்கம் இது. இன்னிக்கு வரை தொடருது.

மதுரையில் மட்டும் இரவு நேர பஸ் எல்லாம் இருக்கே அது எப்படி ?

மதுரையில் ஒரு பஸ்ஸில் டிரைவர் கண்டக்டர் காலை ஆறு மணிக்கு ஏறினா மறு நாள் காலை நான்கு மணிக்கு தான் இறங்குவார்கள். இவர்களுக்கு அடுத்த நாள் ரெஸ்ட். ஒரு நாள் விட்டு ஒரு நாள் வண்டி ஓட்டுவாங்க.

உங்க ஷிப்ட் நாலரைக்கு ஆரம்பம்னா ரொம்ப சீக்கிரம் எழணும் இல்லை. தினம் இப்படி எழ கஷ்டமா இல்லையா?

பழகிடுச்சுங்க. பொதுவா எல்லா வாரமும் ஒரே ஷிப்ட் இருக்காது. ஒரு வாரம் காலை டு எனில் அடுத்த வாரம் மதியம் டு என இருக்கும். ஆனால் மதியம் இதே பஸ்ஸில் வரும் கண்டக்டர் ஒரு விவசாயி. அவர் காலையில் வயல் வேலை பார்ப்பார். அவருக்கு மதிய ஷிப்ட் தான் தோது. அதனால் தினம் நான் காலை ஷிப்ட்டும் அவர் மதியம் டு இரவு ஷிப்ட்டும் செய்றோம். எங்களுக்கு இது ஒரு அண்டர் ஸ்டாண்டிங் காலை 3 மணிக்கெல்லாம் நான் எழுந்திருக்கணும். நைட்டு ஏ. சி போட்டுட்டு தூங்கிடுவேன். பசங்க நைட்டு கண்ணு முழிச்சு படிச்சுட்டு லேட்டா தான் படுப்பாங்க.

அலாரம் வச்சி மூணு மணிக்கு எழுந்திருப்பேன். சீக்கிரமா பல் விளக்கிட்டு, குளிச்சுட்டு கிளம்பிடுவேன். அதுக்குள் என் மனைவி எழுந்து ரெண்டு தோசை ஊற்றி கொடுப்பார். நைட்டே சட்னி பண்ணி வச்சிடுவார். சில நேரம் தோசை அல்லது இட்லி கூட நைட் ஊற்றி வச்சிடுவார். அதையும், குடிக்க சுடு தண்ணியும் எடுத்துட்டு மூணரைக்கு வீட்டை விட்டு கிளம்பிடுவேன். நான் இருப்பது பெருங்களத்தூரில். வீட்டிலிருந்து மெயின் ரோடு வரை காலையில் ஓடி வருவேன். அது ஒரு எக்சர்சைஸ் மாதிரி. மெயின் ரோடில் பஸ் பிடிச்சி தாம்பரம் வந்து எங்க ஸ்டாண்ட் வருவேன். ஆயிடுச்சு சார். இப்படியே 20 வருஷம் ஓடிப் போச்சு.

உங்களுக்கு கலக்ஷன் வச்சு கமிஷன் உண்டா?

பஸ் டிக்கெட் விலை ஏறும் வரை எங்களுக்கு 2 % கமிஷன். டிக்கெட் விலை ஏறினா எங்க கமிஷனை கொஞ்சம் குறைச்சுடுவாங்க. முன்னாடி மூவாயிரம் தினம் வசூலாகும். அதில் 2 % கமிஷன் அப்படின்னா அறுபது ரூபாய் வரும். இப்போ தினம் ஐயாயிரம் கலக்சன் ஆகும். அதில் 1.90% கமிஷன். அதாவது 90 ரூபா. டிரைவர் கண்டக்டர் இதை பிரிச்சு எடுத்துக்கணும். டீ சாப்பாடு இதுக்கு ஆகும் செலவு போக ஆளுக்கு 25 ரூபா தான் தினம் நிக்கும்

இந்த கமிஷன் கிடைப்பதே எம். ஜி. ஆர் காலத்தில் இருந்த ஈரோடு முத்துசாமி அப்படிங்கற மந்திரியால் தான். அவர் போக்கு வரத்து துறை அமைச்-

சரா இருந்தப்ப தான் எங்களுக்கு கமிஷன் கொண்டுவரணும் என பேசி வாங்கித் தந்தார். நல்ல மனுஷன் சார். இப்போ தி.மு.க வுக்கு மாறிட்டார். இந்த தேர்தலில் நின்னு தோத்துட்டார்.

சாப்பாட்டுக்கு செலவுன்னு சொல்றீங்க. உங்களுக்கு தான் பஸ் நிற்கும் இடங்களில் சாப்பாடு கிடைக்குமே?

அதெல்லாம் வெளியூர் போகும் பஸ்ஸில் தான் நடக்கும். கோயம்பேடு டு பாண்டிச்சேரி ஒரு பஸ் போகுதுன்னு வைங்க. அந்த பஸ் ECR ரோடு வழியா போகும். அங்கு ஒரு கடையில் சாப்பிடுவாங்க. பஸ்ஸில் வந்த ஜனம் சொல்லும் " பாருங்கையா இந்த டிரைவர் கண்டக்டருக்கு ஓசியில் சாப்பாடு கிடைக்குது"ன்னு. உண்மையில் அந்த சாப்பாடு நல்லா இருக்காது அத்தோட டிரைவரும் கண்டக்டரும் கம்மியா தான் சாப்பிடுவாங்க.

உங்க பசங்க என்ன செய்றாங்க?

பொண்ணு +2 படிக்குது.1000 மார்க் வாங்கும்னு நினைக்கிறேன். பையன் எட்டாவது படிக்கிறான். நாங்க யாதவா சார். எங்க ஜனங்களில் பெரும்பாலும் ஆடு மாடு மேய்ச்சவங்க தான். எங்களை போய் BC -யில் வச்சிருக்காங்க. MBC -யில் சேர்க்கணும்னு இன்னைக்கு உண்ணாவிரதம் நடந்தது. அதில் நானும் கலந்து கிட்டு தான் இப்போ திரும்ப வர்றேன். லல்லு பிரசாத் யாதவ், முலாயம் சிங் யாதவ், சரத் யாதவ் எல்லாரும் எங்க கம்மியூநிட்டி தான். அவங்க நினைச்சா, போராடினா எங்களை MBC -யில் சேர்க்க வாய்ப்பிருக்கு இதற்குள் நான் இறங்கும் இடம் வந்து விட, அவரிடம் சொல்லிக் கொண்டு விடை பெற்றேன்

அக்கறையுடன் விசாரித்ததில், மனம் விட்டு பேசியதில் மிக மகிழ்ச்சியாக என் கைகளைப் பிடித்துக் கொண்டு குலுக்கினார் அவர். ஒவ்வொரு மனிதருக்குள்ளும் தான் எத்தனை எத்தனை விஷயங்கள் புதைந்து கிடக்கிறது!

5

105. அப்புசாமியும் பாரதி நாற்காலியும்

- ஜ. .ரா. சுந்தரேசன்

காட்சி - 1

'அப்புசாமி மார்கழி மாதத்துப் பன்னிரண்டு டிகிரி ஸெல்ஸியஸ் அக்மார்க் பனிக் குளிரில், சக்தியில்லாத சக்தி முற்றப் புலவர்போல் கையது கொண்டு மெய்யது பொத்தி, மெய்யதுகொண்டு கையது பொத்தி, காலதுகொண்டு கழுத்தது பொத்தி, மூக்கதுகொண்டு தோளது பொத்தி இன்னும் பலது-கொண்டு பலது பொத்தி, ப்ரேக் டவுன் ஆன மரவட்டை மாதிரியும், வீணாய்ப் போன விஷ்ணு சக்கரம் போலவும், சற்றே பிரிந்தும் பிரியாமலும், விரிந்தும் விரியாமலும், சில பாகங்கள் தெரிந்தும் தெரியாமலும் வெடவெடத்-துக் கொண்டிருக்கிறார்.

ஒரு ஷோலாப்பூருக்கோ, பின்னிக்கோ அவர் ஆசைப்படவில்லை. தனது நாலு முழ லுங்கியைக்கூடப் போர்வையாக்கிக் கொள்ளமுடியாத சூழ்நிலை-யைச் சீதாப்பாட்டி உருவாக்கிவிட்டிருந்தாள்

பங்களாக் கதவு தேங்காய் சீனிவாசன் பாஷையில் 'பச்சக்' என்று இறுக்-கமாக மூடி, நச்சக் என்று பெரிய பூட்டைத் தொங்கவிட்டுக் கொண்டிருக்கி-றது.

பெண்டாட்டிக்குக் கோபம் வரவேண்டியதுதான். அதற்கென்று ஓர் அளவு-கிடையாதா?

அப்புசாமி தொடர்ந்து வெடவெடத்துக் கொண்டிருக்கிறார்.

இரும்புக் கேட்டை யாரோ திறக்கிறார்கள். மசமச வென்று வெள்ளையாக ஓர் உருவம் அவர் கண்ணில் நிழலாடுகிறது. வருவது யார்? 'குளிரால் வாடிய மயிலுக்குப் போர்வை ஈந்த வள்ளல் பேகனின் ஆவியா?

'பேகானோ பாராய்... கிருஷ்ணா நீ பேகானோ பாராய்...!"அதிகப்படிக் குளிரில் மூளை குழம்பின மாதிரி அப்புசாமி படுத்தவாறே பாடுகிறார். உரு-

வம் இன்னும் நெருங்குகிறது. கண்களின் முன்னே அலை அலையாகத் தெரிந்த டெலிவிஷன் டிஸைன்களினூடே உருவத்தை மறுபடி கூர்ந்து பார்க்கிறார்.

அப்புசாமி: யார்? யாரது? வள்ளல் பேகனா? சீக்கிரம் போர்த்தித் தொலைடாப்பா. புண்ணியமாப் போகும்.

உருவம்: தாத்தாவ்! என்ன இங்கே ஜாலியாகப் படுத்துக்கொண்டு?

அப்புசாமி: தாங்கள்.. தாங்கள். பேகன்தானே?

உருவம்: பேகனுமில்லே, ரீகனுமில்லே. ரசகுண்டு தாத்தா. தெரியலையா? பாட்டி மேலே ஏதாவது கோபம்னா இப்படியா வந்து வெளியே படுக்கறது? குளிர்க்காலத்திலே தம்பதிகளுக்குள் கோபமே வரக்கூடாது. அப்படியே வந்தாலும் வீட்டைவிட்டு வெளிநடப்புச் செய்து வெளியே வரக்கூடாது. அட்ஜஸ்ட் பண்ணிகிட்டு உள்ளேதான் படுக்கணும். சின்ன விஷயம் உங்களுக்கு புரியலையே.

அப்பு : நீ•••நீ••• ரசகுண்டா•••? டேய் ரசம்! நான்••• நான் செத்துப் போயிடுவேன் போலிருக்குதுடா•••பயமா இருக்குதுடா.

ரசகுண்டு : தாத்தாவ் (கர்ஜிக்கிறான்) யார்கிட்டே என்ன பேசறீங்க?

அப்பு : உன்கிட்டேதான் பேசறேன். நீ ரசம்தானே?

ரசம் : ரசம், குழம்பு, சாதம் எல்லாம் நான்தான். நானே ப்ரஹ்மம் ப்ரஹ்மமே நான். அஹம் ப்ரஹ்மாஸ்மி. அச்சமில்லை. அமுங்கதலில்லை, யார்க்கும் அஞ்சோம். எதர்க்கும் அஞ்சோம், எங்கும் அஞ்சோம், எப்பொழுதும் அஞ்சோம். கீழோர்க்கு அஞ்சேல்! குன்றென நிமிர்ந்து நில்.

அப்பு : முடியலையேடாப்பா.

ரசம் : தாத்தாவ்! விடுதலையைப் பெறடா••• நீ விண்ணிலே நிலைபெறடா. கெடுதலை ஒன்றுமில்லை. கீழ்மை உதறிட்டா.

அப்பு : டேய் ரசம்! நீயும் அவள் கோஷ்டியில் சேர்ந்துட்டியா? அடாபுடான்னு என்னன்னவோ சொல்றியே.

ரசம் : நான் சொல்லலை தாத்தா. பாரதியார் சொல்கிறார்.

அப்பு : பாரதியாரா? யாரு அவர்?

ரசம் : ஐயகோ! பாரதியார் நூற்றாண்டிலே போய், பாரதியார் யாருன்னு கேட்கறீங்களே தாத்தா.

அப்பு: பார்! அதி மயக்கமா இருக்குடா. ஒண்ணுமே புரியலை. என் வயிற்றைப்பார்.

(ஜிப்பாவைத் தூக்கி வயிற்றைக் காட்டுகிறார். வயிறு உள்ளடக்கி உட்டியாணா போஸ் தருகிறது. சிறு குடலின் மடிப்புக்கள் மினி சைஸ் எம். இ. எஸ். டிரான்ஸ்பார்மர் வளைவுகளின் தோற்றம் தருகின்றன.)

ரசம் (பதறியவனாக) : தத்திரிகிட! தத்திரிகிட தித்தோம்! வெறும் சோற்றுக்கோ வந்ததிந்தப் பஞ்சம்! தாத்தாவ்! தனிமனிதனுக்குணவில்லையெனில் இந்த ஜெகத்தினை அழித்திடுவோம். பாட்டி மறுபடி உங்கக் கிட்டே ராங்

பண்ணிச் சாப்பாடு போடலியா? தாத்தா. தேவி பராசக்தி ஆணை உரைத்தேன். உங்களுக்குச் சாப்பாட்டுக்கு நான் வழி பண்றேன். பாரதி என்ன சொன்னான் - வயிற்றுக்குச் சோறிடவேண்டும். இங்கு வாழும் மனிதருக்கெல்லாம்......

அப்பு : யாருக்கோ தெரியுது. சீதேக் கிழவிக்குத் தெரியலையே. இரண்டு நாளாகக் குலைப்பட்டினி. அதை விடக் கொலைக் குளிர்.

ரசம் : என்ன ஆச்சு தாத்தா?

அப்பு : அந்த மூலையைப் பார்! எல்லாம் இதனால் வந்த வினை.

(ரசகுண்டு அப்பு காட்டிய திக்கைப் பார்க்கிறான். ஒரு பழைய நாற்காலி. பிளாஸ்டிக் நாரினால் பின்னப் பட்டது. உட்காருமிடத்தில் உள்ள நார்கள் சந்திர மண்டலத்து எரிமலை வாய்போலக் கிழிந்து பள்ளமாய்க் கிடக்கிறது. அதில் யாரோ உட்கார்ந்து தானும் விபத்துக்குள்ளாகி அதையும் விபத்துக் குள்ளாக்கியிருக்கிறார்கள் என்பதை ஊகிக்கிறான் ரசகுண்டு)

ரசம் : என்ன நடந்தது தாத்தா?

அப்பு: பால் கமிஷன் ரிப்போர்ட் மாதிரியெல்லாம் விசாரிக்காதேடா. எனக்குப் பசி மயக்கம். (குழறுகிறார்) என் 'பன்'னல்லவா? இரண்டு கண் வாங்கிட்டு வாடா. (மயக்கமுற்று விழுகிறார்.)

ரசம் (பதறி) : பஞ்சமோ பஞ்சம் என்றே - நிதம் பரிதவித்தே உயிர் துடிதுடித்துத் துஞ்சிமடிகின்றாரே இவர் துயர்களைத் தீர்க்கவோர் வழியிலையே (எழுப்புகிறான்) தாத்தா, தாத்தா, இதோ இரண்டு பன் வாங்கி வர்ரேன். ப்ளீஸ் செத்துகித்துப் போயிடாதீங்க. உங்களைத்தான் நம்பி வந்திருக்கிறேன் ஒரு காரியத்துக்கு.

(அப்புசாமியின் மயக்க நிலையிலும் அவர் கை வின்ஸ்டன் சர்ச்சிலின் புகழ்பெற்ற 'வி' சமிக்ஞைபோல இரண்டு விரல்களைக் காட்டிக் கொண்டிருக்கிறது.)

ரசம் : தாத்தா! இரண்டு பன்னென்ன, இருபத்து நாலு பன் வாங்கி வருகிறேன்.

(பக்கத்திலுள்ள டீக்கடைக்கு ஓடி பன்களும் டீயும் வாங்கி வந்து அவருக்குச் சிறிது சிறிதாக ஊட்டுகிறான். அப்புசாமி கண்ணை மூடியவாறே கண்ணிழந்த கார்ப்பரேஷன் வண்டிக் காளை மாதிரி பன் துண்டுகளை அசை போடுகிறார். அவர் கண் சிறிது சிறிதாகத் திறக்கிறது.)

ரசம் : ஒளிபடைத்த கண்ணினாய் வா வா வா... உறுதி கொண்ட நெஞ்சினாய் வா.. வா.. வா... தெளிவு பெற்ற மதியினாய் வா வா...வா... சிறுமை கண்டு பொங்குவாய் வா... வா.. வா...

அப்பு (நன்றாகக் கண்விழித்து): நான் எங்கிருக்கிறேன். தெல்லாம் என்ன ஒரே பன்னும் டீயும் பெருக்கெடுத்து ஓடறது?

ரசம் : தாத்தா; திடீர்னு நீங்க மயக்கமாயிட்டீங்க. பன்னும் டீயும் தந்தேன். முழிச்சிகிட்டீங்க... குளிரால் வெடவெடன்னு நடுங்கிட்டிருந்தீங்க. என் லுங்-

கியை அவிழ்த்து மேலே போர்த்தியிருக்கேன்.

(அப்புசாமி மெதுவாக எழுந்து உட்காருகிறார். உடம்பில் தெம்பு பிறக்கிறது.)

அப்பு : ரசம்? எந்த மாதிரியான இக்கட்டிலே வந்து நீ கைகொடுக்கிறே. ஆகா. உன் பேர் ரசமில்லைடா. ரவி சாஸ்திரி!

ரசம் : தாத்தா! சாதிகள் இல்லையடி தாத்தா! என்னை வெறும் ரவி என்று கூப்பிட்டாலே போதும். பாரதியாருக்குச் சாதிகளெல்லாம் பிடிக்காது.

அப்பு: பாரதியார்? எங்கோ கேள்விப்பட்ட பெயரா இருக்குடா...

ரசம் : தாத்தா! உங்களுக்கு இப்பத்தான் சுயநினைவு கொஞ்ச கொஞ்சமா வருது. பாரதியாரைத் தெரியாது, நம்ம பாரதியாரை? மெதுவா நினைச்சுப்பாருங்க. 'நாம் இருவர்' சினிமாவிலே பேபி கமலா டிரம் மேலே ஆடுவாளே டான்ஸ். ஞாபகம் வருதா? வெற்றி கொண்டே சங்கு ஊதுவமே. நாமிருக்கும் நாடு நமதென்பதறிந் தோம்... பெரிய டிரம் மேலே... பேபி கமலா ஆடுவாளே... அப்போ பாடற பாட்டு... அந்த பாரதியார்.

அப்பு (சடாரென்று நிமிர்ந்து எழுந்து நின்று உணர்ச்சிவசப்பட்டு) : வந்தே மாதரம்! வந்தே மாதரம்! தேசிய மகாகவி பாரதியாரைத்தானே சொல்கிறாய்?

ரசம் (அப்புசாமியைக் கபாலென்று இறுகக் கட்டிக் கொண்டு) : தாத்தா. உங்களுக்குச் சுய உணர்வு பூரா திரும்பிடிச்சி! ஜய ஜய பவானி! ஜய ஜய பாரதம்! ஜய ஜய மாதா! ஜய ஜய துர்க்கா! வந்தே மாதரம்! வந்தே மாதரம்! அதிரத மன்னர்காள்! துரகதத்ததிபர்காள்! எதிரிகள் துணுக்குற இடித்திடு பதாதிகள்! வேலெறி படைகாள்! சூலெறி மறவர்காள்! (அவன் பேசப் பேச அப்புசாமி படிப்படியாக நிமிர்ந்து நின்று விறைப்பாகிறார்.

அப்புசாமி: போதும்டா! போதும்! இதற்கு மேல் பாடாதே என் நரம்பெல்லாம் டொய்ங் டொய்ங்னு முறுக்கேறிக்கிட்டே போவுது! முறுக்கு! டேய் ரசம்! உடனே போயி நாலு முறுக்கு வாங்கிட்டு வா! அதைத் தின்னுட்டு அந்தக் கிழவியை உண்டு இல்லைன்னு ஆக்கிடறேன். டியேய் சீதே! என்னையாடி குளிரில் தள்ளி, கொலைப்பட்டினி போட்டே?

ரசம் : தாத்தா! சபாஷ்! இந்த மாதிரி வலிவு மிகுந்த தாத்தாவைத்தான் தேடிவந்தேன். எடுத்த காரியம் யாவினும் வெற்றி, எங்கு நோக்கினும் வெற்றி! இதோ போய் முறுக்கு வாங்கிட்டு வர்ரேன். பட்டர் முறுக்கா? ஆர்டினரி முறுக்கா? கை முறுக்கா?

(அப்புசாமி உணர்ச்சிவசப்பட்டு அம்ஜத்கான் மாதிரி சிரித்துக்கொண்டு)

அப்பு : முறுக்கு! கை முறுக்கு! கால் முறுக்கு! எந்த முறுக்காகினும் எவ்வளவு வேண்டுமானாலும் கொண்டு வந்திடடா! புல்லியர் கூட்டத்தினைப் பூழ்தி செய்திடறேன்.

(ரசகுண்டு மீண்டும் டீக்கடைக்கு ஓடிச்சென்று பத்து முறுக்குகளும் இரண்டு கப் டீயும் வாங்கி வருகிறான். அப்புசாமி அவற்றை அட்டகாசமாகத் தூளடித்து விழுங்கி, இரண்டொரு ஏப்பங்களைக் கர்ஜிக்கிறார்.)

ரசம் : தாத்தா! இப்பத்தான் நான் தேடிவந்த புரட்சித் தாத்தாவாக நீங்க இருக்கீங்க.. உங்களைத் தேடி வந்தது எதற்குன்னு கேட்கலியே?

அப்பு : ரசம்! எனக்கு நீ உயிரைக் கொடுத்தே. நீ என்ன கேட்டாலும் இதோ தந்தேண்டா.

ரசம் : தாத்தா! அப்படியானால் உடனே கிளம்புங்கள் என்னுடன்

அப்பு : எங்கேடா?

ரசம் : கேள்வி கேட்காதீங்க...

அப்பு : இரு. அந்த நாற்காலியைக் கையோடு எடுத்து வந்துடறேன். அதுலேதான் விவகாரமே இருக்கு. இப்ப நாம் எங்கே போறோம்?

ரசம் : எங்க வீட்டுக்கு.

காட்சி - 2

ரசகுண்டுவின் வீடு. பீமாராவ், அரைபிளேடு அருணாசலம், ஆகியோர் அப்புசாமியை அலங்கரித்துக் கொண்டிருக்கிறார்கள். அப்புசாமிக்குப் பாரதியார் மேக்கப் நடந்துகொண்டிருக்கிறது. பக்கத்தில் கிழிந்து போன நாற்காலி போட்டிருக்கிறது. அப்புசாமி முகத்தில் ஒரே சோகம்.

அரைபிளேடு : வாத்யாரே! நம்ம பூரதியார் இப்போ ருந்தார்னாகண்டி ஒன்னை மாதிரியேதான் இருப்பாரு வாத்யாரே. படா சோக்காகீது பூரதியார் வேசம்!

ரசம் (எரிச்சலுடன்) : யோவ் அரைபிளேடு! இன்னொரு வாட்டி பூரதியார்னு சொன்னே?... படா ரகளையாயிடும் ஆமா...

அரைபிளேடு : இன்னாயா ராங்கு! புரச்சிக்கவி பூரதியார்னா இன்னா ரைம் வரும். அம்சமா கீது. டைட்டில் அப்படித்தான் வைக்கணும். பைனான்சியர்ங்கற மொறையிலே சொல்றேன்.

ரசம் : யோவ் பிளேடு! பணம் போட்டதுக்காக உன் தலைப்பை எல்லாம் ஒப்புக்கணும்னு இல்லே.தெரிஞ் சுக்கோ. நான் டைரக்டர். நம்ம கையிலே ராங்வச்சுக்காதே. நான் அக்கினிக்குஞ்சு! தத்திரிகிட தத்திரிகிட தித்தோம்.

பீமாராவ் : ரசா! ஏனப்பா ரகளை? இன்னும் முதல் ரிகர்சலே ஆகலே. பைனான்ஸ் ஆகினவ ஹேளுதே கரெக்ட்டு, கெலசவ நோடப்பா.

அப்பு (சங்கடத்துடன்) : டேய் ரசம்! உன்னோட பாரதி பக்தியை நான் பாராட்டறேண்டா. ஆனாலும் எனக்குப் பயமா இருக்குதடா... சீதேக் கியவி இங்கே வந்து மெரட்ற மாதிரி! ஆமாம்.. நாற்காலி விஷயம் கவனிக்கி றேன்னியே... அதை முதல்லே கவனிடா... ஒரே நடுக்கமா இருக்கு.

ரசம் : தாத்தா, நீ ஒளி! நீ சுடர்! நீ புகழ்! நீ வீரம்.

அப்பு : டேய் ரசம்! உணர்ச்சி ஏறமாட்டேங்குதுடா. பாரதியாராவெல்லாம் என்னால் நடிக்க முடியுமா? பாரதியார்னா எவ்வளவு வீரமா நடக்கணும், வாட்ட சாட்டமா வரணும், போகணும். பீமாராவ் இருக்கானே, இவனைப்

போடு, பிரமாதமா இருக்கும்.

ரசம் : தாத்தா, அதையும் ட்ரை பண்ணினேனே. அவன்கிட்டே மொழிப்பற்று அதிகமா இருக்கு 'வாழ்க தமிழ் மொழி, வாழ்க தமிழ்மொழி, வாழிய வாழியவே'ன்னு ஓபனிங் ஸாங் பாடுடான்னா 'வாள்க நென்ன கன்னட மொளி வாள்க நென்ன கன்னட மொளி, பாளிய பாளியவே'ன்னு பாடறான்.

அப்பு : டேய் ரசம்! பேசாமல் நீயே பாரதியாரா நடிச்சிடுடா...நல்லா உணர்ச்சியாப் பேசறே, பாடறே. ஆடறே, ஓடறே?

ரசம்: நான் ரொம்பக் குள்ளம். பாரதியார் புகழ் என்னால் குறையக்கூடாது தாத்தா!

அப்பு : அப்போ அரை பிளேடையே போட்டுடு, அவன் நல்ல உயரம்.

ரசம் : அவனையும்விட்டு வைக்கலை. ட்ரை பண்ணினேன். 'சுட்டும் விழிச் சுடர்தான் கண்ணம்மா' பாடச்சொன்னேன். அவன் பாடறான். 'சுட்டும் வியிச் சுடர்தான் கண்ணம்மா... தே.. இந்தாமே ஒன்னியேதான்... சூரிய சந்திரரோ' என்கிறான். 'சொந்தமாவெல்லாம் சேர்த்துப் பாடாதேடா' என்றால் 'நான் பைனான்ஸியர். அப்படித்தான் சேர்த்துப்பேன்' என்கிறான்.

அரை : நைனா! எதுலேயும் நடுவுலேநாலு சொருவு வுடணும். நைனா... சொராப் புட்டு கணக்கா அப்பத்தான் சொகுசா இருக்கும். இந்தக் கஸ்மாலத்துக்கு எங்கே பிரியுது?

அப்பு : டேய் ரசம்! வசனமெல்லாம் மறந்து போயிடு மோன்னு பயமா இருக்குதுடா...இந்த பேஜாரெல்லாம் எனக்கு வோணாம். எப்படியாவது என் நாற்காலி சமாசாரத்தைக் கவனிச்சுட்டியான்னா போதும்டா...

அரை : யோவ் வாத்யாரே! நீ இன்னாயா சாவு கிராக்கியாகீறே? மறுபடி மறுபடி நாற்காலி, நாற்காலின்னுகிட்டேறே? ஆயிரம் ரூபாபோட்டு நாடகம் நடத்தி ஒரு நூறு இருநூறு லாபம் பார்க்கலாம்னு செட்டப் பண்ணினா, காரியத்தையே கெடுத்துப் பூடுவே போலிருக்குதே.. இன்னாயா கஸ்மாலம் ஒன் நாக்காலி!

அப்பு : ரசம்! இந்த அரை சொல்றானேன்னு அலட்சியமா இருந்துடாதே. எப்படியாவது நாற் காலியைத் தள்ளிவுட்டு என்னைக் காப்பாத்துடா...

அரை : யோவ்! பூரதியாரா லெச்சணமா நாலு டயலாக் பேசுய்யான்னா நாஸ்டாவைத் தின்னிட்டு நாக்காலி நாக்காலின்னுட்டே உசிரை வுடறே? ஊர் உலகத்திலே இல்லாத நாக்காலி! (நாற்காலியை எட்டி ஓர் உதை விடுகிறான். ஏற்கெனவே நலிந்த நிலையிலிருந்த நாற்காலி, முக்காலியாகிறது.)

அப்பு : ஐயோ! ரசம்! போச்சே என் நாற்காலி! என்னடா பண்ணுவேன்.

ரசம் (ஆத்திரத்துடன்) : பீமா! எரிதழல் கொண்டு வா! அரை பிளேடின் கையினை எரித்திடுவோம்! யோவ் பிளேடு! பைனான்ஷியர் என்கிற திமிரிலே இன்னா வோணும்னாச் செய்யறதா?

அரை : இன்னாபா! வாயி கீயுது! திமிர் கிமிர்னே பெண்டு நிமிர்ந்துடும் நைனா...

பீமா : கோப பேடாப்பா சமாதானா... சமாதானா...

ரசம் : தாத்தாவ்! மேக்கப்பைக் கலைங்க. எடுத் தெறிங்க. மீசையை! கழற்றிக் கடாசுங்க தலைப்பாகையை!

அப்பு : என்னடா.. ரசம்.. என்னடா சொல்றே?

ரசம் (ஆவேசத்துடன்) : தாத்தா! அடிமைக்குத் தளையில்லை யாருமிப்போது! இடிபட்ட சுவர்போலே விழுந்தான். கிருத யுகம் எழுக மாதோ! தாத்தா! இந்த அரைபிளேடு இனி அனாவசியம்! பூமியில் எவர்க்கும் இனி அடிமை செய்யோம்.. நமக்கு வேண்டாம் இந்த நாடகம்.

அரை : போங்கடா பொறுக்கிக் கஸ்மாலங்களா... நான் இன்னித் தேதிலே நினைச்சேன்னா குய்யூ வரிசைலே கொணாந்து குவிப்பேண்டா பூரதியாருங்களை... வேசம் கட்டவா ஆளில்லை? நம்ம நாஸ்டாவைத் தின்னுட்டு நம்ம கைலே வேலை காட்டறீங்க...டாய்!

பீமா (அரைபிளேடின் கையைப் பற்றிக்கொண்டு) : பேடாப்பா நீவு எவ்வளவு தொட்டு மனுஷரு! ரகளை பேடாப்பா...ரசகுண்டு சிக்கு ஹூடுவா... தாத்தா தொட்டு ஹூடுவா... மன்னிச்சுடு ரெண்டு பேரையும்...

அரை : உன் மூஞ்சிக்காகப் போறேன்... இன்னாவோ கவி கவிங்கறாங்களே. நாமும் பூந்து புறப்பட்டு எதுனாச்சும் தேத்தலாம்னா கஸ்மாலங்க காரியத்தைக் கெடுத்துட் டாங்க. கொண்டாய்யா மீசை, தலைப்பாவை...

(அப்புசாமியிடம் ஒட்டிக் கொண்டிருந்த பாரதி மீசையையும் தலைப்பாகையையும் பறித்துக் கொண்டு வெளியேறுகிறான்.)

அப்பு : ரசம்! ரசம்! எப்படியாவது என் நாற்காலி விஷயத்தைக் கவனிடா...

ரசம் : தாத்தாவ்! ஏமாறுகிறதற்கும் ஓர் அளவு உண்டு. இந்த பழைய நாற்காலியை எவனாவது நூறு ரூபாய்க்கு வாங்குவானா தாத்தா! ஏன் வாங்கினீங்க? அறிவு வேணாம்? ஒரு பொருளை வாங்கறது சுலபம். விற்கறதுதான் கஷ்டம். செல்வ முற்றிழந்துவிட்டாய்! தருமா! தேசமுங் குடிகளும் சேர்ந்திழந்தாய் (இடிந்து உட்காருகிறான்).

அப்பு : ரசம்! என்னடா காற்றைப் புடுங்கி விடறே? நீயே இடிஞ்சு போயிட்டா நான் என்னடா செய்வேன்... நூறு ரூபாய்க்கு இதை நான் எப்படிடா விற்றுத் தேத்துவேன்... (ரசத்தின் தோள் அருகில் பெருமூச்சு விடுகிறார்.)

ரசம் : தாத்தாவ்! நான் ஏற்கெனவே எரிச்சல்லே இருக்கேன். தோள்மேலே வந்து உங்க தூக்கப் பெருமூச்சை விடாதீங்க. நீங்க கொஞ்ச நேரம் பாரதியாரா வேஷம் போட்டீங்களே அந்தக் கொஞ்ச நேர வீரமாவது உங்களுக்கு இருக்க வேணாமா? அப்படி நாற்காலியிலே உட்காருங்க...

(அப்புசாமி ஜாக்கிரதையாக மூணு கால் நாற்காலி யில் போய் உட்காருகிறார். ரசம் அவர் உட்கார்ந்திருப் பதையே கொஞ்சநேரம் பார்த்துக் கொண்டிருக்கிறான். திடீரென்று அவன் முகமும் மூளையும் பிரகாசமாகிறது. நரம்-

புகளில் சுறுசுறுப்பேறுகிறது.)

ரசம் : ஆகா! தாத்தா ஐடியா! வெற்றி கூறுமின் வெண் சங்கூதுமின்!

அப்பு : எதை வேணுமானாலும் ஊதறேன். நாற்காலி விஷயத்தை மட்டும் கவனிச்சுடுடா.

ரசம் : தாத்தா! எந்த நாற்காலியாலே உங்களுக்கு அவப்பெயர் வந்ததோ அந்த நாற்காலியாலே நீங்க புகழை அடையப் போறீங்க பாருங்க!

பீமா : ஏனப்பா திட்டம்? கொஞ்சம் விவரமா ஹேளப்பா.

ரசம் : தாத்தா! இந்த நாற்காலி சாதாரண நாற்காலி இல்லை. பாரதியார் உட்கார்ந்த நாற்காலி! நீங்க பாரதி யாராக் கொஞ்சநேரம் இருந்தீங்க இல்லையா? நீங்க உட்கார்ந்தீங்க இல்லையா? ஆகவே பாரதியார் உட்கார்ந்த நாற்காலி! இதை வெச்சுத்தான் ஐயாவோட பிளான்.

(அப்புசாமியிடமும் பீமாவிடமும் தன் திட்டத்தை விவரிக்கிறான். திட்டத்தைக் கேட்ட வுடன் அப்புசாமி ஆடுகிறார்.)

அப்பு : ஆடுவோமே, பள்ளுப் பாடுவோமே. சப்பாஷ்டா ரசம். சப்பாஷ். அடியே சீதே! விண்டு போயிட்டேன்னு நினைச்சுக்காதேடி வித்தாரக்கள்ளி! வெட்ட வெட்டத் துளிர்க்கும் கட்டப் புளியமரம்டி நான்.

ரசம் : பீமா! ஜரூரா எல்லாக் காரியத்தையும் சுவனிக்கணும்.

அப்பு : ஏண்டா ரசம், சீதேக்கியவி ஏதாவது சதி பண்ணிடுவாளா? திட்டமெல்லாம் நல்லா நடக்குமா?

ரசம் : தாத்தாவ்! தத்திரிகிட தத்திரிகிட தித்தோம்! உறுதி! உறுதி! உறுதி! உறுதிக்கேயோர் உடையுண்டாயின் இறுதி! இறுதி! இறுதி! நம்ம திட்டம் நிச்சயம் வெற்றித் திட்டம் தாத்தா.

காட்சி - 3

(அப்புசாமி சுற்றி வந்து பாடுகிறார். சீதாப்பாட்டி ஒரு வாரத்து பெங்களூர் விசிட்டைமுடித்துக் கொண்டு திரும்பிச் சில மணித் துளிகளே ஆகியிருந்தன.)

அப்பு : அடி வாஹ்டி என் கப்பேக் கிழங்கே! அடி வாஹ்டி அடி வாஹ்டி! பாடாதே வாயைத் தெறந்து••• அடி வாஹ்டி••• அடி வாஹ்ஹ்டி!

சீதாப்பாட்டி (எரிச்சலும் அருவருப்புமாக) : நிறுத்துங்க. என்னது இது பார்பேரிக்காகச் சுற்றிச் சுற்றி வந்து ஆடறீங்க?

அப்பு : அடி வாஹ்டி! அடி வாஹ்டி! அடி கூடு கட்டுற குயிலே! புது மேடை கட்டற மயிலே!

சீதா : ஏதாவது ஹிஸ்டீரியாவா? ஓவர் குளிரால் மூளையிலே கோளாறு ஏற்பட்டுட்டுது போலிருக்கு.

அப்பு (வாயில் விரலை வைத்து 'விஷ்' என்று விசில் அடிக்கிறார்) : ஏண்டி கிய்வி! மொகத்தை ஏண்டி மொகஞ்சதாரோ பொம்மை மாதிரி வெச்-

சிக்கீறே! என் ரூமிலே போட்டுக்கறதுக்காக ஏலக் கடையிலே நூறு ரூபாய்க்கு ஒரு நாற்காலி வாங்கிட்டேன்னு என்னை என்ன கொடுமை பண்ணிட்டே? அந்த நாற்காலியிலே, உன்னைப் பார்க்க வந்த பா. மு. கழகக் குண்டச்சி ஒருத்தியை நீயே உட்காரச் சொல்லிட்டு, கிழவி தொபுகடீர்னு விழுந்தா, அது என் பொறுப்பா? அதுக்கு நான் ஏண்டி தண்டனை அனுபவிக்கணும்? (வாஹ்டி என் கப்பேக் கிழங்கேயை 'ஹம்' செய்தவாறு சுற்றி வருகிறார்).

சீதா : என் கழகத்தின் ஆனரபிள் மெம்பர் உங்க ஓட்டை நாற்காலியிலே உட்கார்ந்து விழுந்தப்போ கையைக் கொட்டிச் சிரிக்கலை நீங்க? டீஸன்ஸிக்கும் உங்களுக்கும் ரொம்பத் தூரம்.

அப்பு : பொம்பிளைதாண்டி சிரிச்சாப் போச்சு! ஆம்பிளை நல்லாச் சிரிக்கலாம்டி

சீதா : நான் வீட்டைப் பூட்டிக்கொண்டு போன ஒரு வாரமும் சிரிப்பாய்ச் சிரிச்சிருப்பீங்களே? நாற்காலியை எந்த ஆக்ஷன் கடையிலே வாங்கினீங்களோ அதே ஆக்ஷன் கடையிலே ரிடர்ன் பண்ணி நூறு ரூபாயை வாங்கிட்டு வாங்க. இல்லையானால் இந்த வீட்டிலே உங்களுக்கு போர்டிங்கும் கிடையாது லாட்ஜிங்கும் கிடையாது!

அப்பு : பெப்பரப்பே! இதைப் பாருமே!

(ஒரு துண்டு நோட்டீசைப் பாட்டி முன் டான்ஸ் ஆட வைக்கிறார். சீதாப்பாட்டி வெடுக்கென்று பறித்துப் படித்துப் பார்க்கிறாள்.)

சீதா (படிக்கிறாள்) : பெருந்திரளாக வருக! வருக! வந்து காணுங்கள். பாரதியார் உட்கார்ந்த நாற்காலி!

(தலையை நிமிர்த்தி) அட்ரோஷியஸ்! இது என்ன கோல்மால்?

அப்பு : மேலே படிமே சும்மா!

சீதா : அமைச்சர் திறப்பு விழா செய்கிறார். ஓ! மை குட்னஸ்! ஒண்ணா நம்பர் பிராட் ஆக எப்போ மாறினீர்கள்? திஸ் இஸ் கோயிங் டு பி எ ஸீரியஸ் அபர்! கேரள மார்க் ஸ்கேண்டலைவிடப் பெரிய ஊழலா யிருக்கும் போலிருக்கே. பாவம். அப்பாவியான ஒரு மந்திரியை வேறு இன்வால்வ் பண்ணியிருக்கீங்க.

அப்பு : மந்திரி திறந்து வெச்சிடுவார். முதலில் சில பேருக்கு இலவசமாகப் பார்க்க விடுவோம். அப்புறம் காசு வாங்கிட்டு அனுமதிப்போம். பார்க்கறதுக்குப் பத்துப் பைசா உட்கார்றதுக்கு ஒரு ரூபா.

சீதா : நான்ஸென்ஸ்! 'இதுதான் பாரதியார் உட்கார்ந்த நாற்காலிங்கறதுக்கு புரூப் என்ன' எல்லாரும் ப்ளாக் ஹெட்டா?

அப்பு : கெக்கே! அதுக்குத்தான் மந்திரியைக் கொண்டு தெறந்து வைக்கிறது. புரியுதாமே? மந்திரியே திறந்து வெச்சாச்சுன்னா ஆதாரமில்லாமல் இருக்கு மான்னு அவனவனுங்க வந்து விழுவானுங்க - ஆனி மாசத்து ஈ அல்வாக் கடையிலே வந்து விழற மாதிரி.

சீதா : உங்க மாதிரி மோசடியாச் சில பேர் செய்யற காரியத்தாலே அசலாக பாரதியார் உட்கார்ந்த நாற்காலியை அசலாக யாராவது வெச்சி-ருந்தால் அவங் களுக்குக்கூடக் கெட்டபெயர். பாரதி ஸென்ட்டினரி இயர்லே இந்தமாதிரி நடந்துகொள்ள ஆர் யு நாட் அஷேம்ட்?

அப்பு : நம்ம நடு ஹாலிலே கிழிந்த நாற்காலியை வெச்சு சும்மா ஜல்னு அதுமேலே ஒரு பாரதியார் படம்! ஒரு ரோஜா மாலை! ஒரு கட்டு ஊது-பத்தி! அவ்வளவு தான் செலவு, அப்புறம் க்யூ வரிசைதான். வரவு அயிட்டம் தான். வசூலாகிற பணத்துலே என்ன பண்ணப் போறேன் தெரியுமாடி கியவி! ஒன்பது ஷோலாப்பூர் போர்வையை வாங்கிட்டு அடுக்கடுக்காய்ப் போர்த்திட்டு தூங்கப் போறேன். உனக்கு வேணுமானாலும் பிச்சையா ஒண்ணு போத்த-றேன்.

சீதா : ஊம்... மேன் ப்ரபோஸஸ். காட் டிஸ்போஸஸ்...

அப்பு: எல்லாரும் உட்காரதுக்கு ஒரு ரூபான்னா நீ உட்காரப் பத்து ரூபா.

சீதா (யோசித்துவிட்டு ஒரு புன்னகையுடன்) திறப்பு, விழா பங்க்ஷனுக்கு என்னுடைய பரிபூர்ண விஷ்ஷஸ்.

அப்பு : எதுனாக் கடைசி நிமிஷக் கோல்மால் பண்ணிக் கவுத்துடலாம்னு மட்டும் கெனாக் காணாதேடி கெய்வி!

சீதா : ஒய் ஷுட் ஐ? ஐ ஹாவ் காட் பெட்டர் திங்க்ஸ் டு டூ ஒரு மினிஸ்டர் நம்ப வீட்டுக்கு வருகிறார்னா எனக்கு மட்டும் அது பெருமையில்-லையா?

அப்பு : அடியே கில்லாடி! இன்னாவோ மாதிரி சிரிச்சிகினு சொல்றே! ஒரு வார்த்தை சொல்லி வைக்கிறேன். எதுனா மிஷ்டீக் பண்ணிக் கவுத்து-டலாம்னு மட்டும் பார்க்காதே... ரசகுண்டு பாடினாப்போல... உறுதி உறுதி.. உறுதி... உறுதி போனால் இறுதி. இறுதி.. இறுதி...

காட்சி - 4

இரவு 12 மணி. அமைச்சரின் பிரம்மாண்டமான (வாடகை) இல்லம். கீழ்த்-தளத்தின் முன்பகுதியில் சின்ன ஹால். காரியதரிசி ராஜாபாதரின் அறை. ராஜாபாதர் கடியாரத்தைப் பார்த்துக் கொட்டாவி விட்டவாறே முணு முணுத்-துக்கொண்டு ஏரைக் கட்டிக்கொண்டிருக்கிறார் சற்றே அவசரமாக. மனக்கண் முன் புது மனைவி சிணுங்கு கிறாள். 'இன்னாங்கோ... ஒரு நாளப் போல ராத்திரி ஒரு மணிக்கும் ரெண்டு மணிக்கும் வந்துகிட்டு அடி, மினிஸ்டர் கிட்டே செக்ரெட்ரின்னு தெரிஞ்சுதானே கட்டிக்கிட்டே? இப்ப உழைச்சு நல்ல பெயர் எடுத்தா அமைச்சர் என்னை ஸ்பெஷல் பி. ஏ. வாகப் பண்ணிக் கொண்டுவிடற சான்ஸ் இருக்குது...'

போன் 'கிர்...' என்று அழைக்கிறது. எடுக்கிறார்.

காரியதரிசி : ஹலாவ்!

குரல் : நான் மொட்டைக் குரல் பேசறேன்.

காரி : மொட்டைக் குரலா? யார்ரா நீ? அயோக்கியக் கழுதை! இது மினிஸ்டர் வீடு... வை போனை.

குரல்: எச்சரிக்கை பண்றேன். உங்க அமைச்சருடைய நாளையப் புரோக்-ராம் என்ன? நீ காரியதரிசி ராஜாபாதர் தானே? நோட் இட் டவுன்...நாளைப் பிற்பகல் ஷார்ப்பா இரண்டு முப்பத்தைந்துக்கு அவருக்கு என்ன புரோக்ராம் ஷெட்யூல் வெச்சிருக்கிறே?

காரி : அதைக் கேட்க நீ யார்? முதலிலே நீ யார்ன்னு சொல்லு. போலீஸ்லே இன்பார்ம் பண்ணனும். அறிவு கெட்ட ராஸ்கல்...

குரல் : உங்க மினிஸ்டர் நாளைக்கு பாரதியார் உட்கார்ந்த நாற்காலியைத் திறந்து வைக்கிறார் இல்லியா?

காரி : ஆமாம். அதற்கென்ன?

குரல் : எச்சரிக்கிறேன். அந்த ஹாலிலே வெடிகுண்டு வெச்சிருக்கு.

காரி : வெடி குண்டா? டூப் அடிக்கிறாயா? யார்ரா நீ மடையா...யார்? யார்?

(மறுமுனையில் டெலிபோன் வைக்கப்படுகிறது.)

காரியதரிசி ராஜாபாதர் உடம்பெங்கும் சுறுசுறுப்பு கன்னா பின்னாவென்று பரவுகிறது. கொஞ்சநேரம் பித்துப்பிடித்த பிள்ளையார் எறும்புபோலப் பர பரப்-புடன் அறைக்குள் சுற்றிச்சுற்றி வருகிறார். பெரிய காரியதரிசிக்கு டயலைச் சுழற்றலாமா? சங்கதியைக் காலையில் சொல்லிக் கொள்ளலாமா? நடவ-டிக்கை எடுக்க முன்கூட்டியே ஏன் சொல்லலை என்று கோபிப்பாரோ? வேண்டாம். கிரெடிட்டை ஒரேடியாக நாமே தட்டிக்கொள்வது நல்லது... தீர்-மானிக்கிறார். விடிகாலையில் ஒரு ஜீப் சகிதம் சில செக்யூரிடிகளுடன் தானே ஸ்தலத்துக்குப் போவது. தர்ரோ செர்ச். குண்டு மட்டும் மாட்டினது கண்டி... நியூஸைபிளாஷ் பண்ணி அப்போதே ரிப்போர்ட்டர் மார்ட்டினுக்கு ஒரு சுழற்-றுச் சுழற்றிட்டா ஆசாமி கொன்னுருவான்... 'காரியதரிசியின் சமயோசித புத்தியால்' என்கிறது சின்ன டைட்டில் 'அமைச்சர் உயிர் தப்பினார் பெரிய தலைப்பு. நல்ல இம்பாக்ட்

காட்சி - 5

விடிகாலை நாலு மணி. சீதாப்பாட்டியின் வீட்டு வாசல் வழியே ஒரு மார்கழி மாத பஜனைக் கோஷ்டி செல்கிறது. சில வினாடிகளில் பின்னாடியே ஒரு போலீஸ் ஜீப் வருகிறது. வாசலில் விழா வேலைக்காகக் காகிதம் ஒட்டிக்-கொண்டிருக்கிறார்கள் ரசகுண்டுவும் பீமாவும் அப்புசாமியும். வெளியிலிருந்து விஷமிகளைவிட்டு சீதாப் பாட்டி ஏதாவது ரகளை செய்துவிடுவாள் என்கிற முன் ஜாக்கிரதையுடன் பாரதி நாற்காலி போடப்பட்டிருந்த ஹாலை வெளிப்-பக்கம் பூட்டியிருக்கிறார்கள். ஜீப் வந்து நிற்பதைக் கவனிக்கின்றனர்.

ரசகுண்டு : தாத்தாவ்! போலீஸ் ஜீப்!

அப்புசாமி : ஐயோ! போலீஸா? ஏண்டா காலங் காலையிலே?

பீமா : போலீஸ் முகத்திலே காலையிலே முளி குடுதப்பா. பேஜாரு. கடவுளே, ஏனு சங்கட?

அப்பு : டேய்! கியவி ஏதோ வெச்சிட்டா போலிருக் குதுடா வெடி.

ரசம் (உணர்ச்சியுடன்) : தத்திரிகிட தத்திரிகிட தித்தோம்! தாத்தா அச்சம் தவிர்! நொந்தே போயினும் வெந்தே மாயினும்...

நந்தேசத்தவர்... உவந்தே
சொல்வது வந்தே மாதரம்!
ஜெய் வந்தே மாதரம்!
ஜெய் பாரதி! ஜெய் பவானி!

தாத்தா! போர்! போர்! வீரப்போர்! அறப்போர்! வெற்றி கூறுமின்! வெண் சங்கூதுமின்!

அப்பு : டேய் ரசம்! லாத்தியோட போலீஸ் காரங்கடா...(நடுங்குகிறார்.)

ரசம் : நெஞ்சு பொறுக்குதில்லையே இந்த நிலை கெட்ட மனிதரை நினைத்துவிட்டால், சிப்பாயைக் கண்டு அஞ்சுவார்! ஊர்ச்சேவகன் வருதல் கண்டு மனம் பதைப்பார். துப்பாக்கி கொண்டு ஒருவன் வெகு தூரத்தில் வரக்கண்டு வீட்டிலொளிவார்.

அப்பு : நான் அப்பவே சொன்னேன்டா.... (காரியதரிசி ராஜாபாதர் போலீஸ் அதிகாரி பின்தொடர மிடுக்குடன் வருகிறார்.)

அதிகாரி : கதவைத் திற மேன்!

ரசம் : ஏன் திறக்கவேண்டும் கதவு? எதற்குத் திறக்க வேண்டுத் கதவு?

அதிகாரி:திறங்கடா கதவையின்னா... கட்டபொம்மன் வசனமா பேசறே? (ரசகுண்டுவின் பிடரியில் ஒரு தட்டுத் தட்டுகிறார்.)

ரசம் (வீறுபெற்று எழுந்தது) :

நாடு காப்பதற்கே - உனக்கு
ஞானம் சிறிதுமுண்டோ?
வீடு காக்கப் போடா - அடிமை
வேலை செய்யப் போடா!

காரியதரிசி : ரொம்ப அல்ட்டுறானே! ஆபீசர்! நீங்க உள்ளே போங்க. தர்ரோ செர்ச் பண்ணுங்க.

(அப்புசாமி விழுந்தடித்துக் கொண்டு மாடிக்கு ஓடுகிறார். பாட்டியை எழுப்புகிறார்.)

அப்பு : சீதே! சீதே! அடிப் பேயே! போலீஸ் வந்து உடைக்கிறதடி நம்ம வீட்டுக் கதவை! எழுந்தேலோ ரெம்பாவாய்!

சீதா : என்னை ஏன் டிஸ்டர்ப் பண்ணுகிறீர்கள்? போலீஸா? வீட்டை உடைக்கிறார்களா? காலையிலே வந்து என்ன உபத்திரவம் பண்ணுறீங்க?

அப்பு : கியவி! நீதாண்டி ஏதோ சில்மிஷம் பண்ணி யிருக்கணும்.

சீதா : மை குட்னஸ்! நான்பாட்டுக்கு கோல்ட் பிடிச்சுப் படுத்துக் கிடக்கேன். ஆமாம். போலீஸ் எப்படி நம்ம வீட்டு லாக்கை உடைக்கலாம்? (கீழே இறங்கி வருகிறாள் மிடுக்காக.)

சீதா (புன்னகையுடன்) : ஐயம் ஸாரி ஆபீசர்! நீங்க செய்வது அனாதரைஸ்ட் என்ட்ரி! காட் எனி வாரண்ட்? நீங்க என்ன ரெய்டுக்கு வந்த ஐ. டி. பீபிளா? இன் தட் கேஸ்... இதோ இவர்கிட்ட பூட்டின ஹாலுடைய சாவி இருக்கு. திறந்து நல்லாப் பாருங்க. உள்ளே ஹாலிலே பாரதியார் உபயோகித்த நாற்காலி எக்ஸிபிட் பண்ணி யிருக்கு தட்ஸ் ஆல்.

காரி : நாங்கள் தர்ரோ செர்ச் பண்ணனும்...ஒரு மர்மமான டெலிபோன் வந்திருக்கிறது,

சீதா : தாராளமாகப் பாருங்க. (அப்புசாமியிடம்) உங்களைத்தானே? ஹாண்ட் ஓவர் ஹிம் யுவர் கீ.

ரசம் : (பிடரியில் வாங்கிய அடியின் வலியினூடே) : தாத்தாவ்! சாவியைத் தராதீங்க... நரி வகுத்த வலையினிலே தெரிந்து சிங்கம் நழுவி விழும்; சிற்றெறும்பால் யானை சாகும்; வரி வகுத்த உடற்புலியைப் புழுவுங் கொல்லும்; வருங்காலம் உணர்வோரும் மயங்கி நிற்பர். கொடுத்துடா தீங்க சாவியை!

அப்புசாமியிடமிருந்து சாவியை லபக்கென்று அதிகாரி பறித்து ஹாலைத் திறக்கிறார்...ஹாலில் நடுவே ஒரு பிய்ந்த நாற்காலி. அதில் 'பாரதி உட்கார்ந்த நாற்காலி' என்ற கொட்டை எழுத்தில் எழுதியிருக்கிறது. அருகே டெலிவிஷன் செட் அதில் 'பாரதி உபயோகித்த டெலிவிஷன்' என்று எழுதியிருக்கிறது. அதற்கும் அருகே வீடியோ செட் அதில் 'பாரதி உபயோகித்த வீடியோ' என் று எழுதியிருக்கிறது. டெலிபோன் கருவி மீது 'பாரதி உபயோகித்த டெலிபோன்' என்று எழுதியிருக்கிறது. அதிகாரி எல்லா இடமும் தர்ரோவாகத் தேடுகிறார்.) அதிகாரி: எவனோ குண்டு விட்டிருக்கிறான் காரிய தரிசி சார்!

சீதா : வாட் இஸ் த மேட்டர்!

காரி (ஏமாற்றத்துடன்) : இங்கே ஏதோ குண்டு இருப்பதாக ஒரு மர்மக் குரல் நடு ராத்திரியில் எனக்கு வந்தது.

சீதா : நான்தான் பேசினேன்.

காரி (அதிர்ச்சியுடன்) : நீங்களா? நீங்க என்னத்துக்குப் பெரீமா அப்படிப் போன் போட்டீங்க? வெள்ளாடறீங்களா?

சீதா : பெரீமா பொரீமான்னு அப்ஸர்டாக் கூப்பிடாதீங்க. அட்ரஸ் மி மேடம்! உங்க வீடு இருக்கிற தெருவோரத்தில் புட்டு விற்கிற ஆயாக் கிழவின்னு நினைச்சுட்டீங்களா என்னை... .இது பாரதி ஸாகா...நான் பாரதியுகத்துப் புதுமைப் பெண். அண்டர்ஸ்டாண்ட்? நீங்க செக்ரட்ரியா வந்து எத்தனை மாசமாகுது?

காரி : ஒரு வருஷம் ஒரு மாசம் கம்ப்ளீட்டட்!

சீதா : என்ன பிரயோசனம்? யார் கிட்டே எப்படிப் பேசறதுன்னு தெரியலை. ஐ ஹாவ் டன் யூ எ நைஸ் திங். என்மேலே வள்னு வுழறீங்க?

ராஜா : ஸாரிங்க மேடம்.. என்ன நன்மைன்னு புரியலீங்க.

சீதா : ஐ ஷல் எக்ஸ்ப்ளெயின், உங்க மினிஸ்டர் ன்னிக்கு இரண்டு மணிக்கு வந்து ஓபன் பண்ணப் போறாரே... பாரதி உட்கார்ந்த நாற்காலி? இந்த ஹாலிலே இன்னும் பாரதியார் உபயோகித்த சாமான்களை யெல்லாம் பார்த்தீங்களா? குண்டைத் தேடினீங்க. அது கிடைக்கலை. அவ்வளவுதானா?

ராஜா : புரியலீங்க மேடம்!

சீதா : புரியாதால்தான் நீ இன்னும் பிரமோஷன் இல்லாம இருக்கிறே! பாரதி உபயோகித்த டி. வி. பாரதி உபயோகித்த வீடியோ அப்படீன்னெல்லாம் அட்டை தொங்குதே! அப்ஸர்டாத் தெரியலை? பாரதி காலத்தி லேயே மெட்ராஸுக்கு டி. வி. வந்துட்டுதாக்கும்? இதை அரேஞ்ச் பண்ணின மிஸ்டர் அப்புசாமி பாரதி மேலே அதிகப்படியான பித்துப்பிடித்தவர்.. ஏறக்குறைய பாரதி பைத்தியம். தன்கிட்டே எது கிடைத்தாலும், தான் எதைப் பார்த்தாலும் பாரதி உபயோகித்தது என்று சொல்லுவதில் அவருக்கு ஒரு வெறி, உங்க அமைச்சரை இப்படி ஒரு பித்துக்குளித்தனத்தில் இன்வால்வ் பண்ண வச்சுட்டீங்களே?

ஸ்பாட்டுக்கு முன்கூட்டியே நீங்க வந்து பார்க்கணும்னு தான் ராத்திரி அப்படிப் போன்லே பேசினேன்.

(ராஜாபாதர் தடாலென்று சீதாப்பாட்டி காலில் விழுகிறார்.)

காரி : இப்பவே ஓடிப்போய் ப்ரோக்ராமைக் கான்ஸல் பண்றேன். மேடம்! என்னைக் காப்பாற்றினீங்க...

(எழுந்து போகிறார்.)

அப்பு : அடி நீலி! நாங்கள் நாற்காலியிலே மட்டும் தானே 'பாரதி உட்கார்ந்தது'ன்னு எழுதி வைத்தோம். நீ அங்கிருந்த எல்லாச் சாமான்களிலும் எழுதி வைத்து எங்க திட்டத்தையே அம்பேல் பண்ணிட்டியேடி... ரசம்! நான் அப்பவே சொன்னேனில்லையாடா?

ரசம் : சீ! போங்க தாத்தா அப்பாலே! (சீதாப் பாட்டியைச் சுற்றி வந்து கும்பிடுகிறான்.) யாதுமாகி நின்றாய் காளி எங்கும் நீ நிறைந்தாய். தீது நன்மை யெல்லாம் நின்றன் செயல்களன்றியில்லை! ஆதிசக்தி தாயே! என்மீது அருள்புரிந்து காப்பாய்!

(அப்புசாமி மயக்கமடித்து விழுகிறார்.)

நகை - 6

நான் கேள்விகள் கேட்கக் கேட்க மிகச் சரளமாக பதில் வந்தது அவரிடமிருந்து.

அவருக்கிருந்த மேதமை, தான் என்ற அகங்காரமின்மை, எதையும் பெரி-தாக நினைத்து அலட்டிக் கொள்ளாத தன்மை, நான் என் கடமையைத் தானே செய்தேன் என்ற அடக்கம், கிராமத்துப் பின்புலம், அந்த நினைவு-களின் உயிர்ப்பு, குடும்பத்தின் மீது இருந்த பாசம், பேரனின் மீது இருந்த அளவு கடந்த நேசம் என ஒவ்வொன்றாக அறிந்து கொள்ள முடிந்தது அவரது பேச்சிலிருந்து.

“நான் என்னங்க பெரிசா செஞ்சிட்டேன். என் வேலை அது. அதை செய்யச் சொன்னாங்க. நானும் அதுக்காக நிறைய புஸ்தகங்களை தேடி, படிச்சு, கருத்தை உள் வாங்கிக்கிட்டு செஞ்சேன். அவ்ளோதான். எதுவுமே என்னோட சொந்தக் கருத்து கிடையாது. எல்லாமே இரவல்தான். என்னைப் போய் ”மகான்”னு நினைச்சி கடிதம்லாம் போட்டிருக்காங்க. சில பேர் நான் பெரிய சாமியார்னு நினைச்சி என் கிட்ட ஆசிர்வாதம் வாங்கணும்கறதுக்-காக எனக்கு முன்னாடியே ஆபிஸ்ல வந்து காத்திட்டிருப்பாங்க. இப்படித்-தான் ஒருதடவை ஒரு அம்மா தன் மகளோட வந்திருந்தாங்க. நான் சாமி-யார் எல்லாம் இல்லம்மா.

சாதாரண ஆசாமின்னு சொன்னாலும் கேட்காம, சார், உங்களைப் பத்தி உங்களுக்குத் தெரியாது சார். எங்களுக்குத்தான் தெரியும்னு பிடிவாதமாச் சொல்லி, இரண்டு பேரும் என் காலில விழுந்திட்டாங்க. அப்புறம் எந்திரிச்சு நின்னு திருநீறு பூசி விடுங்கன்னாங்க. அட, நானே வச்சிக்கிறதில்லையேம்-மான்னேன். பரவாயில்லீங்க. நாங்க கொண்டு வந்திருக்கோம்னு சொல்லி அவங்க கொண்டு வந்த திருநீறை என் கையில கொடுத்து, ’சீக்கிரம் கல்யா-ணம் ஆகணும் சொல்லி ஆசிர்வாதம் பண்ணுங்க சார்’ன்னு சொல்லி அதை மகளுக்கு வச்சி விடச் சொன்னாங்க. நானும் வேற வழியே இல்லாம அப்ப-டியே செஞ்சேன்.

இதுலெ என்ன ஆச்சரியம்னா 15 நாள் கழிச்சு அந்த அம்மா வந்தாங்க. மறுபடியும் ஆசிர்வாதமான்னு நான் பயந்துகிட்டிருக்கிறப்போ அவங்க ரொம்ப சந்தோஷமா, சார் உங்க ஆசிர்வாதத்துனால என் பொண்ணுக்கு கல்யாணம் நிச்சயமாயிருச்சி அப்படின்னாங்க. அவங்களுக்கு சந்தோஷம். எனக்கோ அதிர்ச்சி. ஒருவேளை நமக்கு ஏதோ பெரிய அருள், சக்தி எல்லாம் இருக்-கோன்னு கூட நினைக்க, நம்ப ஆரம்பிச்ட்டேன்னா பார்த்துக்குங்களேன் ” என்றார் சிரிக்காமல்.

தான் அதிகம் சிரிக்காமல், நம்மை சிரிக்க வைக்கும்படி எளிமையாகப் பேசும் அவரது பாணி எனக்கு மிகவும் பிடித்திருந்தது. அந்த நேர்காணல் மிக சுவாரஸ்யமான ஒன்றாக, மறக்க முடியாத ஒன்றாக அமைந்தது.

ஆன்மீகம் என்பது பற்றிய அவரது ஆழமான கருத்து, தெளிவான சிந்-தனை, குழப்பமின்மை, தான் என்ன செய்கிறோம் என்பது பற்றிய உறுதி, ’நான் கடமையைச் செய்தேன்; பலனை எதிர்பாராமல்’ என்ற உளப்பாங்கு,

'இந்த உலகத்துல உள்ள எதிலுமே பெரிசா எனக்கு எந்த ஈடுபாடும் கிடையாதுங்க' என்று சொன்ன நேர்மையான ஒப்புதல் என எல்லாமே என் கண்ணுக்கு அவரை ஒரு ''கர்மயோகி''வே காட்டியது.

அவர் போட்டிருந்தது ஒரு சாதாரண வெள்ளை நிற வேட்டி. வெள்ளை நிறச் சட்டை. அந்தச் சட்டையிலும் கூட முன் புறத்தில் ஒரு பட்டனை அவர் போடவில்லை. அலட்சியம் என்பதில்லை. அதைப் பற்றியெல்லாம் அவர் கவலைப்படவில்லை. அதை ஒரு பெரிய விஷயமாக நினைக்கவும் இல்லை. எந்தக் கேள்விக்கும் அவர் உணர்ச்சிவசப்படவில்லை. புகைப்படம் எடுக்கும் போதும் கூட அப்படியே இருந்தார். புகழையும், பணத்தையும் பலர் தேடித் தேடி அலைந்து கொண்டிருக்கையில் அது குறித்த எந்தப் பிரக்ஞையும் இல்லாமல் இருக்கும் இவர் உண்மையிலேயே கீதை சொல்லும் ''ஸ்திதப் பிரக்ஞன்''தான் என்று நினைத்தவாறே மீண்டும் சந்திப்பதாகக் கூறி விடைபெற்றேன்.

என் மனம் முழுதும் அவரது எளிமையும், அகங்காரமின்மையும் வியாபித்து இருந்தது.

106. நான்காவது கனவு - யுவன் சந்திரசேகர்

எழுத்தாளர்களின் எண்ணிக்கையை விடப் பதிப்பகங்களின் எண்ணிக்கை அதிகமாய் இருக்கிறபடியால் என் குறிப்புகளை ஒரு புத்தகமாகப் போடுவது எளிது என்றும் சொன்னான்.

யோசித்துப் பார்க்கும்போது அமானுஷ்யம் என்னும் ஒன்றே கிடையாதோ எனத் தோன்றுகிறது. சென்னையின் புற நகர்த் தெருவில் நடந்தவாறு, காதோரம் உள்ளங்கையில் எதையோ வைத்துக்கொண்டு, சற்றே சித்தம் பிறழ்ந்தவன்போலத் தனக்குத்தானே உரத்துப் பேசிக்கொண்டு போகும் தன் பேரன் வாஸ்தவத்தில் அமெரிக்காவிலுள்ள அவனுடைய பேரனுடன் உரையாடுகிறான் என்று அறுபதுகளின் கடைசியில் அமரராகிவிட்ட என் தாத்தா இப்போது பார்த்தால் நம்புவாரா?

அல்லது, என் அத்தையை எடுத்துக்கொள்ளுங்கள். அவள் பெயர் வனஜாட்சி. இளம் வயதிலேயே கணவரை இழந்தவள். ஒரே மகன் பட்டாளத்தில் இருந்தான். இன்னும் மணமாகாதவன். 71 பாகிஸ்தான் யுத்தத்தின்போது அத்தை எங்கள் வீட்டுக்கு வந்திருந்தாள் - என்னுடைய தாத்தா திவசத்துக்கு ஆசாரச் சமையலில் உதவு. அவள் வந்த மறுநாள் வெள்ளிக்கிழமைக் காலை எங்கள் வீட்டுச்சுவரில் தொங்கிய முகம் பார்க்கும் கண்ணாடி தவறி விழுந்து நொறுங்கியது. என்னுடைய அம்மா கண்ணாடிச் சில்லுகளை ஒற்றியெடுக்கச் சாணி உருண்டை தேடிப் போனாள். நியாயமாக அந்த வேலையைச் செய்ய விரைபவள் அத்தையாகத் தான் இருக்கும்-அவளோ

நெஞ்சைப் பிடித்துக்கொண்டு உட்கார்ந்திருந்தாள்.

உத்தரத்தைப் பார்த்து நிலைகுத்தின விழிகளிலிருந்து கரகரகர வென்று கண்ணீர் ஊற்றியது. என்னுடைய அப்பா அவளருகில் சென்று தோளைத் தொட்டு, என்னாச்சு வனஜீ? என்று கேட்க முனைந்தார்.

'போயிட்டாண்டா, என் ஒத்தெப் பிள்ள போயிட்டாண்டா. என்னை ஒத்தெ மரமா நிக்கவிட்டுட்டுப் போயிட்டாண்டா'. என்று குமுறி அழுதாள் அத்தை. நீண்ட நெடுங் காலமாகக் கைம்பெண்ணாய் இருந்துவரும் அவளுக்கு ஏதோ காரணத் தால் திடீரென்று மரை கழண்டுவிட்டதுபோலி-ருக்கிறதே என்று நாங்களெல்லாம் கவலைப்பட்டோம்.ஆனால் சரியாக மறு-நாளைக்கு மறுநாள் மிலிட்டரியிலிருந்து தந்தி வந்து சேர்ந்தது. கிழக்குப் பாகிஸ்தானில் வைத்து லட்சுமணன்- அதுதான் வனஜா அத்தையின் மகன் - எதிரியின் பீரங்கி வெடியில் அகப்பட்டுச் சிதறிவிட்டான் என்று சொன்னது. தேச சேவைக்கு மகனை அர்ப்பணித்த தாய்க்குத் தன் மரியாதையையும் ஆறுதலையும் தெரிவித்திருந்தது இந்திய அரசாங்கம். எங்களுக்கானால் ஆச்சரியம் தாங்கவில்லை.

அது என்ன மாதிரியான தொலைத்தொடர்பு என்று புரியவும் இல்லை••• எதற்கு இவ்வளவும் சொன்னேன் என்றால், ஒரு தலைமுறைக்கு அமானுஷ்-யமாகத் தெரிவது இன்னொரு தலைமுறைக்கு நடைமுறையான விஷயமாக இருக்கிறது என்பதற்காகத்தான்.

நான் யார் என்றே சொல்லாமல் என் யோசனைகளை மட்டுமே சொல்-லிக்கொண்டு போகிறேன், இல்லையா? அதன் காரணமாக, திடும்மென்று ஆரம்பித்து நான் சொல்லிவரும் விஷயங்களில் லேசாகப் புகைமூட்டம் படர்-கிறது, இல்லையா? என்னைப் பற்றிய தகவல்களைச் சொல்லிய பிறகும், நான் சொல்லப்போகிற விஷயத்தை விஸ்தாரமாகச் சொல்லி முடித்த பிறகும் தற்போது நிலவும் இதே குழப்பம் தொடர்வதற்கான வாய்ப்பு மிகப் பிரகாசமாக இருக்கிறது.

இத்தனை வருஷம் கழித்து எனக்கே சற்றுக் குழப்பமாகத்தானே இருக்கி-றது.

நான் சுந்தரேசன். தற்போது வயது அறுபத்தொன்று. விற்பனைப் பிரதி நிதியாகத் தொடங்கி, அகில இந்திய நிறுவனமொன்றின் நிர்வாக இயக்கு நர் பதவிவரை உயர்ந்தவன். சென்ற வருடம்தான் ஓய்வுபெற்றேன். முதன்முதலில் கர்நாடகத்தில் உள்ள ஒரு மதுவடிப்பு நிறுவனத்தில் வேலைக்குச் சேர்ந்தேன். பிறகு சர்வ தேச மென்பான நிறுவனம். அதன் பிறகு சிகரெட் நிறுவனம். கடைசியாக வேலை பார்த்த நிறுவனம் போதைப் பாக்குக்குப் பெயர் பெற்-றது. இன்றைக்கு இந்தியா முழுவதும் இளைஞர்கள் சதா மென்றுகொண்டும் துப்பிக்கொண்டும் இருக்கிறார்கள் என்றால் அதில் என்னுடைய பங்களிப்பு கணிசமானது.

வாழ்நாள் முழுவதும் லாகிரி வஸ்துக்களை விற்றுவந்திருக்கிறேனே தவிர, அவற்றில் எதையும் நான் ருசிபார்த்ததுகூடக் கிடையாது.

எங்க சுந்தரம் மாதிரி ஒருத்தனைப் பார்க்க முடியாது. பாக்குத் துண்டு பல்லுலெ படாதே என் தங்கத்துக்கு. என்று இருபத்தைந்து வருடத்துக்கு முன் காலமாகிவிட்ட என் அம்மா அடிக்கடி சொல்வாள். பிதுர்லோகத்திலிருந்து பார்க்கும்போதும் அவள் என்னை எண்ணிப் பெருமைப்படத் தான் செய்வாள் என்று நம்புகிறேன். இந்த மாதிரி நம்பிக்கைகளுக்கும் நான் 'மிஸ்ட்டர். டீட்-டோட்டல' ராக (அப்படித்தான் என் கடைசி நிறுவனத்தின் உபதலைவர் ஏ. கே. ஸின்ஹா என்னை அழைப்பார்). இருப்பதற்கும் நேரடித் தொடர்பு ஏதாவது இருக்கிறதோ என்னவோ?

ஆனால் எனக்குப் பிடித்தமான லாகிரி வேறு ஒன்று இருந்தது. தொழில் சார்ந்து ஊர் ஊராக அலையத் தொடங்கியவன் நான். பதவி உயர்ந்தபோது மாநிலம் மாநிலமாகத் திரிந்தவன். ஏழெட்டு முறை வெளிநாடு கூடச் சென்று வந்திருக்கிறேன், ஸிலோன், மாலத் தீவு, சிங்கப்பூர், பங்களாதேஷ், நேபாளம் என்கிற மாதிரி. அந்த நாட்களில், போகிற இடமெல்லாம் பரிச்சயமாகிற மனிதர்கள் விதவிதமான சம்பவங்களைக் கதைபோலச் சொல்வதைக் கேட்பதில் அலாதியான போதை எனக்கு.

சொன்னால் வியப்பீர்கள், யாருக்குமே சொல்வதற்கு ஒரு பேய்க்கதையோ பாம்புக்கதையோ இருக்கிறது அல்லது பரம்பரைப் பெருமைக் கதை. மேற்சொன்ன எதுவும் இல்லையா, ஒரு ராஜா ராணிக் கதை நிச்சயம் உண்டு. வேற்றுமொழி பேசும் அயல் பிரதேசத்தில், எந்த நேரமும் ஏதோவொரு அவமானம் உங்களுக்காகக் காத்திருக்கிறது. அதற்குத் தன்னை சதா ஆயத்தப்படுத்திக்கொண்டு இருக்கும் மனத்தில் சன்னமான பீதி நிரந்தரமாக இருக்கும். மேற்படிக் கதைகளைக் கேட்பது என்னை நடைமுறை அன்றாடத்திலிருந்து விலக்கிக் காப்பதோடு, கதைசொல்லியின் மனத்தில் என் சம்பந்தமாக ஒரு நம்பிக்கையையும் இதத்தையும் உருவாக்கிவிடும்.

நான் கேட்ட கதைகள் யாவற்றையும் விடாமல் என் நாட்குறிப்பில் பதிவுசெய்து வந்திருக்கிறேன். சமீபத்தில் என் சிநேகிதன் ஒருவனிடம் அதைக் காண்பித்தபோது, அவன் வெகுவாக ஆச்சரியப்பட்டான். கதைகளில் குவிமையம், செய்தியென்றெல்லாம் எதுவும் இல்லாவிட்டாலும் சுவாரசியத்திற்குக் குறைவில்லையென்றும், நான் கேட்டவிதமாக மட்டும் கதைகளை எழுதாமல் சொந்தச் சரக்காகச் சில வர்ணனைகள், சில வாக்கியங்களைச் சேர்த்திருப்பதால் இவற்றுக்கு ஒரு தனித் தன்மையும் சமச்சீர்மையும் உருவாகியிருப்பதாகவும் இளம் வயதில் எழுதியவை என்பதால் மொழியில் ஒரு முறுக்கும் விறுவிறுப்பும் இருப்பதாகவும் தமிழில் தற்சமயம் எழுத்தாளர்களின் எண்ணிக்கையை விடப் பதிப்பகங்களின் எண்ணிக்கை அதிகமாய் இருக்கிறபடியால் என் குறிப்புகளை ஒரு புத்தகமாகப் போடுவது எளிது என்றும் சொன்னான்.

அவனுடைய ஏற்பாட்டின்படி, மேற்படிக் கதைகளை மாநிலவாரியாகப் பிரித்துப் புத்தகமாகப் போட ஒரு பிரசுர நிறுவனம் முன்வந்திருக்கிறது. நான் காலவரிசையில் அடுக்கலாம் என்றிருக்கிறேன் - அதாவது நான் அவற்றைக் கேட்ட கால வரிசையில். ஆரம்பித்த இடத்திலிருந்து வெகுதூரம்............தள்ளிப்போய்விட்டதாக என்று நினைத்துவிட வேண்டாம், நான் கூறிய முதல் பத்தியின் பின்னணியில் இன்னொரு விஷயம் மிக முக்கியமானது. சமீபத்தில் பொழுதுபோகாமல் என் நாட் குறிப்பை வரிவிடாமல் வாசித்துக்கொண்டு உட்கார்ந்திருந்தபோது தான் நானே இதைக் கண்டுபிடித்தேன்.

அதாவது, இந்தியாவின் புகழ் பெற்ற அரசியல் கொலைகள் நடைபெற்ற நாட்களிலெல்லாம் நான் வேறு மாநிலங்களில் இருந்திருக்கிறேன் என்பதை.

ரயில்வே அமைச்சராக இருந்த லலித் நாராயண் மிஸ்ரா சமஷ்டி பூரில் வெடிகுண்டு வைத்துத் தகர்க்கப்பட்டபோது நான் பீகாரிலேயே இருந்தேன். ஜர்னெய்ல் சிங் பிந்தரன்வாலேயைக் கொல்ல ராணுவம் பொற்கோயிலுக்குள் நுழைந்தபோது மத்தியப் பிரதேசத்தின் குவாலியரில் இருந்தேன். தமது பாதுகாவலர்களால் திருமதி. காந்தி கொல்லப்பட்ட தினத்தில் வங்காளத்தின் 24 பர்கானாஸ் மாவட்டத்தில். அவருடைய மகன் சஞ்சய் காந்தி விமான விபத்தில் இறந்த நாளில் மேகாலயாவில். ஸ்ரீபெரும்புதூரில் ராஜீவ் காந்தி கொல்லப்பட்ட மறுநாள் ஆந்திரத்தின் கடப்பைக்கு அருகே ஒரு கிராமத்து ரயில் நிலையத்துக்கு வெளியே நாள் முழுவதும் தடுத்துவைக்கப்பட்ட ரயிலில் இருந்தேன். இப்படி ஒரு விசித்திரமான பிரயாணத் திட்டத்தை எனக்கு வகுத்துத் தந்த கரம் மானுடக் கரமாக இருக்கச் சாத்தியமே இல்லை.

நாட்குறிப்பைப் படித்துவந்த போது, கடப்பையில்-உண்மையில் கடப்பை தாண்டி, எர்ரகுண்ட்லாவும் தாண்டி, பிறகு வந்த சிறு நிலையத்தையும் கடந்தபிறகு வந்த கிராமத்தின் வெளிவிளிம்பில்- சந்தித்த அல்லூரி வெங்கடேச ராவ் சொன்ன கதை அழுத்தமாக நெஞ்சில் வந்து அமர்ந்தது. அதைத்தான் இப்போது சொல்லப்போகிறேன்.

அன்று அதிகாலையில் கடப் பையைத் தாண்டிக் கொஞ்சநேரம் ஊர்ந்த ரயில் திடீரென்று வேர் பிடித்த மாதிரி நின்றது. ஓட்டுநரும் கார்டும் ரயில் இப்போதைக்கு நகராது என்ற தகவலையும் அதற்கான காரணத்தையும் பெட்டிபெட்டியாக அறிவித்துக்கொண்டு சென்றார்கள். நாள் முழுவதும் நகராதிருக்கும் ரயில் பெட்டிக்குள் சும்மா உட்கார்ந்திருப்பது சாதாரண விஷயமில்லை. மே மாத வெய்யில் கனக்கத் தொடங்கும் போது, ரயில்பெட்டி கொதிக்கும் இட்லிக் கொப்பரையின் உட்புறம் போல வெம்மைகொள்ளும். முந்தின இரவு நமக்கு நண்பராகிய அயல் மாநிலத்துக்காரரை மறுநாள் காலையில் விரோதியாக்குகிற அம்சங்கள் பெருகத் தொடங்கும்.

போக்கிடம் இல்லாமல் நின்றுகொண்டிருக்கும் ரயிலுக்குள் சிறையிருக்கும் பயணிகளுக்குச் சாப்பாடு முதல் எல்லாமே பிரச்சினையாகி விடும் அல்லவா? அக்கம்பக்கத்து ஜனங்கள் திடீர் வியாபாரிகளாவார்கள். அவசரத் தயாரிப்பின்

அவல ருசியும் அளவுப் பற்றாக்குறையும் எச்சில்தொட்டி நாய்கள்போல அடித்துக்கொள்ள வேண்டிவருவதும் ரயில் பயணிகளுக்குள் தீராத ....குரோதத்தை விளைவிக்கும். தவிர, வேறு வழியேயில்லாமல் நாற்பது ஐம்பது முகங்களைத் திரும்பத் திரும்பப் பார்த்துக்கொண்டிருக்கும் போது அந்தரங்கமான, விதவிதமான, கொலைவெறிகள் கூடிவிடும். தண்ணீர் காலியாகிவிட்ட கழிவறை சொந்த உடல்மீதே அசாத்தியமான வெறுப்பை உண்டாக்கும். குழந்தைகள் சலிக்காமல் அழும் ஒலி சதா கேட்டவாறிருக்கும்.

ரயிலைவிட்டு இறங்கி நடக்கத் தொடங்கினேன்.

பொதுவாகவே, கல் விளையும் பூமி அது. விதவிதமான அளவுகளில் தகடுகளாக வெட்டியெடுக்கும்போது விளிம்புகளில் சேதமுற்ற கல் பலகைக் கற்கள் சிதறிக்கிடந்தன. கண்ணுக்கெட்டியவரை ஆகாயத்தில் செருகிக்கிடக்கும் புகைப்போக்கிகள் கொண்ட சிமெண்ட்டுத் தொழிற் சாலைகள் மண்டிய பிரதேசம். காலடியில் நிரநிரக்கும் மண்ணில் சாம்பல் நிறம் பூத்திருந்தது.

பாறைகள் வெடிவைத்துத் தகர்க்கப்பட்ட பெரும் பள்ளங்கள். கிணறுகள்போல ஆழம் கொண்ட அவற்றின் படுகையில் பாசிபடர்ந்த மழைத் தண்ணீர்மீது மேலும் தூசிகள் சென்று அடர்வது வெறும் கண்ணுக்கே தெரிந்தது. தரையையொட்டிக் கிடந்த அழுக்குத் தண்ணீரைக் குடிக்க இறங்கிச் சென்றிருந்த மைனா ஒருமுறை தலை நிமிர்த்தி என்னைப் பார்த்தது. கணவனும் மனைவியும்போலத் தென்பட்ட சக பயணிகள் இருவர் என்னை விரைந்து கடந்தார்கள். அந்தப் பெண் ஒரு புதருக்குப் பின் அவசரமாக ஒதுங்கினாள். அவன் அசட்டுப் பார்வையுடன் காவலுக்கு நின்றான்.

ரயிலின் சாந்தத்தில் ஏதாவது சலனம் இருக்கிறதா என்று திரும்பித் திரும்பிப் பார்த்துக்கொண்டே நடந்துசென்றேன். மெல்ல வேகம் எடுத்த காற்றில் வறட்சியும் வெம்மையும் போட்டிபோட்டுக்கொண்டு உயர்ந்தன. சிறிய தோட்ட வீடு போன்ற ஒன்று கண்ணில் தட்டுப்பட்டது. ஆலமரம்போல அகலித்து வளர்ந்த பிரம்மாண்டமான வேப்ப மரத்தின் நிழலில் சாவகாசமாக நின்றிருந்த வீடு.

அங்கேதான் வெங்கடேச ராவைச் சந்தித்தேன். கடப்பைக் கல் கழிவுகளைச் செங்கற்கள்போல உபயோகித்துக் கட்டப்பட்ட குடில் அது. வாசலில் சிறு கீற்றுக்கொட்டகை போடப்பட்டிருந்தது. அதற்குள் இரண்டு மர பெஞ்சுகள்.

வெளியில், மெருகேற்றப்பட்ட ஏகப்பட்ட கல் பலகைகள் சாத்திக் கிடந்தன. அவற்றில் பொறிக்கப்பட்ட எழுத்துகள் பிடிமானமேயற்று அந்தரத்தில் தொங்கின. நேர்க் கோடுகளே இல்லாத லிபிகொண்டது தெலுங்கு மொழி என்று ஒரு அபிப்பிராயம் தோன்றியது.

எனக்குத் தெலுங்கு வாசிக்கத் தெரியாது. ஆனால் மிகச் சரளமாகப் பேசவும் புரிந்துகொள்ளவும் முடியும். மெல்லின ஓசைகள் நிறைந்ததும், பல சந்தர்ப்பங்களில் மூக்கால் பேசுகிறார்களோ என்று தோன்றவைக்கிறதுமான

மொழியைச் சங்கீதத்துக்கான சிறப்பு மொழி என்று காலங் காலமாகச் சொல்லிவருகிறார்களே, இதற்கெல்லாம் என்ன அடிப்படை என்று ஒரு சந்தேகம் உண்டு எனக்கு. வெங்கடேச ராவ் பேசுவதைக் கேட்டபிறகு, இந்த மாதிரியான மூத்தோர் கூற்றுகளில் சட்டென்று புலப்படாத ஒருவகை ஞானம் ஒளிந்திருப்பது தெரியவந்தது.

தொழில் காரணமாக ஆந்திரா முழுவதும் மூன்று வருடங்கள் சுற்றியலைந்திருக்கிறேன். கர்நூல் என்னுடைய தலைமையிடமாக இருந்தது அப்போது. தவிர, மார்க்கெட்டிங் துறையில் என்னுடைய அபார வளர்ச்சிக்கு புதிய பாஷைகளை விரைவாகக் கற்றுக்கொள்ளும் திறமையும் ஒரு காரணம் என்று என் முன்னாள் உபதலைவர் ஸின்ஹா பாராட்டுவார். ரூபாய் நோட்டில் போட்டிருக்கும் மொழிகள் பலவற்றிலும் என்னால் சரளமாகப் பேச முடியும். சொன்னால் நம்பமாட்டீர்கள், உத்தரப் பிரதேசத்தின் ஒரு பகுதியில் மைதிலி என்ற பாஷை பேசுவார்கள். அதில்கூட என்னால் சகஜமாக உரையாட முடியும்.

கொட்டகைத் தூணாக நின்ற மூங்கில் கழிகளில் சாத்தியும் தரையிலும் கிடந்த பலகைகள் பலவும் பெயர்ப் பலகைகள். எழுத்துகள் பிசிறில்லாமல் பொறிக்கப்பட்டிருந்தன என்பதுபோக, அவற்றின் அமைப்பில் ஒரு நேர்த்தியும் சுற்றிலுமிருந்த அலங்கார வேலையில் நூதனமான வடிவங்களும் இருந்தன. இவ்வளவு தேர்ந்த கைவேலைக்காரன் இப்படி ஒரு அத்துவான வெளியில் வந்து குடியிருக்கிறானே, வாடிக்கையாளர்கள் எங்கிருந்து வருவார்கள் என்று ஆச்சரியமும் ஆதங்கமும் ஒரே சமயத்தில் தோன்றின. குடிலின் பின்புறம் இருந்த கிணற்றின் உறைச் சுவரையொட்டிக் கிளம்பிய வண்டிப் பாதையின் தடம் முடியும் இடத்தில் உயர்ந்திருந்த நாலைந்து காரைக் கட்டடங்கள் சிறு நகரொன்று அண்மையில் இருப்பதற்கான தடயம் அறிவித்தன. என் முதுகுப்புறம் யாரோ செருமும் ஒலி கேட்டது.

என்ன வேண்டும்?

சற்றுக் கிரீச்சிட்ட குரல்தான். வயதான மனிதர். பல நாட்களாக மழிக்கப்படாத முகத்தில் முள்முள்ளாகப் படர்ந்திருந்த வெண்முடிகள். பஞ்சு வெண்மையில் அடர்த்தியாக இருந்த தலைமுடி. மீசை கிடையாது. தாடைவரை இறங்கியிருந்த வெண் கிருதா. ஆனாலும் முகச் சருமத்திலும் முன்னங்கைகளிலும்கூடச் சுருக்கங்கள் எதுவும் இல்லை. சாம்பல் நிற விழிகள் பார்வையை அகற்றவொட்டாமல் ஈர்த்தன.

சும்மாதான் பார்த்துக்கொண்டிருக்கிறேன். வியாபார விஷயமாக வரவில்லை.

அதுதான் தெரிகிறதே. அந்த ரயிலிலிருந்து இறங்கி வந்தவர் தானே. . . ?

அசட்டுத்தனமாகச் சிரித்து வைத்தேன்.

••• அதனால்தான் கேட்டேன். சாப்பாடா தண்ணீரா, என்ன வேண்டுமென்று!

கொஞ்சம் தண்ணீர் கொடுங்கள்.

பாதுகாக்கப்பட்ட குடிதண்ணீர் சீசாக்கள் புழக்கத்துக்கு வராத காலகட்டம் அது. பெரியவர் வாய் அகண்ட ஒரு தாமிரப் போணியில் தண்ணீர் கொண்டுவந்து கொடுத்தார். ரயிலில் கிடைத்த தண்ணீர் போல இல்லை அது. புத்துணர்ச்சியும் மென்மையும் நிரம்பிய குளிர்நீர். என் ஆச்சரியத்தைக் கவனித்தவர் போல,

மண்பானைத் தண்ணீர்.

என்று புன்னகைத்தபடி குடிலின் உட்புறம் கையைக் காட்டினார். தண்ணீரில் ஏதோ வேர் போட்டிருப்பதாகச் சொன்னார். தெலுங்கு வேர். சரியாகப் புரியவில்லை. குடிலின் வாசலைப் பார்த்தபோது இரண்டாவது ஆச்சரியம் தொற்றியது. அதன் உள் ஷரத்தாக, இத்தனை நேரம் இதை எப்படிக் கவனிக்காமல் விட்டேன் என்று ஒரு உப ஆச்சரியமும் கிளர்ந்தது.

நிமிர்ந்து நின்றிருந்த ஆளுயரச் சிலை ஒன்று.

வெண் பளிங்கால் ஆனச் சிலை. இந்தப் பிரதேசத்தில் கிடைக்கும் கற்கள் படிவக் கற்கள் அல்லவா? முதிராத பாறைகள், சிற்பம் செய்ய லாயக்கற்றவை என்றல்லவா சொல்வார்கள்? எனக்குச் சிற்பத்துக்கும் சிலைக்கும் வித்தியாசம் தெரியாது அல்லது இரண்டும் ஒன்றுதானா என்பதுகூடத் தெரியாது. என்றாலும், அசந்தர்ப்பமாக அந்த இடத்தில் நின்றுகொண்டிருக்கும் சிலையை அருகில் சென்று பார்க்கத் தோன்றியது. பெரியவரிடம் அனுமதி கேட்டேன்.

தாராளமாய் என்றார் அவர்.

முழுமையாக விளைந்த ஒரு ஆணுடம்பின் சிற்பம் அது. பொதுவாகக் கோவில் சிற்பங்களில் உள்ள திருத்தமும் நேர்த்தியும் சமகால நபர்களை வடித்த சிலைகளில் இருக்காதல்லவா? அசல் நபரின் தொலைதூர நகல் மாதிரிக்கூட இல்லாத பஞ்சுமிட்டாய் நிறங்களில் வர்ணம் பூசப்பட்ட, சிமெண்ட் பொம்மைகளை எத்தனை கிராமங்களில் பார்த்திருக்கிறேன். அவற்றின் காரணமாக உருவாகும் அரசியல் தகராறுகளையும் வெட்டுக் குத்துகளையும் சாமான்யர்கள் உயிரிழப்பதையும் எத்தனை செய்திகளில் படித்திருக்கிறேன்.

இந்தச் சிற்பம் அப்படிப்பட்டதல்ல. அதன் வடிவத்திலும் திருத்தத்திலும் ஒரு புராணிகத் தன்மை இருந்தது. இந்த நாள் ஆச்சரியங்களின் தினம் போல என்று ஒரு கணம் தோன்றியது. அந்த வாலிபன் தன் வலது கையில் ஒரு சுத்தியலையும் இடது கையில் உளியும் வைத்திருந்ததுகூடப் பெரிய ஆச்சரியம் அல்ல, அவனுடைய கண்கள் உயிருள்ள கண்கள் போலவே என்னைப் பார்த்தன என்பதுதான் பேராச்சரியம். விலகி நின்று வேறு கோணத்தில் பார்த்தபோதும் அவனுடைய கண்களின் வெண்ணிறக் கருவிழிகள் என்னைப் பார்த்தன. விழிகளில் சலனமெதுவும் இருக்கிறதோ என்று ஒரு

சந்தேகம் உதித்தது. மின் அதிர்ச்சிபோல அச்சம் என் முதுகுத் தண்டில் தாக்குவதை உணர்ந்தேன். தவறான இடத்தில் வந்து வேண்டாத வேலையில் இறங்கிவிட்டேனோ?

பரவாயில்லையே. ஒரு பார்வையில் கண்டுபிடித்துவிட்டீர்களே?

முதுகுப்புறம் கிறீச்சிட்ட குரல் மிகப் பெரிய ஆறுதலாக இருந்தது. திரும்பிப் பார்த்தேன். நான் என்ன கண்டுபிடித்தேன் என்று இவர் கண்டுபிடித்தார்?

இந்தச் சிற்பத்தின் சிறப்பே அதுதான். எந்த இடத்திலிருந்து பார்த்தாலும் அது நம்மைப் பார்க்கிற மாதிரி இருக்கும். ஏன் தயங்கி நிற்கிறீர்கள்? இன்னும் கிட்டச் சென்று பார்க்கலாம். அது சிற்பம்தான். ஒன்றும் செய்துவிடாது•••

குலுங்கிக் குலுங்கிச் சிரித்தார்.

இன்னும் அருகில் சென்றேன். நெருங்கிப் பார்த்தபோது இன்னமும் தீர்க்கமாக ஆகியது சிற்பம். மார்பின் குறுக்கே ஓடிய பூணூலின் புரிகள் துலக்கமாகத் தெரிந்தன. சிங்கத்தின் பிடரி போன்று தோளில் படர்ந்திருந்த கேசத்தின் ஒவ்வொரு இழையும் துல்லியமாய்த் தெரிந்தது. ராஜஸ்தானிய பாணி உருமாலில் துணி மடிப்புகளும் சுருக்கங்களும் குச்சத்தின் நுனிப் பிசிறுகளும் தத்ரூபமாய் இருந்தன. கண் இமைகளின் முடிகள் ஒவ்வொன்றும் தனித் தனியாக நீட்டிக்கொண்டிருப்பதைப் பார்த்தபோது எனக்கு மூச்சுத் திணறியது. பளிங்கின் நிறமில்லாமல் இயல்பான நிறங்கள் மட்டும் இருந்திருந்தால் உயிருள்ள ஆள் உறைந்து நிற்கிறான் என்றே நம்பியிருப்பேன். . . பெரியவரிடம் கேட்டேன்.

யார் செதுக்கிய சிற்பம் இது?

செதுக்கியதா? என்று கேட்டார்.

ஆழமாக இழுத்து ஒரு பெருமூச்சுவிட்டார். ஏதோ ஞாபகம் வந்த மாதிரி உதட்டோரம் சிறு முறுவல் உதித்தது.

நான் ஒன்றும் தவறாகக் கேட்டுவிடவில்லையே?

அட. அதெல்லாம் இல்லை. இந்தச் சிற்பத்தின் கதை பெரிய தாயிற்றே. . .

தொலைவில் மரவட்டையின் பிரேதம்போல நின்றிருந்த ரயிலை ஒருமுறை பார்த்தார்.

. . . அது இப்போதைக்குக் கிளம்பாது. உட்காருங்கள். சாவகாசமாகச் சொல்கிறேன். என்றவாறு குடிலின் உள்ளே சென்று திரும்பினார்.

ஒரு கையில் பருத்த சுரைக் குடுக்கையும் மறுகையில் ஒருவர் மட்டும் அமர்கிற மாதிரி சதுரமான கோரைத் தடுக்கும் கொண்டுவந்தார். தரையில் உட்கார்ந்து கொட்டகையின் தூணாக நின்ற கழியில் சாய்ந்துகொண்டார். தமக்கெதிரில் தடுக்கைப் போட்டு என்னை அமரும்படி சைகைகாட்டினார்.

குடுக்கையின் தக்கையைத் திறந்தவுடன் உறைந்து பல நாட்களாய்க் காடியேறிய ஊளைமோரின் புளிப்பு மணம் கொட்டகை முழுவதும் நிரம்பியது.

கொஞ்சம் கள் சாப்பிடுகிறீர்களா?

என்று என்னை நோக்கி நீட்டினார்.

பழக்கமில்லை...

என்று தலையசைத்த மாத்திரத்தில், அவர் மனம் புண்பட்டுவிடக் கூடாதே என்று அவசரமாய்ச் சொன்னேன்.

வாசலில் உள்ள பலகைகள் நீங்கள் பொறித்ததா? பிரமாதமாக இருக்கின்றன.

அவர் பெருமிதமாகச் சிரித்துக்கொண்டார்.

சும்மாவா? நான் பிறந்த வம்சத்தின் பெருமை அல்லவா அது? இதோ நிற்கிறாரே, இவர் யார் தெரியுமா?...

மூலையில் நின்ற சிற்பத்தை மோவாயால் சுட்டிக்காட்டினார். இதற்குள் நாலைந்து மிடறுகள் அருந்தவும் செய்திருந்தார். பேசுவதற்காக வாய்திறந்தபோது இன்னும் விசையுடன் புளிப்பு பீறியது.

கர்நாடகத்தில் ஒரு ராஜாவின் ஆஸ்தான சிற்பியாக இருந்தவர். எனக்கு இருபது தலைமுறைக்கு முந்தியவர்.

ஏயப்பா. பல நூறு வருஷம் ஆகியிருக்குமே. அவருடைய சிலைதானா இது?

அவசரப்படாதீர்கள். அதை நிதானமாகச் சொல்ல வேண்டும் என்றுதானே இதை எடுத்துவந்திருக்கிறேன்.

குடுக்கையைச் செல்லமாகத் தட்டினார். மெல்ல மெல்ல அவர் கண்கள் சிவந்து வந்தன. கொஞ்சமும் தடுமாறாத மொழியில், ஏற்கனவே பலதடவை சொல்லி ஒத்திகை பார்த்துக்கொண்டது போன்ற நிதானத்தில், தான் காண்கிற கனவைக் காணும்போதே அடுத்தவருக்குச் சொல்கிற மாதிரிக் கிறக்கத்தில் சொல்லிக்கொண்டே போனார். இதுபோல ஆழ்ந்து கதை சொன்ன பலபேர் என் முகத்தைத் திரை போலப் பாவித்து அதில் தெரியும் காட்சிகளை எனக்கே எடுத்துச் சொல்கிறவிதமாக என்னை உற்றுப் பார்ப்பதை ரசித்து அனுபவித்திருக்கிறேன். இவர் கதை சொல்லும்போது என் முகத்தை ஊடுருவிப் பார்த்தபடி சொன்னார். எனக்குப் பின்புறம் வேறெங்கோ தற்சமயம் நடந்துகொண்டிருக்கும் உண்மைக் கதை போலும் அது.

. . . கர்நாடகத்தில் ஒரு ராஜா என்று சொன்னேனே, அது எந்த ராஜா, எந்தக் காலகட்டம் என்று சொல்வதற்கு எனக்கு அதிகாரம் இல்லை. எங்கள் வம்சம் வெகு கறாராகக் கடைப்பிடித்துவரும் ரகசியம் அது. ஊரையும் பேரையும் சொன்னால் தீராத சாபம் பிடித்துவிடும். தெற்குக் கர்நாடகத்தில் ஒரு பிரம்மாண்டமான சிவன் கோயிலைக் கட்ட ஆரம்பித்தார் அந்த ராஜா.

என் மூதாதை - அதுதான் இங்கே சிலையாக நிற்கிறாரே, அவர் - அந்தச் சமயத்தில்தான் கர்நாடகம் வந்து சேர்ந்தார். அவருடைய பூர்வீகம் ராஜஸ்தானம். கல் தச்சர்கள் பரம்பரை. குடும்பத்தவரோடு ஏதோ பிணக்கு ஏற்பட்டு வெளியேறிவிட்டார். அப்போது இருபத்தோரு வயது அவருக்கு.

தனியராகவும் கைவசம் சாமான் மூட்டை எதுவுமின்றியும் தம் முன்னால் வந்து நின்ற வாலிபனைப் பலவாறாகக் கேள்விகள் கேட்டு இவர் ஒரு சிற்பி என்று அறிந்துகொண்டார் ராஜா. கோவில் பணியில் சில சில்லறை வேலைகளைக் கொடுத்தார். இவருடைய வேகமும் திறமையும் ஒரே வாரத்தில் வெளிப்பட்டுவிட்டதாம். உடனடியாகப் பெரிய வேலைகளை இவர்வசம் ஒப்படைத்தார்.

குறிப்பாக, கோவிலில் விழா மண்டபத்தின் முகப்பில் நிறுத்துவதற்கான பெண் சிலை. பொதுவாக, அந்தக் காலகட்டத்தில் கருங்கல் அல்லது மாக்கல்லில்தான் சிற்பங்களைச் செதுக்கிவந்தார்கள். நமது சிற்பி ராஜஸ்தானத்தைச் சேர்ந்தவரல்லவா? வெண்பளிங்கில் வடிக்க முடிவெடுத்தார். ஆனால், கல்லைத் தேர்ந்தெடுக்கத் தம் பூர்வீக ராஜ்யத்துக்குப் போக மறுத்துவிட்டார்.

ராஜாவின் ஏற்பாட்டில் ராஜஸ்தானத்திலிருந்து தரமான கற்களைத் தேர்ந்தெடுத்துக் கொண்டுவருவதற்கு நாற்பத்தியிரண்டு சிற்பிகள் கொண்ட ஒரு குழு ராஜஸ்தானம் புறப்பட்டுச் சென்றது. அவர்களுக்குப் பதினைந்து நாள் பாடம் சொல்லிக் கொடுத்தாராம் நமது சிற்பி. அறுபது யானைகள் சுமந்துவந்த பளிங்குக் கற்கள் கர்நாடகம் வந்து சேர்வதற்கு மூன்று மாதங்கள் பிடித்தன. அதுவரை ஓய்வெடுத்துக்கொண்டிருந்த சிற்பி, கற்களைப் பொறுப்பெடுத்துக்கொண்ட மாத்திரத்தில் பிசாசுபோல இயங்க ஆரம்பித்தார்

உசிதமான கல்லைத் தேர்ந்தெடுக்க மட்டுமே ஒரு மாதம் ஆகிவிட்டதாம். தினசரியும் காலையில் கற்கள் குவிக்கப்பட்டிருக்கும் திடலில் வந்து-------------ஒவ்வொரு கல்லையும் அங்குலம் அங்குலமாகத் தட்டி அதன் நாதத்தைக் கேட்டுக்கொண்டிருப்பாராம். முடிவாக ஒரு கல்லைத் தேர்ந்தெடுத்தார். அன்றாடம் நீராடிவிட்டு வந்து அதன் முன்னால் உட்கார்ந்து தியானத்தில் ஆழ்ந்துவிடுவாராம். சரியான முகூர்த்த நாள் ஒன்று பார்த்து, அன்று சிற்பப் பணி ஆரம்பித்தது. ராப்பகலாக வேலை. அவருக்குத் தாம்பூலம் தரிக்கும் வழக்கம் உண்டு. பிரம்மச்சாரி என்பதால் சுயம்பாகமாகச் சமைத்துச் சாப்பிடுபவர். பல நாட்கள் வேலை மும்முரத்தில் தாம்பூலம் தவிர வேறெதுவும் சாப்பிடாமலே பொழுது கழிந்துவிடுமாம். சுபாவமாகவே பிறருடன் அதிகம் உரையாடல் எதுவும் வைத்துக்கொள்ளாத தனிமை விரும்பி. இந்த வேலையை ஏற்றுக்கொண்டதன் பிறகு பேச்சு இன்னமும் குறைந்துவிட்டது.

இவருக்குத் தனியாக ஒரு விஸ்தாரமான குடில் அமைத்துத் தரச் செய்தார் ராஜா. தாமே சமைத்துச் சாப்பிடுகிறார் என்று கேள்விப்பட்டு இனி அது தேவையில்லை, தினமும் அரண்மனையிலிருந்தே ஆசாரமான சாப்பாடு வந்து சேரும் என்று ஏற்படுத்தினார். இரவில் இவர் உறங்கும்போது விசிறுவதற்காக இரண்டு பணிப்பெண்களை அமர்த்தித் தந்தார். ஓரிரு நாட்கள் கழித்து இந்தப் பெண்கள் வர வேண்டியதில்லை என்று சிற்பி கூறிவிட்டாராம். யாராவது பார்த்துக்கொண்டிருக்கும்போது உறக்கம் தன்னியல்பாக வந்து

கவிய மறுக்கிறது என்று காரணம் சொல்லியிருக்கிறார்.

கற்கள் வந்து சேர்ந்த நாட்களிலேயே, ராஜாவின் ஒரே மகளான ராஜகுமாரி தினசரி வந்து வேடிக்கை பார்க்க ஆரம்பித்தாள். ஒருமுறை ராஜகுமாரி சிற்பியிடம் கேட்டாள்.

சிற்பம் செதுக்குவதற்கான கல்லை எப்படித் தேர்ந்தெடுக்கிறீர்கள்?

அது ரொம்ப சுலபம் அம்மா. எந்தக் கல்லுக்குள் நாம் தேடும் சிற்பம் ஒளிந்திருக்கிறது என்று கண்டுபிடித்துவிட்டால் போதும். சிற்பியின் பதில் கொஞ்சமும் புரியவில்லை அவளுக்கு. ஆனால் அவருடைய கண்களைவிட்டுப் பார்வையை விலக்கிக்கொள்ளவும் முடியவில்லை.

ஓ... வேலை தொடங்குவதற்கு முன்னால் நாட்கணக்காகத் தியானத்தில் அமர்ந்தது எதற்காக?

சுற்றிப் போர்த்தியிருக்கும் பாறைத் திப்பிகளைத் தட்டி உதிர்ப்பதற்கு சிற்பத்தின் அனுமதியை வேண்டித்தான்.

இந்தவிதமாக அவ்வப்போது உரையாடிக்கொண்டு, சேடியர் கொண்டுவந்த அலங்கார நாற்காலியில் அசையாமல் அமர்ந்து பார்த்துக்கொண்டிருப்பாள். அவள் வேடிக்கை பார்த்தது சிற்பத்தையா சிற்பியையா என்பது பெரும்பெரும் சர்ச்சையை யும் தர்க்கத்தையும் விவாதத்தையும் ராஜ்யம் முழுவதும் ஏற்படுத்தியதாம்...

புதிதாக வந்த ஒருவனுக்கு இவ்வளவு சௌகரியமும் அங்கீகாரமும் கௌரவமும் கிடைப்பது சகசிற்பிகளுக்குள் பொறாமையை ஏற்படுத்தத்தானே செய்யும்? தலைமைச் சிற்பியாய் இருந்த கிழவர் இதை ஒரு விநோதமான வழியில் தீர்த்துக்கொள்ள முடிவெடுத்தார். ராஜஸ் தானத்திலிருந்து வந்த கற்களில் நமது சிற்பி வேண்டாம் என்று ஒதுக்கிய ஒன்றை எடுத்துத் தாம் ஒரு சிலை செய்யத் தொடங்கினார். அவர் செதுக்கிய சிலை வேறெதுவுமல்ல, நமது சிற்பியின் உருவம்தான். பெண் சிற்பம் உருவாகி முடியும் நாளில், தாம் வடிக்கும் சிலையையும் முடித்துவிடும் திட்டத்துடன் வேகமாக வேலை பார்த்து வந்தார். ஆனால் இந்த வேலை மிக ரகசியமாக நடந்துவந்தது. நமது சிற்பியின் வேலைபோலப் பகிரங்கமாக அல்ல.

ஆரோக்கியமான தாய் வயிற்றில் வளரும் சிசுவைப் போலப் பெண் சிற்பம் நன்கு வளர்ந்து வந்தது. ராஜகுமாரி அரண்மனை திரும்பும் நேரமும் தாமதமாகிவந்தது. ஓரிரு இரவுகள் குடிலிலேயே தங்கவும் செய்தாள்.

ஒரே சிற்பத்தை எவ்வளவு நேரம் அம்மா பார்த்துக்கொண்டிருப்பாய்?

என்று ராஜாகூட மகளைச் சற்றுக் கோபமாகக் கேட்டாராம்.

ஒரே ராஜ்யத்தை எவ்வளவு காலமாக ஆண்டுகொண்டிருக்கிறீர்கள்? என்று பதிலுக்குக் கேட்டாளாம் மகள்.

அவள் இப்படியெல்லாம் கேட்கக் கூடியவளே அல்ல. சிற்பியின் சகவாசம்தான் காரணமோ என்று மனம் புழுங்கியிருக்கிறார் மன்னர்...

ஆயிற்று, சிலைக்கு நாளைக் காலை கண்திறக்க வேண்டியதுதான் பாக்கி.

முந்தின நாள் இரவில் சில உற்பாதங்கள் தோன்றின. வெகுநாட்களாக ஆகாயத்தில் உலவிவந்த வால்நட்சத்திரம் சடாரென்று உதிர்ந்தது. பார்வையற்ற காக்கை ஒன்று குடிலின் வாசலில் ஓயாமல் பிலாக்கணம் வைத்தது. அதை விரட்டியடிக்கும் விதமாக நாலைந்து கோட்டான்கள் விடாமல் அலறின. இரவு முழுவதும் மார்கழி மாதத்துக்குச் சம்பந்தமேயற்ற வெக்கை நிலவியது. குடிலின் மூலையில் இருந்த எண்ணெய் விளக்கின் அருகே கொடியில் காய்ந்த வஸ்திரமொன்று காற்றுக்கு அசைந்து தீப்பற்றியது. இரவுச் சாப்பாட்டுக்காக அரண்மனையிலிருந்து வந்திருந்த அன்னத்தில் பல்லி விழுந்து இறந்துகிடந்தது. குடிலின் உத்தரத்தில் புதிதாகக் குடிவந்திருந்த மரப் பல்லி இரவு முழுவதும் துர்ச்சொல் உதிர்த்தவண்ணமிருந்தது. சிற்பி கை மறதியாய் வெற்றிலையில் தடவிய சுண்ணாம்பு அபரிமிதமாக அளவு கூடி வாய் வெந்துபோயிற்று.

ஆகாயத்தில் பரவிவிட்ட இரவையும் அதன் இருள் அடர்த்தியையும் தன் தனிமையையும் வெறித்துக் கொண்டு உறக்கம் பிடிக்காமல் உட்கார்ந்திருந்தார் சிற்பி. வெக்கை முற்றியபோது ஆயாசம் தாங்காமல் கண்கள் தாமே மூடிக்கொண்டன. உறக்கத்தினுள் வழுக்கினார்.

முதல் ஜாமம்

முதலாம் ஜாமம் ஆரம்பித்து ஒரு நாழிகை சென்றபின் ஒரு கனவு வந்தது. வழக்கமாகக் கனவுகளில் நிலவுவதுபோன்ற சாம்பல் நிற வெளிச்சம் இல்லை. கோடை நாளின் உச்சிப்பொழுது போன்ற ஒளி. கண்களை முழுக்கத் திறந்து பார்க்க இயலாதபடி பார்வை கூசியது. தன் எதிரில் நிற்பது சிற்பம் அல்ல, உயிருள்ள தேவதை என்று கண்டு சிற்பி அதிர்ந்தார். முந்தைய கணத்தில் உளியும் சுத்தியும் திறந்துவைத்த கண்களை முழுசாக மலர்த்திச் சிரித்தாள் அந்த மந்திரக் கன்னி. நேற்றுவரை உறைந்திருந்த சிரிப்பில் இல்லாத ஒரு கபடம் தற்போதைய சிரிப்பில் கூடியிருப்பதைக் கவனித்தார் சிற்பி. கண்களும்கூடத் தான் திறந்துவைத்த விதமாக இல்லாமல், அகலம் அதிகரித்திருப்பதைக் கண்டார். அவை அவ்வப்போது இமைக்கவும் செய்தன.

வெக்கையின் ஊடாகத் திடீரென்று ஒரு குளிர்ந்த காற்றலை ஊடுருவிச் சென்றது. திகைப்பின் காரணமாக மூடிய சிற்பியின் கண்கள் மீண்டும் திறந்தபோது சிலை பீடத்தைவிட்டுக் கீழே இறங்கி வந்திருந்தது. அது நின்ற நிலையும் அதன் கன்னச் சதையின் துடிப்பும் நீட்டிய கைகளில் இருந்த பரபரப்பும் அதன் நோக்கத்தை வெளிப்படையாகத் தெரிவித்தன. தன் மார்பின் குறுக்காக இரண்டு கைகளையும் கோத்துக் கட்டிக்கொண்டு நிமிர்ந்து பார்த்தார் சிற்பி.

என்னம்மா வேண்டும் உனக்கு?

நீர்தான்.

தயக்கமில்லாமல் பதிலளித்தாள் சிற்பக் கன்னி. தீவிரமான யோசனை போல மௌனத்தில் அமிழ்ந்தார் சிற்பி. கண்களை மறுபடியும் மூடிக்கொண்-

டார். கண்களின் உட்புறம் எதையோ நிகழ்த்திப் பார்க்கிறவர் மாதிரி இமைகளுக்கடியில் விழிகள் உருண்டன. சில நிமிடங்கள் கழித்து கனிவான குரலில் பதிலிறுத்தார்.

அது முறையல்ல அம்மா.

ஏன்?

கல்லிலிருந்து உன்னைப் பிறப்பித்தவன் நான்தான். ஆகவே, உனக்குத் தகப்பன் ஸ்தானம். உன்னை என் மகளாகத்தான் பார்க்கிறேனே தவிர, பெண் உடம்பாகப் பார்க்க முடியாது. உளறுகிறீர். கல்லிலிருந்து என் வடிவத்தைத்தான் உருவாக்கினீர். கல்லை நீர் உருவாக்கவில்லை. தவிர, என் உடம்பு பற்றிச் சொன்னீரே...

ம்.

மிக அருகிலிருந்து உம்முடைய உடம்பை அன்றாடம் பார்த்து வந்திருக்கிறேன் அல்லவா...

இன்று காலைதானே உன் கண்களைத் திறந்துவிட்டேன்?

... கண்ணை மூடிப் படுத்திருக்கும்போது உம் அருகில் யாராவது வந்தால் உம்மால் உணர முடியாதா?

வாஸ்தவம்தான்.

உம்மீது கிளர்ந்த மோகத்தின் கிறக்கம் தாளாமல்தான் இறங்கி வந்திருக்கிறேன். நான் பார்த்துப் பார்த்து மோகித்த அந்த உடம்பை ஒருமுறை தழுவி இன்புற்றாக வேண்டும் எனக்கு. தொடர்ந்து உரையாடல் போய்க்கொண்டேயிருந்தது. சிற்பியின் சுண்டுவிரல் நகம்கூடச் சிற்பக் கன்னியின்மீது படவில்லை. விவாதத்தின் உச்சத்தில் அவர் முடிவாகச் சொன்னார்.

பாறையுடன் சம்போகம் செய்யும் திராணி எனக்கு இல்லை அம்மா

என்று சொல்லிவிட்டுச் சிரித்தார்.

அவள் அடிவயிற்றிலிருந்து சாபமிட்டாள்.

என்னைச் சிலை என்றுதானே பரிகசிக்கிறீர். அடுத்த பிறவியில் நீரும் சிலையாக இருக்கக் கடவீர். அப்போதுதான் புரியும் என் தகிப்பு.

மீண்டும் சிற்பமாக உறைந்தாள் அவள்...

உடல் விதிர்த்து விழித்துக்கொண்டார் சிற்பி. படுக்கையிலிருந்து எழுந்து உட்கார்ந்தார். ஆகாயத்தை அண்ணாந்து பார்த்தார். யதேச்சையாக வந்த குட்டிமேகத்துக்குப் பின்னால் மறைந்துகொண்டாலும் நிலாவின் வெளிச்சம் அது இருந்த இடத்தைச் சுற்றிலும் வெகுதூரத்துக்கு ஆதிக்கம் செலுத்தியிருந்தது. இருளின் ரகசியத்துடன் ஓயாமல் கண்சிமிட்டிப் பேசிக்கொண்டிருந்த நட்சத்திரங்கள் விநோதமான ஏக்கத்தைக் கிளர்த்தின. வெற்றிலைப் பையை எடுத்துத் திறந்தார். தாம்பூலம் தந்த கிறுகிறுப்பு தனிமைக்கு மிக இதமான துணையாக இருந்தது. எழுந்து சென்று சக்கையைத் துப்பிவிட்டுத் திரும்புகிறார், சிலை தம்மையே வெறித்துப் பார்த்துக்கொண்டிருப்பதை உணர்ந்தார். முதுகில் பூரான் ஓடுகிற மாதிரி ஒரு குறுகுறுப்பு. மேகத்தைவிட்டு வெளியே

வந்திருந்த நிலா பளிரிட்டது. சிற்பம் கேட்டதைக் கொடுத்திருக்கலாமோ? என்று ஒரு கணம் சிந்தை தயங்கியது.

வாசலில் இருந்த மூங்கில் படலை யாரோ திறக்கிற மாதிரி சப்தம் கேட்-டது. பாதசரங்கள் ஒலிப்பது போலவும், அவற்றின் ஒலி மிகவும் பரிச்சய-மானது போலவும் தோன்றியது. இந்த நேரத்தில் யார் வரப் போகிறார்கள். பிரமையேதான் இது என்று சமாதானம் கொண்டு கண் கிறங்கினார்.

இரண்டாம் ஜாமம்

விட்ட இடத்திலிருந்து தொடர் வதுபோல, அதே கனவு மீண்டும் வந்தது. இந்தமுறை மிகப் பெரிய வித்தியாசம் ஒன்று நேர்ந்துவிட்டிருந்தது...

கண் திறந்த சிலையின் முகம் ராஜகுமாரியின் முகம்போலவே இருந்தது.

சிற்பம் முந்தைய கனவில்போல வேண்டுகோளெல்லாம் விடுக்கவில்லை. தன்னியல்பாக நெருங்கி வந்து அணைத்துக்கொண்டது.

தனது பொருளைத் தான் எடுத்துக்கொள்ளும் சுவாதீனத்துடனும் வெகு நாளாகக் காணாமல்போயிருந்த பொருள் யதேச்சையாகக் கிடைத்து விட்ட ஆவேசத்துடனும் இன்னும் கொஞ்ச நேரம்தான், பிறகு அது நிரந்தரமாகக் காணாமல் போய்விடும் என்பது போன்ற பதற்றத்துடனும் பலநாள் திட்டத்தின் விளைவாகச் செயல்படுவது போன்ற சிரத்தையும் கச்சிதமும் கொண்டு சேர்க்-கையின் பல்வேறு அடுக்குகளுக்கு இட்டுச்சென்றது. தேர்ந்த சிற்பி ஆட்டுரல் கொத்துவதுபோல எளிமையாகவும் வாகாகவும் தன் உடம்பு கையாளப்படு-வதை உணர்ந்தார் சிற்பி. கனவில் நிகழ்ந்த முத்தங்களின் ஒலியும் மென்ச-தையின் ஸ்பரிசமும் மறைவிடங்களின் மணமும் எச்சிலின் ருசியும் அலை-யலையாக முன்னெழுந்த சதையின் திரட்சியும் என எதுவுமே கனவில்போல இல்லை. நிஜம்போலவே அவ்வளவு அண்மையில், அவ்வளவு நேரடியாக, அவ்வளவு கிளர்ச்சி தருவதாக இருந்தன.

உச்சத்தின் விளிம்பில் சட்டென்று தான் பிடுங்கி வீசப்படுகிற மாதிரி உணர்ந்தார் சிற்பி.

விழிப்புத் தட்டியது.

குடிலுக்கு வெளியில் குதிரைக் குளம்படிபோல ஒலிகள் கேட்டன. தழைந்த பேச்சுக் குரல்களும் இணைந்துகொண்டன. வெகு தத்ரூபமான ஒலி-கள். இருளைத் தவிர வேறு மர்மங்களும் அந்த இரவின் பிறப்புறுப்பிலிருந்து கசிவதுபோல, நிசப்தத்தின் திரைக்குப் பின்னால் ஏதோ பயங்கரங்கள் ஒளிந்-திருப்பது போல, பிரமை தட்டியது.

உடம்பு கடுமையாக வியர்த்திருந்தது. படுக்கை விரிப்பில் அகலமாக ஈரத்-தடம் பதிந்திருந்ததைப் பார்க்க விகாரமாக இருந்தது.. வெளியில் வெக்கை இன்னும் அதிகரித்துவிட்ட மாதிரித் தோன்றியது. வெக்கை நிஜமாக இருப்பது எங்கே, சூழ்நிலையில்தான் நிலவுகிறதா அல்லது தனக்குள்ளிருந்து ஊறுகி-றதா என்று தீர்மானிக்க முடியாமல் திகைத்தார். கைகள் அனிச்சையாகத் தாம்பூலப் பையை எடுத்தன. குடிலுக்கு வெளியே குளம்படித் தடங்கள்

இருக்கின்றனவா என்று பார்த்துவிட்டால் கைகளின் நடுக்கம் சற்றுக் குறையக்கூடும் என்று தோன்றியது. விரும்பத்தகாத ஏதாவது உறுதியாகிவிடுமோ என்று கவலையாகவும் இருந்தது.

கனத்த மனத்துடன் பஞ்சணையில் சரிந்தார்.

ஆறுதலாகத் தொற்றியது உறக்கம்.

மூன்றாம் ஜாமம்

இந்தமுறை வந்த கனவு அதிக நேரம் நீடிக்கவில்லை. அதிகபட்சம் ஏழு அல்லது எட்டு விநாடிகள் இருக்கலாம். அவ்வளவுதான். அதற்குள் எல்லாம் நடந்து முடிந்துவிட்டன. முந்தைய இரண்டுமுறைகள் போலவே இப்போதும் சிற்பம் உயிர் கொண்டது. ஆனால் பெண்ணுக்குரிய அம்சங்கள் யாவற்றையும் துறந்துவிட்டு ஒரு பயில்வானைப் போன்று உடல்வாகை உருமாற்றிக் கொண்டது. முந்தைய ஜாமத்தில் உடலெங்கும் பொங்கித் தீர்ந்த பரபரப்பையும் உச்சத்தில் தொற்றிய கிளுகிளுப்பையும் மீண்டும் நிகழ்த்திக்கொள்ளும் ஆவலுடன் விரித்த கைகளுடன் நெருங்கிய சிற்பியின் நெஞ்சில் கைவைத்து நிறுத்தியது.

தனது வலது புஜத்தில் முளைத்துப் பெரிதாகப் புடைத்திருந்த மருவைச் செதுக்கியெறியும்படி சைகை காட்டியது. குடிலின் உள்ளே சென்று உளியும் சுத்தியலும் எடுத்துவந்தார் சிற்பி. கண்ணிமைக்கும் நேரத்தில் அவரைச் செந்தூக்காய்த் தூக்கியது சிற்பம். முந்தைய ஜாமத்தின் மிருதுத் தன்மையும் காதலும் அறவே நீங்கியிருந்த ஸ்பரிசம். போர்வீரன்போல மாறியிருந்தது ராஜகுமாரியின் முகச் சாயல். சிற்பியைப் பீடத்தில் நிறுத்தியது.

தன் பாதங்களின் அடிப்புறம் நூல் சரங்கள்போல வேர் முளைத்துப் பீடத்துக்குள் ஊன்றிக்கொள்வதையும் தலைப்பகுதியிலிருந்து மரத்துக் கொண்டே வருவதையும் உணர்ந்த சிற்பி, ஏதோ ஒரு விபரீதச் சுழியின் மையத்தில் தான் சிக்கிக்கொண்டதை அறிந்து தப்பிக்க முனைந்த மாத்திரத்தில் அந்த உருவம் குடிலை விட்டு வெகுவேகமாக வெளியேறுவதைக் கண்டார். குதிரைக் குளம்படியோசை எழுந்து நகர்ந்து மெல்லத் தேய்ந்து மறைந்தது. நகரத் திராணியின்றி நின்றிருந்தார் சிற்பி.

நாலாம் ஜாமம்

வயலை நோக்கிக் கலப்பைகளுடனும் மண்வெட்டிகளுடனும் பிரம்புக் கூடைகளுடனும் சென்றுகொண்டிருந்த ஆண்களும் பெண்களும் ஆச்சரியத்துடன் பார்த்தார்களாம் - நேற்றுவரை ஒரு பெண் சிலை நின்றிருந்த இடத்தில் இப்போது ஆண் சிலை நிற்கிறதே என்று...

இதுவரைதான் என்னுடைய நாட்குறிப்பில் இருக்கிறது. அதன் பிறகும் பலதடவை கடப்பை வழியாகச் சென்று வந்திருக்கிறேன். ஒருமுறைகூட அந்தக் குடிலுக்கு மறுபடியும் போக வாய்க்கவில்லை. வாழ்க்கை என்னை உந்திச் சென்ற பாதைகள் அப்படி. கொஞ்சம்கூட அவகாசம் தராதவை. எனக்குக் கதைசொன்ன பெரியவர் தற்போது உயிருடன் இருப்பதற்கான

வாய்ப்பும் மிகக் குறைவுதான் என்று தோன்றுகிறது. நான் சந்தித்தபோதே அவருக்கு வயது எழுபதுக்கு அருகில் இருக்கலாம். அந்தச் சிற்பம் யார்வ-சத்தில் இருக்கும் என்பதற்கும் உத்தரவாதம் இல்லை. ஆனால் என் ஞாப-கத்தில் வெகு அழுத்தமாக ஏதோ முந்தாநாள்தான் பார்த்த வஸ்துவின் பிம்-பம்போல அவ்வளவு திருத்தமாக அது வீற்றிருக்கிறது.

தொடர்ந்து பல வருடங்கள் அந்தச் சிற்பியின் கதையை அசைபோட்டு வந்தபோது இயல்பாகச் சில சந்தேகங்களும் எழுந்து வந்தன.

1. ராஜஸ்தானியரான சிற்பியின் இருபத்தோராம் தலைமுறை வாரிசு, ஆந்திரத்தின் ராவ் ஆனது எவ்விதம்?

2. பிரம்மச்சாரியாக வந்து சேர்ந்து பிரம்மச்சாரியாகவே வாழ்வு முடிந்த சிற்பிக்கு வாரிசுகளும் வம்சமும் தோன்றியது எப்படி?

3. இவருக்குப் போட்டியாக தலைமைச் சிற்பி செய்த சிலை பிறகு என்-னாயிற்று? எங்கே போயிற்று?

4. ராஜகுமாரிக்குச் சிற்பியின் மீது ஒரு அந்தரங்கமான இச்சை உருவான செய்தியும் கதையில் வந்ததே, அவள் என்னவானாள்?

5. தன்னந்தனியாக வாழ்ந்து மறைந்தவராயிற்றே சிற்பி? அவருடைய மறைவுக்கு முந்திய துர்ச்சகுனங்களின் பட்டியலை யார் கவனித்துக் கோத்-தார்கள்? நிகழப்போகும் அசம்பாவிதத்தின் முன்குறிகள் அவை என்று யாருக்குத் தோன்றியது?

ஓய்வுபெறுவதற்குச் சிலமாதங்கள் முன்பு, உத்தியோகரீதியாக மஹா-ராஷ்ட்ரம் செல்ல வேண்டி வந்தது. கடைசியாக அதுதான் நான் கடப்பை-யைத் தாண்டிச் சென்றது. அந்தமுறை இன்னொரு விசித்திரமான சந்தேகம் தோன்றியது.

அந்தக் கனவுகள் மூன்றையும் கண்ட மனிதன்தான் சிலையாகிவிட்டானே, நான் பார்த்த பெரியவர் வரை கர்ணபரம்பரையாக அவை எவ்விதம் வந்து-சேர்ந்தன?

அப்புறம் சமாதானம் செய்துகொண்டேன்... போகட்டும், உயிருள்ள மனி-தன் சிலையாக மாற முடியும் என்றால், ஒருவருடைய கனவை இன்னொரு-வர் காண்பதும் நடக்கக்கூடிய விஷயம் தானே.

107. புரியாது பூசணிக்கா! - நாச்சியாள்

அந்த ஆல்பத்தைப் புரட்டியதும் சந்தோஷம் என்னை தொட்டிலில் இட்டு ஆட்டியது போல் தோன்றியது. சில நினைவுகள் தரும் சந்தோஷத்தை எந்தப் பணத்தாலும் விலைக்கு வாங்கவே முடிவதில்லை. ஆல்பத்தை மூடியதும் ஏனோ எனக்கு இன்றைக்கு இந்திராகாந்தி ஞாபகமாகவே இருந்தது.

நான் வால்பாறையில் ஏழாம் வகுப்புப் படிக்கும் போது ஸ்கூல் வானொலி பெட்டியில் இந்திராகாந்தியை சுட்டுவிட்டதாகச் சொன்னதும் பள்ளிக்கு விடு-

முறை விட்டார்கள். தெருவெங்கும் அவரை எப்படி சுட்டார்கள், யார் சுட்டார்கள் என்பதை கையில் ரேடியோ பெட்டியை வைத்துக்கொண்டு அதிர்ச்சியுடன் கேட்டுக் கொண்டிருந்த காட்சி இன்னும் கூட மனதில் அழியாமல் பதிந்திருக்கிறது.

பள்ளி மாறுவேஷப் போட்டியில் இரண்டுமுறை இந்திராகாந்தி மாதிரி வேஷம் போட்டு பரிசு வாங்கியிருக்கிறேன். அப்போதெல்லாம் ஏதோ நானே இந்திராகாந்தி ஆனது போல் அலட்டிக் கொண்டதும் உண்டு.

என் பள்ளி நாட்களில் காரணமே தெரியாமல் இந்திராகாந்தி மேல் ஒரு பெரும் ஆசை இருந்தது. அந்த ஆசையின் காரணமாய் இந்திராகாந்தி பற்றி வரும் செய்திகளை எல்லாம் 'கட்' செய்து சேகரித்து, ஒரு பொக்கிஷம் போல் பாதுகாத்து வைத்திருந்தேன். அந்த பொக்கிஷத்தில் குழந்தை பிரியதர்ஷினி, பள்ளிக்குப் போகும் பிரியதர்ஷினி, அம்மா கமலாவுடன், தாத்தா மோதிலால் உடன்... வளர்ந்த இந்திராகாந்தி, காதல் கணவர் பெரோஸ் காந்தியுடன், பிரைம் மினிஸ்டர் இந்திராகாந்தியாக, மாமியார் இந்திராவாக, அழகுப் பாட்டி இந்திராவாக என பல விதமான பேப்பர் கட்டிங்குகள் இருந்தன. நான் ஐந்தாம் வகுப்புப் படிக்கும் போது சேர்க்க ஆரம்பித்த பழக்கம் பனிரெண்டாம் வகுப்பு படிக்கும் வரை இருந்தது. கல்லூரிக்காக அண்ணாமலை பல்கலை கழகத்துக்கு சென்ற போது எனக்கே தெரியாமல் அந்த பழக்கம் என்னை விட்டுப் போய்விட்டது.

ஆனால் நான் இதற்காக மெனெக்கெட்டு அலையும் போதெல்லாம் என்னை ரொம்ப கிண்டலடிப்பான் சண்முக சுந்தரம்.. என் தோழன், வழிகாட்டி, சில சமயங்களில் பகைவன்... ஆக மொத்தத்தில் யாதும் ஆனவன்! வால்பாறை மாதிரியான மலைபிரதேசத்தில் பள்ளிக்கு செல்வது என்பது என்பது கடுமையான விஷயம். நாங்கள் குடியிருந்த வீட்டிலிருந்து பள்ளி மூன்று கிலோ மீட்டர். போக வர ஆறு கிலோ மீட்டர் தூரத்தை பேசிப் பேசியே கடப்போம் நாங்கள் இருவரும். மலை மேட்டிலும் சரிவிலும் ஏறி இறங்குவது தினம் தினம் யாத்திரை செல்வதற்கு சமம். ஒண்ணாம் வகுப்பிலிருந்து பனிரெண்டாம் வகுப்பு வரை நாங்கள் இருவரும் சேர்ந்து நடக்க நடக்க எங்கள் நட்பு 'வானாகி, மண்ணாகி, வளியாகி, ஒளியாகி வளர்ந்தது.

அவன்தான் எனக்கு இந்திராகாந்தி பற்றி நிறையச் சொல்வான். காரணம் பலவிதமான புத்தகங்களை வாசிப்பான். அவனுடைய முதல் நேசமும் பாசமும் புத்தகங்கள்தான். நான் ஏழாவது படிக்கும் போது அம்பேத்கர் பற்றிய புத்தகம் கொடுத்தான். சண்முகம் கொடுத்தானே என்கிற ஒரே காரணத்துக்காக வாசிக்க முயற்சி செய்தேன்.. ஆனால் முடியவில்லை. திரும்ப அவனிடம் கொடுத்துவிட்டேன். புத்தகத்தை வாங்கியவன் என்னை 'அடி முட்டாள்.. உருப்படாத முண்டம்' என்றெல்லாம் திட்ட, என் அழுகை ஆறாகியது. அதற்குப் பிறகு அவன் புத்தகம் கொடுப்பதை நிறுத்திவிட்டான்.

திரும்ப எட்டாவது கால் பரீட்சை விடுமுறையின் போது ஒரு கனமான புத்தகத்தை கொடுத்தான், அட்டையில் 'வால்காவிருந்து கங்கை வரை' என்று எழுதியிருந்தது. எனக்குப் பக்கத்தைத் திருப்பவே பயமாய் இருந்தது. 'படிக்க முடியாது' என்று சொன்னால் திட்டுவான்.. என்ன செய்வது என்று புரியாமல் வாங்கிக் கொண்டேன். ஒருவாரம் கழித்து 'என்ன பூசணிக்கா படிச்சியா?' என்று கேட்டபோது 'இல்லடா' என்று சொல்ல வாய் எடுத்து படிச்சிட்டு இருக்கேன்டா'' என்று பொய் சொன்னேன். அவனுக்குத் தெரியும் அந்த மாதிரி புத்தகங்களை எல்லாம் என்னால் படிக்க முடியாது, படிக்க வராது என்று.

ஒன்பதாவது படிக்கும் போது, இரு குடும்பத்தாரும் கோயமுத்தூருக்கு போயிருந்தோம். அவன் அவனுடைய அப்பாவிடம் அடம்பிடித்து என்னை-யும் சினிமாவுக்குக் கூட்டிப் போனான். எனக்கு 'ஏண்டா போனோம்' என்-றாகியது. ஆனால், அவனும் அவன் அப்பாவும் ஒரு தவம் போல் அந்தப் படத்தை ஆடாமல் அசையாமல் உட்கார்ந்து பார்த்தார்கள். 'உமர் முக்தார்' தான் அந்தப் படம்!

விடாது கருப்பாக மீண்டும் ஒரு புத்தகத்தைத் தந்தான். 'ராகுல் சாங்-கிருத்யாயன்' எழுதிய 'காரணமும் காரியமும்' என்ற அந்தப் புத்தகத்தை வாசிக்க ஆரம்பித்தேன், வேறு வழி.

நான் அவன் அளவுக்கு வாசிப்பில் வளர்ந்துவிட்டேன் என்று அவனா-கவே கற்பனை செய்துகொண்டு மாதம் குறைந்தபட்சம் இரண்டு புத்தகங்க-ளாவது தர ஆரம்பித்தான். அவன் கொடுத்த புத்தகங்களில் எனக்கு ஏனோ பிரமிள் கவிதைகள், ந.பிச்சமூர்த்தியின் சிறுகதைகள், சில சமயங்களில் ஜெயகாந்தனின் கதைகள் போன்ற ஒன்றிரண்டு எழுத்தாளர்களின் புத்தகங்-கள் தான் வாசிப்பதற்குப் பிடிந்திருந்தது. ந.பிச்சமூர்த்தியின் 'மோகினி' சிறு-கதையைப் படித்துவிட்டு, அந்தக் கதையில் வரும் கதை நாயகன் போல் நானும் 'மோகினி என்னுடன் பேசுகிறாள்' என்று சொல்லி கலவரப்படுத்தி, வீட்டில் இருப்பவர்களின் தூக்கத்தைக் கெடுத்த கதைகளும் உண்டு.

புத்தகங்களின் மீது இருந்த பயம் விலகி, வாசிப்பை நேசிக்கக் கற்றுக் கொண்ட கணத்திலிருந்து சண்முக சுந்தரம் எனக்கு நண்பன் என்ற எல்-லைக்கோட்டை விட்டு வெளியேறி அறிவுஜீவி வட்டத்துக்குள் வந்ததாகத் தோன்றியது. பதினொன்றாம் வகுப்பிலிருந்து நானே சண்முகத்திடம் எனக்கு அந்த புத்தகம் கொடு, இந்தப் புத்தகம் கொடு என்று கேட்டு வாங்கிப் படிக்க ஆரம்பித்தேன்.

அப்படி அம்பேத்கர் பற்றிய புத்தகங்களையும் அவருடைய எழுத்துக்க-ளையும் பேச்சுக்களையும் படிக்கும்போது, 'நாமும் அம்பேத்கர் மாதிரி தீண்-டாமைக்கு எதிராகப் போராட வேண்டும்' என்று மனதுக்குள் சபதம் செய்-தேன். ஆனால் கால ஓட்டத்தில் அதற்கு எதிராக ஒரு சிறு கல்லைக் கூட எறிய முடியாத சமூகக் கட்டமைப்பில் சிக்குண்டு இருக்கிறேன் என்று

நினைத்த போது அவமானமாய் இருந்தது. அவமானத்தைத் துடைக்க என்ன செய்ய முடியும்...? சில நிமிடங்கள் கனத்த மௌனத்தின் ஊடே சிறு சொட்டுக் கண்ணீர் துளிகளை சிந்துவதை விட!

பள்ளிப் படிப்பை முடித்து, இருவரும் அண்ணாமலை பல்கலைக் கழகத்துக்குள் நுழைந்தோம். அவனுக்கு அவனைப் போலவே நல்ல நண்பர்கள் கிடைத்தார்கள். அதனால் அவன் வாசிப்பின் உலகம் பரந்து விரிந்தது. 'பின் நவீனத்துவம்', 'மேஜிகல் ரியலிஷம்', 'சர் ரியலிசம்' என்று எனக்கு ஆரம்பத்தில் புரியாத வார்த்தைகளை எல்லாம் பேசினான். என் கையிலும் காப்கா, ஆல்பர் காம்யு, இட்டாலோ கால்வினோ, போர்ஹே, கேப்ரியல் கார்சியா மார்க்வெஸ், பாப்லோ நெருடா என்று பலர் புரள ஆரம்பித்தார்கள். இவர்களை வாசிக்க வாசிக்க அவர்களின் மீது எனக்கு பேரன்பும் பெரும் காதலும் உண்டானது. சில இரவுகளை இவர்களுடன் கழித்ததும் உண்டு... நடுநிசி ரகசியக் கனவில்தான்!

புத்தகங்களின் காதலனாய் இருந்த சண்முகத்துக்கு அண்ணாமலைப் பல்கலைக் கழகம், அநீதிக்கும் அராஜகத்துக்கும் எதிராகப் போராடும் பேராண்மையைக் கற்றுக் கொடுத்தது. நான் ஐந்து வருடங்கள் அந்த பல்கலைக் கழகத்தில் படித்து ஒரு முதுகலைப் பட்டத்துடன் வீட்டுக்குப் போனேன். அவன் அந்த ஐந்து ஆண்டுகளில் பல போரட்டங்களின் பெரும் போராளியாகிப் போனான். அதன் எதிரொலியாய் சிறைக்குச் சென்றான். தத்துவங்கள் பேசினான். அதற்குப் பிறகு அவன் என்னோடு வால்பாறைக்கு வரவேவில்லை. நானும் அவனும் சேர்ந்து நடந்த பொழுதுகளும், பேசிய வார்த்தைகளும் வெறும் நிழற்படங்களாய் என் நெஞ்சுக்குள் ஆணியடித்து மாட்டி வைக்கப்பட்டு விட்டது.

என் திருமணத்துக்கு அவனை ஆசையுடன் கூப்பிடச் சென்ற இடம் கடலூர் சிறை. எலும்பும் தோலுமாய் இருந்தான். அப்போதும் பையில் சில புத்தகங்களை வைத்திருந்தான். ''என்னடா புத்தகம் அது'' என்று கேட்டதற்கு ''உனக்கு அதெல்லாம் புரியாது பூசணிக்கா'' என்ற அவனது வார்த்தையில் ஏனோ ஒரு வெறுமை இருந்தது. அந்த வெறுமை என்னை கனமாய்க் குத்தியது அந்த நிமிடம். ஆனால், அது ஆறாத ரணமாய் என்னை பல காலம் துரத்தியது. ''ஏன் சண்முகம் அப்படி வெறுப்பாய் பேசினாய்?'' என்று கேட்பதற்கு வாய்ப்பே வரவில்லை.

இப்போது அவன் சார்ந்த இயக்கத்தில் டெல்லியில் இருப்பதாக அவன் அம்மா சொன்னார். ஆனாலும், அவன் ஏன் எனக்கு இது புரியாது என்று சொன்னான் என்ற கேள்வியை மட்டும் அவனிடம் கேட்காமல் விட்டு விடக்கூடாது என்று மனதுக்குள் ஒரு சபதம் போட்டேன். என் மூத்த பையனுக்கு அவன் பெயரை வைத்தேன். இப்போதும் புத்தகங்களை வாங்கும்போது, 'அவனுக்கு இந்த புத்தகம் பிடிக்குமா? இந்தப் புத்தகங்களையெல்லாம் நான் வாசிப்பதைப் பார்த்தால் சந்தோஷப்படுவானா..? நீ உருப்படுற முண்டம்தான்

பூசணிக்கா' என்று சொல்வானா என்றெல்லாம் எனக்கு நானே கேட்டுக் கொள்வேன். அதே சமயத்தில், ஏன் சண்முகம் அப்படி சொன்ன? என்றக் கேள்வியையும் கேட்க வேண்டும் என்று மீண்டும் உறுதி பூணுவேன்.

இரண்டாவது டெலிவரிக்கு அம்மா வீட்டுக்கு வந்திருந்த போது... ஒரு-நாள் அவன் வீட்டிலிருந்து அவன் அம்மாவும் அப்பாவும் உயிரைக் கொடுத்து அலறும் சத்தம். ஓடிப்போய் பார்த்தால், டிவியில் அவனை சுட்டுக் கொல்லப்பட்ட புகைப்படத்தைத் திரும்பத் திரும்பக் காட்டிக் கொண்டிருந்-தார்கள். அந்த நிமிட அவனைப் பார்க்க வேண்டும் என்ற வெறியில் யார் சொல்வதையும் பொருட்படுத்தாமல் டெல்லிக்கு பிளைட் பிடித்தேன்.

அவன் தங்கியிருந்த அறை முழுக்க புத்தகங்கள்... புத்தகங்கள்....புத்-தகங்கள்...! 'இந்த பாவி மகன் எதுக்கு இப்படி படிச்சான்... இதுக்குத்-தானா... இதுக்குத்தானா?' என்று அவன் அம்மா நெஞ்சில் அடித்துக் கொண்டு அழுது அரற்றிய போது எனக்கு ஆறுதலாய் சொல்வதற்கு வார்த்-தைகள் கிடைக்கவில்லை. ஒரு தாயைத் தேற்றும் வார்த்தைகள் எந்த மொழியில் முழுமையாக இருக்கிறது?

அவன் அம்மா நெஞ்சில் அடித்து அடித்து அழுததில் அவள் சாய்ந்-திருந்த மேஜையில் வைக்கப்படிருந்த புத்தகங்கள் கீழே விழுந்தன. எடுத்து மேலே வைக்கலாம் என்று குனிந்து பொறுக்கியபோது ஒரு புத்தகத்தில் நாங்-கள் இருவரும் சேர்ந்து அலைந்து திரிந்து வாங்கிய இந்திராகாந்தியின் அரிய புகைப்படம். பார்த்ததும் அதிர்ந்தேன்.. அதிர்ந்தேன்... இந்திராகாந்தியின் தலையை கட் செய்து அதில் என்னுடைய புகைப்படத்தில் இருந்து வெட்-டிய தலை ஒட்டப்பட்டிருந்தது. புத்தகங்கள் பலரை அறிவாளி ஆக்குகிறது. வெகுசிலரை போராளியாக்குகிறது. ஒரு சிலரிடம் எந்த சலனத்தையுமேற்ப-டுத்தாமல் கடந்து போய்விடுகிறது.... நானும் அந்த ஒரு சிலரோ என்று எண்ணிய கணம் உடைந்து அழுதேன்; அரற்றினேன்; கதறினேன்.

"அதெல்லாம் உனக்குப் புரியாது பூசணிக்கா!"

108. கவி - ந. பிச்சமூர்த்தி

இருவரும் ஆப்த நண்பர்கள். "வர வர மோசமாகிக் வருகிறாய்" என்றார் நண்பர்களில் ஒருவரான பத்திரிகாசிரியர்.

"ஏன்?" என்றார் மற்றவர். "படு ஏழை தீபாவளிக் குத் தீபாவளி எண்-ணெய் தேய்த்து முழுகுவதுபோல் விசேஷ மலர்களைத் தவிர மற்றக் காலத்-தில் எழுதுவதே ல்லை என்று கங்கணம் கட்டிக்கொண்டு விட்டாய்."

"அப்படி ஒன்றுமில்லை. நீ என்ன, எல்லா ஆசிரியர் களும்தாம் கதை கேட்கிறார்கள். எழுத வரவில்லை. வரவும் வராது. சித்தக் குருவி, கவி வெளியில் பாடித் திரிந்து கொண் டிருக்கிறது. கதை கிடைக்காது. கவி-

தையோ பத்திரிகைகளுக்குத் தேவை இல்லை.'

"அப்படி ஒன்றும் இல்லை, ஒரு கவிதையாவது அனுப்பேன்."

"உறுதி சொல்ல முடியாது. கவிதை பெண்களைப் போல. விரும்பினால் வெட்கிக் கலவரமடைகிறது. நீர்ப் பாம்புபோல் கற்பனை, தலையை உள்ளுக்கு இழுத்துக் கொள்கிறது."

"ஆகையினால் கவிதையும் கிடைக்காது என்கிறாய்; அவ்வளவுதானே?"

"அதுவும் சொல்லவில்லை."

"இந்தக் கவிகள், எழுத்தாளர்கள் எல்லோருமே இப்படித்தான். வெயிலில் காய்வதும் இல்லை; மழையில் நனைவதும் இல்லை! உங்களை எல்லாம் நம்பிப் பத்திரிகை போடுகிறோமே!'

"எங்களை நம்பாதே - அதிலும் என்னை நம்பாதே. எழுத்தைக் கொண்டு பிழைப்பதானால் சர்க்கஸ்காரன் சவுக்கைக் கண்டு சிங்கம் கூட்டில் நுழைவதும், வெளியில் வருவதும்.ஆட்டுடன் பால் குடிப்பதும்போல எ எழுத்தை ஆட்டத் தெரியவேண்டும். கவிதை சிங்கமல்ல. என்னிடம் சவுக்கும் இல்லை. உலகு பராசக்தியின் லீலை என்றால் எழுத்து என் லீலை. அச்சு யந்திரம் வேலை செய்வது போல் கவிதா யந்திரம் வேலை செய்ய இயலாது."

"இனி நான் என்ன சொல்ல? உன் இஷ்டம்."

"'அது சரி. இப்பொழுது பஸ்ஸுக்குப் போய் ஊருக்குப் போகிறேன். ஏதாவது எழுதினால் அனுப்பி விடுகிறேன். வருத்தப்படாதே.'

கவி பஸ் நிற்கும் இடத்திற்கு வந்தார். முதல் பஸ். போய்விட்டது. இனி மெயில் பஸ்தான் அடுத்த வண்டி. புறப்பட இரண்டுமணி யாகும். எனவே பிரயாணிகள் தங்கும் சாவடியில் போய் உட்கார்ந்தார். முதல் பஸ் தவறிவிட்ட வருத்தங்கூடத் தோன்றாத படி ஒரு தேனீ கவியின் தலைக்குள் ரீங்கார மிட்டுக் கொண்டிருந்தது. ஒரு முடைப் புழு சிறகு முளைத்து, மண்கூட்டைத் துளைத்து வெளியேறத் தத்தளித்துக் கொண்டிருந்தது. இக்கவிக் கிளர்ச்சியில் அடுத்த பஸ் வந்ததுகூடத் தெளிவாகத் தெரியவில்லை.சாவடியை விட்டு ஜனங்கள் முண்டி மோதிக்கொண்டு பஸ் ஏற முயன்றபொழுது தான் கவிக்குப் பஸ் ஏற நினைப்பு வந்தது. கூட்டத்துடன் கூட்டமாக இடித்துக்கொண்டு பஸ்ஸில் ஆறு அங்குலம் இடத்தை ஆக்கிரமித்துக்கொண்டார். இடம் கிடைத்ததே என்று பிரயாணிகள் ஆறுதலுடன் பெருமூச்சு விட்டபொழுது விஷமக்காரக் கண்டக்டர் வாயைத் திறந்தான்.

"எல்லாரும் இறங்குங்கோ; உம்! எல்லாரும். தபால் எடுத்துக்கிட்டுத் திரும்பி வறோம். அந்தச் சத்திரத்து முனையில் நில்லுங்கோ, அப்போ ஏறிக்கொள்ளலாம்."

வெட்டுப்பட்ட பலிக்கடாவின் தலையைப்போல் உயி ரற்று ஒவ்வொரு பிராணியாய்ப் பஸ்ஸை விட்டு இறங்கி னார்கள்: கவியுங் கூடத்தான். ஒரு விநாடிக்குள் பஸ்ஸில் இருந்த கூட்டத்தைத் தெருவில் காணவில்லை. ஜலம்

பட்ட சர்க்கரைப் பொம்மை போல் மனிதர்கள் கரையமுடியுமா என்று கவி வியந்தார்.

'ஏன்? காபி சாப்பிடப் போயிருக்கலாம்.பூ வாங்கப் போயிருக்கலாம். இன்னும் ஆயிரத்தொரு சிறிய காரியங்களைக் கவனிக்கப் போயிருக்கலாம். பஸ் திரும்பும் பொழுது ஆஜரானால் போதாதா?' என்று அறிவு சமா தானம் சொல்லிற்று.

சொன்ன சமாதானத்தில் கொஞ்சம் நியாயம் இருந்த தால் பழைய கவிக்கிளர்ச்சி நீர் நிறைந்த ஏற்றச்சாலைப் போல் மேலே எழுந்தது. ஆனால் தேனீயின் ரீங்காரத் தைக் காணவில்லை. மலர்க்கிண்ணியில் மது அருந்தும் மோனம் நிறைந்திருந்தது. முடைப்புழு பட்டுப் பூச்சியாகி மண்கூட்டைச் சிதைத்து வெளிவரும் கோலம் தெரிந்தது. சத்திரத்து வாசலில் நின்றபடியே கவி நோட்டுப் புஸ்த கத்தைப் பிரித்துப் பென்ஸிலைக் கையில் எடுத்தார்.

காதலி! அமுதக் கடலே! - ஈருடல் உருக்கி ஒன்றாய்
சேர்த்திடும் ஊது குழலே! - உதடெனும் தோணி பற்றி
அக்கரைத் தேனார் சோலைச் - சேர்த்திடும் பரிச லோட்டி!
உன்னைநான் கைப்பி டித்து - உன்மத்த னானேன் கண்டாய்.
மாதே! நான்உன் னிடத்தில் - உருவறக் கலந்த வேளை
இரண்டுமூன் றாக மாறும் - அதிசயக் கணக்குச் செய்தாய்!
தாயே! இக்குல விளக்கு - நோய், நொடி சோகக் காற்றில்
சாயாது சுடர்விடுத் திடவே - தாய்மையால் அரவ ணைத்து,
உயிர்க்குலம் ஓங்க வைப்பாய், - அன்னையே! ஆதி சக்தி! ....''

திடீரென்று கவித்தேனீ கிளம்பிவிட்டது. தபாலுக் குப் போன பஸ்ஸைக் காணவில்லை. ஆயிரத்தொரு காரியம் செய்யப்போன பிரயாணிகளையும் காணவில் லையே; ஒருவேளை பஸ் போயிருக்குமோ என்ற நினைப் புகள் எழுந்தன.

சத்திரத்துக்கு அடுத்தாற்போல் உள்ள முச்சந்தியில் போலீஸ்காரன் கை காட்டிக்கொண்டு நின்றான். அவன் விஷயத்தை விளக்கக்கூடும் அல்லவா? திறந்த நோட்டும் கையில் பென்ஸிலுமாகக் கவி போலீஸ்காரனை அணுகினார். "ஏன் ஸார்! தபால் எடுத்துக்கொண்டு பஸ் திரும்பிவிட்டதா?'

"இன்னும் இல்லை.'' "வந்தால் எங்கே நிற்கும்?''

போலீஸ்காரன் தனது வலப் பக்கத்தைச் சுட்டிக் காட்டினான்.

போலீஸ்காரன் சைகை, பால் வார்த்தாற்போல் இருந்தது. சுட்டிக் காட்டிய பக்கத்துக்குப் போய்க் கவி அங்கிருந்த திண்ணையைப் பார்த்ததும் பழைய தேனீ திரும்பிவிட்டது. கவி திண்ணையில் ஏறியதும் தேனீ பாடிற்று.

அன்னையாய் ஆன போது - அகிலமும் வாய்பு தைத்த

நச்சுவாய் உறவி னர்கள் - நெஞ்சத்து மெய்யன் பர்கள்
பூச்சூட்டிப் பூஜை செய்தார், - தாய்மையைத் தலையில் வைத்தார்.
தருணிநீ தாய தாகிப் - பொறையெழில் ஏற்ற போது
புகுந்ததோர் சக்திக் கதிரில் - விளைந்தது வைய முழுதும்.
காதலும் தாயு மானாய். - தாயுடன் தெய்வ மானாய்.
குழந்தையைத் தந்த தாயே - குவலயம் காத்து வருவாய்.
லீலையே! மூல சக்தி!"

'மூல சக்தி' என்று முடிக்கும்பொழுது பஸ் வரும் ஓசை கேட்டது.பென்ஸிலும் பிரிந்த நோட்டும் கையு மாய்க் கவி தெருவில் இறங்கினார். அதே தபால் பஸ். ஆனால் அங்கு நிற்கவில்லை.

'நிறுத்து, நிறுத்து!' என்று கவி கூவினார். புளி மூட்டையில் பிதுங்கியிருக்கும் ஒற்றைக்கொட்டைபோல் பஸ்ஸுக்கு உள்ளும் புறமுமாக உட்கார்ந்திருந்த ஒரு பிரயாணி கைவிரித்தானே ஒழிய வண்டி நிற்கவில்லை.

தன்னைத் தவிர அவ்வளவு பிரயாணிகளும் வண்டி யில் ஏறிவிட்ட மாயம் கவிக்குப் புரியவில்லை. பஸ் கண் டக்டர் சொன்னபடி கவி,சத்திரத்து முனையில் நின்றது என்னவோ உண்மை. பின் பஸ் ஏமாற்றியது எப்படி?

திரும்பவும் போலீஸ்காரனைக் கவி அணுகினார். "நீங்கள் சொன்னதுபோல, பஸ் நிற்கவில்லையே!" "பஸ்ஸுக்கென்ன கணக்கா? சத்திரத்துக்குப பின் புறம் நின்று பிரயாணிகளை ஏற்றிக்கொண்டு போயிருக்கும்."

"கண்டக்டர் சத்திரத்து முனையில் இருக்கச் சொன்னாரே?"

"முன் பக்கமும் ஒரு முனை, பின் பக்கமும் ஒரு முனை. நீங்கள் என்ன, தூங்கிக்கொண் டிருந்தீர்களா?"

உள்ளபடி தூக்கத்திற்குச் சமானமான ஒரு நிலை யில்தான் கவி இருந்திருக்க வேண்டும். இல்லாவிட்டால் ஆயிரத்தொரு காரியம் செய்யச் சென்ற பிரயாணிகள் ஆயிரத்தொரு தடவை திரும்பிவரும் நேரமாகியும் தான் நின்று எழுதிக்கொண்டிருந்த திண்ணையின் அருகில் கூட்டம் சேராததைக் கண்டு எச்சரிக்கை அடைந்திருக்கவேண்டாமா? போலீஸ்காரன் நின்ற முச்சந்தியைக் கண்டுவிட்டு அப்படியும் இப்படியும் ஒரு பத்தடி நடந்து பார்த்திருக்க வேண்டாமா? ஆனால் கவிதுரியம், உலகைப் பற்றியவரையில் ஒரு தூக்கமாகவே அமைந்துவிட்டதால் இந்த யோசனை தோன்றவில்லை.

இனிச் செய்வதென்ன? கவி திரும்பவும் பிரயாணிகள் தங்கும் இடத்திற்கு வந்தார். அடுத்த பஸ் சாயங்காலம் நான்கு மணிக்குத்தான். இன்னது செய்வதென்று புரியவில்லை. முனிஸிபாலிடியாரின் தெருக் கடிகாரம் கண்ணில் பட்டது. கடிகார முள் எவ்வளவு மெதுவாக நகர்ந்தது! சொல்லப்போனால் முள் நகரவே காணோம். நிமிஷ வீதி யில் பெரிய முள் நின்றுகொண்டே இருக்கும். விநாடிகள் கழியும். ஆனால் விநாடிக்கு விநாடி முள் நகராது.

அறுபது அல்லது எழுபது விநாடிகள் ஆகியிருக்கக்கூடும் என்று நினைக்-கும்பொழுது திடீரென்று வாய்க்காலைத் தாண்டு வதுபோல் முள் தாண்டும். தூங்குமூஞ்சி வேலைக்காரன் எஜமான் கட்டளையைச் செவியுற்று நடுவில் நடுவில் எழுந்திருப்பது போல் முள் உயிர்த்துடிப்புக் கொள் ளும். செயலற்ற இந் நிலையிலே ஒரு மணி கழிந்து விட்டது.

ஏதோ நினைப்பு வந்ததும் சட்டை, துணி மணிகளைக் கவி மாறி மாறிப் பார்த்தார். பெஞ்சிமேல் திறந்த நோட்டுடன் பென்ஸில் ஏதோ பேசிக்கொண் டிருந்தது. கவியின் மனம் பஸ்ஸுக்கும் கவிதுரியத்திற்கும் உள்ள முரணைப்-பற்றிச் சிந்தித்துக்கொண் டிருந்தது. கவியையும் அறியாமலே கை பென்-ஸிலை நாடிற்று. அது சமயம் அடித்த அலைகாற்றில் பென்ஸில் நோட்டை-விட்டு விலகி உருண்டது.

“எச்சரிக்கை! ஊருக்குப் போன பிறகு கவிக் கிளர்ச்சி வரட்டும். இல்லா-விட்டால் அடுத்த பஸ்ஸும் போய்விடும்” என்று மறைமுகமாகச் சொல்வ-துபோல் இருந்தது. கவிக்கு வந்த கோபத்திற்கு அளவில்லை. பென்ஸிலை எடுத்து ஓங்கிக் கூரை அப்படியே தரையில் குத்தினார். கவிக் கிளர்ச்சி சிதைந்தது போலப் பென்ஸில் நுனியும் தூள் தூளாகப் பறந்தது. அதற்குப் பிறகுதான் அடுத்த யோசனை தோன் றிற்று. நேரே அந்த மோட்டார்க் கம்-பெனியின் ஆபீசுக் குச் சென்று, பஸ் தவறிய செய்தியைச் சொன்னார்.

“என்ன செய்ய வேண்டும்?” என்றான் ஆபீஸ் குமாஸ்தா.

“அடுத்த பஸ் எப்பொழுது?’

”நான்கு மணிக்கு.’

“அதில் போக இந்த டிக்கெட் போதுமோ இல்லையோ?”

“டிக்கெட் மாற்றப்பட மாட்டாது என்று அச்சடித் திருப்பது தெரிய-வில்லை?”

“தெரிகிறது.”

“ஆகையினால் வேறு டிக்கெட் வாங்கவேண்டும்.

“ஒரு பிரயாணியிடம் இரண்டு தரம் பணம் வசூல் பண்ணுவது நியாயமாக இல்லையே?”

“நீங்கள் ஏறப்போவது இரண்டாவது பஸ். ஞாபகம் இருக்கட்டும், ஒரு பிரயாணி என்கிறீர்களே, அதை யார் கண்டார்? உமக்குப் பதிலாக வேறு ஆள் போயிருக்கலாம்.”

“அப்பொழுது அவனிடம் டிக்கெட்டுக்குப் பணம் வாங்கிவிட மாட்டார்-களா?”

“அதைத்தான் யார் கண்டார்கள்? கண்டக்டருக்கு ஆள் கணக்கே ஒழிய ஆள் மாறாட்டக் கணக்கு அவசியமில்லை. புறப்படுகிற இடத்தில் ரசீதைப் போட்டுவிட்டு, பஸ் பிரயாணிகளை எண்ணும்பொழுது இரண்டும் சரியாக இருந்தால் சரிதான்.”

“ரசீதுப் புஸ்தகத்துக்கும் இருந்த ஆளுக்கும் சரியாகப் போய்விட்டதென்று உமக்கு எப்படித் தெரியும்?”

குமாஸ்தாவுக்குக் கோபம் வந்துவிட்டது.

“ஓய், நான் கோர்ட்டில் கிளிக்கூட்டில் நிற்கவும் இல்லை. நீர் வக்கீலும் அல்ல. பஸ்ஸில் மறுபடி ஏற வேண்டுமென்றால் டிக்கெட் வாங்கும். நீங்கள் சொல்கிற கதை நிஜம் என்று எப்படி ஐயா நம்புகிறது?’

இப்பொழுது கவிக்கு ஒரு புறம் கோபமும், மற்றொரு புறம் கதைக் கிளர்ச்சியும் எழுந்தன. குமாஸ்தா கவி சொல்வதைக் கதை என்றார் அல்லவா? கவி மறுபேச் சின்றி ஒரு கிளப்புக்குச் சென்று சாப்பாட்டை முடித்துக் கொண்டார். பென்ஸிலைக் கூர்சீவி நோட்டுப் புஸ்தகத் தில், தலை எடுக்காமல், மூச்சு விடாமல், ஒட்டினார். எழுதி முடிந்ததும் திருப்பிப் படித்துவிட்டுத் தாள்களைக் கிழித்து மடித்துச் சட்டைப்பையில் திணித்துக்கொண்டு தம் நண்பனின் வீடு நோக்கிப் புறப்பட்டார்.

நண்பர் ஒரு சிறந்த இலக்கியப் பத்திரிகையின் ஆசிரியர். கவி வந்தபொழுது திண்ணையில் யாரோ ஒரு கனவானுடன் பேசிக்கொண் டிருந்தார். துள்ளி எழுந்தார்.

“ஆமாம், பஸ்ஸுக்குப் போய் ஊருக்குப் போகிறேன் என்று காலையில் சென்றாயே?”

“ஆமாம். சென்றேன். பஸ் கிடைக்கவில்லை. ஒரு கதை கிடைத்தது; கொண்டு வந்தேன்.’

“காலையில் வற்புறுத்திக் கேட்டபோது நீ சொன்ன பதில் ஞாபகம் இருக்கிறதா? எல்லாப் பத்திரிகாசிரியர் களும் இப்பொழுது கதையே கேட்கிறார்கள். எழுத வரவில்லை.வரவும் வராது. சித்தக் குருவி, கவி வெளியில் பாடிக்கொண் டிருக்கிறது என்றாய்.”

”ஆமாம், சொன்னேன்.”

“கவிதையாவது எழுதி அனுப்பு என்றேன்; நான் யந்திரம் அல்ல என்றாய்.”

“ஆமாம். சொன்னேன்.”

“இப்பொழுது?’

“கதையுடன் கவிதையும் கொண்டுவந்திருந்த போதி லும் அதையேதான் சொல்கிறேன். கவி பெண்ணைப் போல்; சொன்னபடி நடக்கவேண்டுமென்ற கட்டுப்பாடு இருவர்களுக்கும் இல்லை.”

“ஆகையால் கவிகள் பொய் சொல்லலாம்?”

“இல்லை: கவிகள் என்றும் பொய் சொல்ல மாட் டார்கள். அவர்கள் சொல்லும் உண்மை, உலகத்தாருக் குப் புரிவதில்லை. பொய் என்கிறார்கள். கவி என்பது தெரியாமல், காலையில் பஸ் கம்பெனி குமாஸ்தா நான் பொய் சொல்வதாகச் சொன்னான். கவி என்று தெரிந்த நீயும் அப்படியே சொல்கி-

றாய். நான் என்ன சொல்வது?''

''ஒன்றும் சொல்லவேண்டாம். முதலில் கதையையும் கவிதையையும் கொடு.''

கவி, தன் சட்டைப்பையில் இருந்த தாள்களை எடுத்து நண்பன் கையில் கொடுத்தான்.

''பஸ் கம்பெனி என்கிறீர்களே எது?'' என்றார் எதிரிலிருந்த கனவான்.

''பஸ் நிற்கும் இடத்திற்குப் பின்னால் இருப்பது தான்?''

''என்ன நடந்தது அங்கே?''

கவி பஸ் தவறிய கதையைச் சொல்லி முடித்தார். ''இவர் யார் தெரியுமா?'' என்று பத்திரிகாசிரியர் கனவானைச் சுட்டிக் காட்டினார்.

''தெரியாது'' என்றார் கவி.

''பஸ் கம்பெனிக் கூட்டாளிகளில், ஒருவர்?''

''இவர் யார் தெரியுமா?'' என்று கவியைச் சுட்டிக் காட்டினார்.

''தெரியாது'' என்றார் கனவான்.

''இவரே 'மண்ணும் விண்ணும்' எழுதிய ஆசிரியர்; ஒரு கவி''

கனவான் ஒரு நிமிஷம் வியப்பினால் சும்மா இருந்தார்.

''பின் இவரைப் பொய்யர் என்ற முறையிலே பேசினீரே?'

''தமாஷாக, உலகரீதியில் பேசினேன். காலையில் கதை கேட்டேன். கவிதை கேட்டேன். மூச்சு விடக் கூடாது என்றான் நண்பன். ஆனால் இப்பொழுதோ ரண்டும் வந்துவிட்டன.கவிகளிடம எல்லாம் தலைகீழ்!''

''உண்மை அது அல்ல. நீங்கள் யாரைக் கதையோ கவிதையோ வேண்டுமென்று கேட்கிறீர்களோ, அவருக் குப் பதில் சொல்லும் அதிகாரம் இல்லை. ஏனென்றால் எழுதுகிற ஆள் வேறு. மலைக்காற்று எப்பொழுது அடிக்கும் என்று பள்ளத்தாக்கைக் கேட்பதில் என்ன பொருள்?''

''கவியும் எழுத்தும் எப்பொழுது வரும் என்று கவிக்கே தெரியாது என்கிறாய்; அவ்வளவுதானே?''

''அதுமட்டும் அல்ல. தெரிந்ததுபோலக் கவிக்குள் இருக்கும் நடைமுறை ஆள் பேசிவிடுகிறானே, அதுதான் ஆபத்து.''

''ஆபத்து ஒன்றும் இல்லை. கவி முரண் இப்பொழுது விளங்கிவிட்டது. நான்கு மணிப் பஸ் தவறும் ஆபத்துத் தான் இப்பொழுது எதிர்ப்படுகிறது!''

''நாழிகை யாகிவிட்டதா?''

'பரவாயில்லை.நான் தவறாமல் ஏற்றிவிடுகிறேன்'' என்று கனவான் எழுந்தார்.

''பிரயாணிகள் பொய் சொல்லப் பிறந்தவர்கள் என்று குமாஸ்தா நினைத்திருக்கிறாரே, அதையும் திருத்தி விடுங்கள்'' என்று கவி எழுந்திருந்தார்.

பத்திரிகாசிரியர் கதையைப் படிக்கத் தொடங்கினார்.

109. எனது மனமார்ந்த நன்றி - தேவன்

என்னுடைய நண்பர் ஒருவர் பத்திரிகாசிரியராக இருக்கிறார். அவருக்கு வந்த கடிதம் ஒன்றை நான் பார்க்க நேர்ந்தது. முன் பின் பார்த்திராத யாரோ ஒருவர் விகடத் துணுக்கு ஒன்றை அனுப்பி, "தயவு செய்து இதைப் பிரசுரிக்க வேணும்; அதற்காக என் ஆயுள் பூராவும் நான் தங்களுக்குக் கடமைப்பட்டவனா இருப்பேன்" என்றும் எழுதி இருந்தார். விகடத் துணுக்கு என்ன என்பது பற்றி எனக்குச் சிந்தனை ஓடவில்லை. "அடேயப்பா, ஒரு மனுஷன் ஒரு சின்ன விஷயத்துக்காக யாரோ ஒரு ஆசிரியருக்கு இப்படி ஆயுள் பூராவும் கடமைப்பட்டு விடுகிறாரே!... இப்படி ஒவ்வொரு விஷயத்துக்கும் இருப்பதென்றால் ஜீவிப்பது எப்படி சாத்தியம்?" - என்று ஆச்சரியப்பட்டுப் போனேன்.

"இதெல்லாம் சும்மா 'உளஉளாக் கட்டி'க்காக எழுதப்படுபவைதான்" என்று அப்புறம் சமாதானமும் அடைந்தேன்.

நன்றி தெரிவிப்பதென்பது மனிதர்கள் குணத்தில் சேர்ந்தது. நாய் இதை வெகு அழகாகச் செய்கிறதாலோ என்னவோ, மனிதன் நன்றி கெட்ட காரியங்கள் செய்யும் போது நாய்க்கும் கேவலமாக மதிக்கப்பட்டு விடுகிறான்! தற்கால நாகரிகத்தில் ஒருவர் மற்றவருக்கு ஏதேனும் சேவை செய்தவுடன், பெற்றுக்கொண்டவர் 'தாங்க்யூ' என்கிறார். செய்தவர் 'நோ மென்ஷன்' என்கிறார். 'ஐஸா பைஸா' என்று காரியம் தீர்ந்து விட்டது. அப்புறம் ஒருவரையொருவர் பார்த்துக் கொள்ளவும் வேண்டாம். முன் காலத்திலெல்லாம் அப்படி இல்லை என்று நான் நினைக்கிறேன். இந்த 'நன்றி' என்ற குணம் மனிதனிடம் மட்டும் இல்லாமல், இதர ஜீவராசிகள் எல்லாவற்றுக்குமே இருந்திருப்பதாகவும், நன்றிக்குப் பதில் நன்றி செய்தாலொழிய அவை உட்காருவதில்லை என்றும் நினைக்கிறேன்!

ஒரு எறும்பு ஆற்று வெள்ளத்தில் அகப்பட்டுக் கொண்டு விடுகிறது; தத்தளிக்கிறது இதைப் பார்த்த ஒரு புறா ஓர் இலையைக் கிள்ளிப் போட, அதை ஓடமாக உபயோகித்து எறும்பு கரை சேர்ந்து விடுகிறது. மறுநாள் ஒரு வேடன் அந்தப் புறாவின்மீது அம்போடவிருக்கும் சமயம் எறும்பு அவன் காலில் கடித்துக் குறி தவறச் செய்கிறது. புறா இதற்குள் ஓடி விடுகிறது. நன்றி மறவாத எறும்பின் சமாசாரம் இப்படியாச்சா? நன்றி மறவாத சிங்கம்கூட ஒரு கதையில் வருகிறது. ஒருவன் அதன் காலில் தைத்த முள்ளை எடுத்து விட்டதற்காக, அகோரப் பசியுடன் அவிழ்த்து விடப்பட்ட போதும்கூட அவனைக் கொல்ல அது மறுத்து, நாய்க்குட்டி மாதிரி நடந்து கொள்கிறது!

கீழே வார்த்த ஜலத்தை உச்சந்தலையால் கொடுக்கும் தென்னை மரங்களுக்குத்தான் நம் ஊரில் குறைவே இல்லை!

இப்படியாக ஒரு நற்காரியம் செய்தால், அது பதிலுக்கு இன்னொரு நற்காரியத்திற்கு ஆதாரமாக நிற்கிறது என்று பழங்கதைகள் கூறுகின்றன. ஆனால் எந்தக் கதையும் நன்றிக்குப் பதில் நன்றியை அடித்து வாங்கு என்று சொன்னதாக எனக்குத் தெரியவில்லை. தானாக ஏற்பட வேண்டிய குணம் அது. அவ்வளவுதான்!

எனக்குத் தெரிந்த ஒருவர் எங்கள் ஊரிலிருந்து வந்திருந்தார். அவரை என் குழந்தைப் பருவத்தில் நான் பார்த்திருக்கிறேன்.

"என்னடா, ஸம்பாதி! சௌக்கியமாக இருக்கிறாயா?" என்று கேட்டார்.

"இருக்கிறேன்" என்றேன்.

"உனக்கு ஞாபகம் இருக்குமோ இல்லையோ, அந்த நாளில் உன் அப்பா முறுக்கென்றால் என்னிடம் வந்து விடுவான்... அநேகமாக நம் வீட்டில் ஒரு வேளை காபி சாப்பிட்டு விட்டுத்தான் போவான்."

"ஓஹோ!"

"அந்த நாளில் நாங்கள் சகோதரர் மாதிரி வளர்ந்த பேர்... எத்தனை ஒத்தாசை செய்திருக்கிறேன் தெரியுமா அவனுக்கு!... உனக்கு மூணு வயசு இருக்கும், கபவாத ஜுரம் வந்து நினைவு தெரியாமல் கிடந்தாய். நம் வீட்டில் ஒற்றை மாட்டு வண்டி இருந்தது. உன் அப்பாவோ அழுகிறான்... 'கட்டடா வண்டியை' என்றேன். கும்பகோணத்திலே அப்போ டாக்டர் கணபதி இருந்தார். ராத்திரி பன்னிரண்டு மணிக்குப் போய்க் கதவைத் தட்டினேன்... மருந்து கொடுத்தார்... நீ பிழைத்தாய்."

"ஓஹோ!"

"நீ சௌக்கியமாக இருக்கிறாய் என்று கேட்க ரொம்ப சந்தோஷமாக இருக்கிறது. நமக்கு வேண்டியவாள் நன்றாக இருந்தாலே ஒரு ஆனந்தம்தானே?... நான் இப்ப வந்தது எதற்குன்னா..." என்று தொடங்கி, என்னால் ஆகாத ஒரு காரியத்தைச் செய்து தரும்படி சொன்னார்.

நான் திணறினேன். நான் இன்று பிழைத்திருப்பதே அவரால்தான் என்று அவர் ஸ்தாபித்துவிட்ட பிறகு, அந்தக் காரியத்தைச் செய்து தராவிட்டால் இந்த ஜன்மம் வீண்தான் என்பதாக என்னை ஒரு பார்வையும் பார்த்தார்.

"ஏதோ முயன்று பார்க்கிறேன்" என்றேன்.

"அதெல்லாம் சொல்லாதே! உன் அப்பா இன்றைக்கு இருந்தானானால், அடித்து 'அடே, செய்துவிட்டு அன்னண்டே போடா!' என்பேன். அத்தனை சுவாதீனம் எனக்கு உண்டு!"

"நிச்சயம் பார்க்கிறேன்."

"அப்படிச் சொன்னால் போதாது... நீதான் செய்து வைக்க வேண்டும். உன்னால் ஆகாத காரியம் இல்லை என்று சொல்லுகிறார்கள்."

"அதெல்லாம் சரியில்லை... நான் என்னாலான வரையில் முயன்று பார்க்கிறேன்."

“உன்னை நம்பி விட்டேன், எனக்கு வேறே யாரையும் தெரியாது.”

“ஷண்முகா!” என்று மனத்திற்குள் சொல்லிக் கொண்டேன். நான் இதைச் செய்யாவிட்டால் என் பெயர் எப்படி அடிபடும் என்பது எனக்குத் தெரியும். என் தகப்பனார் உயிருடன் இருந்தால், “ஐயோ அப்பா! நீ நிஜமாகவே இவர்கள் வீட்டில் காபி குடித்தாயா? ஏன் குடித்தாய்?... இன்று என் உயிரை இவர் குடிக்கிறாரே!” என்று கதறிக் கண்களில் நீர் விடுவேன்.

நன்றியை அடித்து வாங்கிக் கொள்வது எத்தனை பிசகோ, அத்தனை பிசகு நன்றியை வர்த்தகம்போல் நடத்துவதே. “நீ என் கதை நன்றாயிருக்கிறதென்று பிரசாரம் பண்ணு; அதற்குப் பதிலாக நீ எழுதுவதெல்லாம் பேஷாயிருக்கிறதென்று நான் சொல்கிறேன்” என்று இரண்டு எழுத்தாளர்கள் ஒப்பந்தம் செய்து கொண்டால் எத்தனை அபத்தம்!

ஆனால் எத்தனை பேர் இம்மாதிரி ஒரு வலையில் விழுந்து விடுகிறார்கள்! “ஸம்பாதி, நீ எழுதி இருக்கிறது நன்றாய் இருக்கிறது?” என்று யாராவது சொன்னால், பதிலுக்கு அதையே அவர்களைப் பற்றி நான் சொல்ல வேண்டும் என்பதற்காக மட்டும் நான் பயப்படுவதில்லை. இப்படிப் பாராட்டுகிற நண்பர், சில காலத்திற்குப் பிறகு “நீ எழுதுவதெல்லாம் முன்னைப்போல் இல்லை இப்போ! நீதான் என்ன பண்ணுவாய்! உனக்கும் வாரா வாரம் விஷயம் அகப்பட வேண்டாமா?” என்று கேட்கத் தொடங்கி விடுவாரே என்றுதான் பயப்படுவேன்.

எப்போதுமே, நம்மைப் புகழ்ந்து பேசுகிறவர் அகழ்ந்து பேசும் ஸ்தானத்தையும் லகுவாக அடைந்துவிட முடியும். புகழ்வது என்பது மதிப்புப் போடுவதுதானே? மதிப்புப் போடுபவர் பண்டத்தைவிட உயர்வானவர் தானே? நல்லதைக் கேட்பவன் கெட்டதைக் கேட்கவும் தயாராகத்தான் இருக்க வேண்டும். நன்றி என்பது மனிதனின் உள்ளத்தில் உதயமாக வேண்டிய பூ, காய், அல்லது பழம். இதற்கும் உலகத்தில் இதர செடி கொடிகளில் வளரும் பழங்களுக்கும் பெரிய வித்தியாசம் ஒன்று உண்டு. செடி கொடிகளில் வளர்பவைகள் நாளுக்கு நாள் பருத்து வரும். உள்ளத்தில் முளைக்கும் நன்றி நாளுக்கு நாள் சிறுக்கும்!

ஒருவர் நமக்கு எதிர்பார்த்தோ, எதிர்பாராமலோ உதவி செய்கிறார் என்று வைத்துக் கொள்வோம். நம் உள்ளம் நன்றியினால் பூரித்துப் போகிறது. அந்தச் சமயத்தில், “இவரைப்போல் உண்டா? காமதேனு, கல்பக விருட்சம் எல்லாமே இவர் பக்கத்தில் நிற்க அருகதை அற்றவையாச்சே!” என்று எண்ணுகிறான் மனிதன். ஒரு வருஷம் கழித்து அதே பேர்வழியிடம் கேளுங்கள். பழைய உற்சாகம் மிகக் குறைந்து போய்த்தான் இருக்கும்! “என்னமோ செய்தார்!.... அவர் கையால் அடைய வேண்டும் என்று நமக்குப் பிராப்தம் இருந்தது. இல்லாவிட்டால், நம்மைப் பார்த்துச் செய்வானேன்?” என்று வேதாந்த பரமாகப் பதில் கிடைக்கும்.

வெகு காலமாக எனக்குப் பரிச்சயமான ஒருவர் காசிக்குப் போய் வர வேண்டுமென்றும் என்னிடம் சொல்லிக் கொண்டிருந்தார்.எனக்குத் தெரிந்த ஒரு பெரிய மனிதர் காசிக்குப் போவதாக அறிந்து, இவரை அவருடன் சேர்த்து விட்டேன். அதுமட்டுமல்ல; பெரிய மனிதர் மற்றவரின் சகல செலவுகளையம் தாமே ஏற்றுக் கொள்வதாகச் சொல்லி விட்டார்! கேட்க வேண்டுமா, நன்றிப் பெருக்கை? "நீங்கள் சாட்சாத் பரமேச்வரன்தான்!" என்று பழைய பேர்வழி புகழ்ந்து விட்டுப் போனார்; திரும்பியும் வந்தார். வந்ததும் நன்றியின் அறிகுறியாக எனக்கு ஒரு குடம் அளவு பெரிசாக ஒரு கங்கைச் செம்பு கொண்டு வந்திருப்பதாகவும் அதை வீட்டில் வந்து வாங்கிக் கொள்ளும்படியும் சொன்னார்.

வேலைத் தொந்தரவினால் நான் போகவில்லை. மறுபடி சந்தித்தபோது கை ஜாடையாக ஒரு செம்பளவு காண்பித்து, "கங்கையை எடுத்துப் போக வேண்டாமா?" என்றார்.

மேலும் ஒரு வாரம் எனக்கு ஒழியவே இல்லை. இப்போது அவர் என்னைப் பார்த்து, இரு கைகளாலும் ஒரு சிறிய உரித்த தேங்காய் அளவு காட்டி, "என்ன! இன்னும் எடுத்துக் கொள்ளவில்லையே!" என்றார். அடுத்த வாரம் ஒரே கையினால் கிச்சிலிப் பழ அளவு. காட்டி, "உங்களுக்கு வேண்டாமா? ரொம்பப் பேர் கேட்கிறார்கள்! நீங்கள் இன்றாவது வராவிட்டால்,போய் விடும்!" என்று எச்சரித்தார். அதற்கு மறுநாள் போய்' சுமார் எலுமிச்சம்பழ அளவில் இருந்த காசிச் செம்மைப் கொண்டு வந்தேன்.

விசாரித்தபோது உண்மை வெளியாயிற்று : அவர் பெரிய குடம் அளவிலிருந்து எலுமிச்சம்பழ அளவு வரையில் பல கங்கைச் செம்புகள் கொண்டு வந்திருந்தார். வந்த புதிதில், நான் செய்த உதவி மனத்தில் நன்றாகப் பதிந்திருந்தது. பிரதி உபகாரமாகப் பெரிய செம்பைக் கொடுத்து விட மனம் இடங் கொடுத்தது. நாளாக ஆக நன்றியுணர்ச்சி குன்றக்குன்ற, அது கங்கைச் செம்பையும் உடனுக்குடன் பாதித்து விட்டது!

இந்த உலகத்தில் ஒரு பொருளை மற்றவரிடமிருந்து காரணமாகவோ, இனாமாகவோ அடைந்து விட்டால், இந்த நன்றிப் பிரச்னை கிளம்பி விடுகிறது. நன்றி பெரிதாக ஆரம்பித்து, சிறுகச் சுருங்கிப் போகும் சுபாவம் கொண்டதாகையால், முதலில்உதவிய ஆசாமிக்கு மனத்தாங்கல் ஏற்படுவதும் சகஜம்தான்! ஆகையால்தான் புத்திசாலிகளாக இருந்த நம் முன்னோர்கள், "எந்தக் கர்மம் செய்தாலும் பிரதிபலனை எதிர்பார்க்காதே!" என்று சொன்னார்கள். இது கடுமையான நிபந்தனைதான். எனவே பிரதிபலனே இல்லாமல் போய்விட்டால் உலகமே அழிந்துவிடப் போகிறதே என்று பயந்து, அதே மூச்சில், "உப்பிட்டவரை உள்ளளவும் நினை!" என்றும் சொல்லி, சமையலில் சர்க்கரையைவிட உப்புக்கு அதிகப் பிராதான்யம் கொடுத்து விட்டார்கள்!

மாப்பிள்ளைகளுக்கு ஏன் கெட்ட பெயர் வருகிறது? மாமனார்களிடம் பல இனாம்கள் வாங்குகிறார்கள், எதிர்பார்க்கிறார்கள்! பிறகு, அவர்களுக்கு நன்றி தெரிவிப்பதற்குப் பதிலாக, "இது எங்கள் உரிமை" என்று வழக்குப் பேசுகிறார்கள். நன்றி என்கிற அம்சமேயின்றி நடந்து கொள்கிறார்கள்! மனித சுபாவம், கடவுளானாலும் பிரதிப் பிரயோசனத்தை எதிர்பார்க்கிறது. ஒரு காரியம் ஆக வேண்டுமா? ஒரு பரீட்சை பாசாக வேண்டுமா? உத்தியோகத்துக்கு செலக்ஷன் ஆக வேண்டுமா? உடனே "பிள்ளையாரே உனக்கு 108 மோதகம் செய்து நிவேதனம் செய்கிறேன்" என்று கேட்டுக் கொள்கிறோம். இந்த நிவேதனத்துக்குக் கடவுள் உடனே நன்றி செலுத்துவதுபோல் நமக்கு நினைத்த காரியத்தில் சித்தி ஏற்படுத்திக் கொடுக்க வேண்டும்... எப்படி இருக்கிறது நியாயம்!

நவக்கிரகப் பிரீதிகள், சாந்திகள் எல்லாம் செய்கிறார்களே... எதற்கும் அடிப்படைத் தத்துவம் என்ன? "ஏ தெய்வங்களே, உங்களுக்குத் நான் மறக்காமல் படைக்கிறேன்... பதிலுக்கு நன்றியுடன் நடந்து கொள்ளுங்கள்!" என்று எச்சரிக்கை போல் அமைகிறது நம் காரியம்! தெய்வங்கள் நன்றி தெரிவிக்காவிட்டால், முணுமுணுத்து விட்டுப் போகிறோம். அவைகள் நம் கையில் அகப்படுதில்லையே!

எனக்கு ஒரு பெரிய குறை உண்டு. அதாவது நான் எவ்வளவு செய்தாலும் பிறர் எனக்கு நன்றி தெரிவிப்பதில்லை. நேர் எதிராகக்கூட நடந்து கொள்கிறார்கள். ஒருவருக்கு நான் அடிக்கடி கைமாறு கொடுப்பதுண்டு. ஒருபோது மட்டும், அவர் கேட்ட சமயம் என் கையில் பணம் இல்லை. உள்ளதைச் சொன்னே . அவர் கோபித்துக் கொண்டு, "கிடக்கிறான்! இவன் பணம் குப்பைக்குச் சமானம் எனக்கு! எனக்கு வேண்டியதில்லை!" என்று சொல்லி விட்டார். அதற்குப் பிறகு என்னைக் கண்டால் பேச மாட்டேனென்கிறார்; முகத்தை திருப்பிக் கொள்கிறார். 'முடவனுக்கு விட்ட இடத்தில் கோபம்' என்று நினைத்து நானும் மனத்தைச் சமாதானம் செய்து கொள்கிறேன்.

என்ன செய்து கொண்டிருந்தும் பழசையெல்லாம் மறந்துவிட்டாரே என்ற தாபமே உண்டாகிறது, "வீசு வீசு வாடைக் காற்றே வீசு! மனிதனின் நன்றி கெட்ட தனத்தைப்போல் அத்தனை கொடுமை உன்னிடம் இல்லை" என்று யாரோ கவி பாடியது ஞாபகத்துக்கு வந்தது. இதெல்லாம் கேட்ட என் மனைவி, "நீங்கள் முதல் முதலாகக் கேட்டபோதெல்லாம் உங்கள் சிநேகிதருக்குக் கொடுத்தது பிசகு!" என்று முடிவாகச் சொல்லி விட்டாள், அப்படியும் என் சஞ்சலம் தீரவில்லை. கொடுத்தது பிசகா. நன்றியை எதிர்பார்த்தது பிசகா என்ற கொந்தளிப்பு என் மனத்தில் ஓயவே இல்லை.

அது போகட்டும்; இதுவரை தொடர்ந்து வாசித்த நேயர்களுக்கு என் மனமார்ந்த நன்றி. இதை அவர்கள் எதிர்பார்த்திருக்க மாட்டார்களே!

110. நகைச்சுவை எழுத்தாளர் மார்க்

உலகப் புகழ்பெற்ற நகைச்சுவை எழுத்தாளர் மார்க் ட்வைன். இவர் அமெரிக்காவின் புளோரிடா மாகாணம், மிஸோரியில் 1835 நவம்பர் 30-ம் தேதி பிறந்தார். 11 வயதில் தந்தை இறந்ததால், அச்சகத்தில் உதவியாளராக பணிபுரிந்தார்.

பின்னர் 'பபெல்லோ எக்ஸ்பிரஸ்' என்ற பத்திரிகையின் ஆசிரியராகப் பணியாற்றினார். 1865-ல் இவரது 'தி செலிபிரேடட் ஜம்ப்பிங் பிராக் ஆட் கேலவெரஸ் கவுண்டி' என்ற நகைச்சுவைக் கதை வெளிவந்தது.

இவரது எழுத்திலும், பேச்சிலும் நகைச்சுவை கலந்திருந்ததால் உலகம் முழுவதும் வாசகர்களின் கவனத்தை ஈர்த்தார். 1874 முதல் 1891 வரை நாவல்கள், சிறுகதைகள், கட்டுரைகள் பல எழுதினார். 1876-ல் வெளிவந்த 'தி அட்வென்சர்ஸ் ஆப் டாம் சாயர்' மக்களிடையே நல்ல வரவேற்பை பெற்றது.

தனது எழுத்து மூலம் சம்பாதித்த பணம் அனைத்தையும் கண்டுபிடிப்புகளுக்கு செலவழித்தார். மேலும் இவர் தொடங்கிய பதிப்பகமும் நஷ்டமடைந்தது. தன்னுடைய விடாமுயற்சியால் பல இடங்களில் உரையாற்றியும், எழுதியும் சம்பாதித்ததை கொண்டு கடன்களை அடைத்தார். இவரை கவுரவிக்கும் வகையில் அமெரிக்கா வாஷிங்டனில் உள்ள கென்னடி கலைநிகழ்ச்சி மையம் ஆண்டுதோறும் மார்க் ட்வைன் பெயரில் விருது வழங்கி வருகிறது.

எழுத்தாளன் மனைவி - என்.சொக்கன்

காலையில் ஆ•பீசுக்கு வந்து உட்கார்ந்து தினமணியைப் பிரிப்பதற்குள் அதற்காகவே காத்திருந்ததுபோல் •போன் வந்தது. எதிர்முனையில் உச்ச சத்தத்தில் 'ஹலாவ்' என்கிற குரலைக் கேட்டதும் தெரிந்துவிட்டது. சங்கரலிங்கம்.

'சொல்லுங்க சார், நான் விஜயன்தான் பேசறேன்'

'விஜயன் சார், விஜயன் சார்', ஆக்ஸிஜனுக்குத் திணறுகிறவர்போல் எதிர்முனையில் சங்கரலிங்கம் திக்குமுக்காடினார், 'என்னாச்சு சார், ஏன் ஒரு மாதிரி பேசறீங்க ?' பேப்பரை மேஜைமேல் போட்டுவிட்டு ரிசீவரை சரியாய்ப் பிடித்துக்கொண்டேன்.

'சந்தோஷம் சார், சந்தோஷம், ஆனந்தக் கண்ணீர்' என்றார் சங்கரலிங்கம். அந்தக் காலத்தில் அரசியல் தலைவர்களையும், கல்யாண மாப்பிள்ளை - பெண்களையும் அறுசீர் விருத்தம் எழுதிப் புகழ்ந்த பழக்கத்தில் அடிக்கடி இப்படிதான் அளவுக்கதிகமாய் உணர்ச்சிவசப்படுவார், உட்காரவைத்து ஒரு சோடாவோ, ஐம்பது பைசாவுக்குத் துளிர் வெற்றிலையோ வாங்கிக்கொடுத்-

தால் பழைய நிலைக்குத் திரும்பி, 'ஓ போடு-ன்னு ஒருத்தி ஆடறாளே, நன்னாவா இருக்கா ?' என்று நாட்டுக்குத் அத்தியாவசியமானதைப் பேச ஆரம்பித்துவிடுவார்.

சங்கரலிங்கப் பெரியவருக்கு அறுபத்தெட்டு வயதில் இப்படி ஆனந்தக் கண்ணீர் வருவதற்கான காரணங்களை உள்மனதில் கணக்குப்போட்டுப்பார்த்தேன், ஐந்து வாரிசுகளுக்கும் கல்யாணம் பண்ணிவைத்துவிட்டார், மகன்களெல்லாம் அமெரிக்காவில் பிட்ஸா மென்றுகொண்டு மாதந்தவறாமல் அரை டிராயரோடு காரின்மேல் சாய்ந்த புகைப்படங்களை ஈமெயிலில் அனுப்பிக்கொண்டு சௌக்கியமாய் இருக்கிறார்கள், மகள்கள் வெளியூரில் பெரிய குடும்பங்களின் நல்ல மருமகள்களாய் டிவி சீரியல்கள் பார்த்துக்கொண்டு வேலைக்காரிகளை விரட்டியபடி குண்டாகிக்கொண்டிருக்கிறார்கள், ஒருவேளை அவர்களில் யாருக்காவது குழந்தை பிறந்திருக்கிறதோ ? அவருடைய மகள்களில் ஒருத்தி பிரசவத்துக்காக தாய்வீட்டுக்கு வந்திருந்தாகத்தான் ஞாபகம், ஆனால் அது போன வருஷம் இல்லையோ, வயோதிக வாலிபர்போல் இப்போது என்ன புதிதாய் சந்தோஷம் இவருக்கு ?

என் குழப்பத்தை அதிகம் பண்ணுகிறவர்போல் அவர் இன்னும் பரவசமாய் பேசிக்கொண்டிருந்தார், 'விஜயன் சார், உங்களுக்கு எப்படி நன்றி சொல்லுவேன், எனக்கு பெரிய கௌரவத்தைத் தேடிக்கொடுத்துட்டேள் !'

நான் ஒன்றும் புரியாமல் விழித்தேன், 'என்ன சார் சொல்றீங்க ?', தேடிப் பிடித்துக் கொடுப்பதற்கு இவரிடம் எந்தக் காலத்திலும் கௌரவம் இருந்ததாய்த் தெரியவில்லை - என்னைப்போலவேதான் இவரும், சாதாரண நபர் ! (அல்லது அவரைப்போலவேதான் நானும், சாதாரண நபன் !)

அவர் சற்றே நிதானமாகி தெளிவாய்ப் பேசினார், 'நீங்க செலக்ட் பண்ணிக்கொடுத்த புக்குக்கு நேஷனல் அவார்டு கெடச்சிருக்கு சார், இந்தியாவிலேயே பெஸ்ட் புத்தகமா தேர்ந்தெடுத்திருக்காங்க !'

எனக்கு குப்பென்று மூச்சடைப்பதுபோல் இருந்தது, 'எ - எந்த புத்தகம் சார் ?' என்றேன், அவர் தவறவிட்ட பதட்டமெல்லாம் டெலி•போன் வயர்கள்வழியே பயணமாகி என்னைத் தொற்றிக்கொண்டிருந்தது.

கவியரங்கத்தில் கவிதை வாசிக்கிற தோரணையில் அவர் நிறுத்தி நிதானமாய்ச் சொன்னார். 'நினைவோடைகளில் நீரில்லை', ஒரு சிறு இடைவெளிவிட்டு, 'நினைவிருக்கா சார் ?' என்றார்.

எப்படி மறக்கமுடியும் ? நான் உட்கார்ந்த நிலையிலிருந்து அனிச்சையாய் எழுந்துகொண்டேன், 'நிஜமாத்தான் சொல்றீங்களா சார் ?' என்றேன், அந்தச் செய்தியை என்னால் கொஞ்சமும் நம்பமுடியவில்லை.

'அட ஆமாம் சார், நானும் உங்களை மாதிரியேதான், நியூஸ் கேட்டதும் ஆடிப் போய்ட்டேன், சுத்தமா நம்பிக்கையே வரலை, டிவியைப்போட்டு பைத்தியம் பிடிச்சமாதிரி ஒவ்வொரு சேனலா மாத்தறேன், என் நேரம் - எதிலயும் நியூஸ் இல்லை, அப்புறம் ரெண்டு மூணு பேருக்கு •போன் பண்ணி

விசாரிச்சுட்டே இருக்கேன் - டெல்லியில இருந்து தந்தி வந்துடுச்சு, நம்ம புக்குக்குதான் •பர்ஸ்ட் ப்ரைஸ், நம்ம பதிப்பகத்துக்கு தங்கப்பேனா, எழுத்தாளருக்கு ஒன்றரை லட்ச ரூபாய் ரொக்கப்பணம், இந்தியா முழுக்க இருபத்தஞ்சு லாங்வேஜ்ல பப்ளிஷ் ரைட்ஸ் .. இன்னும் என்னென்னவோ', அவர் கனவுபோல் பேசிக்கொண்டேபோனார், 'பணமெல்லாம் கிடக்கட்டும் சார், நம்ம புஸ்தகம் தேசிய விருது வாங்கியிருக்குன்னா சும்மாவா? எனக்கு எவ்வளவு பெருமையா இருக்கு தெரியுமா?' என்றார். வியாபாரிக்கும், இலக்கியவாதிக்கும் இடையே அவராடும் சுகமான ஊசலாட்டம் எனக்குப் பொறாமையாய் இருந்தது.

என்னுடைய மௌனத்தையும் அவர் தனது படபடவென்ற பேச்சால் நிரப்பினார், 'நிஜமா, உங்களுக்குதான் சார் நான் தேங்க்ஸ் சொல்லணும், நீங்கதானே அந்த புக்கை செலக்ட் பண்ணிக் கொடுத்தீங்க !', அவர் அதோடு நிறுத்தியிருக்கலாம், தொடர்ந்து, 'அதோட ரைட்டர் உங்க •ப்ரெண்டுன்னுதானே சொன்னீங்க ?' என்றார் கேள்விக்குறியாய்.

அதற்குமேல் என்னால் பேசமுடியவில்லை, அவரிடம் மன்னிப்புக் கேட்டுக்கொண்டு •போனை வைத்துவிட்டேன், எதிர்முனையில் அவர் திகைத்துப்போய் திருதிருவென்று விழித்துக்கொண்டிருக்கக் கூடும் - அல்லது வேறு யாருக்காவது •போன் பண்ணி, 'நான் போட்ட புஸ்தகத்துக்கு நேஷனல் அவார்டு கெடச்சிருக்குய்யா ? ஜனாதிபதி கையால வாங்கப்போறேன்' என்று பெருமையடிக்கத் துவங்கியிருக்கக்கூடும்.

எனக்குள் அந்தப் புத்தகத்தின் நினைவுகள் அலையலையாய் எழுந்து ஆக்கிரமிக்கத் தொடங்கியிருந்தன. உள்ளே உறங்கிக்கொண்டிருந்த அலைகளுக்கு இந்தப் பரிசு ஒரு தூண்டுதல், அவ்வளவுதான். இந்தப் பரிசு கிடைக்கவேண்டும் என்றில்லை, கிடைக்காமல் போயிருந்தால்கூட இந்த அலைகள் எழத் தொடங்கியிருக்கும் - அவற்றுக்குத் தேவை ஒரு சிறு பேச்சு, யதேச்சையான நினைவுப்பொறி, சிந்தனைத் தெறிப்பு, அதன்பிறகு அவற்றின் அசுர ராஜாங்கம்தான்.

வேலை செய்ய மனமில்லை, விமர்சனத்துக்காக வந்திருந்த நான்கு புத்தகங்களையும் ஓரமாய் ஒதுக்கிவைத்துவிட்டு, ஒரு சிகரெட் பிடித்துவரலாம் என்று மாடிக்குப்போனேன், வெய்யிலும், காற்றும் சமவிகிதத்தில் முகத்தைத் தாக்க வெகுநேரம் கையில் பற்றவைக்காத சிகரெட்டோடு நின்றபடியிருந்தேன். 'நினைவோடைகளில் நீரில்லை' என்று அழுத்தமான கறுப்பு வண்ணத்தில் தலைப்பிடப்பட்ட அந்தப் புத்தகத்தின் கையெழுத்துப்பிரதியைப்பார்த்த நாள் இன்றுபோல் நினைவிலிருந்தது.

சங்கரலிங்கம் சொல்வதுபோல் நான் ஒன்றும் அந்தப் புத்தகத்தை ஊர் உலகமெல்லாம் தேடிக்கொடுத்துவிடவில்லை - அதை எழுதிய எழுத்தாளர் சங்கரலிங்கத்தை நேரில்பார்த்து அந்த கையெழுத்துப் பிரதியைக் கொடுத்திருந்தார் - அவரும் வழக்கம்போல அதை ஆர்வமில்லாமல் மேஜைமேல்

போட, அனுதினம் மேலேமேலே விழுகிற புத்தகங்களும் லெட்ஜர்களும் அதைக் கீழே தள்ள, கீழே விழுந்ததை நடக்கிற மனிதர்களும், பிரின்டிங் பிரஸ்ஸின் ராட்சஸ பேப்பர் கட்டுகளும் ஓரமாய் ஒதுக்க, சீக்கிரத்திலேயே அது குப்பையோடு குப்பையாய்க் கிடக்க ஆரம்பித்திருந்தது. நான் ஒருநாள் மதியம் ஆ•பீசில் வேலையில்லாமல் சங்கரலிங்கத்தைப் பார்க்கப்போக, அவருக்காக காத்திருந்த வேளையில் யதேச்சையாய் அந்தத் தொகுப்பு கண்ணில்பட்டது. அசாதாரணமான தலைப்பினால் கவரப்பட்டு வாசிக்க ஆரம்பித்தேன். கறுப்பு மையில் குண்டுகுண்டான எழுத்துக்கள், தெளிவான ஜெராக்ஸ், கண்வலியில்லாமல் படிக்கமுடிந்தது.

பத்திரிக்கை உதவி ஆசிரியன் என்கிறவன் எந்தப் பிறவியிலோ சுகித்துக்கொண்டிருந்த இணைப் பறவைகளில் ஒன்றைமட்டும் பிடிவாதமாய் குறிபார்த்துக் கொன்று, சபிக்கப்பட்டவன் என்பது என் அபிப்பிராயம். உப்புமாப் பத்திரிக்கைதான் என்றாலும் தமிழ்நாட்டில் இத்தனை எழுத்தாளர்கள் இருக்கிறார்களா என்கிற பிரம்மிப்பை உண்டுபண்ணும் அளவுக்கு தினம்தினம் கதைகள் வந்து குவியும். வருகிற கதைகளில் நூறுக்கு நாலு கதை தேறினால் அன்று அதிர்ஷ்டதினம். ஆனால் அந்த நாலு கதைகளில் கிடைக்கிற திருப்தியைப்போல பலமடங்கு தொந்தரவுகளை, மன உளைச்சலை, சோர்வை மீதமிருக்கிற தொன்னூற்றாறு சொதப்பல் கதைகளும் அள்ளித் தந்துவிடும்.

அதற்காக அவற்றை வாசிக்காமல் ஒதுக்கித் தள்ளவும்முடியாது - கடமை உணர்ச்சி குறுக்கிட்டு, 'ஒரு அப்பாவி எழுத்தாளன் வயித்துல அடிக்கறியே, நீ உருப்படுவியா ?' என்று கேள்விகேட்கும். வேறு வழியில்லாமல் கண்கள் செருக வெவ்வேறு விதமான கோழிக்கிறுக்கல்களை சகித்துக்கொண்டு, 'ஹா என்று கத்தியபடி தலை சுக்குநூறானதுபோல் அதிர்ச்சிக்குள்ளானான் ராஜா'வையோ, 'உன்னைப் பெத்து வளர்த்து படிக்கவெச்சதுக்கு இதுதானடா நீ கொடுக்கும் பரிசு ?' என்று பல யுகங்களாய் ஒரேமாதிரி வயிற்றிலடித்துக்கொண்டு அழுகிற தியாகத் தாயாரையோ வாசித்துக்கொண்டிருக்கவேண்டும்.

ஏதோ ஒரு சினிமாவில் கதாநாயகன் நூறு கோடியோ, ஆயிரம் கோடியோ மூன்று மாதத்துக்குள் பரபரவென்று செலவு செய்வான், அதனால் அவனுக்குப் பணம் என்கிற விஷயமே வெறுத்துப் போய்விடும் ! அதுபோலதான் எனக்கும் - கதை படிப்பது என்றாலே நாக்கில் சூடுபட்ட பூனைபோல் தலைதெறிக்க ஓடுகிற நிலையில் நான் இருந்தபோதுதான் 'நினைவோடைகளில் நீரில்லை' என்கிற அந்தத் தொகுப்பின் முதல் கதையை அவ்வளவாய் ஆர்வமில்லாமல் வாசித்தேன்.

தொகுப்பின் பெயர் மட்டுமல்ல, கதாசிரியரின் பெயரும் புதுமையாகவே இருந்தது - 'சூட்சுமன்', அவருடைய நிஜ பெயர் கிருஷ்ணமூர்த்தியோ, ராஜசேகரோ - சரியாய் நினைவில்லை, ஆனால் அந்தத் தொகுப்பிலிருந்த ஒவ்வொரு கதையும் என்னை அப்படியே உள்ளே இழுத்து சாப்பிட்டுவிட்டது என்றுதான் சொல்லவேண்டும். இத்தனைக்கும் அந்தக் கதைகளில் வேதங்-

கள், உபநிஷத்கள்போல உயர்ந்த அறிவுரைகளோ, மைல் நீளத்தில் தத்துவ விளக்கங்களோ இல்லை, அசரடிக்கும் மாய நடை இல்லை, புரியாத குழப்ப அலசல்கள் இல்லை, தரையிலிருந்து எப்போதும் பத்தடி உயரத்தில் நடக்கிற வித்தியாசமான கதாபாத்திரங்கள், வசனங்கள் இல்லை, வாசகனை மயக்கி ஏமாற்றும் காதல் இல்லை - சுருக்கமாய்ச் சொன்னால் யதார்த்தத்திலிருந்து விலகிய எதுவுமே இல்லை.

நம்மோடு பக்கத்தில் உட்கார்ந்து பேசுவதுபோன்ற எளிய நடை, அன்றாடம் அக்கம்பக்கத்தில் நாம் பார்க்கிற பாத்திரங்கள், பிரச்சனைகள், ஏற்றுக்கொள்ளக்கூடிய தீர்வுகள் - ஆனால் அந்தக் கதைகளையெல்லாம் அவர் சொன்ன விதம்தான் அசரடித்தது. ஒவ்வொரு கதாபாத்திரத்துக்குள்ளும் புகுந்துகொண்டுவிட்டதுபோல் அவர்களின் மன ஓட்டங்களை தெள்ளத்தெளிவாய் எழுதியிருந்தார். அது மட்டுமில்லை, ஒரு துணிசோப்பு விளம்பரத்தில் சோப்போடு அதை உபயோகிக்கிற பெண்ணும் துணிக்குள் சென்று அழுக்கு நீங்குவதையெல்லாம் பார்வையிடுவாளே, அதுபோல வாசிக்கிறவர்களையும் கதாபாத்திரங்களோடு உலவவிட்டு கதையைப் படிக்கிறமாதிரி இல்லாமல், நாமே அனுபவிக்கிறமாதிரி செய்திருந்தார் சூட்சுமன்.

அன்றைக்கு ஒரு புத்தகக் கண்காட்சிக்குப் போயிருந்த சங்கரலிங்கம் திரும்பி வருவதற்குள் அந்தப் புத்தகத்தை முழுக்க படித்துமுடித்துவிட்டேன். உண்மையைச் சொல்வதானால், முதல் கதையைப் படிக்க ஆரம்பித்தபிறகு, என்னால் நிறுத்தவே முடியவில்லை, தொகுப்பிலிருக்கிற ஒவ்வொன்றும் வெவ்வேறு கதைகள் என்கிறதையே என்னால் நம்பமுடியாதபடிக்கு எல்லாக் கதைகளுக்கிடையேயும் ஒரு மாய இழை ஓடிக்கொண்டிருப்பதாய்த் தோன்றியது. ஒன்றைப் படித்தால் அடுத்ததையும் படித்தாகவேண்டும் என்று யாரோ கொக்கிபோட்டு இழுப்பதுபோலிருந்தது. இன்னும், இன்னும், இன்னும் என்று படித்துக்கொண்டே இருந்தேன், தொகுப்பு முடியும்போது 'அவ்வளவுதானா ?' என்று ஒரு ஏமாற்றமும், வருத்தமும் எழுந்ததுபாருங்கள், இதைத்தான் திருவள்ளுவர் 'உள்ளப்பிரிதல்' என்று சொல்லியிருக்கவேண்டும் !

சங்கரலிங்கம் வந்தவுடன் அவரிடம் அந்த கையெழுத்துப் பிரதியை நீட்டினேன். 'பிரமாதமா இருக்கு சார் ஒவ்வொரு கதையும், யார் இந்த சூட்சுமன் ?' என்றேன். வெய்யிலில் வந்திருந்த அவர் வியர்வையோடு விழித்தார். 'சத்தியமா எனக்குத் தெரியலை விஜயன் சார் !' என்றார் பரிதாபமாய், 'யாரோ வந்து கொடுத்துட்டுப் போனதா ஞாபகம், நல்லா இருக்கா ?'

நான் அவருக்கு பதில் சொல்லாமல் கடைசிப் பக்கத்தைத் திருப்பிப் பார்த்தேன், கோயம்பத்தூர் முகவரியும், தொலைபேசி எண்ணும் ரப்பர் ஸ்டாம்ப் முத்திரையாய். 'நான் இந்த ரைட்டரோட பேசறேன் சார், நீங்க இந்த புத்தகத்தை அவசியம் பப்ளிஷ் பண்ணனும், அருமையான வொர்க்' என்றேன். அவர், 'ஆஹா !' என்றார் பரவசமாய் - கௌரவ (சம்பளம் வாங்காத) ஆலோசகனாய் மாதமாதம் இவர்களுக்கு புத்தகம் தேர்ந்தெடுத்-

துக்கொடுப்பதற்கு இந்த மரியாதைகூட இல்லையென்றால் எப்படி !

ஸ்கூட்டரை விரட்டியபடி ஆ•பீசுக்குத் திரும்பியபோது இந்த எழுத்தாளரை என் பத்திரிக்கைக்கு தொடர்ந்து எழுதச்சொல்லவேண்டும் என்று தீர்மானித்துக்கொண்டேன். இத்தனை பிரமாதமாய் எழுதுகிற ஆளை எந்த பிரபல இதழும் கண்டுகொள்ளவில்லை என்பது எனக்கு ஆழ்ந்த வருத்தமாய் இருந்தது. அன்று இரவு தொலைபேசிக் கட்டணங்கள் பாதியாய்க் குறைந்தபிறகு கோயம்பத்தூருக்குத் தொலைபேசினேன். பத்துப் பதினைந்து மணியொலிகளுக்குப்பிறகு யாரோ எடுத்தார்கள், அது ஒரு மளிகைக்கடை என்று தெரிந்தது, கடை மூடுகிற அவசரத்தில் 'யாருங்க வேணும் ?' என்றபோது தூசி நெடியடிப்பதுபோலிருந்தது.

புத்தகத்தை ஓரக்கண்ணால் பார்த்தபடி அவருடைய பெயரைச் சொன்னேன், எதிர்முனைக்குத் தெரிந்திருக்கவில்லை, 'சூட்சுமன்-னு கதையெல்லாம் எழுதுவாருங்களே' என்றேன் ரொம்பகாலம் பழகியவன்போல்.

'அட, அவரா?' என்று ஒரு சின்ன அதிர்ச்சியோடு கோவை மளிகைக்கடை ஸ்தம்பித்து நின்றது. சில விநாடிகள்பொறுத்து, 'நீங்க விஷயம் தெரிஞ்சுதான் •போன் பண்றீங்களா தெரியலை, அந்த மனுஷன் பாவம், போனவாரம் கேன்ஸர்ல போயிட்டார்' என்று குரல் வந்தது.

நான் பதட்டத்தில் •போனை நழுவவிட இருந்தேன், சரியாய்ப் பிடித்துக்கொண்டு, 'என்ன சார் சொல்றீங்க ?' என்றேன் இன்னும் அந்த செய்தியை ஜீரணிக்க முடியாதவனாய்.

'ஆமா சார், முப்பது வயசுதான் சார் ஆச்சு அந்தாளுக்கு, ஆனா ரொம்ப நாளாவே அவருக்கு அந்த வியாதி இருந்ததுபோல, இதில கோயம்பத்தூருக்கும், மெட்ராசுக்கும் பஸ்ஸிலயும், ரயில்லயும் அலைச்சலா அலைஞ்சிட்டிருந்தாரா, போனமாசம் ரொம்ப முடியாமபோய் ஹாஸ்பிடல்ல சேர்த்தாங்க, கோமாவிலயே போயிட்டார் மனுஷன்' என்றபடி உச்சுக்கொட்டினார் அந்த முதலாளியோ, தொழிலாளியோ, 'வேணும்ன்னா அவங்க வீட்ல யாரையாச்சும் கூப்பிடட்டுமா ?' என்றார் தொடர்ந்து.

'வேண்டாம்' என்றேன் அவசரமாய். நன்றி சொல்லி •போனை வைத்துவிட்டேன்.

அதன்பிறகு நெடுநேரத்துக்கு என் படபடப்பு குறையவில்லை. வாழ்க்கையின் அபத்திரத்துக்கான சாட்சியைப் பார்த்துவிட்டவன்போல் விழித்துக்கொண்டு உட்கார்ந்திருந்தேன். இன்றைக்கு நான் சங்கரலிங்கம் சாரின் பிரஸ்ஸுக்குப் போகாமலே இருந்திருக்கலாம் என்று தோன்றியது. எல்லோரும் ஒதுக்கித் தள்ளிய அந்தப் புத்தகம் ஏன் என் கண்ணில்மட்டும் படவேண்டும் ? அதை எழுதியவரோடு உடனே பேசவேண்டும் என்று எனக்கு ஏன் தோன்றவேண்டும் ? எல்லாமே அமானுஷ்யமாய் இருந்தது. நேரில் பார்த்ததில்லை என்றாலும் மதியம் முழுக்க என்னோடு எழுத்துக்களால் உறவாடின அந்த சூட்சும மனிதரை இழந்துவிட்ட வெறுமையில்

அன்று இரவு எனக்குத் தூக்கமே வரவில்லை.

மறுநாள் காலை முதல் வேலையாய் சங்கரலிங்கம் சாரைப் பார்த்து அந்த புத்தகத்தின் பிரதியை வாங்கிக்கொண்டேன். •போனில் பேசிய விபரம் சொன்னபோது அவர் ஏதும் சொல்லத் தோன்றாமல் வெறுமனே அமர்ந்திருந்தார். அந்தக் கதைகளை அவர் ஏற்கெனவே படித்திருந்தால், இந்த மரணச்செய்தி கேட்கையில் அவரும் ஒரு சொட்டுக் கண்நீராவது சிந்தியிருப்பார் என்று எனக்குத் தோன்றியது.

அன்றைக்கே அந்தத் தொகுப்பை மூன்று பிரதிகள் எடுத்துக்கொண்டேன். பத்திரிக்கை ஆ•பீசில், நண்பர்கள் சந்திப்பில், இலக்கியக் கூட்டங்களில் என்று கண்ணில்படுகிறவர்களிடமெல்லாம் அதில் ஒரு புத்தகத்தைக் கொடுத்து படிக்கும்படி கேட்டுக்கொண்டேன். இரண்டொரு நாட்களில் அவர்கள் புத்தகத்தைத் திருப்பிக்கொடுத்து சாதாரணமான வார்த்தைகளில் அதைப் பாராட்டுகையில், இதை எழுதியவர் புற்றுநோயால் இறந்துவிட்டார் என்கிற தகவலை என்னால் ஆனவரை இயல்பாகச் சொல்ல முயன்றேன்.

அவர்களின் அதிர்ச்சி கலந்த பரிதாப உணர்ச்சியில், திகைப்பில், சொல்வதறியாது தவிக்கும் நம்பமுடியாத முகபாவங்களிலெல்லாம் இந்தச் செய்தி என்னிடம் போன் வழியே வீசப்பட்டபோது நான் அடைந்த அதிர்ச்சியின் காயங்களை ஆற்றிக்கொண்டேன். இப்போது யோசித்துப்பார்க்கையில் இதையெல்லாம் ஏன் செய்தேன் என்று வேடிக்கையாகவும், வெட்கமாகவும்கூட இருக்கிறது. தனக்கிருந்த ஒரே அடையாளத்தையும் இழந்து அனாதையாகிவிட்ட அந்த சிறுகதைத் தொகுப்பின்மேல் எனக்கு ஏற்பட்ட கரிசன உணர்ச்சிதான் அதைப் பிறரோடு பகிர்ந்துகொண்டதற்குக் காரணமாய் இருந்திருக்கவேண்டும். என்னைப்போலவே அந்தத் தொகுப்பை பாசத்தோடு பார்க்கக்கூடியவர்களை இப்படி விநோதமான முறையில் தேடியிருக்கிறேனோ ?

அப்போதெல்லாம் வாரம் இரண்டுமுறையாவது சங்கரலிங்கம் சாருக்கு •போன் செய்து தொகுப்பின் வேலைகளைப்பற்றி விசாரித்துக்கொண்டிருந்தேன். என் தொந்தரவு தாங்காமல் அவரும் சீக்கிரமே அதற்கான ஏற்பாடுகளை ஆரம்பித்தார். சூட்சுமனின் மனைவியிடம் பேசி காபிரைட் அனுமதி பெற்று வருவதற்காக என்னையே கோயம்பத்தூருக்கு அனுப்பப் பார்த்தார். எனக்கு விருப்பம்தான் என்றாலும், நான் அதற்குத் தயாரில்லை என்று ஏனோ தோன்றியது. அப்புறம் சங்கரலிங்கம் சாருடைய சகலை பையனோ யாரோ போய்வந்தார்கள். அந்த அம்மாள் சரியாய்ப் பேசவில்லை என்றும், ஆனால் புத்தகம் வெளியிடுவதற்கு அனுமதி கொடுத்துவிட்டார்கள் என்றும் கேள்விப்பட்டேன்.

சென்னை புத்தகக் கண்காட்சியின்போது அந்தத் தொகுப்பு வெளிவந்தது. சுஜாதா ஒரு அருமையான முன்னுரை எழுதியிருந்தார். புத்தகம் கண்காட்சியில் கொஞ்சூண்டு விற்றது. சுயமாகவும், என் முயற்சியிலும் நிறைய பத்திரிக்கைகளில் விமர்சனங்களும் - தவறாத அடிக்குறிப்பாய் அதன் ஆசி-

ரியரின் மரணச் செய்தியும் •போட்டோவோடு வந்தது. இலக்கிய ரசிகர்கள் மெல்ல அதைத் தேடி வாங்க ஆரம்பித்தார்கள். முதல் பதிப்பு விற்றுத் தீர்ந்து, ரெண்டாம் பதிப்பு போட்டாயிற்று. சங்கரலிங்கம் சாருக்கும் சந்தோஷம், பரவலாய் அந்தப் புத்தகம் வாசித்து, பாராட்டப்பட்டதில் எனக்கும் சந்தோஷம். எல்லோரும் நிராகரித்த குழந்தையைக் கண்டெடுத்து வளர்த்து, அது பெரிய படிப்பு படித்து நிற்கும்போது சந்தோஷப்படுகிற தத்துத் தகப்பனைப்போல் என்னை உணர்ந்தேன் நான்.

அநேகமாய் சென்ற வருடத்தின் எல்லா இலக்கியப் போட்டிகளிலும் அந்தப் புத்தகம் கலந்துகொண்டிருக்கும் என்று நினைக்கிறேன். ‘மாம்பலம் டைம்ஸ்’ முதல் ‘மங்காத்தா மகிமை’வரை ஊரில் அச்சாகிற அத்தனை பத்திரிக்கைகளையும் எங்கள் ஆ•பீசில் வாங்குகிறார்கள், அதில் வருகிற எல்லா போட்டி அறிவிப்புகளையும் தேடிப்பிடித்து அவற்றுக்கு இந்தப் புத்தகத்தை அனுப்பும்படி சங்கரலிங்கம் சாரைத் தொல்லை பண்ணிக்கொண்டிருந்தேன். அவரும் சளைக்காத பொறுமையோடு இரண்டிரண்டு காப்பிகளாக அனுப்பிவைத்தார் - ஆனால் ஏனோ பரிசுதான் எங்கேயும் கிடைக்கவில்லை.

தகுதியான புத்தகம் என்பதில் சந்தேகமில்லை, ஆனாலும் ஒவ்வொரு போட்டியிலும் இது தோற்கிறபோது யாரோ லாபி பண்ணி பரிசுகளை வாங்கிக்கொண்டு போய்விடுகிறார்கள் என்ற அழுத்தமான சந்தேகம் எனக்குள் எழுந்தது. இது விஷயமாய் நான் அடிக்கடி சங்கரலிங்கம் சாரிடம் பேசி(புலம்பி)க்கொண்டிருந்ததையும், புத்தகத்துக்கான ராயல்டி தொகை மூன்று மாதத்துக்கு ஒருமுறை கோயம்பத்தூருக்கு தவறாமல் அனுப்பப்படுகிறதா என்பதை அடிக்கடி சரிபார்த்துக்கொண்டிருந்ததையும் வைத்துதான் இந்த புத்தகத்தை எழுதிய சூட்சுமன் என் நண்பர் என்று ஊகித்திருக்கிறார் சங்கரலிங்கம் சார்.

அதெல்லாம் பழைய கதை, இப்போது இந்த புத்தகத்துக்கு தேசத்தின் உயர்ந்த விருது கிடைத்திருக்கிறது. இதுவரை அதற்குப் பரிசுகொடுக்காமல் நிராகரித்துவந்த எல்லார் முகத்திலும் அழுத்தமாய் ரெண்டு கோட் கரியைப் பூசிவிட்டதுபோல் உணர்ந்தேன். அந்தப் புத்தகத்தை நான் எழுதவில்லை, ஆனால் என்னுடைய புத்தகத்துக்குப் பரிசு கிடைத்திருந்தால்கூட இந்த அளவு பரவசப்பட்டிருப்பேனா என்பது சந்தேகம். இனம் புரியாத திருப்தியோ, நிம்மதியோ எனக்குள் பரவிக்கொண்டிருந்தது. பாதி முடிந்திருந்த சிகரெட்டை சுவற்றில் தேய்த்து அணைத்து குப்பைத்தொட்டியில் வீசிவிட்டு கீழே இறங்கிவந்தேன், அலமாரியில் இருந்த அந்தத் தொகுப்பைக் கையிலெடுத்து வாஞ்சையோடு ஒருமுறை தடவிக்கொடுத்தேன், முதல் பக்கத்தில் இன்றைய தேதியை எழுதி - ‘தேசிய விருது’ என்று குறித்தேன்.

புத்தகமும் கையுமாய் எடிட்டரைப்பார்த்து விஷயத்தைச் சொன்னேன், ‘அடடே’ என்றார் மலர்ச்சியாய். அவருடைய மிகப்பெரிய பாராட்டு அதுதான்.

சில விநாடிகள் யோசனைக்குப்பிறகு, 'ஒண்ணு பண்ணுங்க விஜயன், நேரா கோயம்பத்தூர்போய் அவரோட வொய்•ப்க்கு நியூஸைச் சொல்லி ஒரு பேட்டி எடுத்துட்டு வந்துடுங்க, அப்படியே அந்த ரைட்டரோட பழைய •போட்டோ, பிரசுரமாகாத கதை இப்படி எதுனா இருந்தா தள்ளிட்டு வாங்க, ஒரு எக்ஸ்க்ளூசிவ் கவர்ஸ்டோரி போட்டு அசத்திடலாம்' என்றார் சிரித்து.

நான் உடனடியாய் ஏதும் பதில் சொல்லிவிடவில்லை. அகாலத்தில் இப்படியொரு நல்ல, அறிவுப்பூர்வமான கணவனை இழந்த ஒரு பெண்ணைச் சந்திப்பதில் எனக்கு முன்பிருந்த தயக்கம் இன்னும் மீதமிருந்தது. ஆனாலும் இப்போது ஏனோ அவரைப் பார்க்கவேண்டும் என்றும் தோன்றியது - போலியான பேச்சோ, பாசாங்கோ இல்லாமல் அவர்களிடம் உண்மையாய் இந்த புத்தகத்தைப்பற்றி, இதை எழுதியவர்பற்றிய விமர்சனத்தைச் சொல்லவேண்டும் - அவருடைய கணவரின் மரணம் அவருக்கு மட்டுமில்லை, தமிழ் இலக்கியத்துக்கே இழப்புதான் என்று சொல்லவேண்டும். அவருடைய சோகத்துக்கு ஆறுதல் சொல்வது முடியாது என்றாலும், இந்தப் புத்தகத்தை வாசிக்கிற ஒவ்வொருவருக்குள்ளும் அவர் மறுபடி, மறுபடி உயிர்த்தெழுவார், உண்மையான படைப்பாளிக்கு சாவே கிடையாது என்று சொல்லவேண்டும் ••• ஒத்துக்கொண்டேன்.

ooOoo

கோயம்பத்தூருக்குப் பக்கத்தில் குனியம்புத்தூரோ, குனியமுத்தூரோ - அங்கே டவுன் பஸ்ஸில் போய் இறங்கியபோது வெய்யில் சுள்ளென்று அடித்துக்கொண்டிருந்தது. ஆனாலும் காற்றில் லேசாய் குளிர்ச்சி கலந்திருப்பதுபோன்ற பிரம்மை. நெரிசலில்லாத சாலைகள், மலையாள வாசனையோடு பஜ்ஜி மணக்கும் பேக்கரிகள், தெருவோரங்களில் இலக்கியம் வளர்க்கிற பழைய பொக்கிஷக் கடைகள், எப்போதும் சிரிக்கிற, அதிர்ந்து பேசாத, வார்த்தைக்கு வார்த்தை 'ங்க' சேர்த்துப் பேசும் பண்பான, ஒரு முகவரி எங்கே இருக்கிறது என்று கேட்டால், கூடவே வந்து வழிசொல்லும் இனிமையான மக்கள். கோயம்பத்தூர் எப்போதும்போல் என்னை ஆகர்ஷித்துக்கொண்டது.

சூட்சுமன் வீட்டுக்கு வழிகேட்டுக்கொண்டு நடக்கும்போது அவர் மனைவி விஜயா எப்படி இருப்பார் என்கிற ஊகங்களில் மூழ்க ஆரம்பித்தேன். மெல்லிய தேகம், முக்காடு, பொட்டில்லாத பாழ் நெற்றி என்று ஒரு பதினேழாம் நூற்றாண்டுக் கற்பனை செய்து அதைச் சட்டென்று அழித்தேன். மனைவியை இழந்த ஆணுக்கு இப்படியெல்லாம் தனிப்பட்ட பிம்பங்கள் விதித்துவைக்கிறதா இந்த சமூகம் ? சம்பந்தமில்லாமல் என் மனைவி ஜானகியின் நினைவுவந்தது, திடீர்ப் பயணமாய் நான் கோயம்பத்தூர் கிளம்பியதில் அவளுக்கு ரொம்பக் கோபம் - ஆனால் இந்த வேலையில், அதையெல்லாம் பார்த்தால் முடியுமா ?

ஒரு மருந்துக் கடைக்குப் பக்கத்தில் பயந்து ஒளிந்துகொண்டிருந்த தெருவைக் கண்டுபிடித்ததும் வீட்டைப் பிடிப்பதில் சிரமம் இருக்கவில்லை. ஒன்றரை ஆட்கள்மட்டும் நடக்கத்தக்க நடைபாதையின் மூலையில் சிறிய கதவோடு அந்த வீடு இருந்தது, காற்றோட்டம் போதாமல் உள்ளே பல வருடத்து வியர்வையும், இருளும் அப்பியிருக்க, சூட்சுமனின் மனைவி என்னை சிரிப்பில்லாமல் வரவேற்றார்.

நான் உள்ளே வந்து உட்கார்ந்தபிறகும் வெகுநேரத்திற்கு அவர் என் கையிலிருந்த 'நினைவோடைகளில் நீரில்லை' தொகுப்பையே வெறித்துக்கொண்டிருந்தார். நான் சங்கடமாய் வீட்டைச் சுற்றிப் பார்வையை ஓட்ட முயன்றேன். அந்தச் சின்ன அறையின் மூலையில் செய்தித்தாள்கள் அடுக்கியிருந்தது, அதன்மேல் ஒரு மர அலமாரியில் சில புத்தகங்கள், நடுநாயகமாய் இந்தத் தொகுப்பு வைக்கப்பட்டு, அதற்கு சரஸ்வதி பூஜையின்போது செய்வதுபோல் சந்தனமும், குங்குமமும் இட்டிருந்தது. கதவு ஒருக்களித்திருந்த உள்ளறையினுள் இருட்டும், கட்டிலும் லேசாய்த் தெரிந்தது, சமையலறை வேறெங்காவது ஒரு மூலையில் மறைந்திருக்கும். பக்கத்து வீட்டில் எங்கோ •போன் அடிக்கிற சப்தம் இங்குபோல் தெளிவாய்க் கேட்டது.

அந்தச் சிறிய அறையில் முன்பின் அறிமுகமற்ற நானும், அவரும்போக மௌனமே நீக்கமற நிரம்பியிருந்தது. நான் பேசுவேன் என்று அவரும், அவர் பேசுவார் என்று நானும் காத்திருப்பதுபோல் ஒரு மாபெரும் தயக்கத்திரை எங்களை மூடியிருக்க, எங்கள் இருவரையும் இணைக்கிற ஒரே சரடு இந்தப்புத்தகம்தான், அதற்குதான் தேசிய விருது கிடைத்திருக்கிறது.

'சொல்லுங்க சார், என்ன விஷயம் ?' - அவர்தான் முதலில் பேச ஆரம்பித்தது, குரலில் கரகரப்பான ஆண்மை இருந்தது.

நீருக்குள் நீச்சலடிக்கையில் மூச்சுத் திணறுகிறவர்கள் தண்ணீர்ப் பரப்புக்குமேல் எட்டிப்பார்த்து தவிப்போடு 'ஹா, ஹா' என்று பெரிதாய் ஆக்ஸிஜன் வாங்குவதுபோல, எங்களின் நீண்ட மௌனத்துக்கு நிவாரணமாய் அவருடைய பேச்சு இருந்தது. நானும் நேரடியாய் விஷயத்துக்கு வந்தேன், 'உங்க கணவரோட தொகுப்புக்கு இந்திய அரசோட பரிசு கிடைச்சிருக்கும்மா, இன்னிக்கு பேப்பர்லகூட நியூஸ் வந்திருக்கு' என்றபடி பையில் நான்காய், எட்டாய் மடக்கி வைத்திருந்த செய்தித்தாளை எடுக்க முயன்றேன், 'பார்த்தேன்' என்றார் அவர்.

'இந்த செய்தியை உங்ககிட்டே முறைப்படி சொல்லி எங்களோட வாழ்த்துக்களைத் தெரிவிக்க வந்தேம்மா, நான் ஒரு பத்திரிக்கையாளன்', என்னுடைய கார்டைக் கொடுத்தேன். அவர் அதை வாங்கி சோ•பாவின் முனையில் கீழே விழுவதுபோல் வைத்தார், 'அப்புறம் ?' என்றார்.

அவர் நடந்துகொள்ளும் விதம் எனக்கு லேசான அதிர்ச்சியாகவே இருந்தது. என்னதான் கணவரை இழந்த துயரம் இருந்தாலும், இதுபோல ஒரு பெரிய பரிசு அவர் புத்தகத்துக்குக் கிடைத்திருக்கிறது என்னும்போது முகத்-

தில் ஒரு மலர்ச்சி வேண்டாமா ? என்ன பரிசு அது, யார் யாருக்கெல்லாம் கிடைத்திருக்கிறது, ரொம்பப் பெரிய கௌரவமா என்றெல்லாம் பெருமையோடு விசாரிக்க வேண்டாமா ? அட, அட்லீஸ்ட் ஒரு சிரிப்பாவது ...

நான் என் உணர்ச்சிகளை அதிகம் காட்டிக்கொள்ளாமல் பேட்டிக்கு வந்திருக்கும் விவரத்தைச் சொன்னேன், பையிலிருந்து குறிப்பு நோட்டை எடுத்து விரித்துக்கொண்டபோது அதையும் அவர் வெறித்துப்பார்த்தார், 'என்னோட பேட்டியெல்லாம் எதுக்கு ?' என்றார் மெல்லியகுரலில்.

நான் பொறுமையாய் பதில் சொன்னேன், 'தப்பா நினைக்காதீங்கம்மா, இப்படியொரு உயர்ந்த பரிசை வாங்கியிருக்கிற எழுத்தாளரைப்பத்தி இன்னும் தெரிஞ்சுக்கணும்-ன்னு வாசகர்கள் ஆசைப் படுவாங்க, நாங்க அவரைப்பற்றி ஒரு ஸ்பெஷல் இஷ்யூ போடலாம்-ன்னு முடிவு பண்ணியிருக்கோம்'.

நான் சொன்னது எதுவும் அவரை அசைத்ததாய்த் தெரியவில்லை, 'இல்லைங்க, பேட்டியெல்லாம் வேண்டாம்' - எழுந்துகொண்டார். 'உள்ளே அவரோட டைரி, எழுத்து நோட்டு எல்லாத்தையும் மூட்டைகட்டி வெச்சிருக்கேன், அவர் என்கிட்டே பேசினதைவிட அதுங்ககிட்டே பேசினதுதான் அதிகம், என்னைப் பேட்டி எடுக்கற நேரத்தில நீங்க அதையெல்லாம் கிளறினீங்கன்னா எதுனா விஷயம் கிடைக்கும்', கைகூப்பிவிட்டு உள்ளேபோனவர் ஒரு சிறு புத்தகக் கட்டுடன் வந்தார், 'ப்ளீஸ், ஹெல்ப் யுவர்செல்•ப்' என்றார். போயே போய்விட்டார்.

அதன்பிறகு கிட்டத்தட்ட இரண்டு மணி நேரங்கள் நான் அந்த காற்றில்லாத அறையில் சூட்சுமனின் படைப்புகளோடு மன்றாடிக்கொண்டிருந்தேன். என்னுடைய வியர்வை அந்த நோட்டுக்களின்மேல் பட்டுவிடாமல் துடைப்பதே பெரிய காரியமாய் இருந்தது. ரொம்பநேரம் ஒரே மாதிரி உட்கார்ந்திருந்ததில் முழங்காலுக்குக் கீழே மரத்துப்போய் ஆயிரம், லட்சம் ஊசிகள் ஒரே சமயத்தில் பாய்வதுபோல் கூருணர்வு.

ஆனால் இந்த சங்கடங்களையெல்லாம் மறக்கச் செய்தது என் முன்னிருந்த பொக்கிஷம். சூட்சுமன் என்கிற இந்த மனிதர் எழுதியதில் ஒரு துளிதான் இப்போது தேசிய விருது பெற்றிருக்கிறது, மற்றதெல்லாம் இத்தனை காலமாய் ஒரு பழைய தினத்தந்தி தாளால் சுற்றி வளைக்கப்பட்டு, நைலான் கயிற்றால் கட்டி இருட்டறை மூலையில் வீசப்பட்டிருக்கிறது என்று எண்ணும்போது எனக்குள் கவிந்த துன்பத்தை வர்ணிக்க எந்த எழுத்துவடிவ மொழிக்கும் சாமர்த்தியம் போதாது. டைரி, டைரியாய், நோட்டு, நோட்டாய், ஏன், காலண்டர் தாள்களின் பின்பக்கத்தில், மளிகைக்கடை ரசீதின் ஓரங்களில்கூட ஏதாவது எழுதி வைத்திருந்தார் மனிதர்.

கவிதை, அன்றைக்கு படித்த செய்தியைப்பற்றிய விமர்சனம், நண்பரிடம் பேசும்போது தெரிந்துகொண்ட புதிய விஷயம், ரயிலில் சந்தித்த சுவாரஸ்யமான மனிதர்கள், அவ்வப்போது கதைகள், சிறு நாடகங்கள், ஆங்கிலக் கவிதைகள், மொழிபெயர்ப்பு முயற்சிகள், இண்டியன் இங்கில் வரைந்த தீர்க்-

கமான, எளிய கார்ட்டூன்கள், சந்தத்துக்கு எழுதிப்பார்த்த சினிமாப்பாட்டு ஒன்று - இன்னும் என்னென்னவோ கிடைத்தது, அத்தனையையும் முழு-சாய்ப் படித்துமுடிக்க ஒரு மாதத்துக்கு மேல் ஆகலாம் என்று உறுதியாய்த் தோன்றியது எனக்கு, இவையெல்லாம் புத்தகமாய் வந்தால் எப்படியிருக்கும் - கற்பனையே சுகமாய் இருந்தது, ‘சூட்சுமன் படைப்புகள்’ என்று அட்டை-யில் அவர் படம்போட்டு க்ரௌன் அளவில் காலிக்கோ பைண்டிங்கில் தங்க வண்ணத்தில் நூல் அடையாளம் இட்டு ஜிலுஜிலுவென்று ஒரு புத்தகம் என் கற்பனையில் விரிந்தது. அதற்கும் தேசிய விருது கிடைக்கும் என்று நினைத்-துக்கொண்டேன்.

அப்போது உள்ளறையின் கதவு திறந்து அவர் வெளியேவந்தார். இங்கே ஒரு ஜீவன் தரையில் சம்மணமிட்டு அமர்ந்து நோட்டுப் புத்தகங்களிடையே இலக்கியம் தேடிக்கொண்டிருப்பதை லட்சியமே பண்ணாமல், கையிலிருந்த செய்தித்தாளை ஓரமாயிருந்த அடுக்கின்மேல் வைத்துவிட்டு மறுபடி உள்ளே போய்விட்டார் அவர்.

என்னுடைய எரிச்சல் அதிகமாகிக்கொண்டே இருந்தது. ஒருவேளை இந்-தப் பெண்ணுக்குத் தன் கணவனின் மதிப்பு தெரியவில்லையோ ? அலமா-ரியில் பொட்டிட்டு வைத்திருக்கிற தொகுப்பை இவள் படித்திருப்பாளா ? என் முன்னே பரந்துகிடக்கிறவற்றில் ஒன்றிரண்டையாவது புரட்டிப் பார்த்தி-ருப்பாளா ?

நோட்டுக்களையெல்லாம் சரியாய் அடுக்கி கட்டுக் கட்டிக்கொண்டேன். அவற்றை டீப்பாயின்மேல் வைத்துவிட்டு மீண்டும் சோ•பாவின்மேல் ஏறி உட்கார்ந்துகொண்டு உள்ளேயிருக்கிற பெண்ணைப்பற்றிய சிந்தனைகளில் மூழ்கிப்போனேன். ஒருமுறைகூட நேரில் சந்தித்திராத இந்த எழுத்தாளரின்-மேல் நான் வைத்திருக்கிற பாசத்தில், மரியாதையில் ஒரு சதவீதமாவது அவருடைய வாழ்க்கைத் துணையாய் வந்த இந்தப் பெண்ணுக்கு இருக்கிறதா ? இருந்தால், அவரை இப்படி இருட்டறையில் நைலான் கயிற்றில் கட்டிப்-போட்டிருப்பாளா ? அவருக்கு தேசிய விருது வந்திருக்கிறது என்ற செய்-தியை இப்படி சோ•பாவின் மூலையில் அலட்சியமாய் வீசியெறிவாளா ?

கதவு இன்னமும் மூடியே இருந்தது. பதினைந்து நிமிடங்கள்போல் அப்ப-டியே உட்கார்ந்திருந்தேன். தூசு நெடியில் ஒன்றிரண்டு தும்மல்களும், நானாய் சிரமப்பட்டு வரவழைத்துக்கொண்ட இருமல்களும்கூட அந்தக் கதவை அசைக்கவில்லை. நான் சலித்துப்போய் கட்டைப்பிரிக்காமல் ஒரு நோட்டை உருவிப் படிக்கலாமா என்று யோசித்துக்கொண்டிருக்கையில், நீண்ட க்ரீஈஈஈச் பின்னணியில் மணிக்கதவம் தாழ்திறந்து அவர் வெளியேவந்தார், என்னையும் பக்கத்திலிருந்த கட்டையும் இரண்டுமுறை மாறிமாறிப் பார்த்துவிட்டு எதிர் சோ•பாவில் உட்கார்ந்தார். ‘நீ என்ன கேட்கப்போகிறாய் என்பது எனக்குத் தெரியும்’ என்பதுபோல் முகத்தில் ஒரு அலட்சிய முத்திரை.

நான் பணிவோடு அவரிடம் அந்த நோட்டுப் புத்தகங்களை எடுத்துச் செல்வதற்கான அனுமதி கேட்டேன், ‘இல்லைன்னா இங்கயே ஜெராக்ஸ் எடுத்துக்கறேன் மேடம்’ என்றேன். அவர் வேண்டாம் என்பதுபோல் கையசைத்தார், ‘எல்லாத்தையும் நீங்களே எடுத்துட்டுப் போங்க’ என்றார் சலனமில்லாமல். ஒரு பக்கம் சந்தோஷமாய் இருந்தாலும், அவருடைய குரலிலிருந்த கழித்துக்கட்டும் தொனி எரிச்சலூட்டியது. அதை வெளிக்காட்டிக்கொள்ளாமல், ‘ரொம்ப நன்றி மேடம் !’ என்றேன் மறுபடி. அவர் வெறுமனே தலையசைத்தார்.

கடைசியாய் இன்னொருமுறை அவருடைய பேட்டிக்கு அனுமதி கேட்டேன். ‘அதான் வேண்டாம்ன்னு சொன்னேனே மிஸ்டர்’ என்றபோது அவருடைய முகத்தில் வெளிப்படையாய் கோபம் வெடித்தது. அதுவரை அடக்கிவைத்திருந்த என்னுடைய ஆத்திரமும் அந்த விநாடியில் எல்லைமீறியது, ‘சாரி மேடம்’ என்றேன் வேகமாய். ‘உங்க கணவர் ஒரு கதையில எழுதியிருப்பார் - ஒருத்தரை நல்லா புரிஞ்சுகிட்ட மனைவியோ, கணவனோ கிடைப்பது பெரிய வரம்-ன்னு, பாவம், அவருக்கு அந்த வரம் கிடைக்கலை போலிருக்கு’ - என் மனதிலிருந்த அத்தனை வன்மத்தையும் இறக்கிச் சொன்னேன். அப்படிச் சொல்வதால் எனக்கு இந்த புத்தகக்கட்டு கிடைக்காமல் போனாலும் பரவாயில்லை என்று அந்த நேரத்தில் தோன்றியது.

அவருடைய முகம் சட்டென்று சுருங்கி மீண்டும் சலனமில்லாத நிலைக்குப் போனது. கோபத்தின் பற்களிலிருந்து பிழைத்து வந்துவிட்ட நானும் கொட்டிவிட்ட வார்த்தைகளை நினைத்து வருத்தப்பட ஆரம்பித்திருந்தேன். இனிமேல் நாக்கைக் கடித்தென்ன ஆவது ? கண்ணகி நடுச்சபையில் வீசி உடைத்த சிலம்பைப்போல கண்ணியத்தையும், சுய கட்டுப்பாட்டையும் சிதைத்து சொல்லக்கூடாத வசவுகளை எறிந்தாகிவிட்டது, இனிமேல் பொறுக்கவா முடியும் ? அந்த சிந்தனையாலேயே என் கால்கள் தளர்வதுபோல் உணர்ந்தேன்.

சில நிமிடங்கள் பொறுத்து அவர் எழுந்துகொண்டார், ‘நீங்க இந்த புக்ஸையெல்லாம் எடுத்துட்டுப் புறப்படுங்க மிஸ்டர்’ என்றார், ‘ஆறரை மணியாச்சு, நான் கோயிலுக்குப் போகணும்’, எதுவுமே நடக்காததுபோல் அவர் பேசியது எனக்கு ஆச்சரியமாய் இருந்தது. தலையைக் கவிழ்ந்துகொண்டேன். புத்தகக்கட்டு ரொம்பவும் சுமையாய்த் தெரிந்தது. நைலான் முடிச்சினடியில் கைகளை நுழைத்து அதைத் தூக்கிக்கொண்டபோது உள்ளங்கையில் உறுத்தியது. ‘நன்றி மேடம்’ என்றேன் அவரிடம். சற்றுப் பொறுத்து, ‘ஏதோ கோபத்தில பேசிட்டேன், மனசில வெச்சுக்காதீங்க’ என்றும் சொன்னேன், அவர் அதை ஏற்கிறாரோ இல்லையோ, உள்ளே சுட்டெரிந்துகொண்டிருந்த என் மனசாட்சிக்கு அந்த மன்னிப்பு அவசியமாய் இருந்தது. அவர் இடவலம் தலையசைத்து, ‘நோ ப்ராப்ளம்’ என்றுமட்டும் சொன்னார். ‘சீக்கிரம் கிளம்பு’ என்பதுபோலிருந்தது பார்வை.

நான் கொஞ்சம் முன்னால் நகர்ந்தபோது அவர் மீண்டும் பேசினார், 'உங்களுக்கெல்லாம் அவரோட கதைகளை மட்டும்தான் தெரியும் மிஸ்டர், ஆனா எனக்கு அவரை ரத்தமும் சதையுமா, ஒரு முழு மனுஷராத் தெரியும்'. நான் ஒன்றும் சொல்லாமல் அவர் பேசுவதையே பெரிய ஆச்சரியம்போல் பார்த்தேன், அவர் எங்கோ சுவரைப் பார்த்துக்கொண்டு தொடர்ந்து பேசினார், 'நீங்க பார்த்ததெல்லாம் அவரோட எழுத்துக்களையும், கதை சொல்ற திறமையும்தான் - ஆனா நான் என் கண்ணுக்கு நேரா பார்த்தது வேற, எல்லோரும் பார்த்து ரசிக்கிற அலங்காரமான நாடக மேடையோட பின்பக்கத்தைப் பார்த்திருக்கீங்களா ? தென்னங்கீத்தும், சவுக்குக் கட்டையும், கரென்ட் வயருமா கண்டபடி நீட்டிக்கிட்டு சகிக்கமுடியாதபடி இருக்கும் - அந்த இன்னொரு பக்கத்தைப் பார்த்தவ நான் - சொற்ப சம்பளத்தில கொஞ்சம்கொஞ்சமா மிச்சம்பிடிச்சு, உடம்பைக் கெடுத்துக்கிட்டு ஓவர்டைம் பார்த்து பணம் சேர்த்து, எப்படியாவது தன்னோட கதைகளைப் புத்தகமா கொண்டுவந்துடணும்ன்னு மெட்ராஸ—க்கு அலையா அலைஞ்சதையும், புது எழுத்தாளர்ங்கறதால ஒவ்வொரு பதிப்பகத்திலயும் அவரை நாளைக்கு, நாளைக்குன்னு இழுத்தடிச்சதையும், ஒவ்வொருவாட்டி மெட்ராஸ்ல இருந்து திரும்பி வந்தபிறகும் உடம்பும், மனசும் வலிதாங்காம அவர் துடிச்ச துடிப்பையும், அந்த வியாதி அவரை அணுஅணுவா சிதைச்சுக் கொன்னதையும் நான் என் கண்ணால பார்த்திருக்கேன் சார்' என்றார். ஒரு சின்ன விம்மலோ, அழுகையோ அவருடைய பேச்சைக் கலைத்தது, சுதாரித்துக்கொண்டு தொடர்ந்து சொன்னார், 'அவர் கோமாவில விழறதுக்குமுன்னாடி கடைசியா என்கிட்ட என்ன சொன்னார் தெரியுமா ? அப்பவும் என் புத்தகத்தைக் கண்ணால பார்க்காம சாகப்போறேனே விஜயா-ன்னுதார் கதறினார், பாவி மனுஷனுக்கு இத்தனை சின்ன வயசில சாகறமே-ன்னு ஆதங்கமில்லை, என்னைவிட்டுப் போறதுகூட பெரிய கஷ்டமா இல்லை, கடைசி வரைக்கும் ஒரு குழந்தைக்குக் கொடுத்து வைக்காம போயிட்டமே-ன்னு கவலை இல்லை, புத்தகம், புத்தகம், புத்தகம் - வாழ்ந்தபோதும் புத்தகம்தான், செத்தபோதும் புத்தகம்தான்', அவருடைய விம்மல் மெல்லிய அழுகையாய் மாறியது. நான் திகைப்போடு நின்றிருந்தேன்.

எல்லாம் சில விநாடிகள்தான், மீண்டும் அவர் பழைய முகத்துக்குத் திரும்பிவிட்டார், சேலைத் தலைப்பால் கண்களை நாசூக்காய் ஒற்றியெடுத்துக்கொண்டபடி சொன்னார், 'யாரோ ஒரு விமர்சகர் அவரோட புஸ்தகத்துக்கு ரெவ்யூ எழுதியிருந்தார், பாரதியார், புதுமைப் பித்தனெல்லாம் சின்ன வயசிலயே போயிட்டாங்களாம், இவரும் அவங்க மாதிரிதானாம். வேடிக்கையைப் பாருங்களேன், வாழும்போது ஒரு அங்கீகாரத்துக்கு, ரெண்டு வரி பாராட்டுக்கு, தெம்பூட்டற வார்த்தைகளுக்குத் துடிச்ச மனுஷருக்கு, செத்தப்புறம் ஞானிகள் வரிசையில இடம், ராத்திரியில சூரிய நமஸ்காரம் பண்றமாதிரி என்ன பிரயோஜனம் இந்த அடையாளங்களினால ?'.

ooOoo

இருட்ட ஆரம்பித்திருந்த பேருந்து நிறுத்தத்தில் என் பஸ்ஸ—க்காக காத்திருக்கையில் அவர் பேசியதெல்லாம் என் மனதில் நிற்காமல் சுழன்று ஓடிக்கொண்டிருந்தது. அந்த விஜயாவினுடைய கோபம் அல்லது ஆதங்கம் தன்னுடைய கணவர்மீதா, அவர் விரும்பிய இலக்கியத்தின்மீதா, அவரை அங்கீகரிக்காத இந்த உலகத்தின்மீதா, அல்லது காலத்தின்மீதா ? இந்த விஷயத்தில் யாரைத் தப்புச் சொல்வதென்று தெரியவில்லை.

ஓரமாயிருந்த பெட்டிக்கடையில் விசாரித்தேன், ‘இங்க பக்கத்தில கிருஷ்ணா ஸ்வீட்ஸ் எங்கே இருக்கு சார் ?’

என் மனைவிக்கு மைசூர்பா ரொம்பப் பிடிக்கும்..

111. கதை! - துடுப்பதி ரகுநாதன்

பிரபல தமிழ் எழுத்தாளர் எழிலரசு அவர்கள் தன்னுடைய 86 - வது வயசில் காலமானார்.

கடந்த ஒரு வாரமாக தமிழ் நாட்டிலிருந்து வெளி வரும் அனைத்துப் பத்திரிகைகளிலும், அவரைப் பற்றிய செய்திகளையும், கட்டுரைகளையும் பிரசுரம் செய்து சிறப்பு செய்தன. சில வாரப் பத்திரிகைகள் எழுத்தாளரின் போட்டோவை கறுப்பு வண்ணத்தில் அட்டைப் படமாகப் பிரசுரம் செய்து கௌரவப் படுத்தியிருந்தன.

அவர் எழுதுவதை நிறுத்தி பதினைந்து வருடங்களுக்கு மேலாகி விட்டன. எழுத்தாளர் எழிலரசு தன்னுடைய 86 - வது வயசிலும் ஆரோக்கியமாகத்தான் இருந்தார். நல்லா இருந்த மனுஷன் இடுப்பு எலும்பு முறிந்து அகால மரணம் அடைந்ததில் நெருங்கிய உறவினர்களுக்கு எல்லாம் ரொம்ப வருத்தம். பதினாறாம் நாள் காரியத்திற்கு வந்திருந்த ஒரு உறவுக்காரக் கிழவி, எழுத்தாளரின் மனைவியை துருவித் துருவிக் கேட்டாள்!

“ மாமி!...அந்தக் கொடுமையை ஏன் கேட்கிறீங்க?...பரண் மேல் ஏற ஏணி வைத்து ஏறி தவறி விழுந்திட்டார்!...”

“வயசான காலத்தில் கொஞ்சமாவது அறிவு வேண்டாம்?....ஏணி மேல் ஏறுகிற வயசாடி அவருக்கு?...அப்படி பரண் மேல் எதற்கடி ஏறினார்? ...”

“ பரண் மேலே அவர் 50 வருஷத்திற்கு முன்பு அவர் எழுதி பத்திரிகைகளிலிருந்து திரும்பி வந்த கதைகளையெல்லாம் கட்டிப் போட்டு இன்னும் பத்திரமா வச்சிருக்கார்!...அதையெல்லாம் எடுக்கத் தான் ஏறினார்....”

“அதெல்லாம் இப்ப எதுக்குத் தேவை?....”

“ பாட்டி! ஐப்பசி மாசம் பல பத்திரிகைகள் தீபாவளி மலர் வேலையை ஆரம்பிச்சிடுவாங்க!.இவரிடம் கதை கேட்டு இரண்டு மூன்று பத்திரிகைகளிலிருந்து போன வாரமே லெட்டர் வந்திட்டது...”

“ இவர் தான் பத்து வருஷமா கதை எழுதறதில்லையே?..”

“ அது என்னமோ இந்தப் பத்திரிகைக்காரங்க இவங்க மாதிரி வயசானவங்களை விடறதில்லே! தீபாவளி மலர் தயாரிக்கும் பொழுது, எழுதறதை மறந்தவங்களை எப்படியாவது தேடிப் பிடிச்சு அவங்க பேரிலே ஒரு கதையைப் போட்டிருவாங்க!

அதனால் தான் பரண் மேல் ஏறி 50 வருஷத்திற்கு முன்பு திரும்பி வந்த கதைகளை எடுத்து எந்தக் கதையை எந்தப் பத்திரிகை திருப்பி அனுப்பியதோ அதே பத்திரிகைக்கு அனுப்பி அதை அவங்க தீபாவளி மலரிலேயே வரவச்சிடுவார்! .இவரைப் போல தீபாவளி மலர் எழுத்தாளர்கள் என்று ஒரு இருபது பேர்கள் இருக்கிறாங்க!...10 வருஷத் தீபாவளி மலர்களை எடுத்துப் பாருங்க! எல்லாம் ஒரே மாதிரி தான் இருக்கும்!...தீபாவளி மலரிலே ஒருத்தர் கதை எழுத வேண்டுமென்றால் அவருக்கு குறைந்தது 15 வருடம் தீபாவளி மலர்களில் எழுதிய அனுபவம் இருக்க வேண்டும்!...”

“ இவரும் பரண் மேல் இருக்கும் குப்பையைத்தான் இந்த பத்து வருஷமா காலி பண்ணிட்டு இருந்தார்!...என்னவோ அவருக்குப் போதாத நேரம்!!...இந்த வருஷம் தவறி விழுந்திட்டார்!...” என்று சொல்லி விட்டு கண்ணைக் கசக்கினாள் அந்த எழுத்தாளரின் மனைவி! .

112. புத்தாண்டுப் போட்டி - காயத்ரி

“என்னங்க,ரொம்ப தீவிரமா என்ன யோசிச்சுக்கிட்டுருக்கேங்க? எனக்குத் தீபாவளிக்குத் தான் ஜோ கட்டியிருந்த அம்பதாயிரம் கலர்ஸ் வர்ற பட்டுப்புடவை வாங்கித் தரலே, பொங்கலுக்காச்சும் ஆறாயிரம் கலர்லே பட்டுப்புடவை எடுத்துத் தரத் தானே பிளான் பண்ணறேங்க?”

எதையோ சிந்தித்துக் கொண்டிருந்த கணவன் ராமனாதனிடம் கௌசல்யா பேச்சுக் கொடுத்தாள்.

ஆமா, அதைத் தவிர எனக்கு வேற வேலை இல்லை பாரு. இப்படித் தான் ஜோ ஜோனு அவ விளம்பரத்துலே காட்டின மாதிரி இதயம் நல்லெண்ணெய் கொட்டி சமைச்சே, என்னாச்சு? ஒரே நாள்லே எண்ணெய் தீர்ந்து போச்சு. உனக்கு ஜோ மேல அப்படி என்ன பாசமோ, தெரியலே”

“இல்லேங்க, எல்லாரும் அந்த மாதிரி தான் புடவை எடுக்கிறாங்க. ஜோ கட்டியிருந்த போட்டோ பார்த்தேங்களா? எவ்வளவு நல்லா இருந்தது, வாங்கித் தாங்களேன்”

“ஜோ தர மாட்டாளே”

“ஹ ஹ ஹா, ஜோக்குக்கு சிரிச்சாச்சு. முடிவா என்ன சொல்றேங்க? உங்களை நம்பி வந்தவளுக்கு ஒரு பட்டுப்புடவை எடுத்துத் தந்தா என்னவாம், இந்தக் குடும்பத்துக்கு மாடா உழைச்சு என்ன பிரயோசனம், அக்கம்

பக்கத்துலே கேட்டுப் பாருங்க. வீட்டுலே கழுதைய விடக் கேவலமா வேலை பார்க்கிறேன். கடைக்குப் போய் மளிகை, காய்கறி வாங்குறதுலேர்ந்து எல்லா விஷயத்துக்கும் நாயா பேயா அலையறேன். குரங்கு மாதிரி என் மனசு அலை பாயுது”

கௌசல்யா சலித்துக் கொண்டாள்.

“கௌஷிம்மா, உனக்கு உன் பேமிலி ஞாபகம் வந்துடுச்சோ?”

கௌசல்யா புரியாத மாதிரி விழிக்க,

“இல்ல, நாய், பேய், மாடு, கழுதைங்கிறியே, அதான் கேட்டேன், ஊர்லே இருக்கிற உன் அப்பா, அம்மா நினைப்பு வந்துச்சோ?னு கேட்டேன்” என்று சொல்லி விட்டு கடகடவென்று சிரித்தார் ராமனாதன்.

“இங்கே என்ன நையாண்டி தர்பாரா நடக்குது? தானே ஜோக் சொல்லி தானே சிரிக்கிறேங்க? எங்க வீட்டைப் பத்தி நக்கல் அடிக்கிற வேலை வேணாம், நாங்களாம் மாடு, கழுதைனா நீங்களும் அதானே”

“கோபப்படும் போது தான் நீ ஜோ மாதிரி இருக்கே”

“(கண்களைச் சிமிட்டியபடியே ஜோ மாதிரி முகத்தில் பலவித பாவங்களைக் கொண்டு வந்து) உண்மையாவா? இப்போவாச்சும் என் அருமை புரிஞ்சா சரி. என்ன பண்ணிக்கிட்டு இருக்கேங்க?”

“யார்க்கிட்டேயும் சொல்லாதே. நான் கதை எழுத முயற்சி பண்றேன்”

வைத்த கண் வாங்காமல் தன்னையே வியப்புடன் பார்த்த மனைவியைப் பார்த்துப் பெருமை பொங்க சிரிக்க,

“ரொம்ப ஆச்சர்யமா இருக்கோ?”

“ஆமாங்க, எனக்கு என்ன ஆச்சர்யம்னா நீங்க கல்யாணத்துக்கு முன்னாடி எனக்குப் போட்ட லெட்டர்லே அவ்வளவு எழுத்துப் பிழை, அதுலேயும் ‘குரிப்பு-எண்ணெய் பிடிச்சுறுக்கா என்பதற்கு வடை தருகனு’ நீங்க பின்குறிப்பு எழுதி இருந்தேங்களே, அதான், நீங்க எப்படி கதை சரி, சொல்லுங்க”

“அதாவது புத்தாண்டு வருதுலே, அதுக்கு எங்க ஆபீஸ்லே பல போட்டிகள் நடக்குது. அதுலே, நான் 2 போட்டியிலே பேர் கொடுத்துருக்கேன். ஒன்னு கதை, இன்னொன்னு கவிதை. இப்போ இப்படி கதை எழுத ஸ்டார்ட் பண்ணினா, நானும் ஹாரிபாட்டர் எழுதின ரௌலிங்கோ, பவுலிங்கோ, அவங்களை மாதிரி பிரபலமாகலாம்லே, பணத்துக்குப் பணம், புகழுக்குப் புகழ். அது மட்டுமில்லே, எனக்குச் சின்ன வயசிலேர்ந்து இப்போ வரை கதை, கவிதை எழுதி பேமஸ் ஆகணும், நிறைய சம்பாதிக்கணும்னு ஆசை, ஆனா என் ஆசை நடக்கலே. இப்போ நல்ல வாய்ப்பு வந்திருக்கு”

“என்ன எழுதலாம்னு இருக்கேங்க? என்ன மாதிரி கதை? என்ன தலைப்பு? குறுங்கதையா? நெடுங்கதையா? அப்புறம் பத்திரிகையிலும் போடுவாங்களா?”

அடுக்கடுக்காய் கேள்விகள் ராமனாதனைத் திருதிருவென முழிக்கச் செய்தது.

"இரு, கற்பனை ஆறு இப்போ தான் பொங்கி வருது. எழுதினோன்ன சொல்லறேன்"

"ஒரு நிமிஷம், நான் இப்போ வந்துடறேன்" என்றபடி வாசலுக்குப் போனாள்.

கௌசல்யா வருவதற்கு முன் இவர்கள் குடும்பத்தைப் பற்றிய சிறு அறிமுகம். ராமனாதன் - கௌசல்யா அன்னியோன்னியமான தம்பதிகள். கணவர் எள் என்றால் மனைவி

எண்ணெயுடன் நிற்பாள். ஆனால் கணவருக்கு எள் தான் தேவையாயிருந்திருக்கும் என்பது தனிக்கதை. நகைச்சுவைக் கதைகளில் வரும் தெனாலிராமன் வேடிக்கையாக ஏதாவது செய்யப் போக நல்ல விதமாக முடியும். ஆனால் கௌசல்யா ஏதாவது நல்ல விதமாக செய்யப் போக வேடிக்கையாக முடியும். இவர்களுக்கு அழகான இரு பெண்குழந்தைகள் ரம்யா, சுகன்யா. ராமனாதன் பார்ப்பதற்குச் சற்று உயரமாக, அழகாக இருப்பார். கௌஷி பார்ப்பதற்கு திரைப்பட நடிகை ஜோதிகா (இப்படி சொல்லவில்லையென்றால் கௌஷி கோபித்துக் கொள்வாள்)போல் அழகாக இருப்பாள்.

சிறிது நேரத்தில் கௌசல்யா சிறுபடையுடன் வந்தாள். ராமனாதன் திருவிழாவில் காணாமல் போன சிறுவனைப் போல விழிக்க, கௌசல்யா கண் ஜாடை காட்டினாள்.

"என்ன எல்லாரும் வந்துருக்கேங்க? நம்ம தெருவிலே ஏதாச்சும் விசேஷமா?"

"நீங்க கதை எழுதறேங்களாமே, அதான் பார்த்துட்டுப் போலாம்னு வந்தோம்" லெட்சுமணன் சொன்னார்.

"இல்லைங்க, இப்போ தான் எழுத உட்கார்ந்தேன். அதுக்குத் தான் வந்தேங்களா? சரி, எழுதி முடிச்சோன்ன கூப்பிட்டுக் காட்டறேன், அதாவது எல்லாரும் கூட்டமா இருந்தேங்கனா, எனக்குக் கற்பனை பொங்காது"

கூட்டத்தை அனுப்புவதற்குள் ராமனாதனுக்குப் போதும் போதும் என்றாகி விட்டது. எல்லாம் கௌஷியின் வேலை தான்.

"என்ன இதெல்லாம்?"

"இல்லைங்க, நான் நம்ம எழுத்தாளர் வேலுவை கூட்டியாரத் தான் போனேன். நான் பரபரனு ஓடிக்கிட்டு இருக்கிறதைப் பார்த்து, மாலதி அக்கா என்னனு கேட்டுச்சு. அதான் அதுக்கு மட்டும் யாருக்கும் சொல்லாதேங்க, ரகசியம்னு நீங்க கதை எழுதற விஷயத்தைச் சொன்னேன். அவங்க யார்கிட்டேயோ ரகசியமா சொல்லி இப்படி எல்லாரும் வந்துட்டாங்க. ஸாரிங்க...."என்று இழுக்க,

“பாருய்யா பாருய்யா இன்னும் புடவை கேக்கறதிலே இருக்கா”(வடிவேலு ஸ்டைலில் சொல்ல)

“அது இல்ல, மன்னிச்சுக்க சொன்னேன். சரி, எழுத்தாளர் வேலு வந்துக்கிட்டு இருக்கார், உங்களைத் தான் அவர் வீட்டுக்கு வரச் சொன்னார். நான் தான் சொன்னேன், அவருக்கு கற்பனை ஆறு ஊத்தெடுத்துப் பொங்கி வழியுதாம். நீங்களே வாங்கனு சொன்னேன், இப்போ வருவார்”

கௌசல்யா சொல்லி முடிக்கவும் எழுத்தாளர் வேலு உள்ளே வரவும் சரியாக இருந்தது.

“வாங்க சார், வணக்கம், எப்படி இருக்கேங்க? உட்காருங்க” நாற்காலியைக் காட்ட, உட்கார்ந்தவாறே உரையாடலைத் துவக்குகிறார்.

“என்னப்பா உன் பேரு ராமனாதனா? ராமசாமியா? ரெண்டு கையிலும் ஏதோ கிறுக்கி வச்சு கஜினி சஞ்சய் ராமசாமியா ஆயிட்டே. தெருவே உன்னைப் பத்தி தான் பேசிக்குது, பெரிய எழுத்தாளர் ஆகிட்டியாமே”

“சார், அது நோட்ஸ் எழுதியிருக்கேன். கதை விஷயம் கண்ணு, காது, மூக்கு, வாய் வச்சு உங்களுக்கு நியூஸ் வந்துருக்கு, இப்போ தான் எழுதவே ஆரம்பிச்சேன், அதாவது எங்க ஆபீஸ்லே ஒரு சிறுகதைப் போட்டி வச்சுருக்காங்க, அதுலே எப்படியும் முதல் பரிசு தட்டிரணும்னு ஒரு வெறி, கதை எழுதி பழக்கமில்லே,அதான், நீங்க என்ன நினைக்கிறேங்க?”

“அப்படியா? கதை எழுதறதுங்கிறது சுலபமானதில்லைனும் சொல்லலாம், சுலபம்னும் சொல்லலாம். கதைக்குக் கரு முக்கியம்னும் சொல்லலாம், கதை தான் முக்கியம்னும் சொல்லலாம்”

“சார் என்ன விசுவோட சொந்தக்காரரா? தெளிவா குழப்பறேங்களே”

தான் அடித்த ஜோக்கிற்கு மனைவி உட்பட எழுத்தாளரும் சேர்ந்து சிரித்ததில் ராமனாதனிற்குப் பரம மகிழ்ச்சி.

“குறும்பைப் பாரேன். கதை எழுத முதல்லே தேவை பேப்பரும் பேனாவும். கொஞ்சம் தனிமை. அப்புறம் புத்தியும் வேணும். யோசிச்சு யோசிச்சு எழுதணும்லே”

“நீங்க சொன்ன எல்லாமே கொஞ்சம் கொஞ்சம் இருக்கு. கதை தான் உதிக்க மாட்டேங்குது. பத்திரிகைகள்லே கதைகள்ளாம் படிக்கும் போது ஈஸியா இருக்கு. எழுதணும்னு உட்கார்ந்தா தான் எழுத்து தான் வார்த்தை முட்டுது” (இந்த முறை குணா பாடல் வசனம் மனதிற்குள் வந்து போக ராமனாதன் தனக்குத் தானே சிரித்துக் கொள்கிறார்)

சார், என்ன சாப்பிடறேங்க?”

“தண்ணி கொடுத்தாக் கூடப் போதும்”

“ஸாரிங்க, என் வீட்டுக்காரர் குடிக்க மாட்டார்.”

“என்ன ராமனாதன் தண்ணி குடிக்க மாட்டேங்களா? ஒரு நாளைக்கு 8 டம்ளர் தண்ணி குடிக்கணும்”

“இல்லை சார், கௌஷி தப்பா புரிஞ்சுக்கிட்டாங்க. (கௌஷியைப் பார்த்து), கௌஷி, சார் குடிக்கத் தண்ணி கேக்கிறார், நீ போடற காப்பி-யையே கொடு”

கௌஷி தன் கண்களாலேயே ராமனாதனை மிரட்டி விட்டு, காப்பி போட்டு எடுத்துக் கொண்டு வந்து கொடுத்தாள்.

“(காப்பியை உறிஞ்சிய படியே) சரிப்பா, நான் சில டிப்ஸ் தர்றேன். நோட் பண்ணிக்க. கதைக்கு ரொம்ப முக்கியம் கரு. எப்படி ஒரு தாய் வயித்-துலே கரு வளர்ந்து பத்து மாசம் கழிச்சு குழந்தையா வெளியில வருதோ, அது மாதிரி எழுத்தாளர் மனசிலும் ஒரு கரு உருவாகி அதுக்கு ஒரு உயிர் கொடுக்க வேண்டியிருக்கும்”

“சார், அப்படினா என் வீட்டுக்காரர் பத்து மாசம் வெயிட் பண்ணனுமா?”

“ஒரு உதாரணத்துக்குச் சொன்னேன்மா. குழந்தைக்குத் தான் அப்படி. சரியா? நீயும் உன் வீட்டுக்காரரை கொஞ்ச நாளைக்கு டிஸ்டர்ப் பண்ணாதே. எழுத்தாளர்கள் உலகம் தனி உலகம். தனக்குள்ள பேசிப்பாங்க, சிரிச்சுப்-பாங்க. புரியுதா?”

பூம்பூம் மாடு தலையாட்டுவதைப் போல கௌஷியும் தலையாட்டினாள்.

“சரி, ராமனாதா, நான் சொல்லறதைத் தெளிவா கேளு. இப்போ நானா எதுவும் சொல்லிக் கொடுத்து நீ எழுதறத விட, நீ எழுதிக்கிட்டு வந்து என்-கிட்டே கொடு. ஏன்னா, ஒரு வேளை நீ ரொம்ப திறமைசாலியா இருந்து நான் அதைக் கெடுத்துடக் கூடாதுல்லே. இப்படித் தான் கதை எழுதணும்னு எந்த சட்டமும் இல்லை. நீ எழுது. எனக்கு ஒரு மீட்டிங் இருக்கு. நான் கிளம்பறேன். எழுதி முடிச்சோன்ன நான் கரெக்ட் பண்ணித் தாரேன்”

எழுத்தாளர் வேலு செல்ல மனைவியும் குழந்தைகளும் ராமனாதனைத் தொந்தரவு செய்யவில்லை. ராமனாதனும் யோசித்து யோசித்து ஒரு கதையும் அகப்படவில்லை. கவிதைப் போட்டிக்கு மட்டும் தன் கவிதையைக் கொடுத்-தார்.

புத்தாண்டு அன்று மனைவி, குழந்தைகளும் அலுவலகத்திற்கு வர அனு-மதிக்கப்பட்டிருந்தனர். ராமனாதன் குடும்பமும் அலுவலகத்தில் நடக்கும் விழாவில் கலந்து கொண்டது. அனைத்துப் போட்டி முடிவுகளும் அறிவிக்-கப்பட்டது. மாவட்ட ஆட்சியர் விழாவின் சிறப்பு விருந்தினராக அழைக்கப்-பட்டிருந்தார். கவிதைப்போட்டியில் வென்றவர்கள் பெயர்களைப் பறைசாற்றும் போது ராமனாதன் தேர்வின் முடிவிற்குக் காத்திருக்கும் மாணவனைப் போல இறைவனை வேண்டிக்கொண்டும் பரபரவென்றும் இருந்தார். சோதனைக்கு ஆறுதல் பரிசு, மூன்று, இரண்டு, முதல் என்று இறங்குமுகமாகப் பரிசுகள் அறிவிக்கப்பட்டன.

“நீங்கள் ஆவலுடன் எதிர்பார்த்த முதல் பரிசிற்குச் சொந்தக்காரர் மிஸ்டர் ராமனாதன்” மேடையில் குயில் போன்ற குரலுடன் வர்ணனையாளர் கூவ

ராமனாதன் போய் பரிசு வாங்கிக் கொண்டார்.

“ஒரு நிமிஷம் மிஸ்டர் ராமனாதன் எழுதின கவிதையை அவர் வாயாலேயே கேட்போமா? பிளீஸ்” மேனேஜர் கேட்க,கூச்சப்பட்டாலும் எவ்வளவு உயர்ந்த வாய்ப்பு என்று பயன்படுத்திக் கொள்கிறார்.

மைக்கில், குரலைச் சரி செய்தவாறே

“என் கவிதைக்குச் சிறு பொழிப்புரை,என்னுடைய கவிதைத் தலைப்பு அரிப்பு. அதாவது காதலன் காதலியின் காதலுக்கு-அன்புக்கு ஏங்கியிருக்கிறான். அவள் நினைவு அவனை வாட்டி எடுக்கும் போது ஒரு கவியாக உருவெடுக்கிறான். அவனைப் பாதித்த விஷயத்தைக் கவிதையாகப் பெயர்க்கிறான்.

“கண்ணே!
சொரிய சொரிய சுகம் - சொரிந்த பின் ரணம்
உன் பார்வையும் - உன் நினைவுகளும்”

காதலன் சொல்கிறான். ” அன்பே! உன்னைப் பார்த்துக் கொண்டிருக்கும் போது எப்படி அரிப்பு ஏற்படும் போது சொரிந்து கொள்வதால் ஒரு சுகம் கிடைக்குமோ, அப்படி ஒரு சுகமாக இருக்கிறது. ஆனால் உன் பார்வை தந்த காயங்கள், நினைவுகள் தந்த சுமையோ சொரிந்த பின் ஏற்படும் வலியைக் கொடுக்கும் வடுவாக-ரணமாக இருக்கிறது, இது தாங்க என்னோட கவிதை”

மேடையிலிருந்தும் கீழே பார்வையாளர்களிடமிருந்தும் கரவொலி. கௌஷி நடப்பதெல்லாம் கனவா? நனவா? என்று கிள்ளிப் பார்த்துக் கொண்டாள். குழந்தைகளும் கைதட்டி ஆரவாரம் செய்து கொண்டிருந்தனர். மேடையில் இவர் கவிதையைக் கேட்ட பிரபலத் தயாரிப்பாளர் ராமனாதனின் மேனேஜரிடன் ஏதோ ரகசியம் பேச, மேனேஜரே இன்னொரு தகவலையும் தெரிவித்தார்.

“எல்லாருக்கும் வணக்கம். ஒரு சந்தோஷமான செய்தியை இந்த வேளையில் உங்களிடம் பகிர்ந்து கொள்ள ஆசைப்படறேன். மேடையில் அமர்ந்திருக்கும் தயாரிப்பாளர் நாகு தனது அடுத்தப் படம் காதலைப் பற்றியது என்றும், அதன் கதாநாயகன் கவிதை எழுதுபவன் என்றும், அந்தப் படத்திற்குக் கவிதை எழுத, வசனம் எழுத நம் ராமனாதனையே தேர்ந்தெடுத்து இருக்கிறார் என்பதையும் மகிழ்ச்சியான இந்த வேளையில் தெரிவித்துக் கொள்கிறேன், அதற்கு அட்வான்ஸ் இந்தப் புத்தாண்டு தினத்தில் உங்கள் முன்னாடியே ராமனாதனுக்கு வழங்கப்படுகிறது” என்று ராமனாதனுக்குத் தயாரிப்பாளர் காசோலை வழங்க ராமனாதன் ஒரு கணம் மெய்மறந்து போனார்.

மீண்டும் தன் மன உணர்வை வெளிப்படுத்த ராமனாதனுக்கு வாய்ப்பு கிடைக்க,

“உங்க எல்லாருக்கும் மீண்டும் என் பணிவான வணக்கங்கள். எனக்கு இந்த வாய்ப்பு கொடுத்த அலுவலகத்திற்கும், என் மனைவி, குழந்தைகளுக்கும்,தயாரிப்பாளருக்கும் நான் இந்த வேளையில் நன்றி சொல்லக் கடமைப்பட்டிருக்கேன். நினைவு தெரிஞ்ச நாள் முதலா நான் சிறுகதை எழுதணும், கவிதை எழுதணும்னு ஆசைப்பட்டுருக்கேன். அதுக்கு இப்போ தான் வேளை வந்துருக்கு. அலுவலகம் அறிவிச்ச சிறுகதைப் போட்டியிலே சேர முடியாமப் போச்சு. ஆனா அதைப் பத்தி நான் வருத்தப்படலே. இத்தனை நாளா எனக்குள்ள தூங்கிகிட்டுருந்த ஒரு கவிஞன் இப்போ வெளிப்பட்டுருக்கான்.

அதை நினைச்சு சந்தோஷப்படறேன். வாழ்க்கையிலே நம்மைச் சுத்தி எத்தனையோ சந்தோஷம் கொட்டிக் கிடக்கு. எத்தனையோ வாய்ப்பு பரவியிருக்கு. ஒரு கதவு மூடியிருக்கேனு கவலைப்படாம உங்க குறிக்கோள்லே நீங்க போயிக்கிட்டே இருந்தேங்கனா இன்னொரு கதவைத் தேவதை திறந்து நம்மை வரவேற்பா. ரொம்ப சந்தோஷமா இருக்கு. புதிய ஆண்டு, புதிய வாழ்க்கை. இப்போ புதிதாகப் பிறந்த மாதிரி இருக்கு. உங்க எல்லாருக்கும் எனக்கு இப்போ கிடைச்ச மாதிரி வாய்ப்பும் வெற்றியும் கிடைக்கணும். கிடைக்கும், நம்பிக்கையோட, வாழ்க்கையின் ஒவ்வொரு வினாடியையும் ரசிச்சு அனுபவிச்சு வாழுங்க. அது தான் உங்களுக்கு நான் சொல்லும் புத்தாண்டுச் செய்தி. புத்தாண்டு வாழ்த்துக்கள். இந்த அகிலத்தில் இருக்கும் ஜீவராசிகள் எல்லாவற்றிற்கும் புத்தாண்டு நல்வாழ்த்துக்கள்”

ராமனாதன் பேசி முடித்தார். அரங்கத்தின் கரவொலி விண்ணை எட்டியிருக்கும்.

113. வாசகர் தர்மம்! - அகிலா கார்த்திகேயன்

அன்று உற்சாகத்துடன் தான் எழுந்து கொண்டேன். வளர்மதி பதிப்பகத்தார் இன்று, என்னை வரச் சொல்லி கடிதம் போட்டிருந்தனர். அவர்கள் பதிப்பகத்தில் புத்தகமாக, என் சிறுகதைகள் வெளிவந்தால், அதை விட பெருமையில்லை. இவர்களின் அங்கீகாரம் அபூர்வமென்பதால், எக்காரணத்தைக் கொண்டும் இந்த வாய்ப்பை நழுவ விடக் கூடாதென்ற தீர்மானத்தில் இருந்தேன்.

வாசகர் தர்மம்!சேலத்திலுள்ள வளர்மதி அலுவலகத்தில், 10:30 மணிக்கு இருக்க வேண்டுமென்றால், நான் இருக்கும் மேச்சேரியிலிருந்து, 8:00 மணிக்கு கிளம்பினால் தான் சரிப்படும். போகும் போது, பிள்ளையாருக்கு சதுர் தேங்காய் உடைத்து, வேண்டி கொண்டு போக வேண்டுமென நினைத்துக் கொண்டேன்.

குளிக்க தயாராகும் முன், காபிக்காக காத்திருந்த போது தான், மொபைல் போன் ஒலித்தது. இது போன்று, 6:00 மணிக்கு, காலை வேளைகளில் போன் ஒலித்தாலே, ஏதாவது அசம்பாவித செய்தியாகத்தான் இருக்கக் கூடும்

என்று எதிர்பார்த்தபடி எடுத்தேன்; அப்படித்தான் அந்த செய்தி இருந்தது.

“”அடடா... எப்பவாம்?” என்று நான் பேசிவிட்டு மொபைல் போனை வைத்த போது, “”யார் இந்த காலை வேளையிலே,” என்றபடி என் மனைவி காபியுடன் வந்து நின்றாள்.

“”சங்கரன் சார் போயிட்டாராம். ஹார்ட் அட்டாக்காம். என் எழுத்துலக நண்பர், ராகவன் போன் பண்ணினார்,” என்றேன்.

“”அடப்பாவமே... ரொம்ப நல்ல மனுஷர்; அவர் வீடு ராசிபுரமாச்சே. காபி சாப்பிட்டுவிட்டு, சட்ன்னு கிளம்பி போயிட்டு வாங்க... எப்ப எடுப்பாங்களோ என்னவோ... போகும் போது வெறும் வயிறா போகாம, ஓட்டல்லே, ரெண்டு இட்லியாவது சாப்பிட்டுட்டு போங்க.”

என் மனைவி, சங்கரன் சார் விஷயத்தில் எனக்கு இயல்பாக வரவேண்டிய பரபரப்பை எதிர்பார்த்து சொல்லிக் கொண்டே போனாள்.

“”ஊம்...” என்று தயக்கமாக இழுத்தேன்.

“”ஏன் தயங்கறீங்க,” என்றாள் என்னை புரியாதவளாக.

“”நல்ல மனுஷன்... வெல்விஷர்... போய்த் தான் ஆகணும். ஆனா, இன்னிக்குன்னு பார்த்து ரொம்ப நாளா காத்திருந்த வளர்மதி பதிப்பகத்தார் வரச் சொல்லி இருக்காங்களே... ஒண்ணு செய்யறேன்... இன்னிக்கு பதிப்பகம் போறதை தள்ளி போட முடியாது. இன்னும், 10 நாள் இருக்கே... நடுவிலே ஒரு நாள், நீயும் வேணும்னா வா... போய் விசாரிச்சுட்டு வந்துடலாம்,” என்று, மென்று முழுங்கியபடி சொன்னேன்.

நான் செய்வது, அவளுக்கு ஒப்புதலாக இல்லை என்பதை, அவள் முகம் காட்டியது.

உண்மையில், என் மனைவி சொல்வது போல, பதறிட்டு ஓட வேண்டியவன் தான். சங்கரன் சார் அப்படி வேண்டப்பட்டவர். “கடவுளே... இந்த நிகழ்வு நாளைக்கு நேர்ந்திருக்கக் கூடாதா...’ என்றெல்லாம் பேத்தலாக, மனம் தர்ம சங்கடத்தில் புலம்பியது.

குளித்து, டிபன் சாப்பிட்டு, வீட்டை விட்டு கிளம்பி, சேலத்திற்கு பஸ் ஏறி உட்காரும் இச்சமயம் வரை, சங்கரன் சார் விஷயத்தில் தவறு செய்கிறோமோ என்று உறுத்திக் கொண்டே தான் இருக்கிறது.

வார - மாத இதழ்களில், வாசகர் கடிதம் என்ற பகுதியை தவிர்க்காமல் படிப்பவர்களுக்கு, “அயனாவரம் சங்கரன்’ என்ற பெயர் பரிச்சியமாகி இருக்கும். என் போன்ற எழுத்தாளர்களுக்கு தெரியாமலிருக்க வாய்ப்பே இல்லை. கதை, கவிதை, கட்டுரை, கார்ட்டூன் என்ற எதையும் கவனமாய் படித்து, கடிதம் எழுதுபவர் என்பது, விமர்சனம் செய்து எழுதும் அவருடைய நாலைந்து வரிகளில் தெளிவாகத் தெரியும்.

“பத்திரிகை தர்மம், படைப்பாளிகளின் தர்மம்ன்னு இருக்கிறது போல, வாசகர்களும் கடைபிடிக்க வேண்டிய தர்மம்ன்னு ஒண்ணு உண்டு. ஏதோ

வெறுமனே படிச்சோம்... உள்ளுக்குள்ளே ரசிச்சோம்ன்னு இருக்கக் கூடாது. அதைப்பத்தி, நாலு வரி எழுதிப் போட்டு, அது வெளியாகி, அதை அந்த கதாசிரியரோ, கவிஞரோ படிக்கும் போது, அந்த வரிகள் எத்தனை சந்தோஷத்தைத் தரும்ன்னு அவங்களுக்குத்தான் தெரியும். அது, அவங்களுக்கு ஒரு உற்சாக டானிக் மாதிரி. மேலும் மேலும் எழுதணும்ன்னு தூண்டும். அந்த வகையிலே இப்படிப்பட்ட வாசகர் கடிதம் எழுதறது கூட, ஒரு இலக்கிய சேவைன்னு சொல்லலாமில்லையா!'

ஒரு நூல் வெளியீட்டு விழாவிற்கு போயிருந்த போது, நண்பர் ராகவன், எனக்கு சங்கரன் சாரை அறிமுகப்படுத்திய தருணத்தில், "வாசகர் தர்மம்' என்ற இந்த புது விளக்கத்தை, சங்கரன் சாரிடமிருந்து கேட்க நேர்ந்தது. இது, எத்தனை உண்மை என்பது எழுத்தாளர்கள் அனுபவத்தில் உணர்ந்திருப்பர். ஒரு படைப்பு வெளியாவதில், அவர்களுக்கு ஏற்படும் சந்தோஷத்திற்கு நிகரான மகிழ்ச்சியை, அடுத்த இதழ்களில் வாசக அன்பர்களின் கடிதங்களும் உண்டாக்குவது உண்மை தான்.

எடுத்த எடுப்பிலேயே, சங்கரன் சாரை எனக்கு பிடித்து போனதற்கு, இன்னொரு காரணமும் இருந்தது. என்னை ராகவன் அறிமுகப்படுத்திய உடனேயே, சங்கரன் சார், என்னைப் பற்றி அறிந்தவராக பேச ஆரம்பித்ததை நான் எதிர்பார்க்கவில்லை தான்.

"ஓகோ... சந்திரமோகன்கறது நீங்கதானா? உங்க கதையெல்லாம் படிச்சிருக்கேன். நாலைஞ்சு கதைக்கு வாசகர் கடிதமும் எழுதி, வெளியாகி இருக்கே' என்று கூறி, வியப்பில் ஆழ்த்தியவர். "பிப்ரவரி மாத, "தாழம் பூ' இதழ்லே உங்களோட, "தர்ம தரிசனம்' கதையிலே, கல்யாண ரிசப்ஷன் பத்தி, ரொம்ப ஜோரா விவரித்து எழுதியிருந்தீங்க...' என்று, ஒரேயடியாக அசர வைத்தார்.

இதுவரை, என்னை இப்படி யாரும் சட்டென்று அடையாளம் கண்டு கொண்டதாக காட்டியதை நான் அறியாததாலும், இப்படி, ஆயிரத்தில் ஒரு எழுத்தாளரான என் படைப்புகளையும் நுணுக்கமாக விமர்சிக்கும் அதிசயத்தாலும், சங்கரன் சார் என் இனிமையான நண்பராகி போனார். பார்க்கச் செக்கச் செவேலென்று, பூர்ணம் விஸ்வநாதன் சாயலில் இருப்பார். உள்துறை செயலகத்தில் உயர் பதவியிலிருந்து ஓய்வு பெற்ற பின், சென்னை அயனாவரத்திலிருந்து, ராசிபுரம் குடிவந்து, ஐந்து வருடங்களாகின்றன. இருந்தாலும், "அயனாவரம் சங்கரன்' என்ற பெயரில், வாசக கடிதங்கள் தொடர்ந்தன.

மூத்த பையனுக்கு சென்னையில் வேலை. பெண்ணை, சேலம் ஆடிட்டர் ரவிக்கு கொடுத்துள்ளார். மாப்பிள்ளை ரவியின் ஆன்மிக ஈடுபாட்டுக்கு ஒத்தாசையாக இருக்க, தன் இரண்டாவது மகன், ரமணனோடு சென்னையிலிருந்து தன் சொந்த ஊரான ராசிபுரம் வந்து விட்டார். ரெண்டு, மூன்று முறை அவருடைய ராசிபுரம் வீட்டிற்கு போயிருக்கிறேன். அவர் மனைவி செய்யும்

நெய் தோசைக்கு நான் ரசிகன் என்ற அளவில், சங்கரன் குடும்பத்தோடு எனக்கு பரிச்சியம் இருந்தது.

தன் தள்ளாத வயதில், ஒரே ஒருமுறை என் வீட்டிற்கு வந்த சம்பவம் தான் இதில் குறிப்பிடத்தக்கது. என் கதை, "வாரமலர் சிறுகதை' போட்டியில், இரண்டாம் பரிசு பெற்று வெளியான சமயம். என் புகைப்படத்தையும் போட்டு, ஒரு குறிப்பும் கண்டிருந்தது. பலராலும் படிக்கப்படும் வார இதழாக இருந்தும், சுற்று வட்டாரத்தில், என் கதையையும், என் போட்டோவையும் பார்த்து, ஒரு ஆசாமி கூட பாராட்டவோ, விசாரிக்கவோ இல்லை. எனக்கு அதில் ஏமாற்றமும், ஏக்கமும் இருந்தது.

அந்த சமயத்தில், ஐப்பசி மாத அடை மழையில், சங்கரன், ஒரு நாள் மாலை, ஆட்டோவில் தன் மகன் ரமணனுடன் வந்திறங்கினார். மேச்சேரி வரை இந்த கொட்டும் மழையில், எப்படி வந்தாரோ என்றிருந்தது. கையில் கொண்டு வந்த ஸ்வீட் பாக்கெட்டை கொடுத்து, ஒரு மாலையும் போட்டார்; எனக்கு திக்குமுக்காடி போனது.

"கதை ரொம்ப ஜோர்... வாழ்த்துக்கள்...' என்று, வாய் நிறைய பாராட்டினார்.

"நேரிலே போய்தான் வாழ்த்து சொல்லணும்ன்னு ஒரு வாரமா அப்பா துடிச்சிட்டே இருந்தார். இன்னிக்கு மேட்டூர்ல ஒரு பங்ஷன். அதனாலே வீட்டுக்கு வர முடிஞ்சது...' என்று ரமணன் சொன்ன போது, என்னுடன் சேர்ந்து என் மனைவியும், பெரியவரின் பண்பால் நெகிழ்ந்து போனாள்.

ஒரு படைப்பாளியின் எதிர்பார்ப்பை பூரணமாய் உணர்ந்த, ஒரு உயர்ந்த வாசகராய், அந்த பெரியவரை பார்த்தேன்.

சங்கரன் சாரைப் பற்றி அசை போட்டதில், இப்பேற்பட்ட பண்பாளரின் இறுதிச் சடங்கிற்கு போய், மரியாதை கூட செய்ய துடிக்காமல், வேறு எதற்கோ போய் கொண்டிருக்கிறோமே என்ற உறுத்தல் தீவிரமாகிப் போனது.

குழப்பமான மனநிலையோடு தான், வளர்மதி நிலையம் சென்று, சீப் எடிட்டருக்காக காத்திருந்தேன்.

அரை மணி நேரம் சென்றதும், ரிசப்ஷனிஸ்ட் கூப்பிட்டாள்... ""சார்... நீங்கதானே சந்திர மோகன். சாரி... இன்னிக்கு எடிட்டர் வர முடியாதாம். ஏதோ டெத்தாம்; ராசிபுரம் போயிருக்காராம். உங்களை வேற ஒரு நாள் வந்து பார்க்க சொல்லி, போன் பண்ணியிருக்கார்."

எனக்கு சுரீர் என்றது. டெத், ராசிபுரம் என்ற விவரங்கள், அது, சங்கரன் சார் மறைவைத்தான் குறிப்பிட்டிருக்க வேண்டுமென்று நிச்சயமாகத் தெரிந்தது. இனி உறுத்தலுக்கு இடம் தராத வகையில், சங்கரன் சாரின் ஆத்மா வழிகாட்டி விட்டதாக எனக்கு தோன்றியது. இப்போது பதறி அடித்துக் கொண்டு தான், ராசிபுரத்திற்கு பஸ்சை பிடிக்கப் பறந்தேன்; ஆனால், காலம் கடந்திருந்தது. நான் சங்கரன் சார் வீட்டை அடைந்த போது, எல்லாமே

முடிந்து, வீட்டை கழுவிக் கொண்டிருந்தனர்.

“பக்கத்து கோவில்லே உற்சவம்ன்னு சீக்கிரம் எடுக்க சொல்லிட்டாங்களாம்...’ யாரோ என்னைப் போல் தாமதமாக வந்தவர் சொல்லிக் கொண்டு போனது காதில் விழுந்தது.

ஈரத் தலையை துவட்டியபடி வந்த ரமணனை, எதிர்கொள்ளவே வெட்கமாயிருந்தது.

“”அப்பா காரியம் முடிஞ்சுப் போச்சு சார்... உங்களுக்கு, “லேட்’டா தகவல் வந்ததோ? எல்லாரும் உங்களை எதிர்பார்த்தோம்; ஆனா, உடனே எடுக்க வேண்டியதா போச்சி. சாரி...” என்றான்.

நான் மெல்ல தலை குனிந்தேன்.

“உங்களை எல்லாரும் எதிர்பார்த்தோம்...’ என்று ரமணன் சொன்னது வித்தியாசமாகப்பட்டது. ஒரு நெருங்கிய உறவுக்காரர் விஷயத்தில் கூறப்படுவது போல், என்னிடம் ஏன் சொல்ல வேண்டும்... புரியாமல் யோசனை செய்தபடி நின்றேன். ரமணன் உள்ளே போய், ஒரு போஸ்ட் கார்டுடன் வந்தான். அதை என்னிடம் நீட்டினான். எனக்கொன்றும் புரியாமல் வாங்கிப் படித்தேன்.

ஆசிரியர் அவர்களுக்கு, சென்ற மாத, “தாரகை’ இதழில், “வவ்வால் மனம்’ என்ற சிறுகதையில், குமரேசனின் மன உறுத்தலை அப்படியே படம் பிடித்தாற்போல், சந்திர மோகன் எழுதிய நடை என்னை உருக்கி விட்டது. குமரேசன் என்ற கதாபாத்திரத்திடமே ஆறுதல் சொல்ல வேண்டுமென்று தோன்றுகிறது.

—— **அயனாவரம் சங்கரன்.**

படித்ததும் நீர் முட்டியது.

“”நேத்து சாயங்காலம் அப்பா இந்த வாசகர் கடிதத்தை எழுதி முடிச்சதும் தான் நெஞ்சுவலின்னு துடிச்சார். உடனே, காரை வரச் சொல்லி மருத்துவமனைக்கு கூட்டிட்டுப் போனோம். அந்த வலியோடவே, “இந்த லெட்டரை போஸ்ட் பண்ணாம இருந்துடாதே...’ன்னு போகும் போது, சொல்லிட்டே வந்தார். அப்புறம் பேச்சே இல்லே... 3:00 மணிக்கு மேல் உயிர் பிரிஞ்சு போச்சு,” ரமணன் விவரித்த போது, அடக்க முடியாமல் என்னையும் மீறி அழுகை பீறிட்டு வந்தது.

“”சாரோட ஞாபகார்த்தமா இந்த லெட்டரை போஸ்ட் பண்ணாம நானே வச்சுக்கிறேன்,” என்று, ஈரத்தால் கலைந்திருந்த சங்கரன் சார் எழுத்தை பத்திரப்படுத்திக் கொண்டேன்.

114. சீனலட்சுமி - சிங்கப்பூர் கதைகள்

- எழுத்தாளர் லதா

இந்த முறை புத்தகக் கண்காட்சியில் சிங்கப்பூர் எழுத்தாளர் லதா (இயற்பெயர் : கனக லதா) எழுதிய சிறுகதைகள் தொகுப்பு "சீனலட்சுமி" வாங்கினேன்.

நான் அங்கிருந்த 2000- 2008 கால கட்டத்தில், எனக்கு சிங்கப்பூர் எழுத்தாளர்கள் அறிமுகமாகி இருக்கவில்லை . அல்லது நானே தொடக்க கால வாசகன்தானே, அதனால் எனக்குத் தெரியவில்லை. லதா ஒரு குறிப்பிடும்படியான தமிழ் எழுத்தாளர் என்பது அவரது கதைகளைப் படித்த பின்தான் தெரிகிறது. இந்தக் கதைகள் சிங்கப்பூரின் வெவ்வேறு காலங்களில் உள்ள சில களங்களைத் தொட்டுச் செல்கிறது. எந்தப் பாசாங்கும் இல்லாமல் கதை சொல்லும் நேர்த்தி நம்மை உண்மைக்கு மிக அருகில் கொண்டு செல்கிறது. இங்கு சில கதைகளை மட்டுமே நான் பேசி இருக்கிறேன்.

முதல் கதையே உபின் தீவில் (புலாவ் உபின்) மின்சாரம் வருவதற்கு முன்பிருந்த காலத்து நிலையை சித்தரிக்கிறது. இன்று ஒருநாள் picnic போகும் இடமாக அறியப்படும் அத்தீவில் தமிழ் குடும்பங்கள் இருந்திருக்கின்றன (இன்னும் இருக்கின்றார்களா?) என்பதே வியப்பாக இருக்கிறது. இந்த கதையில் வரும் தாத்தாவை பல பேர் தங்கள் வாழ்க்கையில் சந்தித்திருக்கலாம்.

"இளவெய்யில்" நவீன சிங்கப்பூரின் வளர்ந்து வரும் மத்திய வர்க்க குடும்பத்தின் பெண் சந்திக்கும் உளச்சிக்கல்களை முன்வைத்து எழுதப்பட்டது . குடும்பம், குழந்தை, வேலை என்று எதற்கு முன்னுரிமை கொடுப்பது என்ற சிக்கல்களுடன் "stress buster" ஆக வரும் அலைபேசி விளையாட்டுகள் வேறு புதிய பிரச்சினைகளாக உள்ளது .

"சிலந்தி" ஒரு முக்கியமான கதை. முதலில் சிங்கப்பூர் ராணுவம் ஒரு போரில் ஈடுபட்டது என்பதே புதிய செய்தி எனக்கு. 1963- 65 களில் ஒன்றிணைந்த மலேசியா -வுக்கும் இந்தோனேஷியா-வுக்கும் நடந்த போரில் சிங்கப்பூர் ராணுவமும் பங்கெடுத்தது. தனிப்பட்ட வன்மம் எந்த அளவுக்கும் போகும் என்று சிலந்தி பேசுகிறது.

"சீன லட்சுமியின் வரிசை" - இரண்டாம் உலகப்போர் கால கட்டத்தில் ஜப்பானியர்களின் கொடுமையினால் சிங்கப்பூர் சீனக்குடும்பங்கள் பெரிதும் பாதிக்கப்பட்டன. அப்போது பல சீனக்குழந்தைகள், குறிப்பாகப் பெண் குழந்தைகள் தமிழர்களால் தத்தெடுக்கப் பட்டனர். இப்போதும் சிங்கப்போரில் சீன முகத்தோடு சேலை கட்டி, பொட்டு வைத்து சுத்தமாகத் தமிழ் பேசும் பெண்களைக் காண முடியும். எனக்குத் தெரிந்தே ஒருவர் இருந்தார். மற்ற தமிழர்கள் மறந்து விட்ட மரபுகள் சடங்குகள் எல்லாவற்றையும் அவர் விடாமல்

கடைபிடிப்பார், எல்லோருக்கும் சொல்லுவார்.

அப்படிப்பட்ட ஒரு பெண்தான் "சீனலட்சுமி". இந்தக்கதை அவர்களின் அடையாளச் சிக்கல்களைத் தொட்டுச் செல்கிறது. தமிழர்கள் அவர்களைச் சீனர்களாகப் பார்ப்பதும், சீனர்கள் அவர்களை இந்தியர்களாகப் பார்ப்பதும் , இந்தியாவில் ஆங்கிலோஇந்தியர்கள் இன்றும் எதிர் கொள்ளும் பிரச்சினை போன்றவை. வரிசையில் நிற்பதில் மன நிறைவு காணும் வித்தியாசமான பாத்திரம் சீன லட்சுமி. இரண்டாம் உலகப்போர் காலத்தில் பிறந்த அவர் முதன் முதலாக பொதுத் தேர்தலில் ஓட்டு போட வரிசையில் நிற்கிறார்.

சிங்கப்பூரில் பலர் நெடு நாட்களாக ஓட்டு போட்டதே இல்லை என்பது பலருக்கு வியப்பாக இருக்கலாம். ஓட்டு போடுவது கட்டாயமாக்கப்பட்ட நாட்டில் இது எப்படி சாத்தியம் என்றுதானே கேட்கிறீர்கள். பெரும்பாலான தொகுதிகளில் தேர்தல் தொடங்கிய காலத்தில் இருந்தே போட்டி என்று ஒன்று இருந்ததே இல்லை!

"தேக்காவில் ஒரு பாலம் இருந்தது" - இந்திய தேசிய ராணுவம் பற்றிய ஒரு விமர்சனப்பார்வை ஆனால் நேர்மையான பார்வை. "சயாம் மரண ரயில்" -சண்முகமோ, ப.சிங்காரமோ சொல்லாத விஷயத்தை லதா சொல்கிறார். அவை என்.என்.பிள்ளை சொல்லும் INA பற்றிய எதிர்மறை உண்மைகள் போன்றவை (நன்றி: முன்சுவடுகள் - ஜெயமோகன்).

இந்திய தேசிய ராணுவத்தில் சேர வீடு வாசலைத் துறந்து விட்டு இளம் தமிழ்ப் பெண்கள் வருகிறார்கள். அவர்களுக்கு சமையலறையில் வேலை கொடுக்கப்படுகிறது. ஒரு நாள் அவர்கள் பரிமாறும் வேலைக்கு அனுப்பப் படுகிறார்கள். இவர்கள் பரிமாறுவதை மற்றவர்கள் விரும்பவில்லை, சிலர் சாப்பிடாமல் செல்கிறார்கள், சிலர் தாங்களே போட்டுக்கொண்டு சாப்பிடுகிறார்கள். இந்தத் தீண்டாமையுடன் உள்ளரசியலும் தலை விரித்தாடுகிறது. சாப்பாடு மிகக்குறைவாகக் கொடுக்கப்படுகிறது. மருத்துவப் பிரிவில் வேலை பார்த்தாலும், காயம் பட்டால் மருந்து போடுவதற்கு அப்பெண்களுக்கு அனுமதியில்லை.

கடும் மனஉளைச்சலை எதிர்கொள்ளும் பெண்கள் அங்கிருந்து என்ன செய்தார்கள் என்பதுதான் கதை. பல தகவல்கள் நமக்குத் புதிதாக இருக்கின்றன. பல ஆங்கிலேய கால சிங்கப்பூர் தமிழர்களிடம் ஈ.வே.ரா.பெரியாரின் செல்வாக்கு தெரிகிறது.சிங்கப்பூரர்கள் அனைவரும் தமிழிலோ அல்லது மொழி பெயர்ப்பு இருந்தால் மொழி பெயர்ப்பிலோ வாசிக்க வேண்டிய சிறுகதைகள் இவை .

115. எழுத்தாளர் கதை - முனிஸ்வரன் குமார்

அலை அலையாய் திரளாவிட்டாலும் ஏதோ தெரிந்தவர்கள் தூரத்து உறவினர்கள் வருகை வரை எட்டியிருந்தது அன்றைய கூட்டம். தமிழ்ப்பிரியன்

எழுத்துக்கும் அசைக்க முடியாத வாசகர் கூட்டம் உண்டென சிறு சிறு குழுக்கள் நிரூபித்துக்கொண்டிருந்தனர். நல்ல வேலை, இந்த ஞாயிற்றுக்கிழமை அவர்களுக்கு வேலையேதும் இல்லை. தமிழ்ப்பிரியனின் நாற்பத்து ஒன்பதாவது நூல்வெளியீட்டு விழாவுக்கு வந்து சேர்ந்திருப்போர் அல்லது இழுத்துவரப்பட்டிருப்போர் இருபது பேரோ இருநூறு பேரோ; சட்டப்படியும் தருமப்படியும் அன்று அவர்தான் விழாநாயகன்.

அந்த மெலிந்த வற்றலான தேகத்துக்குள்ளும் பழுத்த காய்ந்த முடிகள் முளைத்திருந்த மண்டைக்குள்ளும் இருக்கிற சரக்கை ஏதோ மலேசியத் தமிழ்மக்களில் புரிந்துகொள்கிற, குறைந்தபட்சம் தெரிந்துகொள்கிற அளவுக்காவது கூட்டம் இருந்தது என்னவோ மதித்துப் பூஜிக்கவேண்டிய சமாச்சாரம்தான். ஒருவேளை ஒரேயடியாக பொன்விழா நூல்வெளியீட்டில் வந்து முகத்தைக் காட்டிக்கொள்ளலாம் எனும் திட்டமோ என்னவோ வராதவர்களுக்கு.

சிறப்புப் பிரமுகரும் தலைமை தாங்கிய செல்வந்தரும் முன்வந்து பெருந்தொகை கொடுக்காமல் போயிருந்தால் அன்றைய நூல்வெளியீட்டு விழாவில் விற்பனை செய்யப்பட்டிருந்த நூல்கள் ஈட்டித்தந்தவை முதலுக்கே மோசத்தை ஏற்படுத்தியிருக்கும். நல்ல வேளை; கரிசனம் கொண்ட அவ்விருவரின் கொடை தமிழ்ப்பிரியனை துவளாது தாங்கிப்பிடிக்கும் கைத்தடிகளாயிருந்தன. அவ்விரு பெரியவர்களுக்குமே தமிழ் படிக்கத் தெரியாது; அதற்கு அவர்களது அட்டவணையும் அனுமதிப்பது இல்லை என்பது வேறு விஷயம்! குறைந்தபட்சம் அவர்களது கொடையுள்ளத்தையாவது பாராட்டியே தீரவேண்டும்.

எத்தனையோ நாட்கள் உயிரையும் மூலையையும் பிழிந்து அதில் சொட்டுகிற சொற்கள் ஒவ்வொன்றையும் வரிசையாக அடுக்கிக் கட்டுகிற படைப்புகள் மக்கள் கவனத்தை ஈர்க்காமல் சீ பட்டுக்கிடக்கிறபோது நன்கொடைகள் என்னைய்யா நன்கொடைகள்...

நிகழ்ச்சி ஒருவழியாக சிறப்பாக நடந்து முடிந்தது.

2

ஒவ்வொரு நூல்களை எழுதி முடித்ததும் அதை பிரசுரத்துக்கு அனுப்பி அதன் முதல் பிரதியைக் கொண்டுவந்து புடுராயா கோட்டுமலை பிள்ளையாருக்குக் காணிக்கை செலுத்துவது தமிழ்ப்பிரியனின் வழக்கம். நாற்பத்து எட்டாவது நாவலான 'அவள் வாழ்கிறாள்'ஐக் கொண்டுவந்து காணிக்கையாக்கும்போதுதான் 'பலிக்காமல்' நாவலின் கதை பிறந்தது.

எத்தனையோ முறை அந்தக் கோயிலுக்கு வந்திருந்தாலும் இதை கவனித்திருந்தாலும் இது பழைய சங்கதிதானே என்று புறந்தள்ளியிருந்ததை இந்த முறையும் விட்டுவைக்க அவர் விரும்பவில்லை.

"சார் சார், ஜோசியம் பாருங்க சார். உங்க எதிர்காலம் எப்பிடின்னு சொல்லிப்புடறேன்," ஒருத்தன். இன்னொருத்தன், "சாமி, வாங்க சாமி. கிளி ஜோசியம் பாருங்க சாமி. மனுஷன் வேணும்ன பொய் சொல்லிபுடுவான். கிளி பொய் சொல்லாது சாமியோ. துள்ளியமா காட்டும் உங்க எதிர்காலத்த. வாங்க

சாமி,'' அவனைக் கடக்க இன்னொருத்தன் ட்ராயிங் பேப்பரில் பென்சிலால் தன்னுடைய உள்ளங்கையை அச்சடித்து வரைந்து ரேகைகள் என்று காட்ட முக்கிய மூன்று கோடுகளை இழுத்துவிட்டு 'கைரேகை ஜோசியம் இங்கே பார்க்கப்படும்' என்று விளம்பரம் செய்துகொண்டிருந்தான். அந்த விளம்பரம் வேலை செய்யாமல் போக தானே முன்வந்து "கைரேக ஜோசியம்'' என்று கூவிக்கூவி அழைக்க இம்முறை திரும்பிப் பார்த்தார் தமிழ்ப்பிரியன்.

இந்த முறை இவனுங்களை விடுவதாய் இல்லை.

"இந்த என் கையி. பாரு,'' என்று வலது உள்ளங்கையை நீட்டினார். "கொஞ்ச காலமாக பணப்பிரச்சனை இருக்குமே?'' என்றான் ஜோசியக்காரன். "எந்த காலத்தில் இல்லை பிரச்சனை? வேற ஏதாவது சொல்லுமைய்யா!'' என்றார் தமிழ்ப்பிரியன். பெயரைக் கேட்டான்; பதில் சொன்னார். பெயரில் இருக்கும் எழுத்துக்களை மாற்றி அமைத்தால் எதிர்காலம் சிறக்கும் என்றான் கைரேகை ஜோசியக்காரன். எண் கணித ஜோதிடம் சொல்ல வேண்டியதைக் கைஜோதிடம் சொன்னது அவருக்குக் கொஞ்சம் வேடிக்கையாகத்தான் இருந்தது. அவனுடைய போக்குக்கே விட்டுவிட்டார்.

இவ்வளவு நேரம் தனக்கு கேளிக்கை காட்டியமைக்காகவாவது அவனுக்கு ஏதாவது கொடுக்க வேண்டும் என்று தோன்றிற்று தமிழ்ப்பிரியனுக்கு. பத்து வெள்ளியை நீட்டியதும்தான் மீசை மயிர் விலகி உள்ளிருந்த கரும்பல் தெரிந்தது முதல் முறையாக. இவனுடைய எதிர்காலத்தைக் கணித்து இவனே பரிகாரம் செய்திருந்தால் இந்த ஐந்தடியில் இவன் உட்கார்ந்திருப்பானா என்று யோசித்தபடி அங்கிருந்து நகர்ந்தார்; சிந்தனையை மட்டும் அங்கேயே விட்டுவிட்டு.

பெயரை மாற்றிவைத்தால் போகம் விளையும் என்றானே! அந்த விஷயம் தமிழ்ப்பிரியனை கொஞ்சம் தொந்தரவு செய்தது. கொஞ்சம் இப்படியும் அப்படியும் புரட்டிப் புரட்டிப் போட்டு எடுக்க 'பலிக்காமல்' நாவலின் கரு பிறந்தது. அதுதான் தமிழ்ப்பிரியனின் நாற்பத்து ஒன்பதாவது நூல். அதன் வெளியீட்டு விழாதான் அன்மையில் ஆடம்பரத்துக்கு இடமில்லாமல் நடந்து முடிந்தது.

3

துஷ்வந்த் வருவதாக முன்கூட்டியே சொல்லிவைத்திருந்தான். அவனுடைய கடைக்கு முப்பது பிரதிகளை எடுத்து வைத்துத் தயாராய் காத்திருந்தார் அவனது வருகைக்கு.

"வணக்கம்யா. மொதல்ல கையக் கொடுங்க'' என்று உரிமையோடு கையைக் குலுக்கினான் துஷ்வந்த். தமிழ்ப்பிரியனும் அவனுக்கு தாராளமாக கையைக் குலுக்கலுக்குத் தந்துதவினார்.

"உங்களோட 'பலிக்காமல்' கதை அற்புதங்கைய்யா. இவ்வள அருமையான கருவ உங்களால மட்டும் எப்பிடி சல்லட போட்டு கண்டுபிடிக்க முடியுதோ தெரியல. ஜோசியக்காரன் கட்டளைக்கு நம்ம புள்ளைங்களோட

பேர தாறுமாறா வச்சிக்கிறது இன்னைக்கும்கூட இருந்துக்குட்டுதான வருது. அதனால வாயில நுழைய முடியாத பேரயெல்லாம் வச்சிக்கிட்டு இருக்குறது நம்ம மக்களுக்கு ரொம்ப சாதாரணமா போயிருச்சு.

என் பேரப்பாருங்க... துஷ்வந்த். ஏதோ ஸ்டைலுக்கு வச்சப் பேரு மாதிரி இருக்கு. எல்லாம் எங்கப்பா அம்மாவச் சொல்லனும். புதுமையா இருக்கனும்னு சொல்லி சொதப்பல் பண்ணி வச்சிருக்காங்க என் பேர. ஜோசியக்காரன் வி-ல ஆரம்பிக்கற மாதிரி பேர் வச்சாக்கா நல்லதுன்னு சொல்லியிருந்தாராம். அதனாலதான் துஷ்வந்த்,'' என்று அலுத்துக்கொண்டான்.

தமிழ்ப்பிரியனுக்கு பெருமிதமாக இருந்தது. தனது உழைப்பு ஒருத்தனுடைய சிந்தனையை மாற்றியிருப்பதில் அவருக்கு மட்டற்ற மகிழ்ச்சி. இதைவிட ஓர் எழுத்தாளனுக்கு வேறென்ன அங்கீகாரம் இருக்க முடியும்? அவனது தோளில் தட்டிக்கொடுத்தபடி, "அது முடிஞ்சிபோனதுப்பா. இனிமே அதத் திருத்துற பொருப்பு ஒன்னோடது. உனக்குப் பொறக்குற புள்ளைங்க பேர வக்கிறதுக்கு முன்னாடி யோசிச்சு வைக்கனும்,'' என்றார்.

"சரி. உன்னோட கடைக்கு முப்பது புஸ்தகம் கேட்டுருந்த இல்ல... இதோ அங்க மேச மேல அடுக்கி வச்சிருக்கேன் பாரு,'' என்று வாசல் பக்கத்தில் இருந்த மேசையைக் கைகாட்டினார். அதில் இரண்டு அடுக்குகளாக பதினைந்து பதினைந்து என்று முப்பது நூல்கள் அடுக்கி வைக்கப்பட்டிருந்தன. துஷ்வந்த் அந்த நூல்களுக்கான கணக்கு வழக்குகளை எழுதிக் கொடுத்துவிட்டு முன்பணத்தையும் கொடுத்தான். பிறகு, அந்த நூல்களை இரண்டு ஓட்டத்தில் எடுத்து அவனது வண்டியில் எடுத்து அடுக்கி வைத்தான்.

துஷ்வந்த் கொஞ்சம் பரபரப்பாக இருந்தான். தனது முதல் குழந்தையின் பெயர் சூட்டு விழாதான் நெடு நாட்களுக்குப் பிறகு அவன் வீட்டில் நிகழ்கின்ற சுபகாரியம். தமிழ்ப்பிரியனும் அந்நிகழ்ச்சிக்கு அன்போடு அழைக்கப்பட்ட முக்கிய பிரமுகர். தனக்கென ஒதுக்கப்பட்ட நாற்காலியில் உட்கார்ந்து கொண்டார். ஆள் நெருக்கடியினால் காற்றாடி இருந்தும் புழுக்கம் சூழ்ந்திருந்தது அந்த வீடு; அதிலும் குறிப்பாக தமிழ்ப்பிரியன் அமர்ந்திருந்த மூலை. அவர் கையில் வைத்திருந்த பெயர் சூட்டு விழா அழைப்பிதழை வைத்து விசிறிக்கொண்டார். அந்த அழைப்பிதழ் மீது அவருக்குக் கொஞ்சம் வெறுப்பாகவே இருந்தது.

"எங்கள் அன்பு மகள் பூஷிகா-வின் பெயர் சூட்டு விழாவில் கலந்து சிறப்பியுங்கள்'' என்ற வாசகங்களில் இருக்கும் குழந்தையின் பெயர் அவரை நெருடிக்கொண்டே இருந்தது. 'பலிக்காமல்' கதை பலிக்காமல் போனது அவருக்கு வருத்தங்கள்தான். துஷ்வந்த் விழாவைத் தொடக்கி வைக்க தமிழ்ப்பிரியனை அழைத்தான். தனது அடுத்தக் கதையின் நாயகன் தன்னைக் கூப்பிடுவது போன்ற பிம்பம் தோன்றியது தமிழ்ப்பிரியனுக்கு. "ஐயா, வாங்க நிகழ்ச்சியத் தொடங்கிடலாம்,'' என்று இன்னொரு முறை அழைத்-

தான் துஷ்வந்த்.

நன்றி - மலேசிய தேசிய பல்கலைக்கழக இந்து பிரதிநிதித்துவ சபையின் சிறுகதை நூல் - [அவதாரம்]

116. தமிழீழம் 2030 - முனிஸ்வரன் குமார்

[என்றாவது ஒரு நாள் தமிழீழம் மலர்ந்தே தீரும் என்று நம்புகிறவர்களுக்கும் தமிழீழப் போராளிகளுக்கும் இப்படைப்பு சமர்ப்பணம்]

ஆரவமர பத்து மணிக்கு எழிஞ்சே பழக்கமா போயிடிச்சிப்போ. என்னாவோ கெட்ட பழக்கம்! கண்ண முழிச்சதும் சொவருல ஒட்டிவச்சிருக்குற அந்தப் படத்தப் பாத்துப்புட்டாதான் நமக்கு நாளே ஓடும். அது மொத வேல; ரெண்டாவது, காலண்டர கிழிக்கனும். குணாவும் அமுதாவும் காலைலே முழிச்சுட்டாலும் காலண்டர கிழிக்காம எனக்குன்னு விட்டுட்டுப் போகுற ஒரே வேல அதுதான்.

எந்திரிச்சுப் போய் அந்த ஒத்த வேலயச் செஞ்சேன். இன்னிக்குத் தேதி இருவத்தியாறு பெப்பரவரி ரெண்டாயிரத்தி நுப்புது.

தபால்காரன் வீட்டு வாச முன்னுக்கு வந்து நின்னு லெட்டர ஆட்டி ஆட்டி காமிச்சிருக்கான் போல; நா கவனிக்கல்ல. போஸ் பொக்ஸயாச்சும் வச்சுத் தொலைங்கய்யான்னு சொல்றத்துக்காவோ என்னாவோ கடுப்புல கொய்ய்ங்னு ஹார்ன அடிச்சி வாச கேட்டத் தாண்டற வேகத்துக்கு வீசிட்டுப் போனான் லெட்டர.

O

அடேயப்பா! பத்து வருஷங்குற பிரமிப்பவெட சாதிச்சிட்டேங்குற பெருமதான் மிஞ்சி நிக்குது. எத்தன எத்தன சவாலுங்க, போட்டிங்க, போராட்டங்க! ஆனாலும் விடுவனா? மதியழகனா கொக்கா?

லெட்டர பத்திரமா எடுத்து வச்சிக்கிட்டேன். குணா வந்ததும் அவன்கிட்டச் சொல்லி அடுத்தக்கட்ட வேலயைக் கவனிக்கனும். ஐயோ எனக்குக் கையும் ஓடல காலும் ஓடலயே. நான் என்ன செய்வேன்! எகிறி குதிக்கலாம்னு தோனுது. இந்த வயசுல நிக்குறதே பெரும்பாடாயிடுது. இதுல குதிச்சா ரொம்ப நல்லா இருக்கும்போ.

எங்க என் தலைவன்? தெனமும் அந்தச் சூரியனப் பாத்துத்தான் கண்ணத் தொறந்தாலும் இந்த லெட்டர் கெடச்சவுடன மறுபடியும் அந்தப் பிரகாசமான மொகத்த நான் பார்த்தே ஆவனும்னு கண்ணு ரெண்டு சண்ட போடுதுக. படுக்கை அறைக்கு ஓடினேன். என் கட்டிலுக்கு எதிர்த்தபடியா சொவருல ஆள் ஒசரத்துக்கு கம்பீரமா இடுப்புல கைவச்சுகுட்டு நிக்குற அந்த வேங்கையப் பாத்ததும் அவரோடக் காலத் தொட்டுக் கும்பிட்டேன்.

என்னையும் சேத்துக்க, உன்கூட சேத்துக்கன்னு பல வருஷமா கெஞ்சின என் கொரல் ஒனக்கு கேட்டுருச்சா? இதோ, நானும் உன் தேசத்துக்கு ஓடி

வரேனைய்யா. கிலோ கணக்கா சந்தோஷம் நெஞ்சில குதிச்சி ரத்தக்குழாய அடைச்சி கொஞ்ச நேரத்துல எனக்கு மூச்சு விடமுடியாம தெனரிட்டேன்போ! அப்படியே கட்டுல்ல உக்காந்து கால நீட்டி வச்சு மனதிருப்திக்கு இன்னொரு தடவ அந்த லெட்டர படிச்சுப் பாத்துக்கிட்டேன்.

தமிழ் ஈழத்துக்கு நிரந்தரக் குடியுரிமை கேட்டு நாயா பேயா பதிநஞ்சு வருசமா போராடிக்கிட்டு இருந்த எனக்கு இத்தன நாள் முடியாது என்கிற மொறப்பான லெட்டரே பதிலா வந்துதான் பழக்கம். ஆனா, இந்த தடவ கதயே வேற. சிரிச்சவாக்குல வந்து காய்ஞ்சிருந்த என் வயித்துலயும் மனசுலயும் பால வார்த்துடுச்சு. குணா என் வாயில பால ஊத்துற காலம் வர்ரத்துக்கு முன்னமே இதெல்லாம் நடந்து முடிஞ்சிடனும்னு கனவு கண்டது பலிச்சிடிச்சே!

தமிழீழம் பொறந்து இருவது வருஷத்துல எத்தன பெரிய வளர்ச்சி, எத்தன பெரிய முதிர்ச்சி! இந்திய வல்லரசுகூட கைகூப்பி வணங்குற காலக்கட்டம் வரும்னு அப்பவே தலைவன் சொன்னானே...

அடடே, இப்ப ஏதாவது செய்யலன்னா பொங்கி எந்திரிச்ச ரத்தம் காது மடல வெடிச்சு வெளிய வந்து ஊத்திரும்போல. ரத்தஞ் சுண்டின இந்த வயசுலயே உடம்பு இப்புடி திமுறுதே, ஈழத்துக்கு விடுதல கடச்சப்பவே இந்த லெட்டரு வந்து தொலஞ்சிருந்தா?

குணாவுக்கு மொதல்ல போனைப்போட்டு சமாச்சாரத்தச் சொல்லிப்புடலாம். இந்தப் போனை எங்க வச்சித் தொலைச்சேன்னு தெரியலையே. அனேகமா கட்டில் தலகானி அடியிலதான் வச்சிருப்பேன்; இல்லன்னா டிவிக்குப் பக்கத்துல; அங்கியும் இல்லன்னா சாப்பாட்டு மேசையில இருக்குற பழமே இல்லாத பழக்கூடையில கெடக்கும்; இல்லாட்டிப்போனா தலமுடி சீவுற மேக்காப் அலமாரில தலவாரும்போத வச்சிருப்பேன்; நல்ல வேள தேடுற முன்னமே கண்ணுல சிக்கிடுச்சி கழுத. ச்சார்ஜர்ல போட்டது போட்டபடியே கடக்குது.

என்னாதான் கரண்டத் தின்னாலும் அப்பப்ப பசி எடுத்துக்குது அதுக்கு.

ச்சார்ஜர்லயே போட்டுட்டே போன் பேசக்கூடாதுன்னு குணா கண்டிப்பாச் சொல்லிப்புட்டான் பலதரவ. ஒருவேள நான் மறந்துருவேன்னு ஏ4 பேப்பர்ல நோட்டீஸ் எழுதி ச்சார்ஜர் பக்கத்துலயே ஒட்டி வச்சிட்டான். உனக்கு ஞாபக மறதி கூடிக்கிட்டே வருதுடா மதியழகான்னு நேரடியாச் சொல்லாம இப்படி எழுதிவச்சிக் கிண்டல் பன்றான் மவன். நெனச்சா சிருப்புதான் வருது போ...

“அல்லோ? எப்பா குணா... இமிகிரேசன்லருந்து லெட்ரு வந்துச்சுப்பா இப்பத்தான். எல்லாம் சந்தோஷமான சமாச்சாரந்தான். ஈழத்துக்கு பீ.ஆர் கொடுக்க சரின்னுபுட்டாங்க. என்னால நம்பவே முடியலபோ. கையும் ஓடல காலும் ஓடல எனுக்கு. இப்ப நான் என்னத்தச் செய்யிட்டும்?”

அங்கயிருந்து குணா, “ஆமாவா? சரிப்பா. இன்னிக்கு வேல முடிஞ்சதும் நேரா வீட்டுக்கு வந்துற்றேன். நாளிக்கு லீவுக்கு அப்லை பன்னிற்றேன். இப்ப நீங்க ஒன்னுத்தையும் செய்ய வேணா. நாங்க வந்தோன மத்த மத்த வேலய

கவனிச்சுக்களாம். ஓக்கே?'' ன்னான்.

அவெஞ்சொல்லிட்டா மாட்டேன்னா சொல்லிட முடியும்? ஓக்கேன்னு சொல்லிபுட்டு செவப்பு பட்டனத் தேடி அமுத்திட்டு வச்சிட்டேன். ஒரு வேல-யும் செய்ய வேணாம்னு சொல்லிப்புட்டான். அதான் என்னா செய்யிறதுன்னு ஒரே யோசனையா இருக்கு. பேசாம நாக்காலியில போய் சாஞ்சிகிருவோம்னு மட்டுந்தான் இப்போதிக்குத் தோனிச்சி.

எப்பவுமே எம்மனசுல எரிஞ்சிக்கிட்டுருந்த பல விஷயங்க கண்முன்னால வந்து வந்து படங்காட்டிக்கிடுதுபோ. மறக்க முடியுமா அந்த ரெண்டாயிரத்தி ஒம்போத?

சிங்களப் பேய்ங்க சிப்பாய்ங்கள அனுப்பிச் செதச்சிதே என்னோட ஒடன்-பொறப்புக்கள. நடக்குறத தைரியமா எழுதமுடியாம தணிக்க செஞ்சி போட்-டாங்க நம்ப நாடு தமுழ் பேப்பருங்க எலங்கச் சேதிய. சுறுக்கிப் போட்ட செய்தியப் படிச்சாலுங்கூட அங்க நடந்துகிட்டுருந்த சமாச்சாரத்த நெனச்சு எம்மனசு தவிச்ச தவிப்பு இருக்கே... எல்லாம் எதுக்காவ? தமுழ் பேப்பரே தேவலாம்னு மத்தமத்த பேப்பர பாத்ததுந்தான் தோனுச்சு. ஒரு கொசுரு கூட போடக்காணம் போ. ஆனா, பாலஸ்தீன போரப் பத்தியும் சூடான் நாட்-டுப் போரப் பத்தியுந்தான் ரொம்ப அக்கற காட்டிகிருந்தாங்க. ஈழத்தப் பத்தி என்னா கவல?

பாலஸ்தீனத்துல வெரும் ஆயரத்துச் சொச்ச ஆளுக செத்ததுக்கு போர நிப்பாட்டு போர நிப்பாட்டுன்னு தொடையத் தட்டிக்கிட்டு நின்னாக. ஆனா, எலங்கைல வாரத்துக்கு ஆயரப்பேரு சாவச் சந்திக்குறாங்கன்னு சொன்ன-துக்கு டெலிவிஷன்ல படத்துக்கு இடயில இடயில வர்ர விளம்பரங்கள கண்-டுக்காம விட்ரது மாதிரி இருந்துகுடுச்சு. பாலஸ்தீனத்துல செத்தா மனுஷங்க; நம்மாளுங்க செத்தா பொம்மைங்க. என்னடா ஒலகமிது?

இவனுங்கதான் பரவால்ல, நமக்கும் அவங்களுக்கும் ஒட்டு ஒறவா, ரத்த பந்தமா? உட்டுப்புட்டான் கண்டுக்காம. நம்ம இனத்துலருந்துதான பிரிஞ்சு போனாங்க கேரளாகாரங்களும் ஆந்தராகாரங்களும் கர்நாடகாகாரங்களும்? இவங்ககூட மருந்துக்கும் ஒரு துடிப்பக் காட்டிக்கிலயே? தொன்று தொட்டு வாழ்ந்த தமுழ் சமுதாயத்துக்குக் கடச்ச மரியாதயப் பாத்தியா?

ஒலகத்தக் காக்கறொம் காக்கறொம்னு வேஷத்தப் போட்டுக்குட்டு ஊர ஏமாத்தத் தெரிஞ்ச ஒலக அமைப்புக்கு அங்க நாதியில்லாம சாவுற மக்-களுங்களுக்காவ ஒத்தக் கட்டளயாச்சும் குடுத்துருந்தா சிங்கம்னு சொல்லிப் பீத்திக்கிட்டு பீசாசு மாதிரி ரத்தங்குடிக்கிற அந்த அரசு கொஞ்சமாச்சும் பயந்-துருக்காதா? அப்படி என்னாத்தான் சொக்குபொடி போட்டுவச்சானுங்களோ இந்த பிசாசுக. இல்ல, அப்படி என்னாதான் வெறுப்பச் சம்பாரிச்சு வச்சிதோ இந்த தமுழ் சனங்க...

நம்பிக் கெடந்த ஒரே நாடின்னு இந்தியாவ கெஞ்சோ கெஞ்சுன்னு கெஞ்சிச்சே ஒட்டுமொத்த தமுழ் சாதி; ஹ்ம்ம்ம்... இப்ப நெனச்சிருப்பான்

அன்னிக்கே ஈழத்துக்காவ கொரல் குடுத்துருக்கலாமேன்னு. லேசா கண்ணச் சொக்குறாப்புல இருந்துச்சு. எந்திரிச்சு பசியாரக்கூட இல்ல. அதுக்குள்ள இன்னோரு தூக்கம் சாடையா கூப்புடுத. தலய ஓதரிக்கிட்டேன் தண்ணி தெளிச்ச ஆடாட்டம். அமுதா என்னா செஞ்சி வச்சிருக்கா பசியாறன்னு போய் பாத்தா, எனக்குப் புடிச்ச ரவயத்தான் கிண்டி வச்சிருந்தா. ஹ்ம்ம்... மருமகளானாலும் மக கணக்கா என்னிய பாத்துகிறாபோ. இதுகள வுட்டுப்புட்டு போறதுதான் மனசுக்குச் சங்கடமா இருக்கு. எதோ ஒன்னு உறுத்துறாப்புல, நெஞ்ச சொரண்டறாப்புல இருக்கு.

இருந்த ரவய மொத்தச்சட்டமா அள்ளி தட்டுல கொட்டிக்கிட்டு சோபா நாக்காலிக்கு வந்தேன். இன்னைக்குப் பேப்பரு "படிக்கிலியா படிக்கிலியா"ன்னு இவ்ளோ நேரம் கெஞ்சிக்கிட்டு இருந்தது இப்பத்தான் கண்ணுல பட்டது. லெட்டர் வந்த குஷி அன்னாட வேலயவே மறக்கடிச்சிருச்சிப்போ.

பேப்பரத் தொறந்தாலே இந்தியா செய்திக்கு அடுத்தப் பக்கத்துல வர்ர ஈழச்சேதிங்கலத்தான் மொதல்ல படிப்பேன் நானு. அதுகூட ஈழத்துக்காவ நடந்த சமருக்கு அப்பறமாத்தான் ஒரு பக்கத்த ஈழச் சேதிங்களுக்காவ ஒதுக்கியிருந்தாவ நம்ம பத்திரிக்கைங்க. பக்கத்தத் திருப்பிப் பாத்தேன்; சேதி ஒன்னுமில்ல. நல்லா பொரட்டி பொரட்டிப் பாத்தேன்; எல்லாச் சேதியும் கலர் கலராவும் கருப்பு வெள்ளையாவும் பிரமாதமா வந்துருக்கே ஒழிய ஈழச்சேதிய மட்டொம் காணொம். எனக்கு கிறுகிறுன்னு மண்டைக்கு ஏறிடுச்சுப்போ. பேப்பர தூக்கி தூரமா வீசிப்புட்டேன்.

வெளிய கடைக்குப் போய்ட்டு வரலாமான்னு தோனுச்சு. சரிதான்னு தடிய எடுத்துக்கிட்டு களம்பிட்டேன். அன்னாடம் வீட்டுத் தெருவுக்கு முன்னால இருக்குற மாமாக் கடைக்குப் போவற வழக்கம் இருக்கு எனுக்கு. போனேன். உச்சி வேள வரப்போவுது இன்னுமும் மாமாக் நாசிலெமாவ வித்து முடிக்க முடியாம இங்குட்டும் அங்குட்டும் லாத்திக்கிட்டு இருந்தாரு. "அஜி, தே தாரே ஒன்னு"ன்னு சொல்ல, ஆயிரந்தடவ கேட்டாலும் வீட்டுலயே பசியாறிட்டேன்னுதான் சொல்லுவேன்னு தெரிஞ்சும் அலுக்காம "சாப்புட?"ன்னு கேட்டுறுவாரு. இந்த தடவயும் வேணாம்னு சொல்லிப்புட்டேன்.

அவரு தே தாரேவ ஹாயா போட்டுக்குட்டு இருக்க அப்பிடியே கடய சுத்திப் பார்வய உட்டேன் புதுசா பாக்குற மாதிரி. சொவரு முழுக்க அரபு எழுத்துல வளைவு வளைவா சுருள் சுருளா எழுதியிருந்த படங்க தொங்கிகிட்டு இருந்துச்சி. இவுரு கூட பாலஸ்தீனத்துக்காவ நன்கொட வாங்கிக் குடுத்தார ஒழிய, ஈழத்துக்குன்னு ஒத்த ஆறுதல் வார்த்தயாச்சும் சொல்லியிருப்பாரான்னு மனசு ஆர்ப்பரிச்சிச்சு. என்னத்தப் பன்ன?

நம்மாள மட்டும் என்னத்தக் கிழிக்க முடிஞ்சிச்சி? ஏதோ நம்ம நாட்டுல நமக்கு இருக்குற மரியாதைக்குத் தவுந்த மாதிரி ரெண்டுமூனு பேரணி; கண்டன ஆர்ப்பாட்டம்; கொஞ்சமா டொனேஷன்; இப்படின்னு நம்ம சக்-

திக்கு ஏத்த மாதிரிதான எதயும் செய்யமுடியும். நான் மட்டும் இந்த நாட்டு தளபதியா இருந்துருந்தா... போதும் போதும்னு மனசு நிறுத்திக்கச் சொல்லிச்சி, நானும் நிறுத்திக்கிட்டேன் என்னோட நெனப்ப.

போர் முடிஞ்சி ஈழம் மலந்து எழுந்து பல வருஷம் ஆனாகூட அந்த ரத்தக் களரிய மறக்கவே முடியலபோ. அஜி கூட கத பேசி சாயங்கால வாக்குலதான் நான் மறுபடியும் வீட்டுக்குப் போவேன் எப்பவும். சமயத்துல கூட சேந்துக்குவாங்க ரெண்டுமூனு வேல வெட்டி இல்லாமயும் பேச்சித் தொண இல்லாமயும் இருக்குற கெழுடுக; என்னப்போல. ஆனா இன்னிக்கு அவுக யாரும் வரக்காணம். நானும் அஜியும் தான்.

o

நேரமாயிருக்கும். மவனும் மருமவளும் வந்துருப்பாங்க. அஜிக்கு பைசல் பண்ண வேண்டிய பாக்கியக் கணக்குப் பண்ணி கடத்தத் தீத்துட்டேன். ரொம்ப பெரிய கடன்லாம் இல்ல. ஆறு வெள்ளி எம்பது காசுதான். அடிக்கடி காசு எடுத்தார மறந்துருவேன். அப்பச் சேந்த கணக்குதான் இது. காச எடுத்து வந்துருந்தா கணக்கக் க்ளியர் பன்னிருவேன். ஒரு வேள நான் ஈழத்துக்கு அஜியோட ஆறு வெள்ளி எம்பது காசுக் கடனாளியா போயிட்டன்னா? அப்பறம் அஜி என்னப்பத்தி என்னா நெனச்சுக்குவாரு?

வீட்டுக்குப் போவும்போதுதான் ஒரு விஷயம் எனக்குத் தோனுச்சு. இத்தன வருசம் ஆயிருந்தும் இந்த எடம் மட்டும் அப்பிடியே இருக்கு பாருன்னு மனசுகுள்ள நெனச்சிக்கிட்டேன். ஏதோ ஆச்சரியம் பொதஞ்சி கெடக்குதுபோன்னு மனசுக்குச் சொல்லிப்புட்டு வீட்டுக்கு உள்ள பூந்தேன். குணா டீவி பாத்துக்குட்டு இருந்தான். அனேகமா அமுதா சமச்சிக்கிட்டு இருக்கனும். "குணா, எப்ப வருவ எப்ப வருவன்னு காத்துகிட்டு இருந்தேன் போ. இந்தா கொஞ்ச நேரம் இரு. போயி லெட்டற எடுத்தாறேன்"ன்னு தடிய ஓரமா நிப்பாட்டி வெச்சிட்டு ஓடுனேன். கொண்டாந்து குடுத்தேன்.

குணாவும் படிச்சிட்டு உறுதிபடித்திட்டான் எனக்கு ஈழத்துல எடங்கெடச்சிடிச்சின்னு. ஒடனே ஒரு கோச பேப்பர எடுத்து வச்சிக்கிட்டு பேனாவால கிறுக்கி கிறுக்கி திட்டம் தீட்ட ஆரம்பிச்சுட்டான்போ. செலது புரிஞ்சது; பலது புரியல. இருந்தாலும் ஊங்கொட்டிக் கேட்டுக்கிட்டேன். திட்டத்தப் போட்டு வரஞ்சி முடிக்கிறத்துக்குள்ளார இருட்டிபுடுச்சி. குணா நாளிக்கு வேலைக்கு லீவு சொல்லிட்டானாம். ஷாப்பிங் சமாச்சாரத்தயெல்லாம் நாளிக்கிப் பாத்துக்கலாம்னு சொல்லிப்புட்டான். எனக்குத்தான் இப்பவே போவனும்போல இருந்துச்சு.

அமுதா கையால சமச்ச சாப்பாட்ட இன்னும் எத்தன நாளிக்குத்தான் பாக்கமுடியும்னு இப்பவே கவல அப்பிக்கிருச்சி. ஈழத்துல இப்போதிக்கு இருக்குறது கூட்டாளி பரந்தாமனும் புலிகேசியுந்தான். இன்னும் கொஞ்ச நாளிக்குத்தான. கண்ண மூடிக்கிட்டு இருந்துபுடுவோம். கண்ண மூடுறத்துக்குள்ள குணாவ அங்க வரவழச்சுற முடியாதான்னு மனசு சாப்புடும்போதயே

கணக்குப் போட்டுக்குச்சு. போடட்டும்னு சொல்லி நானும் பேசாம இருந்துபுட்டேன்.

அப்பறம்தான் எனக்குத் தோனிச்சி, இத்தன வருஷமாயும் குணாவுக்கு புள்ளைங்க இல்லியா?

“அப்பா, இதயே யோசிச்சி தூக்கத்தக் கெடுத்துக்காம நிம்மதியா போயி தூங்குங்க. நாளிக்கே நாம வேலைய ஆரம்பிச்சிரனும்”

எத யோசிக்க வேண்டாம்ங்குறான்? மனசுல நெனச்சது அவென் காதுக்கு எட்டிபிடுச்சோ? இல்ல நாளிக்கு ஷோப்பிங்கப் பத்திச் சொல்றானோ?

அந்தச் சூரியனோடக் காலத் தொட்டுக் கும்பிட்டுட்டுப் படுக்கைக்குட் போனேன். தூக்கம் எதமா என் காலத் தொட்டு கண்ணு வரைக்கும் வளந்து கவ்விக்கிருச்சி. இன்னைக்கும் பத்து மணிக்குத்தான் எழிஞ்சேன்போ. இன்னிக்கு ஷோப்பிங் போவவேண்டிய நாளு இல்ல? குடுகுடுன்னு எழுந்து அவசர அவசரமா அவரோட காலத் தொட்டுக் கும்பிட்டுட்டு ஹாலுக்கு வந்தேன். யாரையுமே காணோம். இன்னைக்கும் குணா வேலைக்குப் போய்ட்டானா? இன்னிக்கு என்னிய ஷோப்பிங் கூட்டிப் போறதாதான சத்தியம் பண்ணுனான்? வரட்டும் இன்னிக்கு.

அமுதா எனக்குன்னு வழக்கமா வெச்சிட்டு போற காலண்டற கிழிக்குற வேலயச் செய்யப் போனேன். லாவகமா கிழிச்சேன் காலாவதியான காகிதத் துண்ட. இன்னிக்குத் தேதி இருவத்தியாறு பெப்பரவரி ரெண்டாயிரத்தி ஒம்போது!

(தமிழ்மன்றம்.காம் நடத்திய 2009-சிறுகதைப் போட்டியில் முதல் பரிசு பெற்ற கதை)

(அநங்கம் - மலேசிய சிற்றிதழ் நான்காம் இதழில் பிரசுரமானது)

117. முதல் கதை - பிரபுராஜ்

சுஜாதாவின் சிறுகதை எழுதுவது எப்படி என்ற புத்தகத்தை வாசித்தால் சிறுகதை எழுதிவிடலாம் என்று நம்பி ஏமாந்தவர்களில் நானும் ஒருவன். வாங்கியபிறகுதான் தெரிந்தது அது ஒரு சிறுகதை தொகுப்பு என்று. அவரும் அதை முன்னுரையில் எழுதியிருக்கிறார்.

ஆன்லைனில் ஆர்டர் செய்த புத்தகத்தை குரியர் மேனிடம் வாங்கியபோது சுஜாதாவே நேரில் வந்து டெலிவர் செய்தது போல இருந்தது. புத்தகத்தை ஒரு வரி விடாமல் படிக்கவேண்டும் என்று நினைத்து முன்னுரை வாசித்தபோது,

”ஏமாந்துட்டியா, சரி கவலை படாதே. இந்த புக்க படிச்சா உனக்கு ஒரு ஐடியா வரும். அதவெச்சு நீயா கதை எழுது. எதையாவது சுட்டாலும் பரவாயில்ல கதையை முடிக்கும்போது என்னோட பேரையும் சேத்து எழுதி வெச்-

சுடாத, அப்பறம் மாட்டிக்குவ'', என்று சுஜாதா சொல்வது கேட்டது.

தொகுப்பை ஆரம்பிக்கும் போது இருந்த குழப்பம் வாசித்து முடித்த பின்-பும் இருந்தது. எழுத முடியும் என்ற நம்பிக்கை சற்றே குறைந்து போயிருந்-தது.

''சுஜாதாவே சொல்லிட்டார் எழுதிதான் பாப்போம்'' என்று மனதை தேற்-றிக்கொண்டேன். அடுத்து எழுந்தது இரண்டு கேள்விகள்.

எப்படி எழுதுவது? - பேப்பரில் அடித்தல் திருத்தல் இல்லாமல் எழுத நாம் ஒன்றும் புலவர் இல்லை என்பதை உணர்ந்து மடிகணினியை தேர்வு செய்-தேன். தமிழில் எழுத நிறைய மென்பொருள் வந்துவிட்டது, பறவைக்கு 'ற' வா இல்லை 'ர' வா என்ற குழப்பம் வந்தாலும் மென்பொருள் தானாகவே சரி செய்துகொள்ளும் என்ற அற்ப புத்தி.

என்ன எழுதுவது? - எழுதுவதை விட என்ன எழுதுவது என்று முடிவு செய்வதே கஷ்டம் போலும். எவ்வளவு யோசித்தும் எதுவும் பிடிபடவில்லை. சரி பிள்ளையார் சுழி போடுவோம் கதை தானாக வரும் என்று நினைத்து மென்பொருளை துவக்கினேன். வந்தது முதல் சிக்கல்.

தமிழ் கீ பேடில் பிள்ளையார் சுழி எங்கே? - இல்லை போலும். சரி சமாளிப்போம் என்று 'உ' போட்டு அதனை அடிக்கோடிட்டேன். அடைப்புக்-குறிக்குள் சுழி என்று எழுதப்போனேன். ஐ.டி பழக்கம்.

'நான் எழுதும் முதல் கதை இது என்பதால் அதுவே தலைப்பாக இருக்-கட்டும்'. பின்பு யோசித்தேன் 'எத்தனை எழுத்தாளர்கள் தங்களின் முதல் கதைக்கு இந்த தலைப்பை வைத்திருப்பார்கள்? இந்த தலைப்பை வைத்த எத்தனை பேர் முதல் கதையுடன் எழுதுவதை விட்டிருப்பார்கள்.'

தலைப்பில் மட்டும் கதை இருந்தால் போதாது, என்ன எழுதுவது என்று யோசித்தபோது சுஜாதாவின் புத்தகத்தை வாங்கி ஏமாந்த கதையை எழுத-லாம் என்று முடிவு செய்தேன். 'முதலில் அந்த புத்தகத்தை பற்றி எழுத-லாம்'. மென்பொருளின் உதவியுடன் எழுத துவங்கினேன். புத்தகத்தை பற்றி-யும் அதன் முன்னுரை பற்றியும் நான் ஏமாந்ததையும் எழுதினேன்

சுஜாதா நேரில் வந்து கதை எழுதுவது பற்றி டிப்ஸ் கொடுத்தால் எப்படி இருக்கும் என்று யோசித்து எழுத துவங்கினேன்.வந்தது அடுத்த சிக்கல். எதற்காக மென்பொருளை தேர்வு செய்தேனோ அதுவே சிக்கல். 'பரவா-யில்ல' என்று எழுதும்போது 'ர' 'ற' இரண்டையும் மென்பொருள் காட்டியது.

''அட துரோகி, கவுத்துட்டியே'' என்று அதை திட்ட, புத்தகத்தின் பின்பு-றம் இருந்த சுஜாதா என்னை பார்த்து சிரித்தார். வேறு வழியில்லாமல் புத்-தகத்தில் தேடி சரியான 'ர' வை போட்டு தொடர்ந்து எழுதினேன். இன்னும் எங்கெல்லாம் பிழையாய் எழுதினேன் என்பது சீக்ரெட்.

நல்லவேளை, நான் செய்த தவறை மென்பொருள் மறைத்தது, அதன் தவறை சுஜாதா மறைத்தார்.

6

118. வெரி ஹுயூமரஸ் மேன்!

- சுஜாதா எழுத்தில் எனக்கு பிடித்த நகைச்சுவை வரிகள்

``கருத்து என்பது மூக்கு போலவும், நகைச்சுவை என்பது மூக்குத்தி போலவும் இருக்க வேண்டும் என்பார்கள். நகைச்சுவையில் துன்பியல், இன்பியல் என இரு நகைச்சுவை உண்டு. முந்தையது குறிப்பிட்ட பிறரை காயப்படுத்துவது பிந்தையது இயல்பான எள்ளலுடன் கூடிய நகைச்சுவை. சுஜாதாவின் எழுத்துகள் இரண்டாம் வகையைச் சார்ந்தவை.

எழுத்தாளர் கடுகு சொல்லுவார் ``ஓர் எழுத்தாளனுக்கு எண்பது சதவிகிதம் திறமை இருக்க வேண்டும். மீதி இருபது சதவிகிதம் தான் கற்றது, கேட்டது, பார்த்தது, ரசித்தது என இருந்தால்தான் தன் திறமையை அதிகரித்துக்கொள்ள முடியும் என்று. இதற்கு சரியான உதாரணம் நம்ம வாத்தியார்தான். தன் திறமையின் மகுடத்தில் உள்ள வைரமாக நகைச்சுவையைப் பயன்படுத்தியிருப்பார். நகைச்சுவை குறித்து கூறும்போது.. ``ஒரு கருத்தை மற்றொரு கருத்தோடு முரண்பட வைத்து அதன் மூலம் எதிர்பாராத ஒரு சந்தோஷத்தை பரவசத்தைக் கொடுப்பது. முடிந்தால் நம் சிந்தனை திறனையும் உயர்த்துவது" என்பார்.

வாத்தியாரின் எழுத்துகளில் யாவும் முதிர்ந்த நகைச்சுவை உணர்வு மிளிரும். ஓர் இறுக்கமான கதையிலோ, கட்டுரையிலோ ஒரு நாணயத்தைச் சுண்டிவிடுவதுபோல வரும் மின்னல் கீற்று ஒட்டுமொத்த இயல்பையும் மாற்றிவிடும். இப்படித்தான் பாய்ஸ் பட நீதிமன்ற காட்சியில்.. நீதிபதி சித்தார்த்தைப் பார்த்து உன் பேரு `குஞ்சப்பனா'னு கேட்பாரு. அவ்வளவு நேர இறுக்கமும் சட்டுனு குறைந்து சிரிப்பு வந்துவிடும். அதேபோல் அந்நியனில் உங்க ராஜஸ்ரீயை நான் பார்த்துக்கிறேன் என்னோட பத்மஸ்ரீயை நீங்க பார்த்துக்குங்கனு சொல்லும்போது பணம் கொடுத்து விருது வாங்குவோரை குட்டியிருப்பார். இதுபோல் அவரின் எழுத்துகளில் மிளிர்ந்த, பேசிய நகைச்சுவைகளில் நான் ரசித்தவை சில..

#ஒரு சிரிப்பரங்க நிகழ்ச்சியில் தன் நண்பரை இப்படி நமக்கு அறிமுகப்படுத்துகிறார்.. பேராசிரியர் துரைசாமி (பெங்களூர் ஹ்யூமர் க்ளப் நிறுவனர். வயது 85, காது மந்தம் தமிழ் தெரியாது) இந்த ப்ராக்கெட்டுக்குள் ஒரு எள்ளல். மேலும், சொல்லும்போது பட்டிமன்ற பேச்சாளர்கள் தற்போது Stand up comedian போல ஆகிவிட்டார்கள். அடுத்தடுத்து ஜோக் சொல்ல வேண்டும். தென் மாவட்ட ஸ்லாங் இருப்பது கூடுதல் பலம் என இன்றைய யதார்த்த நிலையை எழுதியிருப்பார். ஒவ்வொரு கட்டுரையின் முடிவிலும் ஒரு கேள்வியும் அதற்கான பதிலையும் அறிவிப்பார். அது படிக்க அவ்வளவு சுவாரஸ்யமாய் இருக்கும்.

*** தமிழ் சினிமாவுக்குத் தேவையில்லாதது எது?**
கதை, சதை, உதை வெற்றி பெறுவோர்க்கு இரண்டு வருஷத்துக்கு உண்டான அயோடைடு உப்பு கொடுக்கப்படும்.
* பத்து சங்கத்தமிழ் வார்த்தைகளை அடுத்த வாரத்துக்குள் அனுப்பினால் அவருக்கு சங்கராசு என்ற பட்டமும், காய்ச்சாத இரண்டு லிட்டர் பாக்கெட் பாலும் பரிசாய் கொடுக்கப்படும்.
(நிறைய நீர் சேர்த்துக் காய்ச்சவும்)
*பூர்ணம் விஸ்வநாதனை கோபிக்க வைத்தால் அவருக்கு ஒரு எவர்சில்வர் வாளியும், ஷாம்பூ பாக்கெட்டும் கொடுப்பதாய் சவால்விடுவார்.
* இந்தக் கட்டுரைகளைப் படிப்பவர்க்கு நீண்ட ஆயுளும் கிழக்குத் திசையிலிருந்து லாபங்களும் சுக்கிரன் பார்ப்பதால் மரச்சாமான் செய்வதில் ஈடுபாடு வரும் என அவரின் பரிசுப்பொருள் வித்தியாசமாய் இருக்கும்.

#10 செகன்ட் மின்னல்கள்
ஒரு கணப்பொழுதில் சட்டென மின்னும் மின்னல் போல் போகிற போக்கில் ஒரு four அடிப்பார்..
* டர்க்வர்த் லூயிஸ் விதிமுறையை டர்க்வர்த் லூயிஸைத் தவிர வேறு யாராலும் புரிந்துகொள்ள முடியவில்லை.
* பெங்களூரு தியேட்டர் டாய்லெட் சுவரில் எழுதியிருந்தது `இந்தியாவின் எதிர்காலம் உங்கள் கையில்' என்று.
* பொன்னாடை குறித்து சொல்லும்போது எப்போதும் போர்த்திக் கொண்டு திரியமுடியாது என்று தெரிந்ததால்தான் மயிலுக்கு போர்வை தந்துவிட்டான் பேகன்.
* அரசாங்க கட்டடங்களில் உட்காரும் நாற்காலியில் கூட 'ஆப் கி மர்ஜி ஹை சாப்' என லஞ்சம் கேட்கிறது.
* குடும்பத்துடன் அளவளாவ சானிட்டரி டவல் விளம்பரங்களுக்காகக் காத்திருக்கிறோம்.
* கலைகளஞ்சியம் பத்து பாகங்கள் விற்பனைக்கு.. நல்ல கன்டிஷனில் இருக்கின்றன. சொந்தக்காரங்களுக்கு இனி அவை தேவையில்லை. கார-

ணம், பாழாய்ப்போன மனைவி எல்லாம் தெரியும் என்கிறாள்.
* அப்போலோ கடைசி தினங்களில் தன்னைப் பார்க்க வந்தவரிடம் இப்படிக் கேட்டுள்ளார்..
"கிரிக்கெட் என்னப்பா ஆச்சு, வழக்கம் போலதானா?' என்று.
* பொதுவாக இன்றைய வலைப்பதிவுகள் அனுமார் வால் போல் நீண்டு கிடக்கிறது. அரிதாகக் கிடைக்கிற தகவல்களை உள்ளடக்கியதுதான் ஒரு சிறந்த பதிவாக இருக்க முடியும் என எழுதியிருப்பார்.
* வயசாவதன் அடையாளம்.. பழசை எடுத்தால், புதுசை மறந்து பேசிக்கொண்டே போவது என அவரின் மின்னல் தெரிப்பில் சிரிப்பு நிச்சயம். இதற்கு சிரிக்கவில்லையெனில் அவர் பாணியில் சொல்ல வேண்டுமானால் நீங்கள் போட்டித்தேர்வு புத்தகங்களை அதிகம் படிப்பதாக அர்த்தம்.

#வர்ணனை

ஒரு வர்ணனை எவ்வளவு சுவாரஸ்மாய் இருக்க வேண்டும். நீட்டி முழக்கக் கூடாது. சுருக்கமாய் சொல்ல வேண்டும். உதாராணமாக..
``கிராமச் சூழ்நிலையை வர்ணிப்பது அழகுதான். ஆனால், தெருவில் போகும் ஆட்டுக்குட்டியை அது வடக்கு வாசல் தாண்டி துருத்தியான் தெரு மேட்டுக்கரைப் பக்கம் மறையும் வரை வர்ணித்தால் ஆட்டுக்குட்டிக்குக் கூட அலுத்துவிடும் என்பார்.
அதேபோல் ஓர் இடத்தை மிக இயல்பாக அதே நேரம் நகைச்சுவை உணர்வுடன் நம்மைப் பார்க்க வைப்பது அவரின் ஸ்டைல்.. உதாரணத்துக்கு சென்னை டிராபிக் குறித்து..
எந்த டிராபிக் விளக்கிலும் ஒரு பல்பாவது எரியாது கவனம்.
பெண்கள் பெரும்பாலும் கியர் இல்லாத வண்டிகள் ஓட்டுவதால் பூச்சி பறப்பதுபோல் இங்கே அங்கே நுழைந்து செல்வார்கள். தலையில் பேஸ்பால் தொப்பி போட்டுக்கொன்டு போகிற அழகான நவீன பெண்கள் வேகமாகப் போவார்கள் என்பது எழுதப்படாத விதி.
ஆண்களுக்கு.. டிராபிக் போலீஸ் உங்களை நிறுத்துகிறார்களா.. அல்லது லிப்ட் கேட்கிறார்களா என தெரிந்துகொள்ளும் திறமை அவசியம். மேலும், உங்கள் வண்டி நம்பரை பொடி எழுத்தில் எழுதுங்கள் அல்லது "கஉங" என தமிழ்ப்பலகையில் எழுதவும். பாண்டி ரிஜிஸ்ட்ரேஷன் உள்ளவர்கள் எங்கும் நிறுத்தப்படலாம். பாக்கெட்டில் நூறு ரூபாய் வைத்திருக்கவும்.
* எப்போதும் தனது ஆஸ்பத்திரி அனுபவத்தை தனக்கே உரிய பாணியில் விவரிப்பார்..
எழுபது ஆண்டுகள் என்னுடன் வாழ்ந்த பல்லை ஏழே நிமிஷங்களில் நீக்கி, டிரேயில் `ப்ளங்க்' என்று போட்டபோது, அதை வாஞ்சையுடன் பார்த்து, `போய் வா, நண்பா!' என்று விடைகொடுத்தேன்" என்று பல்லுக்கும் பிரியாவிடை கொடுத்து எழுதியிருக்கிறார்.

#டி.வி குறித்த பார்வை

தன் வீட்டில் கேபிள் டிவி இல்லாததால் எல்லோரும் தன்னை வித்தியாசமான ஜந்துவாக பார்த்தார்கள்.

டி.வி வர்ணனையாளர்கள் ஏன் கையில் கத்திக்கப்பல் செய்வது போல கை வைத்துக் கொள்கிறார்கள். ஆடியன்ஸ் கை தட்டவில்லையெனில் இலவச கொக்கோ கோலா கிடையாது போல. இன்றைய நிலையிலும் கூட சுஜாதா-வின் வார்த்தைக்கு உயிர் கொடுக்கும் வகையில் ஆடியன்ஸ் சற்று தூங்குவ-துபோல் தெரிந்தால் அடிக்கடி எழுந்து நின்று கைதட்டச் சொல்லுவதை கண் கூடாக பார்க்கமுடிகிறது.

டிவிக்கு அடுத்து தீபாவளி மலர். இதைப் புரட்டும்போதே புரசைவாக்கம் முழுவதும் செண்ட் மணக்கும். சிறுவயதில் இதை கடன் வாங்குவதற்கென்றே ஒரு கோஷ்டி இருக்கும். ஒருமாதம் கழித்துப் பிரசவத்துக்கு வரும் மகள் போல அல்லது ஹாஸ்டலிலிருந்து லீவுக்கு வரும் மகன்போல திரும்பி வரும் என தீபாவளி நேரத்து அனுபவத்தை சொல்லியிருப்பார்**#எதிர்கா-லத்தை கணித்த ஜோதிடராக**

வரும் காலங்கள் எப்படி இருக்குமென பல ஆண்டுகளுக்கு முன்பு சொல்லி-யிருப்பார்.. அவற்றில் சில

* செல் போன்கள் இரட்டிப்பாகும்
* போக்குவரத்து அதிகரித்து நகரங்களில் அனைவரும் மாஸ்க் அணிவோம்
* பெண்கள் வருஷம் மூன்று தினம் புடவை கட்டுவார்கள்.
* ஆண்கள் அதிக அளவில் தலை முடியை இழப்பார்கள்
* தமிழ்நாட்டில் அ.தி.மு.க அல்லது தி.மு.க கூட்டணி ஆட்சி நடக்கும்.
* அலுவலகத்தில் செய்வது அத்தனையும் செல்போனில் செய்ய முடியும். (work from home)
* கவிதைத் தொகுப்புகளில் காதல் குறையும்

வாரப் பத்திரிகைகளில் தொடர்கதைகளும் சிறுகதைகளும் அறவே நீக்கப்-பட்டு, முழுக்க முழுக்கப் பெண்கள் படங்களாக, ஒரிரண்டு வாக்கியங்களு-டன் வெளிவரும்.

* தமிழ் படிக்கத் தெரிந்தவர்கள் வெளிநாட்டில் அதிகம் இருப்பார்கள்.
* அரசியல் மேடைகளில் மட்டும் தமிழ் உணர்வு மிச்சமிருக்கும்
*முடிவெட்டுக்கு ஆயிரம் ரூபாய் கொடுக்க வேண்டி வரும்
* எதிர்காலத்தில் data, voice எல்லாமே இலவசமாகக் கிடைக்கும் என்-பார்.

என நூற்றாண்டின் இறுதியில் உதிர்த்திருந்தாலும் இப்போதும் பல விஷயங்-கள் பொருந்திப்போகிறது.

#மனிதனின் அடையாளங்களாக மாற இருப்பவை - யாரைச் சந்தித்தாலும் இ-மெயில் முகவரி கேட்பீர்கள். நடக்கும்போது போன் பேசவில்லையெனில் ஜென்ம சாபல்யம் அடையமாட்டீர்கள். ஒரு விரலில் எஸ் எம்.எஸ் அனுப்-

புவீர்கள். எந்த எலெட்ரானிக் பொருள் வாங்கினாலும் ஆறு மாதமானால் பழையதாக தோன்றும். ஒரு போன் நம்பரும் உங்களுக்கு நினைவிலிருக்காது. செல்போன் எப்போதும் கையில் இருக்கும். நெட் இல்லையெனில் கைகால நடுங்கும். பாத்ரூம் போகும்முன் நெட்டில் அலைவோம். இல்லையேல் பாத்ரூம் வராது. செய்தித்தாள், புத்தகமெல்லாம் போனிலேயே படித்துவிடுவோம்.

தியேட்டரில் சினிமா பார்க்கும்போது செல்போன் சிணுங்கியே ஆக வேண்டும் என்பது தலையாய விதி. கஸ்டமர் கேர் கொடுமைகளை தமக்கே உரிய பாணியில்..

ஒரு முறை உன் சொத்தையே எழுதி வை என்று பில் வந்தபோது தான் கஸ்டமர் கேரை தொடர்புகொண்டேன். 180 டயல் செய்தவுடன் முதலில் வாஞ்சையுடன் வரவேற்றது. மொழியை தேர்ந்தெடுத்து அமுக்கி முடிந்ததும் அர்ஜென்ட்டா, ஆர்டினரியா என கேட்கிறது. ஹோட்டல்களில் சாதாவா, நெஸ் ரோஸ்டா என்பதுபோல் உடனே எண்ணை அழுத்துவது தப்பு. தாமதமானால் மீண்டும் முதலிலிருந்து.. அதான் முன்னாடியே சொல்லியாச்சே சனியனேனு திட்டமுடியாது. கேள்வி காலாவதியாகியிருக்கும். மீண்டும் ஆம் என்றால் 1, இல்லையெனில் 2, தலைமுடியை பிய்த்துக்கொள்ள 3, போனை உடைக்க 4 என இருந்தால் பரவாயில்ல என சொல்லியிருப்பார். இது இன்றுவரை தொடர்கிறது. இன்னும் அந்த அதிகாரிகள் ஏழு மலை, ஏழு கடல் தாண்டி கிளியிடம் பேசுவதுபோலத்தான் சேவைமைய அதிகாரிகளிடமும் பேச முடிகிறது.

ஒரு டெலிபோன் உரையாடல்

நண்பர்: ஹலோ

மகள்: நான் சந்தியா பேசறேன். இரண்டாம் வகுப்பு

நண்பர்: அப்பா இல்லையா

மகள்: ம்..ம்.. இல்லை

நண்பர்: வீட்டில வேற யாரு இருக்காங்க

மகள்: சேகர் இருக்கான். இருங்க போனை கொடுக்கிறேன்

நண்பர்: ஹலோ சேகர்..

சேகர்: ம்ம ல லா

(சேகர் இரண்டு வயது குழந்தை)

இதை நினைத்து நினைத்து சிரித்துள்ளேன். இறுதியில் ஒரு ருசிகர நகைச்சுவை.

நல்ல வரிகளைக் கண்டுபிடிப்பதில் அவருக்கு மோப்பசக்தி அதிகம் உள்ளதாக மனுஷ்யபுத்திரன் தெரிவித்திருப்பார். விரும்பிய பாடலில் நமக்குப் பிடித்தமான சுதியோ, இசையோ வருவது போலத்தான் சுஜாதாவின் எழுத்தின் இடையே.. எப்போது நகைச்சுவை வருமென எதிர்பார்ப்பதும், காத்திருப்பதும் சுவாரஸ்யம். காரின் கியர் போடுவதுபோல சங்கத்தமிழ், மேலைநாட்டு இலக்கியம், சமகால பார்வை, எதிர்கால டிஜிட்டல் யுகமென எல்லா இடத்தி-

லும் சிக்சர் அடித்தவர் சுஜாதா மட்டும்தான். இந்த வல்லவனுக்கு வல்லவன் இன்னும் பிறக்கவில்லை என்பதே நிதர்சனம். ஒவ்வொரு வருடமும் சொல்வதுதான் அதையே மீண்டும் மீண்டும் புதுப்பிப்போம்.

``ஒரு பெயர் அதன் பின்னே நிரந்தரமான ஆச்சர்யக்குறி ``சுஜாதா..!"

119. எண்ணங்களினால் ஓர் மாளிகை

- இரஜகை நிலவன்

காட்சி: 1

இடம்: பேராசிரியர் அசோகன் வீட்டு முன்னறை.
பாத்திரங்கள்: அசோகன், பிரதாப், ஜீவிதா.

பிரதாப் அங்கேயும் இங்கேயும் பார்த்துக் கொண்டு, பயத்தின் கலக்கத்தோடு வரவேற்பு அறைக்குள் நுழைய,

அசோகன்:- யாரப்பா தம்பி நீ! என்ன வேணும்?

பிரதாப்:- வந்து••• வந்து••• ஹிந்தி••• ஹிந்தி படிக்க..(பேச மூடியாமல் திணறுகிறான்.)

அசோகன் :- என்னது வந்து••• போய்••• ஹிந்தின்னுட்டு என்ன விஷயம்? முழியைப் பார்த்தா திருட்டு முழி மாதிரி இருக்கு.

பிரதாப் :- அய்யய்யோ என் பார்வையே அப்படித்தான் மாமா.

அசோகன்:- என்னடா மாமாங்கிறே••• முன்னே பின்னே தெரியாத நீ எப்படி என்னை மாமா என்று கூப்பிடுகிறாய்?

பிரதாப்:- அது எப்படியும் வருங்காலத்திலே கூப்பிட்டு பழக வேண்டியது தானே, அதனால் தான் அப்படி கூப்பிட்டேன்.

அசோகன்:- எப்படி••• எப்படி••• அடி வாங்கப் போற, நீ ஏன் என்னை மாமா என்று அழைக்க வேண்டும்?

பிரதாப்:- (மனதுக்குள்) உங்கப் பெண்ணைக் கட்டிக்கிட்டா நீங்க எனக்கு மாமா தானே.

அசோகன்:- என்ன முணு முணுக்கிறாய்?

பிரதாப்:- அது••••. வந்து••• உங்க வீட்டுக்குள்ளே வரும் போது உங்கள் பெயருக்குப் பின் இரண்டு தடவை எம்.ஏ பட்டம் வாங்கியிருந்ததைப் போட்டிருந்ததைப் பார்த்தேன். இரண்டு தடவை MA MA அப்படி சேர்த்து சொன்னால் இருக்கும் என்று யோசித்து அதை அப்படியே சொன்னேன் மாமா .

அசோகன்:- ஓ! அப்படியா•••உட்கார்.

பிரதாப்:- நான் உட்கார்ந்து தான் இருக்கிறேன்.

அசோகன்: அதெப்படி நீ வீட்டுக்குள்ளே வந்து நான் சொல்லாமல் நீ உட்காரலாம். எழுந்திரு.

(பிரதாப் எழுந்திருக்க) அசோகன்! சரி இப்போ உட்கார். என்ன விஷயபாக வந்தாய்?

பிரதாப்:- (பிரதாப் நின்று கொண்டே) உங்களிடம் ஹிந்தி படிக்க வந்தேன்.

அசோகன்:- என்ன நான் சொன்ன பிறகும் உட்காராமல் நின்று கொண்டிருக்கிறாய்?

பிரதாப்:- திரும்ப எப்போது எழுந்து நிற்கச் சொல்வீர்களோ என்று பயமாக இருக்கிறது?

அசோகன்:- சரி... சரி.. பயப்படாதே உட்கார். நானே சரித்திர ஆசிரியன். நான் எப்படி உனக்கு ஹிந்தி சொல்லித் தர முடியும்.

பிரதாப்:- அது.... சரித்திர காலத்தில் வடநாட்டு மன்னர்களைப் பற்றிப் படிக்கும் போது அவர்கள் பேசிய ஹிந்தி மொழியையும் படித்திருப்பீர்கள் என்று நம்பினேன்.

அசோகன்:- சரித்திரத்தில் வரலாறு தான் தெரியுமே ஒழிய அந்த மன்னர்களின் மொழியை எப்படி படிக்க முடியும். என் மகள் ஜீவிதா தான் ஹிந்தி படித்து பட்டம் வாங்கிச் சொல்லிக் கொடுத்துக் கொண்டிருக்கிறார்.

பிரதாப்:- அப்படியானால் அவளையே கட்டிக் கொள்கிறேன்.

அசோகன்: என்னது? (கோபத்துடன் எழும்புகிறார்)

பிரதாப்:- ஸாரி மாமா... அவளிடமே ஹிந்தி கற்றுக் கொள்கிறேன என்றேன்.

(ஜீவிதா உள்ளே வர, பிரதாப்பும். ஜீவிதாவும் கண்களாலும் கைகளாலும் சைகைகளைப் பறிமாறிக் கொள்ள)

அசோகன்:- என்னடா., நீ ஏதோ சைகை காட்டுறே! நீ ஏதோ தப்பான எண்ணத்திலே தான் வந்திருக்கே. எழுந்திரு.

பிரதாப்:- இதற்காகத் தான் நான் உட்கார மாட்டேன் என்று சொன்னேன்.

அசோகன்: இங்கே நீ நிற்க கூட வேண்டாம் கிளம்பு.

ஜீவிதா:- யாரப்பா இது?

அசோகன்:- உன்னைக் கட் டிக்கொள்ள... சே! இந்த பாவி சொன்ன டயலாக் இது. என்னை மாமா என்கிறான். கேட்டால் டபுள் எம்.ஏயை சேர்த்து சொன்னேன் என்கிறான். நீ வெளியே போ.

ஜீவிதா:- நான் எதற்கு வெளியே போகணும்.

அசோகன்- அய்யோ! அந்தக் கடன்காரனைச் சொன்னேன்.

ஜீவிதா:- நீங்கள் அப்பாவிடம் கடன் வாங்கியவரா?

அசோகன்:- அவன் ஒண்ணும் கடன் வாங்கவில்லை. அவனை வெளியே போகச் சொல்லு.

ஜீவிதா:- வெளியே போங்கள்.

பிரதாப் :- (சைகை காட்டியவாறு) நீங்கள் யார் ? இந்த வீட்டிற்கு உறவினரா? நீங்கள் யார் சொல்வது என்னை வெளியே போகச் சொல்ல... சார் சொன்னால் தான் வெளியே போவேன்.

ஜீவிதா:- என் அப்பா சொன்னால் என்ன... நான் சொன்னால் என்ன... வெளியே போங்களேன்.

பிரதாப்:- சார் தான்.... ஸாரி... மாமா தான் என்னை உட்கார் என்றார். எழுந்திரு என்றார். இப்போதும் என்னை அவர் வெளியே போகச் சொன்னால் தான் போவேன்.

ஜீவிதா: நீங்கள் எதற்காக வந்தீர்கள் ?

பிரதாப்:- நான் உன்னைக் கட்டிக் கொள்ள சீ... சீ... உன்னிடம் ஹிந்தி கற்றுக் கொள்ள வந்தேன்.

அசோகன்:- பாரு எப்படி பைத்தியம் மாதிரி பேசறான் நீ வெளியே போடா.

பிரதாப்:- உங்களிடம் ஹிந்தி படிக்க வந்த என்னை பைத்தியம் என்கிறார். நான் கன்ஸ்யூமர் கோர்ட்டுக்கு போவேன்.

அசோகன்:- நீ சுப்ரீம் கோர்ட்டுக்கேப் போ. கிறுக்கன் மாதிரி உளறிக் கொண்டு.

பிரதாப்:- என்னைத் திரும்பக் கிறுக்கன் என்கிறீர்கள். நான் கண்டிப்பாக கன்ஸ்யூமர் கோர்ட் டுக்குப் போய் வழக்குப் போடுவேன்.

ஜீவிதா:- அப்பா, நான் டியூசன் எடுக்கிறதாக போர்டு போட்டிருக்கிறோம். ஹிந்தி படிக்க வந்த மாணவனை அவமதித்ததாக அவர் கன்ஸ்யூமர் கோர்ட்டுக்குப் போய் ஒரு ரூ.1 கோடிக்கு மான நஷ்ட வழக்கு போடப் போகிறார்.

அசோகன்:- நீயும் கோர்ட்டுக்குப் போகிறாயா போ!

ஜீவிதா:- அப்பா (கத்துகிறாள்)

பிரதாப்:- மாமா.. ஜீவிதாவை யும் கூட்டிக் கொண்டு கன்ஸ்யூமர் கோர்ட்டுக்கு போக மாட்டேன். திருமண பதிவு அலுவலகத்திற்குத் தான் போவேன்.

அசோகன்:- அய்யோ! எனக்குத் தலை சுற்றுதே! இந்தத் தத்துப் பித்துவை வெளியே அனுப்பி வையேன் (முடியைப் பிடித்துக் கொள்கிறார்)

பிரதாப்- இப்போது தத்து பித்து, இதற்கு இன்னும் ஒரு கோடி ரூபாய் மானநஷ்ட வழக்கு போட வேண்டியது தான்.

ஜீவிதா:- வெளியே போங்களேன்.

பிரதாப்:- (கண்ணடித்து) நான் உன்னைக் கட்டிக்காம... அய்யோ... உன்னிடம் ஹிந்தி கத்துக்காம போகமாட்டேன்.

அசோகன்:- படு பாவி உன்னைச் சும்மா விடமாட்டேன் (அருகிலிருந்த குடையை எடுத்து அடிக்க வர, பிரதாப் பயந்தடித்து ஓடுகிறான்)

காட்சி: 2

இடம்: பேராசிரியர் அசோகன் வீட்டின் முன்னறை...

பாத்திரங்கள்: தபால்காரன், ஜீவிதா, அசோகன்

தபால்காரன்:- சார் போஸ்ட்.

அசோகன்:- என்னது ரெஜிஸ்டர் போஸ்ட்!

தபால்காரன்:- கோர்ட் நோட்டீஸ் சார்.

அசோகன்:- என்னது ? அய்யோ ஜீவிதா கோர்ட் நோட்டீஸ் வந்திருக்காமே! யார் நோட்டீஸ் அனுப்பியிருக்காங்க பாரு.

ஜீவிதா:- கொடுங்க பார்த்து வாசிக்கிறேன்.

தபால்காரன்:- சார் கையெழுத்துப் போடுங்க, நான் போகணும்.

அசோகன்:- ஒரு நிமிஷம் இருப்பா, வாசி நீ

தபால்காரன்:- எனக்கு நிறைய லட்டர் டெலிவரி பண்ணனும். கையெழுத்து போடுங்க.

அசோகன்:- என்னது... உன் மனைவி டெலிவிரிக்கு நான் எதுக்கு கையெழுத்துப் போடணும். நீ வாசிம்மா.

ஜீவிதா:- என் கட்சிகாரரர் பிரதாப் உங்கள் மகள் ஜீவிதாவிடம் ஹிந்தி படிக்க வந்திருக்கிறார். அவருக்கு ஹிந்தி சொல்லித் தர முடியாது என்ற திருப்பி அனுப்பியதோடு அவரை கடன்காரன், பைத்தியக்காரன், கிறுக்கன், தத்துபித்து என்று திட்டி குடை வைத்து அடித்து விரட்டியிருக்கிறீர்கள். என் கட்சிகாரரை அவமானப்படுத்திப் பேசிய நான்கு தப்பான வார்த்தைகளுக்கு, நான்கு கோடி ரூபாய் தரவேண்டு மென்று மானநஷ்ட வழக்குப் போட்டுள்ளோம். மேலும் அவரைக் கொலை முயற்சித்து கையிலிருந்த குடையால் தாக்கியிருக்கிறீர்கள். அவருடைய உயிரைப் பணயம் வைத்து அவர் ஓடியிருக்கிறார். ஓடியிருக்கிறார் வாழ்க்கையின் ஓரத்திற்கே ஓடி

யிருக்கிறார் அதற்காக ஒரு கோடி ரூபாய் நஷ்ட ஈடு கேட்டு வழக்கு தொடுத்துள்ளோம்.

ஆக மொத்தம் ரூபாய் ஐந்து கோடி ரூபாய் கட்டத் தவறினால் நீங்கள் கோர்ட் படியைத் தேடி வரவேண்டியதிற்கும்.

தபால்காரன்:- கட்சிக்காரன்னு போட்டிருக்கே எந்தக் கட்சி காங்கிரஸ் கட்சியா, தி.மு.க.வா, பாரதிய ஜனதாவா...

அசோகன்:- அய்யோ! என் மானம் இப்படி தபால்காரன் முன்னே போகுதே. நீ இன்னும் போகலியா?

தபால்காரன்:- மானம் கப்பலேறி பஸ்ஸிலேறி கோர்ட்டுக்கே போயாச்சு. கையெழுத்துப் போடுங்க சார், நான் போகணும்.

அசோகன்:- "பென்" குடுய்யா.

தபால்காரன்:- உங்களுக்கு இந்த வயசிலே யார் 'சார் "பெண்' குடுப்பாங்க. அதுவும் என் மகளை நான் ஏற்கனவே கல்யாணம் பண்ணிக் குடுத்-

தாச்சு.

ஜீவிதா:- அய்யோ, பேனா குடுங்க சார், கையெழுத்துப் போட.

தபால்காரன்:- அப்படியா ? (பேனா எடுத்து தர)

(வாங்கிய) அசோகன்:- என்னடா பேனா எழுத மாட்டேங்குது.

தபால்காரன்:- அய்யோ! இவ்வளவு நேரம் அழகா எழுதிச்சு. உங்க நேரம் சரியில்லாததாலே எழுதாம போச்சு. எனக்கு வேறு பேனா குடுங்க.

ஜீவிதா:- அய்யோ! இதென்ன எழவாய் போச்ச, நாங்க எதற்கு வேறே பேனா தரணும்.

தபால்காரன்:- நீங்கள் வேற பேனா தராவிட்டால் நானும் கன்ஸ்யூமர் கோர்ட்டுக்குப் போவேன்.

அசோகன்:- அய்யோ! எல்லோரும் கோர்ட்டுக்கு போகிறேன் என்கிறார்-களே!

(அசோகன் முடியைப் பிடித்துக் கொண்டு கத்தியதில் தபால்காரர் அடித்து பிடித்துக் கொண்டு ஓடுகிறார்.)

காட்சி: 3

இடம்: பூங்கா வனம்

பாத்திரங்கள்: (பிரதாப் அமர்ந்திருக்க வேகமாக. உள்ளே வருகிறாள் ஜீவிதா)

பிரதாப்:- ஒரோடியாக அடுத்த வருசம் பார்க்க வந்திருக்கலாம்.

ஜீவிதா:- நீங்கள் வந்து ரொம்ப நேரமாச்சா ?

பிரதாப்:- கொஞ்சம் பிந்தியிருந்தால் என் மேலே கரையான் புற்றே வளர்ந்திருக்கும்.

ஜீவிதா:- இங்கே வந்து எல்லாம் பேசுங்க. என் அப்பா கிட்டே பேசும் போது மட்டும் கோட்டை விட்டுங்க!

பிரதாப்:- நான் கோட் போட்டுக் கொண்டு வரவில்லையே. அப்புறம் எப்-படி கோட்டை விட்டுட்டேன்.

ஜீவிதா:- இங்கு வந்து நகைச்சுவை கேட்க முடியாது! என் அப்பா ஹாஸ்யம் பேசினா உங்களை மருமகனாக ஏத்துக்குவாருண்ணு சொன்னா அங்கு வந்து மாமா கீமான்னுட்டு...

பிரதாப்:- நான் கீமான்னு சொல்லவேயில்லை, இப்படி பொய் சொல்லக்-கூடாது.

ஜீவிதா:- எதற்கு வக்கீல் நோட்டீஸ் அனுப்பினீங்க?

பிரதாப்:- அப்படியாவது பயந்து உன்னைக் கட்டித் தந்து விட மாட்டா-ரான்னு தான்.

ஜீவிதா:- அதுக்கெல்லாம் பயப்படுகிறவர் இல்லை எங்கப்பா.

பிரதாப்:- வேறே.... கரப்பான் பூச்சிக்கு பயப்படுவாரா?

ஜீவிதா:- சும்மா எதையும் சொல்லாதீர்கள்.

பிரதாப்:- சரி உங்கப்பா பயப்படவில்லை என்றால் நீ வேண்டாம். இன்னொரு பெண்ணைக் கட்டிக்கிறேன்.

ஜீவிதா:- அவ்வளவு தைரியமிருக்கா ? உங்களுக்கு.

பிரதாப்:- தைரியம் எதுக்கு கல்யாணம் பண்ணிக்கிறதுக்கு.

ஜீவிதா:- பிரதாப் நாளைக்கு ஒழுங்காக வந்து என்னைப் பொண்ணு கேளுங்கள்.

பிரதாப்:- அவரிடம் நான் என்ன கேட்க வேண்டியிருக்கு. அதுதான் நீ என் பக்கத்திலேயே இருக்கிறாயே...

ஜீவிதா:- இந்த விளையாட்டெல்லாம் கே.ண்டாம்.

பிரதாப்:- சும்மா நின்னுகிட்டிருக்கேன் நான் விளையாடுகிறேன் என்கிறாய். கண்ணுல ஏதாவது கோளாறா?

ஜீவிதா:- சீக்கிரம் கண்ணாடி போட வேண்டியதுதான்.

பிரதாப்:- என் கண்ணாடி சரியாயிருக்கிறதா பார். இன்றைக்கே ஏதாவது ஒரு ஆப்டிகல்லே போய் ஆர்டர் கொடுத்து விடலாம்.

ஜீவிதா:- நான் போறேன் (கோபத்தோடு போக)

பிரதாப்:- சரி... சரி... நான் நாளைக்கே உங்க அப்பாகிடே பெண் கேட்டு வருகிறேன்.

ஜீவிதா:- நாளைக்காவது கொஞ்சம் நகைச்சுவையாக பேசக் கற்றுக் கொண்டு வாங்க.

பிரதாப்:- நகைச்சுவை அவ்வளவு என்ன ஒரே நாளில் கத்துக்கிறதற்கு முப்பது நாளில் ஆங்கிலம் அப்படிங்கிறது மாதிரி ஏதாவது புத்தகம் இருக்கிறதா?

ஜீவிதா:- உங்களுக்கு என்னை பிடிக்கவில்லை?

பிரதாப்:- (அவளை பிடித்துக் கொண்டு) இப்போது பிடித்துக் கொண்டு இருக்கிறேன். பார்.

ஜீவிதா:- இந்த மாதிரி வித்தைகளை காட்டியே என்னை மயக்கிட்டீங்க.

பிரதாப்:- எங்கே மயக்கத்திலேயே பேச முடியுமா?

ஜீவிதா: உங்களிடம் பேச முடியாது வருகிறேன்.

காட்சி: 4

இடம்: பேராசிரியர் வீட்டின் வரவேற்பு அறை.

பாத்திரங்கள்: அசோகன், ஜீவிதா, பிரதாப்

ஜீவிதா:- அப்பா, அவர் வந்திருக்கிறார்.

(வாசலிலிருந்து உள்ளே வந்தவாறு)

பிரதாப்:- மாமா சௌக்கியமா?

அசோகன்:- வாங்க, ஆமாம் தம்பி யாரு?

பிரதாப்:- சார் நான் முந்தா நாள் உங்க வீட்டுக்கு வந்திருந்தேன்.

அசோகன்:- ஓ! நீங்க தான் அந்த வக்கீல் நோட்டீஸில் குறிப்பிட்ட கட்சிக்காரர் பிரதாப்பா?

பிரதாப்:- ஆமாம் மாமா

அசோகன்: - என்ன விஷயமாக வந்தீங்க?

பிரதாப்:- சார் உங்களை நான் மாமா என்று சொன்னதற்கு கோபம் பரவில்லையா? நான் உங்களுக்கு வக்கீல் நோட்டீஸ் அனுப்பியதற்கும் கோபம் வரவில்லையா?

அசோகன்:- நான் வீணாக கோபப்பட்டு உங்களைப் பற்றி ஏதாவது கெட்ட வார்த்தை சொல்ல நீங்கள் அதற்கு கோடி ரூபாய் நஷ்ட ஈடு கேட்காலம் என்று தானே வந்தீர்கள்! அது, இனிமேல் என்னிடம் நடக்காது. ஏற்கனவே ஐந்து கோடி நஷ்ட ஈடு கேட்டிருக்கிறீர்கள். யாரைக் கேட்கிறீர்கள் நஷ்டஈடு? எங்களோடு கல்லூரிக்கு வந்தீர்களா? சாக்பீஸ் எடுத்து போர்டில் எழுதினீர்களா? இல்லை என் கல்லூரி மாணவர்களுக்கு துணி துவைத்துப் போட்டீர்களா? யாரை கேட்கிறீர்கள் மானநஷ்டஈடு? ஏன் தர வேண்டும் நான் ?

ஜீவிதா:- அப்பா என்னாயிற்று?

அசோகன் (சட்டையைக் கிழித்துக் கொண்டு) ஐந்து கோடி ரூபாய், அச்சடிக்க கொடுத்திருக்கேன், வந்ததும் அந்தக் கடன் காரன் மூஞ்சிலே தூக்கி எறியணும்.

பிரதாப்:- ஜீவித என்னாயிற்று உங்கப்பாவிற்கு ?

ஜீவிதா: பைத்தியம் மாதிரி பேசறார்?

அசோகன்: நீங்கள் தான் பைத்தியம். காதல் பைத்தியங்கள். (பைத்தியமாக கத்த பிரதாப்பும் ஜீவிதாவும் மயங்கி விழுகிறார்கள்.)

120. ஒரு கதையின் ஸ்டோரி - ரெ.கார்த்திகேசு

ஆகஸ்ட் மாதத்தில் ஓலைச்சுவடி இதழில் அந்த அதிசயம் நிகழ்ந்தது. ஆனால் அதன் தேதியைத் துல்லிதமாகச் சொல்ல முடியவில்லை. ஆகஸ்டின் முற்பகுதியாகத்தான் இருக்க வேண்டும். அருமையான அச்சு வார்ப்புள்ள அந்த இதழில் அந்தக்கதை தோற்றம் பெற்றிருந்தது. மிகுந்த உயிர்த் துடிப்புடன் இருந்தது அந்தக் கதை. அதன் நடை சுண்டி வசீகரிக்கும் அழகு. அந்தக் கதையை முதன் முதலில் படித்தவர்கள் அது ஒரு பெரும் மாயத் தோற்றம் என்றும் அதன் பின் பெரும் மர்மங்கள் அடங்கியிருப்பதாகவும் நம்பினார்கள். மிகவும் படித்தவர்களும் இலக்கிய ரசிகர்களாக உள்ளவர்களையுமே அந்தக் கதை கவர்ந்தது. அந்தக் கதையைக் கண்டு அதிர்ச்சியடைந்த சிலர் தங்கள் காலண்டர்களைத் திருப்பிப் பார்த்துவிட்டு அந்தக் கதை வெளிப்படுவதற்கு இது சிறந்த மாதமே என்றார்கள்.

இந்த மாதத்தில்தான் பல காலனித்துவ நாடுகள் சுதந்திரம் அடைந்ததெனவும், அதுவும் பல சுதந்திரங்கள் நள்ளிரவில் பெறப்பட்டன என்றும் அதற்-

கும் இதற்கும் மிக நெருக்கமான தொடர்புகள் உள்ளன என்றும் அவர்கள் தங்கள் இளைய தலைமுறையினருக்கும் வாசக சகாக்களுக்கும் தெரிவித்துக் கொண்டார்கள். சிலர் அந்தக் கதையைப் படித்து கண்கள் கலங்கினார்கள். இப்படியும் ஒரு கதை இருக்க முடியுமா என அழுது குரல் கம்மிப் பிறருக்-குச் சொன்னார்கள். அவர்கள் கண்கள் கதையில் நிலைகுத்தி இருந்ததோடு படபடக்கும் மார்பை வலது கைகளினால் அழுத்திப் பிடித்துக் கொண்டிருந்-தார்கள்.

நாளுக்கு நாள் அதைப் படிப்பவர்கள் அதிகரித்துக் கொண்டே இருந்தார்-கள். அடைபட்ட கால்வாயினால் வெள்ளம் வீதியில் பெருக்கெடுப்பதுபோல் இண்டு இடுக்கிலுள்ள வாசகர் குழாத்திடையே செய்தி பரவியது. வாசகர்கள் பதறியடித்துக் கொண்டு ஓலைச்சுவடி இதழை வாங்கிப் பார்க்க ஓடினார்கள். அவர்கள் ஓடிய வேகம் சாலை விபத்தைக் காண ஓடுபவர்களின் வேகத்தை ஒட்டியதாக இருந்தது. மோட்டார் சைக்கிள்களிலும் கார்களிலும் விமர்சகர்-களும் இலக்கிய இதழ் துணையாசிரியர்களும் பெரும் பாய்ச்சலாக வந்து-கொண்டிருந்தனர். எப்படி அவர்களுக்கு அதற்குள் வாசம் எட்டியது எனத் தெரியவில்லை.

“ஐயா, கதையைப் படிப்பதை நிறுத்திவிட்டுக் கொஞ்சம் எங்கள் கேள்-விகளுக்குப் பதில் சொல்லுங்கள்” என்று வாசகர்களைப் பார்த்து விமர்சகர்-கள் கேட்டுக் கொண்டிருந்தனர். இந்தக் கதையை முதன் முதலாகப் படிக்கக் கொடுத்துவைத்தவர் யார் என்ற தேடலும் கிளம்பிற்று. கண்கள் கலங்கி உடல் வியர்த்திருந்த ஒரு தீவிர வாசகர் அவர்கள் கேள்விகளுக்கு பதில் சொல்-லுகையில் அவரது சொற்களில் தானியங்கியாகக் கற்பனையின் ஜிகினாத் துகள்களும் உயர்ந்த செண்ட் வாசனையும் வரத் தொடங்கின. தன்னால் இவ்வாறு கற்பனா வளத்துடன் வருணிக்க முடிவதை எண்ணி அவருக்குப் பெருமிதம் பொங்கிற்று. சொல்தடுமாற்றத்துடன் மட்டுமே பேச முடிந்த அந்த இளம் வாசகர் இதனால் சிறுவயது முதலே தனக்கு இருந்து வந்த பேச்-சுத் தயக்கத்தை மறந்தவராகப் பேசினார். பேச்சு அவருக்குச் சரளமாக வர ஆரம்பித்தது. அவரது பேச்சில் தீர்மானமும் நிச்சயமும் தன்னம்பிக்கையும் இருந்தன.

அவருக்கும் ஆச்சரியமாகத்தான் இருந்தது. ஏன் இத்தனை பேர் இப்படி ஆர்வமாகக் கேட்கிறார்கள்? அவர்கள் படிக்க முடிந்த விடயம்தானே? அதையும் நான் ஏன் விவரித்துச் சொல்ல வேண்டியிருக்கிறது? நான் சொல்-வது அத்தனையும் அடுத்த மாதம் எல்லா இலக்கிய இதழ்களிலும் வரப் போகிறதா?

விமர்சகர்கள் அவர்களின் தொழில் தந்திரப்படி அரும்பு விட்டுக்கொண்-டிருந்த வாசகரின் கற்பனைகளை நுட்பமான கேள்விகள் வழியாக இதழ் மலர்ச் செய்துகொண்டிருந்தனர். அவர்கள் உருவாக்க விரும்பும் கருத்துக்-களை அவர் வாய்வழியே வரவழைக்க முடிந்துவிட்டது அவர்களுக்கு வெற்-

றிதானே! ஒரு பிரபல இலக்கியப் பத்திரிகையின், பிடரி முடிவளர்த்திருந்த ஒரு இளம் விமர்சகர் - அவரை ஏன் சக விமர்சகர்கள் 'கூகை' என அழைக்கிறார்கள் என்பது தெரியவில்லை - ஆங்கிலத்தில் கேட்டார்: "ஐயா, நீங்கள் முதன்முறையாக இதைப் படித்தபோதும் இதன் கரு இப்படித்தான் மறைந்திருந்ததா?" திடீரென வாசகருக்கும் தனக்குத் தெரிந்த ஆங்கில மொழித் திறனைக் காட்ட வேண்டும் என்னும் ஆவல் உண்டாயிற்று. அவர் தன் தொண்டையைக் கனைத்தபடி ஆங்கிலத்திலேயே பதில் சொன்னார்: "Yes, it is as opaque as a deep coat of tar." இந்த பதிலில் விமர்சகர்கள் மிகுந்த மகிழ்ச்சி அடைந்தனர். அவர் ஆங்கிலத்தில் பேசியது நம்பகத் தன்மைக்கு அதிகப்படியான ஒரு சான்றாகவும் அவர்களுக்குத் தோன்றியது.

அந்தக் கதையின் உச்சம் ஒரு முழுமையான மறைவுதான் என்பது எல்லா மனங்களிலும் பட்டது. மிகுந்த விட்டம் கொண்ட ஒரு இதழில் அக்கதை தன் மொழியை மட்டும் வெளிப்படையாகக் காட்டி நின்றது. ஆசிரியரின் மொழித்திறன் அந்த அளவுக்குத்தான் அவருக்குச் சுதந்திரம் அளித்திருந்தது போலிருக்கிறது.

இறைவா, அந்த மறைவு, படைப்புத் தன் சிகரத்தைக் கண்ட வெற்றியில் கெக்கலித்துக் கொண்டிருக்கிறது. அதன் சிறப்பு அதன் கெட்டியும் திடத்தன்மையும்தான். புரிதல் என்னும் வெளிச்சம் ஊடுருவ முடியாத கருமைதான் அதை ஸ்திரப்படுத்தியிருக்கிறது. பாம்புகளின் கண்களின் கருமையையொத்த ஓர் உண்மையை முற்றாக மறைத்துக் கொண்டு அந்தக் கதை நெருங்கத் துடித்துக் கொண்டிருக்கும் புரிதலை அண்ட விடாமல் காத்தது. கதை வெளிவந்த முதல் சில நாட்களிலேயே ஓலைச்சுவடிப் பிரதிக்குக் குவியத் தொடங்கிய கூட்டம் தடித்துக் கொண்டே வந்தது. அதன் அடர்த்தியைச் சமாளிக்க முடியாமல் அனைவரையும் கொடுக்குப் பிடித்து நிற்க வைக்கும் முயற்சியும் தோற்றது. அலையலையாகப் பிரதிகள் லாரிகளில் வந்து குவிந்தும் பலர் பொறுமை காக்க முடியாமல் பிடுங்கிக் கொண்டு ஓடினர். பல பிரதிகள் இழுபறியில் கசங்கிக் கிழிந்தன.

புத்தகக் கடைகளுக்குக் காவல் துறையினரின் உதவி தேவைப்பட்டது. எனினும் அவர்களின் வாகனங்கள் கூட்டத்தை நெருங்க முடியாமல் தெருவிலேயே நிறுத்தி வைக்கப் பட்டன. திரண்டு வந்த கூட்டம் காவல்துறையினரை மதிக்காமல் தள்ளிக் கொண்டு முன்னேறிக் கொண்டே இருந்தது. விமர்சகர்கள் தங்கள் குறிப்புக்களில் இந்தச் சூழல்களையும் குறித்துக் கொண்டனர். விமர்சனம் என்பது உணர்ச்சி பொங்காது எழுதப்படவேண்டும் என்னும் விதியை அறிந்தவர்களாக இருந்தாலும் இந்தச் சூழலின் உணர்வுகள் அவர்களைத் தாக்குவதை அவர்களின் நாளைய எழுத்துப் பிரதிபலிக்கும் என்றே தோன்றியது. வாசகர் கூட்டம் என்பது விரிவடைந்துகொண்டே போனது. மாணவர்கள், ஜேப்படித் திருடர்கள், ஆசிரியர்கள், திரைப்படத் துறையினர்,

எத்துவாளிகள், அரசியல்வாதிகள், குண்டர்கள், சாமியார்கள், வியாபாரிகள், முடிச்சுமாறிகள், எழுத்தாளர்கள், வேசிகள், ஓவியர்கள், தொழிலாளர்கள், மாணவிகள், சகல ஊடகங்களையும் சார்ந்த பணியாளர்கள்... யார்தான் அங்கில்லை? அரசாங்கச் சேவகர்களும் கோப்புகளுக்குச் சிவப்பு நாடா கட்டி வைத்துவிட்டு விரைந்து வரத் தொடங்கினர்.

பார்க்கப் பார்க்க அந்தக் கதை ஒரு பிரமைதானோ என்ற சந்தேகம் பலர் மனங்களிலும் முளைத்து வலுப்பட்டு வந்தது. திடத்தன்மை கொண்ட நீரும், இருளும், கரு மேகங்களும் முடை நாற்றமுடைய காற்றும் கல்லும் இணைந்து ரசாயன மாற்றத்தால் இந்தக் கதை உருவாக்கப்பட்டதோ என்று அவர்கள் சந்தேகம் கொண்டனர். இந்தச் சந்தேகம் அடக்கி வைத்துக் கொள்ள முடியாத மன அரிப்பானபோது இவை பற்றிய பேச்சுக்கள் தொடங்கின. இந்தப் பேச்சு பரவத் தொடங்கியதும் அவர்கள் சொன்னவற்றை ஏற்றுக் கொள்ளாதவர்கள் அவர்களுக்குக் கத்தி பதில் சொல்லத் தொடங்கினர். ஒரு காகிதத்தின் மேல் இத்தனைக் கெட்டியான கதையை உருவாக்க முடியுமா என அவர்கள் கேட்டனர். ஆம்! அந்தக் கதையின் கனம் அவ்வப்போதாவது கைகளில் தாங்க முடியாத அளவுக்குக் கனக்கத்தான் செய்தது. தொடர்ந்து கைகளில் தாங்கியிருந்தால் அது கனம் அதிகரித்தும் குறைந்தும் துடிப்பதும் உணரப் பட்டது. அதன் கனபரிமாணம் பற்றி வாதங்கள் வெடித்தன. கத்துதலும் சலசலப்பும் ஏற்பட்டன. அந்தச் சலசலப்பு கைகலப்பாக மாறலாம் என்ற செய்தி வெட்டவெளியில் அச்சுறுத்துவதுபோலப் பரவிற்று.

ஆனால் அந்தக் கனத்துக்கும் அதில் ஒளிந்துள்ள மறைவுண்மைக்கும் யாராலும் விளக்கம் கொடுக்க முடியவில்லை. உளவியல் அறிஞர் ஒருவர் தான் சொல்வது ஒரு ஊகம்தான் என்னும் முன்னுரையுடன் தன் மாணவர்களுக்கு விளக்கம் தந்தார். இப்படி மறைந்துள்ள ஒரு பொருளுக்கு வாசகர்கள் இப்படி சைப்படுவது ஏன் என்பது அந்தக் கதாசிரியருக்கே ஒரு புரியாத புதிராக இருக்கலாம். இப்படி ஒரு கூட்டம் மறை பொருளை எண்ணிக் கலவரப் படுவது சிரியருக்கு மிகப் பெரிய கேள்வியாகி அது பூதாகரமாக வளர்ந்திருக்கலாம். இதை மனதில் கொண்டு இந்த மக்களுக்கு ஒரு மறை பொருளைத் தெரிந்து கொள்ளும் ஆசை இப்போதுதான் முதன் முறையாகத் தோன்றியிருக்கிறது என்ற தவறான எண்ணத்திற்கு அவர் வரலாம். அந்த ஆசிரியர் மனதில் என்னென்ன எண்ணங்கள் ஓடுகின்றன என்பதை யாராலும் துல்லியமாகச் சொல்ல முடியாது என்று தன் பேச்சை முடித்தார் பேராசிரியர்.

இலக்கிய இதழ்கள் அன்றி நாளிதழ்களும் சினிமா இதழ்களும் பொழுது போக்கு இதழ்களும் காட்டிய ஆர்வத்தில் அந்த அலுவலகங்களில் பதற்றம் கூடிக்கொண்டே போயிற்று. தொலைபேசிகள் இடைவிடாது இயங்கிக் கொண்டிருந்தன. சகல இதழ்களின் நிருபர்களும் குறைந்தது நான்கு பக்கத்திற்கு இதைப்பற்றிய ஸ்டோரி எழுதுமாறு பணிக்கப்பட்டார்கள். அவர்கள் அனைவரும் கதையைப் பத்திபத்தியாகப் பிரித்து அவற்றுள் ஒளிந்துள்ள

பொருளுக்கு சமூக/ அறிவியல்/ உடற்கூறு/ஜோதிட/இலக்கிய அறிவுறுத்தல்கள் என்ன என்பதைப் பின்னிப் பின்னி எழுதிக் கொண்டிருந்தனர். இதை சிரியர்கள் படித்து ஓகே சொல்லவேண்டும். ரசம் ஊறியது காணாதென்று ஆசிரியர்களுக்குத் தோன்றிவிட்டால் மீண்டும் முழுமையாக எழுதிவிடும்படி ஆகிவிடும்.

ஆசிரியர்களுக்கு இதுபோன்ற ஒரு நாள் விடிந்ததே இல்லை. அவர்களுடைய மூளைகள் கொதித்துக் கொண்டிருந்தன. தமிழ் இலக்கிய வரலாற்றில் என்றும் நிகழ்ந்திராத அதிசயம் இன்று தேடி வந்திருக்கிறது. அதனைப் படிக்கக் கொடுத்து வைத்திருக்கிறார்கள் தமிழ் மக்கள். நாளை உலக இதழ்கள் அனைத்திலும் இக்கதை வெளிவரும். அதனைச் சிறப்பாகப் பயன்படுத்திக் கொள்ளுவது ஒரு ஆசிரியனின் திறனைப் பொறுத்தது; கற்பனையைப் பொறுத்தது. வாய்ப்பு வாசலில் வந்து நிற்கிறது. மறைப்பு பெரிய விடயமில்லை. ஆனால் அதன் கனமும் இருண்மையும். அந்த அபூர்வ நிலைமைதான் ரத்தத்தைச் சூடேற்றுகின்றது. ஆக அதுதான் ஸ்டோரியின் மையம். இதில் விமர்சகர்களுக்குக் கருத்து வேற்றுமை இல்லை.

எப்போது மறைவு மையம் கொண்டுவிட்டதோ அப்போதே அந்த ஸ்டோரிக்குக் கருத்துப் படிமம் எழுத்தைவிட முக்கியமாகிவிடுகிறது. ஆனால் இந்தப் பார்வையில் விமர்சகர்களுக்குக் கருத்து வேற்றுமை இருந்தது. கருத்துப் படிமம் முக்கியம் என்றாலும் எழுத்துத்தான் அதிக ரசத்தை உறிஞ்சும் திறன்கொண்டது என்று அவர்கள் அன்றாடம் சந்திக்கும் பாரில் விவேகமான சில விமர்சகர்கள் வாதிட்டிருக்கிறார்கள். வாழ்க்கையின் சகல மன இயற்கைகளையும் சகல மனப் பிறழ்வுகளையும் பச்சையாகச் சித்திரிக்கும் மாத நாவல்களை விடவும் இடுக்குகளில் கற்பனைத் திறன் கொழிக்கும் தட்டையான எழுத்துக்கள் ஏன் அதிக விமர்சனப் பாராட்டுக்கள் பெறுகின்றன என்று அவர்கள் கேட்டதற்கு யாராலும் பதில் சொல்ல முடியவில்லை.

படைப்பைப் படித்த பலர் - முக்கியமாக இளைஞர்கள் - படைப்பாளரை நோக்கிப் பல கேள்விகளைக் கேட்டார்கள். அவருக்குப் புரியும் மொழி எதுவாக இருப்பினும் அந்தப் பெருங் கூட்டத்தில் அதையும் கற்றுத் தேர்ந்தவர்கள் சிலரேனும் இருந்ததில் ச்சரியப்பட என்ன இருக்கிறது? ஆனால் அந்தப் படைப்பாளர் எந்தக் கேள்விக்கும் பதில் சொல்லாமலும் முகத்தில் எளிய பாவ பேதங்களைக் கூடக் காட்டாமலும் இருந்தார். அன்பு செய்வோரை அலட்சியம் செய்வதாகக் கூட்டத்தினர் புரிந்து கொண்டதைத் தவறு என்று எப்படிச் சொல்ல முடியும்? பொறுமையிழந்த கூட்டத்தினர் முரட்டுத் தனமான கேள்விகளைக் கேட்கத் தொடங்கினர். சொல்லவோ எழுதவோ இயலாத மிக பாசமான சொற்களில் அவரைக் கேலி செய்யவும் சென்சிட்டிவான அவருடைய கற்பனா மனத்தைப் புண்படுத்தவும் தொடங்கிவிட்டார்கள். பாசச் சொற்களை மேலும் தோண்டி பாசமாக்குவதில் கற்பனைத்திறன் கொண்டவர்களிடையே ஒரு போட்டாபோட்டி ஏற்பட்டுவிட்டதை துரதிருஷ்-

டம் என்றுதான் சொல்லவேண்டும்.

கூகையின் அலுவலகத்தில் நிருபர் தொகுத்துத் தந்த இந்தக் கேள்விகளைக் கூகை பார்வையிட்டுக்கொண்டிருந்தார். ஆணித்தரமான கேள்விகள் என்றாலும் அவற்றை அப்படியே வெளியிட்டால் காகிதம் அழுகத் தொடங்கிவிடும் என்று தோன்றியதால் அவற்றை ஆசிரியரிடம் கொண்டு சென்றார். ஆசிரியர் புரட்டிப்பார்த்துவிட்டு இவற்றை நாம் கவனமாகக் கையாள வேண்டும் என்றார். திடீரென்று தன் நினைவுக்கு வந்ததுபோல் அவர் ஏன் அந்தக் கதை இன்னும் தன் மேஜைக்கு வந்து சேரவில்லையென்று கத்தத் தொடங்கினார்.

கூகை தன் மனதில் உள்ளதைச் சொன்னார். இந்தக் கதையில் சில இடைப்பட்டவர்களின் குறுக்கீடு இருக்கக் கூடும் என்ற தனது சந்தேகம் அடங்குவதாக இல்லை என்றார். இந்தக் கதையைப் பற்றிப் பெண்ணிய விமர்சகர்கள் எவரும் ஒன்றும் சொல்லவில்லை என்று சொன்ன கூகையின் முகம் இறுகிப் போயிருந்தது. விடயத்தை விசாரித்துத் தெரிந்து கொள்ளவேண்டியதுதானே என்றார் ஆசிரியர். தொனி குற்றம் சாட்டுவது போல இருந்தது. “எனக்கு மேல் தகவல் தெரிந்தால் சொல்லுகிறேன் சார்!” என்று அவர் வெளியே வந்தார்.

கூகை மறுபடியும் தன் கையில் இருந்த பிரதியை உற்றுப் பார்த்தார். அதற்குள் அலுவலகம் முழுக்க அதைப் பற்றிச் சலசலவெனப் பேச்சுக்கள் பரவின. மற்றவர்களை அவர் கலந்தாலோசித்தார். அவர்கள் பிரதிகளிலும் அப்படித்தான் இருப்பதாகச் சொன்னார்கள். கையிருப்புத் தீர்ந்து போனதால் ஓலைச்சுவடி புதிய எடிசன் போட்டிருப்பதால் அதில் இந்த விடயம் சரி செய்யப் பட்டிருக்கலாம் என சிலர் மீண்டும் தங்கள் மோட்டார் சைக்கிள்களை எடுத்துக் கொண்டு புதிய பதிப்பு வாங்க கடைகளுக்கு விரைந்தனர்.

அப்போதுதான் உக்கிரமாக மழை பெய்யத் தொடங்கியிருந்தது. ஆசிரியருக்கு விடயம் எட்டியவுடன் “ஏன் மழையில் போக வேண்டும்? என் காரைக் கொடுத்திருப்பேனே!” என்றார். கூகை தெருவைப் பார்த்தபோது இப்படித் தொடர்ந்து பெய்தால் நெடுஞ்சாலையில் கூடத் தோணியில்தான் போக வேண்டும் என நினைத்துக் கொண்டார். செல்போன் வழியாகத் தன் அலுவலக நண்பர்களைத் தொடர்பு கொள்ள முயன்றார். கிடைக்கவில்லை. சிறிது நேரத்தில் மின்சாரமும் நின்றுவிட்டது. தம்மைச் சிறிது சுவாசப் படுத்திக் கொள்ள அப்படியே ஏணிப்படியில் உட்கார்ந்து விட்டார். சிறிது நேர இடைவெளிக்குப் பின் அவரின் செல்போன் கிணுகிணுத்தது. பெரிய ஏமாற்றம் சார் என்று சொன்னார்கள். என்னவென்று கேட்டார். புதிய எடிசன் வந்துவிட்டது. ஆனால் அதில் இந்தக் கதையைக் காணோம் என்று சொன்னார்கள்.

“ஏன், ஏன்?” என்று கத்தினார் கூகை. “தெரியாது சார்! பக்கங்களெல்லாம் சரியாகத்தான் இருக்கின்றன. ஆனால் அந்தக் கதை இடம் பெற்ற 6 பக்கங்களிலும் ஒரு முலையில்லாத சிலையின் கோட்டுச் சித்திரம் மட்டும் திரும்பத் திரும்ப அச்சிடப் பட்டுள்ளது. எழுத்துக்களையே காணோம்! என்றனர். கூகை மீண்டும் கேள்விகள் கேட்க முயன்றபோது தொடர்பு அறுந்துவிட்டது; அல்லது முறிக்கப் பட்டிருக்கலாம் எனவும் அவருக்குச் சந்தேகம் தட்டியது.

கூகை ஏணிப்படிக் கைப்பிடியில் தன் கைகளை வழுக்கியவாறே இறங்கி முதல் தளத்துக்கு வந்தபோது ஆசிரியரின் கத்தல் கேட்டது. கூகை மெதுவாக அவர் அறைக்குள் நுழைந்தார். அடுத்த பதிப்பில் கதை இல்லாதது பற்றியும் கோட்டுச் சித்திரம் மட்டும் இருப்பது பற்றியும் சொன்னார். “பெரிய மர்மமாக இருக்கிறது சார்!” என்றார்.

“இதில் என்ன பெரிய மர்மம்? புதிய எடிசனில் கதை இல்லாதது மர்மமா?” என்றார்.

“இல்லை!”

“கோட்டுச் சித்திரத்தில் பெண்ணுக்கு முலையில்லாதது மர்மமா?”

“இல்லை”

“அப்புறம்?”

“பெண்ணும் முலையும் மையமாக உள்ள இந்தக் கதை முழுவதிலும் ஒரு பெண் கூட இல்லை. அதுதான் மர்மம்!” என்றார் கூகை.

121. வாசி.. நேசி.. யோசி.. - சந்திரகௌரி சிவபாலன்

எனக்கு என்ன நடக்கின்றது என்பது எனக்கே தெரியாது. என்னைச் சுற்றிப் புத்தகங்கள் பறப்பது போலவும், என்னை நோக்கி வருவது போலவும் உணர்கிறேன். எங்கே போனாலும் என் அருகே ஒரு புத்தகக் கட்டு இருக்க வேண்டும் என்று விரும்புகிறேன். கூடிக் கும்மாளம் இடுகின்ற மனிதர்களிடம் ஏதாவது நல்ல புதுமை இருக்கிறதா என்பதை தேடுகிறேன். நான் மட்டும் ஏன் இப்படி இருக்கின்றேன்? என்பது என்னுடைய அம்மாவின் கேள்வி. சுற்றிச்சுற்றி வருகின்ற அத்தனை கடதாசியும் எனக்குப் பல செய்திகளை கொண்டு வந்து சேர்ப்பது போல எனக்குப்படுகிறது. அருகே வருகின்ற ஒரு கடதாசியை எடுத்துப் பார்க்கின்றேன்.

அதில் ஆழமான அறிவியல் கருத்து ஒன்று இருக்கிறது. பேனாக்கள் மைகளை நிரப்பிய வண்ணமே இருக்கின்றன. கடதாசிகள் எழுத்துக்களை நிரப்பிய வண்ணமே இருக்கின்றன. புதிய புதிய கருத்துக்கள் என்று நான் தேடுபவை அத்தனையும் ஏற்கனவே வந்த கருத்துக்கள் போல எனக்கு தென்படுகின்றன. நான் ஏன் இப்படி இருக்கின்றேன்? எனக்குள்ளே நானும்

பல தடவை கேட்டுக் கேட்டுப் பார்த்தாயிற்று. கண்களுக்கு மையிடுகின்ற காலத்தில் கண்களுக்கு எழுத்துக்களைத் துளிகளாக விடுகின்றேன்.

அம்மா அடிக்கடி கோயிலுக்கு போய் வருவார். அப்படி என்னதான் வேண்டி கேட்கின்றாரோ தெரியவில்லை. யாரோ ஒரு மனிதன் ஆகாயத்தில் இருந்து கொண்டு இவர்கள் எல்லாம் கேட்பது எல்லாம் கொடுத்துக்கொண்டு இருக்கின்றார் என்று தான் இவர்களெல்லாம் நம்புகின்றார்கள். என்னைப் பொறுத்த அளவில் என்னுடைய மூளை தான் கடவுள். எனக்கு மூளை கடவுள் போல் உலகத்தில் பிறந்த அத்தனைக்கும் மூளை தான் கடவுள். கர்ணன் கவச குண்டலத்துடன் பிறந்தது போல நாங்கள் எல்லாம் மூளையான் என்னும் இயந்திரத்துடன் தான் பிறந்திருக்கின்றோம். அதுதான் என்னை வாழவைக்கின்றது. வழி நடத்துகின்றது. அதற்குத் தீனி போட வேண்டும் அல்லவா அதுதான் நான் புத்தகங்களைத் தேடுகின்றேன்.

இரவு ஒரு மணி அம்மா கண்ணை விழித்து பார்க்கிறாள். படுக்கையறையில் வெளிச்சம். “இந்த லைட்டை ஆப் பண்ணாம படுத்திருக்கிறாள். எத்தனை தடவை சொன்னாலும் இவளுக்கு விளங்குவதாயில்லை” என்று கூறியபடி அம்மா என்னுடைய அறைக்குள் வந்தாள். நான் தூங்கவில்லை கையிலே புத்தகத்தை மிக ஆர்வமாக வாசித்துக் கொண்டிருந்தேன்.

“இன்னும் நீ படிக்கலையா? இப்படி நித்திரை முழிச்சு முழிச்சுப் படிச்சு படிச்சு M.A பரீட்சை பாஸ் ஆகியிருந்தாலும் பரவாயில்லை. என்ன செய்யப் போற. மற்ற பிள்ளைகளைப் பார். அது அது பாட்டு, டான்ஸ் என்று சுத்தித் தெரியுதுகள். நீ மட்டும் எந்த நேரமும் ஒரு மூலையில் இருந்தபடி புத்தகத்தோடு வாசிப்பு. வாசிப்பு.. வாசிப்பு”

என்று முணுமுணுத்தபடி அம்மா என்னுடைய புத்தகத்தைப் பறித்தாள்.

“விடுங்கள் அம்மா”

“இப்ப எத்தனை மணி புள்ள. நாளைக்கு வேலை இருக்குதல்லோ. அட இன்னும் இந்தப் புத்தகத்தைத் தானா கையில வைத்திருக்கிறாய்?

“அம்மா போன போக்கில் பார்த்துட்டுப் போறதுக்கு இது என்ன கதைப் புத்தகமா? நல்லா ஆழமா இரண்டு மூன்று தடவை வாசித்தால் மட்டும் தான் மூளையில் இருக்கும். இது ஆய்வு சம்பந்தமான புத்தகம்.”

“மூளையில் பதித்து என்ன செய்யப் போகிறாய்? நாலு பேருக்கு நீ சொன்னால் யார் கேட்கப் போகிறார்கள். அவரவர்கு அவரவர் வேலை.”

“யாருக்கும் சொல்வதற்கு நான் படிக்கவில்லை நான் தெரிந்து கொள்வதற்குப் படிக்கிறேன் அம்மா”

“அதுதான் தெரிந்து வைத்து என்ன செய்யப் போகிறாய்?

“உங்களுக்கு அதெல்லாம் விளங்காது”

“சரி.. சரி என்னென்றாலும் செய்” என்று கூறியபடி மீண்டும் வந்து படுக்கையில் படுத்து விட்டாள்.

“இவள் ஏன் இப்படி இருக்கிறாள். புத்தகத்தை தூக்கிக்கொண்டு புத்தகப் புழுவாக இருக்கிறாளே. இவளுடைய வயது பிள்ளைகள் எப்படி எல்லாம் தங்களுடைய பொழுதைக் கழிக்கின்றார்கள். கண்டதையும் படித்துப் படித்து அறிவு தான் வீங்கிப் போய்க் கிடக்கிறது. என்ர பிள்ளை அறிவாளி என்று சொன்னால் யார் கேட்கப் போகிறார்கள். பரிட்சையில் பாஸ் பண்ணி சான்றிதழ் எடுத்தால் மட்டும் தான் அவர்கள் அறிவாளி என்று நினைக்கிற சமுதாயம் ஆயிற்று. இவளுக்கு ஏன் இது இன்னும் விளங்குதில்லை என்று சத்தமாகத் தனக்குத் தானே பேசியபடி அம்மா படுக்கையில் விழுந்தாள்.

இப்போது என் கையில் இருப்பது காலம் என்னும் ஸ்டீபன் ஹாக்கிங் புத்தகம். ஒவ்வொரு பக்கங்களையும் மிக ஆழமாக இருட்டிலும் புத்தகத்தில் லைட் பூட்டி வாசிக்கின்றேன். இதை எடுத்து நான் ஒன்றும் விரிவுரை நடத்தப் போவதில்லை. ஆனால், என்னுடைய அறிவின் எல்லையை இந்த புத்தகங்கள் தான் தீர்மானிக்கும் என்று முழு நம்பிக்கை என்னிடம் இருந்தது. உழைப்புக்குத் தக்க ஊதியம் தருகின்ற ஒரு தொழிலை வைத்திருக்கின்றேன். நான் செய்கின்ற கணினித் தொழிலில் முன்னேற்றத்தை காண்கின்றேன். ஆனால் பல்கலைக்கழகத்தில் பட்டம் பெற வேண்டும் என்ற எண்ணமோ எனக்குத் தோன்றவில்லை.

அடுத்தவர்களுக்குச் சான்றிதழ் காட்ட வேண்டுமென்ற அவசியம் எனக்கு இல்லை. அன்றும் அப்படித்தான் வீட்டிலிருந்து கணினியில் வேலை பார்ப்பதனால் 5:00 மணிக்கு வேலை முடிந்தபின் கையிலே புத்தகத்தைத் தூக்கிக்கொண்டு வாசிகசாலையில் இருந்து அமைதியாக புத்தகம் வாசிப்பதற்கு வீட்டை விட்டுக் கிளம்பினேன். கதவைத் திறந்து காற்று போல் வீதிக்கு வந்தேன். வெளியே வந்த என்னை, சித்தி சிவாஜினி அழுத கண்ணீருடன் எதிர் கொண்டாள். என்னைக் கண்டதும் அவளுடைய அழுகை ஆர்ப்பாட்டமாகியது.

“ஏன் சித்தி அழுகின்றீர்கள்” என்று அவளை அணைத்துக்கொண்டு கேட்டேன். நான் கேட்டபோது அவளுடைய அழுகை மேலும் அதிகரிக்கின்றது. அவளை அழைத்துக் கொண்டு வீட்டுக்குள் உள்ளே வருகின்றேன். தன்னுடைய தங்கையினுடைய நிலைமையைக் கண்ட அம்மா “என்ன நடந்தது என்ன நடந்தது” என்று ஆர்ப்பரிக்கத் தொடங்கி விட்டாள்.

“அம்மா சித்திக்கு குடிக்கிறதுக்கு ஏதாவது கொண்டு வாங்க”

என்று கூறி அம்மாவை அனுப்பிவிட்டு சித்தியின் அருகே அமருகின்றேன்.

“சித்தி! முதலில் கண்ணை துடையுங்கள். அழுகையை நிப்பாட்டுங்கள். நீங்கள் என்ன விடயம் என்று சொன்னால் தான் எதையும் நாங்கள் செய்ய முடியும். இந்த உலகத்தில் முடியாதது என்று எதுவுமே இல்லை. நாம் முயற்சி செய்து பார்க்கின்ற போது தான் எந்தப் பாரிய விடயத்தையும் சரி செய்ய

முடியும். நீங்கள் சொல்லுங்கள் என்னால் முடிந்த எல்லாவற்றையும் உங்களுக்கு நான் செய்வேன்'' என்று நான் கூறினேன்.

"கிருத்திகா! உனக்குத் தெரியும் தானே உன்னுடைய தங்கச்சி பிரியா கொஞ்ச நாளாக சுகவீனமாய் இருக்கின்றாள் என்ற விஷயம்''

"ஓம் அதுக்கென்ன சித்தி மருந்து எடுக்குறா தானே. காலையில் டாக்டர்கிட்ட போறதென்று சொன்னீங்களே! அதுக்கு என்ன சித்தி இப்ப?

"டாக்டர் கைய விரிச்சிட்டார் மகள். இது என்ன வருத்தம் என்று அவர்களால் கண்டுபிடிக்க முடியவில்லையாம்'' என்று தொடர்ந்து கண்ணீர் விடத் தொடங்கினாள். தாய் பிள்ளை பாசம் என்பது விபரிக்க முடியாதது. இதற்கு விலங்கு, பறவை, பூச்சி, புழுக்கள் எதுவுமே விதிவிலக்கல்ல.

தேநீரைக் கொண்டு வந்து கொடுத்த அம்மாவும் சித்தியுடன் இணைந்து விட்டார்.

"கொஞ்சம் ரெண்டு பேரும் நிறுத்துறீங்களா? சித்தி அழுகையை நிறுத்துங்கள் . ரீயைக் குடியுங்கள். வாங்க முதல் வீட்டை போவோம். எனக்கு பிரியாவின் மருந்துகள், டாக்டர் தந்த Prescription விபரங்கள், எல்லா விஷயங்களையும் எடுத்து என்னிடம் தாருங்கள்'' என்றேன். தேநீரை அவசரமாக அருந்திவிட்டு என் பின்னே தொடர்ந்தாள் சித்தி. கையிலே மடிக்கணினியை எடுத்துக்கொண்டு விரைவாக வாகனத்தைச் சென்றடைந்தேன். சித்தியின் வலியை என்னால் புரிந்து கொள்ள முடிகிறது. என் இதயத்துக்குள் படபட என்று அடித்துக் கொள்கிறது. ஆனால் அதை நான் வெளியில் காட்டவே இல்லை. என்ன செய்யலாம் என்ற சிந்தனை மட்டும் எனக்குள் ஓடியது.

வாகனத்திலிருந்து சித்தியை இறக்கி சித்தியின் வீட்டுக்குள் நுழைந்த போது பிரியா கன்னங்கள் ஒட்டியவளாய் குழி விழுந்த கண்களுடன் மெலிந்த தேகத்துடன் கட்டிலில் படுத்திருப்பது தெரிந்தது. அவர்களுடைய வரவேற்பு அறைக் கதிரை கட்டிலாக மாறி இருந்தது. வழமையாக என்னை ஓடிவந்து கட்டியணைத்து "அக்கா…'' என்று ஆசையோடு அழைக்கின்ற பிரியா கிழித்துப் போட்ட காகிதம் போல மெத்தையிலே கிடந்தாள். அவளருகே சென்று அவளுடைய தலையைத் தடவியபடி "நான் பார்த்துக் கொள்கிறேன் பிரியா'' என்று அன்பாக அவளுக்கு ஒரு நம்பிக்கையை கொடுத்தேன். அறைக்குள் ஓடி சென்ற சித்தி கையில் சில பத்திரங்களையும், மாத்திரைகளையும் எடுத்துக்கொண்டு என்னருகே வந்தாள்.

மடிக்கணினியை திறந்தேன். ChatGpt க்கு மாத்திரைகள், மருத்துவரின் குறிப்புக்கள், பிரியாவின் உடல் நிலை, பற்றிய சகல விடயங்களையும் விபரமாக எழுதினேன். எழுதி அடுத்த நிமிடத்தில் படபட என்று பல குறிப்புகளும் செய்ய வேண்டிய முறைகளையும் மருந்துகளையும் ChatGpt எழுதிக் கொடுத்தது. அவை எல்லாவற்றையும் எடுத்துக் கொண்டு அவசரமாக சித்-

தியை அழைத்துக் கொண்டு மருத்துவமனைக்குச் சென்றேன். அவசரமாக மருத்துவரை பார்க்க வேண்டும் என்று தகவல் கொடுத்தேன். காத்திருக்கும் படி முன் பக்கம் இருந்த பணியாளன் கூறினான். சில நிமிடங்கள் காப்பியை மிஷினில் இருந்து எடுத்து குடித்துக் கொண்டே காத்திருந்தேன். சித்தியோ பதட்டத்துடன் மூக்கு சிந்தியவாறு இருந்தார். சிறிது நேரத்தில் மருத்துவரின் அழைப்பிற்கேற்ப மருத்துவரின் முன்னே அமர்ந்தேன். டாக்டர். பிரெண்டா-தான் பிரியாவினுடைய மருத்துவர். டாக்டர் என்ற பெருமையோ

கர்வமோ அவரிடம் இருந்ததில்லை. எமது இலங்கை இந்தியா போன்ற நாடுகளில் மருத்துவரை சந்திப்பது என்றால் உடனே அனுமதி கிடையாது. அவர்களிடம் எம்முடைய அபிப்பிராயங்களை தெரிவிக்கின்ற போது நீங்கள் என்ன டாக்டரா? என்று கேட்பார்கள். கையிலே கொடுத்த பத்திரங்களை பார்த்த டாக்டர் பிரெண்டா கண்களை உயர்த்தி மெல்லிய சிரிப்புடன் ஒரு முறை கிருத்திகாவைப் பார்த்தாள். "வாட் எ கிரேட்" என்று கிருத்திகாவைப் பார்த்துக் கூறியவாறு பிரியாவை மருத்துவமனையில் சேர்க்கும்படி உத்தரவு தந்தாள்.

பிரியாவினுடைய அம்மாவைப் பார்த்து "கிருத்திகா உங்களுக்குச் செய்-திருப்பது சாதாரணமான விடயம் இல்லை. நாங்களே நினைத்துப் பார்க்காத ஒரு மருந்து மருத்துவத்தை எங்களுக்கு கிருத்திகா கொண்டு வந்து தந்தி-ருக்கின்றாள். அவள் காட்டிய இந்த வழியிலே சாதகம் இருக்கின்றதா? பாத-கம் இருக்கின்றதா என்பதை மருந்துகளை நான் கவனித்த போதும், பயிற்-சிகளை நான் உற்று நோக்கிய போதும் உணர்ந்து கொண்டேன். எத்தனை படித்து பட்டம் பெற்றாலும் சொந்த அறிவு என்ற ஒன்று இருக்க வேண்டும். சந்தர்ப்பத்துக்கு ஏற்றது போல் மூளையைப் பயன்படுத்துகின்ற உத்தி தெரிந்-திருக்க வேண்டும். அது எங்களால் முடியவில்லை கிருத்திகாவுக்கு முடிந்-திருக்கின்றது. இந்த செயற்கை நுண்ணறிவு சில விடயங்களில் தப்பிதமாக இருந்தாலும் சில விடயங்களில் உயிருக்குக் கை கொடுக்கின்றது என்பதை இதன் மூலம் அறிந்து கொண்டேன். வெல்டன் கிருத்திகா என்று என்னைப் பாராட்டிய டாக்டர் பிரெண்டா, என்னையும் சித்தியையும் வீட்டுக்கு அனுப்-பிவிட்டு பிரியாவினுடைய சிகிச்சைக்கு ஆயத்தங்கள் செய்வதற்காக எழுந்து சென்றாள்.

வெளியே வந்த சித்தி என்னைக் கட்டி அணைத்து முத்தம் கொடுத்து நன்றி பாராட்டினாள். உன்னுடைய அம்மா கொடுத்து வைத்தவள். உன்னைப் போல ஒரு பிள்ளை பெற்றெடுப்பதற்குப் பாக்கியம் பெற்றவள். என்னதான் படித்துப் பட்டம் எடுத்தாலும், அடுத்தவர்களுக்காகத் தம்மை இழந்து உதவு-கின்ற பக்குவமே மனிதர்களுக்குத் தேவை. அந்த விஷயத்தில் நீ கடவுள் மகள்" என்று கூறினாள்.

“சித்தி அன்புதான் இறக்கை போல உலகத்தைப் பாதுகாக்கும். அது காற்றைவிட அடுத்தவர்களில் வேகமாகப் பரவக்கூடியது’ என்று கூறிய வண்ணம் இருவருமாக வீட்டிற்கு சென்றோம். வாசலுக்கு ஓடி வந்த அம்மாவிடம் சித்தியே முழு விடயங்களையும் மகிழ்ச்சி ததும்பக் கூறினாள். ஆச்சரியத்துடன் என்னைப் பார்த்த அம்மா மெல்லிய புன்சிரிப்புடன் “கெட்டிக்காரி” என்றாள். என்னுடைய வாசிகசாலைத் திட்டம் இன்று நிறைவேறாத காரணத்தாலே கட்டிலில் அமர்ந்து தலையணையை மடியிலே வைத்து அதன்மேல் IPAD ஐத் திறந்தேன். Moon Reader Pro வில் நான் சேகரித்து வைத்திருந்த புத்தகங்களில் கலீல் ஜிப்ரான் அவர்களின் தீர்க்கதரிசி என்னும் புத்தகத்தில் எழுதப்பட்டிருந்த வரிகள் முன்னே தென்பட்டன.

“நீங்கள் அன்பு கொண்டால் கடவுள் எம் உள்ளத்தில் இருக்கிறார் என்று கூறாதீர்கள். மாறாக இறைவன் உள்ளத்தில் நாங்கள் உள்ளோம் என்று கூறுங்கள். அன்பின் பாதையை வகுக்க நீங்கள் முயல வேண்டாம். உங்களை ஒரு பொருட்டாக அவ் அன்பு கருதுமானால் அதுவே உங்கள் பாதையை வகுக்க வழி காட்டும்.

வரிகளை எனக்குள் வசமாக்க அம்மா கதவைத் திறந்தாள்.

“உன்னோடு ஒரு நிமிடம் பேசலாமா?

“அம்மா.. இது என்ன புதிதாக இருக்கிறது என்று எழுந்து அம்மாவை இறுகக் கட்டியணைத்தேன்.

“உனக்காக நான் திருமணத்துக்கு பையனை பார்க்க போவதில்லை. உனக்கு பிடித்தவனை உனக்குப் பிடித்தால் நீ திருமணம் செய்து கொள். இல்லையென்றால், அவனோடு வாழ்ந்து உனக்குத் திருமணம் செய்ய வேண்டும் என்ற எண்ணம் வருகின்றபோது திருமணம் செய். வாழ்க்கை என்பது வாழ்வதற்குத்தான் அது அவரவர்க்கு எப்படி வாய்க்கின்றதோ அதன்படி வாழ வேண்டியதுதான். இது எங்கள் சமுதாயத்திற்கு பிடிக்காததாக இருந்தாலும், நாம் வாழுகின்ற சிறிது காலப்பகுதிக்குள் என்ன பெரிய சாதிக்க போகின்றோம்.

மற்றவர்கள் கூறுகின்ற வார்த்தைகளை என் காதுக்குள் போட்டு அதன் வலியை மனத்துக்குள் கொண்டு வந்து, நான் வாழுகின்ற இந்த கொஞ்சக் காலத்துக்குள் என் வாழ்க்கையை நான் அழிக்க விரும்பவில்லை. மகிழ்ச்சி என்பது அவரவர் மனநிலையைப் பொறுத்தது. அவர்களுடைய சுதந்திரத்திற்குள் நாங்கள் புகுந்த விளையாடக் கூடாது. திருமணம் என்பது ஜெனடிக் ஒப்பந்தம். இரண்டு பாலினருடைய மரபணுக்கள் கலந்து ஒரு ஆரோக்கியமான அடுத்த தலைமுறையை உருவாக்க சமுதாயம் ஏற்படுத்திய சடங்கு. ஆரோக்கியமான தலைமுறை உருவாக ஆரோக்கியமான இருவர் இணைய வேண்டும். அதை நான் உனக்குச் சொல்லித் தரத் தேவை இல்லை” என்று சொல்லி படி எழுந்தாள்.

அம்மாக்கு என்ன நடந்தது? ஸ்தம்பித்து நின்றேன்.

122. நரிகள் ஜாக்கிரதை! - ஷாராஜ்

கோவை வ.உ.சி. மைதானத்தில் புத்தகத் திருவிழா கோலாகலமாக நடைபெற்றுக்கொண்டிருந்தது. ஏற்கனவே உள்ள நூல்களோடு, கண்காட்சிக்காகவே அச்சிடப்பட்ட புத்தம் புதிய நூல்களுடன் பதிப்பகங்கள் களமிறங்கியிருந்தன. பி.ஓ.டி. முறையில் முப்பது, நாற்பது பிரதிகள் அச்சடிக்கப்பட்டு, சுடச் சுட பார்சல்கள் வந்து இறங்கிக்கொண்டும் இருந்தன. வழக்கப்படியே சமையல், கோலம், மெஹந்தி, நகப்பூச்சு முதலான கலைகள், அழகுக் குறிப்புகள் புத்தகங்களுக்கு பெண்கள் படையும்; வாஸ்து, தன்னம்பிக்கை, ஊக்கமூட்டல், கோடீஸ்வரக் கனவு, பேலியோ, தொடு சிகிச்சை புத்தகங்களுக்கு ஆண்கள் பட்டாளமும் சுனாமிக் கடலெனத் திரண்டு சுருட்டிக்கொண்டு போயினர். ஜனரஞ்சக நாவல்கள், வழுவழுப்புக் காதல் கவிதைத் தொகுப்புகளுக்கும் அமோக விற்பனை. இலக்கியத் தரப்பில் முன்னணி பதிப்பக ஸ்டால்களில் அவரவர் ஆஸ்தான எழுத்தாளப் பிரபலங்களின் ஒளிப்படங்களோடு ப்ளக்ஸ் பேனர்கள் காணப்பட்டன.

பகல் பொழுதுகளில் நட்சத்திர எழுத்தாளர்கள் இறக்குமதியாகி, வாசகர்களுக்கு அன்புடன் கையொப்பம் இட்டுக்கொண்டிருந்தனர். அதனால் அங்கு எப்போதும் கணிசமான வாசக, வாசகியர் கூட்டம் தென்பட்டது. கண்காட்சியை ஒட்டி வெளியீட்டு விழா, வாசகர்களுடன் உரையாடல் வைபவங்களும் நடந்தன. 25 ஆயிரம், 50 ஆயிரம் கட்டணம் வசூலிக்கிற மைக் முழுங்கிகளின் மாலை நேரப் பேச்சு நிகழ்ச்சிக்குப் பெருங்கூட்டம் முண்டியடித்து வந்து, புத்தக ஸ்டால்கள் பக்கம் எட்டியும் பார்க்காமல், தள்ளுவண்டிக் கடைகளில் மிளகாய் பஜ்ஜி, பேல் பூரி, காளான் ப்ரை சாப்பிட்டுவிட்டுப் போயின.

ஆயினும், இந்த இலவச இணைய இதழ், திருட்டு மின்னூல் வாசிப்பு யுகத்திலும் அச்சு நூல்களைக் காசு கொடுத்து வாங்கி வாசிக்கிற வாசகப் பெருந்தகைகள் இருக்கவே செய்கின்றனர். இல்லாவிட்டால் இப்படி மாநிலம் முழுதும் உள்ள பெருநகரங்கள் தோறும் புத்தகத் திருவிழாக்கள் நடக்குமா? முன்னணி, நடுத்தர பதிப்பகங்கள், விற்பனையகங்கள் யாவும் பணத்தை அள்ளுகின்றன. பின்னணிப் பதிப்பகங்கள், விற்பனையகங்களின் ஸ்டால்களிலும் வருமானத்துக்குக் குறைவில்லை.

அன்று மூன்றாவது நாள். பூந்தளிர் பதிப்பகம் ஸ்டாலில் புத்தக விற்பனையாளராகப் பணி புரிந்துகொண்டிருந்த சிங்கை பசுபதி மிகுந்த உற்சாகத்தோடு காணப்பட்டார். அவர் ஒரு ப்ரொபஷனல் பொழைக்கத் தெரியாதவர். சிங்கப்பூரில் ஏழெட்டு ஆண்டுகள் பணி புரிந்து முக்கால் கோடி சம்பாதித்திருந்தார். தாய்நாடு திரும்பியதும், தெரிந்தவர்களை நம்பி தெரியாத தொழிலில் இறங்கி, அத்தனை பணத்தையும் இழந்தார். கிடைத்த விலைக்கு சொந்த

வீட்டை விற்று கடன் கட்ட வேண்டியதாயிற்று. பின்னர் வாடகை வீட்டில் குடியிருப்பு. மனைவி சம்பாத்தியத்தில் குடும்பம் உருண்டுகொண்டிருக்கிறது.

பசுபதிக்கு வேலை, தொழில் எதுவும் அமையாமல் பத்து வருடங்கள் ஓடி-விட்டன. வீட்டு வேலைகளை கவனித்துக்கொண்டு, நண்பர்கள், வேண்டப்-பட்டவர்களுக்கு சகல வித உதவிகள், உபகாரங்களைச் செய்வதுதான் இப்-போது அவருக்கு வேலை எனலாம். தொழில் ரீதியாக உதவி செய்யும்போது சிறு தொகைகள், அரைக் கூலி - கால் கூலியாகக் கிடைக்கும். பெரும்பா-லும் பைக்குக்குப் பெட்ரோல் செலவே இவர்தான் நட்டப்படுவார்.

“உங்குளுக்கு உதவி, உபகாரம் செய்யத் தெரியுமே தவுத்து, உளைப்புக்கு உண்டான கூலியாவது வேணும்னு கேக்கறக்கு வாய் வராது. அதனாலதான் உங்களைப் பத்தி நல்லாத் தெரிஞ்சவீக உங்க தலைல மொளகாச் சட்னி அரைச்சு, இட்லிக்குத் தொட்டு சாப்டுட்டுப் போயர்றாங்க. எளுவது லச்சத்தை ஏப்பமுட்டு, உங்க நெத்தீல பட்டை நாமம் சாத்துனது ஆச்சரியமே இல்ல” என்பார் பூந்தளிர் வைத்தியலிங்கம்.

பூந்தளிர் நூல் நிலையம் காந்திபுரத்தில் உள்ள ஒரு சிறிய கடை. பி.ஓ.டி. புண்ணியத்தில், கடைப் பெயரிலேயே பதிப்பகம் தொடங்கி, நூலாசிரியர்களி-டமே மொத்தப் பணம் பெற்று நூல் வெளியீடும் நடக்கிறது. நகரின் முதன்-மைப் பகுதியில், நகரப் பேருந்து நிலையத்துக்கு அண்மையிலேயே உள்ள-தால் அந்தக் கடை உள்ளூர் இலக்கியவாதிகளின் சந்திப்பு மையமாகவும் திகழ்கிறது. சிங்கை பசுபதி நெடுங்கால இலக்கிய வாசகர். அதனால் உள்-ளூர், வெளியூர் இலக்கியவாதிகள் பலரையும் பழக்கம். பூந்தளிர் நூல் நிலை-யத்துக்கு சிற்றிதழ்களும் புத்தகங்களும் வாங்கச் சென்று, வைத்தியலிங்கத்து-டனும் நல்ல பழக்கமாகிவிட்டது.

புத்தகத் திருவிழா ஏற்பாடுகள் நடக்கும்போதே, “இந்தவாட்டி கொஞ்சம் பெரிய ஸ்டாலாப் போடலாம்னு இருக்கறன். சேல்சுக்கு இன்னொரு ஆள் போடணும். புத்தகப் பொளக்கத்துல இருக்கற ஆளா இருந்தா நல்லது நீங்க வந்தா ரொம்ப சௌரியம். அதுக்கு உண்டான சம்பளம் போட்டுக் குடுத்-தர்றேன்” என்றார். உரிய சம்பளமும் கிடைக்கும்; பத்து நாட்களும் புத்தகத் திருவிழாவில் இருப்பது இலக்கியக் கொண்டாட்டமாகவும் அமையும் என்ப-தால் பசுபதி இரட்டிப்பு மகிழ்ச்சியோடு ஒத்துக்கொண்டு பணிக்கு வந்திருந்-தார்.

கண்காட்சிக்கு கோவை வட்டார இலக்கியஜீவிகள் தவறாமல் விஜயம் செய்வார்கள். அண்டை மாவட்ட இலக்கியர்களில் சிலரும் வரக்கூடும். அவர்களையெல்லாம் பார்க்கவும், பேசவும் முடியும். அதோடு, பத்து நாள் சம்பளமாக ஏழாயிரம், எட்டாயிரமாவது கிடைத்தால், “இந்த மாசம் வீட்டு வாடகையை நானே கட்டீர்றன்” என்று மனையிடம் கெத்தாக சொல்லலாம். அல்லது அந்தத் தொகையை வைத்து அடுத்த மூன்று மாதங்களுக்குத் தன்-

னுடைய தனிப்பட்ட செலவுகள், போக்குவரத்து செலவுகளையாவது பார்த்துக்கொள்ளலாம். அவரது உற்சாகத்துக்குக் காரணம் இவைகளே.

பிற்பகல் சுமார் மூன்றரை மணி இருக்கும். வாடிக்கையாளர்கள் வரத்து இல்லாமல் ஸ்டால்கள் மதியத் தூக்கத்தில் வழிந்துகொண்டிருந்தன. பசுபதி புதிய நூல் ஒன்றை எடுத்து வாசித்துக்கொண்டிருந்தார். புலனத்தில் செய்தி வந்ததின் அறிவிப்பு ஓசை ஒலித்தது. அலைபேசியை எடுத்துப் பார்த்தார். முப்பதாண்டு கால நண்பரும் கோவை இஸ்லாமிய எழுத்தாளருமான பெரோஸ் இளவரசன் அனுப்பியிருந்தார்.

'புத்தகக் கண்காட்சிக்குப் போனீங்களா...? என்னென்ன புத்தகம் வாங்குனீங்க?'

பசுபதிக்கு முகம் சுழிந்தது.

இரவல் வாசிப்புக்குக் கேட்கத்தான் விசாரிக்கிறார். அது தவறொன்றும் அல்ல. நூல் வாசிப்பாளர்களிடையே இரவல் வாசிப்பும், பரிமாற்றங்களும் இயல்பானது. பசுபதி, ஒவ்வொரு நூல் பிரதிகளையும் குறைந்தது ஐந்து பேராவது வாசிக்க வேண்டும் என்ற எண்ணம் கொண்டவர். அதனால் தன்னிடம் உள்ள சிறந்த நூல்களைத் தானாகவே முன்வந்து எழுத்தாள, வாசக நண்பர்களுக்கு வாசிக்க இரவல் கொடுக்கவும் செய்வார். தனக்கு இனி வேண்டாம் என்றால் யாருக்காவது அன்பளிப்பாகவே கொடுத்துவிடுவார்.

யாருக்கும் வேண்டாத பழைய, புதிய நூல்களை நூலகங்களுக்கு அன்பளிப்பார். ஆனால், பெரோஸ் இளவரசன் தனி ரகம். அவருடன் இது தொடர்பாக நேர்ந்த சில கசப்பான அனுபவங்கள், அவருக்கு ஒருபோதும் இரவல் கொடுக்கக் கூடாது எனத் தீர்மானிக்க வைத்துவிட்டிருந்தது. எனவே, புலனச் செய்திக்கு பதில் அளிக்கவில்லை. செய்தியை எடுத்துப் படித்தோமா இல்லையா என்பது அனுப்பியவருக்குத் தெரியாதபடி செட்டிங் செய்து வைத்திருக்கிறார். அதனால் இவர் பார்த்துவிட்ட விபரம் அவருக்குத் தெரியவும் செய்யாது.

பெரோஸ், அரசு அலுவலராகப் பணியாற்றி ஓய்வு பெற்றவர். பணியில் இருந்தபோதும் சரி; பிற்பாடும் சரி. சக இலக்கிய நண்பர்கள் எவருக்கும் ஒரு சிறு நூலைக் கூட அன்பளித்ததில்லை. வாசித்துப் பாருங்கள் என்று கொடுத்ததும் இல்லை. மரக்கடை பகுதியில் உள்ள பெரோஸ் இளவரசனின் வீட்டுக்கு எப்போதாவது இவர் போவதுண்டு. அலமாரியிலும் அடுக்கறையிலும் நிறைய நூல்கள் வைத்திருப்பார். அவற்றில் பாதிக்கு மேல் வாசிக்காமலேயே கிடக்கும். பெரும்பாலானவை பசுபதி வாசித்தவையாகவோ, அவருக்கு வேண்டாதவையாகவோ இருக்கும். விருப்பமான நூல்கள் இருப்பின் வாசிக்கக் கேட்டால், "இந்த வாரம் அதைப் படிக்கலாம்னு நெனைச்சுட்டிருக்கறன்", "அது இன்னொருத்தரு கேட்டிருந்தாரு" என ஏதாவது சாக்குப்போக்கு சொல்லித் தட்டிக் கழிக்கப் பார்ப்பார்.

“இதை வேண்ணா எடுத்துட்டுட்டுப் போங்களேன்” என்று மட்டமானவற்றை மனமுவந்து கொடுப்பார். எப்போதாவது இவர் கேட்ட நூல்களை, “வேற யாருக்கும் குடுத்தறாதீங்க. திரும்பி வல்லீன்னா அப்பறம் மறுபடியும் காசு குடுத்து வாங்க முடியாது” என்ற எச்சரிக்கையோடு தருவார். இரண்டாவது நாளிலிருந்தே, படித்துவிட்டீர்களா, எப்போது திரும்பக் கிடைக்கும் எனக் குறுஞ்செய்திகள் வரும். அல்லது புலனத்திலோ, முகநூல் மெசஞ்சரிலோ விசாரிப்பார். திரும்பக் கொடுத்த பிறகே நிம்மதியாக இருக்க முடியும். இந்தத் தொந்தரவினால் பிறகு அவரிடம் இரவல் கேட்பதையே விட்டுவிட்டார்.

ஆனால், அவர் இவரது வீட்டுக்கு வந்தபோது இவரின் நூல் சேகரங்களைப் பார்த்து, “ஐட்ராபாஞ்சன்! தலைகாணி நாவலுகல்லாம் உங்ககிட்ட இருக்குதே...!” என அவற்றின் மீது பாய்ந்தார். “போரும் அமைதியும், கரமசோவ் சகோதரர்கள், நூற்றாண்டுத் தனிமை, ஓநாய் குலச் சின்னம், என் பெயர் சிவப்பு... இதெல்லாம் கண்டிப்பா வாசிச்சே ஆகோணும்னு இருந்தனுங்க. அவ்வளவு பணம் குடுத்து வாங்கறதான்னு வாங்குல. இங்கிருக்கற நண்பர்கள்கிட்டக் கேட்டுப் பாத்தா, அவுங்களும் வாங்குல. நல்லவேளை, நீங்க வாங்கியிருக்கறீங்க” என்றவர் உடனடியாக அவற்றையெல்லாம் உருவிக்கொண்டார்.

தன்னிடம் இல்லாததும் வாசிக்காததுமான மற்ற முக்கிய நூல்கள் சிலவற்றையும் அள்ளிக்கொண்டார். பைக் பெட்டி போதாததால், பசுபதி வீட்டுக்குள்ளிருந்து கட்டைப் பையை எடுத்து வந்து கொடுத்தார். போனதில் ஒன்றிரண்டு திரும்ப வந்தன. தலையணை மொழிபெயர்ப்பு நாவல்கள் உள்ளிட்ட பல நூல்கள் வரவே இல்லை. கேட்டால், இன்னும் வாசிக்கவில்லை, தொண்ணை தொண்ணையாக இருப்பதால் வாசித்து முடிக்கவில்லை, வாசித்துவிட்டுத் தருகிறேன், எங்கே வைத்தேன் என்று ஞாபகமில்லை என சால்ஜாப்பு சொல்வார்.

அலைபேசியில் பேசும்போதும் நேரில் சந்திக்கும்போதும், “நீங்கதான் அடிக்கடி புக்கு வாங்குவீங்களே...! சமீபத்துல என்ன வாங்குனீங்க? படிச்சுட்டீங்களா? எப்புடி இருக்குது? எனக்கு எப்பத் தர்றீங்க?” என மறக்காமல் விசாரிப்பார். பசுபதி பொய் சொல்ல மாட்டார். உண்மையைச் சொல்லாமல் இருக்கவும் முடியாது. அணில் வாயாக அத்தனையும் ஒப்புவித்து, தனக்குத் தானே கேடு விளைவித்துக்கொள்வார். போனால் திரும்பி வருமா என்பது உறுதியில்லை. சரி, புத்தகம்தானே, அதுவும் அவர் எழுத்தாளரும் அல்லவா என்பதால் நஷ்டத்தையோ, அவரது கல்யாண குணங்களையோ பொருட்படுத்தாமல் கேட்கிற நூல்களைக் கொடுத்துவிடுவார்.

கடந்த முறை தான் வாசித்துக்கொண்டிருந்த ஒரு புத்தகம் பற்றி இவர் சிலாகித்துப் பேச, “படிச்சு முடிச்சதும் வேற யாருக்கும் குடுத்தறாதீங்க.

மொதல்ல எனக்குக் குடுங்க'' என்றார். இரண்டாம் நாளிலிருந்து படிச்சாச்சா, இன்னும் முடிக்கலையா, எப்ப எனக்குக் கெடைக்கும், இந்தப் பக்கம் வரும்போது மறக்காமக் கொண்டுவந்து குடுங்க என தினந்தோறும் புலனச் செய்தியில் தொல்லை. ஒரு கட்டத்துக்கு மேல் பசுபதிக்கு வெறுத்துப் போய், பதில் அளிப்பதை விட்டுவிட்டார்.

அடுத்ததாக, அவரிடமிருந்து ஒரு ஏவுகணை: 'தம்பி, டீ இன்னும் வர்ல!' பசுபதிக்கு வந்த கடுப்பில் அவரை ப்ளாக் செய்துவிடலாமா என்று ஆகிவிட்டது. இத்தனை வருடப் பழக்கத்தை நினைத்துப் பொறுத்துக்கொண்டார். பதில் எழுதாமல், கண்டுகொள்ளாமல் விட்டுவிட்டார்.

பெரோஸ் விடுவாரா? அழைத்துக் கேட்டார்.

“நானே உங்க வீட்டுக்கு வல்லாம்னு பாத்தா, வெட்டியா பெட்ரோல் செலவு ஆயிரும். அதனாலதான் நீங்க இந்தப் பக்கம் வரும்போது உங்களையவே கொண்டுவரச் சொல்றன்.'' “அது நல்ல புக்குங் பாய். நூத்தம்பது ருவாதான். மரக்கடைலருந்து பொடி நடையா நடந்து போனீங்கன்னா, விஜயா பதிப்பகத்துல வாங்கீர்லாமே...!'' என்றார் இவர்.

“அது எதுக்குங்க வெட்டிச் செலவு? அதுதான் உங்ககிட்ட இருக்குதாச்சே...! வரும்போது மறக்காமக் கொண்டுவந்து குடுங்க!'' பசுபதிக்கு அலைபேசியை சுவற்றில் ஓங்கி எறிந்து உடைத்துவிடலாமா என்றிருந்தது.

சொந்த வீடு; மாதம் முப்பதாயிரத்துக்கு மேல் ஓய்வூதியம். தவிர, இளம் மருத்துவராக உள்ள மகனின் சம்பளம் வேறு. இத்தனை இருந்தும் நூற்றைம்பது ரூபாய் கொடுத்து ஒரு புத்தகம் வாங்க மாட்டாராம். பத்து வருடங்களாக வேலையில்லாமல் அல்லாடிக்கொண்டிருக்கிற தான் வாங்கிவைத்திருப்பது இரவல் வேண்டுமாம். அதையும் ஆட்டையப் போட்டாலும் போடுவார்.

இவற்றால்தான் பெரோஸுக்கு இரவல் கொடுக்க விரும்பவில்லை; புலனச் செய்தி விசாரிப்புக்கு பதில் அளிக்கவுமில்லை. தொண்ணூறுகளின் முற்பகுதியில், கோவை இஸ்லாமியர் எழுத்து என்ற வகையில் பெரோஸ் இளவரசன் இலக்கிய வட்டாரத்தில் கவனத்துக்கு உள்ளாகிக்கொண்டிருந்தார். அப்போதிலிருந்து இவருக்குப் பழக்கம். பசுபதி பொது உடைமை, மார்க்சியம், முற்போக்கு, திராவிட சித்தாந்தங்கள் கொண்டவர். ஈ.வெ.ரா., அம்பேத்கர் சிந்தனைகளால் கவரப்பட்டவர். அதனால் ஒடுக்கப்பட்ட ஜாதியினர், சிறுபான்மை மதத்தினர் மீது சார்பும், அக்கறையும், ஆதரவும் கொண்டிருப்பார். அந்த வகையில் இஸ்லாமியர்களின் கதைகளை எழுதுகிற இஸ்லாமிய எழுத்தாளர் என்ற முறையில் பெரோஸ் இளவரசன் மீது நல்ல அபிப்ராயமே இருந்துவந்தது.

தொடக்க காலங்களில் பொது மனிதத்தன்மையோடு மித இலக்கியத் தரப்பிலான நல்ல கதைகளை எழுதிக்கொண்டிருந்தார். பிறகு அவரது போக்கு மாறி, பெரும்பாலும் இஸ்லாமிய மத இதழ்களிலேயே எழுதலானார். அவை

இஸ்லாமியர்களின் குடும்ப - சமூக - மதப் பிரச்சனைகள், இஸ்லாமியர்கள் கடைபிடிக்க வேண்டிய மதக் கொள்கை - கோட்பாடுகளை வலியுறுத்துதல்,

இந்து - இஸ்லாமிய மதக் கலவரங்கள் சம்மந்தமானவையாகவே இருக்கும். பிரச்சார ரீதியிலான அவை இலக்கிய மதிப்பீட்டில் குறைந்தவை. சீரிய சிந்தனைகளோ, சிறந்த அழகியலோ, நடுநிலையோ அவற்றில் இராது. மதச் சார்பும் மதவாதமும் கொண்டிருக்கும். எனவே, அவரது எழுத்துகளில் இவருக்கு அவ்வளவாக மதிப்பு இல்லாமலாகிவிட்டது. அதைப் பற்றி அவரிடமே சொன்னபோது, "முஸ்லீம் எளுத்தாளர்ங்கறதுனால அவங்க எங்கிட்டக் கதை கேக்கறாங்க. அந்தப் பத்திரிகைகளுக்குத் தகுந்த மாதிரி, இன்னின்ன விஷயங்களை வெச்சுக் கதை எளுதிக் குடுங்கங்கறாங்க. அதனாலதான் அப்புடி" என்றார்.

"மதப் பத்திரிகைகள்ல அவுங்க தேவைக்கு அப்படித்தான் கேப்பாங் பாய். நீங்க ஏன் அதுக்கு ஒத்துக்கறீங்க? எப்பவும் போல இலக்கிய இதள்கள்லயும், ஜனரஞ்சக இதள்கள்லயும் எளுத வேண்டியதுதானே! எத்தனை இஸ்லாமியப் படைப்பாளிக அப்படி இருக்கறாங்க. இலக்கிய இதள்கள்ல வெளியான உங்களோட எத்தனை கதைக அருமையான கதைகளா இருக்கில்ல? இலக்கியச் சிந்தனை விருதே வாங்கியிருக்கறீங்களே...!" என்று கூறி, உதாரணங்களையும் குறிப்பிட்டார்.

"ஆமாங்க, இனி அந்த மாதிரி எளுதணும்" என்றார்.

அவ்வாறே அவரது ஓரிரு கதைகள் இலக்கிய இதழ்களில், இலக்கியத் தரத்தோடு வரவே செய்தன. ஆனால், அதிகப்படியாக எழுதுவது தற்போதைய அவரது வழக்கப்படியே தொடர்ந்தது.

பெரோஸ் இளவரசன் இஸ்லாமிய இலக்கியப் போராளி என்ற கருத்து பலருக்கும் உள்ளது. கோவை குண்டுவெடிப்பு தொடர்பான சிறுகதைகள், குறுநாவல்கள், நாவல் ஆகியவற்றால் அதிகம் அறியப்படுபவர் அவர். குண்டுவெடிப்புக்குப் பிறகு அது தொடர்பாக இஸ்லாமிய சமூகம் பாதிக்கப்பட்டது பற்றி மட்டும் எழுதுவார். அப்பாவி முஸ்லீம்கள் பாதிக்கப்படுகிறார்கள், அப்பாவி முஸ்லீம்கள் பாதிக்கப்படுகிறார்கள், அப்பாவி முஸ்லீம்கள் பாதிக்கப்படுகிறார்கள் என்பதே திரும்பத் திரும்ப அவரது கதைக் கருக்களாக இருக்கும். அதற்கு மூல காரணம் இஸ்லாமியத் தீவிரவாதிகள் என்பது பற்றிப் பேசவே மாட்டார். அந்தத் தொடர் குண்டுவெடிப்பில் அநியாயமாக அறுபதுக்கு மேற்பட்ட அப்பாவி இந்துக்கள் கொல்லப்பட்டது பற்றிக் கவலைப்பட்டதும் இல்லை. இந்த வகையில் அவர் ஒருதலைப்பட்சமானவர் என்பது மிக வெளிப்படையானது.

அதை இஸ்லாமிய எழுத்தாளர்கள், வாசகர்களில் 99% பேர் வெளிக்காட்டிக்கொள்ள மாட்டார்கள். இஸ்லாமிய ஆதரவு என்ற பேரில் இஸ்லாமிய மதவாதிகளுக்கு ஆதரவு தெரிவிக்கிற, இஸ்லாமியர் அல்லாதவர்களான கட்-

சிக்காரர்கள், அமைப்பினர்கள், சமூக ஆர்வலர்களும் இரட்டைத் தாழ் போட்டுக்கொள்வார்கள். நடுநிலைவாதிகளான சிலர் பேச்சிலும், சிலர் எழுத்-திலும் இது பற்றிக் குறிப்பிட்டுள்ளனர். அதில் பிற மதத்தவர்களைவிட இஸ்-லாமிய இலக்கியவாதிகளே சொன்னது குறிப்பிடத்தக்கது.

ஆனைமலை இதயதுல்லாவின் இரண்டாவது சிறுகதைத் தொகுப்பு வெளியீட்டு விழா கோவையில் நடந்தது. இஸ்லாமிய சமூகம் பற்றி வெளிப்-படையாக எழுதுகிறவரும், அதனால் காபிர் என்று பேரெடுத்தவருமான வீரனூர் உசேன், நூலை வெளியிட்டு சிறப்புரை ஆற்றுவதற்காக வந்திருந்-தார். இதயதுல்லாவும் உசேனும் டே போட்டுப் பேசுகிற அளவுக்கு நெருங்கிய நண்பர்கள். கோவைச்செழியனும் உசேனும் சம காலத்தில் எழுத வந்தவர்-கள். அப்போதிருந்தே இருவருக்கும் பழக்கம். செழியனுக்கு இதயதுல்லாவை சமீப வருடங்களாகப் பழக்கம். அவரும் கூட்டத்துக்கு வந்திருந்தார்.

அப்போதுதான் அரங்கில் நாற்காலிகள் போடப்பட்டுக்கொண்டும், மேடை ஏற்பாடுகள் நடந்துகொண்டும் இருந்தன. ஆட்கள் சுமார் பத்து பேர்தான் வந்திருந்தனர். பசுபதியும் கோவைச்செழியனும் வெளியே உசேனோடு நின்று சிகரெட் புகைத்தபடி பேசிக்கொண்டிருந்தனர். ஒரு முறை பெரோஸின் சிறு-கதைத் தொகுப்பு ஒன்றுக்கு செழியன் முகநூலில் வாசிப்பு அனுபவம் எழு-தியிருந்தார். இது பற்றிக் குறிப்பிட்ட உசேன், "அவுரெல்லாம் ஒரு ஆளு; அதெல்லாம் கதைகன்னு மெனக்கெட்டு உக்காந்து படிச்சதுமில்லாம, அதைப் பத்தி எழுத வேற செஞ்சிருக்கறீங்களே...!" என செழியனிடம் டென்ஷனா-னார்.

அப்போது அங்கு வந்த இதயதுல்லா, "பெரோஸ் ஒரு இமாம். அதனால-தான் மதபோதனைக் கதைகள் எளுதறாரு" என்றுவிட்டு, "முஸ்லீமுக எல்-லாரும் நல்லவங்க; இந்துக்கள் எல்லாரும் கெட்டவங்கங்கறதுதான் அவரோட இருவத்தஞ்சு கதைகளுக்கு மூலக் கரு. அதை வெச்சு இன்னும் அம்பது சிறுகதைகள் வேண்ணாலும் எளுதுவாரு" என்றார்.

பசுபதியும் மற்றவர்களும் சிரித்தனர். விழாவுக்கு ஆத்துப்பாலத்தைச் சேர்ந்த 98 இப்ராஹிமுடன் பெரோஸும் வந்திருந்தார். முற்போக்கு இலக்-கிய வட்டக் கூட்டம் என்பதால் அந்தத் தரப்பு இலக்கியர்களே அதிகமும். நூலை வெளியிட்டுப் பேசிய உசேன், "இதயதுல்லா என்னோட நீண்ட கால நண்பன்ங்கறது வேற விசியம். அதுக்காக அவனோட கதைகளை சிறந்த கதைகள்னு சொல்லிட மாட்டேன். அவன் எளுதறது எல்லாமே முற்போக்கு இலக்கியப் பிரச்சாரக் கதைகள், ஜனரஞ்சக மசாலாக் கதைகள் மட்டும்தான். ஒரு கதை கூட இலக்கியத் தரத்துல தேறாது. 'இதை நான் மேடைலயே சொல்றக்கு நீ ஒத்துகிட்டா, உன்னோட நூலை வெளியிட்டுப் பேசறேன்.

இல்லாட்டி, வெளியிடறதோட நிறுத்திக்கறேன்'னு சொன்னேன். அதுக்கு அவன், 'நீ என் கதைகளைக் குப்பைன்னு காறித் துப்புனாலும் சம்ம-

தம்டா!'ன்னான். அவனோட அந்த நேர்மைக்கும், துணிச்சலுக்கும் என்னோட மனமார்ந்த பாராட்டுகள். ஆனா, அவனோட கதைகள் பிரச்சாரக் கதைகள்தானே தவிர, நடுநிலை தவறுனதோ, மத சார்போட எளுதப்பட்டதோ இல்ல. அப்படி எளுதறவங்களும் ஏராளமா இருக்கறாங்க. அதோட ஒப்பிட்டா, இதயதுல்லாவோட கதைகள் மிக மேலானது'' என்றார்.

அரங்கிலிருந்து பலத்த கைதட்டல். பெரோஸுக்கு முகம் இறுகிவிட்டது. ஏற்புரையின்போது இதயதுல்லா, "இந்தத் தொகுப்புல இருக்கற ஒரு கதைல, ஒரு பார்ப்பனர் நல்லவரா இருக்கறாரு; நன்மை செய்யறாரு. அதைப் படிச்சுட்டு எங்காளுகள்ல சில பேரு கோவிச்சுகிட்டாங்க. அதெப்படி நீ பாப்பானை நல்லவன்னு எளுதலாம்னு சண்டைக்கு வந்தாங்க. பார்ப்பனர்கள் எல்லாருமே கெட்டவங்கதானா? அந்த ஜாதில நல்லவங்களே இல்லையா? இல்ல,... பார்ப்பனர்கள் நல்லவங்களா இருக்கக் கூடாதா? என்னதான் உங்க நெனப்பு? முஸ்லீமுகன்னாலே தீவிரவாதிகளாத்தான் இருப்பாங்கன்னு பொது சமூக மனப்பான்மை இருக்கறது மாதிரித்தானே இதுவும்? என்னோட கதைகளைப் பொறுத்த வரைக்கும், கலைத்தன்மைல குறை இருக்கலாம். ஆனா, உள்ளடக்கத்துல தவறு, நேர்மையின்மை, சார்பு இருக்கக் கூடாதுங்கறதுல உறுதியா இருக்கறேன். மாண்ட்டோ, பஷீர், தஸ்லீமா நஸ்ரீன் மாதிரி நடுநிலையா இருந்து, ரெண்டு பக்க சரி - தவறுகளையும் சுட்டிக் காட்டறதுதான் என்னோட நோக்கம்'' என்று குறிப்பிட்டார்.

அதற்கும் பலத்த கைதட்டல். பெரோஸுக்கு முகம் கடுத்தது. அவருக்கு அந்தப் பக்கம் அமர்ந்திருந்த 98 இப்ராஹிம், மெல்லிய குரலில், "உசேனும் இதயதுல்லாவும் இந்துப் பெண்ணைக் காதலிச்சு, மதம் மாத்தாமக் கல்யாணம் பண்ணிட்டவங்கதானே! உசேனோட மகளுக்குக் நிக்கா பண்றப்பத்தான் உசேனோட வொய்ப் மதம் மாறுச்சு. இதயதுல்லாவோட மூத்த மகளுக்கும் நிக்கா முடிஞ்சிருச்சு. ஆனா, இன்னும் அவரோட வொய்ப் இந்துவாத்தான் இருக்குது, இல்லியா?'' என பெரோஸிடம் கேட்பது, இந்தப் பக்கம் அமர்ந்திருந்த பசுபதிக்கும் சன்னமாகக் காதில் விழுந்தது. இதன் மூலம் அவர் சொல்ல வருவது என்ன என்பதையும் புரிந்துகொள்ள முடிந்தது.

98 இப்ராஹிமுக்கு ஏன் அந்தப் பெயர் என்று பசுபதிக்கு முதலில் தெரியாது. தொண்ணூறுகளின் முற்பகுதியில் பெரோஸ், கோவைச்செழியன் முதலான இளம் இலக்கியஜீவிகள் நட்பான சமயம் இப்ராஹிம்மை ஓரிரு இலக்கியக் கூட்டங்களில் பார்த்திருக்கிறார். இஸ்லாமிய இளைஞர் ஒருவர், தனது இஸ்லாமிய அடையாளம் தெரியக் கூடாது என்பதற்காக, தமிழ்நெஞ்சன் என்ற புனைப் பெயரில், இலக்கியக் கேடயம் என்ற சிற்றிதழை நடத்திக்கொண்டிருந்தார். அவ்விதழ் சார்பில் மாதாந்திரக் கவியரங்கங்கள் நடத்தப்படும். இப்ராஹிம்மை அதிகமும் அக் கூட்டங்களில்தான் பார்த்திருந்தார். இலக்கியக் கேடயத்துக்கு அவர்தான் துணையாசிரியர்.

பசுபதிக்கு அவரோடு பழக்கம் இல்லை. அனேக சிற்றிதழ்களையும் போலவே இலக்கியக் கேடயமும் இரண்டு ஆண்டுகளில் நின்றுவிட்டது. கவியரங்கம், இலக்கியக் கூட்டங்கள் நடத்துவதும் இல்லை. '95 வாக்கிலிருந்து இலக்கியக் கேடயக் குழுவினர் என்ன ஆனார்கள் என்பதே தெரியவில்லை. அவர்களில் யாரையும் மற்ற இலக்கியக் கூட்டங்களில் காண முடியவில்லை. பத்திரிகைகளில் அவர்களது கவிதைகளும் தென்படவில்லை. பதின் வயதுகளில் தொடங்கி இளமையின் துவக்கம் வரை இலக்கிய ஆர்வத்தோடு வெட்டியாக சுற்றித் திரிகிற அனேகம் பேர், பிறகு வேலை, குடும்பம் என்று ஆன பின், வாழ்வின் பாடுகளில் ஒடுங்கிவிடுவது இயல்பு. அப்படித்தான் அவர்களுக்கும் நேர்ந்திருக்கும் என பசுபதி எண்ணியிருந்தார்.

'98 கோவை தொடர் குண்டுவெடிப்பு நடந்த பிறகு, அது தொடர்பான கைது, தேடல், தலைமறைவு செய்திகள் வெளியானபோது இலக்கியக் கேடயக் குழுவில் இருந்த இஸ்லாமியர்கள் சிலருக்கும் சம்பவத்தில் தொடர்பு உண்டு, அவர்கள் தீவிரவாத இயக்கங்களில் செயல்பட்டிருந்தார்கள், இப்போது தலைமறைவு ஆகிவிட்டார்கள் என்றெல்லாம் கோவை இலக்கிய வட்டாரத்தில் பேசப்பட்டது. பிற்பாடு என்ன ஆயிற்று, யாரேனும் கைதானார்களா என்பதெல்லாம் தெரியவில்லை.

25 ஆண்டுகளுக்குப் பிறகு திடீரென முகநூலில் ஆதவன் இப்ராஹிம் என்கிற பயனர் பெயரில் இப்ராஹிம் தோன்றினார். பழைய இலக்கிய நட்புகளை முகநூல் வழி புதுப்பித்துக்கொண்டார். இந்தியாவில் இஸ்லாமியர்கள் சந்தேகத்துக்கு உரியவர்களாகவே பார்க்கப்படுவதன் அவலம், துயரம், வேதனை, வருத்தம், துக்கம் ஆகியவற்றை நீண்ட பட்டியலிட்டு, நாங்களும் இந்தியாவை நேசிக்கிறோம், இந்துக்கள் எங்களின் தொப்புள் கொடி உறவுகள் என முடித்திருந்த அவரது நீள் கவிதை வைரலாகி, நூற்றுக் கணக்கான விருப்பங்கள், ஐம்பதுக்கு மேல் பகிர்வுகள், சில நூறு நட்புக் கோரிக்கைகளை சம்பாதித்துக் கொடுத்தது. அந்தக் கவிதையில் நெக்குருகி பசுபதியும் நட்புக் கோரிக்கை விடுத்தார்.

ஆதவன் இப்ராஹிம் அச்சு இதழ்களிலோ, இணைய இதழ்களிலோ கவிதைகள் எழுதுவதில்லை. முகநூல் மட்டுமே அவரது செயல் களம். அவற்றில் எப்போதாவது கவிதைகள் எழுதுவார். அவ்வப்போது இஸ்லாமிய சமூகம், அரசியல், சங்கி எதிர்ப்பு தொடர்பான பதிவுகளும் வெளியிடுவார். பெரோஸூடன் இலக்கியக் கூட்டங்களுக்கும் வரலானார். அப்போது ப்ரோஸ் மூலம் பசுபதிக்கு அவருடன் நேரடிப் பழக்கமும் ஆயிற்று. அலைபேசி எண்களைப் பரிமாறிக்கொண்டனர்.

வாரம், பத்து நாளுக்கு ஒருமுறை இப்ராஹிமிடமிருந்து சாதிய எதிர்ப்பு, இந்து மத எதிர்ப்பு, இஸ்லாமிய ஆதரவு, இஸ்லாமிய மதவாதப் பிரச்சாரம் தொடர்பான யூ ட்யூப் காணொளிகளின் இணைப்பு, இணையக் கட்டுரைப் பகிர்வுகள் ஆகியவை வரும். இலக்கியம், கலை தொடர்பான பகிர்வுகள்

எதுவும் இராது. பசுபதிக்கு இப்ராஹிம்மின் நோக்கங்கள் புரிந்தன. எனினும், நண்பர்கள் யாரையும் அவ்வளவு சீக்கிரம் மறுதலித்தோ, எதிர்த்தோ பேச மாட்டார் என்பதால் அவரது நுண் அரசியல் செயலுக்குத் தடை எதுவும் தெரிவிக்கவில்லை. இப்ராஹிம்மோடு நட்பில் உள்ள தனது இலக்கிய நண்பர்களிடம் இது குறித்துப் பேசியபோது, "எனக்கும் இப்புடித்தானுங் அனுப்பிச்சிட்டிருக்கறாரு. ஏதோ அஜண்டாவோடதான் மறுக்காவும் வந்து பேஸ்புக்குலயும், வாட்ஸப்புலயும் தீவிரமா இயங்கீட்டிருக்கறாருங்கறது தெரியுது. இது மாற இன்னும் பல பேரு இருப்பாங்கன்னு நெனைக்கறன்" என்றார் ஒருவர்.

"தெரியாத்தனமா நான் அவுருக்கு என்னோட கவிதைத் தொகுப்பைக் குடுத்துத் தொலைச்சுட்டனுங்க. அதப் பத்தி போன்ல பேச ஆரம்பிச்சாரு. அப்பறம் மாசத்துக்கொருக்கா கூப்புட்டுப் பேசுவாரு. ஆனா, இலக்கியம் பேச மாட்டாரு. சனாதனம், ஜாதிக் கொடுமை, பார்ப்பனியம், சங்கிக - சொங்கிகன்னே பேசீட்டிருப்பாரு. அவுரு முஸ்லீமு. அவுங்களுக்கும் சாதிக்கும் என்ன சம்மந்தம்? சாதிப் பிரச்சனை இருக்கற இந்துக்கள் அதப் பாத்துக்கட்டும். இவுரு ஷட்டர் சாத்திட்டு முஸ்லீமுக காரியத்தைப் பாக்க வேண்டிதுதான?" என்றார் இன்னொருவர்.

"இந்துக்களுக்கு எடைல ஜாதிப் பிரச்சனையைப் பத்தவெச்சு, சனாதனம், பார்ப்பனியம், தலித்தியம்னு பெட்ரோல் ஊத்திவிட்டு, தாள்த்தப்பட்டவங்களை முஸ்லீமா மாத்தறதுதான் அவரோட அஜண்டான்னு தோணுது." முதலாமவர் சொன்னார். "இப்புடித்தான் ஐ.எஸ்.காரனுக உலகம் பூரா மூளைச்சலவை மூலமாவும், ஏளைகளுக்குப் பணத்தாசை காட்டியும், முஸ்லீமா மதம் மாத்தி, தீவிரவாதிகளா ஆக்கீட்டிருக்கறதா நியூஸ் வந்துட்டே இருக்குதே...!" இரண்டாமவர் சுட்டிக் காட்டினார்.

கோவைச்செழியனின் அனுபவம் விரிவாகவும் சுவாரஸ்யமாகவும் இருந்தது.

"எனக்கு ஈ.வெ.ரா. போட்டோ அனுப்புனாரு. பதிலுக்கு நான் அலிசினா போட்டோ அனுப்புனேன். அதுக்கு அவுருக்கு ஓப்பாளம் வந்துருச்சு. அப்ப, நாம என்ன கூமுட்டைகளா? அதுல கோவிச்சுட்டு கொஞ்ச நாள் பேசாம இருந்தாரு. மறுக்காவும் அவுரே கூப்புட்டு சமாதானம் பேசுனாரு. அப்பறம் அப்புடியே உங்குளுக்கு அனுப்புன லிங்க்குகளை எனக்கும் அனுப்புனாரு. இந்த மாற ஜாதி, மதம், கட்சி, அமைப்புகளோட பிரச்சாரம், விளம்பரம், ஆள் புடிப்பு எதையும் எனக்கு அனுப்பாதீங்கன்னு மெசேஜ் அனுப்புனேன். கூப்புட்டுப் பேசி வாதம் பண்ணுனாரு. 'சங்கிக உங்களை மூளைச் சலவை பண்ணியிருக்கறாங்க'ன்னாரு. 'செரி, நாளைக்கு என் மூளையக் கள்ட்டிக் குடுக்கறன். நீங்க அளுக்காக்கிக் குடுங்க'ன்னேன். அப்புடி இப்புடின்னு பேசீட்டு, 'செரி, நாம இனிமே இலக்கிய விவாதம் மட்டும் பண்ணுவோம்'னாரு. 'உங்ககிட்ட இலக்கிய விவாதம் பண்ணித்தான் நான் தெரிஞ்-

சுக்கணும்கற அவசியம் இல்ல. நீங்க உங்க ஜமாத்துலயோ, இயக்கத்துலயோ போயி இலக்கிய ஞானஸ்னானம் குடுங்க'ன்னுட்டேன். அதோட சங்காத்தம் கட்டு."

"கரெக்டுங்க. உங்களையாட்ட பதிலடி குடுத்தாத்தான் இந்த மாற ஆளுக அடங்குவாங்க. இல்லாட்டி விதவிதமா வாலாட்டிட்டே இருப்பாங்க."

"அவுரைத் தொண்ணூத்தெட்டு இப்ராஹிம்னு சில பேரு சொல்றாங்களே...! அது ஏன்?" பசுபதி கேட்டார்.

"தொண்ணூத்தெட்டு சம்பவம்தான் காரணம். தொண்ணூத்தி ஆறுலருந்து தொண்ணூத்தியெட்டு வரைக்கும் அவரும் தீவிரவாத இயக்கத்துல இருந்தவருதானாம். அதை அவரே எங்கிட்ட சொல்லியிருக்கறாரு." கோவைச்செழியன் சொன்னது மற்றவர்களுக்குப் பல வித யூகங்களையும் உறுதிப்படுத்தியது. இஸ்லாமியத் தீவிரவாதிகள் குண்டு வைத்ததாக சொல்லப்படும் செய்திகள் யாவும் பொய்யானவை என்பது பசுபதியின் வலுவான நம்பிக்கை. "இந்தியாவுல முஸ்லீம் தீவிரவாதிக குண்டு வெச்சதே கெடையாதுங்க. அது எல்லாமே அவுங்க பேரைச் சொல்லி சங்கிக வெச்சதுதான். கோவை குண்டுவெடிப்பும் அப்புடித்தான்" என்றார் அவர்.

நண்பர்கள் இவரை வினோதமாகப் பார்த்தனர்.

"இந்தியாவுல இருக்கற எந்த ஒரு மூஸ்லீமும் கூட இந்த அளவுக்கு சொல்ல மாட்டான். உங்களோட அதி பயங்கர நம்பிக்கைக்கு என்னோட சல்யூட்." கோவைச்செழியன் இடது கையில் சல்யூட் வைத்தார். மற்றவர்கள் சிரித்தனர்.

"சில சமயம் முஸ்லீம் தீவிரவாதிக பேரைச் சொல்லி இந்துத்துவாக்காரங்க அவுங்க ஆபீஸ்லயும், பொது எடத்துலயும் குண்டு வெச்சது வாஸ்த்தவம். ஆனா, அதெல்லாம் உயிர் சேதாரமோ, பெரிய பொருள் சேதாரமோ இல்லாம நடத்தப்பட்ட குட்டி குண்டு வெடிப்புக, இல்லாட்டி பெட்ரோல் பாம்தான். அதுக்காக மும்பை குண்டுவெடிப்பு, கோவை குண்டுவெடிப்பு மாதிரி பயங்கர வெடிப்புகளையும் இந்துத்துவாக்காரங்கதான் பண்ணுனாங்கங்கறது உலக மகா அறியாமை."

98 இப்ராஹிம் தீவிர சங்கி எதிர்ப்பாளர். அதனால், அட்டட்ரா சங்கி - மங்கி, சங்கி - மங்கி, சங்கி - மங்கி..., அட்டட்ரா சங்கி - மங்கி, சங்கி - மங்கி, சங்கி - மங்கி... என்று உற்சாகமாக சங்கியெதிர்ப்புப் பதிவுகளை வெளியிட்டுக்கொண்டிருப்பார். கர்நாடகப் பள்ளி மாணவிகள் ஹிஜாப் விவகாரத்தின்போது பெரோஸ் இளவரசன் உள்ளிட்ட இஸ்லாமியர்கள் பலத்த ஆதரவும், சங்கி அரசு எதிர்ப்புக் கண்டனங்களும் வெளியிட்டுக்கொண்டிருந்தனர். 98 இப்ராஹிம் புனிதப் போர்க் குரலாகவே முழங்கி, ஒளிப்படங்களோடு ஆவேசப் பதிவுகளையும், மூர்க்கக் கவிதைகளையும் பதிவிட்டார். இந்து நண்பர்கள் சிலர் பழனிக்குப் பாத யாத்திரை போனபோது காவி வேட்டி

அணிந்து சென்றதால் அவர்களுடனான நட்பை முறித்துக்கொண்டார்.

ஒரு நாள் முகநூலில், முழுதான, நல்ல நிலையில் உள்ள நாலைந்து ஆரஞ்சுப் பழங்கள் சாக்கடையில் கிடக்கிற ஒளிப்படம் ஒன்றுடன் செய்தி வெளியிட்டிருந்தார். அவரது மனைவி ஆப்பிள், ஆரஞ்சுப் பழங்களை வாங்கி வந்திருந்தாராம். தொண்ணூத்தெட்டு இப்ராஹிம் வெகுண்டெழுந்து, "எதுக்கு இந்த சங்கிப் பளங்களை வாங்கிட்டு வந்திருக்கற?" என்று, அந்த ஆரஞ்சுகளை சாக்கடையில் வீசியெறிந்துவிட்டார். அதற்கு 54 விருப்பங்கள், கருத்துப் பகுதியில் 13 வீரகோஷங்கள் வந்திருந்தன.

பசுபதிக்கு ஒன்றும் புரியவில்லை. பிறகுதான் புரிந்தது, அந்தப் பழம் காவி நிறம் போன்ற ஆரஞ்சு நிறத்தைத் தோலாக உடுத்தியிருக்கிறதே என்று. நாலரை மணி இருக்கும். கண்காட்சி வளாகத்துக்குள் வாடிக்கையாளர்கள் ஓரிருவராக வரலாயினர். பூந்தளிர் ஸ்டாலுக்கு இன்னும் யாரும் வரவில்லை. பசுபதி புத்தக வாசிப்பை நிறுத்திவிட்டு கடைக்கு முன் நின்றபடி, தெரிந்த இலக்கியஜீவிகள் யாரேனும் வருகிறார்களா என்று பார்த்துக்கொண்டிருந்தார். அலைபேசி ஒலித்தது. எடுத்துப் பார்த்தார். பெரோஸ்தான்.

எடுக்கலாமா, வேண்டாமா என யோசித்து, சும்மாதானே இருக்கிறோம் என்று பச்சையைத் தொட்டார்.

"மெசேஜ் பாத்தீங்களா இல்லையான்னு தெரியல. அதனாலதான் கூப்புட்டே கேக்கலாம்னு கால் பண்ணுனேன். புத்தகக் கண்காட்சிக்குப் போனீங்களா?"

"அங்கதான் இருக்கறனுங் பாய்."

"அப்படியா?! என்னென்ன புக்கு வாங்குனீங்க?"

"புக்கு வாங்க வல்லீங் பாய். புக்கு விக்கற வேலைல இருக்கறன், மூணு நாளா..."

"என்னது...?!"

விபரம் தெரிவித்ததும், "ஐட்ராபாஞ்சன்...! நான் உடனே வர்றன்!" என்றார். அங்கே ஒரு குதி குதித்திருப்பார் என்று தோன்றியது. குரலில் தெரிந்த உற்சாகம், நேரே வந்து ஐயாயிரம், பத்தாயிரம் ரூபாய்க்குப் புத்தகம் வாங்கிவிடுவாரோ என்றும் எண்ண வைத்தது.

"என்னோட ரெண்டாவது நாவல் ஆதர் காப்பி வந்தது இருக்குது. அஞ்சு காப்பி உங்ககிட்டக் கொண்டுவந்து குடுக்கறன். வித்துக் குடுங்க."

இதற்குத்தான் அந்த ஐட்ராபாஞ்சனா...?!

"செரி,... கொண்டு வாங்க" என்று அழைப்பைத் துண்டித்தார்.

பெரோஸ் இளவரசனின் முதல் நாவல் கோவை குண்டுவெடிப்பு தொடர்பானது. இந்த சம்பவம் தொடர்பாக மொத்தம் மூன்று நாவல்கள் எழுதப்பட்டுள்ளன. மூன்றுமே, மேற்படி குண்டு வெடிப்புக்குப் பின் 19 ஆண்டுகளுக்குப் பிறகு வெளியானவை. மூன்றும் இஸ்லாமிய எழுத்தாளர்களால்

எழுதப்பட்டவை. மற்ற இருவரும் கோவை மாவட்டத்தை ஒட்டியுள்ள வேற்று ஊர்க்காரர்கள். பெரோஸ் மட்டுமே கோவை நகரத்தைச் சேர்ந்தவர். அந்தக் கொடூர மதத் தீவிரவாதச் செயல் நடந்த பிறகு இதன் விளைவாக கோவை நகரில் இஸ்லாமிய சமூகத்தினர் அதிகமாக வசிக்கும் கோட்டைமேடு, மரக்கடை, ஆத்துப்பாலம், கரும்புக்கடை ஆகிய பகுதிகளில் போலீஸ் வேட்டைகள் நடந்தன. கைது, வழக்கு, தலைமறைவு, தேடல் என வெகு காலம் நீடித்த இதில் அப்பாவி இஸ்லாமியர்கள் பல வகையிலும்

பாதிக்கப்பட்டனர். இந்த மூன்று பேரும் எழுதிய நாவல்களின் மையம், அப்பாவி முஸ்லீம்கள் பாதிக்கப்படுகிறார்கள் என்பதுதான். இது தொடர்பாக இந்துத்துவா மீதான கடுமையான எதிர்வினைகளும் அந்த நாவல்களில் விரிவாகப் பதிவாகியிருக்கும். ஆனால், இஸ்லாமியத் தீவிரவாதம் பற்றி மற்ற இரு நாவலாசிரியர்களும் ஒன்றுமே பேசியிருக்க மாட்டார்கள். பெரோஸ் மட்டும் பட்டும் படாமல் மயிலிறகுச் சொற்களால் அதை நாலைந்து வரிகளில் கண்டித்துவிட்டு, இந்துத்துவா பற்றி பக்கம் பக்கமாக சம்மட்டி அடி, சவுக்கடிகளால் விளாசியிருப்பார்.

முஸ்லீம்கள் மட்டுமல்ல; இஸ்லாமிய ஆதரவு, சிறுபான்மை அக்கறை காட்டும் இலக்கியர், கட்சியினர், அமைப்பினர்கள் இந்த மூன்று நாவல்களையுமே கொண்டாடினர். அவற்றில் உள்ள அப்பட்டமான ஒருதலைப்பட்சத்தைப் பெரும்பான்மையரும் சுட்டிக் காட்டவில்லை. அவர்களின் கண்களுக்கு அது தெரியவில்லையா, தெரிந்தும் கமுக்கமாக மூடி மறைத்தார்களா, அல்லது அது சரிதான் என்பது அவர்களின் தரப்பா?

இந்த நாவல்கள் வெளியான சமயம், கூட்டாஞ்சோறு காலாண்டிதழில், கோவையைச் சேர்ந்த ஸமீரா என்ற கல்லூரி மாணவி, முத்தலாக் என்ற சிறுகதையை எழுதியிருந்தார். அதுதான் அவரது முதல் சிறுகதை என்று ஆசிரியர் குறிப்பில் தெரிவிக்கப்பட்டிருந்தது. ஆனால், கதையை வாசித்தால் பல்லாண்டு காலம் எழுதித் தேர்ந்த கை போல் இருந்தது. ஆத்துப்பாலம் பகுதியில் ஒரு வீட்டில் நடப்பது போன்ற கதை. முத்தலாக்கால் பாதிக்கப்படும் நாயகியின் தவிப்புகளையும், உள்ளக் குமுறல்களையும், அத்தகைய பாதிப்புக்கு உள்ளான அனைத்து இஸ்லாமியப் பெண்களின் குரலாகவும் உணர்வுபூர்வமாக வெளிப்படுத்தியிருந்தார்.

கோவைச்செழியன் அக் கதையை வாசித்துவிட்டு, 'இந்த ஒரே ஒரு சிறுகதை மூலம் மூத்த, இளம் கோவை இலக்கியவாதிகள் அனைவரையும் இடது புறங்கையால் பின்னுக்குத் தள்ளிவிட்டார் ஸமீரா' என்று முகநூலில் எழுதியிருந்தார். அது பெரோஸுக்குத் தாழ்வுணர்ச்சியையும் எரிச்சலையும் உண்டாக்கியிருக்கும் என்றாலும் அவர் காட்டிக்கொள்ளவில்லை. விருப்பமோ கருத்தோ தெரிவிக்கவும் இல்லை. சில இஸ்லாமியர்கள் வரிந்து கட்டிக்கொண்டு வந்து எதிர்ப்பும், கண்டனங்களும் தெரிவித்தனர். 'இது எனது ரசனை, எனது மதிப்பீடு. அதைச் சொல்லவும் எழுதவும் எனக்கு உரிமை

உண்டு. அது குற்றம் என்றால் போய் வழக்குப் போடுங்கள்' என்றுவிட்டார் கோவைச்செழியன்.

பசுபதி ஆனைமலை இதயதுல்லாவுடன் பேசிக்கொண்டிருந்தபோது, "பெரோஸ் ஏன் இந்த மாதிரி எளுத மாட்டீங்கறாரு? முத்தலாக் சப்ஜெக்டை அவரு தொட்டதே இல்லியே...!?" என்றார்.

"அவரு எப்படிங்க இந்த மாதிரி எளுதுவாரு? முத்தலாக் வேணும்கறது-தான் அவரோட எண்ணமா இருக்கும். அதை எளுதுனாப் பிற்போக்குவாதி, அடிப்படைவாதின்னு சொல்லிருவாங்கன்னுதான் எளுதாம இருந்திருப்பாரு" என்றார் அவர். "பெரோஸ் மத விஷயங்கள்ல பிற்போக்குவாதிதான். அவு-ரோட மகளைப் பத்தாவதுக்கு மேல படிக்க வெக்கல. ஸ்கூல் முடிஞ்சதுமே மாப்பளை பாத்து, பதினாறு வயிசுல கல்யாணம் பண்ணி வெச்சுட்டாருல்ல?"

"முஸ்லீம் சமுதாயத்துல அது சகஜம்ங்க. இருந்தாலும் இவுரு ஒரு எளுத்தாளரா இருந்துட்டு அப்படிச் செஞ்சது மகா தப்பு." இஸ்லாத்தில் பெண்ணடிமைத்தனம் நிறைய இருப்பதாகப் பரவலாக சொல்லப்படுகிறது. பர்தா எனப்படுகிற புர்கா அணிவதும் அப்புடித்தான் என்றும் சொல்கிறார்கள். மாறாக, அது அவர்களின் மத உடை, ஆண்களால் விளையும் பாலியல் தொல்லைகளிலிருந்து பாதுகாப்பு அளிக்கக் கூடியது என்ற கருத்தும் அழுத்-தமாகவே முன்வைக்கப்படுகிறது. அந்தப் பெண்கள் விருப்பப்பட்டு அவற்றை அணிந்தால் அதை மறுக்கவோ, எதிர்க்கவோ, விமர்சிக்கவோ துளி கூட நியாயம் இல்லை.

ஆனால், சமீப காலங்களாக அடிப்படைவாத அமைப்புகள் தலைதூக்கி, அவர்கள்தான் புர்கா அணியக் கட்டாயப்படுத்துகிறார்கள் என்றும், கடந்த பத்துப் பதினைந்து வருடங்களாக பர்தா அணிவது பல மடங்கு அதிகரிக்கக் காரணம் அதுதான் என்றும் இஸ்லாமிய மதத்தவர்களே சொல்லவும், எழு-தவும் செய்துள்ளனர். அது அவர்களது மதத்தின் உள்விவகாரம் என்பதால் பசுபதி அதில் தலையிடுவதில்லை. தகவல்களை அறிந்துகொள்வதற்காக மட்டும் தெரிந்துவைத்துக்கொள்வார். முகநூல் நட்பில் உள்ள இஸ்லாமியர் ஒருவர், 'புர்கா அணியாத பெண்கள் எல்லாம் தன் உடலை ஆண்களுக்குக் காட்சிப்படுத்திக் கவர்ந்து இழுத்து பாலியல் தொழில் செய்கிற விபச்சாரிகள்' என்று பதிவிட்டிருந்தார். அதற்கு ஆயிரத்துக்கும் அதிகமான இஸ்லாமியர்-கள் விருப்பம் தெரிவித்திருந்தனர். முன்னூறுக்கு மேற்பட்ட ஆதரவுக் கருத்-துகள் வந்திருந்தன. நூற்றி அறுபது பகிர்வுகள்.

பசுபதிக்கு அப் பதிவில் சொல்லப்பட்டிருந்ததில் நியாயமான கோபம் எழுந்தது. 'பெண்கள் என்று பொதுவாகச் சொல்லியிருப்பது முறையற்றது. அது பிற மதப் பெண்களையும் இழிவுபடுத்துவதாக உள்ளது. உங்கள் மதப் பெண்களைப் பற்றி நீங்கள் சொல்வதாயின் இஸ்லாமியப் பெண்கள் என்று திருத்திக்கொள்ளுங்கள்' எனக் கருத்து இட்டிருந்தார். பதிவு இட்ட நபர்

நன்றி என பதில் அளித்திருந்தார். ஆனால், திருத்தம் செய்யவில்லை. அப்படியானால் பிற மதப் பெண்கள் யாவரும் விபச்சாரிகள் என்பதாகத்தானே அர்த்தம்? இவரது கருத்துக்கு ஒரு இஸ்லாமியர், 'இது இஸ்லாமியர்களுக்கான பதிவு. காபிர்கள் இங்கே வந்து கருத்து நீட்ட வேண்டியதில்லை' எனத் திமிரான பதில் அளித்திருந்தார்.

அவர்கள் பொது இஸ்லாமியர்கள் அல்ல; இஸ்லாமிய மதவாதிகள், மத அடிப்படைவாதிகள் என்பதால் பிறகு பசுபதி அந்தப் பக்கம் தலைகாட்டுவதில்லை. அந்த முகநூல் கணக்குடனான நட்பைத் துண்டித்துக்கொள்ளவும் செய்தார். அந்தத் தகவல்களைத் தெரிவித்துவிட்டு, "பெரோஸ் அதைப் பத்தியும் ஒண்ணும் கதையாவோ, கட்டுரையாவோ, முகநூல் பதிவாவோ எளுதுனதில்லீங்ளே...!" என்றார், ஆனைமலையாரிடம்.

"நானுந்தாங்க அதையெல்லாம் எளுதறதில்ல. எங்க மத நம்பிக்கை, மதக் கொள்கை, மத வளக்கங்களுக்கு எதிரா எளுதப்போனா பெரிய சிக்கல் ஆயிரும். ஒரு கவிதைல ரெண்டு வரி, நாலு வரி அப்புடி எளுதுனதுக்கே ஒரு கவிஞரையும், கவிதாயினியையும் ஜமாத்லருந்து தள்ளி வெச்சுட்டாங்கல்ல! கொலை மிரட்டல் கூட வந்துச்சே...! சங்கிகளையா இருந்தா ஜங்கு ஜங்குன்னு குதிச்சுக் குதியாட்டம் போட்டு, வெளுத்து வாங்கீர்லாம். இவுங்ககிட்ட அப்புடிப் பேசவோ, எளுதவோ முடியாது. அதனாலதான், இந்துத்துவா இந்துத்துவான்னு மூச்சுக்கு முன்னூறு வாட்டி சௌண்டு உடற முஸ்லீம்களாகட்டும், முஸ்லீம் ஆதரவாளர்களாட்டும், இஸ்லாமித்துவாங்கற வார்த்தையக் கூட சொல்ல மாட்டாங்க. அப்புடி ஒண்ணு இருக்கறதாவே காமிச்சுக்க மாட்டாங்க."

கூட்டாஞ்சோறு அடுத்த இதழில், 'கோவைக் கலவர இலக்கியத்தில் ஒருதலைப்பட்சம்' என்னும் தலைப்பில் ஸமீராவின் விமர்சனக் கட்டுரை வெளியாகியிருந்தது. சமரசமற்ற நடுநிலையோடு, காத்திரமாக எழுதப்பட்ட கட்டுரை அது. பெரோஸ் இளவரசனும் மற்ற இரு இஸ்லாமிய நாவலாசிரியர்களும் செய்துள்ள ஒருதலைப்பட்ச படைப்புச் செயல்களைத் தோலுரித்திருந்தார். மற்ற இரு நாவலாசிரியர்களும் மார்க்சியப் போர்வையில் இந்த செயலைச் செய்வதைக் கேள்விக்குள்ளாக்கியும் இருந்தார்.

"அப்பாவி முஸ்லீம்கள் பாதிப்புக்கு உள்ளானது பற்றி நாவல் நெடுக ரத்தக் கண்ணீர் வடிக்கும் இந்த மூன்று நாவலாசிரியர்கள், அறுபதுக்கு மேற்பட்ட அப்பாவி இந்துக்களை முஸ்லீம் தீவிரவாதிகள் கொடூரமாகக் கொன்றது பற்றிக் கிஞ்சித்தும் வருந்தாதது ஏன்? காபிர்களின் உயிர்கள் ஈ, எறும்புகளுக்குச் சமானமா? அவர்களை இழந்த குடும்பங்களின் கதி என்ன? குண்டுவெடிப்பால் எத்தனை குடும்பங்கள் நாசமாயின? தொழில் நகரமான கோவையின் வியாபாரமே பல வருடங்களுக்கு பாதிக்கப்பட்டதே! அந்தத் தீவிரவாத வெறியாட்டத்தில் கோவையே சுடுகாடாகிவிட்டது. இந்த நாவலா-

சிரியர்களுக்கு அதெல்லாம் பொருட்டில்லை. இவர்களுக்கு மனசாட்சி என்ற ஒன்று இருக்கிறதா?'' - என முள் சவுக்கில் விளாசியிருந்தார் அவர்.

இந்தக் கட்டுரை பற்றியும் கோவைச்செழியன் தனது முகநூல் பக்கத்தில் பதிவிட்டிருந்தார். பெரோஸ் அதற்கு, 'நல்ல ஆய்வு' என்று மட்டும் கருத்து தெரிவித்திருந்தார். மற்ற இரு நாவலாசிரியர்களும் செழியனின் நட்பில் இல்லாவிட்டாலும், அவர்களும் அதை வாசித்து அறிந்துதான் இருந்தனர். மூவருமே ஸமீராவின் கேள்விகளுக்கு பதில் அளிக்கவில்லை. புனிதமான கள்ள மௌனம் சாதித்து, மகத்தான மயான அமைதியை நிலைநாட்டினர்.

பெரோஸின் இரண்டாவது நாவல், இஸ்லாமிய சமூகத்தின் உள் விவகாரங்கள் பற்றியது. ஆகவே அது அந்த சமூகத்தினருக்கானது மட்டுமாகவோ, அல்லது அந்தத் தன்மை அதிகமாக உள்ளதாகவோ இருக்கும். அதனால் பசுபதி அதை வாங்கவும் இல்லை; வாசிக்க விரும்பவும் இல்லை. விற்கக் கொண்டுவந்து கொடுப்பார் அல்லவா; வாய்ப்பிருந்தால் புரட்டிப் பார்க்கலாம் என்று பட்டது. இஸ்லாமியப் படைப்பாளிகள், இதழாசிரியர்கள், பதிப்பாளர்கள், இலக்கிய அமைப்பாளர்கள் ஆகியோர் இஸ்லாமியர்களுக்கும், இஸ்லாமியப் படைப்புகளுக்குமே முன்னுரிமையும் சலுகைகளும் கொடுப்பது பற்றி இந்து, கிறிஸ்துவ இலக்கியவாதிகள் சிலர் பேசுவதுண்டு.

முக நூலில் இஸ்லாமியப் படைப்பாளிகளுக்கு சேர்கிற நட்பில் இஸ்லாமியர்கள் அதிகமாக இருப்பார்கள். அது இலக்கியத்துக்கான நட்பல்ல. மதத்துக்கான நட்பு. இஸ்லாமியப் படைப்பாளிகளின் பதிவுகளுக்கு வருகிற மத ரீதிக் கருத்துகளிலிருந்தும், மத கோஷங்களிலிருந்துமே அது நிரூபணமாகும். கவிஞர் ரூமிதாசனை கவிதை ஜிகாதி என்றும், பெரோஸ் இளவரசனை கதை ஜிகாதி என்றும் ஒருவர் பாராட்டியிருந்தார். முஸ்லீம் அமைப்புகள், மதரஸா, முஸ்லீம் பொதுக் கூட்டங்கள் ஆகியவற்றுக்கு அழைத்து கௌரவிக்கவும் செய்வார்கள்.

பெரோஸ் பணியில் இருந்தபோது பகுதி நேர முகநூல் செயல்பாட்டாளராக இருந்து, இடையே நேரம் கிடைக்கும்போது அலுவலக வேலைகளையும் பார்த்துவந்தார். இப்போது முழு நேர முகநூல் செயல்பாட்டாளர். முகநூல் பதிவுகளிலும் இஸ்லாம் சமூக சார்பில் அரசியல் கருத்துகள். எதிர்வினைகள், கண்டனங்கள், ஆவேசக் கொந்தளிப்புகளை வெளியிட்டுக்கொண்டிருப்பார். நூல் வாசிப்பு அனுபவங்கள், விமர்சனங்கள் எழுதுவதும் அதிகபட்சம் இஸ்லாமிய எழுத்தாளர்களுடையதாகவே இருக்கும். அவரது பொதுப் பதிவுகளுக்கு 30 - 40 விருப்புகள் வரும். இஸ்லாமியப் பதிவுகளுக்கு 60 - 70 விருப்புகள், 20 - 25 பகிர்வுகள் கிடைக்கும். அதற்கு அடிமையாகிவிட்டதால் கடந்த பத்தாண்டுகளுக்கு மேலாகவே அவர் முகநூலில்தான் அதிக நேரம் செலவழிக்கிறார். படைப்புக்கும், வாசிப்புக்கும் நேரம் ஒதுக்குவது மிகக் குறைவு.

இலக்கிய எழுத்தில் பணம் வராது என்பதால் இலக்கியவாதிகளின் பெற்றோர், மனைவி/கணவர், மக்கள் ஆகியோர் அவற்றை விரும்ப மாட்டார்கள் என்பது உலக நடைமுறை. ஆனால், பெரோஸின் மனைவி இதற்கு நேர் எதிர்.

அவர்களின் வீட்டுக்குப் பசுபதி சென்றிருந்தபோது ஒரு முறை,

“இவரு கதை, நாவல் எளுதறதையே விட்டுட்டாரு. எப்பப் பாத்தாலும் பேஸ்புக்குலயே உளுந்து கெடக்கறாரு. அதுக்கு அடிமையா இல்ல; கொத்தடிமையாவே ஆயிட்டாரு. வேலைல இருந்தப்பவாச்சும் அப்பப்ப ஒண்ணு, ரெண்டு கதைக பத்திரிகைல வந்துட்டிருக்கும். இப்ப ரிட்டையர்மெண்ட்டுல வீட்டுலதான் இருக்கறாரு. சும்மா இருக்கறக்கு எளுதிக் குமிக்கலாமல்ல? ஆனா, ஒண்ணு கூட எளுத மாட்டீங்கறாரு. பீரோலயும், செல்புலயும் அத்தனை புஸ்தகங்க அடுக்கி வெச்சிருக்குது. அதுல பாதிக்கு மேல படிக்காததுதான். அதையாவது எடுத்துப் படிங்கன்னா அதுவும் கேக்கறதில்ல” என அங்கலாய்த்தார்.

“இப்புடிச் சொல்ற வொய்ப் எந்த இலக்கியவாதிக்காவது கெடைப்பாங்களா? உங்களை முகநூல் தெற்கு மண்டல மேலாளர்னு செளியன் கிண்டலடிக்கறாரே...! கண்டதுக்கெல்லாம் கொந்தளிச்சு பேஸ்புக்குல பதிவு போட்டுட்டு இருக்கற நேரத்துல கதை, நாவல் எளுதற வேலையப் பாக்கலாமே...!” என்றார் பசுபதி.

“கதை அனுப்புனா நெறையப் பத்திரிகைல போடவே மாட்டீங்கறாங்க. அதனாலதான் எளுதறக்கு இன்ட்ரஸ்ட்டே வர்றதில்ல.” அதற்கு அவரது மனைவி சொன்ன பதில், பசுபதியை அசர வைத்துவிட்டது.

“நீங்க முஸ்லீமுகளைத் தூக்கிப் புடிச்சு, இந்துக்களை மட்டம் தட்டி எளுதுவீங்க. அதை முஸ்லீம் பத்திரிகைக வெளியிடும். பொதுப் பத்திரிகைல வெளியிடுவாங்களா? எளுதுனா எல்லாருக்கும் பொதுவா, நடுநிலையா எளுதணும். முஸ்லீமுக தப்பே பண்ணுல, அவுங்கல்லாம் யோக்கியருக, இந்துக்கள்தான் கெட்டவங்க, தப்பெல்லாம் அவங்கதான் பண்ணுனாங்கன்னு எளுதுனா பொது மக்கள் ஒத்துக்குவாங்களா?”

பெரோஸ் இவரிடம் திரும்பி, “என்னோட கதைக இஸ்லாமியப் பத்திரிகைகள்லதான் அதிகமா வெளியாகுது. அவுங்கதான் கேட்டு வாங்கிப் போடறாங்க. இஸ்லாமியத் தீவிரவாதத்தைப் பத்தியும், இஸ்லாமியர்களோட மத்த தவறுகளைப் பத்தியும் கதை எளுதி அனுப்புனா, அவங்க அதை வெளியிடறதில்ல. ‘இதைப் பத்தி எல்லாம் நாம சொல்லக் கூடாதுங்க பாய். இந்துக்கள் நம்ம சமூகத்துக்கு செய்யற பாதிப்புகளைப் பத்தி மட்டும் எளுதுங்க’ன்னு சொல்றாங்க” என்றார்.

“மதவாதிக, மத வியாபாரிக அப்படி ஒருதலைப்பட்சமா இருக்கலாங் பாய். நீங்க ஒரு படைப்பாளி அப்புடி இருக்கலாமா? எளுத்தாளன் எல்லாருக்கும்

பொதுவானவனா இருக்கணும்னு நீங்களே எளுதியிருக்கறீங்களே...?”

பதில் சொல்லாமல் மௌனம் காத்தார்.

ஜனரஞ்சக நட்சத்ர நாவலாசிரியர் குமாரபாலனின் நாவல்கள் பற்றி பெரோஸ் ஒரு முறை முகநூலில் பதிவிட்டிருந்தார். ‘குமாரபாலன் எனக்குப் பிடித்தமான நாவலாசிரியராக இருந்தார். அவரது நாவல்களை ஆர்வத்தோடு வாசிப்பேன். அவர் யோகம், தியானம், ஆன்மீகம், சாமியார் பற்றியெல்லாம் நாவல்களில் எழுதத் துவங்கியதும்தான் வெறுத்துப் போய் அவரது நாவல்களை வாசிப்பதையே விட்டுவிட்டேன். மதத்தையும், ஆன்மீகத்தையும் அவரவர் வீட்டோடு வைத்துக்கொள்ள வேண்டும். எழுத்தாளன் எல்லோருக்கும் பொதுவானவனாக இருக்க வேண்டும்’ என்று எழுதியிருந்தார்.

கோவைச்செழியன் இது பற்றி கடுமையான எதிர்வினையாற்றி, அவருக்கும் இவருக்கும் இடையே நீண்ட, தொடர் சச்சரவுகள் ஏற்பட்டு ஓய்ந்தது.

அதை நினைவூட்டிய பசுபதி,

“அப்ப நானும் ஒரு பாய்ன்ட்டை உங்ககிட்டக் கேக்கலாம்னு இருந்தனுங் பாய். ஏன் பொதுவெளில அதைக் கேட்டுட்டுன்னுதான் உட்டுட்டேன். நீங்க சொல்ற மாதிரி குமாரபாலன் மதத்தைத் தூக்கிப் புடிக்கவெல்லாம் கெடையாது. இந்து மதம், இந்துக் கடவுள்கள், யோகம், தியானம், காத்தாடி சாமியார் பத்தி எளுதியிருக்கறாரே தவுத்து, எங்கயாவது, இந்து மதம்தான் உயர்ந்தது, மத்த மதங்கள் தாள்ந்ததுன்னு எளுதியிருக்கறாரா? அவுங்கம்மா ஏசு பக்தை. அவுங்க எறந்தப்ப, தற்செயலா அங்க கொக்கு பட டைரக்டர் இருந்திருக்கறாரு. அவரு கிறிஸ்துவராச்சே...! அவருதான் அந்தம்மாவோட சடலத்தைத் தூக்கி கட்டில்ல கெடத்துனாராமா. அவுங்களுக்கு ஏசுவோட அருள் இருந்ததுனாலதான் ஒரு கிறிஸ்துவரால அவங்க சடலம் கிடத்தப்பட்டுச்சுன்னு நெகிழ்ந்து சொன்னவரு குமாரபாலன்.

“நீங்க உங்க கதைகள்ல மதத்தைத் தூக்கிப் பிடிக்கலன்னு செளியனுக்கு பதில் சொல்லியிருந்தீங்க. ஆனா, இந்து - முஸ்லீம் கலவரங்கள் பத்தி எளுதும்போது, முஸ்லீமுக பக்கம் ஒரு தப்பும் கெடையாது, இந்துக்கள் பண்றதுதான் எல்லாமே தப்புன்னு எளுதறீங்களே...! அது நியாயமா? தன்னோட மதத்தைத் தூக்கிப் புடிக்கறதைவிட, இது ஆயிரம் மடங்கு மோசமானதில்லையா? குற்றத்துக்குத் துணை போறதில்லையா?” என்று கேட்டார்.

பெரோஸ் வாயே திறக்கவில்லை. வேற்று மதப் படைப்பாளியை விமர்சித்து எழுதியது. தனக்குப் பொருந்தாது என்று எண்ணிக்கொண்டிருந்தாரோ என்னவோ! வளாகத்தில் வாடிக்கையாளர்கள் சற்று கூடி, ஒவ்வொரு ஸ்டாலாகப் பார்வையிட்டபடி வந்துகொண்டிருந்தனர். இவர்களின் ஸ்டாலிலும் நாலைந்து பேர் இருந்தனர். அப்போது 98 இப்ராஹிமுடன் பெரோஸ் இளவரசன் வந்தார். வைத்தியலிங்கத்துக்கு பெரோஸுடன் பழக்கம் இல்லாவிட்டாலும் நன்கு தெரியும். மரியாதை நிமித்தம் நலம் விசாரித்து, குடும்ப காரியங்-

களையும் கேட்டார்.

“உங்க மக வயித்துப் பேத்திக ஐஸ்கூல் போகறக்கு ஆயிருச்சு. மகனுக்கு ஜீஹெச்சுல டாக்டர் வேலையும் வாங்கீட்டிங்க. அவனுக்குக் கல்யாண ஏற்பாடு ஏதாவது பண்ணீட்டிருக்கறீங்களா,... எப்புடி?”

“நிச்சயம் முடிஞ்சிருச்சுங்க.”

பசுபதிக்கு அந்த விஷயம் தெரியாது. அதனால் ஆவலோடு, “அப்படியா? சொல்லவே இல்ல? பொண்ணும் டாக்டரா?” எனக் கேட்டார்.

‘சேச்சே...! இந்தக் காலத்துல வேலைக்குப் போற பொண்ணுகல்லாம் எங்க ஒளுக்கமா இருக்குதுக? அதனாலதான் படிச்சுட்டிருக்கற பொண்ணப் பாத்து நிச்சயம் பண்ணிட்டோம்.” வேலைக்குப் போகிற இளைஞிகள் ஒழுக்கமாக இருக்க மாட்டார்கள் என்ற அவரது கூற்றைக் கேட்டதும் இவருக்குத் தூக்கிவாரிப் போட்டது. அதிர்ச்சியோடு வைத்தியலிங்கத்தைப் பார்க்க, அவரும் அவ்வாறே இவரைப் பார்த்துக்கொண்டிருந்தார்.

பெரோஸ் பிற்போக்குவாதி என்று தெரியும். ஆனால், இந்த அளவுக்கு பெண்கள் மீது இழிவான கண்ணோட்டம் கொண்டவராக இருப்பார் என்று எண்ணிப் பார்க்கவில்லை. இவரெல்லாம் ஒரு எழுத்தாளர் என்று சொல்வது எவ்வளவு வெட்கக் கேடு! இப்படிப்பட்டவரிடமிருந்து பொதுப் பெண்கள் சமூகத்துக்கோ, இஸ்லாமியப் பெண்கள் சமூகத்துக்கோ கிடைக்கக் கூடியது என்னவாக இருக்கும்? சிறு நன்மையாவது கிடைக்குமா?

“கல்யாணம் எப்பங் பாய்?” வைத்தியலிங்கம் கேட்டார்.

“பொண்ணு படிச்சுட்டிருக்குது. இந்த வருசத்தோட முடிஞ்சிடும். அடுத்த வருசம் கல்யாணம்.”

“காலேஜ் பைனல் இயரா?”

“இல்லீங்க. ப்ளஸ் டூ படிச்சுட்டிருக்குது. ஏன்யுவல் எக்ஸாம் எளுதி முடிச்சதும் கல்யாணம்.”

இது அடுத்த அதிர்ச்சி.

ஆனால், 16 வயதில் மகளைக் கட்டிக்கொடுத்தவர், 17 - 18 வயதில் மகனுக்குப் பெண் பார்த்திருப்பது ஒன்றும் வியப்பில்லைதான்.

பசுபதி எதுவும் சொல்லாமல் பெரோஸிடமிருந்து பையை வாங்கி, அவரின் நாவல் பிரதிகள் ஐந்தையும் ரேக்கில் நன்கு தெரிகிற விதமாகக் காட்சிப்படுத்தலானார். பெரோஸும் அருகே வந்து நின்று அதைப் பார்வையிட்டார்.

“எவ்வளவு காப்பி வந்துச்சுங் பாய்? எவ்வளவு வித்துச்சு?” உடன் இருந்த 98 இப்ராஹிம் வினவினார்.

“அட, அதை ஏனுங் பாய் கேக்கறீங்க? ஆதர் காப்பி பத்து குடுப்பாங்க. அது வந்ததுமே போட்டோப் புடிச்சு பேஸ் புக்குல ஸ்டேட்டஸ் போட்டன். வேணுங்கறவங்க பணம் அனுப்புங்கன்னு ஜீப்பே நம்பரு, ஐடி எல்லாம் குடுத்திருந்தேன். எரனூத்தம்பது லைக்கு, எளுவத்தி மூணு செவப்பு ஆர்ட்டின்,

நூத்தி அம்பத்தாறு வாள்த்துகள் வந்துச்சு. அஞ்சாறு பேரு மட்டும் எனக்கு வேணும்னாங்க. ஆனா, பணம் அனுப்புல. பத்துக் காப்பியும் அப்புடியே கெடந்துச்சு. தொண்ணூத்தெட்டு சம்பவம் பத்தி என்னையாட்ட நாவல் எளுதுன திருப்பூர் பாய்கிட்ட, நீங்களாச்சும் ஏதாவது பத்திரிகைல மதிப்புரை

எளுதுங்க பாய்ன்னு சொல்லி ஒரு காப்பி அனுப்பி வெச்சேன். ஆறு மாசமாச்சு. எளுதற பாட்டக் காணம்.''

அப்போது புத்தகங்களைப் பார்வையிட்டுக்கொண்டிருந்த, ஜீன்ஸ், டாப்ஸ் அணிந்த இளம் பெண் பெரோஸைத் திரும்பிப் பார்த்துவிட்டு, பசுபதி காட்சிப்படுத்தி வைத்திருந்த அவரின் நாவலிலிருந்து ஒரு பிரதியை எடுத்தாள். எவ்வளவு விலை என்று பார்த்து பர்ஸிலிருந்து ஐநூறு ரூபாய்த் தாளை எடுத்து பசுபதியிடம் கொடுத்து, ''ரசீதும் குடுங்க'' என்றாள். பசுபதி நகர்ந்தார். தன் தோள் பையிலிருந்து ஜெல் பேனாவை எடுத்தவள், பெரோஸிடம் வந்து நாவலின் முன் பக்கத்தை விரித்துப் பேனாவுடன் நீட்டி, ''உங்க கையொப்பம் போட்டுக் குடுங்க ஸார்!'' என்றாள்.

பெரோஸுக்கு அதி பரவசம். இத்தனை மாதங்களாக ஒரு பிரதி கூட விற்கவில்லை. இங்கே கொண்டுவந்து வைத்ததுமே ஒரு பிரதி விற்பனையாகிவிட்டதே! அதுவும், ஜீன்ஸ் அணிந்த இளைஞி ஒருத்தி தன்னுடைய நாவலை வாங்கி, கையொப்பமும் கேட்கிறாள் என்பது நம்பவியலாத ஆச்சரியத்தையும், எதிர்பாராத மகிழ்ச்சியையும் ஏற்படுத்தியது. ''வளக்கமா எல்லாரும் கையெளுத்தும்பாங்க. நீங்க கரெக்ட்டா கையொப்பம்ங்கறீங்களே...! எனக்கே முப்பது - நாப்பது வருசத்துக்கப்பறம் இப்பத்தான் அந்த வார்த்தையே ஞாபகம் வருது'' என்றவர், நூல் பக்கத்தில் இன்னாருக்கு அன்புடன் என்று எழுதுவதற்காக, ''உங்க பேரு?'' என்று கேட்டார்.

''ஸமீரா.''

சிறு யோசனையோடு பார்த்தார்.

''உங்களோட மொதல் நாவலுக்கு கூட்டாஞ்சோறுல விமர்சனம் எழுதுன அதே ஸமீராதான்!'' என்றாள் சரியான ழகர உச்சரிப்போடும், புன்னகையோடும். அவருக்குத் திகைப்பு. பிறகு சமாளித்துக்கொண்டு, ''நீங்கதானா அது?'' என்று சிரிப்பைக் காட்டிக்கொண்டார். எழுதிக் கையொப்பம் இட்டுக் கொடுத்துவிட்டு, ''வீடு எங்க?'' என விசாரித்தார்.

அதைச் சொல்லிவிட்டு, ''நாங்க உங்களுக்கு தூரத்து சொந்தம்தான் ஸார்'' என்று கூறி, அதை விளக்கிக்கொண்டிருக்கையில் பசுபதி பாக்கிப் பணமும் ரசீதும் கொண்டுவந்து கொடுத்தார். ''மொதல் நாவலைத் தொவைச்சுக் காயப் போட்டுட்டீங்க. இதைக் கிளிச்சுக் குப்பைல போட்டுருவீங்களோ என்னமோ...!'' என்றார் பெரோஸ்.

அவள் மீண்டும் புன்னகைத்து, ''உள்ளது உள்ளபடி எழுதணுமில்லீங் ஸார்! படைப்பானாலும் சரி, விமர்சனமானாலும் சரி...''

புன்னகை மாதிரி ஒன்றைக் காட்டித் தலையாட்டிக்கொண்டார்.

98 இப்ராஹிம் அவளது கதையையோ, விமர்சனக் கட்டுரையையோ வாசித்ததும் இல்லை, கேள்விப்படவும் இல்லை போலும். "ஏம்மா,... புர்கா போட மாட்டயா? அட்லீஸ்ட், ஹிஜாப்பாவது போட்டுக்கணுமில்ல?" என்று கேட்டார். கூரிய பார்வையால் அவரைத் துளைத்தபடி, "என்னை புர்காவோ, ஹிஜாப்போ போடச் சொல்றக்கு நீங்க யாரு? உங்களுக்கு என்ன உரிமை?" எனக் கேட்டாள்.

98 இப்ராஹிம்மின் முகம் சூம்பியது. பெரோஸுக்கும் முகம் சுண்டியது.

ஹிஜாப் விவகாரத்தில் முகநூலில் அவர்கள் இருவரும் முழங்கிய வாசகங்கள் பசுபதிக்கு நினைவில் ஆடின.

ஸமீரா முகநூலில் இல்லை. எனவே, அங்கு நடக்கும் கோலாகலங்கள் அவளுக்குத் தெரிந்திருக்க வாய்ப்பில்லை. கோவைச்செழியன் அவளது முத்தலாக் சிறுகதையை வெகுவாகப் பாராட்டியிருந்தது பற்றி அவளிடம் சொல்லலாமா? அது தொண்ணூத்தெட்டுக்கும், பெரோஸுக்கும் கூடுதல் சங்கடத்தை உண்டாக்குமே... என யோசித்துக்கொண்டிருக்கையில் அவள் நாவலையும் ரசீதையும் தோள் பையில் வைத்துக்கொண்டு ஸ்டாலை விட்டு வெளியேறிவிட்டாள்.

இப்ராஹிமுக்கு அவமானம் தாளவில்லை. மூஞ்சியைத் தூக்கிக்கொண்டு வெளியே போய் நின்றுகொண்டார். பெரோஸ் அலட்டிக்கொள்ளவில்லை. மீன்கொத்திப் பார்வையோடு புத்தகக் காட்சிப்படுத்தலைப் பார்வையிட்டு, ஆங்காங்கே கொத்தியெடுத்து, மேஜைக் கரையில் வைக்கலானார். மூன்று பெரிய தமிழ் நாவல்கள், கனமான இரு மொழிபெயர்ப்பு நாவல்கள், ஒரு தடித்த சிறுகதைத் தொகுப்பு, குண்டான ஒரு கட்டுரைத் தொகுப்பு. அடேங்கப்பா, இவ்வளவும் வாங்கப் போகிறாரா? என்னடா இது, அதிசயமாக இருக்கிறதே என பசுபதிக்குப் பேராச்சரியம் தாளவில்லை.

பெரோஸ் வேண்டியவற்றைச் சேகரித்து முடித்ததும், தான் கொண்டுவந்த பையில் போட்டுக்கொண்டு, "செரி, வருட்டுங்ளா...?" எனக் கிளம்பிவிட்டார். பணமும் கொடுக்கவில்லை, ரசீதும் போடவில்லை. விலை எவ்வளவு என்று கூடப் பார்க்கவில்லை. இவருக்கு என்ன செய்வது என்று பிடிபடவும் இல்லை. கூப்பிட்டுக் கேட்டால் அது அவருக்கு கௌரவக் குறைச்சலாக ஆகிவிடுமோ என்று தவிர்த்துவிட்டார்.

"என்னங், பணம் குடுக்காமப் போறாரு?" வைத்தியலிங்கம் கேட்டார்.

"அவரோட புக்கு குடுத்திருக்கறாரில்ல. அதுல களிச்சுக்கலாம்." சமாளிக்க முற்பட்டார்.

"என்னென்ன புஸ்தகம் எடுத்தாரு? மொத்தம் எவ்வளவு ஆகுதுன்னு பாத்தீங்ளா?"

விற்பனையாளர் வேலையை சரியாகச் செய்யாமல் தவறிவிட்டோமே என்ற குற்ற உணர்ச்சி உறுத்தியது.

"என்னென்ன எடுத்தாருங்கறது ஞாபகம் இருக்குதுங்க. அதோட எக்ஸ்ட்ராக் காப்பிக இருக்கும். அதுல வெலை பாத்துக்கலாம்" என்றுவிட்டு, அந்தப் பிரதிகளை எடுத்து விலைப் பட்டியல் குறித்தார். 2,780 ரூபாய் ஆயிற்று. பெரோஸின் நாவல் ஐந்து பிரதிகளின் மொத்தத் தொகை 1,350.

"மிச்ச தொகைக்கு என்ன செய்யறது?" வைத்தியலிங்கம் கேட்டார்.

பசுபதி பதில் தெரியாமல் விழித்தார்.

கண்காட்சி முடிந்த மறு நாள் கடையைக் காலி செய்து, மீதமுள்ள புத்தகங்கள் பூந்தளிர் நூல் நிலையத்துக்குக் கொண்டுவரப்பட்டது. பெரோஸ் இளவரசனின் நாவலில் நான்கு பிரதிகளும் அதில் இருந்தன.

"கண்காட்சிலயே விக்குல. கடைல வெச்சு விக்கப்போகுதா?" என்றார் வைத்தியலிங்கம்.

பசுபதிக்கு என்ன சொல்வது என்று தெரியவில்லை.

"அவுரு அள்ளிட்டுப் போன புக்குகளோட பில் தொகைக்கு என்ன பண்றதுங்க?"

அதுவும் இவருக்குப் பிடிபடவில்லை. பெரோஸிடமே நிலவரத்தைத் தெரிவித்து பணம் கொண்டுவந்து தரவோ, அனுப்பவோ சொல்லலாமா என்ற யோசனை, தலைக்குள் வராமல் தருகித் தருகி பொடனிக்குப் பொறகாலயே பம்மிக்கொண்டிருந்தது. சேச்சே,... அதெல்லாம் மரியாதையாக இருக்காது என்று தனக்குள் சொல்லிக்கொண்டு, "எனக்குக் குடுக்கற சம்பளத்துல அந்த அமௌண்ட்டக் கம்மி பண்ணிருங்க" என்றார்.

அவ்வாறே 2,780 ரூபாய் குறைக்கப்பட்டு சம்பளம் கைக்கு வந்தது. வாங்கிய சம்பளத்தில் கால் பாகத்துக்கு மேல் அனாமத்தாகப் போய்விட்டதே என நொந்துகொண்டே வீடு வந்து சேர்ந்தார். சட்டையைக் கழற்றி ஹேங்கரில் மாட்டிக்கொண்டிருக்கும்போது அலைபேசியில் பெரோஸின் அழைப்பு. எடுத்துச் சென்ற புத்தகங்களுக்கான பணத்தைப் பற்றி இவரிடம் அவர் எதுவும் சொல்லவோ, கேட்கவோ இல்லை.

"வாட்ஸப்புல என் மகன் நம்பரை உங்குளுக்கு அனுப்பி வெச்சிருக்கறனுங்க பசுபதி. அவன் எப்பப் பாத்தாலும் எங்கிட்ட, 'இலக்கியம் எளுதி என்ன பிரயோஜனம், வாப்பா? அதுல பணமா கெடைக்கப் போகுது?'ன்னு கேட்டுட்டே இருப்பான். என்னோட நாவல் எத்தனை காப்பி வித்திருந்தாலும், அந்த அமௌண்ட் மொத்தத்தையும் அப்புடியே நேரா என் மகனுக்கு ஜீப்பேல அனுப்பிவிட்டுருங்க. நான் அவங்கிட்ட சொல்லீர்றேன்..." என்றார். கெட்ட வார்த்தைகளே பேசாத பசுபதிக்கு வந்த கோபத்தில், மகா கெட்ட வார்த்தைகள் வரிசை பிடித்து வாய் வரைக்கும் வரலாயின. நாக்கைக் கடித்து அடக்கிக்கொண்டார்.

123. பறக்கும் தலை கொண்ட பெண்

என் தந்தையின் உயர்நிலைப் பள்ளி வகுப்புத் தோழர் ஒருவர் கொஞ்சம் மனநிலை சரியில்லாதவர். நான் அவரை நேரில் சந்தித்தது இல்லை, கதைகள் மட்டுமே கேட்டிருக்கிறேன். இப்போதைக்கு அவரை திரு.கே என்று அழைக்கிறேன். எனது தந்தை மாரடைப்பால் இறப்பதற்கு பல நாட்களுக்கு முன்பு திரு.கே.யின் ரகசியம் ஒன்றை எனக்குச் சொன்னார். (அது வெறும் தற்செயல் நிகழ்வுதானா என வியக்கிறேன்). திரு.கே. ஏதோவொன்றை மக்களிடமிருந்து மறைத்தார் எனச் சொல்லவில்லை; அவருக்கு நெருக்கமானவர்கள் எல்லோருக்கும் இந்த "ரகசியம்" தெரியும். என்னிடமிருந்து தான் என் தந்தை அந்த ரகசியத்தை அப்போது வரை பாதுகாத்து வந்திருந்தார்.

இது தான் அந்தக் கதையின் சுருக்கம்.

சீனாவுக்கு எதிரான போரில் ஜப்பான் பின்னடைவைச் சந்தித்ததும் தாயகம் திரும்பிய கே. மனநல மையத்தில் அடிக்கடி அனுமதிக்கப்பட்டு விடுவிக்கப்பட்டதாக நான் கேள்விப்பட்டேன். ஒரு நாள் தெருவில் அவனைப் பார்த்த நான் அவனிடம் சென்றேன். எனது வீட்டிற்கு ஒரு நாள் அவன் வர வேண்டும் எனக் கூறினேன். அறிஞர் ஹியாக்கேன்* தனது வீட்டின் வாசலில் இரு கவிதைகளை எழுதி வைத்திருந்ததாக ஒரு புகழ்மிக்க கதை உண்டு. ஒடா நன்போவின் கவிதை ஒன்று, "விருந்தினர்களை வரவேற்பது எனக்கு மிகவும் தொந்தரவாக உள்ளது/ஆனால் விருந்தினராக நீ இல்லாதபோது". மற்றொன்று முதல் கவிதைக்கு மாறானது.

"விருந்தினர்களை வரவேற்பது மிக மகிழ்ச்சி தருகிறது/ஆனால் விருந்தினராக நீ இல்லாதபோது". அதற்கு அடுத்து எழுதப்பட்ட கவிதைகளைக் கூறும் அளவு எனக்கு மனோதிடம் இல்லை என்றாலும் கே. போன்ற ஒருவர் வீட்டிற்கு வருவதை நினைத்துப் பார்ப்பது அவ்வளவு உவகை அளிப்பதாக இல்லை. கே. வீட்டிற்கு வருவது எவ்வளவு விரும்பத்தகாததாக இருக்கும் என்பதை அவனுக்குத் தெரிவிக்க முயன்றும் கூட அதற்கு மாறாக அந்த அசாதாரண மனிதன் விரைவிலேயே வீட்டிற்கு வந்தான். இது நடந்தது நீ பிறப்பதற்கு முன்பு என நினைக்கிறேன்.

குரஹாஷி - கே. பார்ப்பதற்கு பித்துப்பிடித்தவன் போல கொஞ்சம்கூடத் தெரியவில்லை என்பதை முதலில் தெளிவுபடுத்தி விடுகிறேன். உதாரணமாக, அவனது பார்வையில் நிலையற்றத்தன்மை எதுவும் இல்லை. அவன் மெலிந்தும் ஒரு நாடோடி போன்று உடையணிந்தும் காணப்பட்டான் என்பது உண்மை என்றாலும் போருக்குப் பிந்தைய ஜப்பானில் அது வழக்கத்துக்கு மாறான ஒன்றல்ல. அவன் எப்போதும் தனது கையில் பெரிய விலை உயர்ந்த தோல் பையுடன் நகரத்தில் நடமாடுவதை எவரும் கவனிக்காமல் இருக்க

முடியாது. அவன் என் வீட்டுக்கு வந்த போது அந்தப் பையைக் கையில் வைத்திருந்தான். நாங்கள் சிறிது நேரத்திற்கு எதைப் பற்றியும் குறிப்பாக பேசிக் கொள்ளவில்லை என்றாலும் அவன் திடீரென பேச்சை மாற்றினான்.

"சீன மொழியில் உள்ள கடல்களும் மலைகளும் பற்றிய காவியம்** மற்றும் ஆவிகளை நாடிச் செல்லல்*** நூல்களில் குறிப்பிடப்படும் விசித்திரமான வடிவம் கொண்ட மக்களைப் பற்றி உனக்குத் தெரியுமா?"

"எனக்குத் தெரிந்தது எல்லாம் ரோமம் அடர்ந்த மூன்று தலைகள் கொண்ட, பெருஞ்சுவர் கட்டும் பணியில் வலுக்கட்டாயமாக ஈடுபடுத்தப்பட்ட இனம், மூன்றாயிரம் அரக்கர்களை விழுங்கும் ராட்சசன்...."

"உனக்கு அவர்களை நன்றாகத் தெரியும் போலிருக்கிறது. எனக்கு வியப்பாக இருக்கிறது!. அந்த விசித்திரமான பழங்குடியினர் மத்தியில் பறக்கும் தலை கொண்ட அபாரிஜின்களான பூர்வீகக் குடியினர் இருந்தனர்.

"அவர்களை பற்றி கேள்விப்பட்டதே இல்லை".

"அவர்களது தலைகள் நள்ளிரவில் உடலை விட்டுப் பிரிந்து பறந்து செல்லும்."

"என்ன ஒரு விசித்திரமான துன்பம்."

"அது ஏதோ தனிப்பட்ட நபரின் துன்பம் இல்லை. அந்த இனத்தில் இருந்த ஒவ்வொரு முதியவர் அல்லது இளைஞர், ஆண் அல்லது பெண் என எல்லோரும் அப்படிதான். அப்புறம் நீ இன்னும் திருமணம் ஆகாமல் தனியாகவா இருக்கிறாய்?"

"கடந்த வருடம் நான் திருமணம் செய்து கொண்டேன். நேற்று என் மனைவி குடும்ப விஷயம் காரணமாக அவளது பெற்றோரைப் பார்க்கச் சென்றிருக்கிறாள்".

"நானும் ஒரு பெண்ணோடு வாழ்ந்தேன்."

"ஏன் இந்த இறந்த காலச் சொல்?"

"இந்தப் 'பெண்' உண்மையில் ஒரு பதினேழு வயது இளம்பெண். என் வீட்டுக்கு அழைத்து வந்த அல்லது என்னைப் பின் தொடர்ந்த சீனத்துப் பெண் போன்ற அவளை உனக்குத் தெரியும்."

"எனக்கு நினைவுள்ளது. அவள் மேலிருந்த தூசியை கழுவியதும் அசாதாரணமான அழகியானாள்."

"நல்லது. அவள் வளர்ந்துவிட்டாள்".

"அது இயற்கை தானே. தான் தத்தெடுத்து வளர்த்த முராஸகி என்ற பெண்ணுடன் உறவு கொண்ட கென்ஜி இளவரசர் போலாகிவிட்டாய் என உணர்கிறேன்."

கே. சுய நினைவு இழந்து இருக்கிறான் என்பதை மறந்து இந்த நகைச்சுவையை நான் உதிர்த்தேன். ஆனால் கே. புண்பட்டதாகத் தெரியவில்லை; சிரித்துக் கொண்டிருந்தான். அவனது சொல்லொணாத் துக்கம் நிறைந்த

கண்கள் குளிர்காலச் சூரியனைப் போலிருந்தன.

“எங்களால் திருமணம் செய்து கொள்ள முடியவில்லை. நான் சட்டப்படி தத்தெடுத்த பெண் லீ. இருந்தாலும் நான் அவளது படுக்கை அறைக்குள் பதுங்கிச் சென்றேன். அவள் சிறுமியாக இருந்த போதிருந்தே சில காரணங்களுக்காகத் தனியாக உறங்க விரும்பியதால், நாங்கள் எப்பொழுதும் தனித் தனியாகவே தூங்கினோம். உறங்குகையில் அவளது இனிய முகபாவங்கள் எவ்வாறிருக்கும் என்பதையறிய எழுந்த ஆவலைத் தடுக்க முடியவில்லை. அவள் முகத்தை மட்டுமே பார்த்துக் கொண்டிருக்கிறேன் என்பதை எனக்குள் சொல்லிக் கொண்டே அவளது அறைக்குள் எட்டிப் பார்த்தேன்- அவளுக்கு முகமே இல்லை.”

” முகம் இல்லையா?”

“அவளுக்குத் தலை இல்லை. அவள் கொலை செய்யப்பட்டுவிட்டாளோ என நினைத்து வெலவெலத்துப் போய்விட்டேன். பிறகு அங்கு ரத்தம் எதுவும் இல்லை என்பதை உணர்ந்தேன். அதுவுமில்லாமல் தலை இல்லாமல் கூட அவளது உடல் உயிரோடு இருப்பதாகத் தெரிந்தது. அவளது வடிவான மார்பகங்கள் மேலும் கீழும் ஏறி இறங்கியபோதும் தலை இல்லாமல் அவளால் எப்படி மூச்சுவிட முடிகிறது என்று எனக்குத் தெரியவில்லை. அவளது மார்பகங்களுக்கு இடையே வியர்வையில் அவள் மிளிர்ந்தாள். ஆனால் அவளுக்குத் தலை இல்லை.”

“அப்படி என்றால் பறக்கும் தலை கொண்ட பூர்வீகக் குடிகளில் அவளும் ஒருத்தி”.

“நீ ஆச்சரியம் அடைவதாகவே தெரியவில்லை.”

“உண்மைதான்”.

“அவனது இந்தக் கதை கிளைமாக்ஸை நோக்கி வருவது போல் இருந்ததால் அந்த நிலையில்லா மனம் கொண்ட மனிதனை கிளர்ச்சியூட்டக் கூடாது என்பதில் கவனமாக இருந்தேன்.”

“நான் பிரமிப்படைந்தேன். குழப்பமடைந்தேன். எல்லாம் ஒன்றேயாக ஒழுக்கப் பண்பாடுகளைத் தாண்டி உணர்வுகள் தூண்டப்படுவதை உணர்ந்தேன். என் தலை சூடேறியதை உணர்ந்தேன். தலை இல்லாமல், சுயநினைவு இல்லாமல், புரிந்து கொள்ளும் திறன் இல்லாமல் உயிரோடு இருந்தாள் லீ. நான் அவள் கைகளைத் தொடுகையில் அவை வெம்மையாகவும் மென்மையாகவும் இருந்தன. அதைப் பற்றிக் கொண்டபோது வியர்வை அரும்பியது. போர்வைக்குக் கீழே லீயின் கால்கள் லேசாக அகன்று இருந்தன. மற்ற ஜப்பானிய பெண்களைப் போல் இல்லாமல் லீயின் கால்கள் நீளமாகவும் நேராகவும் எழில் மிக்க வேலைப்பாடுகள் கொண்ட தந்தம் போலவும் இருந்தன.

“அந்த இரவில் எதுவும் நடக்கவில்லை. எப்பொழுதும் போல காலையில் சிரித்துக் கொண்டிருந்தாள் லீ. முந்தைய இரவில் நிகழ்ந்த அசாதாரண

சம்பவம் பற்றிச் சொல்வதற்கு எதுவும் இல்லை. அடுத்த நாள் இரவும் அதே நிகழ்வு- எந்த முன்னேற்றமும் இல்லை. உண்மையில், அவள் தலை அவளது உடலை விட்டுப் பிரிந்து பறந்து செல்கிறது என்பதே லீக்குத் தெரியவில்லை. அவளுக்கு அது தெரிந்திருந்தால் தலை பறந்து செல்ல முடியாதபடி கட்டி வைத்திருக்க முடியும்.''

“அவளது தலை அகன்று சென்ற பின்னர் பாலியல் பலாத்காரம் செய்யப்பட்டிருந்தாலும் கூட அவளால் அதை சொல்ல முடியவில்லையா?''

“அவள் தலையால் சொல்ல முடியவில்லை. ஆனால் அவளது உடலுக்கு உறுதியாகத் தெரியும். ஒரு நாள் இரவு தலை இல்லாத லீயின் உடலுடன் நான் படுத்தேன். அதற்குப் பின் ஒவ்வொரு இரவும் அவளுடன் உறவு வைத்தேன். அவளது தலையில்லா உடல், உறங்கும் உடல் போலிருந்தது. நான் அதைத் தொட்டபோது தெளிவற்று எதிர்வினையாற்றியது. சில நேரங்களில் அது இன்பத்தை உணர்வது போலிருந்தது. எங்களது உடலின் இயக்கங்கள் சிறப்பாக ஒருங்கிணைந்தன. ஒரு நாளிரவு லீயின் உடல் வித்தியாசமாக நடுங்கியவாறு அவளது கைகால்கள் வேர்களைப் போல என்னை பயங்கர இறுக்கமாகச் சுற்றிக் கொண்டன.

பீதியில் நான் அலறினேன்; தலை திரும்ப வந்து லீ உச்சம் அடைந்துவிட்டாளா அல்லது ஏதாவது காமப் பேய் என்னை அழுத்திக் கொல்ல முயற்சிக்கிறதா என வியந்தேன். ஆனால் விழிப்புநிலைக்கு வந்த நான் அவளது தலை இல்லாமல் இருப்பதை உணர்ந்தேன். எப்போதும் போல அவளது கழுத்து ஈரமான உதடுகளைப் போல இருப்பதை உணர்ந்தேன். அந்த ஈரமான பகுதியை நாவால் தொட்டால் அந்தத் தலையில்லாத உடல் கிளர்ச்சியில் மேலெழுவதைக் கண்டறிந்தேன். இது பற்றி எல்லாம் லீயின் தலை எதுவும் அறிந்ததாகத் தெரியவில்லை. அவளது உடலின் இரவு அனுபவங்களைப் பற்றி அவளது தலைக்கு அந்த உடலால் எதுவும் சொல்ல இயலவில்லை.

“ஒவ்வோர் இரவும் அவளது தலை எங்கே பறந்து சென்றது?'' இடைமறித்துப் பேசினேன். இப்படியே அவன் பேசிக் கொண்டிருப்பதை என்னால் பொறுத்துக் கொள்ள முடியவில்லை.

“அவள் தலையைப் பற்றிப் பேச...'' கே. விசித்திரமாகச் சிரித்தான்.

அது போன்ற பைத்தியக்காரச் சிரிப்பைக் கேட்பது உவப்பாக இல்லை.

“ஒவ்வொரு இரவிலும் கனவுகளினூடே ரகசியக் காதலனை சந்திக்க அவளது தலை சென்றிருக்கலாம் இல்லையா?'' என்று கூறி அவனது சிந்தனையை முடித்து வைக்க முயற்சி செய்தேன்.

“நீ இதை நம்பமாட்டாய். ஒரு நாள், தீவிரமான முகபாவத்துடன், ஒரு விஷயத்தை ஒத்துக்கொண்டாள். ‘அப்பா, நான் ஒருவரைக் காதலிக்கிறேன். ஒவ்வொரு நாளும் அவரை சந்திப்பதாக ரகசியமாகக் கனவு காண்கிறேன்’

என்றாள். ஆனால் அவள் காதலிப்பது நிச்சயமாக என்னை அல்ல.''

"அப்புறம் உனக்கு பொறாமை உணர்வு பொங்கியதா?''

"அது அவ்வளவு எளிதானதாக இல்லை. ஒரு வளர்ந்த பெண்ணின் தகப்பனைப் போல நான் உணர்ந்தேன். அல்லது தனது வளர்ப்பு மகள்களில் ஒருவரான டமக்கஸுராவை தளபதி ஹிகீகுரோ தூக்கிச் சென்ற போது கென்ஜி இளவரசருக்கு ஏற்பட்டதை போல உணர்ந்தேன்.

"ஓ•••அப்படியா? நல்லது. நீ வளர்ந்துவிட்டாய். இப்போது ஒருவரைக் காதலிக்கிறாய். போ, இங்கிருந்து போய்விடு.. அவனைத் திருமணம் செய்து கொள். ஆனால் உனது உடலை இங்கேயே விட்டுச் செல். உனது தலை மட்டுமே செல்வதற்கு அனுமதிக்கப்படும் என்று சொல்வதைப் போல் உணர்ந்தேன்.''

"பயங்கரமா இருக்கு''

"ஆனால் நான் அதை அவளிடம் கூறவில்லை. அதே வேளையில் லீ அழத் தொடங்கினாள். 'நான் அவரைத் திருமணம் செய்ய முடியாது. அவர் ஏற்கனவே மணமானவர்' என்றாள்.''

மேற்கொண்டு அவனது கதையை கேட்க முடியாது என்பதை உணர்ந்தேன். கதையை விரைவாக முடிக்கும் படி மீண்டும் ஒரு முறை அவனை வற்புறுத்தினேன்.

"நீ சொல்வது சரி. அது போன்ற சூழ்நிலையில் ஒருவர் எப்படி பொறாமை அடைவாரோ அது போலவே நானும் பொறாமைப்பட்டேன். ஒரு இரவு நேரம், பொறாமையில் பயங்கரமான முட்டாள்தனம் ஒன்றைச் செய்தேன். லீயின் தலை தனது காதலனை சந்தித்துவிட்டு விடியற்காலை வீட்டிற்கு வந்தது. முதன் முறையாக அது பறப்பதைப் பார்த்தேன்: அது ஒரு பெரிய தேனீயைப் போல அதன் காதுகளை இறக்கையாகப் பயன்படுத்திப் பறந்தது. பறக்கும் தலை கொண்ட அபாரிஜின்களின் தலைகள் எப்படிப் பறக்கும் என்பதை அதன் மூலம் அறிந்து கொண்டேன். அவளது தலை உற்சாகமாகவும் மகிழ்ச்சியாகவும் இருந்தது எனக்கு கோபமூட்டியது. உடனே ஒரு படுக்கை விரிப்பை எடுத்து அவளது தலை உடலுடன் மீண்டும் ஒட்ட முடியாதவாறு அவளது உடலை மூடினேன். அவளது தலை துயரத்தில் படபடத்தாலும் அது என்னிடம் மன்னிப்புக் கோரவில்லை. அது வேதனையில் இருந்தது. 'உன்னைப் பார்••••உனக்கு இது தேவைதான்.!' என்று நினைத்தேன். விரைவில் லீயின் தலை மூச்சு விடுவதை நிறுத்தியது.''

"உன்னால் எப்படி இவ்வளவு கொடூரமாக இருக்க முடிந்தது!.''

"எனக்குத் தெரியும். நான் செய்த செயலுக்கு மனம் வருந்திய போது நேரம் கடந்து போயிருந்தது. கணப்பொழுதில் லீயின் தலை வறண்டு, தோல் சுருங்கி, சிறுத்து மிகச் சிறிய அளவானது. இதோ இங்கே இருக்கிறது.''

அவ்வாறு சொன்னவனை, நான் தடுப்பதற்குள், அவனது கந்தலாடைக்குச் சற்றும் பொருத்தம் இல்லாத அந்தப் பையைத் திறந்து தலையை வெளியே எடுத்தான். நான் அலறினேன். அது மண்ணில் செய்த தலை போலிருந்தது. ஒருவர் ஒரு முறை அதைப் பார்த்தால் பார்வையைத் திருப்புவது கடினம். குறிப்பாக எனக்கு அது கடினமாக இருந்தது. - என் கண்களுக்கு முன் இருந்தது, உயிரோடு இருக்கையில் ஒவ்வோர் இரவும் என்னைக் காணப் பறந்து வந்த மறக்கவியலாத முகம்.

திரு.கே-விடம் இதை என் தந்தை கூறவில்லை. அழகான லீயின் அந்தத் தலை ஒவ்வோர் இரவும் என் தந்தையிடம் பறந்து வந்தது. முதல் முறை-யாக ஒரு பறவை ஜன்னல் கண்ணாடியில் தேய்ப்பதை போலவும் பூனைக் குட்டியின் மியாவ் என்ற இனிமையான ஒலியைப் போலவும் என் தந்-தைக்கு கேட்டது. என் தந்தை சில விஷயங்களை என்னிடம் சொல்ல-வில்லை என்றாலும் அதை உள்ளே அனுமதித்த பின் மேசை மீது விரிந்து பரவிய குளிர்ந்த கூந்தலை தடவியபடி அவர்களுக்குள் எப்படி பேசியிருப்-பார்கள் என்பதை என்னால் கற்பனை செய்ய முடிகிறது. இதை என் தந்தை எனக்கு கூறியபோது அவரது முகத்தை என்னால் நேர்கொண்டு பார்க்க முடியவில்லை. “இது உன் அம்மாவிற்குத் தெரியாது. ஒரு நாள் இதைப் பற்றி உனக்குச் சொல்ல வேண்டும் என நினைத்தேன். ஏனென்றால்...” என் தந்தை தயங்கினார்.

“முதலில் கே. விஷயத்தை முடித்து விடுகிறேன். லீயின் தலையை கே. ‘கொன்ற’ பிறகு அவளது உடல் பல நாட்களாக உயிருடன் இருந்தது. அது வதங்கி இறக்கும் முன், தலையில்லாத அந்த உடலில் இருந்து ஒரு பெண் குழந்தை பிறந்தது. தத்தெடுத்த மகளை பலாத்காரம் செய்து தலையை வெட்டியதற்காக அவன் கைது செய்யப்பட்டான். ஆனால் அவனுக்கு மனச் சிதைவு ஏற்பட்டது கண்டறியப்பட்டதால் அவன் மீது வழக்குத் தொடரப்பட-வில்லை. அந்தப் பெண்ணை நான் தத்தெடுத்து அவளை என் சொந்த மகள் போல வளர்த்தேன். அவ்வளவுதான் தான் நான் உனக்குச் சொல்ல முடி-யும். அந்தப் பரம்பரை நோய் உனக்கும் உள்ளதா என்பதை சோதித்தறியும் துணிச்சல் எனக்கு இல்லை.”

என் தந்தையின் திடீர் மரணத்திற்குப் பின் எனக்கு நானே இக்கதையை பலமுறை சொல்லிக் கொண்டேன். இப்போதைக்கு எனக்கு காதலனோ கனவில் அப்படி ஒருவரைக் காண்பதோ இல்லை. என் தலை பறக்கத் தொடங்கிவிட்டதாக நினைக்கவில்லை. அது பறக்காது- நான் காதலில் விழும் வரை.

* ஹியாக்கேன் உச்சிடாவின் நிச்சிபோட்சு ஹெலிமோனில் உள்ள கவிதை

** ஜின் வம்சத்தில் குறிப்பிடப்படும் க்ஸியா வம்ச பேரரசர் யுவின் கற்-பனை சாம்ராஜ்யம் குறித்த நூல்.

*** ஜின் வம்சத்தின் அரசாட்சியில் தொகுக்கப்பட்ட சீன பேய்க் கதைகளின் முதல் தொகை நூல்.

குரஹாஷி யுமிகோ (1935-2005). - தான் சார்ந்த சமூகத்தின் பாலுறவுச் சிக்கல்கள், வன்முறை, சமூகப் படிநிலைகள் ஆகியவற்றை தனது படைப்புகள் வழி கேள்விக்குள்ளாக்கியவர். அவருடைய எதிர் நாவல்கள் ஆக்கப்பூர்வமான பகடி மற்றும் பின்நவீனத்துவக் கூறுகள் கொண்டவை. நோபல் பரிசு பெற்ற ஓய் கென்சபுரோவுக்கு இணையாக விமர்சகர்களால் போற்றப்படுபவர். அவரது படைப்புகள் காப்கா மற்றும் கோபே அபே போல அருவமான கருப்பொருள் கொண்டவை. ஜப்பானிய பெண் எழுத்தாளர்கள் எழுதத் துணியாத கதைகளை எழுதிய கலகக்குரல் இவருடையது. பல நாவல்கள், சிறுகதைகள் படைத்துள்ளார்.

The Woman with the Flying Head and Other Stories என்ற தொகுப்பில் உள்ள The Woman with the Flying Head (1985) என்ற சிறுகதை இது.

ஆங்கிலத்தில்: அட்சுகோ சகாகி **தமிழில்:** க. ரகுநாதன் - 24/06/2022

124. பேசாதவ(ர்க)ள் - சாம்ராஜ்

(சிவரஞ்சனியும் இன்னும் சில பெண்களும்" திரைப்படத்தை முன்வைத்து)

இந்தக் கட்டுரையை மூன்று ஆங்கில மேற்கோள்களோடு துவங்கலாம்,

"The Book is a Film - That Takes Place
In the Mind Of The Reader" - PAULO COELHO
"Books And Movies are - Like Apples And Oranges
They Both Are Fruit, - But Taste Completely
Different" -STEPHEN KING
"When You're Making a Movie Of a Book, People are always Waiting With Their Knives" -JOEL EDGERTON

1985-ல் குமுதத்தில் எழுத்தாளர் சுஜாதா விக்ரம் படத்தின் கதையை தொடர் கதையாக எழுதினார். பின்னதாக விக்ரம் படமாக்கப்பட்ட அனுபவம் குறித்து, விக்ரம் உருவான கதை என்ற கட்டுரையை இப்படித் துவங்குவார். "இந்தக் கதைக்கு மிக ஆதாரமான சம்பவம், ஒரு செப்டம்பர் மாத மழை தினத்தில் நடந்தது என்று நான் எழுதியிருக்க, அதை படம் பிடித்ததோ பட்டை உரியும் மே மாத வெயிலில் சென்னை மியூசியம் அரங்கம் வாசலில், லாரி லாரியாக தண்ணீரைக் கொண்டுவந்து இரைத்து, அதைப் படமாக்கினார்கள். அந்த படப்பிடிப்பில் நான் சற்று பின்னால் நின்றுகொண்டிருந்தேன், என்னை நோக்கி வந்த கமல்ஹாசன், "என்ன சார் திருப்தியா சார்" என்றார்.

ஒரு கதையை வரிக்கு வரி எடுப்பதில் உள்ள சிக்கல் இது, அதே கட்டுரையில், "இந்திய பாதுகாப்புத் துறை என்ற போர்டின் மீது உட்கார்ந்திருக்கும் புறா திரும்பிப் பார்த்தது என்று நான் எழுதியிருக்க, புறா திரும்ப மறுத்தது, ஒரு உதவி இயக்குனர் அவசரப்பட்டு அது திரும்புவதற்காக அதன் மீது தண்ணீரை ஊற்ற, நனைந்த புறா, புறாக் குஞ்சாகிவிட்டது, மறுபடியும் அதை உலர்த்தி புறாவாக்க வேண்டுமெனில், HAIR DRYER வேண்டும், படப்பிடிப்புத் தளத்தில் HAIR DRYER இல்லை, ஒரு டாக்ஸியை எடுத்துக்கொண்டு 300 கிலோமீட்டருக்கு அந்தப்பக்கமிருக்கும், குத்ரே மூக் போய் வாங்கி வந்து, புறாவை மறுபடியும் உப்ப வைத்தார்கள். மறுபடியும் கமல் என்னருகே வந்து, "திருப்தியா சார்" என்று கேட்க, நான் சற்று பின்னால் நகர்ந்து "கரிச்சான் குருவி என்று எழுதியதாக ஞாபகம்" என்றேன்.

ஒரு இலக்கியப் பிரதியை சினிமாவாக மாற்றும் பொழுது மதராச பட்டினத்தில் வரும் கொச்சின் ஹனிபாவைப் போல சம்பிரதாயமான துபாஷிக்கு பதிலாக, கலையான துபாஷி தேவைப்படுகிறார். தமிழ் சினிமாவில் இலக்கியமும் சினிமாவும் அரிதாகத்தான் சந்திக்கிறது, எழுத்தாளர் கோணங்கியின் சித்தார்த்த சங்கர்ரே குறித்த நகைச்சுவை துணுக்கு ஒன்று உண்டு.

சித்தார்த்த சங்கர்ரே பஞ்சாப்பில் தீவிரவாதிகளை ஒடுக்கிய பின்பு, தமிழகத்திலுள்ள இலக்கியவாதிகளை ஒடுக்குவதற்கு அனுப்பிவைக்கப்படுகிறார். அவர் ஒவ்வொரு இலக்கியவாதிகளையும் பார்த்து அரசாங்கத்துக்கு எதிராக எழுதமாட்டேன் என்று உறுதிமொழிக் கடிதம் வாங்குகிறார். அவர் சுந்தர ராமசாமியிடம் மறுப்புக் கடிதம் கேட்க, "NO, NO MR.RAY, என்னுடைய TYPE WRITING MACHINE ஒருநாளைக்கு 50 WORDS தான் அடிக்கும் அதனால் உடனடியாக மறுப்புக் கடிதம் தரமுடியாது" என்கிறார். அசோகமித்திரன் ரத்னா கபே வாசலில் வைத்து சுடப்படுகிறார். "ஹே ராம்" என்றபடி கீழே விழுகிறார் அசோகமித்திரன், இதை சொல்லும் கோனங்கியிடம் பதிப்பாளர் மீரா "நான் எங்கங்க" என்று கேட்க,

"சார் நான் சித்தார்த்த சங்கர்ரேவை கோனார் மெஸ்க்கு கூட்டிட்டு போறேன், அப்ப அவரு கை கழுவிட்டு வரும் போது, ஒருத்தர் அவரு மேல இடிச்சிடுறாரு, அவரு தான் நீங்க, அதான் உங்க இடம், அதுக்கு மேல கேக்காதீங்க" என்கிறார். இப்படித்தான் தமிழ் சினிமாவும் இலக்கியமும், மீராவும் சித்தார்த்த சங்கர்ரேவும் போல எதிரும் புதிருமாக லேசாக தோள் உரச கடந்து போய்விடுகின்றன.

மார்க்ஸிய ஆய்வாளர் கோ.கேசவனிடம் என் பதின் பருவத்தில் நான் ஒரு கேள்வி கேட்டேன், "தோழர் தாய் நாவலை மொழிபெயர்ப்பில் படிக்கும் பொழுதே இவ்வளவு உணர்ச்சி பூர்வமா இருக்கே, மூலத்துல படிச்சிருந்தா எப்படி இருந்திருக்கும்" கேசவன் எந்த உணர்ச்சியும் வெளிப்படுத்தாது "அதுனால தான் தோழர் ரஷ்யாவுல புரட்சி வந்திடுச்சு" என்றார். ஒரு இலக்-

கியப் பிரதி மொழி வழியாக நமக்கு கொடுக்கும் உணர்வை, உத்வேகத்தை, உணர்ச்சிப்பூர்வத்தை, அதை வேறொரு வடிவத்திற்க்கு கலை மாற்றம் செய்யும் பொழுது, அதே உணர்வுகளை, மறுபடியும் நிகழ்த்துவது அத்தனை சுலபமல்ல.

''இலகியம் வேறு சினிமா வேறு''

இது இரண்டும் வேறு வேறு என்று அறிந்த, இந்த இரண்டையும் அறிந்த ஒருவரால் தான் அதை வெற்றிகரமாக கையாள முடியும். அதை இயக்குனர் வசந்த் கலாப்பூர்வமாகவும் வெற்றிகரமாகவும் நிகழ்த்தியிருக்கிறார். எப்பொழுதாவது தான் இது நிகழ்கிறது. பல சமயங்களில் இலக்கியமும் சினிமாவும் சந்திப்பது என்பது, ஜெயகாந்தனின் ஆசார அனுஷ்ட்டானமான நண்பர், தன் வாழ்நாளிலேயே குடித்திடாதவர், ஜெயகாந்தனைப் பார்த்து தானும் குடிக்க ஆசைப்பட்டு, தன் அம்மாவிடம் அதைச் சொல்கிறார், அவரது அம்மா பால் வாங்கி வரச்சொல்லி, அதில் விஸ்கியை கலந்து கொடுக்கிறார். இதை அந்த நண்பர் ஜெயகாந்தனிடம் சொல்ல, ஜெயகாந்தன் தலையில் அடித்துக்கொண்டு "விஸ்கியையும் கெடுத்து பாலையும் கெடுத்து" என்றாராம். இங்கு இலக்கியமும் சினிமாவும் சந்திப்பது பலசமயங்களில் இப்படித்தான் ஆகிவிடுகிறது.

சாவி வாரப் பத்திரிக்கையின் வழி அச்சு ஊடகத்திற்குள் நுழைந்த, "திசைகளின்" வழி தன் வழிகளை அறிந்துகொண்ட, 1980-களிலேயே ஆதவனையும் அறிந்த, அவரோடு உரையாடிய, எழுத்தாளர் காளிப் பிரசாத்தையும் அறிந்த, அவரையும் வாசிக்க விரும்புகின்றவராக இருக்கின்ற ஒருவரால் தான் இதை செய்ய முடிகிறது. காளிப் பிரசாத்தையும் என்பதின் பொருள் சமீபத்திய படைப்பாளி என்ற பொருளிலேயே. சினிமாவில் உதவி இயக்குனராக இருக்கும் ஒரு நண்பர் திடீரென அழைப்பார், "தலைவா படம் பண்றதுக்கு தோதா ஒரு பத்து நாவல் சொல்லுங்க தலைவா" என்பார். நான் பெரும்பாலும் படம் பண்ண முடியாத நாவல்களைச் சொல்வேன், 40 ஆண்டுகால வாசிப்பில் இரத்தம் சிந்தி பெற்ற அறிவை, இளநீரில் ஸ்ட்ரா போட்டு குடிப்பதுபோல், ஒருவருக்குக் கொடுக்கமுடியுமா என்ன?

மனுஷ்ய புத்திரனின் கவிதை ஒன்று உன்டு,
பிரம்மாண்டத்தில் இருக்கும் - அற்பத்தையும்
அற்பத்தில் இருக்கும் - பிரம்மாண்டத்தையும்
அறிவதற்கு - கொஞ்சம் இரத்தம்
சிந்த வேண்டியிருக்கிறது.
வாசித்து நாம் பெரும் அறிவு என்பது இரத்தம் சிந்தும் பணியே,

ஒரு நண்பர், உதவி இயக்குனர். அன்னா கரினீனாவை வாசித்து முடித்தவர்,

இடது கையால் அதை மேசையில் தூக்கி எறிந்தவர். "இதெல்லாம் SCRIPT பண்ண முடியாதுங்க" என்றார் அலட்சியமாக. நான் உண்மையாகவே நடுங்கிப் போனேன், டால்ஸ்டாய் அவரிடம் வந்து கனவிலா கேட்டார், அவர் பாட்டுக்கு யாஸ்னியா போல்னியா பண்ணையில் அமைதியாக உறங்கிக்கொண்டிருக்கிறார். இந்தக் கதைகளை படமாக்க வேண்டும் என்று கண்டறிய ஒருவர் நிறைய வாசிக்க வேண்டும். அதனிலிருந்து சினிமாவுக்கு அணுக்கமான ஒன்றைக் கண்டறிய, சினிமா சார் நுண் அவதானிப்புகள் வேண்டும். இயக்குனர் வசந்த் அசோகமித்திரனை முழுமையாக வாசித்தவர். ஏறக்குறைய ஜெயமோகனையும் அப்படியே, தன் விசாலமான வாசிப்பின் வழி தெய்வத்துக்கு உகந்தது என்பது போல் இந்தக் கதைகள் சினிமாவிற்கு உகந்தது என்பதைக் கண்டறிகிறார்.

விமோசனம் - 1961-ல் எழுதப்பட்ட கதை, 1980-ல் நிகழ்வதாக 2017-ல் படமாக்கப்படுகிறது. கதையில் வரும் மகான் திரைப்படத்தில் இல்லை. கதை முடியுமிடம் வேறு, சினிமா திரைப்படம் முடியும் இடம் வேறு. கதையில் பேருந்துக் காட்சிகள் மிக சன்னமாகவே வருகின்றன. திரைப்படத்தில் கருணாகரன் முன்னாலும், சரஸ்வதி பின்னாலும் லொங்கு லொங்கு என்று ஓடும் பொழுது, இந்த லொங்கு லொங்கு என்ற வார்த்தையை நான் அறிந்தே பயன்படுத்துகிறேன். எங்களூர் பக்கம் நாயைச் சொல்லும் பொழுது, 'லொங்கு லொங்கு' என்று ஓடுகிறது என்பார்கள். சரஸ்வதி கருணாகரனின் பின்னால் அப்படித்தான் ஓடுகிறாள். அவள் அப்படி ஓடும் பொழுது, அதன் சாரம் நம் மனதுக்குள் இறங்குகிறது,

வீட்டின் கதவை திறக்க முற்படும் சரஸ்வதி, ஒருகணம் குழந்தையை கணவன் வாங்கிக்கொள்ள மாட்டானா என்று திரும்பிப் பார்க்க, கணவன் பின்னால் நகர்கிறான். கதவைத் திறந்தவுடன் அவளை இடித்துக்கொண்டு உள்ளே போகிறான். சாப்பாட்டின் அளவைப் பார்ப்பவன், இத்துனூன்டை மீதம் வைத்துவிட்டு சாப்பிட்டு எழுகிறான். இந்த சின்னச் சின்ன காட்சிகள் நமக்கு நிறையச் சொல்கின்றன. மக்சீம் கார்க்கியின் தாய் நாவலில் பெலவ்னா நிலவ்னா தாயின் பிராதன பாத்திரத்தை கார்க்கி விவரிக்கும் பொழுது,

"அவள் உயரமாக இருந்தாள், எனினும் ஓரளவு கூனிப்போயிருந்தாள். ஓயாத உழைப்பினாலும் கணவனின் அடி உதைகளாலும், உடைந்து கலகலத்துப் போன அவளது உடம்பு, ஒருபக்கமாக சாய்ந்தே நடமாடியது, எதனோடாவது மோதிவிடுவோமோ என்று அஞ்சி நடப்பதைப் போல தோன்றியது. பய பீதியும் சோகமும் தோய்ந்து, படிந்த இருண்ட இரு கண்கள், ஒளி செய்துகொண்டிருந்தன. அவள் எப்பொழுதுமே ஒரு பயங்கர செய்தியைக் கேட்டு அஞ்சுவதைப் போல தோன்றியது"

சரஸ்வதி அச்சு அசலாக அப்படித்தான் அந்த வீட்டுக்குள் நடமாடு-கிறாள். மொத்த திரைப்படத்திலும், கேமரா அவர்கள் அருகே போவதே இல்லை. தமிழ் தேசியர்கள் மகிழ்ச்சி அடையும் படியான மொழியில் சொன்-னால் அண்மைக் காட்சிகளே இல்லை. தூரத்தில் நின்றே மொத்தக் காட்சி-யையும் காமிரா பார்க்கிறது. ஒரே ஒரு சமயத்தில் மாத்திரம் கேமரா அருகில் போகிறது, அது சரஸ்வதி கணவனை எச்சரிக்குமிடம், காமிராவிற்கு தெரிந்-திருக்கிறது தான் எவ்வளவு தூரத்தில் இருக்கவேண்டுமென. அந்த வீட்டில் அன்பு எவ்வளவு தூரத்தில் நடமாட முடியுமோ, அதே தூரத்தில் கேமராவும் நடமாடுகிறது.

சரஸ்வதி கணவனைத் தேடி அவனது தொழிற்சாலைக்கு போய்விட்டு திரும்பும் பொழுது, சோர்ந்து போய் ஓரிடத்தில் அமர்கிறாள், திரையில் அவள் முகம் ஒருபுறமிருக்க, மறுபுறத்தில் ராட்சச புகைபோக்கியிலிருந்து நெருப்பும் புகையும் வர, இந்தக் காட்சிக்கு படிமம் குறியீடு என்ற மேலதிக அங்கியும் வேண்டாம். இதுவும் சொல்லாமலேயே நமக்கு விளங்குகிறது. படி-மம் குறியீடு குறித்து சிறுவயது தொட்டே எனக்கு ஒவ்வாமை உண்டு. கூடுத-லாக படிமம் சார்ந்து பிரதிகள் படிக்கும்பொழுது, உடம்பில் தடுப்புத் தடுப்பாக வீக்கம் தோன்றுவதுண்டு. பெரும்பாலான படிமங்கள், குறியீடுகள், இல்லாத ஷேர் ஆட்டோவில் இருக்கின்ற ஆட்களை ஏற்றுவது போல. “வடபழனி, சாலிகிராமம், வலசரவாக்கம், ஆழ்வார் திருநகர், கேசவர்த்தினி, போரூர்” என்று குறியீட்டுக்காரர்கள் கூவ, ஆட்டோவிற்கு காத்திருப்பவர்கள் தான் அதிர்ச்சியடைவார்கள், இவர்கள் எதில் நம்மை ஏற்றிக்கொண்டு போவார்கள் என.

பாரதிதாசனிடம் ஒருமுறை ஒரு திரைப்பட பாடலாசிரியரைப் பற்றி சக கவிஞர்கள் புகார் சொன்னார்கள். “ஐயா அவர் ரெட்டை அர்த்தத்துல பாடல்கள் எழுதுறாரு”. அதற்கு பாரதிதாசன் இப்படி பதிலளித்தார், “அவரு ஒரு அர்த்ததுல தான் எழுதுறாரு, அது மோசமான அர்த்தம் தான், நல்ல அர்த்தம் கற்பிச்சுக்கிறதெல்லாம் நீங்கதான்”. எனக்கு படிமம், குறியீடற்ற ஒரு அர்த்தமே போதுமானதாக இருக்கிறது. இறுதியாக கருணாகரன் வீட்டிற்கே வராமல் போன பின், அந்த வீடு இருண்ட வெளிச்சத்திலிருந்து, வேறொரு நல் வெளிச்சத்திற்கு, அழகிய திரைச்சீலைகளோடு, கண்ணாடியில் தன்னைத் தானே ரசித்துக்கொள்ளக் கூடிய, புன்னகைத்துக் கொள்ளக்கூடிய சரஸ்வ-தியோடு முடிகிறது. தன் பிம்பம் கண்டு சிரிக்குமிடத்திற்கு வந்துவிட்டாள் சரஸ்வதி, அது ஞானம், அது போதும் எனக்கு.

தேவகி சித்தியின் டைரி - தேவகி சித்தியின் டைரி சிறுகதையின் சாரம், எனக்கு ஒன்றை ரகசியமாக வைப்பதற்கு உரிமை இருக்கிறது. அதை கேட்க யாருக்கும் உரிமை இல்லை என்பது தான், அதன் பொருட்டு மனவாழ்வை-யும் இழக்கத் தயாராகிறாள் தேவகி. இந்த சாரம் திரைப்படத்தில் துல்லி-

யமாக கடத்தப்பட்டிருக்கிறது. சாரமென்பது சமயங்களில் பாலை வடிகட்டும் பொழுது, சல்லடையின் உள் பக்கம் தங்கி நிற்கும் பாலாடையப் போல ஆகி-விடும், இதில் அது சல்லடையக் கடந்திருக்கிறது.

படம் என்ன சொல்ல விழைகிறது என்பதை தேவகி கைனட்டிக் ஹோண்-டாவோடு ரயில்வே கேட்டில் வந்து நிற்க, அங்கு காத்திருக்கும் மற்ற வாகனங்களில் ஆண்களே ஓட்டுனராக இருக்கிறார்கள். எல்லோரும் ரயில் கடந்து போக காத்திருக்கிறார்கள், கடக்க வேண்டியது ரயில்வே கேட் மாத்தி-ரமல்ல. கதை சொல்லியான சிறுவனின் கோணத்திலிருந்தே மொத்தப் படமும் நகர்கிறது. பல சமயங்களில் அவனது உயரத்திலிருந்தே தான் கேமராவும் பயணிக்கிறது. சற்று பிசகினாலும், பிரகடனமாகிவிடக் கூடிய, “ஓ ஒரு தென்றல் புயலாகி வருதே” என்ற மலேசியா வாசுதேவன் பாடுவதற்கு சாத்-தியமான ஒன்றை, சாயா குடிப்பதே போதுமானது என்று நிறுத்திவிடுகிறார் இயக்குனர். நிறுத்தத்தெரிவது மிக முக்கியம், பல துன்பியல் சம்பவங்கள் நிகழ்வதற்கு நிறுத்தத் தெரியாததே காரணம்.

கருவிலேயே HAND BREAK இல்லாமல் வருபவர்கள் இங்கு ஏராளம். அதிலிருக்கும் மற்றொரு பெரும் சிக்கல், அவர்கள் மோதுவதெனில் மோதட்-டும், ஆனால் எப்பொழுதும் அவர்கள் நம்மீது தான் மோதுகிறார்கள். அந்த HAND BREAK-க்கை துல்லியமாக இயக்குகிறார் இயக்குனர்.

ஆதவனின் ஓட்டம் - கதையை வாசித்தவர்களுக்குத் தெரியும், இந்த சினிமா கதையிலிருந்து எவ்வளவு தூரம் மேலெழும்பியிருக்கிறதென, 1970-களில் ஆதவன் அவர் நோக்கில் ஓட்டம் கதையை எழுதுகிறார். ஒரு கதையை திரைக்கதையாக மாற்றும் பொழுது, எவ்வாறு மாற்ற வேண்டும் என்பதை பயில்வதற்கான ஆகச்சிறந்த பாடங்களில் ஒன்று ஓட்டம். கதை-யில் எடுத்தவுடன் ஓடிவிடுகிறாள் சிவரஞ்சனி, சினிமாவில் அப்படி செய்ய முடியாது. மெது மெதுவாக அவள் வாழ்வைச் சொல்லி, அவள் அலுப்பைச் சொல்லி, அவளின் ஏக்கத்தைச் சொல்லி, கோப்பையைத் தேடிப் போய், அது கிடைக்காமலாகி, இறுதியாக மகளுக்காக ஓடி, மகள் வேனிலிருந்து தண்ணீர் கொடுக்க, அதை மறுத்து நிமிரும் போது நிகழும் உச்சம், திரைக்கதையிலும், இயக்கத்திலும், இயக்குனர் செய்யும் கலை மாயம் அது.

சிவரஞ்சனியின் அன்றாடத்தைக் காட்சிப்படுத்தும் பொழுது, 4 : 24 வினாடி நீளும் SINGLE SHOT காட்சி ஒன்று உண்டு. தொழிற் நுட்பமாய் எழுதி உங்களை பமுறுத்தும் எண்ணம் நிச்சயமாய் எனக்கில்லை. காமிரா அசையாது நிற்க படுக்கையறை, சமையல் அறை, வரவேற்பறை, என மூன்-றுக்கும் மாற்றி மாற்றி ஓடுகிறாள். மூன்றும் அவளை டினோசர் போல அவளைப் பிய்த்து தின்கின்றன. அது 4.24 விநாடி அல்ல, ஆயிரக்கணக்-கான ஆண்டின் பெண்களின் வாழ்வு அது. அவள் ஓடி முடித்து அடுக்கத்-துக்குள் நடந்து வரும்பொழுது, முகுந்த் நாகராஜனின் கவிதை ஒன்று தவிர்க முடியாமல் நினைவிற்கு வருகிறது,

o
முன்னாள்
‘தினம் சமைக்கும்போது - இதே தண்ணீரில் தான்
நீந்தி சாதனைகள் செய்தோம் - என்று நினைப்பதுண்டா ?’
என்ற கேள்விக்கு சிரித்தாள், - குடும்பத் தலைவி ஆகி
கொஞ்சம் குண்டாகவும் ஆகிவிட்ட - அந்த முன்னால் நீச்சல் வீராங்கனை.
*

சரஸ்வதியும், தேவகியும் விடுதலை அடைந்துவிட்டார்கள். சிவரஞ்சனி இன்னும் வீட்டிலேயே இருக்கிறாள் என்று கேட்கிறார்கள். கதை நடப்பது 2007. 2022-ல் அவள் எங்கோ ஒரு மைதானத்தில் ஓடிக்கொண்டிருக்கிறாள் என்று நம்புவோமாக. மூன்றாம் பிறை படத்தைப் பற்றி பேசிக்கொண்டு இருக்கும் போது நண்பர்! ஒருவர் இப்படிக் கேட்டார், அவர் போன்றவர்களை என் வாழ்க்கையில் திரும்ப சந்தித்துவிடவே கூடாது என்று நினைக்கிறேன். “ஏன் கமல் கடைசியில அப்டி அழுகுறாரு.

கேத்தி ரயில்வே ஸ்டேசன்ல இருந்து ரயில் போனா என்ன?, அது கீழ மேட்டுப்பாளையம் போக நாலு மணி நேரம் ஆகும், பஸ்ல ஏறுனா ஒன்றரை மணி நேரத்துல மேட்டுப்பாளையம் போயிடலாம், அங்க போயி பாக்கவேண்டியது தான?”. கலையை ஒரு டிரைவரின் கண்ணோட்டத்தில் இருந்து அணுகுவதில் வரும் கோளாறு இது. இயக்குனர் பாலு மகேந்திராவிற்கு இதெல்லாம் தெரியாதா. ஒருவருடைய நினைவிலிருந்து நாம் முற்றிலும் அழிந்துவிட்டால் மறுபடியும் அதை உயிர்பிக்கவே முடியாது. என்பதைத்தான் மூன்றாம் பிறை நமக்குச் சொல்கிறது. இது எனக்கு ஒரு கலைப்படைப்பை எப்படி அணுகக்கூடாது என்பதற்கான ஆகச்சிறந்த பாடம்.

இயக்குனர் வசந்த் எஸ். சாய் - சிவரஞ்சனியும் இன்னும் சில பெண்களும் படத்திலுள்ள மூன்று கதைகளையும் தொகுத்துக்கொண்டால், இதில் வரும் வீடுகள் மிகவும் முக்கியமானவை. சரஸ்வதியின் வீடு, கதையின் பாதியைச் சொல்லிவிடுகிறது. காரை பெயர்ந்த, வெளிச்சம் குறைவான, வண்ணதாசனை துணைக்கு அழைத்தால் அது சிறிது வெளிச்சமும் இல்லை. மனச் சோர்வை ஊட்டக்கூடிய, நம்மை இருமையில் ஆழ்த்த வல்லது அந்த வீட்டின் குறைந்த வெளிச்சம்.

தற்கொலைக்கு நம்மைத் தூண்டும், அந்த வெளிச்சத்தில் ஒருவர் மகிழ்ச்சியாக இருக்கவே முடியாது. மனப் பிறழ்வோடு இருக்கலாம், அல்லது அங்கிருந்து பிறழ்வு எழுத்துக்களை வேண்டுமானாலும் எழுதலாம். தன் துயரத்தை சொல்லும் பொழுது, அடுத்த வீட்டுக்காரன் அக்குளைத் துடைக்கும் திறந்தவெளி நாகரீகத்தோடு, ஒரே நேரத்தில் இருவர் சேர்ந்து நடக்க முடியாத சந்தோடு, பின்னிரவு வரை இயங்கும் வீட்டிற்கு முன்னால் இருக்கும் தையல் கடையோடு, வாழ்வு எவ்வளவு குறுகிப் போயிருக்கிறது என்பதை, சன்னமாய் அலட்டிக்கொள்ளாமல் முன்வைக்கிறது அந்த வீடு.

தேவகியின் வீடு விசாலமானது, பெரிய அறைகளையும், மாடியையும், வரவேற்பறையையும், தோட்டத்தையும் கொண்டது, ஆனால் அவளுடைய சிறிய டைரியை வைக்க இடமில்லாதது. அதற்கு நிகரான மௌனமான பெரும் அதிகாரத்தையும், மர்மத்தையும் தன்னகத்தே கொண்டது. ஆனால் அவளுடைய சிறிய டைரியை வைக்க இடமில்லாதது. அந்த விசாலமான வீட்டில், மனிதர்கள் மனதளவில் மிகவும் இடித்துக்கொண்டே தான் வாழ்கி-றார்கள். ஒருவர் அதிலிருந்து விடுதலை பெறவேண்டுமெனில், வெளியேறத்-தான் வேண்டும். தேவகியின் மர பீரோவைப் போல, சிவரஞ்சனியின் வீடு நகர்ப்புறத்தின் குறுகலைச் சொல்லக்கூடிய, ஓட்டப்பந்தைய வீராங்கனை-யின் வாழ்வு, இருபதடிக்குள் முடங்கிப் போவதை சொல்லும் வாழ்வு, இந்த திரைப்படத்தில் வரும் நடிகர்கள் நமக்கு நடிகர்களாக நினைவில்லை. பாத்-திரங்களாகவே இருக்கிறார்கள். அறியப்பட்ட பார்வதி திருவோனம் உட்பட.

MY HAPPY FAMILY என்ற ஒரு ஜார்ஜிய திரைப்படம் ஒன்று உண்டு, அந்த திரைப்படத்தில் நாயகியான குடும்பத்தலைவி திடீரென வீட்டை விட்டு வெளியேறி தனியாக ஒரு வீட்டில் போய் வசிப்பாள். அவளுடைய கணவனும் சகோதரர்களும் அவளை கேள்வி மேல் கேள்வி கேட்பார்கள். உனக்கு காதலர்கள் இருக்கிறார்களா?, கள்ள உறவு ஏதும் இருக்கிறதா?, என்ற கேள்விகளுக்கு அவள் மிக எளிமையாக பதிலளிப்பாள். இவை எதுவுமே இல்லை எனக்கென்று ஒரு வீடு, ஒரு ஜன்னல், ஒரு தோட்டம், அதற்கே நான் தனியாக வந்தேன் என்பாள்.

பெண் விடுதலை வேண்டும் என்ற பாரதியின் வரிக்கு அடுத்த வரி மிகவும் ஆச்சரியத்திற்க்குறியது, பெண் விடுதலை வேண்டும், பெரிய கடவுள் காத்திட வேண்டும் என்பார். MY HAPPY FAMILY, சிவரஞ்சனியும் இன்னும் சில பெண்களும் போன்ற சமகால நுண்ணிய திரைப்படங்கள். பெரியது மாத்திரம் விடுதலை அல்ல சிறியதிலும் உள்ளது சுதந்திரம் என்று முன்வைக்கின்றன. பெண்ணியத்தை பிரகடனமில்லாமல் முன்வைக்கிறது, சரஸ்வதி காப்பி குடிக்-கும் பொழுதும், தேவகி டீ குடிக்கும் பொழுதும், MY COUNTRY MY PRIDE என்றெல்லாம் அவர்களால் சொல்ல முடியாது. அது வேறு யாருக்-கோவான சொல்லாடல்,

MY COFFE MY PRIDE, MY TEA MY PRIDE, என்றே அவர்-கள் சொல்லுவார்கள். அவர்கள் குடிப்பது காபியோ டீயோ அதில் ஆவியாக போய்க்கொண்டிருப்பது என்னவென்று நாம் எல்லோரும் அறிவோம்

•••••••••••••..

கவிஞர் தமிழ்நதி, இயக்குனர் பாலுமகேந்திரா இறந்த பொழுது இப்படி முகநூலில் எழுதினார். “ஒருவரை நாம் ஆழமாக நினைவு கூற, அவர் இறக்க வேண்டியிருக்கிறது”. துன்பியலாக சிவரஞ்சனியை எல்லோரும் பார்க்க, அதற்கு தேசிய விருது கிடைக்கவேண்டி இருக்கிறது. அதற்கு முன்-னால் அது உலகமெங்கும் போய், பல்வேறு திரைப்பட விழாக்களில் சர்வ-

தேச விருதுகளைப் பெற, நம்மவர்கள் அந்த இலைச் சரடுகளை மாவிலை தோரனமாக கருதுவார்கள் போல. ஆஸ்கார் கிடைத்தபிறகு பார்த்துக்கொள்-ளலாம் என்று இன்னும் சில கூட்டம் காத்துக்கொண்டிருக்கிறது.

அச்சமில்லை, அச்சமில்லையில் உதவி இயக்குனராக தொடங்குகிறது அவரது பயணம், சினிமாவில் அவருக்கு வயது 40. வசந்த் & கோ-வின் அது அந்தக்காலம் என்ற புகழ் பெற்ற விளம்பரம், இந்த வசந்திற்கு பொருந்தாது, இவர் மிகவும் நிகழ்காலத்தில் இருக்கிறார். ஜானகிராமனின் மரப்பசுவையும், அசோகமித்திரனின் தண்ணீரையும், இன்னும் பலவற்றையும், சினிமாவாக எடுத்தே தீருவேன் என்று அச்சமில்லாமல் சொல்லிக்கொண்டே இருக்கிறார்.

ரிதம் படத்தில், ஒரு புகழ்பெற்ற வசனம் உண்டு, ஐந்து நாட்களுக்கு முன்-னால், இயக்குனர் மிஷ்க்கின் பிறந்த தின கொண்டாட்டத்தின் பொழுது, கவிஞர் இசை, வசந்த் சாரை பார்த்த பொழுது, உணர்ச்சி பொங்க, “பல சமயத்தில் இந்த வசனத்த நான் பாத்ரூமில் சொல்லி அழுதுருக்கேன் சார்” என்று சொன்னார், “கார்த்தி நீ ரொம்ப நல்லவன்டா உனக்கு இன்னும் கொஞ்சம் வாழ்க்கையில நல்லது நடந்திருக்கலாம்”

சினிமாவிற்க்குள் இலக்கியத்தைக் கொண்டுவந்தே தீருவேன் என்று பிடி-வாதமாக மல்லுக்கட்டும் பிரியத்துக்குரிய இயக்குனர் வசந்த்துக்கு, இன்னும் பெரிய பெரிய நல்லதுகள் நடக்கட்டுமென, எல்லாம் வல்ல இயற்கையிடம் நான் பிரார்த்திக்கிறேன்.

125. தமிழ்ச் சிறார் எழுத்து - ஆதி வள்ளியப்பன்

எங்கே இருக்கிறது நம் கவனம்?

தமிழ்நாட்டின் கவிஞர்கள் குறித்த நகைச்சுவை ஒன்று உண்டு: ஏழு கோடி தமிழ் மக்கள், ஆனால் 14 கோடி தமிழ்க் கவிஞர்கள் என்று. அது எப்ப-டிச் சாத்தியம்? நான்கைந்து புனைந்துகொண்ட பெயர்களில் ஒருவரே வாக்-கியங்களை மடக்கி மடக்கி ‘கவிதை‘களை ஜனிக்கச் செய்வார் என்பதால், மக்கள்தொகையில் ஏழில் ஒருவர் கவிதை எழுதினாலும்கூட இந்த எண்-ணிக்கை சாத்தியப்படும்தானே.

கவிதை மீதான கட்டுப்படுத்த முடியாத இந்த ஆர்வம் இன்றைக்குச் சற்றே தணிந்திருக்கிறது. எந்தப் பெரிய காரணமும் இல்லாமல், சமூக ஊடகம் பலரையும் பிரபலமாக உணரவைப்பது இதற்கு ஒரு காரணம். அதே நேரம், கரோனா பொது முடக்கத்துக்குப் பின்னால் நிறைய சிறார் எழுத்தா-ளர்கள் படைபோல் புறப்பட்டிருக்கிறார்கள். காரணம், லட்சக்கணக்கானோ-ரில் ஒருவராக கவிஞர் அடையாளம் பெறப் போராடுவதைவிட, போட்டிக்கு ஆட்கள் குறைவாக உள்ள சிறார் எழுத்தாளர் களத்தில் உடனடிப் பிரபலம்

சாத்தியம் என்பதும் ஒரு காரணம்.

நாஞ்சில் நாடன் - இன்றைக்கு இருக்கும் கவிஞர்கள் அதிகமான வார்த்தைகளைத் தெரிந்து கொள்ளுவதில்லை. தமக்குத் தெரிந்த 1000 சொற்களையே மாற்றி மாற்றிப் போட்டு எழுதுகிறார்கள்.

இரண்டு கவிதைத் தொகுப்புகளின் முன் அட்டையை கிழித்துவிட்டால் யாருடைய கவிதைத் தொகுப்பு என்றே தெரியாது.

அந்த அளவிற்கு சலிப்பாக இருக்கிறது. வார்த்தைகளைத் தெரிந்து கொள்ள அவர்கள் மெனக்கெட வேண்டும். கட்டுரை, புனைகதை போலவே அகராதி வாசிப்பும் சுவாரஸ்யமான ஒன்று. இளம் படைப்பாளிகள் நேரம் எடுத்து அதை செய்ய வேண்டும்.

126. இதோ ஒரு பத்திரிகை! - பொ.சண்முகநாதன்

ஈழத்திலே நல்ல தரமான தமிழ்ப் பத்திரிகைகள் மிக மிகக் குறைவே! இதனால் தான் ஈழத்து இலக்கிய வளர்ச்சியும் மிகவும் பின் தங்கி இருக்கிறது. இக்குறையைத் தீர்க்கும் பொருட்டு - ஈழத்து இலக்கியத்தை வாழவைக்க இதோ 'ஈழமுரசு' வெளியாகியிருக்கிறது. இப்பத்திரிகை பதினொரு அங்குல நீளமும் எட்டரை அங்குல அகலமும் கொண்டது; எட்டுப் பக்கங்கள். விலை உள் நாடு இருபது சதம், வெளிநாடு(!) இருபத்தைந்து சதம். 'ஈழமுரசு' பற்றி இதோ மேலும் விரிவாக விளம்புகின்றேன்.

முதலாம் பக்கம் - மேல் பக்கத்தில் கொட்டை எழுத்துக்களில் 'ஈழமுரசு' என்ற தலைப்பு எழுதப்பட்டிருக்கிறது. அத்துடன் ஆசிரியர் துணை ஆசிரியர் பெயர்கள், பத்திரிகையின் விலை, பத்திரிகையின் முகவரி, ஆங்கில தமிழ்த் திகதிகள், மலர் ஒன்று, இதழ் ஒன்று என்பனவும் காணப்படுகின்றன. அடிப்பசுத்தில் 'அரசியல், கலை, இலக்கியத் திங்கள் ஏடு' என எழுதப்பட்டிருக்கிறது. இடைப்பக்கத்தில் ஒரு தமிழ் அமைச்சரின் ஆசிச் செய்தி அன்னாரது புகைப்படத்துடன் பிரசுரிக்கப்பட்டுள்ளது.

இரண்டாம் பக்கம் - முழுவதிலும் பத்திரிகை தோன்றப் போகிறது என்பதை அறிந்ததும் பத்திரிகை ஆசிரியருக்கு மக்களிடமிருந்து வந்த ஏராளமான கடிதங்களிலிருந்து இடநெருக்கடியை உத்தேசித்துச் சிலவற்றை மட்டும் தந்துள்ளார்கள்.

மூன்றாம் பக்கம் - ஒரு விளம்பரம் கால் பக்கத்தை விழுங்கி விடுகிறது. மற்றைய முக்கால் பக்கத்திலும் (ஒரு சிறு இடம் நீங்கலாக) ஒவ்வொரு ஊர்களிலும் நியமிக்கப்பெற்ற விற்பனையாளர்களின் முகவரிகள் கொடுக்கப்பட்டிருக்கிறது. இடையே (நீங்கலாகவுள்ள அந்த இடத்தில்) கட்டமிடப்பட்ட

ஓர் அறிவித்தல் காணப்படுகிறது. அதில் ‘பத்திரிகையில் வெளியாகியுள்ள(?) கதை, கட்டுரை, கவிதைகளிலுள்ள பெயர்கள் யாவும் கற்பனையே’ எனச் சொல்லப் பட்டிருக்கிறது.

நான்காம் பக்கம் - அரைப் பக்கத்தில் இரண்டு விளம்பரங்கள் இடம் பெற்றுள்ளன. மிகுதி அரைப்பக்கத்தில் ஆசிரியர் தலையங்கமாக பத்திரிகை பின் தோற்றத்துக்கான காரணமும் அதன் வருங்கால இலட்சியங்களும் கூறப்பட்டுள்ளன.

ஐந்தாம் பக்கம் - ஐந்தாம் பக்கத்திலும் இரண்டு விளம்பரங்கள் அரைப் பக்கத்தை அலங்கரித்துள்ளன. ஏனைய அரைப்பக்கத்தில் ‘ஈழமுரசு’ சந்தா விவரம், அடுத்த இதழில் இடம்பெறவிருக்கும் புதிய அம்சங்கள், அவைகளை எழுதுபவர்களின் விவரங்கள், கதை கட்டுரை கவிதைகளை அனுப்புபவர்கள் அவைகளை அனுப்பவேண்டிய முறைகள் என்பன யாவும் தரப்பட்டிருக்கிறது .

ஆறாம் பக்கம்ஆறாம் பக்கத்தில் ஒரு விளம்பரம் கால் பக்க அளவில் பிரசுரிக்கப்பட்டிருக்கிறது. மிகுதிப் பக்கத்தில் அடுத்த இதழில் ‘சேள்வி - பதில்’ பகுதி ஆரம்பமாகுமென்ற விவரத்துடன் கேள்வி கேட்பவர்கள் அஞ்சலட்டையில் வெட்டி ஒட்டுவதற்கான கூப்பனும் இடம்பெற்றிருக்கிறது. இதே போன்றதொரு கூப்பன் ‘சிறுவர் பகுதிக்கு’ அங்கத்தவர்களாகச் சேர்பவர்களுக்காகவும் தரப்பட்டிருக்கிறது .

ஏழாம் பக்கம் - மூன்று விளம்பரங்கள் ஏழாம் பக்கத்தின் முக்கால் பகுதியை மூடிவிடுகின்றன. கால் பக்கத்தில் பத்திரிகை தொடங்கப் போகிறது என்பதை அறிந்ததும் ஆர்வ மேலீட்டால் பத்திரிகை வளர நிதி உதவ செய்தவர்களின் பட்டியல் ஒன்று தரப்பட்டிருக்கிறது. இது போல் மேலும் பலரது உதவியையும் தாம் எதிர்பார்ப்பதாக ஆசிரியர் அடிக்குறிப்பும் எழுதியிருக்கிறார்.

எட்டாம் பக்கம் - எட்டாம் பக்கத்திலும் இரண்டு விளம்பரங்கள் போட்டிருக்கிறார்கள், மேல் பக்கத்தில் (கோட்டுக்கு மேல்) தலைமைத் தபால் நிலையத்தில் செய்திப் பத்திரிகையாகப் பதிவு செய்யட்பட்ட அதிசயமும், அடிப்பக்கத்தில் (கோட்டுக்குக் கீழ்) ‘ஈழமுரசு’ எந்த முகவரியிலிருந்து எப்போது யாரால் வெளியிடப்பட்டது என்ற விவரமும், ஆசிரியரது பெயரும் காணட்படுகின்றன. மிகுதி இடைவெளியில் பாரதியாரது கவிதை என்று மறுபிரசுரம் செய்யப்பட்டிருக்கிறது.

சரி! எப்படியும் ‘ஈழமுரசு’ பிரதி ஒன்று வாங்கவேண்டும் எனத் தீர்மானித்து விட்டீர்களா? ஆனால் ஒன்று, நீங்கள் வாங்கினாலும் சரி வாங்காவிட்டாலும் சரி பத்திரிகையின் முதல் இதழைப் பொறுத்தவரை அதற்கு இலாபமே! ஏன் என்றால் பத்திரிகை வெளியிட ஏற்பட்ட செலவைவிட விளம்பரங்களாலும் நன்கொடைகளாலும் அவர்கள் பெற்ற பணம் மிகவும் அதிகம்! ஈழமுரசுக்குச் சந்தா அனுப்ப எண்ணிவிட்டவர்களுக்கு எனது ஆழ்ந்த அனுதாபத்தை

இப்பொழுதே இக்கணமே செலுத்திவிடுகிறேன்.

127. கதைவாணன் கதை எழுதுகிறான்

- பொ. சண்முகநாதன்

'கனகு' என அழைக்கப்படும் திருவாளா அ.கனகசபை என்பவருக்கு திடீ-ரென்று இருந்தாற்போல் ஓர் எண்ணம் தோன்றியது. தானும் ஏன் கதை-கள் எழுதக் கூடாது? என்பது தான் அந்த எண்ணமாகும். ஏராளமான கதைகளைப் படித்த தன்னால், நூற்றுக் கணக்கான சினிமாப் படங்களைப் பார்த்த தன்னால், எத்தனையோ வாழ்க்கை அனுபவங்களைக் கண்டும் கேட்-டும் அறிந்த தன்னால் 'ஏன் கதைகள் எழுத முடியாது?' என அவன் சிந்-திக்கலானான்.

'நேற்று முளைத்த கன்றுக் குட்டிகள் எல்லாரும் கதைகள் எழுதிப் பெய-ரும் புகழும் பெறும் போது, தமிழ்ப் பாடங்களில் விசேட திறமையுடன் எஸ்.எஸ்.சி. பரீட்சையில் சித்தியடைந்த தான் கதை எழுதப் புறப்பட்டதில் என்ன தவறிருக்கிறது?' என அவன் தன்னைத் தானே கேட்டுக் கொண்டான். கதைகள் எழுதி அதன் வருவாயைக் கொண்டுதான் காலத்தை ஓட்ட வேண்-டும் என்ற நிர்ப்பந்தம் அவனுக்குக் கிடையாது. 'நான் அனுப்பும் கதைகளை பத்திரிகைகள் விளம்பரமாக மதிப்பிட்டு அதற்காக பில் அனுப்பாமல் ஏற்றுப் பிரசுரிக்க வேண்டும். சன்மானத்தைக் கூட எதிர்பார்க்க மாட்டேன்' - இவ்-வாறு எல்லாம் வல்ல இறைவனை வேண்டிக்கொண்டு கனகு கதை எழுது-வதற்காக தன்னைத் தயார் படுத்தலானான்.

கதை எழுதுவதற்கு முன், கதை எழுதுவதற்கான முதலாவது தகுதியெனக் கருதிக்கொண்டு அடுத்த கணமே கனகு தனக்கு ஒரு புனை பெயர் வைத்துக் கொண்டான். 'கதைவாணன்' என்பதே எதிர்கால எழுத்துலக் மேதையான 'கனகு' என்னும் திருவாளர் அ.கனகசபையின் புனைப் பெயராகும். இப்பொ-ழுது கதைவாணன் கதை எழுத அடுத்துத் தேவைப்படும் தங்கு தடையின்றி எழுதக் கூடிய பேனா புல்ஸ்காப் பேப்பர்கள், லோங் என்வலப்புக்கள், முத்-திரைகள், வசதியாக இருந்து எழுதுவதற்கேற்ற மேசை நாற்காலிகள் முதலி-யவற்றையும் தேடிக்கொண்டு இதோ கதை எழுத ஆரம்பித்து விட்டான்-

"கிழக்கு வானத்தில் இருந்து சூரியன் கிளம்பித் தனது யாத்திரையைத் தொடங்கி விட்டான். இரத்தினவேல் இன்னும் எழும்ப மனமின்றிப் படுக்கை-யில் புரண்டு கொண்டிருந்தான்..."

மேற்படி முதல் பந்தியை எழுதிய கதைவாணன், பந்தியின் கருத்தில் மீண்டும் ஆழமாக கவனம் செலுத்திப் பார்த்தான். 'சூரியன் தன்னைத்தானே தான் சுற்றும் பூமியோ தன்னைத்தானே சுற்றுவதுடன் சூரியனையும் சுற்றிவ-ரும். இது தான் புவியியலின் ஆரம்ப பாடம். அப்படி இருக்கும்போது உண்-மைக்குப் புறம்பாக சூரியன் கிழக்கு வானத்தில் இருந்து கிளம்பி யாத்திரை

செய்வதாக எழுதியது எவ்வளவு தப்பு! இதைப் புவியியல் பேராசிரியர்கள் கண்டால் என் மீது வீண் பழியன்றோ சுமத்துவார்கள்' இப்படியாக எண்ணியவர் எழுதிய பகுதிகளைக் கிறுக்கி விட்டு வேறு முறையில் கதையை ஆரம்பித்தார்.

'பொழுது விடிந்து இத்தனை நேரமாகியும் படுக்கையை விட்டெழ மனமின்றிக் கிடந்தார் இரத்தினவேல். அவரை அசைத்து எழுப்ப முயன்ற அவரின் வாழ்க்கைத் துணைவியார் 'என்ன இன்னுமா துக்கம்? பொழுதின் அருமை தெரியாதவர் போல் - இழந்த காலத்தை மீண்டும் பெற முடியாது என்பதை மறந்தவர் போல் கவலையற்றுக் கிடக்கிறீர்களே! பாடசாலை சென்றுவிட்ட சிறுவர்கள், பால் தந்து விட்டுப் போன வயோதிபன், இவர்களுக்செல்லாம் இருக்கும் பொறுப்பு உணர்ச்சி கேவலம் உங்களிடம் பட்டும் கிடையாதா?' என்றாள்.'

இப்படிக் கதையை ஆரம்பித்தவன் அடுத்த வினாடி அதையும் வெட்டி விட்டான். அப்படியெல்லாம் ஒரு பெண் பாத்திரம் பேச முடியாது என்பது தான் அதற்கான காரணம். சாதாரண ஒரு குடும்பப் பெண் இப்படியான ஒரு நீண்டதும், அர்த்தமும் அழகும் நிறைந்தது மான அடுக்குத் தொடர் வசனத்தைப் பேசமாட்டாள் - பேசவும் முடியாது என்பது கனம் கதைவாணனின் கருத்தாகும். அப்படிப் பேசுவதாக எழுதிவிட்டால் அது வாழ்க்கையில் இருந்தும் வேறு பட்ட - நடக்க முடியாத விவகாரமாக முடியும் எனவும் அவன் கருதினான்.

அடுத்து அவன் வேறு கதை ஒன்றை வேறு முறையில் எழுதுவது பற்றிச் சிந்திக்கலானான்.

"மனைவி அகால மரணம் அடைந்து விட தந்தைக்குத் தந்தையாய், தாய்க்குத் தாயாக இருந்து, தனது ஒரே மகன் குமாரைக் கவலை என்பதே தெரியாமல் வளர்த்து விட்டவர் குமாரலிங்கம். வளர்த்த கடா மார்பில் பாய்வது போல சடார் இப்படித் தன்னை நட்டாற்றில் விடுவான் என்று குமாரலிங்கம் கனவிலும் நினைத்திருப்பாரா?"

சோகக் கதை ஒன்றை எழுத ஆரம்பித்தான். ஆனால் இதிலும் தவறும் அபத்தமும் இருப்பதாகத் தோன்றவே தான் எழுதிய கடதாசியையே, கசக்கிக் குப்பையில் எறிந்து விட்டான். ஒரே ஒரு தகப்பன். ஒரே ஒரு மகன். இப்படியாகப் பாத்திரங்களைப் படைத்தது, சிக்கலின்றிக் கதையை நகர்த்துவதற்காக, வேண்டும் என்றே படைத்ததுபோல் அவனுக்குத் தோன்றியது. கேவலம் கதையை உணர்ச் சிகரமாகச் சித்தரிப்பதற்காக மனைவியை இழந்த கணவனையும் சகோதரர்கள் அற்ற மகனையுமா படைத்துக் காட்ட வேண்டும்?

கதைவாணன் புதிதாக ஒரு கடதாசி எடுத்து, புதிதாக, சுடச் சுட ஓர் இலக்கியக் கதை புனையலானார். "பூந்தாது சொரியும் அந்தி மாலையினை உடைய சோழனின் அருள் மிகுந்த வெண்கொற்றக் குடை போன்று, அது-

வும் இந்த அழகிய உலகிலே தண்ணொளி பரப்புகின்ற..."

இலக்கியக் கதையாவது தனக்குக் கை கொடுக்காதா என்று முயன்றவன் அதிலும் வெற்றிகரமாகப் பின் வாங்க வேண்டி வந்துவிட்டது. மக்களுக்காக, மக்கள் இலக்கியம் படைக்கப் புறப்பட்ட தான் மக்களில் பலருக்குப் புரியாத மொழி நடையை, சொல் ஆட்சியை கையாளலாமா? 'பூந்தாது' என்பதும் 'வெண்கொற்றம்' என்பதும், 'தண்ணொளி' என்பதும் எல்லாருக்குமா புரியப் போகிறது?

இப்படியாக இரவு பதினொரு மணிவரை முயன்றும் கதைவாணனால் ஒரு கதையின் ஆரம்பப் பகுதியைக்கூட எழுத முடியாமல் போய் விட்டது. தூக்கம் கண்களைத் தழுவியதனாலும், அலுப்பினால் உடல் தளர்ந்து விட்டதனாலும் அவன் தனது கதை எழுதும் திட்டத்தினை அடுத்த நாள் இரவுக்கு ஒத்தி வைத்தான்.

128. ஜெர்மன் பெயர்களில் சாதி உண்டா?

ஜேசுஜி, ஜெர்மெனி

பிறப்பின் அடிப்படையில் வந்து கொண்டிருக்கும் சாதியின் மூலத்தை ஆராய்ந்தால், அது அவர்கள் செய்த தொழிலில் போய் முடியும். தொழிலின் அடிப்படையில் சாதி தோன்றி, அதன் தொடர்ச்சியாக, தீண்டாமை, உயர்வு தாழ்வு என அடுத்தடுத்து தடைகள் வந்து கொண்டே இருக்கின்றன. ஜெர்மன் நாட்டைப் பொருத்தவரையில் தொழில் அடிப்படையில் குடும்ப பெயர்கள், புவியியல் சார்ந்த குடும்ப பெயர்கள் என பல வகைகளில் குடும்பப் பெயர்கள் வகுக்கப்பட்டு மக்கள் அடையாளம் காணப்படுகின்றனர்.

உதாரணமாக schneid என்பது ஜெர்மன் மொழியில் தையற்கலையை குறிக்கும். இந்த தொழில் செய்தவர்களை Schneider என்று கூறுவார்கள். Helge Schneider என்ற இசைத் துறையில் மிகப் பிரபலமானவரை நீங்கள் கேள்விப்பட்டிருப்பீர்கள் தானே! இது மாதிரி மீன்பிடித் தொழில் செய்பவர்களின் பெயர் Fischer என்றும், நெசவுத் தொழில் செய்பவர்களின் பெயர் Weber என்றும் இருக்கும்.

ஜெர்மெனியை பொறுத்தவரையில் ஒருவரை கூப்பிடும் போது நம் தமிழில் மரியாதையாக அழைப்பது மாதிரி முதலில் அவரின் குடும்பப் பெயர் சொல்லி மரியாதையாக தான் அழைக்க வேண்டும். அவர்கள் விரும்பினால், 'நீ என்று அழைக்கலாம்' என்று அனுமதி தந்தால் மட்டுமே அவரின் First name சொல்லி அழைக்க முடியும். ஜெர்மெனியில் குடும்பப் பெயரை பின்பற்றும் நடைமுறை அதிகபட்சம் 300 ஆண்டுகளுக்கு முன் தொடங்கியது என வரலாற்று ஆசிரியர்கள் கூறுகிறார்கள். பொதுவாக, ஒரே பெயர் கொண்ட இரண்டு நபர்களை வித்தியாசப்படுத்த நாம் அவரது தந்தையின் பெயரை கேட்பது வழக்கம். அதுதான் இந்த குடும்பப் பெயருக்கான அஸ்தி-

வாரம். நாளாக நாளாக அந்த நபரின் பெயரையும் தந்தையின் பெயரையும் சேர்த்து கூப்பிட ஆரம்பித்தனர்.

தொடக்க காலத்தில் ஒவ்வொரு தலைமுறைக்கும் தந்தைவழிப் பெயர்கள் மாறிக்கொண்டே இருந்தது. அதாவது ஒரு நபரின் பெயர் 'தாமஸ் முல்லர்' என்று வைத்துக்கொள்வோம். இதில் தாமஸ் என்பது அவரின் பெயர்; முல்லர் என்பது அவரின் தந்தை பெயர். இந்த தாமசுக்கு பிறந்த குழந்தைக்கு ஸ்டீ-பன் என்று பெயர் வைத்தால் அந்தக் குழந்தையின் முழுப் பெயர் 'ஸ்டீபன் தாமஸ்' என்று வரும். தற்போது தென்னிந்தியாவில் நாம் பின்பற்றி வரும் நடைமுறைதான். நாம் இனிஷியல் மட்டும் போடுகிறோம், இங்கே தந்தை-யின் பெயரையும் சேர்த்து குறிப்பிட்டார்கள், அவ்வளவு தான் வித்தியாசம்.

இதிலேயும் ஒரு சிக்கல். ஒரு குறிப்பிட்ட தலைமுறையை மேற்கோள் காட்ட வேண்டுமானால் என்ன பெயர் சொல்லி அழைப்பது என்ற குழப்பம் வந்தது. அதன் தீர்வாகத் தான் பரம்பரை ரீதியாக குடும்ப நபர்களை குறிப்-பிடும் பொருட்டு ஒரே குடும்பப் பெயரை பின்பற்றுவோம் என்ற சட்டம் கொண்டுவந்தார்கள். வடக்கு ஜெர்மெனியின் ஷெல்ஸ்விக்-ஹால்ஸ்டீன் பகு-தியில், இத்தகைய சட்டங்கள் 1771, 1820 மற்றும் 1822 இல் இயற்றப்-பட்டன. உடனடியாக மக்கள் இந்த சட்டத்தை ஏற்றுக் கொள்ளவில்லை, காலப்போக்கில் மெதுவாக தான் அது நிகழ்ந்தது.

ஜெர்மெனியை பொருத்தவரையில் முதன் முதலில் குடும்பப் பெயர்களைப் பின்பற்றத் தொடங்கியவர்கள் பிரபுக்கள் மற்றும் பணக்கார நில உரிமையா-ளர்கள் தான். உடைகளில் புது டிசைன் மற்றும் ஸ்டைலை உருவாக்குகிற இத்தாலியை பிற நாடுகள் பாலோ பண்ணுவது போல, அவர்களைப் பின்-பற்றி வணிகர்கள் குடும்பப் பெயர்களை தாங்களும் எடுத்துக்கொள்ள, மெது-வாக நகரத்தவர்களையும் அது ஒட்டிக்கொண்டது. கடைசியாக கிராமப்புற மக்களும் இந்த நடைமுறையை ஏற்றுக்கொண்டனர்.

இன்றைய காலகட்டத்தில் நமக்கு யாராவது போன் செய்தால் எடுத்து உடனே 'ஹலோ' என்போம். ஆனால் ஜெர்மெனியில் நாம் ஒருவருக்கு போன் செய்கிறோம் என்றால் அவர் போனை எடுத்தவுடன் முதலில் அவரின் குடும்பப் பெயரைத்தான் சொல்லுவார். அதன் மூலம் நாம் சரியான நபருக்-குத்தான் போன் செய்திருக்கிறோம் என்று புரிந்து கொள்ளலாம். உதாரண-மாக நான் என்னுடைய அலுவலகத் தோழி சோனியா சைலர்-க்கு போன் செய்கிறேன் என்றால் அவர் போனை எடுத்து சைலர் என்று தான் சொல்லு-வார். இதில் சைலர் என்பது அவரின் கணவர் பெயர். அவரின் குழந்தைக்-கும் அந்தப் பெயர் தான் குடும்பப் பெயராக வரும். நமது ஊரில் குழந்தை-களுக்கு பெயர் சூட்டும் போது அப்பா பெயர் அல்லது தாத்தா பெயரையும் சேர்த்து வைப்பதைப் பார்த்திருப்பீர்கள். அதுபோல ஜெர்மெனியிலும் இந்த நடைமுறை உள்ளது.

நான் முதல் பகுதியில் சொன்ன மாதிரி, ஜெர்மெனியில் பொதுவாக ஒருவருக்கு இரண்டு பெயர்கள் இருக்கும். First name & last name. இதில் first name என்பது அந்தக் குழந்தையின் பெயர் Last name என்பது குடும்பப் பெயர். சிலர் தங்களுடைய முன்னோர்களின் பெயரை குழந்தைகளுக்கு வைக்க விரும்பினால் அந்த first name - உடன் முன்னோர்களின் பெயரையும் சேர்த்துக் கொள்வார்கள். அந்த வகையில் அந்த குழந்தைக்கு மூன்று பெயர் வரும்.

உதாரணமாக ஒரு குழந்தையின் பெயர் Michael Thomas Schmidt என்று இருந்தால் மைக்கிள் என்பது அந்த குழந்தையின் பெயர், தாமஸ் என்பது சேர்த்துக் கொண்ட முன்னோரின் பெயர், ஸ்மித் என்பது குடும்பப் பெயர் ஆகும். ஏதாவது ஒரு அப்ளிகேஷன் பார்ம் நிரப்ப வேண்டியிருந்தால் இந்த மூன்று பெயர்களைக் கொண்ட நபர், First name என்ற இடத்தில் 'மைக்கேல்-தாமஸ்' என்று எழுதுவார், last name என்ற இடத்தில் ஸ்மித் என்று எழுதுவார். தொழிலை அடிப்படையாகக் கொண்ட குடும்பப் பெயர்கள் இன்னும் சிலவற்றை இங்கு தந்திருக்கிறேன். உதாரணமாக விவசாயம் செய்பவர்களை ஜெர்மன் மொழியில் 'Bauer' என்று சொல்வோம்.

காலப்போக்கில், விவசாயம் செய்பவர்களுக்கு இந்த பெயரே அவர்களின் குடும்பப் பெயராகிப் போனது. கீழே சில குடும்பப் பெயர்களையும் அடைப்புக்குறிக்குள் அதற்கான ஆங்கில வார்த்தைகளையும் குறிப்பிட்டுள்ளேன்.

Bauer (farmer) - Becker (baker)
Fleischer or Metzger (butcher)
Klingemann (weapons smith)
Maurer (mason)
Meier (farm administrator)
Muller (miller) - Schmidt (smith)
Schneider (tailor) - Schulze (constable)
Topfer/Toepfer (potter)
Wagner (carter/cartwright)
Weber (weaver)

ஆக மொத்தத்தில் செய்யும் தொழிலை அடிப்படையாக வைத்து தான் இங்கும் குடும்பப் பெயர்கள் உருவாகி இருக்கின்றன. செய்யும் தொழிலோ, பெயரோ முக்கியமல்ல, மனிதம் தான் முக்கியம் என்று உணர்ந்து கொண்டால் மனிதனை மனிதன் மதிக்கும் பக்குவம் தானாகவே வந்துவிடும். அது ஜெர்மனியில் நிறையவே இருக்கிறது.

129. ஈழத்தின் மூத்த பெண் படைப்பாளி

-சித்ரா நாகநாதன்

1980 களில் தாகம் கலைஇலக்கிய காலாண்டிதழின் மூலம் பரவலாக அறியப்பட்ட சித்ரா நாகநாதன் ஈழத்து பெண் எழுத்தாளர்களில் தனித்து-வமானவர். துணிச்சலும் சமூகநேசிப்பும் அவரின் கதைகளில் காணப்படுகி-றது.அவரது முதல் சிறுகதைத் தொகுதி “ கிராமத்து மண்கள் சிவக்கின்றன “ தாகம் வெளியீடாக 1990 இல் வெளிவந்து அந்த வருடத்தின் வட-கிழக்கு மாகாண தமிழ் சாகித்திய விருதும் பெற்றது. அன்றைய காலத்தின் போர்க்-கால சூழ்நிலைகளின் காரணமாக பிரான்ஸ{க்கு புலம் பெயர்ந்த சித்ரா நாக-நாதன் 1990 களின் போர் நிலைகளை வைத்து எழுதிய “தாகம்” என்ற சிறுகதை பிரபலமானது.

தாகம் கலைஇலக்கிய காலாண்டிதழின் மூலம் பரவலாக அறியப்பட்ட சித்ரா நாகநாதன் ஈழத்து பெண் எழுத்தாளர்களில் தனித்துவமானவர். அவரது முதல் சிறுகதைத் தொகுதி “ கிராமத்து மண்கள் சிவக்கின்றன “ தாகம் வெளியீடாக 1990 இல் வெளிவந்து அந்த வருடத்தின் வட-கிழக்கு மாகாண தமிழ் சாகித்திய விருது பெற்றது. இதன் வெளியீட்டு விழா (1990 சித்திரை) திருகோணமலையிலும் ஆணி மாதம் அறிமுக விழா யாழ் - நாவலர் மண்டபத்திலும் நடைபெற்றது. இதில் பிரபல எழுத்தாளர்-கள் அமரர் செம்பியன் செல்வன், அ.யேசுராசா (இன்னும் ஒரு எழுத்தா-ளர் பெயர் ஞாபகம்வரவில்லை) அக் காலத்தில் இளம் கவியாக அறியப்-பட்ட செல்வி மைதிலி அருளையா ஆகியோர் விமர்சன உரைஆற்றினர். அன்றைய காலத்தின் போர்க்கால சூழ்நிலைகளின் காரணமாக பிரான்ஸுக்கு புலம் பெயர்ந்த சித்ரா நாகநாதன் 1990 களின் போர் நிலைகளை வைத்து எழுதிய “தாகம்” என்ற சிறுகதை “தாகம்’எட்டாவது ஆண்டு மலரில் (20 இதழில்) வெளியானது. கலாநிதி செங்கை ஆழியான் “ஈழத்துச் சிறுகதை வரலாறு” என்ற தனது ஆய்வு நூலில் சித்ரா நாகநாதன் பற்றி இவ்வாறு எழுதுகிறார்.

சித்ரா நாகநாதன் எழுதிய சிறுகதைகள் ஒரு காலகட்டத்தின் மறைக்கப் படக் கூடாத ஆவணங்களாகவுள்ளன . கிழக்கிலங்கையில் இந்திய அமை-திப் படையின் காலகட்டத்தில் நடந்தேறிய சோக நாடகங்களை அப்படியே தனது சிறுகதையில் சித்ரா நாகநாதன் தந்துள்ளார். இலக்கியம் ஒரு கால-கட்டத்தின் கண்ணாடி எனின் சித்ராவின் சிறுகதைகள் அவ்வாறானபணி-யினைச் செய்கின்றன.கலாபூர்வமெனும் போது இச் சிறுகதைகள் அடிபட்டுப் போனாலும் சமுகவியலாவணமாக இவை மிளிர்கின்றன.

ஒரு போராளியின் காதலி காத்திருக்கிறாள்,பெற்றமனம், அடம்பன் கொடியும் புத்தாண்டு வெடியும்,மனிதம் இன்னும் மரணிக்கவில்லை,வேதனை-யின் சுவடுகள், கிராமத்து மண்கள் சிவக்கின்றன, தலைமுறைகள் முதலிய சிறுகதைகள் இந்திய அமைதிப்படைக்காலத்துக் கிழக்கிலங்கையையும் ஆயு-தக்கலாசாரத்தின் அட்டூழியங்களையும் சித்தரிக்கின்றன. போராளி ஒருவனின் வருகைக்காக காத்திருந்த அவன் காதலியின் உணர்வுகளை முதற் சிறுகதை சுட்டுகிறது. பெற்றமனம் அற்புதமான கருக் கொண்ட சிறுகதை. ஒரு மகன் விடுதலைப்புலியமைப்பிலும் மற்ற மகன் ஈ.பி.ஆர்.எல்.எப் அமைப்பிலும் உள்ளனர்.

ஒருவருக்கொருவர் எதிராக ஆயுதம் தூக்கிய நிலையையும் ,இடையில் பெற்றமனம் படும் அவஸ்தையையும் பெற்றமனம்சித்தரிக்கின்றது.அத்தாய் கூறுகின்றாள் "வேண்டாம் இந்தபகை நீயும் அவனும் என் வயிற்றில் பிறந்-தவர்கள்.இரண்டு பேரும்ஒரு நோக்கதிற்காகப் போனனீங்கள் இப்ப நீங்கள் இரண்டு பேரும் எதிரிகள். உண்மையான எதிரி நின்று புதினம் பார்க்கின்-றான். உங்கள் பலவீனத்தினைப் பயன்படுத்துகின்றான்." இதேமாதிரி ஓராயி-ரம் தாய்மார்கள் அழுதுகொண்டு இருக்கிறார்கள்.வெகு துணிச்சலாக சித்ரா பெற்றமனதை எழுதியுள்ளார். "கிராமத்து மண்கள் சிவக்கின்றன" என்ற சிறு-கதையில் காதலன் விட்டுச் சென்ற போராட்டத்தினை காதலி முன்நெடுக்கி-றாள்

முற்போக்கு இலக்கிய கால (1950-1960) ச் சுலோகக் கதையாகவே இச் சிறுகதையுள்ளது. அங்கு வர்க்கமும் சாதியமும்,இங்கு இனவொடுக்கலும் போரும் "மனிதம் இன்னும் மரணிக்கவில்லை"யில் ஜே.வி.பி எனக் காமி-னியை இலங்கை இராணுவம் தேடுகிறது.தனது மகனை காப்பாற்றி உதவுமாறு தமிழ் குடும்பம் ஒன்றிடம் சிங்களத் தந்தை யாசிக்கிறார்.இது. கிழக்கிலங்கை-யில் நிகழ்ந்த கதையே.அதில் ஒரு பாத்திரம் கூறுகிறது "சில்வா இலங்கை என்ற ஒரு நாடு உலகப்படத்தில் இருந்து அழியும் வரை இந்தப் பூசல்க-ளும் தொடரும். ஏனென்றால் இதுவரை ஆண்ட இனம் விதைத்ததெல்லாம் துவேச விதைதான்.

வளரும் சமுதாயத்தை ஆண்டவன்தான் காப்பாற்றவேண்டும் "ஒரு கலை-ஞனின் சாப மொழி யாக இது அமைந்துவிட்டது. .சித்ரா நாகநாதனின் சிறு-கதைகள் சிறுமையை, வறுமையை, வெளிப்படுத்தும் கருவியாக மட்டுமல்லா-மல் அந்நியர்களின் (IPKLF) சுரண்டலை,நாட்டின் பொருளாதார சீரழிவை, கலப்புமணத்தின் முக்கியத்துவத் தை,மத சுதந்திரத்தின் அவசியத்தை, தமிழீ-ழப் போராட்டத்தில் பெண்களின் பங்களிப்பை,அரசின் மனித உரிமை மீறல்-களை,இயக்க மோதல்களின் அழிவினை, ஒற்றுமையின் அவசியத்தை,அலசி ஆராய்கின்றன

சித்ரா நாகநாதன் பெண்ணிய கருத்துக்களை வைத்தும் சிறுகதைகள் படைத்துள்ளார்.தமிழீழ போராட்டத்தின் பலத்தையும்,பலவீனத்தையும், துணிச்சலாக சுட்டிக் காட்டி எழுதிய முதற் படைப்பாளி .சித்ரா நாகநாதனே என்பேன்..சமுகத்துக் குரிய செய்தி அவரின் சிறுகதைகளில் குவிமையமாக விருப்பதால், கலைப் படைப்பு என்ற நோக்கு வலுவிழந்து விடுகிறது.

சித்ரா நாகநாதன் செங்கை ஆழியான் கூறுகையில் சித்ரா எழுதிய சிறுகதைகள் ஒரு காலகட்டத்தின் மறைக்கப் படக்கூடாத ஆவணங்களாக-வுள்ளன. கிழக்கிலங்கையில் இந்திய அமைதிப் படையின் காலகட்டத்தில் நடந்தேறிய சோக நாடகங்களை அப்படியே தனது சிறுகதையில் சித்ரா நாக-நாதன் தந்துள்ளார். இலக்கியம் ஒரு காலகட்டத்தின் கண்ணாடி எனின் சித்-ராவின் சிறுகதைகள் அவ்வாறானபணியினைச் செய்துள்ளன. .கலாபூர்வமெ-னும் போது இச் சிறுகதைகள் அடிபட்டுப் போனாலும் சமுகவியலாவணமாக இவை மிளிர்கின்றன.

ஒரு போராளியின் காதலி காத்திருக்கிறாள்,பெற்றமனம், அடம்பன் கொடியும் புத்தாண்டு வெடியும், மனிதம் இன்னும் மரணிக்கவில்லை, வேதனையின் சுவடுகள், கிராமத்து மண்கள் சிவக்கின்றன, தலைமுறைகள் முதலிய சிறுகதைகள் இந்திய அமைதிப்படைக்காலத்துக் கிழக்கிலங்கையை-யும் ஆயுதக்கலாசாரத்தின் அட்டூழியங்களையும் சித்தரிக்கின்றன. போராளி ஒருவனின் வருகைக்காக காத்திருந்த அவன் காதலியின் உணர்வுகளை முதற் சிறுகதை சுட்டுகிறது. பெற்றமனம் அற்புதமான கருக் கொண்ட சிறு-கதை. சித்ரா நாகநாதன் பெண்ணிய கருத்துக்களை வைத்தும் சிறுகதை-கள் படைத்துள்ளார்.தமிழீழ போராட்டத்தின் பலத்தையும்,பலவீனத்தையும், துணிச்சலாக சுட்டிக் காட்டி எழுதிய முதற் பெண்படைப்பாளி .சித்ரா நாக-நாதனே என்பேன், என்கிறார் செங்கையாழியான்.

130. வாங்க.. வாங்க

இதழ் வெளிவந்ததும் தொலைபேசிவிட்டு ஒரு மாலை நேரத்தில் நானும் எங்-கள் முதன்மை ஆசிரியர் திரு. மதுரபாரதி அவர்களும் அவரைக் காணச் சென்றோம்.

அதே எளிமையான மாடி அறை.

“வாங்க.. வாங்க..” என்று வரவேற்றார்.

”இதுதான் என்னோட ரூம். எழுதறது, படிக்கறதுன்னா இங்க வந்துதான் எல்லாம் செய்வேன். மீதி நேரத்துல கீழே பேரப் பிள்ளையோட போய் விளையாடுவேன். எங்க கிராமத்துலேர்ந்து யாராவது ஏதாவது வேலையா வந்தா இங்கே தான் வந்து தங்கிக்குவாங்க. அவங்க குளிக்க கொள்ளன்னு எல்லாத்துக்கும் மொட்டை மாடில சௌகர்யம் பண்ணியிருக்கேன்” என்றார்.

“பொதுவா என்னை மாதிரி ஆளுங்களோட இன்டர்வியூ எல்லாம் பத்திரிகைல வந்தா நாமதான் பாத்து தெரிஞ்சிக்கிட வேண்டி இருக்கும். ஆனா உங்க இன்டர்வியூ வந்தவுடனே அமெரிக்காவுலேர்ந்தே கூப்பிட்டுப் பேசினாங்க. ஆச்சரியமாதான் இருக்கு” என்றார்.

இதழை அவரிடம் கையளித்தோம். வாங்கிப் புரட்டிப் பார்த்து விட்டு 'அப்புறமா படிக்கிறேன்' என்றார். அப்புறம் பொதுவான பல விஷயங்களைப் பேசிக் கொண்டிருந்தார். சமூகம் பற்றி, மக்கள் வாழ்க்கை பற்றி, சமூகம் தற்போது அடைந்து கொண்டிருக்கும் மாற்றங்கள் பற்றிச் சொன்னார். கடந்த முறையை விட இந்த முறை சற்று உற்சாகமாகவே இருந்தார். (எடிட்டரும் வந்திருந்ததுதான் காரணமோ?) எழுத்துலகம் பற்றி, பதிப்புலகம் பற்றி நிறைய விஷயங்களைப் பேசினார். “பா.ராகவன்” நூல்கள் எனக்கு ரொம்பப் பிடிச்சிருக்குது. எளிமையா, ரொம்ப சுவையா எழுதறாரு” என்றார்.

”கிராமத்துப் பக்கம் பாத்திங்கன்னா முன்னாடி எல்லாம் கல்யாணம்னு போய் பத்திரிகை வச்சா பத்திரிகையக் கொடுத்துட்டு அவங்க வீட்டிலேர்ந்து தீப்பெட்டிய வாங்கிட்டு வந்திருவாங்களாம். எதுக்குன்னா பத்திரிகை வச்சதுக்கப்புறம் அவங்க தங்களோட வீட்ல சமைக்கக் கூடாதாம். இவங்க வீட்லதான் சாப்பிடணுமாம். அப்படி எல்லாம் சம்பிரதாயம் இருந்திருக்கு. ஆனா இப்போ எல்லாம் தலைகீழா மாறிப் போச்சு” என்றார்

தனது திரையுலக அனுபவம் பற்றி அவர் சொன்னது மிகவும் நகைச்சுவையாக இருந்தது. பேசிக் கொண்டிருக்கும்போதே அவரது துணைவியார் தேநீர் எடுத்து வந்து உபசரித்தார். பேரப் பிள்ளை ஸ்கூல் லீவ் என்பதால் ஊருக்குப் போயிருப்பதாகச் சொன்னார்.

”கண்ல எனக்கு க்ளுக்கோமா ஆபரேஷன் பண்ணியிருக்காங்க. அது இன்னொரு கண்ணுக்கும் பரவிடுமாம். அதுனால விடாம ஐ-ட்ராப்ஸ் போட்டுட்டு வர்றேன். இது ஏன் வருதுன்னு டாக்டர் கிட்ட கேட்டேன். நம்ம உடம்புல பிரஷர் இருக்கிற மாதிரி கண்லயும் பிரஷர் உண்டாம். கண்ல நெகிழ்ச்சித் தன்மை இல்லாமப் போய், அதாவது ஈரப்பசை இல்லாம காஞ்சு போய் கண்ணுக்கு ஒருமாதிரி பிரஷர் அதிகமாகிடுதாம். அது அதிகமாக அதிகமாக பார்வை நரம்பு பாத்திச்சிடுமாம். கண்ல நல்லா எப்பவும் ஈரப்பசையோட இருக்குற மாதிரி பார்த்துக்கணுமாம். அழுதாக்க அந்த ஈரப்பசை அதிகமாச் சுரக்கும்ங்கறாங்க.

ஆனா பாருங்க நான் அழுததே இல்ல. இப்படித்தான் சின்ன வயசுல எங்க வீட்ல ஒரு துக்கமாயிருச்சி. எல்லாம் அழுதுக்கிட்டிருக்காங்க. ஆனா எனக்கு அழுகையே வரலை. அழுகக் கூடாதென்னாம் இல்ல. எனக்கு ஏனோ அழுகை வரலை. வந்திருக்கிற சொந்தக்காரங்க எல்லாம் ஒருமாதிரி பார்க்க ஆரம்பிச்சிட்டாங்க. சிலபேர் திட்டக் கூட ஆரம்பிச்சிடாங்க. இவன் என்னடா பைத்தியமா! கொஞ்சம் கூட கவலைப்படாம, அழாம இருக-

கனேன்னுட்டு. என்ன செய்யறது, எனக்கு அழுகை வரலை. ஆனா, அப்படி இருக்கக் கூடாதாம். அழணுமாம். அப்படி அழுதாதான் கண்ணுக்கு நல்லதாம். கண்ணீர் அந்த ஈரப்பசையை உருவாக்கி, காய்ஞ்சு போகாம வச்சிருக்குமாம். நான் அதிகம் அழாததுனாலதான் களுக்கோமா வந்திருக்குமோ என்னவோ'' என்றார்.

அப்புறம் தனது பணி அனுபவங்கள் பற்றி, தான் செல்லும் கூட்டங்கள், விழாக்கள் பற்றிய அனுபவங்களைச் சொன்னார். எல்லாவற்றிலும் ஒரு நகைச்சுவை இழையோடியது. நான் பெற்ற அந்த நகைச்சுவை இன்பத்தை- நீங்களும் பெற இங்கே செல்லுங்கள்...

தன் வாழ்க்கையில் 'போதும்' என்ற ஒரு மன நிறைவோடு வாழ்ந்த ஒரு நல்ல மனிதரைச் சந்திக்கும் வாய்ப்பை அளித்த ''தென்றல்'' இதழுக்கு எப்போதும் என் நன்றி உண்டு. அவரை நான் சந்தித்து விட்டு வந்த சில மாதங்களிலேயே அவர் மறைந்து விட்டார் என்றாலும் காற்றின் குரலாய் அவர் குரல் இணைய வெளிகளிலும், வானொலியிலும் இன்றும் ஒலித்துக் கொண்டிருக்கிறது.

என் நினைவிலும்...

131. தூங்க 108 வழிகள் - மனோகர் மைசூரு

வளர்ந்து வரும் புதிய 'வளர் பதிப்பகம்' நிலையத்திற்கு ஒரு அன்பர் போனில் விசாரித்தார்.

"ஹலோ, மிஸ்டர் சுகப்பிரியன் எழுதிய 'நிம்மதியா தூங்க 108 வழிகள்' புத்தகம் கிடைக்குமா?. எங்க அப்பார்ட்மண்ட்லே ஒரு 108 புக்ஸ் வேண்டியிருக்கு. எங்க ஊரிலே ஸ்டாக் இல்லேங்கறாங்க. அதான் கேட்கிறேன்''.

பதிப்பாளர் வியப்புடன் பதிலுரைத்தார். "எங்களுக்கே ஆச்சர்யம் சார். இத நாங்க எதிர்பாக்கலே. முதல் பதிப்பில ஆயிரம் புக் தான் பிரிண்ட் பண்ணினோம். அதையே அதிகமென்று நினைத்தோம். ஒரே மாசத்தில் தீர்ந்துப் போயிருக்கு. ரெண்டாவது பதிப்பு போடப் போறோம். நீங்க உங்க பேரு அட்ரஸ் கொடுங்க. நாங்களே உங்கள காண்டாக்ட் பண்றோம். உங்க விமர்சனம் எங்களுக்கு ரொம்ப உதவியாயிருக்கும். நூல் எழுதின ஆசிரியர் கூட இங்கே தான் இருக்காரு. நீங்களே அவர்கிட்டப் பேசுங்க. அவரும் சந்தோசப்படுவாரு''.

பதிப்பாளர் போனை அந்த நூல் எழுத்தாளரிடம் கொடுத்தார்.

"இது என்னோட மொதல் புத்தகம். இந்த புக்கு-க்கு இந்த அளவு டிமாண்ட் இருக்கிறதப் பார்த்து எனக்கு ரொம்ப ஆனந்தமா இருக்கு. ஒரு வருஷம் இரவும் பகலும் தூக்கமில்லாம ஆராய்ச்சிப்பண்ணி எழுதின ஆயிரம் பக்க சாதனை புத்தகம் இது. லாபம் எதுவும் வைக்காம மலிவு விலையில்

ரிலீஸ் பண்ணியதால் இவ்வளவு சீக்கிரம் விற்பனை ஆகியிருக்கு. ஒன்னுத் தெரியுமா உங்களுக்கு?

உலகத்தில 18 வயதுக்கு மேற்பட்டோரில் மூணுல ஒருத்தர் தூக்கமின்மையால் அவதிப்படுறாங்க. தூக்கமின்மை எப்படி எதனால வருதுன்னு அறிவியல் பூர்வமா இன்னும் கண்டுப்பிடிக்க முடியல. ஆண்களை விடப் பெண்கள் தான் இந்த தூக்கமின்மையால் அதிகம் பாதிக்கப்படுகிறார்கள். வியட்நாமை சேர்ந்த 80 வயது முதியவர் ஒருவர் 60 வருசமா தூங்கவே இல்லையாம். ஆனா பெரிசா ஒன்னும் பாதிக்கப்படவும் இல்லையாம். தூக்கம் ஜாஸ்தி ஆனா என்னவாகும், கம்மியானா என்னவாகும் - இந்த மாதிரி நெறய தகவல் இருக்கு. ஆயுர்வேதத்தின் படி, நம்ம உடலில் 108 உயிர் சக்தி புள்ளிகள் இருக்கு. அதையெல்லாம் எப்படி நம்ம தூக்கத்துக்கு யூஸ் பண்ணிக்கலாம்னு சொல்லியிருக்கேன்.

புக்-ல சொல்லியிருக்கிற ஒவ்வொரு டிப்ஸ் பத்தியும் நானே அனுபவிச்சி எழுதியிருக்கேன்னு சொல்லலாம். அந்த விதத்தில், என் படைப்பு நிறையப் பேருக்கு ரொம்பப் பயனுள்ளதாக இருக்கும்னு நினைக்கிறேன். உங்க சைடிலிருந்து புத்தகத்தைப் பத்தி நிறை-குறை எதாவது இருந்தாச் சொல்லுங்க. ரெண்டாவது பதிப்பில் அதைச் செயல் படுத்துவோம். பதிப்பாளரும் ஒத்துக்குவார்னு நினைக்கிறேன். உங்க ஆதரவு என்னைப் போன்ற வளரும் எழுத்தாளர்களுக்குக் கண்டிப்பா நல்ல ஊக்கமளிக்கும்''. மூச்சு விடாமல் பேசிய நூல் ஆசிரியர் கொஞ்சம் விட்ட இடைவெளியில் மறுமுனை அன்பர் பேச நுழைந்தார்.

“கண்டிப்பா !. என்னைப் பொறுத்த வரை ஒரே ஒரு குறை இருக்கு. அதை நிவர்த்திச் செய்ய நீங்க முயற்சிக்கணும். என்னென்னா, அது ரொம்ப சிம்பிள். உங்கப் புத்தகத்திற்கு நல்லதா உறை ஒன்னு போட்டுக் கொடுக்கணும். தலையணைக்குப் போடற உறை மாதிரி. உங்க புத்தகத்தைத் தலைக்குத் தலைகாணியா யூஸ் பண்ணா ரொம்ப நல்லா தூக்கம் வருதுன்னு நெறய பேர் சொல்றாங்க. உறை இருந்திச்சின்னா புத்தகம் ரொம்ப நாளைக்கு உழைக்கும் இல்லையா!. இந்த வேண்டுதல் மாத்திரம் நீங்க பரிசீலனைச் செஞ்சாப் போதும்''.

எழுத்தாளர் மூர்ச்சையாகி விழ, பதிப்பாளர் மறுமுனையில் இருந்த நபர் அப்படி என்னப் பேசியிருப்பார்? இவர் ஏன் இப்படி தடாலென்று மயங்கி விழறார் என்றுத் தவித்தவாறு மயக்கம் தெளிய வைக்கத் தண்ணீர் பாட்டிலைத் தேடினார்.

- குவிகம் டிசம்.2023 மின்னிதழில் வெளியானது.

132. கவிமணியும் நகைச்சுவையும்:

மலரும் மாலையும், ஆசிய ஜோதி முதலான அரிய கவிதை நூல்களைப் பாடிய கவிமணி தேசிகவிநாயகம் பிள்ளையவர்கள் நாஞ்சில் நாட்டு மக்கள் வாழ்க்கையினை "மருமக்கள் வழி மான்மியம்' என்னும் நூலில் அழகுற விளக்குகின்றார். இந்நூலின்கண் நீதிமன்றத்தில் நடைபெறும் நிகழ்ச்சிகளை-யும், அங்கு வாங்கப்படும் "பீசு' குறித்தும் நகைச்சுவை தோன்றக் கூறுதலைக் காணுங்கள்.

கோர்ட்டுப் பீசு குமாஸ்தாப் பீசு - கூடிக் காப்பி குடிக்கப் பீசு
வக்கீல் பீசு மகமைப் பீசு - வக்கா லத்து வகைக்கொரு பீசு
எழுதப் பீசு சொல்லப் பீசு - எழுதிய தாளை எடுக்கப் பீசு
நிற்கப் பீசு இருக்கப் பீசு - நீட்டின கையை மடக்கப் பீசு
பாரப் பீசு கீரப் பீசு - கண்டு பீசு காணாப் பீசு
இப்படி யாக என்றென் றைக்கும் பீசு பீசாகப் பிச்சுப் பிடுங்கும்!

133. `கடுகு' அகஸ்தியன் நினைவுகள்நகை

எதார்த்த நகைச்சுவையை வரமாகப் பெற்ற எழுத்தாளன்!'' -

சே. பாலாஜி & தே. அசோக்குமார்

தமிழின் முதுபெரும் எழுத்தாளர் கடுகு அகஸ்தியன் தனது 88 வது வயதில் மறைந்தார்.

மத்திய தர வர்க்கத்தினரின் வாழ்வை நகைச்சுவையோடு சித்திரிப்பதில் கல்கி, தேவன், சாவி, நாடோடி, துமிலன், ஆர்.கே. நாராயண் எனப் புகழ்-பெற்ற எழுத்தாளர்கள் வரிசையில் தனித்துவமிக்க படைப்புகளால் தனக்-கென ஓர் இடம் பிடித்தவர் 'கடுகு' அகஸ்தியன் என்கிற பி.எஸ்.ரங்கநாதன். எதார்த்த நகைச்சுவை இழையோடும் தனி பாணியில் கதைகள், கட்டுரைகள், சிறுகதைகள், நாவல்கள் எனத் தனது படைப்புகளினால் ஏராளமான வாசகர்-களைப் பெற்றவர். செங்கல்பட்டு செயின்ட் ஜோசப் பள்ளியில் படித்த காலத்-திலேயே எழுத்து, நாடகம் எனக் கலைத்துறையில் ஆர்வம் செலுத்தியுள்ளார் 'கடுகு' அகஸ்தியன். பின்னாளில் தன் சக பள்ளி தோழர்கள் 'சித்ராலயா' கோபு மற்றும் இயக்குநர் ஸ்ரீதருடன் இணைந்து மேடைகளில் நகைச்சுவை நாடகங்களில் நடித்தார். நாடக நடிகராக, நாடக கதையாசிரியராக தன்னை மெருகேற்றிக் கொண்டார். அந்தக் காலகட்டத்தில் கல்கி, ராஜாஜி போன்-றோரின் அறிமுகம் இவர் வாழ்க்கையில் பெரிய திருப்புமுனையாக அமைந்-தது.

நலிந்தோர் வாழ்க்கையை நகைச்சுவை கலந்து தன் படைப்புகளில் பதிவு செய்த கடுகின் திறமையை முதலில் அங்கீகரித்தவர் 'கல்கி' கிருஷ்ணமூர்த்தி. கடுகின் எழுத்துகளால் ஈர்க்கப்பட்ட கல்கி, 1952-ல் தனது இதழில் 'பொன்

விளையும் பூமி' என்ற கட்டுரையை வெளியிட்டு ஆதரவளித்தார். அதைத் தொடர்ந்து பல கட்டுரைகளையும் துணுக்குகளையும் கல்கியில் எழுதினார். எழுத்துப் பணியைத் தாண்டி நாடகங்கள், திரைப்படங்கள் போன்றவற்றில் நடித்தும் தன் திறமையை வெளிப்படுத்தினார். இவர் சோ, கே.பாலசந்தர் உள்ளிட்ட பல இயக்குநர்களின் படங்களிலும் நடித்திருக்கிறார்.

வார இதழ்களுக்கு துணுக்கு கட்டுரைகள் எழுதுவதில் அகஸ்தியன் கைதேர்ந்தவர். பணி நிமித்தமாகச் சென்னையில் இருந்து டெல்லிக்குச் சென்றவர், டெல்லியில் இருந்துகொண்டே எழுத்துப் பணிகளை மேற்கொண்டார். குமுதத்தில் அகஸ்தியன் எழுதிய 'அரே டெல்லிவாலா' என்ற துணுக்கு கட்டுரை வாசகர் வட்டாரத்தில் மிகுந்த வரவேற்பைப் பெற்றது. கடுகு அகஸ்தியனை மென்மேலும் பிரபலப்படுத்தியவர் எழுத்தாளர் சாவி. தினமணி கதிரில் 'அகஸ்தியன்' என்ற புனைபெயரில் 'பஞ்சு கதைகள்' என்ற தலைப்பில் நகைச்சுவை கட்டுரைகளை எழுதினார்.

'சுஜாதாவையும், சங்கீத விமர்சகர் சுப்புடு'வையும் அடுத்து டெல்லியில் இருந்துகொண்டு தமிழ்நாட்டில் ஆதிக்கம் செலுத்திய எழுத்தாளர்களில் கடுகு அகஸ்தியனும் ஒருவர். இவர் நாலைந்து வரிகளில் துணுக்குகளாக எழுதிய 'கடுகு செய்திகள்'தான் நாளடைவில் இவரின் நிரந்தர புனைபெயராக மாறியது. கடுகின் 'கேரக்டர்' கட்டுரைகளுக்குத் தனி ரசிகர் பட்டாளமே உண்டு. அவர் எழுதிய 'கமலா', 'தொச்சு' என்ற சீரிஸ் கதைகள் இன்றளவும் பேசப்பட்டு வருகின்றன. விகடனோடும் நெடுங்காலம் தொடர்பில் இருந்து பல படைப்புகளை வழங்கியிருக்கிறார்.

எழுத்தாளராகத் தன்னை முன்னிறுத்திக்கொண்ட கடுகு அகஸ்தியன் அதைத் தாண்டி பல துறைகளில் தனது பெயரை பதித்துள்ளார். குறிப்பாக 'எழுத்துருக்கள்' உருவாக்குவதில் கடுகுக்கு தனி பிரியம். இன்று நாம் அனைவரும் பயன்படுத்தும் 'அழகி' மென்பொருளில் பயன்படுத்தப்படும் எழுத்துரு கடுகு உருவாக்கியதுதான். இவரது சாதனைகளைப் பாராட்டி எழுத்தாளர் தேவனின் அறக்கட்டளை சார்பில் 'தேவன் விருது' இவருக்கு வழங்கப்பட்டது.

எழுத்தாளர் கடுகு அகஸ்தியன் அவர்களின் மறைவு குறித்த எழுத்தாளர்களின் பதிவுகள்:

எழுத்தாளர் இந்திரா சௌந்தர்ராஜன் - "எழுத்தாளர் 'கடுகு' அகஸ்தியன், தமிழ் எழுத்துலகில் யாரும் தவிர்க்க முடியாத மாபெரும் எழுத்தாளர். தனக்கென தனிப் பாணி அமைத்து எழுத்துலகை ஆட்டிப்படைத்தவர். கல்கி, தேவன் அவர்கள் வரிசையில் ஒரு நல்ல எழுத்தாளர். நகைச்சுவையைத் திறம்பட கையாளத் தெரிந்த கலைஞன். நேரில் அவரைப் பார்த்தது இல்லையென்றாலும் அவரின் பல படைப்புகள் எனக்குள் பெரிய தாக்கங்களை ஏற்படுத்தியிருக்கின்றன. நடுத்தர மக்களின் வாழ்க்கையைச் சித்திரித்து படிப்பவர் மனதில் தாக்கத்தை உண்டாக்கும் அளவுக்கு எழுத்துகளைக் கையாளத்

தெரிந்தவர். டெல்லியில் இருந்துகொண்டே தமிழகத்தைக் கலக்கியவர்.

'கடுகு' என்ற புனைபெயருக்கு ஏற்றாற்போல நகைச்சுவையாக இருந்தாலும், விமர்சனமாக இருந்தாலும் தன்னுடைய படைப்புகளில் எழுத்துகளை வெடிக்கச் செய்பவர். கடுகின் துணுக்கு கட்டுரைகளுக்குத் தனிப்பட்ட முறையில் நான் ரசிகன். வயது மூப்பின் காரணமாக வெளிநாட்டில் தன் மகளுடன் வசித்து வந்த எழுத்தாளர் கடுகு, நேற்று இரவு சுமார் 11.30 மணியளவில் மறைந்தார் என்ற தகவல் இன்று காலைதான் எனக்குத் தெரிந்தது. அவரின் இழப்பு எங்களைப் போன்ற எழுத்தாளர்களுக்கு மிகவும் வருத்தத்தை அளிக்கிறது. அவர் மறைந்தாலும் அவரது தனித்துவமிக்க படைப்புகள் வரலாற்றில் நிலைத்து நிற்கும் என்பதில் துளியும் ஐயமில்லை."

எழுத்தாளர் திருப்பூர் கிருஷ்ணன் - "சமையலுக்குக் கடுகு என்பது எவ்வளவு முக்கியமோ அந்த அளவுக்கு எழுத்தாளர் 'கடுகு' அவர்கள் இந்த எழுத்துத்துறைக்கு முக்கியம். எழுத்தாளர்கள் பலருக்கும் கடினமான ஒரு பகுதி என்றால் அது நகைச்சுவைதான். நகைச்சுவை சார்ந்து எழுதுவது அவ்வளவு கடினமான ஒன்று. ஆனால், அதைத் திறம்பட கையாளத் தெரிந்த மிகக் குறைவான எழுத்தாளர்களுள் 'கடுகு' அகஸ்தியன் தவிர்க்க முடியாதவர். தோற்றத்தில் எழுத்தாளர் வல்லிக்கண்ணன் அவர்களைப் போலவே இருப்பார். அவருடைய ஒரு நூல் அறிமுகக் கூட்டத்தில்தான் அவரை முதல் முறையாகச் சந்தித்தேன். அதுவே கடைசி முறையாகவும் அமைந்தது. அவருடன் நான் செலவழித்த நிமிடங்கள் என் வாழ்வில் மறக்க முடியாத நிமிடங்கள்.

என்னுடைய பெரியப்பாவின் நெருங்கிய நண்பர் எழுத்தாளர் கடுகு. நாவல்கள், கட்டுரைகள், கதைகள், துணுக்குகள் எனப் பல பரிமாணங்களில் தனது எழுத்தை வரலாற்றில் பதிவு செய்தவர். அவருடைய படைப்புகள் எல்லாமே எனக்கு விருப்பமானவைதான். குறிப்பாக, அவர் எழுதிய 'என்ன தவம் செய்தேனோ' என்ற கட்டுரை எனக்கு மிகவும் பிடித்தமான ஒன்று. அதேபோல் எழுத்தாளர் கடுகு தன் மனைவி கமலாவுடன் இணைந்து பதம் பிரித்து பெரிய எழுத்துருவில் வெளியிட்ட 'நாலாயிர திவ்யப் பிரபந்தம்' நூலும் என்னுடைய விருப்பமான நூல். எழுத்தாளர் கடுகின் மறைவுச் செய்தி மிகுந்த வருத்தத்தை அளிக்கிறது. இது எங்கள் துறைக்கு ஈடுகட்ட முடியாத பெரும் இழப்பாக நான் கருதுகிறேன்."

134. நான் எழுதும் கடைசி கதை!

- முனிஸ்வரன் குமார்

நான் எழுதிய மொத்தச் சிறுகதைகளின் எண்ணிக்கை எட்டு. ஆம்! எட்டுதான். அதற்குமேல் நான் எழுதவில்லை. இனி எழுதவே கூடாது என்ற முடிவோடுதான் இருக்கிறேன். பட்டதெல்லாம் போதுமடா சாமி! இப்போது

நினைத்தாலும் மயக்கமே வந்துவிடும் போலிருக்கிறது. நான் எழுதிய கடைசி கதையின் வரலாறு உங்களுக்குத் தெரியுமா? நீங்கள் இதை வேறு யாரிடமும் இதைச் சொல்லமாட்டீர்கள் என்று நம்பி உங்களுக்கு மட்டும் சொல்கிறேன்.

என் முதல் நான்கு சிறுகதைகள் சில இதழ்களுக்கு அனுப்பிவைத்துவிட்டு இதுவரை எந்தத் தகவலும் இல்லாமல்தான் இருக்கிறேன். ஆனால் என்னுடைய ஐந்தாவது கதை மக்கள் ஓசையில் முதல்முதலாகப் பிரசுரமானது. அதற்குப் பிறகுதான் நான் எழுதுவதில் மேலும் தீவிரமானேன்.

அந்தக் கதையின் தலைப்புகூட எனக்கு நன்றாக நினைவில் இருக்கிறது. 'பள்ளி எனும் சிறை' என்றுதான் நான் பெயர் வைத்தேன். ஆனால் 'பள்ளி' என்று மட்டும் பிரசுரமாகியிருந்தது. தமிழ்ப்பள்ளி ஒன்றின் தலைமையாசிரியர் எவ்வளவு முரட்டுத்தனமாக ஆசிரியர்களிடம் நடந்துகொள்கிறார் என்பதுதான் கதையின் மையம். ஆர்வக் கோளாரில் நான் வேலை செய்யும் பள்ளியின் பெயரையே போட்டுவிட்டேன். அதற்காகத் தலைமையாசிரியரிடம் ஒன்றரை மணிநேரம் மூச்சுவிடாமல் கொடுத்தத் திட்டுகளை வாங்கியதுதான் மிச்சம்! அன்றிலிருந்து அவருடைய கடுப்புக்கு உடனடி பலிகடா நான்தான் என்றால் பார்த்துக்கொள்ளுங்களேன்... ஹ்ம்ம்... சரி. அதை ஒரு பக்கம் விடுவோம்.

ஆறாவது சிறுகதை எதைப் பற்றியது தெரியுமா? பேரணி ஒன்றில் கலந்துகொள்ளப் போயிருந்த முதியவர் ஒருவர் தனது கருத்தினைச் சொல்லவிடாமல் அதிகார வர்க்கம் எவ்வாறு நடந்துகொண்டது என்பதைப் பற்றி... இதில் நிறைய வர்ணனைகளைப் போட்டுத் தாக்கியிருந்தேன். இந்தக் கதை நாளிதழ்கள் பிரசுரிக்கவில்லை. ஒரு சிற்றிதழுக்கு அனுப்பியிருந்தேன். அவர்கள்தான் போட்டார்கள். சில நாட்கள் போனது. கல்வி இலாகாவிலிருந்து அழைப்பு. அரசாங்கத்துக்கு எதிராக எழுதியதாக புகார். எல்லாம் என் தப்புதான். வெறும் பேரணி என்று எழுதியிருக்கலாம். ஒரு ஒரிஜினாலிட்டி காட்டவேண்டும் என்பதற்காக சட்டவிரோதப் பேரணி ஒன்றின் பெயரைப் போட்டிருந்தேன். அதில் வந்த வினைதான் அது. இனி அந்தப் பேரணியின் பெயரைச் சொல்லவே மாட்டேன்; எங்காவது அந்தப் பெயரைக் கேட்டால் உடனே காதை மூடிக்கொள்கிறேன் என்று சத்தியமடித்துச் சொல்லி வேலையைக் காப்பாற்றிக்கொண்டு வந்தேன்.

அதற்குப் பிறகு வேலைக்கு ஆப்பு வைக்கிற எதையும் எழுதுவதில்லை என்று முடிவோடிருந்தேன். சமுதாயச் சிக்கலைப் பற்றி எழுதலாமே? என்னுடைய ஏழாவது சிறுகதை சமுதாயச் சிக்கலைப் பற்றியதுதான். அது ஒரு உண்மைச் சம்பவமும் கூட... தலைப்பு என்ன தெரியுமா? 'பொண்டாட்டி, வைப்பாட்டி, நடுவில் முனியாண்டி'. தலைப்பே வித்தியாசமா இல்ல? ஆனால் அதில் ஒரு சிக்கல் பாருங்க... ஒரு மோனை ஒலிநயத்துக்காகத்தான் முனியாண்டி என்று பெயரைப் போட்டிருந்தேன். அதை எங்கிருந்தோ வந்த ஒரு முனியாண்டி வெட்டுக்கத்தி ஏந்தியபடி வீட்டு வாசல் முன் வந்து

கத்திவிட்டு போனான்.

எல்லாம் கெட்டக் கெட்ட வார்த்தைகள்தான். மனுஷன் போறதே போனான்... சும்மா போயிருந்திருக்கலாம். கல்லை எடுத்து கார் மேலே வீசி-விட்டுப் போனதில் கல் பட்ட இடம் லேசாக நசுங்கிவிட்டிருந்தது. போலீசுக்-கெல்லாம் போகவேண்டாம் என்று மனைவி சொல்லிவிட்டாள். பிறகு விசா-ரித்ததில்தான் தெரிந்தது, அவன் இதே தாமானில் கடைசிக்கு இரண்டாவது புளோக்கில் இருக்கிறவன் என்று. அதற்கப்புறம் அவனாச்சு அவன் பொண்-டாட்டியாச்சு; வப்பாட்டியாச்சு... விட்டுவிட்டேன்.

இப்படி என்னுடைய ஒவ்வொரு கதைகளுக்குப் பின்னாலும் ஒரு பயங்கர வரலாறு உண்டு. இவ்வளவு கசப்புகளுக்கும் இடையே ஒரு சந்தோஷமான செய்தி என்ன தெரியுங்களா? என் கதையை நாலு பேர் படிக்கிறார்கள் என்-றுதானே அர்த்தம்?

சரி... என்னுடைய கடைசிக் கதையைப் பற்றி கேட்கிறீர்களா? என்னடா இது, எதை எழுதினாலும் வம்பாய்ப் போகுதே என்று யோசித்துக்கொண்-டிருந்த வேளையில் பத்திரிகையில் வந்த செய்தி ஒன்று என் கவனத்தை ஈர்த்தது. 'போலீஸ் அதிரடி சோதனை: விபச்சாரத்தில் ஈடுபட்ட சீன நாட்டு அழகிகள் கைது'. கிட்டத்தட்ட இப்படித்தான் அந்தத் தலைப்பு இருந்தது. அட! இவர்களைப் பற்றி எழுதலாமே? வெளிநாட்டிலிருந்து கொண்டுவ-ரப்பட்டு விபச்சாரத்தில் ஈடுபடுத்தப்படும் இவர்களைப் போலீஸ் பிடிக்கிறது. பிறகு இவர்கள் என்ன ஆகிறார்கள்? இவைதான் நான் எழுதவேண்டியவை. ஒருவேளை இசக்கு பிசக்காக ஏதாவது எழுதிவிட்டாலும்கூட தப்பித்துக்-கொள்ளலாம். சீன நாட்டுக்காரிகளுக்குத்தான் தமிழ் தெரியாதே... ஹிஹிஹி...

ஆனால் அதில் ஒரு சிக்கல் இருந்தது. விபச்சார விடுதி எப்படி இருக்-கும்? அங்குள்ள பெண்கள் எப்படி இருப்பார்கள்? எப்படி உள்ளே போவது? எப்படி வெளியேறுவது? இது எதுவுமே எனக்குத் தெரியாது. இது எதுவும் தெரியாமல் மேம்போக்காகக் கதையை எழுதினால் அதில் ஒரிஜினாலிட்டி இருக்காது. நான் எழுதினால் உண்மையையும் அனுபவத்தையும்தான் எழுது-வேன். இரண்டாவதுதான் கற்பனை. கோத்தா டாமான்சாராவில் இந்த மாதிரி கேசுகள் அடிக்கடி வருவது எல்லாருக்கும் தெரியும். ஆனால் எப்படி இந்த மாதிரி இடத்தைச் சரியாகக் கண்டுபிடிப்பது என்று புரியாமல் இருந்த சமயத்-தில்தான் என் கூட்டாளியின் கூட்டாளி ஒருவனின் நினைவு வந்தது. அவன் மூலமாக எப்படியோ வழி கிட்டியது. அது ஒரு உடம்பு மசாஜ் செய்யும் இடம் என்று போர்டு போட்ட விடுதி.

உள்ளே போகாமல் காருக்குள்ளேயே உட்கார்ந்துகொண்டிருந்தேன். தயக்-கமாக இருந்தது. என் தகுதிக்கு இந்த மாதிரி இடத்துக்கெல்லாம் வரலாமா என்று குழம்பிக்கொண்டிருந்தேன். யாராவது பார்த்துவிட்டால்? வெளியில் யாருக்கும் தெரிந்துவிட்டால்? சும்மா கதை எழுதத்தான் வந்தேன் என்று

சொன்னால் ஸ்கூல் பையன் கூட விழுந்து விழுந்து சிரிப்பான். மணி ராத்திரி பத்தைத் தாண்டியிருந்தது. இன்னும் நேரமாக்கினால் வீட்டிற்குப் பதில் சொல்லவேண்டி வரும். இப்போது உள்ளே போகவேண்டும் அல்லது கிளம்பி வீட்டுக்கு போகவேண்டும் என்கிற சூழல். அப்போது நான் எடுத்த முடிவு என்ன தெரியுமா? உள்ளே செல்வதுதான்! சொல்லுங்கள்! நான் தைரியசாளி தானே?

வண்டியின் கதவைத் திறந்து குடுகுடுவென ஓடிப்போய் அந்த மசாஜ் செண்டரின் படிகட்டுகளில் ஏறி உள்ளே தாவினேன். சுவர் முழுக்க மசாஜ் படங்களாக இருந்தன. நிறைய சீன எழுத்துக்கள். முன் நாற்காலியில் உட்கார்ந்திருந்த சீனத்தி என்ன வேண்டும் என்று கேட்டாள். நான் தலையைச் சொறிந்துகொண்டிருந்தேன். ஒரு அட்டையைக் காட்டினாள். அது என்னென்ன வகை மசாஜ் உண்டென்பதையும் அதற்கேற்ற விலையையும் காட்டிக்கொண்டிருந்தது. அந்த அட்டையை எடுத்து கொஞ்ச நேரம் இங்கும் அங்கும் உலாத்திக்கொண்டிருந்தேன். மணி பத்து முப்பதுக்கும் மேல். மனதில் தைரியத்தை வரவழைத்து அவளிடம் “மாவ் அம்மோய்...” என்றேன். அவள் ஒன்றுமே தெரியாதமாதிரி நடித்துக்கொண்டிருந்தாள். என் கூட்டாளியின் கூட்டாளிப் பெயரைச் சொல்லி ஒருவழியாக அவளை வழிக்குக் கொண்டுவந்தேன்.

யாரையோ போன் பன்னிக் கூப்பிட்டாள். கட்டையாக உருண்டையாக ஒரு சீனன் வந்தான். அவன் முகத்தில் ஏதோ இறுக்கம். மேலும் கீழும் பார்த்தான். ஏதேதோ கேட்டான். தட்டுத் தடுமாறி பதில்சொல்லிக்கொண்டிருக்க “மரி” என்று அழைத்து பின்புறம் சென்றான். இரண்டு மூன்று சந்துகள் நான்கைந்து படிகட்டுகள் என்று இழுத்துக்கொண்டு போனவன் சின்ன ஹால் ஒன்றில் போய் நின்றான். அறையில் மங்கிய வெளிச்சத்தை மட்டுமே இரண்டு டியூப் லைட்டுகள் பரப்பிக்கொண்டிருந்தன. சுவர் முழுக்க மெல்லிய சிவப்புச் சாயம் பூசப்பட்டிருந்தது. எனக்கு கைக்கால்கள் அப்போதிலிருந்தே நடுக்கத்தில்தான் இருந்தன. கை நடுக்கத்தை மறைப்பதற்காகக் கைகளைப் பாக்கெட்டுக்குள் விட்டுக்கொண்டேன். உள்ளே இன்னொருத்தன் இருந்தான். அவனும் இவனைப் போலவே இறுக்கமான முகத்தை வைத்துக்கொண்டு என்னை மேலும் கீழும் பார்த்தான். எனக்குச் சங்கடமாக இருந்தது. உண்மையிலேயே இந்தக் கதையை எழுதத்தான் வேண்டுமா என்று இன்னொருமுறை யோசித்துக்கொண்டிருந்தேன்.

எந்த மாதிரி வேண்டும் என்று என்னைக் கூட்டிவந்தவன் கேட்டான். தெரியாமல் முழித்துக்கொண்டிருந்தேன். அவனே சில பதில்களைச் சொல்லி என்னைத் தேர்ந்தெடுக்கச் சொன்னான். சீனா, பிலிபைன்ஸ், மியன்மார், கம்போடியா என்று நான்கைக் கொடுத்து ஒன்றைத் தேர்ந்தெடுக்கச் சொன்னான்; எனக்குப் பள்ளியில் நான் தரும் தமிழ்மொழி கேளிவித்தாள் ஒன்று இப்படித்தான் வரும் என்று நினைத்துச் சிரித்துக்கொண்டேன். சரியான

விடையைத் தேர்ந்தெடுக்கவேண்டும்...

சீனாவைத் தேர்ந்தெடுத்தேன்.

அவன் ஏதோ சொல்ல ஏற்கனவே உள்ளே நின்றுகொண்டிருந்தவன் உள்ளே போய் நான்கு பேரைக் கொண்டுவந்து நிப்பாட்டினான். அதில் ஒன்றைத் தேர்வு செய்யவேண்டுமாம். முதலில் நின்றுகொண்டிருந்தவளைக் காட்டினேன். அவளுக்கு என்பது வெள்ளியாம். அதைக் கொடுத்துவிட்டு கையைப் பிசைந்துகொண்டிருந்தேன். இந்தக் கதை பத்திரிகையில் வந்தாலும் பத்துவெள்ளி கூட கிடைக்காதே என்ற யோசனை வேறு. அவள் எல்லாம் தெரிந்தவள் போல உள்ளே நடந்து சென்றாள். நான் அவள் கூடவே போக-வேண்டும் என்று தெரிந்தது. பின்தொடர்ந்து போனேன். உள்ளே செல்லச் செல்ல ஏதோ கெட்ட வாடை குடலைப் பிரட்டிப்போட்டது. மங்கிய வெளிச்-சம் பார்வையை மறைத்தது.

ஒரு அறைக்குள் நுழைந்தாள். நானும் உள்ளே நுழைந்து அடுத்தது என்ன என்று வேடிக்கை பார்த்துக்கொண்டிருந்தேன். அந்த அறை முழுக்க நோட்டமிட்டேன். இரண்டு பேர் படுக்கக்கூடிய அளவில் ஒரு கட்டில் அறை-யில் பிரதானமாக இருந்தது. பலகையால் ஆன பழைய கட்டில். மலிவு விலையில் வாங்கிய மெத்தையும் தலையணைகள் இரண்டும் இருந்தன. லேசாகக் கலைந்தபடி இருந்தது கத்தரிப்பு நிறத்திலான மெத்தை விரிப்பு. எல்லாவற்றையும் சுற்றி நோட்டமிட்டேன். இதற்காகத்தானே வந்தேன்?

அவள் ஏதேதோ பேசிக்கொண்டிருந்தாள். எனக்கு ஒன்றும் விளங்க-வில்லை. நான் இன்னமும் பராக்கு பார்த்துக்கொண்டிருந்தேன். அறையின் இடதுபுறத்தில் பாத்ரூம். உள்ளே போய் எட்டிப்பார்த்தேன். கருமம்! பயங்கர கவிச்சி நாத்தம்! முகத்தைச் சுளித்தபடி மீண்டும் வெளியே வந்தேன். வெளியே பார்த்த மசாஜ் போர்டு முதல் இந்த அறையின் பாத்ரூம் வரை எல்லாவற்றையும் மனதில் பதிந்துகொண்டிருந்தேன். அடுத்து அவளிடமிருந்து ஏதாவது தகவல் வந்தால் தேவலை என்று தோன்றியது. எப்படி வந்திருப்-பாள்? எப்படி இந்த கும்பலுடன் சேர்ந்தாள்? இவளுக்கு என்ன கொடுப்பார்-கள்? எங்கே தங்குவாள்? இன்னும் எத்தனை நாட்கள் இந்தத் தொழிலில் இருப்பாள்? மாட்டிக்கொண்டாள் அவள் நிலமை என்ன? பல கேள்விகள் என்னிடம் இருந்தன.

மலாயில் பேசினேன். அவளுக்குப் புரியவில்லை. "சே! சீனா நாட்டுக்கா-ரியாச்சே... மலாய் புரியாதே". சீனத்தில் ஒன்றிரண்டு வார்த்தைகள் சொன்-னாள். அது எனக்குப் புரியவில்லை. இருந்தாலும் சைகையில் முடிந்தவரை பேசினேன். என்னை ஏதோ கிறுக்கனைப் பார்ப்பதுபோல பார்த்துக்கொண்டி-ருந்தாள். வந்ததைச் செய்யாமல் கையையும் காலையும் உதரிக்கொண்டிருந்-தால் அப்புறம் வேறென்ன நினைப்பாள்?

அவளாகவே கிட்டத்தில் வந்து கன்னத்திலும் உதட்டிலும் முத்தம் கொடுத்தாள். தூ! பயங்கரமான சிகரெட் நாத்தம்! தூ! அவள் முன்னே துப்-

பமுடியாமல் தவித்தது எனக்குத்தான் தெரியும். நெளிந்துகொண்டிருந்தேன். அடுத்து என்ன செய்ய?

திடீரென எவனோ ஒருத்தன் தடதடவென கதவைத் தட்டி என்னத்தையோ கத்திவிட்டு ஓடினான். அடுத்தக் கதவைத் தடதடவென தட்டும் ஓசையும் கேட்டது. சீனாக்காரியைத் திரும்பிப் பார்த்தேன். அவள் முகத்தில் பயங்கர கலவரம் தெரிந்தது. சுவற்று ஆணியில் மாட்டிவைத்திருந்த அவளுடைய மேல் சட்டையை அவசரமாக எடுத்து உடம்பில் மாட்டிக்கொண்டிருந்தாள்.

அவளுடைய நடவடிக்கை எனக்குப் புதிராக இருந்தது. என்னவென்று சைகையால் கேட்டேன். சீனத்தின் கய்யமுய்ய என்று கத்திக்கொண்டிருந்தாள். அவள் பேசியது என்னவோ "கொய்தியாவ் கொய்தியாவ்" என்றுதான் எனக்கு விளங்கியது. பதிலுக்கு நான் என் சுட்டுவிரலால் என்னைக் காட்டி "வெஜிடேரியன், வெஜிடேரியன்" என்றேன். அவளுக்கு ஏதோ அவசரம் இருந்தது. கதவைத் திறந்து வெளியே ஓட முயன்றாள். அவள் கைகளை இறுக்கமாகப் பிடித்துக்கொண்டேன். என் கைகளை உதற முயன்றபடி என்னவோ கத்திக்கொண்டிருந்தாள். முகத்தில் பயமும் இறுக்கமும் தெரிந்தது. திரும்பத் திரும்ப சொன்னதையே சொல்லிக்கொண்டிருந்தாள். அவள் சொல்வதைக் கூர்ந்து கவனித்தால் ஏதோ பழக்கமான வார்த்தை மாதிரியே... என்னது போலீசா?

ஒரு கனம் புலியை நேரில் பார்த்தது போன்ற பயம்! அதிர்ச்சியில் உடல் உதறல் எடுத்தது. சீனத்தி என் கையை உதறிவிட்டு ஓடிவிட்டாள். நானும் ஓடியாக வேண்டும். மாட்டினால் நாளை பேப்பரில் கலர் போட்டோவோடு செய்தி வரும். கதை எழுதத்தான் இங்கே வந்தேன் என்று சொன்னால்...

எங்கே ஓடுவது? எப்படி ஓடுவது? எல்லாமே சூனியமானது. சுற்றும் முற்றும் பார்த்தேன். எதுவும் உதவுகிற மாதிரி தெரியவில்லை. கட்டிலுக்கடியில் ஒளிந்துகொள்ளலாமா? சே! அது ரொம்ப பழைய டெக்னிக்! வேலைக்காகாது. கதவைத் திறந்து வெளியே எட்டிப் பார்த்தேன். ஒரே கய்யமுய்யவாக இருந்தது. அந்தப்பக்கம் ஓடினால் கண்டிப்பாக மாட்டிக்கொள்வேன். எல்லாரும் எங்கெங்கே ஓடிப் போனார்கள், ஒளிந்துகொண்டார்கள்? ஒன்றும் பிடிபடவில்லை.

அந்த அறையையே சுற்றிச் சுற்றிப் பார்த்தேன். ஒரே ஒரு சன்னல் மட்டும் வழிகாட்டுவது போன்று இருந்தது. எக்கிப் பார்த்தேன். நான் இரண்டாவது மாடியில் இருக்கிறேன் என்று அப்போதுதான் தெரிந்தது. எகிரி குதித்தால் எலும்பு உடைவது நிச்சயம்! என்ன செய்வது என்று யோசித்துக்கொண்டிருந்தேன். ஆனால், யோசிப்பதற்கான நேரம் அதிகமில்லை. ஆட்கள் அங்கும் இங்கும் ஓடும் ஓசை கொஞ்ச கொஞ்சமாய் நெருக்கத்திற்கு வந்தது. உயிரை விட மானம்தான் பெரியது என்று சன்னலின் விளிம்பில் ஏறினேன். இன்னொரு சிந்தனை. எகிறி குதித்துத் தப்பித்துவிட்டால் பரவாயில்லை. கை

கால் முறிந்து தப்பிக்கமுடியாமல் மாட்டிக்கொண்டால்? இருதயத் துடிப்பு சிக்கிரம் சீக்கிரம் என்று அலாரம் அடித்துக்கொண்டிருந்தது. அடக் கடவுளே! ஒரு கதை எழுத இத்தனையும் நான் படனுமா? இது எனக்குத் தேவையா என்று நெற்றியில் அடித்துக்கொண்டேன்.

கீழே ஏதாவது இருந்தால் அதன் மேல் குதிக்கலாம் என்று நினைத்து கவனித்தேன். ஒன்றும் இல்லை. புளோக்கின் பின் பகுதி என்பதால் அங்கு ஒரே நிசப்தமும் இருளும்தான் நிறம்பியிருந்தது. அம்மா தாயே காப்பாத்து என்று சத்தம் போடாமல் சொல்லிக் கீழே குதித்தேன். தரையைத் தொட்டதும் பெரிய அதிர்வு உடலுக்குள் ஓடியதைச் சில கனங்கள் உணரமுடிந்தது. எம்பி எம்பி குதித்து இன்னும் இருளான இடத்துக்கு ஓடினேன். இருளில் ரொம்ப நேரம் ஒளிந்திருக்க முடியாது. புளோக்கின் பின்னாலேயும் போலீஸ் வரலாம். ஓடிப்போய் பண்டாராயா குப்பைத் தோம்பில் எகிறி குதித்தேன். உள்ளே இருந்த பூனை அதனுடைய பாஷையில் கெட்ட வார்த்தையில் என்னைத் திட்டிவிட்டு எகிறி குதித்து வெளியே ஓடியது. இப்போது எனக்கு உள்ளே பாதுகாப்பாக இருப்பதாக ஓர் உணர்வு.

கைகால் நடுக்கம் குறைந்தபாடில்லை. உடல் முழுக்க பயங்கர ரணமாகியிருந்தது. குளிரில் பற்கள் டைப்படித்துக்கொண்டிருந்தன. இரு கைகளையும் பிணைத்துக்கொண்டு வாயிலிருந்து சூடான காற்றை ஊதி வெப்பமேற்றிக்கொண்டிருந்தேன். மூச்சை இழுக்கும்போதெல்லாம் எல்லா குப்பையின் நாற்றமும் என் நுரையீரலுக்குச் சென்று வெளியேறியது. நாற்றத்தைப் பொருட்படுத்தவில்லை. வலது கால் எதிலோ குத்திக்கொண்டிருந்தது. அதைத்தான் தாங்கமுடியவில்லை.

முதலில் போனை எடுத்து அடைத்துவைத்தேன். சத்தமோ அசைவோ எதுவும் இல்லாமல் குப்பையோடு குப்பையாக ஐக்கியமானேன். ஹ்ம்ம்... என் நிலமையப் பாத்தியா என்று என்னை நானே கேட்டுக்கொண்டேன். மனதுக்குள்தான்! நான்கு மணிநேரம் கழித்துத்தான் வெளியே வந்தேன். எல்லாம் ஒரு கூடுதல் பாதுகாப்புக்காகத்தான். எங்கே என்னென்ன அடிபட்டது என்று எதுவும் தெரியவில்லை. மெதுவாக நொண்டி நொண்டி வண்டிக்குப் போனேன். வண்டியில் ஏறியதும்தான் ஒரு நிம்மதி. வண்டியில் ஏறியபின்னர்தான் என்னுடைய கோலத்தைப் பார்த்தேன். அசல் பிச்சைக்காரன் மாதிரி இருந்தது. என்னுடைய புதுச்சட்டை நாசமாயப் போனது. சப்பாத்து கிழிந்துவிட்டிருந்தது. சீட்டில் சாயாமல் வண்டியை எடுத்தேன். நான் வீடுபோய் சேர மணி விடியக்காலை மூன்றரை!

அவ்வளவுதான்; இனி எல்லாம் சுகம் என்று நினைக்கிறீர்களா? அதுதான் இல்லை. இன்னும் கதையைக் கேளுங்கள். நான் வீட்டுக்குப் போய்ச் சேர்ந்திருந்தபோது என் மனைவி வீட்டில் இல்லை. பிள்ளைகள்தான் இருந்தனர். வண்டி சத்தம் கேட்டதும் ஓடிவந்து வெளியில் நின்று அதிசயமாய் என்னைப் பார்த்துக்கொண்டிருந்தனர். அவர்கள் சொல்லித்தான் என்னைக்

காணவில்லை என்று என் மனைவி ஊரே தேடியிருக்கிறாள் என்று தெரிந்தது. போனை எடுத்தேன். அடைத்து வைத்திருந்ததை மீண்டும் உயிர்ப்பித்தேன். ஐம்பத்து எட்டு மிஸ்ட் கால்ஸ்! போலீசிடம் இருந்து தப்பித்துவிட்டேன். இவளிடமிருந்து எப்படித் தப்பிக்கப்போகிறேன் என்றுதான் மிரட்சியாக இருந்தது. நல்லவேளை. எங்களுக்குள் எந்த சண்டை வந்தாலும் பத்திரிகைக்குப் போகாது என்று சின்ன அசட்டு நிம்மதி.

உடனடியாக அவளுக்கு போனைப் போட்டேன். போனை எடுத்ததும் அழும் ஓசை தான் முதலில் கேட்டது. அப்புறம் சிலப்பல வார்த்தைகள் சொல்லித் திட்டினாள். அதெல்லாம் இப்போது எதற்கு? அடுத்ததாக நடந்தது என்ன என்று கேளுங்கள்! அவள் வீட்டுக்கு உடனே வருவதாகச் சொல்லித்தான் போனை வைத்தாள். கூடவே அவளுடைய தடிப்பயல் அண்ணன்களும் வருகிறார்களாம். அவர்கள் வந்து சேர்வதற்குள் உடுப்பைக் கழற்றிக் குப்பையில் போட்டுவிட்டு அவசர அவசரமாகக் குளித்துமுடித்து வெளியே வந்தேன்.

சில நிமிடங்கழித்து அவர்கள் வந்து சேர்ந்தார்கள். என் மனைவி என்னைக் கட்டிப்பிடித்துக்கொள்வதுபோல ஓடி வந்தாள். கிட்ட வந்ததும் "ஹ்ம்ம் கருமம்! என்ன இது மேல ஒரே குப்பத்தொட்டி நாத்தம்?" என்றாள். எனக்கு என்ன சொல்வது என்று ஒன்றுமே தோன்றவில்லை. நல்லாத்தானே குளித்தேன்?"சரி! முதல்ல போலீஸ் ஸ்டேஷனுக்கு வாங்க" என்றாள். மறுபடியும் போலீசா? "எதுக்கு?" என்றேன். கைகள் நடுக்கத்தை மறைக்க பின்னால் கட்டிக்கொண்டு நாற்காலியில் உட்கார்ந்துகொண்டேன். "எங்கியோ போய் தொலைஞ்சிட்டீங்கன்னு போய் கம்ப்லைண்ட் குடுத்துட்டு வந்தேன். அதான் வந்துட்டீங்களே. போய் நீங்க கிடைச்சிட்டீங்கன்னு சொல்லவேணாமா?" என்றாள்.

எனக்கு போலீஸ் மீதான அரட்சி இன்னும் தீரவில்லை. அவர்களையே போகச்சொல்லி கட்டாயமாகச் சொல்லிவிட்டு எழுந்துபோய் கட்டிலில் விழுந்ததுதான்! மறுநாள் பயங்கர காய்ச்சல். அப்போது எடுத்த முடிவுதான். கடைசியாக அந்தக் கதையை மட்டும் எழுதிவிட்டு முழுக்கு போட்டுவிட்டேன். அந்தக் கதை அருமையாக மிகத் தத்ரூபமாகத்தான் எழுதியிருந்தேன். பல இதழ்களுக்கு அனுப்பியாகிவிட்டது. இதுவரை யாரும் இன்னும் பிரசுரிக்கவில்லை

ஹ்ம்ம்... இதெல்லாம் நடந்து இரண்டு வருஷமிருக்கும். இன்னும் என்னால் அவற்றையெல்லாம் மறக்கமுடியவில்லை. அட... நான் கதை எழுதிய கதைகளைத் திரட்டியே ஒரு கதை எழுதிவிடலாம் போல இருக்கே?

- மலேசிய தேசிய பல்கலைக்கழகம் நடத்திய 2013ஆம் ஆண்டின் சிறுகதை போட்டியில் தேர்வு பெற்ற கதை

7

135. பெண் எழுத்து: புலம்பியது போதும்

- வாஸந்தி

'ஒரு பெண்ணாக, ஒரு எழுத்தாளராக' (BEING A WOMAN BEING A WRITER) என்ற அந்தத் தலைப்பு புதியதில்லை. இதற்கு முன் பல இந்தியப் பெண் எழுத்தாளர்கள் பங்குபெற்ற இலக்கிய அமர்வுகளில் விலாவாரியாகப் பேசப்பட்ட விஷயம்தான். ஆனால், சமீபத்தில் போபாலில் டெல்லி சாகித்ய அகாடமி ஏற்பாடு செய்திருந்த இரண்டு நாள் நடந்த இலக்கியச் சம்மேளனத்தில், பெண் எழுத்தும் சிந்தனையும் வெகுஜன உளவியலில் அவர்களைப் பற்றி வரையப்பட்ட சித்திரத்தை விட்டு வெளியே வந்து வெகு காலமாகிவிட்டதென்பது தெரிந்தது. 'ஆணுக்குப் பெண் இளைப்பில்லை காண்' என்று அவர்கள் கோஷம்போடவில்லை. பால் இன பேதம் தங்களை எந்த வகையிலும் இளைத்தவர்கள் ஆக்கிவிடவில்லை என்கிற இயல்பான புரிதலுடன் பேசினார்கள். பெண் மட்டுமே இச்சமூகத்தின் victim என்று சொல்வது அபத்தம் என்கிற கருத்து எல்லாரது பேச்சிலும் தொனித்தது.

உங்கள் ஆவேசத்தைப் புரிந்துகொண்டோம்.

சகோதரிகளே, புலம்பினது போதும். சென்ற நூற்றாண்டின் மையத்தில் Second Sex என்ற புத்தகம் எழுதி உலகை, பெண்ணினத்தை உலுக்கிய சிமோன் தெ பூவா அவர்களே, நீங்கள் சொன்னவற்றையெல்லாம் நாங்கள் உள்வாங்கிக்கொண்டோம்! புரிகிறது... நாம் ஏன் இரண்டாம் பாலினமாகிப்போனோம் என்பது. இப்போது சற்றே விலகி இரும்.

பெண்கள் மீதான ஆண்களின் மிதமிஞ்சிய வெறுப்பே, பெண்களை சுயமதிப்பை இழக்கச் செய்து தங்கள் உடலையே வெறுத்து வெட்கவைத்து அவர்களை நபும்சகர்களாக்கியது என்று ஆக்ரோஷத்துடன் Female Eunuch புத்தகத்தை எழுதி பெண்ணிய கோஷம் போட்ட ஜர்மேன் க்ரியரே! புரிந்துகொண்டோம் உங்கள் ஆவேசத்தை. உங்களைத் தொடர்ந்து வந்த பல பெண்ணிய கோஷங்களும் எங்கள் புரிதலைத் தெளிவாக்கின. காத தூரம்

பயணித்த பிறகு எங்கள் எல்லைகள் விரிந்துவிட்டன. மிக விசாலமானது இவ்வுலகம். மிகச் சிக்கலானவை அதன் பிரச்சினைகள். மனித உரிமை மீறல் பல விதமாக இந்தப் புவியை அலைக்கழிக்கின்றன. அதன் பயங்கர அரசியலில் பாதிக்கப்படுபவர்கள் பெண்கள் மட்டுமில்லை. பெண்ணாக எதிர்கொள்ளும் பிரச்சினைகளைச் சந்திக்கும் பொறுப்பும் வலிமையும் நம்மிடம்தான் உள்ளன என்று நம்புவோம். வேண்டாம் கோஷம். வேண்டாம் இந்தப் புலம்பல்.

காலம் மாறிவிட்டது - ஒரு கன்னடக் கவிஞர் பழைய பாணியில் ஆண்களைத் துச்சமாகக் கருதி வெறுப்புக் கக்கும் வரிகளையும் பாலுறுப்புகளைச் சுட்டும் வார்த்தைகளையும் பிரயோகித்து, பெண்கள் குடித்தால் என்ன தவறு என்கிற பாணியில் கவிதை மழை பொழிந்தார். அரங்கம் முழுவதும் எரிச்சலுடன் கையொலி எழுப்பி அவரை நிறுத்தச் சொன்னது வியப்பை அளித்தது. அப்படிச் செய்தவர்கள் ஆண்கள் இல்லை. வயதான பெண்களோ பழமைவாதிகளோ இல்லை. கல்லூரி மாணவிகள்.

பெண்மொழி என்று உண்டா - பெண் எழுத்து என்று படைப்பாக்கத்தில் பிரித்துப் பேசுவது ஒரு அரசியல் என்று ஆகிவிட்ட நிலையில் ஒரு கேள்வி எழுகிறது. புவியில் சரிசமமாக உள்ள ஆண்களும் பெண்களும் அவரவர் சமூகப் பின்புலத்தில் வெவ்வேறு விதமான பாதிப்புகளை அனுபவிப்பதால் வெவ்வேறு உணர்வு நிலைகளையும் அதற்குத் தக்கவாறான வித்தியாசமான மொழிப் பிரயோகத்தையும் கையாளுகிறார்களா? அவர்களது குறிக்கோள்களில், பரிணாம வளர்ச்சியில் வித்தியாசம் உண்டா? அது உண்மையா? உண்மை என்றால் ஏன் அப்படி? அப்படி இல்லையென்றால் ஏன் தொடர்ந்து அப்படி இருப்பதாகச் சொல்கிறோம்? பெண் சார்ந்த சமூக கலாச்சார இருப்பியல் ஒரு 'பெண் மொழி'யை உருவாக்குமா?

பெண் எழுத்தாளர் சுமக்கும் மரபுச் சுமை ஆண் எழுத்தாளர் சுமக்கும் சுமையிலிருந்து வேறுபட்டது. அது பெண் எழுத்தில் ஒலிப்பது இயல்பானது. ஆனால் அச்சுமையுடன் அவளது மூதாதையரின் சரித்திரங்களும், கதைகளும் புராணங்களும் காலத்தால் அவளது நினைவுகளிலிருந்து அழிக்க முடியாத கீதங்களும் தாலாட்டுகளும் ஒப்பாரிகளும் பிணைந்திருக்கின்றன. அவளுள் இயல்பான ஒரு கதை சொல்லி இருப்பதை அவளுடைய பாட்டிகளும் கொள்ளுப் பாட்டிகளும் உணர்த்தியிருக்கிறார்கள். ஆரம்பத்தில் சொல் இருந்தது என்கிறது பைபிள். அது பெண்ணின் நாவிலிருந்து வந்திருக்கும்.

மேகாலயாவின் ஷில்லாங்கிலிருந்து ஆங்கிலத்தில் எழுதும் எஸ்தெர் சீயம் என்ற காஸி இன எழுத்தாளர் சொன்னது சுவாரஸ்யமாக இருந்தது. காஸி இனம், தாய்வழிச் சமுதாயம். சீயம் என்பது அவரது தாய் வழி வந்த பெயர். எஸ்தருக்கு மண்சார்ந்த இயற்கையுடன் ஒன்றி வாழ்ந்த பாட்டியின் கிராமத்து நினைவுகளும் அங்கு விளக்கில்லாத சமையற்கட்டுகளில் கேட்ட கதைகளுமே இன்னமும் உயிர்ப்புடன் தாக்கம் ஏற்படுத்துவதாகச் சொன்னார். பல

ஜென்மத்துக் கதைகள். பாட்டியின் பார்வையில் வெளிப்பட்ட தரிசனங்கள். அங்கிருந்தே தனது எழுத்துப் பயணம் ஆரம்பித்ததாகக் கூறினார் எஸ்தர்.

என் பாட்டி சொன்ன கதைகளும் அவை ஏற்படுத்திய தாக்கமும் இன்றும் என்னுள் இருக்கின்றன. சிறு வயதில் மற்ற குழந்தைகளுடன் வட்டமாக நிலா முற்றத்தில் நாங்கள் அமர்ந்திருப்போம். நடு மையத்தில் பாட்டி. கற்சட்டியில் சாதம் பிசைத்து எங்கள் பிஞ்சுக் கைகளில் உருண்டைகள் வைத்தபடி ராமாயணமோ மகாபாரதமோ சொல்வாள். ராமனாக, ராவணனாக கணத்துக்குக் கணம் மாறுவாள். கையில் என்ன விழுகிறது என்று அறியாமல் சாப்பிடுவோம். சீதை அனுபவித்த வேதனையை நாங்களும் அனுபவிப்போம். ராமன் அவளைச் சந்தேகிப்பது கண்டு, என்னைப் பெற்ற தாயே என்னை சுவீகரித்துக்கொள் என்று சீதை மனமொடிந்து பூமிக்குள் மறைந்த போது தாங்க முடியாமல் அழுவோம்.

பெண்ணிய வித்து எங்களுக்குள் அந்தத் தருணம் விழுந்திருக்க வேண்டும். பாட்டியின் வர்ணனையில் அது சீதையின் கதையாக இருந்தது. ராமனின் கதை அல்ல. அப்படித்தான் நாங்கள் உணர வேண்டும் என்பது பாட்டியின் எண்ணமாக இருந்திருக்கும். அன்றைய சூழலில் பாட்டிக்கு எப்படி அப்படி ஒரு பார்வை வந்தது என்று ஆச்சரியமாக இருக்கிறது. ஒரியா எழுத்தாளரும் ஞானபீட விருது ஆகிய பெரிய விருது களைப் பெற்றிருப்பவருமான ப்ரதிபா ரே, பெண்களுக்கு இந்தப் பார்வை இயல்பானது என்றார் அழுத்தமாக. பெண்களே மரபுகளின், தொன்மங்களின், கலாச்சாரத்தின் காவலர்கள். அதில் புதுப்புது அர்த்தங்களைக் கண்டு சமகாலத்துக்குப் பொருத்துபவர்கள். எஸ்தர் சொல்வதுபோல நிகழ்காலம் தொலைவாக, இறந்த காலம் அண்மையாகப்படும் விந்தை அது.

ஐதராபாத்திலிருந்து வந்த எழுத்தாளர் மிருணாளினி, எள்ளல் கட்டுரைகள் அல்லது ஹாஸ்யக் கதைகளைப் பெண்கள் எழுதினால் அதை இலக்கியமாக நினைப்பதில்லை என்றார். பெண்ணிய கோஷம் போடாததால் பெண்ணியவாதிகளும் மதிப்பதில்லை என்றார். பெண்கள் அரசியல் எழுதினாலும் யாரும் கண்டுகொள்வதில்லை. நான் ஆங்கிலத்தில் எழுதிய அரசியல் தலைவரின் வாழ்க்கைச் சரிதம் வெளியிடத் தயாரான நிலையில் தடைசெய்யப்பட்டு மடிந்து போனபோது எனது கருத்துரிமைக்காக ஒன்றிரெண்டு பேரைத் தவிர] யாரும் குரல் எழுப்பவில்லை. நான் பெண் என்கிற காரணத்தாலா? படைப்பிலக்கியவாதிகளுக்கு அத்தகைய குறுகிய பார்வை இருக்காது என்று நினைக்க ஆசைப்படுகிறேன்.

பெண்கள் தொடர்ந்து எழுதுகிறார்கள்; கதைகள் புனைகிறார்கள் யாருடைய அங்கீகாரத்தையும் பாராட்டையும் எதிர்பார்க்காமல்; எந்தப் பீற்றலும் தம்பட்டமும் இல்லாமல்; வரலாற்றில் காலூன்றி நின்ற நிலையில் அவர்களது எல்லைகள் விரிந்துவிட்டன. மனித நேயமே அவர்கள் சொல்லும் சேதி. பெண்ணியம் என்பது மனித உரிமைக் குரல்களில் ஒன்று.

136. ஆதிக்கம்-ஆபாசம்-ஆண்கள்பெண்கள்?

- ஜெனிபர்

'பெண் வெறும் உடல். ஆண்களைப் பராமரிக்கவும், அவனுக்கு சுகம் கொடுக்கவும், வாரிசைப் பெற்றுக் கொடுக்கவுமே பெண் படைக்கப்பட்டவள். வலிமை மிக்கவனான ஆண் எவ்வளவு கொடுமையானவனாக, கெட்டவனாக இருந்தாலும், மனைவி என்பவள் கணவனுக்குக் கட்டுப்பட்டு, அவனால் ஏற்படும் துன்பங்களைப் பொறுத்துக் கொண்டு, குடும்பத்தை வழி நடத்திச் செல்ல வேண்டும். கணவனை விட்டுப் பிரிவதைப் பற்றியோ வேறு ஒரு வாழ்க்கையைத் தேர்ந்தெடுப்பது பற்றியோ அவள் கனவிலும் நினைக்கக் கூடாது. அப்படி நினைத்தாலோ, கணவனுக்கு மட்டுமே முழுமையான சுகம் தர படைக்கப்பட்டவள் வேறொருவனால் பலாத்காரம் செய்யப்பட்டாலோ-கூட, அவள் கற்பை இழந்தவளாகவும், கெட்டுப் போனவளாகவும் ஆகிறாள். அன்றிலிருந்து அவள் வாழ்வதற்கானத் தகுதியையும் இழக்கிறாள்'' - கற்புக்கு இந்து மதம் கொடுக்கும் விளக்கம் இந்த ரீதியிலானது.

இந்த முட்டாள்தனமான கருத்து தங்களுக்குச் சாதகமாக இருப்பதால், எல்லா தரப்பு ஆண்களும் பெண்களின் கற்பைக் கட்டிக்காக்க காலங்காலமாகப் போராடுகிறார்கள். பழமைவாத மற்றும் அடிமைத்தனமான கற்பிதங்களால் பெண்களையும் தலித் மக்களையும் ஆண்டாண்டு காலமாக அடிமைகளாக வைத்திருக்க, இந்து மதத்துக்குத் துணை போகிறார்கள் அனைத்துத் தரப்பு ஆண்களும். அவர்களால் பெண்களும்.

இன்றைய அரசியல் தலைவர்கள், 'தமிழ்ப் பண்பாட்டு' முலாம் பூசிய இந்து மதக் கற்பிதங்களைக் கட்டிக்காத்து, சாதி அழிந்துவிடாதபடியும், பெண்ணடிமைத்தனம் ஒழிந்துவிடாதபடியும், மூடநம்பிக்கைகளிலிருந்து மக்கள் மேம்பட்டு விடாதபடியும் கவனமாகப் பார்த்துக் கொள்கிறார்கள். 'கற்பு' என்ற ஒற்றைச் சொல், இன்று தமிழகத்தைப் புரட்டிப் போட்டுக் கொண்டிருப்பது அதன் விளைவே. 'தமிழகப் பெண்கள் கற்பில்லாதவர்களா?' என்று பெண்களே சிலிர்த்துக் கொண்டு போராடுவது, பகுத்தறிவு மண்ணுக்கு ஏற்பட்டிருக்கும் களங்கம். தலித் தலைவர்களின், தலித் பெண்களின் இந்த ஆர்ப்பாட்டம், இந்து கற்பிதங்களுக்குக் கிடைத்துள்ள வெற்றி என்ற வேதனையோடு....

- ஜெனிபர்

உலகம் முழுக்க பெண்கள் எத்தனையோ வகையானப் போராட்டங்களை நாள்தோறும் நிகழ்த்துகிறார்கள். அவையெல்லாம் அடிமைத்தனத்துக்கும், தன் மீதான வன்முறைக்கும் எதிரானவை. ஆனால், தமிழகப் பெண்கள் மட்டும் தங்கள் மீதான அடிமைத்தனம் நிலைக்க வேண்டும் என்பதை வலியுறுத்திப் போராட்டம் நடத்துகிறார்கள். கேட்டால், தமிழ்க் கலாச்சாரமாம்! யாரால் உருவாக்கப்பட்டது இந்தக் கலாச்சாரம்? ஆண், கடவுள் மற்றும் மதத்தின்

உதவியுடன் தன் சுயநலத்துக்காகத் தோற்றுவித்த பாரம்பரியக் கட்டுப்பாடுகள்தான் இன்றும் கலாச்சாரம் என்ற பெயரில் பெண்களின் உரிமைகளையும் சுயமரியாதையையும் நசுக்குகின்றன.

தமிழகத்தைப் பொறுத்தவரை, கலாச்சாரம் என்ற வார்த்தையும் அடிமைத்தனம் என்ற வார்த்தையும் ஒன்றோடு ஒன்று பின்னிப் பிணைந்தவை. பெண் வீட்டை விட்டு வரக் கூடாததும், அவள் பேதையாக இருக்க வேண்டியதும், ஆணின் அனுமதியின்றி சிறு துரும்பையும் அசைக்க முடியாதவளாக இருப்பதும், ஆணைத் தொழுது, அவனுக்குக் கட்டுப்பட்டு, அவன் சொல்வதை உண்டு, உடுத்தி, அவனுக்குப் பின் தூங்கி முன் எழுவதே தமிழ் அடிமைக் கலாச்சாரம். தந்தை பெரியார் உருவாக்கிய தொடர்ச்சியான பகுத்தறிவுப் பிரச்சாரங்களால் தமிழகம் ஓரளவுக்கு இதிலிருந்து விடுபட்டிருந்தது. ஆனால், அந்த ஜனநாயகச் சூழலுக்கு இப்போது ஆபத்து வந்திருக்கிறது.

அந்தரங்கத்தை ஆபாசமாக்கி வியாபாரம் பார்க்கும் பத்திரிகை, திரைப்படம், மாணவ - மாணவியர் பேசிக் கொள்வதைக்கூட கலாச்சார சீரழிவாகப் பார்க்கும் கல்வி நிறுவனங்கள், தனிமனித சுதந்திரத்தைக் குற்றமெனக் கருதும் காவல்துறை, பாலியல் கருத்துகளைப் பெண் வெளிப்படையாகப் பேசினால், அவற்றுக்கு எதிராகப் போராட்டம் நடத்தும் அரசியல் கட்சிகள், மகளிர் அமைப்புகள் என தமிழகம் முழுக்க 'ஒழுக்கக் காவலர்'களாக - 'பண்பாட்டுக் காவலர்'களாக நின்று, பெண்களைக் கூர்ந்து கவனிக்க ஆரம்பித்திருக்கிறார்கள்.

குஷ்பு விவகாரத்தை பூதாகரமாக்கி... ஊடகங்கள் பொருளாதார ஆதாயமும், மத அமைப்புகள் சிறுபான்மையினர் எதிர்ப்பு ஆதாயமும், கட்சிகள் அரசியல் ஆதாயமும் தேடுவதில் குறியாக இருக்கின்றன. குழம்பிய குட்டையில் ஆளாளுக்குத் தூண்டில் போட்டுக் காத்திருக்கிறார்கள். கிடைத்தவரை அவரவருக்கு லாபம் என்றாலும்கூட, பெண்கள் அமைப்புகளையும் மகளிரணியையும் ஒன்றிணைத்துக் கொண்டு, இந்தச் சமூகத்தில் பெண்ணடிமைத்தன சித்தாந்தங்களை ஆழ ஊன்றுகின்றனர் என்பதைத்தான் நாம் புரிந்து கொள்ள வேண்டியிருக்கிறது. கண்டிக்க வேண்டியிருக்கிறது.

'இந்தியா டுடே' இதழிலும், 'தினத் தந்தி' நாளிதழிலும் குஷ்பு கூறியிருக்கும் கருத்துகளில் இவர்கள் கூறும் அவதூறு இல்லை. தமிழகப் பெண்கள் கற்பில்லாதவர்கள் என்றோ, திருமணத்துக்கு முன் ஆணும் பெண்ணும் உடலுறவு வைத்துக் கொள்ள வேண்டும் என்கிற ரீதியிலோ - அவர் எந்தக் கருத்தையும் அதில் கூறவில்லை. மாறாக, ''பெண்கள் திருமணமாகும்போது, கன்னித்தன்மை கலையாமல் இருக்க வேண்டும் என்பது போன்ற எண்ணங்களிலிருந்து நமது சமூகம் விடுதலையாக வேண்டும்'' என்கிறார். மேலும், ''திருமணத்துக்கு முன்பு 'செக்ஸ்' வைத்துக் கொள்ளும் போது, கர்ப்பமாகாமலும் பால்வினை நோய்கள் வராமலும் பெண் தன்னைத் தற்காத்துக் கொள்ள வேண்டும்'' என்றும், இறுதியாக, ''பெண்கள் தமது 'செக்ஸ்' விருப்பங்களைப்

பற்றிப் பேசினால், அவர்களைத் தவறானவர்களாகப் பார்க்கும் ஆண்களின் கண்ணோட்டம் மாற வேண்டும்'' என்றும் சொல்கிறார்.

Outlookகிராமப்புறங்களிலும், நகர்ப்புறங்களிலும் எத்தனை எத்தனை சிறுமிகளும், இளம் பெண்களும் ஆண்களால் ஏமாற்றப்பட்டு கர்ப்பமடைந்து அதை மறைக்க முடியாமல் தற்கொலை செய்து கொள்கிறார்கள்? 'எய்ட்ஸ்' என்னும் உயிர்க்கொல்லி நோயாலும், பால்வினை நோய்களாலும் பாதிக்கப்பட்டவர்கள் குறிப்பாகப் பெண்கள்; அதிலும் (ஆண்களால் இழைக்கப்படும் கொடூரங்களுக்கு) குடும்பப் பெண்களின் எண்ணிக்கை தமிழகத்தில் அதிகரித்துக் கொண்டிருக்கிறது. இந்தக் கொடுமைகளுக்குப் பாலியல் கல்வி தீர்வாக இருக்கும் என்று குஷ்பு வலியுறுத்தியதைத் தவறு என்று சொல்கிறார்கள் இந்த 'ஒழுக்கக் காவலர்கள்'.

புள்ளி ராஜாவுக்கு 'எய்ட்ஸ்' வருமா? என்று ஒரு விளம்பரம் தமிழகத்தையே கலங்கடித்தது. 'பாலியல் தொழிலாளர்களிடம் 'போகும்' ஆண்களை ஆணுறை பயன்படுத்தச் சொல்லி அது வலியுறுத்தியது. 'மனைவியைத் தவிர வேறு பெண்களிடம் போகாதே, போனால் உனக்கு 'எய்ட்ஸ்' வரும் என்று அச்சுறுத்தாமல், போ, ஆனால் ஆணுறை பயன்படுத்து என்று 'ஆலோசனை' கொடுத்தது. அப்படிப் பலரிடம் கற்பிழந்த ஆண்மகனை இந்த சமூகம் வெறுக்குமா? கெட்டுப் போனவன் என்று குற்றம் சாட்டுமா? வேசி என்றோ, விபச்சாரி என்றோ சாடுமா? பாதுகாப்பான உடலுறவு குறித்து மேடை போட்டு 'மைக்' அமைத்து ஆணுக்குப் பரிந்துரைக்கலாம். அதுவே பெண்ணுக்கென்றால், அதுவும் ஒரு பெண்ணே என்றால் பொத்துக் கொண்டு வருகிறது. கலாச்சார சீரழிவாக்கப்படுகிறது. இதுதான் தமிழகம். உரிமைகளுக்காக குரல் கொடுத்தால் செவிமடுக்காத இந்தச் சமூகம், கற்பொழுக்கம் என்ற அடிமைத்தனத்துக்கு மட்டும் எப்படியெல்லாம் வக்காலத்து வாங்குகிறது பாருங்கள்.

குஷ்புவின் தனிப்பட்ட கருத்துகளை இவ்வளவு பரபரப்பாக்கியது யார்? அவர்களுடைய தேவை என்ன? அதே 'இந்தியா டுடே'யில் 'செக்ஸ் சர்வே'க்காக கவிஞர் சுகிர்தராணியும் கருத்துக் கூறியிருக்கிறார்: ''ஒருவனுக்கு ஒருத்தி என்ற பண்பாட்டுச் சாரத்தின் வழி நின்று திருமணத்தில் ஒருவனோடு இணையும்போது, கன்னித்தன்மையும் கற்பும் எதிர்பார்க்கப்படுகின்றன. கற்பைப் பற்றிப் பேசும்போது, பெண்களின் பாலியல் சுதந்திரம் முன் நிற்கிறது. தன் உடலை மற்றவர்க்கு வழங்குவதிலுள்ள தன் விருப்பத்திலிருந்து அது தொடங்குகிறது. மரபுகளைக் கட்டுடைத்து ஆண் மதிப்பீடுகளை மீறும்போது, கலாச்சார, பண்பாட்டுச் சீரழிவாக அது பார்க்கப்படுகிறது. இங்கு விளிம்பில் நிற்க வைக்கப்படுகிறவர்கள் பெண்களே. கற்பு, பண்பாடு, ஒழுக்கம் போன்றவற்றை பெண்களிடம் மட்டுமே எதிர்பார்ப்பது எந்தச் சமூகத்திற்கும் அழகல்ல; அவசியமும் அல்ல.''

சுகிர்தராணியின் இந்தக் கருத்துகள், குஷ்புவின் கருத்துகளை விடவும் மிகக் கூர்மையாகக் கற்பின் மீதும், கன்னித் தன்மையின் மீதும் கேள்விகளை

எழுப்புகின்றன. ஆனால், அவரை யாருமே கண்டுகொள்ளவில்லை. கண்டுகொள்வதன் மூலம் அரசியல் லாபம் ஒன்றும் அவர்களுக்குக் கிட்டப்போவதில்லை என்பதுதான் உண்மை.

சர்ச்சை தொடங்கிய இடத்திலிருந்து பார்ப்போம். மாலை நாளிதழ்களின் மொத்த விற்பனையே இருபதாயிரம் படிகள் இருக்க, 'தினகரன்' குடும்பத்தைச் சேர்ந்த 'தமிழ் முரசு' மட்டும் லட்சத்தை நோக்கி அதிவேகமாக போய்க் கொண்டிருக்கிறது. காரணம், அவர்கள் கொடுக்கும் கிளு, கிளு, கிசு, கிசு செய்திகள். கூடவே இலவசப் பொருட்கள். 'இந்தியா டுடே'யில் குஷ்பு கொடுத்த பேட்டியிலிருந்து ஆங்காங்கே சில வார்த்தைகளை உருவிப் போட்டுத் தலைப்புச் செய்தியாக்கி நாலைந்து பேரிடம் இது குறித்துக் கருத்து கேட்டு, பக்கத்தை நிரப்ப, விஷயம் சர்ச்சையானது. அப்பாடா தமிழ் நாடே இன்றைக்கு நாம் உருவாக்கின செய்தியால் கதிகலங்கிப் போயிருக்கிறது என்று 'தமிழ் முரசின்' ஆசிரியர் குழு காலரை தூக்கிவிட்டுக் கொள்ளலாம்.

தமிழ்ப் பத்திரிகைகளுக்கு இதைவிட பெரிய வேலையோ, பொறுப்போ என்ன இருக்கிறது? யார் கற்போடு இருக்கிறார்கள், யார் அதை இழக்கிறார்கள் என்று ஆராய்ந்து சொல்லி, இந்த சமூகத்தை மேன்மை அடையச் செய்யும் ஒற்றைக் குறிக்கோளோடு இயங்கும் 'தமிழ் முரசு' மாதிரியான பத்திரிகைகள், புழுத்துப்போன பழமைவாதிகளின் கூடாரமாகவே இருக்கிறது. கற்பொழுக்கம் பற்றி இவ்வளவு அக்கறைப்படுகிறவர்கள்தான் முழுப் பக்க கவர்ச்சிப்படங்களை வெளியிட்டு காசு பார்க்கிறார்கள். ஆனால், கலாச்சாரத்துக்கு ஏதாவது கேடு வந்தால் மட்டும் அவர்களால் ஒருபோதும் தாங்கிக் கொள்ள முடியாது!

உலகம் முழுக்கவே வறுமை அதிகரித்திருக்கிறது. உத்திரப்பிரதேசத்திலும் மகாராட்டிராவிலும் சத்தின்மையால் குழந்தைகள் செத்து மடிகின்றன. கோகோ கோலா மாதிரியான பன்னாட்டு நிறுவனங்கள் நிலம், நீர், உழைப்பு என எல்லாவற்றையும் சுரண்டுகின்றன. எங்கும் ஊழல், பெண்களுக்கெதிரான, குழந்தைகளுக்கெதிரான வன்முறை, போதைப் பொருள் பெருக்கம், அதிகரிக்கும் சாதி அடக்குமுறை - இதெல்லாம் தலைப்புச் செய்தியாகத் தகுதியற்றவை. நடிகைகளைப் பின் தொடர்ந்து போய், அவர்களின் அந்தரங்கங்களை வியாபாரமாக்குவதை மட்டுமே முழு நேரத் தொழிலாக வைத்திருக்கும் பத்திரிகைகளின் உச்சபட்ச அரிப்புதான் குஷ்பு விவகாரம்.

குஷ்புவை எதிர்த்து விடுதலைச் சிறுத்தைகளும், பா.ம.க.வும் ஏன் இவ்வளவு காட்டமாகக் களமிறங்க வேண்டும்? திரைப்படங்களுக்கு தமிழ்ப் பெயர் வைக்க போராட்டம் நடத்துகிறவர்கள், தரமான திரைப்படங்களை எடுக்கச் சொல்லி போராடுவதில்லை. பெண்களைக் கொச்சைப்படுத்தும் பாலியல் வக்கிர சிந்தனையைத் தூண்டும் குலுக்கு நடனங்கள், இரட்டை அர்த்த வசனங்கள், ஆபாசப் பாடல்களுக்கு எதிராக ஒரு வார்த்தை கூடப் பேசுவதில்லையே ஏன்?

Dinamalarதனி மனித சுதந்திரத்தில் தலையிடும் 'ஒழுக்கக் காவலர்'கள் அண்மைக்காலமாக அதிகரித்திருக்கிறார்கள். பொறியியல் கல்லூரி மாணவர்களுக்கு உடை கட்டுப்பாடு கொண்டு வந்திருக்கிறது, அண்ணா பல்கலைக் கழகம். பெண்கள் தாங்கள் விரும்பிய உடையை அணியத் தடைவிதிக்கப்பட்டிருக்கிறது. விளையாட்டு வீராங்கனையான சானியா மிர்சாவை கண்டிக்கிறது 'ஜமாத்'. 'பிரைவேட் பார்ட்டி' களில் கேமராவோடு புகுந்து, கணவர்களோடு இருக்கும் பெண்களைப் புகைப் படம் எடுத்து வெளியிடுகின்றன பத்திரிகைகள். இப்படியே போனால், பெண்கள் வீட்டை விட்டு வெளியே வருவதும், ஆண்களோடு சேர்ந்து பணியாற்றுவதும், கல்வி பயில்வதும்கூட நாளை குற்றமாக்கப்படும். இதற்கு அரசும் துணைபோகிறது.

கற்பொழுக்கத்துக்காகப் பெண்களை நரம்பு புடைக்க துடைப்பத்தோடு களமிறக்கிய இந்தத் தலைவர்கள், அப்பெண்களுக்கான 33 சதவிகித இடஒதுக்கீட்டிற்காகவோ, பாலியல் துன்புறுத்தல் சட்ட வரைவுக்காகவோ, குடும்ப வன்முறைத் தடுப்புச் சட்டத்தை நிறைவேற்றச் சொல்லியோ குரல் கொடுக்கவில்லையே! பெண்களுக்கு 'ஒழுக்கத்தை' வலியுறுத்துவதன் மூலம் அவர்கள் அடிமை வட்டத்திலிருந்து வெளியேறிவிடாமல் பார்த்துக் கொள்ளலாம். உரிமையை வலியுறுத்தினால், பெண்கள் வீட்டைவிட்டு வெளியேறி நாட்டை ஆளக் கிளம்பிவிடுவார்கள். அப்புறம் இந்த ஆண்களுக்கு ஆக்கிப்போடவும், சேவை செய்யவும் ஆளில்லாமல் போய்விடுமே!

தமிழ் என்ற ஒற்றை ஆயுதம், அரசியலுக்கு எந்தளவுக்குப் பயன்படும் என்பதை திருமாவளவனுக்கும் ராமதாசுக்கும் முன்பே புரிந்து கொண்டவர் தங்கர்பச்சான். அண்மையில், 'பணத்துக்காக நடிக்கிற நடிகைகள் விபச்சாரிகளுக்கு சமம்' என்ற 'அரிய' கருத்தை வெளிப்படுத்தியவர். தங்கர்பச்சானைப் பொறுத்தவரை விபச்சாரியாக இருந்தாலும், பணம் பற்றி கவலைப்படாமல் அவள் சுகம் தேடி வரும் ஆணுக்குப் பத்தினியாகப் படுத்து எழுந்திரிக்க வேண்டும் (பார்க்க: 'தென்றல்' படம்). முழுக்க முழுக்க பெண்ணடிமைத்தன கருத்துகளை வைத்துப் படங்கள் எடுத்துவிட்டு, 'தமிழ்ப் படம் எடுக்கிறேன்', 'நானொரு தமிழன்', 'தமிழ்க் கலாச்சாரத்தைக் கட்டிக் காக்கிறேன்' என்று பிதற்றுகிறார்.

நடிகைகளை விபச்சாரிகள் என்று தங்கர்பச்சான் திட்டியதற்கான காரணம், அவரின் 'சிதம்பரத்தில் ஒரு அப்பாசாமி' படத்தில், நாயகி நவ்யா நாயர் தனக்கு சிகையலங்காரம் செய்யும் பெண்ணுக்குத் தர வேண்டிய அறுநூறு ரூபாய் சம்பள பாக்கியைக் கேட்டு படப்பிடிப்பை ரத்து செய்தார். தங்கர்பச்சானே இந்தப் படத்தை தயாரித்திருப்பதால், ஒரு தயாரிப்பாளரின் நிலை நடிகைகளுக்குப் புரியவில்லை என்று புலம்பியிருக்கிறார். 'கேவலம் அறுநூறு ரூபாய் பணத்துக்காக' என்று திரும்பத் திரும்பச் சொல்கிறார். அந்த அறுநூறு ரூபாய், பளிங்கு மாளிகையில் குடியிருக்கும் தங்கர்பச்சானுக்கு வேண்டுமானால் கேவலமாக இருக்கலாம். சிகையலங்காரம் செய்யும் அந்தப்

பெண்ணுக்கு? குழந்தைக்குப் பால் வாங்கவோ, பள்ளிக் கட்டணம் கட்டவோ, மருத்துவச் செலவுக்கோ அந்தப் பணம்தான் வாழ்வாதாரம்.

உழைத்ததற்கு கூலி கேட்டதற்கு 'தேவிடியா' என்று திட்டுகிறார் தங்கர்பச்சான். தனக்குக் கீழ் பணிபுரிபவரின் வயிற்றுப்பாட்டைக்கூட புரிந்து கொள்ள முடியாத தங்கர்பச்சானை, தமிழ் சமூகம் அவர் எந்தச் சூழலில் அப்படிப் பேட்டிக் கொடுத்தார் என்பதை மட்டும் புரிந்து, பதவிசாக நடந்து கொள்ள வேண்டுமாம்.

தங்கர்பச்சான் என்ன சமூக விடுதலைக்காகவா படம் எடுத்துவிட்டார்? அவர் படத்தில் குலுக்கு நடனங்கள் இல்லையா என்ன? 'சிதம்பரத்தில் ஒரு அப்பாசாமி' யில் கூட, அரைகுறை உடையில் பெண்ணை ஆட வைத்திருக்கிறார். தங்கர்பச்சானுக்கு தெரிந்த ஒரே தமிழ்க் கலாச்சாரம் பெண்ணடிமைத்தனம் என்பதை அவரின் படங்கள் மூலம் புரிந்து கொள்ள முடிகிறது. கணவன் என்னதான் பொறுப்பற்றவனாக, ஊதாரியாக, சோம்பேறியாக, குடிகாரனாக, பெண்களைத் தேடிப் போகிறவனாக இருந்தாலும் - மனைவி என்பவள் அதைப் பொருட்படுத்தாமல், தையல் வேலை செய்தாவது சம்பாதித்து, வீட்டையும் கவனித்து, பிள்ளைகளைப் படிக்க வைத்து, உலகெல்லாம் சுற்றித் திரும்பி வரும்போது, கொஞ்சமாய் கோபித்துக் கொண்டு அணைத்துக் கொள்ள வேண்டுமாம். 'சிதம்பரத்தில் ஒரு அப்பாசாமி' வலியுறுத்தும் பத்தினித்தனம் தமிழ்க் கலாச்சாரம் இதுதான்!

தங்கர்பச்சான் நடிகைகளை கேவலப்படுத்தியபோது கொதித்துப் போன நடிகைகளில் குஷ்பு குறிப்பிடத்தக்கவர். ஒரு ஆண், நடிகைகளாகிய பெண்களைப் பார்த்து 'விபச்சாரி' என்று சொன்னபோது திரண்டு வராத மகளிரணியும் - பெண்கள் அமைப்பும், ஒரு பெண் பாலியல் விஷயங்களுக்காக குரல் கொடுக்கும்போது மட்டும் சீறிப்பாய்வதன் நியாயம் புரியவில்லை. 'நடிகை என்பவளே ஒழுக்கக்கேடானவள்தான்' என்ற எண்ணம் சமூகத்தின் ரத்தத்திலேயே ஊறிப் போயிருக்கிறது. அதனால்தான் குஷ்புவுக்கு அனைத்திந்திய ஜனநாயக மாதர் சங்கம் மாதிரியான அமைப்புகள்கூட, ஆதரவாக அழுத்தமான குரல் கொடுக்கவில்லை. ஆணாலேயே பாலியல் வக்கிரங்கள் அரங்கேறுகின்றன என்றாலும், பெண் மட்டுமே அவச் சொல்லுக்கு பலியாக்கப்படுகிறாள். ஆணாதிக்கச் சமூகத்தின் கை பொம்மைகளாகத்தான் பெண்கள் இன்றும் இருக்கிறார்கள் என்ற உண்மை சுட்டெரிக்கிறது.

Women agitating against Kushbooதிரை உலகமே திரண்டு நின்று கண்டித்ததால், காலில் விழுந்து மன்னிப்புக் கேட்டு அவமானப்பட்ட தங்கர் பச்சானின் பழிவாங்கும் படலம் இப்போது நடந்து கொண்டிருக்கிறது. வன்னியச் சாதி வெறியரான அவருக்குத் தோள் கொடுக்கவே பா.ம.க.வின் இந்த நாடகம். திரைப்படங்கள், பாடல்கள், விளம்பரங்கள், பத்திரிகைகள், தொலைக்காட்சிகள் எதில் இல்லை பாலியல் வக்கிரம்? அத்தனையும் ஆபாசமாகிக் கொண்டிருக்கிறது. பண்பாட்டுச் சீரழிவின் தொடக்கம், வளர்ச்சியும்

ஆண்களாலேயே நிகழ்த்தப்படுகிற சூழலில், பெண் உடல் தினம் நசுக்கப்படு-கிறது. பார்வையாளர்களை உடல் கூச வைத்த ‘சன்டேன்னா ரெண்டு’ என்ற ‘தினமலரின்’ விளம்பரத்தை எதிர்த்து ஒரு வார்த்தைக்கூடப் பேசவில்லை இந்த ‘ஒழுக்கக் காவலர்’கள்! மிக மிக வக்கிரமான இந்த விளம்பரத்தை வைத்து தனது நாளேட்டின் விற்பனையைப் பெருக்கத் துடிக்கும் ‘தினமலர்’ தான் ‘கலாச்சாரத்தின் காவல் நாயா’கச் செயல்படுகிறது.

‘இந்தியா டுடே’யும் ‘அவுட்லுக்’ இதழும் ‘செக்ஸ் சர்வே’ என்கிற பெயரில் மிகக் கேவலமான, அநாகரிகமான, அந்தரங்கத்தைக் கொச்சைப்படுத்தும் கேள்விகளைக் கொண்டு கருத்துக் கணிப்பு நடத்தி, அதை ஆபாசப் புகைப்-படங்களோடு வெளியிடுகின்றன: “பெண்களின் எந்தப் பகுதி ஆண்களைக் கவரும்? உங்கள் பார்ட்னர் முன் சுய இன்பத்தில் ஈடுபட்டிருக்கிறீர்களா? யாருடன் முதலில் செக்ஸ் வைத்துக் கொண்டீர்கள்? வாய் வழி செக்ஸ் பற்றி என்ன நினைக்கிறீர்கள்? ஆண்களின் எந்த உறுப்பை செக்சியானதாகக் கரு-துகிறீர்கள்?...” சமூக விடுதலைக்கு உதவும் கேள்விகளா இவை? நியாயப்-படிப் பார்த்தால் விடுதலைச் சிறுத்தைகள் மற்றும் பா.ம.க.வின் சீற்றம் இப்-பத்திரிகைகள் மீதுதானே இருந்திருக்க வேண்டும்?

இங்கு இன்னொரு செய்தியையும் சுட்டிக்காட்ட வேண்டியிருக்கிறது. இதே விடுதலைச் சிறுத்தைகள் இதற்கு முன்பு நடத்திய சமூக விடுதலைப் போராட்டங்களை, இந்தப் பத்திரிகைகள் - இத்தனை கொட்டை எழுத்து-களில் தலைப்புச் செய்தியாக்கியதா? திண்ணியத்தில் மலம் தின்ன வைத்த கொடுமையையோ, பாப்பாபட்டி, கீரிப்பட்டி சாதி வக்கிரத்தையோ முதன்மைச் செய்தியாக வெளியிட வேண்டும் என்ற அக்கறையும் பொறுப்பும் அவர்க-ளுக்கு இருந்ததா?

இஸ்லாமிய சமூகத்தைச் சேர்ந்த குஷ்புவை எதிர்த்து, இந்துத்துவா அமைப்புகள் பெரிய போராட்டம் எதுவும் நடத்தவில்லை. சாதி இந்துக்களும், தலித்துகளும் அவர்களை முந்திக் கொண்டு போராடி, ஆதிக்கவாதிகளையே வாயடைக்க வைத்துவிட்டார்கள். சாதி இந்துக்களும், தலித் அமைப்புகளும் - இந்து ஆதிக்கவாதிகளோடு ஒத்துப்போவது இது முதல் முறை அல்ல. ஆனால், பெண் எதிர்ப்பு என்று வரும்போது இஸ்லாமியர்களும் இந்துத்து-வவாதிகளோடு நேர்கோட்டில் நிற்பதுதான் விந்தையிலும் விந்தை! தமிழ்நாடு முஸ்லிம் முன்னேற்றக் கழகம், ‘குஷ்புவை நாடு கடத்த உத்தரவிட்டிருக்கி-றது’. மதங்களையோ மதவாதிகளையோ இங்கு குறை சொல்ல புதிதாக ஒன்-றுமில்லை. காரணம், அவர்கள் ஒருபோதும் பெண் விடுதலைக்கு உழைக்கப் போவதில்லை. பார்ப்பான் மூளை எப்படி தலித் விடுதலை பற்றி சிந்திக்-காதோ, அதே போலதான் ஆண் மூளையும் பெண் விடுதலையை ஏற்காது.

எல்லா துறைகளிலும் பெண் முன்னேறிவிட்டதைப் போன்ற தோற்றம் இருந்தாலும், இன்னும் உளவியல் ரீதியாக தன்னை வலிமையற்றவளாக எண்ணும் போக்கே நீடிக்கிறது. அதனால்தான் எத்தகைய பெரிய பதவியில்

இருந்தாலும் குடும்ப வன்முறைக்கும், பாலியல் துன்புறுத்தலுக்கும் பெண் ஆளாக நேர்கிறது. ராணுவ ஆட்சியையும், தொடர்ச்சியான பாலியல் வன்கொடுமைகளையும் எதிர்த்து மணிப்பூர் பெண்கள் நடத்திய நிர்வாணப் போராட்டத்திற்குத் தலைவணங்கலாம். ஆனால், தமிழகப் பெண்கள், போராடி ஒழிக்க எவ்வளவோ அடிமைத்தனங்கள் ஓங்கி நிற்கையில், 'நாங்கள் கற்புக்கரசிகள்' (நாங்கள் அடிமைகள்) என்று 'பெருமை'யோடு பெண்ணியத்துக்கு எதிராகப் போராடுவது கண்டு அவமானத்தில் தலை குனிவதைத் தவிர வேறு வழியில்லை.

ஜனநாயகத்துக்கு எதிரான ஆதிக்கவாதிகளையும் 'ஒழுக்கக் காவலர்'களையும் கண்டிக்காமல் வளரவிட்டோமானால், பெண் விடுதலையும் அதனால் சமூக விடுதலையும் வேரோடு அழித்தொழிக்கப்பட்டுவிடும். இதுகாறும் வளர்த்தெடுக்கப்பட்ட பகுத்தறிவும், பெண் சுயமரியாதையும் மிக வேகமாக பொசுக்கப்படுகிறது. இதற்கு அனைத்துத் தரப்பு ஆண்களும் கூட்டு சேர்ந்திருக்கிறார்கள். ஆக, இங்கு ஒன்றிணைய வேண்டியது பெண்கள். ஆதிக்கம் - ஆபாசம் - ஆண்கள் இம்மூன்றுக்கெதிராகவும் ஒரு நிலையான போராட்டத்தைப் பெண்கள் உடனே தொடங்க வேண்டியிருக்கிறது. இல்லையெனில், தமிழ்க் கலாச்சாரம் என்ற பெயரில், இந்துமதக் கற்பிதங்கள் மீண்டும் புதுப்பிக்கப்பட்டு, தன் கொடிய கால்களால் இந்தச் சமூகத்தைப் புரட்டி எடுக்கும். அந்தத் தாக்குதலில் மிகக் கொடூரமாக பலியாகப் போவது தலித் மக்களும் பெண்களும்தான்.

137. பெண்களின் உடல்கள்

இந்த ஆண்டுக்கான உலக அழகியை பன்னாட்டு நிறுவனங்கள் உலகம் முழுவதும் 108 நாடுகளில் தேடி இந்தியாவில் கண்டுபிடித்துள்ளன. 32-24-32 அளவுள்ள அந்த அழகியைப் பெற்றெடுத்த பெருமை நம் பாரத மாதாவிற்குக் கிடைத்திருப்பது பாரத நாட்டிற்குக் கிடைத்த மிகப் பெரிய கௌரவம். அதுவும் மோடியின் ஆட்சியில் இது நடந்திருப்பது ஒரு வரலாற்று நிகழ்வு. நமது பிரதமர் அவர்கள் ஒருமுறை நியூயார்க்கில் இருந்து வெளிவரும் 'தி வால் ஸ்ட்ரீட் ஜர்னல்' என்ற ஆங்கிலப் பத்திரிக்கை அவரிடம் குஜராத்தில் உள்ள ஊட்டச்சத்து குறைபாடு பற்றி கேள்வி கேட்டபோது அவர் மிகத் தெளிவாகவும் தீர்க்கமாகவும் பதிலளித்தார் "குஜராத் பெண்கள் எப்போதும் சுகாதாரத்தைவிட அழகுக்கே முக்கியத்துவம் தருகின்றார்கள்" என்று. இந்திய தேசிய குடும்ப சுகாதார ஆய்வின் படி 55 சதவீத குஜராத்திப் பெண்கள் ரத்த சோகை நோயால் பாதிக்கப்பட்டிருக்கின்றார்கள் என்ற விபரத்தோடு பொருத்திப் பார்த்தால் மோடி பெண்கள் மீது வைத்திருக்கும் அளப்பறிய அன்பை யாவரும் புரிந்துகொள்ள முடியும்.

பெண்களைப் பற்றி இப்படி மிக உயர்ந்த மதிப்பீடுகளை வைத்திருக்கும் ஒரு பிரதமர் நாட்டை ஆட்சி செய்யும் போது, ஒரு இந்தியப் பெண் உலக அழகிப் பட்டம் பெறுவது ஒன்றும் ஆச்சரியம் இல்லைதான். இந்தியாவில் இருக்கும் பெரும்பாலான பெண்கள் இந்த மாதிரி உலக அழகிப் பட்டம் வாங்க வேண்டும்; அதன் மூலம் நாட்டுக்கு பெருமை சேர்க்க வேண்டும் என்ற உயர்ந்த லட்சிய நோக்கில்தான் தங்களது உணவுத் தேவையை குறைத்துக்கொண்டு தங்களை பன்னாட்டு பெரு நிறுவனங்கள் 'அழகி' என்று தீர்மானிக்கக் கொடுத்திருக்கும் 32-24-32 என்ற அளவிற்குள் தங்கள் உடலை பொருத்திக் கொள்ள முயற்சித்து வருகின்றார்கள். மற்றபடி அவர்களுக்கு மூன்று வேளையும் தரமான ஊட்டச்சத்துக் கிடைப்பதை நமது 52 இன்ச் மார்பளவு உடைய உலக அழகனாகத் தேர்த்தெடுக்க எல்லாவகையிலும் பொருத்தமான பிரதமர் அவர்கள் உறுதி செய்திருக்கின்றார்கள்!

உலகி அழகிப் போட்டியைக் கடுமையாக எதிர்க்கும் ஆர்.எஸ்.எஸ் உட்பட சங்பரிவார கும்பல்கள், மோடி பதவியேற்ற உடனேயே தங்களது ஆணாதிக்க சிந்தனையைக் கைவிட்டு மனஷி சில்லரின் வெற்றியை அகமகிழ்ந்து கொண்டாடிவருகின்றனர். 'பெண்கள் இழுத்து மூடிக்கொண்டு வீட்டில் கணவனுக்கும், மகன்களுக்கும், மாமியார்களுக்கும் பணிவிடை செய்வதை மட்டுமே செய்ய வேண்டும், அதுதான் குடும்பப் பெண்களின் லட்சணம்' என்ற மிக உயர்ந்த ஆன்மீக சிந்தனையில் வளர்த்தெடுக்கப்பட்ட இந்தக் கும்பல், இப்போது மனஷி சில்லர் நீச்சல் உடையில் தன் உடலை பன்னாட்டு பெருமுதலாளிகளுக்குக் காட்சிப்படுத்திய போது அவரை ஒரு நீச்சல் உடை அணிந்த பாரத மாதாவாகவே கருதி ஆனந்தக் கண்ணீர் விட்டிருப்பார்கள்.

பாலிவுட்டில் இருந்து கோலிவுட் வரை பலர் உலக அழகிப் பட்டம் வாங்கிய மனஷி சில்லரை வாய் வலிக்க வலிக்க வாழ்த்திக் கொண்டு இருக்கின்றார்கள். 17 ஆண்டுகளுக்குப் பின்னால் ஒரு பாரதப் புதல்வியின் உடல், அழகு சாதனப் பொருட்கள் தயாரிக்கும் நிறுவனங்கள் விளம்பரம் செய்ய ஏற்றதாக தேர்ந்தெடுக்கப்பட்டதை இந்தியாவுக்குக் கிடைத்த மிகப் பெரிய அங்கீகாரமாக அவர்கள் கருதுகின்றார்கள். இதற்கு முன்னால் 1966 ஆண்டு ரீட்டா பாரியாவும், முறையே 1994 ஐஸ்வர்யா ராய்,1997 டயானா ஹெய்டன்,1999 யுத்தாமுகி, கடைசியாக 2000 ஆண்டு பிரியங்கா சோப்ராவும் தேர்ந்தெடுக்கப்பட்டார்கள். உலகமயமாக்கல் இந்தியாவில் திணிக்கப்பட்ட 1990 களுக்குப் பின் இதுவரை மனஷி சில்லரையும் சேர்த்து ஐந்து உலக அழகிகள் இந்தியாவில் இருந்து கண்டுபிடிக்கப்பட்டுள்ளனர்.

இந்துத்துவ கும்பல் உலக அழகிப் போட்டியை மோடி பிரதமராகப் பதவியேற்பதற்கு முன்பு வரை கடுமையாக எதிர்த்து வந்தாலும், ஒருநாளும் இந்தக் கும்பல் பன்னாட்டு அழகுசாதன தயாரிப்பு நிறுவனங்கள் இந்தியாவில் தங்கள் பொருட்களை விற்பதற்கு எதிராக ஒரு சிறு போராட்டத்தைக்கூட நடத்தியது கிடையாது. பாரதப் பண்பாட்டை தன்னுடைய யோகாவில் சரி-

சமமாக கலந்து இந்திய மக்களுக்கு விநியோகித்துக் கொண்டு இருக்கும் கருப்புப்பண ஒழிப்புப் போராளி ராம்தேவ் கூட தன்னுடைய பதஞ்சலி நிறுவனத்தின் மூலம் அழகு சாதனப் பொருட்களைத் தயாரித்து மிகக் குறைந்த விலையில் தருவதாக அனைத்து ஊடகங்களிலும் விளம்பரங்கள் செய்து-கொண்டு இருக்கின்றார்.

ஐஸ்வர்யா ராயும், யுக்தாமுகியும், பிரியங்கா சோப்ராவும் பிறந்த இந்த மண்ணில் இன்னும் அழகற்று வாழும் பல கோடிக்கணக்கான பெண்களின் வாழ்வில் ஒளியேற்ற பாபாஜி அவர்கள் தன்னுடைய சொந்த நிறுவனத்தின் மூலமாகவே அழகுசாதனப் பொருட்களை தயாரித்து அழகிகளை உற்பத்தி செய்துகொண்டு இருக்கின்றார். மோடியின் ஆட்சியில் இந்தியாவில் அழகற்ற பெண்கள் என்று யாரும் இருக்க கூடாது என்பதில் கலாச்சாரக் காவலர்கள் மிகக் கவனமாக இருக்கின்றார்கள்.

மனஷி சில்லர் பல கோடி அழகற்ற இந்தியப் பெண்களுக்கு ஒரு முன்னோடியாக மாறியிருக்கின்றார். அழகியாக வாழ்வது ஒரு தவம். தன் உடலை அங்கம், அங்கமாக அளவெடுத்து ஒவ்வொரு பாகத்திற்கும் அழகு சாதன பொருட்கள் தயாரிக்கும் நிறுவனம் ஒரு விலையைத் தீர்மானிப்பது பாரத நாட்டிற்கும் பாரதமாதாவிற்கும் கிடைத்த பெருமை. எனவே இனி அழகற்ற இந்தியப் பெண்கள் தங்களின் உடல்களும் நல்ல விலை போக வேண்டும் என்றால் மினுமினுக்கும் முகப்பூச்சு மாவுகளையும், சுண்டி இழுக்கும் நறுமணத் திரவியங்களையும், குழவைகளையும் பயன்படுத்தி தங்களை அழகாக்கிக் கொள்ள வேண்டும். நீங்கள் உண்மையில் பாரத தேசத்தின் வளர்ச்சியில் அக்கறை உள்ளவர்களாக இருந்தீர்கள் என்றால் பதஞ்சலி தயாரிக்கும் அழகு சாதனப் பொருட்களையே பயன்படுத்துவது இன்னும் சிறப்பானது.

உலக அழகியாகத் தேர்ந்தெடுக்க வெறும் அழகு மட்டுமே பிரதானமானது கிடையாது உங்களுக்குக் கொஞ்சம் அறிவும் இருக்க வேண்டும் என்று பன்னாட்டு நிறுவனங்கள் விரும்புகின்றனர். அழகிப் போட்டியில் உங்களிடம் கேட்கப்படும் மிகக் கடினமான கேள்விகளான 'உங்கள் நாட்டிற்கு நீங்கள் என்ன செய்ய விரும்புகின்றீர்கள்? அழகு பற்றிய உங்களின் கருத்து என்ன?' போன்ற கேள்விகளுக்கு இந்த உலகில் இதுவரை யாரும் சொல்லாத கவர்ச்சியூட்டும் பதில்களை நீங்கள் அளிக்க வேண்டும். அனாதைக் குழந்தைகளுக்கு சேவை செய்வேன் என்றோ, இல்லை அன்னை தெரசா போன்று ஆவேன் என்றோ நீங்கள் பதில் சொல்லலாம். அழகு என்பது 32-24-32 கிடையாது, மனம் தான் உண்மையான அழகு என்று கூட சொல்லலாம்.

இப்படி நீங்கள் கொடுக்கும் பதில்கள் உங்களுக்கு மிகப்பெரிய வரவேற்பை பெற்றுத்தரும். இந்த ஆண்டுக்கான உலக அழகிப் பட்டம் பெற்ற மனஷி சில்லரிடம் 'உயர்ந்த ஊதியம் கொடுக்கும் தகுதியான தொழில் எது? அதற்கான காரணம் என்ன?' என்று கேட்கப்பட்ட கேள்விக்கு அவர், உயர்ந்த ஊதியம் கொடுக்கும் தகுதியான தொழில் தாய்மை என்றும், ஆனால் பணம்

அவளின் வருமானமல்ல, உண்மையான அன்பும்,மரியாதையுமே அவளின் சம்பளம் என்றும் மிக உயர்ந்த வாழ்க்கைத்தொழில் தாய்மை என்றும் கூறி அனைவரையும் ஆச்சரியத்தில் மூழ்க வைத்திருக்கின்றார்.

ஏற்கெனவே இந்தியாவில் 24 சதவீதம் பெண்கள் மட்டுமே ஊதியம் பெறும் வேலைக்கு செல்கின்றார்கள் என்பதும், ஒரு ஆண்டுக்கு சராசரியாக 19.85 லட்சம் கோடி ரூபாய் மதிப்பிலான பெண்களின் உழைப்பு ஊதியமற்ற வேலைகளால் இந்தியாவில் சுரண்டப்படுகின்றது என்பதையும் சேர்த்துப் பார்த்தால், மனஷி சில்லர் கொடுத்த பதிலில் இந்தியாவின் ஆன்மீக லட்சியம் பிரதிபலிப்பதை நாம் புரிந்து கொள்ளலாம். வீட்டில் எந்தவித ஊதியமும் இன்றி சாகும்வரை அடிமை வேலை செய்யும் பெண்களுக்கு அன்பும், மரியாதையுமே போதும் என்பதுதான் இதன் உட்கருத்து. தாய்மையை மிக உயர்ந்த வாழ்க்கைத் தொழிலாகப் பார்க்கும் மனஷி சில்லருக்கு நமது நாட்டின் பிரதமரான மோடியின் சொந்த மாநிலமான குஜராத்தான் சோற்றுக்கு வழியற்ற ஏழைப் பெண்கள் மூலம் வெளிநாட்டு வெள்ளைக்காரர்களுக்கு வாடகைத் தாய் தொழில் மூலம் அதிகம் குழந்தைகளை பெற்றுக்கொடுத்து அதிகம் வருமானம் ஈட்டும் மாநிலம் என்பது தெரியுமா என்று தெரியவில்லை.

அதுமட்டும் அல்லாமல், உலக அழகிப் போட்டியின் ஒரு பகுதியாக நடத்தப்படும் பியூட்டி வித் எ பர்பஸ் (beauty with a purpose) என்ற நிகழ்ச்சியில் உலக அழகிப் போட்டியில் கலந்துகொள்ளும் அழகிகள் புராஜெக்ட் ஒன்றையும் செய்ய வேண்டுமாம். இதற்காக மனசி சில்லர் 'மாதவிடாய் காலத்தில் சுகாதாரம்' என்ற தலைப்பில் 20 கிராமங்களுக்குச் சென்று விழிப்புணர்வுப் பிரச்சாரம் செய்தாராம். பெரும்பாலான ஏழை இந்தியப் பெண்கள் மாதவிடாய் காலத்தில் சானிட்ரி நாப்கின்களைப் பயன்படுத்துவதில்லை என்ற காரணத்தால் இதை அவர் செய்திருக்கலாம். ஆனால் பெரும்பாலான ஏழைப் பெண்கள் அதைப் பயன்படுத்தாததற்குக் காரணம் அதன் விலையே ஒழிய, அதைப் பயன்படுத்தக்கூடாது என்ற எண்ணமெல்லாம் இல்லை.

இதைக் கருத்தில் கொண்டுதான் பெண்களின் மீதும், அவர்களின் சுகாதாரத்தின் மீதும் பெரிய அக்கறை கொண்ட மோடி அரசு சானிட்ரி நாப்கின்கள் மீது 12 சதவீத ஜிஎஸ்டி வரியை விதித்து, மிகக் குறைந்த விலையில் அனைத்துப் பெண்களுக்கும் கிடைக்க ஏற்பாடு செய்தது. மோடியின் இந்த அக்கறையைப் பார்த்துத்தான் பல சமூக ஆர்வலர்கள் நிதி அமைச்சர் அருண்ஜெட்லியின் அலுவலகத்திற்கு சானிட்ரி நாப்கின்களை அனுப்பும் போராட்டத்தை நடத்தினர். இதுவும் கூட அந்த 20 வயதே நிரம்பிய 32-24-32 உலக அழகியான மனஷி சில்லருக்குத் தெரியுமா என்று தெரியவில்லை.

ஆனால் இதெல்லாம் பெண்களை தன்னுடைய சக மனுஷியாய், தன்னுடைய உற்ற தோழியாய், தன்னைவிட எந்தவகையிலும் மானூட சுதந்திரத்தை அனுபவிக்க ஒரு எள்ளளவும் குறைவான தகுதி கொண்டவள் என்று கருதாத இடதுசாரி சிந்தனைகொண்டவர்களின் பிரச்சினை. பன்னாட்டு பெருங்குழும நிறுவனங்களுக்கு அதைப் பற்றியெல்லாம் கவலை இல்லை. அவர்களுக்கு பெண்களின் உடலை சந்தைப்படுத்த வேண்டும், அதை நுகர்வுக்கு ஏற்றதாக மாற்றியமைக்க வேண்டும், அதன் மூலம் பல ஆயிரக்கணக்கான கோடிகளை அள்ளவேண்டும் என்பதுதான் அவர்களின் பிரதான கவலை. அதற்காக அவர்கள் உலக அழகியாகத் தேர்தெடுக்கப்படும் பெண்களின் உடல் பாகங்கள் அனைத்தையும் தங்களின் அழகு சாதனப் பொருட்கள்தான் அழகுபடுத்திக் கொண்டிருக்கின்றன என்று காட்டுவதன் மூலம் அதைக் கோடான கோடி அழகில்லாத பெண்கள் வாங்கிப் பயன்படுத்தி, அவர்களும் தங்கள் உடலை ஒரு வியாபாரப் பொருளாக மாற்றிக்கொள்ள முயல வேண்டும் என்று வற்புறுத்துகின்றன.

பல்வேறு தேசிய இனங்கள், பல்வேறு பண்பாட்டோடு மாறுபட்ட தோற்றத்தோடு வாழும் ஒரு நாட்டில் மனஷி சில்லர் உலக அழகியாக தேர்ந்தெடுக்கப்பட்டது ஒட்டுமொத்த இந்தியப் பெண்களையும் கொச்சைப்படுத்தும் செயலாகும். இது எது போன்றது என்றால் தமிழ்நாட்டில் பத்தினியாக ஒரு கண்ணகி மட்டுமே இன்றுவரை கொண்டாடபப்பட்டு வருவதற்குச் சமமாகும். எப்படி கண்ணகி பத்தினி என்று சிலை வைப்பதன் மூலம் மற்ற பெண்கள் சிலை வைக்க தகுதியற்ற விபச்சாரிகள் என்று முத்திரை தானாகவே விழுகின்றதோ, அப்படித்தான் 120 கோடிக்கும் மேற்பட்ட மக்கள் தொகை கொண்ட ஒரு நாட்டில், அதில் சரிபாதி பெண்கள் உள்ள ஒரு நாட்டில் ஒரு உலக அழகியை தேர்ந்த்தெடுப்பதும் ஆகும். உண்மையில் மானமுள்ள, சுயமரியாதை உள்ள ஒவ்வொரு பெண்ணும் இதை எதிர்க்க வேண்டும். உலக அழகிப் போட்டியை நடத்தும், அதைக் கொண்டாடும் ஒவ்வொருவனும் விபச்சாரத் தரகனைவிட மோசமானவர்கள் என்பதைப் பெண்கள் புரிந்துகொள்ள வேண்டும்.

138. ஆடிக்கழி

ஆடிக்கழிவுக்கு பின்னாடி ஒரு சுவாரசியமான தகவல் இருக்கிறது. ஆடித் தள்ளுபடிக்கும், விவசாயத்திற்கும், நெருங்கிய தொடர்பு உண்டு. அந்த காலத்தில் பொருளாதாரத்தின் அடிப்படை விவசாயம் தான், விவசாயிகள் ஆடி மாதம் பருவ மழையை எதிர் நோக்கி இருப்பார்கள் *ஆடிப்பட்டம் தேடி விதை *என்ற முது மொழிக்கேற்ப,. விவசாயத்தில் நாட்டம் செலுத்துவதால் காசு பணம் இருக்காது.

ஆடிக்காற்றில் அம்மியும் நகரும் ஆனால் அதைவிட லேசான பணம் நகராது (இருந்தால் தானே) அதனால் ஆடி மாதம். அத்தியாவசிய செல-வுக்கே கஷ்ட்டபப்படுவார்கள். இதில் அதிகப்படி செலவுக்கு, எங்கே போக? மேலும் அந்த மாதம் திருமணம் போன்ற நற்காரியங்கள் எதுவும் நடை பெறாததால், ஜவுளிக்கடை மட்டுமல்ல பண்ட, பாத்திரக்கடை, நகைக்கடை எல்லாமே காத்தாடும்.

தெருவெங்கும் வெறிச்சோடிருக்கும்.. கடைகள் தூங்கி வழியும் சரக்குகள் எல்லாம் அழுது வடியும். இதைப்போக்க, ஒரு வெறியுடன் இறங்கிய வணி-கர்கள் வகுத்தவழிதான் (ரூம் போட்டு யோசித்திருப்பார்களோ..வடி வேலு பானியில்..) இந்த ஆடித்தள்ளுபடி, தேங்கியிருந்த நீர் பள்ளம் பார்த்து ஓடுவது போல். தேங்கி கடந்த சரக்குகள் மக்களிடையே வந்தடைந்தன. இதனால் வணிகர், நுகர்வோர் இரு பக்கமும் பலன் பெற்றிருக்கின்றனர். பெற்றுக்கொண்டும் இருக்கின்றனர்

இதன் பிள்ளையார் சுழி(1983) அல்வா புகழ் திருநெல்வேலியில் தான் உதயமானது. இன்று திரும்பிய இடங்களிலெல்லாம் பார்க்கும் நாளிதழ்கள், புத்தகங்கள், மீடியாக்களில் விளம்பரங்களும், திருமண மண்டபம் போல கடைகளில் அலங்காரமும் பார்க்கும் போது மனதை கொள்ளை கொள்-கின்றன கடைத் தெருவெங்கும். திரு விழா காட்சி போல் காட்சியளிக்-கிறது...அன்று தூங்கி வழிந்த கடைகள் இன்று நம்மை தூங்க விடாமல் செய்கிறது. அன்று ஊருக்குள் கொண்டாடிய ஆடிக்கொண்டாட்டம், இன்று, ஆடிக்காற்று போல நாடே பரவிகிடக்கிறது போற்றுகிறது. சொல்லப்போனால் 'எப்படா.. ஆடி என்று, காத்துக்கிடக்கிறார்கள். அதற்காக சீட்டு,கீட்டு போட்டு தனி சேமிப்பு கூட (சுய அனுபவம்) உண்டு..

ஒரு காலம் அமைதியாக இருந்த ஆடி. இன்று தூள் பறக்கிறது ஆடி என்றாலே மனம் பொண்ணூஞ்சல் தான் ஆடுகிறது.

'ஷங்கர்' ஈஸ்ட்மென் கலர்!

ஆடித் தள்ளுபடி என்னும் தகத்தகாய கொள்ளை!!

ஊரிலிருந்து வந்திருந்த உறவுமுறை அண்ணன் ஆடித்தள்ளுபடியில் உடை வாங்க தி நகர் செல்லலாம் என்று அழைத்தான். அதெல்லாம் வேஸ்ட். அதற்கு நல்ல கடையில் நாமே நமக்குப் பிடித்ததை நமக்கு சரிப்படும் விலையில் எடுத்துக்கொள்ளலாம் என்றேன், ம்ஹூம் கேக்கவே இல்லை, தினத்தந்தியில் ஒன்று வாங்கினால் மூன்று இலவசம், ஒன்று வாங்-கினால் ஒன்று இலவசம் என்று ரங்கநாதன் தெருவில் முக்கால்வாசியை வளைத்துப் போட்டிருக்கும் பிரபல கடைகளின் விளம்பரங்களைக் காட்டி இதெல்லாம் பொய்யாடா? என்று எதிர்கேள்வி கேட்டான்.

போதாதக் குறைக்கு டிவியில் வேறு விதவிதமான பாடல்களுடன் டி நகரையே 120% டிஸ்கவுண்டில் தரப்போவதாகவே நம்பவைக்கும் பல லட்-

சக்கணக்கான செலவுள்ள விளம்பரப் படங்கள். இந்த ஆடி விட்டா உனக்கு டிஸ்கவுன்ட்டே கிடைக்காது என்பதுபோல என்னையே கொஞ்சம் தடுமாற வைத்தது. சரி என்று தகத்தகாய டிஸ்கவுன்ட் என்றால் என்னன்னு தெரியுமா ?என்று கேட்டேன். தெரியாது. என்றான், வா டி நகர் போலாம் என்று கூட்டிப் போனேன். மாம்பலம் ரயில் நிலையத்திலிருந்து முதலில் ஒன்று வாங்கினால் மூன்று இலவசம் என்ற அந்த கடைக்குள் மும்பை புறநகர் ரயிலில் பீக் அவரில் ஏறும் லெவலில் இருந்த கூட்ட நெரிசலில் திக்கித் தெணறி உள்ளே நுழைந்தோம், எனக்கு ஏனோ பாய்ஸ் படத்தில் சுஜாதா எழுதிய வசனம் நினைவுக்கு வந்தது.

மருந்தளவுக்குக்கூட ஏசி வேலை செய்யவில்லை. 20 சதுர அடியில் 25 பேர் நின்றுகொண்டிருந்தார்கள்.

''என்ன வேனும் சார்?''

''ஏங்க அந்த ஒண்ணு வாங்கினால் மூணு..''

ஏளனமாக ஒரு பார்வை பார்த்து, ''அது மொத மாடி''

சரி என்று திருப்பதி க்யூவை விட பயங்கரமான இருந்த அந்த க்யூவில் ஒரு மீட்டருக்கும் குறைவாக இருக்கும்போல் தெரிந்த மாடிப்படிகளில் இறங்குபவர்களும் ஏறுபவர்களும் தோளோடு தோள் உரச ஒரு வழியாக ஏறி முதல் மாடி அடைந்தோம். எங்கு நோக்கினும் ஜனத்திரள், சூப்பரான ப்ராண்டு பேண்டுகள் அடுக்கி வைக்கப்பட்டிருந்த இடத்தில் கூட்டமே இல்லை. டேய் இங்கியே முடிச்சடலாம்டா கூட்டமே இல்லை என்றான் அண்ணன். எனக்கு டவுட் அதிகமாகியது. ஆனால் அந்தக் கவுண்டருக்கு மேலே மானாவாரியாகத் தொங்கிக்கொண்டிருந்த 1க்கு3 அட்டைகள் குழப்பியது.

என்னுடைய அண்ணன் என்னைப் பார்த்தான், பார்த்தியாடே கூட்டத்தைப் பார்த்திருந்தா இந்த மாதிரி ப்ராண்டேட் பேண்ட்டு 600 ரூவாய்க்கு மூணு கிடைச்சிருக்குமாடே என்ற கேள்வி அவன் பார்வையில்ருந்து என்னைத் துளைத்தது. சரி சரி ஆவட்டும் பேண்ட்ட வாங்கு என்று சைகை காட்டி அவன் அருகில் சென்றேன்.

அவனுடைய சைஸைக் கேட்டு அவர் மள மளவென்று பேண்ட்டுகளை எடுத்து காண்பித்தார். எல்லாம் 1000 ரூவாய்க்கு மேல் இருந்ததால் அந்த விற்பனையாளர் தலைக்கு மேல் தொங்கிக்கொண்டிருந்த 1க்கு 3 விளம்பரத்தைக் காண்பித்து இதுல ஆயிரம் ரூபா பேண்ட்டே இல்லையே என்றேன்.

சடக்கென்று ஒரு புழுவைப் பார்ப்பது போலப் பார்த்த அவர், ''சார்.. அதெல்லாம் பத்தாம் நம்பர் கவுண்டர்லதான் இதுல எதுவும் டிஸ்கவுண்ட் கிடையாது என்றார்.'' அப்பொழுதுதான் கவனித்தேன் ஏன் நாங்கள் இருந்த இடத்தில் கூட்டமில்லாமல் எதிர்புரத்தில் மக்கள் மொய்த்திருக்கிறார்கள் என்று. ஒன்றும் புரியாமல் பத்தாம் நம்பர் கவுண்டர் சென்றபிறகுதான் தெரிந்-

தது குப்பை மலைபோல அழுக்கடைந்த, தையல் பிரிந்த பேண்டுகள் குமித்து வைக்கப்பட்டிருந்தன. இன்னும் கொடுமை அதில் எல்லா சைஸுகளும் இருந்ததுதான். நமக்கு வேண்டியதை அந்த குவியலில் இருந்து உறுவி எடுக்கவே திறமை வேண்டும். நான் மீண்டும் கடையின் சீலிங்கைப் பார்த்தேன். இரண்டடிக்கு இரண்டடி ப்ராண்டட் பேண்டுகள் 1க்கு மூன்று என்று அட்டைகள் தொங்கியது.

போதாதகுறைக்கு எல்லா கண்ணாடியிலும் ப்ரிண்டவுட் எடுத்து ஒட்டி வைத்திருந்தனர். சரிய்யா எங்க ப்ராண்டட் என்றால் வாய்க்கு வந்த பெயரில் 'ஹிமேன்' 'ஓமேன்' 'எஸ்மேன்' 'நோமேன்' என்று ஒரு பெயர் வைத்து அட்டகாசமான லேபிளை இடுப்பருகே தைத்து வைத்து ப்ராண்டேட் என்று ஏமாற்றும் சூத்திரம் புரிந்தது.

நான் அண்ணைப் பார்த்தேன். ''இந்தக் கடை வேணாம்டா அந்தக் கடைக்குப் போலாம் முருகன் வேல் நம்மைக் கைவிடாது'' என்று எதிர் வரிசையில் இருக்கும் இன்னொரு பிரபலக்கடைக்குச் சென்றோம். அங்கேயும் சீலிங் முழுக்க ஒன்று வாங்கினால் ஒன்று இலவசம் என்று (ரெம்ப நியாமானவயங்க பாஸ்) ஒரு அடிக்கு ஒன்றாக அட்டைகள் கலர் கலராகத் தொங்கிக்கொண்டிருந்தது. சிண்டிகேட் போட்டுகிட்டுத்தான் ஏமாத்தறாங்கபோல என்று நினைத்துக்கொண்டேன். ஒன்றுக்கு மூன்று போய் ஒன்றுக்கு ஒன்று என்று அண்ணன் அரை மணி நேரத்திலேயே மனதைத் தயார்படுத்திவிட்டது வியப்பளித்தது.

குழந்தைகளுக்கான உடைகள் பிரிவில் சென்று முதலிலேயே அவன் கேட்டான், ''ஒன்னு வாங்கினா ஒன்னு ப்ரீ...?? அது அந்த மொத வரிசைல இருக்கு பாருங்க அதுமட்டும்தான்.'' மொத்தமே முப்பது உடைகள், அதுவும் பல அளவுகளில்,, தரமற்றதாக... மற்ற உடைகள் எல்லாமே 400 ரூவாய்க்கு மேற்பட்டவை.

அண்ணன் நொந்துவிட்டான். நான் மற்ற மக்களைப் பார்த்தேன். இவ்வளவு கும்பலும் ஞாயிற்றுக்கிழமையும் அதுவுமாக குடும்பத்தோடு இங்கே வருவது இந்த விளம்பரங்களைப் பார்த்து ஏமாந்துதான் என்பது புரிந்தது.

வந்தது வந்தாச்சு வெறுமனே செல்லமுடியாது, ஏதாச்சும் வாங்கிட்டுப்போவோம் என்று அவர்கள் மற்ற நாட்களில் சாகவாசமாக தேடி வாங்கும் உடைகளை இந்த கும்பலில் மிதிபட்டு கசங்கி நசுங்கி என்ன ஏதென்றே சரி பார்க்காமல் அதிக விலை கொடுத்து வாங்கிச் செல்லும் அவஸ்தை புரிந்தது. மிகப்பெரிய கடைகள் அனைத்தும் இந்த ஏமாற்று வேலையில் கொஞ்சம்கூட மனசாட்சி இல்லாமல் சில ஆயிரம் ரூவாய் யாரும் விரும்பாத சரக்கை தள்ளுபடியில் ஒரு மூலையில் காண்பித்துவிட்டு கடையில் இருக்கும் அனைத்துமே தள்ளுபடி என்ற மாயையை விளம்பரம் மூலம் ஏற்படுத்தி மக்களை பெரும்திரளாக வரவழைத்து பகல் கொள்ளை அடிக்கின்றனர்.

இத்தனைக்கும் இவர்கள் எல்லாம் அதிகம் அறியப்பட்ட கடைகள்தான், விளம்பரங்களுக்கு செலவிடும் தொகையை நியாயமான டிஸ்கவுண்ட்டாக அளித்தாலே பரம்பரை பரம்பரையாக விசுவாசமாக மக்கள் வாங்க முன்வருவார்கள். ஆனாலும் ஒரு ஆட்டு மந்தையை விதவிதமாக டிஸ்கவுண்ட் கொம்பு கொண்டு வளைப்பதிலும் ஒரு குரூரம் இருக்கிறது போல.

01. முதலில் ரயில்நிலையம் அருகில் இருக்கும் கடையில் படிக்கட்டுகள் மிகவும் குறுகியவை. ஏதேனும் தீ விபத்து அசம்பாவிதம் என்றால் கடை வாசலில் பைகளை செக் பண்ணும் இருவர் தவிர்த்து மற்றவர்கள் உடல் கருகி இறக்கும் அளவிற்கு கட்டுமான டிசைன் இருக்கிறது. இந்த மகா இலவச ட்ரென்டையே விளம்பரங்களில் ஆரம்பித்து வைத்தவர்கள் இவர்கள்தான், அடுத்த வருஷம் 1 வாங்கினால் 100 இலவசம் என்று விளம்பரம் வந்தாலும் வரும். சேப்டி முக்கியம் என்று நினைப்பவர்கள் அந்தப் பக்கமே தலைவைத்துப் படுக்காமல் இருப்பது உத்தமம். இல்லையென்றால் இன்சூரன்ஸ் கம்பெனிகூட நீங்கள் சூசைட் பாயிண்டிற்குச் சென்றீர்கள் என்று க்ளெயிம் மறுக்கக்கூடும்.

02. இரண்டாவதாகச் சென்ற அந்த பிரபல கடை ரெம்ப யோக்கியம் ஒன்றுக்கு ஒன்றுதான் ப்ரீ. முதல் கடைக்குச் சென்று வெறுத்துப்போய் வருபவர்களுக்கு, நாங்க அவங்க அளவுக்கு கேடி இல்லைங்க மூணெல்லாம் தரமாட்டோம் ஒரு ப்ரீதான் என்று உள்ளே இழுக்கும் தகத்தகாய டெக்னாலஜி. வருபவனை கருவேப்பிலையாவது விற்று காசை புடுங்கிக்கொள்ள வாசலிலேயே காய்கறி விற்கிறார்கள்.

03. ப்ளாஸ்டிக் பைகள் உலகிலேயே இங்கேதான் மிக அதிக அளவில் புழங்கும் என்று நினைக்கிறேன். முன்பெல்லாம் பிக் ஷாப்பர் போன்ற ஒரு கட்டைப் பைகள் தருவார்கள் ஆனால் கூட்டத்தில் அதற்கெல்லாம் அவர்களுக்கோ, மக்களுக்கோ நேரமில்லை போல ப்ளாஸ்டிக் பைகளில் அமுத்தி அனுப்பிவிடுகிறார்கள். ஒவ்வொருவர் கையிலும் குறைந்தது இரண்டு பைகளாவது இருக்கிறது.

04. அந்தப் பிரபல கடையின் வாசலில் சாக்கோ பார் விற்றுக்கொண்டிருந்தார்கள், சரி தாகத்துக்கு தண்ணீர் எடுத்துவரவில்லை இதாவது இரண்டு சாப்பிடலாம் என்று அண்ணன் வாங்கினான், சில பெண்கள் குழந்தைகளுடன், அந்தக் கடையிலேயே பொருட்கள் வாங்கிய பைகளை அந்தக் கடை வாசலில் வைத்துவிட்டு குழந்தைகளுக்கும் அவர்களுக்குமாக சாக்கோ பார் வாங்கி சாப்பிட்டுக்கொண்டிருந்தனர். திடீரென்று அந்த ஐஸ் விற்ற கடைப் பெண் அங்கே மரப்படியில் உட்கார்ந்திருந்தவர்களை இங்கே உட்காரக்கூடாது எழுந்திருங்கள் என்று விரட்டினார். பாதி ஐஸ் தின்ற கையோடு குழந்தையும் அந்தப் பெண்களும் முழித்தனர். அந்தக் கடையில் வாங்கிவந்த பைகளை எடுத்ததுதான் தாமதம் அந்தக் கடைப் பெண் ஒரு குடம் தண்ணீரை எடுத்து அந்த மரப்படியில் ஊற்றினார். எனக்கு கோபம் வந்தது. ஏம்மா தண்ணி

ஊத்தின? இப்ப அவங்க பை எல்லாம் எங்க வைப்பாங்க உங்க கடையில வாங்கிய கஸ்டமருங்கதானே? என்று கேட்டேன்.

கடை வாசல்ல உக்காரக்கூடாதுங்க, அப்புறம் எப்படி கஸ்டமர் வருவாங்க என்று தெனாவட்டாக பதில் சொன்னது. அந்தப் பெண்களுக்கும் கோபம் வந்தது, உன்கிட்டதானே வாங்கினோம் சாப்ட்டுமுடிக்கறதுக்குள்ள ஏன் தண்ணி ஊத்தின என்று குரல் உயர்த்தவும், நான் அந்தப் பெண்ணிடம் உங்க மேனேஜரையோ ஓனரையோ கூப்பிடு என்றேன், என்னாத்துக்கு என்று கேட்ட பெண்ணிடம் இது உங்க கடை இடமா நீ ரோட்ல மரப்படி போட்டு வியாபாரம் பண்ணிட்டு எங்க கிட்ட சட்டம் பேசறியா? இதுவரைக்கும் மக்கள் நடக்கற இடம்னுதானே கோர்ட்டு இடிச்சி வெச்சிருக்கு, நீ ஏன் நாங்க நடக்கற எடத்துல படிக்கட்டு வெச்ச? யாரக் கேட்டு அங்க தண்ணி ஊத்தின? கூப்டு உன் இன்சார்ஜை என்று சவுண்ட் விட்டதை அந்தப் பெண் எதிர்பார்க்கவில்லை.

உடனே உள்ளே இருந்து யாரோ வந்து சாரி சார் என்றார். கோர்ட் உங்க கடையெல்லாம் இழுத்து மூடி சீல்வெச்சாக்கூட தப்பே இல்லய்யா என்று சொல்லிவிட்டு, அந்த எழுப்பப்பட்ட பெண்களிடம் சாப்பிட்ட ஐஸ் குச்சி பேப்பரையெல்லாம் அந்தப் படியிலேயே வீசி போடச்சொன்னேன், கையில் வேறு குப்பைகள் இருந்தாலும் அங்கேயே போடுங்கள் என்றேன். திருப்தியோடு பொதுமக்கள் சேவைசெய்து அங்கே இருந்து நகர்ந்தோம்.

05. இந்த மாதிரி நேரங்களில் முக்கியமாக நான் ஒரு விஷயம் செய்வேன். சரி ஆனது ஆச்சு வந்தது வந்துட்டோம் வேற எதையாச்சும் வாங்குவோம் என்பது கிடையாது. நேர்மையான, உண்மையான வர்த்தகம் தவிர்த்து இதை ஊக்குவிப்பதே இல்லை. யோசித்துப்பாருங்கள்.. இந்த டிஸ்கவுண்டிற்காகவே வருபவர்கள் முதலில் அதைத்தான் கேட்கவேண்டும் அது இல்லை அல்லது ஏமாற்றப்படுகிறோம் என்று தெரிந்தால் முழுக்க புறக்கணித்துவிட்டுச் செல்வதே மீண்டும் அவர்கள் இந்த ஏமாற்று வேலை செய்யாமலிருக்க உதவும். ஆனால் கும்பலைப் பார்த்தால் நீங்க சொம்மா கடைக்கு வந்தாலே நாங்கள் ஆயிரம் ரூபாய் புடுங்கிப்போம் என்று சொன்னாலும் வருவார்கள் என்றுதான் தோன்றுகிறது.

06. விபத்துகள் பல நடந்தும் நெரிசல் நேரங்களை மக்கள் தவிர்க்கவிரும்புவதும் இல்லை. நெரிசலில் கைக்குழந்தைகளை கூட்டிவருபவர்களை என்ன சொல்ல?

07. ரங்கநாதன் தெருவில் கோர்ட் ஆர்டர்கள் எல்லாம் இப்பொழுதே காற்றில் பறக்கவிடப்பட்டுள்ளது, மீண்டும் மூன்றடி சாலையாக தீபாவளிக்குள் ஆகிவிடும். மீண்டும் ஏதாவது ஒரு விபத்து நடந்தாலொழிய இதற்கு தற்கால விடிவு வராது. அந்த விபத்தும் ஏதாவது ஒரு விவிஐபி குடும்பத்திற்கு வந்தால் கொஞ்சம் பலமான விடிவு பிறக்கலாம். பணம் என்னவேண்டுமானாலும் செய்யும் என்பதற்கு இந்தத் தெரு உலகிற்கே ஒரு உதாரணம்.

08. இந்தப் பெரிய கடை உள்ளே சென்று ஏமாறுவதற்கு ப்ளாட்பாரத்தில் பேரம் பேசி ஒன்றுக்கு மூன்று பொருள் வாங்கலாம், நிச்சயம் கடையில் வாங்குவதை விட சிறிது அதிகமாகவே உழைக்கும்.

09. ப்ராண்டெட்தான் வேண்டுமென்று அடம்பிடிப்பவர்கள் அதற்கென இருக்கும் கடைகளில் வாயைக் கட்டி வகுத்தைக் கட்டி ஒரு பேண்ட் 6000 ரூவாய், ஒரு பெல்ட் 2500 ரூவாய் ஒரு ஜட்டி 1000 ரூவாய் என்று வாங்கிக்கொள்வது இன்னும் உத்தமம், சரியான பில் கிடைக்கும் ஏதேனும் பிரச்சனை என்றால் பொறுமையாக பதில் சொல்வார்கள். தரமும் சிறப்பாக இருக்கும்.

10. இங்கிருக்கும் பெரும்பாலான கடைகள் ஒரே இடத்திலிருந்துதான் பொருட்களை வாங்குகின்றன, விதவிதமான விலைகளில் அவர்கள் விற்கிறார்கள். இங்கே சூப்பர் அங்கே சுமார் என்பதெல்லாம் மனப் பிராந்தி.

11. அதெல்லாம் முடியாதுங்க பரம்பர பரம்பரையா நாங்க தள்ளுபடியில்தான் பொருட்கள் வாங்கறது என்பது உங்கள் ஜீனில் ஊறிக்கிடந்தால் ஒன்றும் பாதகமில்லை. குடும்பத்தோடு செல்வதற்கு முன்பாக நீங்கள் மட்டும் தனியாகச் சென்று விளம்பரப்படுத்தியதற்கும் விற்பனைக்கும் ஏதேனும் சம்பந்தமுண்டா என்று பரிசோதித்துவிட்டு, ஏமாந்தே தீருவோம் என்றால் பிறகு குடும்பத்தோடு செல்லுங்கள்.

12. இதற்காகவெல்லாம் எந்தக் கட்சியும் தலைவர்களும், புலனாய்வுப் பத்திரிக்கைகளும் மாநாடோ கவர் ஸ்டோரியோ போராட்டமோ நடத்த மாட்டார்கள். ஏனென்றால் அதுதான் அவர்களின் விளம்பர, டொனேஷன் தர்மம். ஆனால் நமக்குத் தேவை பகுத்தறிவு. அதற்காகத்தான் இந்த இடுகை.

ஆடி ஸ்பெசல் டிஸ்கி:

இந்தப் பதிவுக்கு ஓட்டுப் போடுபவர்களுக்கு மூன்று ஓட்டு இலவசம்.

ஆடி மாதம் அம்மன் கோவில்களிலெல்லாம் கோலாகலமாய் இருக்கும். சில அம்மாக்கள் வீடோ அமளி துமளியாய் இருக்கும்.

ஆம், திருமணமான மகளுக்கு *தலை ஆடி *என்றால் அவளை வீட்டிற்கு அழைத்து வர வேண்டும். அப்படி அழைக்காத மாமியாரை கிராமத்தில் கேலி, கிண்டலுமாக கலாய்ப்பார்கள்.

*"ஆடிக்கு அழைக்காத மாமியாளை தேடிப் பிடித்து அடிக்க வேண்டும்." என்று. இதில் *அடி*என்பது அடி தடியல்ல.. மாமியாள் வீட்டில் தம்படி,சம்படி அடிக்கனும்.. அதாவது *ஆடி ச்சீர்* வாங்கனும். ஆடி மாதம் முடிந்து, மகளை வீட்டிற்கு, அனுப்பும் போது வெறுங்கையோடு அனுப்பக்கூடாது, மொத்த குடும்பமே சாப்பிடும் அளவுக்கு பட்ஷணங்கள், தம்பதியர்களுக்கு புத்தாடைகள் எடுத்துக் கொடுக்க வேண்டும். வசதியுள்ள வீட்டில் மாப்பிள்ளைக்கு மோதிரமெல்லாம் போடுவார்கள்.

இந்த சுவாரசியத்தில்,சித்திரை மாதம் குழந்தை பிறப்பை தடுக்கவே தம்பதியர்கள் பிரித்து வைக்கப்படுகின்றனர் என்ற விஷயத்தை கூட மறந்து

விடுவார்கள் போலும். இதெல்லாம் பார்த்து தானோ என்னவோ எவனோ ஒரு மகராசன் 'ஆடிக்கழிவு' என்ற திட்டத்தை கொண்டு வந்திருக்கிறான் போலும். இதனால் மலிவான விலையில் ஆடை கிடைக்கும் போது யார் தான் விடுவார்கள்.

இப்பொழுதெல்லாம் 'எல்லாரும் இந்நாட்டு மன்னர்' என்பது போல் எல்லோருமே புத்தாடைகள் எடுக்கிறார்கள்.

ஆரம்பத்தில் ஆடையில் வந்த தள்ளுபடி, தற்போது இரும்பு, தங்கம், வைரம் என்று நாம் பயன்படுத்தும் எல்லா பொருட்களுக்குமே வந்து விட்டது (டாஸ் மாக் உள்பட)..

ஆரம்ப காலத்தில் ஆடிக்கழிவு என்றாலே, பழைய ஸ்டாக், சாயம் போனது நூலிழை பிரிந்தது இப்படி ஏதோ குறையுள்ளதாகவே இருக்கும். தற்போது அப்படியல்ல. ஆடை தயாரிக்கும நிறுவனத்திலிருந்தே சலுகை விலையில் கடைகளுக்குத்தர நமக்கும் சலுகை விலையில் தரமான துணிகளை பெற முடிகிறது. ஆடி தள்ளுபடி என்றாலே, ஏதோ,பஞ்சபழசு என்று ஓட வேண்டாம். துணிந்து வாங்கலாம். வாங்க ஆடியை கொண்டாடலாம் குதூகுலத்தோடு

139. கணக்கு வாத்தியார் - பரியான்

எல்லா கணக்குகளையும் தப்பு தப்பாகப் போடுவதற்கும் ஒரு திறமை வேண்டியிருந்தது.அது சிற்சபேசன் வாத்தியாரிடம் கச்சிதமாகவே இருந்தது.அவரென்ன செய்வார் ? எப்படிப் பார்த்தாலும் அவர் பூகோள வாத்தியார்தானே ?.அவர் போட்ட நாலைந்து கணக்குகளுமே தப்பாகிப் போனதுதான் பிரச்சினையே. அதுவும் அவர் ஓய்வு பெற்ற காலகட்டத்தில்.

தன் பையன்கள் இரண்டு பேருக்கும் அடலேறு, ஆடலழகன் என்று பெயர் வைத்திருந்தார். தமிழ் நாட்டில் தமிழில் பெயர் வைப்பது பற்றின் வெளிப்பாடு மட்டுமல்ல. தறுகண்மையும் கூட என்பது அவர் கணக்குகளில் ஒன்று.

அது ஒரு ஜூன் மாதம். ஆமாம் நன்றாகவே நினைவில் இருக்கிறது. அவர் பணி புரிந்த பள்ளிக்கூடத்தின் ஐம்பது ஆண்டுகள் நிறைவை ஒட்டி பெரிய விழாவுக்கென்று ஏற்பாடுகள் செய்யப்பட்டு ஊர் முழுவதும் ஒரே கோலாகலம்.. கலக்டர், எம்.எல்.ஏ என்று பிரமுகர்கள் வருகையோடு அவரையும் முதன்மைப்படுத்தி மலர் வெளியிடுவதென்று அவரை சிறப்பாக அழைத்திருந்தார்கள் அந்த விழாநாளும் அந்த மாத பென்ஷன் வாங்கும் நாளும் ஒன்றாக வந்தது.. அதனால் அடலைக் கூப்பிட்டு பென்ஷன் வாங்கும் வேலைய கொஞ்சம் போய் பார்த்துட்டு வாப்பா என்று அதற்கான ஒப்புதல் தாட்களைக் கொடுத்தார்.அவனுக்கு அன்று இரவுப் பணிதான் என்பதால் தனியாக லீவுஎடுக்க வேண்டிய தேவையும் இல்லை.

ஒரு நிமிஷம் போய் சொல்லிட்டு வந்திடறேன்னு உள்ளே போனவன்தான்.சிறிது நேரம் கழித்து வந்தான். தம்பிகிட்ட கொடுத்திருக்கம்பா; இதோ பொறப்பட்டுக் கிட்டிருக்கான்பா என்றான்.இரண்டு பேரும் ஒரே ஊறலிலான மட்டைகளே என்றாலும் வெவ்வேறு வேலைகளைப் பிரித்துதான் கொடுப்பார்.சின்னவன் பணப்பட்டுவாடா, பணப்பரிமாற்றம் எதுவாக இருந்தாலும் தனக்கு குறிப்பிட்ட சதவீதம் நிறுத்திக்கொள்ளுவான். கடைக்காரர்கள் ஆடித்தள்ளுபடி, ஆவணித்தள்ளுபடி போல இது ஆடல் தள்ளுபடி. எப்படியிருந்தாலும் பெட்டிப்பாம்பாக ஆகி விட்டது வீட்டில் மட்டுமல்ல வெளி வேலைகளிலும்தான். ஆனால் என்ன ? அவர் கணக்கு தப்பாகப் போனதாகச் சொல்லமுடியாது. ஏனென்றால் அவர்கள் ரெண்டுபேருமே எண்கணித அடிப்படையில் தமிழ்ப் பெயரிலிருந்து நவீனமாக மாற்றிக்கொண்டு விட்டார்கள்.

இன்றைய வேகமும் விறுவிறுப்பும் கூட்டுக் குடும்பம் என்ற ஓட்டைப் பிரிக்கும் என்று ஆகிவிட்டபடி அவர் வெளியே வந்து தனியே சுவர் எழுப்பாமல் பெரியவன் வீட்டுப் பக்கவாட்டில் சாரம் இறக்கியது போல இறக்கி விட்டார். அதையே வீடு போல ஆக்கி தங்க ஆரம்பித்தார்கள். சாதம் மட்டும் வடித்துக்கொண்டு சாம்பார், பொரியல் போல மற்றது கொடுக்கச்சொல்லி கேட்டார்.அவர் கேட்ட தாமதம்,கொஞ்ச நேரத்தில் ஒரு பட்டியலோடு வந்தான் சின்னவன்.. குறுக்கும் நெடுக்குமாக கோடுபோட்டு ஒரு தாள்.. கட்டம் கட்டவில்லை. அவ்வளவுதான்..இருவரில் சுட்டி இவன்தான் என்பது இதுதான் போலிருக்கிறது. தேதி,கிழமை வரிசைப் படுத்தி யார் வீட்டிலிருந்து ரசம், எங்கிருந்து சாம்பார், பொரியல்,கூட்டு இதற்கான ஏற்பாடு, யார் கொண்டு வந்து கொடுப்பார்கள்,ஊருக்குப் போயிருந்தால் என்ன மாற்று ஏற்பாடு என்று துல்லியமாகப் பட்டியலிட்டிருந்தது.

அவர் வேலை பார்த்தபோது சில பாடம் நடத்தும் ஆசிரியர்கள் ஒத்துப் போகாதபோது,தலைமை ஆசிரியர்க்கு உதவியாக இவர்தான் வகுப்பு, ஆசிரியர்,பாடவேளை என்று அட்டவணையாகவே போட்டுக் கொடுப்பார். ஏதோவொரு விதத்தில் அந்த சாமர்த்தியம் அப்படியே தொடர்கிறது போலும்.

ஒரே குடும்பத்தில் அக்கா,தங்கை இரண்டு பேரையும் அண்ணன்,தம்பிக்கு கல்யாணம் செய்து வைத்தால் ஒற்றுமையாக இருப்பார்கள் என்று இவர்தான் இப்படி ஒரு கணக்கு போட்டார்.அந்தக் கணக்கும் தப்பாகப்போய் விட்டதென்று சொல்ல முடியாது.இவரைக் காயப்படுத்தி,கதறடிப்பதில் பட்டியல் போட்டு ஒற்றுமையாகத்தானே இருக்கிறார்கள் அக்கா தங்கை ரெண்டு பேரும் ?

எங்கோ பிறந்து,கல்லூரி படித்து, வேலைக்கு வேறிடம் வந்து, கடைசிக் காலத்தில் எங்கே தேங்கி திகைத்துப்போய் கிடக்கப் போகிறோம் என்று இப்போதே முடிவு செய்யமுடியாதென்று, ஸ்ரீரங்கத்தில் பெருமாள்சன்னிதியிலிருந்து எட்டிப்பார்க்கும் தூரத்தில் அரண்மனை போன்ற மனை என்ற விளம்-

பரம் பார்த்து இதை வாங்கிப்போட்டு வைத்தாலென்ன என்று முடிவு செய்தார் நெருங்கியபின்தான் தெரிந்தது.நூற்றிருபதுஅடி உயரத்துக்கு மேடையெழுப்பி தொலைநோக்கி வைத்துப்பார்க்கும்போதுதான் எட்டிப்பார்க்கும் தூரம் என்பது- என்று. மனைமட்டும் வாங்கிப்போட்டு விட்டாரேதவிர வீடுகட்டுவதற்கு நேரம் வரட்டும். பார்த்துக் கொள்ளலாம் என்று விட்டுவிட்டார்.

இதற்கப்புறம்தான் தலைவலியும், கழுத்து வலியும் வேறுவேறு வேஷம் போட்டுக்கொண்டு வந்தன. பஸ்நிலையத்தை வேறுஇடத்துக்கு மாற்றுவது என்ற யோசனை கட்சிக்காரர்கள் தலையில் வேர்விட்டு இவர்வாங்கிய மனையின் பக்கம்தான் புதிய பேருந்து நிலையம் என்று தீர்மானமானது. இவர் மனையில் டயர்கள், காலிபாட்டில்கள் என்று ஒவ்வொன்றாக குவியத் துவங்கின. சாமியார் பூனைவளர்த்த கதையாக ஆனது. இந்த மாதிரி தொந்-தரவுகளைத் தவிர்ப்பதற்காக,பக்கத்திலிருந்த பூக் கடைக்காரரை பார்த்துக்-கொள்ளச் சொல்லலாம் என்று அருமையான யோசனை கொடுத்தார் ஒரு-வர். அவர் பையன்களை மாசத்துக்கு ஒரு முறையாவது போய் பார்த்து விட்டு வரச்சொன்னால் அவன்கள் இரண்டு பேருமே காது ஒன்று இருப்ப-தாவே காட்டிக்கொள்ளவில்லை.

அவ்வளவு ஒற்றுமை. ரொம்பநாளாகிறதேவென்று சமயபுரம் திருவிழா-வையொட்டி பார்த்துவிட்டு வரலாம் என்று போனவர்தான். அவர் மனையில் திருவரங்கம் இளநீர் என்று பெயர்ப்பலகை மற்றும் கைபேசி எண்ணோடு வியாபாரம் பரபரப்பாக நடந்துகொண்டிருந்தது. திரைகளை நீக்கியபின்தான் ஜோதி தெரிவது போல வாரம், மாதம் என்று திரைகளை நீக்கியபின்தான் ஆரம்பத்தில் காவலாளி மாறி பார்த்துக்கிறேன்னு சத்தியம் செய்த ஆள்தான் அந்த பிரகஸ்பதி என்பது தெரிந்தது. இதற்குமேல் அந்த வார்டு கவுன்சில-ருக்கு பினாமியென்பது அவனுடைய தகுதிப் பட்டியலின் முக்கியமான இன்-னொரு அம்சம்.இதற்கு என்ன செய்யலாம் என்று அந்தப் பகுதி வெள்ளை வேட்டிகளைப் பார்த்துவிட்டு வரலாம் என்று புறப்பட்டால் ஒவ்வொரு இடத்-திலும் அண்ணனைப்பார்த்துட்டு வாங்க என்று ஒரே மாதிரியான பதிலே எதிர் கொண்டார்.

அதன் சூட்சுமம் என்னவென்று கண்டுபிடிக்க அவர் எடுத்த முயற்சிக்கு பூகோளத்தில் டாக்டர் பட்டமே வாங்கியிருக்கலாம்.இதுஇப்படியே நீண்டு-கொண்டேபோனதும் நீதிமன்றம்தான் புகலிடம் என்று போனவருக்கு வனவாச கணக்கெல்லாம் தாண்டி முடிந்தாலும் தீர்ப்பான தொகையை வாங்கிக்கொ-டுப்பதற்கு வக்கீல் விழுக்காடு விழுங்கினால்தான் ஆச்சு என்று. விடாப்-பிடியாக இருந்தார்.. வாங்கிய பீஸ் வாதாட மட்டுமே என்பது அவர் வாதமாக இருந்தது. இவர் மனையில் கடை போட்டவனை வெளியேற்று-வதற்கு போலிஸ் தரப்பிலும் கேட்டதைப் பார்த்து இவர் ஆடிப்போய் விட்-டார். பையன்களும் எனக்கு மட்டுமா கொடுக்கப் போகிறார்னு ஐச்சாட்டியமா அசையமாட்டோம்னு இருந்துகிட்டானுவ.

இதுக்கு மத்தியில பழையபள்ளிமாணவர்கள் சந்திப்பாக ஏற்பாடு செய்த விழாவுக்கு அழைத்தார்கள் என்று போயிருந்தார். ஜெயப்ரகாஷ், கோபால-கிருஷ்ணன் என்று அவரிடம் படித்து உயர் பதவியில் இருப்பவர்கள் வந்து சந்தன மாலை அணிவித்து. நினைவுப் பரிசும் அளித்து வணங்கி நின்-றார்கள். அவர்களோடு கூடவே அந்தக் கூட்டத்திலேயே நெடுநெடுவென்று அண்ணாந்து பார்க்கும்படியான உயரத்தில் இருந்தவரைப் பார்த்து அவரால் நினைவுக்குக் கொண்டு வர முடியவில்லை.

சார் என்ன ஞாபகம் இருக்கா? எப்பவுமே முதல்ல வருவானே பாலக்கு-மார் அவன் கூடவே வால் மாதிரி ஒட்டிக்கிட்டே வருவேனே அந்த டேவிட்-தான் சார் நான்.

ஆமாம் டிஸ்கன்டினியூ இல்ல ?

அதனால என்ன சார் ? கற்றுக்கொள்ளாத மாணவன் காணிக்கைன்னு சொல்லி ஒரு புத்தகம், காசோலை,ஒரு கட்டிடத்தின் வெளிப்புறத்தை வரைந்து லேமினேட் செய்த கோப்பு என்று கொடுத்து விட்டுப்போனான். சார் சாயங்காலம் வந்து அம்மாவையும் பாக்கிறன் சார் என்று போனான். வீட்டில் வந்து பார்த்தபோது அந்த காசோலை தீர்ப்பளிக்கப் பட்டு வாங்-கித்தரச்சொல்லி வக்கீலிடம் மன்றாடிய தொகை. அந்த வரைபடம் அவர் மனையி லிருந்த கடையை அப்புறப்படுத்தி சுற்றுச்சுவர் கட்டி எடுத்தபடம். மாடு மேய்க்கத்தான் லாயக்கென்று சொல்லப்படுபவர்கள் உருப்படமாட்டார்-கள் என்பது அவர் போட்ட மூன்றாவது கணக்கு. அதவும் தப்பாகிப் போனா-தற்கு சாட்சியாக இதோ இந்த டேவிட்

இன்னும் ஒருநாள்.வேகவேகமாக வீட்டுக்குள் வந்த கஸ்தூரிபாய் முரு-கன்பட காலண்டர் ஆணியில் தொங்க விட்டிருந்த பையை எடுத்து சேலை, ரவிக்கை என்று ஒவ்வொன்றாக அடுக்கி வைக்க ஆரம்பித்தாள். பெரிய கோணிசாக்கை படுக்க வைத்த அகலத்துக்கு இருக்கும் அந்தப் பை. ஒரு வாரத்துக்கான துணிகள்,சோப்பு,சீப்பு எல்லாம் அதில் அடக்கி விடலாம். முன்பதிவு செய்து குறிப்பிட்ட நேரம் புறப்படும் ரயிலுக்கே கடைசி நேரம் வரை இதோ புறப்படுகிறேன் இப்போதே புறப்பட்டுவிட்டேன் என்று மாயம் காட்டிக்கொண்டிருப்பாள். இப்ப எந்தவண்டிய புடிக்க புறப்பட்டுக் கிட்டிருக்க என்று கேட்டுவிட நினைத்தவர் எதற்கு வம்பு என்று அடக்கிக்கொண்டுவிட்-டார்.

நான் பாராயணம் பண்ற திருமுறை எடுத்து வச்சிட்டியா என்று கேட்டார்.

நான்மட்டும்தான் போறன் சின்னமருமக ஊருக்கு.பிளசர் கார் போவு-தாம்.அதில இடம் இருக்கு.எறக்கிவுட்டுடுவாங்க என்றான் சின்னவன். என்-றாள்.முதல் முதலாக ஊசி குத்தியது போல வலித்தது சபேசனுக்கு. என்ன எதற்கு என்று கேட்டு என்ன ஆகிவிடப்போகிறது ? இவ்வளவு வருஷத்து வாழ்க்கைக்கான அர்த்தம் இதுதானா ? என்று இருந்தது.

பிரிட்டிஷ்காரர்கள் வழியில் என்ன கற்றுக் கொண்டார்களோ இல்லையோ ? ஒரே நாட்டை துண்டு போட்டது போல கணவன் மனைவியை ரெண்டாக பிரித்து வைக்க தெரிந்து வைத்திருந்தார்கள். காரணங்களுக்கா பஞ்சம் ? செலவைக் கூறு போட்டுக் கொள்கிறோம் என்பதற்கு மேல் உகந்த காரணம் தேவைப்படுகிறதா என்ன ?.

ஒருவருக்கொருவர் பிரியமாய் விட்டுக்கொடுத்து வாழும் தம்பதியர்,பிள்ளைகள் என்ன எப்பேர்பட்ட ஆள் சொன்னாலும் தனித்தனியே போக மாட்டார்கள் என்பது அவர் போட்டிருந்த இன்னொரு கணக்கு

கஸ்தூரியே. வேறிடம் போனபின் அவருக்கு பிள்ளைகளே இல்லாத பள்ளிக்கூடம் போல ஆகிவிட்டது. இனி எங்கிருந்தாலென்ன ? திருப்பழாய்துறை முதியோர் இல்லம் பார்த்து சேர்ந்தார்.எதுவும் கொண்டு வரவேண்டாம். சட்டையில் பை மட்டும் இருந்தால் போதும் என்ற உச்சத்துக்கு விளம்பரப்படுத்தியிருந்தார்கள். சாப்பாடு,வழிபாட்டுக் கூடம்,படிப்பகம்,எல்லாமே பரிசோதனைக்களம் போலவே இருந்தன.ஒவ்வொன்றின் நடப்பும் சோதனைக்குழாயில் என்ன கூட்டுப்பொருள் புகையப் போகிறதென்று தெரியாத விறுவிறுப்புடன் கிலியூட்டிக்கொண்டிருந்தன. ஒருவாரம்தான் ஆகியிருக்கும்.

விடிந்தால் செவ்வாய்க் கிழமை. கண்ணைத்திறக்கும்போது இமைகளை யாரோ அழுத்துவதுபோல உணர்ந்தார். அவருக்குக் கொடுத்திருந்த போர்வை ஏதோ உறுத்துவது அவருக்கு தோன்றிக்கொண்டேயிருந்தது. கொப்புளங்களாகவும் தடிமனாகவும் நெஞ்சு, முதுகு, கைகால் எங்கும் பரவிக்கிடந்தது. மனிதர்கள் தொடர்புதான் ஒவ்வாமை உண்டாக்கும்.அவர்கள் பயன் படுத்தும் பொருட்கள் அல்ல. இது அவருடைய இன்னொரு கணக்கு. இதுவும் தப்பென்பதை அவருடைய உடலே எழுதிக்காண்பித்து விட்டது.

பெண்கள், பிள்ளைகளைப் படிக்க வைக்க வேண்டும் என்பதில் நாம் காண்பிக்கும் தீவிரம். அதை அடையும் வேகத்தில் அவர்கள் பெற வேண்டிய பாசமும்,அக்கறையும் பண்பும் போய்ச்சேர்ந்தனவா என்று பார்க்கத் தோன்றாமல் விட்டு விடுகிறோமோ ?. இந்த ஆணிவேரை விட்டுவிட்டு சல்லிவேரை சலித்துப் பார்க்கிறோமோ ?. முதியோர் இல்லங்கள் இதைத் தீர்த்து வைக்கும் என்பது புட்டிப்பால் சரியென்பது போலத்தானே ? இது அவர் போட்டுக்கொண்டிருக்கும் இன்னொரு கணக்கு.

140. வணிக நூலகம்:

கடவுள் வாங்கலயோ கடவுள்.. கடவுள்..! - டாக்டர் ஆர்.கார்த்திகேயன்

மேக்ஸ் வெபர் எனும் சமூகவியல் மேதை "அறிவியல் வளர்ச்சியும் பொருளாதார முன்னேற்றமும் ஏற்பட ஏற்பட உலகில் கடவுள் நம்பிக்கை பெருமளவு குறையும்" என்றார். மாறாக கடவுள் நம்பிக்கையும் அதைச் சார்ந்த வாழ்வியல், வியாபாரக் கூறுகளும் அதிகரித்துள்ளன என்கிறார்

அம்பி பரமேஸ்வரன்.

For God's Sake An Adman on the business of religion என்ற அவரின் புத்தகம் இதை ரசமாய் படம் போட்டுக் காட்டுகிறது. நுகர்வோர் உளவியல் பற்றி இந்திய ஆசிரியர்கள் எழுதியுள்ள புத்தகங்கள் குறைவு. அதிலும் தமிழ் நாட்டை சேர்ந்த ஒரு அனுபவஸ்தர் எழுதியுள்ளதால் இரண்டாம் சிந்தனை இல்லாமல் உடனே வாங்கினேன். தன் 35 வருட விளம்பர உலக அனுபவத்தின் மூலமாக இந்திய வியாபார நிறுவனங்களையும், இந்திய நுகர்வோர்களையும் சுவாரசியமாக அலசுகிறார். ஒரு பக்கம் கூட அலுப்புத் தட்டாத அளவிற்கு, ஒரு நாவல் படிக்கும் மன நிலைக்கு வாசகனைத் தள்ளி கடைசி வரை தன் வசம் வைத்திருக்கும் இவரின் அபார நடை குறிப்பிடத்தக்கது.

தன் பி.ஹெச்.டிக்காக திரட்டிய விஷயங்களைப் புத்தகமாக்கியதால், வெறும் அபிப்பிராயங்களாக இல்லாமல் புள்ளிவிவரக் குறிப்பும், ஆராய்ச்சி சார்ந்த கருத்துக்கள் என்பதால் ஒரு நம்பகத்தன்மை தெரிகிறது. ஆதாரச் செய்தி ஒன்றுதான். இந்தியன் ஒரு பக்கம் நவீனம் ஆக ஆக இன்னொரு பக்கம் மதம் சார்ந்த நம்பிக்கைகளை முன்பை விட தூக்கிப் பிடிக்க ஆரம்பித்துள்ளான். இந்த முரண்பாடான வளர்ச்சி ஒரு சந்தை வாய்ப்பு. இதை எல்லா நிறுவனங்களும் பயன்படுத்திக் கொள்ளலாம்.

எவ்வளவு பெரிய வண்டி வாங்கினாலும் பிள்ளையார் கோயில் முன் பூஜை உண்டு. ஸ்கிரீன் சேவர்களிலும் அதிகமுள்ள கடவுளும் விநாயகர்தான்! திருப்பதி பாலாஜிதான் இந்திய கடவுள்களில் வசூல் ராஜா. அடுத்து வைஷ்ணவோ தேவி. பின் சபரி மலை. எல்லா கோயில் பிரசாதங்களையும் ஆன்லைன் மூலம் பெறும் வசதிகளும் வந்துள்ளன. திருப்பதியில் வழிக்கப்படும் தலை முடி அனைத்தும் ஐரோப்பிய நாடுகளில் "விக்" தயாரிப்புக்கு விற்கப்படுகின்றன. அதுவும் ஈ- ஆக்சன் எனும் வலைதள ஏலத்தில் சென்ற ஆண்டு 133 கோடி ரூபாய் வருமானம் ஈட்டப்பட்டது.

இது தவிர விசா பாலாஜி கோயில் என ஹைதராபாத் அருகில் ஒரு கோயில் உள்ளதாம். விசா கிடைக்க வேண்டினால் விசா உறுதி என அப்ளிகேஷனும் கையுமாக ஒரே கூட்டமாம். உலகிலேயே அதிக மக்கள் பங்கு கொள்ளும் மகா உற்சவம் கும்பமேளா. இதைப் பற்றி ஹார்வர்ட் நிர்வாகப் பள்ளி ஒரு ஆராய்ச்சிக் கட்டுரை வெளியிட்டுள்ளது. இதை முறைப்படுத்திச் செய்தால் எவ்வளவு சந்தைப்படுத்தலாம் என்று அதில் விளக்குகிறது. ஒரு நகரையே இதற்காக உருவாக்கிக் கலைக்கலாம் எனத் தெரிகிறது. ஹெலிகாப்டர் தர்ஷன் எல்லாம் வைக்கலாம் என டைரக்டர் ஷங்கர் ரேஞ்சுக்கு யோசித்திருக்கிறார்கள்.

அக்ஷய திருதியை என்று யாரோ ஒரு புத்திசாலி நகைக்கடைக்காரர் கண்டுபிடிக்க அது மக்களை வரிசையில் நின்று தங்கம் வாங்க வைக்கிறது. அது போல விற்பனைக்கு மந்தமான ஆடி, மார்கழி மாதங்களில் ஆடித்தள்-

ளுபடி, மார்கழி இசை விழா எனத் தமிழர்கள் புத்திசாலித்தனமாக வியாபாரம் செய்கிறார்கள் என்கிறார். இந்தியாவின் 80% மதம், இந்து மதம் என்பதால் பெரும்பாலான விற்பனை உத்திகளும் இந்துக்களை நோக்கியுள்ளன என்கிறார் அம்பி. வீடுகளில் வாஸ்து, கல்யாணத்திற்கு முன் மணப்பொருத்தத்திற்கு ஜோதிடம், அசுப காரியங்கள் நடந்தால் ஹோமங்கள் என இந்து வணிகம் நடக்கிறது என்கிறார். அது போல நம் ஊரில் ஏன் சைக்கியாட்ரி பெரிதாக போணியாகவில்லை என்று அம்பி கூறுவதில் உண்மை இல்லாமல் இல்லை. அவர்கள் வேலையை கார்பரேட் சாமியார்கள் எடுத்துக் கொண்டுவிட்டார்கள். அதுபோல யோகா, ஆயுர்வேதா போன்றவையும் பக்தி சந்தையின் விரிவாக்கங்கள்தான்.

ஆனால் முஸ்லிம்களை இந்திய வணிகம் சரியாகப் புரிந்து கொள்ளவில்லை. கறுப்பு பர்தா அணியும் வங்கதேசத்தில்தான் பெண்களுக்கான நவ நாகரிக உடைகள் தயாரிக்கிறார்கள். அதை அவர்கள் உள்ளே அணிகிறார்கள்! அதுபோல பெண்களை அவர்கள் சமமாக நடத்துவதில்லை என்பதும் சர்ச்சைக்குரிய விஷயம். இந்தியாவின் எல்லா மாநிலங்களிலும் முஸ்லிம்களின் ஆண்- பெண் விகிதம் இந்துக்களின் ஆண்- பெண் விகிதத்தை விட ஆரோக்கியமாக உள்ளது! 2050ல் உலகில் 50% ஜனத்தொகையை எட்டிப்பிடிக்கவிருக்கும் அவர்களை சரியாகப் புரிந்தால் நல்ல சந்தை வாய்ப்புகள் உள்ளது. Islamic Banking போன்ற விஷயங்கள் இந்தியாவில் பெருகலாம் என்கிறார் ஆசிரியர்.

புடவை, தாலி, திலகம் என அனைத்தும் டி.வி விளம்பரங்களில் வழக்கொழிந்து போனாலும் சீரியல்களில் அவை அனைத்தும் புத்துயிர் பெற்று ஜெகஜோதியாக வருவது யோசிக்க வைக்கும் விஷயம். பக்தி சார்ந்த படங்கள், சீரியல்கள், பத்திரிகைகள் என்றுமே தோற்றதில்லை. வெளியூர் செல்கையில் டிபனுக்கு நுழைந்தால் கல்லா ஆசாமி விபூதியும் ஊதுபத்தி வாசனையாக இருந்தால் "நல்ல ஓட்டல்" என நுழைகிறோம். பார்ஸி வைத்திருந்த கார் என்றால் நல்ல விலைக்குப் போகுமாம். முஸ்லிம்கள் என்றால் வீடு கொடுக்க மாட்டோம். கர்னாடக சங்கீதம் என்றால் பிராமணர்கள் ஆசிரியர்களாக இருக்க வேண்டும். நர்ஸ் என்றால் கேரள கிறித்துவ சேச்சிகள். வடக்கில் டேக்ஸி ஓட்டுனர்கள் என்றால் சிங்கை நம்பி ஏறுவோம்.

அது போல உச்ச கட்ட வியாபார சீஸன் ஹோலியா, விஷுவா, ரம்ஜானா, கிறிஸ்துமஸா, பொங்கலா, தீபாவளியா, கணேஷ சதுர்த்தியா என்பதை வாழும் மக்களிடம் மதம் சார்ந்த நம்பிக்கைகள் நிச்சயிக்கின்றன.

"ஆனால், வருங்காலத்தில் சாதி, மதப் பிரிவுகள் வேலையிடங்களில் பார்க்கமாட்டார்கள்; எல்லாம் மாறிவிடும்" என்ற இவர் கணிப்பு மட்டும் மணிரத்னம் படத்து கிளைமாக்ஸ் போல இடிக்கிறது.

நீங்கள் எந்த வியாபாரம் செய்தாலும் நம் மக்களின் மதம் சார்ந்த நம்பிக்கைகளை விற்பனை உத்திகளில் இணைப்பது முக்கியம்.

உதாரணத்திற்கு 2013 ஆய்வுப்படி, இந்தியாவின் திருமணச் சந்தை மட்டும் 1.5 லட்சம் கோடி ரூபாய். அதில் உங்கள் தொழில் எவ்வளவு பைசா பார்க்கிறது?

கடவுள் தேவையில்லை என நாத்திகர்கள் சொல்லலாம். ஆனால் வியாபாரிகளுக்கு கடவுள் அவசியம் தேவை.

கடவுளை நம்பினோர் கைவிடப்படார்!

141. சாருவின் ஜனனி - கே ஆர் மணி

இலக்கிய உலகின் வரைகோடுகள் : மனிதன் சுயநலத்தால், காமத்தால், வன்முறையால், அகங்காரத்தால் ஆனவன் என்ற நம்பிக்கை இந்த நூற்றாண்டின் ஆரம்பத்திலிருந்தது. இதற்கு பிராய்டு அறிவியல் சட்டைமாற்றிவிட்டார். தாய்மை என்பதே பொய் என்கிற அயன்ராண்டின் தத்துவங்கள் போன்றவை மேலை இலக்கிய வளர்ச்சியாய் படிந்துபோன சமயத்தில் நமது இந்திய இலக்கியம் தனது பாதையை அதன் தத்துவமரபிலிருந்து எடுத்துக்கொண்டது. மனிதன் நல்லதுபோல் தோற்றமளிக்கும்போது அவன் அகத்தோல்கள் உரிக்கப்பட்டு நிர்வாணமாக்குப்படும்போது வெளிப்படுகிற விலங்கின குணமே நிரந்தரம் என்றது மேலை, இல்லை மனிதனின் பிரபஞ்ச ஆனந்தத்தின் ஒரு துளி, கெட்டதையும் உரித்துப்பார் அதற்குள் பல்லிளிக்கும் மானுடம் என்றது இந்திய இலக்கியமும் அதன் அறம் சார்ந்த உணர்வும்.

Survival for fittest என்றார் டார்வின். நாமோ வாசுதேவ குடும்பகம் என்றோம். Milk the nature என்கிறோம். எல்லாரும் இன்புற்றிருப்பதுவேயல்லாம் வேறென்றும் அறியேன் பராபரமே என்கிறான் தமிழ் சித்தன். பலாச்சுளையின் தோல்கள் போல விலங்கு குணமென்றால் அதனுள்ளிருக்கும் சுவை மனித அறம்தானே. அதுதானே ஆதியந்தம் ; நிர்வாணம் பேஸம் பிசக் ; நித்திய சத்தியம்.

இதுதான் நம்மிலக்கியத்துக்கும் மேலை இலக்கியத்திற்குமான 360 டிகிரி வேறுபாடு. {சிறந்த உதாரணம் : யாருக்காக அழுதான்? ஜோசப்பு யாருக்காக அழுதான்? அது மானிட மேன்மை நோக்கிய அழுகையில்லையா?} சங்ககாலத்திலிருந்து ஔவை, வால்மீகி, வேதவியாசன், காளிதாசன், கம்பன் மற்றும், இந்த நூற்றாண்டின் பாரதி, புதுமைபித்தன், ராசம் அய்யர், மௌனி, ந.பிச்சமூர்த்தி, அசோகமித்ரன், சிவராமகராந்தும் — எப்படி எண்ணிலடங்காதோர் கூரை மேல் ஏறி ஏன் கூவிகிறார்கள் ? இந்திய இலக்கியத்தின் அடிநாதமான மானுடத்தின் அறத்தை தவிர.

இப்படி இந்தக்கதையும் ஓர் அறை கூவலோடு எழுத்தில் வந்திருக்கிறது. தாயுள்ளம் மானுடகுலத்தின் மகோன்னதம். அது ஒரு மைல்கல். என்னை வெட்கிக்குனிய வைக்கும் கைத்தடி. உலகப்பொது அற உணர்வின் சக்திமையம். ஜனனி என்ற ஒரு பெண்ணின் கதை நம் நிறைய பார்க்கும் வாய்ப்-

புள்ள ஒரு பெண்மணியின் கதை.

இது என் விமர்சனமல்ல வாசகனுபவம். ஆயினும் சில ஆபாயக்குறிப்டகள் / Disclaimer கள்

முதலில் ஒரு புத்தகத்தை படித்தவுடன் ஒரு எழுத்தாளன்/விமர்சகன்/வாசகன் என்ற முறையில் நான் பொறாமைப்படுகிறேன். சற்று ஆசுவாசத்திற்கு பிறகு என்னை அறியாமல் அதை என் எழுத்தோடு ஒப்பிட்டுபார்க்கிறேன். எழுத்தாளனோடு உரசிப்பார்க்கிறேன். தரமான எழுத்துகள் என்னுள் பயத்தையும், பயபக்தியும் (உம்மாச்சி கண்ணை குத்தும் !) ஒருசேர அடிக்கிறது. நான் எழுத்தளனாய்

இதை உருவாக்கமுடியாததுபற்றி வெட்கிகுறுகுவேன். இதெல்லாம் பிறக்கவேண்டுமென விதி என்று என்னைதேற்றிகொள்வேன். அதன் மூலம் நான் எழுதுவதெல்லாம் எழுத்தா, நமக்கு டயமில்லை எழுதமுடியவில்லை என்று சில ஆறுதல்மருந்தை தடவிக்கொள்வேன். இதற்குள் என்னுள்ளிருக்கு கடவுள் பாதி விழித்துக்கொள்ளும். மற்ற நல்ல எழுத்தை பாராட்டக்கூடிய வாசக தார்மீக கடமையை எடுத்துக்கொள்ளும். பாரட்டவும், விமர்சனமும் செய்யவேண்டி, சுகமான சிரங்கு சொறிதலுக்கும் அதற்கு பின்னான வலிக்கும் தயாராகும் சிறுவனைப்போல

என் அழுக்கையும், அழகையும் கீறிக்கொள்வேன். இந்த அதிசியமும், அபத்தமும், ஒப்பிடுடலும், விமர்சன கலைடாஸ்கோப்பாய் நிறம் மாறுகிறது. இதெல்லாம் முடிந்த பிறகும் சில சமயம் அந்த எழுத்தில் ஏதோ ஒன்று என்னை கவிக்கிறது. கனமாய் என்மீது விழுகிறது. அம்புலிமாமா கதைகள் முதல் சுந்தரராமசாமி கதைகள் வரை என்னை கவிக்கிற விசயங்கள்தான் வேறேயொழிய அந்த அநுபவம் ஒன்றுதான்.

[உதாரணம் நல்லூர் மனிதர்கள், மும்பாய் சிறுகதைகள் — வங்கிக்கதை]

சரி, அதிகமாய் ஜல்லியடிக்காமல் நேரே விசயத்திற்கு வருகிறேன். ஒரு வாசகனாய் இந்த கதை ஏன் எனக்கு பிடிக்கலாம் ?

அ) என் ஊர் சம்பந்தப்பட்டது. இதில் என்னையும், நான் பார்த்த, பார்க்க விழைகிற சில கதாபாத்திரங்களும் இழையாடிக்கொண்டிருக்கிறது.

ஆ) ஜனனியில் நீங்கள் உங்கள் அம்மாவையோ, சகோதரியையோ, மனைவியையோ பார்க்கமுடியும். புதிய இடம் புகுந்து, மலர்ந்து, கிளைத்து குடும்பத்தை காப்பாற்றி தன் சுயத்தையும் அழிக்காமல் விஸ்வரூபம் எடுக்கும். இந்தப்பெண்மணிகள் அற உணர்வு, தாய்மை மீதான நம்மின் குற்ற உணர்வு, மரியாதை,பயம், ஆணாதிக்க

எரிச்சல் காரணமாயிருக்கலாம். [உங்கப்பா போனப்ப என் வயசு 34, என் அம்மா]

இ) வெ.சா சொல்வதைப்போல எழுத்து என்பது ஒருமனிதனின் தொடர்ச்சி. எழுத்தும், எழுத்தாளனும் ஏறத்தாழ ஒன்றேதான். அவர்கள்

வெவ்வெறானவை என்பது மாயைதான். இத்தனை வயதுகடந்தும் இவரின் எழுத்தின் நோக்கமும், தவிப்பும் — எனக்கும் இருக்கவேண்டுமென்கிற ஆசையோ, இருக்குமா என்கிற கேள்வியோ என்னை இதன் குறை/நிறை தாண்டி இவரைப்பற்றிய பிரியம் இவரின் எழுத்தின்மீது தாவவைக்கலாம். அதனால் கதை பிடித்தமாய் போகலாம். இவரின் இந்தப்புத்தகத்தை பற்றிய நோக்கம், எழுத்தின் மீதான ஆர்வம்.. இதில் ஏதோ ஒன்று என்னை ஈர்க்கலாம்.

ஈ) ஒரு மூத்தசகோதரியின் ரொம்பநாளைக்குப்பிறகான சந்திப்பில் வயிறு நிரம்பசாப்பிட்டுவிட்டு, மொட்டைமாடியில் வெறும்பாயில் படுத்துக்கொண்டே அவளின் ஊர்கதையில் லயித்துபோயிருக்கீறீர்களா ? கொஞ்சம் வம்பு, கொஞ்சம் உண்மை, கொஞ்சம் சரடு, கொஞ்சம் திருப்பம், கொஞ்சம் நளினம், கொஞ்சம் அசிங்கம் எல்லாம் சேர்த்து கதை சொல்வதில் உங்கள் மனதை தொலைத்திருக்கீறீர்களா ? அப்படியானால் இந்தக்கதை உங்களுக்கு பிடிக்க வாய்ப்பிருக்கிறது.

கதை சுருக்கம் & கதாபாத்திரங்கள்: பாட்டி, சுந்தரசேன், ஜனனி, பானு, சாரு, சாமா, மூர்த்தி வெங்கடகிருஷ்ணன், கமலம், சுதா, ராமச்சந்திரன் ஜனனி, பெண் பார்த்தல் கல்யாணம், மும்பாய் வருகை, குழந்தை பெறுதல், வளர்த்தல், கணவனை இழத்தல், குழந்தை வளர்த்தல், ... இந்த கதை நெம்புகோல் கதையோ, இறவா புகழ்பெற்ற நூற்றாண்டுகதையோ அல்ல. ஒரு பத்திரிக்கையாளரின் நாவல் வடிவான பதிவு. வடிவத்திலோ, எழுத்திலோ, தளத்திலோ அதீத புதுமை ஒன்றுமில்லை. அதற்காக எழுத்தாளர் மெனக்கெடவுமில்லை. ஏன் மெனக்கெடவேண்டும் ? எளிமையாய், கொஞ்சம் மசாலாத்தடவி கொடுத்தால் படிக்கத்தான் ரெடிமேட் மார்க்கெட் இருக்கிறதே. யார் மூளையை குழப்பி படிக்கப்போகிறார்கள் . கல்கி, சாண்டில்யன் போன்றோரின் வெற்றிகள் அடுத்த தலைமுறைக்கு உரமாய் போனதால் வந்த சாபமது.

கமலாம்பாள் சரித்திரத்திற்கு பிறகு அறுபது வரை நாவல் உலகத்தில் பெரிய பரிசோதனைமுயற்சியோ, அடுத்த தளமென்ன என்கிற அரிப்போ, புதியவழி காணும் உந்துதலோ இல்லாமல் அரைத்த மாவை நன்றாக அரைப்போம் என்பதாய் போய்க்கொண்டிருந்தது, ஒரிரு

சில முயற்சிகள் தவிர என்கிறார்கள் விமர்சகர்கள். 60களின் முடிவில் பெண் எழுத்தாளர்கள் புற்றீசல்போல புறப்பட்டபோது அவர்களுக்கென பட்டுகம்பளம் கிடைக்கத்தான் செய்தது. லஷ்மி, சிவசங்கரி, இந்துமதி போன்றவர்களின் ராஜபாட்டை எழுத்து கிணற்றில் சில கல்லை எறிந்த்து உண்மைதான். அவர்களால் வெகுவாக பெண் எழுத்தாளர்களின் சந்தையை வெல்லமுடிந்தது. விதிவிலக்கான அம்பை போன்ற எழுத்தாளர்களைத்தவிர மற்ற பெண் எழுத்தாளர்களின் எழுத்துகள் ஏறத்தாழ ஒன்றாகவே அமைந்த்து என்றால்

அது பொய்யாகாது. வெகுசன பெண் எழுத்துகள் என்கிற வட்டத்தில் வார்க்கப்படுகிற இவர்களது எழுத்துகள் புதியதாய் எந்தபாதையும் அமைத்துவிடவில்லை.

சம்பிரதாய பதிவுகள் : ஜனனியும் வாக்கா. குளிச்சுண்டுட்டா.. ! மாசக் கடைசில பொண் பாக்க வந்தாலும் அவ ஆத்தில இருப்பாள்; பாக்கி ஒத்துருக்கும் பாக்கவேண்டாமே ‘ நம்மூரிலே எவ்வளவு ஏழையாயிருந்தாலும், பிள்ளையாத்துக் காராதானே. கூரைப்புடவை எடுப்பா. ஒரு திருமாங்கல்யத்துக்குக் கொடுப்பா. ‘ திருமண நிரந்தர வசனங்கள். ‘வருத்தம், சந்தோசம், பயம் எல்லாம் கலந்த கலவையில் இருந்தாள் ‘ “பொண் வாழ பொறந்தாம் வாழும் நாத்தனருக்கு போட்ட சாதமும், நார்த்தங்கய்க்கு போட்ட உப்பும் வீணாப்போகாது ” சப்பைக்கட்டு பழமொழிகள். வைரத்தோடு நல்லதாக தோசம் இல்லாமல் பார்த்து வாங்கப்பட்டது. (ப: 39)

ஜனனியின் மாமாவீடு அருகில் தச்சநல்லூரில் தானிருந்தது. ஒரு நல்லநாள் பார்த்து ஜனனியை அங்கு மாமாவும், மாமியும் அழைத்து சென்று, எண்ணெய் தேய்த்துக் குளிப்பாட்டி, பொங்கல் சாதத்துடன் விருந்து வைத்து, புத்தாடை எடுத்துக் கொடுத்து கொண்டுவிட்டனர்.

(ப: 43) — **ஒரு சமுதாய பழக்கத்தின் பதிவு.**

“ஆம்பிளை, ஆம்பிளைன்னு சொல்லிண்டு இடி.. ” மற்றும் மூக்குபிழிதல்.[ப : 63]

மாத்துப் புடவையை அவிழ்த்துவிட்டு, புதுப்புடவையை கட்டிக்கொண்டு இரு ; தலையெல்லாம் ஒழுங்காக ஒதுக்கிண்டு இருக்கணும். அத்தை வந்து ஆரத்தி எடுப்பா பெரியவாளை நமஸ்காரம் பண்ணனும். ‘ [ப: 50]

கொஞ்சம் கவித்துவமான இடங்களும் கூட :

“மழித்த தலையை முக்காடிட்டு மறைத்து, நார் மடியை உடுத்து கடுமையான வைதவ்யம் காத்துக் கொண்டுருப்பவர். ••• கை தன்னிச்சையாக தலை முட்டாக்கை சரிசெய்து கொண்டிருந்தது. ” செழித்து அடர்த்தியாக வளர்ந்த கூந்தல் இடுப்புக்குக் கீழே இருபுறமும் அசைய, மெதுவாக ஜனனி கூட்டத்துக்குள் நுழைந்தாள். (ப: 24) பெண்ணிய எழுத்தாள வர்ணனைகள். அவன் அம்மாமேல் அவன் வைத்த அன்பு, பயம் எல்லாம் அவன் ஒவ்வொரு லெட்டரிலும் பளிச்சிடும். ஜனனிக்கு அதைப் படிக்கும்போது அடி வயிற்றில் புளியைக் கரைக்கும்..

(ப: 39) சரியான சொல்லமைப்பு. மெல்லிய பயத்தின் தெளிவான வெளிப்பாடு. மெல்லிய விளக்கொளியில் ரயிலின் குலுக்கல் தாலாட்டலில், ஜனனியின் ஜிமிக்கிகள் குலுங்க, தலையில் வைக்கப்பட்டுள்ள பூப்பந்து ஆட, அவளே ஒரு கவிதையாக தூங்கிக்கொண்டிருந்தாள்.

முதல் நாள் முயக்கம் முடிந்தபின் தாபத்துடன் முத்தமிடல், இரண்டாம் நாள் தேன் குடித்த நரியானான். லேனாவாலா டன்னலின் இருட்டில் முத்தம்

' — நல்லகவிதையான இடங்கள்.

கோத்திரம் மாற்றப்பட்டு, தாரை வார்த்துக் கொடுக்கப்பட்டபொழுது தன்னையறியாமல் சுந்தரேசன் விசும்பிவிட்டார். — இது அற உணர்வு, பழக்கப்பட்ட பாசமா, உடைத்தெறிய வேண்டிய மூடபழக்கமா.. ஒரு ஆங்கிலேயே அப்பா இப்படி அழிவானா.. ஆம் என்றால் இது உலகளவிய உணர்வா..

விட்டுபோன சில நல்லதுளிகள் : முதலிரவுக்கட்டிலில் நன்கு வாழ்ந்த பெரியவர்கள் அமர்ந்து எழுந்து போவார்கள். அவர்களின் கண்கள் சொல்லும் வாழ்ந்த அமைதியை, காதலை. நல்லபடியாய் இந்த பேரின்பத்தை அனுபவிப்பாயாடா.. என அவர்களின் வாழ்த்தொலி கண்களின் வழியாய் பாயும்.

'மாமியாரையும், மாமானரையும் நமஸ்கரித்து எழுந்த ஜனனியை அவர்கள் பார்த்த பார்வையில் பெருமை தெரிந்தது.' ப: 51 ; அழகான உணர்வுகள் அளவான வார்த்தையில். தேஸ்பாண்டேயின் வீட்டில் தன் மகளை பாராட்டுகிறார்கள் ' நம்ம சாதியில என்ன வாழ்ந்தது. நம்ம சுதாவை மகாராணி

மாதிரி கொண்டாடறா.. கீதாவை அவாத்தில பாராட்டி ஏதாவது சொல்லியிருப்பாளா' — உண்மையான சுயவிமர்சனத்தோடு பார்க்க, யோசிக்கவேண்டிய வரிகள். வடக்கிந்தியர்கள் கொஞ்சம் விசாலமனப்பான்மை கொண்டவர்களோ ? ... [ப : 82]

"அப்பா ! அவாளும் மராட்டி பிராமின் தானே.. ஹிந்துதானே.. " [ப : 75] சுதாவின் வார்த்தைகள் தன் காதலை நிறுவிக்க.

சரியான அம்பு :

மராட்டிக்காரி இந்துபாயின் — மாஸியின்- மஸாஸ் குளியல் மற்றும் சமோசா வடிவ துணிச்சுற்றல். [ப : 83]

'ராமச்சந்திரனின் ட்வின்ஸ் கேலிகள்' — எழுதப்பட்டிருக்கவேண்டிய வசனம். [ப:91]

தாத்தா, பாட்டியின் அரவணைப்பில் குழந்தைகள் ஆரோக்கியமான சிந்தனைகளுடன் வளர்ந்துவந்தார்கள். எவ்வளவு காலத்தேவையான வரிகள். ஆரோக்கியமான சிந்தனைகளை இந்த அவசர உலகத்தில் யார் கொடுக்கமுடியும். எல்லாகுழந்தைகளுக்கும் இந்த சாபம் ஏன் வரமாய் போகக்கூடாது. [ப : 94]

'வீட்டில் குழந்தைகள் இந்தி பேசுவது குறித்து ஆதங்கம் ஜனனிக்கு ' — நமக்கும்தானே. என் பாரதி என்னோடு செல்லரித்து போவானோ ? தலைமுறை என்பது வெறும் கோத்திரம் மட்டுமா.. வெறும் டின்ஏ தொடர்ச்சிதானா..என் இலக்கியமில்லையா.. என் இத்தனை நூற்றாண்டுகால தொடர்ச்சியில்லையா..பதில்களில்லா கேள்விகள்.

[ப : 94]

'அவர்களுக்கு என் தோலை செருப்பாக தைத்துபோட்டாலும் தகும் ' [ப: 108]

'பெண்கள் எப்பொழுதும் கம்பீரமாக இருக்கவேண்டும். பெண் குழந்தைகளை நாம் நமது பாரம்பரியங்களைச் சொல்லிக்

கொடுத்துதான் வளர்க்க வேண்டும்... முதலில் எந்த உறவையும் நாம் மதிக்கவேண்டும். அதுவே நமக்குப் பலமாயிருக்கும்.'

[ப:111]

துக்கம் நிகழ்ந்த வீட்டில் நாட்கள் பறக்குமாம். [ப: 106]

மிகச்சாதரணமாய் தொடுக்கப்பட்ட பகுதிகள்:

நாவலின் சில வேகாத பருக்கைகள் :

1) காலக்குழப்பம்

பிள்ளை வீட்டார் அவர்களுடைய டூர் புரோக்ராம் எல்லாம் முடித்து விட்டு, திருநெல்வேலியில் ஹோட்டல் ஆர்யாவில் தங்கியிருந்தனர் (ப: 24) — ஹோட்டல்

ஆர்யா அப்போது இருந்ததா என்ன?

மும்பை நாகர்கோவில் — ரயில் எப்போது விடப்பட்டது ?

2) அதீத ஆழம், குறி தப்பும் அம்பு

மாப்பிள்ளை பார்க்கும் படலம் உணவு தயாரிப்பு — (ப: 24 & 25) — அதீத சமையல்குறிப்பு.

சில விசயங்களில் குறிப்பாக சமையல், புடவை, சம்பிரதாயங்களில் ஆழச்செல்வது கொஞ்சம் போரடிக்கிறது.

சினிமா டைட்டிலில் சொல்லபோனால்.. "மாமி.. உங்கள் வர்ணனை அழகாயிருக்கிறது. ஆனால் பயமாவுமிருக்கிறது "

எங்காவது, வெங்காய பஜ்ஜி போடுவது எப்படி, மைசூர் பாகை பதமாய் இறக்குவது எப்படி என்று சமையல் குறிப்பு

ஏதாவது ஒரு கதாபாத்திரம் சொல்லத்தொடங்கி விடுமோ என்று பயமாயிருக்கிறது. எழுத வந்தது நாவல் என்று

யாராவது இவருக்கு அவ்வப்போது ஞாபகப்படுத்த வேண்டிய கட்டாயத்தில் தள்ளப்படுகிறார், தனக்கு பிடித்ததை எழுதும்போது

எழுத்து பின்னுக்குபோய், புடவை, சமையல் ஞாபகம் வருவதை தவிர்த்தல் நலம்.

3) சில இடங்கள் இன்னும் நன்றாகவே கையாளப்பட்டிருக்கலாம்.

1) கல்யாணத்திற்கு முன்னான முத்தமிட்டு கேட்டானாம், கல்யாணம் வரை இது போறுமா..

தடையான எழுத்து.. இன்னும் லவாகமாய் புகுந்து விளையாடவேண்டிய இடமிது.

2) "அசட்டு பெண்ணே.. நேக்கு பேரனை பெத்து கொடுக்க போறேடி.. " [ப : 61] மிக மோசமாக வசனம் எழுதப்பட்ட இடம். இது மறுபடியும் தாலி என்றால் என்ன என்று தெரியாத சின்னதம்பி பிரபுபோல ஜனனி கதாபாத்-

திரத்தை கொண்டுசெல்கிறது.

3) தேஸ்பாண்டே, வெங்கிடகிருஷ்ணனிடம் தங்கள் குழந்தையின் காதலைப்பற்றி சொல்கிறார். கொதிக்கிற பாலை இறக்கிவைக்கிற அவசரத்தில் எழுதப்பட்ட வரிகள். இன்னும் அழகாய் தயக்கங்களை, மௌனங்களை கையாண்டிருக்கலாம். [ப : 76]

4) ராமச்சந்திரனின் இறுதி யாத்திரையை அவனின் மண ஊர்வலத்தோடு ஒப்பிடுவது எழுத்தாளர் தமிழ் சினிமாவின் ரிப்போட்டர் என்பதை ஞாபகப்படுத்துகிறது.

இந்த நாவலில் உள்ள பெண்ணே நீ யார். விமர்சனம் செய்வதற்கு எதுவுமில்லை. அடுத்தபதிப்பில் யோசிக்காமல் கத்திரித்துவிடலாம். பம்பாய் என்றவுடன் பதிவு செய்யப்பட்ட தாராவியும், வேகமாய் ஓடும் மின்சாரவண்டியும், கொஞ்சூண்டு மாட்டுங்காவும்தான். நினைவுக்கு வரும். அது 80களின் பதிவு. கடந்த இருபது வருடங்களின் மும்பாய் தமிழர்களின் வளர்ச்சியும், கலாச்சார கலப்பும் அதிகமாக பதிவுசெய்யப்படவில்லை என்பதுதான் உண்மை. மும்பையின் தாராவி தமிழர்கள் மட்டுமின்றி பாலக்காட்டு பிராமணர்களும் ஒரு அதீத கலவையை, கலரை கொடுப்பவர்கள். அவர்களைபற்றிய பதிவு மிகவும் குறைவாகவேயிருப்பதாய் எண்ணுகிறேன். [இந்த கதை அதை ஓரளவு செய்யமுயன்றிருக்கிறது. கலாச்சார கலப்பு இந்த நகரமயமாக்கலின் முக்கியமான ஒன்று. ஐயப்ப மலைக்கு மாலைபோடும் குஜராத்திகளின் எண்ணிக்கை வருடாவருடம் அதிகரிக்கிறது.

தமிழர்கள் மாட்டுங்காவை குஜராத்திகளுக்குவிட்டு விட்டு டோம்பிவிலி, போர்விலி போன்ற புறநகரங்களுக்கு புலம்பெயர்ந்து ஒரு இருபது ஆண்டுகளாகிறது. தாராவியும் இன்னும் கொஞ்சநாளில் பெரிய மாற்றத்தை சந்திக்குமென்கிறார்கள். மும்பாய் தமிழ் எழுத்து என்றால், தமிழ் மக்கள் மட்டும் எழுதப்படவேண்டும், வேறெந்த ஊர்களிலுமில்லாத உ.பி, பீகார் போன்ற மற்ற மாநிலத்து மக்களின் கலவையும் மும்பையின் நிறத்தில், குணத்தில், மணத்தில் நிறைய வித்தியாசங்களை விதைக்கிறது.

இன்னும் மும்பாயில் எழுத நிறையயிருக்கிறது.

முரளிதர் என்கிற ஒரு தமிழ் இளைஞரை சந்திக்க நேர்ந்தது. ஐஐஎம் பெங்களூர் படிப்பு, பெரிய பொருளாதார வேலைகளை விட்டுவிட்டு மும்பாயை பற்றிய ஒரு நூறாண்டு வரலாற்றின் புத்தகத்தை எழுதியிருக்கிறார். பென்குவின் அதை இந்த மாத இறுதியில் வெளியிட உத்தேசித்துள்ளது. ஆர்வமாய் எதிர்பாக்கிறேன். படித்துவிட்டு பகிர்ந்துகொள்கிறேன்.

கவிதை என்பது இருமணித்துளி சேமியா பாஸ்ட் புட், கட்டுரை என்பது காலை சிற்றுண்டி, சிறுகதை நன்றாய் நயமாய் செய்யப்பட்ட மதிய உணவு, நாவல் என்பது தவம். ஊண் உடல் உருகி, மனது கரைந்து செய்யவேண்டிய தவம். அதற்கான பிரயத்தனங்கள் கூட. இந்த நாவலாசிரியர் கல்யாண வீட்டில் சேமியா பரிமாறியிருக்கிறார்.

நன்றி !

142. இடித்துரைப்பும் இணையத் துகளும்

"வாழ்க்கையில் துயரம் பொதுவானது, அந்தத் துயரத்தை நாம் எழுதிதான் கடக்கப் போகிறோம், அப்படி எழுதுவதின் மூலம் இன்னொருவருக்கு அது நிகழாமல் நாம் பார்த்துக் கொள்ளப் போகிறோம். -பிரபஞ்சன்

பெண் படைப்பாளர்கள்

தமிழ் இலக்கிய படைப்புலகம் கடல் போன்றது. நூற்றுக்கணக்கில் கவிஞர்கள் பாலின, வயது பேதமில்லாமல் முளைத்துக்கொண்டே இருக்கிறார்கள். காதல், சமூகம், அதன் பிரதிபலிப்புகள், இயல்புகள், பிரச்சனைகள் என்று அனைத்தையும் இன்றைய கவிஞர்கள் எழுதுகிறார்கள். ஒருவரின் முதல் தொகுப்பாக வெளிவரும் புத்தகத்தில் இருக்கும் கவிதைகள் கூட தேர்ந்தேடுக்கப்பட்டவைகளாக வாசிக்க தகுந்தவைகலாக இருக்கின்றன. அதற்கு மூத்த கவிஞர்கள் சில பல விதிமுறைகளுடன் உதவி வருவதையும் காணமுடிகிறது இங்கு. ஒருகாலத்தில் சிற்றிதழ்கள், ஜனரஞ்சக பத்திரிகைகள் போன்றவற்றில் எழுதி அனுப்பிக் கொண்டே இருந்து சலித்துப்போன கவிஞர்கள், காலமாற்றம் காரணமாக இன்றைய கவிஞர்கள் (வயது வித்தியாசம் இல்லை) இணையத்தின் வழி செய்வதை கண்டு வியப்பதில் ஆச்சரியமில்லை.

முகநூலில், இணையங்களில் விருப்ப குறியீடுகளின் மதிப்பீட்டில் வாழும் பெரும்பாலான கவிஞர்கள் அதிலிருக்கும் விமர்சனங்களையும் ஏற்கிறார்கள். அங்கு எழும் 'ஆஹா, ஓஹோ' வுக்கும் ஏமாறுகிறார்கள். தனிதனி குழுக்கள் அமைத்து எல்லோருடைய கவித்திறமைகளையும் வளர்க்கிறார்கள். அவற்றில் நடத்தப்படும் போட்டிகளில் கலந்து, நொடிபொழுதில் நான்கு கவிதைகள் எழுதி, நிஜ வாழ்வில் ஆயிரம் கவிதைகள் எழுதியவன், பத்து கவிதை புத்தகங்கள் போட்டவன், இலக்கியத்துக்குள்ளே டீ ஊற்றிக்கொடுத்து, கதைத்து, வதைப்பட்டு வாங்கமுடியாத இலக்கிய பட்டங்களை இவர்கள் வாங்கி, கவி சக்ரவர்த்திகளாகவும், உலக மகா கவிகளாகவும் வலம் வருகிறார்கள்.

இதையெல்லாம் நெறிபடுத்த வேண்டிய கட்டாயங்கள் ஒருபுறமிருக்க, அதையெல்லாம் கண்டுகொள்ளாமல் ஒரு சாரார், களத்தில் இயங்கி இலக்கிய கூட்டங்கள் நடத்தி, சிற்றிதழ்களும் இதழ்களும் வெளியிட்டு அவற்றுக்கான செலவுகளுக்காக கையேந்தி கஷ்டப்பட்டு ஏச்சும் பேச்சும் வாங்கி இலக்கியத்தை மட்டுமே உண்டு, குடித்து பசியாறி வாழுந்து சாகும் இலக்கியவாதிகளை ஏளனம் செய்துக் கொண்டிருக்கின்றனர். இதற்கிடையில் பெண்கள் எழுதும் படைப்புகளுக்கு தனியான பேனல் வைத்து தரம் தாழ்த்தும் நிலை ஒருபுறம் இந்த மாபெரும் இலக்கிய உலகத்தில் நடந்துவருவது எல்-

லோருக்கும் தெரிந்ததுதான். புலம்பல்களை எழுதுபவள் தான் பெண் என்றும் சராசரி எழுத்துக்கு கீழே வைத்து பெண்ணின் எழுத்தை மதிப்பிடுவது என்னும் ஆண் மனப்போக்கை மாற்றவேண்டிய அவசியங்கள் நம்முள் எழுகின்றன.

இவர்களுக்கு புரியாத விவரம் ஒன்றுதான். ஆணின் சமூகப்பார்வையும் பெண்ணின் சமூகப்பார்வையும் ஒன்றல்ல. இருவரின் மூளை செயல்பாடுகள் வேறுவேறானவை. மொழித்திறன் சொல் பயன்பாடுகள் அதிகம் உடையவள் பெண்தான் என்கிறது அறிவியல். அதை செயலாக்கம் கொடுக்க முடியாத, குடும்பம், அலுவலகம், குழந்தைகள் என்ற காலகட்டாயங்களால் அவள் இயக்கப்படுகிறாள் என்பது பெரும் பரிதாபம்.

கிடைக்கும் நேர இடைவெளியில் எழுதும் பெண், பெருங்கதைகளோ சிறுகதைகளோ எழுத வழியில்லாமல் கவிதைகளுடன் நின்றுவிடுகிறாள். அவற்றை அங்கீகரித்து நூலாக்கம் செய்யும் மனநிலை உடனிருக்கும் குடும்பத்தினருக்கு இருக்கவேண்டும். அக்கவிதைகளில் வேறு ஆண் குறித்த குறிப்பிடல்கள் இருந்தால் அதற்கான சரியான விளக்கமும் கொடுக்கவேண்டிய கட்டாயம் அவளுக்கு இருக்கிறது. இது அவளுக்கு பொருளாதார சுதந்திரம் இருந்தாலும் இல்லாவிட்டாலும் பொருந்தும். இந்த அதிகார சாட்டை சமூகவெளியில் இயங்கும் இந்த ஆண் இலக்கியவாதிகளைப் போல, வீட்டில் இருக்கும் ஆண் தலைவர்களிடமும் ஆண்களால் ஆட்டுவிக்கப்படும் அடிமைப்பட்ட பெண் தலைவிகளிடமும் இருக்கின்றது.

இந்த படிகளைக் கடந்து பெண் வெளிவந்து, தன்னுடைய கவிதைகளை புத்தகமாக்குதல் என்பது பெரிய விஷயம்தான். திருப்பூரில் நடைபெற்ற 'பெண்ணென' நூல் வெளியீட்டு விழாவில் 35 பெண் கவிஞர்களின், தேர்ந்தெடுக்கப்பட்ட கவிதைகள் திருப்பூர் பதியம் இலக்கிய அமைப்பின் தோழர் பாரதிவாசன் மற்றும் நொய்யல் இலக்கிய அமைப்பின் இளஞாயிறு போன்றோரின் முயற்சியால் கடந்த மகளிர் தினத்துக்காக முடிவு செய்யப்பட்டு நேற்று வெளியிடப்பட்டது. இதிலும் இக்கருத்து எழுத்தாளர் சுப்ரபாரதி மணியன் மற்றும் என்னால் பேசப்பட்டது.

இருந்தும், இந்த படைப்புகள், தொகுப்புகள், தமிழில் இயங்கும், எழுதிக்கொண்டிருக்கும் இலக்கியவாதிகளின் கவனத்துக்குள் வருமா என்பது பெரிய கேள்விக்குறியாய். கவனத்துக்கு போனாலும் 'பெண்களின் நூலா' என்னும் கேள்வியுடன் புறங்கையால் தள்ளப்பட்டு வாசிக்காமல் போய்விடுமா என்பதும் அடுத்த கேள்வி. பெண்ணின் எழுத்துகளும் சேர்ந்தால்தான் படைப்புலகம் முழுமை பெறும் என்பது பலருக்கு புரிவதில்லை. இந்த படைப்புலக அரசியலை எங்கு பேச? பெண் வெளியிடும் புத்தகங்களின் மதிப்பீடுகள் எங்கு பேசப்படுகின்றன? அதற்காக யார் இருக்கிறார்கள்? சரியான அங்கீகாரம் கிடைக்கப்பெறாமல் சிறுகதை, கவிதை என இலக்கியமே கதி என்று இயங்கிவரும் எங்களைப் போன்ற சமகாலத்து பெண் படைப்பாளிகளின் நிலை-

யென்ன? எந்த அதிகார தராசில் ஆண்கள் இங்கு உயர்த்திக் காட்டப்படுகிறார்கள்?

பெண் எழுத்துகள் ஆண் எழுத்துகள் என்ற பாகுபாட்டில் எனக்கு உடன்பாடில்லை. படைப்பை வைத்து முடிவு செய்யும் நிலை என்று வரும்? பெண் படைப்புகளைப் படிக்காமலே ஒதுக்கிவிடும் நிலை என்று மாறும்? ஆண்களுக்கு மட்டுமே விருதுகள் வழங்கப்படுவதும், பெண்களுக்கு அவை மறுக்கப்படுவதும், இதன் பின்னணியில் இயங்கும் மாபெரும் ரகசியம் என்ன? அத்தனை இலகுவானதும் முற்போக்கு கருத்துகள் இல்லாததும் சமூக பிரச்சனைகளைப் பேசாததுமாய் இல்லையே பெண் எழுத்தாளர்களின் படைப்புகள்? இம்மாதிரியான பெண் படைப்பாளிகளின் கேள்விகளுக்கு முடிவேது.

இதற்கான தீர்வுகள் எப்போது எங்கு பிறக்கும்? ~ **அகிலா**

0

நீயா நானாவில் 'பட்டியலினத்தைச் சேர்ந்த மாப்பிள்ளையைத் திருமணம் செய்துகொள்வீர்களா?' எனக் கோபிநாத் கேட்கிறார். அங்கே அமர்ந்திருக்கக்கூடிய (தலித் அல்லாத) பெண்கள் ஒருவர்கூடக் கை உயர்த்தவில்லை. இதுதான் சமூக யதார்த்தம் என்றோ இந்தியச் சமூகத்தில் அல்லது குடும்ப அமைப்பில் ஆணாதிக்கச் சிந்தனை புரையோடியதன் அவல விளைவு என்றோ இதனைக் குறுக்கிவிட முடியாது. பொதுவாகவே பெண்களுக்குத் தன்னைக் காட்டிலும் எந்த வகையிலும் தாழ்ந்த நிலையிலுள்ள ஆண்மகனைப் பிடிப்பதில்லை. பொருளாதார வசதி, வேலை, சம்பளம், சாதி என எதுவாகினும் தனக்குச் சமமான அல்லது மேம்பட்ட நிலையிலுள்ள இணையே பெண்களின் முதன்மைத் தேர்வாகவும் விருப்பமாகவும் இருக்கும்.

இந்த எதிர்பார்ப்பு பெண்களின் வருங்காலப் பாதுகாப்பு தொடர்பானது. அதற்கும் மேலாக, தனக்குப் பிறக்கவிருக்கும் பிள்ளையின் வாழ்க்கை நலனுடன் சம்பந்தப்பட்டது. தந்தையின் நிலை தன்னையும் பிள்ளையையும் பாதித்துவிடக்கூடாது என்கிற எண்ணத்தில் எல்லாப் பெண்களும் அசைக்க முடியாத உறுதியுடன் இருப்பார்கள். அதுவே அவர்களது சர்வைவல் உள்ளுணர்வு. அந்தப் பெண்களில் ஒரு பறையர் இருந்து அவரிடம் 'அருந்ததியர் பையனைக் கரம் பிடிப்பீர்களா?' எனக் கேட்டிருந்தாலும் அவர் நிச்சயமாக ஒருகணம் தயங்கிப் பின்வாங்கியிருப்பார்.

சிற்சில விதிவிலக்குகள் தவிர்த்து, இயல்பாகவே ஒடுக்கப்பட்ட ஆண்கள் சார்ந்த ஒவ்வாமை இங்கு எல்லாப் பெண்களுக்கும் உண்டு. நட்புடன் பழகுவதில், சாதிப் பாகுபாடு காட்டாமல் சமமாகப் பாவிப்பதில், ஏற்றத்தாழ்வு பாராமல் ஒரு விஷயத்தைப் பகிர்ந்துகொள்ளும் மனநிலையில் பெண்கள் முன்னேறி இருக்கலாம். ஆனால், 'வரன் தேடும்போது' வாழ்க்கைத் துணை எனும் இடத்தில் பட்டியலின ஆண்களைக் கற்பனை பண்ணிப் பார்க்கும்

பெண்கள் அநேகமாக இல்லை. இதற்குச் சமூக அழுத்தமும் இத்தனை-யாண்டுகாலச் சாதிப் பழக்கமும் மட்டும் காரணமல்ல. பெண்களுடைய குண-வார்ப்பைப் பொறுத்தவரை தாழ்த்தப்பட்ட ஆண் முதன்மைத் தேர்வாக இருக்க இயலாது.

கல்யாணத்தை விட்டுவிடுவோம். இங்கே பேஸ்புக்கில் casual flirt, திரு-மணத்தைத் தாண்டிய பிறழ் உறவிலும்கூடத் தலித் ஆண்களுக்கு வாய்ப்புகள் குறைவு. ஒருவர் தலித் என்றால் காதலுறவில் அவரைப் பெண்கள் ஒதுக்கி-விடுவார்கள். அந்த நட்பை அடுத்த கட்டத்துக்கு நகர்த்த அவர்கள் விரும்-புவதில்லை. (இதை நிறைய தலித் ஆண்கள் மறைமுகமாகச் சுட்டிக்காட்டி எழுதியிருக்கிறார்கள்). ஒருவேளை வீட்டிலோ பொதுவிலோ அம்பலப்பட்டு-விட்டால் ‘இரட்டை அவமானத்துக்கு’ ஆளாக நேரிடும் என்கிற எச்சரிக்-கையுணர்வே இதற்குக் காரணம்.

எனவே, இதில் பெண்களைக் குற்றஞ்சாட்டுவதற்கு எதுவுமில்லை. இந்தப் புற உண்மையை நாம் ஏற்றுக்கொண்டுதான் ஆகவேண்டும். -- **கோகுல் பிர-சாத்**

எத்தனையோ இழப்புகளையும் பிரிவுகளையும் எதிர்கொண்டாயிற்று. 'இதோ... வாழ்க்கை முடிந்துவிட்டது' என்று எத்தனையோ நாட்கள் தோன்-றியிருக்கிறது. 'இப்படியே விழுந்து செத்துப்போய்விட்டால் நன்றாக இருக்-குமே'என சலிப்பு மேலிட்டிருக்கிறது. அதெல்லாம் ஒரு புத்தகத்தைக் கையில் எடுக்கும்வரைதான்; அதன் வரிகளுள் ஆழ்ந்து மூழ்கும்வரைதான்.

வாசிப்பெனப்படுவது எல்லாப் பிணியையும் தீர்க்கும் மாமருந்து. சஞ்சீவி.

ஒவ்வொரு வரியையும் வாசிக்கும்போது, புதிதாக ஒன்றை நான் கற்றுக்-கொண்டிருக்கிறேன் எனும் புத்துணர்வு உண்டாகிறது. இதர உயிரினங்களுக்-குக் கிட்டாத ஒரு மகானுபவத்தை நான் அடைந்துகொண்டிருக்கிறேன் என்ற சிலிர்ப்பினை அடைகிறேன். இந்த வாழ்வு முழுவதையும் அறிவுத் தேட்டத்-திலேயே கழித்துவிடலாகாதா எனும் ஏக்கம் மேலிடுகிறது.

ஒரு புத்தக அலுமாரியின் முன் நின்று, 'இன்றைக்கு எதை நான் தேர்ந்-தெடுக்கப் போகிறேன்' என்று பரபரக்கும் மனக்கிளர்ச்சிக்கு இணையான உணர்வேதும் உண்டா? எல்லாப் புத்தகங்களையும் இழுத்துப் பரத்தி, தூசி-தட்டி, வகை பிரித்து அடுக்கிவைத்தபிறகு பரவசம் பொங்க நின்று பார்க்கும்-போது உண்டாகும் திருப்திக்கு விலைதான் ஏது?

மீண்டும் மீண்டும் சொல்கிறேன்: என்னைத் தற்கொலையினின்று காப்-பாற்றி வருபவை புத்தகங்கள்தாம்!

'மேலுமொரு நாளா?' எனச் சலித்தபடி கிடக்கும் விடியல்களில் கைதூக்கி எழுப்பி விடுபவையாகவும், இழப்புகளால் இருண்டுவிட்ட பகல்களுக்கு ஒளி-யூட்டுபவையாகவும், தனிமையால் சாம்பல்நிறமாகி விட்ட மாலைப்பொழுது-களுக்கு நிறச்சேர்க்கை ஊட்டுபவையாகவும், இறந்தகாலத்தில் உழன்றுழன்று

உறக்கம் இழக்கும் இரவுகளில் தலைகோதி எனைத் தேற்றும் உறவாகவும் இருப்பவை புத்தகங்களே! - **தமிழ்நதி**

"எழுத்தாளர்களில் சிலர் எழுதுவதையே பெரிய புரட்சி என்றும், 'நான் உங்களுக்காக எழுதுகிறேன், உங்களுக்காக நான் என்னையே தியாகம் செய்து கொண்டிருக்கிறேன். ஆனால் என்னைப்பற்றி இந்த சமூகத்திற்கு எந்த அக்கறையும் இல்லை.

குடிப்பதற்குக் கூட காசில்லை. வேறுநாட்டில் எழுத்தாளர்களை எப்படி-யெல்லாம் மதிக்கிறார்கள். தமிழ்நாட்டில் தான் இந்த நிலைமை' என்றும் தொடர்ந்து புலம்பி வருகிறார்களே?

புலம்புபவர்கள் தங்கள் எழுத்தையே இலக்கியச் சேவையாக கருதினால் நான் ஒன்றும் செய்ய முடியாது. இந்த சமூகத்தில் எந்த ஒரு விஷயம் என்னை சுலபமாக கடந்து செல்ல அனுமதிக்கவில்லையோ அதைத்தான் அந்த இடத்தில் நின்று எதிர்கொண்டு ஒரு எழுத்தாளனாக நான் எழுதுகி-றேன். தெருவில் ஒரு சண்டை நடக்கிறது. அந்தப் பக்கமாக செல்லும் ஒரு-வர் அதை விலக்கி விட்டு விட்டு செல்கிறார். அதை அவர் பிரகடனப்படுத்-திக் கொண்டிருப்பதில்லை. அதே வேலையை ஒரு எழுத்தாளன் செய்தால் அதை அவன் எழுத வேறு செய்கிறான். அதற்காக எழுத்தாளனை கொண்-டாட வேண்டும் என்றும் அவன் நினைத்தால் அது அவனுடைய தவறு தான்.

தங்களுக்கு ஏற்படும் மனக்கிளர்ச்சியை, அனுபவங்களை மற்றவர்களோடு பகிர்ந்து கொள்வதற்காகத் தான் எல்லோரும் எழுதுகிறார்கள். அப்படி எழு-துவதை எழுத்தாளன் தியாகம் என்று நினைத்தால், அதைப் படிக்கிற நானும் தியாகி தான் என்று வாசகர்களும் சொல்லலாமே. எழுதுவது என்பது தியா-கம் சம்பந்தப்பட்ட விஷயமே கிடையாது. சமூகத்தோடு தொடர்ந்து இணை-வதும், முரண்படுவதுமாகத் தான் நாம் வாழ்க்கையை நடத்திக் கொண்டிருக்-கிறோம். இதை நாம் எழுத்து வழியாகத் தெரிவிக்கிறோம். மற்றவர்கள் ஏதோ ஒரு மீடியம் வழியாகத் தெரிவிக்கிறார்கள். தன்னைப் பற்றிய பெருமையிலோ, கழிவிரக்கத்திலோ தம்பட்டம் அடிக்கும் செயல்தான் இது.

ஒரு புத்தகத்தையோ, நாடகத்தையோ படிக்கும் அல்லது பார்க்கும் வாச-கனோ, நேயரோ அதனால் பாதிப்பு அடைந்தால் அவனது மனதில் சிறு கீறலோ, அசைவோ ஏற்பட்டால் அவன் வேண்டுமானால் எழுதியவனைப் பாராட்டலாம். அதை விடுத்து தன்னைத் தானே பாராட்டிக் கொள்வதற்காக, ஷீல்டு வாங்கி ஜோல்னாப் பையில் வைத்துக்கொண்டு அலைவது தேவை-யற்ற விஷயம். சமூக அக்கறையுள்ள படைப்பாளி இந்த சமூகத்தோடு உரையாடுவதற்காக எழுதுகிறான். அதைப் படித்துவிட்டுத்தான் உலகம் விடி-கிறது என்று சொல்வதோ, தன்னைக் கொண்டாட வேண்டும் என்று எதிர்-பார்ப்பதோ அபத்தமான காரியம்.

வேதம் படிப்பதற்கு குறிப்பிட்ட சாதியில் பிறக்கவேண்டும் என்பதைப் போலவே இலக்கியம் படைப்பதற்கு தனி ஆளுமை வேண்டும், அறிவு வேண்டும், தேஜஸ் வேண்டும், இன்னும் என்னென்னமோ வேண்டும் என்று கூறுகிறார்கள். இதன்மூலம் எழுத்தாளர்களைப் புனிதப்படுத்தும் வேலை நடந்து கொண்டிருக்கிறது.

இதனால் எழுத்தாளனை இந்த சமூகம் கொண்டாடுவதற்குப் பதிலாக தன் எழுத்தின்மீது அதீத நம்பிக்கை கொண்டு எழுத்தாளன் தன்னைத் தானே கொண்டாடிக் கொண்டிருக்கிறான்.

கலைஞனைக் கொண்டாடாத சமூகம் உருப்படாது என்று சொன்னால் உழவனையோ, தொழிலாளியையோ கொண்டாடாத சமூகம் மட்டும் உருப்பட்டு விடுமா? நீ எழுதும் கவிதைகளைத் தூக்கி வைத்து கொஞ்சிக் கொண்டிருக்கும் எந்த அவசியமும் இந்த சமூகத்துக்குக் கிடையாது. இந்த சமூகத்தைப் பதிவு செய்கிறவனாக, உன் கருத்தைத் தெரிவிப்பவனாக இருக்கும் பட்சத்தில் உனக்கான அளவில் இந்த சமூகம் உன்னை கொண்டாடத் தான் செய்கிறது.

உனக்கு குடிப்பதற்குக் காசில்லை என்பதெல்லாம் இந்த சமூகத்தின் பிரச்சனையும் கிடையாது. இவர்களைப் பற்றி நாம் பேச வேண்டிய அவசியமில்லை என்றே கருதுகிறேன்." ~**ஆதவன் தீட்சண்யா பேட்டி**

விபச்சாரிகளைப் பற்றி, சோரம் போகிறவர்களைப் பற்றிய கதைகள் சிறந்த கதைகள் ஆகாதா?

நேற்று புதுமைப்பித்தன் பிறந்த நாள். அதையொட்டி முகநூலில் சிலர் பதிவுகள் எழுதி, வெளியிட்டிருந்தார்கள். சுரேஷ் ப்ரதீப் தனக்கு பிடித்த புதுமைப்பித்தன் கதைகள் என்று 14 கதைகளின் பட்டியலை வெளியிட்டிருந்தார். அதில் அவர் "ஒரு நாள் கழிந்தது", "பொன்னகரம்" ஆகிய கதைகளைத் தவிர்த்திருந்தார். அது பற்றிப் பின்னூட்டத்தில் கேட்கலாம் என்று நினைத்தேன். ஆனால் எனக்கு முன்பே ஒருவர் "பொன்னகரம்" கதையை ஏன் விட்டுவிட்டீர்கள் என்று சுரேஷ் ப்ரதீப்பைக் கேட்டிருந்தார்.

அதற்குச் சுரேஷ் ப்ரதீப் அது ஏதோ சாதாரணக் கதை போலவும், அதனால் அதைத் தன் பட்டியலில் சேர்க்கவில்லை என்றும் விளக்கமளித்திருந்தார். இன்னும் ஒரு பதிவையும் சுரேஷ் ப்ரதீப் நேற்று வெளியிட்டுள்ளார். அதில் "விபச்சாரம் பற்றிய கதைகளை, சோரம் போதல் பற்றிய கதைகளை மக்கள் ஏன் ஆர்வத்துடன் வாசிக்கிறார்கள்" என்று கேள்வி எழுப்பியிருந்தார். அம்மாதிரியான கதைகளைப் படிப்பது ஏதோ குற்றம் போன்ற தொனி அவரது எழுத்தில் காணப்பட்டது. அப்புறம் மக்கள் அம்மாதிரியான கதைகளைக் கிளுகிளுப்புக்காகப் படிக்கிறார்கள் என்பது போன்ற அபத்தமான கருத்தையும் தெரிவித்திருந்தார் சுரேஷ்.

ஏன் கிளுகிளுப்புக்காக வாசிக்கக்கூடாதா? அது தவறா என்ன? சுரே-ஷுக்குக் கிளுகிளுப்பே வராதா? என்ன மாதிரியான கதைகளை வாசித்து சுரேஷ் கிளுகிளுப்பை அடைகிறார்? மத நூல்களையும், புனித நூல்களையும் வாசித்தா?

அதிலும் விபச்சாரத்தையும், சோரம் போதலையும் சித்தரிக்கும் கதைக-ளாக மூன்று கதைகளைக் குறிப்பிடுகிறார். புதுமைப்பித்தன் "பொன்னகரம்", கு.அழகிரிசாமியின் "திரிபுரம்", ஜெயகாந்தனின் "அக்கினிப் பிரவேசம்". அழகிரிசாமியின் கதையை நான் வாசித்ததில்லை. மற்ற இரண்டு கதைக-ளையும் வாசித்திருக்கிறேன். புதுமைப்பித்தன் கதையாவது விபச்சாரத்தைச் சித்தரிக்கும் கதை. ஆனால் அக்கினிப் பிரவேசம், சோரம் போவதைப் பற்றிய கதை என்று சுரேஷ் எப்படி முடிவுக்கு வந்தார் என்று தெரியவில்லை.

ஜெயகாந்தனின் அக்கினிப் பிரவேசம் சிறுகதையின் நாயகி ஒன்றும் சோரம் போய்விடவில்லை. சோரம் போதல் என்ற சொல்லைப் பொதுவாகத் திருமணமான பெண்களின் விஷயத்தில்தான் பயன்படுத்துவார்கள். ஒரு பெண் கணவன் அல்லாத வேறொருவனுடன் உடலுறவு கொண்டால் அவளை "சோரம் போய்விட்டாள்" என்று சொல்வார்கள். அக்கினிப் பிர-வேசம் கதையின் நாயகி இளம்பெண், கள்ளம் கபடு அற்றவள். திருமணம் ஆகாதவள். ஒரு மழை நாளில் தனக்கு லிப்ட் கொடுத்த ஒருவனிடம் தன்னை இழந்துவிடுகிறாள். அவள் எதிர்ப்பு எதுவும் தெரிவிப்பதில்லை. அவள் இசைவுடனேயே அது நடந்ததாகத்தான் கொள்ள வேண்டும். இந்தக் கதையைப் படித்துவிட்டு யாரும் கிளுகிளுப்பு அடையமாட்டார்கள். அவள் மேல் பரிதாபம்தான் கொள்வார்கள்.

அதே போலத்தான் புதுமைப்பித்தன் பொன்னகரம் கதையும். அக்கதை-யின் நாயகி பரம ஏழை. தன் நோயாளிக் கணவனுக்கு மருந்து வாங்கு-வதற்காகவும், அவனுக்குக் கஞ்சி வைத்துத் தருவதற்காகவும் தன் உடலை விற்கிறாள். அதாவது விபச்சாரத்தில் ஈடுபடுகிறாள். இக்கதையைப் படித்து-விட்டு யாருக்குக் கிளுகிளுப்பு வரும்? யாருக்கும் வராது! கதையின் நாயகி மேல் அனுதாபம்தான் ஏற்படும்.

அப்படியிருக்க மக்கள் இக்கதைகளைப் படிப்பது கிளுகிளுப்பு அடைவ-தற்காகத்தான் என்று சுரேஷ் எப்படிச் சொல்கிறார்? ஒருவேளை சுரேஷ் அவ்வாறு கிளுகிளுப்பு அடைந்தாரோ என்னவோ!

ஏன் விபச்சாரிகள் பற்றியும், சோரம் போகும் ஆண்கள், பெண்கள் பற்-றியும் கதைகள் அதிகம் எழுதப்படுகின்றன என்று எப்போதாவது சுரேஷ் யோசித்திருப்பாரா? அப்படி யோசித்திருந்தால் இது குறித்து அபத்தமாகப் பதிவுகள் எழுத மாட்டார்.

ஒழுக்கம் தவறாத குடும்பப் பெண்களும், ஆண்களும் விதிகள் என்றால், விபச்சாரிகளும், சோரம் போகும் ஆண்களும், பெண்களும் விதிவிலக்குகள், அபூர்வமானவர்கள். இலக்கியம் எப்போதும் அபூர்வமானவர்களைப் பற்றியே

பேசும். கோவலனும் கண்ணகியும் திருமணம் செய்துகொண்டார்கள்; கணவன் மனைவியாக வாழ்ந்தார்கள்; பிள்ளை பெற்றார்கள் என்பது கதை ஆகாது; இலக்கியம் ஆகாது. கோவலனுக்குத் தன் மனைவி அல்லாத வேறொரு பெண்ணுடன், அதாவது மாதவியுடன் தொடர்பு ஏற்படுகிறது எனும்போதுதான் இலக்கியம் பிறக்கிறது; கதை உருவாகிறது. ஏனென்றால், திருமணம் செய்து-கொள்வதும், குழந்தை பெற்றுக்கொள்வதும் பொதுவாக மக்கள் அனைவருமே செய்வதுதான். ஆயிரக்கணக்கான மக்கள், லட்சக்கணக்கான மக்கள் இதைச் செய்கிறார்கள். இதில் சுவாரஸ்யமாக என்ன இருக்கிறது, அதைக் கதை எழுதுவதற்கு? ஆனால், மனைவி அல்லாத மற்றொரு பெண்ணுடன் வெகு-சில ஆண்களுக்கே தொடர்பு ஏற்படுகிறது. இந்த வெகுசில ஆண்கள் விதி-விலக்குகள் எனவேதான் இந்த விதிவிலக்குகளைப் பற்றிக் கதைகள் எழு-தப்படுகின்றன. மக்களும் அக்கதைகளை விரும்பிப் படிக்கிறார்கள்.

விபச்சாரம் செய்யும் பெண்ணைப் பற்றிய கதை என்பதாலேயே "பொன்-னகரம்" சாதாரணக் கதையாகிவிடாது. புதுமைப்பித்தன் கதைகளில் அதுவும் ஓர் அற்புதமான கதை. "பொன்னகரம், பொன்னகரம் என்று பௌராணிகர்கள் கதைக்கிறார்களே, இதுதானய்யா பொன்னகரம்!" என்று கதையே நிறைவு-செய்கிறாரே புதுமைப்பித்தன்?! அது ஒன்றே போதுமே இது ஒரு சிறந்த கதை என்று சொல்ல!

ஒரு விபச்சாரியைப் பற்றி ஜெயகாந்தன் "இலக்கணம் மீறிய கவிதை" என்றொரு அற்புதமான கதையை எழுதியிருக்கிறார். அவசியம் படித்துப் பாருங்கள். ஏன் அவளை "இலக்கணம் மீறிய கவிதை" என்று ஜெயகாந்தன் குறிப்பிடுகிறார் என்றும் யோசித்துப் பாருங்கள்! -- **சுந்தர் கோபாலகிருஷ்-ணன்**

சிந்தனையில் மாற்றத்தை விளைவிக்காத வாசிப்பால் யாதொரு பயனு-மில்லை. உலகை அதன் பிடிவாதமான பிற்போக்குத்தனமிக்க கண்களோடு அணுகத் தூண்டும் புத்தகங்கள் ஒரு வகையில் உங்களை குற்றவாளிகளாக்-குகின்றன. ஓய்விற்காகவோ பொழுதுபோக்கவோ வாசிக்காதீர்கள். படுத்து உறங்கினாலே போதும் ஓய்வும் கிடைக்கும் பொழுதும் கழியும். வாசிப்பை அதைக் கடந்த ஒரு செயல்பாடாக செய்யுங்கள். செயல்பாடு ஆற்றல்மிக்க-தாய் இருக்க வேண்டியது அவசியம். அந்த ஆற்றல் ஒரு மனிதனை அவன் சார்ந்த சமூகத்திற்கு ஏதோவொரு வகையில் பயனுள்ள மனிதனாக மாற்ற வேண்டியது அவசியம்.

இன்னொரு புறம் இன்று எல்லாவற்றையும் சந்தைப்படுத்தல் எளிது. லட்-சத்தில் சில புத்தகங்கள் மட்டுமே வாசிக்க பெறுமதியானவை என்கிற வகை-யில் வந்துகொண்டிருக்கின்றன. இதில் வீணடிக்கப்படும் மனித ஆற்றலை-யும் பொருட் செல்வுகளையும் நினைக்கையில் கவலையளிக்கிறது. வாழ்வைக் குறித்த யாதொரு சித்திரத்தையும் கொண்டிருக்காத புத்தகங்களை தொடர்ந்து

வாசிப்பதன் வழியாய் சிந்தனையை மறந்தவர்களாகி விடுகிறோம். இது இன்னுமொரு வியாபாரம் என்கிற பேராசையோடு எழுத்தில் இயங்கும் எழுத்தாளர்கள் & பதிப்பாளர்களிடம் எச்சரிக்கையாய் இருங்கள். புத்தகங்கள் இந்த வாழ்வை அணுகுவதற்கும் அர்த்தப்பூர்வமாய் மாற்றிக்கொள்ளவும் ஒரு துணை மட்டுமே. அதை மட்டுமே முழுமையான விடுதலையென்று நம்பி முடங்கிவிடாதீர்கள். அலைந்து திரிந்து வெவ்வேறு நிலங்களின் மனிதர்களின் வழியாய் உலகைத் தெரிந்துகொள்ளுங்கள். சமயங்களில் மனிதர்கள் புத்தகங்களை விடவும் விசித்திரமானவர்கள், அபூர்வமானவர்கள்....

உங்க பக்கத்துலயே ஒருத்தன் அவனோட லட்சியத்துல தோத்துட்டு சாதாரணமான ஒரு வாழ்க்கைய வாழ்ந்துட்டு இருக்கலாம். எப்பவாச்சும் உங்ககிட்ட ஏதாச்சும் பேசனும்னு வந்தா ரெண்டு நிமிசம் அவனுக்காக ஒதுக்குங்க. ஜெயிக்காதவன் கிட்ட நீங்க காட்ற உதாசீனம் தான் உலகத்திலயே மிகப்பெரிய வன்முறை. -- **லக்ஷ்மி சரவணகுமார்**

எனதருமை ஆல்பா ஆண்களாக உங்களை கற்பனை செய்து கொண்டு வாழும் சாதா ஆண்களே. வேண்டாம். சொன்னால் புரிந்து கொள்ளுங்கள். உங்களிடம் வந்து பேச வேண்டும் என்று எந்தப் பெண்ணும் மதி மயங்கிக் கிடக்கவில்லை. அப்படியே அவர்களாக வந்துப் பேசினாலும் உங்களிடம் வந்து பேசிவிட்டாதாலேயே உங்கள் மீசையை உருவி விட்டுக் கொள்ள வேண்டியதில்லை. காலம் கெட்டுக் கிடக்கிறது. கண்ட நேரத்தில் கண்ட கண்ட இன்பாக்ஸில் உலவாதீர்கள். வெள்ளந்தித் தனத்தை விடுத்து விவரமாக வாழப் பழகுங்கள். ஊரில் நாலு பேர் நாலு விதமாகப் பேசும்படி நடந்து கொள்ளாதீர்கள். உங்களோடு சேர்த்து உங்கள் அண்ணன் தம்பிகளுக்கும் கெட்ட பெயர் வாங்கிக் கொடுக்காமல் ஒழுக்கமாக வாழப் பழகுங்கள் சோதரர்களே! -- **சுரேஷ் பிரதீப்**

நாகரத்தினம் கிருஷ்ணா

ஒரு முறை சாகித்ய அகாதாமி பரிசுக்காக சொந்த படைப்புக்கு லாபி செய்து தோற்ற விரக்தியோ என்னவோ கவிஞர் ஒருவர் தமிழில் ஒரு கவிதையை வைத்துக்கொண்டு தம்மை பெரிய கவிஞரென சொல்லிக்கொண்டு வலம் வருபவர்களெல்லாம் இருக்கிறார்கள், உங்களெக்கு எதற்கு வீண்வேலை, என்றார். தமிழ் படைப்பிலக்கிய இன்றைய தந்திர பிரதிநிதிகளில் அவரும் ஒருவரென அறிவேன். அவர் பேச்சை அலட்சியம் செய்து அந்த வீண்வேலையை அதாவது அதிரியன் நினைவுகளை மொழிபெயர்த்துக்கொண்டிருக்கிறேன். எனக்குப் பரிசுகள் மட்டுமே ஒரு படைப்பை அதன் தகுதியைத் தீர்மானித்துவிட முடியாது. காலம் மட்டுமே தீர்மானிக்க உதவும்.

செந்தில் பாலாஜி பற்றிய செய்தியை அன்பழகன் வீட்டில் ரெய்டு மறக்கடிப்பதுபோல, கொரோனாவை ஒமிக்ரான் மறக்கடித்ததுபோல இந்த வருட பரிசை அடுத்த வருட பரிசு மறக்கடித்துவிடும்.

143. இலக்கியப் போட்டி - எஸ்.அகஸ்தியர்

இத்துடன் 'இலக்கியப் போட்டி' என்ற எனது தந்தை எஸ். அகஸ்தியரின் சிறுகதையினை அவரது பிறந்த நாள் நினைவு தினத்தை முன்னிட்டு அனுப்பி வைக்கின்றேன். (29.08.1926 — 08.12.1995). அத்தோடு கடந்த June மாதம் 8ஆம் திகதி அவரின் 'சுவடுகள்'என்ற நாவலும் எனது 'பூப்பும் பறிப்பும்' என்ற சிறுகதைத் தொகுப்பும் லண்டனில் வெளியீடு நடந்தமையையும் தெரிவிக்க விரும்புகிறேன்.

அன்போடு,

நவஜோதி

(1963 இல் தமிழ் இலக்கியக் களத்தின் நிகழ்வுகளால் மையப்படுத்தப்பட்ட கதை)

அன்புள்ள செயலாளருக்கு,

தங்கள் எழுத்தாளர் சங்கம் நடத்துகின்ற அகில இலங்கைச் சிறுகதைப் போட்டிக்கென, எனது 'ஒரே வழி' என்ற கதை இத்துடன் வருகிறது. போட்டியின் பெறுபேற்றை உரிய காலத்தில் அறிவிக்கவும்.

செல்வி ரோகினி,

28- 4- 63

அன்புள்ள செல்வி ரோகினிக்கு,

நாம் நடத்திய சிறுகதைப் போட்டியில் தங்களின் 'ஒரே வழி' என்ற கதை, 'இரண்டாம் பரிசுக்குரியதென' நீதிபதிகளால் தெரிவு செய்யப்பட்டுள்ளது. பரிசளிப்பு வைபவம், மட்டக்களப்பிலே இம்மாத ஈற்றில் நடைபெறும் முத்தமிழ் விழாவின் ஓர் அங்கமாக இது அமையும். தாங்கள் நேரில் வந்து பரிசு பெற வேண்டும் என விரும்புகிறோம். தங்களின் கதை, நமது வெளியீடாக விரைவில் வரும் சிறுகதைத் தொகுதியில் இடம் பெறவுள்ளது. 'பாஸ்போட்' அளவிலான தங்கள் புகைப்படமொன்றைச் சீக்கிரம் அனுப்பவும்.

சண்முகதாசன்.

11 — 8 — 63

குறிப்பு: மட்டக்களப்பில் தங்குவதற்கும், உணவுக்கும் வேண்டிய 'வசதிகள்' செய்யப்பட்டுள்ளன. இரண்டாம் பரிசு ரூபா 1500.

வாமதேவன்.

11- 3- 63

அன்புள்ள செயலாளருக்கு,
தங்களிடமிருந்து வர வேண்டிய பரிசுத் தொகை இதுவரை கிடைக்க வில்லை. பத்திரிகை ஒன்றில், 'ரோகினிக்கு பரிசு வழங்கப்பட்டு விட்டது' என்ற தங்கள் அறிக்கை வந்திருக்கிறது. பரிசை உரிய காலத்தில் அனுப்பி-யிருப்பினும், தபால் பட்டுவாடாவின் சீர்;கேட்டினால் சில வேளை தாமதமா-கிறதுபோலும்.
இதனைத் தங்கள் கவனத்திற்குக் கொண்டு வருவதன் மூலம், தக்க நடவ-டிக்கை எடுத்து அனுப்பி வைக்க அனுகூலமாயிருக்குமெனக் கருதுகிறேன்.
ரோகினி
2-9- 63

அன்புள்ள செயலாளருக்கு,
எனது 'ஒரே வழி' என்ற கதை 'இரண்டாம் பரிசு பெற்றதென்ற தங்கள் கடி-தம் கிடைத்தது. தங்கள் வேண்டுதற்படி, குறிப்பிட்ட தினங்களில் பரிசளிப்பு விழாவிற் கலந்து கொள்ள வசதிவராது. மன்னிக்கவும். கதையைப் பிரசுரிக்-கும்போது 'செல்வி ரோகினிக்குப் பதிலாக 'ரோகினி' என்று பெயரை மட்டுமே குறிப்பிடவும். புகைப்படம் அனுப்பிவைக்க முடியவில்லை. குறிப்பிட்ட பரிசுத் தொகையை உரிய காலத்தில் அனுப்பி வைக்கவும். தங்கள் எழுத்தாளர் சங்-கம் நடத்தும் இலக்கிய விழா, சகல வகையிலும் சிறக்க என்; வாழ்த்து.
ரோகினி
19-8-63

அன்புள்ள செயலாளருக்கு,
இன்றுவரை எனது கதைக்கான பரிசுத் தொகை கிடைக்கவில்லை. இதுபற்றி இரண்டு கடிதங்கள் அனுப்பியிருந்தேன். பரிசை அனுப்புவதற்கான எந்த நடவடிக்கையும் எடுக்காமலே மௌனம் காத்து வருகிறீர்கள். அதேவேளை பத்திரிகைகளில் 'மூன்று பரிசுகளும் வழங்கப்பட்டன' என்ற அறிக்கைகளைப் போட்டி போட்டுக் கொண்டு விடுகிறீர்கள்;.

பல சிரமங்களுக்கு மத்தியில் பரிசுத் தொகையை அனுப்பி வைக்கத் தாம-தமாகலாம் என்பதாலும், விரைவில் பரிசை அனுப்புவீர்கள் என்ற திடமான நம்பிக்கையிலும் பத்திரிகைகளுக்கு மறுப்பே எழுதாமலிருக்கிறேன். காலந் தாழ்த்தாமல் பரிசுத் தொகையை அனுப்பவும். இது எனது மூன்றாவது கடி-தம்.
ரோகினி
2-9-63

அன்புள்ள செல்வி ரோகினிக்கு,
தங்கள் கடிதங்கள் கிடைத்தன.
நாங்கள் வெளியிடவிருக்கும் சிறுகதைத் தொகுதியில் பரிசுபெற்ற மூன்று

எழுத்தாளர்களின் புகைப்படங்களுடன் அவர்கள் பற்றிய குறிப்புகளையும் பிரசுரிக்க எண்ணியுள்ளோம். கைவசம் புகைப்படமில்லாவிடின் எங்கள் எழுத்தாளர் சங்கத்தின் செலவில் ஒரு படம் பிடித்து அனுப்பும்படியும் தங்கள் வாழ்க்கை, எழுத்துலக சாதனைகள் பற்றி, 'வாசகர் விரும்பக் கூடிய முறையில்' எழுதியனுப்புமாறும் கேட்டுக் கொள்கிறேன். படத்துடன் புகைப்படப் பிடிப்பாளரின் பற்றுச் சீட்டை அனுப்பினால், அதில் குறிப்பட்டுள்ள தொகையையும் அனுப்பிவைப்போம்.
வாமதேவன்
8- 9. 63

அன்புள்ள செயலாளருக்கு,
தங்கள் கடிதங்கள் கிடைத்தன. பரிசுத்தொகை பற்றி ஒரு வாசகமும் குறிப்பிடாமல், கடிதம் 'அத்து மீறி'யிருக்கிறது. கதைக்கான பரிசை அனுப்பாதவரை, அக்கதையைப் பிரசுரிப்பதற்கு நான் அனுமதியளிபபதற்கில்லை. எனது பரிசை உடனே அனுப்பவும்.
ரோகினி
10.-9-63

அன்புள்ள ஐயா,
தங்கள் ஸ்தாபனம், பரிசு பெற்ற எனது 'ஒரே வழி' என்ற கதைக்கான பணத்தை இலக்கியப் போட்டி நடத்திய எழுத்தாளர் சங்கத்துக்குச் சன்மானமாக வழங்கியிருப்பதாகப் பத்திரிகைகளில் பார்த்தேன். அந்த எழுத்தாளர் சங்கம் பரிசை இதுவரை எனக்கு அனுப்பவில்லை. முடிந்தால், சன்மானம் அளிக்கும் தாங்களே அதனைப் பெற்று எனக்கு அனுப்புங்கள். எழுத்தாளர் சங்கம் பரிசை அனுப்பாதவரை எனது கதையைப் பிரசுரிப்பதற்கு நான் அனுமதியளிக்கவில்லை என்பதைத் தங்களுக்குத் தெரிவித்துக் கொள்கின்றேன்.
ரோகினி
10- 9- 63

அன்புள்ள செயலாளருக்கு,
'கலைமணி' சஞ்சிகையில் தங்கள் எழுத்தாளர் சங்க விளம்பரத்தின் பிரகாரமே சிறுகதைப் போட்டியில் கலந்து கொண்டேன். போட்டியில் கதை தேர்வாகி பரிசுக்குரியதாகியும் விட்டது. கதைக்கான பரிசுத் தொகையையும் தங்கள் விளம்பரத்தின் பிரகாரம் குறிப்பிட்ட பெயருக்கு நேர்மையாக அனுப்ப வேண்டியதே யோக்கியமான செயல். இதர சமாச்சாரங்கள் உங்கள் 'வேண்டுதல்'களேயன்றி 'நிபந்தனை'களன்று. வேண்டுதல்களை அங்கீகரிப்பதும் நிராகரிப்பதும் கதை எழுதியவனை பொறுத்த விஷயம். சிறுகதைப் போட்டி தரமான இலக்கிய நிர்ணயிப்புக்கு நடத்தப்பட்டதேயன்றி, எழுத்தாளர்களுக்-

காகவல்ல.

பரிசையே அனுப்பாமல் பத்திரிகைகளுக்கு, 'பரிசு வழங்கப்பட்டது' என்று பொய்யான அறிக்கை விடுத்து இலக்கியவாதியான என்னை மட்டுமன்றி, எனது அபிமானிகளையும் பொதுமக்களையும் ஏமாற்றியுள்ளீர்கள்.

இந்தப் பரிசுகேடுக்காக ஐந்து தடவை நினைவுபடுத்தவேண்டிய சங்கடத்தை எனக்கேற்படுத்தினீர்கள். கதைக்கான பரிசை அனுப்புகிறீர்களா? இல்லையா? இறுதியான முடிவை உடனே தெரிவிக்கவும்.

ரோகினி

14 — 9- 63

அன்புள்ள ரோகினிக்கு,

தங்கள் அஞ்சலட்டையும் கடிதங்களும் கிடைத்தன.

ஓர் எழுத்தாளர் சங்கத்தின் செயலாளர் என்ற வகையிலும் இலக்கியவாதி என்ற முறையிலும் தங்களை ஏதாவது ஒரு வகையில் அடையாளங் கண்ட பின் பரிசுத் தொகையை அனுப்பி வைக்க முயன்றேன். தங்கள் 'ஒத்துழைப்புக் கிடைக்காத' காரணத்தால் செயற்குழுவின் அனுமதியின்றித் தங்கள் பரிசுக்குரிய பணத்தை அனுப்பத் தயங்குகின்றேன். தங்கள் பரிசுத் தொகையை வழங்காமல் தங்கள் கதையைப் பயன் படுத்தமாட்டோம் என்பதை உறுதியளிப்பதோடு, இனி நேர்முகமாகத் 'தங்களோடு தொடர்பு' கொள்ள முயல்கிறேன்.

வாமதேவன்

14- 9 — 63

அன்புள்ள செல்வி ரோகினிக்கு,

தமிழ் எழுத்தாளர் சங்கம் நடத்திய அகில இலங்கைச் சிறுகதைப் போட்டியின் பரிசு பெற்ற எழுத்தாளர் மூவருக்கும் 'பாராட்டு விழா' ஒன்றினை நடத்த எமது இலக்கியக் குழு முடிவு செய்துள்ளது. அதற்கிணங்க இவ்வழைப்பிதழ் தங்களுக்கு அனுப்பப்படுகின்றது.

21-9-63 சனிக்கிழமை மாலை 5 மணிக்குக் கவிஞர் நடராஜன் அவர்கள் தலைமையில் பம்பலப்பிட்டி 'கிரீன் லண்ட்' ஹொட்டலில் ஒரு பாராட்டு விழா நடைபெறும்.

தாங்களும் சமூகந் தந்து விழாவைச் சிறப்பிக்க அழைக்கின்றோம்.

விழாக் குழுவினர்

17 — 9- 63

அன்புசால் விழாக் குழுவினருக்கு,

சிறுகதைப் போட்டியில் பரிசு பெற்ற எழுத்தாளர்களை கௌரவிக்கு முகமாகத் தங்கள் இலக்கியக் குழுவினர் நடத்தும் பாராட்டு விழாவில் கலந்து கொள்-

வதற்கான அழைப்பிதழ் கிடைத்தது. குறிப்பிட்ட எழுத்தாளர் சங்கம் இதுவரை எனது கதைக்கான பரிசுத் தொகையை வழங்கவில்லை. எனவே தாங்கள் நடத்தும் 'பாராட்டுவிழா'வில் கலந்து கொள்ள முடியவில்லை என்பதை வருத்தத்துடன் தெரிவிக்கின்றேன். இலக்கியம் என்றால் பாராட்டுவதே சம்பிரதாயமெனின், அத்தகைய ஒரு சம்பிரதாயத்துக்காகவேனும் பரிசு பெற்ற இலக்கிய கர்த்தாக்களுக்குப் பாராட்டு விழா நடத்துவதுபோல், தாங்களே முன் வந்து வழங்கப்படாத எனது பரிசுத் தொகையை அந்த எழுத்தாளர் சங்கத்திடமிருந்து பெற்றுத் தருமாறு வேண்டுகின்றேன்.
அமலதாசன் (ரோகினி)
19-9-63

அன்புள்ள ரோகினிக்கு,
நாங்கள் நடத்திய சிறுகதைப் போட்டியில் இரண்டாவது பரிசுக்குரிய சிறுகதைக்கான பரிசு வழங்கப்படமாட்டாது. பல எழுத்தாளர்கள் 'அக்கதை தங்களுடையது' என்று உரிமை பாராட்டுவதாலும், ஒருவரேனும் தங்களைப் பற்றி விபரங்களையோ படத்தையோ அனுப்பி வைக்கத் தவறியதாலும், எங்கள் எழுத்தாளர் சங்கச் செயற்குழு மேற்படி முடிவுக்கு வந்துள்ளது.

இரண்டாம் பரிசுக்குரிய கதையைத் தவிர, போட்டிக் கதைகள்' என்ற தலைப்பில் மிகுதி ஒன்பது கதைகளும் தொகுக்கப்படுகின்றன. இதன் வெளியீட்டு விழா அடுத்த மாதம் 'வெகுவிமரிசை'யாகக் கொண்டாடப்படும். எமது செயற்குழுவின் இம்முடிவினை 20-9-63 இல் வெளியான 'செய்திக் குறிப்பையும் தங்கள் கவனத்திற்குக் கொண்டு வருகிறேன். இதனைவிட ஏனைய பத்திரிகைகளுக்கும் எம்மால் தயாரிக்கப்பட்ட 'அறிக்கை' அனுப்பப்பட்டுள்ளது.
வாமதேவன்
28 — 9 — 63
குறிப்பு: எங்கள் சங்கத் தலைவர் தங்கள் முகவரிக்கு நேரில் வற்த போதும் நிலைமை தெளிவாகவில்லை. எனவே பரிவுத் தொகையை நன் கொடையளித்தவர்களிடமே திருப்பி ஒப்படைக்கப்படவிருக்கிறது — வா.

அன்புள்ள செயலாளருக்கு,
அதிக நாட்களாக நிஷ்டையிலிருந்த நான் மௌன விரதத்தைக் கலைத்து விட்டு இதனை எழுதுகிறேன். தாங்கள் எழுதிய கடிதம் கிடைத்தது. அதில் விரிவான விவரங்கள் வேண்டியிருந்தன என்ற தோரணையில் எழுதியமையால் நானும் விஷயத்தை விளம்புகிறேன். தாங்கள் நடத்திய சிறுகதைப் போட்டியில் 'ரோகினி' என்ற பெயரில் எழுதியது நானே.

ரோகினி எனது பத்துமாதப் பெண் குழந்தையின் பெயர். பதிரிகைகள் குறிப்பிட்டதுபோல இக்குழந்தை எட்டு வயதுப் பாலகியல்ல: தாங்கள் கருதி-

யதுபோல் பதினெட்டு வயசு பருவக் குமரியுமல்ல. அக்கதைக்கு 'பல எழுத்தாளர்கள் உரிமை பாராட்டினார்கள்' என்று வேறு 'திடீ'ரெனக் கரடி விட்டுக் கயிறு திரித்தமைக்காக இலக்கியவாதி என்ற வகையில் வருந்துகிறேன். எழுத்துலகில் 'திடீர் திப்'பென்று தோன்றிய அந்த நவயுக இலக்கியப் பிரமாக்கள் யாரையா?

29- 9 — 63 தினசரியில் 'ஒரே வழி'என்ற அக்கதை பிரசுரமானதே. அப்போதாவது அந்தப் பல எழுத்தாளர்களும் கொதித்தெழுந்து உரி;மைப் போராட்டத்தில் குதித்திருக்கலாமே? அந்தப் பிரமாக்கள் ஒரு சேர இறந்து விட்டார்களா?

தங்கள் எழுத்தாளர் சங்கத்தின் ;பெருந்தலைவர்' பணத்துடன் எனது வசிப்பிடம் நாடி வந்தார் என்று குறிப்பிட்டிருப்பதும் இது போன்ற திருகுதாளமே. எனது முகவரிக்குத் தங்கள் தலைவர் எந்தச் சந்தர்ப்பத்திலாவது வரவில்லை என்பதைத் தெரிவிப்பதுடன், எந்த நேரத்திலும் எந்த எழுத்துலகப் பிரம்மாவையும் சந்திக்கக் காத்திருக்கின்றேன். எனது முகவரியைத் தவிர வேறு முகவரியை நான் தங்களுக்கோ இலக்கிய உலகிற்கோ ஒருபோதும் தெரிவித்ததில்லை.

இலக்கியம் கிள்ளுக் கீரையல்ல, சமுத்திரம். அது தவமியற்றும் முனிவர்களுக்கு வெளித்து வரும் நட்சத்திரம்போல் எழுத்தாளர்களிடமிருந்து முகிழ்ந்த வரும் சிருஷ்டி — அந்தச் சிருஷ்டிகளைத் திருகுதாளங்களால் ஒரு போதும் மறைத்துவிட முடியாது. ஒன்று சொல்கிறேன். மானிட இதய வேட்கையோடு சத்தியப் பேனா பிடிக்கிற திராணியும் தகுதியும் தங்களுக்குண்டாவதாக. இனியாவது எதிலும் மோசடி புரியாதிருப்பீர்களாக.

அமலதாசன்

7-10-63

எழுத்தாளர் சங்கத்துக்கு ஒரு பகிரங்கக் கடிதம்.

அன்புடையீர்,

தாங்கள் நடத்திய சிறுகதைப் போட்டியில் பரிசு பெற்ற 'ஒரேவழி' என்ற கதை ஆசீரியருக்கு அப்பரிசு வழங்கப்படாதெனவும், அறுவர் அதற்கு உரிமை பாராட்டியதால்' அம்முடிவை மேற்கொண்டதாகவும் 10- 10- 63 'புதினம்' இதழில்; அறிக்கை விட்டீர்கள்.

சுய விளம்பரத்திற்காக — பதவி ஆசைக்காக — பிரபல்யப்படுத்துவதற்காகப் இலக்கியப் போட்டிகளும் பாராட்டுக் கூட்டங்களும் இலக்கிய நபுஞ்சகர்களால் — அநாம தேயங்களால் நடத்தப்படுவதை நினைவிற்கொண்டு, தங்களுக்கும் சிறுகதைப்போட்டி யொன்றை நடத்த வேண்டும் என்ற ஆசை ஏற்படலாயிற்று. தங்களுக்கு வேண்டியவர்களுக்கு மட்டுமே பரிசு வழங்க வேண்டும் என்ற விபரீத எண்ணமும் ஏற்பட்டிருக்கலாம். அந்த ஆசைகளையும் இலக்கியம் போட்டி நிபந்தனைகளுடன் சேர்த்திருந்தால் அமலதாசன்

போன்ற எத்தனையோ இலக்கியவாதிகளின் சிரமங்கள் தவிர்ந்திருக்கும்.

தங்களுக்கு வேண்டியவர்களுக்கும், தங்கள் முகாமிலுள்ளவர்களுக்குமே பரிசுகள் வழங்கப்பட்டு, அவர்களை விளம்பரப்படுத்தி தாங்களும் மகாஜனங்கள் மத்தியில் பிரபல்யமாகிவிட வேண்டும் என்று நினைப்பவர்கள் இலக்கிய உலகிற்குப் புதியவர்களல்லர். இலக்கியப் போட்டிகளை விளம்பரப்படுத்திவிட்டு, இப்போட்டியில் தங்களுக்குப் பரிசு கிடைக்க வகை வகுக்கப்படுமாதலால் ஏதாவது ஒன்றை எழுதி அனுப்புங்கள்' என்று சூசகமாக அறிவிக்கின்ற எழுத்துலகச் சிற்பிகள் முதற்கொண்டு, 'நான் இலக்கிய நூல்களுக்கு முன்னுரையளித்தால் அந்நூல்கள் நிச்சயம் சாகித்திய மண்டலப் பரிசு பெற்றுவிடும்' என்று கூசாமல் தம்பட்டம் அடிக்கும் கலாநிதிச் சட்டம்பிமார்வரை எத்தனையோ பெரிய விமர்சன வித்தகர்கள் இருக்கின்றனர். ஒரு பகுதியை வாசித்துவிட்டே முழுநூலுக்கும் 'விமர்சனம்' செய்யும் அதிசூரர்களும் இருக்கின்றனர்.

ஆனால், மக்களை — வாசகர்களை — இலக்கிய அபிமானிகளை வெறும் முட்டாள்கள்' என்று நினைத்துக்கொண்டு 'சும்மா' அறிக்கைகளை விட்டுக் குழப்பியடித்துத் திட்டமிட்டதைச் சாதிக்க முனைவதுதான் சுத்த ஹம்பக், ஆக வெட்கக்கேடு, பெரும் பரிசு கேடு.

தாங்கள் நடத்திய சிறுகதைப் போட்டியில் 'செல்வி ரோகினி: என்ற பெயரில் எழுதி இரண்டாம் பரிசு எழுத்தாளர் அமலதாசன் என்பதனை, கதைகளைத் தேர்ந்தெடுத்துப் பத்திரிகைகளுக்கு அறிக்கை விட்டபின்பே தங்களுக்குத் தெரிந்தது. எனவே மெல்லவும் முடியாமல் தள்ளவும் முடியாமல் விழிபிதுங்கி முழித்தீர்கள். எதிரணி இலக்கியவாதியான அமலதாசனுக்குத் தங்கள் சங்கத்தின் பரிசைக் கொடுக்கத் தங்களுக்கு மனசு வரவில்லை. யாரோ 'திரி தூண்டி' விட்டிருக்கிறார். எனவே, உங்கள் சகாக்கள் சிலரையோ ஒருவரையோ பிடித்து வைத்து 'நான்தான் ரோகினி' எனக்குப் பரிசை அனுப்பங்கள்' என்று சில கார்டுகளை — கடிதங்களை எழுதுவித்து அவற்றை ஆதாரமாக வைத்து, 'அக்கதைக்கு அறுவர் உரிமை பாராட்டினார்கள். அதனால் பரிசு கொடுக்கவில்லை' என்று அறிக்கைவிட்டு உங்கள் மாளா ஆசையை மீளப்பெற முயன்றீர்கள்.

நியாயத்துக்கும் மனச்சாட்சிக்கும் உங்கள் சங்கத்தினர் கட்டுப் படுவதாகவிருப்பின் கீழே எழுதப்படும் கேள்விக் கணைகளுக்கு ஒழுங்கான பதில் கூறவேண்டும். இன்றேல், யோக்கியமாக எழுத்தாளர் அமலதாசனுக்கு இலக்கியப் பரிசைச் சீக்கிரம் அனுப்ப வேண்டும்.

1-.10-63 பத்திரிகையில் 'எங்கள் சங்கத்தின் பெருந்தலைவர் பரிசுப் பணத்துடன் சென்றபோது வீடு பூட்டியிருந்ததைக் கண்டு அயலில் விசாரித்தளவில், 'அப்படி யாரும் அங்கில்லை' என்ற தகவலுடன் திரும்பினார் என்கிறீர்களே!, அப்படியானால் அந்த வீட்டில் வசித்தவர்களின் நாமதேயங்களைக் குறிப்பிட்டிருக்க வேண்டுமல்லவா? அந்த அநாமதேயங்கள் யாவை?

28- 8- 63 தினசரியில், 'இரண்டாம் பரிசு பெற்ற ஒரே வழி' என்ற கதையை எழுதிய செல்வி ரோகினிக்குப் பரிசு வழங்கப்பட்டது என்கிறீர்களே, அப்படியாயின் மட்டக்களப்பு விழாவிற் கலந்து அந்தப் பரிசைப் பெற்றுச் சென்ற நவீன ரோகினி யாரையா?

நிரூபர் பிழையான செய்தி அனுப்பினாரெனக் கருதினால், அறிக்கைகள் விடுவதில் அசகாயசூரரான தாங்கள் அதனை மறித்து மறு அறிக்கை விடாதது ஏன்? ரோகினி உங்களுக்கு எழுதிய கடிதத்தில் இதனைச் சுட்டிக் காட்டி வினவியபோது ஏன் அந்த அறிக்கையை மறுக்கவில்லை. 'பரிசு வழங்கப்பட்டு விட்டது' என்ற செய்தி வந்தவுடன் யாவும் 'கப்சிப்;'பென்று அடங்கிவிடும் என்ற நினைப்பா?

எழுத்தாளர் அமலதாசன் 'கூழ்முட்டைப் போராட்டத்தின் போது யாழ்ப்பாண மண்டபத்தில் நேரிற் சந்தித்துத் தனது கதைக்கான பரிசு பற்றிக் கேட்டபோது, 'ஐயோ, எனக்கொன்றும் தெரியாது. ஏல்லாம் இந்த எழுத்துலக பூஜாரிகளின் வேலைதான்' என்று விட்டு நழுவி ஓடியது ஏனோ? 'ஒரே வழி' என்ற கதை பரிசுக்குரியதென தேர்ந்தெடுக்கப்பட்டதும், அதை எழுதியவர் ஒரு 'செல்வி' என்றவுடன், செயலாளரை முந்திக் கொண்டு அந்தச் செல்விக்குப் பாராட்டுக் கடிதம் — காதற்காவியமாக எழுதிய எழுத்துலகப் பிரம்மா இவரல்லவா?

'ஒரே வழி' என்ற கதையை எழுதிய அமலதாசனே செல்வி ரோகினி என்று

1-10-63ஆம் 22-10-63 ஆம் திகதிப் பத்திரிகைகளில் குறப்பிட்டிருந்தும், உங்கள் கணக்குப்படி பரிசு கோரிய ஆறு நவின ரோகினிகளுள் ஒருவர்கூட அந்தச் செய்தியை மறுத்து எழுதவில்லையே ஏன்?

29-9-63 இல் 'ஒரே வழி' பிரசுரமாகியயோது ஆறு ரோகினிகளும் ஏன் மௌனம் சாதித்தார்கள்? அக்கதையைப் பிரசுரித்த பத்திரிகையிலிருந்து பணம் பெற்றுக் கொண்டவர் எழுத்தாளர் அமலதாசன். அப்படியிருக்க, அறுவரான தேவதூதர்கள் 'திடீ'ரென்று எங்கிருந்து தோன்றினார்கள்?

பரிசுப் பணத்திற்கு உரிமை கொண்டாடுபவர்களுக்குத் தங்கள் கதை எதுவென்று நிச்சயமாகத் தெரிந்திருக்க வேண்டும். அப்படியானால், 29-9-63 தினசரியில் அக்கதை பிரசுரமாகியபோது இந்த ஆறுமுக எழுத்துலகச் சாம்ராட்டுகளும் படை எடுத்துச் சென்றிருக்க வேண்டுமல்லவா?

பரிசுத் தொகையைப் பத்திரிகைகள் அறிவித்ததிலிருந்து அமலதாசனுக்கும் செயலாளருக்குமிடையில் ஏற்பட்ட கடிதத் தொடர்பு போன்று இந்த அறுவர்க்குமிடையில் ஏற்பட்டிருக்க வேண்டுமே? தபாற்கந்தோர் திகதியிட்ட கடித உறைகளுடன் கடிதங்களைப் பிரசுரித்து மக்களுக்குப் பிரகடனப்படுத்த முடியுமா?

இலக்கியவாதிகளுக்கோர் அறைகூவல்.

அண்மையில் எழுத்தாளர் சங்கத்தினர் நடத்திய இலக்கிய விழாவொன்றில், இலக்கியப் போட்டியில் பரிசு பெற்றும் அதன் சன்மானம் பெறாத எழுத்தாளர் அமலதாசன், 'அநீதியைக் கண்டு கொதித்தெழுபவனே உண்மையான எழுத்தாளன்' என்று மண்டபமதிரக் கொட்டி முழங்கினார். ஏங்கெங்கு அநீதி இழைக்கப் படுகின்றதோ அங்கெல்லாஞ் சென்று ஜனநாயக முறைப்படி கூழ்முட்டையடித்தும் கொதித்தெழத் தயங்காத இந்த எழுத்துலக மன்னர்கள். தங்கள் சங்கத்தைக் கட்டி எழுப்பிய இந்த எழுத்தாளர் அமலதாசனுக்கு இன்னோர் எழுத்தாளர் சங்கத்தால் இழைக்கப்பட்ட அநீதிபற்றி இதுவரை மூச்சும் விடவில்லையே, ஏன்?

மயில்ராவணன்

20- 10- 63

அன்புள்ள ஆசிரியர் மயில்ராவணனுக்கு,

இலக்கியப் போட்டி நடத்திய எழுத்தாளர் சங்கத்துக்கும், இலக்கிய வாதிகளுக்கும் தாங்கள் தங்கள் பத்திரிகையில் எழுதிய பகிரங்கக் கடிதம் பார்த்தேன்.

அநீதியைக் கண்டு கொதித்nழுபவனும், கொடுமைகளை எதிர்த்துப் போராடுபவனுமே எழுத்தாளன் பணி என்று, இதே அநீதி புரியும் காரண கர்த்தாக்களையும் மூல நாயகர்களையும் இனங்கண்டு அவர்களை எதிர்த்தத் துவம்சிப்பதோடு அவர்களின் பரிசுகேடுகளை — பாசாங்குகளை — பசுத்தோல் போர்த்த முகமூடிகளைக் கிழித்து மக்கள் மத்தியில் அம்பலப்படுத்துபவன்தான் நேர்மையான எழுத்தாளன். அவன் தான் மக்களுக்காகப் பேனா பிடிக்கத் தகமையுள்ள இலக்கியவாதி.

இந்நோக்கோடு இந்த அநீதியை கவனித்துச் சாடிய தங்களுக்குச் சத்தியப் பேனா தூக்கிய மக்கள் எழுத்தாளர் சார்பில் நன்றி நவில்கின்றேன். இன்றைய இலக்கியப் போட்டி பரிசுகளின் சகல தில்லு முல்லுகளையும் நான் கசடறப் புரிந்தவன். இற்றைவரை பரிசுப் போட்டி வைப்போரின் பரிசு கேட்டைப் பரீட்சிப்பதும் இலக்கியக் களத்தில் என் பணியாகவிருந்தது. அந்த வகையில் எதிரிகளின் கோட்டைக்குள் சென்று அதனைச் சாதித்து விட்டேன். எழுத்தாளனுக்குக் கிடைக்கிற வெற்றியும் ஆத்ம சுகமும் இது ஒன்றுதான். இலக்கியத்திற்காக அளிக்கப்படுகின்ற பரிசு இலக்கியத்துக்குக் கிட்டும் வரை இலக்கியக் களம் பரிசு கேடாகவே இருக்கும்.

தங்களைப் போன்ற எனது அபிமான எழுத்தாளர் ஒருவர் தர்மாவேசத்தோடு எனக்கு எழுதிய கடிதம் ஒன்று தங்கள் பார்வைக்கு இத்துடன் இணைக்கப் படுகின்றது. இற்றைவரை நிகழ்ந்த — நிகழ்கின்ற இலக்கியப் போட்டிகளின் தகிடுதத்தங்களுக்கு இதுவும் ஒரு சான்று.

அமலதாசன்

25- 10- 63.

மதிப்பிற்குரிய எழுத்தார் அமலதாசனுக்கு,
அகில இலங்கைச் சிறுகதைப் போட்டியில் 'இரண்டாம் பரிசு' பெற்ற தங்கள் கதையைப் படித்தேன். 'முதலாம் பரிசு' பெற்ற எனது கதையைவிடத் தங்கள் கதையே சிறப்பாகவிருக்கிறது. அந்தக் காலத்திலும் சரி, இந்தக் காலத்திலும் சரி தங்கள் சிருஷ்டி இலக்கியங்கள் அனைத்தையும் விரும்பிப் படித்து வரும் வாசகர்களில் நானும் ஒருவன். கதைக் களத்தின் மண் வாடை வீசாத தங்கள் சிருஷ்டிகளே கிடையாதெனலாம்.

இந்நாட்களில் மண்வள இலக்கியத்தைப் பொதுவாக எல்லா எழுத்தாளர்களுமே எழுதி வருகின்றார்கள். நானும் அப்படித்தான். ஆனால் அன்றையவர்களுக்கும் இன்றையவர்களக்கும், ஏன், எனக்கு முன்பே துணிவுடனும் சிறப்புடனும் மண்வாசைன சரியாக வீசும் உயிர்த் துடிப்பான யதார்த்தப் படைப்பு இலக்கியங்களை எழுதிச் செயல்முறைப்படுத்தி வெற்றியும் பெற்ற முன்னோடிகளில் நீங்களே முதன்மையானவரெனத் துணிந்து சொல்வேன். இந்தத் துறையில் நீங்கள் மென்மேலும் சிறக்க வாழ்த்துகிறேன்.

தங்கள் கதையைத் தவிர்த்து எனது கதைக்கு 'முதற் பரிசு' என்று பெரிய கொட்டை எழுத்தில் விளம்பரம் கொடுத்து எனது கதையும் பிரசுரமாதே தவிர, முதற் பரிசுக்கான சன்மானம் இன்னும் கிடைக்கவில்லை. நானும் கடிதத்தில் மேல் கடிதம் எழுதிப் பார்த்துக் களைத்து விட்டேன். பலன் என்னவோ பூஜ்ஜியம்தான்.

இல்கிய உலகில் இந்தப் பரிசு கேடு நீங்க, தயவு செய்து நீங்களே இதனை எழுதுங்கள். அநியாயத்தைப் பொறுக்காது வீராவேசங்கொண்டு கெம்பியெழுகின்ற தங்கள் பேனாவால்தான் அது சாத்தியமாகும்.
எஸ்.ஜே.ராஜன்
6- 9- 63 - 1963 — தினகரன்

144. நேசப் பிரவாகம் - ரவி அல்லது

அதிகாலையில் இரயில் நிலையத்தில் இறங்கியதும் தொற்றிய உணர்வை வார்த்தைகளால் விவரிக்க இயலாது. இரயில் நிலையம் முற்றிலுமாக மாறி இருந்தது. வெளியில் வரிசையாக ஆட்டோக்கள் நின்று கொண்டு இருந்தது.

"சாய் கார்த்திக் ஹோட்டல் போக வேண்டும்."

அவர் கேட்டத் தொகையை எதுவுமே சொல்லாமல் ஏற்று ஆட்டோவில் ஏறி விட்டேன். இரயில் நிலையம் நுழையும் இடத்தில் இருந்த மரக்கடை அதே பழைய ஓட்டுக்கட்டடத்தில் பழுதாகி பூட்டிக்கிடந்தது. இது எனக்கு முந்தைய செட்டில் இங்கிலீஸ் மீடியத்தில் படித்த கண்ணாடி கணேஷின் இடம் என்று ஹனிபா சொன்னார். செல்வ குமார், உடுக்கை ராகவேந்திரன், ஜாஹிர் ஹூசைன் இவர்களெல்லாம் ஒன்றாக சுற்றுவார்கள் இவர்களுக்-

கெல்லாம் ஹனிபா நண்பர். ஆட்டோ வெளியே வந்ததும் இதுதான் அதி-ராம்பட்டினம் ரோடு என்று நினைத்துக்கொண்டேன். எதிர்புறம் இருந்த வீட்-டிற்கு இன்னும் பிரச்சினை தீரவில்லை போலும் சுவற்றில் முளைத்திருந்த ஆலமரம் செடி பெரிய நிழல் கொடுக்கும் மரமாக வளர்ந்து இருந்தது. அதன் கீழ் ரோட்டில் சைக்கிள் தள்ளு வண்டிகள் தார்ப்பாய் சுற்றி நிறுத்தப்பட்டு இருந்தன.

ஆட்டோ பஸ் ஸ்டாண்டு வந்தபோது பெரியார் நின்று கொண்டு இருந்-தார். பெரியக் குளமாக இருந்த இடம் பேருந்து நிலையமாக மாறி இருந்தது. வழக்கம் போலவே முகப்பில் தஞ்சாவூர் பஸ் நின்றது. ஆவின் பால் கடை-யில் சிலர் பாலோ டீயோ குடித்துக்கொண்டு இருந்தனர். பழைய பஸ் ஸ்டாண்டை பார்த்ததும் முனையில் தஞ்சாவூர் பஸ் நிற்பது நினைவுக்கு வந்-தது. சந்திரா பஸ், பெரியநாயகி அம்பாள், திருமுருகன் பஸ், ரவி பஸ், மீரா பஸ், ராஜ்கபூர், எஸ்.கே.நாதன் இவைகளெல்லாம் இப்போதும் ஓடிக்கொண்-டிருக்குமா என்று தெரியவில்லை. அரசு மருத்துவமனையை ஒட்டி இருந்த சிறைச்சாலை புதிய முகப்புச் சுவராக மாறி இருந்தது. அதன் பக்கத்தில் ரிஜிஸ்டர் ஆபீஸ் புதிதாக கட்டி இருந்தார்கள். பழனியப்பன் தெரு பழைய அடையாளமற்று இருந்தது.

மணிக்கூண்டு டவரை உடைத்து சிறிய கடிகாரம் ஒரு தூணில் வைத்து இருந்தார்கள். மணிக்கூண்டும் காந்திப் பார்க்கில் அடிக்கும் சங்கும் தான் ஊரின் சிறப்பான அடையாளம். இப்பொழுதெல்லாம் சங்கு அடிப்பார்களா என்று தெரியவில்லை. ஆட்டோவை விட்டு இறங்கும்போது தான் கவனித்-தேன் முன்னால் ஆட்டோ டிரைவர் ஓஷோவின் ‘கடவுள் உங்கள் உள்ளே இருக்கிறார்’என்ற புத்தகத்தை செருகி வைத்திருந்தார். அது ரொம்பப் பழைய புத்தகமாக இருந்தது. இது தமிழில் வந்த ஓஷோவின் முதல் புத்தகங்களில் ஒன்று. வேடிக்கைப் பார்க்காமல் இவரிடம் பேசிக்கொண்டு வந்திருக்கலாமோ என்று தோன்றியது.

இங்கு வந்ததே ஊரைப் பார்க்க வேண்டும். சிலரைச் சந்திக்க வேண்டும் என்பதனால் கூட அவரிடம் பேச முடியாமல் போனதாக இருக்கலாம். மூன்று முப்பதுக்கு இரயில் வந்ததிலும் ஒரு வசதி இருந்தது. லாட்சில் லக்கேஜை வைத்துவிட்டு ஊரை ஒரு முறை சுற்றி வந்துவிடலாமென கீழே இறங்கியதும் இடதுபக்கம் செல்வோமா வலதுப் பக்கம் செல்வோமா என்ற குழப்பம் வந்தது. மணிக்கூண்டு வழியாக செல்லலாமென நடந்த பொழுது கடைத்தெரு முற்-றிலும் மாறி இருந்தது. இரத்தினம் பிள்ளை டாக்டர் போர்டைப் பார்த்ததும் ஐந்து ரூபாய் டாக்டர் விஜய்-யின் படம் ஞாபகம் வந்தது. உண்மையிலையே இவர்தான் ஐந்து ரூபாய் டாக்டர் இல்லை அவர் அப்போது இரண்டு ரூபாய் வாங்குவார்.

முன்பு ஒரு முறை ஜனாதிபதி வெங்கட்ராமன் அண்ணன் வீடு மட்டும் மாறாமல் இருக்கிறது என்று எவரோ சொன்னது நினைவுக்கு வர, திருப்பிப்

பார்த்தால் அப்படி ஒன்றும் இருப்பதாகத் தெரியவில்லை. பூம்புகார் ஜவுளி ஸ்டோர்ஸ் அப்படியே இருந்தது. கொழும்பு ஸ்டோர் சாகார் என்று மாறி இருந்தது. ஊரின் மிகவும் உயரமான கட்டிடம் கொழும்பு ஸ்டோர். சின்னையாத் தெரு அதன் பழைய நிலையிலிருந்து முற்றிலும் மாறி வேறு ஏதோவொரு தெருவில் நடப்பதாக தோன்றியது. வீரா தியேட்டர் நீண்ட காலமாக மூடிக்கிடப்பதற்கான அடையாளமாக புற்கள் காடுபோல மண்டிக்கிடந்தது. நீலா தியேட்டர், முருகையா தியேட்டர், அய்யா தியேட்டர், தேவா தியேட்டர் இவைகளில் எவைகள் இருக்குமெனத் தெரியவில்லை.

ப்ரைட் ஸ்வீட் கடை அதே சைசில் புதுப்பொலிவுடன் காணப்பட்டது. ஓனர் பாய் வெள்ளிக்கிழமை வாரா வாராம் தவறாமல் படம் பார்க்க கூடியவர். ராஜாமணி தியேட்டரில் 1.50பைசா டிக்கெட் இல்லாததால் நான் கவுண்டரை விட்டு வெளியே வரும்போது அவர்தான் முதல் வகுப்பு 04.50 டிக்கெட் வாங்கிக்கொடுத்தார். நான் எவ்வளவோ மறுத்தும் டிக்கெட்டைப் பையில் வைத்துவிட்டு அவர் படம் போடப்போறாங்க வாப்பான்னு உள்ளே போய்விட்டார். என்னால் கடைசிவரை அந்த 04:50ஐ சேமித்துக் கொடுக்க முடியவில்லை.

கோர்ட் புதிதாக மாறி இருந்தது. இங்கு குதிரை வண்டிகள் வாடகை கார்கள் எல்லாம் இருக்கும். காலம்தான் எத்தனை மாற்றங்களைக் கொடுத்துவிடுகிறது. ஆண்கள் பள்ளி ரோட்டில் திரும்பினால் முனையில் கனகேசா மருத்துவமனை பெரிய கட்டிடமாக இருந்தது. பாலகிருஷ்ணன் டாக்டர் வீரா தியேட்டருக்கு முன்பு உள்ள சந்தில் ஓட்டு வீட்டில் இருந்தார். அதன் வழியாகத்தான் கெமிஸ்ட்ரி பாலசஞ்சீவி சார் வீட்டிற்கு போகவேண்டும். மாறி இருக்கும் கட்டிடங்களைப் பார்க்காமல் கண் பள்ளியின் நுழைவாயிலைத் தேடத் துவங்கியது. பேருந்துகள் அங்கொன்றும் இங்கொன்றுமாக ஓரமாக நிறுத்தி இருந்ததில் தூரத்திலிருந்து பார்ப்பது சிரமமாக இருந்தது. அநேகமாக இந்த மருத்துவமனை வைத்திருப்பவர்கள் தான் இந்த பேருந்துகளின் உரிமையாளராக இருக்கவேண்டும்.

ஸ்கூல் காம்பவுண்ட் புதிதாக கட்டி அதில் ஓவியங்களும் பொன்மொழிகளும் எழுதப்பட்டு இருந்தது. முன்பிருந்த வழியிலையே புதிதாக நுழைவு வாயில் வளைவு கட்டி இருந்தார்கள். இந்த என்ட்ரன்சில்தான் சைக்கிளில் பால் வியாபாரம் செய்பவர் என் மீது மோதி என் முட்டியில் சிராய்த்து இரத்தம் வழிந்தது. ஹெட்மாஸ்டர் மாப்பிள்ளைய்யன் சார் தான் கைத்தாங்கலாக அழைத்துச்சென்று அவர் ரூமில் டின்ஞ்சரை வைத்துவிட்டார். அந்தப்பழக்கம்தான் எனக்கு பின் நாளில் படிப்பிற்கான பல கையெழுத்துகள் பெற உதவியாக அமைந்தது. நல்ல மனிதர்.

எதிரில் அண்ணுசாமி ஐயா வீடு அப்படியே இருந்தது. அந்த காம்பவுண்டும் அப்படியே இருந்தது. அது மூன்றடியாக உயரம் குறைந்து இருந்தது. அதில் அப்பல்லோ கம்ப்யூட்டர் எஜூகேஷன் என்று ஆங்கிலத்தில்

எழுதி இருந்தார்கள். அப்பல்லோ எழுத்தின் மேல் சிலர் போஸ்டரை ஒட்டி இருந்தார்கள். அண்ணுசாமி ஐயா வீட்டிற்கு பக்கத்து வீடு இடித்து பேக்கரி-யாக மாறி இருந்தது. இந்த காம்பவுண்டு ஓரமாகத்தான் பன்னீர் அண்ணன் காமிக்ஸ் புத்தகம் விற்பார். அதற்கு அடுத்து பாட்டி குச்சி மிட்டாய், கடலை மிட்டாய், குருவி ரொட்டி, இலந்தைப்பழம், நெல்லிக்காய் விற்கும். அதற்கு அடுத்து சையது அண்ணன் பாத்திமா ஐஸ் பெட்டியை சைக்கிளில் வைத்து குச்சி ஐஸ் விற்றுக்கொண்டு இருப்பார்.

இந்த சையது அண்ணன் 'தேன் கூடு' என்று கையெழுத்துப் பிரதி அவர் நண்பர்களுடன் நடத்தினார். அவர்கள் இருவரின் பெயர்கள் கார்த்திகேயன் என்று நினைக்கிறேன். யூமா வாசுகி அவர்கள் ஒரு நேர்காணலில் அவரது ஆரம்ப கால நண்பர் முகமது காசிம் என்பவருடன் வீடு வீடாக புத்தகம் சர்குலேஷன் போடுவோம் என்று சொல்லி இருப்பார். அவரது அண்ணன் தான் இந்த சையது பாய். ஹனிபாவுக்கும் அண்ணன்தான். இவர்கள் மூவ-ருமே எழுதுவதில் ஆர்வம் உள்ளவர்கள். மூவருமே தொழில் செய்வதில் வல்லவர்கள். சையது அண்ணன் வித விதமாக அப்பொழுதே ஐஸ் போட்டுக் கொண்டு வருவார். ஸ்கூலில் பசங்க 'இமய மலையிலிருந்து ஐஸ் வெட்டி எடுத்துக்கிட்டு வர்றாங்க' என்று பேசிக்கொள்வார்கள். சையது அண்ணன் கையெழுத்து அச்சுக் கோர்த்தது மாதிரி அழகாக இருக்கும்.

பன்னீர் அண்ணன் கடையில் விதவிதமான பழைய காமிக்ஸ் புத்தகங்கள் இருக்கும். பாக்கெட் நாவல், க்ரைம் நாவல், சூப்பர் நாவல், குடும்ப நாவல், ராணி முத்து இன்னும் ஆனந்த விகடன், குமுதம், குங்குமம், கல்கி, தாய், சாவி, இதயம் பேசுகிறது மற்றும் இவைகளில் வந்த தொடர்கதைகளை இரண்டு மூன்று பாகமாக தைத்து வைத்து இருப்பார். இவைகள் இல்லாமல் பெரிய நாவல்கள் பைண்டிங் செய்து தனியாக அடுக்கி வைத்திருப்பார்.

பத்து பைசா, இருபது பைசா, இருபத்தி ஐந்து பைசா என்று ஒவ்வொன்-றுக்கும் வாடகை வைத்திருந்தார். வகுப்பிற்கு செல்லும்போதே பலர் வாங்கிக்-கொண்டு செல்வார்கள். மதியம் கொடுத்துவிடுவார்கள். தமிழ் நாட்டிலையே எங்கள் பள்ளி மட்டும் தான் காலையில் ஒன்பதுக்கு ஆரம்பித்து மதியம் ஒரு மணியுடன் வகுப்புகள் முடிந்துவிடும் பள்ளிக் கூடம். நான் பி.டி பீரி-யட் அல்லது மதியம் ஒரு மணிக்கு கிளாஸ்விட்ட பிறகு வாங்கிப்படிப்பேன். புத்தகத்தை கிளிக்காமல் கொடுப்பதால் மட்டும் இல்லை அண்ணன் அடுத்த செட் புத்தகங்கள் வாங்குவதற்குள் நான் அவர் வைத்திருக்கும் காமிக்ஸ், நாவல்களை படித்து விடுவதாலும் என்னை அவருக்கு ரொம்பப் பிடிக்கும்.

பன்னீர் அண்ணன் தான் சென்னை பிராட்வேயில் சினிமா பாட்டுப் புத்-தகம்,கோல புத்தகமெல்லாம் வரவழைத்து இங்குள்ளவர்களுக்கு கொடுப்பார். அதில் ஒருவர் நீலா தியேட்டர் வாசலில் விற்றுக்கொண்டு இருப்பார். அங்கு மூனு சீட்டு, கொட்டை குழுக்குவதெல்லாம் காண்டா விளக்கு வெளிச்சத்தில் நடக்கும். அண்ணன் பாட்டுப் புத்தகம் விற்கிறவரிடம் பணம் வாங்க வந்தவர்

நான் வேடிக்கைப் பார்த்துக் கொண்டிருப்பதை பார்த்து திட்டினார்.

"உன்னைய நல்லப் பையன்னு நினைச்சேன். இந்தக் காவாலித்தனம் வேற பண்ட்றியா."

"ஐய்யோ. அண்ணே... நான் வேடிக்கைப் பார்த்தேண்ணே. அது விளை-யாடெல்லாம் என்கிட்ட ஏதுண்ணே காசு. உங்களுக்கே நான் நாப்பது காசு கொடுக்கனும்ண்ணே. அதுவே ஆறு மாசமா கொடுக்க முடியாம இருக்-கேன்."

அண்ணனுக்கு என் மேல் இரக்கம் வந்துவிட்டது.

"போலீஸ் வந்தா வேடிக்கை பார்த்தவன். விளையாண்டவன்னு பார்க்க மாட்டாங்க. ஸ்டேசன்ல வச்சி உறுச்சி எடுத்துருவாங்க. அங்க குலுக்குறான் பாரு அவன். கூட்டத்தில் நிக்கிற மூனு பேரு எல்லாம் கூட்டாளி பயலுவ. எல்லாரு மேலயும் கேஸ் இருக்கு. உள்ளப்போயிட்டு வெளியே வந்தவுடனே இதைத்தான் பண்ணுவாங்க. அடுத்த வாட்டிப் பார்த்தேன். உங்கள் வீட்டில வந்து சொல்லுருவேன்." என்றார்.

அடுத்த நாள் மோக முள் படித்துக் கொண்டிருந்தபோது வீட்டைப் பற்றி கேட்டார். அப்பா இறந்ததும் அம்மா காரியத்துக்கு ஊருக்கு போனவர்கள் திரும்பி வரவில்லை. எனக்கு இங்கே இருந்து ஊருக்கு போக பிடிக்க-வில்லை. அம்மா ப்ரண்ட் வீட்டு திண்ணையில் தங்கி இருக்கிறேன். மாதா மாதாம் மணி ஆர்டரில் பணம் வரும் அதை வைத்துத் தான் செலவு செய்து கொள்கிறேன்' என்றேன்.

அதன் பிறகு ஒரு நாள் என்னை அண்ணா நகர் பூமியாங்குளத்தில் உள்ள அவர் வீட்டிற்கு அழைத்துச்சென்றார். பனை மட்டை வேய்ந்த கூரை வீடு. கரு வேல மரங்களுக்கு இடையில் பன்றிகள் நிறைய மேய்ந்து கொண்-டிருந்தது. அங்குதான் பலபேர் மலம் கழிப்பார்கள் என்பது சொல்லாமலையே தெரிந்தது. அண்ணன் இந்த இடம் வாங்கி ஆறு மாசமாச்சு என்றது. அண்-ணன் சொந்த வீடு என்றதும் பார்த்த அத்தனை அசௌகரியங்களும் மறைந்-துவிட்டது. கண்ணகி அக்கா ஆறு மாத பெண் குழந்தையை வைத்து இருந்தது. அம்மா ஊருக்குச் சென்றதிலிருந்து நான் இங்கு எவர் வீட்டிலும் சாப்பிட மாட்டேன் என்பது பன்னீர் அண்ணனுக்குத் தெரிந்ததால் என்னை அவர் ஒன்றும் சொல்லவில்லை. அக்காதான் ரொம்பவும் மல்லுக்கட்டிக்-கிட்டே இருந்தது. டீயாவது குடிடா என்று சொன்னதும் தண்ணீர் குடித்து-விட்டு கிளம்பிவிட்டேன்.

'அநாதைப் பய சோத்துக்கு வீங்கி சாப்பிட வந்துட்டான்னு யாராவது சொல்லிருவாங்க. பார்த்துப் பத்திரமா இருந்துக்கப்பா'என்று அம்மா ஊருக்கு போகும்போது சொல்லிவிட்டுச் சென்றதை வைராக்கியமாக கடை பிடித்தேன். அதுதான் எனக்கும் அம்மாவுக்குமான கடைசி சந்திப்பு உரையாடல் எல்-லாமே. பனிரெண்டாம் வகுப்பு முழு ஆண்டு தேர்வு நெருங்கிக்கொண்டிருக்க

பணம் வராததால் ஊருக்குப் போனேன். அம்மா இறந்து போனதாகச் சொன்னார்கள். இங்கு வந்து இதை நான் நண்பர்கள் யாரிடமும் சொல்லவில்லை. அம்மா ப்ரண்ட்டுக்கிட்டே மட்டும் சொன்னேன். அவர்கள் என்னைக் கட்டிப்பிடித்து அழுதார்கள்.

ஊரிலிருந்து வந்த பிறகு நான் சோகமாக இருப்பதைப் பார்த்த பன்னீர் அண்ணன் விவரங்கள் சொன்ன பிறகு எனக்கு லைப்ரரி டோக்கன் வாங்கிக் கொடுத்தார். காசாங்குளத்தில் உள்ள கம்யூனிஸ்ட் பார்ட்டி ஆபீஸை பழக்கிக்கொடுத்தார். அங்குதான் ரஷ்யக் கதைகள் எனக்கு அதிகம் படிக்க வாய்ப்புக் கிடைத்தது. அந்த தருணத்தில் எனக்கு அந்த கதைகள் மிகவும் ஆறுதலாக இருந்தது.

நான் பனிரெண்டாம் வகுப்பு முடிக்கும்போது கதை கவிதை எழுதுவதில் தேர்ந்து இருந்தேன். விடாமல் எழுதுடா உனக்கு எழுதுறது நல்லா வருது என்றார் பன்னீர் அண்ணன். நான் இங்கிருந்து கிளம்பும்போது ஆனந்த விகடனில் ஒரு துணுக்கு வெளியாகி இருந்தது. என்னைவிட பன்னீர் அண்ணன் ரொம்பவும் சந்தோஷப்பட்டார். விகடனிலிருந்து வந்த காக்கி கவரில் எனது முகவரி டைப் செய்து ஒட்டி இருந்ததை தடவிக்கொண்டே இருந்தார். அந்த வார ஆனந்த விகடனை பைண்டிங் செய்து எனக்கு அன்பளிப்பாகக் கொடுத்தார்.

அதன் பிறகு அண்ணனுக்கு ஒரு கடிதம் அதற்கு பதில் கடிதம் பெறக்கூட முகவரி இல்லாத சூழல். இடம் பெயர்வு இடம் பெயர்வு எனக் காலம் எங்கேயோ தூக்கிக்கொண்டு சென்றுவிட்டது. இந்தப் பன்னீர் அண்ணனைத்தேடித்தான் நாற்பது ஆண்டுகள் கழித்து இங்கு வந்திருக்கிறேன். எனக்கு இங்கு யாரையுமே தெரியாது. எவருடனும் எந்தத் தொடர்பும் இல்லை. அண்ணுசாமி ஐயா வீடு அப்படியே இருந்தது பெரிய ஆறுதல். இந்த நேரத்தில் எதுவும் தொந்தரவு செய்ய முடியாது. விடிந்ததும் வந்து கேட்டுப்பார்க்கலாமென உள்ளே பார்வையை செலுத்தியபோது அவர் புகைப்படத்தில் லைட் எரிந்து கொண்டிருந்தது. துளிர் விட்ட ஒற்றை நம்பிக்கையும் கருகிப்போன சோர்வில் நடக்க ஆரம்பித்தேன்.

இத்தனை ஆண்டுகள் கழித்து நான் தேடிவந்த நபரை அறிவதற்கான எந்தவொரு குறிப்பும் என்னிடம் இல்லை என் வேலைகளுக்கு இடையில் இந்தப் பயணம் அவசியம் என்று தோன்றியது. அதற்கு சரியான காரணமும் இருந்தது. மணிக்கூண்டு அருகில் செருப்பு தைத்துக் கொடுக்கும் காளி அண்ணன் என்று ஒரு வயதானவர் இருந்தார். இங்கிருந்த நாட்களில் நான் இரண்டு செருப்புகள் தான் வாங்கி இருக்கிறேன். அவைகளை இத்தனை ஆண்டுகள் பாவிக்க வைத்ததற்கு காளி அண்ணன் தான் காரணம்.

அந்த வயதில் சிறுவர்களிடம் செருப்பைப் பின்னாடி மிதித்து விளையாடும் பழக்கம் இருந்தது. அப்படி மிதிக்கும் எல்லோருமே தடுமாறி குப்புற விழுவார்கள் மற்றவர்கள் சிரிப்பார்கள். எனக்கு ஒரு முறை அதுபோல நடந்து

செருப்பு கிழிந்ததில் நான் பட்ட வேதனை கொஞ்சம் நஞ்சமல்ல. ஒரு பைசாவாக இருந்தாலும் எண்ணி எண்ணி செலவு செய்யவேண்டும். பல நாட்கள் தண்ணீர் மட்டும் குடித்து படுத்துக்கிடந்திருக்கிறேன்.

ஒரு முறை சென்னையில் திக்குத் தெரியாமல் தெருக்களில் திரிந்த பொழுது ஹனிபா, குமார், செந்தில் இவர்களை பாரீஸ் கார்னரில் பார்த்தேன். 'வி.ஜி.பி போகிறோம் வர்றீங்களா' என்றார்கள். இரண்டு நாள் சாப்பிடாத-தால் அவர்களுடன் செல்வோமா என தயங்கியபோது ஹனிபா வற்புறுத்-தினார். வி.ஜி.பியில் வட்டமாக இரும்பு கம்பியில் உட்காரும் சேர் மாதிரி மூன்று பேர் அமருமாறு சிறுவர்கள் சுற்றி விளையாடுவதற்கு ஒன்றை அமைத்திருந்தார்கள். அதில் செந்தில் உட்கார்ந்ததும் நானும் ஹனிபாவும் சுற்றினோம்.

அவர் கத்த ஆரம்பித்துவிட்டார். நான் விடாமல் சுற்றினேன். அவர் குர-லெடுத்து கத்தினார். நாங்கள் பயங்கரமாகச் சிரித்தோம். சுற்றியது நின்ற பிறகு அவர் வேறொரு இடத்தில் அமர்ந்து விட்டார். அவர் முகம் வாடியது. கண்கள் உள்ளே போய் கருவளையம் கண்களுக்கு கீழே வந்திருந்தது. அவர்களைவிட்டு நான் பிரியும் வரை அவர் வாடிய முகம் மாறவில்லை. நான் டாய்லெட் போய்விட்டு வரும்போது குமாரிடம் இப்படியாக செந்தில் சொல்லிக்கொண்டு இருந்தார்.

"என் வாழ்க்கையில் இது மறக்க முடியாத நாள்டா. நான் தான் வரலேன்னு சொன்னேன். அப்புறம் என்னைய என்ன மயித்துக்கு கூட்டிக்-கிட்டு வந்தே."

எனக்கு மனதுக்கு சங்கடமாக இருந்தது. நான் கேட்டது அவர்களுக்கு தெரியாது. ஒட்டுக் கேட்டுவிட்டதாக நினைப்பார்களோ என்று தயங்கினேன். அப்பொழுதெல்லாம் நான் எதற்குமே மிகவும் தயங்கக்கூடியவன். அன்று செந்திலிடம் கேட்க வேண்டிய மன்னிப்பு இன்னும் எனக்குள் அப்படியே இருக்கிறது. எந்தச் செயல் எவரை எப்படி நோக வைக்குமென்று எவருக்கும் தெரியாது. பொதுவாக நான் கிண்டலடிப்பேனே ஒழிய எவரையும் மன வேதனைப்படுத்த மாட்டேன். அன்றிலிருந்து இன்றுவரை எவர் மனதையும் நோகடித்ததில்லை. அன்று ஹனிபா யாருக்கும் தெரியாமல் என் பையில் ஐநூறு ரூபாய் வைத்தார். நான் எவ்வளவோ தடுத்தும் பிறகு எனக்கு கொடுத்துவிடுங்கள் என்றார். அந்தப் பணத்தை வைத்துதான் நான் பம்பாய் சென்றேன். வேலை

செய்து கொண்டே டிகிரி படித்தது போன்றவைகள் அதன் பிறகு தான் நடந்தது. அவருக்கும் அந்தப் பணம் கொடுக்கப்படவேயில்லை. தலையாரி தெருவில் இரு பக்கமும் கட்டடங்கள் நெருக்கமாக உயர்ந்திருந்தது. வாசன் ஆடியோஸில் லக்கி ஜவுளிக்கடை பெரிய கட்டிடமாக கட்டப்பட்டு படிகளில் மேலே ஏறுவது போல கடை உயரமாக கட்டி இருந்தார். என் மனப் போக்-கிற்கு சற்று நேரம் உட்கார்ந்தால் தேவலாம் என்று தோன்றியது. வாட்ச்மேன்

ஸ்டூலில் உட்கார்ந்து ஷட்டரில் தலையை சாய்த்து படுத்துத் தூங்கிக்கொண்டு இருந்தார்.

எதிரே கண்ணன் ஸ்டோர் இரண்டு கட்டிடங்களாக மாறி இருந்தது. பழையதற்கு பக்கத்தில் நாட்டு மருந்துக்கடை, பூஜைப் பொருட்கள், டெக்கரேசன் பொருட்கள் எனப் புதிதாக கடையும் திறந்து இருந்தார்கள். பழைய கடையின் உள் பகுதியில் கதவைத் திறந்தால் அவர்கள் அவர்களின் வீட்டிற்குள் சென்றுவிடலாம். இந்தக் கடை ஓனரின் இரண்டு மகன்களில் மூத்தவர் எழுத்தாளர்.

இரண்டாவது மகன் இந்த கடையில் இருப்பார். எப்பொழுதாவது எழுத்தாளர் கண்ணாடி போட்டு டீ சர்ட்டில் உட்கார்ந்து இருப்பார். எழுத்தாளரின் கதைக்கு விமர்சனம் எழுதுவதாக நினைத்து அவர் எழுதிய நாவலின் அத்தனை வார்த்தைகளையும் எண்ணி ஒரு விமர்சனம் எழுதி அனுப்பினேன். இதைப் பன்னீர் அண்ணனிடம் சொன்னபோது திட்டினார். 'பத்திரிக்கையில் பெயர் வரனும்ன்னு எதையும் எழுதாதே. அறிவுப்பூர்வமாக. உணர்வுப் பூர்வமாக எழுதக்கத்துக்க'என்றார். இன்று வரை அதைத்தான் கடைபிடிக்கிறேன்.

எழுத்தாளர் அப்பா வெள்ளை வேட்டி சட்டையில் சட்டையை இரண்டு கைகளின் முட்டிக்கு மேலே மடித்து தான் போடுவார். அவரது இரண்டாவது மகன் ஒல்லியாக டக்ப் பண்ணி இருப்பார். கிழக்குப் பக்கமாக பார்த்து கல்லாப்பெட்டி மேஜையில் அவர் உட்கார்ந்து இருப்பதும் அவரது இரண்டாவது மகன் பவ்யமாக கைகட்டி வடக்குப் பக்கம் என்னை நோக்கி நின்று ரோட்டைப் பார்ப்பதுபோல பழைய நினைவு காட்சியாக ஓடியது.

"சார். இங்கெல்லாம் உட்கார கூடாது ஏந்திரிங்க சார்."என்றார் வாட்ச்மேன்.

ரோட்டில் வாகனங்கள் ஒன்றிரண்டு செல்ல ஆரம்பித்துவிட்டது. நான் பக்கத்தில் இருந்த கவரிங்க் கடைப்படியில் உட்கார்ந்தேன். இந்த இடத்தில் தான் வாசன் ஆடியோஸ் அண்ணாத்துரை கடை இருந்தது. பயணக் களைப்பில் தூங்கி எழுந்தபோது மணி மதிய நேரத்தைக் கடந்து இருந்தது. சாப்பிட்டு முடித்து பூமியாங்குளத்திற்கு செல்ல ஆட்டோவில் இரயில்வே கேட்டைத் தாண்டியதுமே என் பழைய பதிவுகள் எதனோடும் அண்ணா நகர் ஒத்துப் போகவில்லை. பூமியாங்குளத்தில் பன்னீர் அண்ணனைப் பற்றி எந்தத் தகவலும் எடுக்க முடியவில்லை. இந்த மனச்சோர்வுக்கு டீ சாப்பிட்டால் நன்றாக இருக்கும் என்று தோன்றியது.

பஸ் ஸ்டாண்டில் இறங்கி மெரினா ஹோட்டலில் டீ வாங்கி குடித்துக் கொண்டிருந்தபோது இருவர் யாரையோ ஒருவருவரைக் காட்டி பேசிக்கொண்டு இருந்தார்கள்.

"அதோ தாடி வச்சுக்கிட்டு உட்கார்ந்து இருக்கிறார் பாரூ. அவருதான் மெரினா ஆறுமுகம் இந்தக் கடை ஓனர். கம்யூனிஸ்ட் இங்கையே பல இடங்களில் கடை வச்சிருக்கார். வெளியூர்லயும் நிறைய கடைகள் வச்சிருக்-

காராம். ரொம்ப சிம்ப்ளாக இருப்பார். எல்லோரிடமும் பாரபட்சம் பார்க்காமல் பழகுவார்.''

அவர்கள் கம்யூனிஸ்ட் என்றதும் பன்னீர் அண்ணனைப் பற்றி கேட்கலாமா என்று தோன்றியது. ஆனால் அன்றைய காலகட்டத்தில் மெரினா ஹோட்டல் என்பதே இல்லாமல் இருந்ததால் அவரிடம் கேட்பதில் பலன் இல்லை என்று டிக்கு பணம் கொடுத்து விட்டு திரும்பி வந்தவன் மறுபடியும் உள்ளே சென்று அவரை மீண்டும் ஒரு முறைப் பார்த்தேன். சிவப்பு துண்டு போட்ட நான்கு பேர் உட்கார்ந்து இருந்ததில் ஒருவர் சொல்லிக் கொண்டு இருந்ததை அவர் தாடியைத் தடவியபடி கேட்டுக்கொண்டு இருந்தார்.

வந்த இரண்டு நாளும் உபயோகமான தகவல் எதுவும் பன்னீர் அண்ணனைப் பற்றி கிடைக்கவில்லை. நான் தங்கி இருந்த திண்ணை வீட்டை விற்று விட்டு அம்மாவின் தோழி வேறு ஊருக்கு சென்று விட்டார்களாம். ப்ரைட் ஸ்வீட் கடை பாய் இறந்து போய் இருந்தார். அந்த 4:50 பணத்தை இப்போது திருப்பிக்கொடுத்து அவர் முகபாவனை என்னவாகும் என்பதை நினைக்கும் போதே மகிழ்ச்சியாக இருந்தது. குருவி சோப்புக்கு எதிராக காசாங்குளம் செல்லும் வழியில் குணசீலன் டெய்லர் இருந்தார். அவர் பத்திரிக்கைகளுக்கு துணுக்கு, கேள்வி பதில்கள் பகுதிக்கு கடிதம் அனுப்புகிறவர். குமுதம் அரசு பதில்களில் ஆர்.குணசீலன் என்று பெயர் வரும். அவர் கடையும் பூட்டி இருந்தது. 'ரெண்டு மூனு நாளாக பூட்டி இருக்கு. அவரோட ப்ரண்ட் கவுன்சிலர். பிள்ளையார் கோயில் கிட்ட வீடு இருக்கு. கேளுங்கள்' என்றார்கள். அவரின் வீடும் பூட்டி இருந்தது.

அரச மர பிள்ளையார் கோயிலைக் கடந்து காசாங்குளத்தில் உள்ள பார்ட்டி ஆபீஸில் தோழர் பக்கிரிசாமியைத் தேடினால் அவர் டெல்லிக்கு மாநில மாநாட்டிற்கு போய்விட்டதாக சொன்னார்கள். பன்னீர் அண்ணனைப் பற்றி எதுவும் தெரியாது என்று சொன்னார்கள். நான் பன்னீர் அண்ணனைத் தேடும் வேலையைக் கைவிட்டு இரவு 01:30 இரயிலைப் பிடிக்க அறை நோக்கிக் கிளம்பினேன். என் வாழ்வில் இந்த இரண்டு நாட்கள் மகத்தானது. நான் ஓடித்திரிந்த ஊர் அல்ல இது. இது முற்றிலும் மாறிப்போன வேற ஊர். ஒரு வேளை பன்னீர் அண்ணனைப் பார்த்திருந்தால் மீண்டும் உறவு வேர் விட்டிருக்குமா என்று தெரியவில்லை.

ஸ்விச் ஆப் செய்திருந்த போனை ஆன் செய்யலாமா என்று தோன்றியது. பாவம் முனியாண்டி எத்தனை சிரமங்களுக்கு ஆட்பட்டானோத் தெரியவில்லை.

சாய் கார்த்திக் ஹோட்டலில் சாப்பிட்டுவிட்டு மேலே ரூமிற்கு படி ஏறலாம் என்று திரும்பும்போது பருத்திப்பால் வண்டி மணி அடித்துக்கொண்டு அன்று இருந்ததுபோல் அவரே வயதானவராக இப்பொழுதும் தள்ளிக்கொண்டுப் போனார். எனக்கு ரெக்கை முளைத்ததுபோல அவரிடம் பறந்து சென்றேன்.

''குடிக்கிறீங்களா... பார்சலா சார்.''

“குடிக்கனும். உங்கள் கிட்ட கொஞ்சம் பேசணும் சார். பாவா மெடிக்கல் ஓரமாக நிறுத்துங்க.”

அவர் ஓரமாக வண்டியை நிறுத்தினார்.

“சொல்லுங்க சார்.”

“பாய்ஸ் ஹைஸ் ஸ்கூல்க்கிட்ட பன்னீர்ன்னு ஒருத்தர் காமிக்ஸ் புத்தகங்கள் போட்டு வைத்திருப்பாரே. அவரைத் தெரியுமா.”

“ஓ.... நம்ம பன்னீரா. அவன் செத்து இருவது வருஷசமாச்சே சார். துக்கத்துக்கு நான் போயிருந்தேன். கருமாதி அன்னைக்கு அவன் வச்சிருந்த புத்தகத்தை எல்லாம் ஒரு டாடா ஏசி புள்ளா ஏத்துனாங்க. அவன் பொண்டாட்டி அழுதது இன்னும் என் கண் முன்னாடி நிக்குது. மருமகன் குடிகாரப் பய வீட்டை விற்கனும்ன்னு அதை ஏதோ தஞ்சாவூர்க்காரங்ககிட்டே ஆயிரத்துக்கு ஐயிநூறுக்கோ கொடுத்ததா பேசிக்கிட்டாங்க.”

எனக்கு அண்ணன் இறந்துவிட்டார் என்றதும் கண்ணில் நீர் வழிய ஆரம்பித்தது. கர்சீப்பை எடுத்து துடைத்துக்கொண்டேன். அண்ணன் உயிரோடு இருந்தால் நாமே இடம் வாங்கி ஒரு வீட்டைக்கட்டி அதற்குப் பக்கத்தில் லைப்ரரி கட்டிக்கொடுத்திருக்கலாமே என்று தோன்றியது. சிறிது நேரம் கழித்து அவரேத் தொடர்ந்தார்.

“நாலஞ்சு வருசத்துக்கு முன்னாடி அவன் மகளை மீன் மார்க்கெட்லப் பார்த்தேன். பூமியாங்குளம் வீட்டை அது புருஷன் வித்து குடிச்சே அழிச்சுட்டு இறந்துட்டானாம். அம்மாவும் இறந்துருச்சாம். அதுவும் அது மகனும் பெருமாள் கோயிலுக்கு முன்னாடி போகிற ஆத்துக்கரையில குடிசையில் இருக்கிறோம்ன்னு சொன்னிச்சு. அது பையன் எங்கயோ வேலை பார்க்கிறானோ ஏதோன்னு சொன்னிச்சு. ஞாபகம் வரமாட்டேங்குது சார். வயசாயிருச்சுல்ல.”

“அது பேர் என்ன சார்.”

“எனக்குத் தெரியல சார். ஆத்து வாய்க்கால் தூர் வாரியதுல. கரையில இருந்த குடிசைகளை அப்புறப்படுத்துனதா போன வருசம் கடைத்தெருவுல பேசிக்கிட்டாங்க சார்.”

“நீங்க யாரு சார்.”

“அவர் ப்ரண்ட்” என்றேன்.

பருத்திப் பாலை பார்சல் கட்டச்சொல்லி வாங்கிக்கொண்டு கிளம்பும் போது அவர் என்னைக் கீழிருந்து மேல் வரை ஒரு முறைப் பார்த்தார். பன்னீர்க்கு இப்படி ஒரு நண்பரா என்கின்றதுதான் அந்தப் பார்வை.

பனிரெண்டு மணிக்கு பாய்ஸ் ஹைஸ் ஸ்கூலுக்கு முன்னாடி வந்துவிட்டேன். அண்ணுசாமி ஐயா வீட்டு சுவருக்கு பக்கத்தில் சூப் கடை வியாபாரம் செய்தவர்கள் அந்த இடத்தை சுத்தம் செய்து இருந்தார்கள். கீழே ஈரமாக இருந்தது. மசால் வாடை அடித்துக்கொண்டு இருந்தது.நேற்று அவர்களிடம்

கேட்ட போதும் அவர்களுக்கு எந்த விவரமும் தெரியவில்லை.நான் எதிர்ப்புறம் உள்ள ,

கொடிக்கம்பக் கட்டையில் உட்கார்ந்தேன். மேலே பார்த்தால் மரத்திற்குள் எந்தக் கட்சிக்கொடி என்று தெரியவில்லை.

பழைய நாட்களைப் பற்றி யோசித்துக்கொண்டு இருந்ததில் நேரம் போனதே தெரியவில்லை. நான் எதிரே உள்ள அந்த இடத்திற்கு சென்றேன். ஞாயிறு இரவு என்பதால் சாலைகள் வெறிச்சோடிக் கிடந்தது. எனது பேக்கிலிருந்த அந்த விருதை எடுத்துக் கீழே வைத்து எனது போனில் புகைப்படம் எடுத்தேன். வலது கையில் பிடித்து இடது கையால் ஒரு செல்பி எடுத்துக்கொண்டேன்.

உலக எழுத்தாளர்கள், கவிஞர்கள் எல்லோரும் ஏங்கிக்கொண்டிருக்கும் இந்த விருதை அதன் வரலாற்றில் ஒரு பழைய சுவற்றுக்குப் பக்கத்தில் வைத்து படம் எடுத்தது. இதுதான் முதல் முறையாக இருக்கும். எனக்கு கிடைத்த இந்த இலக்கியத்திற்கான உலகின் உயரிய விருதை பன்னீர் அண்ணனிடம் காட்ட வேண்டும் என்றுதான் இங்கு வந்தேன். அவர்தான் என்னை எழுது எழுது என்று இலக்கியத்திற்குள் தள்ளி விட்டவர்.

நான் இரயில் நிலையம் கிளம்பலாமென நினைக்கும்போது எனக்குப் பக்கத்தில் ஒரு ஆட்டோ ரிவேர்ஸ் எடுத்து வந்து நின்றது.

“சார்... இங்க என்னப் பண்றீங்க.”

“இரயில்வே ஸ்டேசன் போக நிக்கிறேன்ப்பா. ஏய்...அன்னைக்கு என்னைய கூட்டிக்கிட்டு வந்தப் பையன்தானே.”

“ஆமாம் சார். கிராஸ் பண்ணிப்போயிட்டேன். சைட்ல தீடீர்ன்னு பார்த்தப்ப தெரிஞ்ச ஆளாக இருந்ததால ரிவேர்ஸ் எடுத்துகிட்டு வந்தேன் சார். ஏறுங்க சார். ஸ்டேஷன்ல விட்டர்றேன்.”

புகைப்படங்கள் எடுத்ததில் நான் ஒரு புதிய உணர்வுக்குத் தள்ளப்பட்டு இருந்தேன். பன்னீர் அண்ணனுக்காக எடுத்து வந்த ஐந்து லட்சம் ரூபாயை பற்றி நான் யோசிக்காமலையே இருந்துவிட்டேன்.

“கரம்பயம் மாரியம்மன் கோயில் விடியக்காலம்பர காப்புக்கட்டப் போறாங்க சார். வீட்ல இருந்தேன். கஸ்டமர் போன் பண்ணி அன்னப்பூர்ணா தியேட்டருக்கு எதிர்ல ரதி மீனாவுல கோயிலுக்கான மணி பார்சல் வந்திருக்கு. காப்பு கட்டுறதுக்கு முன்னாடி கோயில்லக் கொண்ட குடுத்திருப்பான்னாரு. போகும் போது தான் உங்களைப் பார்த்தேன் சார்.”

அவன் இப்போது ‘புல் தானாக வளர்கிறது’ என்ற ஓஷோ புத்தகம் வைத்திருந்தான்.அதுவும் பழைய புத்தகமாக இருந்தது.

திடீரென்று ஒரு எண்ணம் தோன்ற.

“தம்பி உனக்கு அம்மா இருக்காங்களா.”

“இருக்காங்க சார்.”

“நீ யாரு என்னான்னு எனக்குத் தெரியாது.நீ நல்லவனா கெட்டவனான்னும் எனக்குத்தெரியாது. நான் எனது நண்பரைத் தேடி இங்கு வந்தேன். அவருக்காக பணம் கொண்டு வந்தேன். நான் இனி இங்கு இதுபோல் தனியாக வரமுடியுமா இல்லை இனிமேல் இங்கு வரவே முடியாதான்னு எனக்கு எதுவுமே இப்போத் தெரியாது. இதில் ஐந்து லட்ச ரூபாய் இருக்கு. நீ இரண்டரை லட்சம் எடுத்துக்க. இரண்டரை லட்சத்தை உனது அம்மாவின் பெயரில் வங்கியில் போட்டு அவரிடம் அதைக்கொடுத்துவிடு.”

ஆட்டோ கம்பியைப் பிடித்து முன்பக்கம் எம்பி ஓஷோ புத்தகத்தின் மீது பணப்பையை வைத்தேன். ஆட்டோ இரயில் நிலையத்திற்குள் நுழைந்து விட்டது.

“நான் சொன்னதற்கு மாற்றமாக செய்யமாட்டேன்னு. சத்தியம் செய்துவிட்டு. இதை எடுத்துக்கொள்.”

அவன் வேகமா வண்டியை ஸ்டேசனில் நிறுத்தி விட்டு என்னைத் திரும்பிப் பார்த்து ஏதோ சொல்ல முற்பட்டான்.

“நீ பேசுவதற்கோ. நான் விளக்கம் சொல்வதற்கோ இப்பொழுது நேரமில்லை. வண்டி வந்து கொண்டிருப்பதாக அறிவிப்பு செய்துவிட்டார்கள். நம் இருவருக்கும் ஆண்டவனுக்கு மட்டும் இந்த விசயம் தெரிந்ததாக இருக்கிறது. நீ ஏதாவது பேச ஆரம்பித்தால் இங்கு இருக்கும் அத்தனை பேருக்கும் நம் விவாதம் தெரிய ஆரம்பித்துவிடும்.”

“ஒரு விசயம் மட்டும் தோனுது சொல்றேன் சார். நான் கெட்டவனாகவே இருந்தால்கூட உங்களைப் போன்ற நல்லவர்களிடம் கெடுதலாக நடந்து உங்களைப் போன்றவர்களின் நம்பிக்கைகளை பொய்யாக்க கூடாது சார்.”

அவன் சொன்னது எனக்குப் பிடித்து இருந்தது.அவன் முகத்தில் கவலையைக் காண முடிந்தது. மேலும் பேசுவதற்கு அஞ்சினான். அந்தப் பையை எடுக்கும்போது அவன் கைகள் நடுங்கியதைக் கவனித்தேன். என் பையிலிருந்து நூறு ரூபாயை அவன் பையில் வைத்துவிட்டு என்னைப் பின் தொடராதே என்று சொன்னதும் அவன் கண்கள் கலங்கியதைப் பார்த்தேன். அவன் எனக்குப் பின்னால் வந்து கொண்டு இருந்தான். இரயில் பிளாட் பாரத்தில் நுழைந்து விட்டது.

நான் சிரிக்காமல் அவனைப் பார்த்ததும் அவன் செய்வதறியாது நின்றுவிட்டான். நான் எனது பெட்டியில் ஏறிவிட்டேன்.

இந்தப் பயணம் சிறப்பாக முடிந்ததாக மனம் லேசாகி இருந்தது. போனில் எடுத்த புகைப்படங்களைப் பார்த்தேன். வலது கையில் விருதை வைத்து எடுத்தப் புகைப்படத்தில் அப்பல்லோ கம்ப்யூட்டர் எஜூகேஷன் விளம்பர ஆங்கில எழுத்தின் ஏபி க்கு இடையில் விருது இருந்தது. பன்னீர் அண்ணன் இனிஷியலும் ஏ தான். அண்ணன் கையில் விருது கொடுத்தது போல் மனம் மகிழ்ச்சியில் நிரம்பியது.

போனை ஆன் செய்ததும் முனியாண்டி கால் வந்தது.

“சார்...நல்லா இருக்கீங்களா. பிபிசி காரங்க உங்கள இண்டர்வியூ பண்ண வந்து இருக்காங்க. உங்களுடன் ஒரு நாள் இருந்து அப்படியே சூட் பண்ணனுமாம். அமெரிக்கா ஆட்சி மாற்றம் வரப்போகுது. ட்ரம்ப் ஜெயித்து வெளிநாட்டு கொள்கையில பல அதிரடி முடிவுகள் எடுக்கப்போகிறார் என்று கணித்து. இங்கே எல்லோரும் உங்களைத்தேட்றாங்க சார். புரோட்டக் கால்

இசிவூங்கிறாங்க. நீங்கள் எங்கேன்னு கேட்டு, தெரியாதுன்னவுடனே, கடுட்-பாகி பிரதமர் என் நெத்தியில துப்பாக்கி வச்சிட்டார் சார். எனக்குப் பயமா இருக்கு சார்.”

“நாளைக்குக் காலையில பத்து மணிக்கு எனக்கு ப்ளைட். இன்னைக்கு இரவை மட்டும் எப்படியாவது சமாளிச்சுரு.முடியலையா. பெட்டர் நம்மூர் அரசியல்வாதிகள் மாதிரி ஹாஸ்பிடல்ல படுத்துக்கோ.”

“சார். மேட்டர் சீரியசாக இருக்கு.”

“சரிப்பா. நான் போனை ஆப் பண்றேன். நான் எல்லாத்தையும் நாளைக்-குப் பார்த்துக்கிறேன்.”

போனை ஆப் செய்துவிட்டு திரும்பினால் ஆட்டோப் பையன் என்னைக் கருப்புக் கண்ணாடியில் முகத்தை வைத்து அழுத்தி உள்ளே தேடிக்கொண்டு இருந்தான்.

நான் எழுந்து கதவை திறந்து

“தம்பி இங்கே இருக்கேன்.”

“ஸார். நீங்கள் கொடுத்த நூறு ரூபாயோட இந்த டாலரும் வந்துருச்சு. நீங்கள் அங்கேப் போய் தேடுவீங்க. இந்தாங்க.”

நான் சிரித்துக்கொண்டே வாங்கிக்கொண்டேன். இரயில் நகர ஆரம்பித்-தது. நான் டாலர் நோட்டைப் பார்த்தேன். கவர்னர் என்ற இடத்திலிருந்த எனது கையெழுத்து என்னைப்பார்த்து சிரிப்பதுபோல எனக்குத் தோன்றியது.

நான் வெளியே தலையை நீட்டி ஆட்டோப் பையனைப் பார்த்தேன். அவன் கையில் பையுடன் நடந்து சென்று கொண்டிருந்தான். எனக்கு தூக்கி வாரிப்போட்டது.

தம்பீ... என்று கத்தினேன். அவனுக்கு அது கேட்கவில்லை. எனது பெட்டி பிளாட்பாரத்தைக் கடந்து சென்று கொண்டு இருந்தது.

அவன் வலது கை தோள் பட்டையைக்கீழே இறக்கி இடது கை தோள்ப் பட்டையை மேலே தூக்கி, காலை அகட்டியதுபோல நடந்து போய்க் கொண்டு இருந்தான். அப்படியே பன்னீர் அண்ணன் நடப்பது போல இருந்-தது. அண்ணன் எவ்வளவோ முயற்சி செய்து மாற்றப்பார்த்தார். அது குடும்ப வாகு முடியாது என்று விட்டுவிட்டார். பருத்திப் பால்காரரிடம் ‘ஆட்டோ ஓட்டுகிறான் என் மகன்’ என்று பன்னீர் அண்ணன் மகள் சொன்னதை அவர் மறந்துவிட்டார். இரயில் வேகமெடுத்து ஓடிக்கொண்டிருந்தது. நான்

அதற்கு வெளியே உற்சாகமாக பறந்து கொண்டிருந்தேன்.

145. சுஜாதா பதில்கள்

பஞ்சவர்ணம், போளூர். - **நிறைய எழுதுவது — அதிகமாகப் படிப்பது இதில் தங்களுக்கு எதில் ஈடுபாடு அதிகம் ?**
நிறைய எழுத அதிகமாகப் படிக்க வேண்டும்.
*****

செந்தில் வேலவன், திண்டிவனம். - **கண்டதை எழுதிப் புகழ் சம்பாதிப்பது தான் எழுத்தாளர்கள் வேலையா ?**
ஆமாம். தாங்கள் நேரில் கண்டதைத்தானே எழுத முடியும் ?
*****

மைதிலி வேணுகோபால், சென்னை. - **சிறுகதை எழுதுவது எளிதா ? நாவல்கள் எழுதுவது எளிதா ?**
100 மீட்டர் ஓட்டம் எளிதா ? 25 கிலோ மீட்டர் மராத்தான் ஓட்டம் எளிதா ?
*****

ஜே.மோசஸ், சிதறால். - **இளம் எழுத்தாளர்களிடம் உள்ள பலம் — பலவீனம் என்ன ?**
பலம் — புதிய புதிய வார்த்தைப் பிரயோகம், நவீன சிந்தனை.
பலவீனம் — மற்ற எழுத்தாளர்களைப் படிக்காமல் எழுதுவது.
*****

கே. அரவிந்த். - **நீங்கள் கவனிக்கும் விஷயங்களை எழுதுகிறீர்களா ? அல்லது எழுதுவதற்காக கவனிக்கிறீர்களா? இரண்டாவது என்றால் விஷயங்களை இயல்பாய் ரசிக்க முடியாமல் போய்விடுமே?**
கவனிக்கும்போது இரண்டுமே இயங்கும். எங்காவது ஒரு மூலையில் மூளையில் பதிவாகும். பிறகு எழுத்தாகும்.
*****

வெங்கடாசலம். - **நீங்கள் எப்படி இன்றும் தொடர்ந்து பீல்டில் இருக்க முடிகிறது ?**
தொடர்ந்து படிப்பதால்.
*****

ஜெ. ஜானகிசந்திரன், தம்மம்பட்டி. - **ஒரு எழுத்தாளனுக்குத் தேவையான, முக்கியமான அடிப்படைக் 'குணம்' என்ன ?**
கூர்மையான பார்வை, காது, படிப்புத் திறன்.
*****

ஜோ.ஜெயக்குமார், நாட்டரசன் கோட்டை. - **ஓர் எழுத்தாளன் எப்போது உயர்வான் ?**

தன் எழுத்தின் குறைகளை அறியும்போது.
*****

டி.சுப்பிரமணியன், மேலையூர். - **இலக்கியத் துறையில் உங்கள் இமாலய இலக்கு எது ?**
கடைசி வரை எழுதிக்கொண்டிருப்பது.
*****

சுமதி ராஜேந்திரன், அரக்கோணம். - **சாப்பிடும்போது புத்தகம் படிக்கும் பழக்கம் உண்டா ?**
இல்லை. மற்ற எல்லா சமயங்களிலும் படிப்பேன்.
*****

டி.ரவிக்குமார், திருப்பத்தூர். - **புத்தகம் படிக்க எந்த நேரம் உகந்தது ?**
எந்த நேரமும். தினம் நாலு பக்கமாவது படிக்க வேண்டும். அது எனக்கு முக்கியம்.
*****

சாருமதி, சென்னை. - **எழுத ஆரம்பிக்கும்போது யாரை மனதில் நினைத்துக் கொண்டு துவங்குவீர்கள் ?**
படிக்கப் போகிறவர்களை.
*****

சி.மணிவண்ணன், பெங்களூர். - **ஒரு கதை எழுதுவதற்கு உங்களுக்கு எவ்வளவு நேரம் பிடிக்கும் ?**
சாதாரணமாக சில மணி நேரம். சில கதைகள் எழுதுவதற்கு வருஷங்கள் கூட ஆகும்.
*****

முகமது ரபீக், ஆம்பூர். - **நடைபாதைக் கடைகளில் புத்தகம் வாங்கிய அனுபவம் உண்டா ?**
இள வயதில் நான் வாங்கிய புத்தகங்கள் அனைத்தும் நடைபாதைக் கடைகளில்தான். கடைக்காரர்களிடம் கெஞ்சிய அனுபவமும் உண்டு.
*****

சுகுமாரன், திருச்செந்தூர். - **நமது நாட்டில் எழுத்தாளர்கள் அனைவரும் பத்திரிகைகளை நம்பியே இருக்கும் நிலை எப்போது மாறும் ?**
மாறிவிட்டதே. எல்லா முன்னணி எழுத்தாளர்களும் சகட்டுமேனிக்கு டி.வி.க்கு எழுதி வருகிறார்களே!
*****

கார்த்திகேயன். - **எப்படி உங்களால் நிறைய புத்தகங்களைப் படிக்க இயலுகிறது? வேகமாய் படிக்க எதாவது டெக்னிக் வைத்திருக்கிறீர்களா ?**
அனாவசியமான புத்தகங்களைத் தவிர்த்திருக்கிறேன். படித்ததையே திரும்பிப் படிப்பதில்லை. சில வேளைகளில் speed reading முறைகளைப் பயன்படுத்துவேன்.

*****

கோபாலன், ப்ராங்பர்ட். - **எழுத்துலகில் நீங்கள் ஏதாவது 'மெகா ப்ராஜெக்ட்' யோசித்து வைத்திருக்கிறீர்களா ?**
அப்படியெல்லாம் இல்லை. எழுதிக் கொண்டே இருப்பதுதான் எனக்கு மெகா.
*****

கவாஸ்கர். - **புதிதாய் ஏதாவது அறிவியல் கதைகளை எழுதிக் கொண்டி-ருக்கிறீர்களா ?**
கதைகள் இல்லை. அவ்வப்போது சிறிய அறிவியல் கட்டுரைகள் எழுதி வரு-கிறேன்.
*****

அசோக்குமார். - **ஸ்பீட் ரீடிங் பற்றி கொஞ்சம் விளக்கமாகச் சொல்லுங்க-ளேன் ?**
1. தலையை இடம் வலமாக அசைக்காமல் வார்த்தை வார்த்தையாக மனசுக்-குள் படிக்க வேண்டும்.
2. நாவல்களில் பாராக்களின் முதல் வரிகளையும், உரையாடல்களையும் மட்டும் படித்தால் கதை புரிந்து விடும்.
3. தெரிந்த விஷயத்தை விளக்கும் வரிகளை, முன்னுரை, நன்றியுரை எல்-லாவற்றையும் தாவிவிட வேண்டும்.
*****

வெங்கடேஸ்வரன். - **எப்படி உங்களால் நேரம் காண முடிகிறது ? அதே இளமை வேகத்துடன் இருக்கிறீர்களே...?**
நேரம் காண்பது அனாவசியங்களைத் தவிர்ப்பதால். இளமை லோரியால் (l'oreal) உபயம்.
*****

விவேக். - **எழுதுகையில் உங்களுக்கே உரிய பாணியில் எழுதுகிறீர்கள். நீங்-கள் எழுதும்போது என்னென்ன விஷயங்களை மனதில் வைத்துக் கொண்டு எழுதுகிறீர்கள் ?**
முதலில் யோசிக்காமல் எழுதுவேன். திருப்பிப் படிக்கும்போது சிந்தித்து திருத்-துவேன்.
*****

கே. அரவிந்த். - **நீங்கள் ஸ்பென்சர் பிளாசாவுக்கு முக்காடு போட்டு வந்து ஒட்டுக் கேட்டீர்களா ? அது எப்படி நாங்கள் பயன்படுத்தும் அதனை வார்த்-தைகளையும் நீங்கள் எழுதுகிறீர்கள் ?**
1962-லிருந்து எழுதி வருகிறேனே, இந்தத் தகுதி கூட இல்லையேல் வெட்-கம்.
*****

ராம். - **மூளையின் செயல்பாட்டை அதிகரிக்க யோகாவைத் தவிரவும் வேறு வழிகள் உள்ளன என்று பதிலளித்திருக்கிறீர்கள். அவைகளைச் சொல்லி**

எனக்கு உதவ இயலுமா?

ஒரு வழி — நல்ல புத்தகங்கள் படிப்பது. பால் டேவிஸின் Superforce படித்துப் பாருங்கள்.

*****

சுரேஷ். - **தங்களின் எழுத்துலக வாரிசு...?**

எழுத்து என்பது என் பரம்பரைச் சொத்தல்ல. இதற்கெல்லாம் வாரிசுகளை நான் நியமிக்க முடியாது.

*****

கல்யாண். - **எழுத்தில் உள்ள உங்களது நகைச்சுவை உணர்வு நிஜ வாழ்க்கையில் குறைவாமே, அப்படியா ?**

நிஜ வாழ்வில் நகைச்சுவையாக இருப்பதில் சில நடைமுறைச் சிக்கல்கள் உள்ளன. உதாரணம் உங்கள் மேலதிகாரியைக் கேலி செய்ய முடியுமா ?

*****

சபீர். - **சோம்பேறித்தனத்தைக் கைவிடுவது எப்படி ?**

என் முறை இது. எடுத்த காரியத்தை ஒத்திப் போட மாட்டேன். இன்று இதெல்லாம் செய்ய வேண்டும் என்று ஒரு சிறு பட்டியல் எழுதி வைத்து, மறு தினம் அதில் செய்து முடித்தவைகளை அடித்து விடுவேன்.

*****

எழுதுவதற்கென்று ஏதாவது விதிகள் உள்ளனவா?

நல்ல அப்சர்வேஷன் பவர் வேண்டும். எனது கண்களையும் காதுகளையும் எப்போதும் கவனமாகத் திறந்துவைத்திருக்கிறேன். வாசிப்பது எழுதுவதற்குப் பெரிதும் துணை புரிகிறது. எதைப்பற்றித் தெளிவாகத் தெரியுமோ அதைப் பற்றியே எழுதவேண்டும்.

*****

உங்களுடைய எழுத்து நடையை நீங்களேதான் தேர்ந்தெடுத்துக் கொண்டீர்களா?

ஆமாம், நானேதான் தேர்ந்தெடுத்துக் கொண்டேன். 'அவன் அங்கே போனான்' அப்படின்னு எழுதணுமானா' அவன்'ஐ எடுத்துட்டு 'அங்கே போனான்'னு எழுதுவேன். திரும்பப் படிக்கும்போது எழுதினதைச் சின்னதாக ஆக்குவது. இலக்கணம் ஒழுங்காகத் தெரிஞ்சதனாலே அதைக் கொஞ்சம் மீறலாமேன்னு தோணித்து. இதுலே ஏற்படுகிற பலன் என்னன்னா படிப்பதிலே வாசகனுக்கும் ஒரு பங்களிப்பைக் கொடுக்கிறது. அவனுடைய புத்திசாலித்தனத்தையும் பயன்படுத்திக் கொண்டு அவன் புரிந்து கொள்வான் என்ற நம்பிக்கையில் எழுதுவது. இதுதான் என் வெற்றின்னு நினைக்கிறேன்.

*****

நீங்கள் கற்ற பாடங்கள் ?

நான் எழுதியதை இடைவெளி விட்டுப் படிக்கையில் ஒரு வாசகனின் கோணம் கிடைக்கும். எத்தனை முறை திரும்ப எழுதினாலும் ஒவ்வொரு

முறையும் எழுதியது மெருகேறுகிறது; என்பதெல்லாம் நாற்பத்தோரு வருஷங்-களாய்க் கற்ற பாடங்கள்.
*****

உங்கள் எழுத்து மற்றும் எழுதும் சூழ்நிலை பற்றி...
எழுத்து எனது மிகத் தனிப்பட்ட சமாசாரம். என் எழுத்து என் வீட்டில், ஒரு மூலையில், ஒரு மேஜை விளக்கின் அடியில், மிகமிகத் தனியான ஒரு சூழ்நிலையில் உருவாவது. அப்போது எனக்கும் வெளிஉலகத்துக்கும் எந்தத் தொடர்பும் கிடையாது.
*****

எழுத்தாற்றலை வளர்த்துக் கொள்ள எதாவது எளிய முறைகள் ?
எழுத்தாற்றலை ஓரளவுக்குப் பயிற்சியால் வளர்த்துக் கொள்ள முடியும். தமிழ் நன்றாகத் தெரிய வேண்டும். தமிழில் நிறையப் படிக்க வேண்டும். அதி-கம் பேசாமல் நிறையக் கவனிக்க வேண்டும். எழுத்து என்பது 'Memory shaped by art' என்று சொல்வார்கள். உண்மை எத்தனை? கற்பனை எத்-தனை? அவற்றை எந்த அளவில் கலப்பது? நடந்ததைச் சொல்வதா? நடந்-திருக்க வேண்டியதைச் சொல்வதா? — இந்த ரசாயனம் புரிந்து கொள்ளக் கொஞ்சம் நாளாகும். இதற்குக் குறுக்கு வழியே இல்லை. நிறைய எழுதிப் பார்க்க வேண்டும்.
*****

பால்சாக் பற்றி ?
பால்சாக் ஒரு நாளைக்குப் பனிரெண்டு மணி நேரம் எழுதினார். அத்தனை எழுத வேண்டியதில்லை. ஒரு நாளைக்கு ஒருபக்கம் எழுதினாலே வாழ்க்-கையில் நூறு புத்தகம் எழுதி விடலாம்.
*****

சொந்தக் கதை அல்லது தெரிந்தவர்கள் கதை எழுதலாமா ?
The image that fiction produces is purged of the distractions, confusions, and accidents of ordinary life -என்-றதுபோல தினவாழ்க்கையிலிருந்து தேர்ந்தெடுக்க வேண்டியது அவசியம். தெரிந்த மனிதர்கள்,தெரிந்த சம்பவங்கள் பற்றி முதலில் எழுதுவது நல்லது. சொந்தக் கதை எழுதுவதை விட, மனதில் வந்த கதையைச் சொந்தப் படுத்-திக் கொண்டு எழுதுவது சிறப்பு.
*****

எழுதியதைத் திருத்துவதும், திரும்பத் திரும்ப எழுதுவதும் அவசியமா ?
எழுதியதைச் சில தினங்கள் விட்டுப் படித்துப் பார்க்க வேண்டும். அப்போது ஒரு வாசகனின் கோணத்திலிருந்து அதை பார்க்க இயலும். கொஞ்சம் கூடக் கருணையே காட்டாமல் அநாவசிய வார்த்தைகளையும் வாக்கியங்களையும் சிதைத்து விட வேண்டும். நான் எழுதியதெல்லாம் மந்திரம் போல; ஒரு வார்த்தையை நீக்க முடியாது; நீக்கக் கூடாது என்பதெல்லாம் மடத்தனம்.

உங்களுக்கே திருப்தி வரும்வரை திரும்பத் திரும்ப எழுதுவதிலும் திருத்துவதிலும் நீக்குவதிலும் சேர்ப்பதிலும்தான் நல்ல எழுத்து ஜனிக்கிறது.
*****

நமக்கு எழுத்தாற்றல் வந்து விட்டது என்பது எப்படிப் புரியும் ?

எழுத்தாற்றல் வந்துவிட்டது உங்களுக்கே புரியும். ஒரு ஜுரம் போலஉணர்வீர்கள். நீங்கள் சிருஷ்டித்த பாத்திரங்கள் உங்களை ஆக்கிரமிப்பார்கள். எழுதுவதில் உள்ள வேதனைகள் கழன்று போய் உங்களை எழுத ஆரம்பிக்கும். இந்த நிலை வருவதற்குச் சில தியாகங்கள் தேவை.
*****

சிறுகதைக்கு உங்களின் எளிய விளக்கம் ?

உருவம், உள்ளடக்கம் என்று பலர் ஜல்லியடிப்பதைக் கேட்டிருக்கிறேன். டெண்டர் நோட்டீஸுக்குக்கூட உருவமும் உள்ளடக்கமும் இருக்கிறது. பின்-சிறுகதை என்பது தான் என்ன? கூர்ந்து கவனியுங்கள். சிறுகதை என்பது ஒரு முரண்பாட்டைச் சித்தரிக்கும் உரைநடை இலக்கியம்.
*****

நாம் observe செய்யும் அத்தனையும் எழுத்தில் கொண்டு வர முடியுமா என்ன ?

எழுதுகிறவனுக்குக் கவனம் முக்கியம். எல்லோரும் கவனிக்கிறோம். ஆனால் எல்லாவற்றையும் கவனிப்பதில்லை. யோசித்துப்பார்த்தால் நாம் கவனிக்க விரும்புவதைத்தான் கவனிக்கிறோம். கவனிப்பது என்பது உடல் நிலையையும், மனநிலையையும் பொறுத்தது. காண்கிற எல்லாவற்றையும் கவனிக்க எனக்குச் சில வருஷங்கள் ஆயின. கவனித்த அத்தனையையும் எழுத வேண்டுமென்பதில்லை. எழுதத் தேர்ந்தெடுக்கப்படும் விஷயத்தில் சில பொது அம்சங்கள் — முக்கியமாக மானுடம் வேண்டும்.
*****

உங்களுக்கு கஷ்டமாக இருப்பது எது ?

எனக்கு சில வருஷங்கள் எழுதின பிறகு கவனிப்பதில் கஷ்டம் ஏதும் ஏற்படவில்லை. ஆனால் எழுதும் போது சொந்த விருப்பு வெறுப்புகளிலிருந்து விடுபடுவதுதான் கஷ்டமாக இருந்தது. இருக்கிறது.
*****

உங்கள் வாசகர்கள் பற்றி?

என்னுடைய வாசகர்கள் புத்திசாலிகள்; அவர்களால் இடைவெளிகளை நிரப்ப முடியும். முகவாயைப் பிடித்து ஸ்பூன் வைத்துப் புகட்ட வேண்டாம்.
*****

நீங்கள் மைலாப்பூர் வீட்டுக்கு இடம் பெயர்ந்தது பற்றி ?

புதிய வீடு எனக்கு எப்படியோ! ஆனால், என்னுடன் அம்பலத்தில் பணியாற்றிய பலருக்கு அதிர்ஷ்டத்தை அள்ளிக் கொடுத்ததாக நம்பினார்கள். பல ஆண்டுகளாக நான் தேர்ந்தெடுத்து படித்து... சேகரித்து வைத்திருந்த நூல-

கத்தைத் திறந்துவிட்டு... விருப்பமான, தேவையான புத்தகங்களை எடுத்துக் கொள்ளும்படி சொன்னது — அந்த புது வீட்டுக்கு இடம் பெயர்ந்தபோ-துதான். இன்று, நண்பர் சந்திரன் வீட்டில் இருக்கும் சின்ன லைப்ரரியின் பெரும்பாலான தமிழ் கிளாஸிக்ஸ் — அந்த நூலகத்திலிருந்து பெற்றவை-தான்.
*****

ஸ்ரீரங்கத்துக் கதைகளில் கடைசி கதையான "மாஞ்சு" பற்றிக் கூற முடியுமா ?

"சில கதைகளில்தான் இந்த மாதிரி அனுபவம் கிடைக்கும். நாம ஒன்றுமே செய்ய வேண்டாம் அதுவா எழுதிக்கொள்ளும். அப்படி எழுதப்பட்ட கதை-கள் எல்லாம் நல்ல கதைகளாக இருக்கும்.
*****

க்ரைம் கதைகள் நிறைய எழுதி நேரத்தை வீணடித்துவிட்டோம் என்று எண்-ணியதுண்டா ?

க்ரைம் கதைகள்-எழுதியிராவிட்டால் வாசகர்கள் என்னைக் கவனித்திருக்க மாட்டார்கள்.
*****

பேராசிரியர் கு.ஞானசம்பந்தன்.

நீங்க ஒரு பக்கம் பிரபஞ்சம் பத்தி விஞ்ஞான பூர்வமா எழுதறீங்க; அதே சமயத்துல ஆன்மீக விஷயங்களைப் பத்தியும் நிறைய எழுதறீங்க. இது எப்-படி முடியுது ?

'நான் பிறந்து சுமார் 20 வருஷம் வரைக்கும் வளர்ந்த சூழலை, எந்த ஒரு காரணத்தாலும் மாற்ற முடியாது; அதே சமயத்துல, நான் விஞ்ஞானத்தைப் படித்துத் தெரிந்துகொண்ட விஷயங்களை இல்லைன்னு மறுக்கவும் முடியாது.
*****

நீங்கள் ஏன் எழுத வந்தீர்கள் ?

boredom வேறு ஒன்றுமில்லை.
*****

சுஜாதா தேசிகன். - **சார் இப்ப எல்லாம் சிறுகதை எழுதினா கொஞ்சம் பெரிசா எழுதிடறீங்க. விகடன் கூட 'சற்றே பெரிய சிறுகதை' ன்னு போட-றாங்க. முன்னாடி இருந்த அந்த 'நறுக் சுறுக்' இப்ப கம்மியாடுச்சே ?**

ஆமாம்பா. ஏனோ தெரியலை இப்ப எல்லாம் நிறைய வர்ணிச்சு எழுதணும் போல இருக்கு.
*****

உங்கள் சிறுகதைகள் எல்லாம் வெவ்வேறு புத்தகங்களில் சிதறியிருக்கின்றன, அவைகளில் சிறந்தவற்றை ஒரு தொகுப்பாக வெளியிடுங்களேன் ?

நல்ல யோசனைதான். இருந்தாலும் ஒரு சிக்கல்! சிறந்த சிறுகதை என்றால் என்ன ? அதற்கு பதில் கிடைத்து விட்டதென்றால் நான் இனி கதைகள்

எழுத வேண்டியதில்லை. "இன்றைக்கு 9-05 க்கு நான் ஒரு 'சிறந்த சிறு-கதை' எழுதினேன்" என்று எந்த எழுத்துக்காரனாலும் சொல்ல முடியாது. தன் எழுத்தில் உள்ள குறைகளையும் பாசாங்குகளையும் அடையாளம் கண்டு கொள்ளாதவன் நன்றாக எழுத முடியாது.

*****

நீங்கள் ஜெயமோகன், நாஞ்சில் நாடன் அளவுக்கு வட்டார வழக்கைப் பயன்படுதுவதில்லையே ஏன் ?

வாழ்க்கையை இடம் பொருள் ஏவலுக்குத் தேவைப்பட்ட அளவுக்கு பிரதிப-லித்தால் போதும் என்று எண்ணுபவன் நான். இதனால்தான் நான் வட்டார வழக்கு எழுதும்போது, ஒவ்வொரு வார்த்தையும் சரியாக இருக்க வேண்டும் என்று பாடுபடுவதில்லை. அதன் வாசனை மட்டும் போதும். இல்லையேல், வட்டார வழக்கு துல்லியமாக இருக்கும் கதை, பரதேசம் போய்விடும்.

*****

உங்கள் கதைகளில் வரும் 'நான்' நீங்கள் தானா ?

வாழ்க்கையில் பார்த்த சம்பவங்களை, ஒரு விதமாகக் கலக்கித்தான் கதைகள் எழுதுகிறோம். இதனால் வாழ்க்கை வினோதங்களிலிருந்து எழுத்து தப்பவே முடியாது என்பது என் கருத்து. வாழ்க்கை என்று சொல்வது, மனித வாழ்க்கை. என் வாழ்க்கையாக அது இருக்க வேண்டும் என்ற கட்டாய-மில்லை. ஓர் எழுத்தாளன் ஊரெல்லாம் சுற்றிவந்து, பல இன்ப துன்பங்-களை அனுபவித்து ஹெமிங்வே போல வாழ்ந்தால்தான் சொந்த வாழ்க்கை-யில், வற்றாமல்... விதம்விதமான கதைகள் எழுத முடியும். அப்படி எல்லோர் வாழ்க்கையும் அமைவதில்லை. சொந்த வாழ்க்கையைத் தான் எழுத வேண்-டும் என்றால், ஒரே கதையைத் திரும்பத் திரும்ப எழுதவேண்டி வரும். இதை சுவாரஸ்யமாகச் செய்பவர்களும் இருக்கிறார்கள்.

நான் அந்த ரகமில்லை. காரணம், என் சொந்த வாழ்க்கை அதிகச் சஞ்-சலமற்றது. ஏதோ இருபது, முப்பது சிறுகதைகள்தான் தேறக்கூடிய சலனமற்ற வாழ்க்கை. அதனால் மற்றவர் வாழ்க்கையைக் கவனித்து, அவர்கள் வாழ்க்-கையை வாழ முயல்வது தான் எனக்குச் சவாலாகப் படுகிறது. இதனால் கதையின் 'நான்' பல விதங்களில் மாறலாம். 'நான் எனும் பொய்யை நடத்-துவோன் நானே' என்று பாரதி சொன்னாலும், 'விண்ணில் திரிகிற புள்ளெ-லாம் நானே' என்று அவர் ரேஞ்சுக்குப் போக முடியவில்லை. ஆனால் என் கதைகளில் பலவித 'நான்'கள் இருப்பது தவிர்க்க முடியாதது. அத்தனை பேரும் வாழ்க்கையைச் சேர்ந்தவர்கள்தாம். அவர்கள் உண்மையான 'நானா'க இருக்கத் தேவையில்லை. இந்த விதத்தில் எழுத்தாளன் ஒரு தேர்ந்த நடிகன் போல!"

*****

உங்கள் கதைகளில் உண்மை — கற்பனை கலப்பு பற்றி ?

பல சமயங்களில், முழுக்க முழுக்க கற்பனை செய்து எழுதிய எழுத்துகள்

நாளடைவில் வாழ்க்கையாகிவிடுவதும் உண்டு. 'ஜில்லு' என்கிற கதை, இந்தியா பாகிஸ்தானுக்கிடையில் அணு ஆயுதப் போருக்குப் பின் நிகழும் வெளியேற்றத்தைப் பற்றியது. உண்மையாகி விடுமோ என்று அச்சமாக இருக்கிறது. எழுத்தாளன், இதனால் தீர்க்கதரிசி அல்லது வாழ்க்கையின் கோட்பாடுகளை அமைக்கிறான் என்று அர்த்தம் பண்ணிக்கொள்ள முடியாது. முழுக் கற்பனை என்பது சாத்தியமே இல்லை. உலகத்தில் எங்காவது ஒரு மூலையில் ஒரு வாழ்க்கை அதைப் போல் இருந்திருக்கும். அல்லது இருக்கக் காத்திருக்கும்.

எழுதும்போது எச்சரிக்கையாக, செயற்கை கலந்துதான் எழுத வேண்டியிருக்கும். ஆணைப் பெண்ணாகவும் வயசைக் கூட்டிக் குறைத்தும் கும்பகோணத்தை டில்லியாகவும் மாற்ற வேண்டிவரும். (எப்படியும் மனைவி கண்டுபிடித்துவிடுவாள்.) இந்த எச்சரிக்கை இல்லையென்றால், எழுத்து நன்றாக இருக்கும்; எழுத்தாளன் பிழைத்திருக்க முடியாது.

*****

நாங்கள் அல்லது இன்னொருவர். உங்களின் இலக்கியத்தனமான படைப்புகளைத் தொகுத்துத் தர விரும்புகிறோம் என்று வைத்துக் கொள்வோம். அப்போது உங்கள் எழுத்துகளில் எவற்றை எல்லாம் கொடுப்பீர்கள்? ஒரு பட்டியல் தாருங்களேன் ?

பட்டியலில் சிறுகதைகள் இருக்கும். சில கட்டுரைகள் இருக்கும். தனிமை கொண்டு (தனிப் புத்தகம்), ஜன்னல் (கசடதபற), காணிக்கை (கல்கி), செல்வம் (கலைமகள்), முரண் (சுதேசமித்திரன்), நகரம் (தினமணிகதிர்), எதிர் வீடு (கணையாழி), அகப்பட்டுக் கொள்ளாதவரை திருடவில்லை (குமுதம்), வீடு (தினமணிகதிர்), ஒரே ஒரு மாலை(ஆனந்த விகடன்), அம்மோனியம் பாஸ்பேட் (தினமணிகதிர்) பார்வை (தினமணிகதிர்) இவைகளை என் முதல் கதைத் தொகுப்பாகவும், Assorted Prose என்று உரைநடைப் பகுதிகள் எனப் பல நூல்களிலிருந்தும் எடுத்து மற்றொரு புத்தகமாகவும் வெளியிடலாம். இலக்கியதரம் என்கிற பாகுபாட்டை விட Representative of my writingஎன்கிற பாகுபாட்டில்தான் வெளியிடுவேன்.

*****

ஆங்கிலப் புத்தகங்கள் வாங்க ஆவலாய் இருக்கிறேன். எதில் துவங்கலாம் ? உங்கள் அறிவுரை வேண்டும்.

முதலில் ஒரு டிக் ஷனரி வாங்கவும்.

*****

ரவிசெல்வன்.எஸ். - **ஜனரஞ்சக இதழ்களில் எழுத மாட்டோம் என்று சொல்லும் எழுத்தாளர்களைப் பற்றி ?**

இப்போது யாரும் அப்படிச் சொல்வது இல்லை. எல்லோரும் ஜ. இதழ்களில் எழுதுகிறார்கள். எப்போது கடிதம் வரும் என்று காத்திருக்கிறார்கள்.

****

சுகந்தி. - **இன்ஸ்பிரேஷனுக்கும் காப்பிக்கும் என்ன வித்தியாசம் ?**
இன்ஸ்பிரேஷனில் ஒரிஜினல்காரர் கேஸ் போட முடியாது.
*****

ஐஸ்வர்யா. - **நீங்கள் தமிழ் மொழியைப் பற்றி அதிகமாய் விவரித்தாலும் உங்கள் எழுத்தில் ஆங்கிலம் நிறையக் கலந்திருக்கிறதே.**
யதார்த்த வாழ்வில் யாரும் செந்தமிழில் பேசுவதில்லை. அதனால்தான்.
*****

வெங்கட். - **இன்னும் பத்து வருடங்களில் இன்டர்நெட், தொலைகாட்சி, சினிமா இவற்றின் வடிவங்கள் மாறிவிடும் என்று சொல்லியிருக்கிறீர்கள். புத்தகங்களின் எதிர்காலம் எப்படியிருக்கும் ?**
புத்தகங்களை அழிக்க முடியாது. ஆனால் புத்தகப் பிரசுர முறைகள் மாறும். சுடச்சுட தோசை சுடுவது போல ஆர்டர் வந்ததும் புத்தகம் அச்சடித்துக் கொடுக்கப்படும். இதனால் காகித விரயம் குறையும்.
*****

அன்பு. - **உங்கள் கதைகளில் பாத்திரங்கள் பேசுவது இயல்பாக இருப்பதற்கு என்ன காரணம் ?**
மக்களின் பேச்சு முறைகளை நீங்களும் சீரியஸாகக் கவனித்திருக்கிறீர்கள், உள் வாங்கிக் கொண்டிருக்கிறீர்கள் என்பதுதான்.
*****

சுரேஷ்குமார். - **உங்கள் கதைகள் எப்படி சிருஷ்டிக்கப்படுகின்றன ? உங்கள் அனுபவங்களினாலா ?**
அனுபவங்களுடன் கற்பனை கலந்து.
*****

விமல். - **சமீபத்தில் மிகவும் ரசித்துப் படித்த புத்தகம் எது ?**
Best American Essays 2001 என்கிற கட்டுரைத் தொகுதி. இம்மாதிரி ஒரு புத்தகத்தை யாரும் தமிழில் தொகுக்க மாட்டார்களா என்று ஏங்க வைத்தது.
*****

சுதா. - **தன் சுயசரிதைப் புத்தகத்தில்(Itharkuthaane Aasaipattai Balakumaraa) பாலகுமாரன், நீங்கள்தான் எழுத்துக்கு குரு என்றும், சிறுகதை எழுதுவது குறித்து நீங்கள்தான் வழிகாட்டினீர்கள் என்று குறிப்பிட்டுள்ளார். அப்படியா ? அவரது படைப்புகளில் உங்களுக்குப் பிடித்தது எது ?**
பாலகுமாரனுக்கு சொன்னதையே பலருக்கு சொல்லியிருக்கிறேன். அவர்களில் பாலகுமாரன் தான் சிறந்து வந்தார். ஆதாரமான எழுத்துத் திறமை இல்லையெனில் எந்த குருவும் சரிப்படாது. அவர் எழுத்தில் எனக்குப் பிடித்தது ‘இரும்புக் குதிரைகள்‘
*****

சுதா. - **சார், சென்ற மாதம் ஆங்கிலப் புத்தகங்கள் படிப்பது எப்படி என்று**

கேட்டதற்கு முதலில் டிக் ஷனரி வாங்குங்கள் என்று சொல்லியிருந்தீர்கள். வாங்கி விட்டேன். அடுத்து எங்கிருந்து தொடங்குவது ?
எடுத்து அதில் Serendipity என்பதற்கு அர்த்தம் பாருங்கள்.
*****

தியாகு, திருச்சி. - **சுஜாதா வீட்டு லாண்டரி கணக்கைக் கூட பிரசுரிப்பார்கள். ஆனால் எங்கள் படைப்புகளைப் பிரசுரிக்க மாட்டார்கள் என்று இளம் எழுத்தாளர்கள் கூறுகிறார்களே ?**
இது ரொம்ப ரொம்ப பழைய (1978) குற்றச்சாட்டு.
*****

கல்யாண். - **உங்கள் எழுத்துகளை 1973-லிருந்து விடாமல் படித்து வருகிறேன். என்னைப் பற்றி என்ன நினைக்கிறீர்கள் ?**
உங்களை 73-லிருந்து தொடர்ந்து படிக்க வைத்த என்னைப் பற்றி என்ன நினைக்கிறீர்களோ அதேதான்.
*****

ஆர்.தியாகராஜன். - **மறு பிறப்பில் உங்களுக்கு நம்பிக்கையுண்டா ? 'மெனி லைவ்ஸ் மெனி மாஸ்டர்ஸ்' புத்தகத்தைப் படித்திருக்கிறீர்களா ?**
படித்திருக்கிறேன். 'ஆ' என்று ஒரு கதை எழுத அது வசதியாக இருந்தது. மற்றபடி மறு பிறவி இருந்தாலும் ஞாபகத் தொடர்ச்சி இல்லையென்றால் அது மறுபிறவியே அல்ல என்பது என் வாதம்.
*****

முத்துகுமார். - **பல எழுத்தாளர்கள் குடிக்கிறார்கள். அதை மறைப்பதும் இல்லை. இது பற்றி உங்கள் கருத்து என்ன ?**
குடித்தால்தான் எழுத வரும் என்று சொல்லாத வரை சரி.
*****

சந்திரசேகரன் ஆர்.பிள்ளை, கிளீவ்லேண்ட். - **நீங்கள் பேச்சுத் தமிழில் எழுதுவதன் மூலம், தமிழ் மொழி இலக்கணம் பாதிப்படைய காரணமாய் இருக்கிறீர்கள் அல்லவா ?**
இலக்கணம் முதலில் வராது. இலக்கியத்தை விவரிப்பதுதான் இலக்கணம். பென்சில்வேனியா பல்கலைக்கழகத்தில் தமிழின் பேச்சு மொழியில் டாக்டரேட் பண்ணுகிறார்கள்.
*****

சீனிவாசன். - **வெறும் ஒரு தமிழ் எழுத்தாளராய் இருந்து பிழைக்க இயலுமா ?**
முடியும் சிலரால்.
*****

ச.ராஜாராமன். - **சமீபத்தில் தமிழகம் வந்திருந்தேன். நண்பர் ஒருவர் 'வா மலையேறிட்டு வரலாம்' என்றார். எனக்குப் புரியவில்லை. 'மலையேறுவது' என்றால் மது குடிப்பதாம். எங்கே போகிறது தமிழ் ?**

நல்ல வேளை. அவர் உங்களை 'சால்னா சாப்பிடலாம் வா' என்றழைக்க-வில்லை. அது சரி, 'ஹீட்டர் போடுவது' என்றால் என்ன தெரியுமா ?
*****

மலர்க்கொடி, காஞ்சிபுரம். - **நீங்கள் ஏன் தொலைகாட்சி தொடர்களுக்கு கதை எழுதுவதில்லை ?**
அண்மையில் 'சித்தி' பாஸ்கருடன் பேசிக்கொண்டிருந்தேன். தொலைக்காட்சி தொடர் என்பது பாசஞ்சர் ரெயில் போல என்றேன். அவர், 'அது மட்டும் இல்லை, எப்ப வேணா ட்ராக் மாத்தலாம், யாரை வேணா நிறுத்தி இறக்கி விடலாம், மறுபடியும் ஏத்திக்கலாம். மெல்லப் போகும் பாசஞ்சர்' என்றார். 'உங்களுக்கு வராது' என்றார். என் '24 ரூபாய் தீவை' சினிமாவாக எடுக்கப் போகிறார்.
*****

சௌந்தர்யா, திருச்சி. - **பெண்களை சுவாரசியமாக வர்ணிக்கும் நீங்கள், ஆண்களை அப்படி வர்ணிப்பதில்லையே, ஏன் ?**
வர்ணித்திருக்கிறேன். உங்களுக்கு ஞாபகமில்லை. அவ்வளவுதான். அண்-மையில் எழுதிய 'உள்ளம் துறந்தவ'னில் (கல்கி) அழகேசன் ஒரு உதாரணம். என்ன, கொஞ்சம் அல்பாயுசாகச் செத்துப் போய்விடுகிறான், அவ்வளவுதான்.
*****

ஜி.ஜோசப்ராஜ், புதுக்கோட்டை. - **டான் ப்ரௌனின் 'டாவின்சி கோட்' படித்-தீர்களா ? தமிழில் ஏன் அது மாதிரியான புது நாவல் முயற்சிகள் வருவ-தில்லை ?**
தமிழில் அவ்வகையான நாவல்கள் எழுத உலகப்புகழ் பெற்ற 'லாஸ்ட் சப்பர்' போன்ற சித்திரம் தமிழ் நாட்டில் வேண்டும். ஐகனா கிராபி பற்றிய ஆராய்ச்சி தெரிந்தவர்கள் வேண்டும். அவர்களுக்கு ஜெட் வேகத்தில் செல்லக் கூடிய தமிழ் நடை வேண்டும். நிறைய நிறைய ஓய்வும், பண பலமும் வேண்-டும். டாவின்சி ரேஞ்சுக்கு இல்லாவிட்டாலும், சிப்பாய் கலகத்தை ஆராய்ச்சி செய்து, அதில் ஒரு தமிழன் கலந்து கொள்வதாக, 'கருப்பு சிவப்பு வெளுப்பு' என்ற ஒரு தொடர்கதை ஆரம்பித்தேன். 'கையை வெட்டுவேன் நிறுத்து' என்றார்கள். எனக்கு இடது கையால் ஷேவ் செய்து பழக்கமில்லாததால் நிறுத்தி விட்டேன். என்னதான் 'ரத்தம் ஒரே நிறம்' என்று எழுதினாலும் ஆரம்ப உற்சாகத்தை இழந்து விட்டேன்.
ஒரு யோசனை தோன்றுகிறது. ராஜாரவிவர்மாவின் லக்ஷ்மி, சரஸ்வதி சித்-திரங்களுக்கு யார் மாடலாக உட்கார்ந்தார்கள் என்று ஆராய்ந்து ஒரு நாவல் எழுதலாம்.

146. பைத்தியம் மீண்டும் பைத்தியமா

- மா. அன்பழகன்

(2007ல் வெளியான சிறுகதை, ஸ்கேன் செய்யப்பட்ட படக்கோப்பிலிருந்து எளிதாக படிக்கக்கூடிய உரையாக மாற்றியுள்ளோம்)

"ஏங்க எப்பப்பபார்த்தாலும் வீட்டிலேயே அடைஞ்சி கிடக்கிறீங்களே! என் ஆபீஸ் பிரண்ட், அவுங்க குடும்பம், அவுங்களுக்கு வேண்டியவங் கள்ளாம் யூரோப் டூர் போறாங்களாம். மொத்தம் நாப்பது பேர். பேக்கேஜூக்கு ஆயிரம் வெள்ளிதானாம். என்னையும் கூப்பிட்டாங்க. ஏழு நாளாம்."

"இப்ப என்னை என்ன செய்யச் சொல்றே!"

"நீங்களும் வாங்க போயிட்டு வருவோம்" வரமாட்டான் என்பது அவளுக்குத் தெரிந்த ஒன்றுதானே.

"அம்மாடியோ... ஏழு நாளா? நமக்குத் தாங்காதுப்பா... ஒரு புது கம்பெனி வரும்போல இருக்கு. ஒன் பை ஒன் ஆர்டர் வர்றப்ப விட்டுட்டு எப்படியம்மா வரமுடியும்? நீ வேணும்னா போயிட்டு வா. பணம் தர்றேன்." இதைச் சொல்வார் என்றுதான் அவளுக்குத் தெரியுமே.

"சரி நீங்க சொல்லிட்டீங்க... இந்த மாதம் 29 தேதி புறப்படுறாங்களாம். போயிட்டு வந்துடுறேன்." என்று சொல்லிவிட்டு அவள் அறைக்குள் சென்று விட்டாள்.

உமாவுக்குப் பிறந்தது ஒரே பெண். அவளைத் திருமணம் செய்து கொடுத்து இரண்டு ஆண்டுகள் ஆகின்றன. அதற்கிடையில் இரண்டு நாள்களுக்குச் சுற்றுப் பயணம் சென்று வந்துவிட்டாள். இப்போது போகப் போவது மூன்றாவது முறை. அவள் மட்டும் தான் தனியே இரண்டு முறையும் சென்று வந்தாள்.

கணவர் சங்கரன் ஓர் ஓவியர். அரிசியில், பருப்பில், கடுகில்கூட ஓவியம் வரையக்கூடிய கூர்மையான பார்வை உடையவர். அரிசியில், சிங்கப்பூர் தேசியக் கொடியை வரைந்து, அதிபர் அவர்களிடம் அளித்துப் புகைப்படம் எடுத்துத் தொலைக்காட்சி, தமிழ் முரசு எல்லாவற்றிலும் பிரசுரமாயின.

ஒருமுறை ஆர்சர்டு சாலை தக்காஷிமாயாவின் வெளியே உட்கார்ந்து கொண்டு தன்னை மனிதர்கள் உருவத்தை அரை மணிநேரத்தில் தத்ரூபமாக வரைந்துகொண்டிருந்தார் சங்கரன். அப்போது அங்கே உமா தன் தோழிகளுடன் வந்தாள். முதலில் உமாவே முன்வந்து தன்னை வரைந்து தரும்படி கேட்டாள்.

அவ்வளவு அழகாக எழுதியதை வாங்கிப் பார்த்து மலைத்துப் போய்விட்டாள். அந்தப் படத்தைக் கையில் வைத்துக் கொண்டாள். அதுவரை அவரைப் பார்த்த பார்வை சாதாரணமானது. ஆனால், வரைந்தவரின் திறமையைப் பாராட்டிகொண்டே புகழ்ந்து கொண்டே வந்தாள். உடனிருந்த

தோழிகள் கிண்டலுடன் கேட்டார்கள்.

“உமா!... ராகேஷ்சர்மா... என்னாச்சுது அவன் அம்போதனா? கட்சி மாறிவிட்டாயா?”

“ஏய் அவன் சாதாரண கிளார்க்குதான் இவனோ கையிலே உன்னதமான கலையை வைத்திருப்பவன்டி. அப்போ இன்னொருவன் இவனைவிட ஒசத்தியா கிடைச்சா... இவனை விட்டுடுவியா?”

“சீ... போங்கடி...” என்றாள் உமா.

சங்கரன் எங்கிருக்கிறார் என்று தேடிப்பிடித்து விட்டாள். உமாவைத் திருமணம் செய்துகொள்ளச் சங்கரனின் ஒப்புதலைப் பெறப் பெற்றோர்களை அனுப்பி வைத்தாள்.

இப்படியாகக் திருமணம் நடந்த பின்பு சங்கரன் ‘நுண்கலை மட்டும் சோறு போடாது’ என்று நினைத்தார். ஒரு பெண் குழந்தைக்குத் தந்தையாகி விட்டதாலும், காலத்தின் வளர்ச்சிக்கு ஏற்ப, கணினியைக் கற்றார். அதில்,வியாபார நோக்கில், தேவையான பட மாதிரிகளை வரைதல் அச்சுக் கோத்தல், போன்ற புதிய தொழில் நுட்பத்தை யெல்லாம் கற்றார். ஓர் அறையை அலுவலகமாக்கி, அதற்கான அனைத்துத் தளவாடங்களையும் வாங்கி நிரப்பிவிட்டார்.

ஆண்டுகள் நகர நகரப் பெற்ற பெண்ணிடம் கொஞ்சுவதைவிட, அவளுடைய படிப்பில் காட்டுவதைவிடக் கணினியிலேயே அதிக அக்கறை காட்டி அதிலேயே மூழ்கிவிடுவார்.

உணவு உண்ணுதல், குறித்தலைச் செய்வதுகூடக் கணினிக்குப் பிறகுதான்.

தொழில் திறமை இருந்ததால், இவரைத் தேடி நிறைய வாய்ப்புகள் வந்தன. நிறையவும் சம்பாதித்தார். ஐந்தறை வீடு வாங்கினார். நல்ல அழகியான தன் மனைவி மீது மிகுந்த பிரியத்தை வைத்திருந்தார். ஆனால், நாளடைவில் தொழிலுக்கு முக்கியத்தும் கொடுத்து வந்ததனால், உமாவை; குழந்தையைக் கவனிப்பதில்லை; வீட்டு வேலைகளில் கவனம் செலுத்துவதில்லை என்கிற குற்றச்சாட்டுக்கு ஆளானார். உல்லாசம் பொழுது போக்கு, மகிழ்ச்சியாகச் சேர்ந்து வெளியில் செல்வது போன்றவைகளில் உள்ள ஈடுபாட்டைக் குறைத்துக் கொண்டார்.

உமா இதற்கு மாறான போக்கைக் கொண்டவள். அவளை மகிழ்விக்க இவர் எந்த முயற்சிகளையும் எடுக்கவில்லை. இன்னும் சொல்லப்போனால், அப்படியொரு முயற்சியை எடுக்கவேண்டும் என்றே அவருக்குத் தோன்றவில்லை. அதனால் சங்கரனை விட்டுவிட்டு உமா வெளியில் அடிக்கடி கிளம்பிவிடுவாள். அவர் அனுமதியைப் பெறுவது என்பது, அவரிடம் செலவுக்குரிய பணத்தைப் பெறுவதற்குத்தான். அவள் பெயரிலும் நிறைவான தொகையை வைப்புத் தொகையாக வங்கியில் வைத்திருந்தார். இப்படிக் கடந்த இருபத்திரண்டு ஆண்டுகள் வாழ்கையை நினைத்துக்கொண்டே

ஐரோப்பியப் பயணத்தை உமா மேற்கொண்டாள்.

பிரான்ஸ், ஜெர்மனி, இத்தாலி, சுவிட்சர்லாந்து போன்ற நாடுகளில் சுற்றிப் பார்க்கும்போது, தோழிகளிடம் அவர்களுடன் வந்த ஆண்களிடம் எல்லாம் உமா சகஜமாகப் பேசிப் பழகினாள். நகைச்சுவையாகப் பேசுவாள். கிண்டல் கேலி செய்து கொண்டே வருவாள். அவள் அந்தப் பயணத் திலிருந்ததால் எல்லோரும் மகிழ்ச்சியாக இருந்தார்கள். வெளியில் புறப்பட ஆயத்தமானால், எல்லாரும் உமாவைத் தேட ஆரம்பித்து விடுவார்கள். அந்த அளவுக்கு எல்லாரையும் கவர்ந்தவளாகிவிட்டாள் ஐரோப்பிய நாடுகளை விட்டுப் புறப்பட மனமில்லாமல் பயணத்தை நிறைவு செய்துவிட்டுச் சிங்கப்பூருக்குப் புறப்பட்டாள்.

சங்கரனிடம் ஐரோப்பாவில் தான் பார்த்த நாடுகளைப் பற்றி யெல்லாம் விளக்கினாள் உமா.

அவள் ஆர்வத்துடன் சொல்வதைக் கேட்பதற்கு அவருக்கு நேரமும் இல்லை; ஆர்வமும் இல்லை. அவருக்குச் சளிக்காய்ச்சல் தொந்தரவு வேறு 'சார்ஸ்நோய்' பற்றிய விளம்பரங்கள் நிறைய வெளி வந்து சிங்கப்பூரையே உலுக்கிகொண்டிருந்தன. யாருக்காவது சளிக்காய்ச்சல் என்றால் உடனே மருத்துவரைப் பார்க்க வேண்டுமென்று அறிவுறுத்தப் பட்டது.

உமா தன் அலுவலகத்திலிருந்து தொலைபேசி வழி மருத்துவமனையுடன் தொடர்பு கொண்டு தெரிவித்துவிட்டாள். மின்னல் வேகத்தில் வந்து, சங்கரனை 'தான் தோக் செங்' மருத்துவமனைக்கு அழைத்துச் சென்று விட்டார்கள். 'அறையிலேயே ஓய்வு எடுத்து வருகிறேன். எனக்கு நிறைய வேலையிருக்கிறது என்னை விட்டு விடுங்கள்'' எனக் கேட்டுப் பயனில்லை.

இருபது நாள் சிகிச்சைக்குப் பின்பு அனுப்பி வைக்கப்பட்டார். அந்த இருபது நாள்களிலும், உமா மகிழ்ச்சியாகவே இருந்தாள். பயணம் சென்ற நண்பர்களிடம் தொலைபேசியில் பேசுவது; வீட்டுக்கு வரவழைப்பது; விருந்து வைப்பது என்று எந்தத் தடையும் இல்லாமல், கொண்டாடினாள். சங்கரன் இல்லாதது அவளுக்கு ஒரு வசதியாகப்பட்டது.

சிகிச்சை முடிந்து வீட்டுக்குச் சங்கர் திரும்பியவுடன்,

“உமா! நீ ஏன் எனக்கு சார்ஸுக்கு மருத்துவ மனைக்குப் போன் பண்ணினே? இடையிலே ஒருநாள் கூட என்னை வந்து பார்க்கலே... என்ன ஆச்சுது உனக்கு?”

“போன் செஞ்சி சொல்லலைன்னா, அது குற்றம்னு ஆபீஸ்லே எல்லாரும் சொன்னாங்க. அதனாலதான் போன் பண்ணினேன். இப்ப என்ன ஆயிட்டது. நல்லதுதானே... சார்ஸா இருந்தா எனக்கும் வரும்லே... உங்களால நானும் சாகணுமா?....

“ஏன் இப்படிப் பேசுறே. நான் பாட்டுக்கு ரூமிலேயே இருந்துகிட்டு என் வேலையெல் லாத்தையும் முடிச்சிருப்பேன்ல, அதுக்காகச் சொன்னேன்.

வரவர நீ எதுக்கும் கட்டுப்படறாப்பலே தெரியலை. ஒரு கணவன்கிற மரியாதையே இல்லாமப் போயிட்டு...''

மரியாதைக் குடுக்கிறதுக்கு முதல்லே நீங்க ஒரு கணவனா நடந்துக்கணும் என் பிரண்ட்ஸயெல்லாம் கணவன்களோட வந்தாங்க நீங்க என்கூட வந்தீங்களா? எனக்கு எப்படியிருந்திருக்கும்.''

“என்னடி சொல்றே? எனக்கு எவ்வளவு வேலைகள் கிடந்தது. அதை விட்டுட்டு ஒன்னோட ஊர் சுத்த முடியுமா? உனக்குத்தான் பைத்தியம் புடிச் சிருக்குன்னா என்னை என்ன செய்யச் சொல்றே... வெறும் சளிக்காய்ச்சலை சார்ஸ்ஸுன்னு சொல்லி மருத்துவமனையில் சேத்துட்டியே இது சரியான்னு கேட்டா என்னையும் சாகச் சொல்றீங்களான்னு கேட்கிறீயே? இதுக்கு என்ன அர்த்தம். உடன்கட்டை ஏர்ற கலாச்சாரம்டி நம்ம கலாச்சாரம்.''

“ஆமாம். ஆமாம்... கலாச்சாரம். காலத்துக்கு ஒத்துவராத கலாச்சாரத்தைக் கடல்ல கொண்டு போய்ப் போடுங்க. எம்.ஜி.ஆர். இறந்தவுடன் ஜெயலலிதா உடன்கட்டை ஏறணும்னுதான் நெனைச் சாங்களாம். அப்படி ஏறியிருந்தா இப்படியொரு யாருக்கும், எதுக்கும் பயப்படாத துணிச்சலான முதலமைச்சர் தமிழ்நாட்டுக்குக் கிடைத்திருப் பாங்களா?''

“ஆமாம். அப்படி அறிவில்லாத துணிச்சலால தான் நாலு இலட்சம் அரசாங்க ஊழியர்களையும், அவுங்க குடும்பங்களையும் நடுத்தெருவிலே நிக்க வச்சிருக்காங்க. அவளுக்கு அதிகாரப் பைத்தியம்''

“எல்லோருக்கும் பைத்தியம்தான். உங்களுக்கு அந்த ரூம் பைத்தியம், வேல பைத்தியம், எந்தப் பைத்தியம் ஜெயிக்குதுன்னு பார்ப்போம்.'' என்று சொல்லிவிட்டுக் கோபமாக உமா தன் அறைக்குள் சென்று, கண்கள் சிவக்க உடல் விம்ம, கண்ணாடியின் முன் உட்கார்ந்து இவரைப் பழி வாங்கியே ஆகணும்'' என்று முணுமுணுத்துக் கொண்டிருந்தாள்.

ஒருநாள், திடீரென்று, மருத்துவமனையைச் சேர்ந்த சிலர் வந்து, கதவைத் தட்டிச் சங்கரனை அழைத்தார்கள். “எதற்காக...'' “சும்மா ஒரு செக்கப்தான்.... உடனே வந்துடலாம்'' என்றார்கள்.

“மனைவி ஆபீஸ் போயிருக்கிறா. அவ வந்துடட்டுமே... அவகிட்ட சொல்லிக்காம்...''

“அவுங்க சொல்லித்தானே வந்திருக்கிறோம். ஒரு வாரமா சொல்லிக்கிட்டேயிருக்காங்க. எங்க பாஸ்தான் தயங்கிக்கிட்டேயிருந்தாங்க. பிரஷர் அதிகமானதுக்கப் புறம்தான் வந்திருக்கோம்.

“சரி புறப்படுங்க'' என்று வலுக்கட்டாயமாக அழைத்துச் சென்றார்கள்.

வித்தியாசமான மருத்துவமனையாக இருப்பதாக உணர்ந்தார். “ஓரியண்ட் தனியார் மனநல மருத்துவமனை '' பெயர்ப் பலகையைப் பார்த்தவுடன் சங்கரன் வியப்பும் அதிர்ச்சியும் அடைந்தார்.

“ஏங்க! எனக்குப் பைத்தியமா புடிச்சிருக்கு! ஏன் என்னை இங்கே கொண்டாந்தீங்க?” என்று சொல்லிக் கொண்டிருந்த போதே, ஒரு மருத்துவர் வந்து, சங்கரன் கையில் ஒரு எண் போட்ட பட்டையைக் கட்டி விட்டார்.

“ஏன் டாக்டர்? நான் பைத்தியம் இல்ல..... நான் பைத்தியம் இல்லை” என்று கத்தினார் சங்கரன்.

“எந்தப் பைத்தியம்தான் தன்னைப் பைத்தியம்னு ஒத்துக்கிட்டுது... வாங்க...” என்று பழக்கப்பட்ட ஒரு வசனத்தை எடுத்து வீசிவிட்டு உள்ளே அழைத்துச் சென்றுவிட்டார்கள்.

சோதனைகள் முடிந்தன. பெரிதாகக் கோளாறு தெரியவில்லை. மருத்துவர்கள் தனியாக வைத்து, தொழில், குடும்பம் பற்றிக் கேள்விமேல் கேள்வி கேட்டுத் துளைத்தெடுத்தார்கள். நச்சரிப்புத் தாங்க முடியாமல் எரிச்சலாகக் கொடுத்த பதிலையே ஆதாரமாக வைத்துச் சிகிச்சை செய்ய ஆரம்பித்தார்கள்.

சங்கரனும் ஒத்துழைத்தார். வேறு வழியின்றி அமைதியாகவே இருப்பதென முடிவெடுத்தார். நன்றாகத் தூங்கினார். வேளைக்குச் சாப்பிட்டார்.

ஒருநாள், தலைமைச் சீன மருத்துவரைச் சந்திக்கக்கூடிய வாய்ப்புக் கிடைத்தது. மெதுவாக ஆரம்பித்தார்.

“டாக்டர்! என் குடும்ப சூழ்நிலை இப்படி ஆக்கப்பட்டுவிட்டேன். நான் பைத்தியம் இல்லைன்னா நீங்க ஒத்துக்கப் போறதில்லை. எனக்குப் போரடிக்கிறது. ஒரு உதவி செய்யுங்க... என்னை உங்க ஆபீஸ்லே உள்ள அக்கவுண்ஸ் செக்ஷன்லே விடுங்க. ஒரு வாரம் கழித்துப் பார்த்துட்டு நான் பைத்தியமான்னு முடிவு எடுங்க. இந்த ஒரு உதவியைச் செய்ய முடியுமா... டாக்டர்...” என்று அவர் சொன்ன தன்மை டாக்டருக்கு மிகவும் பிடித்திருந்தது. ஏற்றுக் கொண்டு அப்படியே செய்ய உதவி டாக்டருக்கு உத்தரவிட்டுச் சென்றார்.

ஒரு வாரம் கழித்து அதே தலைமை மருத்துவர், வரவு செலவைக் கணக்கிடும் கம்ப்யூட்டர் அறைக்குச் சென்று, சங்கரன் செய்த பணிகளைப் பார்வையிட்டார். மிகவும் மன நிறைவெய்தினார். அத்துடன், அதற்கு முன்பு வரவு செலவுக் கணக்குகளைக் கவனித்து வந்தவர் செய்த சிறிய தவறுகளைக் கண்டு பிடித்ததோடு புதிய முறையில், கணக்கிடும் யுக்திகளையும் சொல்லிக் கொடுத்தார் சங்கரன். கவனித்த எல்லா மருத்துவர்களும் ஒரு முடிவுக்கு வந்தனர். பைத்தியமாக்கப்பட்ட சங்கரனை வீட்டிற்கு அனுப்புவது என்று முடிவெடுத்தார்கள்.

மறுநாள் சங்கரன் எல்லா மருத்துவர்கள் உதவியாளர்கள், தாதிகளிடம் நன்றி சொல்லிக் கொண்டு வீட்டிற்குப் புறப்பட்டார். நேராக வீட்டிற்குச் சென்றார் தன்னிடம் சாவியிருந்ததால், திறந்து கொண்டு உள்ளே சென்றார். கதவு திறக்கும் சத்தம் கேட்ட, உமா தன் படுக்கையிலிருந்து எழுந்து வந்தாள்.

பின்னாலேயே ஐரோப்பாவிற்கு அவளுடன் சென்ற ஆடவரும் வந்தார். இருவரையும் சங்கரன் பார்த்தார். அவருக்கு இப்போதுதான், தான் பைத்தியமாக்கப்பட்டதன் காரணம் புரிந்தது. ஒன்றும் பேசாமல் அப்படியே திரும்பினார். நேராக அதே மருத்துவமனைக்குப் போனார்.

டாக்டர்கள் கேட்டார்கள்.

"ஏன் சங்கரன்? என்ன ஆனது. ஏன் திரும்பி வந்துவிட்டீர்கள்?" —

"வெளியிலிருப்பவர்களில் பலர் உள்ளேயிருக்க வேண்டியவர்கள். உள்ளே இருப்பவர்கள் சிலர் வெளியே இருக்க வேண்டியவர்கள். இருந்தாலும் இந்தக் கள்ளமில்லா உள்ளங்களுடன் பழகும்போது மனசு இலேசாகிறது; மகிழ்ச்சி கிடைக்கிறது."

ஏற்கெனவே நான் பைத்தியம் இல்லை என்று சொல்லிக் கொண்டு வந்தேன். என்னை நம்பவில்லை. இப்போது பைத்தியமாகவே வந்துள்ளேன். நம்பி ஏற்றுக் கொள்ளுங்கள். அதே வேலையை நிரந்தரமாகச் செய்கிறேன்" என்றார்.

டாக்டர்களும் மனமுவந்து ஏற்றுக் கொண் டார்கள். பைத்தியமாக அல்ல; அலுவலக ஊழியராக!

படித்தவர் பார்வையில்
வை.கலைச் செல்வி
Blk 119; #11-105)
Mc. Nair Road
Singapore — 320119.

எதிர்பார்ப்புகள் நிறைந்த ஒரு சராசரிப் பெண். அதீத பொறுப்புணர்வு கொண்டவள்; தன் வழியே சரி என்ற கடிவாளக் குதிரையாய் ஒரு கலைஞன். இவ்விருவரின் இல்லறம் எப்படிச் சீரழிகிறது என்பதை ஆசிரியர் காட்டுகிறார்.

இருபதாண்டுகளுக்கும் மேலாக அப்பெண் அடுக்கி வைக்கும் ஒவ்வொரு ஏமாற்றச் செங்கல்லும், கடைசியில் அவர்கள் இல்லற மாளிகையை அழிக்கும் வெடிகுண்டுகளாயினவை ரசவாதமா? ரசாயன மாற்றமா? பொதுவாகவே எழுத்தாளர்கள் ஏதாவது கங்கணம் கட்டியுள்ளார்களா என்ன? ஏன் எப்போதும் பெண்மைக்கு எதிரான போக்கு? ஒரு பக்கம் ஆண் என்ன கொடுமை செய்தாலும் அடிபணிந்து போகும் 'தெய்வப் பெண்மையைச் சித்திரிக்கிறார்கள். அல்லது சுயநலமே உருவான வரம்புகளை மீறும் 'துரோகி'யாய்ச் சித்திரிக்கிறார்கள்.

இந்த இரண்டு உச்சங்களிலுமே 'பெண்மை' தொலைந்துவிடும் என்பது உறுதி. நம்மிடையே வாழும் நிஜமான பெண்மையைக் கதைகளில் கையாள வேண்டியது கதாசிரியர்களின் தார்மீகக் கடமை.

வெறும் பணம் சம்பாதிக்கும் இயந்திரமாய்த் தன் தரத்தை மாற்றிக்-கொண்ட சங்கர், இருபதாண்டு களாக மனைவி, மகளின் சின்னச் சின்ன சுக துக்கங்களை ஒட்டுமொத்தமாகப் புறக்கணித்த சங்கர், உமாவை இந்த இழிநிலைக்குத் தூண்டிய சங்கர், கதையின் இறுதியில் தியாகி இடத்துக்குத் தன்னை உயர்த்திக் கொள்ள நினைப்பது எந்த வகையில் நியாயம்?

147. அகர முதல "எழுத்தெல்லாம்"....

(ரஜினி விருது விழா) - ருத்ரா
  (அதில் அசைபோட்டதே இந்த எழுத்தாளர்களின் ஊர்வலம்)

எழுத்"தாளர்"கள்
===========
எழுத்துகளை ஆளுபவர்கள்
இன்று
தாள்களில் தாழ்ந்து போனார்கள்
விருது விழா
========
விருதும் கூட
ரஜனிக்கு
விசில் அடித்தது.
எஸ்.ரா
=====
நவீனத்துவம் பின் நவீனத்துவம்
மனக்குகையில் மத்தாப்பு கொளுத்தல்
இவரது கட்டுரையே கதை.
ஞாநி
===
காரம் வேண்டும் என்பதற்காக எழுத்துக்களில்..
மிளகாய்ப்பொடி..மூக்குப்பொடி..கடுக்காய் தூள்
இன்னும் என்னென்னவோ.
சாருநிவேதிதா
=========
திகில் எழுத்துகளில் திமிங்கிலவேட்டை.
பாக்கெட்டுக்குள் ஓஷோவும் நித்யானந்தாவும்
பன்னீர்ப்புகையிலையாய் குதப்பிக்கொள்ள.
ஜெயமோகன்
=========

எழுத்துகளுக்கே
ஜன்னி வரவழைத்து தான்
இலக்கியப்பணி ஆற்றி வருகிறார்.

மனுஷ்யபுத்ரன்
==========
இவர் கவிதைத்தொகுதியில்
காமாவும் முற்றுப்புள்ளிகளுமே
கவிதைகள்.

தோப்பில் மீரான்
===========
கூழாங்கற்கள்
கும்மாளம் போடட்டும்.
எழுத்துக்களின் கிம்பர்லி இவர்.

சோ
===
பேனாவை
தலை குப்புற வைத்துக்கொண்டு
எழுதுபவர்.

“காவி”(ய)க்காரர்கள்
===============
யோகாக்களை எழுத்தாக்கி
அவற்றையும் சொத்தாக்கி மடம் ஆக்கி
சொக்கட்டான் ஆடுபவர்கள்.

தனுஷ்
====
இவரது அடுத்த டண்டணக்கா
சச்சினுக்கு.
பாரத ரத்னா இவருக்கு.

அ.மார்க்ஸ்
=======
அ.என்றால் “அப்படியாவது”...ஆம்
அப்படியாவது கார்ல் மார்கஸை
தமிழ் உதடுகள் உச்சரிக்கட்டுமே.

காசி ஆனந்தன்
==========
குவிந்த
தமிழ்ச்சடலங்களுக்கு கூட
இவரின் கனவுகள் தான்.

கி.ராஜநாராயணன்
============
எளிய மனிதனுக்குள்ளும்
எழுத்துகள் ஊர்ந்து கொண்டிருக்கும்
இனிப்பு இலக்கியவாதி.

வண்ணநிலவன்
==========
செயற்கையின் சாயமே இல்லை
பேனா உழுதது.. எழுத்தின்
எலும்புக்குருத்துக்குள்ளும் தொடாது.

ஈரோடு தமிழன்பன்
=============
புதுக்கவிதை
இவனைத் தொட்டு
புல்லரிக்கும்.

கலைஞர்
======
ஆட்சிப்பலகையின்
அடிப்பலகையே...தமிழின்
சங்கப்பலகை தான்.

காளிமுத்து
=======
சொல்லை உரித்து உரித்து
உயிர்க்க வைப்பவர்.
கருவாடு மீனாகி மீனும் கடலாகும்.

கண்ணதாசன்
=========
"மழை கூட...தேனாகலாம்
மணல் கூட...பொன்னாகலாம்"
தோற்றது எல்லாம் நோபல் பரிசுகள் தான்.

வைரமுத்து
========
எழுத்துக்களை தாண்டிய எழுத்துக்கள்.
கவிதையை தின்ற கவிதைகள்.
வைரமும் முத்தும் மறந்துபோயின.

வலம்புரி ஜான்
==========
இவர் எழுத்து உளியில்

எழுந்த சிற்பம் எரிமலைக்கும்
அபிநயம் சொல்லும்.
மு.வ
====
எளிய தமிழைக்கொண்டு கட்டிய
மனநல மருத்துவ மனைகள்
இவரது நாவல்கள்.
தி.ஜானகிராமன்
============
எழுத்துக்குள் எல்லாம்
நிமிண்டிய நெருப்பு.
காவிரியின் ரத்தம்.
புதுமைப்பித்தன்
============
“கயிற்றரவு” போதும்.
மனக்கந்தல்களில் எழுத்தின் காயங்கள்
கட்டுப்போட்டுக்கொண்டன.
ஜெயகாந்தன்
==========
உடைத்து சுக்கு நூறாக்கு
சமுதாயத்தை.
புதிய நூற்றாண்டுகள் காத்திருக்கின்றன.
நடிகர்விவேக்
===========
ஒரு தடவை குமுதத்தில்
“சுநாமி” பற்றி இவர் கவிதை
எல்லோரையும் அடித்துக்கொண்டு போயிற்று.
இன்குலாப்
=========
மயிற்பீலி சுற்றிய பேனாக்களை
முறித்துப்போட்டுவிட்டு....எழுத்துக்களில்
பீரங்கிகளை கர்ப்பம் தரித்தவர்.
பேப்லோ நெருதா
==============
சிலியே கிலி பிடித்த போதும்
புரட்சித் துப்பாக்கியின் கவிதைப்பூ.
அமெரிக்க சதி கொன்றதற்கு நோபல் பரிசே சான்று.
கல்கி

====
எத்தனை தலையணைகள்.
அத்தனையிலும்
சரித்திரம் விழித்துக்கொண்டிருந்தது.
அகிலன்
=======
காதல் வைரத்தை
பட்டை தீட்ட ஐந்து பெண்கள்
இவர் பாவை விளக்கில்.
சரத்சந்திரர்

வங்கத்து பிளேக் நோய்கள் கூட
உயிர்பூசும் கதாபாத்திரங்களில்.
எழுத்துக்களில் ஊமையாய் காதல் ஜுரம்.
காண்டேகர்
========
“கிரௌஞ்ச வதத்தில்”
எழுத்துக்கள் எல்லாம் காதல் மீது
அம்புவிட்ட வால்மீகிகள்.
சுஜாதா
=====
எழுத்துகளுக்கு எலக்ட்ரானிக்ஸை
ஊற்றியவர்....ஆயிரம்
“எந்திரன்”களின் அடிப்படை “சிப்”
விந்தன்
======
பாலும் பாவையும் ஒன்று போதும்
பாலைவனத்திலும்
தனியே ஊர்ந்தவன்.
விக்கிரமாதித்தன்
============
யாதும் ஊரே!யாவரும் கேளிர்!
ஆனாலும் இவருக்கு
தாமிரபரணித் தண்ணி போதும்.
விக்கிரமன்
========
மற்றவர்கள் எழுத்துக்களில்
விறகு எரித்து சமைத்து தின்றார்கள்.

இவருக்கு அதுவே வேள்வி.

ஒரு புளியமரத்தின் கதை ராமசாமி

=========================

ஒரு புளியமரம் தான்.
"வேப்ப மூட்டு" மணிக்கூண்டுக் கடிகாரத்தின்
முட்களில் இன்னும் கண்ணீர்த்துளிகள்.

கல்யாண்ஜி

========

அந்த வேலைக்காரியின்
துடைப்பக்குச்சிகள் ஒவ்வொன்றிலும் கூட
காதலின் மத்தாப்புக்குச்சிகள் தான்.

இன்னும்...மற்றவர்கள்

=================

"அகர முதலி"யார்களாய்
வரிசைப்படுத்தலாம்....ஆனால்
ஆர்க்காட்டு முதலியார்களாய் அல்ல.

அண்ணா

=======

தலையணைக்கடியில்
பெரிமேசனும் பொருளாதாரமும் ஒருநாள்
ஆரியமும் திராவிடமுமாய் ஆயின.

பெரியார்

======

இவர்கள் "கல் தோன்றி முன் தோன்றி.."
சொன்னதற்கு இந்த பரிமேலழகரின் உரை
.."காட்டுமிராண்டி"

கு.வெங்கடரமணி

=============

காதலுக்கு ஊதுபத்தி போல்
புகை எழுப்பும் "வேலண்டைன்"
எழுத்துக்கள் இவர் தந்தது.

கு. அழகிரி

========

எழுத்துகளை
மண்ணாலும் மக்களாலும்
பிசைந்து தந்தவர்.

ந.பிச்சமூர்த்தி

==========
புதுக்கவிதையின் பிரம்மா.
இவர் தொப்பூள் கொடி தாமரையில் தான்
மற்ற விஷ்ணுக்கள் எல்லாம்.
நம் குழும படைப்பாளிகள்.
===================
மணி மிடை பவளம் மற்றும்
முத்துக்கள் தான்•••..பயணம் தான்
விண்வெளியின் பாலைவனம்.
ருத்ரா
====
ருத்ராவா? யார் அது?
பத்திரிகை ஆபீஸ்களின்
குப்பைத்தொட்டியில் தேடுங்கள்.
(மற்ற ருத்ராக்கள் மன்னிக்க)
உ.வே.சா.
======
இவருக்கு நாலு வேதங்களும்
எட்டுத்தொகையும்
பத்து பாட்டும் தான்.
கி.வா.ஜ
======
செந்தமிழும்
“பன்”தமிழும்
இவருக்கு நாப்பழக்கம்.
திரு.வி.க
=======
தமிழின் “ஓங்கு வெள்ளருவி”
ஓட வைத்தது
“கல்கி”எனும் தேனாறு.
வ.உ.சி
=====
சுதந்திரம் எனும்
கனல் எழுத்து நடுவேயும்
“தொல்காப்பியம்” தந்தவர்.
பரிதிமாற்கலைஞர்
=============

நரியை பரியாக்கினர்.
பரியை நரியாக்கினர்...இவர் தான்
தமிழை "பரிதி" ஆக்கினார்.

மகாகவி பாரதி
===========
தமிழ் நாட்டின்
இமய மலையும் இவன் தான்.
எரிமலையும் இவன் தான்.

பாரதி தாசன்
==========
பாரதியின் நிழல் அல்ல இவர்.
அந்த விளக்கின் அடித்திரி இவர்.
இவர் விட்ட சுடர் தமிழின் அமுதம்.

வையாபுரிப்பிள்ளை
================
ஊரான் மொழியை ஊட்டி வளர்த்தால்
தன் மொழி தானே வளரும் என்றவர்.
தமிழ் வெளிச்சத்தில் சமஸ்கிருதம் படித்தவர்.

ஆறுமுகநாவலர்
==============
இவர் தமிழால்
கற்கண்டு தீவு ஆனது
இலங்கை.

விபுலானந்த அடிகள்
================
இவர் நரம்பு மீட்டினால்
சரிகமபதநிச கேட்காது.
அகரமுதல என்று தமிழே ஒலிக்கும்

மறைமலை அடிகள்
===============
தமிழே தேன் தானே.
அதையும் தேனில் வடிகட்டி
தூய தமிழ் தந்த பண்பாளர்.

தேவநேயப்பாவாணர்
=================
தொல்காப்பியரும் மலைத்துப்போவார்.
தேவ மொழிக்கும் கருப்பை தமிழே..என்று
இவர் நாட்டிய திறம் கண்டு!

புலியூர் கேசிகன்
============
சங்கத்தமிழ் ஓலைகளை யெல்லாம்
படிக்கும் காகிதங்கள் ஆக்கினார்.
உரைத்தமிழின் உயர்தர சிற்பி இவர்.
கோவி. மணிசேகரன்
===============
வாளும் மகுடமும் உரசும் ஒலிகளில்
இதழ்ப்பவளங்கள் கோத்த
காதல் தேசத்தின் கனவுகளும் உண்டு.
சாண்டில்யன்
=========
இதோ இளவரசன் உதடு குவித்தான்
இன்பவல்லி கண்புதைத்தாள்...ஆனால்
ஆயிரம் பக்கங்கள் ஒரு "முத்தத்துக்கு"
ஆரணி குப்பு சாமி முதலியார்
======================
ஆங்கில ஆடையைக் களைந்து
திகில் மூட்டும் எழுத்துகளின்
துகில் உரிந்த துணிச்சல் எழுத்தாளர்.
வடுவூர் துரைசாமி அய்யங்கார்
=======================
கத்தியில் ஒட்டியிருக்கும்
ஒற்றை மயிர் போதும்...கொலையின்
ஒளி ஒலிக்காட்சி இவர் எழுத்துக்களில்.
தமிழ்வாணன்
=========
தொப்பியும் கருப்புக்கண்ணாடியும்
சங்கர்லாலுடன் கூட்டணி அமைத்து
எழுத்துக்களின் ஆட்சியையே பிடித்துவிட்டன.
ஆபிரகாம் பண்டிதர்
==============
தமிழில் இசை ஆராய்ச்சியை
நுட்பமாய்த் தந்த
தமிழ்நாட்டின் "கால்டுவெல்"
ராஜம் அய்யர்
==========
கமலாம்பாள் சரித்திரம் என்பதில்

கி.மு வும் அல்ல கி.பி யும் அல்ல
பெண்ணியம் துடித்த முதல் இதயம் அது.
வீரமா முனிவர் என்ற பாதர் பெஸ்கி
==============================
தமிழுக்கு ப்ளாஸ்டிக் சர்ஜரி செய்தவர்
அன்பே சிவம் என்றால் இவரது
சிலுவை மரத்திலும் சிவலிங்கம் செய்யலாம்.
சு.சமுத்திரம்
========
எழுத்து நிறைய கடல் உண்டு.
ஒரு துடுப்பு தேடும்
துடிப்பு உண்டு.
பி.எஸ்ராமையா
============
மணிக்கொடியை
கொடி அசைத்து
ஓட்டியவர் இவரே.
சாவி
====
மாற்றிப்படியுங்கள்.
அமெரிக்காவுக்கு “விசா”
இவரது “வாஷிங்க்டனில் திருமணம்”
மணியன்
======
ஆனந்த விகடனில்
அங்குலம் அங்குலமாய்
ஊர்ந்த எறும்பு.
ஸ்டெல்லா புரூஸ்
============
காதலுக்கு கண்ணில்லை என்பார்கள்
நாவல்களில் காதலுக்கு
துடிப்புமிக்க கண்கள் தந்தவர்.
டாக்டர் லட்சுமி
===========
பெண்கள் என்றாலே
குத்துவிளக்கு தான் என்று
பிரம்மாண்ட கட் அவுட் வைத்தவர்.
அனுராதா ரமணன்

==============
இவரது அசோக வனத்து
“சிறை” சீதைக்கு இல்லை.
ஆணாதிக்க ராமனுக்கு.
ராஜம் கிருஷ்ணன்
=================
மெல்லிய கம்பிகளாய்
ரீங்கரிக்கும் எழுத்துக்கள்.
புத்தகம் முழுவதும் வீணை.
கோமல் சுவாமிநாதன்
================
“தண்ணீர் தண்ணீர்”
தம்ளர் ஞாபகத்துக்கு வரவில்லை.
இவர் நாடகம் தான் விரிகிறது.
தென்கச்சி சுவாமிநாதன்
==================
துக்கடா பேச்சுகள்
பக்கடாவாக சுவைத்தாலும்
ஒப்பற்ற நகைச்சுவை வடிவங்கள்.
ராஜாஜி
=====
பதினெட்டு நாளின் அந்த பங்காளி போர்
இவரது”வியாசர் விருந்தில்
அற்புதமானதொரு “விஷுவல்”விருந்து.
வாலி
===
சொற்களை ஒடித்து ஒட்டிய
இவரது “வதைப்படலத்தில்”
தமிழின் “இன்ப காண்டம்”.
மு.மேத்தா
=======
ஊர்வலமாக விட்ட எழுத்துகள்
தெருவுக்கு விட்டதல்ல
தமிழ் “கவிதையாய்” கண்விழிக்க.
நா.காமராசன்
=========
தமிழ் எழுத்துக்கள் அத்தனையும்

இத்தனைத் தூரிகைகளா என
வியக்க வைத்தவர்.
எஸ்.ஏ.பி
======
குமுதக் குடிமகன்
கோப்பை அறிந்து
ரசம் ஊற்றியவர்.
சேவற்கொடியோன்
=============
விகடனின்
“செல்லப்பிள்ளை” ஆனாலும்
வெல்லப்பிள்ளை தான் எழுத்தில்.
சிவசங்கரி
======
இவர் “நூல்கண்டை”பிரித்தால்
கற்கண்டும் இருக்கும்..கண்ணீரின்
நண்டுகளும் இருக்கும்.
வாசந்தி
=====
எழுத்துக்குள் எல்லாம்
ஏ.சி.யின் ரீங்காரம் கேட்கும்
இதயத்து அவலங்களின் இசையில்.
இந்துமதி
======
மன எழுச்சிக்குள் பெண்ணின்
மத்தாப்பும் உண்டு
“மடிசாரும்”உண்டு.
பாலகுமாரன்
========
சுஜாதாவை அசைபோட்டாலும்
மெர்குரி பூக்களிலிருந்து எழுத்துக்களின்
பூப்பு புனித நீராட்டு தான்.
புஷ்பா தங்க துரை
============
புஷ்பா எங்கேப்பா என்று கேட்காதீர்கள்.
வேணுகோபால முக மூடியும் உண்டு.
கண்சிமிட்டுவதெல்லாம் ஊதாப்பூக்கள்.
ரமணிசந்திரன்

=========
டி.வி.சீரியல்களின் கண்ணீர்க்கொத்துகள்
ஊறிவருவதற்கெல்லாம்
கங்கோத்ரி இவரே.

கொத்தமங்கலம்சுப்பு
===============
“தில்லானா மோகனாம்பாள்” எழுத
உட்கார்ந்த போதே பேனாவில்
“சிவாஜி கணேசனை” ஊற்றிக்கொண்டுவிட்டார்.

ஆத்மாநாம்
========
சுஜாதாவுக்குள்
சூல் கொண்ட மேகம்
இந்தக் கவிதை.

மௌனி
====
ஞான இரைச்சல்களை
தின்று
விழுங்கியவர்.

பேயோன்
======
“பின் நவீனத்துவத்துக்கும்”
பேன்
பார்த்தவர்.

கி.ராஜேந்திரன்
==========
கல்கி வைக்காமல் போன
முற்றுப்புள்ளிகளால்
கல்கியை நிரப்பியவர்

ஜெகசிற்பியன்
=========
உணர்ச்சியின் விளிம்புகளை
ஊசிமுனையாக்கி..அதில்
உலகத்தை நிறுத்தி வைப்பவர்.

அநுத்தமா
======
ஈயச்சொம்பில் ரசம் வைத்துக்கொண்டே
மனித ரசாபாசங்களை

தாளித்துக் கொட்டுபவர்.

அரு.ராமநாதன்

==========

கட்டில் மெத்தை எழுத்துக்கள்
ஆனால்
தூங்குவதற்காக அல்ல.

நாஞ்சில் பி.டி சாமி

============

“பாக்கெட்” நிறைய
திகில்களின்
பஞ்சு மிட்டாய்

பி.வி.ஆர்

======

நூற்றுக்கணக்காய் தலையணைகளில்
இவர் எழுத்துக்களை அடைக்கலாம்.
அத்தனை உரையாடல்கள்.

எல்லார்வி

======

அச்சு கோர்ப்பவர்கள் எழுத்துக்களை
எப்படியும் கோர்க்கட்டும்.
அத்தனையிலும் சம்பவச்செறிவுகளே.

மாயாவி

=====

அம்பதுகளின் எழுத்துகளில்
காதலையும் ஆவி பிடித்து
சிகிச்சை தந்தவர்.

பாக்கியம் ராமசாமி

============

கல்கியின் உளி மணியம்.
இவர் சிரிப்பின் தூரிகைகையோ
ஜெயராஜ்.

அப்புசாமி

======

அப்புசாமி சரியான சப்புசாமி.
எப்போதும் இவர் லாலிபாப்.
இவரை எழுதியவரே சீதாபிராட்டியார்.

நாடோடி

=====

அரசியல் நெடிகளை எல்லாம்
காமெடி ஆக்கி •••எழுத்துக்களை
கார்ட்டூன் ஆக்கியவர்.

மெரீனா

=====

தேங்கா மாங்கா
பட்டாணி சுண்டலை சுவையாய்
பொட்டலம் போட்டவர்.

சரோஜா ராமமூர்த்தி

=============

என் அரும்பு மீசைக்கு
முதன் முதல் அர்த்தம் சொன்னது
இவரது"இருவர் கண்டனர்"

கு.வெங்கடரமணி

===========

எழுத்துக்களின் நவரக்கிழிசல்களில்
நவரத்னப் பிழியல்களில்
காதலுக்கு அபிஷேகம்.

சிற்பிபாலசுப்பிரமணியன்

=================

உளியில் தீப்பொறிகள்.
அக்கினிச்சிற்பங்களில்
அற்புதக்கவிதைகள்.

அழ.வள்ளியப்பா

===========

அம்புலிமாமாவை
பிஞ்சுகளுக்குள்
பிருந்தாவனம் ஆக்கியவர்.

தொ.மு.பாஸ்கரத்தொண்டமான்

=====================

சேக்கிழார் இருந்தால் இவரையும்
ஒரு நாயன்மார் ஆக்கியிருப்பார்.
கல்வெட்டுகளில் படுத்துக்கிடந்தவர்.

8

148. தொகுப்பு க. விக்னேஸ்வரன்

புத்தாண்டில் படைப்பாளிகள் பரிந்துரைக்கும் நூல்கள்
- கனலி - January 1, 2020

கனலி கலை - இலக்கிய இணையதளம் வாசிப்பு பழக்கத்தை தொடர்ந்து ஊக்குவிக்கும் விதமாக அவ்வப்போது புதிய புதிய முயற்சிகளை முன்னெடுக்க விரும்புகிறது . அந்த வகையில் மலர்ந்திருக்கிற புத்தாண்டு 2020 ல் எழுத்தாளர்கள், கவிஞர்கள், மொழிபெயர்ப்பாளர்கள், ஓவியர்கள் உள்ளிட்ட படைப்பாளிகள் மற்றும் சமூக செயற்பாட்டாளர்களிடம் கேள்வி ஒன்றை முன் வைத்தோம்.

“இந்த புத்தாண்டில் யாருக்காவது புத்தகம் பரிசளிக்க அல்லது பரிந்துரைக்க விரும்பினால், அது எந்த புத்தகமாக இருக்கும்? ஏன் அந்த புத்தகம் ?”

இந்த கேள்விக்கான பதிலாக நூற்றுக்கும் மேற்பட்ட படைப்பாளர்கள் புத்தகங்களை பரிந்துரை செய்துள்ளனர். ஒட்டுமொத்தமாக இந்த பரிந்துரைகளை பட்டியலாக வடிவமைத்தப் போது மிகப்பெரிய நூல் பரிந்துரைப் பட்டியலாக ஆவணமாகியது . படைப்பாளர்கள் பரிந்துரைத்த ஒவ்வொரு புத்தகமும் வாசகர்களுக்கும்.. புதிதாக வாசிக்க வரும் இளைய தலைமுறையினருக்கும் புத்தாண்டு பரிசாக பயனுள்ளதாக இருக்குமென நம்புகிறோம்.

புத்தகங்கள் பரிந்துரைத்த படைப்பாளர்கள், சமூக செயற்பாட்டாளர்கள் அனைவருக்கும் கனலி கலை - இலக்கிய இணையதளக்குழுவின் மனமார்ந்த நன்றி.

அனைவருக்கும் புத்தாண்டு வாழ்த்துகள்!

புத்தக பரிந்துரைகள் இதோ...!

எழுத்தாளர் வண்ணநிலவன்: எல்லா காலங்களிலும் வாசகர்களுக்கு டால்ஸ்டாயின் ‘புத்துயிர்ப்பு’ நாவலை பரிந்துரை செய்கிறேன். ஒவ்வொரு முறையும் மனதளவில் ஒவ்வொரு மனிதரும் புத்துயிர்ப்பு பெற கட்டாயம் இந்த பேரிலக்கியத்தை வாசிக்கவும்.

எழுத்தாளர் நாஞ்சில் நாடன்: இந்த புத்தாண்டில் நான் நண்பர்களுக்கு எம்.கோபாலகிருஷ்ணன் எழுதிய மனைமாட்சி நாவலை பரிந்துரை செய்கிறேன்.

நண்பர்கள் அனைவருக்கும் புத்தாண்டு நல்வாழ்த்துக்கள்

எழுத்தாளர் எஸ்.சங்கரநாரயணன்

புத்தாண்டுப் பரிசாக நான் மகிழ்ச்சியுடன் அளிப்பது..

தந்திர வாக்கியம் - நாவல்

எழுதியவர் : எம்.ஜி.சுரேஷ்

வெளியீடு 'சொல்லங்காடி' சென்னை.

ஒரு ஐ. டி. வளாகத்துக் கதையாகத் துவங்கி, தமிழ் ஆதிகுடி பெண் ஒருத்தியுடன் நாயகனது காதல் என வேர்களை நோக்கி ஒரு எடுப்பு கொடுத்து, நாயகனது தந்தைக்கு நாயகன், சீன யாத்ரிகனின் குறிப்புகள் அடங்கிய பழைய நூலைத் தேடியளிப்பதாக வளர்ந்து, உதிரி உதிரியாகச் சொல்லப் பட்ட கதை. புராதன பிரமைகளைக் கட்டவிழ்க்கிறது நாவல். அரசனின் அந்தப்புரத்து மகராணியர் என்கிற சித்திரத்தை அவர் துலக்கிக் காட்டும் இடம் கலவரப் படுத்துகிறது. எதிரி நாட்டை வென்றதும் அவனது அந்தப் புரத்தில் இருந்து தோற்றுப்போன அரசனின் ஆசைமனைவிகள், பஞ்ச பராரிகளாய் பட்டினியால் எலும்பும் தோலுமான உடலுடன், விடுதலைப்பட்ட ஆவேசத்துடன் வெளியேவரும் காட்சி தமிழுக்குப் புதியது. களப்பிரர் காலம் வரலாற்றின் இருண்ட காலம், என்று இருப்பதைப் பொற்காலமாக நிருவி மிகப் பெரும் கான்வாசில் இயங்கும் கதை. நிகழ் இறந்த எதிர்காலம் என முக்காலப் பரிமாணத்துடன் நாவலின் சிந்தனைப் பயணம் பிரமிக்க வைக்கிறது. எம்.ஜி. சுரேஷின் கடைசி நாவல். மதிப்பீடுகள், தத்துவ தரிசனங்கள் வட்டப் பாதை கொண்டவை என்கிற பதிவாகவும் இதை அவதானிக்கலாம்.

எழுத்தாளர் வெளி ரங்கராஜன்: சமகால தத்துவ சிந்தனையாளரும்,நியாஸில் தத்துவம் பயில்விப்பவரும்,ஹெக்கோடுவில் உள்ள நிநாசம் அமைப்பின் நாடக செயல்பாடுகளுடன் நெருங்கிய தொடர்பு கொண்டவருமான சுந்தர் சருக்கையின் ஆங்கிலத்தில் எழுதப்பட்ட `இரண்டு தந்தையர்` நாடகத் தொகுப்பையே நான் பரிந்துரை செய்ய விரும்புகிறேன்.

இவற்றை மிகவும் சரளமாகவும்,உயிர்ப்பான மொழிப்பிரயோகத்துடனும் தமிழாக்கம் செய்திருப்பவர் சீனிவாச ராமானுஜம். அகம்/புறம் சார்ந்த பண்பாட்டு முரண்பாடுகள் விசாரணைக்கு உட்படுத்தாது நிலவிவரும் இந்திய/ தமிழ்ச் சூழலில் நம்முடைய கலாச்சார மற்றும் சிந்தனைத் தளத்துடன் நெருங்கிய தொடர்புகள் கொண்ட கணிதமேதை ராமானுஜன்,அறிவியலாளர் ஐன்ஸ்டீன்,மகாத்மா காந்திஆகிய சென்ற நூற்றாண்டின் மூன்று முக்கிய பரிசோதனையாளர்களின் அக/புற வாழ்க்கையின் முரண்பாடுகள் இப்பிரதிகளில் கேள்விக்குள்ளாகும் விதம் மிகுந்த ஈடுபாட்டையும் ஒரு செறிவான வாசிப்-

யையும் சாத்தியப்படுத்துவதாக உள்ளது.

இந்தமுரண்பாடுகள் குறித்த கேள்விகளை மேலும்மேலும் கூர்மைப்படுத்தவேண்டிய தேவைகள் நாளுக்குநாள் பெருகிவரும் ஒரு சூழலில் இப்பிரதிகள் அதிக முக்கியம் வாய்ந்தவையாகின்றன.ராமானுஜன், ஐன்ஸ்டீன்,காந்தி ஆகிய இந்த பரிசோதனையாளர்களின் குடும்ப வாழ்க்கை குறித்து வெளிச்சத்துக்கு வந்ததும்,வராததுமான பல புனைவுகள் இந்த நாடகங்களில் பார்வைக்கு வைக்கப்பட்டு அவர்களுடைய அறிவியல்/ஆன்மீக முனைப்புகளுக்கும்,குடும்ப மதிப்பீடுகளுக்கும் இடையிலுள்ள முரண்பாடுகள் விசாரணைக்கு உட்படுத்தப்படுகின்றன. இந்த நாடகங்கள் காலம் குறித்த நேர்கோட்டுத்தன்மையிலான புரிதலை கலைத்துப் போடுகின்றன.ஒரு நிகழ்தளத்தில்,மனித உடல்களின் பிரசன்னத்தில் காலத்தின் பல்வேறு மதிப்பீடுகள் உரசிப் பார்க்கப்படும் சாத்தியங்களை இவை முன்வைப்பவை.

எழுத்தாளர் வே.மு.பொதியவெற்பன்: ய. மணிகண்டனின் 'மணிக்கொடி மரபும் பாரதிதாசனும்' நூலைப் பரிந்துரைக்கிறேன்.

"புதுத்தமிழ் என்று இலக்கிய வரலாறு அங்கீகரித்துள்ள தமிழ் செல்லப்பாவாலும், க.நா.சு, புதுமைப்பித்தன், மௌனி ,மணிக்கொடியாலும் உருவானதுதான். புதுமைப்பித்தனையும் மணிக்கொடியையும் தவிர இங்கு பெயர் குறிப்பிட்ட யாரும் பாரதிதாசனைப் புரிந்து கொள்ளவும் இல்லை, அங்கீகரிக்கவும் இல்லை.

தமிழ் இலக்கிய வரலாற்றை வரையறைப்படுத்த இந்த விஷயங்கள் முக்கியமானவைகளாகும்"- தமிழவன் ('தீராநதி')

'காக்கைச் சிறகினிலே' இதழில் பாரதிதாசனும் மணிக்கொடி எழுத்து கலைஞர்களும் தொடர்பாக மூலபாட ஆய்வு நெறியியல் கூறுகளுடன் 8 கட்டுரைகளை முன்வைத்தார். இவை பாரதிததாசனியல், மணிக்கொடி, எழுத்து ஆய்வுக்களங்களில் புதியவெளிச்சம் பாய்ச்சின. இதன் வாயிலாக பாரதிததாசனுக்கும் அவர்களுக்கும் இடையிலான புரிந்துணர்வுகளும், அவர்களுடைய பங்களிப்புகளும் பாரதிதாசன் மீதான அவர்கள் மதிப்பீடுகளும் துலக்கமுறுகின்றன. இதனால் தமிழவன் தரப்புகள் தகர்ந்தே போயின. இலக்கிய நவீனத்துவம் அறிவொளிமரபு நவீனத்துவமும் சங்கமிக்கும் சங்கு முகமே இந்நூலின் சிறப்பாகும்.

எழுத்தாளர் எம்.ஏ. சுசிலா - எப்போதும் எல்லாக் காலத்துக்கும் ஏற்றதாக நான் பரிசளிக்க விரும்பும் ஒரே முழுமையான நூல் பாரதி கவிதைகள். முன்னைப் பழமைக்கு முந்தையதற்கும்.. பின்னைப் புதுமைக்கும் ஈடு கொடுத்து என்றும் நிலையாக நிற்பவன் பாரதி என்பதால்.

எழுத்தாளர் பவா செல்லத்துரை: கல்பட்டா நாராயணன் எழுதி, கே.வி ஷைலஜா தமிழில் மொழிபெயர்த்த "சுமித்ரா" நாவலை இந்த புத்தாண்டில் என் வாசகர்களுக்கு பரிசளிக்க மற்றும் பரிந்துரை செய்ய விரும்புகிறேன்.

ஒரு மீனின் துள்ளல் அளவிற்கே உள்ள வாழ்வு சுமித்ரா வுக்கு மட்டுமல்ல நாம் எல்லாருக்குமானது. இந்த சின்ன ஜீவித்தில்தான், எத்தனை சறுக்கல்கள், துரோகங்கள், பெருமிதங்கள், மீறல்கள், எழுச்சிகள் என மனிதவாழ்வை சீட்டுக்கட்டுகளை போன்றே அடுக்கிக் கொண்டே போகலாம். கல்பட்டா நாராயணன் ஒரு கவிஞன் என்பதால் சுமித்ரா நாவலை அத்தனை கவித்துவமான சொற்களால் ஒரு பெண்ணின் வாழ்வை நுட்பமான சிற்பம் போல சொற்களால் செதுக்கி இருப்பார். கொஞ்சம் பிசகினாலும் தவறான ஓவியமாகிவிடும் சுமித்ராவை நம் எல்லாருக்கும் பிரியமானவளாக நெருக்கி இருப்பார்.

நாம் வாழவேண்டிய வாழ்வு என சுமித்ரா வாழ்வை பார்த்து நம் எல்லாரையும் ஏக்கம் கொள்ள வைத்திருப்பார் கல்பட்டா நாராயணன். நாவலின் துவக்கமே அசாத்தியமானது தினம் தினம் நடைபயிற்சிக்கு போகும் வாசுதேவன் எப்போதும் காலை எட்டரை மணிக்கு நடைபயிற்சி முடிந்து , வீட்டிற்கு திரும்பி வருவார். அன்று எழரை மணிக்கு சுமித்ரா மரணித்து விடுவாள். கல்பட்டா எழுதுகிறார் ”அவளுடனான உலகத்தில் ஒரு மணி நேரம் கூடுதலாக வாழ்வதற்கு வாசுதேவனுக்கு வாய்த்திருக்கிறது” என்று. மகத்தான படைப்பாளிகளுக்கு மட்டும் கைகூடும் இந்த சொற்கள் கல்பட்டா என்கிற கவிஞருக்கும்,அதை சிந்தி விடாமல் தமிழக்கு கொண்டுவந்த ஷைலஜா வுக்கும் வாய்த்திருக்கிறது. என் வாசகர்களுக்கும், என் நண்பர்களுக்கும் புத்தாண்டு பரிசாக அல்லது பரிந்துரையாக சுமித்ரா நாவலை அளிக்கிறேன்.

எழுத்தாளர் முத்துநாகு: புத்தாண்டில் நண்பர்களுக்கு எனது பரிந்துரை 'Castes of mind'

இந்த நூல் இந்திய சமூகத்தில் எப்படி குலம் என்ற சாதி ஒவ்வொரு தனிமனித மூலைக்குள்ளும் உள்ளது என்பதை அறிவியல், சமூக வரலாறு இவைகளை நாம் ஏற்றுக் கொள்ளும்படி ,மறுக்காத அளவிற்கு எழுதப்பட்ட நூல் என நான் நம்புகிறேன்.

எழுத்தாளர் தேவிபாரதி: அய்பர் டுன்ஷ் எழுதிய அஸீஸ் பே சம்பவம் என்னும் துருக்கிய நாவல், சுகுமாரன் மொழிபெயர்ப்பில் காலச்சுவடு வெளியிட்டிருக்கும் இந்தச் சிறிய நாவல் காதலாலும் ஒப்புக்கொடுத்தலாலும் அலைக்கழிக்கப்படும் எளிய மனிதன் ஒருவனைப்பற்றிய கவித்துவம் ததும்பும் கோட்டுச் சித்திரம். நம்மாலும் மற்ற பலராலும் எளிதில் கடந்துசெல்ல முடிந்த வாழ்வைக் கடக்க முடியாமல் திணறும் அந்த மனிதனில் ரகசியமாகவேனும் நம்மை அடையாளப்படுத்திக்கொள்ள முடியும். இதற்கப்பால் அது நல்ல வாசிப்பனுபவத்தைத் தரும் படைப்பு, புத்தாண்டில் நான் இதையே பரிந்துரை செய்ய, பரிசளிக்க விரும்புவேன்.

எழுத்தாளர் ஜி.குப்புசாமி: நான் பரிசளிக்க விரும்பும் புத்தகம் ஜார்ஜ் ஆர்வெல்லின் 1984.

இந்நூல் இரண்டாம் உலகப் போர் முடிவுக்கு வந்த சமயத்தில் வெளிவந்தது. எதிர்காலத்தில் உலக நாடுகள் அனைத்தும் மூன்று மாபெரும் வல்லரசுகளின் அங்கங்களாக இணைந்துவிட்டிருக்கும் என்று ஆர்வெல் கற்பனை செய்கிறார். அதில் அமெரிக்காவும் இங்கிலாந்தும் சேர்ந்த தேசத்தில் கதை நடக்கிறது. மக்கள் ஒவ்வொருவரும் 24 மணி நேரமும் கண்காணிக்கப்படுகிறார்கள். வரலாறுகள் அழிக்கப்பட்டு திருத்தியெழுதப் படுகின்றன. மக்களின் பேச்சும் செய்கையும் மட்டுமல்ல, சிந்தனை கூட கண்காணிக்கப்படுகிறது. மக்களுக்கு கற்பனையாக எதிரிகள் உருவாக்கப்பட்டு எந்நேரமும் அவர்கள் மீது வெறுப்பு பிரச்சாரம் அரசு ஊடகங்களால் நிகழ்த்தப்பட்டு மக்களுக்கு வெறியேற்றுகிறது. தற்போது இந்தியாவில் நடந்து கொண்டிருப்பதை ஜார்ஜ் ஆர்வெல் 1940களிலேயே எழுதிவிட்டிருக்கிறார். தீர்க்கதரிசி!

எழுத்தாளர் சு.வேணுகோபால்: புதிய வருடத்தில் நான் தஸ்தாயேவ்ஸ்கியின் கரமசோவ் சகோதரர்கள் என்கிற புத்தகத்தை யாரவது ஒரு நண்பருக்கு பரிசளிக்க விரும்புகிறேன். காரணம் தஸ்தாயெவ்ஸ்கியின் கரமசோவ் சகோதரர்கள் நாவல் கடவுளின் இருப்பு குறித்தும். மனிதர்களின் வாழ்க்கை குறித்தும் எனக்கு சரியான புரிதல்களை அளித்துள்ளது. இந்த புத்தகம் அளவிற்கு வேறெந்த புத்தகமும் எனக்கு அந்த புரிதல்களை தரவில்லை.

எழுத்தாளர்அனுராதா ஆனந்த்: கிரீஷ் கர்னாட் தனது 22 ஆவது வயதில் கன்னடத்தில் எழுதிய மஹாபாரதக் கதையை அடிப்படையாகக் கொண்ட நாடகம் யயாதி. எளிதாக இதன் கதைச் சுருக்கம்... அசுரர்களின் குருவான சுக்கிராச்சாரியாரின் மகள் தேவயானியை மணம் கொள்கிறான் யயாதி என்னும் மன்னன். ஷர்மிஷ்டா என்ற தேவயானியின் சேடிப் பெண்ணுடனும் உறவு கொள்கிறான் . இதனால் கடுங்கோபமடைந்த சுக்கிராச்சாரியார் இளமையிலேயே முதுமையடையுமாறு யயாதியை சாபிக்கிறார்.பிறகு மனமிறங்கி யயாதியின் மகன்களுள் யாராவது தமது இளமையை உவந்து தந்தைக்கு அளித்தால் சாப விமோசனமடையலாம் என்றும் அனுமதிக்கிறார்.

யயாதி தன் பிள்ளைகளிடம் இளமை வேண்டி கையேந்தி நிற்கிறான். எல்லா பிள்ளைகளும் மறுத்தபின் கடைசியில் ஷர்மிஷ்டையின் மகன் புரு தந்தைக்காக தன் இளமையைத் துறந்து முதுமை கோலம் பூணுகிறான் . பின் இத் தீரா இளமைத் தரும் சலிப்போடும் குற்ற உணர்ச்சியுடனும் வாழ்கிறான் யயாதி. அக்காலம் தொட்டு இன்று வரையிலும், பல காரணங்களுக்காக , நம் நாட்டில் , இளைஞர்களின் இளமையும் உயிரும் காவு வாங்கப்பட்டுக் கொண்டு தானிருக்கிறது. இந்நாடகம் பல இந்திய மொழிகளில் மொழிபெயர்க்கப்பட்டு ,நிகழ்த்தப்பட்டிருக்கிறது. 2007 யில் கிரீஷ் கர்னாட் தானே இதை ஆங்கிலத்திலும் பெயர்த்தார்.

எழுத்தாளர் பெருந்தேவி: ரூமியின் ‘தாகங்கொண்ட மீனொன்று.’ தமிழில் என். சத்தியமூர்த்தி மொழிபெயர்த்தது. இன்றைய சூழலில் ஒரு புறம் சமயத்தின் பெயரில் பாசிஸம் அரங்கேறுகிறது. இன்னொரு புறம் இறைமை, ஆன்-

மீகம் இவையெல்லாம் கெட்ட வார்த்தைகளாகக் கருதப்படுகின்றன. ஒவ்வொரு நாளும் வன்முறையின் தொடர் அரங்கேற்றம். இந்நிலையில் இலக்கியம் குறிப்பாக கவிதை மட்டுமே என்னைப் போன்றவர்களுக்கு அடைக்கலமாக உள்ளது. 'துச்சமெனத் தூக்கியெறியப்படும்' நுண்ணுணர்வுகளுக்கும் மேன்மைகளுக்கும் ஒளிந்துகொள்ள இடம் தருகிறது கவிதை எனும் 'உயிர்த்துத் தளும்பும் உலகு.' அத்தகையதோர் அற்புதமான உலகு ஷுமி படைத்திருப்பது.

கவிஞர் ஸ்ரீவள்ளி: திருவாசகம், நாச்சியார் திருமொழி தாண்டி வாசித்தது சொற்பம். ரில்கே, போதலேர் தாண்டி நவீன கவிதை வெளிப்பாடுகளோடு அதிகப் பரிச்சயமில்லை. தமிழில் சமீபத்தில் கவிஞர் சமயவேல் மொழிபெயர்ப்பில் வெளிவந்த ஸ்பானியக் கவிஞர் குளோரியா ப்யூர்டஸ் கவிதைகள் படிக்கக் கிடைத்தன. வீசு தென்றலைப் போன்ற எளிய, இனிய மொழி. கவிஞர் மனுஷ்யபுத்திரனின் 'இடமும் இருப்பும்' படித்திருக்கிறேன். சொல் இறந்து நின்ற தொன்மை கொண்ட பிரபஞ்சத்தில் துகளினும் அற்பமானது நம் இருப்பு. பிரியமே அதை அர்த்தபூர்வமாக்குகிறது. ஆனால், இத்தொகுப்பிலிருக்கும் மனுஷ்ய புத்திரனின் கவிதைகள் சில்லிட்டுப்போன பிரியங்களின் கோப்பையில் அருகருகே மிதக்கும், உடைந்துபோகும் பனிக்கட்டிகள் நாம் என்பதைத் தவறாமல் நினைவூட்டுகின்றன.

எழுத்தாளர் மற்றும் சூழலியலாளர் நக்கீரன் - காலம் தொடங்கியபோது இருந்த கோடிக்கணக்கான உயிர்களில் 99.9% உயிர்கள் அழிந்துவிட்டன. இந்த அறிவியல் உண்மை நமக்கு முறையாக கற்றுத்தரப்பட்டிருந்தால் மனித உலகம் வேறு மாதிரி அமைந்திருக்கும். அதிலும் பாடநூல்களின் அறிவியல் எழுத்துமுறை ஒரு வேகாதப் பண்டம். வெளிநாடுகளிலும் இதே கதைதான். இந்தக் குறையைப் போக்கும் விதத்தில் பில் பிரைசன் என்பவரால் எழுதப்பட்டதே, 'அனைத்தையும் குறித்த சுருக்கமான வரலாறு' நூல்.

இயற்கை அறிவியலை அறிய உலகின் அனைத்துக் கண்டங்களுக்கும் நேரடியாக பயணம் செய்கிறார். 18 நாடுகளில் உள்ள 176 அருங்காட்சியகங்களுக்கும் செல்கிறார். சமகாலத்தில் வாழும் 2000 அறிவியலாளர்களைச் சந்திக்கிறார். இவற்றின் ஒட்டுமொத்த உழைப்பே இந்த நூல். இயற்பியல், வேதியியல், உயிரியல், விண்ணியல், புவியியல், பரிணாமவியல் அனைத்தையும் இவ்வளவு எளிமையாக விளக்க முடியுமா என்று வியப்பை அளிக்கிறது. 700 பக்கமும் வாசிக்கையில் ஆலி (ஐஸ்கட்டி)போல உருகி கரைகிறது. Creative Non Fiction வகைமைக்கு நல்ல எடுத்துக்காட்டு. அதனால் ஆங்கிலத்தில் வெளியான ஓராண்டிலேயே பத்து இலட்சம் நூல்கள் விற்பனையாகி சாதனைப் படைத்தது. அறிவியல் உள்ளுக்குள் நுழைய நுழைய, மூட நம்பிக்கைகள் மனசிலிருந்து பாம்புச் சட்டையைப் போல உரிந்து விழும் விந்தையை இந்த நூல் நிகழ்த்துவதால் இதைப் பரிசளிக்க விரும்புகிறேன்.

எழுத்தாளர் அழகிய பெரியவன்: நான் அண்மையில் படித்த, மனதை நிறைத்திருக்கிற அன்னை நாவலையே பரிசாகத் தர இத்தருணத்தில் விரும்புகிறது மனம். அன்னை கிரேசியா டெலடா என்ற இத்தாலிய எழுத்தாளரால் எழுதப்பட்ட ஒரு சிறிய நாவல். இந்த நாவலுக்காக அவருக்கு 1927 ஆம் ஆண்டு நோபல் பரிசு வழங்கப்பட்டது. உலக அளவில் இலக்கியத்துக்காக நோபல் பரிசு பெற்ற முதல் பெண் எழுத்தாளர் டெலடா தான் என்று நினைக்கிறேன். கிரேசியா இத்தாலிக்கு அருகில் உள்ள ஒரு சிறிய தீவில் பிறந்து வளர்ந்தவர். அந்தத் தீவையே கதைக்களமாகக் கொண்டு நாவலை எழுதியிருக்கிறார். கணவனை இழந்த ஒரு ஏழைத்தாய் தன் மகனை மதகுருவாக்க விரும்புகிறார்.

அப்படியே அவரின் மகன் பால் கத்தோலிக்க மதகுருவாக ஆகிறான். இருவரும் ஒரு மலை கிராமத்தில் வந்து தங்குகிறார்கள். தாய் தன் மகன் மதகுருவாக ஆகிவிட்டதில் மகிழ்ச்சி அடைய, பாலோ தன் இளம் வயதுக்கே உரிய உணர்வில் மூழ்கி அக்கிராமத்தில் இருக்கும் ஒரு பெண்ணுடன் காதல் வயப்பட்டு தடுமாறுகிறான். ஒரு புறம் மனித மனதின் உயர் இலட்சியம். மறுபக்கம் மனித உணர்வின் இயல்பான விருப்பம். இவற்றுக்கு இடையில் நடக்கும் போராட்டம் என நாவல் மனித எண்ணங்களையும் போராட்டங்களையும் மிகத் துல்லியமாகச் சித்தரித்து செல்கிறது. படிக்கின்ற ஒவ்வொருவருக்கும் ஒரு ஆழ்மன வெளிப்பாட்டையும், ஆன்ம உணர்வையும், வாழ்வின் இயங்கியல் சார்ந்த தர்கங்களையும் வழங்கிடும் ஆற்றல் கொண்டதாக இருக்கிறது இந்த நாவல். இந்த நாவலின் மொழிபெயர்ப்பு பற்றி சொல்லியாகவேண்டும். தமிழின் ஆகச்சிறந்த எழுத்தாளர் தி.ஜானகிராமன் மொழிபெயர்த்தது. மிக இயல்பான உயிரோட்டம் கொண்ட மொழிபெயர்ப்பு.

எழுத்தாளர் க.மோகனரங்கன்: புதிய வருடத்தில் ஒரு புத்தகத்தை பரிசளிக்க வேண்டுமெனில் என் தேர்வு ' பாப்லோ நெரூதா கவிதைகள் ' . ஒரு சமூக உயிரி என்றவகையில் தீவிரமான அரசியல் பார்வையையும் , தனிமனிதன் என்ற நோக்கில் தன் அகக்கொந்தளிப்புகளையும் தனது கவிதைகளில் நேர்மையாக முன்வைத்த நெருடாவின் கவிதைகள் பரவலான வாசக ஈர்ப்பையும் அதேசமயத்தில் மொழியின் மந்திர மயக்கத்தையும் தன்னில் தக்கவைத்திருப்பவை. படித்து முடித்தபிறகு நினைவில் எதிரொலிக்கும் பலவரிகள் , இக் கவிதைகளை மீளவும் வாசிக்கத் தூண்டும்.

எழுத்தாளர் வாசுதேவன் : Professor Borges—A Course on English Literature. 1966ல் தன்னுடைய 67 வயதில் அர்ஜெண்டைனா பல்கலைக்கழகத்தில் மாணவர்களுக்கு ஆங்கில இலக்கியத்தைப் பற்றி போர்ஹெஸ் வகுப்பெடுத்துள்ளார். அவர் உரையாடியது மொத்தமாக ஒரு நூலாக சில வருடங்களுக்கு முன் வெளிவந்துள்ளது. பல தலைப்புகளில் உரையாடியுள்ளார். கிருஸ்துவ கவிதைகள், இங்கிலாந்தில் கவிதையின் வரலாறு, 5-ம் நூற்றாண்டு ஆங்கிலோ-சாக்ஸன் இலக்கியம் (அவருக்கு விருப்பமான இந்த

தலைப்பில் மட்டும் ஏழு உரைகள்), 18ம் நூற்றாண்டு வரை உலக இலக்கிய வரலாறு, ரொமாண்டிக் காலகட்டத்தில் இலக்கியம், சாமுவல் ஜான்சன், வேர்ட்ஸ்வொர்த், கொலிரிட்ஜ் கவிதைகள், விக்டோரியன் கால இலக்கியங்கள், ராபர்ட் ப்ரொனிங் கவிதைகள், வில்லியம் ப்ளேக், ரொசாட்டி, ஆர்.எல்.ஸ்டிவன்சன் என நம்மை அசரவைக்கிறார். அரிய நூல்களை மேற்கோள் காட்டுகிறார். நூல்கள், ஆளுமைகள் மற்றும் வரலாற்று முக்கிய சம்பவங்கள் பற்றிய அடிக்குறிப்புகள் மட்டும் 33 பக்கங்கள் வருகிறது. மேற்கத்திய ஆங்கில இலக்கியத்தின் வரலாறை அறிந்துகொள்ள வேண்டும் என்ற தேடலில் இருக்கும் சீரியஸ் வாசகர்களுக்கு ஒரு அரிய பொக்கிஷம்....

எழுத்தாளர் எம்.கோபாலகிருஷ்ணன்: கவிதைத் தொகுப்பு எனில் பொன்முகலியின் 'தாழம்பூ' (தமிழினி வெளியீடு). மொழி நேர்த்தியும் முற்றிலும் புதிய கவித்துவ நுட்பங்களையும் கொண்ட கவிதைகள்.

நாவல் - குணா கவியழகனின் 'கர்ப்ப நிலம்'. போருக்குப் பிந்தைய ஈழ நாவல்களில் முக்கியமானது.

சிறுகதைத் தொகுப்பு - ராம் தங்கத்தின் 'திருக்கார்த்தியல்'. உழைக்கும் சிறுவர்களின் உலகத்தை வெகு நுட்பமாகச் சொல்லும் கதைகளைக் கொண்டது.

எழுத்தாளர் கீரனூர் ஜாகிர்ராஜா: நண்பர்களுக்கு இந்த புத்தாண்டில் க.நா.சு எழுதிய பொய்த்தேவு நாவலை பரிந்துரை செய்கிறேன். காரணம் எப்போதும் க.நா.சு வின் மொழிபெயர்ப்புகள் மற்றும் இலக்கிய விமர்சனங்களை தாண்டி நிச்சயமாக வாசிக்கப்பட வேண்டிய அவரின் நாவல்.

கவிஞர் தேவேந்திர பூபதி: இந்த புத்தாண்டில் நான் இரண்டு புத்தகங்களை நண்பர்களுக்கு பரிந்துரை செய்கிறேன்.

ஒன்று ஹெர்மன் ஹெஸ்ஸெ எழுதிய 'சித்தார்த்தன்.' மற்றொன்று ஜி.நாகராஜனின் 'குறத்தி முடுக்கு.' ஒன்று தத்துவம் சார்ந்து என்னை அலைக்கழித்து செல்லும் நாவல். மற்றொன்று வாழ்க்கை பற்றி திரும்ப திரும்ப கேள்விகளை கேட்டு அலைக்கழித்து செல்லும் நாவல்.

எழுத்தாளர் பாதசாரி விஸ்வநாதன்: கு.அழகிரிசாமி சிறுகதைகள் தொகுப்பு - காலச்சுவடு

காரணம் : இந்த வாழ்வை வைத்துக் கொண்டு மனிதன் என்ன செய்வது என்பதை கதை கதையாகச் சொல்கிறார் கு.அ.

எழுத்தாளர் ராஜ சுந்தரராஜன்: சயந்தன் எழுதிய ''ஆதிரை''. 'தமிழினி' வெளியீடு. ஈழப் போராட்டத்தின் எல்லாக் கோணங்களையும் பதிவுசெய்துள்ள நாவல்.

புலிகளைப் பற்றிய உயர்வுநவிற்சி அவ்வளவாக இல்லை. போராளிகளின் துரோக முகங்களும் காட்டப்படுகின்றன. பணமுள்ள தமிழர்களை நாடுபெயர அனுமதித்தல், சுயசாதி அபிமானம் காட்டுதல் முதலியனவும் வெளிப்பட்டிருக்கின்றன. கிட்டத்தட்ட ஒரு பதினைந்து ஆண்டுகால வரலாறு, எதுவும்

விலகல் என்று சொல்ல முடியாதபடி, பதியப்பட்டு இருக்கிறது. ஈழத் தமிழர்களுக்கு மட்டுமல்ல, வாசிக்கிற இந்தியத் தமிழர்களுக்கும் தோன்றும் ஒரு குற்ற உணர்வு தவிர்க்க முடியாதது.

எழுத்தாளர் மற்றும் ஓவியர் சீனிவாசன் நடராஜன்: ஓரான் பாமுக்கின் என் பெயர் சிவப்பு நாவல் ஓவிய கலையை அடிப்படையாகக் கொண்டு எழுதப்பட்டது. ஐரோப்பாவில் துருக்கி குறிப்பிடும்படியான இஸ்லாமிய பண்பாட்டு நிலப்பரப்பு. கீழைத்தேய நாடுகளான நமக்கு ஐரோப்பிய கலாச்சாரத்திற்கும் பாலமாக கிட்டத்தட்ட இரண்டையும் சமன்படுத்தி பார்க்கும் பண்பாட்டுக் கூறுகளை ஆராய்ந்து எழுதப்பட்ட நாவல் ஆகவே நான் இதை பரிசளிக்க மற்றும் பரிந்துரை செய்கிறேன். இந்திய மொழிகளில் நேரடியாக எழுதப்பட்ட நாவல்கள் பலவும் இதைத்தாண்டி போயிருக்கலாம். ஐரோப்பாவில் கொண்டாடப்படும் என் பெயர் சிவப்பு மானுடத்தில் அறியப்பட வேண்டிய கலை பண்பாட்டுத் தளத்தை கீழைத்தேய நாடுகளில் நின்று பேசுவதுபோல் அமைந்திருப்பதே என்னுடைய தேர்வுக்கு காரணம்.

தமிழில் மொழிபெயர்ப்பு ஜி.குப்புசாமி

எழுத்தாளர் கே.வி.ஷைலஜா : பரிந்துரைக்கும் நூல் அன்புள்ள ஏவாளுக்கு. ஆலிஸ் வாக்கர் எழுதி தமிழில் ஷஹிதா மொழிபெயர்த்த இந்த புத்தகத்தை பரிசளிப்பேன். காரணம் கீழே உள்ள காணொளியில் சொல்லி இருக்கிறேன்.

கவிஞர் வெய்யில்: 2020 - இந்தப் புது ஆண்டில் என் அன்பிற்குரியவர்களுக்கு நான் பரிசளிக்க விரும்பும் நூல் இது:

கூலித்தமிழ் (கட்டுரைகள்) மு.நித்யானந்தன் வெளியீடு: க்ரியா, சென்னை.

பத்தொன்பதாம் நூற்றாண்டில், இந்தியாவிலிருந்து இலங்கையின் காப்பித் தோட்டங்களுக்குக் கூலிகளாகச் சென்ற லட்சக்கணக்கான ஏழை மக்களின் பயண அவலத்தை, வேலைக் கொடுமைகளை, அடிமைவாழ்வை, ஆங்கிலேயர்கள் இம்மக்களின்மீது ஏவிய அடக்குமுறைகளை பெரும் சிரத்தையுடன் பல்வேறு தளங்களில்தான் சேகரித்த நூல்கள், நாளிதழ்கள், துண்டுப்பிரசூரங்கள், அகராதிகள், கடிதங்கள், அறிக்கைகள், போன்றவற்றின் ஆதாரங்களோடு விவரிக்கிறார் நூலாசிரியர் நித்யானந்தன்.

இந்தியாவிலிருந்து சென்று, தங்களது நூற்றாண்டுக்காலப் பேருழைப்பால் இலங்கையின் வளர்ச்சியில் பங்கேற்று, இலங்கையின் குடிமக்களாக மாறிய மலையகத் தமிழர்களின் வரலாற்றில் உருவான முதல் இரண்டு நூல்கள்: 'கோப்பிக்கிருஷிக் கும்மி', 'தமிழ்வழிகாட்டி'. இந்நூல்களின் வழியே நமக்குக் கிடைக்கும் வரலாற்றுச் செய்திகள் குறித்து விரிவாக ஆராய்வதோடு மலையகத்தில் எழுதப்பட்ட முதல் நாவல்களான 'சுந்தர மீனாள் அல்லது காதலின்வெற்றி', 'கண்ணனின்காதலி' குறித்தும் விரிவாகப் பேசுகிறது கூலித்தமிழ். தமிழ்நாட்டில் வறுமை நிலையை பூதாகரமாக்கி அதேசமயம் மலையகக் காப்பித்தோட்டங்களில் செல்வ வளம் கொழிப்பதாகச் செய்யப்பட்ட உளவியல்

பிரச்சாரங்கள், கடல் பயணங்களில், தரைவழிப் பயணங்களில் மக்கள் அனுபவித்த கொடுமைகள், பலியான உயிர்கள், அக்காலகட்டத்தில் இவ்வுண்மை சார்ந்து எழுந்த எதிர்க்குரல்கள், அவர்கள்மீதான அடக்குமுறைகள் போன்ற அரிய தகவல்களைக் கொண்டிருக்கிறது நூல்.

1869-ல் ஆபிரகாம் ஜோசப் எழுதிய 'கோப்பிக் கிருஷிக் கும்மி' என்ற நூல் காப்பித் தோட்டங்களில் பயிர் செய்யும் முறையை விவரிக்கும் கும்மிப்பாடல் நூல்தான் என்றாலும், அந்தநூலில் தொனிக்கும் பிரச்சாரக்குரல், வேலைகள் சார்ந்த விவரிப்புகள், மதம் தொடர்பான அறிவுரைகள் என அது அந்த மக்களிடம் செயலாற்றியிருக்கும் பங்கை நூலாசிரியர் பல்வேறு காலகட்டத் தரவுகளோடும் அரசியல் சூழல்களோடும் பொருத்தி, விமர்சன ரீதியிலான பார்வையை முன்வைக்கிறார்.

1877-ல் அதே ஜோசப்பால் எழுதப்பட்ட 'தமிழ்வழிகாட்டி' என்ற நூல், கூலிகள் பேசுகின்ற 'கூலித்தமிழ்' மொழியை ஆங்கிலத் துரைமார்கள் கற்றறிந்துகொள்வதற்காக உருவாக்கப்பட்டது. ஆங்கிலம் வழி தமிழ் போதினியான இந்த நூலில், கூலிகளை அழைப்பதற்கு, கட்டளையிடுவதற்கு, தண்டனை தருவதற்கு, கூலி தருவதற்கு/மறுப்பதற்கு பயன்படுத்தப்படும் சொற்கள், கூலிகளுக்கும் மேனேஜர்களுக்கும்/கூலிகளுக்கும் துரைமார்களுக்கும் நடக்கும் உரையாடல்கள் என நிறைய பதிவுசெய்யப்பட்டிருக்கின்றன. இவ்வுரையாடலின் வழியாக தொழிலாளர்களின் அடிமை நிலையை, ஆங்கிலேயர்களின் எதேட்சதிகார மனநிலையை அவர்களிடம் நிலவிய மத, பொருளாதார, அதிகாரங்களை நாம் புரிந்துகொள்வதற்கு அந்த நூலில் உள்ள தடயங்களைத் தொகுத்துத் தருகிறார் நூலாசிரியர். மிக ஆழமாகவும் விரிவாகவும் எழுதப்பட்டிருக்கும் நூல் இது. மலையகத் தமிழர்களின் வரலாற்று வேர்களை, அவர்களது ஆரம்பகால இலக்கிய முயற்சிகளை அறிய விரும்பும் ஒருவருக்கு 'கூலித்தமிழ்' துயரையும் மகிழ்ச்சியையும் ஆச்சரியங்களையும் ஒருசேர தரும்!

கவிஞர் இளங்கோ கிருஷ்ணன்: குடும்பம், தனிச் சொத்து, அரசு ஆகியவற்றின் தோற்றம் - ஏங்கெல்ஸ்

பொதுவாக, நாம் இன்று வாழ்வதைப் போலத்தான் வரலாறு முழுக்கவே வாழ்ந்திருக்கிறோம் என்பதைப் போன்ற மனச்சித்திரம் பெரும்பாலானவர்களுக்கு உள்ளது. ஆனால், மனிதன் ஒரு சமூக விலங்கு. அவனின் பரிணாமம் மேலிருந்து கீழே அருளப்பட்டது அல்ல. கீழிலிருந்து மேலே செல்லும் வளர்ச்சிப்பாதை உடையது. ஆதி கால மானுட வாழ்வு எத்தகையது, குடும்பம் எனும் மீச்சிறு சமூக அளவு எப்போது, எப்படி உருவானது, அரசு என்ற கருத்தாக்கத்தின் பரிணாமம் என்ன? இன்றைய முதலாளித்துவ சமூகம் எப்படி இந்த வளர்ச்சி நிலைக்கு வந்து சேர்ந்தது என்பதை, மார்க்சிய பொருள் முதவாதப் பார்வையோடு முன்வைக்கும் முக்கியமான நூல்.

பொறுப்புணர்வுள்ள சிவிக் சமூகம் ஒன்றை நோக்கிச் செல்ல மனிதர கடந்துவந்த பாதை அறிய வேண்டியது அவசியம். அந்த வகையில் ஒவ்வொருவரும் வாசிக்க வேண்டிய முக்கியமான சமூகவியல் ஆவணம் இந்நூல். புதிய வாசக தலைமுறைக்கான புது மொழி பெயர்ப்பு ஒன்றையும் இந்த நூல் இப்போது கோரி நிற்கிறது என்பதையும் இத்தருணத்தில் சுட்டிக்காட்ட நினைக்கிறேன்.

கவிஞர் கதிர்பாரதி: என்னுடைய புத்தகப் பரிந்துரை : 'நீலகண்டப் பறவையைத் தேடி' - அதீன் பந்த்யோபாத்யாய. கற்பனாவாத எழுத்துமுறையின் முக்கியமான இந்திய நாவல். தமிழில் சு.கிருஷ்ணமூர்த்தி மொழிபெயர்த்திருக்கிறார். மனதின் நீட்சி எதுவோ அதுவே கனவின் நீட்சி. மாற்றியும்கூட புரிந்துகொள்ள இதில் இடம் இருக்கிறது... கனவின் நீட்சி உக்கிரம் எதுவோ அதுவே மனதின் நீட்சி. இதுவே நாவல் முழுக்க ஓடிக்கொண்டே இருக்கும் அகச்சரடு. பிரிக்கப்படாத இந்திய சுதந்திரப் போராட்டத்தின்போது லீக் கட்சி, பாக். பிரிவிரினையை முன்வைக்க நிர்பந்திக்கப்பட்ட காலத்தில் நடக்கிற கதை. இந்த நாவல் தமிழக நிலவியலுக்கு மிகவும் நெருக்கமானது. படைப்பு மனநிலையைப் புதுப்பிக்க அல்லது தக்கவைக்க இந்த நாவல் எனக்கு பேருதவியாக இருக்கிறது. நாவலின் முக்கிய பாத்திரமான மணீந்திர நாத் போன்ற ஒரு மனிதர் எங்கள் ஊரில் இருந்தார். மேற்கு சூரியனை ஒருநாள் அவர் சொன்னார்... சோபிதமாகப் பேசும் சூரியன் என்று. அந்தியைப் பார்க்கும்போது எல்லாம் எனக்கு அவரும் மணீந்திர நாத்தும் நினைவுக்கு வருவார்கள். மனித மனதின் மாயத்தன்மை மீது பயணிக்கிற இந்நாவலை வாசிப்புக்குள் நுழைபவர்கள் தவறவிடக்கூடாது எனப் பரிந்துரைக்கிறேன்.

கவிஞர் ஜான் சுந்தர்: அசாத்தியக்கலைஞர் கண்மணி குணசேகரன் அவர்களின் 'பூரணிபொற்கலை' புத்தகத்தையே நான் கொடுப்பேன். ஊர் எல்லையில் அமர்ந்திருக்கும் காவல்தெய்வங்களைஎழுப்பி நடமாட வைத்திருக்கும் அந்த புத்தகத்திற்குள் அவ்வளவு புதையல் ! வேடப்பனும், கறுப்பும், குதிரையும், யானையும், துறிஞ்சிமரமும் - புளியமரத்தில் குடியிருக்கும் அமானுடப் பாத்திரங்களும் உங்களை விட்டுவிடும். உங்களால்தான் அவற்றை விடவே முடியாது.

எழுத்தாளர் சித்துராஜ் பொன்ராஜ்: புத்தாண்டு நாளில் ஒரு ரஷ்ய மாஸ்டர் - தஸ்தவ்யெஸ்கியின் சூதாடி

தஸ்தவ்யெஸ்கி அன்றாட வாழ்க்கை நிகழ்வுகளின் வழியாக வாழ்வின் மிகப் பெரிய சிக்கல்களைத் தன் நாவல்களில் அலசுவது வழக்கம். இந்த நாவலின் மையப் புள்ளி சூதாட்டம் என்ற செயல் என்று தோன்றினாலும், தஸ்தவ்யெஸ்கியின் பார்வைக் குவிப்பு மொத்தமும் இந்நாவலில் பணம் உருவாக்கும் அடிமைத்தனத்தின் மீதும் அது மனித உறவுகள்மீது கொண்டுள்ள தாக்கத்தைச் சுற்றியே இருக்கிறது. பாவம் என்னும் அடிமைத்தனத்திலிருந்து மனிதர்-

களை மீட்க மீட்பர் ஒருவர் வருவார் என்பது கிறித்துவ சித்தாந்தம். ஆனால் இந்த நாவலில் வரும் அத்தைக் கிழவி போலி மீட்பராகிறாள். பணமிருந்தும் ஜெனரலின் குடும்பத்தைக் கடன் தொல்லையிலிருந்து மீட்க மறுக்கிறாள். தானே சூதாடி அடிமையுமாகிறாள்.

மாறாக சூதாடியாக மாறும் அலெக்ஸெய்யே போலினாவுக்கும் (ஒரு வகையில் ஜெனரலுக்கும்), ப்ளான்ச்சுக்கும் மீட்பராகிறான். ஆனால் பாவத்திற்கு எப்போதும் அப்பாலிருந்த கிறிஸ்து போல் அல்லாமல் அவனே அடிமையாகிறான். தஸ்தவ்யெஸ்கியின் நாவல்களின் வரும் பல பாத்திரங்களைப்போலவே (உதாரணத்திற்கு மிஷ்கின்) அலெக்ஸெய்யும் ஒரு வகையில் அசடனான, குறையுள்ள மீட்பன். அதனால் அவன் போலினாவுக்கும், ப்ளான்ச்சுக்கும் தந்த மீட்பு போலியானதாகுமா என்பது கேள்வி.

'சூதாடி' சின்ன நாவல் என்றாலும் காத்திரமானது. தஸ்தவ்யெஸ்கியின் நாவல்களில் வரும் பல முக்கிய அலசல்களை உள்ளடக்கியது.

எழுத்தாளர் காலபைரவன்: இந்த புத்தாண்டில் யாருக்காவது ஒரே ஒரு புத்தகத்தை பரிசீலிப்பதாக இருந்தால் தாராசங்கர் பந்தோபாத்யாயா எழுதிய ஆரோக்கிய நிகேதனம் என்னும் நாவலை பரிசளிப்பேன்.

காரணம், அந்த நாவல் இந்திய தன்மையை அதன் வேர்களின் ஊடாக சென்று எழுதப்பட்ட நாவல். மேலும் ஜீவன் மஷாய் எனும் நாவலின் முதன்மையான பாத்திரத்தை எவராலும் சுலபத்தில் புறந்தள்ளிவிட முடியாது. இந்த நாவலின் அடிநாதம் நவீன அறிவியலுக்கும் மரபார்ந்த மருத்துவ முறைகளுக்கும் இடையே நடக்கும் போராட்டத்தையே பேசுகிறது. நவீனம் என்ற பெயரால் அனைத்தையுமே வியாபாரமாக்கி வாழ்க்கையின் உள்ளார்ந்த அர்த்தங்களை தொலைத்துக் கொண்டிருக்கும் இந்த காலகட்டத்தில் மரபின் பிடியை இறுகப் பற்றியிருக்கும் இந்த நாவலையே நான் பரிசளிக்க விரும்புகிறேன்.

எழுத்தாளர் கார்த்திகை பாண்டியன்: புதிய வருடத்தில் நான் ஒருவருக்கு பரிசளிக்க விரும்பும் புத்தகம். இலக்கியத்துக்குள் புதிதாக நுழையும் யாருக்கும் நான் பரிந்துரைக்கும் நூல் எஸ்ராவின் கதாவிலாசம். ஐம்பது எழுத்தாளர்களைப் பற்றிய அறிமுகம் ஒரே தொகுப்பில். வாழ்வில் தனக்கு நேர்ந்த அனுபவங்களோடு ஒரு கதையை தொடர்புபடுத்தி அதன் வழியாக ஒவ்வொரு எழுத்தாளரையும் எஸ்ரா அறிமுகம் செய்திருப்பார். இலக்கியமெனும் மாபெரும் கனவின் கதவுகள் எனக்கு இந்நூலின் வழியாகவே திறந்தன. ஆகவே புதிதாக வாசிக்கும் எவருக்கும் நான் கதாவிலாசத்தையே பரிசளிப்பேன்.

கவிஞர் தி.பரமேசுவரி : ம.பொ.சி எழுதிய 'எனது போராட்டம்' எனும் நூலைப் பரிந்துரைப்பேன். இன்றைய தமிழகம் எப்படி உருவானது என்பதையே அறியாதவொரு தலைமுறை உருவாகி அரசியல் பேசும் சூழலில் எனது போராட்டம் மிகுந்த முக்கியத்துவம் வாய்ந்த நூலாக நிலைக்கிறது.

கல்வி பெற முடியாத வறுமைச்சூழலைக் கடந்து தன்முயற்சியால் கற்ற ஒருவர், அரசியல்திறத்துடன் இலக்கிய மொழியில் எழுதிய நூலிது. முக்கியமான தன்வரலாற்று நூல் மட்டுமல்லாது விடுதலைப் போராட்ட காலத்தையும் அதற்குப் பிறகான எல்லைப் போராட்ட வரலாற்றையும் வெளிப்படுத்தும் நூல். இன்றைய தமிழ்த்தேசீய எழுச்சிச் சூழலில், ஒவ்வொருவரும் வாசிக்க வேண்டிய புத்தகம்.

எழுத்தாளர் கே.என்.செந்தில்: குற்றமும் தண்டனையும் - பியோதர் தாஸ்தயேவ்ஸ்கி

துப்பறியும் நாவலின் கச்சாப்பொருளான கொலையை முன்னிட்டு இந்நாவல் குற்றத்தையும் குற்றவாளியையும் உள்ளோக்கி சென்று ஆராய்கிறது. மலினமானத் தந்திரங்களின் வழியாக வாசகரை 'கட்டிப்போடுவதற்கான' எவ்வித உபாயங்களையும் அதற்கான வாய்ப்புகள் இருந்தும் நாவலாசிரியர் எங்குமே கையாளவில்லை என்பதாலேயே இப்படைப்பு வெகுசனப்பிரதியின் தன்மையிலிருந்து தன்னைத் துண்டிந்துக் கொண்டு பெரும் இலக்கியப்பிரதியாக வாசகர் முன் எழுகிறது.

பத்து பனிரெண்டு ஆண்டுகளுக்கு முன் இந்நாவலை வாசித்த பொழுதை இப்போதும் துல்லியமாக நினைவு கூறமுடிகிறது. ரஸ்கோல்நிகோவ் என்னும் முதன்மை பாத்திரம் வட்டிக்கடைக் கிழவியை கொன்றுவிட்டு அடையும் குற்ற உணர்ச்சியும் அவனுள் நிகழும் நியாய- அநியாய மோதல்களும் தனிமையில் அவன் காணும் உருவெளித் தோற்றங்களும் அலைபாய்தல்களின் துயரங்களையும் கண்டு கிட்டத்தட்ட மனக்கொந்தளிப்புக்கு ஆளானேன். குற்றம் அது சிறிதோ பெரிதோ மனிதர்களுள் நிகழ்த்தும் அகப்போராட்டங்களை பதற்றங்களை கட்டுப்பாடுகளை மீறி மனம் செல்லும் இடங்களை அஞ்சும்படியாக எவ்வாறு இப்படி இந்தச் 'சூதாடி தாடிக்காரன்' காட்டுகிறான் என்ற வியப்பு நாவலின் பக்கங்கள் முன்னேற முன்னேற அதிகமானபடியே தான் இருந்தது.

குறிப்பிடத்தக்க ஆனால் குறைந்த அளவிலான பாத்திரங்களை வைத்துக் கொண்டு அக இருளை பேசுவதன் மூலமும் நாடகீயத் தருணங்களுக்குள் அவர்களை நிறுத்தி உரையாடச் செய்வதன் மூலமும் பெரிய நாவலை எழுதிவிட முடியும் என முதன்முறையாக தாஸ்தவெஸ்கியின் மூலமே அறிந்தேன். கிளைப்பாத்திரங்களில் முழுமை உள்ளது என்ற போதும் அவர்களுக்கான பிரத்யேக வாழ்க்கைப் பின்னணிகள் - தல்ஸ்தோய் போல- தாஸ்தவெஸ்கியால் சொல்லப்படுவதில்லை.

இவரது பிற நாவல்களில் உள்ளது போல காதலின் நாடகீயச் சம்பவங்கள், தனக்கு மட்டுமே உரிமை(possessiveness) கொண்டாடுவதன் வழி ஏற்படும் பழிதூற்றல்கள்,வலிகள். அவர்களுள் நிகழும் மாறாட்டங்கள் இந்நாவலில் இல்லை. (அசடன் : மிஷ்கின் - நாஸ்டாலியா பிலிப்போவ்னா- அக்லேயே ; கரமஸோவ் சகோதரர்கள் : திமித்ரி கரம்ஸோவ் - குருஷென்கா- காத்ரினா

இவானோவ்னா). மாறாக அன்பின் சுடராக வரும் சோனியா - ரஸ்கோல்னிகோவ் இடையில் காதலின் தத்தளிப்புகள், சிறிய அளவினான பரஸ்பர காயப்படுத்தல்கள் உள்ளன. குற்றத்தின் மனவிடுதலை தண்டனையை ஏற்பதிலேயே உள்ளது என்ற சோனியாவின் சொற்களுக்குப் பணிந்து நாயகன் சைபீரியச் சிறைக்குச் செல்கிறான். ('புத்துயிர்ப்பி'ல் மாஸ்லவாவுக்கு தன் இழைத்த பாவத்திற்காக சைபீரியச் சிறையை பின் தொடரும் அதன் நாயகன் நினைவுக்கு வருகிறான் அல்லவா?)

குற்றமும் அது நடந்த இடம் அங்கிருந்த மனிதர்கள், சாட்சிகள், விசாரணைகள், போலீஸ் அதிகாரிக்கும் ரஸ்கோல்னிகோவ்க்கும் இடையே 'கொலை'யை முன் வைத்து நிகழும் பேச்சுகள் அவனது சஞ்சலங்கள் என அந்ததந்த துறைகளுக்குரியவர்களுக்கான மிகப்பெரிய கையேடாக இன்றளவும் இந்நாவல் விளங்கிவருவதைப் பலரும் அறிந்திருக்கக் கூடும். இந்நாவலை வாசித்த பாதிப்பிலிருந்து மீள்வது அவ்வளவு சுலபமாக இருக்கவில்லை. ஐந்தாறு ஆண்டுகளுக்கு முன் மறுவாசிப்பு செய்த போதும் இந்நாவல் அளித்த அனுபவம் முந்தையதற்குச் சற்றும் குறைந்திருக்கவில்லை. குறிப்பாக ஸ்க்டியானோவின் கனவை வேறு சிலவற்றையெல்லாம் புதிதாகக் கண்டடைந்தேன். அந்த வாசிப்பின் நினைவிலிருந்தே இவ்வளவையும் எழுதியிருக்கிறேன். தஸ்தாவெஸ்கியின் பேரிலயக்கங்களுள் ஒன்றான 'குற்றமும் தண்டனையும்' நாவலையே இந்த புத்தாண்டுக்கு உவகையுடன் பரிசளிக்க விரும்புவேன்.

எழுத்தாளர் கே. என். சிவராமன்: வாசுதேவன் எழுதியிருக்கும் 'மாயன்: ஹூலியோ கொர்த்தஸார்'.

நீங்கள் ஆரம்பநிலை வாசகர் என்றால், இந்த நூல் உங்களை மாபெரும் பிரபஞ்சத்துக்கு அழைத்துச் செல்லும். ஏற்கனவே லத்தீன் அமெரிக்க எழுத்துகளுடன் பரீட்சயம் கொண்டவராக நீங்கள் இருந்தால், உங்களுக்குள் அடைப்பட்டிருக்கும் கதவுகளை இப்புத்தகம் திறக்கும். கொர்த்தஸாரின் படைப்புகளை ஆங்கிலத்தில் வாசித்து அறிந்தவராக நீங்கள் இருந்தால், உங்களுக்குள் இருக்கும் முடிச்சுகளை இப்புத்தகம் அவிழ்க்கும்.

ஆம். அந்தளவுக்கு ஹைப்பர் லிங்க் ஆக இந்த அறிமுக நூலை எழுதியிருக்கிறார். ஒன்றைத் தொட்டு மற்றொன்று... அதிலிருந்து பிறிதொன்று... என இந்தத் தனி மரம் மாபெரும் வனமாக காட்சியளிக்கிறது. மொத்தத்தில் 'மாயன்: ஹூலியோ கொர்த்தஸார்' நூல், இன்றைய தமிழ்ச் சிறுபத்திரிகை கலைஞர்களுக்கான அரசியல் ஆயுதம்! இந்த அறிமுக வரிசையை வாசுதேவன் தொடர வேண்டும். தொடர்ந்து வெப்பன் சப்ளை செய்து ஆயுத வியாபாரியாக கோலோச்ச வேண்டும்!

'மாயன்: ஹூலியோ கொர்த்தஸார்' - வாசுதேவன்

பக்கங்கள்: 156 யாவரும் பதிப்பகம் விலை: ரூ.200/-

எழுத்தாளர் அகர முதல்வன் : தமிழ் மொழியின் சந்தத்தை தனது கவிதைகளில் சந்நதமாய் ஆக்கிவரும் வெய்யிலின் கவிமொழி சமகாலத்தில் ஏற்படுத்தியிருக்கும் வாசக அலையை எல்லோரும் அறிந்திருக்கிறார்கள். அவரின் கவிதைகளில் உருவாக்கப்படும் காட்சிகள் தொன்மத்தின் ஆணிவேரிலிருந்து வெளிக்கிளம்பி மண்ணின் பிடிமானத்தோடு எழுந்து நிற்கிறது. தமிழ் மொழி கண்டிருக்கும் அசாதாரண கவிதைகளை கொண்டிருக்கும் அக்காளின் எலும்புகள் எனும் வெயிலின் கவிதை நூலை இதுவரைக்கும் நிறையப் பேருக்கு பரிந்துரைத்திருக்கிறேன்.அதுபோலவே கனலி இணையத்தளத்தின் வாயிலாகவும் அதனை செய்ய விளைகிறேன். நன்றி

கவிஞர் ச.துரை: என் பரிந்துரை கிழவனும் கடலும்.

வெறுப்பும் சலிப்பும் ஏற்படுகிற போது இந்த நூலை எடுத்துக்கொள்வேன். பிறருக்கு இந்த நூலை பரிந்துரைபதற்கு முன் இந்நூல் எனக்கு பரிந்துரைக்கபட்ட சம்பவத்தை கூற நினைக்கிறேன். எனக்கு கிழவனும் கடலும் நூலை பரிந்துரைத்த நபர் எழுபது வயது மலையாளி. அவரும் அவரது மனைவியும் தற்கொலை செய்ய இராமேஸ்வரம் வந்திருக்கிறார்கள். துர்தஷ்டவசமாக அவர் மனைவி இறக்க இவர் பிழைத்துக் கொள்கிறார். சிகிச்சைகாக மருத்துவமனையில் இருந்த அவர் அருகில் புத்தகங்களோடு இருந்த என்னை அழைத்து கிழவனும் கடலும் வாசிச்சுருக்கியா என கேட்டார். நான் இல்லை என்றேன். சாவில் இருந்து மீண்டு கத்தி கிழித்த கழுத்தின் கட்டுகளோடு பலமற்று போன நம்பிக்கையிழந்த குரலின் கரகரப்பில் சொன்னார். கண்டிப்பா வாசி அதில் வருகிற கிழவன் நான்தான்.

எனக்கு ஆச்சரியமாக இருந்தது மனைவி இறந்த சுவடு இன்னும் அழியவில்லை. சுற்றி நான்கைந்து காவல் அதிகாரிகள் அவரை தற்கொலைக்கு முயற்சிக்க கூடாது என அறிவுறுத்த வந்த தேவாலய கன்னியாஸ்திரி இருவர் என சூழ்ந்திருந்த அந்த கூட்டத்திற்கு நடுவே இந்நூலை பரிந்துரைக்க என்ன அவசியமிருந்திட போகிறது. வீட்டுக்கு திரும்பிய உடனே வாங்கி வாசித்தேன். அவர் சொன்னது போலவே அந்த கிழவன் அவர்தான். எல்லோராலும் இனி தேவையற்றவனாக நிராகரிக்கப்பட்ட பணி ஓய்வு பெற்றவர். தனித்து தன்னை நிரூபிக்க முயன்று தோற்று சலித்துப்போனவர். அவர் என்னிடம் சொன்னார். அந்த கதையில் வருகிற கிழவன் அந்த மீனோடு போராடுவான். அது மாதிரிதான் எனது மரணத்தோடு நிதானமாக இனி போராட போகிறேன். அந்த வார்த்தைகள் இந்நூலின் வாசிப்பிற்கு பிறகே

புரிந்தது. அடிக்கடி இச்சம்பவத்தையும் நூலையும் பொறுத்திப் பார்ப்பேன். எதுவுமற்று போவதற்கும் தோற்று போவதற்கும் நிராகரிப்புகளை பெற்றுக்கொள்வதற்கும் நிதானம் தேவைப்படுகிறது . தன்னோடான உரையாடல் தன்னை நம்பிக்கையுள்ளவனாக மாற்றுகிறது. அதை தத்துவங்களும் நூலும் அனுபவங்களும் கற்றுக் கொடுப்பது மாதிரியே சதைகளை இழந்து வெறும் எலும்பாய் கரைகண்ட மீனும் கற்றுக்கொடுகிறது.

எழுத்தாளர் சுனில் கிருஷ்ணன்.: நண்பர் சுரேஷ் பிரதீப்புக்கு ஜஸ்டின் கார்டனரின் சோபியின் உலகம் நாவலை இந்த புத்தாண்டில் பரிசளிக்க விரும்புகிறேன். நாவலை ஆங்கிலத்தில் வாசித்து சில ஆண்டுகள் கடந்த பிறகும் கூட அதன் மீதான பிரமிப்பு நீங்கவில்லை. வடிவம் உள்ளடக்கம் என இரண்டும் கச்சிதமாக ஒத்திசைந்த நாவல். மேற்கின் மெய்யியல் மரபை பதின்மர்களுக்கு அறிமுகப்படுத்தும் நோக்கில் எழுதப்பட்ட நாவல் எனும் குறிப்பு இப்போதும் திகைப்பைதான் அளிக்கிறது. இதை சுரேஷுக்கு பரிந்துரை செய்ய காரணமும் உண்டு. வலுவான அபுனைவு வாசிப்புடையவர். இந்த நாவல் அபுனைவை எப்படி புனைவாக ஆக்கியது எனும் செய்நேர்த்தி அவருக்கு சுவாரசியமளிக்கும் என நம்புகிறேன்.

எழுத்தாளர் சுரேஷ் பிரதீப்: பின்நவீனத்துவ வாதியின் மனைவி. சுரேஷ்குமார இந்திரஜித் 2017 வரை எழுதிய கதைகளில் இருந்து இருபத்தைந்து கதைகள் தேர்ந்தெடுக்கப்பட்டு சுனில் கிருஷ்ணனால் தொகுக்கப்பட்ட நூல். இந்த நூலை நான் தேர்ந்தெடுப்பதற்கு காரணம் இதன் “பிரபலமின்மை” தான். வாசகர்களிடம் சென்று சேராத ஒரு நூலினை கவனப்படுத்த வேண்டும் என்பது என் நோக்கமல்ல. நண்பர்களுடன் சிறுகதைகள் குறித்து பேசும்போது நுண்ணிய சுவைகளை கூர்ந்து அவதானித்தால் மட்டுமே தெரியக்கூடிய நுட்பங்களை கொண்டிருக்கும் சிறுகதைகளை யாரும் அதிகம் வாசிப்பதில்லை அல்லது வாசித்தாலும் அது குறித்து உரையாடுவதில்லை என்பதை உணர்கிறேன். அத்தகைய உரையாடலை சாத்தியப்படுத்தும் நூலாக இத்தொகுப்பு இருக்கும்.

சுரேஷ்குமார இந்திரஜித்தின் புனைவுலகத்தை அவரது சிறந்த கதைகளில் ஒன்றின் தலைப்பைக் கொண்டு வரையறுத்துவிடலாம். மாபெரும் சூதாட்டம். அவரது எழுத்துமுறை அனைத்து தரப்பு வாசகர்களையும் சென்றடையும் தன்மையிலானது அல்ல. சிறுகதையாக வெற்றி பெறுவதற்கான குறைந்தபட்ச உத்திரவாதத்தை தன்னகத்தே கொண்டிருப்பவையும் அல்ல. கதைத்தளத்தில் இருந்து சற்று விலகினாலும் ஒரு சாதாரண சித்தரிப்பாக மட்டுமே நின்றுவிடக்கூடியவை. ஆனால் இந்திரஜித் தொடர்ந்து இந்த சூதாட்டத்தை தன் கதைகளில் ஆடிக்கொண்டு தான் இருக்கிறார்.

அத்தகைய ஆட்டங்களில் அதிகபட்ச வெற்றிகளை பெற்றவற்றின் தொகுப்பாக பின்நவீனத்துவவாதியினை அடையாளப்படுத்தலாம். ஆசிரியருடனான ஒரு நீண்ட உரையாடலுக்குப் பிறகு சுனில் கிருஷ்ணனால் இக்கதைகள் தொகுக்கப்பட்டுள்ளன. தமிழில் சிறுகதை எழுதுதல் அதன் வளமான சிறுகதை மரபின் காரணமாகவே மிகச் சவாலான ஒரு செயலாகி இருக்கிறது. இத்தகைய சூழலில் தொகுப்பில் உள்ள ஒவ்வொரு கதையும் வாசகனுக்கு தனித்துவமான அனுபவத்தை கொடுப்பது என்பது மிக அரிதாகவே நிகழக்கூடியது. அவ்வகையில் பின் நவீனத்துவவாதியின் மனைவி தொகுப்பினை வாசிக்க நண்பர்களுக்கு பரிந்துரைக்கிறேன்.

எழுத்தாளர் அனோஜன் பாலகிருஷ்ணன்: ஜெயமோகனின் "புறப்பாடு" புத்தகம் எப்போதும் என் அகத்துக்கு நெருக்கமானது. யாருக்காவது புத்தகம் பரிசளிக்கத் தோன்றினால் என் முதல் தெரிவாக எப்போதும் இருப்பது. வெறுமே பயணக் கட்டுரைகள் என்று ஒதுக்கிவிட முடியாதது. ஜெயமோகன் தன் வீட்டைவிட்டுப் புறப்பட்டு அலைந்த போது சந்தித்த அலைக்கழிப்பை சொல்கிறார். அகமும் புறமும் ஒன்றாக முயங்கி ஒரு நாவலுக்கான விரிவை அடைகிறது. இந்தியா என்ற மாபெரும் தேசத்தில் கொட்டிக்கிடக்கும் பல்லாயிரம் பண்பாடுகளை, அதன் முரண் இயக்கங்களை, அதன் இடையே இருக்கும் ஒற்றுமைகளைக் கண்டையும் தருணங்கள் அனுபவங்களாக விரிகின்றன.

தனியே ஒரு மனிதனின் சொந்த அனுபவங்களாக மட்டுமாக இவை தோன்றுவதில்லை. எல்லோருக்கும் இருக்கக்கூடிய பிரச்சினைகளை வெவ்வேறு அனுபவங்களில் பெற்று அதன் தீர்வை ஒரு மனத்திற்கான அக விடுதலையாக அணுக முனைகிறது. நீங்களும் நானும் வாழ்கையில் சந்தித்த பல்வேறு அகப்போராட்டங்களை இதில் பார்த்துத் திடுக்கிட முடியும். நம்மால் வசப்படாத தீர்வை இதில் வாசித்துக் கண்டடைந்து ஒரு நிறைவை அடையலாம்.

எழுத்தாளர் ஆத்மார்த்தி: மதுரையின் அரசியல் வரலாறு 1868

ஜே.ஹெச் நெல்சன் எழுதிய நூல். தமிழில் வழக்கறிஞர் ச.சரவணன் மொழிபெயர்ப்பில் வந்திருக்கிறது. மதுரை எப்போதும் அணையாத அடுப்புகளையும் விளக்குகளையும் கொண்ட நகரம். அதன் வரலாறு நெடியது. எழுநூறாண்டு கால சரித்திரத்தின் விள்ளல்களை சம்பவத் தொடர்ச்சிகளின் மூலமாக விவரிப்பதன் மூலமாக மனதில் பதியனிட்டபடி செல்கிறது இந்த நூல்.

சரிவரச் சொல்லப்படுகையில் யாதொரு புனைவுமின்றி நேரடியான வரலாறு புனைவுக்குச் சற்றும் குறைவற்ற சுவையுடனான வாசக அனுபவத்தை நிகழ்த்த வல்லது என்பதை இந்த நூல் இன்னொரு முறை மெய்ப்பிக்கிறது.இறந்த காலத்தைத் திறந்து பார்ப்பது ஒருவகையில் மர்ம முடிச்சுக்களை ஒவ்வொன்றாக அவிழ்த்துக் கதையறிவதைப் போலத் தான். நுட்பமும் ஆழமும் ஒருங்கே சாத்தியமாகிற தரிசனம் இந்த நூல் வாசிப்பின் வழி அறிவதன் மீதான காதல் கொண்ட யாவர்க்கும் இந்த நூலைப் பரிந்துரைக்க விரும்புகிறேன்.

சந்தியா பதிப்பக வெளியீடு முதற்பதிப்பு 2019 விலை ரூ 360/-

கவிஞர் மனுஷி: கனலி முன்னெடுக்கும் இந்த வாசிப்பு செயல்பாடு மகிழ்ச்சியளிக்கிறது. பொதுவாக யாருக்கேனும் ஒரு புத்தகத்தைப் பரிசளிக்க விரும்பினால் குட்டி இளவரசன் (பிரெஞ்சு நாவல்) அல்லது ஜன்னலில் ஒரு சிறுமி (ஜப்பானிய நாவல்) இரண்டில் ஏதேனும் ஒன்றைத்தான் முதலில் தேர்வு செய்வேன். வாசிக்கப் பரிந்துரைப்பதாக இருந்தாலும் எனது தேர்வில்

முதலில் வந்து நிற்கும் நூல்கள் இவை இரண்டு தான். இந்த முறை புதிதாக ஒரு புத்தகத்தைப் பரிந்துரைக்க விரும்புகிறேன். பரிசல் வெளியீடாக வந்துள்ள “மலர்கள் விட்டுச் சென்ற வெற்றிடத்தில்” என்ற கொரிய மொழிக் கவிதைத் தொகுப்பைத்தான்.

பா. இரவிக்குமார் - ப. கல்பனா இருவரது கூட்டு முயற்சியில் வெளிவந்துள்ள இந்நூலைப் பரிந்துரைக்க இரண்டு காரணங்கள். ஒன்று, கவிதைகள் தரும் வாசிப்பு அனுபவம் அலாதியானதாக, வேறொரு பண்பாட்டை, வேறொரு நிலம் சார்ந்த கவிதைகளை வாசிக்கிறோம் எனும் அந்நியத்தன்மை அற்று, வாசிக்கின்ற வாசகர்கள் இக்கவிதைகளோடு இயல்பாக ஒன்றிப் பயணிக்கின்ற அனுபவத்தை ஏற்படுத்துகிறது இத்தொகுப்பு. இயற்கையும் மனித மன உணர்வுகளும் பாசாங்குத்தன்மை அற்று, ஆன்மாவோடு நெருங்கி உரையாடுகின்றன இக்கவிதைகள்.

இரண்டாவது, தமிழ் நாட்டுக்கும் கொரியாவுக்கும் இடையில் வாழ்க்கை முறையில் நிறைய வேறுபாடுகள் இருக்கலாம். ஆனால் கொரிய நாட்டுக் கலாச்சாரம், மொழி, அரசியல், கலை, வரலாறு ஆகியவற்றை அறிந்து கொள்ள இக்கவிதைகள் ஒரு கவிதைப்பாலமாக இருந்து செயல்படுகிறது. தமிழில் கொரியக் கவிதைகள் இத்தொகுப்பில் மூலம் முதன்முறையாக அறிமுகம் ஆகிறது. இத்தொகுப்பை வாசிக்கையில் எல்லா கவிதைகளும் இல்லை என்றாலும் சுமார் இருபது கவிதைகளாவது நமது வாழ்வனுபவத்தோடு இழையோடுவதாக இருக்கும் என்பதில் ஐயமில்லை.

எழுத்தாளர் தமிழ்நதி: இவ்வாண்டு நான் வாசித்த நூல்களுள் என்னை அதிகமும் சிந்திக்க வைத்த நூலென்றால், வரலாற்றறிஞரும் பேராசிரியருமாகிய யுவால் நோவா ஹராரியால் எழுதப்பட்ட ‘சேப்பியன்ஸ்: மனிதகுலத்தின் ஒரு சுருக்கமான வரலாறு’ஐக் குறிப்பிட முடியும். மூலமொழி: ஹீப்ரு. இந்நூல், நாகலட்சுமி சண்முகம் அவர்கள் தமிழாக்கம் செய்திருக்கிறார். பதிப்பகம்: மஞ்சுள் பப்ளிகேசன்ஸ். உலகெங்கிலும் முப்பது மொழிகளில் மொழிபெயர்க்கப்பட்டுள்ளது.

மனிதகுலம் தோன்றியது தொட்டு- அறிவுப் புரட்சி, வேளாண் புரட்சி, அறிவியல் புரட்சி என இன்றுவரையிலான மனிதகுல வரலாற்றின் குறுக்குவெட்டுப் பார்வையாக இந்நூலைக் கொள்ளமுடியும். ஆரம்பத்தில் பிற உயிரினங்களிலிருந்து தன்னைப் பிரித்தறிய முடியாத மற்றொரு உயிரினமாயிருந்தது, இரண்டு கால்களில் எழுந்து நின்று ‘மனிதனாகி’ பிற உயிர்களின்மீது மேலாதிக்கம் செலுத்துமளவு பரிணாம வளர்ச்சி அடைந்ததும், அந்த மேலாதிக்கமானது இயற்கைச் சமநிலையை எவ்வாறு குலைத்ததென்பதும் இந்நூலில் அறிவுபூர்வமாக விளக்கப்பட்டுள்ளது.

இந்நூலை வாசித்து முடித்ததும், ‘மனிதன்’என்ற சொல்லுக்கு நமது மனங்களில் என்னவொரு பொருளை வரித்திருக்கிறோமோ அதுவொரு கற்பனை என்றாகிவிடுகிறது. உலகிலேயே கொடிய விலங்கு மனிதன் என்ற முடிவுக்கே

வரவேண்டியுள்ளது. இதன்பொருள், மனிதகுலம் குகைவாசிகளாக நீடித்திருக்கவேண்டுமென்றில்லை. ஆனால், 'ஆறறிவின் துணைகொண்டு இதர உயிரினங்களது உரிமைகளைப் பறிக்கிறவனது, இயற்கையைச் சீரழிக்கிறவனது அகராதியில் ஜனநாயகம், அன்பு, கருணை இன்னபிற சொற்களுக்கு என்ன அர்த்தமிருக்கமுடியும்?' என்ற கேள்வி எழுகிறது. உணவுச் சங்கிலியின் உச்சத்தில் நிற்கிற மனிதன், ஏனைய உயிரினங்களைப் போல இருப்புசார் நியாயங்களோடு இயங்கவில்லை; பிற உயிரினங்களின் வாழ்விடங்களைச் சீரழிப்பது, மிருகவதை செய்வது, சுற்றுச்சூழலைச் சிதைப்பதன் மூலம் இதர ஜீவராசிகளை ஒழித்துக்கட்டுவது, பூமி மாசடைதல், வெப்பமடைதல் இன்னபிறவற்றுக்குக் காரணமாவது என எல்லைமீறிச் சென்றுகொண்டிருக்கிறான் ஆகியன பற்றி இந்நூலில் விரிவாகப் பேசப்பட்டுள்ளது.

இதற்கு மறுவளமாக, அறிவியல் ரீதியான வளர்ச்சி எவ்வாறு மனிதகுலத்தை நோய்களிலிருந்து காப்பாற்றுகிறது, நேரத்தை மீதப்படுத்துகிறது, தனிமனித விடுதலையை ஊக்குவிக்கிறது இன்னபிற எண்ணற்ற சாதகங்களைப் பற்றியும் பேசுகிறது. அரசியல், உளவியல், அறிவியல், பொருளாதாரம், இயற்பியல் என் பல்வேறுபட்ட பார்வைகளை உள்ளடக்கிய 'சேப்பியன்ஸ்'அவசியம் எல்லோராலும் வாசிக்கப்படவேண்டிய ஒன்றாகும்.

எழுத்தாளர் லதா அருணாச்சலம்: எழுத்தாளர் பிரியா விஜயராகவன் எழுதிய அற்றவைகளால் நிரம்பியவள் என்னும் நாவலைப் பரிசளிக்க விரும்புகிறேன். இது நாவல் என்னும் வரையறைக்குட்பட்ட வடிவத்திலிருந்து சற்றே மாறுபட்டது. புனைவுடன் கலந்த auto fiction வகையை சார்ந்தது . இந்த நாவலின் கதாபாத்திரமான டாக்டர் அஞ்சனா தனது பால்யத்திலிருந்து , தற்கால வாழ்க்கை வரை தனக்கு ஏற்பட்ட பல்வேறு அனுபவங்களை வாசகர்களுக்குச் சொல்வதாக அமைந்துள்ளது கதை.

அதனூடாக, சிதம்பரம் மருத்துவக் கல்லூரி, சிஷல்ஸ் தீவு, மொரீஷியஸ், கென்யா ,லண்டன் மாநகர் எனப் பல்வேறு களங்களில் பயணிக்கிறது கதை .அதனூடாக அஞ்சானவின் வாழ்வில் நிகழும் சம்பவங்களும், சந்திக்கும் மனிதர்களும் புனைவில் விரிகிறது .மனிதர்களின் மனங்களில் ஒளிந்திருக்கும் பூடகமான உணர்வுகளை, எண்ணங்களை, வக்கிரங்களை எந்தவிதமான பூச்சுகளுமின்றி நேரடியாக வெளிப்படுத்துகிறார்கள் இவர் நமக்கு அறிமுகம் செய்யும் மாந்தர்கள். எங்கோ ஒரு தீவில், கடற்கரையில்

தொன்மை வாய்ந்த கல்லறைகளின் நடுவே அமர்ந்து அங்கு தனது மூதாதையர்களின் வேர்களைத் தேடும் பதிவுகளாகவும், உலகெங்கும் பெண்கள் மீது நிகழ்த்தப்படும் குற்றங்களையும் அதிலிருந்து மீண்டு வந்து பெண்களின் healing process போன்ற வாழ்க்கையையும் பதிவு செய்யும் எழுத்தாளர் சொந்த நாட்டில் , எத்தனை படித்துப் பட்டம் பெற்றவர்களாக இருந்தாலும் அடையாளங்கள் இன்னமும் சாதியின் அடிப்படையிலேயே உள்ளது என்பதையும் தெளிவாகக் குறிப்பிடுகிறார். ஒற்றைக் கருதுகோளில் சுற்றாமல்,

நாவல் முழுவதும் தனிமனித இழப்புகள், அதன் தாக்கங்களால் விஞ்சி நிற்கும் உணர்வுகள், உலகெங்கும் இடையறாது கேட்டுக் கொண்டிருக்கும் அன்பின் இறைஞ்சல் , பிழைத்தலின் பொருட்டு செய்யப் படும் சமரசங்கள், காதலின் பல நிலைகள் எனப் பலப் பல கோணங்களில் நிரம்பியிருக்கிறது இந்த நாவல்.

இதன் மற்றொரு முக்கிய அம்சமாக, மருத்துவக் குறிப்புகள் மூலம் உடல் என்பது வெறும் பை என்னும் நிச்சயமான உண்மையை வலுவாக்கி இருக்கிறார். எழுத்தாளர் மருத்துவராக இருப்பதால் இந்தத் தரவுகள் சிக்கலின்றி எளிமையான மொழியில் எழுதப்பட்டுள்ளது . மீண்டும் ஒரு அற்புத விஷயத்தை நான் சொல்லாமல் இருக்க முடியாது.. எழுத்தாளர் பிரியாவின் வாசிப்புலகம்.. பல புத்தகங்களிலிருந்து எடுத்தாளப் பட்ட மேற்கோள்களும், அதன் தொடர்பான செய்திகளும் வாசகர்களை பரந்த வாசிப்புத் தேடலுக்கு இட்டுச் செல்கின்றன. புதிய வடிவம், கடும் மொழியாக்கத்திற்கு ஆட்படாமல் இயல்பாகப் பொருந்தும் ஆங்கிலச் சொற்கள் மற்றும் அதன் இலகுவான வாசிப்புத் தன்மை. அனைத்துக் கூறுகளையும் ஆராய்ந்து சொல்வதானால் 'அற்றவைகளால் நிரம்பியவள் ' எனது மனதுக்குள் பிடித்த நாவல். நண்பர்கள் தவறாமல் வாசிக்கவும்.

எழுத்தாளர் வெண்பா கீதாயன்: கொற்றவை. சிலம்பின் கதையை அடியொற்றிய நவீன காவியம். வாசிக்கும் தருணத்தே பெருங்கனாவென விரியக்கூடியது. இலக்கியம் வாசிக்க விரும்பும் ஒவ்வொருவரும் இலக்கியத்தில் இயங்கும் ஒவ்வொருவரும் தங்களது கட்டாய வாசிப்பில் சேர்க்கவேண்டிய காப்பியம் கொற்றவை. பழம்பாடல்களென்றும் குலக்கதைகளென்றும் எழுந்த மரபின் வழியாகவும் தொன்மங்களின் வழியாகவும் சமகாலத்தைத் தொட்டுச்செல்கிற மொழியும் செறிவும் கொண்டது.

எழுத்தாளர் கவிபித்தன் : உன் கழுத்தைச் சுற்றிக்கொண்டு இருப்பது - சிமாமண்டோ என்கோஜி அடிச்சீ

தற்போதைய மனநிலையில் நைஜீரிய பெண் எழுத்தாளரின் இந்த சிறுகதைத் தொகுப்பை பரிசளிக்க விரும்புகிறேன். நைஜீரியாவிலும், அமெரிக்காவிலுமாய் வாழ நேர்கிற நைஜீரியர்களின் வாழ்வியலை அசலாகப் பேசுகின்றன இந்தக் கதைகள்.உள் நாட்டுக் கலவரங்களிலும், புலம்பெயர் வாழ்விலும் அவர்களின் கலாச்சாரம் சிதைவதையும், அதை அந்த மக்கள் ஏற்றுக் கொள்வதையும் பெண்களின் மன நிலையிலிருந்து இந்தக் கதைகள் பேசுகின்றன.

எழுத்தாளர் நவீனா: ரொபர்டோ பெலெனோ எழுதிய 2666 என்னும் 5 பாகங்களைக் கொண்ட நாவலை நண்பர்களுக்கு இந்தப் புத்தாண்டில் பரிசளிக்க விரும்புகிறேன்.. 2020 சுமந்துவரவிருக்கும் குறியீடுகளையும், இன்னும் 646 வருடங்களுக்குமான மனித வாழ்க்கையையும் ஏதோ மாயன் நாட்காட்டி போல சொல்லிப் போவதான நாவலில் எங்கும் 2666 என்னும் தலைப்பின்

காரணத்தை பெலெனோ குறிப்பிடவில்லை.

சீதாத் குவாரிஸில் (மெக்ஸிகோ நகரம்)நடந்த femicide பற்றிய கதைக்கருவை, (பெண்களின் பிரச்சினைகளை இலக்கிய ஆவனமாக்கிய மிகச்சில ஆண்களில் பெலெனோவும் ஒருவர்) historiographic metafiction வடிவில் bildungsroman narrative - வாக சொல்லப்பட்டிருக்கும் நாவல் இலக்கியத்தின் அனைத்துத் தளங்களிலும் இயங்கக்கூடிய எழுத்தாக இன்றளவும் நிற்கிறது. லத்தீன் அமெரிக்க எழுத்தாளர்களில் சிலியில் பிறந்தவராக இருந்தாலும் பெலெனோ மெக்ஸிகோவில் பல ஆண்டுகள் வாழ்ந்தவர் என்பதால், இவரது இறப்புக்குப் பின் பிரசுரிக்கப்பட்ட 2666 சிக்கானோ இலக்கியத்தையும், லத்தீன் அமெரிக்க இலக்கியத்தையும் ஒன்றோடு ஒன்றாய் பிணைக்கும் முயற்சியாக இருக்க வேண்டுமென எனக்குத் தோன்றும்.

(மெக்ஸிக்கோவை மட்டும் லத்தீன் அமெரிக்க எழுத்துக்களில் சேர்த்துக்கொள்ளாதது ஏன் என்ற கேள்வி எப்போதும் என் மனதில் இருக்கும், ஒருவகையில் 2666 நாவலின் மீது அதிக ஈடுபாடு ஏற்பட அதுவும் ஒரு காரணம்)

அவரது கனவின் சாட்சியாக நிற்கும் இந்த நாவலின் தலைப்பு ஒரு வருடத்தைக் குறிப்பது தான் என பல இலக்கிய விமர்சனங்கள் குறிப்பிடுகின்றன. அவரது ஆமுயுலெட்டில் கூட பெலெனோ '2666ன் மெக்ஸிகோ நகர வீதிகள்' என ஒரு வரியை எழுதியிருக்கிறார். இந்த ஆண்டில் அப்படியென்ன மர்மம் புதைந்திருக்கிறதென வாழ்ந்து பார்க்க காலம் நம்மை அனுமதிக்காவிட்டாலும், இந்த நாவலை வாசிப்பதற்காக நம் கைகளில் கொடுத்துச் சென்றிருப்பதற்காக காலத்திற்கு என் நன்றிகள் - நண்பர்கள் அனைவருக்கும் இனிய புத்தாண்டு நல்வாழ்த்துகள்.

எழுத்தாளர் பாலகுமார் விஜயராமன்: பால்யத்திலிருந்து வளரிளம் பருவத்துக்குள் அடியெடுத்து வைக்கும் புத்தம்புதிய இளைஞனுக்கு இந்நிலத்தையும், அதன் விவசாயக் குடிகளின் வாழ்வையும் அச்சுஅசல் கரிகல்காட்டு மொழியில் பேசும் ''கோபல்ல புரம்'' நாவலைப் பரிசளிக்க விரும்புகிறேன். தூர தேசங்களில் இருந்து புலம்பெயர்ந்து வந்து, தெற்கில் கரட்டுக்காடாய் கிடந்த ஒரு நிலத்தை செம்மைப்படுத்தி, அதை செழிப்பான ஒரு கிராமமாக உருவாக்கும் அம்மக்களின் கதையை அவனுக்கு அறிமுகப்படுத்த வேண்டும். ஆசிரியர் மேலே அமர்ந்து கதை சொல்ல, அதை வாசகன் கழுத்து வலிக்க அண்ணாந்து கேட்பது போலின்றி, உற்ற நண்பன் தோளில் கைபோட்டு அணைத்துக் கொண்டு கதை பேசுவது போன்ற உணர்வை நாம் தமிழின் மூத்த கதைசொல்லியான கி.ராஜநாராயணனின் படைப்புகளில் காணலாம்.

அப்படி கோபல்ல புரம் புத்தகத்தை, ஒரு நாவலாகவோ சம்பவங்களின் கோர்வையாகவோ, ஓர் ஊர் உருவான கதையாகவோ, கோட்டையார் என்பவர்களது குடும்ப வரலாறாகவோ பிரித்துப் பார்க்க முடியாது. ஆனால் புதிதாய் நவீன இலக்கியத்தை வாசிக்க வரும் இன்றைய இளைஞனுக்கு

முதலில் கி.ரா தாத்தாவையே அறிமுகப்படுத்த விரும்புகிறேன். இந்தத் தலைமுறையின் புது இளைஞனின் தொடர் வாசிப்புக்கும் கி.ரா.வே வழிகாட்டியாக இருப்பார் என நம்புகிறேன். அனைவருக்கும் புத்தாண்டு வாழ்த்துகள்.

எழுத்தாளர் பிரியா விஜயராகவன்: நான் இந்த வருடம் படித்ததில் பிடித்ததும், பகிர்ந்துக்கொள்ள நினைப்பதும் மணி எம்.கே மணி சார் எழுதியுள்ள "மதுர விசாரம் ? "

மணி சாரின் எழுத்து எனக்கு எப்போதும் நழுவும் விலாங்கு மீன் போன்றது. நான் பொதுவாக 300 பக்கத்தை 3 மணி நேரத்துக்குள் வேகமாகப் படித்துக் கடப்பவள். மணி சாரின் புத்தகப்பக்கத்தை அப்படி நகர்த்திவிடமுடியாது. அவர் எழுதும் ஒவ்வொரு வரிகளிலும், பொங்கியும், இழையோடியும், புதைந்து வரும் உணர்வுகளின் வலி, வீர்யத்தை உள்வாங்கவும், மனதில் உட்காரவைத்து செறிமானம் செய்யவும் நேரமும், தைரியமும், உண்மையும் தேவை.

உலகில் 18, 19 வயது வரை தாய் தந்தையை சார்ந்திருக்கும் ஒரே மிருகம் மனிதன் தான். உள்ளும் வெளியும் நடக்கும் மனித வளர்ச்சியின் & விகாரங்களின் permutation combinationகள், இந்த கதையின் மனிதர்களாக மாற்றி எடுத்திருக்கிறார். அன்பின் விஸ்தாரம் எல்லையில்லாதது. மிக தூய்மையானது. உயிர்களின் அன்பும் உடலும் தேடிக்கொண்டிருப்பது அமைதி, அரவணைப்பு, அங்கீகாரமும் தான். மாறிக்கொண்டே இருக்கும் சமூக moral சுத்தியலும் உளியும், அதன் வளைந்து நெளியும் உண்மைகளும் பொய்களும் கொண்டு அன்பைச் செதுக்கி முடிக்கையில், கண்முன் நிற்கும் மனிதன் என்ன என்ற கேள்வியை எழுப்பக்கூடியது மணி சாரின் எழுத்துக்கள். மனதின் உள்ளே நடக்கும் சம்பாஷணைகளும், சரி தவறு என்று வெளிப்பார்வைக்குத் தூக்கிப்பிடிக்கும் ஜோடிப்புகளும் இந்த புத்தகத்தில் எழுதியிருக்கும் மனிதர்கள் மூலம் பேசிப் போகிறது.

சத்தியசந்தமாய் என் மனதின் உணர்வும், உண்மையும், காதலும், தேடலும் இது தான் என்ற உண்மையை, வெவ்வேறு காரணங்களுக்காக ஏற்கமுடியாதும், அப்படி ஏற்காது போவதன் வலி வெறுமையும், ஆனால் சமூகமும், குடும்பத்தினரும், சுற்றம்சூழலும் என் உண்மைகள் தெரிந்தால், என்னை எப்படி நினைத்துவிடுவார்களோ என்று, வெளிப்பூச்சாக தன்னை வேறு ஒன்று என்று பொய்யாக முலாம் பூசிக்கொண்டே இருக்கும் மனிதனின் உள், வெளி malalignmentஐ காட்டும் புத்தகம் மதுரவிசாரம்.

பெண் என்பவள் எத்தனை பயங்கரமான அதிஅற்புத புதிரானவள்! அந்த பெரும்புதிர் ஆணை எப்படி பயமுறுத்திக்கொண்டே இருக்கிறது. மாபெரும் பேரன்பு மிகுந்த அழகிய கடவுளாகவும், அடுத்த நிமிடம் பொய் கூறி, பசப்பு பேசும் அன்பில்லாத உடல்/மனம் கொண்ட பரத்தையாகவும் மாறியபடியே இருக்கிறாள். Women will always be perceived as a lecherous goddess by men. ஆணுடைய ஆச்சரியமும், பயமும், அது முடுக்கி-விட்ட சாவி கொண்டு நடமாடும் ஆண்களை தான் மணி சாரின் மதுர விசாரம் முழுக்க வாழ்கிறார்கள்.

இந்த புத்தகத்தை வாசித்து முடிக்கையில், உண்மையான மனம் சார்ந்த ஈர்ப்பும், அதை மனிதசமூகம் முழுமனதோடு அங்கீகரிப்பதும் எத்தனை பெரிய சவால் என்று பெருமூச்செடுக்கிறேன்.

கவிஞர் பா.திருச்செந்தாழை :

ஜாக் லண்டனின் " மெக்ஸிகன் " சிறுகதைத்தொகுதி.

(மொழிபெயர்ப்பு - ராஜேந்திரன், தமிழினி வெளியீடு.)

அடிப்படையில் சிக்கலான,நாடோடிவயமான பால்யத்தைக் கொண்ட ஜாக் லண்டனின் இந்த சிறுகதைத் தொகுதியிலிருக்கும் சிறுகதைகள் அற்புதமான உணர்வெழுச்சியிலிருந்து எழுதப்பட்டவை.

வாழ்வு- நிகழ்வுகள்- தத்துவப்பார்வை என்கின்ற வழக்கமான எழுத்-துப்பயணம் போலன்றி ஒரு கற்பனைக்குழிக்குள் திடுக்கிடும்படி விழுகின்ற பேரார்வத்துடன் விரிகின்ற இந்த தொகுதியின் கதைகள் தீவிர அரசியல்-பிரக்ஞையை தங்களது சுவாரஸ்யத்தைக் குறைத்துகொள்ளாமல் வாசகன் முன்வைப்பவை. வன்முறைச்செயல்பாடுகளின் மீது மிகுந்த ஈர்ப்புகொண்ட ஜாக்லண்டன் தனது படைப்புகளில் கருணை என்பதை அவ்வளவு குறை-வாக வெளிப்படுத்திக்கொண்ட நபர்.உண்மையில் யதார்த்த உலகில் வெளிப்-படுகின்ற கருணையின் அளவும் அதே.

ஆனால் அவ்வளவு சிறிய கருணை ஒரு பாலைவனத்தில் நிலவாய் மாறுகின்ற அனுபவத்தையும் ஜாக் நமக்கு அளிக்கிறார். வாழ்க்கை சலித்து-விட்டதாகக் கூறி நாற்பதுவயதில் மரணமடைகிற ஜாக்லண்டனின் கதைகளில் காணுகின்ற படைப்பெழுச்சிக்காக இதைத் தருகிறேன். கனலி கலை - இலக்-கிய இணையதளம் வாசிப்பு பழக்கத்தை தொடர்ந்து ஊக்குவிக்கும் விதமாக அவ்வப்போது புதிய புதிய முயற்சிகளை முன்னெடுக்க விரும்புகிறது . அந்த வகையில் மலர்ந்திருக்கிற புத்தாண்டு 2020 ல் எழுத்தாளர்கள், கவிஞர்கள், மொழிபெயர்ப்பாளர்கள், ஓவியர்கள் உள்ளிட்ட படைப்பாளிகள் மற்றும் சமூக செயற்பாட்டாளர்களிடம் கேள்வி ஒன்றை முன் வைத்தோம்.

யாவரும் பதிப்பகம் ஜீவ கரிகாலன் : உலகின் அனைத்துக் கோட்பா டுக-ளும், சித்தாந்தங்களும் மறுபரிசீலனை செய்யப்பட்டுக்கொண்டிருக்கும் சூழ-லில், மாஸ்டர்களைத் தவிர சமகாலத்தில் வாசிப்பதற்கு எனத் தேர்வு செய்ய என் மனம் நம்பும் நூல் ஒன்றை தான் யாருக்கும் பரிசளிக்க முடியும். எல்-லாவிதத்திலும் இந்த யுகத்தின் தேர்வுகளைக் கதைகளாகப் பேசிய துரதிர்ஷ்-டம் பிடித்த கப்பலின் கதை ஒரு சிறந்தத் தேர்வு. சிறுகதைகள் என்பதும் கூட தேர்வுக்கு ஒரு காரணம். சிந்தனையைத் தூண்டும் இத்தனை அடர்த்தி-யான பிரதி புதிய வாசிப்பு அனுபவத்தையும் தரும். “நாளை இறந்து போன நாய்” எனும் கதை அதில் உச்சம்.

எழுத்தாளர் கணேஷ்ராம் - இந்தப் புத்தாண்டில் நான் பரிசளிக்க விரும்பும் புத்தகம் கோணங்கியின் பிதிரா. பிதிராவில் ஐவகை நிலங்களும் ஐவகை நிலங்களின் தொன்மங்களும் ஊடிழை பிரதிகளாக தோற்றமளிக்கின்றன. இரண்டு தசாப்தங்களுக்கு முன்பே விவசாயிகளின் தற்கொலைகளை வேதனையுடன் விவரித்த நாவல் பிதிரா. ஓர் இசைக் கோர்வையை போல அரூப ஓவியங்களைப் போல சுழலும் பிரதிகளின் தொகுப்பே பிதிரா. விவசாயிகள் நாடோடிகள் நாடகக் கலைஞர்கள் இசைக்கலைஞர்கள் மற்றும் திருநங்கைகள் மற்றும் அடித்தள மக்களின் வாழ்வியலை surreal பரிமாணங்களுடன் விவரித்துக் கொண்டே போகும் முடிவற்ற பிரதிகளின் தொகுப்பே கோணங்கியின் பிதிரா எனலாம். கோணங்கி தன் அபூர்வமான பயணங்களின் ஊடே நிகழ்த்திக் கொண்டிருக்கும் கலைடாஸ்கோப் வர்ணங்களின் நீட்சியாக கிளை விடுகிறது பிதிரா.

எழுத்தாளர் ராம் தங்கம் - அழகிய நாயகி அம்மாள் எழுதிய 'கவலை' நாவல்.

அழகிய நாயகி அம்மாள், எழுத்தாளர் பொன்னீலன் அவர்களின் தாயார். அம்மா அவர்கள் அடிக்கடி பொன்னீலன் அவர்களுக்கு கதைகள் சொல்வாராம். தன்னுடைய குடும்ப கதைகள், வழிபாட்டு கதைகள், அனுபவ கதைகள் என்று தினமும் கதை பொன்னீலன் வளர்ந்த பிறகும் தொடர்ந்து கொண்டே இருக்குமாம். ஒருநாள் உங்களுடைய கதைகளை கேட்க எனக்கு இப்போது நேரமில்லை என்று பொன்னீலன் சொல்லி இருக்கிறார். உடனே அழகிய நாயகி அம்மாள் எனக்கு கொஞ்சம் பேப்பரும் பென்னும் தா என்று கேட்டு வாங்கியிருக்கிறார். சரியாக ஒரு வருடம் கழித்து வாங்கிய பேப்பர்கள் அனைத்தையும் எழுதிக் கொடுத்திருக்கிறார்.

அதை பார்த்து விட்டு தனது பெட்டியில் பத்திரப்படுத்தி வைத்திருக்கிறார் பொன்னீலன். அதன்பின் தன்னுடைய நண்பர்களுடன் சொல்லி பகிர்ந்து கொண்டிருக்கும்போது, ஒருவர் பாளையங்கோட்டை செயின்ட் சேவியர் காலேஜில் உள்ள நாட்டார் வழக்காற்றியல் பிரிவில் பத்திரப்படுத்தி வைக்கலாம் என்று சொல்லியிருக்கிறார். அங்கு கொண்டு சென்றபோது அங்குள்ள பேராசிரியர்கள் இந்த பதிவு நன்றாக இருக்கிறது இதை நாவலாக கொண்டுவருவோம் என்று கவலை என்கிற பெயரில் புத்தகமாக அவர்களை வெளியிட்டுள்ளார்கள். அந்த புத்தகம் இனவரைவியல் சார்ந்த ஒரு முக்கியமான ஆவண பதிவு.

சாகித்ய அகாடமி விருது பரிந்துரை வரைக்கும் போய் திரும்பியிருக்கிறது. பொன்னீலன் அவர்கள் இந்தியாவில் தமிழகத்தில் பல விருதுகள் பெற்றிருந்தாலும் அவருக்கு கிடைக்காத ஒரு சிறப்பு அவருடைய அம்மாவுக்கு கிடைத்திருக்கிறது. அது என்னவென்றால் ஆக்ஸ்போர்ட் யுனிவர்சிட்டி கவலை நாவலை ஆங்கிலத்தில் மொழிபெயர்ப்பு செய்து வெளியிட முடிவு செய்து அதற்கான வேலைகளை தொடங்கியிருக்கிறது. இதனால் நான்

கவலை நாவலை நண்பர் ஒருவருக்கு பரிசளிக்க விரும்புகிறேன்.

கவிஞர் ஜி. கனிமொழி - Paulo coelho 's Alchemist பாவ்லோ கொய்லோ வின் ரசவாதி ..

வாழ்க்கையில் தேடலைத் தெரிவு செய்தலும், அதை நோக்கிய பயணமும், அதைக் கண்டடையும்போது நேரும் நிறைவுமாய் அதியற்புதமான படைப்பு. எளிய கதையாயினும், உள்ளிழையில் வேறொரு வெளியில் கிட்டும் ஆன்ம தரிசனம்.. கனவைப் பின்தொடர்தலின் எளிய சூத்திரம்.. இருத்தலின்மை குறித்த இருட்டைக் கலைக்கும் சிறு ஜ்வாலை இப்புத்தகம்

எழுத்தாளர் எம்.கே.மணி: மதில்கள். - மொத்த உலகினுடைய மனதை அடைந்து அலட்சியமாக இருக்கும் இருக்கும் ஒருவன் வெகுளித்தனத்தின்ன் எளிமையின் மெய்மையின் அகம் தொட விரும்பும் போது குறுக்கே இருக்கிற மதில் பிடிபடுகிறது. பஷீர் மதிலுகள் என்கிறார். நமக்குள் இருக்கிற அவை-கள் தான் பரிணாமமோ, அதன் காரணமோ என்னமோ? எப்போதும் தீராமல் நமது மூச்சுக்காற்றில் சுமையாகி இழுக்கிற அந்த ஆற்றாமைகள் தான் உயிர் வேட்கையின் காரணமோ என்னமோ? மண்ணில் இருந்து கொஞ்சமாவது நம்மை எழும்ப வைக்கக் கூடியது, யாருக்குமே இந்நூலை பரிசளிக்க விரும்-புவேன்

எழுத்தாளர் சயந்தன்: ஒருவிதமான மனக் கிளர்ச்சியுடன் பகிர விரும்புவ-தும், வாசிக்கச் சொல்வதுவும் - சேப்பியன்ஸ் - மனித குலத்தின் ஒரு சுருக்-கமான வரலாறு நூலையே. கிளர்ச்சியென்று சொன்னேன் அல்லவா. அது உண்மையில் ஒரு பதற்றமே. இதனை வாசிக்கின்ற எவரையும், அவர் மதப்-பற்றாளராயிருக்கலாம், மார்க்கஸியராயிருக்கலாம், தேசியவாதியாக இருக்க-லாம், யாராகவும் இருக்கலாம், அவர்களை இந்தப்புத்தகம் சலனத்திற்குள்-ளாக்கும். தாய்மை என்ற உணர்விற்குப் பின்னாலிருந்த நடைமுறைக்காரணி என்ன என்பதை "அட இவ்வளவுதானா" என்று உணர்த்துவது தொடங்கி கார்ல்மார்க்ஸை கேள்வி கேட்பதுவரை நகைச்சுவையும் சுவாரசியமும் கலந்த மொழியில் யுவால் எழுதுகிறார். - உங்கள் நண்பர்களைச் சீண்டிப்பார்க்கவே-ணும் இப்புத்தகத்தைப் பரிசளியுங்கள்.

எழுத்தாளர் பாலசுப்பிரமணியன் பொன்ராஜ். - How Fascism Works..இந்நூலைப் பரிசளிப்பேன் அதன் காலப் பொருத்தம் கருதி.

எழுத்தாளர் விநாயக முருகன்: ஏழு நதிகளின் நாடு - இது மிக பெரிய உழைப்பை கொட்டி எழுதப்பட்ட புத்தகமாக தோன்றுகிறது. சஞ்சீவ் சன்-யால் இந்தியாவின் நிலவியல் அமைப்பை வைத்து இந்தியாவின் வரலாற்றை ஆய்வு செய்துள்ளார். தான் பார்த்த வேலையை கூட விட்டுவிட்டு இதற்காக இந்தியா முழுக்க பயணம் செய்துள்ளார். ஆங்கிலத்தில் மிக பெரிய வரவேற்பை பெற்ற புத்தகம். தமிழுக்கு சிவ.முருகேசன் மொழிப் பெயர்த்துள்-ளார்.

எழுத்தாளர் கார்த்திக் பாலசுப்பிரமணியன் : மங்கோலிய மேய்ச்சல் நில மக்களின் வாழ்வைப் பேசும், சீன எழுத்தாளர் லியு ஜியாமின், ஜியாங் ரோங் என்ற புனைபெயரில் எழுதிய 'ஓநாய் குலச்சின்னம்' நாவலையே வரும் புத்தாண்டில் நண்பர்களுக்குப் பரிசளிக்க விரும்புகிறேன். இதைத் தமிழில் எழுத்தாளர் சி.மோகன் மிக அற்புதமாக மொழிபெயர்த்திருக்கிறார்.

சீனர்கள் மிகவும் வெறுக்கும் விலங்கென்று ஓநாயைச் சொல்ல முடியும். ஆனால், நாவல் வெளியாகி கிட்டத்தட்ட நாற்பது லட்சம் பிரதிகள் விற்பனையாகியிருக்கின்றன. ஒரு தேசத்தின் ஒட்டுமொத்த நம்பிக்கையை அசைத்துப் பார்த்த நாவல் இது. ஓநாய் வேட்டையில் ஆரம்பிக்கும் நாவல் மெதுவாகத் தொடங்கி ஆர்ப்பரிக்கும் அடைமழையென நம்மை உள்ளீர்த்துக்கொள்கிறது. மற்றுமொரு விலங்கு என்ற அளவிலேயே ஓநாயைப் பற்றி அறிந்துவைத்திருக்கும் நம்மைப் போன்று வெப்ப மண்டலங்களில் வாழ்பவர்களுக்கு இந்நாவல் ஓநாய்களைப் பற்றியும் அவற்றின் வழியே மனிதர்களைப் பற்றியுமான மகத்தான சித்திரத்தைக் கையளிக்கிறது. சீனாவின் அரசியல் பின்புலத்தினை கருத்தில் கொண்டு வாசிக்கும் ஒருவனுக்கு இந்நாவல் முற்றிலும் புதியதோர் தரிசனத்தைத் தரும். இயற்கையை, அதன் வழியே தம்மோடு சேர்த்துப் பல கோடி உயிரிகளின் சமநிலையைப் போகிற போக்கில் கலைத்துப்போகும் இன்றைய நாளில் ஒவ்வொருவரும் வாசிக்க வேண்டிய நாவல் என்று இதைச் சொல்லுவேன்.

0

"இந்த புத்தாண்டில் யாருக்காவது புத்தகம் பரிசளிக்க அல்லது பரிந்துரைக்க விரும்பினால், அது எந்த புத்தகமாக இருக்கும்? ஏன் அந்த புத்தகம் ?"

இந்த கேள்வியை புத்தாண்டை முன்னிட்டு படைப்பாளர்களிடம் கனலி கலை இலக்கிய இணையதளம் சார்பாக கேட்கப்பட்டன. நூறுக்கும் மேற்பட்ட படைப்பாளர்கள் அளித்த பரிந்துரைகள் தொகுத்த கட்டுரையின் இரண்டாவது பகுதி இது...

எழுத்தாளர் அகிலன் : யோஸ்டைன் கார்டர் நார்வே மொழியில் எழுதி, ஆங்கிலத்தில் மொழிபெயர்க்கப்பட்டு, ஆங்கிலம் வழி தமிழில் தேர்ந்த மொழிபெயர்ப்பாளர் பேரா. ஆர் சிவகுமார் மொழிபெயர்த்து, காலச்சுவடு பதிப்பகம் வெளியிட்டிருக்கும் 'சோபியின் உலகம்' நூலை நான் என்னுடைய நண்பர்களுக்கும், உறவினர்களுக்கும் பரிசளித்திருக்கிறேன்.

மூன்று கோடிப் பிரதிகளுக்கு மேல் விற்பனையாகியுள்ள அற்புதக் காவியம் இந்நூல். 'நீ யார்?' 'இந்த உலகம் எங்கிருந்து வருகிறது?' எனும் இரு அடிப்படையான கேள்விகளை சோபி அமுய்ந்ட்சென் எனும் சிறுமி தனது பதினான்காம் பிறந்தநாளன்று எதிர்கொள்கிறாள். இதற்கான விடை தேடும் முயற்சியே நாவலின் களம். அவளுடைய தேடலின் ஊடே மனிதகுலத்-

தின் வரலாறும், தத்துவப் போக்குகளும் வாசகர்களுக்கு அறிமுகமாகின்றன.. அலுப்புத் தட்டாத, விறுவிறுப்பான நடையில் நாவல் போகிறது. இதன் உத்தி மிகவும் நேர்த்தியான, வியப்பூட்டும் ஒன்று. மொழிபெயர்க்க மிகவும் சவாலான ஒரு படைப்பு. பேரா. ஆர். சிவகுமார் இதைத் தனக்கே உரிய லாகவத்துடன் மொழிபெயர்த்திருக்கிறார்.

எழுத்தாளர் விஜயராகவன் : என் மனமார்ந்த நண்பர்களுக்கு புத்தாண்டில் பரிசாக கொடுக்கும் ஒரே ஒரு புத்தகமாக கவிஞரும் படைப்பாளியுமான பிரான்ஸிஸ் கிருபா அவர்களின் 'கன்னி' நாவலை கொடுப்பேன். இந்த நாவலின் உட்கருவாக முகிழ்க்கும் காதலையே தமிழ் இலக்கியத்தில் முதன்மையான காதல்கதையாக நான் கருதுகிறேன். சொற்களிலிருந்து, அர்த்தங்கள் மௌனத்திற்கு திரும்புவதை கண்டு விம்மும் நிழலுமன்றி ஏதுமற்றவனின் அல்லலை இந்நாவலில் படித்து பித்துபிடித்து போயிருக்கிறேன். இந்நாவலில் பிரான்சிஸ் கிருபாவின் தமிழ் நடை, சென்ற, இருக்கின்ற, வரப்போகிற தமிழ் படைப்பாளிகளின் எழுத்திற்கான சவால்.

கவிஞர் மௌனன் யாத்ரீகா : பரிந்துரைக்கும் நூல் : மசானபு புகோகா எழுதிய ஒற்றை வைக்கோல் புரட்சி நஞ்சில்லாத உணவை இந்த உலகத்துக்குக் கொடுக்க இந்த நூலில் குறிப்புகள் உள்ளன. இதை இந்த உலகம் புரிந்து கொள்ள வேண்டும். நாம் ஒவ்வொருவரும் இந்த உலகின் மீது வீசும் நஞ்சை திரும்பப் பெற்றுக்கொண்டு இயற்கையான விதைகளை தூவலாம்.

எழுத்தாளர் யவனிகா ஸ்ரீராம்: பரிந்துரை : கவிஞர் பச்சோந்தியின் பீப் கவிதைகள் - இன்றைய இந்திய ஆட்சியாளர்கள் பசு இறைச்சி ஏற்றுமதிக்குத் தடைவிதிக்காமல் அதை உணவுக்காக உண்டு வாழும் உள்ளூர் மக்களை தண்டனைக்கு உட்படுத்துகிறது. புலையர்களும் மிலேச்சர்களும் ஆகப் பழங்குடியினரும் இன்னும் பிறவான மாட்டிறைச்சி உண்பவர்களும் இந்திய தேசத்தின் பிரஜைகள்தான். மேற்கு ஐரோப்பா முழுக்க மாட்டிறைச்சி அடிப்படையில் ஓர் உணவுப் பொருள். அதற்கான பண்ணைக்கும் நவீன இறைச்சிக் கூடங்களும் அதன்வழியே தின்பண்டங்களும் பலமடங்கு உற்பத்தி செய்யப்பட்டு விநியோகிக்கப்படுகிறது. ஆக, மேற்சொன்ன புனிதம் யாருக்காக இறைச்சி மேல் சுமத்தப்படுகிறது என்று பார்க்கும் போது அதன் வர்க்க நலம் பல்லிளிக்கிறது.

இங்குதான் கவிஞர் பச்சோந்தியின் இந்த முழுத் தொகுப்பும் ஒரு வரலாற்றுப் பின்னணியிலிருந்து எழும்புகிறது. மாடுகளும் மனிதர்களும் உழைப்பின் வழியே ஒடுக்கப்பட்ட நிலம்தான் இந்தியா. துன்பத்தில் உழலும் கன்றினைக் கருணைக் கொலை செய்யும்படி ஏற்றுக்கொண்டவர்தான் நம் தேசத் தந்தை. பச்சோந்தி இந்த மாடுகளின் வாலைப் பிடித்துக்கொண்டு விளையாடிய காலந்தொட்டு தான் பயணிக்கும் நிலமெல்லாம் அவற்றின் கதைகளை விசாரித்து அலைந்து திரிந்து கண்ட அனுபவம்தான் இந்தத் தொகுப்பு. இதில் பல பகுதிகளாக மாட்டின் இருத்தல் பேசப்படுகிறது.

மனிதனும் மாடும் இந்த நிலத்தில் வாழ்ந்த சுவடுகளை, வலிகளை, கண்ணீரை, ஒரு கலாச்சாரத்தை அல்லது உயிர்த்திருத்தலைப் பற்றிப் பேசுவதே இத்தொகுப்பு. எண்பது கோடி மக்கள் தொழிற்சாலையால் வெளித்தள்ளப்பட்டு அன்றாட வருவாயையும் குறைந்துபோன நிலையில் வேலை வாய்ப்புகளுமற்று மேய்ச்சல் நிலங்களும் அருகிப் போன பின்பு ஏற்றுமதி செய்யப்படும் மாடுகள் தவிர இருக்கும் மாடுகளை வளர்த்து தங்கள் இறைச்சிக்காக ருசித்து வாழ்வதையே இழிவு செய்யும் தத்துவம் ஏதென்றும் இருப்பின் அது மானுட விரோதம் என்றுதான் சொல்லமுடியும். பீப் கவிதைகள் என்று பெயரிட்டு இத்தொகுப்பை சுற்றுக்குவிட்டிருக்கும் பச்சோந்தி மாடுகளின் குணாம்சம் உள்ள மனிதன் மட்டுமல்ல; அதை நோய்ப்பார்த்து வளர்த்த பாரம்பரியமான பரிவும் நிலத்தின் மீது காலூன்றி நிற்கும் நம்பிக்கையையும் அதின் வழியே பெற்றிருப்பதால்தான் இக்கவிதைகள் பெரும் மாட்டு மந்தையைப் போல் அசைகின்றன.

எழுத்தாளர் கொ.ம.கோ. இளங்கோ: கறுப்பின அடிமைகள் மீதான ஒடுக்குமுறைகளை பேசிய கருப்பின அடிமைகள் வரலாறு நாவலின் சுருக்கப்பட்ட வடிவம் டாம் மாமாவின் குடிசை. விடுதலைக்கான போராட்டம் பற்றிய இந்த கதை விறுவிறுப்பாகவும் சுவாரசியம் நிறைந்ததாகவும் பிரச்சினையை ஆழமாக உணர்த்துவதாகவும் இருக்கிறது மலையாளத்தில் பி ஏ வாரியார் அவர்கள் எழுதிய டாம் மாமாவின் குடிசை நாவலை தமிழில் மொழிபெயர்த்துள்ளார் அம்பிகா நடராஜன்.

எழுத்தாளர் கரன் கார்க்கி: இந்த புத்தாண்டுக்கு நண்பர்களுக்கு பரிசளிக்கவே ,பரிந்துரைக்கவே உலகின் மிகச்சிறந்த பல பத்து நூல்களை சொல்ல முடியும்.

என்றாலும் ... 1957 எழுதப்பட்ட "இவான்" என்கிற குறுநாவல் சிறுவர் முதல் பெரியவர் வரை வாசிக்க வேண்டிய அவசியமான ஒரு நூலாக கருதுகிறேன். இரண்டாம் உலகப்போரின் துயரை 12 வயது சிறுவன் மூலம் விளாந்தீமிர் பகமோலவ் எழுதிய ரஷ்ய இலக்கியம் என்றாலும், உலகின் ஒவ்வொருவரும் அவசியம் வாசிக்க வேண்டிய குறுநாவல்.

போரில் பாஸிச நாஜிப்படையால் பெற்றோரை பறிகொடுத்து அநாதையான பல்லாயிரம் சிறுவர்களில் ஒருவன் தாய் நாட்டுக்காக எதிரிகளின் அரண்களுக்குள் புகுந்து, வேவு பார்த்து அதை ரஷ்யப்படைக்கு தகவல் தருகிற வேலையில் பாசிஸ்டுகளால் கொல்லப்பட்ட சிறுவனின் உண்மை கதை. இந்த புதினத்தை பரிசளிக்கவே நான் விரும்புகிறேன்.

இறுதியில் அந்த புதினம் இப்படி முடியும்.

விசாரணையின் போது அவன் எதிர்ப்பு காட்டுகிற முறையில் நடந்துக்கொண்டான், ஜெர்மன் ராணுவம் மற்றும் ஜெர்மன் பேரசின் மீதான தனது வெறுப்பை அவன் மறைக்கவில்லை.

“தலைமை சுப்பரீம் கமாண்டரின், நவம்பர் 11,1942 ஆம் தேதிய கட்டளைப்படி தடுத்து நிறுத்தப்பட்டவன் 25.12.1943 காலை 6.55 மணிக்கு சுட்டுக்கொல்லப்பட்டான். ”

இன்றைய சூழலில் சமூகம் போர் குறித்தும், போரின் துயரம் குறித்தும் , போர் ஏன் நடத்தப்படுகிறது என்பது குறித்தும் அறிந்து கொள்ள வேண்டியது அவசியமாக இருக்கிறது.

எழுத்தாளர் மணிமொழி: பரிந்துரைக்கும் நூல் மீசை என்பது வெறும் மயிர் என்ற தலைப்பு , இந்த புத்தகத்தில் ஏதோ ஒன்றைக் கட்டுடைக்கப் போகிறது என நான் நம்பினேன். அது நிகழ்ந்தும் போனது. மீசைக் கொண்டு ஆண் வர்க்கம் தன்னை ஆண்மை உள்ளவனாக காட்டிக் கொள்ள தடித்த மீசைகளை உருவாக்கிக் கொண்டனர். சாதியின் பெருமையைப் பேச மீசையும் தேவைப்பட்டது. சாதியைத் தொடர்ந்து கேள்வி கேட்கும் பீம்தாஸ் , வாசகர்கள் மத்தியில் கேள்விகளையும் விட்டுச் செல்கிறார். மேன்மையோ கீழ்மையோ இறந்த பின் பிணத்தில் அடிக்கும் துர்நாற்றத்தின் வழி அதை கண்டுப்பிடிக்க இன்னும் ஆய்வாளர்கள் பிறக்கவில்லை. இதையே பல கோணத்தில் நாவல் பேசி கொண்டு நகர்கின்றது. இந்த நாவல் புத்தக அட்டைப்படத்திலிருந்து தொடங்கி நாவலின் கடைசி பக்க அட்டையில் முடிகின்றது.

கவிஞர் வே.நி.சூர்யா: காரணங்கள் காணாமல் போகும் நிலையையும் கட்புலனாகதவைகளின் மாயக்கரங்கள் நீளும் நிலையையும் அடையமுடியாததை மானுடம் எதிர்கொள்ளும் நிலையையும் பரிசீலித்துப் பார்ப்பவை காப்காவின் படைப்புகள். அறியமுடியாமைகளை அறிந்து கொள்ள மனிதன் நிகழ்த்தும் சலிப்பேயில்லா போராட்டத்தை அதன் அபத்தங்களுடனும் கனவுகளுடனும் தோல்விகளுடனும் வரைந்து காட்டுவது அவருடைய விசாரணை நாவல்.

தொழில்நுட்பங்கள் மாபெரும் அமைப்பாக மாறிவிட்ட இன்றைய காலத்தில் மனிதனிடமிருந்து காரணங்கள் உறிஞ்சி எடுக்கப்பட்டு பிரம்மாண்டமான புரிந்து கொள்ள இயலாமைக்குள் மனிதன் சரிந்துவிழுகிற காட்சியை ஒரு ஆன்மிகத் தோல்வியை முன்பே தீர்க்கதரிசனம் போல உரைத்துவிட்ட படைப்பு விசாரணை நாவல். சில படைப்புகள் காலத்தில் உறங்குவதில்லை. ஏனெனில் அவை நித்தியமான சிக்கல்களை எதிர்கொண்டபடி இருக்கின்றன.. அவ்வகையான படைப்பு காப்காவின் விசாரணை நாவல். அவ்வகையில் காப்காவின் விசாரணை நாவலை வாசிக்க நண்பர்களுக்கு பரிந்துரைக்கிறேன் .

காந்திய செயற்பாட்டாளர் சிவராஜ்: இப்புதுவருட மலர்வில் நான் யாருக்காவது பரிசளிக்க (அ) பரிந்துரைக்க விரும்புகிற புத்தகம், பாலசுப்ரமணியம் முத்துசாமி எழுதிய “இன்றைய காந்திகள்“.

இணையவெளி துவங்கி இருதயங்கள் வரைக்கும் வெறுப்பின் கசப்புரையாடல் மிதமிஞ்சிக்கொண்டிருக்கும் இச்சமகாலத்தில் நம்மை செயல்வேகத்துக்குள் வலிமையாக இழுத்துப்போகும் படைப்புகள் மிகமிக அவசியமாகிறது. அப்படைப்பும் அன்பில் இழையோடியதாக அமைதல்வேண்டும். அமைதிவழியில் செயலூன்றி இன்று இந்திய ஒன்றியத்துக்கான சாட்சிமனிதர்களாக மாறிநிற்கிற பதினொரு காந்தியவாதிகள் பற்றிய வாழ்வுவிபரத்தையும் வரலாற்றுச்சுருக்கத்தையும் கொண்டுள்ளது இப்புத்தகம்.

காந்தியவழி என்பது பழமைதோய்ந்த பாதை என்கிற அரைகுறைப்புரிதலை நீக்கி, நவீன எதிர்காலத்துக்குமான அறிவியல்படைப்புகளுக்கும் எப்படி அறவழிச்சிந்தனைகள் கைகொடுக்கிறது என்பதற்கான இந்திய ஆவணம் இந்நூல். இன்று உலகளாவிய சமூகநலத் திட்டங்களாக அறியப்படும் நிறைய செயல்பாடுகள், இந்தியாவின் கடைக்கோடி கிராமத்தில் ஏதோவொரு காந்தியத்தாக்கத்தால் உந்தியெழுந்த எளிய மனிதர்களால் முன்னெடுக்கப்பட்டவை.

அமுல் பால்வள நிறுவனர் வர்கீஸ் குரியன், திட்டக்கமிஷன் மூலம் பொருளாதார மாற்றம் கொண்டுவந்த லக்ஷ்மி சந்த் ஜெயின், வெறும்பாதக்கல்லூரியை நிறுவிய பங்கர் ராய், தகவலறியும் உரிமைச்சட்டத்தின் முன்னோடி அருணா ராய், பாலைவனத்தில் நீர்தேக்கிய தண்ணீர்மனிதர் ராஜேந்திர சிங், கிராமப்பெண்களை செவிலித்தாய்களாக்கிய மருத்துவர்கள் அபய் பங் மற்றும் ராணி பங், இமயமலைச்சரிவில் பனிஸ்தூபிகளை உருவாக்கும் சோனம் வாங்ச்சுக், அமைப்புசாரா தொழிலாளிகளுக்கான தொழிற்சங்க நிறுவனர் இலா பட், மனிதாபிமானப் பொருளியியல் அறிஞர் ஜான் ட்ரெஸ், சேவையை ஒளியாக்கி இருளகற்றும் அரவிந்த் கண்மருத்துவக் குழுமம், மானுட அறிவியலின் வழியாக கல்வியை விடுதலைப்படுத்தும் அரவிந்த் குப்த... இப்படியாக பதினோரு செயல்சாட்சிகளின் வரலாற்றுச்சித்திரத்தை இப்புத்தகத்தில் நாம் நெஞ்சுணர முடியும்.

காந்தியம் என்பது இன்னும் நாம் அறியப்படாத நிறைய பக்கங்கள் உடைய ஒரு பெருஞ்சாத்தியம். அச்சாத்தியத்தை அடைவதற்கான சத்தியத்தை இப்புத்தகத்தை நமக்கு நிச்சயம் நல்கும். ஒரு தேசத்தின் சிந்தனைப்போக்கை தங்கள் செயல்வழியே நல்வழிப்படுத்தி திசைப்படுத்துகிற இக்காந்தியர்களின் கதையை வாசிப்பது என்பது, நம்முடைய எதிர்கால இடர்களை கடப்பதற்கான நிகழ்கால சிந்திப்பு போன்றது. இப்புத்தகம் உங்களை இன்னும் தீவிரமாகச் செயல்படவைக்கும். நன்றி.

எழுத்தாளர் விஜய ராவணன்: - பரிந்துரைக்கும் நூல் : வங்கச் சிறுகதைகள்

தமிழில்: கிருஷ்ணமூர்த்தி

துண்டுபட்ட இந்திய சுதந்திரம் மற்றும் வங்காளப்போர் காலக்கட்டங்களில் எழுதப்பட்ட வங்கத்துச் சிறுகதைகளின் தேர்ந்தெடுக்கப்பட்ட தொகுப்புதான் நான் பரிந்துரைக்க விரும்புவது. அன்றைய சூழலில் வங்காகளத்தில் ஏற்பட்ட

சமூதாய மாற்றங்கள், சிக்கல்கள், வறுமை, வேலையில்லாத் திண்டாட்டம், பித்தலாட்டம்,பசி, அகதிவாழ்க்கை, ஆயுதபோராட்டம் என இன்றும் நாம் சந்திக்கும் சமூதாயசிதைவுகளை கதைப்பொருளாய் பேசும் இக்கதைகள், ஒவ்வொன்றும் கதைச் சொல்லும் யுக்தியில் தங்களுக்குள் மாறுபட்டவை. எனக்கு இந்தப் புத்தகத்தை அறிமுகப்படுத்திய மணல்வீடு ஹரிகிருஷ்ணன் என்னிடம் சொன்னதை தான் நானும் சொல்லவிழைகிறேன் “கட்டாயம் வாசிக்கவேண்டிய கதைகள்”

எழுத்தாளர் உமை : விமல் குழந்தைவேலின் ‘கசகறணம்’ நாவலை தமிழ்நாட்டின் இலக்கிய வாசகர்கள் எல்லோரும் படிக்க வேண்டும் என பரிந்துரை செய்கிறேன். ஈழ இலக்கியத்தின் போர்காலச் சூழலும், போருக்குப் பிந்தய சூழலும் மீன் சந்தையில் கருவாடு கிடைப்பதைப் போல ஈழ இலக்கியம் என்கிற பெயரில் மலிந்து கிடக்கிறது தமிழ்நாட்டில். ஷோபா சக்தி சொல்வதைப் போல, போர்க்கால சலுகையாக, மானியம் கொடுப்பதைப் போல, எல்லாவற்றையும் நீங்கள் கொண்டாடுகிறீர்கள். உங்களது நல்லெண்ணத்தை நாங்கள் புரிந்துகொள்கிறோம், ‘அதற்காக, இப்படியா!’ என்கிற கேள்வி உடன்.

மேலும், ஈழ போர்க்கால இலக்கியத்தின் குப்பைகளை நாங்கள் அறிவோம். அவற்றை நாங்கள் பிரித்து வைத்திருக்கிறோம். வெளியே சொல்லத்தான் பயமாக இருக்கிறது. துரோகி என்கிறார்கள். அதற்காக அப்படியே விட்டுவிட முடியாது. நிற்க!

‘கசகறணம்’ நாவல் போருக்கு முந்தைய எங்கள் வாழ்வின் பதிவுகளைப் பேசுகிறது. அதுவும் கிழக்கு வாழ்வு குறித்து.

இலங்கையின் கிழக்கு மாகாணம் என்பது, எல்லா விதத்திலும், வடக்கில் இருந்து தனித்துவமானதொன்று. எங்களது மொழியும் கலாச்சாரமும் வடக்கைவிடவும் வேறுபட்டது. எங்களுடைய மொழி இன்னும் செழுமையானது. அதற்கு வேறுவிதமான ஒலியும் நயமும் உண்டு. அதை நாங்கள் கொண்டாடுகிறோம். அதைத்தான் விமல் முன்னிறுத்த நாடுகிறார். சைவர்களும் இஸ்லாமியர்களும் பிட்டும் தேங்காய்பூவும் போல வாழும் இடம் கிழக்கு மண். போருக்கு முன்னர் அந்த இனங்களுக்கிடையே ஒரு நெருக்கமான உறவிருந்திருக்கிறது. அதுவும், அது சிதைந்து உறவுகள், பகைவர்கள் ஆன கதையும் இந்த நாவலில் எழுதப்பட்டிருக்கிறது.

ஷோபாவின் இச்சா நாவலில் சொல்லப்படுகிற ஆலாவினுடைய நிலம்தான் கிழக்கு. ஆனால் ஷோபாவிற்கு அந்த நிலம் செவி வழியேறிய ஞானம் மட்டுமே. எங்கள் விமல் குழந்தைவேலுக்கு, அந்த நிலம் ரத்தத்தில் ஊறிய ஒன்று. அதைப் பிழிந்து பிழிந்து எழுதி இருக்கிறார் இந்த நாவலில். எங்களுடைய மொழியை, பண்பாட்டை, வாழ்வியலை இதைவிட யாரும் சிறப்பாகச் எழுதி விட முடியாது. நிச்சயம் இந்தப் படைப்பை வாசியுங்கள். எங்களது இலக்கியம் நீங்கள் கொண்டாடுகிற துவக்குச் சத்தமும், கந்தக வாசனையும் மட்டுமல்ல. அது வேறெங்கெங்கோ பரவிக் கிடக்கிறது என்பதை புரிந்துக்-

கொள்வீர்கள்.

எழுத்தாளர் பாத்திமா மாஜிதா: புது வருடத்தில் பரிசளிக்க விரும்புகின்ற புத்தகம் இஸ்மத் சுக்தாய் கதைகள். சில வேளைகளில் நான் எழுதுவதற்கான விசையும் மன வலிமையும் இந்தப் புத்தகத்திலிருந்துதான் எழுந்து வந்தது. இஸ்மத் சுக்தாய் இந்திய பாகிஸ்தான் பிரிவினை காலகட்டத்தில் தீவிரமாக இயங்கி வந்தவர். அந்தக் கால சமூக, அரசியல் நடப்புகளை, பெண் சார்ந்த சமூக அசைவுகளை தனக்கேயுரிய எள்ளல் தொனியுடனும் அழுத்தமாகவும் எழுத்தாக்கியவர். உருது இலக்கியத்தில் பெரும் தாக்கத்தை விதைத்த இந்தப் பெண் ஆளுமையின் 24 சிறுகதைகளின் தொகுப்பு நூலான இஸ்மத் சுக்தாய் கதைகளை வாசிக்கும் அனுபவம் அலாதியானது.

இலக்கியமே பெண்ணிற்கு மறுக்கப்பட்டிருந்த அந்தக் காலச் சூழலில் பாலியல், சமூகப் பிரச்சினை, அரசியல், கடந்த கால அழகை மறைக்கும் உலகம், பெண்களின் பிரச்சினைகள், நடப்பியல் நிகழ்வுகள் முதலான பேசுபொருள்களைத் தம் கதைக்கான களன்களாகக் கைக்கொண்ட துணிச்சல்காரியின் எழுத்தையே இந்தப் புது வருடம் பரிசளிக்கவும் பரிந்துரைக்கவும் விரும்புகிறேன்.

எழுத்தாளர் லஷ்மி சிவக்குமார்: புதிய ஆண்டில் ஒரு புத்தகத்தை யாருக்காவது பரிசளிக்க அல்லது பரிந்துரை செய்ய விரும்பினால் அது எந்த புத்தகம் மற்றும் ஏன் அந்த புத்தகம்? என்று கேட்டிருந்தீர்கள். நன்றி.

2019 ஜனவரியில் வெளியான என்னுடைய 'நியமம்' நாவல் தான் என் தேர்வு. ஒரு எழுத்தாளன் தன்னுடைய புத்தகத்தைப் பரிசளிக்கவோ, பரிந்துரைக்கவோ விரும்புவது எந்த வகையிலும் சுயவிளம்பரமாகாது. நியமம் ஒரு மருந்துப் பிரதிநிதியின் பார்வையிலிருந்து தன்னிலை விவரிப்பாகச் சொல்லப்பட்டிருந்தாலும், அது அவனுக்குச் சம்பந்தப்பட்டவனது அறமற்ற இயக்கத்தை நோக்கியே பயணிக்கிறது. அந்தப் பயணத்தில் இவர்கள் அனைவருமே நேரடியாகப் பாதிக்கப்படுவதாகவும் சொல்லப்பட்டுருக்கிறது.

குற்றங்கள் பெருகிக்கிடக்கும் இச் சமூகத்தில் அதை அம்பலபடுத்த ஒரு எளிய மனிதனின் பேராசையை முன்னிறுத்தி கதை சொல்வதென்பது புனைவின் சுதந்திரம். குற்றங்கிடங்கான பெருநிறுவன ஆதாரங்களைத் திரட்டமுடியாத சூழலில் இங்கே ஒரு சாமானியன் பெருங்குற்றவாளியாக நிறுத்தப்பட்டிருக்கிறானே ஒழிய அவனும் குற்றமற்றவன் என்று என்னால் வாதாட முடியாது. என்றைக்குமான சூழலும் இப்படித்தான் இருந்திருக்கிறது.

புனைவென்பது பெரும்பாலும் நடந்த ஒரு சம்பவத்தை முன்னிறுத்தி முன்னும் பின்னுமாக நிகழ்த்தப்படுவதாக இருக்கும் பட்சத்தில். குற்றங்களின் நுண்ணிய பின்விழைவாக ஏற்படப்போகும் இழப்பை முன்கூட்டியே சொல்வதென்பது அரிது. இந்த நாவல் வெளியான நாட்களில் அப்படியொரு விபரீதம் சாத்தனூரைச் சார்ந்த ஒரு கர்ப்பினிப் பெண்ணிற்கு நிகழ்ந்தது. இது நாட்டில் பல்வேறு இடங்களில் பெரும் அதிர்வலைகளை ஏற்படுத்தியது. விழிப்புணர்-

வாகவும் மனிதநேயத்தைப் போற்றும் வகையிலும் இந்த நாவல் பரிந்துரைப்பு அவசியமெனக் கருதுகிறேன்.

எழுத்தாளர் விழியன்: இந்த புத்தாண்டில் என் பரிந்துரை பெனி எனும் சிறுவன். மொழிபெயர்ப்பு யூமா வாசுகி நிச்சயம் ஒவ்வொரு குழந்தைகளும் அவரது பெற்றோர்களும் வாசிக்க வேண்டிய புத்தகம்.

எழுத்தாளர் கலையரசி பாண்டியன்: கரிசல் இலக்கியத்தின் பிதாமகன் கி.ராஜநாராயணன் அவர்களின் 'பிஞ்சுகள்,' என்ற நாவலை, நான் சிறார்களுக்காகப் பரிந்துரைப்பேன். இது கையெழுத்துப் பிரதியாக இருந்த போதே, 1978 ஆம் ஆண்டுக்கான 'இலக்கிய சிந்தனை,' பரிசைப் பெற்றது. சங்கக் காலத்திலிருந்து, இயற்கையைத் தெய்வமாகக் கருதி, அதனோடு இயைந்து வாழ்ந்தவர்கள் நாம்; ஆனால் துரதிர்ஷ்டவசமாக, இன்று இயற்கையிடமிருந்து வெகுதூரம் விலகி வந்துவிட்டோம்; அடுக்கு மாடி குடியிருப்புகளில், எந்நேரமும் செல்போனை நோண்டிக்கொண்டு, பிராய்லர் கோழிகளாக நம் குழந்தைகள் வளர்க்கப்படுகிறார்கள். சுற்றுச் சூழல் மாசுபட்டு நஞ்சாக மாறியிருக்கும் இன்றைய சூழலில், நம் குழந்தைகளுக்கு இயற்கையைப் பற்றிய புரிதல் ஏற்படுத்துதல் மிகவும் அவசியம்; அவசரமும் கூட. அந்த வகையில், கி.ராவின் பிஞ்சுகள் சுவாரசியமான குறுநாவல்.

இதில் வரும் நம் மண் சார்ந்த சிட்டுகளைப் பற்றிய, ஒரு உரையாடலைப் பாருங்கள்;-

"சிட்டுக்கள்ளெதான் எத்தனை வகையிருக்கு?... தேன் சிட்டு, தட்டை சிட்டு,பூஞ்சிட்டு, பட்டுச்சிட்டு, வேலிச்சிட்டு, முள்சிட்டு, மஞ்சள்சிட்டு, செஞ்சிட்டு.....

இந்தச் செஞ்சிட்டு, அசல் குங்கும நிறத்துல இருக்கும்; இந்தக் கருஞ்சிட்டு மாதிரி, அதுவும் அபூர்வமா எப்பவாவது தான் வரும்".

"மாமா! இந்தப் பறவைகள் தான்,எம்புட்டு அழகா இருக்கு?"

இக்கதையின் நாயகன் சிறுவன் வெங்கடேசு, சிறிய அளவில் பறவைகளை வேட்டையாடினாலும், பறவை முட்டைகளைச் சேகரித்தாலும், பறவைகளின் அழகை ரசிக்கக் கூடியவனாக, அவற்றின்பால், அன்பு கொண்டவனாகச் சித்தரிக்கப்பட்டுள்ளான். இயற்கையின் மீது நம் குழந்தைகளுக்கு ஆர்வம் ஏற்படவும், நம் மண் சார்ந்த உயிரினங்களின் தமிழ்ப்பெயர்களை அறிந்து, அவற்றைப் பாதுகாக்கவும், சிறுவர் மட்டுமின்றிப் பெரியவர்களும், அவசியம் வாசிக்க வேண்டிய நூல்

கவிஞர் நேசமித்ரன்: இது எனது துடிக்கூத்து குறித்து எஸ்.சண்முகம் எழுதித் தந்த குறிப்பு

நாம் எதிர்கொள்பவை மற்றும் கடப்பவை எல்லாம் உள்ளீடற்றப் பொருண்மையை உடையவை. அதன்பின்னே இயங்கும் கார்பரேட் பெருநிறுவனங்களின் வணிகச் சொல்லாடல்கள்; நம் அனுமதியைப் பெற்றே நம்மைக் கையாளுகின்றன. எல்லோரையும் அதிகாரத்தின் அங்கங்களாக மாற்-

றப்படுவதற்கான நோக்கிலேயே செலுத்தப்படுகின்றன. கட்டமைத்திருக்கும் சொல்லாடல்கள் அனைத்திலும் கண்ணுக்குப் புலப்படாத இறையாண்மையின் அதிகாரக் கரங்களின் பிடிகளில் இயங்குகிறது. அவைகளை அவிழ்க்கும் கவிதையாடல்களை அகப்படுத்தும் பிரதிகளே அரசியல் மொழிக்கான முன் நகர்வுகள் எனலாம்.

அத்தகைய பிரதியாக்கத்தினைக் கொண்டிருப்பவை நேசமித்ரனின் கவிதைகள்.இதையொருவித Surface Writing என்ற நவீனத்துவத்தின் பிந்தைய வகைமையில் நேசமித்ரன் தனது கவிதைகளை எழுதியிருக்கிறார். மேலும் இதன் மொழியானது பன்மைக் குறிப்பீட்டை வாசகரின் மனதில் மூண்டெழச் செய்வதற்கான வல்லமையை உடையன. அனைத்து அதிகார ஒப்பனைகளையும் கலைத்தழிக்கும் கவித்துவத்தை இத்தொகுயின் கவிதைகள் செய்கின்றன. நம்மீது கட்டமைக்கப்பட்டிருக்கும் அடுக்குகளைக் கீழறுப்பு செய்யத் தேவையானக் கவிதையாடல்களை நேசமித்ரன் கவிதைகள் அளிக்கின்றன.

எழுத்தாளர் அமல்ராஜ்: முரகாமியின் எழுத்தின் வெளிப்பாடு என்பது மிகவும் பரந்தது. அது நம்மை இன்னும் இன்னும் ஆழமான அகத் தேடல்களை நோக்கி இழுத்துக்கொண்டு போவது. அதிலும், ஆச்சரியமான விடயம், மேம்போக்கான வாசகர்களுக்கும், உளவியல் மற்றும் பிரதி சார் நுணுக்கங்களைத் தேடியலையும் வாசகர்களுக்கும் சமமாய் ஈடுகட்டக்கூடிய வித்தை அதனிடம் உண்டு. Norwegian Wood இன் ஆங்கில மொழிபெயர்ப்பும், அந்நாவல் உலகம் பூராவும் கொண்டாடப்படுவதற்கான மிக முக்கியமான காரணங்களில் ஒன்று எனச்சொல்லலாம். இலகுவான ஆங்கிலமும், புரிந்துகொள்ள லாவகமாக மொழிநடையும் அந்த மொழிபெயர்ப்பின் பாரிய வெற்றிக்கான காரணிகள்.

என்னைப் பொறுத்தவரை, முரகாமியின் பாலியல் பற்றிய நுணுக்கமான புரிதல்களும், மனித உறவுகளுக்கிடையிலான உளவியல் சார் வேற்றுமைகளை விவாதப்பொருளாக வாசகனிடம் தூக்கியெறியும் நுட்பமும், ஜப்பானின் கலாச்சாரக் கட்டுக்களை தனி மனித சுதந்திரம் மற்றும் நிந்தனையற்ற புரிதல்களுடன் முன்வைக்கும் நிதானமும்தான் இந்நூலின் மிகப் பிரதானமான வெளிப்பாடுகள்.

Watanabe, Naoko, Midori போன்ற பிரதான கதாபாத்திரங்களை விட நாவலின் மிக முக்கியமான ‘இலட்சியத்தை நிறைவேற்றும்’ காரணி Reiko என்கின்ற வயலின் ஆசிரியைதான். ஒரு 13 வயது பள்ளிச்சிறுமி எப்படி Reiko வை seduce செய்து உளவியல் தொல்லை கொடுக்கிறாள் என்பதைப் படிக்கும்போது ஆச்சரியமாக இருக்கிறது. ஆனால் அதைப் படிக்கும்போது அதுவொரு white elephant என்கின்ற மேம்போக்கு மனநிலையை அது ஏற்படுத்தாது. புத்திக்கூர்மையுடைய சிறுமியாக இருந்தால் அது யதார்த்தத்தில் சர்வ சாதாரணமாக நடக்கக்கூடிய ஒரு விடயம். இச்-

சம்பவத்தில் தோண்டியெடுத்துப் புரிந்துகொள்ள ஆயிரத்தெட்டு விடயங்கள் உண்டு. அதில்தான் முரகாமியின் ஒட்டுமொத்த வெளிப்பாடும் நிகழ்கிறது.

Psychiatric Sanatorium பற்றிய ஆச்சரியமான தேடல்களுக்கு விரிவான அடித்தளத்தை ஏற்படுத்தி வைத்திருக்கிறது இந்நாவல். அதுபோல, முரகாமியின் பிரெஞ்ச் இலக்கியம், இசை, உளவியல் நுணுக்கங்கள் மீதான ஆழமான புரிதல், ஜப்பானின் கலாச்சாரத்தை உடைக்காமல் தனி மனித சுதந்திரத்தை அடியில் நிரப்பி கொண்டிழுக்கும் வாழ்க்கை பற்றிய தர்க்கங்கள் நாவலின் முதன்மையான assets எனக் கொள்ளலாம்.

Norwegian Wood ஐ நிற்சயமாக மற்றவர்களுக்கு பரிசளிப்பேன்.

எழுத்தாளர் கோகுல் பிரசாத்: மகத்தான ருஷ்ய படைப்பாளிகளான தொல்ஸ்தோய்க்கும் தஸ்தாவ்யெஸ்கிக்கும் இடையில் யாரைத் தேர்ந்தெடுப்பது என்பதில் எனக்குக் குழப்பங்களே இருந்ததில்லை. ஒப்பற்ற உயிர்க் கருணையின் பேரொளியிலேயே உலகியக்கத்தின் உணர்ச்சிப் பெருக்கை, அதன் சீர்குலைவை, ஒழுங்கினை, நலுங்கலை எல்லாம் மினுங்கச் செய்த தொல்ஸ்தோய் தான். அவரது படைப்புலகை கனிவின் 'உச்சம்' எனச் சொன்னால் ஏதோ பீடத்தில் ஏற்றி வைத்தது போன்ற விலகலை அளித்து விடுகிறது. அவர் எங்கேயோ உச்சியில் நின்று கொண்டு நம்மைக் குனிந்து நோக்குபவரல்ல. கனிவின் நீர்மையின்பாற் இருண்மையிலும் ஒளியைத் தேடுபவர். திசையறியா காரிருளில் வழிகாட்டி. எலும்பில் ஊடுருவும் வலிக்கு மருந்து.

அந்தப் பெருங்கருணையின் மெய்ஞானத்தை தமிழுக்கு அமுதூட்டிய கு. அழகிரிசாமியின் சிறுகதைகள் முழுத் தொகுப்பினையே எந்தவொரு நல்ல நண்பருக்கும் வாசகருக்கும் பரிசளிக்க விரும்புவேன். காலச்சுவடு வெளியீடு. மொழி, உத்தி, கோட்பாடு என எதுவும் மெய்மைத் தேடலின் ஆவேசத்தின் முன்பு செல்லுபடியாகாது. அதன் விவேகப் பாய்ச்சலை கதையின் ஒவ்வோர் அணுவிலும் பொதிந்து வைத்தவர். பாசாங்கற்ற கதாபாத்திரங்கள் வழியாக மனிதரின் மேன்மையான பக்கங்களை அள்ளியள்ளி எடுத்துரைத்தவர்.

வேறெதையுமே வாசிக்காமல் அவரது நூற்றி சொச்சம் கதைகளில் மட்டும் தொடர்ந்து ஆழ்ந்திருந்த பல மணி நேரங்களை இப்போது நினைக்கையிலும் பரவசமாக இருக்கிறது. அவரது கதைகள் நம்மைச் சீண்டுவதில்லை. மாறாக, அமுள்ளத்தில் அமைதியைக் கொண்டு வருகிறது. அவரது 'வேடிக்கை மனிதர்களை' எண்ணி புன்னகைக்கும் போதெல்லாம் உடல் சிலிர்க்கிறது. தாயுள்ளத்தின் அரவணைப்பில் கடத்தப்படும் கதகதப்பு. முன்முடிவுகளற்ற சித்தரிப்பில் தெளிந்து வரும் மேதைமை. அவருக்குப் பிறகு தமிழ்ப் பரப்பில் குழந்தைகளின் உலகை அவரளவுக்கு அணுக்கமாகச் சித்தரித்தவர் சு. வேணுகோபால் மட்டுமே. குழந்தைகள் உலகைக் காட்டிவிட முடிந்தபின் மற்றதெல்லாம் எம்மாத்திரம்? தமிழ்ச் சிறுகதையின் மகத்தான கதைசொல்லி. சாதனையாளர். எல்லோரையும் விட சிறந்தவர். ஆம், புதுமைப்பித்தனை விடவும் சிறந்த எழுத்தாளர் கு. அழகிரிசாமி.

எழுத்தாளர் ரமேஷ் பிரதன்: டிக்ஷனரி ஆப் கசார்ஸ். இருபது ஆண்டுகளுக்கு முன்பு கதைசொல்லி இதழில் நெடுங்கட்டுரை எழுதியிருக்கிறேன். இப்போது தமிழிலேயே கிடைக்கிறது. அனைவரும் வாசிக்கவேண்டும். பிரதி தரும் வாசிப்பின் திளைப்பு அலாதியானது.

எழுத்தாளர் அ.கரீம்: கடந்த 2019 - ம் ஆண்டில் வெளிவந்த புத்தகங்கள் என்று முடிவு செய்தால் பல புத்தகங்களை பரிந்துரைக்கலாம். நான் எதிர் வெளியீட்டின் இ.பா.சிந்தன் மொழிபெயர்ப்பில் வந்த “நிழல் ராணுவங்கள்” புத்தகத்தை பரிந்துரைக்கிறேன். நாம் பார்த்துக்கொண்டு இருக்கும் இந்தியாவுக்குள் ரகசியமாக இயங்கிக் கொண்டு இன்னொரு இந்தியாவை காண முடியும். ஒரு கிரைம் நாவல் படிப்பதைப் போல் ஒவ்வொரு பக்கத்தையும் கடப்பது அதிர்ச்சியாகவும் மன இயலாமையின் நெருக்கடியையும் ஏற்படுத்துகிறது.

ஒவ்வொரு பக்கத்துக்குள்ளேயும் நமக்கு தெரியாத அல்லது சரியாக கவனிக்காத பேரதிர்ச்சியை அந்த புத்தகம் உள்ளே வைத்திருக்கிறது. இந்தியா போன்ற பன்முக தேசத்தில் கட்டமைக்கப்படும் அபாயத்தை பல்வேறு தரவுகளின் மூலம் நம்முன் வைக்கும் மிக முக்கியமான புத்தகம் நிழல் ராணுவங்கள். அந்த புத்தகத்தை வாசித்து விட்டால் நம்முன்னே உள்ள சவால்களும் பயணிக்க வேண்டிய திசையையும் சமூக, மனித, தேச பாதுகாப்புக்காக செய்யப்பட வேண்டிய வேலை கடல் போல் உள்ளதை விரித்துக்காட்டும் முக்கியமான வரவு நிழல் ராணுவங்கள்.

எழுத்தாளர் கீதா மதிவாணன்: பெண் ஏன் அடிமையானாள் - பெரியார்

இந்தக் காலத்தில் பெண்கள் படித்து நல்ல பணிகளில் அமர்ந்திருக்கின்றனர், ஆண்களுக்கு நிகராக பற்பல துறைகளிலும் முன்னேறியுள்ளனர், பொருளாதாரத்தில் தங்கள் கால்களில் தாங்களே நிற்குமளவுக்கு பொருளீட்டுகின்றனர், தங்கள் வாழ்க்கைத் துணையைத் தாங்களே தேர்ந்தெடுக்கும் உரிமை பெற்றிருக்கின்றனர். இதற்குமேலும் இன்னும் என்னதான் எதிர்பார்க்கிறார்கள் பெண்கள்? என்ற கேள்வியை அனுதினமும் நாம் எதிர்கொண்டுதான் இருக்கிறோம். ஆனால் உண்மை நிலவரம் என்ன? எத்தனை சதவீதப் பெண்கள் மேற்குறிப்பிட்ட எல்லா உரிமைகளையும் பெற்றிருக்கிறார்கள்? அப்படியே பெற்றிருந்தாலும் அவ்வுரிமைகளை எல்லா காலகட்டத்திலும் எவ்வித இடையூறுமின்றி அவர்களால் முழுமையாக அனுபவிக்கவோ செயல்படுத்தவோ முடிகிறதா? காமுகக் கண்களின் பாலியல் வன்முறைகளிலிருந்து தப்பிக்க இயல்கிறதா? இப்படியான சூழலில் இந்நூல் பரிசளிக்கப்படுவதும் பேசப்படுவதும் அவசியம் என உணர்கிறேன்.

பெண்கல்வி, பணி, கற்பு, காதல், கன்னிமை, திருமணம், கர்ப்பம், கர்ப்பத்தடை, கைம்மை, மறுமணம், விபச்சாரம், சொத்துரிமை, சமூகம், சுயமரியாதை என பெண்ணை அடிமைப்படுத்தும் மற்றும் அடிமைத்தளைகளிலிருந்து விடுவிக்கும் எண்ணற்ற விஷயங்களைப் பற்றித் துணிகரமாகப் பகிர்ந்த

பெரியாருடைய சிந்தனைகளின் தொகுப்பே இந்நூல். காலங்கள் மாறினாலும் பெரும்பான்மை மக்களின் பொதுப்புத்தியில் காலங்காலமாய்ப் படிந்துகிடக்கும் பழம்நம்பிக்கைகளை துளியேனும் அசைத்துப்பார்க்க உதவும் அற்புதமான சிந்தனைத் திறவுகோல் இந்நூல்.

கவிஞர் லாவண்யா சுந்தரராஜன்: க.மோகனரங்கன் மொழிபெயர்ப்பில் தமிழினி வெளியீடாக வந்துள்ள ‘குரங்கு வளர்க்கும் பெண்‘ என்ற சிறுகதை தொகுப்பினை பரிந்துரை செய்வேன். இந்த தொகுப்பில் ஏழு கதைகள் உண்டு. அதில் இரண்டு நெடுங்கதைகள். ஒவ்வொன்றும் வெவ்வேறு நிலப்பரப்பில் நிகழும் கதைகள். அவை அனைத்தும் ஆண் பெண் உறவு சிக்கலை நுட்பமாய் சொல்கிறது. நிகழும் நிலப்பரப்பு எதுவாயினும் பசி, துக்கம், அன்பு செய்தல், அவமானம், இயலாமை என்று உணர்வுநிலைகள் பொதுவானதே என்பதை உணர்த்தும் கதைகள்.

க. மோகனரங்கன் அவர்களின் மொழிபெயர்ப்பில் இந்த கதைகளை வாசிப்பது சொந்த மொழிக்கதைகளை வாசிப்பது போன்ற உணர்வை தருகின்றது.

கவிஞர் முத்துராசா குமார்: தமிழின் மூத்த பண்பாட்டு மானுடவியல் ஆய்வாளர்களில் குறிப்பிடத்தகுந்தவர் பேராசிரியர் தொ.பரமசிவன். நாட்டார் தெய்வ வழிபாடுகள், தொன்மம், சடங்குகள், சுற்றுச்சூழல், உணவு, உடை, பண்பாடு, கலாச்சாரம், சாதி, சமயம், கல்வி, நாட்டார் வழக்காற்றியல், தமிழ் இலக்கியம், திராவிடம், தலித்தியம், பெரியாரியம், மார்க்சியம் என்று தொ.ப அவர்களின் ஆய்வுப் படைப்புகளும், பயணங்களும் பிரமிக்கத்தக்கவை. மக்களின் அன்றாட நுண் நகர்வுகளை ஆதி மரபுகளிலிருந்து கால வரிசைப்படி பிடிக்கும் தொ.ப தனது ஆய்வுகள் அத்தனையையும் ஆதியின் பொடி புள்ளியிலிருந்தே ஆரம்பித்து விடுகிறார். அதற்குண்டான சான்றுகள் ஒவ்வொன்றையும் சமூகத்தின் உள்ளடுக்குகளில் இருந்து நுட்பமாக அகழ்ந்தெடுக்கிறார்.

அந்த வகையில் ‘மானுட வாசிப்பு, தொ.ப.வின் தெறிப்புகள்’ நூல் அவரது ஆய்வுத் தளங்கள் அனைத்தையும் முன்வைத்து, அவருடன் நடத்திய நேர்காணல்களைக் கொண்ட நூல் வடிவம். தற்சமய அரசியல் சூழலில் நமக்குள் பலவகையான கேள்விகள் உடனுக்குடன் எழும். அவை எளிமையாக, தர்க்கப்பூர்வமாக, வாதங்களாக என்று பல குணாதிசியங்களில் இருக்கலாம். அவை அனைத்திற்கும் இந்நூலில் பதில்கள் இருக்கின்றன. தொ.ப சொல்லியிருக்கும் அப்பதில்கள் அசாத்தியமானவை.

ஒற்றைக் கலாச்சார திணிப்பு, வளர்ச்சித் திட்டங்கள் என்ற பெயரில் பூர்வக்குடிகளை அவர்களின் நிலங்களிலிருந்து வெளியேற்றுதல், கல்வி நிறுவனப் படுகொலைகள், சாதிய, மத, பெண் வன்கொடுமைகள், நவீனத் தீண்டாமைகள், அரசியலாக்கப்பட்ட இயற்கை என்று முற்றிலும் அறமற்றுப் போன இன்றைய இந்திய, தமிழக அரசியல் சூழலில் தொ.ப.வின் ஆய்வு

எழுத்துகள் அத்தனையும் கடைத்தட்டு மக்களுக்கான அற அரசியலின் பக்கம் நிற்கும் வலுவான அறிவாயுதங்கள்.

விதிப்படியும், இயல்பாகவும் தொ.ப.வின் ஆய்வு முடிவுகள் எளிய மக்களின் அருகாமை நோக்கியே நகர்கின்றன. தெளிவையும், தேடலையும், பதில்களையும், எதிர் வினைகளையும் தரக்கூடிய தொ.ப அவர்களின் எழுத்துகள் அனைத்தையும் பேணிக் காத்து, படித்து பரவலாக்கி அடுத்த தலைமுறையினருக்கு கைமாற்றிவிட வேண்டியது தமிழ் சமூகத்தின் கட்டாய கடமை.

நூலிலிருந்து....

'தேசபக்தி என்பது எப்படி கயவர்களின் கடைசி புகலிடம் என்கிறோமோ அப்படி சாதி என்பது பாதுகாப்பற்றவனின் புகலிடம்' - பேராசிரியர் தொ.பரமசிவன்.

(நூல் : மானுட வாசிப்பு, தொ.ப.வின் தெறிப்புகள் - தயாளன், ஏ.சண்முகானந்தம் - தடாகம் வெளியீடு,)

கவிஞர் பெரு விஷ்ணுகுமார்: எனது இரண்டு பரிந்துரைகள்.

1.) **வார்த்தைகளின் ரசவாதம் - பிரம்மராஜன்;** குறிப்பிட்ட ஒரு முடிவினை எட்டியபின்னும் தீராது எஞ்சியிருக்கும் அடிப்படை கேள்விகளே ஒவ்வொரு காலகட்டத்திற்கும் கவிதை பற்றிய உரையாடலுக்கு மூலகாரணம். கவிதை பற்றிய பலவகை கூற்றுகளையும் கருத்துருக்களையும் ஒன்றுகூட்டி விவாதிக்கும் முயற்சி இந்த புத்தகத்திலுள்ள ஒவ்வொரு கட்டுரையிலும் நிகழும்.

2.) **Periodic Table - Primo Levi** ; போர்கால முகாமிலிருந்து வெளியேறிய பிரைமோ லெவி அமெரிக்கா சென்ற பின்பு எழுதிய நாவலாக Periodic Table ஐ கூறுவர். தனிமவரிசை அட்டவணையில் காணப்படும் ஒவ்வொரு தனிமங்களாக எடுத்துக்கொண்டு அந்த தனிமங்களை ஒத்த பண்புகள் கொண்ட மனிதர்களை அவர்களைப்பற்றிய நினைவுகளை கூறுவதே நாவலின் வடிவம். கிட்டத்தட்ட இந்த நாவலுக்கு பிறகுதான் இவர் ஏற்கனவே எழுதிய படைப்புகளும் கவனம் பெற்றதாக கூறப்ப

எழுத்தாளர் கமலகண்ணன்: செவ்விலக்கிய நூல்கள் பல மனதில் தோன்றினாலும் நவீன தமிழ் இலக்கியத்தின் அளவில் மனதைக் கட்டுப்படுத்தி கொள்கிறேன். தமிழின் சிகரங்களுள் ஒன்றான 'கொற்றவை' நாவலை அளித்திடுவேன். புனைவின் செறிவை புனைவின் இனிமையை சாத்தியங்கள் கடந்த தளத்தில் ஏற்படுத்தி மலைப்பை உருவாக்கிய நாவல். சிலப்பதிகாரத்தின் நாவல் வடிவம். நிலக்காட்சிகளின் உளவியலை இத்தகைய நுண்ணிய அவதானிப்பு வழியாக மனதில் பார்ப்பது வேறெந்த புனைவிலும் கண்டிராத உணர்வு. பல இருப்பினும் காரணங்களுள் முதல் தமிழ்.

எழுத்தாளர் ப. தெய்வீகன் : நான் இந்த புத்தாண்டில் பரிந்துரைக்கும் அல்லது பரிசளிக்க விரும்பும் புத்தகம் - டால்ஸ்டாயின் 'அன்னா கரீனா'

உலகை தனது தட்பான கரங்களில் வைத்து வருடிக்கொள்ளும் காதலின் மகத்துவத்தை மிகப்பெரிய காவியமாக சொன்ன நாவல் அன்னா கரீ-னினா.மானிடச்சிக்கல்களின் அனைத்து ஆள்கூறுகளின் வழியாகவும் காதல் என்ற பெரும் நதி எவ்வளவு மூர்க்கமாக நுழைந்தோடிக்கொண்டிருக்கிறது என்பதை கண்முன்னால் நிகழ்த்திக்காண்பித்திருக்கும் அதிசயம் இந்த நாவல். நூற்றாண்டுகள் கடந்த பின்னரும் இந்த நாவலின் பாதிப்பில்லாத படைப்-புக்களை காணமுடியாது எவ்வளவு அதிசயமோ அதோபோல டால்டாய் போலொருவர் பெண்ணிற்குள் இவ்வளவு ஆழத்திற்கு இறங்கி ஒரு பிரதியை எழுதியது எவ்வாறு என்பதும் இன்றுவரை அதிசயமே.

எழுத்தாளர் அரிசங்கர்: பரிந்துரைக்கும் நூல் வால்கா முதல் கங்கை வரை....

பல்லாயிரம் ஆண்டு மனித சமுதாயத்தின் வரலாற்றை 20 கதைகளின் வழியாக எளிமையாக உணர்த்தும் நூல்... எழுத்துக்கூட்டி வாசிக்கத் தெரிந்த ஒவ்வொருவரும் கட்டாயம் வாசிக்க வேண்டிய நூல். முக்கியமாக முதல் ஐந்து கதைகளில் மனித வரலாற்றின் ஆரம்ப காலத்தில் பெண்ணின் நிலை... தாய் வழி சமூகம் எவ்வாறு இயங்கியது என்பதை ஒவ்வொரு ஆணும் கட்டாயம் தெரிந்துக்கொள்ள வேண்டும்... நான் எப்போதும் பரிசாக கொடுக்க விரும்பும் புத்தகம்..!

எழுத்தாளர் தீபு ஹரி: புத்தாண்டில் இரண்டு பரிந்துரைகள்.

மணற்கடிகை என்னுடைய மனதிற்கு மிகவும் நெருக்கமான நாவல். ஒரு தொழிற் நகரத்தில் குறுகிய காலத்தில் ஏற்படுகிற அசுர வளர்ச்சி, அது மக்-களுடைய அக மற்றும் புற வாழ்வில் ஏற்படுத்துகிற கலாச்சார பண்பாட்டு மாற்றங்கள் போன்றவற்றை மிக விரிவாகவும், நேர்த்தியாகவும் பதிவு செய்தி-ருக்கிற ஒரு புதினம். கிட்டத்தட்ட அது தொழிற்புரட்சிக்குப் பிந்தைய திருப்-பூரைப் பற்றிய ஒரு ஆவணம் என்று கூட சொல்வேன்.

அதே போல் இந்த வருடம் வெளிவந்த கவிதைத் தொகுப்புகளில் விளை-யாட வந்த எந்திர பூதம் எனக்கு மிகுந்த புத்துணர்வைக் கொடுத்த ஒரு தொகுப்பு.

எழுத்தாளர் கறுப்பி சுமதி: ‘A Fine Balance’ - இந்நாவல் அண்மை-யில் வாசித்த மிகச்சிறந்த நாவல் என்று கூறும் தரத்தோடு இருக்கின்றது. 1975இல் இந்தியாவில் ‘அவசரகால ஆட்சி’ பிரகடனப்படுத்தப்பட்ட போது மும்பையில் வசித்த நடுத்தரக் குடும்பத்தைச் சேர்ந்த டயானா எனும் பெண்-ணினின் வாழ்வை மையப்படுத்தி அவரது சிறு பிராயத்தில் தொடங்கி முதுமை வரையின் நாவல் நீள்கின்றது. பெண்கள் மேலான ஆண்மையின் அடக்குமுறை அதை எதிர்த்து நிற்கும் டயானாவின் திறமை, பொருளாதார நெருக்கடி, டயானா சந்திக்கும் மனிதர்கள் என்று தன் எழுத்தால் வாசகர்-களை பாத்திரங்களுக்குள் கொண்டு சென்றுள்ளார் மிஸ்ரி.

நகர சுத்திகரிப்புத்திட்டம், குடும்பக்கட்டுப்பாடு என்ற பெயரில் வீதியோரப் பிச்சைக்காறர்களையும், பாமர மக்களையும் அரசாங்கம் நடாத்தும் முறை மிகவும் நெகிழ்சி தரும் வகையில் எழுத்தப்பட்டிருக்கின்றது. இந்திராகாந்தி-யின் அரசியல் காலகட்டத்தில் இந்திய மக்கள் அவர் மேல் கொண்டிருந்த வெறுப்பை மிகத் துல்லியமாகவும் துணிவோடும் தந்திருக்கின்றார் மிஸ்ரி.

மூன்று வருடங்கள் திருமணத்தின் பின்னர் கணவனை ஒரு விபத்தில் இழந்த டயானா, ஆணாதிக்கவாதியான தனது அண்ணனுடன் தங்க நேர்ந்து விடுமோ என்று அஞ்சி, வாழ்வை ஒரு போராட்டம் நிறைந்த சவாலாக எதிர் கொண்டு முன்னேறும் போது டயானாவின் வீட்டின் அறையில் வாட-கைக்கு வந்து சேரும் மொனீக் எனும் பல்கலைக்கழக மாணவன், டயானா-வின் தையல் வேலைக்கு என வந்து சேரும் ஐவர், ஓம் எனும் கிராமத்தைச் சேர்ந்த தலித் ஆண்கள் இவர்களுடனான டயானாவின் உறவு என கதை நீண்டு செல்கின்றது.

இந்த நாவலை இந்த புத்தாண்டில் நண்பர்களுக்கு பரிசளிக்க அல்லது பரிந்துரை செய்ய விரும்புகிறேன்.

எழுத்தாளர் கிருஷ்ண மூர்த்தி: புத்தாண்டிற்கு நான் பரிசளிக்க விரும்பி-னால் நட்ராஜ் மகராஜ் நாவலே என் தேர்வாக இருக்கும். வரலாறு மனிதர்-கள் மீது உருவாக்கும் அடையாளங்களும் பின் அந்த அடையாளங்களின் அதிகாரத்திற்கு உட்பட்டு வாழும் மனிதர்களின் அபத்தமும் எல்லா காலத்-திற்கும் பொருந்தும். வரலாறு குறித்த புரிதலை களைத்து போட்டுக்கொண்டே இருக்கும் புதினம் புத்தாண்டில் புதிய வாசலை, புதிய புரிதலை கொடுக்கட்-டும்.

எழுத்தாளர் பிரவீன் பறுளி: இந்த புத்தாண்டில் நான் இரண்டு புத்தகங்-களை நண்பர்களுக்கு பரிந்துரை செய்கிறேன் ஒன்று.

துரதிர்ஷ்டம் பிடித்த கப்பலின் கதை - பாலசுப்ரமணியன் பொன்ராஜ்.

சமகாலத் தமிழ்ப் புனைவில் பாலசுப்ரமணியன் பொன்ராஜின் கதைகள் ஏற்படுத்தியிருக்கும் இடையீடு முக்கியத்துவம் வாய்ந்தது. மனிதமையவாதம், சுய அனுபவம், அன்றாடம் என சலிக்கும் யதார்த்தவாதக் குவியல்களுக்கி-டையே, தமிழ்ப்புனைவு வெளியில் அவை ஒரு விபரீதத்தையும் திடுக்கிட-லையும் நிகழ்த்தியுள்ளன. நமது புழங்கெல்லை என்னும் பரிதாபமான வரை-யறையை கேலி செய்தபடி வாசிப்பினூடாக அறிவியல், தத்துவம், வரலாறு, என சகல அறிவுத்துறைகளோடும் மேலும் நுகர்வியத்தின் புதிய பண்பாட்டு மற்றும் அறிவுக் களங்களோடும் மூர்ச்சிக்கும் புனைவுச் சாகசங்களை அவை பரிசோதிக்கின்றன.

வாசிப்பே உடலாகி அதனூடான பல்வேறு பிரதிகளையே தன் எல்-லையற்ற நிலமாக்கும் ஆற்றல் அப்புனைவுகளுக்கு உண்டு. 'அறிவார்த்தம், பரிசோதனை, கனவுத்தன்மை, புனைவதீதம், தடையற்ற சுதந்திரம்' இக்க-தைகளின் தன்னியல்பான அழகுகள். புனைவெழுத்தை கவிதையின் மொழி-

புகளுக்கு உருக வைக்கும் அறிநிலைகள் அவற்றில் உண்டு. பழமையடைந்து வரும் 'அன்பு', 'நீதியியல்' போன்றவற்றின் காலாவதித் தேதியை அறிவித்த-படி, வரலாற்றால் ஒட்டுமொத்தமாக வெறுமையாக்கப்பட்டிருக்கும் மனிதனை அவனது உயிர்க்கூறான வேட்கை, வன்முறை, நுகர்விச்சை, இயல்பூக்கங்க-ளோடு அவை பரிசீலிக்கின்றன.

'துரதிஷ்டம் பிடித்த கப்பலின் கதை தொகுதிக்குப் பின்னர் கல்குதிரையில் 'பிரமிடுகளை அளக்கும் தவளை' வெளியானது. அது தமிழில் நிகழ்ந்துள்ள ஒரு மாயாற்புதம் என்றே கூறலாம். புவியீர்ப்புக்கு எதிராகவும் விசைகொள்-ளும் ஆற்றலும் வரலாற்றுக்குள் பல்வேறு இணைப்பிரதிகளினூடாக மயங்கிச் செல்லும் அறிவார்த்தத்தின் பெரும்சுழல்களும் அதில் உண்டு.

மற்றொன்று. ஈட்டி - குமார் அம்பாயிரம்

குமார் அம்பாயிரம் கதைகள் தொல்கதையாடிகளின் மந்திர நாவுகள் கொண்டவை. அவை தொல்கதைகளின் புதைபடிவுகளுக்குள்ளேயே ஆவி-களை உசுப்பியபடி நவீனத்துவம், சமகாலம், வரலாறு போன்ற வரம்புகளுக்கு அப்பாற்பட்ட உலகளாவிய வேறொரு ஞாபக வெளியில் புனைவுறுபவை. நிலத்திலும் காலத்திலுமான கோடுகளுக்கு முன்னும் பின்னுமென ஊசலாடிச் செல்லும் தொன்மங்கள் , வழக்காறுகளின் எல்லையின்மையும் நாடோடிக் குணமும் கொண்டவை. நவீனத்துவ அறிமுறைகளால் குருடுமையான நம் புலன்களைக் கழட்டி எறிந்து நமது உடலில் பூடகமான வேறுவித புலன்க-ளைப் பொருத்தக்கூடியவை.

அன்றாடம் என்ற நமது அலுப்பூட்டும் தகவல்-விவரண நினைவை ரத்து-செய்து தொன்மம், புனைவுகள் , ஐதீகங்கள், வழக்காறுகள் போன்றவற்றின் தொனிகளை வரித்துக்கொண்டு, நவீனம் கடந்த அறிதிறன்களின் புதிய ஒரு மெய்ம்மை கொண்டதாக அவரது கதைகள் இருக்கின்றன.கீழைத்தேய அல்-லது உலக தொல்சமூகங்கள் சார்ந்த தனித்த மனமும் அழகியலும் அவற்றை வழிநடத்துகின்றன. இத்தன்மையில் சமகால சித்திரம், நடப்பு அரசியல் கூட அதில் வேறொரு புனைவாக உருமாற்றப்படுகிறது. குமாரின் கதைசொல்லி நடப்பு உலகைப் பற்றி கதைகூறத் தொடங்கும் போது கூட அதன் புற அடையாளங்கள் , தகவல் குறிப்பீடுகள் , தினசரித் தன்மை என்ற மேலோட்-டமான படலத்தை நீக்கி அதன் உலகளாவிய மற்றும் காலவரையற்ற பொது நினைவின் புதையுண்ட அடுக்குகளை அது புனைவாக்கம் செய்கிறது.

எழுத்தாளர் ம. நர்மி - தோழர் விக்னேஷ்வரன் வரப்போகின்ற புத்தாண்-டில் ஒரே ஒரு புத்தகத்தை யாருக்காவது பரிசளிக்க விரும்பினால் எந்த புத்தகத்தை தருவீர்கள் என கேட்டிருந்தார்.பா. ராகவனின் "எக்ஸலன்ட் செய்யும் எதிலும் உன்னதம்" என்ற புத்தகத்தை யாருக்காவது பரிசளிக்க விரும்புகிறேன்.

உண்மையில் புத்தாண்டு என்பது புதுவித எதிர்பார்ப்புகளுடன் கூடிய புத்-தம் புதிய 365 நாட்கள். ஆண்டு தொடங்கும் போது எதை எதையெல்-

லாமோ அந்த வருட முடிவிற்குள் செய்து முடித்துவிட வேண்டும் என்று நினைப்போம். ஆனால் ஏதோ ஒரு வகையில் எல்லாமே தேங்கிவிடும். இதி-லுள்ள 14 கட்டுரைகள் உன்னதங்களை நோக்கிய உங்கள் பயணங்களில் ஒரு சிறு உதவியையேனும் செய்யும் என நினைக்கிறேன். செய்கிற ஒவ்-வொரு காரியத்தில் சுமாரான தரம் , நல்ல தரம் எல்லாம் தாண்டி சிறந்ததை எப்படியெல்லாம் செய்யலாம் என்பதை அழகாக சொல்லியிருக்கிறார்.

எனக்கு இந்த கட்டுரையில் '' யானி ஒரு சாமுராயின் கதை '' மிகவும் பிடித்திருந்தது.

“செயலின் உன்னதம் என்பது - நீங்கள் உங்களை எத்தனைதூரம்
அதில் அர்ப்பணிக்கிறீர்கள் - என்பதில் இருக்கிறது.
கவனம் பிசகாத, - ஆத்மார்த்தமான முயற்சிகள்
மாபெரும் வெற்றியைத்தவிர - வேறொன்று பெறுவதில்லை..” - பா. ராகவன்

எழுத்தாளர் ஹேமா: சமுதாயம் வரையறுத்த வட்டத்திற்குள் அடங்காத விருப்பங்களை நிறைவேற்றிக் கொள்ள, 34 வயது பெண் தன்னந்தனியாக பயணம் மேற்கொள்கிறார்.

குறையில்லை எனினும் திருப்தியற்று சென்று கொண்டிருந்த வாழ்க்கை. அதை உதறும் Elizabeth Gilbert தனது bucket list ஐ நிறைவேற்றிக் கொள்ள முன்பின் சென்றறியாத திசையில் பயணம் மேற்கொள்கிறார்.

தன்னந்தனியாக ரோமுக்கு பயணம், பிடித்த உணவைச் சாப்பிடுதல், ஆன்மீகத்தைத் தேடி 3 மாத இந்திய வாசம், அதனைத் தொடர்ந்து இந்தோ-னேஷியாவில் எதிர்பாராமல் கிடைக்கும் காதல் என்று அவரது வாழ்க்கை திருப்பங்களுடன் பயணிக்கிறது. மனத்தடைகளை உடைத்தெறிந்து வாழ்க்-கையை வேறு கோணத்தில் பார்க்க வைக்கும் புத்தகம், Elizabeth Gilbert தன் அனுபவங்களைக் கொண்டு எழுதிய Eat Pray love. நண்பர்களுக்கு முக்கியமாக தோழிகளுக்கு நான் பரிசளிக்க விரும்பும் புத்தகம் இது.

எழுத்தாளர் கார்த்திக் புகழேந்தி : வழக்கமாகவே 'வாசிக்கிற' எனக்குப் புத்தங்கள் பரிசளிக்கும் பழக்கம் அறவே குறைவு. ஆகவே, பரிந்துரைப்பது என்றால் தோழிகளுக்கு ரமேஷ் ரக்ஷனின் 'நாக்குட்டி' நாவலையும், தோழர்-களுக்கு ஏக்நாத்தின் “மேப்படியான் புழங்கும் சாலை“யையும் பரிந்துரைப்-பேன்...

கவிஞர் கவிதைகாரன் இளங்கோ: நர்மதா பதிப்பகம் வெளியிட்டிருக்கும் 'பஞ்சதந்திரக் கதைகள்'. (ஒன்பது வயதிலிருந்து பன்னிரெண்டு வயது வரை-யிலான எந்தக் குழந்தைகளுக்கும் பரிந்துரை செய்வேன். கதை வெளிகளில் அவர்கள் மனம் சஞ்சாரம் செய்ய அதொரு வாய்ப்பாக அமையலாம்) போன வருடம், என் மகளுக்கு அந்த புத்தகத்தை பரிசளித்தேன்.

கவிஞர் நிலாகண்ணன்: துக்கம் என்ற சிறு சொல் எவ்வளவு எடைகூடியது அது கரைக்கமுடியாத ஒரு பாறையைப்போல் அல்லவா பறிகொடுத்தவன் மனதில் ஏறி நிற்கிறது ஆனாலும் அந்தப்பாறை கால ஓட்டத்தில் உப்பாக இளகி கரைந்து போய்விடுகிறது. - எழுத்தாளர் எஸ்.ராமகிருஷ்ணன்

நாவல் : கல்பட்டா நாரயணனின் சுமித்ரா . **தமிழில்** : கே.வி ஷைலஜா

இழந்தவரின் நினைவுகள் வேறு வேறு மனங்களிலிலிருந்து துவங்கி அந்த வீடுநோக்கிவருகிறது. மரணத்தை மிக நெருங்கி உணர்த்துகிறார். வித்யாசமான சொல்லல்முறை மூலம் கல்பட்டா நாராயணன் எழுதியதை தமிழில் கவித்துவம் மாறாமல் கே.வி ஷைலஜா மொழிபெயர்த்துள்ளார். எந்த ஒரு மரணச்செய்தியும் இந்த நாவலை நியாபகப்படுத்த தவறியதேயில்லை எனக்கு.வாசிக்கவேண்டிய நாவல். - வம்சி வெளியீடு . விலை: 500 ரூ

இளம் எழுத்தாளர் மானசி : இந்தியா சுதந்திரம் பெற்று விட்டதாய் நம்பப்பட்ட அந்த கால கட்டத்தில் இந்தியாவும் பாகிஸ்தானும் மத அடிப்படையில் பிரிந்த நாட்களை அதே குமுறல்களோடும் குருதி வாடையோடும் பதிவு செய்தவன் மண்டோ. 2019 ன் குழப்பமான, திடுக்கிட்ட, அமானுஷ்யமான மற்றும் பெரும் புரிதலை அனுபவித்த பல தருணங்கள் மண்டோவின் படைப்புகளுடன்தான் கழிந்தன. சகோதரன் சிற்றரசன் அறிமுகப்படுத்திய சதத் ஹசன் மண்டோ ஒரு பெருத்த ஏகாந்தத்தில் சொற்களின் வழி என்னை வந்தடைந்தவன்.

மண்டோவின் பிரார்த்தனையில் தொடங்கியது அவன் மீதான என் வசீகரம். பின்பு கதைகள், சொற்சித்திரங்கள், வாழ்வனுபவங்கள், கட்டுரைகளென ஒவ்வொன்றும் ஓர் அப்பட்டமான உண்மையை மட்டுமே எனக்கு இசைத்துக் காட்டியது. மண்டோவைப் படித்தபின்தான், மகளை கலவரத்தின் குரூரத்திற்கு பறிகொடுத்த அப்பாவின் மனம் புரிகிறது. ஒரு வேசியின் தோலுக்குள் இருப்பவற்றிற்கு முக்கியத்துவம் கொடுக்கத் தோன்றுகிறது. மனித மனங்களின் பல நிறங்களை கண்முன் நிறுத்தியது மண்டோவின் படைப்புகள்.

சுபைதா, ஜானகி, குஷியா என நீளும் மண்டோவின் கதாபாத்திரங்களை என் மனதுக்குள் அடைகாத்துக் கொள்கிறேன். இன்று பாரதீய ஜனதாவின் அசூசை தரும் குடியுரிமை சட்டத்தை உள்ளடக்கிய பல நடவடிக்கைகளும் அதைத் தொடர்ந்து எழும் கேள்விகளும் கோபமும் போராட்டங்களும் மீண்டும் மீண்டும் எனக்கு மண்டோவையே நினைவுபடுத்துகிறது. அபத்தங்கள் படிந்த அழுக்கேறிய இந்த சமூகத்தின் அலங்கார உடைகளை கழற்றி எறிந்து நிர்வாணப்படுதுபவன் மண்டோ எனத் தோன்றுகிறது. குடி போதையில் ஏதோ ஒரு வேசியின் தீண்டுதலுக்காய் ரோட்டோரத்தில் நிற்கும் என் மண்டோவை இந்த கணத்தில் இறுக அணைத்து முத்தமிட்டுக் கொள்கிறேன்.

எழுத்தாளர் ஷாலின் மரியா லாரன்ஸ்: உண்மைய சொல்லனும்னா இந்த வருஷம் நான் குஷ்வந்த் சிங் ஓட எல்லா புக்கையும் யாருக்காவது இந்த 2020ல பரிசளிக்க விரும்புகிறேன். அதிலும் குறிப்பா சொல்லணும்னா

அவரோட The Company of Women புத்தகத்த அது நிச்சயம் யாருக்காவது பரிசாக கொடுப்பேன்.

Literature is a serious business that does not mean we end making serious stuff.

2020ல இருக்கக் கூடிய அரசியல் சூழலில் நம்ம எல்லார் கிட்டயும் ஒரு இறுக்கம் வந்துடுச்சு.

அதனால நம்மள நாமே மனதளவில் ரிலாக்ஸாகி இருக்கிறதுக்கு குஷ்வந்த் சிங் ஒரு எழுத்து ரொம்ப தேவைப்படுது. இந்த புத்தகம் முழுவதும் அவருக்கு காமத்தை ரொம்ப அழகா எழுதி இருக்காரு. ஆனா அது மஞ்சள் புத்தகம் போல இருக்காது. அவர் எழுத்தில் ஒரு அழகான கிராப்ட் இருக்கும். செக்ஸ கூட ரொம்ப நேர்த்தியா ரொம்ப நகைச்சுவை உணர்வோடு அழகா சொல்லி இருப்பார்.

ரொம்ப நேர்மையான ஒரு புத்தகம். சர்ச்சைக்காக சில பேர் செக்ஸை பத்தி எழுதுவாங்க, செக்ஸ் பத்தி எழுதினா பெரிய ஆளுன்னு நினைச்சு பாங்க அப்படின்னு எழுதுவாங்க, இல்ல தன்னுடைய பெருமைய பீத்திப்பதற்காக செக்ஸை பத்தி எழுதுவாங்க ஆனா அதையெல்லாம் தாண்டி குஷ்வந்த் சிங் ஓட எழுத்து ரொம்ப இயற்கையா எந்த ஊரு பூச்சும் இல்லாமல் செக்ஸ கொண்டாடுற ஒரு மனுஷன் எப்படி அதை எழுத்தில கொண்டாடுவாரோ அப்படி இருக்கும். ரசிக்கக் கூடிய புத்தகம். குஷ்வந்த் சிங் வார்த்தையில சொல்லணும்னா - பேனாவுக்கு இன்னும் யாரும் ஆணுறைகள் கண்டுபிடிக்கவில்லை.

எழுத்தாளர் றாம் சந்தோஷ்: இந்திய தத்துவ ஞானம் ஆக்கியோன் கி லக்ஷ்மணன். எனது எம்ஏ பாடத்திட்டத்தில் இடம் பெற்ற நூல்களில் ஒன்று தத்துவத்தின் மீதும் கோட்பாட்டின் மீதும் ஈடுபாடு கொள்ளச் செய்த மற்றும் தர்க்கம் அல்லது வாதிடும் தன்மை குறித்து நான் கற்றுக்கொள்ள அடிப்படையாக அமைந்த அரிச்சுவடி. வேத உபநிடதங்கள், அவைதிக தத்துவங்கள், ஐவகை தரிசனம், மூவகை வேதாந்தம், சைவ சித்தாந்தம் ஆகிய ஐந்து பகுதிகளைக் கொண்டது. பழனியப்பா பிரதர்ஸ் வெளியீடு.

எழுத்தாளர் க.வீரபாண்டியன்: 'மூக்நாயக்' அம்பேத்கர் முதன்முதலில் மராத்தி மொழியில் தொடங்கிய மாதமிருமுறைப்பத்திரிக்கை. 2020 இந்த இதழின் நூற்றாண்டு. மராத்தி மொழியில் வெளிவந்த மூக்நாயக்கின் 14 இதழ்களில் வெளிவந்த தலையங்கங்கள் மற்றும் கட்டுரைகள் அடங்கிய ஆங்கிலத்தில் மொழிபெயர்க்கப்பட்ட ஆவணத் தொகுப்பு இந்நூல். மூக்நாயக் இதழ் 1920ஆம் ஆண்டு ஜனவரி மாதம் 31ஆம் நாள் வெளியிடப்பட்டது. கோலாப்பூர் மன்னர் சத்ரபதி சாகுஜி மகாராஜா அளித்த 2500 ரூபாய் நிதியுதவியுடன் துவங்கப்பட்ட இந்த இதழின் முதல் ஆசிரியராக நந்த்ரா பட்கர் (Nandra Bhatkar) அவர்களும், பிறகு தியான்தார் கோலப் (Dyander Gholap) அவர்களும் இருந்தனர்.

அம்பேத்கரின் ஆரம்பகால அரசியல் பார்வைகளையும், விடுதலைக்கு முந்தைய தலித் இயக்கங்களின் செயல்பாட்டையும் அறிந்து கொள்ள வேண்டிய ஒவ்வொருவரும் இந்த நூலை வாசிக்க வேண்டும். திலகர் காலத்து காங்கிரஸ் இயக்கத்தின் அரசியல் நடவடிக்கைகள் மீதான பார்வைகள், சுயராஜ்ஜியம் கருத்துருவாக்கத்தின் மீதான விமர்சனங்கள், தீண்டத்தகாதோர் உரிமைகள் என 1920களின் இந்திய அரசியல் வரலாற்றை விமர்சனப் பூர்வமான கண்ணோட்டத்துடன் கருத்துகளைத் தாங்கி வந்த இதழ் என்ற அடிப்படையில் இந்த நூல் வரலாற்று முக்கியத்துவம் வாய்ந்தது. 2020ஆம் ஆண்டில் வாசிக்க வேண்டிய மிக முக்கியமான நூல் என்பதால் நண்பர்களுக்கு பரிந்துரை செய்கிறேன்.

கோலாப்பூரில் உள்ள டாக்டர். பாபாசாகேப் அம்பேத்கர் சமூக வள்ர்ச்சிக்கான ஆராய்ச்சி நிறுவனத்தைச் சார்ந்த டாக்டர்.பி.ஆர்.காம்ப்ளே என்பவரால் 2010ஆம் ஆண்டு ஜூலை மாதம் இந்த மொழியாக்கம் முதன்முறையாக மராத்தி மொழியிலிருந்து ஆங்கிலத்திற்குச் செய்யப்பட்டது. இப்போது வரை கிடைத்திருக்கும் தரவுகளின்படி, ஆங்கிலத்திலிருந்து இந்த இதழின் முதல் தலையங்கத்தை சுமார் 98 ஆண்டுகளுக்குப் பிறகு முதன்முறையாகத் தமிழில் நான் மொழியாக்கம் செய்தேன். எழுத்தாளர் மதிவண்ணனை ஆசிரியராகக் கொண்டு வெளிவரும் ‘வெள்ளைக்குதிரை’ காலாண்டு இதழில் அந்த மொழிபெயர்ப்புக் கட்டுரை வெளிவந்தது. மொத்த நூலையும் மொழிபெயர்த்துக் கொண்டிருக்கிறேன். இந்நூல் தமிழில் விரைவில் வெளியிடப்படும்.

கனலி வாசகர்களுக்கு இனிய புத்தாண்டு நல்வாழ்த்துக்கள்!

எழுத்தாளர் தெரிசை சிவா: பரிசளிக்க விரும்பும் புத்தகம் நாஞ்சில் நாடனின் மாமிசப் படைப்பு. தனி மனித வாழ்வில் கடவுளின் அவசியமென்ன? இயற்கையின் கொடையாகிய மழையையும் காற்றையும் பங்கிட முடியாத நாம், நிலத்தை பங்கிட்டுக் கொள்வதற்கான பின்னரசியல் என்ன? தனிமனித விரோதங்களில் கடவுளின் பங்கு என்ன? என பல கேள்விகளுக்கு குறியீடுகளின் கலவையாய் பதிலை தருகிறது நாஞ்சில் நாடனின் இந்த நாவல். நாஞ்சில் மொழியின் எள்ளலும் துள்ளலும் நகைச்சுவையும் வரிக்கு வரி இழைந்தோடுகிறது. மொழி வனப்பின் மூலம் ஒவ்வொரு கதாபாத்திரத்திற்கும் அதன் குணாதிசயங்களுக்கும் கொடுக்கும் ஆசிரியர் கொடுக்கும் சித்திரம் வியக்கவைக்கிறது. மண் சார்ந்த படைப்புகளில் மிக முக்கியமான படைப்பாக போற்றப்பட வேண்டியது நாஞ்சில் நாடனின் மாமிசப் படைப்பு.

கவிஞர் உமா மோகன்: பிரபஞ்சனின் கதைகளைக் கடந்த சில வருடங்களில் பல நண்பர்களுக்குப் பரிசளித்திருக்கிறேன். அவ்வகையில் சமீபத்திய டிஸ்கவரி வெளியீடான தேர்ந்தெடுத்த பிரபஞ்சன் சிறுகதைகளைக் குறிப்பிடலாம் என்றே இருந்தேன். இப்போது ஒரு யோசனை ...பிரபஞ்சன் கதைகளை நான் சொல்வது வழக்கம். இந்தப் புத்தாண்டுக்கான மாற்றமாக

கோ.லீலா எழுதிய மறைநீர் புத்தகத்தைக் குறிப்பிட விரும்புகிறேன். சுற்றுச்சூழல் விழிப்புணர்வும், நீர் மேலாண்மை , மறைநீர் பற்றிய விரிவான தகவல்களோடு தமிழ் இலக்கியங்களின் நீர் மேலாண்மைக் குறிப்புகளையும் எடுத்தாண்டு சுவாரசிய நடையில் எழுதப்பட்ட நூல்.

dayzero அச்சுறுத்தும் நகரங்களின் பட்டியலில் நம் ஊர் இருக்கிறதா என்று எட்டிப்பார்த்துக் கொண்டு அந்த நாள் எட்டடி இருப்பதால் இப்போதைக்கு இப்படியே இருப்போம் என்ற அலட்சிய சமூகத்துக்கு இந்நூல் அவசியம் தேவை. சின்னஞ்சிறு தீர்வுகள் முதல் கொள்கை வகைத் தீர்வுகள் வரை விளக்கும் நல்ல நூல்.

மறைநீர் - விலை ரூ .150 - ஆசிரியர் :கோ.லீலா
படைப்பு பதிப்பகம் - 8,மதுரை வீரன் நகர்,
கூத்தப்பாக்கம், கடலூர் -607 002

எழுத்தாளர் பொள்ளாச்சி அபி:

நூல் : வால்காவிலிருந்து கங்கை வரை

இயற்கையோடு இணைந்த வாழ்ந்த மனிதன்,ஒரு சமூகமாகவும்,நாகரீகங்களை நோக்கி படிப்படியாக தன்னை வளர்த்துக் கொண்டு,பின்னாளில் பேரரசுகளாகவும் மாறிய நிகழ்வையும்,ஆதியில் தாய்வழிச் சமூகமாக இருந்து, பின்னர் படிப்படியாக ஆணாதிக்கச் சமூகமாக மாறுவதும்,அதற்கான கருவிகளாக சடங்குகள், மதம், கற்பு, ஒழுக்கம் என எல்லாவற்றையும் பயன்படுத்துவதையும்..எளிய சிறு கதைகளாக விளக்கும் நூல்.மனித சமூகத்தின் வளர்ச்சியைப் புரிந்துகொள்ள ஆர்வமுடைய ஒவ்வொருவரும் வாசிக்கவேண்டிய...என்பதைவிட கற்றுக்கொள்ள வேண்டிய நூல்...!

கவிஞர் இரா.பூபாலன்: நான் பரிசளிக்க விரும்பும் புத்தகம் குட்டி இளவரசன். குழந்தைகளின் உலகத்தைப் பெரியவர்கள் புரிந்து கொள்ளவும் பெரியவர்களின் மனநிலையைக் குழந்தைமைக்குக் கொண்டு போகவுமான அற்புதம் செய்யும் ஒரு சிறு புத்தகம் அது.

எழுத்தாளர் சுபா செந்தில்குமார்: பரிந்துரை : விக்ரமாதித்யன் கவிதை ரசனை - கவிதை எழுதுவற்கான உந்துதலோடு வரும் இளம் எழுத்தாளர்களுக்கு கிட்டத்தட்ட தான் எழுதும் எல்லா கவிதைகளிலும் கவித்துவத்தை எட்டிப் பிடித்துவிட்டதாகவே தோன்றும். இன்னொரு புறம் வாசிப்பு அனுபவம் என்பது கவிதையின் வெவ்வேறு முகங்களை அறிமுகம் செய்யும். தான் எழுதிய கவிதைகளுக்கும் தன்னைச் சுற்றி எழுதப்படும் கவிதைகளுக்குமான இடைவெளியைப் புரிந்துகொள்வது என்பது "எது கவிதை?" என்பதை புரிந்துகொள்ள உதவும் ஒரு பெரும் பயணத்தின் தொடக்கம். தன் கவிதைகள் தனக்குத் தரும் கிளர்ச்சி என்பது தண்ணீர் தரும் குளிர்ச்சியைப் போன்றது. அந்தக் குளிர்ச்சியை அனுபவித்தபடி ஓரிடத்தில் நீர்நிலையைப் போல நிலைகொண்டுவிடாமல், ஒரு பெரும் நீரோட்டத்தை அறிமுகம் செய்யும் இந்த நூல், நம் கரங்களைப் பிடித்து பேருருவாய் விரிந்துகிடக்கும் ஆழ்-

கடலின் கரையில் சென்று நிறுத்துகிறது.

எழுத்தாளர் முஹம்மது யூசுப்: இந்தியாவில் மூன்று மாநிலத்தவர்கள் மீதான கேலி நகைச்சுவைகள் அதிகமாக உண்டு
ஒன்று சர்தார்ஜி ஜோக்
மற்றொன்று பீகாரி ஜோக்
கடைசியாய் மதராஸி ஜோக்
மூவருமே முட்டாள்கள் என்பது போன்ற ஒரு மாய தோற்றத்தை கட்டமைப்பை உண்டாக்கும் எழுத்துக்கள். சற்றே உற்று நோக்கினால் ஏதோ நூல் ஒன்று பொதுவாய் தென்படும் இந்த கேலிகளுக்குப் பின்னால். அது மிகப் பெரிய அரசியல்.

பீகாரிகளின் கதை என்றதும் ஆவலில் வாசிக்க ஆரம்பித்தேன் "கரும்புனல்" நாவலை.

நண்பர் சுரேஷ் அவர்களின் கரும்புனல் நாவலை முழுவதுமாக வாசித்து முடித்ததும் பத்து நிமிடம் அப்படியே அமர்ந்திருந்தேன். உண்மையிலேயே தொண்டை வற்றி விட்டது. மிதமான சூட்டில் ஒரு கிளாஸ் நீர் அருந்தி பள்ளி சென்று தொழுது வந்த பின் மனம் பழைய நிலைக்குத் திரும்பியது. பீகாரில் சார்க்கண்ட் எப்படி ஏன் எதற்கு என அது உண்டான கதை, அப்படியே ராஞ்சியில் நிலத்தை அபகரிக்கும் ஊழல் அதன் ஊடே வழிந்து ஓடும் வர்மா சதுர்வேதி பானர்ஜி களின் ஜாதி துவேசம் என கதை கை பிடித்து நம்மை அழைத்துச் செல்கிறது

நிலக்கரி சுரங்கம் அதற்காக நிலத்தை கையகப்படுத்தும் அரசாங்கம், அதற்கு மாற்று நிலம் தருவதில், இழப்பாக பணம் தருவதில்,வேலை தருவதாக வாக்குறுதி தருவதில் இடைய நடக்கும் தரகு வேலை - இன்னமும் தொடந்தபடி தானே உள்ளது இந்த மோசமான இயங்கு முறை வயிற்றில் அடிக்கிறாயே என திருப்பிக் கேட்டால் மாவோயிஸ்ட்களாகவும் தீவிரவாதிகளாகவும் அடைப்புகுறிக்குள் சிக்கும் பலகீனமான அப்பாவி மனித எலிக் கூட்டம். நல்ல நாவல் இந்த புத்தாண்டில் நண்பர்களுக்கு இந்த நாவலை பரிந்துரை செய்கிறேன்.

எழுத்தாளர் மலர்வண்ணன்: ஒரு தேர்ந்த scientific thriller எப்டியிருக்க வேண்டுமோ அப்டியிருக்கிறது 'யூனிட் 109'

முதல் நான்கைந்து அத்தியாயங்கள் எங்கும் பிடி கொடுக்காமல் சென்றாலும் அதன் பிறகான பாய்ச்சல் நாவலுக்குள் நம்மைக் கட்டிப் போட்டு விடுகிறது. தென்றல் தப்பும் கணத்திலிருந்து அசுர வேகம்...

ஒரு சில நாவல்கள் மட்டுமே கதைக்களத்தையும் கேரக்டர்களையும் நம் கண்முன்னே நிறுத்தும், அவ்வகையில் இதுவும் ஒன்று. ஆரம்பத்தில் சில வர்ணனைகள் தேவையில்லாமல் வருகிறதோ எனத் தோன்றினாலும் அதில் மேற்கொண்ட வித்தியாசம் அருமை. இறந்து போன சிறுமியின் உடலைக் கூட அவளின் தலைமுடி உடை என வர்ணித்து சேற்றில் விழுந்து கிடந்த

மெழுகுச் சிலைபோல் இருந்தாள் என முடித்தது மனதை வலிக்கச் செய்யாமல் இருக்காது.

ஆங்காங்கே வலிமையான வசனங்களும், "இங்க நம்பிக்கைக்கு கூட expiry date இருக்கு, அதை மறந்துட்டேன், we can never believe people in power" போல பல இடங்களில், மற்றும் கதைக்குத் தேவையான ஆஸ்கர் வைல்ட், ஐன்ஸ்ட்டின் வாசகங்களும்...

வலிந்து திணிக்காத நகைச்சுவை மிகப் பெரும் ப்ளஸ், விவாகரத்து பெற்ற தம்பதிகள் ஓரிடத்தில் பேசுவது...

"Anyone who comes up on the road can see your big fat ass"

"I know my ass is not as big as your ego"

அமேசான் Pen to Publish போட்டிக்காக வந்தவைகளில் இதுவரை நான் வாசித்ததில் மிகச் சிறந்த தரமான வாசிப்பனுபவம் கொடுத்தது மாயாவின் 'யூனிட் 109'. எழுத்தாளர் Malarvizhi Baskaran.

நீண்ட இடைவெளிக்குப் பின் ஸ்டெல்லா ப்ரூஸையும் ஆர்னிகா நாசரையும் ஒருசேர வாசித்தது போன்ற உணர்வு...!

கவிஞர் வேல் கண்ணன்: தஸ்தாயேவ்ஸ்கியின் 'ஒரு எழுத்தாளரின் நாட்குறிப்பு' - அன்றைய அரசியல். பொருளாதார, சமூக சூழ்நிலை அன்று தஸ்தாயேவ்ஸ்கி தனது எழுத்தில் எப்படி பதிவு செய்துள்ளார் என்பதை பற்றி அறிய இந்த புத்தகம் பெரிய உதவியாக இருக்கிறது. மேலும் இதன் வழியே இன்றை நமது சமூக மற்றும் அரசியல் சூழ்நிலைகளை எப்படி உள்வாங்கிக் கொள்கிறோம் என்பது மிகவும் முக்கியமான ஒன்று.

மொத்தத்தில் மிகச்சிறந்த புத்தகம்.

கவிஞர் தயாஜி: பரிசளிக்க நினைக்கும் புத்தகம் ப.சிங்காரத்தின் 'கடலுக்கு அப்பால்' நாவல். இரண்டாம் உலகப்போரில் காலகட்டத்தில் மலாயாவில் கதை தொடங்குகிறது. இன்றைய மலேசிய மண்ணில் கால் பதித்த நம் மூதாதையர்களின் தியாகத்தையும் இதில் கண்டு கலங்கினேன. இன்று எத்தனையோ மாற்றங்களையும் ஏமாற்றங்களையும் கண்டுள்ள தமிழ்ச்சமூகம் தன் தொடக்க காலத்தில் சுமந்த வலியையும் இழப்புகளையும் இதன் வழி அறியலாம்.

கூடுதலாக அதன் மொழி, இன்றும் இந்நாட்டில் பல இடங்களில் பேசும் மொழியாகவே இருக்கிறது.

எழுத்தாளர் அகில் குமார்: மனதின் மிக நுட்பமான பகுதிகளை குறைந்த பக்கங்களிலேயே வாசகனுக்கு உணர்த்திவிடும் காப்காவின் உருமாற்றத்தையும், தஸ்தாயெவ்ஸ்கியின் வெண்ணிற இரவுகளையும் நான் நண்பர்களுக்கு பரிந்துரைக்கிறேன். மனித இருப்பின் முக்கியத்துவத்தை சர்ரியலிசத்தின் துணையோடு உருமாற்றம் கேள்விக்குள்ளாக்கும்போது, மனித உறவு

முறைகளின் அசலான முகத்தை யதார்த்தவாத புனைவு முறையில் வெண்ணிற இரவுகள் வெளிப்படுத்துகிறது.

எழுத்தாளர் ஷான் கருப்புசாமி: யவல் நோவா ஹராரி எழுதிய “ஹோமோ டியஸ்“. மனித குலத்தின் எதிர்காலம் குறித்த பல அனுமானங்களை முன்வைக்கிறார் நூலாசிரியர். அவற்றில் பல அதிர்ச்சியூட்டும் வகையாக இருக்கும். நம் சிந்தனாவாதத்தின் மீது தாக்கத்தை ஏற்படுத்தக்கூடிய நூல்.

எழுத்தாளர் ஸ்ரீதேவி மோகன்: காளான் மனசு எனக்கு. பட் பட்னு உடைஞ்சு போற என் மனதை அந்தந்த காலகட்டத்தில் தூக்கி நிறுத்துபவை தன்னம்பிக்கை புத்தகங்கள் தான்.

அந்த வரிசையில் ” என்னுடைய பாலாடைக் கட்டியை எடுத்துச்சென்றது யார்? (Who moved my cheese) புத்தகத்தைப் பரிசளிக்க விரும்புவேன். துயரமோ, தோல்வியோ அந்த இடத்திலே தேங்கிவிடாமல் நகர்ந்து விட வேண்டும் என்பதை அப்புத்தகம் வலியுறுத்துகிறது.

கவிஞர் ஜான்ஸி ராணி: பரிந்துரைக்கும் நூல் : காதுகள் - நாவல்

1920 ஆம் ஆண்டு பிறந்த எம்.வி.வெங்கட்ராம் தனது வாழ்க்கை வரலாற்று நாவல் என இந்நாவலை சொல்லியிருக்கிறார். சுமார் 25 ஆண்டுகளுக்குமுன் தஞ்சாவூர் மாவட்ட நூலகத்தில் எந்த இலக்கிய பரிச்சயமும் இல்லாத என் பதின்ம வயதில் இக்கதையைப் படித்த அனுபவமும் நான் அப்போதடைந்த பிரமிப்பின் அலைகள் இப்போதும் எனது நினைவுக் கடலில் அலைமோதியபடியிருக்கின்றதென சொல்லலாம்.

மேஜிக்கல் ரியலிச நாவல்களின் கூறுகளைக் கொண்டதென்றாலும் மனநலத் துறையை சார்ந்த எனக்கு வேறெந்த நாவலும் auditory hallucinations பற்றி இத்தனை விஸ்தாரமாக பேசியதில்லை என்றே தோன்றுகிறது. மனித மனங்களின் பிறழ்வுகளை இலக்கியமாக படைத்திருக்கும் இந்த உன்னத ரசவாதம் போற்றத்தக்கதும் சிறந்த வாசிப்பனுபவத்தையும் அளிக்கக்கூடியதுமாகும். இந்நாவலுக்காக 1993 ஆம் ஆண்டு எம்.வி.வி சாகித்ய அகாதெமி விருது பெற்றுள்ளார்.

இல்லங்கள் தோறும் வாசிப்பின் கொடி

- எஸ்.வி.வேணுகோபாலன்

பரிசுப் பொருள்களைப் பற்றிப் பேசுகிற சீனப் பழமொழி ஒன்று, அடுத்த தலைமுறைக்கான பரிசாக எதுவும் தர விரும்பினால், புத்தகங்களைக் கொடு என்கிறதாம். திரும்பத் திரும்பத் திறந்து பார்த்துக் கொள்ளும் பரிசாக நூல்கள் இருக்கும் என்று கேரிசன் கெயிலர் என்கிற அமெரிக்க எழுத்தாளர் ஒருவர் சொல்லியிருக்கிறார். தனித் தீவில் இருக்கத் தண்டனை வழங்கு, ஆனால் புத்தகங்கள் இருக்க வேண்டும் என்னோடு என்றும் சொல்லியிருக்கின்றனர்

சில அறிஞர்கள். ஆயுதங்களற்ற புரட்சி கூட சாத்தியமாகலாம், ஆனால் நூல்கள் அற்று அல்ல என்று சொல்வோரும் உண்டு. புத்தகங்கள் மனிதர்களின் கண்டுபிடிப்புகளிலேயே உன்னதமான - தொடர்வினை உருவாக்குகிற - தனக்கு இன்னொன்று ஒப்பற்ற ஒரு வித்தியாசமான கருவி என்று கூட படுகிறது.

புத்தகங்கள், அவற்றை எழுதுபவரது மனசாட்சி ஆக இருக்கலாம், ஆனால் அது வாசிப்பவரின் குரலில் கேட்கிற மாயாஜாலம் நிகழ்கிறது. கைகளால் விதைப்பாடு செய்வதைக் கண்களால் அறுவடை செய்கிறோம், அது என்ன என்று வழங்கும் குழந்தைகளுக்கான புதிர் சொல்வது போல நூதன அனுபவம் வாசிப்பு. குழந்தைப் பருவத்திலிருந்தே ஊட்ட வேண்டிய சத்துணவு, வாசிப்பின் அருமை. தங்களைப் பெரியவர்கள் போல் காட்டிக் கொள்ள பாவனைகளில் இறங்கும் குழந்தைகள் செய்யத் துடிக்கும் முக்கிய வேலைகளில் இந்த வாசிப்பு இருப்பதை, 'தத்தக்கா புத்தக்கா' என குழந்தைகளின் மழலைச் சொல் கேட்கத் துடிக்கும் ஒவ்வொருவருக்கும் தெரியும்.

நூலகங்களின் தந்தை என்று அழைக்கப்படுகிற (சீர்காழி) எஸ் ஆர் ரங்கநாதன் (1892 -1972) அவர்கள் புத்தகங்களை மாட்டு வண்டியில் வைத்து சிற்றூர்களுக்கு எடுத்துப் போய் சாதாரண மக்களிடையே வாசிப்பின் இன்பத் திளைப்பை ஊட்டினாராம். தமது புத்தகங்கள் மண்ணெண்ணையை விடவும், தீப்பெட்டிகளைவிடவும் மலிவான விலைக்கு மக்கள் கைக்குச் சென்று சேர வேண்டும் என்ற மகாகவி பாரதிக்கு, மக்களிடையே கனல் மூட்டும் நோக்கம் இருந்ததை இந்த வாக்கியம் விளக்குகிறது. ஓர் அரிய அறிவுஜீவியோடு உரையாட நேர்ந்தால் அவர் வாசிக்கும் புத்தகங்களைப் பற்றிக் கேள் என்கிறார் அறிஞர் எமர்சன். நம்பிக்கை உலகின் வாசல் திறப்பாகப் புத்தகங்கள் இருக்கின்றன. இருளைப் போக்குவதாக மட்டுமல்ல, சோர்வின் உடைப்புக்கும், சோகத்தினின்று ஆறுதலுக்கும், சுதந்திரம் பற்றிய விழிப்புணர்வுக்கும்..... நூல்கள் எத்தனை எத்தனை வல்லமையைத் தேக்கிக் கொண்டு அடக்கமான கையிருப்பாக இருக்கின்றன.

ஆன்மீக அன்பர்கள் வாசிக்க இலகுவான சிறு சிறு வாழ்த்துச் செய்யுள்கள், பதிகங்களை அச்சிட்டு குடும்ப நிகழ்வுகளின் போது வழங்கும் மரபு உள்ள நமது சமூகத்தில், அண்மைக் காலமாக வாசிக்கத் தக்க பல சிறு நூல்களை முற்போக்கு எண்ணம் கொண்டோர் பலர் தமது இல்ல நிகழ்ச்சிகளின் போது தாம்பூலப் பையில் வைத்தோ, அதுவே தாம்பூலமாகவோ அளித்து வரும் பாராட்டுக்குரிய நிகழ்வுகள் பெருகி வருகின்றன. மிக அரிய விவாதப் பொருள்களைக் கூட எளிய எழுத்துக்களாய் மலிவான விலையில் நூலாக்கம் செய்து வரும் பாரதி புத்தகாலயத்தின் பங்களிப்பு இந்த முயற்சிகளுக்கு மிகப் பெரிய தூண்டுகோலாயிருப்பதையும் குறிப்பிட வேண்டும். திருவிழாக்களுக்குச் சென்று வருகிற உள்ளக் களிப்போடும், கம்பீரத்தோடும் புத்தகக் கண்காட்சிகளுக்குச் செல்வோரின் எண்ணிக்கை கூடி வருவதும்

களிப்புற வைக்கும் செய்திகளாகும்.

உலக நாடக மேதை வில்லியம் ஷேக்ஸ்பியர் அவர்களின் பிறந்த தினமான (நினைவு தினம் என்றும் கூறப்படுகிற) ஏப்ரல் 23 உலக புத்தக தினமாகக் கொண்டாடப் படுவது வாசிப்பின் கொடியை தமது வீடுகளில் உயர்த்திக் கட்டியிருப்பவர்களுக்கு உவகை ஊட்டுவதாகும். எழுத்தாளர் செர்வாண்டிஸ் என்பவரது பிறந்த தினம் என்றும் சொல்லப்படுகிற இந்த ஏப்ரல் 23 , ஸ்பெயின் நாட்டின் கேட்டலோனியா மாநிலத்தில் புனித ஜார்ஜ் தினம் என்று அழைக்கப்படுவதாகும். அன்றைய தினம் காதலுக்கான அடையாளமாக நூல்கள் ரசவாதம் புரியும் அற்புதம் ஆண்டுதோறும் நிகழ்கிறது. காதலன் வழங்கும் வண்ண வண்ண ரோஜா மலர்களுக்கு ஈடாக, பதிலுக்குக் காதலிகள் நூல்களைப் பரிசளித்துத் தங்களது இதயத்தை அதோடு சேர்ந்து ஒப்படைத்து விடுவார்களாம். வீதிகள் எங்கும் ஆங்காங்கு தற்காலிகக் கடைகள் போட்டு புத்தக விற்பனையும், ரோஜா விற்பனையும் அமோகமாக நடக்குமாம். நாளின் முடிவில், நாற்பது லட்சம் பூக்களும் எட்டு லட்சம் புத்தகங்களும் கை மாறி இருக்குமாம். கையில் ரோஜா ஏந்திச் செல்லாத பெண்ணையே பார்க்க முடியாத அந்த நாளில், ஆண்டு முழுவதும் நடக்கும் புத்தக விற்பனையில் பாதி அளவு அந்த ஒரு நாளிலேயே நடந்திருக்குமாம்.

எந்தப் புத்தக தினத்தின் போதும் என்னால் மறக்க இயலாத ஒரு மனிதரை நான் இதுவரை பார்த்ததில்லை. அந்த மனிதரின் கதை போல் என்னை வாசிப்பை நோக்கி எப்போதும் ஈர்க்கத் தக்க இன்னொரு செய்தி இதுவரை கிடைக்கவும் இல்லை. டாக்டர் டார்செம் என்கிற அந்த அற்புத எழுத்தாளர், பஞ்சாப் பல்கலைக் கழகத்தில் விரிவுரையாளராகப் பணியாற்றி ஓய்வு பெற்றவர். இருபத்து நான்கு புத்தகங்களுக்கு மேல் எழுதியும் தொகுத்தும் வழங்கியிருப்பவர். உலக பஞ்சாபி எழுத்தாளர் சங்கத்தின் தேர்தலில் போட்டியிட்டுத் தலைவராகவோ, பொதுச் செயலாளராகவோ அபார வெற்றி பெற்று இயங்கியவர். இந்தியப் பொதுவுடமைக் கட்சியின் மாவட்டப் பொருளாளர். சாகித்திய அகாதமி குழுவில் பணியாற்றியவர். ஆனால், கண் பார்வை அற்றவர்!

பிறவியில் இருந்தே படிப்படியாகக் கண் பார்வை பறிபோய்க் கொண்டிருந்ததைச் சிகிச்சைகள் பல மேற்கொண்டும் காப்பாற்றிக் கொள்ள இயலாதென்று உணர்ந்த பதினான்காம் வயதில் அவர் படித்துக் கொண்டிருந்தது, ரஷ்ய புத்தகம் ஒன்று. 'வீரம் விளைந்தது' என்ற மகத்தான அந்தப் புதினத்தைப் படைத்த நிகோலாய் ஒஸ்திரோவ்ஸ்கி அவர்களும் பார்வையற்றவர்தான். வேக வேகமாக வாசித்து முடித்த அந்த நூலில் இருந்து கிடைத்த பெரும் உத்வேகமும், தன்னம்பிக்கையும், வாழ்வின் ஒளியும் டார்செம் அவர்களை அதற்குப் பின்னர் பஞ்சாபி, இந்தி, உருது மூன்று மொழிகளிலும் முனைவர் பட்டம் பெற வைத்தது. மூன்று மொழிகளிலும் எழுத்தாக்கன்களைப் புனைய வைத்தது. கடந்த ஆண்டு, அவரது தன் வரலாற்றை "திருத-

ராஷ்டிரன்" என்ற பெயரில் நூலாகவும் ஆக்க வைத்திருப்பது, இந்த வாசிப்பின் விளைச்சல் தான்!

அடுத்தடுத்த தலைமுறைக்கும் வாசிப்பின் பெரும் பரிசை உணர்த்தும் இந்த உற்சாகச் செய்திகளோடு விடியட்டும், இந்த புத்தக தினமும்.

சிங்கப்பூர் பதிப்புத்துறை - எம்.எஸ். ஸ்ரீலக்ஷ்மி

தமிழர்கள் கடல்கடந்த நாடுகளுடன் கெ/£ண்டிருந்த தொடர்பு வரலாற்றுப் பழமை வாய்ந்தது. ஆயினும் தக்க ஆதாரங்கள் இல்லா-விட்டால் இத்தொடர்பை யாரும் ஏற்க-மாட்டார்கள். வரலாற்றைப் பதிவு செய்யும் பண்பு தமிழர்களிடையே இல்லாததன் விளைவு தமிழர்களையும், தமிழையும் பெரும் இழப்புக்-குள்ளாக்கியது. தமிழர்களின் அயலகத் தொடர்பு என்றோ அல்லது அயலகக் குடியேற்றம் என்றோ சிந்தித்துப் பார்த்தால் ஆங்கிலக் காலனித்துவ ஆட்சி நிலவிய கால-கட்டத்தைத் தொடக்கமாகக் கொள்ளவேண்டி உள்ளது. இக்கால கட்டத்தில் உடல் உழைப்புத் தொழிலாளிகளாக அழைத்து வரப்பட்டோரே மிக அதிகம். எனவே விடுதலைக்கு முந்திய சிங்கப்பூரில் நூல் படைத்தோர் அதிகம் கற்றவர்கள் அல்லர்; காரிகை கற்றுக் கவி பாடியவர்கள் சிலர். ஏட்டில் எழுதா இலக்கியமாகப் படைத்தவர் பலர்.

'வண்ணை அந்தாதி'; 'வண்ணைநகர் ஊஞ்சல்'; 'சிங்கை நகர் அந்தாதி'; 'சித்திரக்கவிகள்' ஆகிய நான்கும் கி.பி. 1887இல் சிங்கப்பூரிலேயே அச்சிடப்பட்ட நூல்களாகும். சி.கு.மகதூம் சாயபுக்குச் சொந்தமான தீனோதயவேந்திரசாலை-யில் அச்சிடப்பட்டன. இந்நான்கு நூல்களையும் பாடியவர் யாழ்ப்பாணம் வண்ணார்பண்ணை-யைச் சேர்ந்த சி.ந. சதாசிவப் பண்டிதர் ஆவார். பிழைக்க வந்த நாட்டை பாடுபொருளாய்க் கொண்டு இலக்கியம் படைத்த காரணத்தால் இவர் சிங்கைத் தமிழ் இலக்கிய முன்னோடி எனக் கருதப்படுகிறார்.

சதாசிவபண்டிதரின் நூலுக்கும் காலத்தால் முற்பட்ட 'இரத்தினச் சுருக்கம்' என்னும் நூல் கி.பி. 1878இல் வெளிவந்திருந்தாலும்கூட அதனை முழுக்க முழுக்க இசுலாமிய நூல் என்றே கூறவேண்டி உள்ளது. இந்நூலின் ஆசிரியர் ஷாகுமுகம்மது அப்துல் காதிறு ஜெயினுத்தீன் என்பவர். இந்நூல் லே. செய்கு-சாயபு மரைக்காயர் அவர்களின் முயற்சியால் ஜாவிப் பிறானாக்கன் கம்பெனிக்குச் சொந்தமான ஸயீதியேந்திரசாலையில் அச்சிடப்பட்டது.

"பதானந்தமாலை" (1890), "சுருட்டுக்கும்மி" (1878) ஆகியவை மலாயாவில் வெளிவந்த இசுலாமிய நூல்கள் ஆகும். இவற்றுள் முன்னது பினாங்கில் 'ஸ்டெரெயிட் பிரஸ்' என்னும் அச்சுக்கூடத்தில் அச்சானது. இந்நூலைப் பாடியவர் முகம்மது சுல்தான் மரைக்காயர். இரத்தினச் சுருக்கத்தில் இடம்பெற்ற சிறுநூல் 'சுருட்டுக்கும்மி' என்பதாகும். இரத்தினச் சுருக்கத்தின் ஆசிரியரே இந்நூலின் ஆசிரியர் ஆவார்.

குடியேறிகள் படைத்த நான்கு நூல்களான “அதிவினோதக் குதிரைப் பந்தய லாவணி” (1893), “சிங்கை நகர் சிங்கார வடிவேலர் காவடிச் சிந்து” (1907) “புத்தர் ஆலய வழிநடைச்சிந்து” (1936), “இந்தியக் கப்பற் பிர-யாண வழிநடைச்சிந்து” (1937) என்பவை செல்நெறியால் தமிழகத்தையும், பாடுபொரு-ளால் சிங்கப்பூரையும் கொண்-டவை. இந்நூல்களுள் குதிரைப் பந்தய லாவணி நா.வ. இரங்க-சாமிதாசனால் பாடப்பட்டது. சிங்கைநகர் சிங்-கார வடிவேலர் சிந்து தைப்பூசப் பெருமையைக் கூறுவதாய்க் காரைக்குடி-யைச் சேர்ந்த ராம. மு. ராம. இராம நாதன் பாடியுள்ளார். பிரமன் ஆலய வழிநடைச் சிந்தின் ஆசிரியர் முத்துநாடார். இந்நூலின் இரு பாகங்-களுள் முதற்பாகம் மட்டுமே கிடைத்துள்ளது. பி.கே. ஆறுமுகதாசன் இந்தியக் கப்பற் பிரயாண வழிநடைச் சிந்தின் ஆசிரியர் ஆவார்.

‘கவிதைமலர்கள்’ ந.பழனிவேலு முதற்-கொண்டு நூல்களின் அச்சுப்பணிக்குத் தமிழகத்தையே நம்பினர். ஆயினும் விடுதலைக்கு முந்திய சிங்கப்பூரில் ‘விக்-டோரியா பிரஸ்’, ‘தமிழோசைப் பதிப்பகம்’ போன்ற பல பதிப்பகங்-களும் தமிழ்நூல்களை அச்சிட்டு வெளி-யிட்டன. சொ.ஐ.துரை என்பவர் ‘சிங்கப்பூர் வழி-காட்டி’ என்னும் பத்திரிகையைத் தமிழோசைப் பதிப்பகம் மூலம் நூலாக வெளியிட்டார். இங்குள்ள பதிப்பகங்கள் பல பத்திரிகைகளை வெளியிட்டன என்பதையும் நாம் அறிகிறோம்.

பதிப்புத்துறையில் தனிநபர் முயற்சிகள் - சிங்கப்பூர்ப் படைப்பாளிகள் தங்கள் படைப்பு-களை நூலுருவில் வெளிக்கொண்டு வரும் வகையில் தமிழ்நாட்டில் அச்சிடுகின்றனர். நூற்றுக்குத் தொண்ணூறு விழுக்காட்டினர் நூல் அச்சிடும் செலவு தமிழகத்தில் குறைவாக இருப்பதாலும், அங்கு நூலகங்களுக்குரிய புத்தகங்களின் எண்ணிக்கை 600லிருந்து 1000 ஆக உயர்த்தப்பட்டிருப்பதா-லும், புத்தகச்சந்தை-களிலும், கண்காட்சிகளிலும் தங்களின் நூல்கள் விலை-போவதற்கான சாத்தியக்கூறுகள் இருப்ப-தாலும் தமிழகத்தில் நூல்களை அச்-சிடுகின்-றனர். சிங்கப்பூர், மலேசியாவுக்கெனச் சில நூறு புத்தகங்களைக் கொண்டுவந்து வெளியீட்டு விழாவில் தாம் செலவழித்த பணத்தை ஈட்டிவிடு-கின்றனர்.

புகழுக்காக அலையும் புரவலர்கள் தராதரம் இன்றிப் பணத்தைக் ‘குறிப்-பிட்ட சிலருக்கு’ மட்டுமே வாரி வழங்கு-கின்றனர். இந்நிலை ஒரு புறம் இருக்கத் தமிழகத்-தில் நூலை அச்சிடுவோர் சிங்கப்பூர் நூலக எண் (மிஷி-ஙிழி) பெற்றுச் சிங்கப்பூர் முகவரியில் நூலை அச்சிடுவதாய்க் குறிப்பிடுவதை-யும் காண முடிகிறது. இன்னும் சிலர் சிங்கப்பூரிலேயே சொந்தப் பதிப்பகம் ஒன்றின் பெயரைப் போட்டுக் கொள்கின்றனர். இவ்வாறு போடப்படும் சொந்-தப் பதிப்பகங்களில் மிகப்பல முறையாகப் பதிவு செய்யப்படாதவை என்பதும் கவனிக்கத்தக்கது.

தமிழகத்தில் ‘தைநூலகம்’ என்ற ஒரு பதிப்பகத்தை நிறுவிச் சிங்கப்பூர்ப் படைப்-பாளிகளின் நூல்களை வெளியிட்டார் எழுத்துச் செம்மல்

திரு.ஏ.பி.சண்முகம். உதாரணத்திற்குச் சிங்கை மா. இளங்கண்ணன், மு. தங்கராசன் போன்றோரின் நூல்களை வெயியிட்டுள்ளார் ஏ.பி.சண்முகம். இவர் தனது சொந்த நூல்களையும் இப்பதிப்-பகத்தின் வழியே வெளியிட்டுள்ளார். ஏ.பி. சண்முகம் போல சிங்கை முகிலன் 'அய்ரா அறிவகம்' என்னும் பெயரால் சிலருடைய நூல்களை வெளியிட்டுள்-ளார். இஃது முறையாகப் பதிவு செய்யப்பட்டதா என்பது அறியுமாறில்லை. கடையநல்லூர் ஜமீலா, க.து.மு.இக்பால் ஆகியோரின் படைப்புக்-களுள் சில இப்பதிப்பகம் மூலம் வெளிவந்-துள்ளன.

சொந்தப் பதிப்பகங்களை நிறுவினாலும் (முறைப்படி) அவற்றின் மூலம் பெரிய அளவில் வளர்வதற்கான வாய்ப்புகள் மிகமிகக் குறைவு. தமிழகத்தில் உள்ள பதிப்பகங்களைப் போலப் பிரபலமாவதற்கும், பணம் பண்ணுவதற்கும் இங்கு வாய்ப்புக்கள் இல்லை. ஒரு வேளை பாட நூல்களை, பயிற்சி நூல்கள் போன்றவற்றை அச்சிட்டுப் பணம் பண்ணலாம். இலக்கிய நூல்களுள் ஆய்வு நூல்களை அச்சிட்டு வெளியிடுவது நொடித்துப் போவதற்கு ஒருவர் தேடிக் கொள்ளும் வழியாகும். ஆனாலும், சிலருடைய ஆய்வு முயற்சிகள் வீணாகி விடக்கூடாது; நூலுருப் பெறவேண்டும் என்னும் விழைவு காரணமாக ஆய்வுநூல்கள் அவ்வப்-போது வெளிவருவதுண்டு. இக்கட்டுரையாளர் புதியன காணும் புதுமை வேட்கையால் 'தருமு பப்ளிகேஷன்ஸ்' என்னும் பதிப்பகம் மூலம் ஆய்வு நூல்களை வெளிக்கொண்டு வருவதையே நோக்கமாகக் கொண்டுள்ளார்.

தமிழர்கள் பெரும்பான்மையாக (இந்திய சமூகத்தினருள்) வாழ்ந்தாலும் தமிழ் படிப்போர் எண்ணிக்கை குறைந்து வருகிறது. பணவேட்கை மிகுந்து வரும் சமூகத்தில் அறிவுத்தாகம் - இலக்கியத் தாகம் குறைவு. தமிழ்மொழி பிரபல-மடைய ஒரு கருவி; போட்டிகளில் பரிசு பெற ஓர் உபாயம்; சமூகத் தலைவராக விரும்புவோரும் பலரால் அறியப்படத் தமிழை ஒரு கருவியாகக் கொள்ளும் மனோபாவம்; வழிகாட்டவேண்டிய ஆசிரியர் சமூகமும் தமிழை வைத்துப் 'பிழைப்பு' நடத்தும் மெத்தனம் ஆகியவை பதிப்புத்துறை எதிர்நோக்கும் சிக்கல்களுக்குக் காரணமாகும். தமிழுக்கு அரசாங்கம் நல்கும் நல்ல வாய்ப்புகளை நழுவ-விடும் அவலநிலையால் நாமே நம் தலையில் மண்ணை வாரிப் போட்டுக் கொள்கி-றோம். சுயலாபத்தைச் சிந்திக்காமல் தொலைநோக்கோடு சிந்தித்தால் தமிழை வாழவைக்க-லாம். தமிழ்ப் பதிப்பகங்களை வாழவைக்கலாம்.

பதிப்பகங்களும் தமிழ் பதிப்புத் துறையும் - தமிழ் ஆட்சிமொழியாக இருப்பதாலும், தமிழை முதல் மொழி மற்றும் இரண்டாம் மொழியாகக் கற்கும் வாய்ப்புகள் இருப்பதாலும் தமிழ்ப் பாடநூல்கள், பயிற்சிநூல்கள் போன்றவை தனிப்பட்ட நபர் மற்றும் பதிப்பகம் புத்தகக் கடைகள் அளவில் விற்பனையில் சங்கடங்களை எதிர்நோக்குவதில்லை. புத்தகக் கடைகளும் சில பதிப்பகங்களும் நன்றாக ஜீவனம் நடத்துகின்றன. உதாரணத்திற்கு ஜி.ஜி.எஸ். புத்த-

கக்கடை, ராஜி பப்ளிகேஷன்ஸ் போன்ற-வற்றைக் கூறலாம். புத்தகக் கடை-களுள் இ.வி.எஸ் புத்தகக் கடை என்னும் கடை இ.வி.எஸ். பதிப்பகம் என்னும் பெயரில் பதிப்புரிமைச் சட்டங்களை மீறி, சுயமாக எதையும் எழு-தாமல் மற்றவர்களின் எழுத்து-களைத் திருடி நூலாக வெளியிட்டது உண்டு. இதை நோக்க வியாபாரிகள், படித்தவர்கள், பேராசிரியர்கள் எனப் பலரும் பதிப்புரிமைச் சட்டங்களை மீறுதல், மற்றவரின் எழுத்தைத் திருடுதல் என்பன போன்ற குற்றங்களுக்கும் தமிழ்ப் புதிப்புலகில் பஞ்சமில்லை எனத் துணிந்து கூறலாம். பதிப்புரிமை பற்றிய விழிப்-புணர்வு அவசியம் உண்டாக்கப்பட-வேண்டும்.

அரசாங்கமும் பதிப்புகளும் - தமிழ்மொழிப் புழக்கத்தைப் பெருக்கும் நோக்கில் அரசாங்க ஆதரவில் தமிழ் மொழிக்கு இயக்கம் நடத்தப்பட்டு வருகிறது. நாடு முழுவதும் ஏப்ரல் மாதத்தில் தமிழ் மொழி பற்றிய பல்வேறு நிகழ்வுகள் நடந்தவண்ணம் உள்ளன. இதன் தொடர்பாக தொடக்கப்பள்ளி மாணவர்க-ளுக்குப் பயன்தரும் தமிழ் ஆங்கில அகராதி வெளியிடப்பட்டது.

வாசிப்பை நேசிப்போம் என்னும் கருப்-பொருளை அடியற்றி 'வாசிப்போம் சிங்கப்பூர்' இயக்கம் மூலம் தேசிய நூலக வாரியம் கடந்த நான்கு ஆண்-டுகளாக நான்கு மொழிகளிலும் சிறுகதைகளைத் தேர்வு செய்து அவற்றை ஆங்கில மொழியில் மட்டுமின்றி நான்கு இனத்தவரும் அக்கதைகளை வாசிக்க மொழி பெயர்த்து (தமிழ்க்கதை சீன, மலாய் மொழிகளில் மொழி-பெயர்க்கப்படும்) நூலாக்கி, வாசிப்போர் எண்ணிக்கையைப் பெருக்கி வருகி-றது. தமிழ்ப் படைப்புகள் பிறமொழி மக்களைச் சென்றடைய இப்பதிப்புகள் வழிப் பெருந்துணை புரிகின்றது தேசிய நூலக வாரியம். அவ்வப்போது நூலக அடைவுகளை-யும் தமிழில் வெளியிடுகிறது. (உ.ம். லீ கொங்சியன் நூலகத்-தின் சீரிய தமிழ்த் தொகுப்பு; தமிழ் முரசு - சிங்கப்பூர்த் தமிழ்ச் சிறுகதைகள், கவிதைகள் ஓர் அடைவு (1936-_1960), தொகுதி 1).

தேசியக்கலைகள் மன்றமும் தமிழ்ப்பதிப்புகளும் - அரசாங்க அமைப்பான தேசியக்கலைகள் மன்றம் நூல்களைப் பதிப்பிக்க மான்யம் வழங்குகிறது. தனிநபருக்கு வழங்கப்படும் இம்-மான்யத்தை இருமுறை கனகலதா பெற்றுள்-ளார். அண்மையில் எம்.கே. நாராயணன் பெற்றுள்-ளார். கலாச்சார விருது என்பது இவ்வமைப்பால் வழங்கப்படும் உயரிய விருதாகும். இவ்விருது பெற்-றவர்களின் நூல்களைப் பதிப்பிக்க அரசாங்கம் மான்யம் கொடுத்து உதவும். திரு. சிங்கை இளங்கண்ணன், திரு. ந. வரதன் போன்றோர் தங்கள் நூல்-களை இம்மான்யத்தின் மூலம் வெளிக்கொணர்ந்தனர்.

ஈராண்டுகளுக்கு ஒரு முறை தேசியக் கலைகள் மன்றமும் எஸ்.பி. ஹெச் நிறுவனமும் இணைந்து நடத்தும் எழுத்தாளர் வாரத்தின்-போது தங்கமுனை விருதுப் போட்டியில் பரிசுபெற்ற கதைகள் மொழிபெயர்க்கப்பட்டு நூலாக வெளியிடப்படுகின்றன. நான்கு மொழிக்-கதைகளும் இவ்வாறே நூலுருப் பெறுகின்றன. 2001 முதல் இத்திட்டத்தின் வழிக் கவிதைகளும் சிறுகதைக-

ளும் பதிப்பிக்கப்படு-கின்றன.

தேசியக் கலைகள் மன்றம் "சிங்கப்பூர்ப் புனை கதைகள்" "சிங்கப்பூர்க் கவி-தைகள்" புத்தாயிரத்-தாண்டுக் கவிதைத் தொகுப்பான "ரிதம்" போன்ற பல்-வேறு நூல்களை நான்கு மொழிகளிலும் வெளியிட்டு உள்ளது. தேசியப் பல்-கலைக் கழகம், தேசியக் கல்விக் கழகம், கல்வி அமைச்சின் தமிழ்ப்பிரிவு போன்ற-வையும் தமிழ் நூல்களைப் பதிப்பித்துள்ளன. சிங்கப்பூரின் வெள்ளி-விழாவை ஒட்டி 1990களில் இருபத்தைந்து நூல்கள் அரசாங்க ஆதரவில் வெளிவந்தன. இவற்றை நோக்க சிங்கப்பூர் அரசாங்கம் எல்லோருக்கும் சமவாய்ப்பு நல்கி எல்லா இனத்தவரின் முயற்சிகளுக்கும் உதவிக்கரம் நீட்டி வருகிறது. இது சிங்கப்பூர்த் தமிழர்கள் செய்த நற்றவத்தின் பயன் எனலாம்.

அமைப்புக்களும் பதிப்புத்துறையும் - சிங்கப்பூர்த் தேசியப் பல்கலைக் கழகத்-தில் தமிழ்த் துறை எனத் தனித்துறை அமையாவிட்-டாலும் தமிழ்ப் பேரவை என்ற அமைப்பு 1975-இல் தொடங்கப்பட்டது. முனைவர் அ.வீரமணி தலை-மையில் மிகச்சிறப்பாகச் செயலாற்றிப் பல ஆய்வுக்கருத்தரங்குகளை "சிங்-கப்பூரில் தமிழும் தமிழ் இலக்கியமும்" என்னும் கருப்பொருளில் பல்வேறு ஆய்வுக்கட்டுரைகளைச் சமர்ப்பிக்க வாய்ப்பு அளித்தது. அக்கட்டுரைகள் நூலுருப் பெற்றது பாராட்டப்படவேண்டிய விஷயம் ஆகும்.

தமிழர் பேரவை & சிங்கப்பூர்த் தமிழ் இளையர் மன்றமும் பதிப்புப்பணிகளும் - இவ்விரு அமைப்புகளும் முனைவர் அ.வீரமணியின் துடிப்புமிக்க மதி-யுரைகளின் பேரில் செயல்பட்டன. இலக்கிய ஆர்வலர்களை-யும், சமுதா-யத்தின் பல்வேறு தரப்பு மக்களையும் கட்டுரைகளும், ஆய்வுக்கட்டுரைக-ளும் படிக்கச் செய்து அவற்றை நூலுருவில் பதிப்பித்தன இவ்வமைப்புக்கள். இலக்கிய ஆய்வு, சமூகவியல் ஆய்வு என ஆய்வைப் பல பரிமாணங்க-ளுக்கு எடுத்துச் செல்ல இவ்வமைப்புக்களின் பதிப்புகள் உதவின.

சிங்கப்பூர்த் தமிழ் எழுத்தாளர் கழகம்சிங்கப்பூர்த் தமிழ் இலக்கியம் _ ஒரு நூற்றாண்டு என்னும் தலைப்பில் 1996இல் ஆய்வரங்கு நடத்தியது. அதில், வாசிக்கப்பட்ட கட்டுரைகளைத் தொகுத்து நூலாக்கியது. வெள்ளிவிழா மலர் போன்ற சில மலர்களையும் நூலாக வெளியிட்டுள்ளது பயனுள்ள பணி-களா-கும்.

அரசாங்க ஆதரவோடு தனிநபர்களும் பதிப்புத் துறையில் ஈடுபட்டிருப்பதன் வாயிலாகத் தமிழ்ப் பதிப்புலகம் வெகுவேகமாக வளர்கிறது என்றே சொல்-லவேண்டும். இந்த வேகமான வளர்ச்சியில் வெளிநாட்டுத் திறனாளர்களாக இங்கு வந்து தம் படைப்பாற்றலையும், இலக்கிய வேட்கையையும் வெளிப்-படுத்திக் கொண்டிருக்-கும் புதுவரவுகளின் பதிப்புப்பணியும் முக்கியத்-துவம் பெறுகிறது என்பதை யாரும் மறுக்க இயலாது.

காப்பியா வாசிப்பகம்

உயிரைக் காக்க ஓடாத நாள் வேண்டும்.

ஆயிரத்து தொள்ளாயிரத்து எண்பத்தி மூன்று - இனப்படுகொலைக்கு முன் அறவழிப் போராட்டமும், ஆயுதப் போராட்டமும் கலந்திருந்த காலத்திலேயே தலைமறைவு வாழ்க்கைக்கு தயார் என ஒவ்வொருவரும் தனக்குத் தானே கட்டளை இட்டுக் கொண்டனர். உலகின் விடுதலைப்க்காக போராடும் இயக்கங்களுக்கெல்லாம் மிகச் சிறந்த காத்திரமான கட்டுப்பாட்டுடனும், ஒழுக்கத்துடனான வாழ்வுப் போருக்கும் முன்னுதாரணமாக திகழும் எல்டிடிஇ வருகை, வளர்ச்சி எண்பத்தி மூன்றில் மக்களோடு இரண்டறக் கலந்து மக்கள்தான் எல்டிடிஇ எல்டிடிஇ தான் மக்கள் என்கிற விடுதலைப்ப் போராட்டத்திற்கு பெருவாரியான மக்கள் *மண்ணுக்காக மரணிப்போம் என கிளர்ந்தெழுந்தார்கள்.

எல்லாவற்றையும் இழந்துவிட்ட நானும் எனது பதினோறாவது அகவையில் நண்பர்களுடன் சேர்ந்து சாவதற்கு சத்தியம் செய்தேன். பாலர் வகுப்பு முதல் பல்கலைக்கழகம் வரை என்னோடு நெருங்கிய நண்பர்கள் யாரும் உயிரோடு இல்லை. இராணுவ மொழியில் சொல்வதென்றால் அவர்கள் காணாமல் போனார்கள். கடந்த முப்பத்தி மூன்று ஆண்டுகளாக இடப்பெயர்வான சுற்றோடி வாழ்வும் - புலம் பெயர்ந்த வாழ்வும் என் பின்னால் தொடர்ந்த வண்ணம் இருக்கின்றன. வாழ்வின் நீள் பாதையில் எல்லாவற்றுக்கும் முகம் கொடுத்து வாழப் பழகிக் கொண்டேன்.

மறைந்து வாழவும், இழந்து வாழவும், இறந்து வாழவும், பழகிக் கொண்ட நான், இந்த இகழ் வாழ்வில் இன்று பதுங்கி வாழவோ, நிமிர்ந்து வாழவோ பலமும் இல்லை பயமுமில்லை என்ற நிலையில் உள்ளேன். உடலும் உள்ளமும் தளர்ந்து போனாலும் ஏதோ ஒரு நம்பிக்கையில் வாழவும் தமிழ் சமூகத்துக்கு ஒன்றைச் செய்ய முடியும் என்ற விருப்பவியல் குருதித் தொனியில் தோணியில் வந்த காலம் கரைகிறது.

ஆயிரத்து தொள்ளாயிரத்து எண்பத்தி ஐந்து முதல் இன்று வரை ஓடித்திரியும் வாழ்வில் பல கவிதைகளும் கட்டுரைகளும் காணாமல் போனது. இதழ்களை தேடுவதும் சாத்தியமில்லை. இதழ் நடத்தியவர்களும் சேகரிப்பாளர்களும் உயிரோடு இருந்தால்தானே தேடுவதற்கு. வாழ்வதற்கே போராடும் மனிதர்களிடத்தில் எதைத் தேடி அலைவது. நான் சேகரித்த நூலகமும் எழுதியவைகளும் காலப்போக்கில் அனலிலும் புனலிலும் கரைந்தது ஒரு பக்கம் என்றால், பேரினவாத அரசால் பத்திரிகை சுதந்திரமும் எழுத்தாளர்களும் தடை செய்யப்படுவதும், கொல்லப்படுவதும், நூல்கள் எரியூட்டப்படுவதும் இன்று வரை தொடர்ந்த வண்ணம் இருக்கையில், நானும் என் கவிதைகளும் தப்புவது எம்மாத்திரம்?நானும் எல்லாவற்றுக்கும் ஆளானேன். எல்லாவற்றையும் ஞாபகப்படுத்தி எழுதி விடலாம் என்ற நம்பிக்கை மட்டும் இன்னும் முகி-

லாய் இருக்கிறது.

தமிழக மக்களுக்கு ஈழப் போர் குறித்த வாழ்வையும் பேரினவாத அரசால் நாளாந்தம் மக்கள் படும் பேரவலத்தையும் ஒரு நூறு கவிதைகளாகவும் கதைகளாகவும் சொல்லியிருக்கிறேன். புலம்பெயர் வாழ்வில் தமிழகப் பார்வையை உரை நடையாகவும், காதல் கவிதைகளாகவும், நாட்டுப்புறவியல் களச் சேகரிப்புகளாகவும், பத்திகளாகவும், இலக்கண இலக்கிய அகராதிக் காப்பியமாகவும், நாடகக்கலையாகவும், நுண்கலைப் பிரதிகளாகவும், நாடோடிப் பயணங்களாகவும், கலா சாலை போதகனாகவும், முற்போக்கில்லா கற்போக்கு விருந்தாளனாகவும், தொகுப்பதிகாரமாகவும் பதிவு செய்திருக்கிறேன்.

மேலும் ஆங்கிலத்தில் மூத்தகுடி கலாச்சாரப் பயணங்கள் மற்றும் கல்விப் புலக்கலைப் பேரதிகார நுட்பவியல் குறித்தும் மனைவி தமிழ் இனியா சொற்களை விதைத்து வருகிறார். புகார்க் காண்டத்திலிருந்து மதுரைக் காண்டம் வந்துள்ள கொடை மகன் இமயக்காப்பியன்(5) படைப்பாக்கப் பணியில் முந்நீர் போல் எமக்கு பேருதவியாக இருக்கிறான். துயரங்களின் சாட்சிகள் மரணிப்பதில்லை என்கிற காத்திரச் சொல்லின் சாட்சிகளாய் நாங்கள். கீழடி/ உலகின்/மூத்த காலடி

எனக்கான உதவிகளை செய்யும் குழந்தைகள் விடுதலைப் வெண்பா, இலக்கியப் புரட்சியாளன், நிழலினி களமழகி, தமிழ் ஆதிரன் என்கிற தமிழ்ச்செல்வன் மற்றும் பாரா முகமாகவே போய்விட்ட ஜேர்மனியில் வாழும் குழந்தைகளான பூர்த்திகா, அரிகர சுதன் என்கிற எளிஞன் ஆகியோருக்கும் நன்றி சொல்ல தேவையில்லை. எக்காலத்திலும் நன்றிக்குரியவர்களாக இருக்கும் என் சின்னத்தாய் செல்வி கிருஷ்ணமூர்த்தி குடும்பத்தாருக்கும் மற்றும் எனது அக்கா பத்மாவதிக்கும் நன்றிகள் பல.

இன்று நாளை நான் கொல்லப்படலாம் என்ற நம்பிக்கையுடனேயே வாழ்கிறேன்.

- தமிழ்த்தேசன் இமயக்காப்பியன்

0

உன்னையும் என்னையும் போன்ற
இளம்பிள்ளைகள் சிலர் வாழ்ந்தனர்...
நம் சம காலத்தில்
உனக்கு தெரியுமா..?

உன் நாவிலும் என் நாவிலும்
நாள்தோறும் பேசும்
தாய் தமிழைத்தான் அவர்களும் பேசினர்.
உன்னையும் என்னையும் போல்

அந்த இளம்பிள்ளைகள்
வானுயர்ந்த புகழ்மிக்க பல்கலைகழகங்களில்
பட்டம் பெற்றவர்கள் அல்ல...

வானத்தைவிடவும் புகழ்மிக்க
இலட்சியங்களோடு அவர்கள் வாழ்ந்தனர்.
எந்த நடிகரையும் அவர்கள் தலைவராக கொண்டாடியதில்லை.
ஆனால் உன்னதமான ஒருவனை
அவர்கள் தலைவனாக கொண்டிருந்தனர்.

அவர்கள் திரையரங்குகளில் சத்தம் போட்டதில்லை.
பதுங்கு குழிகளின் நிசப்தம் அறிந்தவர்கள்..

விக்கெட்கள் விழுந்துவிட்டதற்காக
பொறுமியவர்கள் அல்ல.
விழும் பிணங்களுக்கு இடையே
ரவைகளை பொறுக்கி கொண்டிருந்தவர்கள்...

அவர்கள் பொறியியல் படித்தவர்கள் அல்ல.
மின்சாரம் உற்பத்தி செய்யவும்
வாகனங்களை தயாரிக்கவும் அவர்களுக்கு தெரியும்.
விடுதலைப் வேள்விக்கான மூலப்பொருட்களிலிருந்து
முழுமையான தளவாடங்கள் வரை அவர்களே தயாரித்தனர்.

அவர்கள் மாலுமிகள் அல்ல.
கப்பலோட்டினர்...
அவர்கள் விமானிகள் அல்ல.
விமானம் இயக்கினர்...
அவர்கள் தத்துவம் படித்தவர்கள் அல்ல.
தத்துவமாகவே வாழ்ந்தனர்...
அவர்களில் பலர் பள்ளிப்படிப்பையே
முடித்தது கிடையாது.
ஆனாலும் அவர்களைப்போல் களத்தில்
யாரும் பாடம் கற்பிக்க முடியாது...

அவர்கள் வாழ்வின் அர்த்தம் அறிந்தவர்கள் அல்ல.
ஆனால் அவர்களைப்போல் அர்த்தமுடைய வாழ்வை
யாரும் வாழ்ந்துவிட முடியாது...

அவர்கள் புனித நூல்களின் வார்த்தைகளை ஓதியவர்கள் அல்ல.
ஆனால் அவர்கள் உச்சரித்த
மண் விடுதலைப் என்ற வார்த்தையை விட
புனிதமானது வேறில்லை...

எந்த துறவியைவிடவும்
அவர்களுடைய துறவறம் உயர்ந்தது.
எந்த தவசிகளின் தவங்களை விடவும்
அவர்களின் விடுதலைப் தவம் உயர்ந்தது..
அவர்கள் ஒவ்வொரு நாளும்
அடிபட்டு வாழ்ந்தனர்.
ஒரு நாளும் அடிமையாய் வாழ்ந்ததில்லை...

அவர்கள் இருந்தவரை
அவர்களுடைய மண்
அவர்களுடையதாக இருந்தது...
அவர்கள் இருந்தவரை
அவர்களுக்கென்று ஒரு தேசம் இருந்தது...
அவர்கள் மண் அவர்களிடம் இல்லாமல் போனபோது
அவர்கள் இந்த மண்ணிலேயே இல்லாமல் போயினர்.

www.ingramcontent.com/pod-product-compliance
Lightning Source LLC
LaVergne TN
LVHW091521200926
848483LV00002B/271
* 9 7 9 8 9 0 4 7 9 0 8 9 9 *